எழுதழல

எழுதழல்

ஜெயமோகன்

கிழக்கு

எழுதழல்
Ezhuthazhal
by *Jeyamohan* ©

First Edition: January 2019
848 Pages
Printed in India.

ISBN : 978-81-8493-984-2
Kizhakku - 1147

Kizhakku Pathippagam
177/103, First Floor,
Ambal's Building, Lloyds Road,
Royapettah, Chennai 600 014.
Ph: +91-44-4200-9603

Email : support@nhm.in
Website : www.nhm.in

kizhakkupathippagam

kizhakku_nhm

Illustrations: Shanmugavel

Author's Email: jeyamohan.writer@gmail.com

Author's Website: www.jeyamohan.in | venmurasu.in

Kizhakku Pathippagam is an imprint of New Horizon Media Private Limited.

முனி நாராயணப் பிரசாத் அவர்களுக்கு

சில முக்கிய வார்த்தைகளுக்கான பொருள்
பின்னிணைப்பாக இணைக்கப்பட்டுள்ளது...

தழலெழுகை

எழுதழல் வெண்முரசு நாவல் வரிசையின் பதினைந்தாவது படைப்பு. மகாபாரதப் போருக்கு முந்தைய காலகட்டமே இதன் களம். பாண்டவர்கள் கானேகலும் மறைவுவாழ்க்கையும் முடிந்து திரும்பிவந்து தங்களுக்குச் சொல்லளிக்கப்பட்ட நாட்டைக் கேட்கிறார்கள். அதற்கு துரியோதனன் ஒப்பவில்லை. ஆகவே போர் சூழ்கிறது. அத்தருணத்தில் நிகழும் அணிமாற்றங்கள், அணிசேரல்கள், வஞ்சங்கள் ஆகியவையே இந்நாவலின் பேசுபொருள்.

ஆனால் இந்த வஞ்சங்கள் பாண்டவர்களின் மைந்தர்கள் வழியாகச் சொல்லப்படுகின்றன. கௌரவர்களின் மைந்தர்களும் கர்ணனின் மைந்தர்களும் கிருஷ்ணனின் மைந்தர்களும் இந்நாவலில் கதை மாந்தர்களாக வளர்கிறார்கள். அவர்கள் ஒவ்வொருவரின் ஆளுமையும் துலங்கி வருகிறது. இவர்களில் அபிமன்யூ அல்லாத பிறர் மகாபாரதத்தில் வெறும் பெயர்களாக வருபவர்கள். அவர்களின் ஆளுமையின் சித்தரிப்பினூடாக மகாபாரதத்தின் போர் சூழ்ந்தெழும் நிகழ்வுகள் சொல்லப்படுகின்றன.

ஏனென்றால் எல்லாப் போரும் அடுத்த தலைமுறையினரையே பெரிதும் பாதிக்கின்றன. மகாபாரதப் போரின் பலிகள் இம்மைந்தர்கள்தான். அவர்கள் தங்களுக்குரியதல்லாத போருக்குள் ஊழால் கொண்டுசெல்லப் படுகிறார்கள். இந்நாவல் தொடரில் பீஷ்மர் இளைஞராக நகர்நுழைந்த காட்சி வந்தது. இவர்கள் நான்காவது தலைமுறையினர். காலம் இவ்வாறு ஓடி வந்து இவர்களை அடைந்திருக்கிறது. காலப்பெருந்தோற்றம் மகாபாரதத்தின் மெய்மைகளில் முதன்மையானது. வெண்முரசு மேலும் விரிவாக அதைச் சொல்கிறது.

இந்நாவலில் இளைய யாதவர் தன் யோக இருளில் இருந்து எழுகிறார். பாரதவர்ஷத்தின் புதிய யுகம் அங்கிருந்தே தொடங்குகிறது.

பாணாசுரருடனான போர் ஒருவரை ஒருவர் ஏற்பதில் முடிவதே அந்த புதிய யுகத்தின் முதற்பெருநிகழ்வு.

இந்நாவலை ஒவ்வொருநாளும் சரிபார்த்து உதவிய சீனிவாசனுக்கும் சுதா சீனிவாசனுக்கும் நன்றி. மெய்ப்பு நோக்கும் ஜெயஸ்ரீ கோவிந்தராஜன், செம்மைசெய்து உதவிய ஹரன் பிரசன்னா ஆகியோருக்கும் நன்றி.

இந்நாவலை நாராயண குருகுலத்தின் தலைவரும் என் பெருமதிப்பிற்குரிய ஆசிரியருமான முனி நாராயணப் பிரசாத் அவர்களுக்குச் சமர்ப்பணம் செய்கிறேன்.

ஜெயமோகன்
93, சாரதா நகர், பார்வதிபுரம்,
நாகர்கோவில் 629003

பகுதி 1

துயிலும் கனல்

1

குந்தியின் இளஞ்சேடி பார்க்கவி படகிலிருந்து முதலில் இறங்கினாள். அவள் காலடியில் பாலப் பலகை அசைந்தது. நிலத்தின் உறுதியை கால்கள் உணர்ந்ததும் அவள் திரும்பிநோக்கி தலைவணங்கினாள். குந்தி நடைபாலத்தின் மீது ஏறி மேலாடையை சீரமைத்துக்கொண்டாள். பார்க்கவி "தேர் வந்துள்ளது, பேரரசி" என்றாள். குந்தி தலையசைத்தாள். அவளுடைய அணுக்கக்காவலர் வேல்களுடன் இறங்கி அவளுக்கு இரு பக்கமும் குரல் கேட்காத தொலைவில் நின்றனர். அவள் நடந்ததும் உடன் வந்தனர்.

காற்றே இல்லாமல் கங்கை ஒளிவழிவாக விழிநிறைத்துச் சென்றுகொண்டிருந்தது. பின்னிரவில் துறைமுற்றத்தின் அலுவல்கள் ஓய்ந்து அனைவரும் அப்பாலிருந்த சாவடிகளில் துயில்கொண்டிருந்தனர். கங்கையின் மைய ஒழுக்கில் பாய்விரித்த படகுகள் ஒன்றுடன் ஒன்று தொட்டு சரடென்று ஆகி சென்றுகொண்டிருந்தன. சாளர விளக்குகள் எரிய, அவை மின்மினிகள்போலத் தோன்றின. பாய்மர உச்சியின் தூக்குவிளக்கு வானில் விண்மீன் என அவற்றை வழிகாட்டிச் சென்றுகொண்டிருந்தது.

பயணப் படகுகளுக்கான துறைக்கு அப்பால் பன்னிரு பெருந்துறைகளில் எட்டடுக்குப் பாய்கள் கொண்ட பொதிப்படகுகள் பாய்களை அவிழ்த்துச் சுருட்டிவிட்டு தோளுடன் தோள்முட்ட ததும்பியபடி நின்றிருந்தன. அவற்றுக்கான அகன்ற நடைபாலத்தின்மேல் அத்திரிகள் நிரையாக ஊர்ந்து படகுக்குள் சென்று மறுவழியினூடாக பொதிகளுடன் வெளியே சென்றன. அவற்றை ஓட்டுபவர்களின் குரல்களும் சவுக்கு

காற்றில் சொடுக்கும் ஓசையும் குளம்புகள் மரப்பரப்பில் விழும் தாளமும் மெல்ல அசையும் படகுகளில் கயிறுகளும் பலகைகளும் இறுகி நெகிழும் ஓசையும் கேட்டுக்கொண்டிருந்தன. கண்விலக்கிக் காதுகொடுத்தால் ஒரு படைநகர்வின் ஒலி எனத் தோன்றியது.

பெரிய சுமைப்படகுகள் ஏதும் இல்லை என்பதனால் எடைத்துலாக்கள் கைகளை வானில் தூக்கி நின்றிருந்தன. அவற்றின்மேல் நீர்ப்பறவைகள் சில வந்தமர்ந்து எழுந்தன. துலாச்சகடங்களை இழுக்கும் யானைகள் காட்டுக்குள் அனுப்பப்பட்டிருக்க அவற்றின் சங்கிலிகள் மட்டும் இரும்பு நாணயக் குவியல்களைப்போல ஆங்காங்கே தெரிந்தன. மீனெண்ணெய் விளக்குகளின் ஒளி கற்தூண்களுக்குச் சுற்றும் செந்நிறமாக விரிய அவை பூத்த வேங்கை எனத் தோன்றின.

குறுங்காட்டின் விளிம்பில் நீண்ட கோட்டைபோல் அமைந்திருந்த பண்டநிலையங்களுக்குள் அத்திரிகளின் நிரை சென்று பொதிகளை வைத்துவிட்டு பிறிதொரு பாதையினூடாக வெளிவந்தது. அரசச் சாலையின் தொடக்கத்தில் அஸ்தினபுரியின் பெரிய அணிவாயிலின் வளைவுக்கு நடுவே அமுதகல முத்திரை அதன் கீழே ஏற்றப்பட்டிருந்த ஏழுசுடர் விளக்கின் குவியாடி அள்ளி வீசிய ஒளியில் இருளிலெழுந்ததுபோலத் தெரிந்தது. அதன் இரு பக்கங்களிலும் இருந்த தேர்முற்றங்களில் ஒரே ஒரு தேர் மட்டும் மார்திகாவதியின் சிம்மக்கொடியுடன் நின்றுகொண்டிருந்தது.

குந்தி இயல்பாக விழிதிருப்பியபோது அப்பால் ஆலமரத்தின் நீண்ட கிளைகளுக்கு அடியில் வேர்தூண்களுக்கு நடுவே சருகு மூடி அமைந்திருந்த இரு சிற்றாலயங்களை நோக்கினாள். அவற்றை அவள் விழிதிருப்பி நோக்கியே நெடுங்காலமாகிறதென்று உணர்ந்தாள். அவள் நோக்குவதை உணர்ந்த பார்க்கவி “அம்பாதேவியின் ஆலயம், பேரரசி” என்றாள். அங்கே செல்வோம் என்று கைகாட்டிவிட்டு அவள் நடக்க, இரு காவலர்கள் முன்னால் ஓடி அவள் செல்லும் பாதையில் விழுந்துகிடந்த சுள்ளிகளை விலக்கினர். சருகுக் குவைகளுக்குள் வேல்களை நுழைத்து நாகங்கள் உள்ளனவா என்று நோக்கினர்.

ஆற்றுச்சரிவின்மேல் விளிம்பில் குறுங்காட்டின் ஓரமாக அமைந்திருந்த காவல்மாடத்திலிருந்து காவலர்தலைவன் அவள் செல்வதைக் கண்டபின்னர்தான் அவள் என அறிந்தான். ஆனால் எந்த விரைவுமில்லாமல் எழுந்து நடந்து அவளருகே வந்து தலைவணங்கி “அங்கே காலையில் மட்டும்தான் நாள்பூசெய்கை, அரசி. மாலையில் நாங்கள் எவராவது விளக்கு வைப்போம்” என்றான். அவன் குரலில் இருந்த

மதிப்பின்மையை அறியாதவள்போல "நான் வழிபட்டுச் செல்ல விழைகிறேன்" என்றாள்.

"ஆனால் இப்போது பூசகர்கள் இல்லை. இங்கே முதிய குகர்களே பூசனை செய்கிறார்கள்." குந்தி "பொதிவண்டிகளில் எதிலாவது முதிய குகர்கள் எவரேனும் இருப்பார்கள். அவர்களுக்குப் பூசனை முறைமையும் தெரிந்திருக்கும்" என்றாள். காவலர்தலைவன் "இவ்வேளையில் அவர்களை..." என்று சொல்லத் தொடங்க "சென்று அழைத்துவருக!" என அவள் ஆணையிட்டாள். "ஆணை, அரசி" என்றபின் அவன் சென்றான். நடையிலேயே எரிச்சலைக் காட்டியபடி பெரிய பாதையை அடைந்து அங்கு நின்றிருந்த வேலேந்திய காவலனிடம் ஆணைகளை இடத்தொடங்கினான்.

குந்தி அம்பையின் சிற்றாலயத்தை அடைந்து அதன்முன் காத்து நிற்க, காவலர்கள் அங்கே கிடந்த சுள்ளிகளை எடுத்துச்சேர்த்து சுற்றிலும் குவிந்திருந்த சருகுகளை அகற்றினர். ஆலயத்திற்குள் சிறிய நெய்விளக்கின் மொட்டு எரிய, வெறிக்கும் வெள்ளிவிழிகளும் செம்பட்டு ஆடையுமாக அம்பை அமர்ந்திருந்தாள். அருகிலிருந்த சிறிய ஆலயத்தில் அவளை நோக்கிக் கைகூப்பியபடி நிருதனின் சிலை நின்றிருந்தது. அம்பைக்குச் செங்காந்தள் மாலையும் நிருதனுக்கு வெண்முல்லை மாலையும் போடப்பட்டிருந்தன.

முதிய குகர் ஒருவருடன் காவலர்தலைவன் வந்தான். "இவர் தனக்குப் பூசெய்கை தெரியும் என்கிறார்" என்றான். அவர் தலைவணங்கி நிற்க, குந்தி "உமது பெயர் என்ன?" என்றாள். "நிருதன், பேரரசி" என்றார் முதியவர். "நன்று, இங்கே அன்னைக்குப் பூசெய்கை நிகழ்த்தவேண்டும்." அவர் "நான் என் ஊரிலிருக்கும் அம்பையன்னைக்குப் பூசெய்கை செய்வதுண்டு. வேண்டியன செய்கிறேன்" என்றார். "இப்போதே செய்யவேண்டும்" என்றாள் குந்தி. அவர் "இப்போதே என்றால்..." என்று தயங்க "என்னென்ன வேண்டுவன என்று சொல்க! அவற்றை இவர்கள் இங்கேயே தேடிக் கொண்டுவருவார்கள்" என்றாள் குந்தி.

அவள் அங்கே வேர்ப்புடைப்பு ஒன்றில் அமர்ந்தாள். இரவு குளிருக்குள் நீராவியின் வெக்கையையும் கொண்டிருந்தது. கங்கையிலிருந்து வந்த காற்றில் நீர்ப்பாசி மணம் இருந்தது. அருகே அலைகள் கரையை நாய்கள் நீர் குடிக்கும் ஒலியுடன் நக்கிக்கொண்டிருந்தன. ஆலமரத்தின் கிளைகள் சரிந்து கங்கைநீருக்குள் விழுந்து அலைகளிலாடின. நீர்ப்பரப்பில் கொம்பொலி எழுந்தது. ஒரு படகு ஒவ்வொன்றாக பாய்களைச் சுருக்கியபடி கரைநோக்கி மூக்கை நீட்டியபடி அணுகியது. துறைமேடையில் நின்ற கலத்தார் விளக்கைச் சுழற்றி ஆணையிட,

அங்கிருந்தும் விளக்குச் சுழற்சியால் மறுமொழி அளிக்கப்பட்டது. கலத்தின் அமரத்தில் தோன்றிய குகர்கள் வாயில் கைசேர்த்துக் கூவி ஏதோ சொல்ல, அந்த ஓசை எதிரொலிகளுடன் இணைந்து சொல்லில்லா முழக்கமாக மெலிதாகக் கேட்டது.

சற்றுநேரத்தில் காவலன் வந்து "பேரரசி முழுமையாகப் பூசெய்கை நிகழ்த்தவேண்டும் என்றால் குருதிபலி கொடுக்கவேண்டும் என்கிறார் முதுகுகர். அவர்கள் உண்ணும்பொருட்டு வைத்திருந்த ஆடுகளில் ஒன்றை வாங்கிவிட்டேன். பூசைக்குரிய காந்தள் மலர்களைச் சேர்த்துவர இருவர் சென்றிருக்கிறார்கள். மற்ற நறுமணங்களும் புகைப்பொருட்களும் படகுகளில் உள்ளன" என்றான். குந்தி கையசைத்து அதை ஒப்பினாள்.

நிருதர் சுள்ளிகளில் துணிசுற்றி அதில் எண்ணெய்யூற்றி ஏழு தீப்பந்தங்களைக் கொளுத்தி ஆலய முற்றத்தில் நட்டார். காவலர் கொண்டுவந்த காந்தளும் செண்பகமும் கலந்த செம்மலர்குவையை வாழையிலையில் ஆலயமுகப்பில் படைத்தார். பார்க்கவி மலர்களை வாழைநாரில் தொடுக்க, நிருதர் உள்ளே சென்று தேவியின் ஆடையையும் மலர்களையும் களைந்தார். மரக்குடத்துடன் கங்கைக்குச் சென்று நீரள்ளிக் கொண்டுவந்து தேவியை நீராட்டினார். காவலன் அளித்த பொதியிலிருந்து புதிய செம்பட்டை எடுத்து அணிவித்து பார்க்கவியிடமிருந்து செம்மலர் மாலையை வாங்கிச் சூட்டினார். ஆலயத்திற்குள் இருந்த ஆறு கல்லகல்களில் நெய்யூற்றி விளக்கேற்றியபோது அப்போது இருள்திரை விலக்கித் தோன்றியவள்போல அம்பையன்னை எழுந்துவந்தாள். நிருதனுக்கும் ஆடை அகற்றி நீராட்டு செய்து மாற்றாடையும் மலரும் அணிவித்தார்.

வெள்ளாடு ஒரு வீரனால் இழுத்துவரப்பட்டது. அது நெருப்பைக் கண்டு அஞ்சி கால்பரப்பி நிற்க, அவன் அதை இழுத்துக்கொண்டுவந்து பலிபீடத்தின் அருகே நிறுத்தினான். அது கரைந்துகொண்டே இருந்தது. பின்னர் மலர்க்குவை நோக்கி நாக்கு நீட்டி எட்டியது. நிருதர் "பேரரசி, எவர் அன்னைக்கு பலிகொடுக்கிறார்களோ அவர்களே தங்கள் கைகளால் குருதியளிக்கவேண்டும் என்பது எங்கள் மரபு" என்றார். குந்தி தலையசைத்தபடி எழுந்துகொண்டாள்.

இரு வீரர்கள் ஆட்டை இழுத்துச்சென்று பலிபீடத்தின் அருகே நிறுத்தி அதன் கழுத்தைப் பீடத்தின்மேல் வளைத்தனர். குந்தியிடம் ஒருவன் குறுவாளை அளித்தான். அவள் ஆலயமுகப்பில் நின்று அம்பையன்னையை வணங்கி உதடுகளுக்குள் வேண்டுதலை முணுமுணுத்துக்கொண்டு ஆட்டை நோக்கிக் குனிந்தாள். பார்க்கவி

கண்களை விலக்கிக்கொண்டு அப்பால் நகர்ந்தாள். குந்தி இடக்கையால் ஆட்டின் குரல்வளையைத் தடவி இடம்பார்த்தபின் குறுவாளைப் பாய்ச்சி இழுத்தாள். குருதி பீறிட்டு அவள் முகத்திலும் தோள்களிலும் தெறித்தது.

புறங்கையால் புருவத்திலிருந்து கண்மேல் வழிந்த குருதியைத் துடைத்தபின் மேலும் நன்றாக அறுத்து கழுத்தை விலக்கினாள். மூச்சுக்குழாய் திறந்ததும் குருதியுடன் காற்று பீறிட்டது. ஆடு கால்களை உதைத்துக்கொண்டு ஓடுவதுபோல படுத்தபடியே அசைந்தபின் இழுத்துக்கொள்ளத் தொடங்கியது. நிருதர் கொடுத்த மரக்குவளையில் ஆட்டின் குருதியைப் பிடித்து நிறைத்து நீட்டினாள் குந்தி. அவர் அதை வாங்கிக்கொண்டு சென்று அம்பையின் காலடியில் வைத்தார். கத்தியை பீடத்தில் வைத்தபின் குந்தி கைகூப்பி நின்றாள்.

நிருதர் உள்ளே தொங்கவிடப்பட்டிருந்த உடுக்கையை எடுத்து ஒரு கையால் சுழற்றி ஓசையெழுப்பியபடி மறுகையால் குருதியை அம்பையின் தலைமேல் ஊற்றினார். “எரிசினத்தோளே, அணையா நெருப்பே, வேங்கைநாவிலும் வேழமருப்பிலும் செம்பருந்தின் விழிகளிலும் நச்சரவின் பல்லிலும் வாழ்பவளே, பழிசூடியவளே, சொல்லில் நிற்பவளே, சுடரானவளே, வாழ்க உன் வஞ்சம்! வாழ்க உன் வீரம்! எந்நெருப்பும் அணையாதிருக்கட்டும். இப்புவியில் எச்சொல்லும் பொருளிழக்காதிருக்கட்டும். அன்னையே, இப்புவியில் எவ்விழிநீரும் உலராதிருக்கட்டும். எப்பசியும் அணையாதிருக்கட்டும்” என்று குகர்களின் மொழியில் பாடியபடி குருதியை ஏழுமுறை ஊற்றிவிட்டு அவள் காலடியில் வழிந்த குருதியில் சிறிதளவை மரச்சிமிழில் பிடித்துக் கொண்டுவந்து நீட்டினார். குந்தி அதைத் தொட்டு நெற்றியிலணிந்தாள்.

குருதியில் ஒரு துளியை கொண்டுசென்று நிருதனின் நெற்றியிலும் இட்டு மலரும் சுடரும் காட்டி பூசனை செய்தார். பின்னர் அம்பையின் ஆலயத்திற்கு வெளியே முழங்கால் மடித்து அமர்ந்து உடுக்கை மீட்டியபடி அம்பையின் கதையைப் பாடத்தொடங்கினார்.

“நெய்விழும் எரி எனச் சிவந்தும் தணிந்தும்
தழன்றும் குழைந்தும் எழுந்து விரிந்தாடியும்
படகுமூலையில் எழுந்தவளே. அன்னையே,
நீ சுடரென்றாக இப்படகு அகலென்றாயிற்று
இரவென விரிந்தன பலகோடி மீன்கள்
அன்னையே அவற்றின் நடுவே எழுந்தன உன்விழியொளிகள்
இரவென்றாயிற்று உன் கைவளை ஓசை
அன்னையே இரவென்று ஒலித்தது உன் நீள்மூச்சொலி

பகலுடன் நீயும் விடிந்தாய்
கதிரவனுடன் இணைந்து படகின்
கிழக்குமுனையில் உதித்தெழுந்தாய்.

நெய்விளக்குகளின் ஒளி தூபப்புகையுடன் கலந்து செங்குழம்பென கருவறையை நிறைத்திருந்தது. அதற்குள் அம்பை தழலென பற்றி எரிந்துகொண்டிருப்பதாகத் தோன்றியது. நிருதரின் குரல் குறுமுழவின் ஓசையென ஒலித்தது.

இலைகள் உலையும் ஓசையுடன் கங்கையிலிருந்து காற்று எழுந்து வந்தது. கலங்கள் ஒன்றுடன் ஒன்று முட்டிக்கொண்டன. கயிறுகள் ஓசையிட பாய்கள் கட்டுகளுக்குள் துடித்தன. பந்தச் சுடர்கள் அஞ்சிய மான்கள் எனத் தலைதூக்கின. அகல் சுடர்கள் அலைபாய ஒரு சுடரிலிருந்து வெடித்து அனல்துளி தெறித்தது. தூபக்கலம் பற்றிக்கொண்டது. புகையும் அனலும் எழ பார்க்கவி கைதூக்கி ஏதோ சொல்லப்போனாள். குந்தி விழிகளால் அவளைத் தடுத்தாள்.

கருவறைக்குள் இருந்த நெய்யனைத்தும் பற்றிக்கொண்டன. சுடர்கள் இணைந்து ஒற்றைத் தழலென்றாயின. அம்பையின் ஆடை பற்றிக்கொள்ள அவள் உருவம் முழுமையாக அனலில் அமிழ்ந்தது. கருவறை அனல்நிறைந்த வாய் எனத் தெரிந்தது. கல்லாலான ஆலயத்தின் சிறிய துளைகளினூடாக தழல்நாக்குகள் வெளியே நீண்டன. காவலர்தலைவன் அங்கிருந்து ஓடி வந்து பின் அப்பால் நின்றான். நிருதர் அந்நெருப்பை நோக்கியபடி விழிகளும் நெருப்பென்று எரிய பாடிக்கொண்டே இருந்தார்.

குந்தி அஸ்தினபுரியின் கோட்டைமுகப்பை அடைவதுவரை தேருக்குள் அசையாமல் அமர்ந்திருந்தாள். அவள் விழிகளும் இமைக்கவில்லை என்று தோன்றியது. அருகே அமர்ந்திருந்த பார்க்கவி அடிக்கடி அவளைத் திரும்பிப் பார்த்தாள். வெளியே உடன்வந்த காவல்வீரர்களின் பந்தங்களிலிருந்த செவ்வொளியில் குந்தியின் நரைமுடி தழலெனத் தோன்றியது. விழிகளில் தழல்புள்ளிகள். அவள் பெருமூச்சுடன் நோக்கை விலக்கிக்கொண்டாலும் மீண்டும் நோக்காமலிருக்க முடியவில்லை.

அஸ்தினபுரியின் மகாமரியாதம் என்னும் கோட்டைச்சுவர் தொலைவில் தெரியத் தொடங்கியது. அதன் மேலிருந்த காவல்மாடங்களில் எரிந்த பந்தங்கள் யானை முதுகில் விழுந்த வேங்கைமலர்கள் எனத் தோன்றின. பார்க்கவி நிலைகொள்ளாமல் அசைந்து அமர்ந்தாள். அவ்வசைவை இயல்பாகத் திரும்பி நோக்கிய குந்தியின் விழிகள் தன்னை அறியவேயில்லை என்ற எண்ணம் பார்க்கவிக்கு ஏற்பட்டது. அங்கிருப்பவள் பிறிதொருத்தி என்று எண்ணினாள். ஆனால் அவள் பேரரசியின் பணிக்கு வந்தபின்னர் ஒருபோதும் குந்தியை இயல்புநிலையில்

கண்டதில்லை. வெவ்வேறு தெய்வங்கள் வெறிகொண்டெழுந்து மறையும் ஆலயப்பூசகி என்றே அவளை எண்ணமுடிந்தது.

கோட்டைமுகப்புக்கு அவர்கள் வந்ததும் அவளுடன் வந்த காவலன் சென்று அங்கிருந்த சிறிய மாடத்தில் இருந்த காவலனிடம் பேசிவிட்டுத் திரும்பிவந்து தேர் அருகே நின்றான். குந்தி அவனை நோக்கியதும் "எவராயினும் புலரியில் கோட்டை திறந்தபின்னரே உள்ளே செல்ல ஒப்புதல் என்கிறான்" என்றான் காவலன். குந்தி ஒன்றும் சொல்லாமல் நோக்கை விலக்கிக்கொண்டாள். "நடந்தோ புரவியிலோ செல்லலாம். தேர் செல்லவேண்டுமென்றால் பெரிய வாயில் திறக்கவேண்டும் என்கிறான்" என்று காவலன் தொடர, அவன் செல்லலாம் எனக் குந்தி கைகாட்டினாள்.

ஏற்கெனவே முற்றம் விழித்தெழத் தொடங்கிவிட்டிருந்தது. பாய்களில் படுத்திருந்தவர்கள் எழுந்து அவற்றைச் சுருட்டிக் கட்டினர். சாவடிகளில் ஒவ்வொன்றாக விளக்குகள் கொளுத்தப்பட்டன. ஏவலர் குதிரைகளையும் அத்திரிகளையும் காளைகளையும் அவிழ்த்துக்கொண்டு நீர்காட்டச் சென்றனர். சிலர் அவற்றின் சாணிகளைச் சேர்த்து கூடைகளில் அள்ளிக் கொண்டுசென்று குறுங்காட்டுக்குள் உரக்குழிகளில் கொட்டிவிட்டு வந்தனர்.

அவர்களின் தேர் மானுடத்திரள் இரு பக்கமும் பெருகிய இடைவெளியினூடாகச் சென்று கோட்டைமுகப்பில் நின்றது. கோட்டைக்கதவு பொருந்திய விளிம்பில் செங்குத்தான அனல்கோடுபோல இடைவெளி தெரிந்தது. மறுபக்கம் பந்தங்கள் ஏற்றப்பட்டிருக்கலாம். ஒருகணம் அப்பால் அஸ்தினபுரி நகரே தீப்பற்றி எரிவதுபோலத் தோன்றி பார்க்கவி உளம் அதிர்ந்தாள்.

அப்பால் மெல்லிய ஓசை கேட்டது. யாரோ முழவில் தொட்டுப் பார்க்கிறார்கள். மீண்டும் ஒரு முழவுத்தாளம். பின்னர் இலைத்தாளமும், முழவும், கிணைப்பறையும், சல்லரியும், சங்கும், மணியும் ஏந்திய சூதர்கள் அப்பால் அணிவகுப்பதை அவள் உளவிழியால் கண்டாள். விடிவெள்ளி எழுகிறதா என்று பார்த்தாள். காவலர்களும் அப்பால் முற்றத்தில் நின்றிருந்தவர்கள் அனைவரும் அதைத்தான் பார்த்துக்கொண்டிருக்கிறார்கள் என்பதைக் கண்டாள். அக்கோட்டையே புலரிக்காகக் காத்திருந்தது. முதற்கதிர் வந்ததும் இருபுறமும் நீண்ட மதிலை சிறகுகள் என அடித்து அது வானில் பறந்தேறிவிடக்கூடும். பார்க்கவி அவ்வெண்ணத்தால் மகிழ்ந்து புன்னகைத்தாள்.

கோட்டையின் காவல்மாடத்தின் உச்சியில் நின்ற காவலன் புலரியின் முதற்சங்கை ஒலித்ததும் மறுபக்கம் நின்றிருந்த யானை வடத்தைப்

பிடித்திழுத்து முகவளைவு மீது தொங்கிய சுருதகர்ணம் என்னும் கண்டாமணியை அடித்தது. அந்த ஒலி நகர்மீது பரவியபோது நகர் நடுவே அரண்மனையின் உள்கோட்டைமுகப்பில் தொங்கிய காஞ்சனம் என்னும் கண்டாமணி ஒலிக்கத் தொடங்கியது. அதைத் தொடர்ந்து நகரமெங்குமுள்ள அனைத்து ஆலயங்களிலும் புலரியின் சங்கொலிகளும் மணியோசைகளும் எழுந்தன. அஸ்தினபுரி துயிலெழுந்தது.

தலைக்கோல் சூதர் தன் வெண்சங்கை ஊதியதும் சூதர்கள் அஸ்தினபுரியின் துதியைப் பாடத்தொடங்கினார்கள். "விஷ்ணுவிலிருந்து பிரம்மன் பிறந்தான். பிரம்மனின் மைந்தன் சந்திரன். அவன் புதனை ஈன்றான். புதனின் மைந்தன் புரூரவஸ் அரசகுலங்களுக்கு முதல் தந்தையென்றானான். அவன் மைந்தன் ஆயுஸ் அறத்தில் நின்றான். அவன் மைந்தன் நகுஷன் அலைக்கழிக்கப்பட்டான். மாகதரே, சூதரே, நாம் நகுஷனின் மைந்தனும் மாமன்னனுமாகிய யயாதியின் கதையைப் பாடுவோம்."

"யயாதியின் கொடிவழி வந்த புருவை, ஜனமேஜயனை, பிராசீனவானை வாழ்த்துவோம். பிரவீரனை, நமஸ்யுவை, வீதபயனை, சுண்டுவை, பகுவிதனை, சம்யாதியை வணங்குவோம். ரஹோவாதி, ரௌத்ராஸ்வன், மதிநாரன், சந்துரோதன், துஷ்யந்தன், பரதன், சுஹோத்ரன், சுஹோதா, கலன், கர்த்தன், சுகேது, பிருஹத்ஷத்ரன் எனத் திகழும் மாமன்னர் நிரை இப்பாரதவர்ஷம் அணியும் மணியாரம். அது என்றும் புகழுடன் திகழ்க!

"சந்திரகுலத்து பிருஹத்ஷத்ரன் இக்ஷ்வாகு குலத்து சுவர்ணையை மணந்து பெற்ற ஹஸ்தியின் மதயானைத் தோள்கள், அவன் முழக்கம் கேட்டு நிரைவகுத்த யானைகள் வாழ்க! பன்னிரண்டாயிரம் துதிக்கைகளால் கட்டப்பட்ட மகாமரியாதம் தேவர்கள் வியக்கும் கோட்டை. அதில் ஹஸ்தி தன் கையால் தூக்கிவைத்த இப்பெருவாயிலோ ஆரத்தின் நடுவே பதக்கம் போன்றது. யானைகளின் தலைவனாகிய ஹஸ்திவிஜயனை, அவன் அமைத்த மாநகர் ஹஸ்தினபுரியை என்றும் பாடுக! யானைகளின் எழிலைக் காண ஐராவதம் மீதேறி இந்திரன் விண்மீது வந்து நிற்பதனால் மழைநீங்காத மாநகர் என்று புகழ்கொண்டது இந்நகர். தெய்வங்கள் தங்கள் அருளைப்பொழியக் கண்டடைந்த பொற்கலம் இது. இது வாழ்க!

"அஸ்தினபுரி என்ற அழகியின் மான்விழிகளாக அமைந்த நீலத் தடாகங்கள் புலரியொளியில் இமை மலர்க! அவள் நீலக் கூந்தலைப்போலப் பொலிந்த பூம்பொழில்கள் மணம் கொள்க! நாரைச்சிறகுகள்போல வெண்கூம்புமுகடுகள் கொண்ட மாளிகைகளும் நீர்பெருகும் மாநதிகள்

எனச் சாலைகளும் விழித்தெழுக! சூதர்களின் கிணையொலியும், நூல் பயில்வோரின் பாடல்ஒலியும், குழந்தைகளின் களிச்சிரிப்பும் யானைகளின் மூச்சொலிகளுடன் கலந்து ஒலிக்கும் இந்நகரம் இரவெல்லாம் தேவர்கள் விளையாடி மானுடருக்கு விட்டுச்செல்லும் களம்.

“மாமன்னன் ஹஸ்தியின் மைந்தனான அஜமீடனின் வழிவந்த ருக்ஷன், சம்வரணன், குரு ஆகியோரின் புகழ் ஒருநாளும் குன்றாதிருப்பதாக! குருவம்சத்தின் பெருமை அழியாமல் திகழ்வதாக!” என்று ஒலித்தது சூதர்களின் பாடல். “குருவின் மைந்தர் ஜஹ்னுவும் அவர் கொடிவழிவந்த சுரதன், விடூரதன், சார்வபௌமன், ஜயத்சேனன், ரவ்யயன், பாவுகன், சக்ரோத்ததன், தேவாதிதி, ருக்ஷன், பீமன் என்னும் மாமன்னர்களும் இந்தப் புலரியில் எங்கள் சொற்களை அனலில் அவியென ஏற்றருள்க!”

மங்கல இசை பெருகி அலையலையென ஒலித்தது. “மாமன்னர் பிரதீபரும் சந்தனுவும் விசித்திரவீரிய மாமன்னரும் எங்கள் சொற்களால் மகிழ்க! மாகதரே, சூதரே, திருதராஷ்டிர மாமன்னர் நெடுநாள் வாழ்க! அவர் மைந்தர் துரியோதன மாமன்னர் நூறாண்டுகள் கோல்கொண்டமைக! ஆம், அவ்வாறே ஆகுக! ஆம், அவ்வாறே ஆகுக! ஆம், அவ்வாறே ஆகுக!”

விழியொளி துலங்கத் தொடங்கியதும் சூதர்களின் பாடல் முடிந்து தலைக்கோலர் தன் வெண்சங்கை ஊதினார். மங்கலவாத்தியங்கள் முழங்க ஏழு யானைகள் வடம்பற்றி இழுத்து கோட்டைவாயிலைத் திறந்தன. கோட்டையைச் சுற்றியிருந்த அகழிமீது அமைந்த பெரிய மரப்பாலத்தில் வெளியிலிருந்து நகருக்குள் நுழைவதற்காகக் காத்திருந்த வணிகர்களின் வண்டிகளின் காளைகள் கழுத்துச்சரடு இழுபட்டு மணிகுலுங்க காலெடுத்து வைத்தன. சிறிய மரப்பாலத்தில் நெய்யும் பாலும் கொண்டுவந்த ஆய்ச்சியர் பானைகளை மாறிமாறி உதவிக்கொண்டு தலையில் ஏற்றிக்கொண்டனர். நறுஞ்சுண்ணமும் தேனும் கொம்பரக்கும் கொண்டுவந்த வேட்டுவர்கள் தங்கள் காவடிகளைத் தோளிலேற்றிக்கொண்டனர். பல்லாயிரம் குரல்கள் இணைந்து எழுந்த ஒற்றை முழக்கத்துடன் அனைவரும் ஒழுகிச்சென்று வாசலுக்குள் நுழைந்து உள்ளே செல்லத்தொடங்கினர்.

குந்தியின் தேர், நடுவே அமைந்த அரசப் பாதையின் வழியாக உள்ளே சென்றது. வாயிற்காவலர் இருவர் அவளைத் தலைவணங்கி வரவேற்றனர். முகமனோ அரசமுறைவாழ்த்தோ உரைக்கப்படவில்லை. உள்ளே சென்றதும் குந்தி திரும்பி கோட்டைமேல் தன் குலக்கொடி ஏறியிருக்கிறதா என்று பார்த்தாள். பின்னர் “விதுரர் வந்துசென்றிருக்கிறார்” என்றாள். பார்க்கவி திரும்பி நோக்க “அவருடைய பல்லக்கு கடந்துசெல்வதைக் காவல்மாடத்தின் கொம்புகள் சொல்கின்றன” என்றாள்.

அவள் தன்னிடம் எதையும் சொல்வதில்லை என்பதை பார்க்கவி உணர்ந்திருந்தமையால் மறுமொழி உரைக்கவில்லை. அவளுக்குத் தான் ஓர் ஆடிப்பாவை என்று அவள் எப்போதும் உணர்வதுண்டு. குந்தி “கணிகர்வீதிக்குச் செல்லச் சொல்” என்றாள். அவள் தனக்கே என முணுமுணுக்கும் சொற்களைக் கேட்கும்படி தன் காதுகளை பார்க்கவி பழக்கியிருந்தாள். அவள் அவ்வாணையைச் சொன்னதும் தேர்வலன் கடிவாளத்தை இழுத்து புரவியை சிலகணங்கள் தயங்கச்செய்தபின் தேரைத் திருப்பினான்.

கணிகர்வீதி அப்போதுதான் துயிலெழுந்திருந்தது. சிறிய இல்லங்கள் நெருக்கமாக அமைந்திருந்த அகலம்குறைவான வீதியை கணிகர்குலத்துப் பெண்கள் பெருக்கிக்கொண்டிருந்தனர். சிலர் புடைவை முந்தானையைத் தூளியாக்கி சிறுகுழவிகளைத் துயிலச்செய்திருந்தனர். தேர் வரக்கண்டு அவர்கள் எழுந்து விலகினர். அவர்களருகே விளையாடிக்கொண்டிருந்த சிறுமைந்தரை கைகளால் இடையுடன் அணைத்துப் பிடித்துக் கொண்டனர். திண்ணைகளில் துயின்ற முதியவர்கள் எழுந்து நோக்கினர். ஆசிரியர்களின் இல்லங்களில் அகன்ற திண்ணைகளில் பாடம் பயின்றுகொண்டிருந்த சிறுவர்கள் திரும்பி நோக்கி அவளை அடையாளம் கண்டுகொண்டனர்.

மூன்றுதெரு சந்திப்பில் பிரஹஸ்பதியின் ஆலயத்தில் ஆலய நடைதிறப்புக்காகக் கணிகர்கள் கூடியிருந்தனர். பூசெய்கை நிகழ்த்தும் முதுகணிகர்கள் மூவர் ஆலயத்தின் காவலென அமைந்த சிறுதெய்வங்கள் ஒவ்வொன்றுக்கும் மலரும் நீரும் காட்டி நிறைவுசெய்து வானுக்கு அனுப்பிவிட்டு பிரஹஸ்பதியின் மைய ஆலயக் கதவைத் திறந்தனர். கணிகர்கள் உரத்த குரலில் “முக்காலமும் அறிந்தவரே, முதற்குருவே, நூலோரின் சொல்முதலே, வாழ்க!” என்று கூவி வாழ்த்தினர்.

குந்தி பிரஹஸ்பதியின் ஆலயத்தின் பெருமண்டபத்திற்கு முன்னால் சுவரோடு ஒட்டி இருந்த சின்னஞ்சிறு ஆலயத்தருகே தேரை நிறுத்தச் சொன்னாள். பார்க்கவி வெளியே இறங்கி நிற்க, பாகன் படிகளைப் பொருத்தினான். குந்தி இறங்கி அந்தச் சிற்றாலயத்தின் அருகே சென்று நின்றாள். அவள் வருவதைக் கண்டு பிரஹஸ்பதியின் ஆலயத்திலிருந்து முதுகணிகர் கைகூப்பியபடி விரைந்து வந்தார். அவருடன் பிற கணிகர்களும் ஓடிவந்தனர்.

முதுகணிகர் “எனக்கு முதுமை... இங்கே பெரும்பாலும் எவரும் வருவதில்லை... ஆகவே பொழுதுவிடிந்தபின்னரே திறந்து நீரும் மலரும் அளிப்பது வழக்கம்... பேரரசி பொறுத்தருளவேண்டும்” என்றபடி குனிந்து சிற்றாலயத்தின் கதவைத் திறந்தார். உள்ளே ஒருகையில்

ஒருமை முத்திரையும் மறுகையில் அறிவுறுத்தும் முத்திரையுமாக சிறிய கற்சிலையாக அமர்ந்திருந்த தெய்வத்தை அவள் முன்னர் பார்த்ததில்லை. தெய்வச்சிலை போலன்றி மானுடர் போலவே தோன்றினார்.

முதுகணிகர் சிக்கிமுக்கியை உரசி கற்பூரத்தை எரியச்செய்து கல்லகலைப் பொருத்தினார். சுடர்மணி அசையாமல் நின்றது. அந்தத் துயரம் நிறைந்த கண்களையே அவள் நோக்கிக்கொண்டிருந்தாள். பித்தனின் விழிகள் எனத் தோன்றியது.

மீண்டும் அவ்விழிகளை நோக்கியபோது நெஞ்சு திடுக்கிட்டது. அவை அவளை உயிருள்ள விழிகளென நோக்கிக்கொண்டிருந்தன. முதுகணிகர் அவளிடம் "கணிகர்குலத்துப் பெருந்தந்தை அஜபாகர் இவர். இவை அவர் விண்ணுலகில் சூடியுள்ள விழிகள். இவ்விழிகளை நோக்கலாகாது. அவை நம்மைப் பித்தாக்கிவிடும்" என்றார்.

மலர்களை அஜபாகர்மேல் சூட்டியபடி முதுகணிகர் "முதற்றாதை அஜபாகர் சந்திரகுலத்தின் அத்தனை நிகழ்வுகளையும் ஒன்றாகத் திரட்டி ஒரு களத்தில் அமைத்து முழுமைச் சித்திரத்தை அமைக்க முயன்றவர். சந்திரகுலப்பிரபாவம் என்னும் அந்நூல்தான் இன்றும் கணிகர்களின் முதல்நூல். ஃபால்குன மாதம் விசாக நட்சத்திரத்தில் அவருக்குப் பெருஞ் சுடரேற்றும் அன்னக்கொடையும் நிகழ்கின்றன" என்றார்.

மாலையைச் சூட்டி தூபத்தையும் பற்றவைத்துவிட்டு "மாமன்னர் சந்தனு மண்நிறைந்த நாளுக்கு மறுநாள் அஜபாகர் விண்புகுந்தார் எனப்படுகிறது. அவர் இறக்கும் முன் சொன்ன நான்கு வரிகளைக் கணிகநூலோர் ஆராய்ந்து அஜபாகரகஸ்யம், அஜபாகசித்தம், அஜபாககாமிகம் என்னும் மூன்று நூல்களாக்கினர்" என்றார் முதுகணிகர்.

குந்தி "என்ன வரிகள் அவை?" என்றாள். "தர்மத்தின்மேல் விழைவின் கொடி ஏறிவிட்டது என்பது முதல் வரி. வெற்று விழைவு வீரியத்தைக் கோடைக்கால நதிபோல மெலியச் செய்கிறது. ஆற்றலிழந்த விதைகளை மண் வதைக்கிறது. வடதிசையில் எரிவிண்மீன் உதித்திருக்கிறது ஆகியவை எஞ்சிய வரிகள்" என்றார் முதுகணிகர். குந்தி பெருமூச்சுவிட்டாள்.

"சுடராட்டு காட்டலாமா?" என்றார் முதுகணிகர். குந்தி தலையசைத்ததும் இரு கணிகர்கள் வெண்கல மணியை அடிக்க அவர் சுடராட்டு காட்டினார். ஒளியில் அந்த முகம் சுழல்வதுபோலத் தோன்ற பார்க்கவி விழிதாழ்த்திக்கொண்டாள். கணிகர் கொண்டுவந்து வைத்த சுடரை குந்தி தொட்டுவணங்கினாள். பார்க்கவிக்கு அந்நெருப்பை நோக்கவே அச்சம் எழுந்தது.

2

முதற்காலைக்கும் முந்தைய கருக்கிருளில் அஸ்தினபுரியின் கோட்டைமுகப்பு அதன்மேல் எரிந்த பந்தங்களின் ஒளியாக மட்டும் தெரிந்தது. மலைவளைவுகளில் காட்டெரியின் சரடுபோல. சகுனி புரவியின் கடிவாளத்தைப் பற்றி, அதைப் பெருநடையில் ஓடவிட்டுக்கொண்டு சென்றார். அவர் சென்ற குளம்படியோசையைக் குறுங்காடு வெவ்வேறு இடங்களில் எதிரொலித்துக் காட்டியது. காடெங்கும் இலைநுனிகளிலிருந்து பனித்துளிகள் சொட்டும் ஓசை மழைவிட்ட பொழுதெனக் கேட்டது.

கோட்டைமுகப்பின் பெருமுற்றத்தில் வணிகர்களின் தட்டிக்குடில்களும் பாடிவீடுகளும் செறிந்திருந்தன. அப்பால் கோட்டைவாயிலுக்கு இரு பக்கமும் நீண்டிருந்த சாவடிநிரைகளின் சாளரவிளக்குகள் நீண்ட செவ்வொளிக்கோடென வடக்கு தெற்கு எல்லைகள் வரை தெரிந்தன. அவிழ்த்திட்ட வண்டிகளுக்கு அடியிலேயே துணிகட்டி மறைத்து பெண்கள் துயில, முற்றங்களிலேயே பாய் விரித்து தேன்மெழுகு சேர்த்து இறுகப் பின்னப்பட்ட நாணல்பாய்களால் தலைமூடிப் போர்த்திக்கொண்டு ஆண்கள் துயின்றனர். பனி துளித்து வழிந்த அவற்றின் சரிவுகளில் பந்தங்களின் ஒளி மின்னியது. புரவிகளும் மாடுகளும் மெழுகுப்பரப்பு கொண்ட பாய்களை உடல்மேல் அணிந்தபடி குளிருக்கு மெய்ப்புகொண்டும் கால்மாற்றிவைத்தும் நீள்மூச்செறிந்தும் அரைத்துயிலில் வால்சுழற்றியபடி நின்றன.

அவருடைய புரவியின் குளம்படியோசை கோட்டைமேல் முட்டித் திரும்பிவந்தது. அங்கிருந்து புரவிகள் சில கிளம்பி அருகணைவதுபோலத்

தோன்றியது. முற்றத்தின் எல்லையில் ஒருவர் மட்டும் அமருமளவுக்குச் சிறிய மரக்குடிலுக்குள் வேலுடன் அமர்ந்திருந்த காவல்வீரன் எழுந்து வேல்நீட்டி "சொல்!" என்றான். சகுனி சொல்வதற்குள்ளாகவே அடையாளம் கண்டுகொண்டு தலைவணங்கினான். விரைவழியாமலேயே சகுனி கோட்டை நோக்கிச் சென்றார். காவல்வீரன் சிறுநெய்விளக்கைச் சுழற்றிக்காட்டியமையால் கோட்டைவாயிலில் காவலர் சொல்லின்றித் தலைவணங்கி திட்டிவாயிலைத் திறந்தனர்.

புரவி உடல்குறுக்கிக் காலெடுத்துவைத்து உள்ளே நுழைந்தது. அஸ்தினபுரிக்குள் நுழைந்ததும் காணாக் கைகள் வந்து உடலைப் பற்றிக்கொள்ளும் உணர்வை அவர் அடைவதுண்டு. வலக்கையால் தலைப்பாகையையும் மேலாடையையும் சீரமைத்துக்கொண்டார். உள்கோட்டைமுற்றம் முற்றிலும் ஒழிந்து கிடந்தது. முந்தையநாள் இரவின் காவல்மாற்றத்தின்போது பதிந்த காலடிச்சுவடுகள் பூழியில் பரவியிருந்தன. சூழ்ந்திருந்த மரங்களில் சேக்கேறியிருந்த பறவைகள் குதிரைக்குளம்படி கேட்டு கலைந்து ஓசையிட்டன. சில எழுந்து இருளில் சிறகடித்துச் சுழன்று வந்து அமைந்தன. அவர் புரவியை இழுத்து நிறுத்தி நகரின் தெருக்கள் அந்த முற்றத்திலிருந்து பிரிந்து செல்வதை நோக்கிக்கொண்டு நின்றார்.

அஸ்தினபுரி ஒரு மாபெரும் நாற்களப் பலகை என ஒருமுறை அவர் பேச்சின்போது கணிகரிடம் சொன்னார். ஒவ்வொரு முறை அதன் முகப்பில் நிற்கையிலும் ஒரு புதிய ஆடலுக்காகக் கருநிரத்தும் உணர்வையே அடைந்தார். மெல்லிய முரசதிர்வைக் கேட்டு திரும்பி நோக்கினார். கோட்டைமேல் அவர் வருகையை உணர்த்தும் காந்தாரத்தின் கொடி மேலேறிக்கொண்டிருந்தது. இருளில் அவரால் கொடியைப் பார்க்கமுடியவில்லை. கொடிக்கம்பம் மேலிருந்த ஈச்ச இலைக் குறி மட்டும் வானப்புலத்தில் தெரிந்தது. கொடி மேலே சென்று அமைவது வரை அவர் நோக்கிக்கொண்டு அசையாமல் நின்றார்.

பின்னர் புரவியைத் தட்டி மெல்ல நடக்கவிட்டார். தரையில் கிடந்த கருகிய வாழையிலை ஒன்று காற்றில் அலைபாய்ந்து எழுந்து நோக்கி வந்து தயங்கி நின்றது. மிக அப்பால் எங்கோ அவர் மணத்தைப் பெற்றுக்கொண்டு களிறு ஒன்று உறுமியது. பிடியானை ஒன்று மறுமொழி இறுத்தது. அவர் வருகை கோட்டைக்காவல்மாடங்களிலிருந்து சுடர்ச்சுழற்சி வழியாக அறிவிக்கப்பட்டு அடுத்தடுத்த காவல்மாடங்கள் வழியாக வானில் கடந்துசெல்வதை அவர் கண்டார். மேற்கிலிருந்து வந்த காற்றில் ஏரியின் பாசிமணம் இருந்தது. அது சுழன்று சென்றுமறைந்தபின் வடக்கிலிருந்து திரும்பிவந்தது. அதில் பச்சிலைமணம் இருந்தது.

அந்தக் களிறு ஏன் ஓசையிட்டது என்று எண்ணிக்கொண்டார். புண்ணின்மேல் வருடும் மெல்லிய தூவல்போல அந்த ஓசை ஏதோ நினைவை எழுப்பியது. அது எதுவென்று உணரமுடியவில்லை. ஆனால் விடியலுக்கு முன்பு உள்ளம் நெகிழ்நிலையில் இருக்கிறது. இது பிரம்மனின்பொழுது. புடவி இன்னும் உருவாகி வரவில்லை. ஒவ்வொன்றும் அதன் கருநிலையில் உள்ளது. உள்ளமும் கூட. அவர் புரவியைத் திருப்பி வடக்குவாயிலை நோக்கிச் சென்றார். அங்காடித்தெருக்கள் மட்கிய உமி, எண்ணெய்க்காறல், அழுகல்காய், உலர்மீன் என வெவ்வேறுவகைக் கெடுமணங்கள் கலந்த காற்று அலையடித்துக் கொண்டிருக்க, தோல்கூரைகள் கொப்பளித்து எழுந்தமைய, அமைதியில் மூழ்கிக்கிடந்தன. தெருநாய்கள் எழுந்து குரைத்தபடி புரவியின் கூடவே ஓடின. குளம்படியோசை கேட்டு அதிர்ந்த பெருச்சாளிகள் சுவர்மூலைகளில் செவிவிடைக்க கண்மின்ன அசைவிலாது நின்றன.

சூதர்தெருக்களையும் தச்சர்தெருக்களையும் கடந்து வடக்குவாயிலை நோக்கிச் செல்லும் அரசப் பாதையை அடைந்தார். அவர் வருகையை உணர்ந்து அந்த வேழம் எங்கோ கொட்டிலில் நின்றபடி மீண்டும் குரலெழுப்பியது. இரண்டு பிடிகள் மீள்குரல் கொடுத்தன. பாகன் ஒருவன் எழுந்துகொண்டு அதட்டி ஏதோ கேட்டான். வடக்குவாயிலுக்கு அப்பால் புராணகங்கையிலிருந்து காற்றின் ஓசை கேட்டது. அங்கே காந்தாரக் குடியிருப்புகள் நெடுந்தொலைவுக்கு வளர்ந்து சென்றுவிட்டபோதிலும்கூட அடர்காடு மிகுந்திருந்தது. புராணகங்கையின் காட்டுக்குள் எப்போதாவது வேட்டைக்குச் செல்லும் அரசகுடியினர் அன்றி எவரும் நுழைவதில்லை. அது கதைகளால் அறியமுடியாததாக ஆக்கப்பட்டிருந்தது.

அறுபதாண்டுகளுக்கு முன்பு ஒரு பெருமழையில் வெள்ளம் பெருகிவந்து கோட்டைக்கதவை உடைத்துக்கொண்டு நகருக்குள் புகுந்தது. அவர் முதன்முதலாக நகர்நுழைந்தபோது தெருக்களெங்கும் மென்சேறு மண்டியிருந்தது. சுவர்களனைத்திலும் நீர்நின்ற மட்டம் கோடெனப் பதிந்திருந்தது. கூரைகள்மேல் நீர் கொண்டுவந்த குப்பைகள் எஞ்சியிருப்பதை அவர் கண்டார். அதைப்பற்றிய சூதர்பாடல்களை அவர் நினைவுகூர்ந்தார். வரிகளென ஏதும் நினைவுக்கு வரவில்லை. ஆனால் அந்த வெள்ளத்தின்மேல் அனல் ஒழுகிவந்தது என ஒரு பாடலில் சொல்லப்பட்டதை எண்ணிக்கொண்டார்.

யானைக்கொட்டிலில் பந்தங்கள் எரிந்தன. ஒரு பந்தத்தின் விரியும் ஒளியில் அங்கே நின்றிருந்த யானையின் நிழல் பெருகி பேருருவ யானை ஒன்றை வானில் நிறுத்தியிருந்தது. வடக்குக் கோட்டைமேல் ஓரிரு பந்தங்களே எரிந்தன. அனுமன் ஆலயத்திற்கு முன்னிருந்த களமுற்றத்தில் மல்லர்கள்

பயிலும் பெரிய உருளைக்கற்கள் கிடந்தன. தொலைவிலிருந்த ஒளியை பெற்றுக்கொண்டு கண் துலங்கியதும் அவர் அனுமனின் வால்சுழற்றித் தூக்கிய சிறிய சிலையைக் கண்டார். இயல்பாகத் திரும்பிய விழி சென்று தொட, அவர் அந்த மாபெரும் கதாயுதத்தைச் சிறிய திடுக்கிடலுடன் நோக்கினார், அது அங்கிருப்பதை முதன்முறையாக அறிபவர்போல.

அருகே சென்று அவர் அதை நோக்கினார். கரிய இரும்பின்மேல் வானொளி வழிந்து அதன் குளிரை நோக்கிலேயே உணரமுடிந்தது. துதிக்கை நீட்டிப் படுத்திருக்கும் யானைக்குட்டி என்று தோன்றிய அதே எண்ணம் முதன்முறை அதை நோக்கியபோதும் எழுந்தது என நினைவுகூர்ந்தார். செதுக்குப்பணிகள் கொண்ட பிடி. அதை ஒரு மனிதன் ஏந்தியிருந்தான் என்றால் அவன் இருபதடி உயரமிருக்கவேண்டும். மும்மடங்கு எடை, மும்மடங்கு நீளம். யானைக்கொட்டில் காவலராக இருந்த வைராடர் அது அனுமனுக்குரியது என்று சொன்னார். “எங்கோ அனுமனின் பெருஞ்சிலை ஒன்று இருந்திருக்கலாம். அதன் கையிலிருந்த கதைபோலும் இது. அச்சிலைகூட இச்சேற்றுப்படுகைக்கு அடியில் மறைந்திருக்கலாம்.”

சென்ற அறுபதாண்டுகளில் நூற்றுக்கணக்கான முறை அவர் அவ்வழியாகக் கடந்துசென்றதுண்டு, ஒருமுறைகூட அதை நோக்கியதில்லை. கண்ணுக்குப் பழகிய மரம்போல, மண்டபம்போல அது அங்கிருந்தது. எவ்வகையிலும் சடங்குகளுடன் இணையாதது என்பதனால் அஸ்தினபுரியின் வீரர்களுக்கும் குடிகளுக்கும்கூட அது சித்தத்தைச் சென்றுசேர்வதில்லை. அதை நோக்குபவர் எப்போதும் இளமைந்தர்கள்தான். அவர்கள் அங்கு வந்தால் அதைத்தான் முதலில் பார்ப்பார்கள். “அது... பெரியது” என்று சுட்டிக்காட்டுவார்கள். “அது எனக்கு வேண்டும்” என்பார்கள். “நீ பெரிதானதும் அதை எடுத்துச் சுழற்றலாம்” என்பார்கள் அன்னையர்.

அதன்மேல் சிறுவர்கள் ஏறி விளையாடுவதுண்டு. சிறுவர்களின் கதைகளில் அது ஹனுமானின் கையிலிருந்த கதை. புராணகங்கையைப் பாதையாக்கி அவர் இமயமலைக்குச் செல்லும்போது அதை அங்கே வைத்துவிட்டுச் சென்றார். மீண்டும் அவ்வழியாகத் திரும்பிவரும்போது அதை எடுத்துக்கொள்வார். “ஹனுமான் அவ்வளவு பெரியவர்... இந்த மரம்போல” என்று அந்தக் கதையைக்கொண்டு ஹனுமானின் உயரத்தைக் கற்பனை செய்வார்கள். ஆனால் அதைப்பற்றிய சூதர்கதை ஏதும் உருவாகவில்லை. அஸ்தினபுரியின் மக்கள் சூதர்கதைகளினூடாகவே தங்கள் நகரத்தைப் பார்த்துக்கொண்டிருந்தார்கள் என்பதனால் அவர்கள் அதைக் காணவேயில்லை.

சகுனி புரவியிலிருந்தபடியே கையை நீட்டி அதைத் தொட்டார். உள்ளீடுள்ள இரும்பு. அது அகழ்ந்தெடுக்கப்பட்ட நாள் அக்கணம் விரிந்துகொண்டது என மீண்டும் நிகழ்ந்தது. மூத்தவள் காந்தாரிக்கு நோவு நீண்டுகொண்டே சென்ற நாட்கள். கொடுங்கனவுகளால் அவள் அலைக்கழிக்கப்பட்டாள் என்னும் செய்திகள் நாள்தோறும் வந்துகொண்டிருந்தன. "அது உறைகிழித்து எழும் விதைபோலும்" என ஓர் ஏவலன் சொன்னபோது அவர் சினந்தெழுந்து அவன் கன்னத்தில் ஓங்கி அறைந்தார். அவன் கன்னத்தைப் பற்றியபடி "அறியாச் சொல், இளவரசே. பொறுத்தருள்க" என்றபின் விலகிச்சென்றான்.

அன்று முழுக்க உள்ளம் எரிய அவர் தன் அரண்மனை உப்பரிகையில் உலவிக்கொண்டிருந்தார். வேறெப்போதும் அறிந்திராத கடுங்கோடை அது. சூழ்ந்திருந்த காடுகளில் தீப்பிடித்துக்கொண்டிருந்தது. அங்கிருந்து கூட்டம்கூட்டமாக காகங்கள் நகருக்குள் புகுந்து அத்தனை மரங்களையும் கூரைகளையும் நிறைத்து நகரை இருளச் செய்திருந்தன. காற்றில் புகையும் எரிமணமும் எப்போதுமிருந்தது. இரவில் மென்பனி எனக் கரிச்சுருள்கள் இறங்கி உருகி கூரைவிளிம்புகளில் கருந்துளியெனச் சொட்டின. இரவில் மேற்குக்கோட்டையருகே ஏரியின் கால்கண் வழியாக உள்ளே நுழைந்த நரிக்கூட்டம் ஒன்று நகருக்குள் ஊளையிட்டு அலைந்தது. அன்றிரவு முழுக்க அவர் ஒரு யானையின் பிளிறலைக் கேட்டுக்கொண்டிருந்தார்.

அவர் சித்தம் நாகம்கண்ட புரவி என விதிர்த்து நிலைத்தது. அவர் அந்த யானையின் பெயரை நினைவுகூர்ந்தார். உபாலன். அந்நினைவைச் சென்றடையும் வழியே அத்தனை எண்ணங்களும். அல்லது அந்நினைவை முடிந்தவரை தள்ளி அப்பால் நிறுத்தும் முயற்சிகள். உபாலன், பீஷ்மபிதாமகருக்குப் பிடித்த நூறாண்டுகண்ட களிறு. அதைக் காண அங்கே வந்த நாளை நினைவிலிருந்து எடுத்தார். நஞ்சுண்டவைபோல கொட்டிலின் அத்தனை யானைகளும் உடல் விதிர்க்க, துதிக்கை தவித்து அலைபாய, அவ்வப்போது செவி நிலைத்து மெல்ல உறுமியபடி அசைவிழந்தவை என நின்றிருந்தன. அவற்றின் நோவுநிறைந்த விழிகளைக்கூட மிக அருகிலென அவர் கண்டார்.

கோட்டைமுகப்பில் பெருங்கண்டாமணியாகிய சுருதகர்ணம் முழங்கத் தொடங்கியது. அப்பால் அரண்மனையின் மணியாகிய காஞ்சனம் ஒலித்தது. தொடர்ந்து நகரெங்கும் நூற்றுக்கணக்கான ஆலயங்களில் இருந்து மணியோசை எழுந்து முழக்கமாகியது. மரங்களிலிருந்து பறவைகள் எழுந்து பறந்து ஓசையிட, நகரம் ஒரே கணத்தில் விழித்துக்கொண்டது. இனி பின்னிரவு வரை இந்த ஓசை அவியாது ஒலிக்கும். அத்தனை

அறைகளையும் கார்வையால் நிறைக்கும். அத்தனை நீர்ப்பரப்புகளிலும் அதிர்வலைகளாக ஆகும்.

சகுனி புரவியை மெல்ல இழுத்துத் திருப்பி அரண்மனை நோக்கிச் சென்றார். குளம்படியோசை கல்பாவப்பட்ட தரையில் சீராக ஒலித்தது. அப்பால் அரண்மனையின் சுவர்கள் அவ்வோசையைக் கற்களை எனப் பிடித்து திரும்ப வீசின. அரண்மனைச் சாளரங்கள் நெய்விளக்கொளியுடன் செம்பட்டுத் திரைச்சீலைகள் எனக் கடந்துசென்றன. முற்றாக மூடி சட்டம் அடிக்கப்பட்ட சாளரம் ஒன்றை அவர் கண்டார். அங்கே ஒருகணம் பதிந்த விழிகளை விலக்கிக்கொண்டு மேலே சென்றார். அங்கே முன்பொருகாலத்தில் ஒருத்தி அமர்ந்திருந்தாள். சிவை என்னும் பணிப்பெண். விதுரரின் அன்னை. அவளை எவரேனும் நினைவுகூர்கிறார்களா? விதுரர் நினைவுகூர்வதுண்டா? அவளை மறக்காமல் அவர் அன்றாட வாழ்க்கையைக் கோக்கமுடியாது. அவர் தன் நெஞ்சு படபடப்பதை உணர்ந்த பின்னரே சம்படையை நினைவுகூர்ந்தார். அக்கணமே அவள் நினைவை விலக்கினார். புரவியைத் தட்டிவிட்டு மேற்குவாயிலை நோக்கி விரைந்தார்.

காவல்மாடத்திலிருந்தவர்கள் அவரைக் கண்டுவிட்டிருந்தனர். ஒளிச்செய்தி வான்வழியாகச் சென்றது. அவர் ஏரிக்கரையை அடைந்து மதகின்மேல் ஏறி நின்றார். வானின் ஒளியில் ஏரி நீர் காற்றில் நெளியும் இலைப்பரப்புகள் எனச் சிற்றலை கொண்டிருந்தது. அவர் அதை நோக்கியபடி நின்றார். அலையசைவுகளிலிருந்து விழிகளை விலக்கமுடியவில்லை. அந்த ஒழுங்கமைவு உள்ளத்தை அடுக்கிச் சீராக்கியது. அவ்வப்போது பெருமூச்சுவிட்டுக்கொண்டு அவர் மீண்டுவந்தார். மூன்றாம் முறை மீண்டுவந்தபோது "ஆலயவாயிலின் கதவு தெறித்துத் திறந்து விழுகிறது. அதன்பின் தேவன் எழுந்தருள்கிறான்" என்ற சொல்லை நினைவுகூர்ந்தார்.

அதைச் சொன்ன முகம் தெரிந்தது. விழியின்மையால் ஒரு திரையென ஆகிவிட்டிருந்த தீர்க்கசியாமரின் முகம். விழியற்றவரின் சொற்கள் அவரைக் கடந்தமைந்த பெருவெளியொன்றிலிருந்தென ஒலிக்கின்றன. ஆலயக் கற்சிலை பேச முற்பட்டதுபோல. அச்சொல்லாட்சியை அவர் அறுபதாண்டுகளுக்குப்பின் முதன்முறையாக நினைவுகூர்ந்தார். ஆனால் அந்த ஒலி செவியிலெழுந்தது. திருதராஷ்டிரரின் இசைக் கூடம். தீர்க்கசியாமரின் கையிலிருந்த யாழ். அவர் அதில் தன் கிழிந்தகன்று கழுகுச்சிறகுபோல் ஆகிவிட்டிருந்த விரல்களால் வாசித்த கலிங்கப்பண். அது நீருக்குள் இருந்து யானை எழுந்து வருவதுபோலத் தோன்றுவதாக திருதராஷ்டிரர் சொன்னார். விழிகளால் அவர் கண்டிராத யானை. அவர் பெருமூச்சுவிட்டார்.

நீரலைகளின் வளைவுகள் ஒளிமிளிர்வு கொண்டன. பின் பளிங்குச்செதுக்காயின. கருமை நீலமெனத் தெளிந்தது. முகில்கள் செம்மை பற்றிக்கொண்டன. அவர் நிழல் நீண்டு நீர்ப்பரப்பில் விழுந்தது. நீர்ப்பரப்பின்மேல் பறவை நிழல்கள் விழத்தொடங்கின. சேற்றுக்கதுப்பில் முதல் கொக்குக்கூட்டம் காற்றில் பறந்தமையும் வெண்ணிறச் சால்வைபோல வந்து அமர்ந்தது. அவர் புரவியை மெல்லத் தட்டினார். அது அவர் எண்ணத்தை உணர்ந்ததுபோல திரும்பி நடந்தது.

மிக மெல்ல, தளர்நடையில் அவர் அரண்மனைசாலையில் சென்றார். நீர்த்துளி விழுவதுபோன்ற குளம்புத்தாளம். அரண்மனையின் மேற்குச்சாளரங்களில் ஒன்றில் வண்ணம் தெரிந்தது. அவர் புரவியை இழுத்து நிறுத்தி ஏறிட்டு நோக்கினார். சாளரத்தின் இரு மூலைகளிலுமாக இருவர் அமர்ந்திருந்தனர். மெலிந்து எலும்புருக்களாக மாறியவர்கள். வண்ணப் பட்டாடையும் நகைகளும் அணிவிக்கப்பட்டவர்கள். மகாநிஷாதகுலத்து இளவரசியரான சந்திரிகையும் சந்திரகலையும் அங்கே இருபதாண்டுகளுக்கும் மேலாக அவ்வாறு விழிமட்டுமாக அமர்ந்திருக்கிறார்கள். அவர் புரவியின் கழுத்தை மெல்லத் தட்டி அதை முன்செலுத்தினார்.

விதுரர் கொற்றவை ஆலயத்திலிருந்து கையில் மலருடன் வெளியே வந்தபோது சகுனி நகர்நுழைந்ததை அறிவிக்கும் முரசொலியைக் கேட்டார். திரும்பி ஆலயக் கருவறைக்குள் நூற்றெட்டு நெய்விளக்குகளின் ஒளியில் அமர்ந்திருந்த கொற்றவையை நோக்கினார். அன்னையின் கோட்டெயிறுகள் வெள்ளி மின்னத் தெரிந்தன. அவர் விழிதாழ்த்தி அவள் கழல்களை நோக்கி மீண்டுமொருமுறை தலைவணங்கினார். பல்லக்கை நோக்கி அவர் நடந்துவரக் கண்டதும் தூக்கிகள் எழுந்து நின்றனர். காவலர் வேல்தாழ்த்தி வணங்கினர். ஏறிக்கொண்டதும் அவர் ஒருகணம் எண்ணியபின் “கோட்டைமுகப்புக்கு” என்றார். காவலன் வியப்பேதும் காட்டாமல் தலைவணங்கினான்.

தூக்கிகளின் சீரான மூச்சொலியுடன் பல்லக்கு மெல்லிய நீரலை களின்மேல் என அலைபாய்ந்தபடி சென்றது. அவர் கால்களை நீட்டிக் கொண்டு பல்லக்கின் திரைச்சீலைகளை அசைத்த காற்றில் பறந்த மேலாடையை சீரமைத்துக்கொண்டார். எண்ணியிராது எழுந்த காற்றில் திரைச்சீலை ஒன்று சிறகை முகத்திலறைந்து செல்லும் பறவைபோல அவர்மேல் முட்டியது. அதைப்பற்றித் தூணில் சுற்றிவைத்தபின் வெளியே நோக்கிக்கொண்டு அமர்ந்திருந்தார்.

சூதர்களின் தெருக்கள் விழித்துக்கொள்ளத் தொடங்கியிருந்தன. புரவிகளைப் பற்றியபடி தேர்வலர் சென்றுகொண்டிருந்தனர்.

கற்றூண்களின் பந்த வெளிச்சத்திற்குள் புகுந்து குளிருக்கு உடல் சிலிர்த்தும் பிடரி உலைய தலைசிலுப்பியும் தோன்றி இருளுக்குள் சென்ற புரவிகள் இரவுக்கொட்டிலின் சாணிமணம் கொண்டிருந்தன. இசைச்சூதர்களின் தெருவில் சுவர்ணாக்ஷரின் ஆலயத்தின் அருகே அன்று இசைத்தொடக்கம் செய்யும் இளமைந்தனுடன் சுற்றத்தார் கூடியிருந்தனர். பல்லக்கு அணுகியபோது அவர்கள் தலைவணங்கினர். விதுரர் பல்லக்கை நிறுத்தச்சொல்லி இறங்கியபோது மைந்தனின் தந்தையும் தாய்மாமன்களும் வந்து வணங்கி வாழ்த்துரைத்தனர்.

"இளையவன் பெயர் என்ன?" என்றார். "அஸ்வஹ்ருதயன்" என்று அவன் தந்தை சொன்னார். "பொன்விழி மூதாதையின் அருளால் அவன் விரல்களில் தெய்வங்கள் எழவேண்டும்." சிறுவன் நாணத்துடன் தலைகுனிந்து நின்றான். "நல்லூழ் தொடர்க!" என அவன் தலையைத் தொட்டு வாழ்த்தினார். சிறுவனுக்கு அங்குலிசேதனம் என்பது எத்தனை வலிமிக்கது, அதன்பின் தொடர்வது எவ்வளவு கடுமையான தவம் எனத் தெரியவில்லை என எண்ணிக்கொண்டார். அவர் திரும்பி நோக்க, காவலன் ஒரு கழஞ்சுப்பொன்னைக் கொண்டுவந்து நீட்டினான். அதை வாங்கி ஒரு மலருடன் மைந்தன் கையில் அளித்து "சொல் திகழ்க!" என வாழ்த்தினார். ஆலயத்திற்குள் பொன்விழி சூடி அமர்ந்திருந்த தீர்க்கசியாமரின் சிலைக்குப் பூசகர் சுடராட்டு காட்டி மலரளித்தார். அதை வாங்கி வணங்கியபின் பல்லக்கிலேறிக்கொண்டார்.

பல்லக்கு மீண்டும் எழுந்தபோது அவர் தீர்க்கசியாமரை நினைவுகூர்ந்தார். விழியின்மையின் அச்சமூட்டும் விலக்கம் கொண்ட முகம். எங்கோ எதையோ நோக்கி அவர் எடுக்கும் சொற்கள். "இவ்விளஞ்சூதன் பாடப்போவது எதை?" என்று எவரோ கேட்டதுபோல உணர்ந்து உளம் அதிர்ந்தார். என்ன கீழெண்ணம் இது என அதை அள்ளி ஒதுக்கினார். எண்ணங்களை விலக்கும்பொருட்டு வெளிக்காட்சிகளில் விழியூன்றினார். இந்திரமுற்றத்தில் விற்பயிற்சி நிகழ்ந்துகொண்டிருந்தது. அவர் அர்ஜுனனை நினைத்துக்கொண்டார். பின்னர் அபிமன்யூவை.

மீண்டும் எண்ணங்களைத் திருப்பி களமுற்றத்தை நோக்கினார். செந்நிற மண்ணில் செங்குருதி விழுந்து பரவியதுபோல பந்தங்களின் ஒளி. அதில் காலடிகள், குளம்படிகள். குருக்ஷேத்ரத்தின் மண்ணும் சிவப்புதான். தொலைவில் சுருதகர்ணம் ஒலிப்பதை அவர் கேட்டார். கைகூப்பியபடி காஞ்சனத்தின் ஒலியை செவிநிறைத்தார். பின்னர் நகரம் மணியோசைகளால் நிறைந்தது. வானில் பறவைகள் அந்த ஒலியலைகள்மேல் அலைததும்பிச் சுழன்றன.

அவர் அரசப்பெருவீதியை அடைந்தபோது மணிவெளிச்சம் தோன்றத் தொடங்கியிருந்தது. மணியின் சங்கிலியை இழுத்த யானை கோட்டைச்சுவர் மடிப்புக்குள் இருளுக்குள் செவிகளின் அசைவாக நின்றிருந்தது. ஏன் அங்கே வந்தோம் என எண்ணிக்கொண்டார். அங்கே சகுனி புரவியில் நுழையும் காட்சி உள்ளத்திலெழுந்ததும் அறியாது அம்முடிவை எடுத்தது அவர் உள்ளம். சகுனி பன்னிரு நாட்களுக்கு முன்னர் தனியாகக் கிளம்பி உத்தரபாஞ்சாலத்திற்கு அஸ்வத்தாமனை சந்திக்கச் சென்றிருந்தார். நேற்று காலை வந்த ஓலைச்செய்தியை அவருக்குப் பறவை சென்று அளித்திருக்கும். இரவெல்லாம் படகில் வந்து புரவியூர்ந்து நகர்நுழைந்திருக்கிறார்.

கோட்டைமுகப்பில் ஏவலர் நீண்ட துடைப்பங்களால் குப்பைகளைப் பெருக்கி ஒதுக்கிக்கொண்டிருந்தனர். மணல்மேல் துடைப்பங்கள் வரைந்த அலைகள். சாணியால் வழிக்கப்பட்ட சுவர்கள்போல. திரைச்சீலை வளைவுகள்போல. பாறை வளைவில் ஒழுகும் மழைநீர்போல. புறக்காட்சிகளைப்போல உள்ளத்தை ஒருங்கிணைப்பது பிறிதொன்றுமில்லை. இவை எண்ணங்களின் அலைகள் சென்று சென்று அறைந்தாலும் உரு மாறாதவை. விழிப்பென்றும் கனவென்றும் கருநிலையென்றும் பெருநிலையென்றும் நிறைந்திருக்கும் அகத்திற்கு அப்பால் நானறியேன் என நின்றிருப்பவை. காலத்தைப் பிறிதொன்றாக அறிந்தவை.

அவருடைய பல்லக்கைக் கண்டதும் பெருக்கிக்கொண்டிருந்தவர்கள் விலகித் தலைவணங்கினர். அவர் கோட்டைமுகப்புவரை சென்றார். பல்லக்கை நிறுத்திவிட்டு அவர் இறங்கியதும் கோட்டைக்காவலர்தலைவன் நாசத்யன் வந்து வணங்கி நின்றான். விதுரர் அவனிடம் “இன்று என்ன செய்தி?” என்றார். “காந்தார இளவரசர் புலரியில் தனியாகப் புரவியில் வந்தார்” என்றான். அவர் நடக்க அவன் உடன் நடந்தபடி “அவர் வடக்குவாயிலுக்குச் சென்றார். அங்கிருந்து மேற்குவாயிலுக்கு... இப்போது ஏரிக்கரையில் நின்றிருக்கிறார்” என்றான். விதுரர் “வடக்குவாயிலில் என்ன செய்தார்?” என்றார். நாசத்யன் “வடக்குவாயிற்காவலனை உடனே வரச்சொல்கிறேன்” என்றான்.

அவர் கோட்டையின் குறுகலான படிகளில் ஏறி மேலே சென்றார். காற்று அவர் மேலாடையை எழுந்து பறக்கச்செய்தது. காவல்வீரர்கள் வேல்தாழ்த்தி வணங்கினர். கோட்டைக்காவல்மாடத்தின் மரப்படிகளில் ஏறி மூன்றாவது நிலையில் நின்றபடி வெளியே பார்த்தார். கோட்டைக்கதவம் திறக்கப்போகும் பொழுதென்பதனால் வெளியே புறமுற்றத்தில் அனைவரும் விரைவுகொண்டிருந்தனர். சாவடிகளில் உள்ளும் வெளியேயுமாக எறும்புகள்போல வணிகர்கள் விரைந்தனர்.

முற்றத்தில் துயின்றுகொண்டிருந்த அனைவரும் எழுந்து தங்கள் பொதிகளைக் கட்டிக்கொண்டிருந்தனர். அப்பால் குறுங்காட்டுக்குள் ஓடிய செயற்கை ஆற்றில் எறும்புகள்போல மொய்த்துக்கொண்டு நீராடினர். வண்டிகளில் குதிரைகளும் காளைகளும் கட்டப்பட்டன. கோட்டைக்கதவுக்குள்ளே சூதர் குழு ஒன்று நின்று மங்கல இசையுடன் ஹஸ்தியின், குருவின் கொடிவழியினரைப் போற்றிப் பாடிக்கொண்டிருந்தது.

விதுரர் கோட்டையின் மீதிருந்த பாதை வழியாக மேற்கெல்லை வரை நடந்து நோக்கிவிட்டுத் திரும்பிவந்தார். எதிரே காவலன் ஒருவனுடன் வந்த நாசத்யன் "இவன் கண்டிருக்கிறான், அமைச்சரே" என்றான். அவன் தலைவணங்கி "காந்தார இளவரசர் யானைக்கொட்டிலருகே ஆஞ்சநேயர் ஆலயமுற்றத்தில் சற்றுநேரம் நின்றபின் மேற்குக்கோட்டைவாயில் நோக்கிச் சென்றார்" என்றான். "அங்கே என்ன செய்தார்?" என்றார் விதுரர். அவன் "ஒன்றும் செய்யவில்லை. வெறுமனே புரவியில் சுற்றிவந்தார்" என்றான். விதுரர் "எதை?" என்றார். "அனுமனின் கதையை" என்றான் காவலன். விதுரர் விழிகூர்ந்து "எத்தனை முறை?" என்றார். "இரண்டுமுறை. கைநீட்டி அதைத் தொட்டார். பின்னர் சென்றுவிட்டார்."

விதுரர் நோக்கை விலக்கி விடிந்துகொண்டிருந்த கிழக்குவானைச் சற்றுநேரம் நோக்கினார். சங்கிலி ஓசையுடன் ஏழு யானைகள் வடக்குவாயிலில் இருந்து கிழக்குக்கோட்டைமுகப்பு நோக்கி வந்தன. முகில்களின் விளிம்புகள் ஒளிரத் தொடங்கின. மரங்களின் நிழல்கள் நீண்டு முற்றத்தில் நிழல்காடொன்றை அமைத்தன. அவனைச் செல்லலாம் எனக் கையசைத்து அனுப்பிவிட்டு நடந்து மீண்டும் கோட்டைமுகப்பு வரை வந்தார். காவல்மாடத்தில் அவர் ஏறிக்கொண்டிருந்தபோது வாயில் திறப்பதற்கான கொம்பொலி எழுந்தது. முரசு முழங்கத்தொடங்கியது. கடற்பறவைக் கூட்டம் கலைந்ததுபோல ஒலியெழுப்பியபடி முற்றத்தில் கூடியிருந்தவர்கள் நிரைகொள்ளத் தொடங்கினர். வண்டிகள் ஒரு நிரையாகவும் கால்நடையர் இன்னொரு நிரையாகவும் ஒதுங்கி நடுவே அரசத்தேர்களுக்கும் புரவிகளுக்கும் இடம்விட்டனர்.

மறுபக்கம் கோட்டையைத் திறக்கும் பற்சகடத்தை முறுக்கியபின் யானைகள் விலகிச் சென்று நிரையாக நின்றன. மணியின் சங்கிலியை இழுக்கும் யானை அங்கேயே நின்று தன் முன் குவிக்கப்பட்ட தழைகளை ஒடித்து வலக்காலில் அடித்துச் சுருட்டி வாயிலிட்டு தொங்குதாடை அசைய நெற்றிக்குழி நெகிழ மென்று தின்றது. அவற்றின் பாகர் அவை அசையாமல் நிற்க கோலைச் சாற்றி வைத்துவிட்டு கூடி அமர்ந்து

பேசிக்கொள்ளத் தொடங்கினர். அரண்மனையிலிருந்து காவற்படை ஒன்று எட்டு புரவிகளில் கிழக்குவாயில் நோக்கி அரசப்பெருவழியினூடாக வருவது தெரிந்தது.

விதுரர் இறங்குவதற்காக படிமுகப்பை அடைந்தபோது உயர்ந்த மேடைகள்மேல் அமைந்திருந்த கைவிடுபடைகளைக் கண்டார். உடல்நிலைக்க உள்ளமும் அசைவிழந்து மீள அவற்றை மீண்டும் நோக்கினார். அவற்றின் விற்கள் இறுகி திணர்த்து நின்றன. அம்புகள் தொடுக்கப்பட்டு உச்சவிசை அசைவின்மையென்றாக வானை நோக்கிக் கூர்கொண்டிருந்தன. அவர் அவற்றை நோக்கியபடி படிகளில் இறங்கினார். அந்தக் கூர்முனைகளை அன்றி எதையும் அவரால் நோக்க முடியவில்லை. முற்றத்தில் இறங்கியதும் அந்தக் கைவிடுபடைகள் அமைந்த மேடைகளை நோக்கிச் சென்றார்.

நெடுங்காலத்திற்கு முன்பு ஒருமுறை அங்கே வந்து அவற்றை நோக்கி உளக்கிளர்ச்சி அடைந்ததை நினைத்துக்கொண்டார். அன்று அறியாத எதிர்காலத்தை அவை இலக்குக் கொண்டிருந்தன. இன்று அவை அச்சமூட்டின. ஒரு மெல்லிய தொடுகை போதும் அம்புகள் வானில் புள்கூட்டமென எழுந்து மழையெனப் பொழியும். அனலுருளைகள் எரிவிண்மீன்களென மண்ணில் பரவும். அவை ஒவ்வொருநாளும் பேணப்படுகின்றன என்று தெரிந்தது. அத்தனை விற்சுருள்களிலும் மீனெண்ணெய் பூசப்பட்டிருந்தது. அக்கொழுப்பு மட்கி ஊன்நாற்றம் வீசியது.

அவர் ஒரு கைவிடுபடையின் சிறிய இரும்புப் படிகளில் ஏறி அதன் உள்பொறிகளை நோக்கினார். இருபது யானைகளால் முறுக்கப்பட்ட விற்கள். விசை தேங்கி இறுகி பாறைபோலாகுமா என்ன? இதோ நின்றிருக்கும் யானைக்குள் அதன் ஆற்றல் இப்படித்தான் உறங்குமா? விற்களை முறுக்கும் யானைகளைக் கட்டவேண்டிய கந்துகள் நிரையாகத் தெரிந்தன. அவர் கோட்டைத்தலைவர் வஜ்ரபாகுவின் வினாவை நினைவுகூர்ந்தார். ஆண்டுகளுக்கு அப்பாலிருந்து அந்த விழிகளின் ஆவல் நிறைந்த ஒளி எழுந்து வந்தது. "அமைச்சரே, நான் வினவுவது பிழை எனில் பொறுத்தருளவேண்டும். போர் வருகிறதென நான் நம்பலாமா?"

அவர் பெருமூச்சுடன் தான் சொன்ன மறுமொழியை எண்ணிக்கொண்டார். "போர் வந்துதானே ஆகவேண்டும்? இத்தனை ஆயுதங்களுக்கும் உரிய தேவதைகள் வானிலிருந்து வேண்டிக்கொள்வது அதைத்தானே?" அங்கே காற்றில் இருளாக நிறைந்திருக்கும் தெய்வங்களில் ரூச்சுருவாக வஜ்ரபாகுவும் நின்றிருக்கக்கூடும். அதே விழிகளுடன் காத்திருக்கக்கூடும். அவருடன் வந்த நாசத்யன் "இளையவர்கள் துச்சாதனரும் துர்முகரும்

நாளும் வந்து இவற்றைப் பார்த்துச்செல்வதுண்டு” என்றான். அவன் குரலை வஜ்ரபாகுவின் குரலாகக் கேட்டு விதுரர் திடுக்கிட்டார். பின்னர் நீள்மூச்சுடன் மீண்டுவந்தார். “நேற்று முன்னாள் துச்சாதனர் என்னிடம் இந்தக் கைவிடுபடைகள்மேல் குருதிமழை பெய்தது என்கிறார்களே, ஏதாவது செய்தி உண்டா அதைப்பற்றி என்று கேட்டார். அவ்வாறு ஒரு கதையை நானும் கேட்டுள்ளேன். பிறிதொன்று அறியேன் என்றேன்” என்றான் நாசத்யன். “அன்று பெருமழையென குருதி வானிலிருந்து பொழிந்து அத்தனை காவலர்களையும் கருக்குழவி என நிணநீராட்டியது என்கிறார்கள். இந்த அம்புமுனைகள் அனைத்தும் குருதிசொட்ட வான் நோக்கி நின்றிருந்தனவாம்.”

விதுரர் அவனைக் கையமர்த்திவிட்டு விரைந்து நடந்து பல்லக்கில் ஏறிக்கொண்டார். கிளம்பலாம் என அவர் கைகாட்டியதும் கோட்டைக்குமேல் முரசு முழங்கியது. ஏறிட்டு நோக்கியபோது குந்தி நகர்நுழைவதை அறிவிக்கும்பொருட்டு மார்த்திகாவதியின் சிம்மக்கொடி மேலெழுவதைக் கண்டார். சில கணங்கள் எண்ணிநோக்கிவிட்டு “செல்க!” என்றார்.

3

விதுரர் தன் அமைச்சை அடைந்தபோது கனகர் அவருக்காகக் காத்து நின்றிருந்தார். அவர் பல்லக்கிலிருந்து இறங்குவதற்குள்ளாகவே அருகே வந்து பணிந்தார். அவர் விழிதூக்க "பேரரசர் உடனே அழைத்துவரச் சொன்னார்" என்றார். விதுரர் "அங்கே எவரெல்லாம் இருக்கிறார்கள்?" என்றார். "காந்தாரர் இருக்கிறார். அரசரும் இருக்கிறார்." விதுரர் "கணிகர்?" என்றார். "அழைத்துவரச் சென்றிருக்கிறார்கள். அங்கரையும் அழைத்துவரும்படி ஆணை."

விதுரர் தன் அறைக்குச் சென்று அமர்ந்து இன்னீர் கொண்டுவரச்சொல்லி அருந்தினார். ஆலய வழிபாட்டுக்குரிய வெண்பட்டுச் சால்வையை அகற்றிவிட்டு பொன்னூல் பின்னலிட்ட செம்பட்டுச் சால்வையை அணிந்துகொண்டு எழுந்தார். கனகர் அவர் ஆணையை எதிர்பார்த்து நிற்க "யாதவப் பேரரசி நகர்புகுந்திருக்கிறார்கள்" என்றார். "ஆம், நேற்றிரவே செய்தி வந்தது. ஆனால் இங்கே அவருக்கான அரசமுறைமைகள் அனைத்தும் நின்று நெடுநாட்களாகின்றன" என்றார் கனகர்.

"அவரிடமிருந்து செய்தி வந்தால் நான் பின்னுச்சிப்பொழுதில் அவரைச் சந்திப்பதாகச் சொல்லும்" என்றபின் ஒருகணம் தயங்கி நின்று சிற்றறையில் இருந்து ஓலைச்சுருள் அடங்கிய மூங்கில் குழல் ஒன்றை எடுத்தார். அதைக் கனகரிடம் கொடுத்து "படித்துப் பாரும்" என்றார். அவர் படித்துவிட்டு எந்த உணர்வுமில்லாமல் திரும்ப அளித்தார். "இந்தச் செய்தி அத்தனை குலத்தலைவர்களுக்கும் தனித்தனி ஓலையாகச் சென்று சேரட்டும்" என்றபின் ஓலையை மீண்டும் குழலில் இட்டு மூடி கையில் எடுத்தபடி நடந்தார்.

புஷ்பகோஷ்டத்தில் திருதராஷ்டிரரின் தனியறையில் அவர் இருப்பதாக எதிர்கொண்ட சிற்றமைச்சர் ஏகசக்ரர் சொன்னார். அவர் அறைவாயிலில் நின்று தன்னைத் தொகுத்துக்கொள்கையில் ஏவலன் உள்ளே செல்லும்படி சொல்லித் தலைவணங்கினான். திருதராஷ்டிரர் பெரிய கற்பீடத்தில் கால்களை நன்றாக நீட்டி செவி முன்னாலிருக்க முகம்திருப்பி அமர்ந்திருந்தார். அவர் முன் சிறிய பீடத்தில் சகுனி வீங்கிக் கட்டுபோட்ட தன் வலதுகாலைத் தூக்கி நீட்டி வைத்தபடி சாய்வுபீடத்தில் அமர்ந்திருந்தார். இன்னொரு கதவருகே தோட்டத்தை நோக்கித் திறந்த சாளரத்தருகே சாய்ந்தவனாக துரியோதனன் நின்றான். அறைமூலையில் கைகளை மார்பில் கட்டியபடி துச்சாதனன் நின்றிருந்தான்.

விதுரர் தலைவணங்கி முகமனுரைத்தார். "விதுரா, மூடா, காலையிலேயே உன்னைத் தேடி ஆளனுப்பினேன். எங்கே சென்றிருந்தாய்?" என்றார் திருதராஷ்டிரர். "கொற்றவை ஆலயத்திற்குச் சென்றுவிட்டு கிழக்குக்கோட்டை வழியாக வந்தேன்..." என்றார். "எங்கு போகிறாய் என்று சொல்லிவிட்டுச் செல்வதில்லையா?" என்று முனகிய திருதராஷ்டிரர் "ஓலை வந்துள்ளது என்றாயே, அதைக் காந்தாரருக்குச் சொல்" என்றார். "ஓலை அரசரிடம் உள்ளது..." என்றார் விதுரர். "ஆம், அதை இருமுறை படித்துவிட்டோம். அதன் நடைமுறைப்பொருள் என்ன, உய்பொருள் என்ன, அதைச் சொல் மூடா..." என்றார் திருதராஷ்டிரர். விதுரர் சகுனியிடம் "நேரடியாக எழுதப்பட்ட கடிதம்தான். நேர்பொருளும் உட்பொருளும் ஒன்றே. அவர்கள் நாம் கூறியதுபோல பன்னிரண்டு ஆண்டுகால கான்வாழ்வும் ஓராண்டு மறைவாழ்வும் முடித்து மீண்டிருக்கிறார்கள். அவர்களுக்குரிய அரசும் நிலமும் உடனே கையளிக்கப்படவேண்டும்" என்றார்.

அறைக்குள் அமைதி நிலவியது. திருதராஷ்டிரர் அசைந்து அமர்ந்து "அவர்களுக்குரிய நிலம் என்றால் அவர்கள் சென்றபோது நம்மிடம் ஒப்படைத்துச் சென்றது மட்டும்தானே? அதன்பின் சென்ற பதின்மூன்றாண்டுகளில் அரசனும் கர்ணனும் சேர்ந்து படைகொண்டுசென்று வென்ற நிலங்களையும் சேர்த்தது இன்று நம் நாடு. அதில் பாதியைக் கேட்கமுடியாதல்லவா?" என்றார். துரியோதனன் சினத்துடன் "அவர்கள் ஒப்படைத்த நிலத்தை அளிக்கப்போவதாக யார் சொன்னது? நான் என் நாட்டை சென்ற பதின்மூன்று ஆண்டுகளாக ஒற்றைப்பெரும்பரப்பென ஆண்டுவருகிறேன். அதைக் கூறுபோடுவதென்பது என் உடலை வெட்டிப்பிளப்பதற்கு நிகர்" என்றான்.

திருதராஷ்டிரர் "அவ்வாறு செய்யவேண்டும் என்று நான் சொல்லவில்லை" என்று தணிந்த குரலில் சொன்னார். "இங்கே அரசு எப்படி நிகழ்கிறதென்று

பாருங்கள். பாரதவர்ஷத்தில் இதற்கிணையாக ஆளப்படும் ஒரு நிலம் உண்டா? வளம்பேணி, காவல்நிறுத்தி, முறைநாட்டி இதை ஆள்கிறேன். விதுரர் சொல்லட்டும், ஒருமுறையேனும் இங்கே நெறிகள் வழுவியதுண்டா? என் மக்களுக்கிடையே அணுவிடையேனும் நான் வேறுபாடு நோக்கியதுண்டா?" என்றான் துரியோதனன். "சொல்லுங்கள் விதுரரே, நான் ஆட்சிசெய்வதில் பிழையோ குறையோ உண்டா?"

விதுரர் "இன்றுவரை அவ்வாறு ஒரு சொல் என் செவியில் விழுந்ததில்லை. ஒருமுறையேனும் நானும் எண்ணியதில்லை" என்றார். "நேரடியாகவே கேட்கிறேன், உங்கள் நெஞ்சில் வாழும் அறத்தெய்வத்தை எண்ணி மறுமொழி சொல்க. நான் அளித்தது யுதிஷ்டிரனைவிட நல்லாட்சி அல்லவா?" விதுரர் அவன் விழிகளை நோக்கி "ஆம், அரசே. நீங்கள் தருமனை விடவும் திரௌபதியை விடவும் சிறந்த ஆட்சியாளர். நானறிந்தவரை இந்த மண்ணில் இன்றுவரை தோன்றிய மாபெரும் ஆட்சியாளர்களில் நீங்களும் ஒருவர். யயாதியையும் ஜனகரையும் ராகவராமனையும் மட்டுமே அவ்வகையில் உங்களுக்கு இணைசொல்ல முடியும்" என்றார்.

திருதராஷ்டிரர் முகம் மலர்ந்து "ஆம், அவன் சிறந்த ஆட்சியாளனாக இருப்பான் என நான் எண்ணினேன்" என்றார். "நான் எண்ணியிருக்க வில்லை. ஆகவே எனக்கு அது வியப்புதான். ஏன் அவ்வாறென்று சூழ்ந்து நோக்கியிருக்கிறேன். எனக்குக் கிடைத்த விடை ஒன்றே. யுதிஷ்டிரனுக்கு அறத்தில் முதன்மை விருப்பு. திரௌபதிக்குப் புகழில் முதல் விருப்பு. மூத்த கௌரவருக்கு மண்மீதுதான் முதல் விழைவு. அதுவே விடாப்பிடி கொண்டவராக்குகிறது. நல்லரசரும் ஆக்குகிறது. இந்தப் பதின்மூன்றாண்டுகளில் இந்த மண்ணின் ஒவ்வொரு அங்குலமும் செழிப்பதற்கென்று அவர் அரும்பாடுபட்டிருக்கிறார். இதன் ஒவ்வொரு குடியையும் தன் மைந்தரென்றே எண்ணியிருக்கிறார்."

துரியோதனன் அச்சொற்களால் உளநெகிழ்வடைந்து விழிதிருப்பிக் கொண்டான். அவன் தாடை இறுக, குரல்வளை அசைந்தது. துச்சாதனன் உரத்த குரலில் "அவ்வாறென்றால் ஏன் இந்நாட்டைப் பகுக்கவேண்டும்? அமைச்சரே, அரசுசூழ்தலின் முதல்நெறி, அது மக்களுக்கு நலம்பயப்பதாக இருக்கவேண்டும் என்பதல்லவா? அதையன்றி வேறெதைத் தலைக்கொள்வீர்?" என்றான். விதுரர் "இளவரசே, அரசனின் பணி ஆட்சிசெய்வது மட்டும் அல்ல. அது இரண்டாவது பொறுப்பே. அரசன் முன்செல்லும் பறவை. அவன் ஒவ்வொரு சிறகசைவுக்கும் பின்செல்லும் திரளில் பொருள்விரிவுண்டு" என்றார்.

"சொன்ன சொல்லை அரசன் மறந்தால் அதை அவன் தன் குடிகளுக்கு நெறியாக்கும் தகுதிகொண்டிருக்கிறானா என்ன? அறத்தானாகிய

அரசனின் தண்டத்தைத் தந்தையின் சினமென்று கொள்வார்கள் குடிகள். அவன் நெறியிலான் என்றால் அது தங்கள் மீதான வன்செயலென்றே அவர்களால் எண்ணப்படும். அந்நாடு ஒருபோதும் நெறியிலமையாது. நெறியழியும் என்றால் நிலம் வளம் கொழிப்பினும் நோயின்றி மானுடம் செழிக்கினும் அரசு நிலைகொளினும் அந்நாடு வாழாது அழியும் என்றே நூல்கள் சொல்கின்றன" என்றார் விதுரர்.

"நெறிகளின்படியே பார்த்தால்கூட பன்னிரண்டு ஆண்டுகாலம் ஒரு நிலத்தைக் கையில் வைத்திருப்பவன் அதற்கு உரிமைகொண்டவன் ஆகிறான்" என்றார் சகுனி. விதுரர் "காந்தாரரே, வியாழவட்ட நியாயம் என்பது ஒப்பளிக்கப்பட்ட நிலத்திற்கு இல்லை. பன்னிரண்டு தலைமுறை ஆனாலும் அது அளித்தவருக்குரியதே. பெற்றவர் அதன் காப்பாளர் மட்டுமே" என்றார். துச்சாதனன் "அவ்வண்ணமென்றால் இந்த நாடு சிறிய தந்தைக்கு எந்தையால் ஒப்பளிக்கப்பட்டது அல்லவா?" என்றான்.

விதுரர் சீரான குரலில் "இளையோனே, நாட்டை ஒப்பளித்தது உங்கள் தந்தை அல்ல. உங்கள் தந்தைக்கும் அவர் இளையோருக்கும் இங்கிருக்கும் அரசருக்கும் இனி வருபவர்களுக்கும் நிலத்தை ஒப்பளிப்பவர்கள் குலத்தலைவர்கள். அவர்கள் எடுத்தளிக்கும் முடியையே இங்கு அரசர்கள் சூடுகிறார்கள். கொடியும் கோலும் முடியும் உருவாகி சில தலைமுறைகள்தான் ஆகின்றன. குலங்கள் முன்பே உள்ளன. நாளை இவ்வரசர்களும் இவர்களின் கொடிவழியினரும் மறையக்கூடும். அப்போதும் குலங்கள் நீடித்திருக்கும்" என்றார்.

சினத்துடன் கையை நீட்டி முன்னால் ஓரடி எடுத்துவைத்த துரியோதனன் "அவர்கள் வந்து சொன்னார்களா நாட்டைத் துண்டு போட?" என்றான். "குலம் என்பது தொல்நெறிகளால் கட்டமைக்கப் படுவது. குலத்தலைவர் அந்நெறிகளையே தன் கைக்கோல் எனக் கொண்டிருக்கிறார். சொல்நெறியென நம் முன் வந்து நிற்பது குலத்தலைவர் களின் ஆணையேயாகும்" என்றார் விதுரர். திருதராஷ்டிரர் "நாம் பூசலிட வேண்டியதில்லை. எது முறையோ அதைச் செய்வோம்" என்றார்.

"எந்த முறையின்படியும் நான் என் மண்ணை இழக்கப்போவதில்லை. ஒரு காலடிகூட விட்டுத்தரமாட்டேன்" என்றான் துரியோதனன். "மூடா, உன் மண்ணா? இது இங்குள்ள குலங்களின் மண். இங்கு வாழ்ந்த யானைகளிடமிருந்தும் மான்களிடமிருந்தும் குரங்குகளிட மிருந்தும் அவர்கள் கடன்பெற்ற மண்... உன்னை நீக்க அவர்களுக்கு நெடுங்காலமாகாது." துரியோதனன் "நீக்குவார்களா? எவர்? நீக்கிப் பார்க்கட்டுமே" என்றான். சகுனி "மருகனே, நம் பூசல் குலத்தலைவர்களுடன் அல்ல. அலைகளுடன் வாள்போரிடுவது அது..." என்றார்.

ஏவலன் வந்து தலைவணங்கி "கணிகர்" என்றான். திருதராஷ்டிரர் வரும்படி கைகாட்ட, கணிகரை இரு வீரர்கள் பட்டுத் தூளியில் வைத்துத் தூக்கிவந்தனர். அவர் அமர்வதற்காக நிலத்தில் மெத்தை போடப்பட்டது. அதில் மெல்ல அமர்ந்து வலியுடன் முனகியபடி கண்களை மூடிக்கொண்டார். முகத்தில் நரம்புகள் எழுந்து நின்றன. மெல்லத் தணிந்து விழிதிறந்து அரசரை நோக்கி முகமனை முணுமுணுத்தார்.

திருதராஷ்டிரர் "கணிகரே, ஓலையை முன்னரே வாசித்துவிட்டீர்... இதைக் கடக்கும் வழி என்ன?" என்றார். கணிகர் "அறியா வாழ்வை அவர்கள் முடிக்கவில்லையே?" என்றார். துரியோதனன் திகைப்புடன் முன்னால் வந்து "எப்படிச் சொல்கிறீர்கள்?" என்றான். "அவர்களின் காலக்கணிப்புப்படி..." என்று அவன் சொல்ல அவர் கைகாட்டித் தடுத்து "எந்தக் காலக்கணிப்புப்படியும் அர்ஜுனன் போரில் தன்னைக் காட்டியது நெறி வழுவலே" என்றார். "கணிகரே, அவன் தன்னைக் காட்டவில்லை. பிருகந்நளை என்னும் பேடியாக, தேர்ப்பாகனாகவே இருந்தான். உண்மையில் அவன் முகத்தைக்கூட நானும் கர்ணனும் பார்க்கவில்லை" என்றான் துரியோதனன். "பார்த்திருந்தால் அங்கேயே அவனைக் கண்டுவிட்டதை அறிவித்திருப்போம். பார்த்தோம் என்று பொய்யுரைப்பது என் இயல்பல்ல."

கணிகர் "விழிகளால் நோக்கவேண்டுமென்பதில்லை" என்றார். "கர்ணனின் விலாவில் பாய்ந்த அம்பு ஒன்று நம்மிடம் உள்ளது. அது தன் அம்பு அல்ல என்று அர்ஜுனன் தன் மூதாதையரைத் தொட்டு ஆணையிடட்டும். நாம் ஒப்புக்கொள்வோம்." அறைக்குள் அமைதி நிறைந்தது. விதுரர் "அதில் அர்ஜுனனின் இலச்சினை இருந்ததா?" என்றார். "இல்லை, அது விராடபுரியின் அம்பு, உத்தரனால் ஏவப்பட்டது" என்றார் கணிகர். "ஆனால் அம்பென்பது உளத்தில் இருந்து எழுவது. அந்த அம்பு தன்னால் எவ்வகையிலும் செலுத்தப்படவில்லை என்று அவர் சொல்வாரென்றால் மறுபேச்சில்லை." விதுரர் "கர்ணனின் உடலில் தைத்துள்ளது என்றால் அது எவர் கையில் எழுந்தாலும் அர்ஜுனனின் அம்புதான்" என்றார்.

"அர்ஜுனன் அம்பென வெளிக்காட்டிக்கொண்டார். மறைந்திருத்தல் என்றால் முற்றிலும் அறியப்படாமலிருத்தல்... இச்சான்றே போதும்" என்றார் கணிகர். "அதை அவர்கள் ஏற்பார்களா?" என்று திருதராஷ்டிரர் கேட்டார். "ஏற்பதும் மறுப்பதுமல்ல இங்கே எழுவினா. இதுவே உண்மையில் நிகழ்ந்தது. வஞ்சினப்பாடு மீறப்பட்டது. ஆகவே அவர்கள் தங்கள் அறச்சான்றின்படி நிலம் கோரமுடியாது" என்றார் கணிகர். "ஆம், அதை நாம் எழுதியறிவிப்போம். அமைச்சரே..." என்று துரியோதனன் திரும்பினான்.

“அரசே, அதை நாம் அவையில் வைப்போம். பிதாமகரும் துரோணரும் கிருபரும் அமரும் அவை அந்த ஓலையை அனுப்பட்டும்.” என்றார் விதுரர். துரியோதனன் “அவர்கள் எதற்கு? இது அரசப்பணி...” என்றான். “அல்ல அரசே, இது முடியுரிமைப் பூசல். முடிக்குரியவர் இன்றும் பிதாமகரே.” என்று விதுரர் மெல்லிய அழுத்தமானகுரலில் சொன்னார். திருதராஷ்டிரர் “இது அவர் துறந்த நிலம்” என்றார். துரியோதனன் எரிச்சலுடன் “துறந்தாரென்றால் ஏன் வந்து அவையில் அமர்ந்திருக்கிறார்?” என்றான்.. கணிகர் “இப்பேச்சை விடுவோம். இதை அவையில் வைத்தால் வீண் சொல்லாடலே நிகழும், முடிவு என ஏதும் எழாது” என்றார்.

கணிகரை நோக்காமல் “மாறாக ஓலையை அனுப்பினால் அதில் பிதாமகரின் கைச்சாத்தில்லை என்பதனால் ஏற்கமுடியாது என்று அவர்கள் சொல்லக்கூடும்” என்றார் விதுரர். “அத்துடன் நம் குலத்தலைவர்களும்கூட அதைச் சுட்டிக்காட்டலாம்.” துரியோதனன் சினத்துடன் “நம் குலத்தலைவர்கள் இதை இப்போது அறியவேண்டியதில்லை... இது நம் குடிப்பூசல்” என்றான். மேலும் அமைதிகொண்ட குரலில் “அரசே, நான் எனக்கு வந்த ஓலையின் செய்தியை அனைத்துக் குலத்தலைவர்களுக்கும் அறிவித்துவிட்டேனே” என்றார் விதுரர்.

“உனக்கு ஓலை வந்ததா? பிறிதொரு ஓலையா?” என்றார் திருதராஷ்டிரர். “ஆம், அது தங்களுக்குத் தெரியும் என எண்ணினேன்” என்றார் விதுரர். “அந்த ஓலையை நீ அவைமுன் வைக்கவில்லை...” என்று திருதராஷ்டிரர் கூவினார். “அதில் மந்தணம் ஏதுமில்லை. இதே செய்தியுடன் இதே சொற்களுடன் எழுதப்பட்ட ஓலை” என்றபின் விதுரர் தன் கையிலிருந்த மூங்கில் குழாயில் இருந்து ஓலையை எடுத்து பீடத்தில் வைத்தார். “இது குலத்தலைவர்களுக்கும் உரியது என அந்த ஓலையிலேயே எழுதப்பட்டிருந்தது. ஆகவே இதை அவர்களிடம் கொண்டுசெல்லவேண்டியது என் கடமை.”

துரியோதனன் எரிச்சலுடன் தலையை அசைத்தான். வெண்பற்கள் தெரிய முகத்தைச் சுளித்து “அவர்களின் ஓலையைக் கொண்டுசெல்வதுதான் உன் பணியா?” என்றார் திருதராஷ்டிரர். “அவர்களுக்கு அஸ்தினபுரியின் குலத்தலைவர்களுடன் நேரடியாகப் பேசுவதற்கே உரிமையுள்ளது. நேரடியாகப் பேசவேண்டாம் என்று எனக்கு அவர்கள் எழுதியது நம் மீதான மதிப்பாலும் முறைமீறவேண்டாம் என்பதாலும்தான்” என்றார் விதுரர். “மேலும் அவர்கள் யாதவ அரசிக்கும் ஓலையை அனுப்பியிருக்கிறார்கள். அவ்வோலையை அவர் குலத்தலைவர்களிடம் அளித்து, நாம் அச்செய்தியை அவர்களிடமிருந்து மறைத்தோமென்றால் மிகுந்த இழிவுக்குள்ளாவோம்.”

“மார்த்திகாவதியின் அரசிக்கும் ஓலை வந்துள்ளதா?” என்றார் சகுனி. கணிகர் “ஆம், அவர் இன்று காலை நகர்புகுந்துவிட்டிருக்கிறார். அவைக்கு அவரும் வருவார்” என்றபின் விதுரரை நோக்கிப் புன்னகை புரிந்தார். விதுரர் “ஆம், அவ்வாறுதான் எண்ணுகிறேன்” என்றார். திருதராஷ்டிரர் பெருமூச்சுவிட்டு மெல்ல உடலை அசைத்து முன்சாய்ந்து “பிறகென்ன? இனி ஏதும் செய்வதற்கில்லை” என்றார். விதுரர் “மாலையே அவைகூட ஒருங்குசெய்கிறேன்” என்று தலைவணங்கினார். திருதராஷ்டிரர் ஏதும் சொல்லாமல் கைநீட்ட, துச்சாதனன் அவரைப் பிடித்துக்கொண்டான். அவர்கள் பக்கவாட்டு அறைக்குள் நுழைய, சகுனி எழுந்து துரியோதனனை நோக்கிவிட்டு வெளியே சென்றார். துரியோதனன் சகுனியைத் தொடர்ந்தான்.

கணிகர் “குலத்தலைவர்களுக்கான ஓலைகள் எப்போது சென்றன, அமைச்சரே?” என்றார். “நான் இங்கே வருவதற்கு முன்பு” என்றார் விதுரர் அவர் விழிகளை நேர்நோக்கியபடி.

அவையை ஒட்டிய சிற்றறையில் சகுனி அமர்ந்திருந்தார். அவர் அருகே நின்ற ஏவலன் இன்னீரை சிறிய மரக்குவளையில் ஊற்றி அளிக்க, அதை வாங்கி அருந்தினார். கதவு திறந்து ஏவலன் “கணிகர்” என்றான். சகுனி கைகாட்ட, அவன் வெளியே சென்று கணிகரை அனுப்பினான். பட்டு மஞ்சலில் கணிகரைக் கொண்டுவைத்தவர்கள் தலைவணங்கி வெளியே சென்றனர். கணிகர் மெல்ல அமர்ந்து இயல்பாகி ஏவலனிடம் இன்னீருக்குக் கைநீட்டினார். அவன் அளித்ததை வாங்கி மெல்ல அருந்தினார்.

“பிதாமகரும் துரோணரும் வந்துவிட்டனர். கிருபருக்காகக் காத்து மறுபக்க அறையில் சொல்லாடிக்கொண்டிருக்கிறார்கள்” என்றார் சகுனி. “அவர்கள் என்ன சொல்லப்போகிறார்கள் என்று ஐயம் கொண்டிருக்கிறேன்.” கணிகர் “அவர்கள் மகிழ்ச்சியே அடைவார்கள். பாதி நாட்டை பாண்டவர்களுக்குத் திருப்பியளிக்கவே விழைவார்கள்” என்றார். “ஆம், அவர்கள் முன்பு திரௌபதியை சிறுமைசெய்தபோது அவையில் வெறுமனே இருந்தார்கள் என்னும் பழி இத்தனை ஆண்டுகளில் பெருகியே வருகிறது. அதை ஈடுசெய்ய ஒரு நற்தருணம் இது” என்றார் சகுனி.

காவலன் வந்து வணங்கி “அரசர் அவைபுகவிருக்கிறார்” என்றான். இருவர் வந்து கணிகரைத் தூக்கிக்கொண்டார்கள். சகுனி “ஒரு சான்றையேனும் எஞ்சவிடாமல் மறைவதற்குப்பெயர்தான் அக்ஞாதம். இங்கே கண்முன் சான்று ஒன்று உள்ளது. அவன் அதை மறுக்கவும் போவதில்லை. இதற்குமேல் பீஷ்மர் என்ன சொல்லப்போகிறார்?” என்றார். கணிகர் “உள்ளமிருந்தால் தர்க்கம் ஆயிரம் வாயில்களைத் திறக்கும்” என்றார்.

பின்னர் கோணலாகச் சிரித்து "அதனால்தான் ஆயிரமாண்டுகளாக மானுடர் தர்க்கத்தை நம்புகிறார்கள்" என்றார்.

அவர்கள் அவைக்குள் நுழைந்தபோது பீஷ்மரும் துரோணரும் கிருபரும் அவையில் அமர்ந்திருந்தார்கள். சகுனி அவர்களை வணங்கிவிட்டு அமர, கணிகரை அவருக்கான மூலைக்குக் கொண்டுசென்றனர். நிமித்திகன் வெள்ளிக்கோலுடன் தோன்றி துரியோதனனின் அவைபுகுதலை அறிவித்தான். அதன்பின் அஸ்தினபுரியின் அமுதகலசக் கொடியுடன் முதன்மைக் கொடிவீரன் வந்தான். தொடர்ந்து அரவுக்கொடியுடன் துரியோதனனின் கொடிவீரன் வர, மங்கல இசையுடன் சூதரும் அணித்தாலமேந்திய சேடியரும் வந்தனர். துரியோதனன் அரசணிக்கோலத்தில் வந்து அவையைத் தொழுது பீஷ்மரையும் துரோணரையும் கிருபரையும் கால்வணங்கி வாழ்த்துகொண்டபின் அரியணையில் அமர்ந்தான்.

அதன்பின்னரே திருதராஷ்டிரர் அவைபுகும் அறிவிப்பு எழுந்தது. சஞ்சயன் கைபற்றி அழைத்துவர அவைக்குள் நுழைந்த திருதராஷ்டிரர் கைகூப்பிவிட்டு பீஷ்மரையும் துரோணரையும் கிருபரையும் அணுகி வணங்கிவிட்டு தனக்கான இருக்கையில் அமர்ந்தார். அவருக்கு இடப்பக்கமாக சஞ்சயன் நின்றான். சகுனி விழிகளால் தேடி கர்ணனின் இருக்கை ஒழிந்துகிடப்பதைக் கண்டார்.

குலமூத்தோர் தொட்டுக்கொடுத்த மணிமுடியையும் செங்கோலையும் திருதராஷ்டிரர் பெற்றுக்கொண்டதும் வரிசைமுறைமைகளும் குலச்சடங்குகளும் நடந்தன. அவை தொடங்கவிருப்பதை கனகர் அறிவித்தார். வணிகர்கள் சிலர் எழுந்து சகடங்கள் அனைத்துக்கும் ஒரே நிகுதி போடப்படுவதைத் தவிர்க்கவேண்டும் என்றும் வண்டிகளின் சகடங்களையும் விலங்குகளையும் கொண்டு நிகுதி வரையறை செய்யப்படவேண்டும் என்றும் கோரினர். ஏரிக்கரையின் கால்வாய் குறித்த பூசல் ஒன்றை குடித்தலைவர் ஒருவர் சொன்னார்.

துரியோதனன் விழிகளையும் உள்ளத்தையும் முற்றாக அளித்து அவற்றைக் கேட்டான். குறையை முன்வைப்பவர்கள் தங்கள் தரப்பை முழுமையாகச் சொல்லவிட்டான். மேலும் மேலும் வினாக்களைக் கேட்டு அவர்கள் அவற்றை நன்கு சொல்லியாகிவிட்டது என்ற நிறைவை அடையச்செய்தான். அதிலேயே அவர்களின் முகங்கள் தெளிந்தன. அதன்பின் அவர்கள் முன்னிலையில் அமைச்சர்களிடம் அக்குறையை உசாவினான். குறைசொல்பவர்களிடமுள்ள பிழைகள் இயல்பாகவே அவையில் எழுந்துவரச் செய்தான். அவர்கள் தங்கள் மீறலை உணர்ந்து தயங்கியபோது அதைப் பொறுத்து அவர்களிடம் இன்சொல்லால்

நகையாடி அரசால் இயல்வதென்ன என்று சொன்னான். அவர்களே தங்கள் கோரிக்கைகளைக் குறைத்துக்கொள்ள அதற்குமேல் சற்று அளித்து அவ்வழக்கை முடித்தான்.

சகுனி எப்போதும் துரியோதனனின் குடியாள்கையை வியப்புடன் பார்ப்பதுண்டு. சில தருணங்களில் குடிகளின் அறியாமையையும் பெருவிழைவையும் முரட்டியல்பையும் கண்டு அவர் சினம் கொள்வார். ஆனால் துரியோதனனின் முகம் மலர்ந்தேயிருக்கும். குழந்தைகளின் பிழைகண்டு அதையும் ஓர் ஆடலென எண்ணும் அன்னையைப்போல. "இந்தச் சிறியோரை எப்படிப் பொறுத்துக்கொள்கிறாய், மருகனே?" என்று ஒருமுறை கேட்டபோது "அவர்கள் எளியோர், மாதுலரே. ஆகவே காக்கப்படவும் விரும்பப்படவும் தகுதிகொண்டோர். செடிகளுக்கே வேலிகட்டி நீரூற்றப்படவேண்டும்" என்று துரியோதனன் சொன்னான்.

எட்டு வழக்குகள் முடிந்தபின்னர் விதுரர் எழுந்து பாண்டவர்களின் ஓலையைப்பற்றிச் சொன்னார். குலத்தலைவர்கள் அதை முன்னரே அறிந்து எதிர்பார்த்துக்கொண்டிருந்தாலும் அவையில் பிறர் அறிந்திருக்கவில்லை. விதுரர் அந்த ஓலையைப்பற்றிச் சொல்லி அதை அளிக்க, நிமித்திகன் முழுமையாக அதைப் படித்தான். மீண்டும் ஒரு நிமித்திகன் அதைப் படித்து முடித்தபோது அவை ஓசையிழந்து அமர்ந்திருந்தது.

விதுரர் "நாம் முடிவெடுக்கவேண்டிய இடத்தில் இருக்கிறோம். பிதாமகரும் ஆசிரியரும் அமர்ந்துள்ள இந்த அவையில் எடுக்கப்படும் முடிவு குலநெறிக்கும் தெய்வங்கள் அமைத்த அறத்திற்கும் நாளை எழப்போகும் கொடிவழிகளின் எண்ணத்திற்கும் உகந்ததாக அமையும் என எண்ணுகிறேன்" என்றார். அவை மெல்லக் கலைந்து, தங்களுக்குள் பேசிக்கொள்ளத் தொடங்கியது. பெருவணிகரான சுவர்ணர் எழுந்து "இதில் பிதாமகரின் கருத்தை அறிய விரும்புகிறோம்" என்றார். பீஷ்மர் "முடிவெடுக்கவேண்டியவர்கள் குலத்தலைவர்களே. ஏதேனும் இடர் இருந்தாலொழிய நான் ஏதும் சொல்லலாகாது" என்றார்.

வேளிர்களின் தலைவராகிய அஜகர் "என் கருத்து எங்கள் குலவழக்கை ஒட்டியதே. நிலம் தெய்வங்களுக்குரியது. அதை மானுடர் முழுமுற்றாக உரிமைகொள்ளமுடியாது. அதன் ஆழத்தில் இரண்டு அடிக்கு அப்பால் உள்ளவற்றை நாம் அறிவதில்லை. அதில் வளரும் பசுமையில் பத்தில் ஒரு பங்கு, அதில் வாழும் சிற்றுயிர்களில் நூறில் ஒரு பங்குகூட நம்மால் அறியப்படக்கூடுவதல்ல. நிலம் நமக்கு, தன் ஆயிரம் முலைகளில் ஒன்றை மட்டுமே அளிக்கும் அன்னை. எனவே நிலத்தின்மேல் முற்றுரிமை பேசுவதுபோல தெய்வச்சிறுமை பிறிதில்லை" என்றார்.

“நிலமல்ல, நிலத்தின்மேல் நாம் இடும் அளவுகளே நம்முடையவை” என்று அஜகர் தொடர்ந்தார். “அந்த அளவுகள் நாம் ஒருவருக்கொருவர் பேசி ஏற்றுக்கொண்டவை மட்டுமே. ஒரு குடியினரின் அளவு பிறிதொரு குடிக்கு முற்றிலும் அயலானது. இங்கே ஆயர்குடிகள் அமர்ந்திருக்கிறார்கள். நிலத்தை அவர்கள் அளப்பதும் மதிப்பதும் முற்றிலும் பிறிதொரு நோக்கில்.” மறக்குடித் தலைவர் அஹூண்டர் “நடக்கும் உயிர்களின் நோக்குக்கும் பறக்கும் உயிர்களின் நோக்குக்கும் இடையேயான வேறுபாடு அங்குள்ளது” என்றார். அவை சிரித்தது.

“எனவே நிலத்தைப்பற்றி நாம் இங்கே பேசவில்லை. நாம் பேசுவது மானுடர் போட்டுக்கொண்ட அளவுகளையும் அடையாளங்களையும் பற்றி மட்டுமே. அவை கூறியவர்களும் கேட்டவர்களும் கொண்ட புரிதல் வழியாக மட்டுமே நிலைகொள்பவை. ஆகவே நாம் சொல் குறித்துப் பேசுவோம். இரு சாராருக்கிடையே என்ன சொல் அளிக்கப்பட்டு ஏற்கப்பட்டது என்று மட்டுமே நாம் நோக்கவேண்டும்” என்றார் அஜகர். “பன்னிரண்டாண்டு காடு. ஓராண்டு மறைவு. மீண்டு வருகையில் அனைத்தும் முன்புபோல. அதுவே சொல். இருவரும் ஏற்றுக்கொண்டது” என்றார் விதுரர். “அதை அவர்கள் முடித்துவிட்டிருக்கிறார்கள்.”

“அப்படியென்றால் பிறிதேதும் பேசவேண்டியதில்லை. சொல் திகழ்க!” என்றபடி அஜகர் அமர்ந்தார். அஹூண்டர் “ஆம், எங்களுக்கும் பிறிதேதும் சொல்வதற்கில்லை” என்றார். மற்ற குடித்தலைவர்களும் கோல்களைத் தூக்கி “ஆம், எங்கள் கருத்தும் அதுவே” என்றார்கள். ஆயர்குடித் தலைவர் நிரந்திரர் “பிறகென்ன? பிதாமகர் முடிவைச் சொல்லட்டும்... அவை அதை முழுதேற்கும்” என்றார். அவையின் முழக்கத்தைச் சகுனி திரும்பாமல் அரைக்கண்மூடிக் கேட்டுக்கொண்டிருந்தார். பீஷ்மர் “அவையில் மாற்றுக்கருத்து ஏதும் இல்லை என்றால் அவர்களுக்கு மாற்றோலை செல்லட்டும். அவர்கள் இங்கு வந்து அவை நிற்கட்டும். நாடு பிரிந்தால் குலம் ஒன்றாகுமென்றால் அது நிகழட்டும்” என்றார்.

துச்சாதனன் “இல்லை, இதிலொரு தடை உள்ளது. அவர்கள் ஓராண்டு காலம் மறைவுவாழ்வை முடிக்கவில்லை. அதற்கு மூன்று நாட்களிருக்கையிலேயே அஸ்தினபுரியின் படைகள் விராடநாட்டிற்குச் சென்றன. விளையாட்டாக என் மூத்தவரும் அங்கநாட்டரசர் கர்ணனும் விராடபுரியின் கன்றுகளைக் கவர்ந்தனர். அவற்றைக் காக்க மாற்றுருகொண்டு அர்ஜுனன் வந்தான். அவனுக்கும் எங்கள் படையினருக்கும் இடையே போர் நிகழ்ந்தது. அதில் அவன் வெளிப்பட்டான்” என்றான்.

அவையினர் அதை எதிர்பார்க்கவில்லை. குழம்பிய குரல்களுக்கு நடுவே அஜகர் உரத்த குரலில் “அவர் தன் மாற்றுருவைக் களையவில்லை

என்றல்லவா கேட்டோம்? போர் முடிந்தபின்னர் எப்படித் தோற்றோம் என எண்ணும்போது அல்லவா வென்றது அர்ஜுனராக இருக்கலாம் என்று உய்த்தறிந்தோம்?” என்றார். அஹுண்டர் “அதற்கு முன்னரே அங்கே பாண்டவர் இருப்பதை உய்த்தறிந்திருந்தோம் எனச் சொன்னார்கள். இறந்தது கீசகர் என்றால் கொன்றது பீமனே என்று காந்தாரர் சொன்னதாகக் கேள்விப்பட்டோம்” என்றார்.

சகுனி அவ்வுரையாடலைக் கேளாதவர்போல் அமர்ந்திருந்தார். அஜகர் “அவ்வாறென்றால் அங்கே களத்திலேயே அர்ஜுனரின் மாற்றுருவைக் கலைத்திருக்கவேண்டும். அங்கே முரசறைந்திருக்கவேண்டும்” என்றார். துச்சாதனன் தன் கையிலிருந்த அம்புமுனை ஒன்றைக் கொண்டுவந்து அவைநடுவே மேடையில் வைத்தான். “அவையீரே, இது அங்கநாட்டு அரசர் கர்ணன் விலாவில் தைத்திருந்த அம்பு. அவர்மேல் அம்பு என ஒன்று படுமென்றால் அது அர்ஜுனனின் அம்பு மட்டுமே என அனைவரும் அறிவார்கள்...” என்றான். “மறைந்திருத்தல் என்றால் முற்றாக அறியப்படாமலிருத்தல். இது அவர்கள் வெளிப்பட்டமைக்குச் சான்று” என்றான்.

“அவர்களின் குலக்குறி இதில் உள்ளதா?” என்றார் துரோணர். “இல்லை. இதிலுள்ளது விராடர்களின் காகம். ஆனால் இதைத் தான் எவ்வகையிலும் செலுத்தவில்லை என அர்ஜுனன் சொல்லட்டும். இங்கு வரவேண்டுமென்பதுகூட இல்லை, மறுத்து ஓர் ஓலையை தன் முத்திரையுடன் இங்கு அனுப்பினால்கூட போதும். அவ்வாறு அவன் மறுத்தால் நாங்கள் ஏற்கிறோம் மறைவுவாழ்க்கை நிறைவுற்றதென்று. இல்லையேல் அவர்கள் வெளிப்பட்டார்கள் என்றே பொருள்.”

அவை பீஷ்மரை நோக்கி அமர்ந்திருக்க, திரையிடப்பட்ட பெண்களின் பகுதியிலிருந்து குந்தியின் சேடி பார்க்கவி எழுந்து நின்று “பேரரசி தன் சொற்களைச் சொல்ல விழைகிறார்” என்றாள். அவையில் ஓசை எழுந்து அடங்கியது. விதுரர் “அரசி தன் எண்ணத்தைச் சொல்லலாம்” என்றார். குந்தி உரத்த உறுதியான குரலில் “அது அர்ஜுனனின் அம்புதான். நான் உறுதி சொல்கிறேன்” என்றாள். அவை முழக்கமிட்டது. விதுரர் கையமர்த்திவிட்டு “அவ்வாறெனில்...” என இழுத்தார். “ஆனால் அதை எப்போது அர்ஜுனனின் அம்பு என அரசரும் அங்கரும் அறிந்தனர்? அதை இந்த அவையில் சொல்லட்டும்” என்றாள்.

அனைவரும் துரியோதனனை நோக்கினர். “நான் கேட்பது ஒன்றே, மறைவுவாழ்க்கையின் இறுதிநாள் போர் நிகழ்ந்த அன்றிரவு. அன்றிரவுக்குள் அது அர்ஜுனனின் அம்பு என அவர்கள் அறிந்தார்களா?” துரியோதனன் “இல்லை, அன்னையே. அன்று நாங்கள் இருளில்

விராடபுரியிலிருந்து பின்வாங்கினோம். ஏராளமான படைவீரர்கள் சிதறிவிட்டிருந்தனர். நள்ளிரவுக்குப்பின் அவர்களைத் திரட்டிவிட்டு மருத்துவர் வந்தபோதுதான் அம்பு தைத்திருப்பதே எங்கள் நோக்குக்கு வந்தது. அப்போதுதான் அர்ஜுனன் படைநிலத்திற்கு வந்ததை அறிந்தோம்" என்றான்.

"ஆசிரியர் துரோணர் சொல்லட்டும், நாம் ஒன்றை அறியாதபோது அதற்கு இருப்பு உண்டா?" என்றாள் குந்தி. துரோணர் "உண்டு, ஆனால் அது தெய்வங்களுக்கு. நமக்கல்ல. மானுடர் அறிவதெல்லாம் அறிவொன்றையே" என்றார். "எவருமே அறியாதபோது ஒவ்வொன்றும் எங்குள்ளன?" என்றாள் குந்தி. "அவை பிரம்மமாக உள்ளன. இது என்றும் இங்கு என்றும் இத்தகையது என்றும் பிளவுபடாத முற்றொருமையாக." குந்தி "அவ்வண்ணமென்றால் சொல்லுங்கள், அந்த அம்பு அர்ஜுனனுடையதென்றாவது எப்போது?" என்றாள்.

துரோணர் சில கணங்களுக்குப் பின் "அது அர்ஜுனனுடையது என்று எப்போது எவரேனும் ஒருவர் அறிந்துகொண்டாரோ அப்போது" என்றார். "அரசர் சொல்லட்டும், எப்போது அது அவ்வாறு அறியப்பட்டது? மறைவுவாழ்க்கையின்போதா, அக்காலக்கெடு முடிந்த பின்னரா?" துரியோதனன் "அக்காலக்கெடு முடிந்த பின்னர்தான், அன்னையே" என்றான். குந்தி "இனி என்ன அறிந்துகொள்ளவேண்டும் இந்த அவை? என் மைந்தருக்கான நிலமும் முடியும் அவர்களுக்கு அளிக்கப்படவேண்டும். பிறிதொரு சொல்லும் நான் கேட்க விழையவில்லை" என்றபடி எழுந்துகொண்டாள். அவள் விலகிச்செல்லும் ஆடையோசை அவை முழுக்கக் கேட்டது. காற்றில் மெல்லிய வெண்பட்டுத் திரை உலைந்தபடியே இருந்தது.

பீஷ்மர் "அவர்களுக்கு ஓலை செல்லட்டும்..." என்றார். துரோணர் "ஆம், அதுவே நெறி" என்றார். "என் எண்ணமும் அதுவே" என்றார் கிருபர். அஹுண்டர் "இந்த அவையின் குடித்தலைவர்களுக்கும் பிறிதேதும் சொல்வதற்கில்லை" என்றார். விதுரர் "மாற்றுரை உண்டா?" என்றார். அவை சகுனியையும் கணிகரையும் நோக்கியது. விதுரர் அவர்களை நோக்காமல் மீண்டும் இருமுறை அவ்வாறு கேட்டுவிட்டு துரியோதனனிடம் "அரசாணை பிறப்பிக்கவேண்டும், அரசே" என்றார். திருதராஷ்டிரர் "அவையும் மூத்தோரும் சொன்னபின் அரசாணை என்பது வெறும் சடங்குதானே?" என்றார். விதுரர் துரியோதனனை நோக்கியபடி நின்றார். துரியோதனன் பெருமூச்சுடன் அசைந்தமர்ந்தான்.

4

ஏவலன் அறைக்குள் வந்து “கணிகர்” என்றான். சகுனி காலை மெல்ல அசைத்து அமர்ந்துகொண்டு வரச்சொல்லும்படி தலையசைத்தார். ஏவலர் கணிகரை தூளியில் தூக்கிக்கொண்டுவந்து அவரருகே இடப்பட்ட தாழ்வான மெத்தைப்பீடத்தில் அமர்த்தினர். கணிகரின் வலிமுனகல்களையும் முகமாற்றத்தையும் கூர்ந்து நோக்கியபடி சகுனி முகவாயைத் தடவிக்கொண்டிருந்தார். கணிகர் பெருமூச்சுகளுடன் அமைதியாகி “மஞ்சம் மீண்டு சிவமூலியை இழுத்த பின்னர்தான் என்னால் மீளமுடியும். அவைநிகழ்வுகளைப்போல கொடியவை பிறிதில்லை” என்றார். பீடத்தில் சாய்ந்து அமர்ந்திருந்த துரியோதனன் கணிகர் வரும்வரை ஒரு சொல்லும் உரைக்காமலிருந்தான். மேலும் பேசாமலிருக்க முடியாதவனாக எழுந்து ஆற்றாமையுடன் “கணிகரே, நீங்கள் இருந்துமா இப்படி நிகழவேண்டும்?” என்றான். “நான் இதை எதிர்பார்த்தேன்” என்றார் கணிகர். “எப்படி?” என்றான் துரியோதனன். “இத்தனை பெரிய அரசியல்முடிச்சு இத்தனை எளிதாக அவிழ்க்கப்பட முடியுமா என்ன? அதைக்கொண்டுதான்” என்றார். “இதை யாதவ அரசி எண்ணியிருப்பார். இதற்கான மாற்றுரையையும் சூழ்ந்திருப்பார். அதை நான் நன்குணர்ந்திருந்தேன்.”

“பிறகு ஏன் இதை நாம் சொல்லப்போனோம்?” என்று துரியோதனன் சினத்துடன் கேட்டான். “அவைநடுவே சிறுமைகொள்வதற்கா?” கணிகர் “அரசே, இப்போது நாம் உணர்த்த விரும்பும் இரண்டு செய்திகள் வெளிப்பட்டுவிட்டன. நாம் அடையவேண்டிய இரு செய்திகள் வந்தடைந்துள்ளன” என்றார். “நாம் இந்நிலத்தை எளிதில் விட்டுக்கொடுக்கப் போவதில்லை. முடிந்த வழியிலெல்லாம்

முயலவே செய்வோம் என்று அவர்களுக்குச் சொல்லிவிட்டோம். பிதாமகரும் ஆசிரியர்களும் எதிர்த்தாலும் பேரரசரே தயங்கினாலும் நாம் நம் உரிமையில் உறுதியாக நிற்போம் என்பது நம் அவைக்கும் தெளிவாகிவிட்டது."

"நமக்குத் தெரிய வந்தது இரண்டு செய்திகள். நம் பிதாமகரின் உளநிலை என்ன என்று. நம் குடிகளில் எவரெவர் நமக்கு ஆதரவானவர்கள் அல்ல என்று" என்று கணிகர் சொன்னார். துரியோதனன் "ஆம், ஆயர்குடி நம்மை எதிர்க்குமென எண்ணினேன். வேளிர்குலத் தலைவரும் மறவர்குலத் தலைவரும் அந்நிலை கொண்டது என்னை அதிர்ச்சியுறச் செய்தது" என்றான். "நீங்கள் நல்லாட்சி அளித்ததாக எண்ணிக்கொண்டிருக்கிறீர்கள். ஆகவே குடிகள் உங்களை ஆதரிப்பார்கள் என்று கனவு காண்கிறீர்கள். மெய்நிலை என்னவென்று அவை இன்று காட்டிவிட்டதல்லவா?" என்றார் கணிகர்.

"ஆம், அத்துடன் அவையில் இன்று நான் முற்றிலும் தனித்துவிடப்பட்டதாக உணர்ந்தேன்" என்றான் துரியோதனன். கைகளால் பீடத்தின் கைப்பிடியை அடித்து "இனி நாம் செய்வதற்கொன்றுமில்லை" என்றபின் எழுந்து சென்று சாளரத்தருகே நின்றான். வெளியே திகழ்ந்த அந்தியொளி அவன் முகத்தில் விழுந்தது. திரும்பி "நான் எந்நிலையிலும் இந்நாட்டைப் பிளக்கப்போவதில்லை. அது என்றேனும் நிகழுமென்றால் அதற்கு முன் உயிர்விடுவேன். மறுசொல்லே வேண்டியதில்லை" என்றான்.

காவலன் உள்ளே வந்து விதுரரின் வரவைச் சொன்னான். வரச் சொல்லும்படி துரியோதனன் கைகாட்டினான். விதுரர் உள்ளே வந்து தலைவணங்கி "ஓலைகள் எழுதப்படவேண்டும். அவற்றின் சொற்றொடர்களை எழுதியிருக்கிறேன்" எனத் தொடங்க துரியோதனன் உரத்த குரலில் "நீங்கள் என்ன எழுதியிருப்பீர்கள் என்று அறிவேன், அமைச்சரே. அது நிகழப்போவதில்லை. இந்நாட்டை பிரிக்கவோ இதில் ஒரு துளி மண்ணை அளிக்கவோ நான் சித்தமாக இல்லை... அப்படி ஒரு வரியோ உட்குறிப்போ இருக்குமென்றால் அதில் நான் கைச்சாத்திடப் போவதில்லை" என்றான்.

விதுரர் "ஆனால் அதுவே அவைகூடி..." எனத் தொடங்க "அப்படியென்றால் அவை சார்பில் ஓலை செல்லட்டும். நான் என் சொல்லால் அதை அளிக்கமாட்டேன்" என்று துரியோதனன் கூவினான். "இது ஒப்புக்கொள்ளப்பட்டது" என்றார் விதுரர். "நான் ஒப்புக்கொள்ளவில்லை..." என்று துரியோதனன் கூவினான். "நான் ஒரு சொல்லும் உரைக்கவில்லை." விதுரர் "பேரரசரிடம் பேசி ஒப்புக்கொண்டது இது" என்றார். "அவ்வண்ணமென்றால் அவரே கைச்சாத்திடட்டும்... நான்

ஒப்பமாட்டேன்." விதுரர் தவிப்புடன் சகுனியை நோக்கி "உங்கள் சொல் என்ன, காந்தாரரே?" என்றார். "நான் இதில் சொல்நுழைக்க விழையவில்லை" என்று சகுனி சொன்னார்.

விதுரர் தலைவணங்கி வெளியே சென்றார். துரியோதனன் நெஞ்சு ஏறியிறங்க சற்றுநேரம் சாளரத்தருகே நின்றபின் மீண்டும் வந்து அமர்ந்துகொண்டு "அங்கன் எங்கே? அவைக்கும் வரவில்லை" என்றான். "அவர் கிளம்பும்போதே குடித்திருந்தார். வழியில் திரும்பிச்சென்று மீண்டும் குடித்திருக்கிறார். கால் குழைந்து இடைநாழியில் ஒரு பீடத்தில் அமர்ந்தவர் அப்படியே படுத்துவிட்டார். என்னிடம் வந்து சொன்னார்கள். திரும்ப அறைக்குக் கொண்டுசெல்லும்படி சொல்லிவிட்டேன்" என்றார் கணிகர். "மூடன்..." என்று துரியோதனன் தன் தொடையில் அறைந்தான். நிலையழிந்தவனாக எழுந்து சாளரத்தருகே சென்று நின்றான்.

பின்னர் திரும்பி உரத்த குரலில் "சொல்லுங்கள், நான் என்ன செய்யவேண்டும்?" என்றான். "இப்போது கொந்தளிப்பதில் பொருளில்லை. இன்னும் எவரும் முழுமையாக வெளிப்படவில்லை" என்றார் கணிகர். "இனி என்ன வெளிப்படுவதற்குள்ளது? அத்தனைபேரும் பிழைநிகர் செய்ய விழைகிறார்கள். நாட்டை பிரித்துக்கொடுத்து அங்கே சென்று விருந்துண்டு வாழ்த்துரைத்து வர எண்ணுகிறார்கள்" என்றான் துரியோதனன்.

மேலும் பேச முனைந்து, செவி கூர்ந்து "தந்தை!" என்றான். சகுனி "ஆம், அவரது காலடிகள்" என்று மெல்லக் காலை ஊன்றி பீடத்தைப்பற்றி எழுந்து நின்றார். கதவைத் திறந்து திருதராஷ்டிரர் தன் பேருடலைக் குனித்து உள்ளே வந்தார். துரியோதனன் "தந்தையே, தாங்கள் இங்கே வரவேண்டுமா? ஆணையிட்டிருக்கலாமே?" என்று சொல்லி முன்னால் சென்று கால்தொட்டு தலைசூடினான். சகுனி "நான் காந்தாரன். பணிகிறேன், அரசே" என்று வணங்கினார். "கணிகரை வணங்குகிறேன்" என்ற திருதராஷ்டிரர் "விதுரன் சொன்னான் நீ மறுத்துவிட்டாய் என்று. நான் அவைசொன்ன சொல்லை மறுக்குமளவு வளர்ந்துவிட்டாயா என்று பார்க்கவே வந்தேன்..." என்றார்.

அவருடைய தோள்தசைகளும் புயங்களும் இறுகிநெகிழ்ந்து அலையிளகின. "இனி உன்னிடம் ஆணைபெற்று இங்கே நான் வாழவேண்டுமா?" என்றார். இரு கைகளையும் விரித்து "நான் வாழும்வரை என் சொல்லே இங்கு திகழும். மறுப்பவன் எவனாயினும் என் முன் தோள்விரித்து வருக!" என்று கூவினார். துரியோதனன் "நான் மறுக்கவில்லை, தந்தையே. உங்கள் சொல் திகழட்டும் என்று மட்டுமே சொன்னேன். நீங்கள் ஆணையிடுங்கள். நாட்டை முழுதுமாகவேகூட அவர்களுக்கு அளியுங்கள்" என்றான் துரியோதனன்.

“என்ன சொல்கிறாய், மூடா? பசப்புகிறாயா?” என்று கூவியபடி துரியோதனன் கழுத்தைப் பிடித்து அப்படியே தூக்கி சுவருடன் ஓங்கி அறைந்தார். அறை நடுங்கி காரை உதிர்ந்தது. சகுனி கைகளைக் கட்டியபடி அசையாமல் நோக்கிநின்றார். விதுரர் “அரசே...” என்று கூவினார். துரியோதனன் “என்னை நீங்கள் கொல்லலாம்... அதுவே இனி எனக்கு விடுதலை” என்று திக்கினான். அவர் அவனைத் தரையில் வீசி “மூடா... அறிவிலி” என்று பற்களைக் கடித்தபடி இரு கைகளையும் நெரித்தார்.

“உங்கள்மேல் நம்பிக்கையிருந்தால் நீங்களே ஓலை அனுப்புங்கள், தந்தையே. நான் என் உளச்சான்று ஒப்பாத ஒரு சொல்லை ஓலையில் பொறிக்கமாட்டேன். அதைத்தான் நான் சொன்னேன். நீங்கள் என்னைக் கொல்லலாம். கொல்லாமல் நிலத்தை அளித்தீர்கள் என்றால் நிலம் பிளவுபடுவதற்குள் என் வாளால் என்னைப் பிளந்துகொள்வேன். இது என் மூதாதையர்மேல் ஆணை...” என்று துரியோதனன் உறுதியான குரலில் சொன்னான். “தெய்வங்கள்மேல் ஆணை... இந்நிலம் பிளவுபட நான் உயிருடன் இருக்கமாட்டேன்.”

“அவ்வண்ணமெனில் நீ செத்தொழி...” என்று திருதராஷ்டிரர் அவனை மிதிப்பதற்காகக் காலைத் தூக்கி முன்னால் செல்ல, விதுரர் “மூத்தவரே...” என்று கூவினார். திருதராஷ்டிரர் காலால் தரையை ஓசை வெடிக்க ஓங்கி மிதித்தார். தரையில் உடலியல்பால்கூட அசைவெழாமல் அமர்ந்திருந்த துரியோதனன் “தந்தையே, என் சொல்லை நான் மாற்ற முடியாது. நீங்கள் என்னையும் என் இளையோரையும் கொல்லலாம். எங்களில் ஒருவர் எஞ்சும்வரை இந்நிலம் இவ்வாறே இருக்கும். வேறு எந்த வழியும் இல்லை” என்றான். திருதராஷ்டிரரின் பெரிய கைகள் தளர்ந்து தொடைமேல் உரசி ஒலியெழுப்பியபடி விழுந்தன. தோள்கள் தளர “விதுரா...” என்றார். விதுரர் அவர் முழங்கையைப் பிடித்தார். சகுனி வந்து திருதராஷ்டிரரின் கையைப் பற்றி “அமர்ந்துகொள்க, பேரரசே” என்றார்.

தளர்ந்த காலடிகளுடன் சென்று அமர்ந்துகொண்டு தலையை உருட்டுவதுபோல அசைத்தபடி திருதராஷ்டிரர் முனகினார். இரு கைகளையும் சேர்த்து இறுகப் பற்றிப் பிசைந்தார். சகுனி கையை விலக்க, அவரைப் பற்றிக்கொண்டு “மைத்துனரே, நீங்கள் ஒரு வழி சொல்லுங்கள்... என் கண்முன் நான் எதைக் காணப்போகிறேன்?” என்றார். சகுனி அவர் கைமேல் தன் கையை வைத்து “அனைத்தும் நன்றாகவே நிகழும்...” என்றார். மேலும் ஏதோ சொல்ல அவர் வாயெடுத்தபோது திருதராஷ்டிரர் “எத்தனை காலம்... இரண்டு தலைமுறைகளாகின்றன, இக்குருதிப்போர் தொடங்கி... எனக்கு ஏன் இந்தத் துயரம்?” என்றார்.

விதுரர் "நெறியில் நிற்போருக்கும் துயருண்டு, ஆனால் அது பொருள் உள்ள துயர்" என்றார். "நெறியில்லாதவனா? நானா...? விதுரா, மூடா... என்ன சொல்கிறாய்?" என்றார் திருதராஷ்டிரர். கணிகர் "அரசே, இப்போது ஏன் உடனடியாக ஒரு முழுச்சொல் ஓலை? பாண்டவர்கள் அஸ்தினபுரிக்கு மீளட்டும். நெறிமுறைகளின்படி ஆவன செய்யப்படும் என்று ஒரு சொல் மட்டும் ஓலையில் இருந்தால் போதும் அல்லவா?" என்றார். திருதராஷ்டிரர் விழித்தசைகள் உருள "விதுரா, என்ன இது?" என்றார்.

விதுரர் "ஆனால் அந்த ஓலையால் என்ன பயன்? நாம் அனைத்தையும் மீண்டும் ஒத்திப்போடுகிறோம்" என்றார். "இல்லை, அவர்கள் கோரியது அவர்களின் உரிமையை. அவ்வுரிமையை நாம் ஓலை வழியாக அளிக்கப்போகிறோமா என்ன? அனைத்தும் இங்கே குடியவையில்தானே முடிவாகப்போகின்றன? குடியவையில் அனைத்தையும் பேசுவோம் என்பதன்றி வேறு மறுமொழி என்ன?" விதுரர் "ஆனால்..." என்று சொல்லத் தொடங்க "அவ்வாறு மறுமொழி செல்லட்டும்... அதுபோதும் இப்போது" என்றபின் திருதராஷ்டிரர் எழுந்தார். "என்னை இசைக்கூடத்திற்குக் கொண்டுசெல்..." எனக் கையை நீட்டினார். விதுரர் அவர் கையைப் பற்றிக்கொண்டார்.

அவர்கள் அறைநீங்க, துரியோதனன் பெருமூச்சுடன் எழுந்து ஆடையைச் சீரமைத்துக்கொண்டான். திரும்பி சகுனியையும் கணிகரையும் நோக்கினான். ஏதோ சொல்ல வாயெடுத்தாலும் அவனால் மொழிதிரட்ட முடியவில்லை. "அரசே, அந்த ஓலை செல்லட்டும். நாம் அனைத்தையும் பின்னர் பேசுவோம்" என்றார் கணிகர். "பின்னர் ஏதும் பேசுவதற்கில்லை. இனி எப்போதும் என் சொல் ஒன்றே" என்றான் துரியோதனன். "ஆனால் இந்த ஓலையால் ஆவதென்ன? அவர்கள் நெறிப்படி கடன் முடித்துவிட்டார்கள். கோருவதைப் பெற உரிமைகொண்டிருக்கிறார்கள். அதன்முன் பொழுது ஈட்டுவதில் பொருளென்ன?"

கணிகர் "அரசே, இது உங்கள் குடிப்பூசல் அல்ல. அஸ்தினபுரியின் முடியுரிமைக்கான போர் அல்ல. கௌரவரே, இது நிலத்திற்கான போரே அல்ல" என்றார். துரியோதனன் புரியாமல் சகுனியை நோக்க, அவரும் குழப்பத்துடன் கணிகரை நோக்குவது தெரிந்தது. "இது எதன்பொருட்டான போரோ அது எழுந்துவராமல் இது எவ்வகையிலும் முடிவுகொள்ளாது. அது திரளட்டும்" என்றார் கணிகர். சகுனி "இளையயாதவனுக்கும் ஓலை சென்றிருக்கும்" என்றார். "ஆம், இப்பூசலின் மையம் அவனே. அவன் இன்று கூட்டுப்புழுவென தவமிருக்கிறான். அவன் திறந்து வெளிவரட்டும்..." என்றார்.

சகுனி பின்னிரவில் உளம்விழித்துக்கொண்டார். அதற்கு முந்தைய கணம் அவர் அடர்காட்டுக்குள் புதர் மூடிக்கிடந்த சிற்றாலயம் ஒன்றின் முன் நின்றிருந்தார். அதைச் சூழ்ந்திருந்த புதர்களை வாளால் சீவி அகற்றி மரக்கிளைகளை வெட்டி சருகுகளைப் பெருக்கி ஆலயத்தைக் காட்டுக்குள் இருந்து அகழ்ந்தெடுத்தார். அதன் சிறிய கருவறைக்குள் இடையளவு உயரமான பீடத்தில் சுதையால் செய்யப்பட்ட ஜடராதேவியின் சிலை அமர்ந்திருந்தது. நான்கு கைகளிலும் வாள், வில், சக்கரம், கோடரி எனப் படைக்கலங்கள் ஏந்தி காலை மடித்து அமர்ந்திருந்தாள் அன்னை. ஓநாயின் நீள்முகத்தில் வாய் திறந்து சிவந்த நாக்கு தொங்கியது. வெண்ணிறக் கூழாங்கற்கள் பற்களாக அமைக்கப்பட்டிருந்தன. செந்நிறமான படிகக் கற்கள் விழிகளாகச் சுடர்விட்டன.

அந்நோக்கு மெல்ல ஒளிகொண்டு உயிர்கொண்டு சொல்கொண்டு வந்து நின்றது. சகுனி தன் முதுகெலும்பு வழியாக ஓடிய மெல்லிய குளிரை உணர்ந்தார். மங் மங் மங் என மெல்லிய ஒலி கேட்டது. குனிந்து நோக்கியபோது சிலைக்கு அப்பாலிருந்து சிறிய ஓநாய்க்குட்டி ஒன்று நான்கு கால்களையும் பரப்பி கூர்மூக்கை நீட்டியபடி தள்ளாடி வருவது தெரிந்தது. வயிறு தரையைத் தொட்டது. விழி திறந்திருக்கவில்லை. அவர் உடலின் மணத்தை மூக்கு நீட்டிப் பெற்று தலையைத் தூக்கி வெண்முள் பற்கள் தெரிய வாயைத் திறந்து மங் மங் மங் என்றது.

அதற்குப் பின்னால் இன்னொரு ஓநாய்க்குட்டி வந்து நின்றது. பிறிதொன்று அதன் இரு கால்களுக்கிடையே தலைவைத்துத் தவழ்ந்து வந்தது. அவர் முன்னோக்கிச் செல்லலாமா என்று எண்ணியபோது தனக்குப் பின்னால் நோக்குணர்வை அடைந்து திரும்பிப் பார்த்தார். அங்கே புதருக்குள் இரு செவிகள் புதர்ப்பூக்கள்போலத் தெரிந்தன. அவை மடிந்து திரும்பி மீண்டும் மடிந்தன. அவர் விழிகளைக் கண்டுவிட்டார். கூர்மூக்கின் கருமையையும். அன்னை ஓநாய் ர்ர்ர்ர் என முனகியது.

அவர் விலகி இலஞ்சி மரத்தின் அடியில் சென்று நின்றார். அன்னை பூக்குலை வாலை சிலிர்த்தபடி நின்று நோக்கியபின் ஓடி ஆலயத்திற்குள் நுழைந்தது. குட்டிகள் மங் மங் மங் என ஓசையிட்டன. அன்னை ஒருக்களித்துப் படுக்க, அவை முட்டிமோதியபடி பால் குடித்தன. அன்னைமேல் ஏற முயன்று புரண்டு விழுந்து மீண்டும் எழுந்தன. அவர் நோக்கியபடி நின்றார்.

கண் விழித்தெழுந்தபோது அறைக்குள் இருந்து நிழல் ஒன்று விலகிச்செல்வதுபோல் தோன்றி மெய்ப்பு கொண்டார். கையூன்றி எழுந்தார். ஏவலனை அழைத்து குடிக்க நீர் கொண்டுவரச்சொல்ல எண்ணினார். ஆனால் சொற்களாக உள்ளத்தை மாற்றமுடியாதென்று

தோன்றியது. மஞ்சத்தைப் பற்றிக்கொண்டு எழுந்து மெல்ல நடந்து சுவரைப்பற்றிக்கொண்டு நின்றபோது அவர் அந்த ஊளையைக் கேட்டார். செவிமயக்கா என எண்ணியபோது தெளிவாக அது ஒலித்தது.

மெல்ல நடந்து உப்பரிகைக்கு வந்து கீழே நோக்கினார். நகரம் துயிலில் மூழ்கியிருந்தது. அவரது இல்லத்தின் முற்றத்தில் காவலர்கள் பந்தவொளி மின்னும் வேல்களுடன் தோல்கவசங்களுடன் நின்றிருந்தனர். தொலைவில் சாலையில், கல்தூண்களில் எரிந்த மீன்நெய் விளக்குகளின் ஒளி பரவிய வட்டங்கள் தெரிந்தன. மீண்டும் அந்த ஊளை கேட்டது. அவர் சுற்றிலும் நோக்கி ஊன்றுகோலைக் கண்டார். அதை எடுத்துக்கொண்டு மெல்ல நடந்து படிகளை அடைந்தார். படிகளில் ஊன்றுகோல் எழுப்பிய ஓசையில் ஏவலன் பின்னால் வந்து நின்றான். அவர் அழைக்காததனால் அணுகவில்லை.

கீழே ஏவலர்கள் எழுந்து காத்து நின்றனர். விலகும்படிக் கைகாட்டி விட்டு முற்றத்தை அடைந்தார். சூதன் தலைவணங்க, புரவியைச் சுட்டிக்காட்டினார். அவன் புரவியைக் கொண்டுவந்து நிறுத்தியதும் அதில் ஏறிக்கொண்டு சவுக்கை வாங்கிக்கொண்டார். புரவி சாலையில் ஏறி விளக்கொளி வட்டங்களில் ஒளிர்ந்தும் அணைந்தும் சென்றது. அவருடைய நிழல் எழுந்து கட்டடங்களிலும் மரங்களிலும் ஆடிச்சரிந்தது.

மேற்குக்கோட்டை வாயிலை அடைந்தபோது ஓசை நின்றுவிட்டிருந்தது. இடப்பக்கம் ஏரி நீரலைகள் வானொளியில் நெளிவுமின்ன விரிந்து கிடந்தது. கோட்டைக் காவல்மாடத்தில் இருந்த காவலர் அவரைப் பார்த்துவிட்டிருந்தனர். திரும்புவதா என அவர் எண்ணியபோது மிக அருகே என மீண்டும் ஓநாயின் ஒலியைக் கேட்டார். கதவருகே சென்றதும் காவலன் திட்டிவாயிலைத் திறந்தான். குதிரை உடல்குறுக்கி அப்பால் செல்ல, அதன் கழுத்தோடு ஒட்டி அமர்ந்திருந்தார்.

வெளியே சாலை சற்று எழுந்துசென்று காட்டுக்குள் மறைந்தது. காவலர் பின்னால் அவருடைய சொல்காத்து நிற்க, தொடரவேண்டாம் எனக் கைகாட்டிவிட்டு குதிரையை நடக்கவிட்டார். செவிகள் ஓநாயின் ஒலிக்காகக் கூர்ந்திருந்தன. கோட்டை பின்னால் மறைந்த பின்னரும் ஒலி கேட்கவில்லை. அவருடைய குதிரையின் குளம்படியோசை மட்டும் கேட்டுக்கொண்டிருந்தது. மேற்குக்காட்டுக்குள் பெரும்பாலும் எவரும் செல்வதில்லையாதலால் புதர்கள் செறிந்து பாதையில் கிளைநீட்டியிருந்தன. குதிரை தலையால் அவற்றைத் தள்ளியபடி முன்னால் சென்றது.

காட்டின் நடுவே நின்று செவிகூர்ந்தார். ஓசையின்மையாக உளமயக்குக் காட்டிய பல்லாயிரம் கானோசைகள். திரும்பிவிடலாம் என்னும்

எண்ணம் எழுந்தாலும் திரும்பப்போவதில்லை என்று தெரிந்திருந்தது. திரும்பிவிடுவேன் என எவரிடமோ சொல்வது அது. அவர் ஓநாயின் செவியடிப்பொலியைக் கேட்டார். திரும்பியதும் மிக அருகே அதைக் கண்டார். மெல்ல இறங்கி கடிவாளத்தைச் சேணத்திலேயே மாட்டி சவுக்கை அதில் பொருத்தினார். ஓநாய் நோக்கிக்கொண்டு அமர்ந்திருந்தது. அவர் அதை நோக்கி நடக்கக்கண்டு அதன் செவிகள் முன்கோட்டின.

அவர் அணுகியபோது அது எழ முயல்வதுபோல அசைவு காட்டியது. அதன் பின்னங்கால்கள் உருகி தரையுடன் ஒட்டி வழிந்தவைபோலிருந்தன. அழுகும் ஊனின் நாற்றம் எழுந்து வலுத்தது. அது இருமுறை எழ முயன்று விழுந்தது. அதன் பின்னங்காலை யானையோ காட்டெருமையோ மிதித்துச் சிதைத்திருக்கலாம். அல்லது புலியின் அறை விழுந்திருக்கலாம். புண் அழுகி கால்கள் முழுமையாகச் சிதைந்திருந்தன. திறந்த வாயிலிருந்து நாக்கு தொங்கியது.

மேலும் அணுகியபோது அவர் அதன் விழிகளை நன்றாகக் கண்டார். அவை இருளில் மணியொளி கொண்டிருந்தன. இன்னும் அணுகியபோது அவர் விழிகளை அவை சந்தித்தன. சகுனி அசைவற்று நின்றார். "நீயா ?" என்றார். "ஆம், முற்பிறப்புகளிலொன்றில் என் பெயர் ஜரன்" என்றது ஓநாய். உன்னை நான் ஒரு பாலையில் சந்தித்தேன்." சகுனி "உன் நஞ்சை என் உடலில் ஒவ்வொரு கணமும் சுமந்துகொண்டிருக்கிறேன்" என்றார். "நீ இளமையிலேயே எங்களுடன் உரையாடத் தொடங்கிவிட்டவன். உன்னுள் ஓடும் அத்தனை சொற்களும் பாலைவனங்களில் பசித்தலைந்து நாங்கள் கண்டடைந்து சேர்த்துக்கொண்டவை" என்றது ஓநாய்.

"என் பெயர் இப்போதும் ஜரன்தான். அது மாறுவதே இல்லை. பிறவிகளென அலையடிக்கிறோம்" என்றது ஜரன். "நான் இறந்துகொண்டிருக்கிறேன். என்னைப் புலி ஒன்று தாக்கியது." சகுனி "ஆம், தெரிகிறது" என்றார். "நான் பசித்திருக்கிறேன். எங்கள் வயிறுகளுக்குள் வாழும் ஜடரை என்னும் அனலரசி இரக்கமற்றவள். ஆயிரம் சிவந்த நாக்குகளும் திசைமூடும் கருங்குழல் அலைகளும் கொண்டவள். அவளுக்கு நாங்கள் அவியிட்டபடியே இருக்கவேண்டும். ஊனும் குருதியுமாக நாளும் ஒழியாதது எங்கள் அனற்குழி."

"அவி நிறையாவிட்டால் அவள் என்னை அவியாக்குவாள். என் உடலை அவள் உண்டுகொண்டிருக்கிறாள். நேற்று என் வாலை, அதற்கு முன் என் உடலில் எழுந்த குருதியையும் நிணத்தையும். இதோ எஞ்சும் சொற்களையும் உண்கிறாள்" என்றது. "சென்ற இரு நாட்களாக நான் உன் குரலை இரவில் கேட்டுக்கொண்டிருக்கிறேன். அது என் கனவில் காந்தாரத்தின் செம்புலத்தையும் எரிவெயிலையும் கொண்டுவந்து நிறைத்தது" என்று சகுனி சொன்னார். "முன்னரும் பலமுறை நான்

உன் துயிலறைக்கு வெளியே வந்து நின்று குரலெழுப்பியதுண்டு... உன் கனவில்தான் அதைக் கேட்டிருப்பாய்."

"ஆம்" என்றார் சகுனி. "அப்போதெல்லாம் என் கனவில் ஓநாய்முக அன்னை எழுந்தாள். நேற்றுமுன்நாள் காலையில் கிளம்பி காட்டுக்குள் எங்கோ இருக்கும் ஐடரை அன்னையின் ஆலயத்திற்குச் சென்றேன். காந்தார வீரர்களால் அமைக்கப்பட்ட ஆலயம் அது. ஆண்டுக்கொருமுறை அவர்கள் அங்கே குருதிபலி கொடுத்து வழிபடுகிறார்கள்." ஐரன் "அங்கே அன்னையைப் பார்த்தாயா?" என்றது. "ஆம், குருளைகளுக்கு அமுதூட்டினாள்." ஐரன் பல் தெரிய சீறியது. "அது அனல்.. அவர்களுக்குள் என்றும் வாழ்வது."

சகுனி அதன் விழிகளை நோக்கி நின்றார். அவை கனலொளி கொண்டன. "என் அன்னை என்னிடம் சொன்னாள், குட்டிஉயிர்களைக் கிழித்து உண்க, மைந்தா. அவற்றின் எஞ்சிய காலம் உன்னிடம் வரட்டும். இளையவற்றைத் துரத்தி உண்டு அவற்றின் ஆற்றலை அடைக. முதியவரை வீழ்த்தி உண்டு அவற்றின் மாளாப் பொறுமையைப் பெற்றுக்கொள்க. நீ உண்ணத்தகாதது என இங்கு ஏதுமில்லை. நீ இயற்றுவதனைத்தையும் என் முலைப்பால் இயல்பென்றாக்கும்..." அதன் விழிகள் பளிங்குருளைகள் என அசைவிழந்து நிலைகுத்தின.

"நான் செய்யவேண்டுவதென்ன?" என்றார். ஓநாய் மெல்ல முனகியது. "எங்கோ ஐயுறுகிறேனா? எள்ளளவேனும் கனிந்திருக்கிறேனா?" ஓநாய் மெல்லப் பக்கவாட்டில் சரிந்து விழுந்தது. அதன் நாக்கு தழைந்தாடியது. தலை மண்ணில் பதிந்தபோது நாக்கு தரையைத் தொட்டது. "வெறுக்கப்படுவதை எண்ணித் தயங்குகிறேனா?" அவர் குரலை அவரே கேட்டார். "சொல், தனிமையை அஞ்சுகிறேனா?" என்றார் சகுனி. ஓநாயின் ஒற்றை விழி நீர்மணி எனத் ததும்பி நின்றது. "சொல், நான் ஒரு சொல்லையேனும் இழந்துவிட்டேனா?"

பெருமூச்சுடன் நோக்கி நின்றபின் தன் இடையிலிருந்து வாளை எடுத்து உள்ளங்கையைக் கிழித்தார். வழிந்த குருதியை ஓநாயின் நாவில் விட்டார். விழிகள் கல்லித்திருக்க நாவு மட்டும் நெளிந்துவந்து குருதியை நக்கியது. சுவையுடன் துழாவிக்கொண்டே இருந்தது. ஈரத்தழல் என நினைத்துக்கொண்டார். பின்பக்கம் குதிரை கனைத்தபோதுதான் தன்னுணர்வுகொண்டார். ஓநாய் இறந்திருந்தது. அதன் நீள்நாக்கு குருதியுடன் அசைவிழந்து தொங்கியது.

இடைக்கச்சையை எடுத்து கையைச் சுற்றிக்கட்டியபின் திரும்பியபோது புதருக்குள் மூச்சொலியை கேட்டார். விழிபழகிய இருளில் இரு ஓநாய்களின் விழிகள் தெரிந்தன.

பகுதி 2

கருக்கிருள்

1

அபிமன்யூ காலைவெயில் எழுந்த பின்னர் அஸ்தினபுரியின் கோட்டைவாயிலை வந்தடைந்தான். வணிகவண்டிகளின் நீண்டநிரை வலப்பக்கத்திலும் பயணிகளின் நிரை இடப்பக்கத்திலும் நீண்டிருக்க, கோட்டைவாயிலில் காவலர்கள் அவர்களை நிறுத்தி முத்திரைகளை நோக்கி, வணிகர்களிடம் சுங்கம் கொள்வதற்குரிய முத்திரைகளைப் பதித்து உள்ளே அனுப்பிக்கொண்டிருந்தார்கள். இரு நிரைகளுக்கும் நடுவேயிருந்த அரசுப்பணியாளர்களுக்கும் காவலர்களுக்குமான சாலையில் அவன் நுழைந்தான். மறுபக்கம் நின்ற புரவிகளை நோக்கியபடி புரவிமேல் சற்று திரும்பி தொற்றியதுபோல் அமர்ந்திருந்தான்.

கரகத்தை ஆடுமகள் தலையில் கொண்டுசெல்வதுபோல அவனைக் கொண்டுசென்றது புரவி. எதிரே வந்த படைக்கலமேந்திய ஏழு கவசக்காவலர் அவனை முன்னரே கண்டுவிட்டிருந்தனர். அவன் உடையில் ஏதேனும் அரசமுத்திரை உள்ளதா என்று தொலைவிலேயே நோக்கி இல்லை என்று கண்ட காவலர்தலைவன் பிரலம்பன் புரவியை முன்செலுத்தி அவனருகே வந்தான். உரத்த குரலில் "வீரரே, இது அரசப்பாதை... உங்கள் குடிமுத்திரையோ பணிமுத்திரையோ காட்டுக!" என்றான். அபிமன்யூ "நானும் அரசப்பணியாகவே செல்கிறேன்" என்றான். பிரலம்பன் உரக்க "முத்திரை எங்கே?" என்றான்.

அதற்குள் அவனுக்குப் பின்னால் நின்றிருந்த முதிய காவலனாகிய நிகும்பன் "தலைவரே..." என்று அவன் தோளைத் தொட்டார். "அவர் இளையபாண்டவரின் மைந்தர்களில் ஒருவர்." பிரலம்பன் திரும்பி "என்ன சொல்கிறீர்?" என்றான். "அவருடைய இளம்வடிவம்..." என்றார் நிகும்பன். பிரலம்பன் திரும்பி "பிழை பொறுக்கவேண்டும், இளவரசே"

என்று சொல்லத்தொடங்க அபிமன்யூ அவன் தோளைத்தொட்டு “என்ன பிழை? நான் உங்களைத் தொலைவில் கண்டதுமே என் அடையாளத்தைக் காட்டியிருக்கவேண்டும். வேடிக்கை பார்த்துவிட்டேன். அது என் பிழை” என்றான். தன் முத்திரைக் கணையாழியை நீட்டி “நான் அபிமன்யூ... இந்திரப்பிரஸ்தத்திலிருந்து வருகிறேன்” என்றான்.

முகம் மலர்ந்த பிரலம்பன் “நான் தங்களை இளமையில் கண்டிருக்கிறேன், இளவரசே...” என்றான். “நான் இங்கே வந்து பதினாறாண்டுகளாகின்றன” என்ற அபிமன்யூ நிமிர்ந்து கோட்டையைப் பார்த்து “என் நினைவில் இருந்த கட்டடங்களும் கோட்டையும் மிகப் பெரியவை” என்றான். “காலம் எல்லாவற்றையும் குறுகச் செய்கிறது” என்றார் நிகும்பன். நோக்கிச் சிரித்து “சூதர் சொல்” என்ற அபிமன்யூ “ஆனால் சூதர்பாடல்கள் வழியாக என்னிடமிருக்கும் அஸ்தினபுரி மேலும் பல மடங்கு பெரிதாகிக்கொண்டிருக்கிறது” என்றான்.

நிகும்பன் “அரண்மனைக்கு நல்வரவு, இளவரசே” என்றார். அவனுடன் அவர்களும் சூழ்ந்து பேசிக்கொண்டு சென்றனர். அவன் அவர்களின் பெயர்களையும் குடியையும் மைந்தரையும் குறித்துக் கேட்டுக்கொண்டான். நிகும்பனிடம் “உங்களுக்கு இரு துணைவியர் எனக் கணிக்கிறேன்” என்றான். “எப்படித் தெரியும்?” என அவர் வியப்புடன் கேட்க “அதற்குமேல் உங்களால் இயலாது என்று தோன்றியது” என்றான். அவர் வெடித்துச் சிரித்தார். பிரலம்பன் “எனக்கு எத்தனை மனைவிகள்?” என்றான். “உம்மைப் பொருத்தவரை அதைப் பெண்டிர் மட்டுமே முடிவெடுக்க முடியும்” என்றான் அபிமன்யூ.

அவர்களில் ஒரு வீரன் முன்னரே விரைந்து கோட்டைவாயிலில் அபிமன்யூவைப்பற்றிச் சொன்னான். அவர்கள் அணுகியபோது கோட்டைக்காவல்வீரர்கள் முகப்பில் கூடி நின்றிருந்தனர். அவன் அணுகியபோது வாழ்த்தொலி எழுப்பினர். “குருகுலத்தோன்றல் அபிமன்யூ வாழ்க! விஜயரின் மைந்தர் வாழ்க!” அபிமன்யூ புரவியிலிருந்து இறங்கி அவர்களுடன் சொல்லாடத் தொடங்கினான். அவன் இயல்பாகவே அனைவரிடமும் பெயர்களையும் குடிச்செய்திகளையும் கேட்டுத் தெரிந்துகொள்வதை பிரலம்பன் கண்டான். அது ஓர் எளிய நடைமுறைபோலும் என அவன் எண்ணினான். ஆனால் சற்றுநேரத்திற்குள்ளாகவே அபிமன்யூ அத்தனை முகங்களையும் செய்திகளையும் நினைவில் வைத்திருப்பதையும் மறுமுறை மிக அணுக்கமானவனைப்போல அவர்களின் பெயர் சொல்லி அழைத்து பேசத்தொடங்கிவிட்டதையும் கண்டான்.

“பழைய கோட்டைகளின் இடர், அவற்றின் ஊடுவழிகள் மிக ஒடுங்கியவை என்பதே” என்றான். “அன்றெல்லாம் கோட்டைகளில் அமர்ந்தமர்ந்து உடல்பெருக்கும் வழக்கமில்லை என நினைக்கிறேன்.” முதிய காவலன் “அன்று ஊனுணவு குறைவு, இளவரசே” என்றார். “இதோ, இந்தப் பாதையில் பெருச்சாளிகளே செல்லமுடியும்.” “உஜ்வலரே, இங்கிருந்து மேலே செல்வதற்குத் தானியங்கிக் கலங்கள் ஏதேனும் உள்ளனவா?” என்றான் அபிமன்யூ. உஜ்வலன் “மேலே செல்லவா?” என்றான். “போர் என்று வந்தால் அனைவரும் படிகளில் ஏறவியலாதல்லவா? துலாக்கூடைகளோ இழுகூடைகளோ இருந்தால் பறந்தேறுவதுபோல மேலே செல்லமுடியுமே” என்றான் அபிமன்யூ. “மேலும் பாதியில் தயங்கவும் முடியாது. நேராகவே களநடுவே கொண்டுசேர்த்துவிடும்.”

உஜ்வலன் “அதெல்லாம் உயரமான இந்திரப்பிரஸ்தத்தின் கோட்டைக்குத் தேவை. இது சற்றே பெரிய வேலிதானே?” என்றான். “ஆம் அக்காலத்தில் கோட்டை என்றால் அதை மதிப்பார்கள். மீறமாட்டார்கள். ஏனென்றால் அது திரேதாயுகம். அதற்கும் முன்னால் கிருதயுகத்தில் வெறுமனே ஒரு கோட்டைத்தான் போட்டுவைப்பார்கள். எவரும் அதை மீறமாட்டார்கள்” என்றான் அபிமன்யூ. மூத்த காவலரான குபடர் “மெய்யாகவா?” என்று கேட்டபோது அபிமன்யூவின் விழிகளில் வந்துசென்ற மிக மெல்லிய புன்னகையைக் கண்ட பிரலம்பன் “காற்று அடித்து அழிந்துவிடுமே?” என்றான்.

அபிமன்யூ அதே சீர்முகத்துடன் “நாள்தோறும் மூன்றுமுறை வரைவார்கள். காலையிலும் மாலையிலும் இரவிலும். அதற்கு துர்க்கசூத்ராகிகள் என்ற சிற்பிகள் இருந்தனர்” என்றான். “இச்செய்தியை இதுவரை நான் அறிந்ததே இல்லை” என்றார் குபடர். உஜ்வலன் குழப்பத்துடன் இருவரையும் மாறிமாறி நோக்கினான். இளம்வீரர்களில் சிலர் புன்னகைக்கத் தொடங்கியதும்தான் அவனுக்குப் புரிந்தது. ஆனால் சிரிப்பதற்கு ஏதும் அவனுக்குத் தெரியவில்லை. “இந்த துர்க்கசூத்ராகிகள்...” என்று குழப்பத்துடன் சொன்னான். “அவர்களை ரேகாஸ்தபதியினர் என்றும் சொல்வதுண்டு” என அபிமன்யூ உறுதியான முகத்துடன் சொல்ல மீண்டும் நம்பி “ஓகோ” என்றான்.

“இரவில் என்ன செய்வார்கள்?” என்று ஏழடி உயரமான காவலன் குனிந்து கேட்டான். “நிசந்திரரே, அது முதன்மையான வினா. கேளுங்கள், அக்காலத்தில் இரவில் அந்தக் கோட்டின்மேல் கழுதைகளை நிறுத்துவார்கள். அவற்றுக்கு நீர் அளிக்கப்படாது. இரவெல்லாம் அவை கூச்சலிட்டுக்கொண்டே இருக்கும். அதுதான் கோட்டையின் அடையாளம்...” என்றான் அபிமன்யூ. “இதை அக்காலத்தில் ஸ்ரவ்யதுர்க்கம் என்று அழைத்தார்கள். கர்த்தஃப சிருங்கலை என்றும்

சொல்வதுண்டு. உண்மையில் இன்றைய காவல்முறைகள் பலவும் அந்தச் சங்கிலித்தொடர்முறையிலிருந்து உருவாகி வந்தவை. நம் முன்னோர் ஒன்றும் மூடர்கள் அல்ல."

அடக்கமுடியாமல் வீரர்கள் சிரிக்கத் தொடங்க, நிசந்திரன் இரு பக்கமும் நோக்கியபின் "விளையாடுகிறீர்கள்... எனக்குத் தெரியும்" என்றான். "நான் அதை முன்னரே உய்த்துணர்ந்தேன்." "நீங்கள் அறிஞர்" என்றான் அபிமன்யூ. வீரர்கள் சிரித்துக் கூச்சலிட்டனர். மேலிருந்து "என்ன அங்கே ஓசை?" என இறங்கிவந்த முதிய காவலர்தலைவரான அகரர் "யார்?" எனக் கையை விழிமேல் வைத்து நோக்கி "இளையவரே..." என்று சொல்லி நின்றுவிட்டார். "நீங்கள் எவரும் என்னைப் பார்க்கவேண்டாம்" என உதடசையாமல் முணுமுணுத்த அபிமன்யூ "நானேதான், உங்களுக்காக வந்தேன்" என்றான். அவர் "யார்?" என நடுங்கும் குரலில் கேட்டார்.

"அவர் பெயர் என்ன?" என்றான். "அகரர்" என்றான் பிரலம்பன். "அகரரே, நாம் இளமையில் களத்தில் பந்தாடி விளையாடியதுண்டு, நினைவுகூர்கிறீரா?" அகரர் "ஆம்" என்றார். அவர் தலையும் கைகளும் நடுங்கத் தொடங்கின. அபிமன்யூ நோக்கி மிதப்பவன்போல நடந்து சென்றான். "இன்று அந்நாளின் ஐம்பதாவது ஆண்டு. இன்று நீங்கள் எங்கள் உலகுக்கு வருவதனால் என்னையே அனுப்பினார்கள்" என்றான். மூச்சொலியுடன் "எங்கே?" என்று அவர் கேட்டார். "என்னைப் பார்த்தீர்களல்லவா? என்றும் மாறா இளமை கொண்ட எங்கள் உலகுக்கு..." என்ற அபிமன்யூ மிக எளிதாக நிலத்திலிருந்து பாய்ந்து மேலெழுந்து அவர் நின்ற படிக்குக் கீழே சென்று நின்றான்.

அவர் உடல் ஒரு பக்கமாகச் சரியத் தொடங்கியது. கைகள் அறியாது நெஞ்சில் கூப்பின. "முதியவன்தான். ஆனால் என் மைந்தர்கள் இன்னும்..." என்றபோது அவர் குரல் உடைந்து விழிநீர் வழிந்தது. பிரலம்பன் குழப்பமான முகத்துடன் "எவரிடம் பேசிக்கொண்டிருக்கிறீர்கள், மூத்தவரே?" என்று கேட்டான். அகரர் பிரலம்பனை நோக்கிவிட்டு பின்னகர்ந்து சுவரில் சாய்ந்து கால்தளர்ந்து படியில் அமர்ந்து "நான் என் மைந்தரை ஒருமுறை நோக்கிவிட்டு..." என்றார்.

"உமது நெஞ்சில் காமம் அகலவில்லை. நேற்றுகூட இளம்பெண் ஒருத்தியை நோக்கி நாவூறினீர்" என்றான் அபிமன்யூ. "ஆமாம், ஆனால்..." என்று அகரர் தடுமாற, நிசந்திரன் பெரிய கைகளால் தன் நெஞ்சில் அறைந்து உரக்க நகைத்தான். சூழ்ந்திருந்த வீரர்களும் சிரிக்கத் தொடங்க, அகரர் மாறிமாறி நோக்கியபின் "அதுதானே பார்த்தேன்... இது ஏதோ விளையாட்டு... தாங்கள்..." என்றார். "நான் அர்ஜுனன்..." என்றான் அபிமன்யூ. "இல்லை... ஆ!" என்ற அகரர் பாய்ந்து எழுந்து "நீங்கள்

யாதவ இளவரசியின் மைந்தர்... அபிமன்யூ... இளவரசே, உங்களை நான் தோளில் தூக்கியிருக்கிறேன்" என்று கூவினார்.

"தங்கள் தோளில் நான் சிறுநீர் கழித்துள்ளேன் அல்லவா?" என்றான் அபிமன்யூ. "ஆமாம், ஆமாம். எப்படி நினைவுகூர்கிறீர்கள்... அய்யோ, இளவரசர் என்னை நினைவுகூர்கிறார்! அடேய்! நாகமா, கேட்டாயா?" அபிமன்யூ வாய் மட்டும் அசைய "என்னைத் தூக்கிய அனைவர் மேலும் நீர் கழித்திருப்பேன்" என்றான். பிரலம்பன் சிரிப்பை அடக்க வாயைப்பொத்தித் திரும்பிக்கொள்ள, அகரர் விழிநீர் மல்கி "இளவரசே, மீண்டும் உங்களைப் பார்க்கப் பேறுபெற்றேனே" என்று கைவிரித்தார். பிரலம்பன் சிரிப்புப் பீரிட அப்பால் நகர்ந்தான். "தாத்தா, உங்கள் தோளில் ஏறியமரவேண்டும் என்று இப்போதும் விழைகிறேன்" என்றான் அபிமன்யூ. "ஆமாம், ஆனால்..." என அகரர் தயங்க, வயிற்றைப் பிடித்தபடி சுவர்மேல் தலையூன்றி பிரலம்பன் சிரித்தான்.

சிரித்துக் குழைந்தபடி ஆங்காங்கே வீரர்கள் விழுந்துவிட்டார்கள். அகரர் தானும் சிரித்து "நான் எப்படி உங்களைத் தூக்கமுடியும்? என்னைத் தூக்கவே எனக்கு ஆற்றலில்லை" என்று சொல்லி அச்சிரிப்பு அந்நகைச்சொல்லுக்காக என எடுத்துக்கொண்டார். சுங்கநாயகமான விருபாக்ஷன் உரத்த குரலுடன் இடைபுகுந்து "இளவரசே, தாங்கள் அரண்மனைக்குச் செல்லவேண்டுமென எண்ணுகிறேன். இவர்கள் காவற்பணியில் இருக்கிறார்கள்" என்றார்.

"ஆம், காவற்பணியில் சிரிக்கக்கூடாது என்று தொல்நெறி" என்றான் அபிமன்யூ. "உண்மையில் காவற்பணியை எண்ணினால் நமக்குச் சிரிப்புதான் வரும். முடிந்தவரை அடக்கிக்கொண்டால்தான் நாம் நல்ல காவலராக முடியும்." அவன் முகத்தை நோக்கி அதிலிருந்த உறுதியைக் கண்டு "மெய்தான்" என்றார் விருபாக்ஷன். "இளவரசே, போதும். நாங்கள் இனிமேல் தாளமாட்டோம்" என்று பிரலம்பன் கூவினான். "உண்மையில் போரில்கூட நாம் சிரிக்கக்கூடாது. மறுபக்கம் அவர்களும் சிரிக்கத் தொடங்கினால் இறுதியில் புகழ்பாடும் சூதர்களும் சிரித்துவிடுவார்கள்." அகரர் ஓகோகோ எனப் பேரொலி எழுப்பி நகைத்தார்.

விருபாக்ஷன் "தங்களைப் பிரலம்பன் அரண்மனை வரை அழைத்துச்செல்ல ஆணையிடுகிறேன்" என்றார். அபிமன்யூ "நான் பாட்டியைப் பார்க்கவந்தேன்... எங்கே இருக்கிறார்?" என்றான். "யாதவப் பேரரசிக்கு சூதர்தெருவில் தனி மாளிகை ஒன்று அளிக்கப்பட்டுள்ளது" என்றார் விருபாக்ஷன். தன்னைச்சூழ்ந்து சிரித்துக்கொண்டிருந்தவர்களை நோக்கி பற்களைக் கடித்தபடி. "ஆம், அறிந்தேன். அரசவளையத்திற்கு அப்பால் அல்லவா?" என்றான் அபிமன்யூ. "ஆம் இளவரசே, உண்மையில்..."

என விருபாக்ஷன் சொல்லத் தொடங்க, “எங்கே பிடித்துவிட்டாலும் வீட்டுப்பூனை திரும்பிவந்துவிடும், விருபாக்ஷரே” என்றான் அபிமன்யூ.

விருபாக்ஷன் அதற்கு என்ன சொல்வதென்று தெரியாமல் பொதுவாகத் தலையசைத்தார். “செல்வோம்” எனப் பிரலம்பனின் தோளைத்தொட்ட அபிமன்யூ “வருகிறேன் அகரர் தாத்தா, வருகிறேன் நிசந்திரரே, சுமூர்த்தரே பார்ப்போம், மீண்டும் வருகிறேன் பாவகரே என ஒவ்வொருவரிடமாக விடைபெற்றுக்கொண்டான். அவன் கிளம்பியபோது அத்தனை கோட்டைக்காவலர்களும் அவனை நோக்கிச் சிரிப்பில் கலங்கிய கண்களுடனும் மலர்ந்த முகத்துடனும் நின்றனர். அவன் திரும்பி நோக்கிக் கையசைக்க ஏராளமான கைகளுடன் கோட்டை அவனை நோக்கி மலர்ந்தது.

அவனுடன் புரவியில் சென்ற பிரலம்பன் அப்போதும் நகைத்துக் கொண்டிருந்தான். சாலையில் அவனைக் கண்ட பேரிளம்பெண்கள் திடுக்கிட்டு மறுமுறை நோக்கினர். “தந்தையை எண்ணிக்கொள்கிறார்கள்” என்று அபிமன்யூ சொன்னான். “இந்நகருக்குள் நான் வரவேயில்லை. ஏனென்றால் அன்னையரும் அக்கையரும் தங்கையரும் மட்டுமே இங்கிருக்க வாய்ப்பு.” எதிரே வந்து திகைத்து வாய்பொத்தி நின்றிருந்த பெண்ணிடம் “ராதை, நான் உன்னை நாளை பார்க்கிறேன்” என்றான்.

அவள் வாயை ஓசையின்றி அசைக்க “அஞ்சாதே... கந்தமாதன மலையின் உச்சியில் எனக்குக் காயகல்பம் கிடைத்தது. உனக்கும் கொஞ்சம் வைத்திருக்கிறேன்” என்றபின் கடந்துசெல்ல, அவள் நெஞ் சைப்பற்றிக்கொண்டு நடுங்கி நிற்பதை பிரலம்பன் கண்டான். “எப்படிப் பெயர் தெரியும்?” என்று பிரலம்பன் கேட்டான். “ஆயர்குடிப்பெண். பெரும்பாலும் அவர்கள் ராதைகள்தான். வேறுபெயர் இருந்தாலும்கூட உள்ளூர ராதைகளென உணர்வார்கள்.” பிரலம்பன் சிரித்து “ஆம், உண்மை” என்றான். “உமது ராதை எங்கே இருக்கிறாள்?” என்று அபிமன்யூ கேட்டான். “அவள்...” எனப் பிரலம்பன் தயங்க “எல்லா தெருக்களிலும்... புரிகிறது” என்றான் அபிமன்யூ.

இன்னொரு பெண் எதிரே வந்து வாய்மேல் கைவைத்து மூச்சிழுத்து விழிமலைத்தாள். “அம்பை, நான் காயகல்பம் உண்டு இளமை மீண்டுவிட்டேன். இன்று உன்னைப் பார்க்க அந்தியில் வருகிறேன்” என்று கடந்துசென்றான். பிரலம்பனை நோக்கிக் கண்ணைச்சிமிட்டி “மறக்குலப்பெண்... அவர்களில் அம்பை அல்லாதவர்கள் அம்பிகைகள்” என்றான்.

அரண்மனைச்சாலையிலிருந்து சூதர்தெருவுக்குப் பிரியும் இடத்தில் அபிமன்யூ புரவியை இழுத்து நிறுத்தி "நாம் எங்கே செல்கிறோம்?" என்றான். "பேரரசி குந்தியின் மாளிகைக்கு அல்லவா?" என்றான் பிரலம்பன். "ஆனால் அரண்மனை அந்தத் திசையில் அல்லவா உள்ளது?" என்றான் அபிமன்யூ. "ஆம், அங்கே இப்போது குடிப்பேரவை கூடியிருக்கிறது" என்றான் பிரலம்பன். "குடிப்பேரவையா? இப்போதா? ஏன்?" என்றான் அபிமன்யூ. "இளவரசே, இதெல்லாம் எனக்குத் தெரியாது. நான் கோட்டைக்காவலன்" என்றான் பிரலம்பன். "அதை விடும்... கோட்டைக்காவலரும் அடுமனைப்பெண்டிரும் அறியாத அரண்மனை மந்தணங்கள் இல்லை" என்றான் அபிமன்யூ.

"நான் அறிந்தது இன்று ஏதோ ஓலைகள் அனுப்பப்படுகின்றன. இந்திரப்பிரஸ்தத்தின் அரசர் உபப்பிலாவ்யநகரியில் இருக்கிறார். அவருக்கும் பிற ஷத்ரிய அரசர்களுக்கும்..." அபிமன்யூ "அதற்கு ஏன் குடியவை?" என்றான். "முடிவுகளை அரசர்கள் எடுத்தாலும் குடியவையின் ஒப்புதலுடன் அனுப்பினால் அது மக்களின் குரலாக ஆகிவிடுகிறதல்லவா?" அபிமன்யூ "ஆ, சூழ்ச்சி... அரசியல் நாற்களமாடல்! அருமை!" என்றபின் புரவியைத் திருப்பி "நாம் உடனே அரண்மனைக்குச் செல்கிறோம். அவை நுழைகிறோம்" என்றான். "இளவரசே..." என்று பிரலம்பன் அலறிவிட்டான். "நான் கோட்டைக்காவலன்... கோட்டையை விட்டு நீங்குவதே பிழை."

"உமக்கு மூத்த காவலரால் அளிக்கப்பட்ட பணி என்ன?" என்றான் அபிமன்யூ. "தங்களைப் பேரரசியிடம் அழைத்துச்செல்வது..." அபிமன்யூ அவன் தோளைக் கைசுழற்றி அணைத்து "ஆகவே நான் பேரரசியிடம் செல்வதுவரை நீர் எனக்குத் துணைநின்றாகவேண்டும்... வருக!" என்றான். பிரலம்பன் "இளவரசே..." என்று அரற்றினான். "மிஞ்சிப்போனால் என்ன செய்வார்கள்? கழுவேற்றுவார்கள். அதற்கு அஞ்சலாமா?" என்றான் அபிமன்யூ. பிரலம்பன் "அஞ்சவில்லை" என முனகினான். "இது ஒரு போர்க்களம்... இதோ போர்முரசு முழங்குகிறது..." பிரலம்பன் "எங்கே?" என்றான். அபிமன்யூ "பிரலம்பரே, வீரன் செவிகளுக்கு எல்லா முரசுகளும் போர்முரசுகளே... வருக!" என்றான்.

பிரலம்பன் அவன் பின்னால் புரவியில் சென்றபடி "அயலவரை உள்ளே விடமாட்டார்கள். அதோடு நீங்கள் எதிரித்தரப்பைச் சேர்ந்தவர். சூழ்ச்சியே உங்கள் தந்தையருக்கு எதிராகத்தான்" என்றான். அபிமன்யூ "ஆம்" என உரக்க நகைத்தான். "என்னிடம் கேட்டால் நானே பல நல்ல சூழ்ச்சிகளைச் சொல்வேன்... அரியநாள்... அரசியல்சூழ்ச்சி, சொல்லாடல், உளப்போர்... நான் இதையெல்லாம் பார்த்ததே இல்லை." பிரலம்பன் "இளவரசே, வேண்டுமென்றால் அத்துமீறியமைக்காக உங்களைக்கூடக்

கொல்லமுடியும்" என்றான். "மெய்யாகவா?" எனப் புரவியை இழுத்து நிறுத்தி அபிமன்யூ திரும்பி நோக்கினான். "என்னைச் சிறையிலடைத்துக் கசையாலடிப்பார்களா?" பிரலம்பன் அவனைப் புரிந்துகொண்டு துயரமாகத் தலையை அசைத்தான்.

"எப்போதும் நான் விழைவது இதையெல்லாம்தான்... தந்தையைப்போல திசைசூழ்ந்து அருஞ்செயல்புரிந்து இளநங்கையரை மணந்து... ஆனால் தந்தை இல்லாததனால் நான் இந்திரப்பிரஸ்தத்திலேயே இருக்கவேண்டியிருக்கிறது. ஒரு புதிய பெண்ணை வென்று மஞ்சத்திற்குக் கொண்டுவந்தால் அவள் முன்பு வந்தவளின் தங்கை என்றால் எப்படி இருக்கும்?" பிரலம்பன் கண்ணீர் கலந்த குரலில் "எப்படி இருக்கும்?" என்றான். "பழையசோறுபோல் இருக்கும்..." என்றான் அபிமன்யூ.

அவர்கள் அரண்மனைக் கோட்டைமுற்றத்தை அடைந்ததும் காவலர்கள் அபிமன்யூவைக் கண்டு எழுந்துவிட்டனர். "பிரலம்பரே, முன்னால் சென்று அரசரின் அழைப்பின்பேரில் அவைக்குச் செல்கிறேன் என்று சொல்லும்" என்றான் அபிமன்யூ. "நானா?" என்றான் பிரலம்பன். "ஆம், நானே சொல்வது முறைமை அல்ல அல்லவா? நீர்தானே என் அணுக்கர்?" என்றான் அபிமன்யூ. "இளவரசே, நான் அஸ்தினபுரியின் ஊழியன்" என்றான் பிரலம்பன். "அது சற்று முன்புவரை... இனிமேல் நான் இறந்தால் அருகே இறந்துகிடக்கும் உடல் உம்முடையது."

பிரலம்பன் கால்தளர நடந்துசென்று காவலனிடம் "இந்திரப்பிரஸ்தத்தின் இளவரசர் அபிமன்யூ அவைக்குச் செல்கிறார். அரச அழைப்பு" என்றான். முதிய காவலன் "நன்று, இளவரசர் எவர் என்று சொல்லவும் வேண்டுமா?" என்று மலர்ந்த முகத்துடன் சொல்லித் தலைவணங்கினார். "வருகிறேன், மச்சரே" என்றபடி அபிமன்யூ உள்ளே சென்றான். அவர் "என் பெயர் கூர்மன்" என்றார். "இரண்டும் விண்ணளந்தோன் அல்லவா?" என்றான் அபிமன்யூ. பிரலம்பன் அருகே வந்து "அவை இப்பக்கம். ஆனால் அங்கே நாம் நுழையவேண்டியதில்லை என்பதே என் எண்ணம்... ஏனென்றால்..." என்றான். "என்ன?" என்றான் அபிமன்யூ. "நுழைவது கூட எளிது... வெளியேறுவது கடினம்..." அபிமன்யூ "மெய்யாகவா?" என்றான். "அப்படியென்றால் அதுதான் என் இடம்... வருக!"

அவர்கள் அரண்மனை முற்றத்தில் இறங்கியதும் புரவியை நோக்கி வந்த காவலரிடம் "கூர்மரே, புரவி இங்கே நிற்கட்டும். விரைவில் வந்துவிடுவோம்" என்றான் அபிமன்யூ. "ஆணை இளவரசே, என் பெயர் சந்திரன்" என்றான் ஏவலன். "ஆம், மறந்துவிட்டேன். கூர்மர் நலமாக இருக்கிறார் அல்லவா?" என்றபின் அவன் தோளைத்தட்டி "பார்த்துக்கொள்ளுங்கள்... வருக அணுக்கரே" என்றபடி படியேறி இடைநாழியில் நடந்தான். பிரலம்பன்

"இளவரசே, இதெல்லாம் சற்று மிகை... உண்மையில்..." எனப் புலம்பியபடி அபிமன்யூவுடன் நடந்தான்.

அவர்கள் அவைநோக்கிச் செல்கையில் எதிரே வந்த காவலர்தலைவன் திகைத்து நிற்க "அறிவியுங்கள், பிரலம்பரே" என்றான் அபிமன்யூ. பிரலம்பன் முன்னால் ஓடி "இந்திரப்பிரஸ்தத்தின் இளவரசர் அபிமன்யூ. அரசரின் ஆணைப்படி அவைநுழைகிறார்" என்றான். அவன் கண்கள் குழப்பத்துடன் அசைய தலைவணங்கி "குருகுலத்தோன்றல் வாழ்க... இவ்வழி" என அழைத்துச்சென்றான். அவை வாயிலில் நின்றிருந்த சிற்றமைச்சர் "தாங்கள் இளவரசர் அபிமன்யூ அல்லவா? ஆனால்..." எனச் சுவடியை நோக்க, "முறைமைகளைக் கடைப்பிடியுங்கள், பிரலம்பரே" என்றபின் அபிமன்யூ அவைக்குள் நுழைந்தான். "முறைமைப்படி..." எனத் தடுமாறிய சிற்றமைச்சர் தவிப்புடன் பிரலம்பனை நோக்கி "அவருக்கு அழைப்பு இல்லை" என்றார். "அதை அவரிடம் சொல்லியிருக்கலாமே?" என்றான் பிரலம்பன்.

"ஆம், ஆனால் அவர் அதற்குள்..." எனச் சிற்றமைச்சர் தடுமாறினார். பிரலம்பன் "நானும் உள்ளே செல்லவேண்டும்" என்றான். "உமக்கு அழைப்பு இல்லையே" என்றார் சிற்றமைச்சர். "அணுக்கர்களுக்குத் தனியாக அழைப்பு அனுப்புவதுண்டா?" சிற்றமைச்சர் "இல்லை" என்றார். "அவர் உள்ளே நுழைந்ததே நான் உள்ளே செல்வதற்கான ஒப்புகை..." என்றபின் பிரலம்பன் உள்ளே நுழைந்தான். தானும் ஓர் அபிமன்யூ ஆகிவிட்டிருப்பதை அப்போதுதான் உணர்ந்து புன்னகை செய்துகொண்டான்.

அபிமன்யூ நேராக அவைநடுவே சென்று நின்று தலைக்குமேல் கைகூப்பி "இந்திரப்பிரஸ்தத்தின் இளவரசன் அபிமன்யூ. தொல்புகழ் அஸ்தினபுரியின் அவையை வணங்குகிறேன்" என்றான். விதுரர் திகைப்புடன் எழுந்து "இளவரசே..." என்றார். "பேரரசியின் அழைப்பின்படி வந்தேன். அவைக்கு வருவதுதான் முறை என்பதனால் இங்கே நுழைந்தேன்..." என்றபின் நேராக அரியணை முன்னால் சென்று நின்று தலைவணங்கி "அஸ்தினபுரியின் அரசரை வணங்குகிறேன்" என்றான். துரியோதனன் சினத்துடன் "யார் இவனை உள்ளே விட்டது? அமைச்சரே!" என்றான். விதுரர் "அதைப் பிறகு பார்ப்போம்... அவையில் காவல்முறைமைகளைப் பேசும் மரபில்லை" என்றபின் "இளவரசே, முறைப்படி பிதாமகரையும் ஆசிரியர்களையும் வணங்குக!" என்றார்.

திருதராஷ்டிரர் தலையைத் திருப்பி அசைத்தபடி பெரிய வெண்பற்கள் தெரிய உரக்கச் சிரித்து "இளமைந்தன்... அவன் பெயர் அபிமன்யூதானே?" என்றார். அபிமன்யூ "ஆம், தாத்தா... ஆனால் எனக்கு சௌபத்ரன்,

அர்ஜுனி, கார்ஷ்ணி, ஃபால்குனி என்றெல்லாம் பல பெயர்கள் உண்டு...” என்றான். திருதராஷ்டிரர் “ஆனால் அவை எல்லாமே உன் தந்தையின் பெயர்களின் நீட்சி அல்லவா?” என்றார். “ஆம், வெண்ணெய் உருகினால் அது நெய்தானே?” திருதராஷ்டிரர் இரு கைகளாலும் பீடத்தை அறைந்து உரக்க நகைத்தபோது அவையும் உடன்சேர்ந்தது. “என்ன ஒரு மறுமொழி! விதுரா, மூடா, இப்படி ஒரு மறுமொழியைச் சொல்ல அறிவும் அறியாமையும் இணையாக இருக்கவேண்டும்” என்றார். “இளமையாக இருந்தால் போதும், அரசே” என்றார் விதுரர். அவை நகைத்து முழக்கமிட்டது.

“இளவரசே, பிதாமகரை வணங்குக!” என்றார் விதுரர். “ஆம், மறந்துவிட்டேன்” என்ற அபிமன்யூ பீஷ்மரை அணுகி கால்களைத் தொட்டு வணங்கினான். மூக்கு வளைந்து வாய் உள்ளொடுங்கி கன்னங்கள் தொய்ந்திருந்தமையால் தளர்வும் கடுமையும் தசையமைப்பாகவே ஆகிவிட்டிருந்த பீஷ்மர் நீண்ட உடலை வளைத்து நீண்ட கால்களை ஒன்றன்மேல் ஒன்றாகப்போட்டு ஒடுங்கியவர்போல மரவுரி விரிக்கப்பட்ட பீடத்தில் அமர்ந்திருந்தார். பழுத்த விழிகளால் நோக்கியபோது அபிமன்யூவை அவர் அடையாளம் காணாததுபோலவும், அச்செயலே ஒவ்வாத ஏதோ என எண்ணுவதுபோலவும் தோன்றியது. “வாழ்த்துங்கள், பிதாமகரே” என்றான் அபிமன்யூ. அவன் தலையை வலக்கையால் மெல்லத் தொட்டு “புகழ்கொள்க!” என்றார் பீஷ்மர்.

துரோணரையும் கிருபரையும் வணங்கி வாழ்த்து பெற்றபின் அபிமன்யூ திருதராஷ்டிரரை நோக்கித் திரும்புவதற்குள் அவர் எழுந்து அவன் கையைப் பிடித்து இழுத்து தன் பீடத்தின் கைப்பிடிமேல் அமர்த்தி இடைவளைத்துத் தழுவிக்கொண்டார். “என்ன இது? என் கையளவுகூட இல்லையே உன் உடல்? மற்போர் பயிலவில்லையா?” அபிமன்யூ “இல்லை, நான் வில்லவன்... மற்போர் பயில்பவன் சுருதசோமன். மூத்த தந்தை பீமசேனரின் மைந்தன்” என்றான். திருதராஷ்டிரர் “வில் என்பது காட்டுவிலங்குகளைப் பிடிக்க வைக்கும் பொறி... அதை வீரர்கள் தொடக்கூடாது. தோள்களே தெய்வங்கள் அருளும் படைக்கலம்... நீ மற்போர் பயிலவேண்டும்... நாளை என் களத்துக்கு வா! நானே தொடங்கி வைக்கிறேன்” என்றார்.

திருதராஷ்டிரரின் கைகள் அவன் உடலில் தவழ்ந்தன. அவன் தோள்களை வருடி கைகளைப்பற்றி நெரித்தார். அவன் உடலை முகர்ந்தார். உவகையுடன் தலையை ஆட்டி “விதுரா, மைந்தன் நறுமணமாக இருக்கிறான்” என்றார். “நான் வெயிலில் வந்தேன், நேற்றுமுன்னாள் நீராடினேன்” என்றான் அபிமன்யூ. அவை நகைக்க, விதுரர் தவிப்புடன் “இளவரசே...” என்றார். “நான் இந்திரப்பிரஸ்தத்திலேயே அன்றாடம்

நீராடுவதில்லை, அமைச்சரே...” விதுரர் அறியாமல் “ஏன்?” என்றார். திருதராஷ்டிரர் “இதென்ன வினா? நீ மூடன் என்பதைக் காட்டுகிறாயா? இளமைந்தர் அனைவருமே நீராடுவதில் விருப்பற்றவர்கள்...” என்றபின் “நீராடவே வேண்டாம், மைந்தா... இதைப்போல மணமாகவே இரு” என்றார்.

விதுரர் “இளவரசே, அவை முறைமைகளை முடியுங்கள்” என்றார். “ஆம்” என்ற அபிமன்யூ எழுந்து சகுனியை அணுகி கால்தொட்டு வணங்கினான். சகுனி சுருங்கிய புருவங்களுடன் தாடியை நீவியபடி அவனை அதுவரை நோக்கிக்கொண்டிருந்தார். சிறிய கண்களில் புன்னகை எழ “அனைத்து நலன்களும் அமைக!” என வாழ்த்தினார். “இங்கே சூழ்ச்சி நடப்பதாக இதோ இவன் சொன்னான். இவன் என் அணுக்கன். பிரலம்பன் என்று பெயர்” என்று அபிமன்யூ சுட்டிக்காட்டினான். பிரலம்பன் அக்கணமே சிறுநீர் கழியும் உணர்வை அடைந்தான்.

சகுனி நகைத்து “ஆம், உங்கள் தந்தையருக்கு எதிரான சூழ்ச்சி” என்றார். “நன்று, எனக்குச் சூழ்ச்சி பிடிக்கும். ஆனால் அதை எப்படிச் செய்வதென்று தெரியவில்லை” என்றான் அபிமன்யூ. “ஓய்வாக அரண்மனைக்கு வா... இதோ, இவர் பெயர் கணிகர். இவரிடம் கற்றுக்கொள்ளலாம்” என்றார் சகுனி. கணிகரை நோக்கித் திரும்பிய அபிமன்யூ “இவரிடமா?” என்றான். கணிகர் விழிகளைத் திருப்பிக்கொள்ள, சகுனி தொடையைத் தட்டியபடி தலையாட்டி நகைத்தார்.

விதுரர் “இளவரசே, உங்கள் பெரிய தந்தையை வணங்கி வாழ்த்து கொள்க!” என்றார். அபிமன்யூ அரியணைபீடத்தில் ஏறி துரியோதனனின் அருகே சென்று குனிந்து கால்தொட்டு வணங்கி “அடிபணிகிறேன், தந்தையே” என்றான். துரியோதனன் அவன் தலைமேல் கைவைத்து “புகழும் குடியும் பெருகுக! அனைத்து நலன்களும் அமைக!” என்று வாழ்த்தி மெல்லத் தன் கையை அவன் தோள்மேல் வைத்து தாழ்ந்த குரலில் “உன் உடன்பிறந்தாரைப் பார்த்தாயா?” என்றான். “இல்லை, நான் இதோ இப்படியே வந்தேன். இவன் சொன்னான் இங்கே சூழ்ச்சிகள் செய்கிறார்கள் என்று... ஆகவே நான் ஆவலுடன் வந்தேன்” என்றான் அபிமன்யூ.

துரியோதனன் புன்னகைத்து “முதலில் புறக்கோட்டத்திற்குச் சென்று உன் உடன்குருதியரை பார். உன் மூத்தோன் லட்சுமணன் உன்னைப் பார்த்தால் மகிழ்வான்” என்றபின் திரும்பி நோக்கி துச்சாதனனிடம் “அழகன், இல்லையா இளையோனே?” என்றான். துச்சாதனன் புன்னகையுடன் குனிந்து “ஆம், நான் அதையே எண்ணிக்கொண்டிருந்தேன். அன்னையின் வழியாக இளையயாதவரின் விழிகளைப் பெற்றிருக்கிறான்” என்றான்.

துர்மதன் "இளையோர் உன்னைப் பார்த்தால் கொண்டாடுவார்கள், மைந்தா" என்றான். சுபாகு "உன் நினைவாகவே இருக்கும் ஒருவனும் அங்கிருக்கிறான்" என்றான். அபிமன்யூ சிரித்து "ஆம், சுஜயன்... தந்தையை எண்ணி வில்பயின்று ஆற்றல் கொண்டவன்" என்றான்.

கௌரவர் அபிமன்யூவைச் சூழ்ந்துகொண்டனர். துச்சலன் "அந்தியில் ஒரு நல்ல உண்டாட்டை ஒருங்கமைக்கவேண்டும், மூத்தவரே" என்றான். துரியோதனன் "ஆம், எதுவும் இறுதியில் அங்குதானே செல்லவேண்டும்!" என்றான். துச்சாதனன் சிரிப்பை அடக்கியபடி "ஆணை, மூத்தவரே" என்றான். துரியோதனன் உரக்க நகைத்து அபிமன்யூவின் தோளைத் தட்டி "வில்லவனின் தோள்கள்... ஓடும் புரவிமேல் ஏறுவாயா?" என்றான். "ஏறி ஒற்றைக்காலில் நிற்பேன்" என்றான் அபிமன்யூ. "நாளை பார்ப்போம்... காலையில் களத்திற்கு வா" என்றான் துரியோதனன் அவன் தலையை வருடியபடி.

விதுரர் "அரசே, அவை நிகழ்வுகள் தொடங்கட்டும்" என்றபின் "இளவரசே, தாங்கள் சென்று உடன்பிறந்தாரைக் கண்டுமீளலாம்" என்றார். "ஆம், கிளம்புகிறேன்" என்று அபிமன்யூ திரும்பி அவையை வணங்க, "குருகுலத்தோன்றல் அபிமன்யூ வாழ்க! வில்திறல் வீரர் வாழ்க!" என அவை போற்றிக் குரலெழுப்பியது. முதிய குலத்தலைவர்கள் எழுந்து நின்று அவனைக் கைதூக்கி வாழ்த்தினர்.

2

இடைநாழியில் நடக்கையில் அபிமன்யூ "இளைய கௌரவர்கள் எங்கே தங்கியிருக்கிறார்கள்?" என்றான். பிரலம்பன் "அவர்கள் ஆயிரம்பேர். அனைவரையும் கங்கைக்கரையில் நூறு மாளிகைகள் அமைத்து தங்கவைத்திருக்கிறார்கள். துரோணரின் குருநிலை அதற்கு அருகில்தான். இங்கிருந்து செல்ல சற்று பிந்தும்... ஆனால் இரண்டு நாழிகையில் சென்றுவிடலாம்..." என்றான். "ஆனால் இப்போது இங்குதான் இருக்கிறார்கள். அவர்களுக்கு மேற்குக்காட்டில் நூறு மாளிகைகள் உள்ளன. அங்கே வேட்டையாடியும் விளையாடியும் வாழ்கிறார்கள். நகருக்குள் புகுந்தால் யானைக்கூட்டம் புகுந்தது போலத்தான்."

"அங்கே செல்ல உமக்கு வழி தெரியுமல்லவா?" என்றான் அபிமன்யூ. பிரலம்பன் அதிர்ச்சிக்கூவலாக "இளவரசே, உங்கள் பணி யாதவப் பேரரசியைப் பார்ப்பது" என்றான். "ஆம், ஆனால் இந்த உச்சிப்பொழுதில் பேரரசி ஓய்வெடுக்கட்டுமே. நாம் நாளை காலை அவர்கள் எழுந்து இறைவழிபாடுகளை முடித்து உணவுண்டு ஒருங்கியிருக்கையில் சென்று பார்ப்போம்..." பிரலம்பன் "இளவரசே, நீங்கள் வந்த செய்தி இந்நேரம் பேரரசிக்குத் தெரிந்திருக்கும். உங்களுக்காகக் காத்திருப்பார்கள்" என்றான். "நாம் ஓய்வெடுத்துவிட்டு வருகிறோம் என ஒரு காவலனிடம் சொல்லி அனுப்புவோம். அவ்வளவுதானே?"

பிரலம்பன் தன்னை மறந்து அபிமன்யூவின் தோளைப் பிடித்துவிட்டான். "இதற்குமேல் என்னால் முடியாது. இளவரசே, நாம் பேரரசியைத்தான் சென்று பார்க்கிறோம். வேறு எவரையுமல்ல." அபிமன்யூ கருணையுடன் அவனை நோக்கி "சரி, மிக வருந்துகிறீர். உமக்காக" என்றான். பிரலம்பன் பெருமூச்சுடன் "என்னால் உண்மையிலேயே இதையெல்லாம்

புரிந்துகொள்ள முடியவில்லை. நான் ஏன் இந்த அளவுக்குச் சிக்கிக்கொண்டு அல்லல்படுகிறேன்?" என்றான்.

"ஆம், அதைத்தான் ஊழ் என்கிறார்கள். ஊழ் என்றால் என்ன?" என்றான் அபிமன்யூ. "அது உறவுகளைப்போல, நாம் உள்ளே செல்கிறோம். அல்லது பிடித்து உள்ளே தள்ளப்படுகிறோம். அதுவாக வெளியே அனுப்பினால் மீள்கிறோம்." பிரலம்பன் "ஆம்" என்றான். அபிமன்யூ என்ன சொல்லவருகிறான் என்று அவனுக்குப் புரியவில்லை. "உள்ளே செல்வது ஆண்மை, பிடித்துத் தள்ளப்படுவது கோழைமை... நீர் நீரே முடிவெடுத்து என்னுடன் வருவதே நன்று... என்ன சொல்கிறீர்?" பிரலம்பன் "ஆம்" என்றான். அவனுக்கு ஒன்றுமே புரியாவிட்டாலும் கண்கள் கலங்கிவிட்டன.

"ஆகவே நீர் ஆண்மையுடன் நீரே முடிவெடுத்து என்னுடன் வருகிறீர். நாம் பேரரசியைப் பார்க்கிறோம். அவர் ஆணையின்படி கிளம்புகிறோம்." பிரலம்பன் "எங்கே?" என்று அடைத்த குரலில் கேட்டான். கண்களில் நீர் ததும்பி நின்றது. "அதை அவர்கள்தான் சொல்லவேண்டும். ஆனால் அது கண்டிப்பாக ஓர் அருஞ்செயல் பயணம். நாம் கொல்லப்படலாம், கழுவேற்றப்படலாம். ஒருவேளை பல்வேறுவகை உடல்வதைகளுக்குக்கூட நம்மை ஆளாக்குவார்கள்."

பிரலம்பன் "எவர்?" என்றபோது தொண்டைமுழை மட்டும் அசைந்தது. "எதிரிகள்..." என்றான் அபிமன்யூ. "ஷத்ரியர்களை அவர்கள் உயிருடன் எண்ணெய்யில் வறுத்து உண்கிறார்கள். கழுகுகளுக்கு உணவாக்குவதும் உண்டு." பிரலம்பன் நெஞ்சு விம்மத் தலையசைத்தான். நடந்தபோது அவன் கால்கள் தள்ளாடின. எதிரே வந்த வீரரிடம் "சென்று வருகிறோம், சாம்யரே" என்றான் அபிமன்யூ. "நன்று இளவரசே, என் பெயர் மூர்த்தன்" என்றான். "மூர்த்தரே, சாம்யரிடம் கேட்டதாகச் சொல்லும்."

முற்றத்திற்கு வந்ததும் காவலர் சிரித்தபடி ஓடிவந்து "வணங்குகிறேன் இளவரசே, புரவி சித்தமாக உள்ளது" என்றார். "சந்திரரே, புரவிக்கு நீர் காட்டினீர் அல்லவா?" என்றான் அபிமன்யூ. "ஆம்" என்ற சந்திரர் முகம் மலர்ந்து "நீங்கள் கேட்டீர்கள் என்று நான் சொன்னபோது இவர் நம்பவில்லை..." என்றார். அபிமன்யூ அருகே நின்ற காவலரை நோக்கி "ஆம், வந்திறங்கியதுமே உங்களைக் கேட்டேன். நலமாக இருக்கிறீர்களா, கூர்மரே?" என்றான்.

அவன் முகம் மலர்ந்து நெஞ்சுடன் சேர்த்து கைகூப்பி குரல் தழைய "நலம் இளவரசே, தங்களால் உசாவப்பட்டதனால் பெருமைகொண்டேன்" என்றான். "அன்னையிடம் கேட்டதாகத் சொல்லுங்கள்" என்றபின் அவன் புரவியில் ஏறிக்கொண்டான். "நாங்கள் நேராக நிஷாதர்களுடன்

போரிடச் செல்கிறோம், சந்திரரே.” சந்திரர் திகைத்து வாய்திறக்க அவர்கள் கோட்டையை விட்டு வெளியே சென்றனர்.

“சூதர்தெருவின் எல்லையில் உள்ளது பேரரசியின் மாளிகை” என்றான் பிரலம்பன். அபிமன்யூ நகைத்து “நன்று, எந்நேரமும் சூதர்களால் புகழப்பட்டு வாழலாம்” என்றான். “இளவரசே, அது இழிவு... வேண்டுமென்றே அந்த மாளிகை அளிக்கப்பட்டுள்ளது” என்றான் பிரலம்பன். “என்ன இழிவு? சூதர்கள் நடுவேதானே அரசர்கள் வாழ்கிறார்கள்?” பிரலம்பன் ஒன்றுமில்லை என்பதுபோல தலையை அசைத்தான்.

சூதர்தெருக்கள் முன்னுச்சி வெயிலில் வெந்து வெளிறிக்கிடந்தன. கூரைவிளிம்புகளின் நிழலுக்குள் பசுக்கள் ஓய்வெடுத்து அசைபோட்டன. இரு சூதச்சிறுவர்கள் முழவுகளுடன் துள்ளித்துள்ளிச் சென்றார்கள். அபிமன்யூ ஒருவனிடம் “இளஞ்சூதரே, உமது பெயரென்ன?” என்றான். “சுகீதன்” என்றான் தலைமழுங்கமைத்து சிறுகுடுமி வைத்திருந்த சிறுவன். “உன் அக்கையிடம் நான் கேட்டதாகச் சொல்.” அவன் கண்களைச் சுருக்கி “யார்?” என்றான். “என்னைப் பார்த்ததைச் சொல். அவளுக்குத் தெரியும்...” என்றபடி அபிமன்யூ முன்னால் செல்ல அவர்கள் திகைத்து நோக்கி நின்றனர்.

குந்தியின் மாளிகைமுன் இரண்டு வீரர்கள் காவல் நின்றனர். “இவர்கள் காந்தாரர் சகுனியின் ஒற்றர்கள், ஐயமே இல்லை” என்றான் பிரலம்பன். புரவிகளைக் கண்டதும் அவர்கள் எழுந்தனர். “ஒற்றர்களே, பேரரசி இருக்கிறார்களா? நான் அவர்களின் அழைப்பின்பேரில் வந்தவன். என் பெயர் அபிமன்யூ. நான் இளையபாண்டவரின் மைந்தன்.” காவலன் திகைத்து இன்னொருவனை நோக்க, அவன் “ஆணையிருந்தால் தாங்கள் சந்திக்கலாம், இளவரசே” என்றான்.

“இவர் பிரலம்பன். என் அணுக்கர். என்னுடன் நிஷாதர்களை வெல்லக் கிளம்பி வருபவர்... காந்தாரர் சகுனியின் அனைத்துச் சூழ்ச்சிகளையும் இவர் அறிவார்” என்றான் அபிமன்யூ. பிரலம்பனின் புரவி அறியாமல் காலெடுத்து பின்னால் வைத்தது. வீரன் “நாங்கள் வாயிற்காவலர்...” என்றான். “ஒற்றர்கள் வாயிற்காவலுக்குச் சிறந்தவர்கள்... நான் உள்ளே செல்லலாம் அல்லவா?” அவர்கள் தலைவணங்க உள்ளே முற்றத்தைச் சென்றடைந்தான்.

ஏவலன் ஒருவன் வந்து வணங்கி “இளையபாண்டவருக்கு வணக்கம். நான் பேரரசியின் அணுக்கஏவலன் கூர்மிதன்...” என்றான். “நீர் ஒற்றரா?” என்றான் அபிமன்யூ. “இல்லை, நான் விதுரரின் பணியாள். ஆனால் ஒற்றனாக விழைவுள்ளவன். இவர் யார்? உங்கள் ஒற்றரா?” என்று

அவன் கேட்டான். கண்களில் நகைப்பின் ஒளித்துளி தெரிந்தது. “ஆம், திறமையானவர்” என்றான் அபிமன்யூ. “இளவரசருக்கும் தலைமை ஒற்றருக்கும் நல்வரவு... அமர்க!” என்று அவன் பீடத்தைக் காட்டினான். “நான் பேரரசியிடம் சொல்கிறேன்” என்று உள்ளே சென்றான்.

அபிமன்யூ பீடத்தில் அமர்ந்தான். பிரலம்பன் நிற்க “நீர் இப்போது தலைமை ஒற்றர். அமரலாம்” என்றான். பிரலம்பன் “இளவரசே, என்ன இது?” என்றான். “நான் உம்மை ஒற்றன் என்றதும் அவர்கள் அஞ்சிவிட்டார்கள். உமக்கு இதைப்போல இதற்குமுன் மதிப்புக் கிடைத்ததுண்டா?” பிரலம்பன் “எனக்கு இதெல்லாம் இப்படியெல்லாம் நடக்கும் என நினைத்துப்பார்க்கவே முடியவில்லை” என்றான். “ஏன்?” என்றான் அபிமன்யூ வியப்புடன். “அஸ்தினபுரியின் காவலும் அரசமைப்பும் இரும்பாலானவை என எண்ணியிருந்தேன். கேலிக்கூத்தாக உள்ளது...” என்றான் பிரலம்பன். தனக்குள் என “இல்லை நாம் கேலிக்கூத்தாக இருக்கிறோமா?” என்றான்.

குர்மிதன் வெளியே வந்து “பேரரசி இளவரசரை உள்ளே அழைக்கிறார்... ஒற்றர் இங்கேயே கூடத்திலமர்ந்து ஓய்வாக உளவறியலாம்” என்றான். பிரலம்பன் சீற்றத்துடன் “நான் கிளம்புகிறேன்” என்றான். “ஏன்?” என்றான் அபிமன்யூ. “என் பணி முடிந்தது.” அபிமன்யூ “அதெப்படி? பேரரசியின் ஆணையைக் கேட்டுச் சொல்கிறேனே” என்றான். “இங்கிருங்கள்... நான் சொல்கிறேன்” என்று உள்ளே சென்றான்.

பிரலம்பன் மீண்டும் அமர்ந்துகொள்ள “ஒற்றருக்கு அருந்த என்ன கொண்டுவரட்டும்? ஒற்றர்களுக்கே உரிய இன்கடுநீர் உள்ளது... ஒற்றுத்திறன் மிகுவதற்கு உதவும்” என்றான் குர்மிதன். பிரலம்பன் பல்லைக் கடித்தபடி தலைகுனிந்தான். அவன் இடதுகால் மட்டும் ஆடிக்கொண்டிருந்தது.

கதவைத்திறந்து உள்ளே சென்ற அபிமன்யூ அங்கே சிறுபீடத்திலிருந்த வாளைத்தான் முதலில் நோக்கினான். அதை இயல்பாகக் கையில் எடுத்த பின்னர்தான் குந்தியை பார்த்தான். கையில் வாளுடன் அருகே சென்று குனிந்து கால்களைத் தொடமுயன்றான். வாள் ஓசையுடன் கீழே விழுந்தது. அவள் அவன் தலையை வெறுமனே தொட்டாள். அபிமன்யூ வாளைத் திரும்ப எடுத்து உருவி நோக்கிவிட்டு உள்ளே போட்டான்.

வெண்ணிறத் தலைமுடியும் நனைந்து ஒட்டிய வெண்பட்டுபோல சுருக்கங்கள் மண்டிய முகமும் கொண்டிருந்த குந்தி அவனை எரிச்சல் நிறைந்த கண்களுடன் நோக்கினாள். அவன் அந்த வாளை அப்பால் வைத்துவிட்டு “நான் காம்பில்யம் சென்றிருந்தபோது தாங்கள் இந்திரப்பிரஸ்தம் வந்ததாக அறிந்தேன்” என்றான். “காம்பில்யத்திற்கும் செய்தி அனுப்பினேன்” என்றாள் குந்தி. “ஆம், நான் வரும்வழியில்

தசகர்ணம் சென்று...” அவள் இடைமறித்து “தசகர்ணம் மகதத்திற்கு அருகே உள்ளது. அது வழியில் இல்லை” என்றாள்.

“மிகச் சரியாக பாரதவர்ஷத்தை அறிந்துள்ளீர்கள் பாட்டி... மெய்யாகவே வியக்கிறேன்” என்று சொன்ன அபிமன்யூ அவள் பீடத்தின் கைப்பிடியில் அமர்ந்து அவள் கன்னத்தைப்பற்றி “என்ன சினம்? நான்தான் வந்துவிட்டேனே?” என்றான். “நீ எங்கே சென்றாய் என நான் அறிவேன்” என்றாள் குந்தி. “ஆம், அவைக்குச் சென்றேன். நான் மந்தணமாக நகர்நுழையவில்லை என்றும் எதற்கும் அஞ்சமாட்டேன் என்றும் அவர்களுக்குத் தெரிவிக்கவேண்டும் அல்லவா? பாட்டி, அவர்கள் சூழ்ச்சி செய்கிறார்கள்.”

குந்தியின் விழிகளில் ஆர்வம் எழுந்தது. “என்ன சூழ்ச்சி?” என்றாள். “அது தெரியவில்லை, அவர்கள் சொல்லவில்லை” என்ற அபிமன்யூ குனிந்து வாளை எடுத்து ரீ என ஓசையெழ உருவினான். குந்தி முகம் சுளித்து “அதைத் தூக்கிப்போடு, மூடா” என்றாள். அவன் அதைத் தூக்கி அறைமூலைநோக்கி வீச பேரொலி எழுந்தது. குந்தியின் உடல் அதிர்ந்தது. கதவு திறந்து குர்மிதன் உள்ளே வந்தான். “ஒன்றுமில்லை... வாளை வீசினேன்” என்றான் அபிமன்யூ. குந்தி கைகாட்ட குர்மிதன் வெளியே சென்றான்.

குந்தி “எனக்கு வேறு எவரும் உகந்தவர்கள் எனத் தோன்றவில்லை. உன்னை ஒரு பணியின்பொருட்டு அனுப்ப விழைந்தேன்” என்றாள். வாயின் இருபுறமும் கன்னம் அழுத்தமாக மடிந்து, கண்களுக்குக் கீழே கரிய வளையங்கள் படிந்து, இடக்கண் சற்று இறங்கியிருந்தமையால் எப்போதும் ஐயமும் வஞ்சமும் கலந்த தோற்றம் அவள் முகத்தில் இருந்தது. “ஆணையிடுங்கள்... அழித்து எரித்துச் சாம்பலாக்கிவிட்டு வருகிறேன்” என்றான் அபிமன்யூ.

அவள் திகைப்புடன் “எவரை?” என்றாள். “நிஷாதர்களை, அசுரர்களை அல்லது ஷத்ரியர்களை... எவரையேனும்” என்றான் அபிமன்யூ. “நான் உன்னை அழைத்தது ஒரு தூதுப்பணிக்கு” என்றாள் குந்தி. “தூது செல்லவா? அதற்கு நான் எதற்கு, புறா போதுமே?” என்றான் ஏமாற்றத்துடன். “புறா சென்றுவிட்டது, மறுமொழி இல்லை. உண்மையில் நான் தூதனுப்பியவன் என்ன செய்கிறான் என்பதே தெரியவில்லை.” அபிமன்யூ “இளையயாதவர்தானே? நான் சென்று அழைத்துவருகிறேன்” என்று ஆவலுடன் எழுந்தான்.

“நீ என் தூதனாகச் சென்று அவனைப் பார். இங்கே நிகழ்வனவற்றையும் என் தூதையும் நான் உன்னிடம் ஓலையில் எழுதி அளிக்கிறேன். அவற்றை உளப்பதிவு செய்துவிட்டு அழித்துவிட்டுச் செல். அதை

அவனிடம் சொல்!" அபிமன்யூ ஆவலுடன் "சொல்லி?" என்றான். "அவன் எவ்வண்ணம் இருக்கிறான், ஓலைகள் உண்மையாகவே அவனிடம் சென்று சேர்கின்றனவா ஏதும் தெரியவில்லை. நீ அவனைத் தனிமையில் நேரில் சந்திக்கவேண்டும். அவன் எண்ணத்தை என்னிடம் வந்து உரைக்கவேண்டும்."

"நான் அப்படியே அழைத்துவந்துவிடுகிறேனே?" என்றான் அபிமன்யூ. "நன்று, முயற்சி செய்" என்றாள் குந்தி. "உடனே கிளம்புகிறேன். நான் துவாரகைக்குச் சென்று நெடுநாட்களாகின்றன..." குந்தி "அவன் துவாரகையில் இல்லை. துவாரகையை சத்யபாமை ஆள்கிறாள்" என்றாள். அபிமன்யூ "மதுராவுக்குச் செல்வது மேலும் எளிது" என்றான். "மதுராவை பலராமன் ஆள்கிறான்" என்றாள் குந்தி. அபிமன்யூ சில கணங்களுக்குப்பின் "நான் இமயமலைக்குச் செல்கிறேன்" என்றான். அவள் மீண்டும் குழம்பி கண்களைச் சுருக்கி "எதற்கு?" என்றாள். "அங்கேதான் அவர் தவம் செய்கிறார் என நினைக்கிறேன். நான் தேடிக்கண்டுபிடித்து..."

அவள் போதும் எனக் கைகாட்டி "நீ எங்கும் தேடவேண்டியதில்லை. இங்கிருந்து வாரணவதம் சென்று சப்தசிந்துவைக் கடந்து யாதவ நிலத்திற்குள் நுழைந்தால் சப்தஃபலம் என்னும் சிறிய கோட்டைநகர் வருகிறது. துவாரகையின் கோலுக்கு உட்பட்டது அது. அவன் சென்ற பதினான்கு ஆண்டுகளாக அங்குதான் இருக்கிறான்" என்றாள். அபிமன்யூ "நான் அங்கே செல்கிறேன்" என்றான். "அவன் அங்கே அரசுசூழ்தலை முற்றிலும் விலக்கி தவத்திலிருப்பதாகச் சொல்கிறார்கள். நீ சென்று அதைக் கலைத்து அவனை அரசியலுக்குள் கொண்டுவரவேண்டும்... அவன் வந்து இங்குள்ள சிக்கல்களைச் சீராக்கவேண்டும். எண்ணிக்கொள், அவன் வந்தாலொழிய இக்கொடியவர்களிடமிருந்து என் மைந்தர்களுக்கு உரிமையான நிலத்தை நாம் மீட்கமுடியாது."

அபிமன்யூ "நான் எழுப்புகிறேன்... தேரிலேற்றிக் கொண்டுவருகிறேன்" என்றான். "என்னுடன் பிரலம்பன் என்னும் அணுக்கன் வருகிறான். நாளைமறுநாள் இருவருமாகச் செல்கிறோம்..." குந்தி "நாளைமறுநாளா? எதற்கு அத்தனை பிந்தவேண்டும்?" என்றாள். அபிமன்யூ கைகளைத் தூக்கி "என் உடன்குருதியினருடன் விளையாடப்போகிறேன். மூத்தவர் லட்சுமணன் எனக்காகக் காத்திருக்கிறார் என்றார்கள். அந்தியில் உண்டாட்டு உள்ளது. நாளை ஒரு நீர்விளையாட்டு..." என்றான்.

குந்தி "யார் சொன்னார்கள்?" என்றாள். "மூத்த தந்தையே சொன்னார்..." என்றான் அபிமன்யூ. "ஆயிரம் உடன்பிறந்தார்! பாட்டி, அங்கே அறுவருடன் ஆடிச் சலித்துவிட்டேன். சுருதகீர்த்தியும் சுருதசோமனும்தான்

சற்றேனும் ஆர்வமூட்டுபவர்கள். சார்வகன் சற்று மேல். இளையோர் இருவரையும் ஏவலர்களாகக் கொள்ளலாம். ஆனால் மூத்தவர் பிரதிவிந்தியரை எண்ணினாலே எனக்குக் கட்டைவிரல் அதிர்கிறது. எதைக் கேட்டாலும் நூலில் இருந்து மேற்கோள் காட்டுகிறார். அவர் ஏதோ முனிவருக்குப்பிறந்தவர் என நினைக்கிறேன்."

"வாயை மூடு, மூடா!" என்று குந்தி கூவினாள். "அறிவிலி... என்ன பேசுகிறாய்?" அபிமன்யூ "சூதர்கதைகளின்படி..." என்று சொல்லத் தொடங்க, அனல்கொண்டு "வாயை மூடு என்றேன்" என்றாள் குந்தி. "சரி" என்றான் அபிமன்யூ. "நீ அவர்களுடன் சேரப்போவதில்லை... நீ இங்கிருந்தே இப்போதே கிளம்புகிறாய்." அபிமன்யூ "இப்போதேயா? நான் நீராடி ஆடைகூட மாற்றவில்லை..." என்று சொன்னான். "நீ கிளம்பு. செல்லும் வழியில் அதற்கு நான் ஏற்பாடுகள் செய்கிறேன்... இங்கிருந்தே கிளம்பு!" அபிமன்யூ "உண்டாட்டில் என்ன பிழை?" என்றான்.

"இது என் ஆணை, இப்போதே நீ இந்நகரைவிட்டு நீங்கவேண்டும். இங்கு எவரையும் காணக்கூடாது" என்று குந்தி அவன் தோளைப்பற்றி நெரித்தபடி சொன்னாள். "ஆணை" என்றான் அபிமன்யூ. "மூடா, உன்னை ஏன் வரச்சொன்னேன் தெரியுமா? அந்த ஆயிரத்தவரையும் அச்சுறுத்துவதற்காக. என் மைந்தரால் அந்த ஆயிரம் இழிபிறவிகளையும் கொல்லமுடியாது. உன்னால் முடியும், அதை அவன் உணரவேண்டும் என்று காட்ட விழைந்தேன். நீ சென்று அங்கே சீராடி வந்திருக்கிறாய்."

அவள் முகம் சிவந்து கண்கள் நீர்கொண்டிருந்தன. "அவர்களை ஏன் கொல்லவேண்டும்?" என்றான் அபிமன்யூ. "நான் ஆணையிட்டதைச் செய், போ! உன் தந்தையர் மண்ணை மீட்டு அரசாளவேண்டும். அதற்காக வில்லேந்துவது உன் கடன்." அபிமன்யூ "நாம் கிளம்பிச்சென்று உசிநாரத்துக்கு அப்பால் காட்டில் ஒரு நகரை அமைத்தாலென்ன?" என்றான். கையை ஓங்கிக் கடுஞ்சினத்துடன் "நாவை அடக்கு, செல்! நான் சொன்னதைச் செய்!" என்றாள் குந்தி. "உங்களை இந்திரப்பிரஸ்தத்தில் ஏன் குருதிக்கொற்றவை என்கிறார்கள் என்று இப்போது புரிந்தது" என்றான் அபிமன்யூ. "ஆம், கொற்றவைதான். என் மைந்தரின் நிலம் இது. அவர்கள் பதின்மூன்றாண்டுகள் காட்டில் பிச்சைக்காரர்களாக அலைந்து மீண்டிருக்கிறார்கள். அவர்கள் நாடாள்வதை நான் காணவேண்டும்... அதற்காக முப்புரத்தையும் எரிப்பேன்" என்றாள் குந்தி.

"எரிப்போம்" என்று அபிமன்யூ சொன்னான். "ஆனால் நீங்கள் மானுடக்குருதியை அருந்துவதாகச் சொல்லப்படுவது பொய் என நினைக்கிறேன்." வாய்கோண கசப்புடன் சிரித்து "ஒருநாள் ஒரு துளியாவது குடித்துப் பார்ப்பேன்" என்றாள். அபிமன்யூ அவள் கன்னத்தைப்பற்றி

இழுத்து “சினம் கொள்கையில் நீங்கள் அழகு. சிரிக்கையில் மேலும் அழகு” என்றான். குந்தி விழிசற்று கனிய நகைத்து “வாயை மூடு, மூடன்போல பேசாமல்” என்றாள்.

“கொஞ்சும்போது மேலும் அழகு... நீங்கள் பேரழகி... இதைச் சொல்லாவிட்டால் என்னை அழகை அறியாத மூடன் என்று உலகு சொல்லும்.” “சரி போதும்” என்று அவனை அவள் அடித்தாள். “விராட அரசமகளை உனக்காகக் கொண்டுவந்திருக்கிறார்களே, நீ அங்கே சென்றாயோ என நினைத்தேன்.” அபிமன்யூ ஆர்வமில்லாமல் “ஆம் சொன்னார்கள். அழுதுகொண்டே இருக்கிறாள் என்றார்கள்” என்றான். குந்தி “பிறந்தநாட்டைப் பிரிந்தால் அழாமலிருப்பார்களா? நீ அவளைப் பார்க்கவேண்டாமா, அழகி என்றார்களே?” என்றாள். “ஆம், சொன்னார்கள்” என்றான். “ஏன் உனக்கு அழகிகளைப் பிடிக்காதா?” என்றாள் குந்தி. “அழகிகள் நாடெங்கும் நிறைந்திருக்கிறார்கள். அவள் அதிலொரு அழகி” என்றான் அபிமன்யூ. “தந்தைக்குச் சரியாக வந்து பிறந்திருக்கிறாய்” என்றாள் குந்தி சிரித்துக்கொண்டு.

“சரி, நான் விடைபெறுகிறேன். நள்ளிரவில் கிளம்பும்போது சொல்லிக்கொண்டு செல்லமுடியாதல்லவா?” என்றான் அபிமன்யூ. “இரு இரு, நள்ளிரவில் யார் கிளம்புவது? நீ இப்போதே கிளம்புகிறாய்” என்றாள் குந்தி. “ஆம், இப்போதே” என்ற அபிமன்யூ எழுந்துகொண்டு “நான் கையாண்டதிலேயே நீங்கள்தான் மிகக் கடினமான பெண்” என்றான். “என்ன சொல்கிறாய்? அறிவிலி” எனக் குந்தி சிரிப்புடன் கேட்டாள். “பெண்கள் பூனைகளைப்போல. எப்படியும் சரியாக நான்கு கால்களில் நிலம்வந்துவிடுவார்கள்” என்றான் அபிமன்யூ. “ஆனால் ஒவ்வொரு முறையும் நிலத்தில் வெவ்வேறு இடங்களுக்கு வந்து விழுவார்கள். ஒரே இடத்தில் சரியாக வந்துவிழும் பெண் நீங்கள்தான்.”

குந்தி “என்னை நீ ஏய்க்கமுடியாது- கிளம்பு!” என்றாள். “சரி” என அபிமன்யூ எழுந்துகொண்டான். தலைவணங்கி “விடைகொள்கிறேன், பாட்டி” என்றான். அவள் அவன் தலையைத் தொட்டு வாழ்த்தினாள்.

அபிமன்யூ வெளியே வந்தபோது காலடியோசை கேட்டே பிரலம்பன் பாய்ந்து எழுந்து “நான் விடைகொள்கிறேன், இளவரசே” என்றான். “எப்படி விடைகொள்ள முடியும்? பேரரசி என்னுடன் உன்னையும் இளையயாதவரைப் பார்க்க தூதனுப்பியிருக்கிறார்களே?” என்றான். “என்னையா? என்னை அவர்கள் எப்படி?” எனப் பிரலம்பன் தடுமாற, அறைக்குள் இருந்து வெளிவந்த குர்மிதன் “இளவரசே, உங்களுக்கும் இவருக்கும் புரவிகளும் பிறவும் ஒருக்க பேரரசி ஆணையிட்டிருக்கிறார்கள். இங்கிருந்தே கிளம்புகிறீர்கள் என்றார்கள்” என்றான். “பார்த்தாயா?” என்றான் அபிமன்யூ.

பிரலம்பன் குரல் கம்ம "இதெல்லாம் பெரிய..." என்று தொடங்கி உதடுகளை அழுத்திக்கொண்டான். "அஞ்சாதீர், நாம் போருக்கே செல்லவில்லை" என்றான் அபிமன்யூ. "போருக்கா? இளவரசே, நான் கோட்டைக்காவலன்..." குர்மிதன் "இவரைப்போல திறமையான ஒற்றரை நான் கண்டதே இல்லை. காவலராகவே மாறிவிட்டிருக்கிறார்" என்றான். "ஆம், கிளம்புவோம்" என்றான் அபிமன்யூ. "நான் இல்லம் சென்று அன்னையிடம் சொல்லிவிட்டு..." என்று பிரலம்பன் சொல்ல "அதை குர்மிதர் சொல்லிக்கொள்வார். நாம் இங்கிருந்தே கிளம்பவேண்டுமென்பது பேரரசியின் ஆணை" என்றான் அபிமன்யூ. பிரலம்பன் பெருமூச்சுடன் தலையை அசைத்தான்.

அவர்கள் கிளம்பி நகரத்தெருக்களினூடாகச் சென்றனர். பிரலம்பன் தலைகுனிந்து புரவிமேல் அமர்ந்திருக்க, அபிமன்யூ இருபுறமும் மாளிகைகளை நோக்கிக்கொண்டு வந்தான். ஒரு சூதர்குழு இசைக்கலங்களுடன் சென்றது. "என்ன நினைத்துக்கொண்டிருக்கிறீர்?" என்றான் அபிமன்யூ "நான் தொலைவில் உங்களை முதன்முதலாகக் கண்ட கணத்தை..." என்றான் பிரலம்பன். "அப்போது அறிந்திருக்கவில்லை..."

அபிமன்யூ அவ்வழியாகச் சென்ற ஓர் இளம்பெண்ணிடம் "உன் தந்தை பெயர் பாசகர் அல்லவா? நலமாக இருக்கிறாரா?" என்றான். "இல்லை" என்று அவள் சொன்னாள். "ஆம், பாரவர்... மாறிவிட்டது." அவள் "இல்லை" என்றாள். அவன் புரவியை மேலே செலுத்த பிரலம்பன் திரும்பி நோக்கியபின் பின்னால் வந்து புன்னகையுடன் "என்ன?" என்றான். "அழுத்தமான பெண்" என்றான். பிரலம்பன் திரும்பி நோக்கி "ஆம், திரும்பிக்கூட நோக்காமல் செல்கிறாள்" என்றான். "திரும்ப மாட்டாள். திரும்பக்கூடாதென அவளுக்குத் தெரியும்" என்றான் அபிமன்யூ.

கோட்டைமுகப்பை அடைந்தபோது அவன் கைவிடுபடைகளைக் கண்டு அருகே சென்றான். "பிரலம்பரே, இந்தக் கைவிடுபடைகள் எப்போது பொருத்தப்பட்டவை?" என்றான். "என் தந்தை இளமைந்தனாக இருக்கையிலேயே இவை இப்படி இறுகி நின்றுள்ளன" என்றான் பிரலம்பன். "அவை நாளையேகூட எவரையேனும் கொல்லலாம்... விந்தைதான்" என்றான் அபிமன்யூ. அவற்றைச் சுற்றிவந்தபடி "இந்த அம்புகளைத் தொடுத்தவர்கள் மறைந்துவிட்டார்கள். அவர்களின் வஞ்சமும் விசையும் மட்டும் அப்படியே எஞ்சியிருக்கிறது. அவர்களால் கொல்லப்படவிருப்பவர்கள் அப்போது பிறந்திருக்கவில்லை" என்றான்.

பிரலம்பன் நெஞ்சு திடுக்கிட அவற்றை ஏறிட்டு நோக்கினான். அவன் இளமைமுதலே கண்டுவரும் படைக்கலத்தொகை அது. அவை

அனைத்தும் உயிர்கொண்டுவிட்டவைபோலத் தோன்ற அவன் விலகிச்சென்றான். "இங்கே எங்கெல்லாம் நாம் காணாத வஞ்சமும் சினமும் பழியும் விசைகொண்டு கூர்சூடிக் காத்திருக்கின்றன என நாம் அறியமாட்டோம், பிரலம்பரே" என்றான் அபிமன்யூ.

பிரலம்பன் அங்கே நிற்கவே அஞ்சி புரவியைப் பின்னால் செலுத்தி "செல்வோம், இளவரசே" என்றான். "மானுடர் மண்ணில் எதையெல்லாம் விட்டுச்செல்கிறார்கள் என்று எவருக்காவது தெரியுமா? தெரிந்துகொள்ளவும் முடியுமா?" என்றபடி அபிமன்யூ ஆயிரம் அம்புகள் உடலெங்கும் விடைத்து நிற்க முள்ளம்பன்றி என நின்ற கைவிடுபடை ஒன்றை அணுகிச் சுற்றிவந்தான். அதன் இருபது பெருவிற்களும் இறுகி நாண் விம்ம நின்றிருந்தன.

"செல்வோம், இளவரசே" என்றான் பிரலம்பன். "ஆம், செல்வோம். பொழுதாகிறது" என்றபடி அபிமன்யூ புரவியைத் திருப்பினான். "பிரலம்பரே, இங்கே கண்ணுக்குத் தெரியாமல் விசைகொண்டிருப்பது எது தெரியுமா?" என்றான். பிரலம்பன் இல்லை எனத் தலையசைத்தான். "சத்யவதியன்னையின் வஞ்சம்" என்றான் அபிமன்யூ.

3

அபிமன்யூ கௌரவவனத்தின் வாயிலை அடைந்ததுமே உள்ளே ஏரி உடைந்து அலையெழுநீர் அணைவதுபோல ஓசை கேட்டது. செறிவாக மரங்களை நட்டு உருவாக்கப்பட்ட கோட்டையின் வாயில் மூங்கில்களால் ஆனது. அங்கே காவலுக்கு இருந்த இரு வீரர்களும் முதியவர்களாக இருந்தனர். ஒருவரின் மீசையைத் தாங்கும் எடையே அவர் உடலுக்கிருக்காதென்று தோன்றியது. இன்னொருவர் ஒரு கண் மட்டும் கொண்டவர். சிப்பி போன்ற நோக்கிலாக் கண் அவர் நோக்குகையில் துள்ளியது. அபிமன்யூ அவர்களை அணுகி "உள்ளே செல்ல ஒப்புதல் வேண்டும்" என்றான்.

"இதற்குள் செல்லவா?" என்றார் முதியவர், கையூன்றி எழுந்து அருகே வந்தபடி. "ஏன்?" என்றான் அபிமன்யூ. "இதற்குள் பொதுவாக எவரும் செல்வதில்லை." அபிமன்யூ "எவருமேவா?" என்றான். "ஆண்கள்" என்றார்

பூவிழியர். "இதைக் கலிவனம் என்று ஊரில் அழைக்கிறார்கள்" என்ற முதியவர் "நீர் ஏதோ வழிதவறி வந்தவர் என நினைக்கிறேன். உமது அன்னைக்கு நற்பேறு இருப்பதனால் உசாவினீர். திரும்பி ஓடிவிடும்" என்றார். பிரலம்பன் "ஓசை கேட்கிறது" என்றான். அபிமன்யூ "ஆம், போர்க்களம்போல ஓசை" என்றான். முதியவர் "ஓசையா? எங்கே?" என்றார். பூவிழியர் "இங்குதான் ஏதோ ஓசை எப்போதும் கேட்டுக்கொண்டிருக்கிறதே?" என்றபின் அபிமன்யூவிடம் "நேற்று பத்து அத்திரிகளைக் கயிறுகட்டித் தூக்கி மரங்களின் மேலிருக்கும் பரணுக்குக் கொண்டுசென்றுவிட்டனர். அந்த உயிர்கள் கதறிய கதறலில் இங்கே எஞ்சியிருந்த காகங்களும் பறந்துசென்றுவிட்டன..."

என்றார். அபிமன்யூ மெல்ல "நல்ல முரசுச்செவிடுகள்" என்றான். பிரலம்பன் புன்னகைத்தான். முதியவர் "எனக்குக் காது கேட்காது. ஆனால் இதழ்களைப் படிப்பேன்" என்றார். அபிமன்யூ "இல்லை, நான் சொல்லவந்தது..." என்று சொல்லப்போக அவர் "முரசறைந்து தெரிவிக்கும் வழக்கம் இங்கில்லை. அரசகுடியினருக்குக்கூட" என்றார். பிரலம்பன் சிரிப்பை அடக்கியபடி வேறுபக்கம் திரும்பிக்கொண்டான். "நாங்கள் உள்ளே செல்லலாமா?" என்றான் அபிமன்யூ. "இங்கே எவரும் எதையும் எங்களிடம் கேட்பதில்லை... கேட்டால் நாங்கள் நெறிகளைச் சொல்வோம்" என்றார் முதியவர்.

மரக்கூட்டங்களின் நடுவேயிருந்து பன்றிக்கூட்டம் கிளம்புவதுபோல இளைய கௌரவர்கள் தோன்றினர். "ஒரு படை அணைவதுபோல!" என்றான் பிரலம்பன். "நூறுபேர் இருப்பார்களா?" என்றான் அபிமன்யூ. ஆனால் மேலும் மேலுமென வந்தபடியே இருந்தனர். முன்னால் வந்தவன் அபிமன்யூவைவிட உயரமாக பெரிய தோள்களுடன் இருந்தான். தொலைவிலேயே அலையெழுந்த பெருந்தசைகளில் பற்களும் விழிகளும் தெரிந்தன. அனைவரும் வெவ்வேறு முகங்களும் தோற்றங்களும் கொண்டிருந்தாலும் அசைவால் உணர்வால் ஒன்றுபோலவே இருந்தனர். "நிழல்பெருக்கு போல" என்றான் பிரலம்பன். "நீர் இசைச்சூதருக்குப் பிறந்தவர்" என்றான் அபிமன்யூ.

அவர்கள் வந்த அதே விசையில் இருவரையும் அறைந்து தூக்க, அபிமன்யூ அவர்களின் தலைகளின் கொந்தளிப்புக்குமேல் அலைபாய்ந்தான். பிரலம்பனைத் தூக்கி வானில் வீசி வீசிப் பிடித்தனர். "அபிமன்யூ! அபிமன்யூ" எனக் குரல்கள் ஒலித்தன. "நான் இளவரசர் அல்ல... அவர்தான் இளவரசர்" என்று பிரலம்பன் கூவினான். பலமுறை அவனைத் தூக்கி வீசிய பின்னரே அவர்கள் அதை உணர்ந்தனர். அப்படியே அவனை நிலத்திலிட்டபின் அப்பால் வானில் தத்திச் சென்றுகொண்டிருந்த அபிமன்யூவை நோக்கிக் கூச்சலிட்டபடி சென்றனர். பிரலம்பன் புரண்டு அவர்களின் கால்களில் மிதிபட்டு உயிர்விடாமல் தப்பினான். அவர்களுக்குப் பின்னால் திகைத்து நின்றபின் "இளவரசே" என்று கூவியபடி ஓடினான்.

அவர்கள் கரிய ஒழுக்குபோல சென்று மரங்களுக்கிடையே மறைந்தனர். உள்ளே சுழற்காற்று புகுந்துவிட்டதுபோல காடு கொந்தளித்தது. கூச்சல்களும் சிரிப்போசையும் எழுந்தன. பிரலம்பன் ஓடிச்சென்று காவலர்களிடம் "எங்கே செல்கிறார்கள்?" என்றான். அவர்கள் அங்கே நிகழ்ந்தவற்றையே அறியாதவர்கள்போல இயல்பாக அமர்ந்துகொண்டிருந்தனர். முதியவர் வாயிலிட்டிருந்த பாக்கைக் கன்னத்தில் அதக்கியபடி "காட்டுக்குள் செல்கிறார்கள். அங்கேதான்

அவர்களின் மாளிகைகள் உள்ளன" என்றார். "உள்ளே செல்லலாமா?" என்று பிரலம்பன் கேட்டான். "உள்ளே செல்ல விரும்புபவர்களை நாங்கள் இதுவரை கண்டதில்லை" என்றார் பூவிழியர்.

பிரலம்பன் திரும்பி காட்டுவழி நோக்கி ஓடினான். காட்டுக்குள் அத்தனை மரங்களின் அடியிலும் காலடிப்பாதைகள் இருந்தன. அவை ஒன்றுடன் ஒன்று பின்னி வலைபோல விரிந்தன. திகைத்தபின் ஓசைகேட்ட திசை நோக்கி அவன் சென்றான். மரங்களின்மேல் பறவைகளோ கிளைகளில் குரங்குகளோ இல்லை என்பதை அறிந்தான். சில மரங்கள் உடைந்தும் சரிந்தும் கிடந்தன. சில பாறைகள் உருண்டு மண்படிந்த அடிவயிற்றைக் காட்டியபடி கிடந்தன. ஒருசில கதைகள், உழலைத்தடிகள் வீசப்பட்டிருந்தன.

அவன் தொலைவில் மாளிகைநிரையைக் கண்டான் அஸ்தினபுரியின் அமுதகலசக் கொடியும் துரியோதனனின் அரவுக்கொடியும் அவற்றில் பறந்தன. பெரிய முற்றத்தில் ஏராளமான தேர்களின் உடைசல்கள் சிதறிக்கிடக்க அவற்றிலேயே புரவிகள் கட்டப்பட்டிருந்தன. அத்திரி ஒன்று கூரைவிளிம்பில் நின்றிருந்தது. அதை முதலில் சிலை என எண்ணிய பிரலம்பன் அது அவ்விளிம்பில் ஏற்றி நிறுத்தப்பட்டிருக்கிறதென்று உணர்ந்ததும் மெல்லிய உடல் விதிர்ப்புகொண்டான். மாளிகைகளுக்குப் பக்கவாட்டிலிருந்த முற்றத்தில் யானைகள் கந்துகளில் கட்டப்பட்டிருந்தன. ஒரு யானை உரக்கப் பிளிறி அவனை நோக்கி துதிமுனை நீட்டியது.

அவன் தயங்கி நின்றான். அப்பகுதியில் எவரையும் காணவில்லை. அங்கே ஏவலர் எவரேனும் இருக்கவேண்டுமே என்று எண்ணினான். உள்ளே செல்லும் துணிவும் வரவில்லை. உள்ளே ஏதோ கூச்சல் வெடித்தெழ சாளரத்தினூடாக மரத்துண்டுகள் வெளியே வந்து முற்றத்தில் விழுந்தன. அவை உடைந்த பீடங்கள் என்று தெரிந்தது. அவன் தன்னைத் திரட்டிக்கொண்டு முற்றத்தை அணுகினான். மேலுமொரு கூச்சல் பீறிட்டெழ பீடங்களும் கலங்களும் கோப்பைகளும் மேலிருந்து பொழிந்தன.

அகவை முதிர்ந்த செவிலி ஒருத்தி கையில் ஒரு குடுவையுடன் இடைநாழியில் தோன்றி நெற்றியில் கைவைத்து நோக்கி "யார்?" என்றாள். "நான்..." எனத் தயங்கி "இந்திரப்பிரஸ்தத்தின் இளவரசருடன் வந்தேன்..." என்றான். "இங்கே அனைவருமே இளவரசர்கள்தான்..." என்ற முதுமகள் "அங்கே மேலே இருக்கிறார்கள்..." என்றாள். பிரலம்பன் "எந்த அறையில்?" என்றான். "இளைஞரே, இங்கே எல்லா அறைகளிலும் அவர்கள்தான் இருக்கிறார்கள். அவர்கள் ஆயிரம்பேர்... தெரிந்திருப்பீர்..." பிரலம்பன் "ஆம்" என்றான்.

மேலிருந்து ஒருவன் வீசப்பட்டு வந்து முற்றத்தில் விழுந்தான். பதினேழு அகவை இருக்கும். "ஆ!" எனக் கூவி அவனை நோக்கிக் காலெடுக்க, முதுமகள் "அதிலெல்லாம் நாம் ஈடுபட முடியாது... நம் பணியை நாம் செய்வோம்" என்றாள். அவன் எழுவதற்குள் அவன்மேல் இன்னொருவன் வந்து விழுந்தான். ஓர் எடை மிக்க பீடமும் வந்து அருகே விழுந்தது. அவர்கள் இருவரும் சினத்துடன் கூச்சலிட்டபடி படிகளைப் பொருட்படுத்தாமல் சுவர்விளிம்புகளில் பற்றி மேலேறிச் செல்ல, இன்னொருவன் வந்து முற்றத்தில் விழுந்தான். எங்கோ பேரொலியுடன் ஒரு தூண் முறிந்தது.

"எவரும் இறப்பதெல்லாம் இல்லையா?" என்றான் பிரலம்பன். "இதுவரை இல்லை..." என்றாள் முதுமகள். "ஆனால் உண்மையில் எவரேனும் இறந்தார்களா என்றும் சொல்லமுடியாது... அவர்கள் ஆயிரத்துக்கும் மேல். எப்போது எண்ணிப்பார்த்தாலும் ஒன்றிரண்டு குறைந்தும் கூடியும்தான் எண்ணிக்கை இருக்கிறது." பிரலம்பன் "அனைவரும் ஓரிடத்திலிருக்கவேண்டுமே" என்றான். "அவர்களின் பெரிய தந்தை கர்ணனின் முன் மயங்கிய பாம்புகள்போல அசைவிழந்திருப்பார்கள்... அப்போது எண்ணிவிடலாம்." பிரலம்பன் "நான் என் இளவரசரை இந்தச் சுழிக்கொந்தளிப்பிலிருந்து மீட்டுக்கொண்டு செல்லவேண்டும், செவிலியே. என் பெயர் பிரலம்பன்" என்றான். "இங்கிருந்தா? இங்கிருந்து இவர்களே தூக்கி வெளியே வீசாமல் எவரும் செல்லமுடியாது. யானைகளே சிக்கித் தவிக்கின்றன" என்றபின் செவிலி நடந்தாள்.

பின்னால் சென்று "தங்களை நான் அறிந்துகொள்ளலாமா?" என்றான் பிரலம்பன். "என் பெயர் ஊர்மி. நான் இவர்களின் முதலன்னை பானுமதியுடன் காசியிலிருந்து வந்த சேடி. இவர்களில் நூறுபேரையாவது நானே வளர்த்திருப்பேன்... ஆனால் எவரெவர் என என்னால் இக்கூட்டத்தில் கண்டுபிடிக்கமுடிவதில்லை." பிரலம்பன் "அவர்களுக்குத் தெரியுமே?" என்றான். "இளைஞரே, அவர்கள் தனித்தனியான உள்ளம் கொண்டவர்கள் அல்ல" என்றபடி அவள் சென்றாள்.

தயங்கியபின் படிகளில் ஏறி மேலே சென்று கால்திடுக்கிட்டு நின்றான். நடுவே நாலைந்து படிகள் உடைந்து வெற்றிடமிருந்தது. கீழே அவை உதிர்ந்து கிடப்பதும் தெரிந்தது. கைப்பிடி ஆடிக்கொண்டிருந்தது. மேலேறிச் சென்றபோது முதல்பெருந்தூணே விரிசலிட்டு நிற்பதைக் கண்டான். இடைநாழியிலேயே பலகை பெயர்ந்து உள்ளே ஆள் விழுமளவுக்குப் பெரிய பள்ளங்களிருந்தன. கூரையில் பெரிய இடைவெளிகள். அவற்றினூடாக உள்ளே விழுந்த வெயில் துணிபோலக் கிடந்தது. கூரைக்கு மேலே எவரோ நடக்கும் ஓசை. அறைகள் அனைத்திலும்

இருந்து குழறல்கள், சிரிப்புகள், பிளிறல்கள், அகவல்கள், கூவல்கள், கூச்சல்கள்...

பட்டியல் முறியும் ஒலியுடன் கூரைத்துளை வழியாக ஒருவன் உள்ளே இறங்கிக் குதித்தான். அவனிடம் "மது கொண்டுவா, மூடா!" என ஆணையிட்டுவிட்டு இன்னொரு அறைக்குள் நுழைந்தான். அதே விசையில் வெளியே வந்து விழுந்தான். அவனை அறைந்தவனை எழுந்து திருப்பி அறைந்தான். இருவரும் மாறிமாறி வெறியுடன் அறைந்துகொண்டனர். அடிகள் ஒவ்வொன்றும் வெடிப்போசையுடன் விழுந்தன. பிரலம்பன் சுவரோரமாகச் சாய்ந்துகொண்டான். இருவரும் ஓட, வேறுசிலர் அறைக்குள் இருந்து வெளியே வந்து நோக்கிச் சிரித்தனர். ஒருவன் பிரலம்பனை நோக்கி "மது கொண்டுவாடா, அறிவிலி" என்று ஆணையிட்டுவிட்டு தள்ளாடியபடி உள்ளே சென்றான்.

பெரிய கூடமொன்றை நோக்கித்திறந்த வாயிலினூடாக பிரலம்பன் எட்டிப்பார்த்தான். அங்கே தோளோடு தோள் நெரிய இளைய கௌரவர் நிறைந்திருந்தார்கள். பேச்சொலிகள் எல்லாமே கூச்சல்களாக எழ, குவைக்கூரை முழங்கிக்கொண்டிருந்தது. அவர்கள் நடுவே ஒரு பீடத்தில் அபிமன்யூ நின்றிருந்தான். அவனருகே இன்னொரு பீடத்தில் இடையில் கைவைத்து நின்றிருந்த பட்டத்து இளவரசனாகிய லட்சுமணனை பிரலம்பன் முன்னரே கண்டிருந்தான். கரிய பெருந்தோள்களும் அகன்ற தாடையும் சிறு கண்களுமாக அவன் துரியோதனன் போலவே தெரிந்தான்.

கூச்சல்கள் ஓங்கின. அபிமன்யூ கையிலிருந்த பெரிய பீதர்நாட்டுக் குடுவையைத் தூக்கி அதன் மூக்கை தன் வாயில் வைத்து ஒரே இழுப்பில் குடிக்கத் தொடங்கினான். கூச்சல்கள் அடங்க அவர்கள் அவனைத் திகைப்புடன் நோக்கினர். முழுக் குடுவையையும் குடித்துவிட்டு அவன் அதைத் தூக்கி வீசினான். இருவர் பாய்ந்து அதைப் பிடித்தனர். அதில் துளி எஞ்சவில்லை என்பதைக் கண்டு கூச்சலிட்டு சூழ்ந்து அபிமன்யூவைத் தூக்கி மேலே வீசிப்பிடித்தனர். அபிமன்யூ முன்னரே ஒரு குடுவை மதுவை அருந்தியிருந்தான். அந்தக் குடுவையை ஒருவன் எடுத்துவந்தான்.

அபிமன்யூவால் நிற்க முடியவில்லை. குமட்டியபடியும் தள்ளாடியபடியும் கைகளைத் தூக்கி வாய் கோணலாக ஊளையிட்டான். தனக்குத்தானே சிரித்துக்கொண்டான். தலை துவண்டுவிழ, உடல் வளைந்து தன்னைத் தூக்கிய இளைய கௌரவர்களின் உடல்மேலேயே விழுந்தான். கூடம் ததும்பிக்கொண்டே இருந்தது. மறுபக்க வாயிலினூடாக ஒரு கூட்டம் உள்ளே பிதுங்கி நுழைய, பிரலம்பன் இன்னொரு வாயிலினூடாக

வெளியே தள்ளப்பட்டான். மீண்டும் கூடத்திற்குள் நுழைய அவனால் முடியவில்லை. அவனருகே தரையில் ஒருவன் அமர்ந்து ஊளையிட்டுக்கொண்டிருந்தான். அவன் மூக்கிலிருந்து குருதி வழிந்தது. ஒரு காது பாதி அறுந்து தொங்கியது.

சிவந்த கண்களால் அவன் பிரலம்பனை நோக்கினான். வாய் இழுபட்டுக் கோண, கண்களில் ஒன்று சுருங்கி அதிர "நான் நாகதத்தன்! உலகிலேயே..." எனக் கைதூக்கியபின் "மது கொண்டுவாடா, இழிமகனே" என்றான். "இளவரசே, தங்கள் செவி..." என்றான் பிரலம்பன். "ஆம், அவன் செவி... இங்கே பாருங்கள் அவன் செவியை" என ஒருவன் கைசுட்டிச் சிரித்தான். "அயல்வணிகரே, நான் உக்ரசேனன். ஆனால் அவன் சத்யசந்தன். ஆகவே..." என்று சிரித்த அப்பால் நின்றவன் மேலும் மேலும் தனக்குத்தானே மகிழ்ந்து சிரித்து "அயல்வணிகரே, உண்மையில் நான்... நான் உக்ரசேனன். ஆனால் அவன் சத்யசந்தன். ஆகவேதான்..." என்றான்.

பிரலம்பன் பின்னால் சென்று அப்படியே இன்னொரு அறைக்குள் நுழைந்தான். அங்கே மேலிருந்து விழுந்தவர்கள்போல சிதறிக் குவிந்துகிடந்தவர்களை மிதிக்காமல் கடந்துசென்று இடைநாழியை அடைந்தான். அங்கே படியேறி வந்த ஒருவன் "சம்புவைப் பார்த்தீரா?" என்றான். "நான் இந்திரப்பிரஸ்தத்தின் இளவரசரின் அணுக்கன். அவருடன் வந்தேன். ஆனால்..." என்றான். "அவருடன் வந்தீர்களா? நன்று. என் பெயர் சுஜாதன், உபகௌரவன்" என அவன் தன்னை அறிமுகம் செய்துகொண்டான். "கீழே உணவு ஒருங்குகிறது. அதை மேற்பார்வையிட எவருமில்லை. சம்புவையோ துஷ்பராஜயனையோ அழைத்துச்செல்லலாம் என்று வந்தேன்" என்றான்.

"நான் வருகிறேன்" என்றான் பிரலம்பன். "இங்கிருந்து பயனுள்ளமுறையில் ஒழிவதே நன்று என்று தோன்றுகிறது." சுஜாதன் நகைத்து "ஆம், இவர்களுக்குக் குடியும் தீனியும் மற்போருமன்றி எதுவும் தெரியாது" என்றான். பிரலம்பன் இவர் ஏன் இங்கே இருக்கிறார் என எண்ணியதுமே சுஜாதன் "ஆம், நான் இருக்கவேண்டிய இடமல்ல இது. ஆனால் இவர்கள் நல்லுள்ளம் கொண்டவர்கள். கொடுப்பதில் உவகைகொள்பவர்கள். தன்னை மறந்து பிறருடன் இணைந்துகொள்பவர்கள். இங்கிருக்கையில் நான் அடையும் உவகையை எங்குமே அடைவதில்லை. இவர்களிடமிருந்து எனக்கு விடுதலை இல்லை என்றே உணர்கிறேன்" என்றான்.

அவர்களுக்கு எதிரே வந்த பதினாறாண்டு அகவைகொண்ட இளைய கௌரவனின் முகம் முழுக்க உலர்ந்த குருதி இருந்தது. "மூத்தவரே, என்னைக் கன்மதன் அடித்தான்" என்றான். "நீ என்ன செய்தாய்?"

என்றான் சுஜாதன். அவன் இதென்ன வினா என்பதைப்போல "நான் அவனை அடித்தேன்" என்றான். "இப்போது எங்கே செல்கிறாய்?" என்றான் சுஜாதன். "நான் துர்தசனை அடிக்கச்செல்கிறேன்" என்றான். "ஏன்?" என்று பிரலம்பன் கேட்டான். "அவன் என்னை அடித்தான்" என்றான். "உங்களைக் கன்மதர் அல்லவா அடித்தார்?" அவன் யாரிவன் அறிவிலாமல் என்பதுபோல நோக்கி "அவனுக்கு முன்னால் இவன் அடித்தான்" என்றான்.

"செல், அடி!" என்றபின் சுஜாதன் நடந்தான். "சற்றுநேரத்தில் உணவின் மணம் எழுந்துவிடும். உடனே அத்தனை போர்களும் முடியும்." பிரலம்பன் "இவர்கள் ஏன் அடித்துக்கொள்கிறார்கள்?" என்றான். "ஏன் என்ற வினாவுக்கே இங்கு இடமில்லை. இங்கே எது விளையாட்டு எது வினை என்பதையும் நாம் அறியமுடியாது." "இங்கே ஏவல் பணியாளர்கள் இல்லையா?" என்றான் பிரலம்பன். "மிக அரிதாக சிலர். வந்தவர்கள் இரவோடிரவாக ஓடிவிடுவார்கள். காதும் கண்ணும் இல்லாத முதியவர்கள் எலிகளைப்போல எவர் விழிகளுக்கும் படாமல் வாழ்கிறார்கள். மற்றபடி சமையல் பரிபேணல் கரிபுரத்தல் எல்லாமே இவர்கள்தான்..."

பெரிய கொட்டகை போலிருந்தது அடுமனை. உள்ளே நூற்றுக்கும் மேற்பட்ட அடுப்புகள் தழல்கொண்டிருந்தன. அவ்வொளியில் உடல் வியர்த்துப் பளபளக்க, கிளறியும் கிண்டியும் கலக்கியும் எரிபேணியும் நின்றிருந்தவர்கள் திரும்பி நோக்கினர். ஒருவன் "இளையோனே, துர்த்தசனையும் கஜபாகுவையும் உடனே வரச்சொன்னேனே?" என்றான். "வரவில்லையா? அவர்களிடம் நான் சொன்னேன்" என்றான் சுஜாதன். "இளையோனே, நீ வந்து இந்த எரியைப் பேணு... கருகிவிடக்கூடாது" என்றபடி அவன் தன் பெருந்தோள்களை விரித்து சோம்பல் முறித்தான்.

அரக்கர்களுக்கான அடுமனை எனத் தோன்றியது. கொட்டகைக்குள் தோலுரிக்கப்பட்டமையால் சிவந்திருந்த பெரிய எருமைகள் முழுத் தலையும் கொம்புமாக உத்தரத்தில் இருந்து தலைகீழாகத் தொங்கின. பன்றியிறைச்சிகள் வெட்டி அடுக்கப்பட்ட வேங்கைமரத் தடிபோல பாளம்பாளமாக பலகையில் இடையளவுக்கு இருந்தன. பெரிய குறுக்குவெட்டுத்தடிப் பீடத்தில் ஊன்பலகைகளை வைத்து கோடரிகளால் தறித்துக் குவித்துக்கொண்டிருந்தனர் இருவர். ஊன் குன்றுகளிலிருந்து பெரிய கலங்களில் அள்ளிக்கொண்டுசென்று கொதிக்கும் கலங்களிலிட்டனர். தரையில் காய்கறிகள் மிதிபட்டன.

“உன் பெயரென்ன?” என்றான் ஒருவன். “பிரலம்பன்.” “நம்மில் இந்தப் பெயரைக் கேள்விப்பட்டதே இல்லையே” என்றான் இன்னொருவன். “மூத்தவரே, இவன் உபகௌரவன் அல்ல. காவலன், ஆடையைப் பாருங்கள்!” அவன் “ஆம், அடேய்! நீ என்ன செய்கிறாய் என்றால் நேராகக் கரவறைக்குச் சென்று மதுக்குடம் ஒன்றை...” எனத் தொடங்க சுஜாதன் “அடுமனைப்பணி முடிவதுவரை குடிக்கவேண்டியதில்லை” என்றான். அவன் சுஜாதனைவிட மூத்தவன் என்றாலும் ஆணையை ஏற்பதுபோல அச்சொல்லைப் பெற்றுக்கொண்டு “ஆனால்...” என்றபின் “அடுமனைப்பணி விரைவில் முடியும்” என்றான்.

சுஜாதன் “நீர் காய்கறிகளைக் கொண்டுசெல்லும்” என்றான். பிரலம்பன் “ஆணை” என்று காய்கறிகளைக் கூடைகளில் அள்ளிக்கொண்டுசென்று அடுகலங்களில் இட்டான். அப்பால் பன்னிருவர் வெந்த அப்பங்களைக் கொண்டுசென்று பாய்களில் குவித்தனர். இன்னொரு பாயில் வெண்ணிறச் சோறு குவிந்திருந்தது. “போடா!” என உரக்கக் கூவியபடி ஒருவன் இன்னொருவனை அறைய அவன் திருப்பி அடித்தான். சுஜாதன் “சுப்ரஜா, என்ன அங்கே?” என்றான். “கொசுக்கடி” என்று அவன் தாழ்ந்த குரலில் சொன்னபடி எண்ணெய்க் கலத்துடன் சென்றான். அவன் உடலைக் கையால் வருடிய ஒருவன் “எண்ணெய்!” எனச் சிரித்தான். அனலாட்டத்தில் இருள்நெளிந்த கொட்டகைக்குள் அவர்களின் வியர்வைமணம் உணவுமணத்துடன் கலந்திருந்தது.

உள்ளே பாய்ந்து வந்தவன் “ஒருக்கமா? உணவு ஒருக்கமா?” என்று கூவினான். “மூத்தவர் கேட்டுவிட்டார். கேட்ட மறுகணமே வழக்கம்போலக் கூச்சலிடவும் தொடங்கிவிட்டார்.” நால்வர் ஒரே குரலில் “ஒருக்கம்தான்...” என்று சொல்லிக்கொண்டிருக்கையிலேயே கலங்கள் கால்பட்டு உருண்டன. ஒரே நேரத்தில் நூற்றுக்கும் மேற்பட்டவர்கள் அடுமனைக்குள் நுழைந்தனர். “எங்கே உணவு? மூத்தவருக்கு உணவு எங்கே?” என்று கூவினர். கையிலகப்பட்ட கலங்களில் ஊன்கறியையும் அப்பங்களையும் அன்னத்தையும் அள்ளிக்கொண்டு சென்றனர். சிலர் கலங்களை அப்படியே தோளிலேற்றிக்கொண்டனர். அலைமேல் படகென கலங்கள் சில ஊசலாடி மிதந்து சென்றன.

அப்பால் “மூடா, எங்கே உணவு?” என்ற கூச்சல் எழுந்தது. யாரோ யாரையோ அடிக்கும் ஓசை. காலடிகள் ஒலிக்க சிலர் ஓடிவந்தனர். “உணவு எங்கே? மூத்தவர் கேட்கிறார்.” பிரலம்பன் “உணவு சென்றுவிட்டது” என்றான். வந்தவர்கள் சூழ நோக்கி எஞ்சிய சமைக்காத ஊனையும் மாவையும் தூக்கிக்கொண்டு சென்றார்கள். பிரலம்பன் அவர்களுக்குப் பின்னால் சென்றான். அங்கே திறந்த முற்றத்திலும் இடைநாழியிலும் கூடங்களிலுமாக உபகௌரவர் உணவுண்டுகொண்டிருந்தனர். இரு

கைகளாலும் உணவை அணைத்தனர். அள்ளி உடல்சேர்த்துக்கொண்டனர். உணவுடன் முயங்கி பொருதி ஊடி கூடிக் கொண்டாடினர். உறுமல்கள், முனகல்கள், முரலல்கள், சவைப்பொலிகள், நக்கலோசைகள்.

மாளிகைக்குள் சென்று சிறிய சாளரத்தினூடாக பிரலம்பன் உள்ளே நோக்கினான். லட்சுமணன் தன் மடியில் அபிமன்யூவை வைத்து ஊட்டிக்கொண்டிருந்தான். “போதும், போதும்” என்றான் அபிமன்யூ. “உண்க, இளையோனே... உண்க!” என்றான் லட்சுமணன். ஒருவன் பெரிய ஊன் துண்டுடன் எழுந்து “இது சுவையானது... பன்றிக்குமேல் ஊனில்லை, விஷ்ணுவுக்குமேல் தெய்வமும் இல்லை” என்றான். அதை தன் எச்சில் கையால் அபிமன்யூவின் வாயில் ஊட்டினான். அதைக்கண்டு அத்தனைபேரும் ஆளுக்கொரு துண்டு ஊனுடன் எழுந்து அபிமன்யூவிற்கு ஊட்டவந்தனர்.

சுஜாதன் பிரலம்பனின் தோளில் தட்டி “என்ன செய்கிறீர்?” என்றான். “இளவரசரை ஊனை ஊட்டியே கொல்வார்கள் என்று படுகிறது” என்றான். “அவர்கள் உணவு வழியாக மட்டுமே அன்புசெய்யக் கற்றவர்கள்... வருக!” என்றான் சுஜாதன். “அங்கே பழச்சாறு எங்கே இருக்கிறது என்று காட்டும்.” பிரலம்பன் அவனுடன் சென்று பழச்சாறு இருந்த பெரிய பீப்பாயைக் காட்டினான். “உள்ளே எவராவது விழுந்துகிடக்கிறார்களா பாரும்... முன்பொருமுறை ஒருவனை உள்ளிருந்து எடுத்தோம்” என்றான் சுஜாதன். வெளியே பெரும் கூச்சல். “என்ன அது?” என்ற சுஜாதன் வெளியே எட்டிப்பார்த்து “எதற்கு வெளியே வருகிறார்கள்?” என்றான்.

பிரலம்பன் வெளியே சென்று நோக்கியபோது அபிமன்யூ இளைய கௌரவர்களால் சுமக்கப்பட்டு வெளிவந்தான். அவனைச் சூழ்ந்து அவர்கள் கூச்சலிட்டபடி உணவை எடுத்து வீசினர். அவன் உடலெங்கும் ஊனும் சோறும் வழிந்தன. ஒருவன் வில் ஒன்றைக் கொண்டுவர, இன்னொருவன் அம்புக்குடுவையைக் கொண்டுவந்தான். அபிமன்யூவின் விழிகள் பாதி மூடியிருக்க தலை எடைகொண்டு இடப்பக்கமாகத் தள்ளியது. கைகள் குழைந்து தொங்கின. கோணலாக இழுத்துக்கொண்ட வாயில் இருந்து கோழை வழிந்தது. லட்சுமணன் “இதோ... ஓசை வேண்டாம்... இதோ” என்று கூச்சலிட்டான். “இதோ, இளையோன் நமக்கு வில்திறன் என்றால் என்னவென்று காட்டுவான்.”

இளையவர்கள் பெருங்குரலெழுப்பினர். “அவன் தந்தையை சிறியோனாக்கும் வீரன்!” என்றான் லட்சுமணன். “தந்தைக்குச் சொல்லுரைத்தவன்... அதாவது...” என்றபின் அருகே நின்றிருந்த இளையவனிடம் “அவன் யார்?” என்றான். “குமரன்” என்றான் அவன்.

“ஆம், குமரன். இதோ, இவன் என் தம்பி... இவன் பெயர்” எனச் சொல்லி கைகள் காற்றில் நிலைக்க எண்ணம் குவிக்க முயன்று பின் அவனிடமே “உன் பெயர் என்ன?” என்றான். “சுஜயன். சுபாகுவின் மைந்தன்.” லட்சுமணன் “ஆம், சிறிய தந்தை சுபாகுவின் மைந்தன். தன் முதலாசிரியனாகச் சிறியதந்தை அர்ஜுனரை எண்ணி வில்கற்றுத் தேர்ந்தவன். அர்ஜுனரை வெல்ல எவராலுமியலாது என்றான்... நான் சொன்னேன் அவர் மைந்தனால் இயலும் என்று.”

லட்சுமணன் கைகளைத் தூக்கி “ஏனென்றால் மாமனிதர்களைக் கண்டு தெய்வங்கள் அஞ்சுகின்றன. ஆகவே அவர்களுக்கு மேலும் திறன்கொண்ட மைந்தர்களை அளிக்கின்றன” என்றவன் உரக்க நகைத்து “அல்லது திறனே அற்ற மைந்தர்களை அளிக்கின்றன” என்றான். இளைய கௌரவர் வெடித்துச் சிரித்தார்கள். “இப்போது என் இளையோனாகிய அபிமன்யூ அவன் தந்தை செய்ததும் பிறர் செய்யமுடியாததுமான வில்திறனைச் செய்து காட்டுவான். நான் வெல்வேன். வென்றதும் என் இளையோனாகிய இவனை...” என்றபின் காற்றில் கை நிலைக்க அவனை நோக்கி “உன் பெயர் என்ன?” என்றான். “சுஜயன்” என்றான். “ஆம், சுஜயனை நான் மேலே தூக்கி மும்முறை எறிவேன்... இதுவே பந்தயம்!”

கூச்சல்கள், சிரிப்புகள், கைவீசல்கள், எம்பித்தாவல்கள். “சுப்ரஜன்! சுப்ரஜன்!” என ஓசைகள் எழுந்தன. சுப்ரஜன் தன் தலைமேல் ஒரு நெல்லிக்காயை வைத்தபடி மரத்தடியில் சென்று நின்றான். அபிமன்யூ இறங்கி கைநீட்டி வில்லையும் அம்பையும் பெற்றுக்கொண்டான். பிரலம்பன் “அவரால் நிற்கவே முடியவில்லை... கைகள் தளர்ந்துள்ளன...” என்றான். சுஜாதன் “அவருள் வாழும் வில்லின் தெய்வம் விழித்துத்தான் இருக்கும்” என்றான். இளைய கௌரவர் கைகளை வீசியும் கூவியும் ஊக்க, அபிமன்யூ இயல்பாக அம்பை எடுத்து நெல்லிக்காயை இரண்டாகப் பிளந்தான். இன்னொருவன் வாயில் ஒரு நெல்லிக்காயை கவ்விப் பிடித்தபடி நிற்க, அதைப் பிளந்தான்.

“குருதி விழும்... ஆம், என் உள்ளம் சொல்கிறது” என்றான் பிரலம்பன். “குருதியெல்லாம் இங்கு ஒரு பொருட்டே அல்ல” என்றான் சுஜாதன். “சுரகுண்டலன்!” என எவரோ கூவினர். “அவன் சிறிய தந்தை குண்டாசியின் மைந்தன்” என்றான் சுஜாதன். சுரகுண்டலன் மூக்கின்மேல் ஓர் இறகுடன் நிற்க அபிமன்யூவின் அம்பு அந்த இறகை மட்டும் எடுத்துச்சென்றது. இளைய கௌரவர் வெறிகொண்டு கூச்சலிட்டனர். லட்சுமணன் ஓடிச்சென்று அபிமன்யூவைத் தூக்கி தலைமேல் சுழற்றினான். கையிலெடுத்த அம்புடன் அபிமன்யூ அவன்மேல் சுழன்று

தோளில் அமர்ந்தான். அவன் கையிலிருந்த அம்புபட்டு லட்சுமணனின் தோள்கிழிந்து குருதி வழிந்தது.

“குருதி” என்றான் பிரலம்பன். “சிறிய கீறல்தான்…” என்றான் சுஜாதன். “சுஜயன் இதோ நழுவுகிறான்… மூத்தவரே” என்று சிலர் கூவ, அபிமன்யூவை அப்படியே வீசிவிட்டு லட்சுமணன் சுஜயனைத் தூக்கினான். பிறர் கூடிநின்றுக் கூச்சலிட்டனர். பிரலம்பன் அடுமனைக் கட்டடத்திற்கு அப்பால் ஒரு புரவி சேணமும் கடிவாளமுமாக நிற்பதைக் கண்டான். அப்போது தோன்றிய எண்ணத்தைத் தலைக்கொண்டு ஓடிச்சென்று அதைப் பிடித்து இழுத்துக்கொண்டு திரளுக்குள் நுழைந்தான். எவரும் அவனை நோக்கவில்லை.

அபிமன்யூ எழுந்து நின்று கூச்சலிட்டு பிறரைப் பற்றியபடி தள்ளாடிக்கொண்டிருந்தான். அவன் இடையை வளைத்துப்பிடித்துத் தூக்கி புரவியில் வைத்து தானும் ஏறிக்கொண்டான் பிரலம்பன். புரவியைச் செலுத்தி திரளிலிருந்து விலகிச்சென்றான். பின்பக்கம் சுஜயன் காற்றில் எழுந்து எழுந்து விழுந்துகொண்டிருந்தான். “யார் அது? அடேய்” என்று அபிமன்யூ குழறினான். பிரலம்பன் புரவியின் விலாவை மிதித்து விரைவுகூட்டி மரக்கோட்டையை அணுகினான். காவல்மாடத்தில் பூவிழியர் அமர்ந்தபடியே துயில்கொண்டிருந்தார். அவன் வெளியேறிய ஓசையில் மெல்ல விழித்து பொருள் கொள்ளாமல் நோக்கியபின் மீண்டும் துயில்கொண்டார்.

பிரலம்பன் அபிமன்யூவின் கையிலிருந்த அம்பை அப்போதுதான் நோக்கினான். அதைப் பிடுங்கி வீசிய பின்னரே அதன் முனையிலிருந்த துளிக்குருதிப்பூச்சை நினைவால் கண்டான்.

பகுதி 3

முகில்திரை

1

யாதவ நிலம் முழுக்க பகலிலும் இருள் மூடிக்கிடப்பதாக அபிமன்யூவுக்குத் தோன்றியது. பிரலம்பனிடம் "என்ன இது? இன்னும் இருள் விலகவே இல்லை" என்றான். பிரலம்பன் தன் புரவியைத் தட்டி சற்று முன்னால் வந்து "புரியவில்லை, இளவரசே" என்றான். "பொழுது இன்னுமா விடியவில்லை?" என்றான் அபிமன்யூ. "இல்லையே... விடிந்து நெடுநேரமாயிற்றே..." என்று அவன் சுற்றிலும் பார்த்தான். "இருள் விலகாதிருக்கிறது" என்றான் அபிமன்யூ.

அவன் என்ன சொல்கிறான் என்றே புரியாமல் சுற்றிலும் நோக்கியபடி பிரலம்பன் உடன் வந்தான். சப்தஃபலம் நோக்கிச் செல்லும் வண்டிப்பாதையில் ஓரிரு கன்றுத் தடங்கள் மட்டுமே இருந்தன. "இங்கு வணிகர் வண்டிகளும் அடிக்கடி செல்வதில்லை போலும்" என்று அபிமன்யூ சொன்னான். "ஆம், சில நாட்களுக்கு முன் மழை பெய்திருக்கிறது. அதன் பின்னர் வணிக வண்டிகள் எதுவும் போகவில்லை என்று தோன்றுகிறது" என்றான் பிரலம்பன்.

அபிமன்யூ "சப்தஃபலத்தில் துவாரகையின் அரசர் தங்கியிருக்கிறார் என்றால் அலுவல் வண்டிகளும் காவல் வண்டிகளும் சென்று கொண்டிருக்கத்தானே வேண்டும்?" என்றான். பிரலம்பன் குழப்பத்துடன் "ஆம், ஒருவேளை வேறு வழியிருக்கலாம்" என்றான். "வேறுவழியென்றால் அது கூர்ஜரத்தை ஒட்டிப் போகும் காந்தாரர்களின் பெருவழிப்பாதையாக இருக்கும். அரசுமுறையாக வருபவர்கள் அவ்வழியாக வருவார்களா?" என்றான் அபிமன்யூ. "எனக்குப் புரியவில்லை" என்ற பிரலம்பன் "ஒவ்வொருவரும் தூக்கத்தில் நடப்பவர்கள் போலிருக்கிறார்கள்" என்றான்.

அதன் பின்னர்தான் அபிமன்யூவுக்கு அவன் உணர்ந்ததென்ன என்று புரிந்தது. யாதவ நிலத்தில் சாலையோரத்து இல்லங்களிலும் மேய்ச்சல்வெளிகளிலும் தென்பட்ட அனைவருமே துயில் விலகாதவர்கள் போலவோ துயரின்எடை கொண்டவர்கள் போலவோ தோன்றினார்கள். எங்கும் மானுடவாழ்வு எழுப்பும் ஓசை ஏதும் எழவில்லை. மானுடருடன் அணுக்கமான நாய்களும் பசுக்களும்கூட ஓசையிழந்து நிழல்களென நடமாடின. “இவர்களை எல்லாம் ஏதேனும் இருள் தெய்வங்கள் பற்றிக்கொண்டிருக்கின்றனவா?” என்று அபிமன்யூ கேட்டான்.

பிரலம்பன் மேலும் அருகே வந்து தாழ்ந்த குரலில் “அரசரையே மூதேவி பற்றிக்கொண்டிருக்கிறது என்கிறார்கள். பதினான்கு ஆண்டுகளாக அவர் தன்னை முற்றிலும் கூட்டுக்குள் இழுத்துக்கொண்டு உலகறியாது வாழ்கிறார். அவர் உயிரோடில்லை என்றுகூட பாரதவர்ஷத்தில் பேச்சிருக்கிறது. அங்கே சப்தஃபலத்தில் பெரும் கானகம் ஒன்றில் அவர் தவம் இருப்பதாகவும் சுற்றிலும் புற்று எழுந்து முற்றிலும் மூடிவிட்டதாகவும் அவருடைய தலையிலணிந்த மயிற்பீலி மட்டும் ஒளிமங்காது வெளியே தெரிந்து உலகை நோக்கிக்கொண்டிருப்பதாகவும் சூதர்கள் பாடுகிறார்கள்” என்றான்.

அபிமன்யூ “ஆம், இதை முன்னரே எவரோ சொல்லிக் கேள்விப் பட்டிருக்கிறேன்” என்றான். “ஆகவேதான் தங்களை அனுப்பியிருக்கிறார் பேரரசி. அவர் அனுப்பிய ஓலை அவருக்குக் கிடைத்திருக்கும். ஆனால் அதை இளையயாதவர் நோக்கியிருக்கவே வாய்ப்பில்லை” என்று பிரலம்பன் சொன்னான். “கிளம்புவதற்கு முன்னர் காவலர்களிடம் உசாவியறிந்தேன். இங்கே உண்மையில் யாதவ அரசகுடியினர் எவருமில்லை. யாதவப்பேரரசின் முதன்மை அமைச்சர்கள்கூட இல்லை. இளையயாதவரின் இளமைத்தோழர் ஸ்ரீதமரின் ஆட்சியில் எளிய காவலர்களால் இந்நகர் நடத்தப்படுகிறது.” அபிமன்யூ “ஆம், நான் இதையெல்லாம் கேட்டபின் கிளம்பவேண்டுமென எண்ணினேன். அங்கே உண்டாட்டும் களியாட்டுமாக அந்நாள் கடந்தமையால் மறந்துவிட்டேன்” என்றான்.

அதன் பின் வழிநெடுக அங்கிருந்த உயிரின்மையை அன்றி பிறிதொன்றை நோக்க அபிமன்யூவால் முடியவில்லை. சாலை முச்சந்திகளில் அமர்ந்திருந்த முதியயாதவர்கள் நெடுங்காலமாக ஒருசொல்லேனும் உரையாடிக் கொள்ளாதவர்கள் போலிருந்தனர். குளம்படியோசை கேட்டுத் திரும்பிப்பார்த்தவர்களின் விழிகள் இறந்து குளிர்ந்த மீன்களின் நோக்குக் கொண்டிருந்தன. அவர்களிடம் சென்று வழி உசாவுகையில் பலமுறை கேட்ட பின்னரே அவர்களுக்கு உள்ளே சுருண்டுறங்கிய

உள்ளம் அதைக் கேட்டது. அங்கிருந்து ஒரு சொல்லெழுந்து ஒலியாகி அவர்களை அடைவதற்கு மேலும் காலமெடுத்தது.

“ஒவ்வொருவரும் இறந்துவிட்டவர்களைப்போல் இருக்கிறார்கள். குழந்தைகள் கூட ஓசையும் விரைவும் இழந்துள்ளன. ஒரு நிலம் முழுக்க இப்படியாகுமா என்ன?” என்று அபிமன்யூ வியந்தான். பிரலம்பன் “அரசன் எவ்வழி அவ்வழி குடிகள் என்கிறார்கள். ஒருகாலத்தில் யாதவப்பெருநிலம் இசையிலும் காதலிலும் கொந்தளித்துக்கொண்டிருந்தது. யாதவ நாட்டில் ஆண்டு முழுக்க வசந்தம் என்று சூதர்கள் பாடுவதுண்டு” என்றபின் புன்னகைத்து “பிற நிலங்களில் மகளிர் பத்து மாதத்தில் பெறும் பிள்ளைகளை இங்கே ஐந்து மாதங்களில் பெற்றுவிடுகிறார்கள் என்பார்கள்” என்றான். அபிமன்யூ புன்னகைத்து “இப்போது இங்கு ஆடவரும் பெண்களும் ஒருவரை ஒருவர் நோக்குவது போலவே தோன்றவில்லை” என்றான்.

சப்தஃபலத்தின் சிறிய கோட்டையை அவர்கள் முன்மாலைப்பொழுதில் சென்றடைந்தனர். பெருஞ்சாலை ஓரமாக அமைந்திருந்த காவல்மாடங்களில் எவரும் இருக்கவில்லை. மழைப்பாசி படிந்த முரசுகள் வானின் ஒளி எதையோ எதிர்நோக்குவனபோல சரிந்து காத்திருந்தன. காவல்மாடங்களின் கீழ்த்தளத்தில் வேல்களையும் வாள்களையும் மடியில் வைத்தபடி சாய்ந்தமர்ந்து வெறுமனே நோக்கிக்கொண்டிருந்தனர் காவலர்கள். முகச்சாலையில் புரவியில் அவர்கள் கடந்து சென்றபோதுகூட ஒருசொல்லும் உசாவப்படவில்லை. கோட்டைமுகப்பில் அவர்களின் புரவிகள் சென்று நின்றபோது காவல்மாடத்திலிருந்து மெல்ல எழுந்துவந்த காவலன் கையாலேயே ‘நீங்கள் யார்?’ என்றான்.

“இந்திரப்பிரஸ்தத்திலிருந்து வருகிறேன். இளையபாண்டவரின் மைந்தனாகிய என் பெயர் அபிமன்யூ. இவர் என் அணுக்கர். நாங்கள் இளையயாதவரை அரசுப்பணியின் பொருட்டு பார்க்க வந்துள்ளோம்” என்றான் அபிமன்யூ. எந்த விழிமாறுதலும் இல்லாமல் அவன் “எவரும் அரசரைப் பார்க்க இயலாது. காவலர்தலைவர் சுதமரையோ அமைச்சுநிலைக் காவலர் கலிகரையோ நீங்கள் சந்திக்கலாம். நகரம் அரசரின் தோழர் ஸ்ரீதமரால் ஆளப்படுகிறது. நீங்கள் அவரையும் பார்க்கலாம். சில நாட்களுக்கு முன் துவாரகையிலிருந்து படைத்தலைவர் சாத்யகி வந்துள்ளார். வேண்டுமென்றாலும் பார்க்கலாம்” என்றான்.

“நாங்கள் இளையயாதவரைப் பார்ப்பதற்காக மட்டுமே வந்தோம்” என்றான் அபிமன்யூ. “சென்ற பத்தாண்டுகளில் நாங்கள் எவரும் பார்த்ததில்லை” என்ற காவலன் “தாங்கள் சென்று பார்க்க முடியுமென்றால் அது யாதவர் அனைவருக்கும் நலம் பயப்பது”

என்று தலைவணங்கினான். அவனுக்குப்பின்னால் அமர்ந்திருந்த இரு காவலர்கள் அவ்வுரையாடலைக் கேட்காதவர்கள்போல பொருள்தெளியாத விழிகளால் நோக்கிக்கொண்டிருந்தனர்.

புரவியைத்தட்டி நகருக்குள் நுழைந்து அதன் சிறிய தெருக்களினூடாகச் செல்கையில் அபிமன்யூ "இந்நகர் துயிலரசியால் ஆளப்படுகிறது. மானுடர் மட்டுமல்ல மரங்களும் கட்டடங்களும்கூட துயில்கின்றன" என்றான். எதிர்ப்படும் அத்தனை விழிகளும் ஒழிந்து கிடந்தன. "பறவையால் கைவிடப்பட்ட கூடு போன்ற முகங்கள்" என்று பிரலம்பன் சொன்னான். அபிமன்யூ திரும்பிப்பார்த்து "எந்தச் சூதர் பாடலில் உள்ள வரி?" என்றான். "நானேதான் சொன்னேன்" என்றான் பிரலம்பன். "ஆம், உமது தந்தை சூதராக இருக்க வாய்ப்புண்டு. முன்னரே எண்ணினேன்" என்றான் அபிமன்யூ. பிரலம்பன் "என் தந்தையும் அரிய வரிகளைச் சொல்பவராகவே இருந்தார்" என்றான். அபிமன்யூ திரும்பிப்பார்க்காமலேயே "அவருடைய தந்தை சூதரா?" என்றான். பிரலம்பன் ஒன்றும் சொல்லாமல் தன் புரவியை இழுத்து தனக்கும் அபிமன்யூவுக்கும் இடையே இடைவெளியை உருவாக்கிக்கொண்டான்.

சாலையில் மக்கள் நெரிசல் இருந்தாலும்கூட எவரும் உரக்கப் பேசவில்லை, பணியாளர்கள் கூச்சல் எழுப்பவில்லை. சுமைதூக்குவோர்கூட மூச்சொலிகளுடன் கடந்துசென்றனர். வண்டியோட்டிகள் அத்திரிகளையோ புரவிகளையோ அதட்டி ஓட்டவில்லை. ஒன்றையொன்று துரத்திக்கொண்டு சென்ற இரண்டு குழந்தைகள்கூட கூச்சலிடாமல் சென்றன. "அச்சுறுத்துகிறது இந்த அமைதி" என்று அபிமன்யூ சொன்னான். "மிகப்பெரிய ஓர் அரக்குப்படலம் இது என்று தோன்றுகிறது. எங்கோ சற்று தொட்டுவிட்டால் சிக்கிக்கொள்வோம். திமிறி விலக முயலுந்தோறும் மேலும் மேலும் சிக்குவோம். புதைசேறு போல் நம்மை உள்ளிழுத்து அழுத்திக்கொள்ளும். புதைவின் இனிமையிலிருந்து உள்ளமும் மீளமுடியாது." பிரலம்பன் "இதுவும் சூதர் சொல்போலிருக்கிறது" என்றான். அபிமன்யூ உரக்க நகைத்தான்.

அரண்மனையின் ஆளுயர மண்கோட்டையின் காவல்முகப்பை அடைந்தபோது நெடுந்தொலைவு வந்துவிட்டதாகவும் நெடுங்காலம் கடந்துவிட்டதாகவும் தோன்றுமளவுக்கு உள்ளமும் உடலும் களைத்திருந்தன. காவலன் வெளியே வந்து தலைவணங்கியபோது அபிமன்யூ சலிப்புடன் பிரலம்பனை நோக்கி சொல்லும்படி கையசைத்தான். பிரலம்பன் அவனை முறைப்படி அறிவித்ததும் அவர்கள் தலைவணங்கி "நேராகச் சென்றால் வருவது கலிகரின் அலுவலறை. அமைச்சுநிலை இடப்பக்கம் அமைந்துள்ளது. அவருடைய குலத்தின் கன்றுக்கொடி பறக்கிறது" என்றான்.

முற்றத்தில் புரவியில் சென்று இறங்கி காவலனிடம் கடிவாளத்தைக் கொடுத்துவிட்டு படிகளில் ஏறி மரத்தாலான சிறிய அரண்மனையின் இடைநாழியில் நடக்கும்போது அபிமன்யூ தன் நாவில் சொற்கள் எழுந்து நெடுநேரமாயிற்று என்று நினைத்துக்கொண்டான். தன்னுள் எப்போதும் ஓடிக்கொண்டிருக்கும் சொற்பெருக்கு விசை இழந்து உதிரிச்சொற்களாகச் சொட்டிக்கொண்டிருப்பதைக் கண்டான். திகைப்புடன் திரும்பி அதைப் பிரலம்பனிடம் சொல்ல விழைந்தபோது உள்ளிருந்து சொற்கள் எழவில்லை. உயிரற்றதுபோல் நா வாய்க்குள் துயங்கிக்கிடந்தது. அவனை எதிர்கொண்டு தலைவணங்கிய முதியவரிடம் அபிமன்யூ "இந்திரப்பிரஸ்தத்தின் அர்ஜுனரின் மைந்தன்" என்றான்..

வாழ்த்து எதுவும் உரைக்காமல் தலைவணங்கி, காத்திருக்கும்படி கைகாட்டிவிட்டு அவர் அறைக்குள் நுழைந்தார். அது ஓர் அமைச்சுநிலைபோல் தெரிந்தது. திறந்திருந்த இரு அறைகளுக்குள் பேச்சுகள் ஏதுமில்லை. நிழலசைவதுபோல் ஊழியர்கள் பணியாற்றிக்கொண்டிருந்தனர். மிகத்தொலைவிலெங்கோ காற்றில் ஒரு சாளரம் முறுகி அசையும் ஓசை மட்டும் கேட்டது. கதவு திறக்க மெல்ல வந்து பணிந்த முதியவர் "நான் கலிகன். அமைச்சர் காத்திருக்கிறார். வருக!" என்றார். அபிமன்யூ உள்ளே நுழைய, பிரலம்பன் தலைவணங்கி அங்கேயே நின்றுகொண்டான்.

ஸ்ரீதமர் இளையயாதவரின் களித்தோழர் என்று சொன்னபோது அபிமன்யூ இளைய அகவையினர் ஒருவரைத் தன்னையறியாது எதிர்பார்த்திருந்தான். நரைத்த குடுமியை விரித்திட்டு, தளர்ந்த கண்களுடன், சற்றே முன்னொடுங்கிய தோள்களுடன், வெளிறிய தோல்வண்ணத்துடன் மெல்லிய குரலில் முகமன் உரைத்த ஸ்ரீதமரைக் கண்டதும் அவன் தயங்கி நின்றான். பின்னர் "இந்திரப்பிரஸ்தத்தின் இளையபாண்டவராகிய அர்ஜுனனின் மைந்தன் நான். இளையயாதவரைப் பார்க்கும்பொருட்டு வந்தேன்" என்றான். அப்பொழுதும் அவர் ஸ்ரீதமர்தானா என்ற ஐயம் அவனுக்கு இருந்தது.

"நான் அரசரின் அணுக்கனும் தோழனுமாகிய ஸ்ரீதமன். இந்நகரம் என் ஆளுகைக்குள் உள்ளது. தங்களைச் சந்தித்ததில் உவகை கொள்கிறேன். அமர்க! இன்நீர் அருந்துக!" என்று அவர் முறைப்படி முகமன் சொன்னபோது சலிப்பும் சோர்வுமெழ அவன் தலையை அசைத்தபடி சிறிய பீடத்தில் அமர்ந்து கால்களை நீட்டிக்கொண்டான். ஸ்ரீதமர் ஏவலனிடம் இன்நீர் கொண்டுவரும்படி மெல்லிய குரலில் ஆணையிட்டுவிட்டு "தங்களைக் கைக்குழந்தையாகப் பார்த்திருக்கிறேன். இந்திரப்பிரஸ்தத்தில் இளவேனில் விழவொன்றின்போது அரசருடன்

நானும் வந்தேன். என் கைகளில் தங்களை எடுத்து விளையாடியிருக்கிறேன்” என்றார்.

அந்நினைவால் மெல்லச் சுடரேற்றப்பட்ட அகல் என முகம் ஒளிகொள்ள “அன்றே மிகை விசைகொண்ட சிறிய பொறி போலிருந்தீர்கள். என் நெஞ்சக்குழியில் எட்டி உதைத்து சற்றுநேரம் மூச்சை நிறுத்திவிட்டீர்கள்” என்றார். அபிமன்யூ எரிச்சலுடன் “என்ன ஆயிற்று இந்நகருக்கு? யாதவ நிலமே நாணிழந்து கிடக்கிறது” என்றான். ஸ்ரீதமர் “இளவரசே, ஒளியைப்போலவே இருளும் பரவும் என்பதை பதினான்கு ஆண்டுகளில் கண்டுகொண்டிருக்கிறேன். முதலில் எங்கள் அரசர் மேல் இருள் கவிழ்ந்தது. பின்னர் அவர் அறை இருண்டது. அரண்மனையும் சோலைகளும் இருண்டன. நகர் இருண்டது. யாதவ நிலமும் இருண்டது. இரண்டாண்டுகளுக்குமுன் துவாரகை சென்றிருந்தேன். நெடுந்தொலைவில் மேற்குக் கடல் எல்லையில் அந்த வெண்பளிங்கு நகரும் இருண்டுகிடப்பதைக் கண்டேன். எட்டு மனைவியரும் இருண்ட நிழல்களாக மாறிவிட்டிருந்தனர்” என்றார்.

அபிமன்யூ “நான் அவரைச் சந்திக்க வேண்டும். அவர் எழுந்தாக வேண்டும். அவர் ஆற்றும் பணி அணுகியுள்ளது. பேரரசி அதற்கான சொல்லை அளித்து என்னை அனுப்பியிருக்கிறார்கள்” என்றான். “ஆம், நேற்று முந்தினமே பறவைச்செய்தி வந்துவிட்டது. உங்களுக்காகக் காத்திருந்தேன்” என்றார் ஸ்ரீதமர். “பேரரசியின் ஓலைகளை அரசர் பார்த்தாரா?” என்று அபிமன்யூ கேட்டான். “புறவுலகிலிருந்து ஒரு சொல்லோ ஒலியோ சென்றடைய முடியாத நெடுந்தொலைவில் அவர் இருக்கிறார்” என்றார் ஸ்ரீதமர். “நான் பார்க்க விழைகிறேன்” என்றான். “நீங்கள் அவர் உடலைப் பார்க்கலாம். ஒவ்வொரு நாளும் நான் பார்த்துக்கொண்டுதான் இருக்கிறேன்” என்றார் ஸ்ரீதமர்.

அபிமன்யூ சலிப்புடன் தன் தொடையில் தட்டியபடி “என்ன செய்வது?” என்றான். “இவ்வாறே இருண்டு அழிவதா யாதவ நிலத்தின் ஊழ்?” ஸ்ரீதமர் “அந்த ஒரு வினாவே எங்களையும் நம்பிக்கை கொள்ள வைக்கிறது. எதன் பொருட்டு இந்தக் குலமும் நிலமும் இவரை ஈன்றெடுத்தனவோ இவரிலிருந்து பற்றிக்கொண்டு ஒளியும் வெம்மையும் கொண்டனவோ அது நிகழாமல் இவையனைத்தும் இவ்வாறே முடிவதற்கு வாய்ப்பில்லை. எனவே அவர் விழித்தெழுந்தாகவேண்டும். இந்தத் தவம் அவ்வாறு விழித்தெழுவதன் பொருட்டே என்று தோன்றுகிறது. மீள மீள அதைச் சொன்னபடி பதினான்கு ஆண்டுகள் காத்திருந்தோம்.”

பெருமூச்சுடன் கையை அசைத்து “பதினான்கு ஆண்டுகள், நிமித்திகர் பதினான்கு ஆண்டுகளில் அவர் எழுவார் என்றனர். அவர்கள் சொன்ன

கணக்குப்படிப் பார்த்தால் இப்போது எழுந்திருக்க வேண்டும். யாதவ நிலத்தில் சூரியன் தோன்றியிருக்க வேண்டும்" என்றார். "நான் அவரைப் பார்த்தாக வேண்டும்" என்று அபிமன்யூ சொன்னான். "தாங்கள் தங்குவதற்கு மாளிகையும் பிறவும் ஒருக்கியுள்ளேன். இன்று ஓய்வெடுங்கள். நாளை புலரியில் தாங்கள் அவரைச் சந்திப்பதற்கு ஒருக்கம் செய்கிறேன்" என்று ஸ்ரீதமர் சொன்னார்.

புலரியிலேயே எழுந்து நீராடி ஏவலன் அளித்த புதிய உடைகளை அணிந்து அபிமன்யூ தன் அறைமுகப்பிலிருந்த இடைநாழியில் பொறுமையிழந்து முன்னும் பின்னும் நடந்தபடி காத்திருந்தான். படிகளில் காலடியோசை கேட்டதும் முதற்படியில் வந்து நின்று குனிந்து நோக்கி "ஸ்ரீதமர் அனுப்பினாரா?" என்றான். ஏவலன் அருகே வந்து தலைவணங்கி "ஆம், இளவரசே" என்றான். அவன் ஏவலனை முந்தியபடி படியிறங்கி கீழே வந்து வெளியே முகப்புக் கூடத்தில் காத்து நின்றிருந்த பிரலம்பனிடம் "கிளம்புக, ஏவலன் வந்துவிட்டான்" என்றான். "நானும் வரவேண்டுமா?" என்று பிரலம்பன் கேட்டான். அபிமன்யூ திரும்பி ஏவலனிடம் "எனது அணுக்கர் இவர். இவர் வரலாமா?" என்றான். "தங்களுக்கு மட்டுமே அழைப்பு" என்று ஏவலன் தாழ்ந்த குரலில் சொன்னான்.

அபிமன்யூ எரிச்சலுடன் தலையசைத்தபின் பிரலம்பனிடம் "சரி இங்கிரும், நான் உடனே வருகிறேன்" என்றான். முற்றத்தில் பிறிதொரு காவலன் கரியபுரவி ஒன்றைக் கொண்டுவந்திருந்தான். "நாம் புரவியிலா செல்கிறோம்?" என்று அபிமன்யூ கேட்டான். "ஆம், அரசர் குறுங்காட்டுக்குள் இருக்கிறார்" என்றான். அபிமன்யூ "அரண்மனையில் அல்லவா?" என்றான். 'இல்லை' என்பது போல் ஏவலன் தலையசைத்தான். அபிமன்யூ புரவியில் ஏறிக்கொண்டதும் இருவரும் தங்கள் புரவியில் ஏறிக்கொண்டனர். அரண்மனை முற்றத்தை அடைந்து அதைக் குறுக்காகக் கடந்து மறுபக்கம் சென்று அங்கிருந்த திறப்பினூடாக கோட்டையைக்கடந்து வெளியே சென்றனர்.

நகரின் அப்பகுதி இடுங்கலான சிறிய பாதைகளும் மண்ணால் சுவர்கள் கட்டப்பட்டு புல்கூரை வேய்ந்த தாழ்ந்த இல்லங்களும் கொண்டதாக இருந்தது. அனைத்து இல்லங்களின் முகப்பிலும் வில்களும் அம்புத்தூளிகளும் தொங்கின. முற்றத்தில் தோல்கள் தறிநடப்பட்டு இழுத்துக் கட்டப்பட்டு காயவைக்கப்பட்டிருந்தன. அப்பகுதியெங்கும் மட்கும் ஊனின் நெடி நிறைந்திருந்தது. அவர்கள் வேட்டைக்காரர்கள் என்று தெரிந்தது. யாதவர்களில் ஒருசாரார் வேட்டைக்காரர்களாகவும் பிறிதொருசாரார் விறகுவெட்டிகளாகவும் உருமாறுவதனூடாகவே அக்காட்டை அவர்களால் வெல்லமுடிந்தது. "முன்பொருகாலத்தில் மானுடக் கை நாகத்தலைபோல் இருந்தது. வேட்டைக்கும் உழவுக்கும்

எழுதுவதற்கும் உண்பதற்கும் எனப்பிரிந்து அது ஐவிரல்களென்றாயிற்று" என அதைப்பற்றிப் பாடுகையில் சூதர் சொன்ன அணிமொழியை நினைவுகூர்ந்தான்

புரவிகளின் குளம்படி ஓசை கேட்டு அனைத்து இல்லங்களிலிருந்தும் நாய்கள் வெளிவந்து தங்கள் எல்லைக்குள்ளே நின்றுகொண்டு செவிகள் பறக்க எம்பிக்குதித்து வால் நீட்டி உறுமிக் குரைத்தன. அவற்றின் குரைப்பொலி கேட்டு மேலும் மேலும் நாய்கள் குரைக்க, அத்தெருக்கள் அனைத்தும் உலோகக் கலங்கள் முட்டிக்கொள்வது போன்ற ஓசைகளால் நிறைந்தன.

அந்நகரில் ஓசையென அவன் முதலில் கேட்டது அக்குரைப்பொலிதான் என எண்ணிக்கொண்டான். வேளாளன் விழித்தெழவேண்டும். வேட்டைக்காரன் துயிலாதிருக்கவேண்டும் என்ற சூதர்மொழி நினைவிலெழுந்தது. ஒருநகரில் ஒருவேட்டைக்குடி இருந்தாகவேண்டும். ஒவ்வொரு உள்ளத்திலும் ஒரு வேட்டையன் வாழ்ந்தாகவேண்டும் என எண்ணிக்கொண்டதுமே அச்சொற்கோர்வையை அவனே எண்ணி வியந்து மீண்டும் மீண்டும் சொல்லிக்கொண்டான். நினைவில் வைத்திருந்து எங்கேனும் அதைச் சொல்லவேண்டும்.

சாலை ஒற்றையடிப்பாதையாக மாறி வளைந்து சரிவேறிச்சென்று செறிந்த காட்டுக்குள் புகுந்தது. காட்டுக்குள் நுழைந்ததுமே சீவிடுகளின் ரீங்காரம் சூழ்ந்துகொள்ள நாய்களின் குரைப்போசை மிக அப்பால் என எங்கோ மழுங்கல் கொண்டது. சற்றுநேரத்தில் எப்போதுமே காட்டுக்குள் இருந்துகொண்டிருப்பதைப்போல அவ்வோசையுடன் உள்ளத்தின் சொற்சரடு முற்றிலுமாக இணைந்தது. நெடுந்தொலைவில் புலரிமுரசின் ஓசை யானை ஒன்றின் வயிற்றுக்குள் உறுமலோசைபோல கேட்டது. காட்டுக்குள் இளங்கதிர்கள் ஆங்காங்கே மங்கலாகச் சரிந்திருந்தாலும் செறிவுக்குள் இருள் விலகாதிருந்தது.

ஒற்றையடித்தடம் முற்றிலுமாக மறைந்து புதர்களுக்குள் புல்லில் விரல் வகுந்த தடமென அகன்றிருந்தால் அறியும் அணுகினால் மறையும் ஒரு வழி தெரிந்தது. இருபக்கமிருந்தும் இலைகள் புரவிகளை விலாவிலும் தோள்களிலும் உரசிப் பின்சென்றன. சில இடங்களில் தாழ்ந்த மரக்கிளைகளுக்காகக் குனிந்தும் ஓரிரு இடங்களில் புரவியில் மார்பொட்டிப் படுத்தும் செல்ல வேண்டியிருந்தது.

இரண்டு ஓடைகளைத் தாவிக்கடந்து ஒன்றின்மேல் ஒன்றென விழுந்து கிடந்த இரு பெரும்பாறைகளின் நடுவே புகுந்து மறுபக்கம் சென்றனர். "இங்கா?" என்று அபிமன்யூ திரும்பி தன்னுடன் வந்த ஏவலனிடம் கேட்டான். "ஆம் இங்குதான் சற்று தொலைவில்" என்றான் ஏவலன்.

“இங்கா அவர் குடிலமைத்திருக்கிறார்?” என்றான். அவர்கள் ஒன்றும் சொல்லவில்லை. மேலும் சென்றபோது சரிந்து நின்ற பாறையொன்றின் அருகே ஸ்ரீதமர் நிற்பது தெரிந்தது. பாறைக்கு நடுவே ஒரு வேர்போல அவருடைய வெளிறிய உடல் தெரிந்தது.

அபிமன்யூ அணுகியதும் புரவியிலிருந்து இறங்கி தலைவணங்கினான். “வருக!” என்று அவன் தோளில் தட்டி பாறையிடுக்கினூடாக அழைத்துச் சென்றார். எங்கோ நின்ற ஆலமரங்களின் வேர்கள் பாறைகளை, தசையை நரம்புகள் எனப் பின்னிக்கட்டி நிறுத்தியிருந்தன. அங்கே ஓநாய்களோ நரிகளோ வசிக்கின்றன என்பதை மட்கிய ஊன்நாற்றமும் நாட்பட்ட முடி அவியும் நெடியும் காட்டின. பிளந்து நின்ற பாறையொன்றுக்கிடையே ஒரு பாறையில் மடியில் கைகளைக் கோத்தபடி தொலைவை நோக்கி அமர்ந்திருந்த முனிவரின் தோற்றம் கண்ணில் பட்டதுமே அபிமன்யூ உளம் நடுங்கினான். அது இளையயாதவரென்று அவன் அகம் அறிந்ததுதான் அந்நடுக்கம் என்று அதன்பின் தெரிந்துகொண்டான்.

கால் தளர்ந்து நின்றுவிட்ட அவனைத் தோளில் தட்டி “வருக!” என்றார் ஸ்ரீதமர். இருமுறை உதடுகளை அசைத்தபின் “இவரா?” என்றான். என்ன சொல் அது என்று உடனே உணர்ந்து “ஏனிப்படி இருக்கிறார்?” என்றான். ஸ்ரீதமர் ஒன்றும் சொல்லாமல் “வருக!” என்றார். எடை மிகுந்து குளிர்ந்து மண்ணுடன் ஒட்டிக்கொண்டிருந்த கால்களை முழு சித்தத்தாலும் உந்தி அசைத்து எடுத்து வைத்து முன்னால் சென்றான். அதற்குள் மூச்சு வாங்க நெஞ்சு உரத்த ஒலியுடன் துடிக்கத் தொடங்கியிருந்தது.

இளையயாதவரின் தலையிலிருந்து சடைமயிர்க்கற்றைகள் முதுகிலும் தோள்களிலுமாக விழுந்து பரவியிருந்தன. அவற்றில் சருகுத் தூசியும் மண்ணும் கலந்து, அகழ்ந்தெடுத்த கிழங்கு வேர்கள் போலிருந்தன. தாடியும் சடைகொண்டு பிடுங்கிய புல்லின் வேர்க்கொத்துபோல முகவாயில் தொங்கியது. இடையில் அணிந்திருந்த தோலாடை மட்கிக் கிழிந்து சிதிலங்களாக உடலுடன் சில இடங்களில் ஒட்டி புண்பொருக்கென தெரிந்தது. உடலெங்கும் தோல் பொருக்கடித்து மண்ணும் சேறும் படிந்து நெடுங்காலம் புதைந்திருந்து அக்கணத்தில் எழுந்தமர்ந்ததுபோல் தோன்றினார். அவர் உடலில் இருந்து பிணத்தின் நாற்றமெழுந்தது.

ஸ்ரீதமர் அருகணைந்து “வணங்குகிறேன், யாதவரே” என்றார். இளையயாதவரின் விழிகள் அசையவில்லை. முகத்தில் பதிக்கப்பட்ட இரு கருங்கல்மணிகள்போல் முற்றிலும் நோக்கற்ற ஒளிகொண்டிருந்தன அவை. அபிமன்யூ அருகே சென்று “மாதுலரே, நான் சுபத்திரையின் மைந்தன். உபபாண்டவன். தங்களைப் பார்க்கும்பொருட்டு பேரரசியின் ஆணையுடன் வந்துள்ளேன்” என்றான். கற்சிலையை நோக்கிப்

பேசுவதுபோல உணர்வெழ மேற்கொண்டு சொல்லெடுக்கவே அவன் தயங்கினான். ஆயினும் குலுக்கப்பட்ட நிறைகலத்து நீர் என அவனையறியாமலேயே சொற்கள் சிதறின.

"தாங்கள் மட்டுமே இன்று என் தந்தையரையும் அரசியையும் காக்க முடியும் என்று பேரரசி சொல்கிறார். தங்கள் காலடியில் விழுந்து மன்றாடியோ தேவையெனில் வாளெடுத்து சங்கறுத்து விழுந்தோ அழைத்து வரவேண்டுமென்று எனக்கு ஆணையிட்டிருக்கிறார்." மேலும் காத்திருந்தபின் "தங்கள் கடன் இது, அரசே. எதன் பொருட்டேனும் இதைத் தாங்கள் இங்கு இயற்றவில்லை என்றால் நாங்கள் முற்றழிவோம். தங்கள் குலமழியும். அதன்பிறகு தங்கள் பிறவி நோக்கம் இலாதாகும்" என்றான்.

ஒவ்வொரு சொல்லுக்கும் அவன் உடல் தளர்ந்துகொண்டே வந்தது. நாக்குக் குழைய குரல் தழுதழுப்புகொண்டது. "அருள் புரியுங்கள், மாதுலரே. விழித்தெழுங்கள். தங்கள் காலடியில் என் தலையை அறைந்து கேட்கிறேன். தாங்கள் எழாவிட்டால் இப்பாரதவர்ஷமே அழிந்துவிடக்கூடும். தாங்கள் எதன் பொருட்டு மண் நிகழ்ந்தீர்களோ அத்தருணம் அணுகியுள்ளது. இனி பொழுதில்லை. விழித்தெழுங்கள்!" அச்சொற்களுக்குப்பின் நெடுநேரம் அமைதியிலிருந்து மீண்டபோதுதான் தன் உள்ளம் அவை கேட்கப்படுமென்றோ மறுமொழியொன்றையோ எதிர்பார்க்கவில்லை என்று அவனுக்குத் தெரிந்தது.

அத்தன்னுணர்வு எரிச்சலையும் பின் ஆற்றாமையையும் கிளப்ப இன்னதென்றறியாத ஒருகணத்தில் ஓர் உறுமலுடன் முன்னால் சென்று இளையயாதவரின் மடியில் வைக்கப்பட்டிருந்த அவர் கைகளைப்பற்றிக் குலுக்கி "என்ன செய்து கொண்டிருக்கிறீர்கள்? இருண்டு அசைவிழந்து மட்கிக்கொண்டிருக்கிறீர்கள். இதன்பேர் தவமல்ல. எரிந்தெழுவதற்குப் பெயர்தான் தவம். கருகி அணைவதல்ல. எழுக!" என்றான். "எழுக! எழுக! எழுக!" என உலுக்கினான். ஸ்ரீதமர் அவன் தோளைப்பிடித்து நடுங்கும் குரலில் "வேண்டாம், அது இருட்தவம். எவரும் அவரைத் தொடக்கூடாது..." என்றார்.

அபிமன்யூ ஸ்ரீதமரின் கைகளைத் தட்டிவிட்டு உரத்த குரலில் "கடல் அலைகள் கரை பாறையில் எனப் பதினான்கு ஆண்டுகள் இந்த நிலம் உங்கள் காலடியில் தலையறைந்து மன்றாடிக்கொண்டிருக்கிறது. இதன் கண்ணீரும் துயரும் உங்களுக்குத் தெரியவில்லையென்றால் எதன் பொருட்டு இங்கு வந்தீர்கள்? ஏன் இங்கு எங்கள் தெய்வமென அமர்ந்தீர்கள்? சொல்க, ஏனிந்த விளையாட்டு?" என்றான். தானே சொன்ன சொல்லொன்று குளிர்ந்த ஊசியென உள்ளத்தைச்

சுட்டுத்துளைக்க, இடையிலிருந்து உலோக ரீங்கரிப்புடன் வாளை உறையுருவி "இக்கணம் தாங்கள் எழுந்தாக வேண்டும். இல்லையேல் தலையறுத்து உங்கள் காலடியில் இடுவேன். ஆணை!" என்றபின் கூர்முனையை தன் கழுத்தில் வைத்தான். "தன்குருதி கொடுத்துத்தான் தெய்வமெழுமென்றால் அவ்வாறே ஆகுக!"

இளையயாதவரின் கண்கள் அவன் அசைவுகள் அனைத்தையும் பார்த்தன. ஆனால் விழிகளில் அசைவென்று ஏதும் எழவில்லை. "இதோ, இதைக்கொள்க!" என்றபடி அவன் வாளை அசைப்பதற்குள் ஸ்ரீதமர் அவன் கையைப் பற்றிக்கொண்டார். "இளவரசே, வேண்டாம் உங்கள் தலை இங்கு விழுந்தால்கூட அவர் எழப்போவதில்லை" என்றார். அதை முன்னரே அவன் உள்ளம் அறிந்திருந்தது. அவர் அவன் வாளைப்பிடுங்கி அப்பால் வீசினார். மூச்சிரைக்க, கைகால்கள் தொய்ந்து சரிய, கண்கள் நீர்மை கொள்ள அவன் இளையயாதவரை நோக்கிக் கொண்டிருந்தான். அங்கு வந்ததையோ உரைத்ததையோ உணர்வதையோ அறியாத வேறெங்கோ முற்றிலும் அகன்று அவர் அமர்ந்திருந்தார்.

"இது மானுடர் திறக்கும் கதவு அல்ல. அங்கிருந்து அவரே தன் தளைகளையும் தாழ்களையும் விலக்கி வந்தாலொழிய நம்மால் ஏதும் செய்ய இயலாது" என்றார் ஸ்ரீதமர். "நான் வஞ்சினம் உரைத்து வந்தேன். இதை இயற்றாமல் இங்கிருந்து செல்லமாட்டேன்" என்றான் அபிமன்யூ. ஸ்ரீதமர் "இளவரசே, நம் முயற்சி வெல்லவேண்டுமெனில் அதற்குரிய பொழுதும் கனியவேண்டும்" என்றார். "பதினான்கு ஆண்டுகள் ஆகிவிட்டன. சற்று பொறுப்போம். நிமித்திகரிடம் மீண்டும் உசாவுவோம். தருணம் அமையட்டும். நம் முயற்சிகள் அதனுடன் பொருந்தட்டும்." தயங்கி நின்ற அவன் கைகளைப்பற்றி "வருக!" என்று இழுத்துச்சென்றார். இளையயாதவரைப் பிறிதொருமுறை நோக்காமல் நோயாளன் என அவன் உடன்சென்றான்.

2

பிரலம்பன் வந்து அபிமன்யூவின் அறைவாயிலில் நின்று வணங்கினான். அபிமன்யூ விழிதூக்கியதும் "படைத்தலைவர் அறையில் இருக்கிறார். தங்களை வரச்சொல்லி ஆணை வந்துள்ளது" என்றான். அபிமன்யூ எழுந்து குழல்கற்றைகளை நீவி தலைக்குமேல் விட்டுவிட்டு நடந்தான். "ஆடையணிகள்..." எனப் பிரலம்பன் சொல்ல "தேவையில்லை" என்றான். பிரலம்பன் உள்ளத்திலோடிய எண்ணத்தை உய்த்துணர்ந்துகொண்டு "ஆம், இங்கே காற்றிலிருந்தும் சுவர்களிலிருந்தும்கூட செயலின்மையும் சோர்வும் வந்து மூடுகிறது" என்றான்.

அவர்கள் முற்றத்தை அடைந்ததும் அங்கே நின்றிருந்த காவலன் "அருகேதான். நடந்தே செல்லமுடியும்" என்றான். அபிமன்யூ மறுமொழி சொல்லாமல் நடந்தான். முற்றத்தில் வெயில் எரிந்துகொண்டிருந்தது. கூரைகள் அனைத்தும் அனல்கொண்டிருந்தன. பறவைகள் மரக்கிளைகளுக்குள் ஒடுங்கிவிட, வானம் ஓசையில்லாமல் வெறுமை கொண்டிருந்தது. நிழல்கள் பணிந்தவையென உடன் வந்தன. காலடியோசைகள் அப்பாலெங்கோ கேட்டன.

சாத்யகியின் மாளிகைமுகப்பிலிருந்த காவலன் ஏதும் கேட்கவில்லை. அவர்கள் படிகளில் ஏறியபோது எதிரே வந்த ஏவலனும் வெற்று விழியையே அளித்தான். ஒவ்வொரு படிக்கும் உடலை உந்தி மேலெடுக்கவேண்டியிருந்தது. நடுவே ஒருமுறை மூச்சுவாங்குவதற்காக அபிமன்யூ நின்றான். இடைநாழியில் நிறைந்திருந்த காற்று பாழ்குளத்தில் நெடுநாள் தேங்கிய கரியநீர் என நெடியும் குளிரும் கொண்டிருந்தது. சுவர்களில் மழைநீர் கசிந்திறங்கிக் காய்ந்த வளையங்கள். தூண்களின் சந்திப்புகளிலெல்லாம் கரிபடிந்த சிலந்திவலைகள். அத்தனை

மடிப்புகளிலும் மெல்லிய தூசுப்படலம். அந்த மாளிகை பதினான்கு ஆண்டுகளுக்கு முன்பு அசைவிழந்து நின்றுவிட்டதுபோலிருந்தது.

காவலன் உள்ளே சென்றபின் வெளிவந்து அபிமன்யூவை உள்ளே செல்லும்படி பணித்தான். பிரலம்பன் வெளியே நிற்க, அபிமன்யூ உள்ளே சென்றான். பீடத்தில் கால்களை நீட்டி கடும்களைப்பில் என அமர்ந்திருந்த சாத்யகி "வருக!" என்றான். அபிமன்யூ தன்னை அறிமுகம்செய்துகொண்டு முகமனுரைக்க, அவன் மறுமுகமன் ஏதும் சொல்லாமல் அமரும்படி கைகாட்டினான். சாத்யகியின் இளமையான முகமே அபிமன்யூ நினைவிலிருந்தது. அவன் மீசையிலும் காதோரக்குழலிலும் நரை படிந்திருப்பதைக் கண்டதுமே அவன் உள்ளம் விலகிவிட்டது. அவன் விழிகளில் இருந்த அயன்மை மேலும் விலக்கம் அளித்தது.

சாத்யகி எதையேனும் கேட்பான் என அபிமன்யூ காத்திருந்தான். ஆனால் மடியில் இட்ட கைகளும் தொய்ந்த தோள்களுமாக சாத்யகி வெறுமனே நிலத்தை நோக்கிக்கொண்டிருந்தான். "நான் மாதுலரைக்கண்டு அழைத்துச்செல்ல வந்தேன்" என்றான் அபிமன்யூ. சாத்யகி தலையசைத்தான். "அங்கே அவரில்லாமல் ஒன்றும் நிகழாதென்று சொன்னார்கள். நிலைமையை அறிந்திருப்பீர்கள்." சாத்யகி "ஆம்" என்றபின் பெருமூச்சுடன் "ஆனால் நாம் இளையவரை எவ்வண்ணமும் எழுப்பவியலாது" என்றான். துடுக்கான குரலில் உரக்க "எழுப்பியாகவேண்டும். நான் வஞ்சினமுரைத்து வந்துள்ளேன்." என்றான் அபிமன்யூ.

சாத்யகி இதழ்கோட புன்னகைசெய்து "இளையோனே, யாதவநிலத்தின் அரசியலைப்பற்றி உனக்கு என்ன தெரியும்?" என்றான். அபிமன்யூ "நான் இந்திரப்பிரஸ்தத்திலேயே இருந்தேன்... அங்கு முறையான ஒற்றர்படையும் இல்லை" என்றான். சாத்யகி "நிலைமை இதுதான், இன்று யாதவப்பெருநிலம் இளையயாதவருடன் இல்லை. அவர் முற்றிலும் தனித்துவிடப்பட்டிருக்கிறார்" என்றான். "ஏன்?" என்றான் அபிமன்யூ திகைப்புடன். "ஏன் என்ற வினாவுக்கு இதுவரைக்கும் நூறு விளக்கங்கள் வந்திருக்கும், அனைத்தும் சரியானவை. ஆனால் அவை எவையும் விடைகள் அல்ல" என்றான் சாத்யகி. "மூத்தயாதவர் இளையவரிடம் கருத்துமாறுபாடுகொண்டு மதுராவுக்குச் சென்று பதினான்காண்டுகளாகின்றன. அறிந்திருப்பாய்." "ஆம்" என்றான் அபிமன்யூ.

"அனைத்தும் தொடங்கியது விருஷ்ணிகளுக்கும் அந்தகர்களுக்கும் பிற யாதவகுலங்களுடன் எழுந்த பூசலாக" என்றான் சாத்யகி. "போஜர்களும் குங்குரர்களும் ஹேகயர்களும் இளையயாதவருடன்

முரண்கொண்டு பிரிந்துசென்றனர். அஸ்வத்தாமாவின் சொல்லுறுதியைப் பெற்றுக்கொண்டு தங்களுக்கென ஓர் அரசை அமைக்க முயன்றனர். கார்த்தவீரியரின் மாகிஷ்மதியை மீட்டமைக்கவேண்டுமென்ற கனவு ஹேகையர்களை ஆட்டுவித்தது. இளையயாதவர் தன் அனற்பேருருவை எடுத்து அவர்களை முற்றழித்தார். மறுசொல் ஒன்று அவர்களின் கனவிலும் எழாதபடி செய்தார்.”

“இன்று யாதவகுலங்களிடையே பூசலேதும் இல்லை. படைகள் ஒருங்குதிரண்டுள்ளன. ஆட்சி சீராகச் சென்றுகொண்டிருக்கிறது. யாதவர்களை எண்ணி அயலார் அச்சம் கொண்டுள்ளனர். சொல்லப்போனால் இங்கே இளையயாதவர் பெரும் படையெழுச்சி ஒன்றுக்காக ஒருங்குசெய்கிறார் என்றே பலரும் நம்புகின்றனர்” என்று சாத்யகி தொடர்ந்தான். “ஆனால் இன்று யாதவநிலமும் குலமும் பிறிதொருமுறையில் பிளந்துள்ளன. முழுமையாக.” அபிமன்யூ வினாவுடன் நோக்க, சாத்யகி மெல்லச் சிரித்து “மானுட உள்ளம் கொள்ளும் விந்தைநிலைகள் தெய்வங்களையே குழப்பிவிடும் போலும். இன்று விருஷ்ணிகளும் அந்தகர்களும் போஜர்களும் குங்குரர்களும் ஹேகயர்களும் ஒன்றாக இணைந்துள்ளனர். அனைவருக்கும் பொது எதிரியென்றிருப்பவர் இளையயாதவர்.”

அபிமன்யூ “அதெப்படி?” என்றான். “இது அவர் உருவாக்கிய அரசு அல்லவா?” .சாத்யகி “ஆம், அதுவேதான் சிக்கல். சிம்மத்தின் உறுமல் நரிகளை ஒற்றைக்கூட்டமாக்குவதுபோல இளையவரின் ஆணை யாதவர்களை இணைத்தது என்கின்றனர் கவிஞர். யாதவர்களால் இணையவே முடியாதென்பதுதான் வரலாறு. ஆயிரம் கைகொண்ட கார்த்தவீரியரால்கூட அவர்களை இணைக்கமுடியவில்லை. ஹேகயகுடி பிறரை வென்றதனூடாக அவர் ஓர் அரசை நிறுவினார், அவ்வளவுதான். இளையயாதவர் இணைத்தார். இவர்கள் ஒவ்வொருவர் நெஞ்சிலும் அச்சத்தை நிறுவினார். அந்த அச்சமே இன்று ஐயமாகவும் விலக்கமாகவும் ஓர் உச்சநிலையில் வெறுப்பாகவும் ஆகியிருக்கிறது.”

“துவாரகை இளையயாதவரை வெறுக்கும் என்று நம்பமுடியவில்லை” என்றான் அபிமன்யூ. “இன்று துவாரகையில்கூட எவரும் அதை நம்பமாட்டார்கள். ஏன், வெறுப்பவர்களேகூட தங்களுடையது வெறுப்பு என அறிந்திருக்கமாட்டார்கள்” என்றான் சாத்யகி “இன்று துவாரகையில் ஐந்துகுலங்களுக்கும் மூத்தவர் நல்லவர் என்றும் குடிகள்மேல் அன்புகொண்டவர் என்றும் தோன்றிவிட்டிருக்கிறது. இளையவர் தன்நோக்கு மட்டுமே கொண்டவர், குடிகளைத் தனக்கெனக் கையாள்பவர், எளியோர் மேல் அன்பில்லாதவர் என்கிறார்கள்.

அவருடைய விளையாட்டும் தழுவலும் வெறும் நடிப்பு என உண்மையிலேயே நம்புகிறார்கள்."

"தாங்கள் மிகையாகக் கொண்டாடிவிட்டதாகக் குடித்தலைவர்கள் எண்ணுகிறார்கள்" என்றான் சாத்யகி. "விருஷ்ணிகுடித்தலைவர் என்னிடம் நேரில் அதைச் சொன்னார். என்ன இருந்தாலும் இவர் ஒரு யாதவர். பிறப்பின் எல்லை ஒன்றுள்ளது. அடையும் வளத்தின் எல்லையும் சேரும் நட்புகளின் எல்லையும் உள்ளது. பறவையின் வானம் முட்டைக்குள்ளேயே வரையறுக்கப்பட்டுவிட்டது. தன் சிறகுகளை அறிவதே பறவையென அது ஆவதன் முதல்படி. சிறகுகளின் ஆற்றலையும் எல்லையையும் அறிவதே பறவையின் மெய்மை என்றார்."

"அவர் முகத்தைக்கூட நினைவுறுகிறேன். அதிலிருந்தது வெறுப்போ கசப்போ அல்ல. அச்சமும் ஐயமும் கூட அல்ல. எண்ணி எடுத்த உறுதிப்பாடென்றே தோன்றியது. நான் அவரிடம் இளையயாதவரின் சிறப்புகளைச் சொல்ல வாயெடுத்தேன். கையமர்த்தி என்னை நிறுத்தி அவர் மேலும் பேசலானார். ஆம், இவர் சிலவெற்றிகளைப் பெற்றார். நகரொன்றை அமைத்து விரிநிலம் மீது ஆட்சியையும் அடைந்தார். இளமையிலேயே அவ்வெற்றிகளை இவர் பெற்றமையால் நாங்கள் நிலைகுலைந்துவிட்டோம். இவரை ஆழியும்சங்குமாக மண்நிகழ்ந்த விண்ணவன் என்றே கொண்டாடத் தலைப்பட்டோம். அந்த மிகைநம்பிக்கையை அவருக்கு நாங்களே அளித்தோம். தன் மதியிலும் ஊழிலும் அவர் கொண்டிருக்கும் மிகையெண்ணம், முன்பு நரகனும் ஹிரண்யனும் கொண்டிருந்ததற்கு நிகர். அதைத் தெய்வங்கள் பொறுக்கா என்றார்."

அபிமன்யூ "எதிரிகள்தான் இளையயாதவரை நம்புகிறார்கள் போல" எனக் கசப்புடன் சொன்னான். "ஆம், அவர் வெல்லப்படமுடியாதவர், எதிரிகளை வேர்த்துளியும் எஞ்சாது அழிக்கும் இரக்கமற்றவர் என அறிந்திருப்பதனால்தான் நம்மைச்சூழ்ந்துள்ள ஷத்ரியர் அஞ்சி அடங்கியிருக்கிறார்கள். தங்கள் நடுவே ஒரு யாதவநிலம் உருவாகி கொடிகொண்டு பரவுவதை அவர்கள் எண்ணி எண்ணி மருகுகிறார்கள் என்பதில் ஐயமே இல்லை" என்றான் சாத்யகி. "ஆனால் நம்மவரின் எண்ணம் பிறிதொன்று. விருஷ்ணிகுலத்தலைவர் என்னிடம் சொன்னார், அத்தனை படைவெற்றிகளும் இறையருளாலும் சூழலின் விசைமுரண்களாலும் நிகழ்வதே என. குருகுலத்துடன் யாதவர் கொண்ட மண உறவு ஷத்ரியர்களை அச்சுறுத்தியது. பாண்டவப்படையைக்கொண்டே இளையவர் மதுரையை வென்றார். அஸ்தினபுரியின் படைவல்லமையை எண்ணியே யாதவநிலத்தை முற்றழிக்க முயலாமல் விலகினார். பாண்டவர்களைக்கொண்டே ஜராசந்தனை இளையவர் கொல்லமுடிந்தது. பாரதவர்ஷத்தில் ஷத்ரியர்

பகைமுரண் கொண்டுநின்ற இடைவெளியில் உருவானதே துவாரகை. அந்த வெற்றிகளைப் பயன்படுத்திக்கொண்டு தன்னைத் தக்கவைப்பதே யாதவர்கள் செய்யவேண்டியது என்றார்." சாத்யகி தொடர்ந்து சொன்னான் "அத்தனை தெளிவாக அரசுசூழ்கையில் ஈடுபடுபவர் அல்ல அவர். அச்சொற்கள் அவர்களுக்கிடையே சொல்லிச்சொல்லிக் கூரேற்றம் கொண்டவை… அவர்களின் குரல்களின் தொகையாக அதுவே எழுந்து நின்றுள்ளது."

"இன்று நிலைமை முழுமையாக மாறிவிட்டது என்று அனைவரும் எண்ணுகிறார்கள். இந்திரப்பிரஸ்தம் தோற்றுவிட்டது. இனி அது எழுவதற்கான எந்தத் தடயமும் இல்லை. அவர்களின் படைகள் சிதறிவிட்டன. மகதத்தின் வீழ்ச்சிக்குப்பின் அஸ்தினபுரி இன்று அத்தனை ஷத்ரியர்களாலும் ஏற்கப்பட்ட தலைமையாக ஆகிவிட்டிருக்கிறது. இன்று ஷத்ரியர்கள் எண்ணினால் துவாரகையை அழிப்பது கீரையைக் கிள்ளுவதுபோல என்று குங்குர குடித்தலைவர் சொன்னார். ஆகவே ஷத்ரியர்களிடம் முரண்பாடில்லாமல் இந்தக் காலகட்டத்தைக் கடப்பது மட்டுமே யாதவர்கள் செய்யக்கூடும் உகந்த செயலாக இருக்கமுடியும் என்றார்" என்றான் சாத்யகி. அபிமன்யூ "அதாவது யாதவர் தங்கள் குடிவழக்கமான பிழைத்துக்கிடத்தலே வாழ்தல் என்னும் கொள்கைக்குச் சென்றுவிட்டார்கள்" என்றான். "நன்று, குழியானை வட்டத்தையே வரையமுடியும்."

சாத்யகி "அவர்களுக்கு இன்று மூத்தவர் உகந்தவராகத் தெரிவது அவர் துரியோதனரின் ஆசிரியர் என்பதனால்தான். பலராமர் ஒரு தருணத்திலும் தன் மாணவனை விட்டுக்கொடுத்துப் பேசுவதில்லை. சூதில் நகரைக் கவர்ந்தது மட்டுமல்ல, அரசியை அவைநடுவே இழிவுசெய்ததும்கூட அவருக்குப் பிழையெனப் படவில்லை. துரியோதனருடன் பலராமருக்கு இருக்கும் நல்லுறவு யாதவர்களுக்குக் குடித்தெய்வங்கள் அளித்த பெரும்வாய்ப்பு என அந்தகர்குலத்தலைவர் என்னிடம் சொன்னார். அவ்வுறவைப் பேணிக்கொள்வதன் வழியாக ஷத்ரியர்களை அஞ்சி அகற்றமுடியும் என அனைவருமே எண்ணுகிறார்கள். ஆகவே அவரைத் தங்கள் முதற்தலைவர் என எண்ணுகிறார்கள். யாதவக்குலமுறைப்படியும் மூத்தவருக்குரியதல்லவா யாதவ நிலம் என்று என்னிடம் ஒரு முதியவர் கேட்டார்."

"தன்னலம் போல உரிய சொற்களைக் கொண்டுவந்து தருவது பிறிதொன்றில்லை" என்றான் அபிமன்யூ. "அவர்கள் தங்கள் சொற்களை வரலாற்றில் ஒலிக்கவிடுவதாக எண்ணுகிறார்கள். தொலைவுப்போருக்கு வில், அணுக்கத்தில் வாள் என்றல்லவா போர்முறை? நேற்று நமக்கு இளையயாதவர் தேவைப்பட்டார். இன்று மூத்தவர் தேவைப்படுகிறார். போர்ச்சூழல் மாறியபின்னரும் படைக்கலத்தை மாற்றாமலிருப்பது

அறிவின்மை என்றார் விருஷ்ணிகுலத்தலைவர். இளையவரை ஆதரித்தால் அவர் தன் ஆணவத்தாலும் அறியாமையாலும் யாதவக்குடியை அழித்துவிடுவார் என அவர்கள் கூறினர். மறுசொல்லில்லாமல் நான் தலைவணங்கி விடைபெற்றேன்" என்றான் சாத்யகி. "உண்மையில் என் தந்தையரும் அவ்வாறே எண்ணுகிறார்கள்."

"இளையயாதவர் இவரது படைக்கலமா? நன்று. அறியாமைக்கு எல்லை என ஒன்று இருக்கவியலாதென்று அறிந்துதான் சொல்லியிருக்கிறார்கள்" என்றான் அபிமன்யூ. சாத்யகி "எப்போதும் இப்படித்தான் இருந்திருக்கிறார்கள்" என்றான். "கார்த்தவீரியரின் அரசை அமைப்போம் என எழுந்தார்கள் ஹேகயர்கள். அவர்களின் குடித்தலைவர் என்னிடம் சொன்னார், கார்த்தவீரியனின் தோல்வியில் இருந்து நாம் கற்றுக்கொள்ளவேண்டும் என்று. அந்தணரையும் ஷத்ரியரையும் வெல்லமுடியாதென்பதை கார்த்தவீரியர் உணரவில்லை. தன் ஆயிரம் கைகளைக்கண்டு தெய்வங்கள் சினம்கொள்ளுமென்று எண்ணவில்லை. அக்கைகளை எண்ணித் தருக்கினார். அவற்றை நம்பிக் களமிறங்கினார். அவர் அழிந்தபோது நம்மையும் இழுத்து வீழ்த்தினார். முப்பது தலைமுறைக்காலம் நாம் மண்ணோடு மண்ணாகக் கிடந்தோம். இன்று இறையருளால் மீண்டெழுந்திருக்கிறோம். மீண்டும் ஒருவனின் ஆணவத்திற்கு நம் மைந்தரையும் கன்றுகளையும் நிலத்தையும் பலிகொடுக்கவேண்டுமா என்றார்."

"இவர்களை நம்பி இளைய மாதுலர் இல்லை என்பதை முகத்தின்மேல் காறி உமிழ்வதுபோல சொல்ல விழைகிறேன்" என்றான் அபிமன்யூ. "ஏதேனும் ஓர் அவை அமையும், அன்று சொல்கிறேன். மூத்தவரே, யாதவக்குடியும் பாண்டவர்களும் நீங்களும் நானும் மட்டுமல்ல, இப்பாரதவர்ஷமே இளையயாதவரின் படைக்கலங்களே. முதன்மைப்படைக்கலங்கள் இரண்டே, பீமசேனரும் எந்தையும். இரு கைகளிலும் அப்படைக்கலங்களை ஏந்தி அவரால் பாரதத்தை வெல்லமுடியும். அதுவே நிகழவிருக்கிறது" என எழுந்துகொண்டான்.

முதல்விடியலிலேயே அபிமன்யூ பிரலம்பனுடன் சப்தஃபலத்தைச் சூழ்ந்திருந்த காட்டுக்குள் சென்றுவிட்டிருந்தான். முந்தைநாள் இரவில் பிரலம்பனிடம் "நாம் இந்நகரில் இருக்கலாகாது. இங்கே திசைகள் அனைத்திலிருந்தும் சிலந்திவலைகள் கிளம்பி வந்து நம்மைப் பற்றிக்கொள்கின்றன..." என்று சொன்னான். பிரலம்பன் "நிமித்திகர்கள் நாளை அந்தியில் அவைகூடி நாள்கணித்துச் சொல்வதாக கலிகர் சொன்னார்" என்றான்.

அபிமன்யூ "அதில் எனக்கு நம்பிக்கை இல்லை. நான் ஏதோ செய்யவிருக்கிறேன். அது என்ன என்று எனக்குத்தெரியவில்லை.

அதைத்தான் தேடிக்கொண்டிருக்கிறேன்" என்றான். பிரலம்பன் "தாங்கள் என்ன செய்ய இயலும்?" என்றான். "மூடா, நான் ஏதும் செய்வதற்கில்லை என்றால் நான் ஏன் இங்கு வரவேண்டும்?" என்றான் அபிமன்யூ. அந்தச் சொல்லின் பொருள் புரியாமல் இருமுறை இமைத்துவிட்டு பிரலம்பன் தலையசைத்தான்.

சப்தஃபலத்தின் தென்மேற்குமூலையில் இருந்த சிற்றாலயத்தில் சிறிய கற்சிலையாக,கைகளில் மலரும் அமுதகலமும் சுடரும் கொண்டு அருட்கை மலர்ந்து அமந்திருருந்த சப்தஃபலகன்னிகை, விருஷ்ணிகுலத்தின் துணைக்குடியான மாதனிகர்களின் மூன்று கொடிவழிகளுக்கும் பொதுவான தெய்வம். இருண்டகாட்டின் இலைவரிப் பாதையினூடாக அவர்கள் அங்கே சென்றடைந்தபோது மென்வெளிச்சம் எழுந்திருந்தது. ஆலயத்திற்குள் அமர்ந்திருந்த தேவியை நோக்கிக் கைகளைக் கட்டியபடி அபிமன்யூ நின்றான்.

பிரலம்பன் "மாதனிகர்களின் மூதாதையாகிய மதனர் இங்கே குடிவந்தபோது அவருக்கு முதல்பசு கிடைத்த இடம் இது என்கிறார்கள்" என்றான். அபிமன்யூ தலையசைத்தான். "இளையயாதவர் இங்கே வந்து இருண்டு அமர்ந்தபின்னர் சென்ற பல ஆண்டுகளாக இங்கே பூசெய்கை என ஏதும் நிகழவில்லை என்றார்கள். இங்கு வரும்பாதையைப் பார்த்தபோது அதை நானும் உணர்ந்தேன். அவை காட்டுவிலங்குகள் மட்டுமே காலடிவைப்பவை." அபிமன்யூ சுற்றிலும் நோக்கி அங்கே மலர்ந்திருந்த வெண்மந்தார மலர்களைக் கொய்து கொண்டுவந்து தேவியின் காலடியில் வைத்தான். வணங்கி நிமிர்ந்து "மாமங்கலை அன்னையின் அருளால் மாதுலர் விழித்தெழவேண்டும்" என்றான்.

அவர்கள் காட்டில் வேட்டையாடினார்கள். வானில் பறக்கும் புட்களின் சிறகுகளில் ஒன்றை மட்டும் அம்பால் வீழ்த்துவதே அபிமன்யூவிற்கு உகந்த வில்லாடல் என்பதை பிரலம்பன் கண்டான். வியந்து வாய்திறந்து நின்ற அவனை நோக்கி "செலுத்தப்பட்ட அம்புகளை மீண்டும் சேர்த்துக்கொள்வோம், தீர்ந்துவிட்டது" என்றான். "இக்காட்டுக்குள் அவற்றை எப்படி..." எனப் பிரலம்பன் தயங்க "நான் இங்கிருந்தே கற்களை வில்லில் வைத்து அடிக்கிறேன். அவை சென்று விழும் இடங்களில் அம்புகளும் கிடக்கும்... சென்று நோக்குக!" என்றான். அம்புகளைச் சேர்த்து மீண்டுவந்த பிரலம்பன் "இவை மானுடருக்கு இயல்வன என்று சிலநாட்களுக்கு முன்பு எவரேனும் சொல்லியிருந்தால் சூதர்கதை எனச் சொல்லியிருப்பேன்" என்றான்.

"ஒற்றைப்புள்ளியில் உளம்குவிப்பதன் வெற்றி இது, பிறிதொன்றுமில்லை. ஒவ்வொரு நாளும் நாம் இத்தகைய பலநூறு கைவிழியுளப் பயிற்சிகளைச்

செய்துகொண்டுதானிருக்கிறோம்...” என்றான் அபிமன்யூ. பிரலம்பன் கிளைகளுக்குள் புறாவின் சிறகடிப்பைக் கண்டான். அவர்கள் அங்கே வந்ததுமே இடையில் பொதிந்து வைத்திருந்து அரண்மனைக்குத் திருப்பியனுப்பிய புறா அது. அவன் கைநீட்ட அது வந்து அமர்ந்தது. அதன் காலில் இருந்த செய்தியில் அபிமன்யூ உடனடியாக அரண்மனைக்குத் திரும்பும்படி ஸ்ரீதமரின் ஆணை இருந்தது.

அபிமன்யூ “விழித்துவிட்டார். ஆம் அதுதான்.. நான் எண்ணியிருந்ததேதான். நான் வருவதற்காகவே இவையனைத்தும் இவ்வாறு காத்திருந்தன... செல்வோம்” எனப் பரபரத்தான். புரவியை மேலும் மேலும் உதைத்துப் பாயவிட்டான். அவனைத்தொடர்ந்து சென்ற பிரலம்பன்மேல் மரக்கிளைகள் வளைந்து வந்து அறைந்தன. முட்கள் அவன் உடலைக் கீறிச்சென்றன. இரு சுனையோடைகளைத் தாவிக்கடந்து, மலைச்சரிவில் உருளைப்பாறைகள் உடன் உருண்டிறங்கப் பாய்ந்து சப்தஃபலம் நோக்கிச் சென்றான். உடன்சென்ற பிரலம்பன் மூச்சிளைத்தபடி “இளவரசே, புரவியில் கால்கள் ஒடிந்துவிடக்கூடும்...” என்று கூவிக்கொண்டே இருந்தான்.

அரண்மனையை அடைந்து காவல்மாடத்தைக் கடப்பதற்குள் காவலர் தலைவன் சதமன் எதிரே வந்தான். “இளவரசே, உடனே அமைச்சரைச் சந்திக்கும்படி ஆணை” என்றான். “அரசர் எழுந்துவிட்டாரா?” என்றான் அபிமன்யூ. “யார்? அரசர் மதுராவில் அல்லவா இருக்கிறார்?” என்றான் சதமன். அபிமன்யூ ஒருகணம் அவனை நோக்கிவிட்டு புரவியைச் செலுத்தி முன்னால் சென்றான். முற்றத்தில் இறங்கி படிகளில் ஏறி ஸ்ரீதமரின் அமைச்சுநிலைக்குச் சென்றபோது வழியிலேயே கலிகரைக் கண்டான். “மாதுலர் மீண்டுவிட்டார் அல்லவா?” என்றான். “யார்? இளையவரா? மெய்யாகவா? நானறியேன்” என்றார் அவர்.

அவன் அமைச்சுக்குள் நுழைவதற்குள் ஸ்ரீதமர் எழுந்து அவனை நோக்கி வந்து “கலிகரிடம் நீங்கள் கேட்டது செவிப்பட்டது. நான் அழைத்தது பிறிதொன்றுக்காக” என்றார். அபிமன்யூ தளர்ந்து “என்ன?” என்றான். “அமர்க!” எனக் கைகாட்டி அமர்ந்துகொண்ட ஸ்ரீதமர் இரு ஓலைச்சுருள்களை எடுத்து அவனிடம் அளித்து “நம் எல்லையிலிருந்து வந்த செய்தி...” என்றார். அபிமன்யூ அவற்றை விழியோட்டாமல் பீடத்திலிட்டுவிட்டு “சொல்க!” என்றான். “நம் எல்லைகள்மேல் பாணாசுரனின் படைகள் தாக்குதல் நடத்துவது அடிக்கடி நிகழ்ந்துவருகிறதென அறிந்திருப்பீர்கள்.”

“அறிந்திருக்கவில்லை” என்றான் அபிமன்யூ. “அறிக. இப்பூசல் தொடங்கி நெடுநாட்களாகின்றது. ஹிரண்யகசிபுவின் மைந்தர் பிரஹலாதரில் இருந்து

பிரிந்த ஏழு குலங்களில் ஒன்று வைரோசனர். வைரோசனர்களிலிருந்து உருவானது மகாபலி பிறந்த பாலிகம் என்னும் குடி. அதிலிருந்து பிரிந்துருவான மகாபாணம் என்னும் குடியில் பிறந்தவர் பாணர். மகாபலியின் காலத்திலேயே முற்றாகத் தோற்கடிக்கப்பட்டு அசுரர் தங்கள் தொல்நிலங்களைக் கைவிட்டுவிட்டு அடர்காடுகளுக்குள் சென்றுவிட்டனர். அதன்பின் அவர்களின் வரலாறென்பதே நிலங்களை விட்டுப் பின்வாங்குவதுதான். பாணர் மெல்லமெல்ல அத்தனை தொல்குடி அசுரர்களையும் ஒருங்கிணைத்து ஆற்றல்மிக்க அரசொன்றை அமைத்தார். சோணிதபுரம் இன்று ஷத்ரியர்களே கண்டு அஞ்சும் பெரிய கோட்டைநகர்." என்றார் ஸ்ரீதமர்.

"அசுரகுடிகள் பெருகிக்கொண்டிருக்கின்றன. அவர்களுக்குத் தங்கள் தொல்நிலங்கள் அனைத்தும் தேவையாகின்றன" என்றார் ஸ்ரீதமர். "அவர்களின் தொல்நிலங்களில் பெரும்பகுதி இன்று யாதவர்களின் நிலம். ஆகவே நமக்கும் அவர்களுக்கும் இடையேயான மோதலைத் தவிர்க்கவேமுடியாது." அபிமன்யூ "நாம் அவர்களின் நிலங்களைப் பிடுங்கிக்கொண்டோமா?" என்றான். "இளையோனே, நிலத்தைக் கைப்பற்றாமல் அரசு இல்லை. அசுரர்நிலங்களையும் நிஷாதர்நிலங்களையும் வென்று எரியூட்டி காட்டை அழித்து புல்வெளியாக்கினால் மட்டுமே யாதவர் பெருகமுடியும். யாதவர்நிலத்தைப்பிடுங்கி வேலிகட்டி நீர்நிறைத்தாலொழிய மருதநிலம் உருவாகாது..."

"இந்தத் தொல்நகர்கூடஅசுரர்களுக்குரியதே" என்று ஸ்ரீதமர் தொடர்ந்தார். "இதை முன்பு சப்தபாணம் என அழைத்தனர். அடர்காடு இது. இங்கே தன் மேய்ச்சல்நிலத்தை அமைத்து மதனர் குடிபெருக்கினார்." அபிமன்யூ "பாணர்கள் இப்போது எல்லைகளைத் தாக்கியிருக்கிறார்களா?" என்றான். ஸ்ரீதமர் "அவர்கள் எல்லை கடந்து வந்து நம் ஆநிரைகளைக் கவர்ந்துசெல்வது சென்ற பத்தாண்டுகளாக நடந்துகொண்டிருக்கிறது. நம் மேய்ச்சல்நிலங்களில் மூன்றிலொன்றை அவர்கள் கையகப்படுத்தியும்விட்டார்கள். நாம் ஒன்றும் செய்யமுடியாத நிலையில் உள்ளோம். தொடர்ந்து எல்லைகளைப் பின்னிழுத்துக்கொண்டிருக்கிறோம்" என்றார் ஸ்ரீதமர்.

"அவர்கள் நம்மைப் போருக்கு அறைகூவுகிறார்கள். இதுவரை ஏழுமுறை பாணரின் ஓலை வந்துவிட்டது. துவாரகை பாணரின் மேல்கோன்மையை ஏற்றுக்கொள்ளவேண்டும், தொல்நிலங்களை அளித்துப் பின்வாங்கவேண்டும், ஆண்டுக்கு இருமுறை கப்பம் வழங்கவேண்டும், அசுரவேதத்தை இறைச்சொல் என ஏற்கவேண்டும், பாணருக்கு யாதவ இளவரசி ஒருத்தியை மணம்புரிந்து கொடுக்கவேண்டும் என ஐந்து கோரிக்கைகள். அவற்றுக்கு நாம் இன்றுவரை மறுமொழி

அளித்ததில்லை. நாம் அஞ்சுந்தோறும் ஒவ்வொருமுறையும் கோரிக்கைகள் கூடிவருகின்றன."

"மூத்தயாதவர் என்ன சொல்கிறார்?" என்று அபிமன்யூ சினத்துடன் கேட்டான். "மதுராவுக்கும் பாணரின் ஓலைகள் சென்றன. பாணருக்கு எதிராக அஸ்தினபுரியின் படைகளையும் அஸ்வத்தாமரின் படைகளையும் திரட்டி போர்மேற்கொள்ளவிருப்பதாக அவர் தன் அவையில் அறிவித்தார். ஆனால் குடித்தலைவர்களும் அமைச்சர்களும் பொறுத்திருக்கும்படி அவருக்குச் சொன்னார்கள். பாணர் படைமேற்கொண்டால் வடக்கெல்லையில் இருக்கும் சப்தஃபலத்தைத்தான் முதலில் தாக்குவார். இளையயாதவரை அவர் வெல்லட்டும், அதன்பின் தாங்கள் சென்று பாணரை வென்றால் யாதவருக்குத் தலைவர் எவர் என்ற வினாவே எழாது என்றார்கள். மூத்தவர் காத்திருக்கிறார்."

அபிமன்யூ பெருமூச்சுடன் "என்னைச் சோர்வுறச்செய்பவை இந்த அரசுசூழ்தல்கள்தான். இவை அறிவால் இயற்றப்படுபவை என்கிறார்கள். அது பொய், முழுமையாகவே ஆணவத்தால் இயற்றப் படுபவை இவை" என்றான். ஸ்ரீதமர் "எல்லைகள் மேல் தாக்குதல் நிகழ்ந்து கொண்டிருக்கையிலேயே பாணரின் ஓலை வருவது முன்னரும் இருமுறை நிகழ்ந்துள்ளது. இம்முறை பாணரின் ஓலையில் நான் இதுவரை காணாத குறிப்பு ஒன்று உள்ளது. நான் அச்சொற்றொடரைப் படிக்கிறேன்" என்றார் ஸ்ரீதமர். "கணம்பிந்தாமல் உங்கள் தூதனொருவன் என் அவைக்கு வருவான் என்றும் இளையயாதவன் என் அடிபணிந்து இரந்து மன்றாடும்படி நான் கைப்பற்றியிருப்பதென்ன என்று அறிந்துசெல்வான் என்றும் என் ஆணைகளை அவனால் புரிந்துகொண்டு அங்கே வந்து சொல்லமுடியும் என்றும் நம்புகிறேன்."

அபிமன்யூ "என்ன அது?" என்றான். "வெறும் மிரட்டல்..." ஸ்ரீதமர் "இல்லை, வீண்சொல் அல்ல. நாம் அரிதெனக்கருதும் எதுவோ ஒன்று அவரிடம் உள்ளது" என்றார். அபிமன்யூ "நாம் என்றால்...?" என்றான். "சொல் சூழ்க! இளையயாதவருக்கு மிக அரிதென்று இருப்பது ஒன்று அவரிடம் உள்ளது. அதைப்பெற இளையவர் அவரிடம் இரந்து மன்றாடவும் கூடும்." அபிமன்யூ "இதை நாம் இளைய மாதுலரிடம் தெரிவிக்கவேண்டாமா?" என்றான். "தெரிவித்துவிட்டேன், அதே கல்முகம். அதே இருண்ட தண்மை" என்றார் ஸ்ரீதமர். அபிமன்யூ "நாம் என்ன செய்வது?" என்றான்.

"நாம் ஒரு தூதரை அனுப்புவதொன்றே வழி. அரிய பணயப்பொருள் என அவர் சொல்வதென்ன என்று அறிந்துவரவேண்டும். அது நம் அரசகுலமகளிரில் எவரோ என நான் ஐயுறுகிறேன். அவர் நம் மகளிரை

வென்று குருதியுறவுபூண விழைவுகொண்டிருந்தார்... ஆகவே நமக்குப் பொழுதில்லை. தூதர் சென்று அவரிடம் பேசவேண்டும். அவர் சென்று மீள்வதுவரை நமக்குக் காலம் கிடைக்கும். அவரிடமிருப்பது யாதவர்குலத்து இளவரசியரில் எவரோ என்றால் ஒருவேளை அந்த யாதவகுலம் நம்முடன் படைதிரண்டு வரக்கூடும். நல்லூழ் இருந்தால் பிற யாதவர்களும் சினம்கொண்டு எழக்கூடும். இறையாணை என்றால் இளையவர்கூட தருணம் கனிந்து விழித்தெழக்கூடும்...”

“எல்லாமே வாய்ப்புகள்தான்” என்றான் அபிமன்யூ. “ஆம், நாம் வேறு எதை நம்புவது? இங்கிருந்து உடனே கிளம்பிச்செல்ல தூதர் என நீங்களே இருக்கிறீர்கள். சென்று அவரிடம் பேசி மீளுங்கள்” என்றார் ஸ்ரீதமர். “நானா?” என்றான் அபிமன்யூ. “நான் வந்த பணி வேறு. அத்துடன் மூத்தவர் சாத்யகி இருக்கையில்...” ஸ்ரீதமர் “அவர் இங்கே இருக்கவேண்டும். எண்ணியிராக்கணத்தில் அசுரர் இந்நகரைத் தாக்கி வெல்லக்கூடும். ஒருவேளை இந்தச்செய்தியே நகரைவிட்டு விலகச்செய்வதற்கான சூழ்ச்சியாக இருக்கவும்கூடும்.”

அபிமன்யூ “நான் செல்கிறேன்” என்றான். “ஆனால் நாம் தூதுசென்றால் அஞ்சிவிட்டோம், பேசி வெல்ல முயல்கிறோம் என்றல்லவா பொருள்? சாத்யகி இருக்கிறார், என் வில்லுடன் நான் துணையிருப்பேன். படைகொண்டு சென்று பாணனுக்கு யாதவரின் ஆற்றல் என்ன என்று காட்டுவோம்.” ஸ்ரீதமர் சிரித்து “சப்தஃபலத்தின் வேட்டுவர்கள் அசுரரை வெல்வதா?” என்றார். “நான் வில்விஜயரின் மைந்தன், என்னை வெல்பவர் இப்புவியில் இல்லை” என்றான் அபிமன்யூ. “நீங்கள் தனியாகச் செல்ல இயலுமா என்ன? படைவேண்டாமா? இந்நகரைக் காக்கவே படைகள் இல்லை” என்றார் ஸ்ரீதமர்.

அபிமன்யூ கசப்புடன் “என்ன ஒரு சிறுமை!” என்றான். “ஆம், சிறுமைதான். ஏனென்றால் நம் நிலத்தில் கதிரவன் எழுவதேயில்லை. ஆகவே நாம் அஞ்சுகிறோம். நான் எண்ணுவன நிகழாவிட்டால் பணிந்தும் நயந்தும் அவர் கோருவனவற்றை அளித்து அப்பணயத்தை மீட்கவிருக்கிறோம். இதுதான் உண்மை” என்றார் ஸ்ரீதமர். “நீங்கள் ஷத்ரியர், வில்விஜயரின் மைந்தர். ஆகவே உரியமுறையில் தூதனுப்பியிருக்கிறோம் எனப் பாணர் எண்ணுவார். அசுரர்கள் தாங்கள் மதிக்கப்படவில்லை என எண்ணினால்தான் பெருஞ்சினம் கொள்வார்கள். உங்களைக் கண்டதும் அவர் சற்று உளம் குளிரக்கூடும். நற்சொற்களைச் சொல்லவும் கூடும்.”

“நான் மூத்தவர் சாத்யகியிடமும் பேசிப்பார்க்கிறேன். என்ன செய்யமுடியும் எனப் பார்ப்போம்” என்றபடி அபிமன்யூ எழுந்துகொண்டான்.

3

அபிமன்யூ சாத்யகியின் அறைக்குள் நுழைந்து முகமன்கள் ஏதுமில்லாமலேயே “நாம் நம்மைக் கோழைகள் என அறிவித்துக் கொள்ளவேண்டியதில்லை, மூத்தவரே. எனக்கு இங்கிருக்கும் படை எதுவாக இருந்தாலும் அது போதும். இவர்கள் வேட்டுவர்கள். விற்திறன்கொண்டவர்கள். இவர்களைக்கொண்டே நான் பாணரை வென்று மீள்கிறேன்” என்றான். சாத்யகியின் அருகே சென்று “என் வில்திறனை நீங்கள் அறியமாட்டீர்கள். எந்தை எக்களத்திலும் தோற்றதில்லை. நான் அவர் மைந்தன். என்னை கிருஷ்ணார்ஜுனன் என்றே அழைப்பார்கள் என் ஆசிரியர்கள். ஒரு வாய்ப்புக் கொடுங்கள்...” என்று அவன் கைகளைப் பற்றினான்.

ஏடு ஒன்றை நோக்கிக்கொண்டிருந்த சாத்யகி அதைக் கீழே வைத்துவிட்டு சீரான குரலில் “நாம் எதன்பொருட்டு அழைக்கப்பட்டிருக்கிறோம் என்றே நமக்குத்தெரியாது. போர்முகம் கொள்வதனால் அவர்கள் பணயப்படுத்தியிருப்பவருக்கு என்ன இடர் வருமென்றும் அறியோம்” என்றான். “எதுவானாலும் முதலில் ஓர் அடியைப் போடாமல் அவர்கள் முன் சென்று நிற்கலாகாது. மூத்தவரே, எந்தப் பேரத்திற்கும் முன்னால் நம் ஆற்றலைக் காட்டியாகவேண்டும். இப்போது நாம் படைகொண்டு எழுவோம் என அவர்கள் எதிர்பார்த்திருக்க மாட்டார்கள். குடலைக் கூர்வாள் என நான் அவர்களின் நிலத்தை ஊடுருவிச் செல்கிறேன். பேரழிவை உருவாக்குகிறேன்.”

அவன் கைகளைத்தூக்கி உரத்தகுரலில் “ஆம், அவர்களின் ஊர்களை எரித்தழிப்பேன். நீர்நிலைகளைச் சூறையாடுவேன். களமுற்றங்களில்

தலைகளை உருட்டுவேன். எண்ணிக்கொள்க, அவர்களின் ஆயிரம்பெண்களைச் சிறைபிடித்து வைப்பேன். அவர்கள் அஞ்சி மறுவினை சூழ்வதற்குள் பேச்சுக்கு ஒருக்கமென்று அறிவிப்பேன். அவர்கள் முன் நிகரென்றமர்ந்து பேசுவேன்... நம்புங்கள். இல்லையேல் நாம் இழப்பது மிகுதி. ஒருவேளை இந்தப் பேரத்தில் நாம் வெல்லக்கூடும். ஆனால் நெடுநோக்கில் தோற்றவர்களாவோம். இது மீண்டும் மீண்டும் நிகழும்...”

சாத்யகி “நீ சொல்வதுபோல நிகழுமென்றால் நன்றே. இல்லையேல் என்ன ஆகும்?” என்றான். “என்ன இது? களம்கண்டவரல்லவா நீங்கள்? எந்தையின் முதல் மாணாக்கரல்லவா? ஆகவேதானே உங்களிடம் பேசவந்தேன். ஸ்ரீதமர் அமைச்சர், அவருக்குப் போரின் உளநிலைகள் புரியாது... மூத்தவரே, போருக்குப்பின் தோல்வியடைந்தால் என்ன செய்வதென்று எந்த ஷத்ரியனும் எண்ணக்கூடாது. தோல்வியை எண்ணிவிட்டாலே தோல்விக்குரிய தெய்வமாகிய அபஜயை வந்து அருகே நின்றுவிடுவாள். துயரால் கனிந்த இனிய முகம் கொண்டவள். கண்ணீர் நனைந்த மெல்லிய சொற்களால் உரையாடுபவள். குளிர்ந்தவள். பின்னிரவின் காற்றுபோல மலர்மணம் கொண்டவள். வியாதிதேவிக்கும் நித்ராதேவிக்கும் இளையவள். அவள் வந்துவிட்டால் தவிர்ப்பது மிகமிகக் கடினம்...”

“இனிய சொற்களால் நம்முடன் உரையாடுவாள். முதலில் தோல்வியால் பெரிய இழப்பில்லை என்பாள். அச்சொல்லின் இனிமையை நம் உள்ளத்தின் ஒரு நுனி தொட்டாலும் மேலும் பற்றி அருகணைந்து போரில் தோற்பதும் வெல்வதும் நிகரே என்பாள். பின்னர் நம்மைத் தழுவியபடி வெற்றிக்காகப் போராடவேண்டாம், போராடுவது கடமை என்பதற்காகப் போராடும்படி சொல்வாள். நம்மை இறுகப்பற்றிக்கொண்டு வெற்றி என்பது வீண் ஆணவத்தையே அளிக்கும் என்பாள். தோற்றவர்களே காவியத்தலைவர்கள் என்பாள். தோல்வியடைவதன் வழியாக நாம் மேலும் ஆழமாக காலத்தில் நின்றிருக்க முடியும் என்பாள். இன்று தோற்பதே என்றைக்குமான வெற்றிக்கான வழி என்று சொல்வாள். தோல்வியே வீரனின் முழுமை என நம்மை நம்பவைப்பாள். தோல்வியை நோக்கி நாம் கைநீட்டுவோம். மன்றாடி அருகழைத்து நெஞ்சிலேற்றிக்கொள்வோம். தோற்றவர்களனைவரும் தோல்வியை விழைந்தவர்களே” என்றான் அபிமன்யூ.

சாத்யகி சலிப்புடன் “சப்தபதவியூகத்தின் முகப்புப்பாடல்... கற்றிருக்கிறேன்” என்றான். “ஆனால் நான் இங்கே எளிய படைத்தலைவனாக அமர்ந்திருக்கவில்லை. இளையயாதவரின் நிலத்தைக் காக்கும் பொறுப்பும் எனக்குள்ளது. பாணாசுரரின் ஆற்றல் என்ன என்று நமக்குத்

தெரியாது. அவரது திட்டங்களென்ன என்றும் அறியோம். இந்நகரில் இருந்துகொண்டு நாம் அறியும் உளவுச்செய்திகள் மிகமிகக்குறைவு. ஆழமறியா நீர்நிலையில் தலைகீழாகப் பாய்வதற்குப் பெயர் வீரமாக இருக்கலாம், அறிவுடைமை என்று இருக்க வாய்ப்பில்லை.”

அபிமன்யூ சோர்வுடன் “எத்தனை பெரும்படையுடையவர்கள் என்றாலும் அவர்களும் நம்மை அஞ்சுகிறார்கள். ஆகவேதான் நம்மைத் தாக்காமல் பதினான்கு ஆண்டுகளாகக் காத்திருக்கிறார்கள். நம்முடன் மணவுறவு கொள்ள விழைகிறார்கள் என்பதனாலேயே நம்மை முற்றழிக்கவோ முழுதும் விலக்கவோ அவர்கள் விரும்பமாட்டார்கள். மூத்தவரே, யாதவர்களின் பூசல்களையும் பிளவுகளையும் நாம் அறிவோம், அவர்கள் நோக்கில் யாதவப்பேரரசு துவாரகை முதல் இங்கே சப்தஃபலம் வரை விரிந்து கிடக்கும் பெருநிலம். பல்லாயிரம் படைக்கலமேந்திய கைகளின் பரப்பு...” என்றான். “நாம் அவர்களை அறைவோம்... யானை வந்து அடித்தளத்தில் முட்டிய கோட்டை போல அவர்களைக் கட்டுக்குலையச் செய்வோம். அதன்பின் ஒவ்வொன்றும் எளிதாகும்... என்னை நம்புங்கள், நான் வெல்வேன்...” என்றான்.

சாத்யகி தலையை அசைத்து “நன்று, உனக்குப் போரிட ஒரு வாய்ப்பை அளிக்கிறேன். இப்போதல்ல, பாணர் கைப்பற்றியிருக்கும் பணயப்பொருள் என்ன என்று தெரிந்தபின்னர். இப்போது ஸ்ரீதமர் ஆணையிட்டபடி தூதுசென்று செய்தியறிந்து வருக! அதன்பின் அனைத்தையும் எண்ணிச் சூழ்வோம்” என்றான். அபிமன்யூ “மூத்தவரே, எண்ணிச்சூழ்வோம் என்பதன் பொருளென்ன என்று நானும் அறிவேன்... நான் சொல்வதை ஒருகணம் செவிகொடுங்கள். நீங்கள் என்னை விட்டுவிட்டு இந்நகரின் படைகளை நோக்குகிறீர்கள்” என்றான். சாத்யகி “நான் இளையயாதவரை விட்டுவிட்டு யாதவருக்கு என்ன பொருள் என்று நோக்குகிறேன். விழியிழந்த மந்தை இது. அங்கே மறுதரப்பில் எழுபவர் எவர் என்று நீ அறிந்திருக்க மாட்டாய்... கேட்டுத்தெரிந்துகொள்.... இனி நான் சொல்வதற்கேதுமில்லை” என்றான்.

அபிமன்யூ சிலகணங்கள் செயலற்றவன்போல நின்றுவிட்டு “நன்று, எனக்கிடப்பட்ட ஆணையை தலைக்கொள்கிறேன். ஆனால் இது யாதவரின் மாட்சியின் சரிவு. விழித்தெழுந்தால் இதன்பொருட்டே நம்மைக் கொல்ல மாதுலர் படையாழியை எடுப்பார்... ஐயமே இல்லை” என்றபின் தலைவணங்கி வெளியே சென்றான்.

பிரலம்பன் படிகளில் சினத்துடன் இறங்கி வந்த அபிமன்யூவை நோக்கி சென்று “ஆணை என்ன?” என்றான். “ஆணையா? கையைக் காலிடுக்கில் பொத்திவைத்துத் துயில்க... அதுதான். செல்...! செல் மூடா”

என்றான் அபிமன்யூ. பிரலம்பன் "நன்று, அதுவும் உகந்ததே" என்றான். "வெட்டிவீழ்த்திவிடுவேன்.. அறிவிலி.," என்று அபிமன்யூ கூச்சலிட்டான். "நாம் தூதுசெல்லப்போகிறோம், அவ்வளவுதானே?" என்றான் பிரலம்பன். "இல்லை, தூதுசெல்ல நான் என்ன தர்ப்பையேந்திய அந்தணனா? நான் வில்லேந்திய இளம்விஜயன். இவர்கள் யார்? இவர்கள் சொல்லுக்கு நான் ஏன் கட்டுப்படவேண்டும்?"

பிரலம்பன் "ஆனால்..." என்று தொடங்க "நான் முடிவெடுத்துவிட்டேன். இதோ இது என் கணையாழி... இதில் விருஷ்ணிகுலத்தின் முத்திரை உள்ளது. இதைக் கொண்டுசென்று வேடர்தெருவில் காட்டு. நான் கிளம்பிச்செல்கிறேன். நான் இதற்கு அடுத்த ஊரில் காத்திருப்பேன். வேட்டுவர்தெருவில் வில்லேந்தத் தெரிந்த அனைவரும் காட்டுப்பாதையில் வந்து என்னுடன் சேர்ந்துகொள்ளவேண்டும். இது அரசாணை" என்றான். பிரலம்பன் "ஆனால்..." எனத் தயங்க "மூடா, இன்று இந்நகரில் அரசகுடியென்றிருப்பவன் நான் மட்டுமே. நான் ஏன் சாத்யகிக்கு ஆணையிடவில்லை என்றால் அது அவர் தந்தையின் மாணவராக எனக்கு மூத்தவர் என்பதனால்தான்" என்றான் அபிமன்யூ.

சப்தஃபலத்திற்கு அப்பால் நெடுந்தொலைவில் காடுதான் இருந்தது. அதன்பின்னர் இரண்டு குன்றுகள் நடுவே மார்த்திகம் என்னும் ஆயர்களின் சிற்றூர் கண்ணுக்குத் தெரிந்தது. தனியாக அவ்வூரில் நுழைந்த அபிமன்யூ அங்கிருந்த ஊர்த்தலைவரின் மாளிகையில் காத்திருந்தான். அவன் காட்டிய ஓலையைக்கொண்டு அவனை ஸ்ரீதமரின் தூதன் என்றுமட்டுமே ஊர்த்தலைவர் அறிந்திருந்தார். ஆகவே அவன் அங்கே நான்கு நாட்கள் காத்திருந்தது அவருக்கு விந்தையாக இருந்தது. ஆனால் அரசப்பணி என்பதனால் அவர் எதுவும் கேட்டுக்கொள்ளவில்லை. ஆனால் ஊரிலிருந்த எவரும் அவனிடம் எவ்வகையிலும் தொடர்புகொள்ளலாகாது என ஆணையிட்டிருந்தார்.

அபிமன்யூ பகலுமிரவும் நிலையழிந்தவனாகக் காத்திருந்தான். இரண்டாவதுநாள் முதல் எரிச்சலும் சினமும் கொள்ளத்தொடங்கினான். அவனிடம் ஊர்த்தலைவர் மட்டுமே பேசினார். ஒவ்வொரு சொல்லுக்கும் அவன் சினம் கொள்வதைக் கண்டதுமே அவன் அரசகுடியினன் என்பதை அவர் உய்த்தறிந்துகொண்டார். அவன் காத்திருப்பது எதை என அவர் முதலில் வியந்தார், அது ஊருக்கு நன்றுசெய்வதல்ல என்று ஐயம் கொண்டார். பின்னர் வரவிருப்பதை எண்ணி அஞ்சினார். இரவில் துயில்கொள்ளாமலானார். பகலில் துயில்பழுத்த விழிகளுடன் அபிமன்யூவை நோக்கும்படி தன் குடில்வாயிலில் தடியுடன் நாளெல்லாம் அமர்ந்திருந்தார். அந்தியிலும் புலரியிலும் ஊரின் தென்மேற்குமூலையில் அமர்ந்திருந்த மூதன்னையரின் கற்களுக்கு மலரிட்டு வணங்கினார்.

நான்காம் நாள் பின்னிரவில் புரவிக்குளம்படிகள் கேட்டபோது ஊர்த்தலைவர் திடுக்கிட்டு எழுந்து உடல்நடுங்கினார். துயிலுக்குள் ஆயிரம் புரவிகளின் குளம்படிகளாகக் கேட்ட அவ்வொலி, விழித்துக்கொண்டபோது இருளுக்குள் பாறைகள் உருண்டு அணுகுவதுபோலத் தோன்றியது. கோலூன்றி வெளியே வந்தபோது மீண்டும் அவை புரவிக்குளம்படிகளாயின. ஒரு படை அணுகிவருகிறது. எந்தப்படை? அவர் தன் குடிகளுக்கு ஆணையிட்டு எச்சரிக்கையளிக்க விழைந்தார். ஆனால் என்ன சொல்வதென்று தெரியவில்லை. இடக்கை தானாகவே ஆடிக்கொண்டிருக்க, வாய் திறந்து நிற்க, அணுகிவரும் இருளசைவுகளை நோக்கியபடி திண்ணையில் நின்றார்.

ஊரில் அனைவரும் துயிலெழுந்துவிட்டிருந்தனர். அகல்விளக்குகள் கொளுத்தப்பட்டு குடில்கள் விழிகொண்டன. வாயில்கள் திறந்து நகை பூண்டன. கைவிளக்குகளுக்குமேலே நிழல்கள் எழுந்தாட ஆயர்கள் ஊர்மன்றுநோக்கி வரத்தொடங்கினர். பூசகர் அருகே வந்து "படைகள்! எவருடைய படைகள்?" என்றார். குடித்தலைவர் "இங்கே இப்பொழுதில் வருகின்றன என்றால் அவை யாதவரின் படைகளே" என்றார். "யாதவப்படைகளா? இளையவரைச் சிறைபிடிக்கச் செல்கிறார்களா?" என்றான் இளைஞன் ஒருவன். குடித்தலைவர் சினம்கொண்டு "வாயைமூடு, மூடா" என்று சீறினார். அவன் "மூத்தவரின் படைகள் எப்போதுவேண்டுமென்றாலும் வரக்கூடும் என்று சொன்னார்கள்" என்றான்.

மரவுரியைப் போர்த்தியிருந்த ஆயன் "இவர் யார்? இவர் இப்படைக்காகவா காத்திருக்கிறார்?" என்றான். "இவர் எந்தப்படையைச் சேர்ந்தவர்? ஸ்ரீதமரின் தூதர் என்றால் ஏன் இவர்களுக்காகக் காத்திருக்கிறார்?" என்றான். இளைஞன் ஒருவன் "இவர் பாண்டவராகிய அர்ஜுனனேதான் என்று சொன்னார்கள்" என்றான். "யார் சொன்னார்கள்?" என்று குடித்தலைவர் அவனை நோக்கிப் பற்களைக்கடித்தபடி கேட்டார். "ஒரு பெண் கனவில் கண்டிருக்கிறாள். பின்னர் அத்தனை பெண்களும் அதையே சொல்லத் தொடங்கிவிட்டனர்."

மலையிடைவெளியில் தோன்றிய நிழலுருக்கள் புரவிவீரர்களாக உருத்திரட்டி ஊரை அணுகின. குளம்படியோசைகள் நான்குதிசைகளிலும் இருந்து எழுந்தன. அத்தனை குடில்சுவர்களிலும் அவ்வோசை கேட்டது. "சுவர்கள் தவளைகள் போல் ஓசையிடுகின்றன" என்றான் இளைஞன். அபிமன்யூ ஊர் வாயிலில் மூங்கில்கதவருகே சென்று அதன் கயிற்றைப்பிடித்து இழுத்து விரியத்திறந்தான். "யாரங்கே?" என்றான். ஊர்த்தலைவர் அவனை அணுகியதும் "பந்தங்கள்

வரட்டும்...” என ஆணையிட்டான். இளைய யாதவர்கள் பந்தங்களைக் கொளுத்திக்கொண்டுவந்து ஊர்மன்றில் நிறுத்த, முற்றம் செவ்வொளி கொண்டது.

முதல்புரவி வந்து தயங்கியது. “இளவரசே” என்று பிரலம்பன் அழைக்க “வருக!” என்றான் அபிமன்யூ. பிரலம்பன் புரவியில் உள்ளே வந்தான். தொடர்ந்து மேலும் இருவர் புரவிகளில் உள்ளே வந்தனர். பிற புரவிவீரர்கள் ஊருக்கு வெளியே பரவி நிரைகொண்டனர். அபிமன்யூ மன்றில் பீடமென போடப்பட்டிருந்த கல்லில் அமர்ந்தான். பிரலம்பன் அருகே வந்து தலைவணங்கி “சற்று பிந்திவிட்டது, இளவரசே” என்றான். குடித்தலைவரின் அருகே நின்றிருந்த ஒருவன் “இளவரசரா?” என்றான். இன்னொருவன் “நான் எண்ணினேன்... அவர் இளையபாண்டவர்” என்றான். “அர்ஜுனரைப்போலவே இருக்கிறார் என்று ஒரு முதுமகள் சொன்னாள். அவள் பிறந்த ஊர் வழியாக ஒருமுறை இளையபாண்டவர் அர்ஜுனர் செல்வதைக் கண்டிருக்கிறாள்.”

அபிமன்யூ “எத்தனைபேர்?” என்றான். “எழுபதுபேர்...” என்றான் பிரலம்பன். “சப்தஃபலத்தில் வெறும் ஏழுபேர்தான் வந்தனர். அப்போதுதான் நீங்கள் சொன்னது நினைவுக்கு வந்தது. சப்தஃபலத்திலிருந்தே இந்தக்குளிர் கிளம்பிப் பரவுகிறது. ஆகவே அவர்களை அழைத்துக்கொண்டு மறுபக்கம் விலகி காடுகளுக்குள் சென்றேன். அவர்களை அனுப்பி மேலும் மேலும் வேட்டைக்காரர்களைச் சேர்த்தேன். எவரிடமும் புரவிகள் இல்லை. ஆகவே வழியில் ஒரு வணிகர்குழுவைத் தாக்கி அவர்களிடமிருந்து புரவிகளைப் பறித்துக்கொண்டேன். அவர்களைக்கொண்டு மூன்று காவல்நிலைகளைத் தாக்கி புரவிகளைப் பறித்தேன்...”

அபிமன்யூ “நன்று, எழுபதுபேர் என்றால் அது ஒரு படை. நாம் எல்லையை அடைவதற்குள் நூறென்றாக்கிவிடலாம்...” என்றபின் திரும்பி குடித்தலைவரை அருகே வரும்படி கையசைத்தான். அவர் அருகணைந்து “பொறுத்தருளவேண்டும்... தாங்கள் இளமைமீண்ட இளையபாண்டவர் என அறிந்திலேன்” என்றார். “அறியாதிருத்தலே நன்று... நாங்கள் புலரியில் இங்கிருந்து கிளம்புவோம். எங்களுக்குப் போருணவு ஒருக்குக...” என்றான். அவர் வாய்திறந்து விழிமலைத்து நின்றார். “என்ன?” என்றான் அபிமன்யூ .“போரா?” என்றார். “ஆம், போரேதான்... விரைவில்...” என்றான் அபிமன்யூ. “என்ன செய்யவேண்டுமென பிரலம்பன் சொல்வார். இவர் என் படைத்தலைவர்.”

அவர் தலையசைத்தார். “உடனே சென்று உங்கள் பெண்டிர் அனைவரையும் எழுப்புக!” என ஆணையிட்ட பிரலம்பன் “இளவரசே, நான் படைத்தலைவனா? விளையாடவில்லையே?” என்றான். “நீர் என்

படைத்தலைவர்... அந்த முத்திரைக்கணையாழி உம்மிடமிருக்கட்டும்" என்றான் அபிமன்யூ.

புலரியிருள் கரையத்தொடங்கியதும் அவர்கள் கிளம்பி வடமேற்காகச் செல்லத்தொடங்கினர். ஊர்முழுக்க கூடி நின்று அவர்கள் செல்வதை நோக்கியது. "போருக்கு இப்படிக் கவசங்கள் இல்லாமலா செல்வார்கள்? அம்புகள் பாய்ந்துவிடுமே?" என்றான் ஓர் ஆயன். "ஆம், ஆனால் அவர்கள் அம்பைத்தவிர்க்கும் கலை அறிந்தவர்கள்" என்றார் ஒரு முதிய யாதவர். "அந்த நுட்பம் எனக்குத்தெரியும். அது ஒரு பச்சிலை. அதை இடையில் கட்டிக்கொண்டால் நாம் அம்புகளிலிருந்து தப்பமுடியும்... ஆனால் ஷத்ரியர்களும் வேடர்களுமே அதைக் கட்டிக்கொள்ளமுடியும்" என்றார் இன்னொருவர்.

உப்பிட்டு உலர்த்தப்பட்ட ஊன்துண்டுகளைக் கோதுமை மாவுடன் சேர்த்து இடித்து உருட்டி வாழையிலைச்சருகுகளில் கட்டி ஈச்சையிலைப் பைகளில் இட்டு அவர்களுக்கு அளித்திருந்தனர். "ஆளுக்கு எட்டு உருண்டை ஊனுணவு. எட்டுநாட்களில் போர் முடிந்தாகவேண்டும்" என்றான் ஒருவன். "அவர்கள் வென்றபின் வீழ்ந்தவர்களின் உணவையும் எடுத்துக்கொள்வார்கள்" என்றான் இன்னொருவன். அவர்கள் விழிகளிலிருந்து மறைந்ததும் உடன்சென்று வழிகாட்டிய இளைஞன் திரும்பிவந்து "அவர்கள் பாணாசுரரிடம் போரிடச்செல்கிறார்கள்" என்றான்.

குடித்தலைவர் வாய் திறந்து மலைத்தார். ஒருவன் "எழுபதுபேரா?" என்றான். "ஆம், அவர்களை வழிநடத்துபவர் இளையபாண்டவர் அர்ஜுனரின் மைந்தர் அபிமன்யூ. எந்த மானுடரும் வெல்லமுடியாது என இந்திரனின் அருட்சொல் உள்ளது." பூசகர் "ஆனால் பாணாசுரரை மானுடர் வெல்லமுடியாதென்று சொல்லப்பட்டுள்ளதே?" என்றார். "ஆம், அப்படித்தான் சொல்கிறார்கள்..." என்றார் ஒரு முதியவ்ர். "ஒவ்வொருவரும் தெய்வங்களால்தானே வீழ்த்தப்படுகிறார்கள்? ஒவ்வொருவரிலும் அத்தருணத்திற்குரிய அச்செயலுக்குரிய தெய்வங்களெழுந்துதானே அதை நிகழ்த்துகின்றன?" என்றார் பூசகர். "பாணன் வெல்லப்படுவான் என்பதில் ஐயமில்லை."

சினத்துடன் ஓர் இளைஞன் "ஏன்?" என்றான். "அவர் மாவீரர். அவர் ஏன் வெல்லப்படாது நிலைகொள்ளலாகாது?" என்றான். பூசகர் ஒரு பாக்கை எடுத்துக் கடித்து அதன் துண்டை வாயிலிட்டபின் அனைவரும் தன்னை நோக்குவதற்கான இடைவெளியை அளித்து "கேள் இளையவனே, குவிந்தமணல் அவ்வாறே நிலைக்கலாகுமா?" என்றார். அவன் இல்லை எனத் தலையசைத்தான். "ஏனென்றால் நிரப்புவதும் நிகர்செய்வதுமே

காற்றின் கடனாக உள்ளது.” அனைவரும் விழிநிலைக்க நோக்கியிருக்க “ஊழின் நெறியை எவரும் உய்த்துணரவியலாது. அதன் தொழிலை எங்குநோக்கினும் காணலாம். அது நிகர்செய்வது. பாணர் மிஞ்சி எழுந்தவர். மேலும் மேலுமெனச் செல்பவர். மறுமுனை இணைகொண்டு எழுந்தாகவேண்டும்.”

யாதவநிலத்தின் எல்லையில் அமைந்த கிராதகிரி என்னும் சிறிய மலையடிவாரத்தை அந்தியிருளுக்குள் சென்றடைந்தபோது அபிமன்யூவின் படை மும்மடங்கு பெருகியிருந்தது. நான்குநாட்கள் தொடர்ந்து நிகழ்ந்த அப்பயணத்தில் பன்னிரு வேட்டுவச் சிற்றூர்களிலிருந்து படைதிரட்டினர். ஐந்து காவல்நிலைகளில் புரவிகளைக் கவர்ந்தனர். இறுதியாகக் கூர்மபாகம் என்னும் யாதவச் சிற்றூரிலிருந்து உணவுருளைகளைப் பெற்றுக்கொண்டார்கள். வழிகாட்டிச்சென்ற மூத்தவேட்டுவரான கடம்பர் “நாம் ஆசுரநிலத்தை அடைந்துவிட்டோம், இளவரசே” என்றார். “இந்த மலைக்கு அப்பால் ஒரு மான் துள்ளினாலும் அசுரர்களின் காவல்நிலைகளிலிருப்பவர்களால் பார்க்கமுடியும். இதற்கு இப்பால் நாம் இரவுதங்குவோம். அசுரநிலத்தை எப்போது கடப்பதென்று நீங்கள் எண்ணிச்சூழ்ந்து ஆணையிடுங்கள்.”

படைவீரர்கள் புரவிகளை அவிழ்த்து கடிவாளத்தை முன்னங்கால்களுடன் பிணைத்து மேயவிட்டனர். அவை நிரையாக அருகே ஓடிய சிற்றோடையை அணுகி நீர் அருந்திவிட்டு காட்டுக்குள் புகுந்தனர். உலருணவு உண்டு நீர் அருந்தியபின் இலைமெத்தைகளை விரித்து அனைவரும் துயிலத் தொடங்கினர். அபிமன்யூவும் பிரலம்பனும் கடம்பரும் மலையேறிச்சென்று அங்கே நின்றிருந்த பெரிய வேங்கைமரத்தின்மேல் ஏறி நின்று அசுரர்களின் காவல்நிலைகளைக் கண்டனர். “அவர்களின் காவல்நிலைகளைப் பார்ப்பதற்கு இரவே உகந்தது. நம்மை அவர்கள் காணமுடியாது. அவர்களின் பந்தங்கள் நெடுந்தொலைவுக்குத் தெரியும்” என்றார் கடம்பர்.

இருளில் பந்தங்கள் எளிய வரைபடம் ஒன்றை வரைந்திருந்தன. சிலகணங்கள் நோக்கிவிட்டு “மிகச்சிறந்த காவலரண். காடுகளை இப்படிக் காவல்காக்கவியலும் என இந்திரப்பிரஸ்தத்திலோ அஸ்தினபுரியிலோ எவரும் அறிந்திருக்க மாட்டார்கள்” என்றான் அபிமன்யூ. “இவ்விருளில்கூட நாம் ஓர் எல்லைக்கு அப்பால் செல்லமுடியாது. கருங்குரங்குகளும் உச்சிக்கிளைப் பறவைகளும் ஒலியெழுப்பி நம்மை அறிவிக்கும். இங்கிருந்து சோணிதபுரம் வரை மலைச்சரிவினூடாகச் செல்லும் புரவிப்பாதையை நூறு இடங்களிலிருந்து வில்லவர் குறிபார்த்திருப்பார்கள்” என்றார் கடம்பர்.

“சோணிதபுரம் தெய்வங்களால் கட்டப்பட்ட வன்கோட்டை சூழ்ந்தது. உள்ளே அத்தனை தெருக்களிலும் அசோகம் செம்பாலை எனச் செம்மலர்கள் விரியும் மரங்கள் மட்டுமே நட்டு வளர்க்கப்பட்டுள்ளன. வசந்தம் எழுகையில் அந்நகரம் காட்டுத்தீ எனத் தெரியும். ஆசுரநாட்டுக்குள் எங்கும் வண்டிப்பாதைகள் இல்லை. கால்களற்றவை தங்கள் காட்டுக்குள் நுழையலாகாதென்பது அசுரர்களின் மூதன்னையரின் ஆணை. வணிகர்கள் அத்திரிகளிலும் வீரர்கள் புரவிகளிலும் செல்வார்கள்” என்றார் கடம்பர்.

“நன்று, சாலை இல்லையேல் அக்கோட்டையை அழிக்கும் தண்டுவண்டிகள் அங்கே அணுகவியலாது” என்றான் அபிமன்யூ. அவன் சொன்னதை அப்போதுதான் உணர்ந்தவர்போல அவர் அவனைக் கூர்ந்து நோக்கினார். “பாணாசுரரின் குலமுறை என்ன, கடம்பரே?” என்றான் அபிமன்யூ. கடம்பர் அக்கேள்வியால் மீண்டு வந்து “நானறிந்த கதைகளெல்லாம் வேட்டைக்குடிப் பாடகரின் சொற்களில் எழுந்தவை” என்றார். “பாணர் காசியபகுலத்தவர். ஹிரண்யகசிபுவின் கொடிவழியினர். மகாபலியை மூதாதையாகக் கொண்டவர். அசுரகுலத்து அன்னை நிகும்பைக்கு எட்டாவது மைந்தனாகப் பிறந்தார். அப்போது அவர் குலம் சுருங்கி சிறுத்து காடுகளுக்குள் மரங்களுக்குமேல் அமைக்கப்பட்ட சிறுகுடில்களில் பறவைகளைப்போல வாழ்ந்துகொண்டிருந்தது.”

பாணரின் அன்னை நிகும்பை அக்குடியில் மூதன்னையர் ஊரும் பிச்சி என அறியப்பட்டிருந்தாள். அசுரர்களின் மூதாதையர் வாழும் மலைக்குகை ஒன்று சோணிதபுரியின் வடமேற்கே உள்ளது. பெரும்பாம்பின் திறந்த வாய் போன்ற அக்குகையை நாகபிலம் என்றனர். குறைமைந்தர் பிறந்தால் அக்குழவியைக் கொண்டுசென்று அக்குகைக்குள் வீசிவிடுவது அவர்களின் வழக்கம். அக்குகைக்குள் வாழும் மூதாதையர் அக்குழவியை உண்டு மீண்டும் ஒன்றை அவர்களுக்கு அளிப்பார்கள். பிறிதுதருணங்களில் எவரும் அக்குகையருகே செல்வதில்லை.

சிறுமிப்பருவத்தில் காட்டில் தோழியருடன் தேனடை கொய்யச் சென்ற நிகும்பை சிற்றோடை ஒன்றில் இறங்கி நீர் அருந்துகையில் பாறையில் கால்வழுக்கி பெருக்கில் விழுந்தாள். நாகமென அவளைச் சுற்றிப்பிடித்து சுழற்றி அள்ளிக்கொண்டு சென்றது மலையாறு. தோழியர் கூச்சலிட்டு அலற, அவள் உருண்டு கடும்புதர் செறிந்த இருளுக்குள் மறைந்தாள். அவர்கள் அந்திவரை அவளைத்தேடிவிட்டுத் திரும்பிவந்தனர். மறுநாள் அவளைத் தேடிச்சென்ற அசுரர், எங்கும் அவளைக் காணாமல் அவள் இறந்துவிட்டாள் என்று எண்ணித் திரும்பிவந்தனர். அவளை அக்காட்டாறு நாகபிலத்திற்குள் கொண்டுசென்று எறிந்தது. இருண்ட ஆழத்திற்குள் அலறியபடி விழுந்து எங்கோ மறைந்தது அது.

நீருண்ணும் பசுமுகம் எனப் புடைத்து நின்ற சுண்ணப்பாறையைப் பற்றிக்கொண்டு கரையேறிய நிகும்பை அங்கே குகைகளின் சுவர்களில் அசுரர்களின் இறந்த மூதாதையர் அனைவரும் ஓவியங்களாக வரையப்பட்டிருப்பதைக் கண்டாள். அவர்களின் விழிகள் இருளுக்குள் மணிகளென மின்னின. பின்னர் அவர்களின் முகங்கள் உயிர்கொண்டன. அவர்கள் புடைப்புகொண்டு எழுந்தனர். அவளுடன் உரையாடலாயினர். ஏழு நாட்களுக்குப்பின் அவள் பிச்சியைப்போல் திரும்பிவந்தாள்.

அவள் ஊருக்குள் நுழைந்தபோது அது அவள் உயிர்சூடிய பேய் என அஞ்சி அசுரகுடியினர் குடில்களுக்குள் புகுந்து வாயில்களை மூடிக்கொண்டனர். அவள் அன்னையும் தந்தையும் அஞ்சி ஒளிந்து சுவரிடுக்கினூடாக அவளை நோக்கிக் கலுழ்ந்தனர். அவள் எவரையும் அழைக்கவில்லை. ஊர்மன்றிலிருந்த பீடப்பாறையில் ஆலமரத்தடியில் நிமிர்ந்த தலையுடன் கால்மடித்து அமர்ந்தாள். இரண்டுநாட்கள் அசைவிலாது அங்கேயே அமர்ந்திருந்த அவளைக் கண்ட மூதன்னை ஒருத்தி அவள் குடித்தெய்வம் ஏறிய ஊர்தி என அறிந்தாள். அவள் கால்மடித்து அமர்ந்திருந்த முறை மூதன்னையருக்குரியது என்றாள்.

பலியும் மலரும் கொண்டு வணங்கியபடி அவர்கள் அவளை அணுகினர். பலியூனை எடுத்து அவள் உண்டாள். மலர்களை எடுத்து அழுக்குபற்றிச் சடைகொண்டிருந்த கூந்தலில் சூடினாள். அவர்களை நோக்கிப் புன்னகைத்து அவர்கள் கேட்டிராத மொழியில் வாழ்த்தினாள். அவள் அன்னையும் தந்தையும் உடன்பிறந்தாரும் கண்ணீருடன் இல்லத்திற்கு வரும்படி அழைத்தனர். அவர்களை அவள் விழிகள் அறியவே இல்லை. தனக்குத்தானே சிரித்துக்கொண்டும் தலையாட்டிப் பேசிக்கொண்டும் அங்கேயே இருந்தாள்.

அதன்பின் அவள் இல்லம் மீளவில்லை. பசிகொள்கையில் அந்த மன்றுப்பாறைமேல் வந்தமர்ந்து பலிக்கொடைகொண்டு திரும்பிச் சென்றாள். அவளைக் காடுகளுக்குள் வேட்டைக்கும் தேனெடுக்கவும் செல்கையிலும் அவர்கள் கண்டனர். காட்டுவிலங்கென புதர்களுக்கிடையே சென்றுகொண்டிருந்தாள். மலைக்குகைகளில் துயின்றாள். மரங்கள் மேல் அமர்ந்திருந்தாள். அவள் உடலில் ஆடைகள் அகன்றன. நீள்குழல் சடைப்பிரிகளாக ஆகியது. கைநகங்கள் நீண்டு சுருண்டன. அவள் சொன்ன அறியாத மொழியை அவர்கள் கனவுகளில் பொருளுடன் கேட்டார்கள். அப்பொருளை விழித்தெழுந்ததுமே மறந்தனர். அது ஹிரண்யகசிபுவும் வைரோசனரும் மகாபலியும் பேசிய தொல்மொழி என்றனர் பூசகர்.

நிகும்பை கருக்கொண்டிருப்பதை பெண்கள் கண்டறிந்தனர். அவளைப் பேற்றுச்சடங்குகளுக்காகக்கூட இல்லங்களுக்குக் கொண்டுவர

அவர்களால் இயலவில்லை. வயிறு பருத்துருண்டு முலைசெழிக்க அவள் காட்டுக்குள் அலைந்தாள். ஒருநாள் தேனெடுக்கச்சென்ற பெண்கள் அவள் உறுமுவதைக் கேட்டு நோக்கியபோது புதர்களுக்குள் குருதிவார அவள் ஈன்றுகொண்டிருப்பதைக் கண்டனர். அவர்கள் வந்துசொல்ல, ஊரிலிருந்து வயற்றாட்டிகள் சென்று அவள் மகவை வெளியே எடுத்தனர். ஆண்மகவைப் பேற்றுமயக்கிலிருந்த அவள்முன் தூக்கிக் காட்டினர். அவள் சரியும் இமைகளுடன் அதை நோக்கினாள். பன்றிபோல உறுமினாள். பின்னர் அதை அவர்களிடமிருந்து பிடுங்கிக்கொண்டு காட்டுக்குள் ஓடினாள். அவள் சென்றவழியெங்கும் குருதி சொட்டியது.

அவர்கள் அலறியபடி அவளைத் தொடர்ந்து ஓடினர். அவள் நாகபிலத்தை அடைந்து உள்ளே நுழைந்தாள். அவர்கள் அஞ்சி நின்றுவிட அவள் மட்டும் மறுநாள் திரும்பிவந்தாள். குழவியை எண்ணி பெண்கள் நெஞ்சைப்பற்றியபடி அழுதனர். அது உயிர்ப்பும் உடல்முழுமையும் கொண்டிருந்தது. ‘முதல்சொட்டு முலையுண்ணவும் அதற்கு ஊழில்லையா?’ என மூதன்னையர் ஏங்கினர். அவள் இருமுலைகளும் ஊறி வயிற்றிலும் தொடைகளிலும் வழிய, கருக்குருதி கால்களை அடைந்து சொட்ட, வெறிமின்னும் விழிகளுடன் வந்து மன்றில் நின்று கைவீசி உறுமி பலியூனுக்கு ஆணையிட்டாள்.

அதன்பின் அவள் மேலும் ஆறுமைந்தரைப் பெற்றாள். அறுவரையும் அக்குகைக்குள் வீசிவிட்டுத் திரும்பினாள். எட்டாவதாக அவள் கருக்கொண்டபோது அவர்கள் அக்குழவியையும் குகையே உண்ணும் என்றே எண்ணினர். ‘நாமறியாத ஒன்று அவளினூடாக நிகழ்ந்துகொண்டிருக்கிறது’ என்றனர் பூசகர். ‘குகைவாழ்தெய்வங்கள் தங்கள் பலியூனை அவள் பெற்றளிக்க ஆணையிட்டிருக்கக் கூடும். அகலில் எழும் அனலை உறிஞ்சி உண்டுகொண்டேயிருக்கிறது கடுவெளி. மீனிலும் புன்னையிலும் அதன்பொருட்டே நெய்யூறச்செய்கிறது அது.’

எட்டாவது குழந்தையைப் பின்னிரவில் நடுக்காட்டில் அவளே பெற்றாள். கையில் குருதிக்குழவியுடன் தொப்புள்கொடி காயாது இருவரையும் இணைத்திருக்க அவள் வந்து ஊர்நடுவே நின்று அறியாமொழியில் அழைத்தாள். அவர்கள் கதவுகளைத் திறந்து கையகல்களை ஏந்தியபடி வந்து நோக்கியபோது மிகச்சிறிய உடல்கொண்ட குழவி அவள் வலது கையில் இருந்தது. ‘குறைக்குழவியா?’ என்றார் பூசகர். ‘ஆம், ஏழுமாதங்களே ஆகின்றன’ என்றாள் மூதன்னை ஒருத்தி. ‘இக்குழவியை ஏன் அவள் குகைக்குக் கொண்டுசெல்லவில்லை?’ என்று இளம்பெண் ஒருத்தி கேட்டாள். அதன்பின்னரே அவர்கள் அவ்விந்தையை உணர்ந்தனர்.

“அவள் அக்குழவியை தன் உடல்சேர்த்து வைத்துக்கொண்டு அவர்கள் அளித்த ஊனுணவை உண்டாள். அது ஓரிருநாளில் இறந்துவிடுமென

அன்னையர் எண்ணினர். ஆனால் அவள் தன் வயிற்றுடனும் முலைகளுடனும் அதைச் சேர்த்து வைத்துக்கொண்டாள். கொடி காய்ந்து உதிர்ந்தது. குழவி முலையுண்டு உடல்கொண்டது. அவள் அம்மைந்தனை ஏந்தியபடி காடுகளுக்குள் அலைந்தாள். மைந்தன் முகம்தெளிந்து நோக்குக் கொண்டான். அவனை அவள் ஊர்மன்றுக்குக் கொண்டுவந்தபோது அயல்விழிகளுடன் அவர்களை நோக்கினான். அவனை நோக்கி அவர்கள் கைநீட்டியபோது புலிக்குருளை என உறுமியபடி அன்னையைப் பற்றிக்கொண்டான். அன்னை வெண்பற்களைக் காட்டி சீறி அவர்களைத் துரத்தினாள். அவனை அவர்கள் எவரும் தொட்டதேயில்லை.”

4

“ஐந்தாண்டுகாலம் அன்னையுடன் மைந்தன் வளர்ந்தான். பகலுமிரவும் அவன் அன்னையுடனேயே இருந்தான். அவன் சற்று வளர்ந்ததுமே அவர்கள் பலியுணவுகொள்ள மன்றுக்கு வருவது நின்றது. உருவில் சிறியவனாக இருந்தாலும் சிட்டுக்குருவிபோல் விரைவுகொண்டவனாக இருந்தான் மைந்தான். அன்னை கைநீட்டுவதற்குள் பாய்ந்து சென்று அவள் எண்ணிய இரையை அவன் வென்றான். அவளை வில்லென்றும் அவனை அம்பென்றும் அழைத்தார் குடிப்பூசகர். அவனுக்குப் பாணன் என்ற பெயரே நிலைத்தது” என்றார் கடம்பர். அபிமன்யூ தொலைவில் பாணாசுரரின் காவலரண்களின் வெளிச்சங்களை நோக்கியபடி மரக்கிளையில் அமர்ந்து அக்கதையைக் கேட்டிருந்தான்.

ஒருநாள் நிகும்பை மைந்தனுடன் நடந்து நாகபிலத்திற்குள் நுழைந்தாள். ஏழுநாட்களுக்குப் பின்னர் மைந்தன் மட்டும் திரும்பிவந்தான். சடைக்கற்றைகள் தொங்கிய தலையும் நீண்ட நகங்களும் மண்படிந்த மேனியுமாக வந்து மன்றில் நின்று இரு கைகளையும் விரித்து ‘உணவு’ என அசுர மொழியில் கேட்டான். அவனைக்கண்டு அஞ்சி அசுரர்கள் திகைத்து அகன்றனர். அவனுருவில் ஏதோ மலைத்தெய்வம்தான் வந்தது என எண்ணினர். ‘நான் இனி இங்குதான் இருக்கப்போகிறேன். என் அன்னை குகைக்குள் சென்றுவிட்டாள்’ என்றான். அச்சம்நீங்கி அவர்கள் அவனை அணுகினர். உணவும் நீரும் அளித்து தங்கள் குடிக்குள் எடுத்துக்கொண்டனர்.

பாணன் அவர்கள் எவரும் எண்ணியிராத ஆற்றல்கள் கொண்டிருந்தான். அவன் அம்புகள் ஒருமுறைகூட குறிதவறவில்லை. உச்சிப்பாறையில் சரடில்லாமல் கைகளாலேயே தொற்றி ஏறி தேன் கொண்டுவந்தான்.

சீறி அணுகும் புலியை ஒருமுறைகூட பின்னெட்டு வைக்காமல் எதிர்கொண்டான். அரசநாகத்தைக் கைகளால் பற்றி எடுத்தான். பத்துவயதில் அக்குடியின் தலைவன் என அவனே எண்ணப்பட்டான். எதிரிக்குடிகள் அவனை அஞ்சின. மெல்ல அவன்குடி அக்காட்டிலிருந்த பன்னிரு அசுரகுடிகளுக்கும் தலைமைகொண்டது.

எழுபது காடுகளிலாக ஆயிரம் குடிகளாகப் பிரிந்துகிடந்தது அசுரகுலம். ஒருவர் மொழி பிறிதொருவருக்குப் புரியவில்லை. ஒவ்வொருவரும் வெவ்வேறு குழூஉக்குறிகளும் குடிச்சடங்குகளும் தொல்நம்பிக்கைகளும் கொண்டிருந்தனர். காட்டின் வேட்டையெல்லைகளுக்காகவும் பெண்கவர்தலுக்காகவும் ஆநிரைகொள்ளலுக்காகவும் அவர்களுக்குள் பூசல்கள் நிகழ்ந்தன. குருதிவிழுந்தால் மீண்டும் போர் மூண்டு பழிநிகர் செய்யப்பட்டது. ஆகவே குடிப்போர்கள் ஒருபோதும் முடியவில்லை. அசுரர்கள் காட்டுக்குள் தனியாகச் செல்லவே அஞ்சினர். ஒவ்வொருவரும் தாங்கள் கொன்ற பிறகுலத்தவரின் மண்டையோடுகளைக் குடில்முகப்பில் வைத்து அணிசெய்தனர். அவர்களின் எலும்புகளால் காதணிகளும் மாலைகளும் செய்து அணிந்துகொண்டனர். பாணனின் ஐம்புகுடியின் தலைவர் மிருகர் அவரால் கொல்லப்பட்டவர்களின் மண்டையோடுகளையே உண்கலங்களாகப் பயன்படுத்தி வந்தார்.

மிருகருக்குப்பின் குடித்தலைமை இயல்பாகவே பாணனுக்குச் செல்லுமென அனைவரும் எண்ணியிருந்தனர். தன் மகளை மணம்கொண்டு குடிக்கோலை கையிலேந்தி அவன் மன்றமர்வான் என அவரும் எதிர்பார்த்தார். ஆண்டுக்கொருமுறை அன்னையருக்கு அளிக்கும் பலிக்கொடையின்போது பூசகர் அவருக்குப் படையலன்னத்தின் முதற்கவளத்தை அளித்தபோது அதைப் பகுந்து பாதியை அருகே நின்றிருந்த பாணனுக்கு அளித்தார். 'இல்லை, நான் இதை உண்ணவிழையவில்லை' என்று அவன் சொன்னான். பூசகர் 'அவர் அளிக்கும் அவ்வன்னத்தின் பொருளென்ன என்று நீ அறிந்திருக்கவில்லை போலும். இளையோனே, அவருக்குப்பின் அவர் கையின் குடிக்கோல் உனக்குரியது என்று அதற்குப்பொருள்' என்றார்.

பாணன் 'ஆம், அதை அறிந்தே மறுத்தேன். நான் இக்குடியினன் அல்ல' என்றான். ஐம்புகர் அவனைச் சூழ்ந்துகொண்டனர். முதியவர் ஒருவர் 'என்ன சொல்கிறாய்?' என்று கூவினார். 'நான் அசுரர்களின் ஆயிரம் குடிகளுக்கும் தலைவன். எந்தத் தனிக்குடிக்கும் உரியவன் அல்ல' என்று அவன் சொன்னபோது அங்கிருந்தோரில் இளையோர் மெய்சிலிர்த்தனர். முதியவர் ஒருவர் நகைத்து 'அதை எப்படி முடிவுசெய்தாய்?' என்றார். 'நான் அசுரகுலத்துப் பேரரசன் ஹிரண்யகசிபுவின் கொடிவழி வந்தவன். வைரோஜனரின் மைந்தனாகிய மகாபலியின் மைந்தன்' என்றான்

பாணன். 'அந்தக்குகைக்குள் சுவர்களில் அவர்கள் ஓவியங்களாக அமைந்துள்ளனர். மகாபலியிடமிருந்தே என் அன்னை என்னைக் கருத்தரித்தாள்.'

அவர்களால் அவன் சொற்களைப் பொருள்கொள்ள முடியவில்லை. அவை செவிகளில் பொய்யென்று ஒலித்தன. அவன் விழிகள் அவை மெய்யென்று காட்டின. 'நான் அசுரகுடிகளை என் ஆயிரம் கைகளென இணைத்துக்கொள்வேன். என்னை சகஸ்ரஹஸ்தன் என்று என் கொடிவழியினர் பாடுவார்கள்' என்று அவன் சொன்னான். 'நான் பிறந்தது அசுரர்களின் வெற்றியை நிகழ்த்தும்பொருட்டே. இம்மண்ணில் அசுரர்களின் பேரரசு ஒன்று எழவிருக்கிறது.' அவர்கள் ஒருவரை ஒருவர் நோக்கிக்கொண்டனர். எங்கோ சிலர் பெருமூச்சுவிட்டனர்.

அவன் சொற்களை அவர்கள் எவரும் நம்பவில்லை, ஆனால் எளிதெனத் துறக்கவும் அவர்களால் கூடவில்லை. அசுரச்சக்ரவர்த்திகளைப்பற்றிய கதைகள் அவர்களிடையே எப்போதுமிருந்தன. இளமைந்தர் அவற்றைக்கேட்டே வளர்ந்தனர். வளர்ந்தபின் அவை காடுகளுக்குள் ஒடுங்கி வேட்டையாடி வாழும் எளிய மலைக்குடிகளின் கனவுகள் மட்டும்தானோ என ஐயம் கொண்டனர். ஆகவே அக்கனவுகளை மேலும் மேலுமென வளர்த்து மைந்தர்களுக்குச் சொல்லிச்சென்றனர். அந்நாளுக்குப்பின் பாணனை நோக்கும் விழிகளனைத்தும் மாறின. அவனிடம் விளையாட இளையோர் அஞ்சினர். அவனை ஒருமையிலழைக்க முதியோர் நாத்தயங்கினர்.

ஒருநாள் அவர்கள் வேட்டைக்கென அடர்காட்டைக் கடந்து சென்றபோது தொலைவில் வெண்பனியின் அலைகள் என எழுந்துவந்த வடக்குமலைகளைக் கண்டு பாணன் நின்றான். அவற்றில் ஒரு மலைமுடி மட்டும் சாயுமொளியில் பொன்னெனச் சுடர்ந்தது. 'அது என்ன?' என்று அவன் மூத்தவரிடம் கேட்டான். அவர் 'அது கிரௌஞ்சமுடி. முன்பொருகாலத்தில் வானில் வெள்விடைமேல் இடம் அமர்ந்த தேவியுடன் சென்றுகொண்டிருந்த தொல்சிவத்தின் வெண்ணிற மேலாடை நழுவி விழுந்து அமைந்ததே இந்த மலையடுக்கு என்று தொல்கதைகள் சொல்கின்றன. கைலையின் கிரௌஞ்சப் பறவைகளிலொன்று அவர்களுக்குக் காவலென பின்னால் பறந்துகொண்டிருந்தது. சிவம் அதனிடம் சென்று என் மேலாடைக்குக் காவலிரு. பிறிதொருவர் அதை அணியலாகாது என்றது. பொற்சிறகை விரித்து மேலாடைமேல் வந்தமர்ந்தது கிரௌஞ்சம். அதுவே அந்த மலைமுடியென்றாகியது.'

அந்த மலைமுடியை நோக்கியபடி பாணன் அமர்ந்தான். அவன் உடல் தளர்ந்தது. விழிகள் மூடி ஊழ்கம் அமைந்தது. அவன் உடல்

மெய்ப்புகொண்டு அதிர்ந்துகொண்டே இருப்பதை அவர்கள் கண்டனர். அவன் பின்னர் விழிதிறந்து 'நான் அங்கே இருந்திருக்கிறேன்' என்றான். அவர்கள் 'அங்கா? நீயா?' என்றார்கள். 'ஆம், முன்பெப்போதோ நான் கைலையில் இருந்தேன்' என்று அவன் சொன்னான். அவன் விழிகள் பித்தனைப்போல வெறிப்பு கொண்டிருந்தன. அவர்கள் அவன் சொற்களால் அச்சமடைந்து அறியாமல் பின்னகர்ந்தனர்.

'அன்னையும் அத்தனும் பனிமுடிகளில் விளையாடிக்கொண்டிருந்தனர். அவர்களுடன் இளைமைந்தர்களாகக் கரிமுகனும் அறுமுகனும் களியாடினர். நான் கரியபேருருக்கொண்ட ஒரு மலைமுடியாக உருக்கொண்டு அவர்களை நோக்கிக்கொண்டிருந்தேன். அவர்களைக் காவல்காக்கும் ஆயிரத்தெட்டு கணங்களில் ஒருவனாக இருந்தேன். சிவகணமாக ஏதோ ஒருகணத்தில் அறியாது நானும் அவர்களுடன் விளையாடினேன்' என்றான் பாணன். 'அப்பன் என்னை நோக்கித் திரும்பி நீ விழைவது பிறிதொரு பிறவியில் நிகழும். சென்று நான் உனக்கென இட்ட இருக்கையில் அமர்ந்து தவம்செய். உன் தருணம் கனிகையில் மண்ணில் பிறப்பாய். என் மைந்தனென்றாவாய் என்றார்.'

அசுரர் ஒருவரை ஒருவர் நோக்கியபடி அமைதியாக இருந்தனர். பின்னர் மெல்ல அசைந்த முதிய அசுரர் 'மகாகாளர் என்னும் சிவகணத்தின் கதை அது. அவர் கிரௌஞ்சமலையின் உச்சியில் வந்தமர்ந்து ஆயிரமாண்டுகள் ஊழ்கம் பயின்று சிவமைந்தனாகப் பிறந்தார் என்கின்றன கதைகள்' என்றார். 'நான் அவனே. நான் சிவமைந்தன்... வேலேந்திய இளையோனுக்குத் தம்பி' என்றான் பாணன். முதியவர் 'நாம் கிளம்புவோம். இருட்டி வருகிறது' என்றார்.

பாணன் எழுந்துகொண்டு 'நான் கிரௌஞ்சமலையுச்சிக்குச் செல்லவேண்டும். அங்கே எந்தையையும் அன்னையையும் கண்டு அவர்களிடம் நற்சொல் பெற்று மீள்வேன். ஆயிரம்குடிகளையும் என் கைகளென்றாக்கும் ஆற்றலை அவர் எனக்கு அளிப்பார்' என்றான். 'கிரௌஞ்சமலையுச்சியில் மானுடர் ஏறமுடியாது. அது ஒற்றைப்பாறைத்தூண் போன்றது' என்றார் முதியவர். 'நான் அங்கு செல்லவேண்டும்... என் அன்னை என்னிடம் சொன்னது அது, இப்போதுதான் அவள் சொன்னவற்றின் பொருளை அறிகிறேன்' என்றான் பாணன். 'நான் சென்றதை நம் குடிகளிடம் சொல்லுங்கள். முழுநிலவு செங்கனல்போல் எரியும் ஒருநாளில் நான் மீண்டுவருவேன்' என்றபின் கிரௌஞ்சமுடியை நோக்கியபடி நடந்து சென்றான்.

மீண்டும் அவன் திரும்பிவந்தபோது ஏழாண்டுகள் கடந்துவிட்டிருந்தன. அதற்குள் அவனை அவர்கள் மறந்துவிட்டிருந்தனர். மறந்தவை

அனைத்தும் சென்றுசேரும் கதைகளிலும் கனவுகளிலும் அவன் வாழ்ந்தான். பன்னிரண்டு ஆண்டுகளுக்கொருமுறை அசுரகுடிகள் ஆயிரவரும் ஹிரண்யகசிபுவின் குருதி தேங்கிய புண் எனத் தொல்கதைகள் கூறிய தப்தமானசம் என்னும் மலைச்சுனையைச் சூழ்ந்திருக்கும் குறுங்காட்டில் கூடி உயிர்ப்பலி இட்டு ஊன்படைத்து மூதாதையரசனை வணங்கி மீளும் சடங்கு ஒன்றிருந்தது. அசுரவேதம் அமைத்தவனாகிய ஹிரண்யகசிபு அங்கே ஐந்து ஆள் உயரம்கொண்ட பெருங்கல்லாக நின்றிருந்தார். அக்கல்லின்மேல் பலிவிலங்குகளின் குருதியால் நீராட்டி செங்காந்தள் தொடுத்த மாலை அணிவித்து அதன் காலடியில் மும்முறை கோல்தாழ்த்தி வணங்கி வஞ்சினம் உரைப்பது அசுரகுடிகளின் வழக்கம்.

ஆயிரம் குடித்தலைவர்களும் தங்கள் கோல்களுடன் பத்து நிரைகளாக நின்று மூதாதையை வணங்கி வாழ்த்தொலி எழுப்பியபோது காட்டுக்குள் இருந்து பெரிய கோலுடன் புலித்தோலாடை அணிந்து உடலெங்கும் நீறுபூசி சடைமகுடம் அணிந்து நெற்றியில் செந்நிற நிலைக்குறி அணிந்து பாணன் தோன்றினான். குடித்தலைவர்களும் பூசகர்களுமன்றி பிறர் அப்போது அங்கே அணுகலாகாதென்ற நெறியிருந்தமையால் பூசகர் இருவர் அவனை நோக்கி ஓடி கைவீசி ஆணையிட்டு விலக்கினர். அவன் மீறி அணுகியபோது வாளால் அவனை வெட்டமுயன்றனர். வெறும்கைகளால் வாள்களைத் தடுத்து இருவரையும் தூக்கி மலைச்சரிவில் வீசிவிட்டு அவன் அருகணைந்தான்.

ஹிரண்யகசிபுவின் பெருங்கல்லின் முன்னால் நின்று தன் கையைத் தூக்கி அவன் கூவினான். ‘நான் மகாபலியின் மைந்தனும் வைரோசனரின் பெயர்மைந்தனும் ஹிரண்யாசுரரின் கொடிவழியினனும் கசியப குலத்தவனுமாகிய பாணன். அசுரர்களின் ஆயிரம்குடிகளுக்கும் நானே முதற்றலைவன். என் சொல்லுக்கு அப்பால் சொல்லெழுவது மூதாதையரைப் பழிப்பது. என் கோலுக்கு எதிராகக் கோல் எழுவது நம் தெய்வங்களை அறைகூவுவது. அசுரகுடிகள் அறிக, நானே மகாசுரன்.’ அவர்கள் திகைத்து ஒருவரை ஒருவர் நோக்க, சூரர்குடித்தலைவராகிய காளிகர் சினத்துடன் ‘நீ பித்தன்... இக்கணமே இங்கிருந்து விலகிச்செல்லாவிடில் உன் தலைகொய்து இங்கு வைக்க ஆணையிடுவேன்’ என்றார்.

‘காளிகரே, இங்குள்ள ஒவ்வொரு அசுரகுடிக்கும் அவர்கள் மூதன்னையரைச் சென்றடையும் வழி என்று ஒரு குகை உள்ளது. சென்று நோக்குங்கள். அங்கே என் ஓவியம் இருக்கும்...’ என்றான் பாணன். ‘நம் மூதாதையர் வரைந்து வைத்த ஓவியம் அது. நான் பிறப்பதற்கு ஆயிரமாண்டுகளுக்கு முன்னரே. மகாபலி மண்மறைந்த

அன்று நம் குடிப்பூசகரின்மேல் வெறியாட்டெழுந்த குடித்தெய்வங்கள் என் வடிவை அவர்களுக்குக் காட்டின. அறிக, நான் தெய்வங்களால் ஆணையிடப்பட்டவன்.'

அவர்கள் திகைத்து நோக்கி நிற்கையில் பூசகர் ஒருவர் 'நான் உங்கள் உருவைக் கண்டிருக்கிறேன், பாணரே' என்றார். பிறிதொரு முதிய பூசகர் 'ஆம், நானும் கண்ட நினைவுள்ளது' என்றார். 'திரும்பிச்செல்க. உங்கள் குகைகளுக்குச் சென்று நோக்கி உறுதிசெய்துகொண்டபின் என்னிடம் வருக! அதுவரை நான் நாகபிலத்தின் வாயிலில் காத்திருக்கிறேன்' என்றான் பாணன். 'அறிக, நான் கிரௌஞ்சமலையின் உச்சியில் தொல்சிவத்தை அன்னையுடன் நேரில் கண்டேன். நான் சிவகணமாகிய மகாகாளனின் மண்வடிவம். சிவனுக்கும் உமைக்கும் மைந்தன். கைமுகனுக்கும் குமருக்கும் இளையவன். அனலையும் புனலையும் ஆளும் ஆற்றல்கொண்டவன். இங்கு நிகழ்ந்து நிறைவுகொண்டு அங்கு எழும்பொருட்டு வந்தவன்.'

அவர்கள் ஒருவரோடொருவர் மெல்லியகுரலில் பேசிக்கொண்டு திரும்பிச்சென்றார்கள். சிலநாட்களுக்குள் அசுரர்களின் ஆயிரம் சிற்றூர்களிலும் அவனைப்பற்றியே பேசிக்கொண்டிருந்தார்கள். ஒவ்வொருகுடியும், பூசகரும் குலத்தலைவரும் அடங்கிய சிறுகுழு ஒன்றை அமைத்து தங்கள் தொல்குகைகளுக்கு அனுப்பியது. அவர்கள் சென்று மீண்டு அங்கே பாணனின் உருவைக் கண்டதை குலமன்றில் முறைப்படி அறிவித்தனர். அதற்கு முன்னரே குடிகளனைவரும் பாணரை, குலம்காக்க தெய்வங்களால் அனுப்பப்பட்டவர் என ஏற்றுக்கொண்டுவிட்டிருந்தனர். அறிவிப்பைக் குலத்தலைவர் கூறியதும் கூடிநின்றிருந்த ஆண்கள் தங்கள் வேல்களையும் வாள்களையும் தூக்கி வீசி வாழ்த்தொலி எழுப்பினர். பெண்கள் குரவையிட்டனர்.

ஆயிரம்குடியினரும் சேர்ந்துவந்து பாணனைத் தங்கள் முதன்மைத் தலைவனாக ஏற்றுக்கொண்டார்கள். நாகபிலத்தின் முன்னாலிருந்த கடம்பமரத்தடியில் பாறையொன்றில் அமர்ந்திருந்த பாணன்முன் வந்து நின்று தலைதாழ்த்தி வணங்கினர். அவனுக்குக் கைகளாக அமைவதாக கோல் நிலம்தொட ஆணையிட்டனர். மகாபலியின் அரசை மீட்டமைப்பதாக பாணன் வஞ்சினம் உரைத்தான். அவன் நாகபிலத்தின் முகப்பென அமைந்த பெரும்பாறைமேல் ஏறி நின்று தன் கோலைத்தூக்கி தொல்மொழியில் மூதாதையரை அழைத்துக் குரலெழுப்பியபோது அதன் எதிரொலி என அசுரகுலம் முழங்கியது. அவ்வொலியைக் கேட்டவர்கள் அனைவரும் மாற்றொலி எழுப்பினர். ஆயிரம் குடிகளும் ஒற்றைக்குரலில் கூவியபோது எழுந்த முழக்கம் காடுகளைக் கடந்து மலைச்சரிவிறங்கி சூழ்ந்திருந்த ஊர்களனைத்திலும் கேட்டது.

ஆயிரமாண்டுகளுக்குப்பின் அவர்கள் காடுகளில் அசுரர் வாழ்கிறார்கள் என்ற செய்தியை ஊரவர் அறிந்தனர். அது வெறும் தொல்கதையல்ல என்று அப்போதுதான் உணர்ந்தனர். அவ்வொலி இரவும்பகலுமென ஏழுநாட்கள் கேட்டுக்கொண்டிருந்தது. மன்றுகளிலும் இல்ல முகப்புகளிலும் நின்று அதைக் கேட்டு அவர்கள் ஒருவரை ஒருவர் நோக்கிக்கொண்டார்கள். “ஆம், அவர்களேதான்… அவர்களின் தெய்வங்கள் ஆயிரமாண்டுகளுக்கொருமுறை மண்ணின் ஆழங்களிலிருந்து முளைத்தெழும் என்கிறார்கள்” என்றார் குடித்தலைவர் ஒருவர்.

“ஏழாண்டுகளில் சோணிதபுரம் உருவாகியது என்கிறார்கள். பாணர் தன் படைகளுடன் செல்கையில் வேங்கைக்காடு ஒன்றைக் கண்டார். காட்டெரி என எண்ணித் திகைத்து புகையில்லாமை கண்டு தெளிந்து அதை அணுகினார். ஆசுரம் என்னும் வேங்கையின் குருதிவாய் இது என அந்த இடத்தை அவர் வகுத்தார். அங்கே தன் நகரை அமைக்க ஆணையிட்டார். ஆசுரநிலம் முழுக்க வேஙகைமரங்களின்மேல் காவலரண்கள் அமைக்கப்பட்டன. சிறிதுசிறிதாக அசுரப்படை ஒருங்கிணைந்து தாக்கவும் ஆணைகளுக்கேற்ப ஒழுகியும் பிரிந்தும் இணைந்தும் போரிடவும் கற்றது. சூழ்ந்திருந்த நிலங்களை நோக்கி எல்லை விரித்தனர். திரிகர்த்தர்களையும் உசிநாரர்களையும் வென்றனர். பதினெட்டுமுறை ஷத்ரியர்களை அவர்கள் தோற்கடித்திருக்கிறார்கள். இன்று அவர்களின் காட்டாற்றலை அஞ்சாத ஷத்ரிய அரசுகள் ஏதுமில்லை” என்றார் கடம்பர்.

இரவின் குளிர் கூடிக்கூடி வந்தது. அவர்கள் ஆசுரத்தின் காவல்மாட விளக்குகளை நோக்கியபடி அமர்ந்திருந்தனர். “செய்யக்கூடுவதொன்றே, நரிபோல இருளில் பாய்ந்து சென்று அசுரப்படைகளுக்கு அழிவை உருவாக்கிவிட்டு புலரிக்குள் திரும்பிவந்து காடுகளுக்குள் பிரிந்து பதுங்கிவிடுவது. அவர்கள் நம்மை இங்கே தேடும்போது வேறோர் இடத்தில் தாக்குவது… போதிய அளவு அழிவை உருவாக்கியபின் நாம் அவர்களிடம் பேசமுடியும்…” என்றான் பிரலம்பன். அபிமன்யூ விளக்குகளை நோக்கி அமர்ந்தபின் எழுந்து “நம் படைகள் புறப்படட்டும்…” என்றான். “ஆனால் நாம் திரும்பிவரப்போவதில்லை. ஆசுரத்திற்குள் ஊடுருவிச்செல்லவிருக்கிறோம்.”

அபிமன்யூ மலையிடுக்கில் தன் புரவிமேல் அமர்ந்து காத்திருந்தான். வான்புலத்தில் அவன் உருவம் நிழல் எனத்தெரிந்தது. அதில் இமைமுடிகள் கூடத் தெரிவதை பிரலம்பன் விந்தையுடன் எண்ணிக்கொண்டான். அவர்களுக்குப் பின்னால் நான்குபேர்கொண்ட நீள்நிரையாக வேட்டுவர்களின் சிறிய புரவிப்படை விற்களும் வேல்களுமாக நாகம்போல வளைந்து நீண்டிருந்தது. பிரலம்பன் “அனைவரும் சித்தமாக

இருக்கிறார்கள், இளவரசே. அவர்கள் வேட்டைக்காரர்கள் என்பதனால் இரவுத்தாக்குதலை முன்னரே அறிந்திருக்கிறார்கள்" என்றான். "ஆம், அவர்கள் முதற்குருதியைக் கண்டதுமே களிவெறி கொள்வார்கள்" என்றான் அபிமன்யூ. "சப்தஃபலத்தில் அவர்களின் நாய்கள் மட்டும் குரைப்பதைக் கண்டதும் அதை உணர்ந்தேன். விலங்கு குருதியை மறப்பதில்லை."

அபிமன்யூ தன் கையிலிருந்த அரக்குச்சுள்ளியை நீட்ட அதன்முனையிலிருந்த குந்திரிக்கத்தைப் பிரலம்பன் பற்றவைத்தான். அதைக் காற்றில் சுழற்றி படைகளுக்கு ஆணையிட்டுவிட்டு அபிமன்யூ கடிவாளத்தை இடையில் கட்டிக்கொண்டு ஒரு கையில் வில்லும் மறுகையில் அம்புமாகப் பாய்ந்து சென்றான். ஒளிச்சுழலலில் உயிரசைவுகொண்டு எழுந்து அவனுக்குப்பின்னால் குளம்படியோசையின் பெருக்காக வேட்டுவர்களின் படை சென்றது. பிரலம்பன் அபிமன்யூவுக்கு இணையாகப் பாய்ந்துசென்றபடி "நான் மேற்கொள்ளும் முதல்போர் இது, இளவரசே" என்றான். அபிமன்யூ திரும்பாமல் "நான் மேற்கொள்ளும் முதல்போரும்கூடத்தான்" என்றான். பிரலம்பன் உடல் தளர, அதை உணர்ந்து புரவி விரைவழிந்தது. குதிமுள்ளால் ஊக்கி அதை முன்செலுத்தினான்.

காவல்மாடங்களின் ஒளி அணுகிவந்தது. பிரலம்பன் தன் நெஞ்சு சிறகுபடபடத்து எழுந்து தொண்டையை அடைப்பதை உணர்ந்தான். புரவியிலிருந்து உடல் நழுவிவிழுந்துவிடுமென்று தோன்றியது. அம்பு ஒன்று இருளில் வந்து நெஞ்சைத்தைப்பதுபோல ஓர் எண்ணம் எழுந்தது. இப்போரில் அவன் இறந்துவிடுவானா? உடல் வெம்மைகொண்டு மறுகணமே வியர்த்து செவிகள் குளிர்ந்தன. மூச்சுவாங்க ஆவிபடிந்த கண்களுடன் சூழ்ந்து வந்துகொண்டிருந்தவர்களை நோக்கினான். இவர்களுக்கு அந்த அச்சமில்லையா? நான் மட்டும்தான் அஞ்சுகிறேனா? நான் கோழையா? பதினாறாண்டுகள் படைக்கலம் பயின்றிருக்கிறேன். அத்திறன் என்னைக் காக்காதா?

மூடா, அது களவிளையாட்டு. இது சாவின் பெருங்களம். இங்கே திறன் என ஏதுமில்லை, நல்லூழ் அன்றி துணையென ஏதுமில்லை. இதோ, இதோ, பறவைகள் கலைந்தெழுவதைக் காணப்போகிறார்கள். குளம்படியோசையைக் கேட்டு வில்லெடுக்கப்போகிறார்கள். அவர்களிடமிருப்பது நீளமான நிலைவில். அவர்களின் அம்புகள் வந்து தொடும் தொலைவுக்குப் புரவியில் செல்பவர்களின் விற்கள் அணுகமுடியாது. இதோ எளிய பறவைகள் போல செத்து உதிரவிருக்கிறோம். என்ன அறியாமை! போரறியாச் சிறுவன் ஒருவனை நம்பி உயிரைக்கொண்டுவந்து படைக்கிறார்கள். அதைச்செய்தவன் நான்.

இதோ அறைகூவப்போகிறேன். வீரர்களே, இது போரல்ல, தற்சாவு. இது வீரம் அல்ல, அறியாமை. திரும்புங்கள், மீண்டும் வருவோம், மெய்யான விசையுடன் மீண்டும் வந்து வெல்வோம்.

அபிமன்யூ புரவியின் விசையைக் குறைக்காமலேயே வில்நாணை செவிவரை இழுத்து தண்டை விம்மச்செய்தான். அம்பு ஒன்றை எடுத்து "பற்றவையும்" என்றான். பிரலம்பன் அதன் அரக்குருளைமுனையில் அனலேற்றினான். எரியம்பு செந்நிறமான சிட்டுபோல வானிலெழுந்தது. வளைவாகப் பறந்து சிறிய எரிவிண்மீன்போல மாறிச் சென்று வளைந்து கீழிறங்கியது. ஓர் அம்பு அத்தனை தொலைவுக்குச் செல்ல முடியும் என்பதை கதைகளில்கூட அவன் கேட்டிருக்கவில்லை. "ம்" என்றான் அபிமன்யூ. மீண்டும் அவன் பற்றவைத்த அம்பு எழுந்து சென்று அதே இடத்தில் விழுந்தது. அதன்பின்னரே பிரலம்பன் காற்று வீசும் திசைகணித்தே அபிமன்யூ படைகொண்டு வந்திருப்பதை உணர்ந்தான். அம்பு காற்றின் மேல் ஏறி மிதந்து சென்றது. எரியம்பு அனலின் எதிர்விசையால் விரைவழியுமென அவன் அறிந்திருந்தான். ஆனால் வீசுகாற்றில் அனலே சிறகென்றாகியது.

எரியம்புகள் விழுந்த இடத்தில் கூரைகள் பற்றிக்கொண்டு அனலெழத்தொடங்கியது. அவர்கள் விரைவைக் குறைக்காமல் புதர்களையும் உருளைப்பாறைகளையும் கடந்து சென்றுகொண்டே இருந்தனர். எரியம்பு சென்ற தொலைவு வேட்டுவர்களை அபிமன்யூ மேல் பெருநம்பிக்கை கொள்ளச்செய்தது. அவர்களிடமிருந்து மெல்லிய பேச்சொலிகள் கேட்டன. "விஜயரின் மைந்தர்" என ஒரு குரல் சொன்னது. "தந்தையை வெல்பவர்" என்றான் பிறிதொருவன். அபிமன்யூ சற்றே திரும்பி இன்னொரு திசைநோக்கி அம்பை விட்டான். "அங்கே ஊர் இல்லை என எண்ணுகிறேன்" என்றான் பிரலம்பன் "ஆம், ஆனால் தைலமரங்கள் உள்ளன. அங்கே பறவைக்குரல்கள் எழவில்லை" என்றான் அபிமன்யூ. ஏழு அம்புகள் சென்று விழுந்ததும் தைலக்காடுகளும் பற்றிக்கொண்டன.

காவல்மாடங்களில் இருந்தவர்களின் உள்ளங்கள் எரியெழுகை நோக்கிச் சென்றுவிட்டதை பிரலம்பன் கண்டான். எரியறிவிப்புக்கு முரசுகள் முழங்கத் தொடங்கின. பல இடங்களில் முரசுகள் தொட்டுத்தொட்டு முழக்கமிட்டன. பெரிய மரங்களின் மேல் அமைந்த காவல்மாடங்கள் அணுகிவந்ததும் அபிமன்யூ முதல் அம்பைச் செலுத்தி ஒருவனை வீழ்த்தினான். பிரலம்பன் தன் வில்லை இழுத்து அம்பைச் செலுத்தினான். ஆனால் அதற்குள் படையினரிடமிருந்து கிளம்பிய அம்புகள் கிளிகள் போலச் சென்று மொய்க்க காவல்மாடத்திலிருந்தவர்கள் அனைவரும் கீழே விழுந்தனர். "நம்மவர் இருவர் காவல்மாடம் மீது ஏறியமர்ந்து

எரியறிவிப்பை முழக்கிக்கொண்டே இருக்கட்டும்" என ஆணையிட்டான் அபிமன்யூ. "கடந்துவரும் எதிரிகள் எவரேனுமிருந்தால் அவர்களை அம்பெய்து வீழ்த்தட்டும்... நமக்குப்பின்னால் எதிரிகள் வராது நோக்குவது அவர்களின் பணி."

இரண்டாவது காவல்மாடத்தை அவர்கள் வீழ்த்தியபோதும் அதிலிருந்தவர்கள் எதையும் அறியவில்லை. அங்கும் அபிமன்யூவின் படையினர் ஏறி எரியறிவிப்பை முழக்கிக்கொண்டிருக்க, அவர்கள் ஆசுரநிலத்தில் ஊடுருவினர். எரிசூழ்ந்த அசுரச்சிற்றூரில் மக்கள் குடங்களில் நீருடன் அங்குமிங்கும் ஓடிக்கொண்டிருந்தார்கள். குதிரைகளில் வந்திருந்த படைவீரர்கள் அவர்களுக்கு ஆணைகளை இட்டபடி சுற்றிவந்தனர். அணுகிவந்த புரவிப்படையை அவர்கள் அசுரர்களின் உதவிப்படை என்றே எண்ணினர். ஏனென்றால் அவர்களுக்குப்பின்னால் எரியறிவிப்புடன் காவல்மாடங்கள் முழங்கிக்கொண்டிருந்தன. அவர்கள் அடையாளம் கண்டுகொள்வதற்குள் அம்புகளால் வீழ்த்தப்பட்டனர்.

"எந்த ஆண்மகனையும் எஞ்சவிடவேண்டியதில்லை... அத்தனை இல்லங்களும் எரியவேண்டும்" என்று அபிமன்யூ ஆணையிட்டான். "அனைவரையுமா?" என்றான் பிரலம்பன். "அனைவரையும்... ஒருவர்கூட ஓடிச்சென்று பிறரை எச்சரிக்கலாகாது... ஓர் அம்பும் ஒரு முழவும்கூட இங்கே எஞ்சலாகாது..." பிரலம்பன் நெஞ்சடைக்க குரலெழாமல் நிற்க, அம்புகளைச் செலுத்தியபடியே அபிமன்யூ முன்னால் சென்றான். ஓசையில்லாமல் மக்கள் விழுந்துகொண்டே இருந்தனர். கடம்பர் முன்னால் வந்து "என்ன சொன்னார்?" என்றார். அவன் திக்கித் திக்கி "எல்லாவற்றையும்... அனைவரையும்" என்றான். அவர் உரக்கநகைத்து "ஆம், அதுதான் முன்னரே நிகழ்ந்துகொண்டிருக்கிறது. அவர் களமறிந்த தலைவர்... போர் என்றால் என்னவென்று அறிந்தபின் மண்ணுக்குவந்தவர்" என்றார்.

"அனைவரையும் கொல்லவேண்டுமென்றால்..." என்றான் பிரலம்பன். "வீரரே, போரில் ஆற்றலென்பது கட்டின்மையே. எந்தவகைக் கட்டுப்பாடும் ஆற்றலைத் தடுப்பதுதான்... நம் வீரர்கள் வெறிகொண்டுவிட்டார்கள். இனி இறப்பு அவர்களுக்கு ஒரு பொருட்டல்ல" என்றபடி கடம்பர் முன்னால் ஓடினார். "எதுவும் மிஞ்சலாகாது... ஒரு குரல், ஓர் ஓசை..." எனக் கூவினார். அபிமன்யூவின் வேட்டுவர்கள் அந்தச்சிற்றூரைச் சுற்றி வந்து தாக்கி எரியூட்டினர். கன்றுகளை அவிழ்த்துத் துரத்தினர். பெண்களையும் குழந்தைகளையும் சிதறடித்து காட்டுக்குள் செலுத்தினர். எஞ்சியவர் அனைவரையும் கொன்றனர்.

விடிவதற்குள் பதினெட்டு காவல்மாடங்களை அழித்து ஏழு ஊர்களை எரித்து அவர்கள் முன்சென்றுவிட்டிருந்தார்கள்.

காலையொளி எழுந்தபோது அவர்கள் மலைச்சரிவொன்றின் விளிம்பில் நின்றிருந்தனர். கீழே அசுரர்களின் பெரிய ஊர் ஒன்று நடுவே மன்றும் சூழ மூங்கில்செறிந்த வேலியுமாக எறும்புப்புற்றுபோல இயங்கிக்கொண்டிருந்தது. மந்தையைத்தாக்க சூழ்ந்து பதுங்கியிருக்கும் ஓநாய்கள் தாங்கள் எனப் பிரலம்பன் உணர்ந்தான். அவர்கள் உடலெங்கும் கரிபடிந்திருக்க, பேயுருவங்கள் போலத் தோன்றினர். “புரவியிலேயே உண்டு ஓய்வெடுப்போம்” என்றான் அபிமன்யூ. “அவர்கள் இன்னும் நாம் நுழைந்துவிட்டதை அறியவில்லை. எரிமுரசுகளின் ஒலியால் குழம்பியிருக்கிறார்கள். இவ்வூரை நாம் எளிதில் வெல்லமுடியும்.”

“இவ்வூரின் பெயர் சிருங்கபிந்து” என்றார் கடம்பர். “பாணரின் பன்னிருமனைவியரில் மூவர் இவ்வூரைச் சேர்ந்தவர்கள். இதன் தலைவன் கீர்மனின் முதல் மகள் பத்மையே அசுரப்பேரரசின் பட்டத்தரசி.” அபிமன்யூ “ஆம், அரசகுடியினரும் செல்வரும் வாழும் மூன்றுதெருக்கள் தெரிகின்றன. இதன் மக்களைப் பிணையெனப் பிடித்துக்கொள்ள முடியும். இதன்கோட்டையும் நமக்கு நல்லரணாக அமையும். எத்தனை பெரிய படைவந்து சூழ்ந்தாலும் நான்குவாரம் நாம் இவ்வூரைத் தக்கவைத்துக்கொள்ள முடியும்.”

புரவிகளிலேயே உணவுண்டு நீர் அருந்தியபின் வேட்டுவர்கள் கீழே சிருங்கபிந்துவை நோக்கியபடி காத்து நின்றனர். புரவிகள் மூச்சு சீறியபடி, செவிகளை அடித்துக்கொண்டபடி, மெல்லக் கனைத்தபடி கால்மாற்றிக்கொண்டன. சேணங்கள் ஓசையிட்டன. படைக்கலங்கள் மெல்ல முட்டின. அபிமன்யூ காத்திருப்பது காற்றுக்காக எனப் பிரலம்பன் புரிந்துகொண்டான். மெல்ல அவர்களின் குழல்களையும் ஆடையையும் அலைபாய வைத்தபடி காற்று வீசத்தொடங்கியது.

அபிமன்யூ வில்லை எடுத்து சிருங்கபிந்துவின் தென்மேற்கே தெரிந்த வைக்கோல்போர்களை நோக்கிக் குறிவைத்தான். எரியம்பு எழுந்து சென்று வைக்கோல்குவையில் விழுந்ததுமே பாய்ந்து சரிவிறங்கி சிருங்கபிந்து நோக்கிச் சென்றான். படையினர் அவனைத் தொடர்ந்து சென்றனர். எரியம்புகளால் பற்றிக்கொண்டு தழலெழுந்து ஓங்கிய சிருங்கபிந்துவின் கோட்டைமுகப்பை உருண்டு மலையிறங்கிய பாறை எனச் சென்று தாக்கி உள்ளே நுழைந்தனர்.

5

சிருங்கபிந்துவின் மூங்கிற் புதர்க்கோட்டைக்கு உள்ளே நெஞ்சளவு ஆழமும் மூன்றுமுழ அகலமும் உள்ள நீள்குழி ஒன்று வெட்டப்பட்டு ஊரை முழுமையாக வளைத்துச் சென்றது. சிறைபிடிக்கப்பட்டுக் கொண்டுவரப்பட்ட அசுரகுடியினர் மண்ணை வெட்டி அள்ளி வெளியே இட்டனர். அத்திரிகளும் காளைகளும் சகடங்களினூடாக இழுத்த கூடைகளில் எழுந்து வந்த மண்ணைப் பெண்டிர் பற்றியெடுத்து அப்பால் குவித்து பிறிதொரு மண்குவைவேலியை உருவாக்கினர். அதன்மீது காட்டிலிருந்து வெட்டிக்கொண்டுவரப்பட்ட முள்மரங்கள் நடப்பட்டன. அபிமன்யூ சிருங்கபிந்துவை வென்ற அன்றே தொடங்கியபணி ஒருகணமும் ஓயாது தொடர்ந்துகொண்டிருந்தது.

இரு வேலிகளுக்கும் நடுவே இருந்த குதிரைப்பாதையில் பணியை நோக்கியபடி அபிமன்யூ செல்ல, அவனுக்குப் பின்னால் பிரலம்பன் தொடர்ந்தான். முதலில் அப்பணி ஆணையிடப்பட்டபோது அவன் ஐயத்துடன் “கோட்டைக்கு உள்ளே அகழியா, இளவரசே?” என்றான். அப்போதுதான் அவர்கள் சிருங்கபிந்துவை வென்று அதன் ஊர்த்தலைவரின் மாளிகையைக் கைப்பற்றியிருந்தனர். அதன் முதன்மைக்கூடத்தில் இடப்பட்ட பீடத்தில் அமர்ந்து உடைவாளைக் கழற்றி அப்பால் வைத்த அபிமன்யூ “ஆம், மூங்கில்கோட்டையிலிருந்து ஐந்தடி தொலைவில் அது வெட்டப்பட வேண்டும். ஏழு நாட்களில் பணி முடியவேண்டும். இரண்டாவது வேலியின் முட்புதர்கள் வேர் ஊன்றி மண்பிடிக்க பத்து நாட்களாகும். அதன்பின் இக்கோட்டையை அசுரர்கள் புரவியில் கடக்க முடியாது” என்றான்.

மேலும் கேட்கக்கூடாதென்று இருமுறை உள்ளத்தைத் தடுத்தாலும் பிரலம்பன் கேட்டுவிட்டான். "கோட்டைக்கு வெளியே அகழி சூழ்ந்திருப்பதைத்தான் நான் இதற்கு முன்பு கண்டிருக்கிறேன்..." அபிமன்யூ "அவை புரவிகள் தாவிக்கடக்க முடியாத பெரிய அகழிகள். அப்படி ஓர் அகழியை இந்த ஊரைச்சுற்றி அமைப்பதற்கு ஓராண்டாகும். இது உண்மையில் அகழி அல்ல. சிறிய தடைக்குழிதான். மூங்கிற்கோட்டையை எங்கேனும் வெட்டி வழியமைத்து அசுரப்படைகள் ஊடுருவ முயன்றால் புரவிகள் ஓடிவந்து தாவிக் கடந்து இப்புறம் வந்து காலூன்றும் இடத்தில் இருக்கிறது இப்படுகுழி."

அக்கணமே அக்காட்சியை உள்ளத்தால் கண்டுவிட்ட பிரலம்பன் திகைப்புடன் "ஆம், புரவியில் தாவிக் கடக்க முயன்றால் குழியில் விழ வேண்டியதுதான்" என்றான். "புரவிகள் காலொடிந்துவிடும். ஆனால் கவச உடையணிந்த வேலவரை மூங்கிற்கோட்டையை ஊடுருவச்செய்ய முடியும்" என்று அபிமன்யூ சொன்னான். "இரண்டாவது முட்புதர் வேலிக்குப்பின்னால் நமது வில்லவர்கள் ஒளிந்து நின்று அவர்களைத் தாக்குவார்கள் என்றால் அவர்களை மிக எளிதில் கொன்று குவிக்கமுடியும். மூங்கில் வேலியைக்கடந்து வருபவர்கள் விழிகளிலும் கைகளிலும் பாதி அவ்வேலியின் முட்கள்தான் இருக்கும். சிக்கிக்கொண்டு நெஞ்சைத்திறந்து காட்டும் இலக்குகள்" என்றான் அபிமன்யூ. "மேலும் முதலில் வரும் சிலரைக் கொன்றால் போதும். அந்த உடல்களே தொடர்ந்து வருபவர்களின் கால்களைத் தடுக்கும். அஞ்சிச் செயலிழக்கவும் செய்யும்."

அந்தப்போர்க்காட்சியை அகத்தால் கண்டவன்போல பிரலம்பன் பெருமூச்சுவிட்டான். "உயிர்கள் அனைத்தும் இறப்பை அஞ்சி முழு உயிர்விசையாலும் தப்பி ஓடவும் எதிர்த்துப்போரிடவும் முயல்கின்றன. அப்போது அவை மிருத்யூதேவியின் ஓசைகளையும் நிழலாட்டத்தையும் மட்டுமே கண்டிருக்கும். ஒரு தருணத்தில் அவள் விழிகளை அவை கண்டதுமே முழுமையாகத் தன்னை ஒப்படைத்து அசைவிழந்து நின்றுவிடும். மெய்சிலிர்க்க தலைதாழ்த்தி அவை பணிவதைக் காண்கையில் கொலைவிலங்கின் மீது மிருத்யூதேவி தோன்றுகிறாள். அவளுக்கு இரக்கமோ முறைமைகளோ இல்லை. உண்ணுந்தோறும் விடாய்கொள்கிறாள்" என்றான் அபிமன்யூ.

அவன் முகத்தில் கனவுகாணும் சிறுவன்போல ஒரு புன்னகை விரிந்தது. "பிரலம்பரே, மிருத்யூதேவியின் பீடமென நாம் ஆவது ஒரு பெருநிலை. அதை உணர்ந்தபின்னர் வேறெதிலும் இன்பம் அடையமாட்டீர். நான் என் முதற்போர்முனையை பன்னிரு அகவையில் கண்டேன். அன்று என்னில் நிகழ்ந்த ஒன்றை ஒவ்வொரு நாளும் ஒருமுறையேனும்

மெய்ப்புடன் எண்ணிக்கொள்கிறேன். இங்கு நாம் இருக்கலாம், வாழ்வது சிலகணங்கள் மட்டுமே.”

அவன் விழிகளை நோக்க அஞ்சி பிரலம்பன் கண்களைத் தாழ்த்திக்கொண்டான். சில கணங்களுக்குப்பின் “இப்படைசூழ்கைகளை நீங்கள் எங்கு கற்றீர்கள், இளவரசே? உங்கள் தந்தையிடம் விற்போர் கற்றீர்கள் என்று அறிந்திருக்கிறேன்” என்றான். அபிமன்யூ “நான் என் தந்தையை எட்டு முறை மட்டுமே கண்டிருக்கிறேன். இதுவரை மொத்தமாக நாற்பத்தியேழு நாட்களை மட்டுமே அவருடன் செலவிட்டிருக்கிறேன். நான் கற்றவை அனைத்தும் நானே உணர்ந்துகொண்டவை. என்னைச் சூழ்ந்திருப்பனவற்றிலிருந்து” என்றான். பிரலம்பன் “அனைவரையும்தான் இவை சூழ்ந்துள்ளன. அவற்றை அறிவென உருமாற்றுவது எது?” என்றான்.

அபிமன்யூ அன்று உடல்சோர்வால் உருவாகும் உளநெகிழ்வு கொண்டிருந்தான். பிரலம்பனின் வினாவால் அகம் தூண்டப்பட்டு “அறியேன். என் தாய் என்னைக் கருவுற்றிருக்கையில் எட்டுமாதகாலம் துவாரகையில் இருந்தாள் என்கிறார்கள். ஒவ்வொரு நாளும் இளையயாதவர் தன் தங்கையைப் பார்க்க வருவாரென்றும் போர்க்கலை குறித்தும் படைசூழ்கை குறித்தும் அவளிடம் பேசிக்கொண்டிருப்பாரென்றும் அன்னை சொல்லியிருக்கிறாள்.” அக்கதையை பிரலம்பனும் கேட்டிருந்தான்.

“என் அன்னை என்னைக் கருக்கொண்டதே எந்தையைவிட பெரிய வீரன் ஒருவனை மைந்தனாக அடையவேண்டுமென்றுதான். அதை நான் ஆணென உணர்ந்தபின் இன்று புரிந்துகொள்ள முடிகிறது. எந்தை அன்னையை அடைந்தது அவள்மேல் அவர்கொண்ட வெற்றி. அவளே விரும்பி ஈட்டியது அவ்வுறவு. அவளுள் வாழ்ந்த திருமகள் அதில் மகிழ்வுற்றாள், கொற்றவை சினம்கொண்டாள். கருவுற்று என்னை அடைந்தது அக்கொற்றவையின் வஞ்சம். அவர்மேல் எழுந்து நின்று ஒரு சொல், ஒரு நோக்கு, ஒரு நிமிர்வு கொள்ளவேண்டுமென அத்தெய்வம் விழைந்தது. அவ்விழைவையே அவள் கருவாகச் சுமந்து துவாரகைக்குச் சென்றாள். எனவே போர்க்கலை அன்றி பிறிதொன்றையும் கேட்கவோ எண்ணவோ அவள் சித்தமாக இருக்கவில்லை. எந்தையைவிடப் பெரிய வீரன் என்று அவள் அறிந்தது தன் தமையனைத்தான். ஆகவே ஒவ்வொரு நாளும் பொழுதும் அவருடன் இருக்கவே விழைந்தாள்” என்றான் அபிமன்யூ.

“கரு ஆறுமாதம் இருக்கையில் பெண்கள் அன்னையில்லம் செல்வதுதான் ஷத்ரியக் குடிப்பழக்கம். அவளோ மூன்றுமாதக் கருவுடன் கிளம்பிச்

சென்றாள். அத்தனை நெடுந்தொலைவை தேரிலும் புரவியிலும் கடப்பது கருவுக்கு நன்றல்ல என்று மருத்துவர் சொன்னபோது அவ்வண்ணம் ஆற்றல் அற்ற கரு எனில் அது புவியில் பிறக்க தான் விரும்பவில்லை என்று அவள் மறுமொழி சொன்னாள். அவள் எண்ணத்தை அறிந்தவர்போல் தமையனும் போர்க்கலைகளைக் குறித்து மட்டுமே அவளிடம் பேசிக்கொண்டிருந்தார். வன்பாலை நிலம் மழைத்துளியை என அவரது ஒவ்வொரு சொல்லையும் அவள் வாங்கிக்கொண்டாள் என்று சூதர்கள் பாடிக்கேட்டிருக்கிறேன்."

இந்திரப்பிரஸ்தத்தை எண்ணி முகம் மலர்வுகொள்ள அபிமன்யூ தொடர்ந்தான். "தான் கற்றவற்றைத் தன் சித்தத்தில் நிறைத்து குருதியில் கலந்து கருவில் எழுந்த எனக்கு அளித்தாள். நினைவறிந்த முதற்சொல்லென அன்னை என்னிடம் உரைத்தது வில் என்பதுதான். கையூன்றி எழுவதற்குள்ளே களிவில் ஏந்தியவன் நான். விளையாடியதெல்லாம் போர்க்கலைகளை மட்டுமே. விற்கலையுடன் நான் களம் புகுந்தபோது நான்கு அகவையே ஆகியிருந்தது." இயல்பாக நினைவுகள் மேலெழுந்து சொல்லோட்டத்தை அணைக்க, அபிமன்யூ பெருமூச்சுடன் சற்றுநேரம் அமர்ந்திருந்தான். பிரலம்பன் அப்பேச்சினூடாக அவனருகே மிக நெருங்கிச்செல்வதை உணர்ந்து நிறைவுகொண்டான்.

"நான் மண்ணுக்கு வரும்போதே அனைத்தையும் கற்றிருந்தேன் என ஒவ்வொரு முறையும் புதிய ஒன்றை அணுகுகையில் உணர்கிறேன். இங்கு கற்கும் ஒவ்வொன்றையும் உண்மையில் நான் அறிவதில்லை, நினைவு கூர்கிறேன். என் சித்தமறியாதவற்றைக்கூட கை அறிந்திருக்கிறது." பிரலம்பன் "மானுடர் கற்பவை அனைத்துமே முன்பெப்போதோ கற்றவற்றின் நீட்சிதான் என்று என் ஆசிரியர் சொல்வதுண்டு. நீங்கள் கற்று முழுமை கொண்டபின் மண் நிகழ்ந்திருக்கிறீர்கள், இளவரசே" என்றான். அதிலிருந்த புகழ்ச்சியால் சீண்டப்பட்டு நாணி உளம் மீண்ட அபிமன்யூ "ஆனால் இங்கு நான் செய்பவையெல்லாம் எளிய சிறுவர்சூழ்ச்சிகளே. பாணரைப்போன்ற அசுரர் மிக எளிதாக மீறும்வழிகளைக் கண்டடையக்கூடும்" என்றான்.

கோட்டையின் மேற்கு எல்லையில் மட்டும் அகழிப்பணி எஞ்சியிருந்தது. அபிமன்யூ புரவியை இழுத்து நிறுத்தி பிரலம்பனிடம் மாறுபட்ட குரலில் "இன்று மாலைக்குள் இப்பணியும் முடிந்திருக்க வேண்டும் அல்லவா?" என்றான். பிரலம்பன் "ஆணை அவ்வாறுதான்..." என இழுத்தான். "இரவும் பணி நிகழ்கிறதல்லவா?" என்றான். "ஆம், இளவரசே" என்றான் பிரலம்பன். "அவர்களிடம் சொல்லுங்கள், இது முடிவதுவரை எவருக்கும் துயிலுக்கு ஒப்புதல் இல்லை, அடிமைகளுக்கும் ஆள்வோருக்கும்"

என்றபின் புரவியைத்திருப்பி சிறிய வேட்டுவர் தெருவுக்குள் நுழைந்து ஊர்மையத்தில் அமைந்த மாளிகை நோக்கிச் சென்றான் அபிமன்யூ.

அவனைத் தொடர்ந்து வந்த பிரலம்பன் "இங்கு நாம் பதினெட்டு நாட்கள் வரை தங்குமளவுக்கே உணவுள்ளது, இளவரசே" என்றான். அபிமன்யூ திரும்பி நோக்கி "நேற்று இருபத்தைந்து நாட்கள் நாம் இங்கிருக்க முடியும் என்றல்லவா சொல்லப்பட்டது?" என்றான். பிரலம்பன் "ஆம், இங்குள்ளோர் உணவுண்ணும் அளவை இப்போதுதான் புரிந்து கொண்டோம். நிலம்குழிக்கும் கடும் உழைப்பு அவர்களை நிறைய உண்ணச்செய்கிறது" என்றான். "இங்குள்ள ஆநிரைகளும் நமது உணவே" என்ற அபிமன்யூ "அவர்கள் உண்பதில் பாதி அளவுக்கே நாளை முதல் அளிக்கப்பட்டால் போதும்" என்றான். பிரலம்பன் "ஆணை" என்றான். "அவர்களுக்கு நாம் உணவளிப்பதில்லை என்னும் செய்தி பரவுவதும் நன்றே" என்றான் அபிமன்யூ. அவன் பிறிதொருவனாக மாறிவிட்டிருப்பதை விழிவிலக்கிய பிரலம்பன் ஓரவிழி அறிந்த அவன் உடலசைவுகளில் இருந்தே உய்த்தறிந்தான்.

சிருங்கபிந்துவை அலையென வந்தறைந்து அரணுடைத்து உள்ளே நுழைந்து அங்கிருந்த ஐம்பதுக்கும் குறைவான அசுரவீரர்களைக் கொன்று குடிகள் அனைவரையும் தன் காவலுக்குள் கொண்டுவந்தபோதுதான் அபிமன்யூவின் அவ்வுருவை பிரலம்பன் கண்டான். கதவை உடைத்து, கோட்டைக்குள் புகுந்து, புரவியிலிருந்து இறங்கி, நீண்ட அம்புமுனை ஒன்றால் கீழே விழுந்து துடித்துக்கொண்டிருந்த புண்பட்ட அசுரவீரர்களின் கழுத்து நரம்பை வெட்டியபடி அவன் நடந்தான். குட்டிநாகத்தின் முத்தம் என மிகச்சிறிய கூரிய தொடுகையில் குருதி பீரிட்டெழ அவர்கள் சரிந்து துடித்து இறந்தனர். அபிமன்யூ கீழே நோக்கவேயில்லை. "இளவரசே! இளவரசே!" என்று கூவியவர்கள், கால்களைத் தொடக் கைநீட்டியவர்கள் அனைவரும் நீலநரம்புச்சரடென்று மட்டுமே அவன் விழிகளுக்குத் தெரிந்தனர்.

அவன் அருகே சென்றுகொண்டிருந்த பிரலம்பன் அவனில் எழுந்த அப்பிறனைக் கண்டு கால்நடுங்கிப் பின்னடைந்தான். தீராத களிப்பிள்ளை போரையும் அவ்வாறே கொள்வதைத்தான் அதற்குமுன்பு கண்டிருந்தான். அப்போது எழுந்தது இரையை முற்றாகக் கவ்வியபின் வேங்கையில் எழும் அமைதி. பலிக்குருதியைக் காண்கையில் கொலைத்தெய்வம் கொள்ளும் விழியொளி. இது அதைப் போர்த்தியிருந்ததா? அது இதை நிகர்செய்கிறதா? பஞ்சுப்பொதியென விளையாடும் புலிக்குட்டிக்குள் குருதிவிடாய் கொண்ட காடு குடியிருக்கிறது.

சிருங்கபிந்துவில் ஊர்த்தலைவர் தீர்க்கரின் மாளிகைக்கு அருகிலேயே காவலர்தலைவர் ஜிஹ்வரின் இல்லம் அமைந்திருந்தது. அதையொட்டி

இருந்த ஐந்து இல்லங்களில் அரசகுடியினர் வாழ்ந்தனர். பாணரின் பட்டத்தரசி பிந்துமாலினியின் தந்தை பிந்துமாலரும் அவருடைய இரு மனைவியரும் நான்கு மைந்தர்களும் ஓர் இல்லத்தில் வாழ்ந்தனர். ஊருக்குள் நுழைந்ததுமே அபிமன்யூ அவர்களின் இல்லங்களை நோக்கித்தான் படையுடன் சென்றான். தங்கள் காவலர்கள் விழக்கண்டதும் அவர்கள் இல்லமுற்றங்களில் குழவியரும் மைந்தரும் பெண்டிருமாக வந்து உடற்தொகைகளாக நின்றனர். அவனைக் கண்டதும் கைகூப்பி முகமனுரைத்த குடித்தலைவருக்குச் செவியோ விழியோ அளிக்காமல் கடம்பரிடம் அனைவரையும் சிறைபிடித்து கைகள் பிணைத்து காவலர்தலைவரின் மாளிகையில் அடைக்க ஆணையிட்டான்.

நெடுங்காலமாக போரையும் சிறையையும் அறிந்திராத அவர்கள் அஞ்சி உடல்நடுங்கி ஒருவரோடொருவர் சேர்த்தணைத்துக்கொண்டு ஒண்டியிருந்தனர். அன்றுமாலை அவர்களைப் பார்க்கவந்தபோது "சிறையமர்ந்தோருக்கு மூன்றிலொரு பங்கு உணவு போதும்" என்று அபிமன்யூ ஆணையிட்டான். அவர்களை நோக்கியபோது அவன் விழிகளில் மானுடரைச் சந்திக்கும் ஒளியெழவில்லை. ஒவ்வொரு உடலாகத் தொட்டுச்சென்ற விழிகள் பிந்துமாலரிடம் வந்து நிலைத்தன. அவ்விழிகளைக் கண்டு அஞ்சி மெய்ப்புகொண்ட அவர் சற்று உடல்குறுக்கினார். "இவர் நம்மிடமிருந்து இவர்களுக்கான ஆணைகளைப் பெற்றுக்கொள்ளட்டும்" என்றபின் திரும்பி நடந்தான்.

ஊர்மக்களை உழைப்பவர்கள் முதியவர்கள் எனப் பிரித்து அவர்களை ஆண்வேறு பெண்வேறு என மீண்டும் பிரித்தான். முதியவர்களிடம் குழந்தைகளை ஒப்படைத்துவிட்டு மற்றவர்களை இருபது பேர்கள் கொண்ட பதினேழு சிறுகுழுக்களாக ஆக்கி ஒவ்வொன்றுக்கும் ஒருவனைத் தலைவனாக்கினான். ஒவ்வொரு குழுவுக்கும் மூன்று படைவீரர்களைப் பொறுப்பாக்கிவிட்டு எஞ்சியவர்களை ஊரைச்சூழ்ந்திருந்த மரங்களின்மேல் கட்டப்பட்ட காவல்மாடங்களில் விற்களும் அம்புகளுமாக அமரச்செய்தான். முன்னரே எண்ணி எழுதிவைக்கப்பட்டவற்றை நோக்கிப் படிப்பதுபோல அவன் விடுத்த தொடர் ஆணைகளினூடாக அவ்வூரில் முற்றிலும் புதிய ஓர் அரசு உருவாகிவந்தது. ஊர்த்தலைவர் மாளிகை அதன் மையமாகியது. செய்தித்தொடர்புகள் ஒற்றர்வலைகள் ஏவலர் அடுக்குகள் உருவாயின.

சிருங்கபிந்துவின் கோட்டையைப் பிடித்ததுமே பாதிப்படையை மட்டும் அங்கே நிறுத்திவிட்டு எஞ்சியவர்களை எட்டு பிரிவுகளாகப்பிரித்து மேலும் அசுர நிலத்திற்குள் ஊடுருவச்செய்து சூழ்ந்திருந்த காவல்மாடங்கள் அனைத்தையும் வென்றான். அவையனைத்திலும் அவன் படைவீரர்கள் முழவுகளும் எரியம்புகளுமாகக் காவலிருந்தனர். சிருங்கபிந்துவைச்

சூழ்ந்திருந்த அசுரநிலம் முழுமையாக அவன் ஆட்சிக்குள் வந்தது. மறுநாள் காலையில் நாற்பத்தியேழு காவலரண்களிலிருந்தும் முழவொலிகளினூடாக வந்த செய்திகளைத் தொகுத்து அபிமன்யூவுக்குக் கொண்டுசென்று அளித்த பிரலம்பன், அவ்வூர் அவ்வண்ணம் அவன் ஆளுகைக்குள் பல தலைமுறைகளாக இருந்துவருவதுபோல் உணர்ந்தான். அரசன் ஆயிரம் கண்ணுடையவன் என்று வகுத்த தொல்நூல்களை எண்ணி வியந்துகொண்டான்.

அந்நகரின் ஒவ்வொரு செயலுக்கும் அவன் சொல் முன்னரே ஆணையென எழுந்திருந்தது. சூரியன்போல் வானிலிருந்தபடி அங்கிருந்த ஒவ்வொன்றையும் அவன் பார்த்துக்கொண்டிருந்தான். பிரலம்பன் செய்திகளைத் தொகுத்துக் குறித்து அளித்த ஓலைகளை ஒவ்வொன்றாக வாங்கிப் புரட்டியபின் அவற்றைக் கீழே வைத்துவிட்டு "இனி நாம் செய்வதற்கொன்றுமில்லை. பாணரிடம் இருந்து செய்தி வரவேண்டும், காத்திருப்போம்" என்றான். "நாம் அவரிடம் தூது செல்வதற்காக வந்தோம்" என்றான் பிரலம்பன். "எனது தூதை அவரிடம் முறைப்படி உரைப்பேன். அதற்கான தருணத்தையும் முறைமையையும் அவரே உருவாக்கவேண்டும். இங்கு அவரது பட்டத்தரசியின் அன்னையும் தந்தையும் தம்பியர் தங்கையர் உறவினர்களும் என்னிடம் பணயமென இருக்கிறார்கள். இதற்கு நிகரான பணயப்பொருள்தான் அவரிடம் இருக்கிறதா என்பதை அவர்தான் நமக்குச் சொல்லவேண்டும்" என்றான்.

பிரலம்பன் "பாணர் முந்துசினத்திற்குப் புகழ் பெற்றவர் என்கிறார்கள்" என்றான். "அரசர் அனைவரும் அவ்வாறுதான், சினமே அவர்களைத் தலைவர்களாக்குகிறது" என்றான் அபிமன்யூ. "ஆனால் காக்கும்சினமே ஆற்றல்கொண்டதாகிறது." பிரலம்பன் அவனையே அயலவன் என நோக்கிக்கொண்டிருந்தான். "இப்போது ஒன்றை அவர் அறிந்திருப்பார், நிகரென அவர்முன் நின்று பேசும் ஒருவன் நான். என் சொற்கள் ஒவ்வொன்றையும் மும்முறை குருதி முழுக்காட்டியிருக்கிறேன். ஏழு முறை அனல் முழுக்காட்டியிருக்கிறேன். அவர் எவரோ அதுவே நானும். இங்கு நிகழ்ந்த ஒவ்வொன்றையும் அங்கு சொல்லும் அவரது ஒற்றர்கள் எதைச் சொன்னாலும் உண்மையில் இவ்வொரு வரியையே சொல்கிறார்கள்."

பிரலம்பன் சிருங்கபிந்துவின் தெருக்களினூடாக சீரான நடையில் புரவியில் அபிமன்யூவை நோக்கியபடி தொடர்ந்தான். சூழ்ந்திருக்கும் இல்லங்களின் சாளரங்கள் எதிலிருந்தாவது ஓர் அம்பு எழுந்து அவன்மேல் பாயக்கூடும். அசுரர்கள் நச்சுஅம்புகளைத் தொடுப்பதில் திறன் கொண்டவர்கள் என்று அறிந்திருந்தான். அவற்றில் ஒன்று

எங்கோ காத்திருக்கக்கூடும். ஆம், ஓர் அம்பு எஞ்சாமல் முற்றாகப் பணியமாட்டார்கள். ஆனால் அவ்வாறு ஒரு கரவம்பால் இறப்பவன் அல்ல அவன் என்றும் தோன்றியது. மாமனிதர்களுக்குப் பிறவிநோக்கம் உண்டு. இத்தனை பேராற்றல்களை இவ்விளமையிலேயே அவனில் கூடச்செய்த தெய்வங்களின் எண்ணம் ஒன்று உண்டு.

பிறவிப்பேராற்றல்களின் பொருளையோ பொருளின்மையையோ இப்புவிக்குக் காட்டிச் செல்பவன் போலும் இவன். பிரலம்பன் தன்னுள் இயல்பாக எழுந்த சொற்களைக்கண்டு தானே திகைத்தான். பொருளோ பொருளின்மையோ—எத்தகைய சொல்லாட்சி! அது எப்படித் தன்னுள் வந்தது? மீண்டும் சூழுணர்வை அடைந்தான். குனிந்து தரையில் விழுந்து கூழாங்கற்களிலும் குளம்படிகள் படிந்த சேற்றிலும் நெளிந்து சென்ற அபிமன்யூவின் நிழலை நோக்கிக்கொண்டு சென்றான். மிகத்தொலைவில் ஒரு கலம் முட்டும் ஒலி எழுந்தது. அதைக் கேட்டபின்னர்தான் அவ்வொலியை அபிமன்யூவின் நிழலில் அசைவென்றும் அவன் நோக்கியதை உணர்ந்தான். அது தன் உளமயக்கா என்ற ஐயம் வர மீண்டும் கூர்ந்து நோக்கிக்கொண்டு சென்றான். கதவொன்று மெல்லத்திறந்து மூடும் ஒலியை அந்நிழல் அசைவில் கண்டான். விழிதூக்கி அபிமன்யூவின் உடலைப் பார்த்தான். அவன் தன் எண்ணங்களில் முற்றிலும் மூழ்கி சூழ்மறந்து சென்று கொண்டிருந்தான். அவன் உடல் அங்கிருக்கும் ஒவ்வொரு ஓசையையும் அசைவையும் அறிந்து எதிர்வினை கொண்டிருந்தது.

மெய் கண்ணாகுதல் என்னும் சொல் அவனில் எழுந்தது. போர்க்கலை பயிலச் சென்ற முதல்நாள் ஆசிரியர் அவனிடம் சொன்னது அது. அதுவல்ல படைக்கலப்பயிற்சியின் உச்சம். ஆயிரம் கண்களல்ல. ஒற்றைக்கண்தான். கண்ணன்றி பிறிதிலாதாதலே அது. அச்சிற்றூரே ஒரு விழி. அதன் மணியென்று அவன். அது ஆசுரநிலத்தை நோக்கிக்கொண்டிருக்கிறது.

குடித்தலைவர் இல்லத்தை அடைந்து முற்றத்தில் புரவியில் இருந்து இறங்கி அணுகிய காவலனிடம் கடிவாளத்தை அளித்துவிட்டு தனக்குப்பின்னால் புரவியிலிருந்து இறங்கி வந்த பிரலம்பனிடம் “காவல்மாடங்களில் இருந்து வரும் செய்திகளைத் தொகுத்துக் கொண்டுவருக!” என்று ஆணையிட்டுவிட்டு அபிமன்யூ படிகளில் ஏறி உள்ளே நுழைந்தான். பிரலம்பன் தலைவணங்கிப் பின்னால் சென்றான். கூடத்தில் வந்து அங்கிருந்த சிறுபீடத்தில் அவன் அமர்ந்துகொண்டதும் காவலனொருவன் கீழே அமர்ந்து அவனுடைய காலணிகளைக் கழற்றினான். அவன் எழுந்து கைகளை விரித்தபோது பிறிதொருவன் இடைக்கச்சையை அவிழ்த்தான்.

உள்ளிருந்து கடம்பர் வந்து தலைவணங்கி நின்றார். நோக்காமலேயே "என்ன?" என்று அவன் கேட்டான். "அரசகுடியினர் தங்களுக்கு உரிய முறைமையும் வரிசையும் அளிக்கப்படாவிட்டால் உணவு துறப்பதாக அறிவித்திருக்கிறார்கள்" என்றான். "அதை இத்தனை பிந்தி உணர்ந்தார்களா என்ன?" என்று அவன் புன்னகைத்தான். எழுந்து மேலாடையை எடுத்துப்போட்டுக்கொண்டு "அவர்கள் இறப்பதனால் ஒருகணமும் நான் வருந்தப்போவதில்லை" என்றான்.

கடம்பர் "ஆனால் அவர்கள் நம் பணயமாக இருக்கிறார்கள். அவர்களை நலமாகப் பேணுவது நம் பொறுப்பு" என்றார். "ஆம், ஆனால் ஒருகணம் நெகிழ்வதென்பது இந்தப் பேரத்தில் அவர்களின் தரப்பு ஓங்குவதே ஆகும். பணயமென எனக்கு அவர்களில் ஒரு சிலர் உயிருடன் இருந்தாலே போதும். இந்தப் பேரம் இன்னும் ஐந்தாறு நாட்களில் முடிந்துவிடும். அதற்குள் உணவை முற்றொழித்தாலும் எவரும் சாகப்போவதில்லை. ஓரிருவர் இறப்பது பேரத்தை வலுவுடையதென்றே ஆக்கும்" என்றபின் அபிமன்யூ படிகளிலேறி மேலே சென்றான்.

மூங்கில் கால்களின் மேல் மரத்தட்டிகளால் கட்டப்பட்ட அந்த இல்லத்தின் அறைகளனைத்தும் மிகச்சிறியவை. கைதூக்கினால் தொடும் அளவுக்கே உயரம் கொண்ட கூரையும் அதில் செதுக்கப்படாத மரத்தாலான உத்தரங்களும் திரைச்சீலைகளில்லாது திறந்த சாளரங்களுமாக ஒரு காட்டுக்குடிலென்றும் தோற்றமளித்தது அம்மாளிகை. அளவுகள் ஒழுங்கமையாதமையால் தானாகவே முளைத்து உருவானவை போன்ற உயரமற்ற பீடங்கள். விளிம்புவட்டங்கள் நெளிந்தும் குழைந்தும் அமைந்த நீர்க்கலங்கள். மஞ்சத்தறையில் காத்திருந்த ஏவலர்கள் இருவர் வந்து தலைவணங்கினர். "சிறிது மது" என்று அவர்களில் ஒருவனிடம் சொல்லிவிட்டு மரவுரி விரிக்கப்பட்ட நீள்மஞ்சத்தில் படுத்து கண்களை மூடிக்கொண்டான்.

நாள் முழுக்க நான்குநாழிகைக்கு அரைநாழிகை வீதம் சிறுதுயில்கள் மட்டுமே அவன் கொண்டிருந்தான். எனவே அவன் துயில்வதே இல்லை என்று படைவீரரும் பிணைச்சிறை கொண்டிருந்த குடிகளும் எண்ணினர். ஒவ்வொரு நாளும் இருபது முறைக்கு மேல் கோட்டையையும் தெருக்களையும் அவன் புரவியில் சுற்றிவந்தான். அங்கிருந்த ஒவ்வொரு படைவீரனிடமும் நாளில் ஒருமுறையேனும் பேசினான். ஒவ்வொருவரும் தாங்கள் அவனிடம் நேரடியாக ஆணைத்தொடர்பு கொண்டிருப்பதாக நம்பினர். ஒவ்வொருவரும் அவனுடைய அணுக்கத்தோழர்களாகத் தங்கள் பகற்கனவுகளில் நடித்தனர். பல்லாயிரம் கைகளுடன் பேருருக்கொண்டு அந்தப்படையென அவனே மாறிவிட்டிருந்தான். அவன் தன் கனவுகளில் பெருநகர் ஒன்றில் பல்லாயிரம்பேரை ஆட்சிசெய்துகொண்டிருந்தான்.

அவன் பெருஞ்சுழி ஒன்றை நோக்கிச் சென்றுகொண்டிருந்தான். வாழ்த்தொலிகளும் போர்முரசோசையும் கலந்து எழுந்து அலையலையெனச் சூழ்ந்தன. மானுட உடல்களாலான வெள்ளம். மானுடக்கைகளாலான அலைகள். அவர்கள் அவனை நோக்கிக் கைநீட்டினர். அவனைப் பற்றிக்கொண்டனர். அதன் சுழிவிழிக்குள் அவன் சென்றதும் தன்னைச்சுற்றி அப்பெருக்கு சுற்றுவதைக் கண்டான். உள்ளே செல்லமட்டுமே முடிவது. அலைகள் இதழ்களாகி பெருந்தாமரை மலர் என அவனை மூடிக்கொண்டன.

அவன் திடுக்கிட்டு விழித்துக்கொண்டான். அவனை எழுப்பியது ஏவலனின் காலடியோசை. பிரலம்பன் வந்து அறைவாயிலில் நிற்பதை ஏவலன் அறிவித்தபோது எழுந்து, நனைந்த மரவுரியால் முகத்தைத் துடைத்தபின் பீடத்தில் அமர்ந்தான். பிரலம்பன் உள்ளே வந்து தலைவணங்கி "பாணாசுரரிடமிருந்து தூதர் வந்திருக்கிறார் என்று செய்தி வந்துள்ளது" என்றான். "நம் எல்லைக்குள் நுழைந்துவிட்டாரா?" என்றான் அபிமன்யூ. "ஆம்" என்றான் பிரலம்பன். "அழைத்துவரும்பொருட்டு இங்கிருந்து மூன்று பேரை அனுப்பியிருக்கிறேன்."

அபிமன்யூ விழிசுருங்க "தனிமனிதரா?" என்று கேட்டான். "ஆம். ஒருவர் மட்டும் நடந்து வந்து முதல் காவல்மாடத்தினருகே நின்று பேரரசர் பாணரின் தூதரென்று அறிவித்துக்கொண்டதாகவும் அசுரச் சக்ரவர்த்தியின் முத்திரை பொறிக்கப்பட்ட ஓலையொன்றைச் சான்றாகக் காட்டியதாகவும் சொல்கிறார்கள்" என்றான் பிரலம்பன். "அந்தணரா?" என்றான் அபிமன்யூ. "இல்லை, குடிப்பாடகர்போல் தோன்றுகிறார். முழவும் துடியும் மூங்கில்குழாயும் கைக்கொண்டு புலித்தோலாடை அணிந்திருக்கிறார்." அபிமன்யூ சிலகணங்கள் நோக்கிக்கொண்டு அமர்ந்திருந்தபின் ஒன்றும் சொல்லாமல் எழுந்து கைதூக்கி உடலை சோம்பல்முறித்தான். சாளரத்தருகே சென்று வெளியே பார்த்தான்.

"அகழிப்பணி முடிந்துவிட்டதா?" என்றான். அவ்வினாவால் வியப்புகொண்ட பிரலம்பன் "நடந்து கொண்டிருக்கிறது. முற்றிலும் முடிய இன்று இரவு கடக்க வேண்டியிருக்கும்" என்றான். "மேலும் விரைவு... எவருக்கும் ஓய்வு தேவையில்லை என்று அவர்களிடம் சொல்லுங்கள். ஓய்வு தேடும் உடல்களை அக்கணமே கொன்று வீசும்படி அரசனின் ஆணை என்று அறிவியுங்கள்" என்றான் அபிமன்யூ. "ஓய்வில்லாது அவர்கள் பணி செய்யத்தொடங்கி மூன்று நாட்களாகின்றன" என்றான் பிரலம்பன். "ஐந்து நாட்கள் வரை மானுட உடல் உயிருடன் அப்பணியைச் செய்ய முடியும்" என்று அபிமன்யூ சொன்னான். பிரலம்பன் ஏதோ சொல்ல வாய் எடுத்தபின் உளம் விலக்கிக்கொண்டான்.

அபிமன்யூ “கடம்பரை அழைத்து வருக!” என்றான். பிரலம்பன் தலைவணங்கி வெளியே சென்று சற்றுநேரத்தில் கடம்பருடன் வந்தான். “என்ன செய்கிறார்கள்?” என்று அபிமன்யூ கேட்டான். “தங்கள் சொல்லை அவர்களிடம் சொன்னேன். குடித்தலைவர் சில கணங்கள் சொல்லிழந்து கைகளால் வாயைப்பொத்தி அமர்ந்திருந்தார். அவர் துணைவி இந்தக் கொடியவனுக்காக நமது குழந்தைகள் பட்டினி கிடப்பதில் பொருளேதுமில்லை. இவனை நமது அரசுசூழ்ந்துள்ளது. இவனுக்கு உரியதை அளிக்கும் பொறுப்பு நம் குலத்தோன்றல்களுக்கு உள்ளது. நாம் பணிவதன்றி வேறு வழியில்லை என்றார்.”

அபிமன்யூ “நன்று” என்று புன்னகைத்தான். “படைக்கலங்கள் அனைத்தும் கூர் கொள்ளட்டும். அம்புகள் ஒருபோதும் குறைவடையாமல் நாம் இங்கிருந்து மேலும் கிளம்ப சோணிதபுரம் நோக்கிச் செல்லவும் வாய்ப்புண்டு. நமது வீரர்களிடம் சொல்லுங்கள்” என்றான். கடம்பர் சென்றதும் பிரலம்பன் “நாம் இங்கிருந்து செல்லவிருக்கிறோமா? அப்படியென்றால் ஏன் இந்நகரை அவ்வளவு ஆற்றல் கொண்டதாக்குகிறோம்?” என்றான். “எங்கும் தேங்கியிருத்தலென்பது படைகளின் ஆற்றலைக் குறைக்கும். எக்கணமும் எழுவோம் எனும் எண்ணம் வேண்டும். போருக்குச் சித்தமாகிக்கொண்டிருக்கிறோம் என்னும் உணர்வு இருந்தால் மட்டுமே போருக்கு எழமுடியும்” என்றான்.

கடம்பர் சற்று தயங்கி “பிறிதொரு செய்தி..” என்றார். அபிமன்யூ விழிதூக்க “நம் பிணைச்சிறையாளர் பேசுவதை ஒட்டுக்கேட்க இருவரை சுவர்களுக்கு வெளியே நிறுத்தியிருந்தேன், இளவரசே. அவர்கள் சொன்ன ஒரு செய்தியை என்னால் நம்பமுடியவில்லை. அது மெய்யென்றிருக்க வாய்ப்பே இல்லை. ஆனால் குடித்தலைவரிடம் அவர் துணைவி பேச்சுவாக்கில் அதைச் சொல்ல, உடனே அவர் அவளை விலக்கிவிட்டு எழுந்துவந்து எவரேனும் ஒட்டுக்கேட்கிறார்களா என்று செவிகூர்ந்தார். ஆகவே என்னால் புறக்கணிக்கவும் இயலவில்லை” என்றார்.

“ம்?” என்றான் அபிமன்யூ “பாணாசுரர் பிணையென வைத்திருப்பது இளையயாதவரின் மைந்தர் பிரத்யும்னரின் மைந்தராகிய அனிருத்தரை” என்றார் கடம்பர். அபிமன்யூ சிலகணங்கள் நோக்கிவிட்டு “அது மெய்” என்றான். “ஆனால்...” என்று கடம்பர் சொல்லத் தொடங்க “அச்செய்தியைக் கேட்டதுமே அத்தனை முடிச்சுகளும் அவிழ்ந்துவிட்டன. குடிப்பாடகர் ஏன் வருகிறார் என்பது உட்பட” என்று சொன்ன அபிமன்யூ புன்னகையுடன் எழுந்துகொண்டு “நன்று, தெளிவுறுதல் எப்போதுமே நலம்பயப்பதுதான்” என்றான்.

6

நகர்ச்சூதர்களைப்போல அவை முறைமைகளைத் தெரிந்தவனாகவோ தன்னைவிடப் பெரியவர்களுடன் நிமிர்வுடன் பழகத்தெரிந்தவனாகவோ ஆசுரநாட்டுப் பாடகன் இருக்கவில்லை. உடலெங்கும் அணிந்திருந்த கல்மணி மாலைகள் நடையில் குலுங்கி ஒலிக்க, காலில் அணிந்த குறடு தரையில் தாளமெழுப்ப, வலத்தோளில் முழவும் இடத்தோளில் சிறுபறையும் இடையைச் சுற்றிக்கட்டிய தோள்பட்டையில் வெவ்வேறு அளவுகளில் தாளக்கழிகளுமாக அவன் சிற்றடி எடுத்து வைத்து தோளசைத்து மெல்ல நடனமிட்டபடி சென்றான்.

தான் செல்வது ஓர் அரசவைக்கு என்று அவன் அறிந்திருக்கவில்லை என்றும் வழக்கம்போல மூதாதையர் பலிகொடை நிகழும் இடத்திற்கோ, நீத்தார் வணக்கத்திற்கோ, வென்றோர் புகழ்பாடும் மன்றுக்கோ என எண்ணியிருக்கிறான் என்று பிரலம்பன் நினைத்தான். ஆனால் இருபுறமும் கூடி அவனை நோக்கிய வீரர்களைப் பார்த்துப் புன்னகைத்தபடி கைகளைச் சுழற்றி இடையை மெல்லிய தாளத்துடன் நெளித்து ஆடியபடி அவன் செல்வதைக் கண்டபோது அவன் அத்தருணத்தின் அயல்தன்மையைக் கடக்கவே அதைச் செய்கிறான் என்று புரிந்தது. அங்கு எப்படி நடந்து செல்லவேண்டும், கூர்நோக்குகளை எப்படி எதிர்கொள்ள வேண்டும் என்று அறியாததனால் தன்னை வேடிக்கைக்குரியவனாக மாற்றிக்கொள்கிறான்.

படிகளில் நடனமிட்டபடி ஏறி கூடத்திற்குள் நுழைந்து மெல்லச் சுழன்று நான்கு பக்கமும் தலைகுனிந்து வணக்கம் வைத்து “இப்புறமா?” என்று அவன் கேட்டபோது பிறிதொன்று தோன்றியது. அவன் தன் கலையை நிகழ்த்துகையில் மட்டுமே நிறைவும் தன்னம்பிக்கையும் கொண்டவனாக

இருக்கிறான். பாடகனாக மட்டுமே அவனால் மானுடரை எதிர்கொள்ள முடிகிறது. அப்போது விண்ணவர் உலவும் வெளிக்கு எழுந்துகொண்டு அங்கு நின்று குனிந்து அவர்களைப் பார்க்கிறான். தூது அவன் தொழிலல்ல. அவனை ஏதோ நோக்குடன் அதற்கு அனுப்பியிருக்கிறார்கள். ஆசுரத்தின் எல்லை கடந்து முதற்காவல் அரணை அடைந்ததுமே தன் உடல் சிறுத்து சிற்றெறும்பென ஆகி படைவீரர்களின் காலுக்குக் கீழே இருப்பதை அவன் உணர்ந்திருப்பான். ஆனால் பாடகன் என ஆடத்தொடங்கியதும் அதிலிருந்து எழுந்து பெருகத் தொடங்கியிருப்பான்.

அவன் அவை நிகழ்வை ஒரு நாடகம் என்றாக்கப்போகிறான் என்று பிரலம்பன் உணர்ந்தான். அபிமன்யூ இருக்கும் உளநிலையில் அதை எப்படி எதிர்கொள்ளப்போகிறான் என்ற ஐயம் எழுந்தது. சீற்றத்துடன் எழுந்து உடைவாளை உருவி அவன் தலையை வெட்டி உருட்டினாலும் வியப்பதற்கில்லை என்று தோன்றிய மறுகணமே அவ்வாறல்ல, ஒவ்வொரு தருணத்திற்கும் உரிய முறைமையில் மிகச் சரியாகத் தன்னை அமைத்துக்கொள்ளும் கலை அறிந்த பிறவிஆட்சியாளன் அவன் என்றும் தோன்றியது. உடனே அவையில் என்ன நிகழவிருக்கிறது என்று அறியும் ஆவல் எழுந்தது.

பாடகன் இரு கைகளையும் விரித்து கால்களை ஒன்றுக்கு ஒன்று மாற்றி வைத்து நடனமிட்டபடி அவைக்குள் நுழைந்தான். கடம்பரும் இருகாவலரும் அபிமன்யூவுடன் பேசிக்கொண்டிருந்தனர். சலங்கையொலி கேட்டு அவர்கள் திரும்பிப்பார்க்க, அபிமன்யூ அவனை அரைக்கணம் மட்டும் நோக்கியபின் திரும்பி பிரலம்பனின் விழிகளைச் சந்தித்தான். தூதன் இவன்தானா என்ற வினா அதிலிருந்தது. ஆம் என்று விழிகளாலே பிரலம்பன் சொன்னதும் தலையிலிருந்து கால் வரை பாடகனை ஒரு நோக்கு பார்த்தபின் புன்னகையுடன் இயல்பானான்.

அவை நடுவே வந்து மயிலடி வைத்து ஆடி இரு கைகளையும் விரித்து மெல்லச் சுழன்று வணங்கி அமைந்த பாடகன் கூத்துக்கலைக்குரிய மணிக்குரலில் “அவையை வணங்குகிறேன். பாண்டவ குலத்துத் தோன்றலும் இந்திரப்பிரஸ்தத்தின் இளவரசரும் எழுகடல்சூழ் விரிநிலம் வாழ்த்தும் வில்வீரரும் யாதவகுலத்து மருகனும் ஆகிய அபிமன்யூத் தேவரை அவை நின்று வணங்குகிறேன். நான் காசியப குலத்துத் தோன்றலும் ஹிரண்யகசிபுவின் குருதிவழிவந்த வைரோஜனரின் பெயர்மைந்தரும் மாபலிச் சக்ரவர்த்தியின் நூறுமைந்தர்களில் இறுதியினருமாகிய பாணாசுரச் சக்ரவர்த்தியின் சொல்கொண்டு வந்த தூதன். இந்த அவையில் என் அரசர் ஆணையிட்ட சொற்களைச் சொல்ல வந்துள்ளேன்” என்றான்.

நாகம்போல அவன் மெல்ல உடல் எழுந்தான். இரு கட்டைவிரல்களில் நின்று "கேளுங்கள் அவையீரே, என்னை என் சக்ரவர்த்தியின் கையிலிருந்தெழுந்த அம்பென அறிக! என் நாவிலிருந்தெழுபவை அவர் சொற்களென்றுணர்க! என்னை வணங்குக, என் சொற்களை ஏற்றுக்கொள்க! புவிமேலெழுந்து ஆணையிடும் எங்கள் தலைவன் பாரதவர்ஷத்தில் நிகரென்றோ மாற்றென்றோ பிறிதொரு சொல்லெழவொண்ணா முதல்வன், அவன் புகழ் வாழ்க!" என்றான்.

அபிமன்யூ பீடத்திலிருந்து எழுந்து கூத்துக்கலைஞர்களுக்குரிய முறையில் இரு கைகளையும் விரித்து, சுழற்றிக் குவித்து, தலைவணங்கி "அசுரகுலச் சக்ரவர்த்தி பாணாசுரரின் பெருமைகளை நாம் அறிந்திருக்கிறோம். அவர் தூதர் என் அவைக்கு வந்ததை மூதாதையருக்கு அளிக்கப்பட்ட பெருமை என்று உணர்கிறேன். அமர்க! அளிக்கப்பட்ட சொல்லை அருளி அவை நிறைக!" என்றான். பிரலம்பன் புன்னகையுடன் முகத்தைத் திருப்பிக்கொண்டான். உதடுகளில் புன்னகையெழுகிறதா என்ற ஐயம் எழ அதை மறைக்கும்பொருட்டும் மீசையைக் கைகளால் வருடினான்.

மீண்டும் பீடத்தில் அமர்ந்தபின் அபிமன்யூ நாடகத்தனமாக "நான் தங்கள் தூதுச் சொல்லை அறிய செவி கொண்டிருக்கிறேன், பாடகரே" என்றான். "நான் இங்கு உஷாபரிணயம் என்னும் பாடலைப் பாடும் பொருட்டு வந்துள்ளேன். பிறிதொரு தூதுச் செய்தியும் எனக்களிக்கப்படவில்லை" என்றான் பாடகன். பிரலம்பன் திகைப்புடன் மீசையிலிருந்து கையை எடுத்தான். அபிமன்யூவின் முகத்தைப் பார்க்க, அபிமன்யூ விழிகளில் புன்னகையுடன் முகத்தால் அவனை ஆறுதல்படுத்திவிட்டு "சொல்க, பாடகரே" என்றான்.

"தொல்சிவம் கோயில் கொண்ட கைலைமலை. அம்மையும் அப்பனும் ஆடும் பனிமலை அடுக்குகள். இளமைந்தர் இருவரும் புவி நாடகத்தை இயற்றும் வடதிசை தூயது. அதை வணங்குக! வடதிசைப் பனிமலைச் சாரலில் உள்ளது ஆசுரத்திருநாடு. ஆயிரம் அசுர சக்ரவர்த்திகள் ஆண்ட நிலம். பன்னிரண்டாயிரத்தெட்டுப் பெருங்குலங்கள் பரவி நிறைந்த காடுகள். அவர்களின் முன்னோர் மூச்சிலிருந்து எடுத்து அனலென்று வெளிவிட்ட சொற்களால் ஆனது ஆசுர வேதம். அது என்றும் வாழ்க! அது பாரதவர்ஷத்தின் மேல் அமுதுமழையெனப் பொழிக! ஆயிரம்கோடி விதைச்சொற்களென்றாகுக! காடென எழுந்து இலைநாவுகள் கொள்க!"

"அவையே கேள். ஆயிரம்கோடிச் சொற்களால் ஆன அசுரவேதப்பெருக்கை தொல்முனிவராகிய பிரகஸ்பதி எட்டு வேதங்களாகத் தொகுத்தார். அவரது மைந்தர் சுக்ரர் அதை நால்வேதங்களென்றாக்கினார். நான்கையும்

ஒன்றென்றாக்கி தன் குடிகளுக்களித்தார் மாமன்னர் ஹிரண்யகசிபு. அவ்வேதத்தால் ஆணையிடப்பட்டு அசுர குடிகள் ஆயிரவரை தன் கைகளென்றாக்கி அமர்ந்திருக்கும் சக்ரவர்த்தியாகிய பாணாசுரர் இப்புவி வணங்கும் பெற்றிகொண்டவர். சகஸ்ரஹஸ்தனை வாழ்த்துக! சஹஸ்ராக்ஷனை வாழ்த்துக! ஆயிரம் கண்களால் அருளப்பட்டும் ஆயிரம் கைகளால் அணைக்கப்பட்டும் அதில்பாதி நாவுகளால் ஆணையிடப்பட்டும் வாழும் குடிகளை வாழ்த்துக!" என்று முகமன் உரைத்தான்.

அமர்வது அவனுக்குப் பழக்கமில்லை என்று தெரிந்தது. நின்று, கால்சலங்கை ஒலிக்க மெல்ல நடனமிட்டுச் சுழன்று அவை நோக்கி அவன் கதை சொன்னான். "மாமன்னர் பாணாசுரரின் பட்டத்து இளவரசி பிந்துமாலினி சிருங்கபிந்து என்னும் சிற்றூரில் தொல்குடி அசுரர் பிந்துமாலரின் முதல்மகளாகப் பிறந்தாள். எரிவிண்மீன் குளிர்ந்ததுபோல் அழகுகொண்டவள். எழுதழல்போல் அவ்வழகு வளர்பவள். கொன்றைபூத்த மலைச்சரிவென விழிநிறைப்பவள். அவளால் பொலிந்தது சிறுநகர் சிருங்கபிந்து. அவள் காலடிபட்ட இடங்களில் பொன்மலர்கள் மலர்ந்தன. அவள் புன்னகையைத்தேடி கந்தர்வர்கள் சிற்றிறகுகள் சூடி ஒளிகொண்டு வந்து சூழ்ந்தனர். அவள் உறங்கும் இரவுகளில் மின்மினிகளென கின்னரர் குடில்கூரையைச் சூழ்ந்திருந்தனர்.

பாணருக்குத் துணைவியென கயிலை அரசியின் சாயலுடன் மண்ணிறங்கிய ஒருத்தியைக் கண்டடையவேண்டுமென்று அசுரகுலப் பூசகர் அறுவர் களம் வரைந்து கணித்து உரைத்தனர். எவளைக்கண்டு சிம்மம் பணிகிறதோ அவளே பாணரின் துணைவியென்றாக முடியும் என்றனர் குடிப்பூசகர். ஏழு ஆண் சிம்மங்களுடன் அசுர குலத்துத்தூதர் ஆயிரம் தொல்குடிகளையும் அணுகினர். ஊர்தோறும் முரசுகள் எழுந்தன. அச்சிம்மத்தின் அருகே வந்து அதன் பிடரியை வருடிப் பணியவைக்கும் பெண் அசுரச் சக்ரவர்த்தியின் அகத்துணைவியென்றாவாள் என்றனர்.

ஆயிரம் சிற்றூர்களுக்கும் சிம்மங்களுடன் சென்றபோதும் எப்பெண்ணும் அவற்றின் அருகே வரத் துணியவில்லை. மூன்றுமாதங்களுக்குப்பின் இறுதியாக எஞ்சிய ஆசுரத்தின் எல்லைநிலத்தின் சிருங்கபிந்துவை அடைந்து அதன் மன்றுக்கு சோணன் என்னும் பெருஞ்சிங்கத்தைக் கொண்டுவந்து நிறுத்தினர். பன்னிருவர் சுமந்துவந்த இரும்புக் கூண்டிலிருந்து அது இறங்கி நிலமறைந்து பெருங்குரலெழுப்பியபோது ஊரிலிருந்த பசுக்கள் அஞ்சிக் கூச்சலிட்டு கட்டுத்தறிகளில் சுற்றிச்சுழன்றன. குழவியர் அன்னைமுலைகளில் முகம் மறைத்தனர். அது

கட்டப்பட்டுள்ளது என்று அறிந்தாலும் அறியாக்காடுகளின் நினைவால் மெய்ப்புகொண்டனர் அனைவரும்.

அரசரின் அறிவிப்பை நிமித்திகர் கூறியபோது எவரும் மறுமொழியாற்றவில்லை. ஊர்த்தலைவர் ஏதேனும் சொல்லவேண்டும் என்று அனைவரும் நோக்கினர். "பேரரசியர் பிறக்கும் அரண்மனைகளுக்குச் செல்லவேண்டிய சிம்மம்" என்றார் பூசகர். ஏவலன் "எழுபத்திரண்டு இடங்களில் மணிபிறக்கும் என்கின்றன நூல்கள்" என்றான். ஊர்த்தலைவர் சுற்றிலும் நோக்கிவிட்டு "இதன் ஓசையிலேயே எம்குடிப்பெண்டிர் அஞ்சி குடில்களுக்குள் ஒடுங்கிவிட்டனர்" என்றார். சோணன் கட்டுச்சங்கிலியில் திமிறியபடி சுற்றிவந்தது. கைகளால் அதை அறைந்து உடைக்கமுயன்றது. கழுகின் அலகுபோன்ற பற்கள் கொண்ட வாயைத் திறந்து செம்புல்குவை போன்ற பிடரியைக் குலைத்து உறுமியது.

அப்போது தேனெடுக்கச்சென்ற பிந்துமாலினி தன் தோழியுடன் ஊருக்குள் புகுந்தாள். ஏவலர் சுமந்துவந்த கூண்டைக்கண்டு ஆர்வத்துடன் அருகணைந்து அங்கே நின்ற சிம்மத்தைப் பார்த்தாள். முகம் மலர்ந்து அருகே வந்து "சிம்மம்! நான் இதுவரை பார்த்ததே இல்லை" என அதன் பிடரியில் கைவைத்தாள். பழகிய நாய் என உடல்குழைத்து தலைதாழ்த்தி அவள் காலடியில் படுத்துக்கொண்டது சிம்மம். அவள் அதன் பிடரிமயிரை அளைந்தபடி "இனியது. தந்தையே, இது இனி நம் ஊரிலேயே இருக்கட்டும்" என்றாள். "இச்சிற்றூர் இனி அரசிபிறந்த இடமெனப் புகழ்பெற்றுவிடும் அரசி" என்றார் சிம்மத்துடன் வந்த நிமித்திகர்.

பாணர் முன்னரே பத்து மனைவியரில் நூறுமைந்தருக்குத் தந்தையாகியிருந்தார். பட்டத்து அரசி அவையமர்ந்ததும் அவளில் தோன்றும் இளவரசனுக்கே அசுரகுலத்து மணிமுடி என்று அறிவிக்கப்பட்டது. ஆயிரம் குடிகளும் அவள் வயிற்றின் செய்திக்காக ஒவ்வொருநாளும் செவிகூர்ந்தன. நான்குதிசைகளிலிருந்தும் நிமித்திகர் அவைக்கு வந்து நிகழ்வன உரைத்தனர். திமிரகுலத்தின் நிமித்திகரான பர்ணயர் "அரசியின் வயிற்றில் அழகிய மகள் எழுவாள். அவள் அசுரருக்கு மனைவியாகமாட்டாள்" என்றார். அவை அச்சொற்களைக் கேட்டுத் திகைத்தது. பாணர் சினத்துடன் எழுந்து "அவள் ஊழ் என்ன?" என்றார்.

அச்சினத்தைக் கண்டு அஞ்சிய பர்ணயர் "சக்ரவர்த்தி, கவிடி காட்டுவதையே அடியேன் சொல்ல முடியும். இளவரசி பேரரசு ஒன்றின் அரசியென்றாவாள்" என்றார். பாணர் மீசையை முறுக்கியபடி வெறுமனே நோக்கினார். அரசி முகமலர்ச்சியுடன் "எந்தப்பேரரசு?

க்ஷத்ரியப்பேரரசா? நிஷாதர்களுடையதா?" என்றார். "அதை இன்று சொல்லமுடியாது, அரசி" என்றார் பர்ணயர். "இன்னுமொன்றுள்ளது. அதைச் சொல்லும்!" என்றார் பாணர். "இல்லை..." என அவர் முனக "உமது முகக்குறியே காட்டுகிறது. சொல்க!" என்றார் பாணர். "சக்ரவர்த்தி, இது நான் கண்டுரைப்பது மட்டுமே. இளவரசியின் மைந்தர் வாழமாட்டார்கள். இவ்விளவரசியின் மைந்தருடன் அவ்வரசும் குலமும் முற்றழியும்" என்றார் பர்ணயர்.

அரசி அஞ்சி அழுகையொலி எழுப்ப, பாணர் எழுந்து வந்து "எவ்வண்ணம் இவள் பிறரால் கொள்ளப்படுவாள்? நான் இவளை அசுரரன்றி பிறருக்கு அளிக்கமாட்டேன் என்றால் என்ன நிகழும்?" என்றார். "அரசே, இவள் எல்லை கடந்துசென்று தன் கணவனைக் கண்டடைவாள்" என்றார் பர்ணயர். "எவ்வண்ணம்? எவர்துணையால்?" என்றார் பாணர். "இவளுக்கு நிகரான தோழி ஒருத்தியை இவள் அடைவாள். அத்தோழியைக்கொண்டு தன் கைகவர்பவனைக் கண்டடைவாள்" என்றார் பர்ணயர். பாணர் "அது நிகழாது காப்பேன்" என்றார். "ஊழை வெல்வது மானுடரால் ஆகாது, அரசே" என்றார் பர்ணயர். "ஊழை வென்றே இங்கு வந்து இப்படி நின்றுள்ளேன்" என்றார் பாணர்.

பாடகன் தன் கைத்தாளத்தை மீட்டி நிறுத்தி சுழன்று தலைவணங்கி "நிமித்திகர்கள் சொல்லில் வெளிப்படும் ஊழென்பது என்ன? அவையீரே, அது தூண்டிலில் நெளியும் புழு அல்லவா? ஊழின் நுனியையும் விளிம்பையுமே அவர்கள் அறிகிறார்கள். அதை அவர்களின் சொல்லில் கண்டு அஞ்சிப் பதறி உழன்று மானுடர் அதையே எண்ணிக்கொண்டிருக்கிறார்கள். எதை எண்ணிக்கொண்டிருக்கிறோமே அதை நோக்கியே நாம் சென்றுகொண்டிருக்கிறோம். சென்றடைந்தபின் திரும்பி நோக்கினால் வந்த வழியென்பது நாம் அமைத்தது என்பதை அறிவோம். அறிகையில் அறிந்தமையால் ஆவதொன்றில்லை என்றும் தெளிவோம்" என்றான்.

கடம்பர் "இளவரசர் இக்கதையைக் கேட்க இங்கு அமர்ந்திருக்கவில்லை. உமது தூது என்னவோ அதைச் சொல்லும்" என்றார். பாடகன் "தூதென்று எதுவும் என்னிடம் சொல்லப்படவில்லை. இந்தக்கதையைப் பாடும்படிதான் சொல்லப்பட்டது. இதன்பெயர் உஷாபரிணயம். இதன் இரண்டாவது பாதம் காமதர்ப்பணம். அதன் தொடக்கத்தில் என்ன நிகழ்கிறதென்றால்..." என்றான். கடம்பர் ஏதோ சொல்ல முயல, அபிமன்யூ விழிகளால் தடுத்து "சொல்லுங்கள், பாடகரே" என்றான்.

"பத்துமாதம் நிறைவுற்று பிந்துமாலினிதேவி பெற்ற மகவு காலையொளியின் அழகுகொண்டிருந்தமையால் அதற்கு உஷை என்று பெயரிட்டனர்.

மகவு பிறந்த செய்தியை அரண்மனைக்கு வெளியே எவருமறியாமல் காத்தார் பாணர். அவள் வாழ்வதற்கென்று அணிமாளிகை ஒன்றை அமைத்தார். நீலநீர்நிறைந்த சந்திரதர்ப்பணம் என்னும் ஏரியின் நடுவே இருந்த ஹரிதமுகுளம் என்னும் சிறிய தீவில் அமைந்த அந்த மாளிகையில் உஷையின் அன்னையும் செவிலியரும் சேடியரும் அரசரும் மட்டுமே செல்லமுடியும். அங்கே உஷை அன்பில் நெகிழ்ந்த கைகளிலிருந்து கைகளுக்குச் சென்று வாழ்ந்தாள். மலர்களிலிருந்து மலர்களுக்குச் செல்லும் வண்ணத்துப்பூச்சியைப்போல" என்றான் பாடகன்.

ஆனால் குழவிக்கு ஓராண்டு அகவை நிறைந்தபோது அது ஏங்கி மெலியலாயிற்று. மருத்துவச்சிகள் மாறிமாறிச்சென்று நோக்கி அனைத்து முறைமைகளையும் இயற்றியும் குழவி மேலும் தேய்ந்தபடியே வந்தது. விலாஎலும்புகள் தேய்ந்து விழிகள் குழிந்து உதடுகள் வறண்டு இறப்புநோக்கிச் சென்றது. அத்தனை மருத்துவச்சிகளும் கையொழிய மகவு மாயும் என்பது உறுதியென்றாகிவிட்ட நிலையில் முதிய செவிலி ஒருத்தி தயங்கி, அஞ்சி தன் கருத்தொன்றை அரசியிடம் சொன்னாள். "எந்த மகவும் பெரியவர்களைக் கண்டு முழுதும் நிறைவதில்லை. தன்னை உணர்ந்ததுமே அது தன்னை மகவு என்றும் அறியும். ஆகவே தன்னைப்போன்ற மகவுகளை அதன் உள்ளம் தேடும். இளவரசி தனிமைகொண்டிருக்கிறாள்."

"ஆனால் பிறிதொரு மகவை இதனுள் நுழைய ஒப்பேன்..." என்று பாணர் சொன்னார். "இது அவளுக்கென்றே அமைக்கப்பட்ட மாளிகை. இங்கே அவளுக்கு நிகர்தோழிகள் எவரும் அமையமாட்டார்கள். இது என் ஆணை!" அரசி "நம் மகளை நாம் இழக்கநேரிடும்" என அழுதாள். "இங்கு ஊழென்பது என் ஆணை" என்றார் பாணர். அரசியின் விழிநீர் சொட்டி நனைக்க, இளவரசி உயிர்கரைந்துகொண்டிருந்தாள். ஆவதென்ன என்று அறியாமல் அனைவரும் செயலிழந்து நின்றிருக்கையில் உடுக்கோசையுடன் ஒரு முதுமகள் வந்து ஏரிக்கரையில் நின்று குறியுரைத்தாள். "நோயுற்றிருக்கிறாள் இளவரசி... நோய்வென்று எழுவாள். நலம் திகழும்! நல்வழிகொண்டு வந்திருக்கிறேன். நலம்திகழ நெறிகாட்டுவேன்."

அரசி அவளை வரச்சொல்லி இளவரசியைக் காட்டினாள். அவள் உடுக்கோசை எழுப்பியபடி அரண்மனைக்குள் புகுந்தாள். தன் ஆடையில் கரந்து நீள்வட்டவடிவ ஆடியொன்றைக் கொண்டுவந்திருந்தாள். அந்த ஆடியை இளவரசியின்முன் காட்டி "பார், இது உன்னைப்போன்ற குழந்தை..." என்றாள். முகம்மலர கைநீட்டி ஆடியைப் பெற்றுக்கொண்ட குழந்தை சிரித்து கன்னம்குழிந்தது. அதன்மேல் வருடியது. அதை நோக்கி முகம் கொண்டுசென்றது. அதை நெஞ்சோடணைத்து "குழவி" என்றது.

“இவள் பெயர் சந்தியை” என்றாள் முதுமகள். “சந்தியை. சொல்க இளவரசி, சந்தியை!” இளவரசி வாய்குவித்து விழியொளிர நோக்கிச் சிரித்து மெல்ல “ந்தியை” என்றாள்.

அவள் பெயர் சித்ரலேகை. “நான் அணிச்சித்திரம் அமைக்கும் கலையறிந்தவள், அரசி. இந்த மாளிகைச் சுவர்களில் ஓவியங்கள் அமைப்பேன்” என்றாள். “நீ இளவரசிக்குத் துணையென்று இங்கிரு” என்றாள் பிந்துமாலினி. சித்ரலேகை பிறகெப்போதும் இளவரசியுடனேயே இருந்தாள். இளவரசியின் தோழியென்றாயிற்று ஆடிப்பாவை. விழித்திருக்கும் பொழுதெல்லாம் அவள் அதனுடன் விளையாடினாள். இரவில் அருகே போட்டு கையால் அணைத்துக்கொண்டு துயின்றாள்.

ஒருமுறை இரவில் இளவரசியின் மஞ்சத்தறைக்குச் சென்ற செவிலியொருத்தி இளவரசி துயில்கையில் ஆடிப்பாவை விழித்திருப்பதைக் கண்டு திடுக்கிட்டாள். தன் விழிமயக்கா என எண்ணி அவள் கூர்ந்து நோக்கியபோது ஆடிப்பாவை அவளை நோக்கிப் புன்னகைத்தது. ஆனால் அஞ்சியோடி வந்து அவள் சொன்னதை எவரும் நம்பவில்லை. அத்தீவுக்குள் வாழ்ந்து மதிமழுங்கியவள் என்று அவளை மதிப்பிட்டனர். அவள் மதியிலி என்றே பிறரால் நடத்தப்பட்டாள். அவ்வண்ணமே அவளும் ஆனாள்.

பின்னர் அவள் சந்தியையை ஒவ்வொருநாளும் கண்டாள். ஆடியிலிருந்து இறங்கி இளவரசியின் அறைச்சாளரம் வழியாக நோக்கி நின்றிருக்கும் சந்தியையை அவள் கண்டாள். நள்ளிரவில் நிலவெழும் நதியில் அவள் நீந்திவிளையாடுவதை, ஒளியிலெழுந்து முகில்களில் நீந்துவதை, மின்மினிகளுடன் சுழன்றுபறப்பதை, சாளரம் வழியாக நோக்கிக் கைநீட்டிக் கூச்சலிட்டாள். ஒருநாள் ஏரிநீரில் மூழ்கி உயிரிழந்து கரைச்சேற்றில் கூந்தல் பரவி வேரோடியிருக்க விழித்த கண்களும் வியந்த முகமுமாகக் கிடந்தாள்.

சித்ரலேகை அரண்மனைச்சுவர்களில் எல்லாம் ஓவியங்களை நிரப்பினாள். மலர்க்காடுகளும் புல்வெளிகளும் நீரோடைகளும் சுனைகளும் மலைச்சரிவுகளும் கொடுமுடிகளும் சுவர்களில் விரிந்தன. அவற்றில் விழியொளிரும் மான்களும் வெண்முகில் போன்ற பசுக்களும் நீரலை உடல்கொண்ட புரவிகளும் தளிர்க்கிளிகளும் தழல்குருவிகளும் நீலமெழுந்த மயில்களும் நிறைந்தன. அச்சுவரில் சித்ரலேகை தன் உருவை வரைந்து வைத்தாள். கூனுடலும் பழுத்த விழிகளும் பல்லில்லாத வாயுமாக தோன்றிய சித்ரலேகை அவளை நோக்கிப் புன்னகைத்தாள்.

அச்சுவர் நோக்கி தன் ஆடியை மெல்லத் திருப்புகையில் அந்த வட்டப்பரப்புக்குள் அவை உயிர்கொள்வதை உஷை கண்டாள். மான்கள்

துள்ளின. பசுக்கள் திரும்பி நோக்கின. புரவிகள் பாய்ந்து சுழன்றுவந்தன. கிளிகளும் குருவிகளும் சிறகடித்தன. மயில்கள் தோகைவிரித்தாடின. அவற்றுக்கிடையே கைவீசிச் சிரித்து ஆடினாள் சந்தியை. அழகிய இளமகளாகத் தோற்றம் கொண்டிருந்த சித்ரலேகை அவளுடன் களியாடிச் சிரித்தாள். நாளெல்லாம் அவள் அந்தச் சோலைகளிலும் மலைகளிலும் விளையாடிக்கொண்டிருந்தாள்.

உஷையுடன் வளர்ந்தாள் சந்தியை. இருவருக்கும் சித்ரலேகை மொழியும் இசையும் கற்பித்தாள். ஒவ்வொரு சொல்லையும் ஓவியமென்றாக்கும் கலையை உஷை கற்றுக்கொண்டாள். இசையை வண்ணங்களாக்கப் பயின்றாள். ஓவியங்களில் எழும் இடைவெளிகளுக்குள் நுழைவது எளிது என்றாள் சித்ரலேகை. ஆடியை விட்டு அகல்வதே அதனுள் நுழையும் வழி. ஆடியை நிலையாக வைத்துவிட்டு அதை நோக்கியபடி காலெடுத்துவைத்து விலகிவிலகிச்சென்று அதில் மூழ்கி மறைந்தாள். ஒவ்வொரு சொல்லுக்குள்ளும் அவ்வாறு மூழ்கி பிறிதொன்றின் அடியில் மேலெழுந்தாள்.

பின்னர் உஷையும் ஓவியம் எழுதக்கற்றுக்கொண்டாள். சித்ரலேகையும் அவளும் உள்ளறையின் சுவர்களில் வரையலாயினர். அங்கே கந்தர்வர்களும் தேவர்களும் தோன்றினர். சிம்மங்களும் புலிகளும் சிவந்த வாய்திறந்து நோக்கின. செங்கண் பருந்துகளும் கழுகுகளும் சிறகடித்தன. மேலும் மேலுமென அவர்கள் வரைந்துசென்று இருண்ட கரவறைச் சுவர்களையும் நிறைத்தனர். அங்கே கரிய சுவர்ப்பரப்பில் இருண்ட கரடிகளும் பன்றிகளும் அமைந்தன. நிலத்தை நிறைத்திருந்தன கருநாகங்கள். வானில் காகங்கள் பறந்தன. அங்கு வந்து நோக்கிய சேடியர் கரியசுவரை மட்டுமே கண்டனர்.

அந்தச்சுவரில் அவர்கள் இருவர் மட்டுமே திறந்து உட்புகும் வாயிலொன்றிருந்தது. இரவில் இருளில் அவர்கள் அதைத்திறந்து சென்ற நிலவறைப்பாதையில் நாகங்கள் நீர்மையொளியுடன் நெளிந்தன. வாய்திறந்து ஊன்வாடையுடன் மூச்சுவிட்டு சூழ்ந்துகொண்டன பாதாள உலகத்துத் தெய்வங்கள். அச்சுவரில் சித்ரலேகை தன் இளமங்கை உருவை வரைந்திருந்தாள். உஷையின் ஆடியில் அவள் முதுமகளெனத் தோன்றினாள்.

அங்கே ஓர் ஓவியத்தில் அவள் ஒரு சிற்றூர் மன்றை கண்டாள். பொறுமையிழந்து துள்ளிநின்ற பிடரிபடர்ந்த சிம்மம் ஒன்று காலால் நிலத்தை அறைந்து உறுமியது. பசியுடன் மண்ணைக் கீறி வால்சுழற்றி எம்பிக்குதித்துச் சுற்றிவந்தது. சூழ்ந்திருந்தவர்கள் ஓவியங்கள்போல சிம்மத்தை வெற்றுவிழிகளுடன் நோக்கிநின்றனர். எவரோ அணுகுவதைக்

கண்டாள். அது தானென்று உணர்ந்ததும் மெய்ப்புகொண்டு கூர்ந்தாள். அஞ்சிப் பின்னடைந்த அவளைக் கண்டு சிம்மம் நிலத்தை அறைந்து பெருங்குரலெழுப்பியது. அவள் மேலுமொரு அடியெடுத்து வைத்து கால்தளர உளம் உறைய விழிமலைத்து நின்றாள்.

சிம்மம் பாய்ந்து சென்று அவள் கழுத்தைக் கவ்வித் தூக்கிக்கொண்டது. அவள் கைகளும் கால்களும் துடித்துத் துவள ஓசையின்றி உயிர்பதைத்தாள். சிம்மம் அவளைக் குருதிவழியக் கிழித்து உண்ணத்தொடங்கியது. சூழ்ந்திருந்தவர்களின் முகங்கள் புன்னகையில் மலர்ந்தன. எவரோ சிரிக்கத்தொடங்க சிரிப்பு அனைவரிலும் பரவியது. அவள் அவர்களின் நடுவே சித்ரலேகையைக் கண்டாள். அக்கூட்டத்தில் சித்ரலேகை மட்டுமே அவளைத் திரும்பி நோக்கினாள். வியப்புடன் கைநீட்டி உஷையைச் சுட்டிக்காட்டியபடி அவள் வெறிநகைப்பெடுத்தாள்.

7

நிலவு எழுந்த முன்னிரவில் உள்ளிருந்து எழுந்த அழைப்பால் விழித்துக்கொண்ட உஷை தன்னருகே ஆடிக்குள் அசைவைக்கண்டு புரண்டு கையூன்றி எழுந்து அதன் ஒளிர்ப்பரப்பைப் பார்த்தாள். அங்கு நிலவில் ஒளிகொண்ட இளங்காற்றுவெளியில் சந்தியை தனக்குள் மெல்லப் பாடியபடி, சிறகெனக் கைவீசி, சிற்றாடை சுழலத் துள்ளி ஓடுவதைக் கண்டாள். முகம் மலர்ந்து ஆடியை எடுத்து தன் மடியில் வைத்தபடி அதை நோக்கி அமர்ந்திருந்தாள். எவரையோ கண்டு சந்தியை நாணி நிற்பதைக் கண்டு மேலும் உற்றுநோக்கினாள். நிலவில் சிற்றோடைகளும் சுனைசுழிகளும் தண்ணொளி கொண்டிருந்தன. இலைநுனிகள் அனைத்திலும் நிலவொளி ஒளிர்ந்து ததும்பியது.

நெஞ்சு படபடக்க உஷை ஆடியை நோக்கிக்கொண்டிருந்தாள். சந்தியை தயங்கிய காலடிகள் எடுத்து வைத்து நடந்து, அஞ்சி முலைகளைக் கைகளால் அழுத்திக்கொண்டு, தலைகுனிந்து நின்று, ஆவல் உந்த காலெடுத்து வைத்து முன்சென்றாள். பூத்து நின்ற கடம்பமரம் ஒன்றின் கீழ் சென்று அதன் தாழ்கிளை ஒன்றைப் பற்றியபடி தலைகுனிந்து நின்றாள். இளங்காற்றில் அவள் அணிந்திருந்த மெல்லிய சிற்றாடை அலைவு கொண்டது. நெளிந்திறங்கிய கூந்தல் இடைவரை வழிந்தது. பெருமூச்சில் சிறுமுலைக்குவைகள் எழுந்தமைந்தன. மெல்ல விழிதூக்கி உதடுகளைப் பற்களால் கவ்வியபடி கடம்பமரத்திற்கு அப்பால் நிழல் செறிந்திருந்த பகுதியை நோக்கினாள். அக்கணமே உஷையும் அவனைக் கண்டுவிட்டாள்.

நிழலுக்குள்ளிருந்து மெல்ல உருத்திரட்டி அவன் முன்வந்தான். பூவரசுப் பூவின் வண்ணத்தில் இடையாடை அணிந்து, இளஞ்செந்நிறக் கச்சை

கட்டி, வெண்புகைக்கீற்றென பட்டு மேலாடை அணிந்திருந்தான். இடப்பக்கம் ஒதுக்கிய சுரிகுழலில் மயில்பீலி விழிதிறந்திருந்தது. கரிய வட்ட முகத்தில் பெண்மைதோன்றிய விழிகள் நிலவொளி கொண்டிருந்தன. சிறுமகவென மேலுதடு சற்றே எழுந்து குவிந்த வாயில் ஏளனம் என்று தோன்றும் மென்னகை. கரிய கருங்கற்சிலைத் தோள்கள். நரம்புகள் புடைத்த புயத்தசை. இடைக் குழைவு, மார்பின் இருபால் அகன்ற விரிவு அனைத்திலும் மென்மையின் மெருகு.

வலக்கையில் புல்லாங்குழலும் இடக்கையில் கன்றோட்டும் வளைகோலும் வைத்திருந்தான். சந்தியை அவனைக் கண்டதும் அறியாது இரண்டடி பின்னால் வந்தாள். இளமுலைகளின் மேல் இரு கை சேர்த்து மூச்சிழுத்து ஏங்கி சுற்றிலும் நோக்கினாள். கால் தளர மரத்தின் கரிய அடித்தடியைப் பற்றிக்கொண்டாள். அதன் பட்டைப் பொருக்கில் அவள் நடுங்கும் விரல்கள் பதிந்து வருடி இறங்கின. அவன் அவள் அருகே வந்தான். வளைதடியை மரத்தடியில் சாய்த்து, வேய்ங்குழலை இடையில் செருகி அவளை அணுகி குனிந்து நோக்கினான். அவள் உடல் மெய்ப்பு கொள்வதைக் காணமுடிந்தது. அவன் மூச்சுக்காற்றில் அவள் முன்நெற்றியின் மென்மயிர் அசைந்தது.

மெல்ல அசைந்து, அவ்வசைவால் தோள்கள் விலக இடை அணுக, அவனருகே சென்றாள். முகம் தூக்கி அவனைப் பார்த்தபோது அவள் விழிகள் நீர் நிரம்பி இருமுனைகளிலும் துளித்து வழிந்து கன்னத்திலோடி செவியிலாடிய குழையைத் தொட்டன. ஏதோ சொல் நின்று தவிப்பது போலவும், விண்ணுதிர்த்த இன்துளி ஒன்றைச் சுவைப்பது போலவும் அவள் உதடுகள் ததும்பின. அவன் கைகள் அவள் இடையைத்தொட்டு வளைத்து தன் உடலுடன் இணைத்துக்கொண்டன. தளர்ந்த கால்களுடன் அவள் அவன் உடலில் தன்னைச் சாய்த்துக்கொண்டாள். தலையை அவன் மார்பில் பொருத்தி, கண்களை மூடி, தோள்கள் தொய்ந்து நின்றாள். அவன் அவளை உடலுடன் இறுக்கிக்கொண்டு குனிந்து அவள் கன்னத்தில் முத்தமிட்டான்.

அவள் விதிர்த்த உடலுடன் அவன் நெஞ்சில் கைவைத்து உந்தி விலக முயல, மேலும் இறுக்கி அவள் பிறிதொரு கன்னத்தை முத்தமிட்டான். பின்னர் இரு கைகளாலும் அவளைப் பற்றி, தன் உடலுடன் இறுக அணைத்து உதடுகளால் அவள் உதடுகளைக் கவ்விக்கொண்டான். உருகிக் கொதிக்கும் உலோகச்சிலை போலிருந்தது அவள் முகம். மெல்லிய முனகலுடன் அவன் தோள்சுற்றி அணைத்து அவன் நெஞ்சில் முலை பொருத்தி முகம் தூக்கி அவன் உதடுகளுக்குத் தன் உதடுகளை முற்றளித்து பிறிதொன்றிலாது அவனுடன் கலந்தாள்.

உஷை தன் உடல் நடுக்கிக்கொண்டிருப்பதை உணர்ந்தாள். மூச்சை இழுத்துவிட்டு மீண்டும் மீண்டும் தன்னுள்ளத்தை ஆற்றிக்கொண்டாள். ஆடியிலிருந்து எழுந்த ஓர் இசையை அவள் தன் விழிகளால் கேட்டுக்கொண்டிருந்தாள். அதில் மரங்களனைத்தும் இளநீல ஒளிகொண்டன. நீர்நிலைகள் முத்துச்சிப்பியின் உள்வளைவுபோல் மின்னத்தொடங்கின. நிலவு மாபெரும் மலரென இதழிதழாக விரிந்தது. அந்தக்காடு இசையால் ஒன்றென கோக்கப்பட்டது. அவர்களின் உடல்கள் ஒன்றாயின. கைகள் கைகளைக் கவ்விக்கொண்டன. உடல் உடலை நிறைத்துக்கொண்டது. விடாய்கொண்டு உடல் விம்ம தன்னுணர்வடைந்து நாணி விழிபுதைத்தாள். மூடிய விழிக்குள் எழுந்த அவர்களின் உடல் பிணைவுகளைக்கண்டு நெஞ்சு பதற உடல் விதிர்த்தாள். அங்கு நிகழ்வன கண்டு காலத்தை மறந்து நெடுந்தொலைவு சென்று மீண்டும் இடம் காலம் மீண்டு தலைகுனிந்தாள்.

பின்னர் அவன் மடியில் தலைவைத்து விழி மூடிஓய்ந்து சந்தியை துயில்வதை நோக்கிக்கொண்டிருந்தாள். கடம்ப மரத்தில் சாய்ந்து கால் நீட்டி அமர்ந்து அவன் தன் புல்லாங்குழலை இசைத்தான். அதுவரை அது அவன் உடலில் இருந்தே எழுந்ததுபோலும். மலர்ந்த முகத்துடன் துயில்கொண்டிருந்த அவள் கால்கட்டை விரல் மட்டும் அவ்விசைக்கேற்ப அசைவதை உஷை கண்டாள். இசை அனைத்தையும் வெறும் ஒளியென்றாக்கியது. நிழலில்லாத ஒளிப்பெருக்கு. அவனும் கரைந்து மறைய மயிற்பீலி மட்டும் விழி என வெறும் நோக்கென அவளருகே நின்றிருந்தது.

ஆடியைக் கவிழ்த்துவிட்டு உஷை மஞ்சத்தில் குப்புறப் படுத்தாள். அறியா ஏக்கம் ஒன்று எழுந்து உள்ளத்தை எடைகொண்டதாக்க, தலையணையில் முகம் புதைத்து விம்மி அழுதாள். நெடுநேரம் அழுது ஓய்ந்தபோது இனிய துயரொன்றால் முற்றிலும் நிரப்பப்பட்டவளாக ஓய்ந்தாள். மீண்டும் ஆடியை எடுத்து சந்தியையை நோக்கவேண்டுமென்று விரும்பினாள். கை நீண்டபோது தயங்கி பின்னிழுத்து பலமுறை ஆடியைத் தொட்டபின் வாளொன்றை எடுத்து அடிவயிற்றில் குத்தி இறக்கும் தன்வலி வெறியுடன் எழுந்தமர்ந்து அதை எடுத்து நோக்கினாள். கடம்ப மரத்தினடியில் உதிர்ந்த மலர்களின் மெத்தையில் அவிழ்ந்து பரவிய குழல்மீது வெற்றுடலில் நிலவொளி பரவி மிளிர இசையில் உளம்மயங்கி இருப்பவள் போன்று சந்தியை தெரிந்தாள். அவள் இருமுலைகளின் குவைமீது அம்மயில்பீலி விழுந்து கிடந்தது.

ஆடியைத்தூக்கி அறைமூலையில் வீசிவிட்டு உஷை திரும்பிப்படுத்தாள். உடல் மிக உயரத்திலிருந்து விழுந்துகொண்டே இருப்பதுபோல் தோன்றியது. உள்ளத்துச் சொற்களெல்லாம் சிறகு நனைந்து ஒட்டியும்

ரீங்கரித்து தன்னைத்தானே சுற்றியும் தடுமாறின. எழுந்து சென்று சாளரத்தினூடாக ஏரியின் நீரில் மெல்ல நெளிந்தபடி கிடந்த நிலவின் பொன்னிற வட்டத்தை நோக்கிக்கொண்டிருந்தாள். அதைச்சூழ்ந்திருந்த முகில்கள் வெண்நெருப்பென எரிந்தன. மிக அப்பாலிருந்து வந்த காற்றில் ஏரியின் நீராவி இருந்தது.

மீண்டும் வந்து மஞ்சத்தில் படுத்தபோது அவள் உடலெங்கும் மெல்லிய சிலிர்ப்புகள் நிகழ்ந்துகொண்டிருந்தன. மூச்சில் முலைக்குவைகள் எழுந்தமைந்தன. கழுத்திலும் கன்னத்திலும் வியர்வை துளிர்த்திருந்தது. இருகால்களையும் பின்னியபடி மஞ்சத்தில் உடலொடுக்கிப் படுத்திருந்தாள். பின் புரண்டு மஞ்சத்தை உடலால் அணைப்பவள்போல அழுத்திக்கொண்டாள். மெல்ல மயங்கிய கனவுக்குள் விண்ணிலிருந்து நாகத்தின் நாக்கெனத் துடித்த சிறுமின்னலால் தீண்டப்பட்டாள். சுடர்ந்தெரிந்து ஒளிர்ந்து துடித்து மெல்ல அணைந்து இருண்டு குளிர்ந்து எடைகொண்டு மஞ்சத்தில் கிடந்தாள். காற்றில் அவள் உடல் வியர்வை குளிர்வதை அவள் உணர்ந்தாள்.

புகையென பரவி ஆடையென செறிந்து நீரென சூழ்ந்து பளிங்கென இறுகி அவளை அழுத்திக்கொண்ட துயிலின் ஆழத்தில் தன் மேல் படிந்த மயில்பீலியை உணர்ந்தாள். அது உள்ளங்கையென எடை பெற்றது. உடலென எடை பெருகி அவளை அழுத்தி மஞ்சத்தில் சேர்த்தது. மஞ் சத்துப் பட்டில் வரையப்பட்ட ஓவியமென அவள் பரவிக் கிடந்தாள்.

காலையில் சித்ரலேகை வந்து உஷையின் மஞ்சத்தறையின் கதவை மெல்லத் தட்டியபோது அவள் திடுக்கிட்டு விழித்து உடல் அதிர விழிகள் காய்ச்சல் கண்டவைபோல் ஒளி இழந்து வெறிக்க மஞ்சத்தில் கிடந்தாள். சித்ரலேகை அருகே வந்து அவள் கால்களைத் தட்டி “இளவரசி, இளவரசி” என்று அழைத்தபோது ஓர் ஆடிப்பரப்புக்கு அப்பாலிருந்து அனைத்து காட்சிகளையும் தான் கண்டு கொண்டிருப்பதுபோல் அவளுக்குத் தோன்றியது. அறை சாளரங்களின் திறந்த கதவுகளூடாகத் தெரிந்த இடைநாழியும் சற்றே சாய்ந்து அறைக்குள் விழுந்திருந்த இளவெயிலும் ஆடிப்பாவைகளெனத் தெரிந்தன. அங்கே ஆடிக்குள் இருந்து இளமங்கையாகிய சித்ரலேகை அவளை அழைத்துக்கொண்டிருந்தாள்.

சித்ரலேகை மீண்டும் “இளவரசி” என உலுக்க அவள் மெல்லிய முனகலுடன் தன் உடலில் உள்ளத்தைப் பொருத்திக்கொண்டாள். “கனவு கண்டீர்களா?” என்றபடி சித்ரலேகை அவள் காலடியில் மஞ்சத்தில் அமர்ந்தாள். எழுந்து அமர்ந்து வாயைத்துடைத்து அவிழ்ந்துலைந்த கூந்தலைச் சுற்றி முடிந்தாள். “கூந்தல் எப்படி அவிழ்ந்தது? நேற்று முப்புரியாகப் பின்னி சுழற்றிக் கொண்டையிட்டுவிட்டுத்தானே நான்

சென்றேன்?" என்றாள் சித்ரலேகை. "ஆம்" என்றபடி அவள் மீண்டும் தன் கூந்தலைத் தொட்டாள். "ஆடைகள் கலைந்துள்ளன. எழுந்து வேறெங்கும் சென்றீர்களா?" என்றாள்.

"இல்லை" என்றபின் அவள் கால்களை மடித்து முழங்காலைக் கட்டிக்கொண்டு முகத்தைக் கால்மடிப்புகளில் பதித்து ஒடுங்கி அமர்ந்தாள். அவள் நெற்றி வகிடைத்தொட்டு மெல்ல நீவி "நேற்றிரவு ஏதோ கனவு கண்டிருக்கிறீர்கள்" என்றாள் சித்ரலேகை. "ஆம்" என்று அவள் சொன்னாள். "இப்பருவத்தில் கனவுகள் இயல்பானவை. இப்போது அவை அலைக்கழிக்கும் துயர்களெனத்தெரியும். பின்னர் எண்ணிப்பார்க்கையில் பிறிதொருபோதும் நாம் அடையாத இன்கொடைகள் அவை என்று புரியும். அதன் சுவையில் திளைத்து மகிழுங்கள். அஞ்சியும் நாணியும் ஒதுக்க வேண்டியதில்லை" என்றாள் சித்ரலேகை.

உஷை ஒருகணம் நிமிர்ந்துநோக்கிவிட்டு விழிகளைத் தாழ்த்திக்கொண்டாள். "இளமையில் உள்ளத்துள் எத்தனை தொலைவுக்கு உலவவும் மானுடர்க்கு உரிமையுண்டு. அங்கு எதுவும் பிழையோ இழிவோ அல்ல. விளையாடும் குழந்தைகளைப் பெற்றோரென இளமைந்தரை தெய்வங்கள் நோக்கி நின்று மகிழ்கின்றன" என்றாள் சித்ரலேகை. "எல்லைகளை நாம் அங்கு மட்டுமே தொடமுடியும், இளவரசி. எல்லைவரை செல்ல உடலிலும் உள்ளத்திலும் ஆற்றல் வேண்டும். இளமையிலன்றி அது இயல்வதல்ல."

அவள் பெருமூச்சுவிட்டு பின்னர் தன் முகத்தை மறைப்பதற்கென சாளரத்தை நோக்கினாள். "எழுந்து சென்று ஆடைமாற்றிக்கொள்ளுங்கள். இன்று புதிய ஒரு கதையுடன் தென்னகத்து விறலியொருத்தி நம் அவைக்கு வந்திருக்கிறாள்" என்றாள் சித்ரலேகை. "அவள் காம்பில்யத்தின் இளவரசி திரௌபதியின் கதையைச் சொல்லப்போகிறாள் என்கிறார்கள். அவள் உடல் ஒன்று, உள்ளம் ஐந்து, கனவுகள் ஆறு." உஷை அதைக் கேட்டவளாகத் தெரியவில்லை.

அவள் எழுந்து தளர்ந்த நடையுடன் வெளியே செல்ல சித்ரலேகை அவளுடன் சென்றாள். எதிரே வந்த இளம் செவிலி ஒருத்தி உஷையைக் கண்டு வியந்து பின் புன்னகைத்து "என்னாயிற்று இளவரசிக்கு? நடை தளர்ந்திருந்திருக்கிறார்கள்" என்றாள். "நேற்றிரவு துயிலில் கனவுகளில் அலைந்திருக்கிறார்" என்றாள் சித்ரலேகை. செவிலி புன்னகைத்து "முதற்தேன்" என்றாள். சித்ரலேகை புன்னகைத்தாள். "என்ன சொல்கிறாய்?" என்றாள் உஷை. "ஒன்றுமில்லை, வருக இளவரசி" என்று கை பற்றி நீராட்டறைக்கு அழைத்துச் சென்றாள் செவிலி.

நீராட்டறைச் சேடி அவளைக் கண்டதுமே நகைத்தபடி "முதற்கனவு" என்றாள். சினத்துடன் "என்ன சொல்கிறாய்?" என்றாள் உஷை.

"முதற்சுவை" என்று அவள் சொன்னாள். "விளையாடாதே" என்று சினத்தால் முகம் சிவந்து உடல் பதற்றம் கொள்ள உஷை சொன்னாள். "எவரும் அறிவர், தாங்கள் நாணுவது இயல்பானது. அக்கனவுடன் இந்நாணமும் இணைந்ததே. வருக!" என்று கைகளை நீராட்டறைச் சேடி பற்றினாள். அதை உதறி "செல்! என்னைத் தொடவேண்டாம்" என்றாள். "இத்தொடுகை விதிர்ப்பூட்டுகிறதா?" என்றாள் நீராட்டறைச் சேடி. "அவ்வாறெனில் நான் எண்ணியது மேலும் உறுதியாகிறது."

"நான் செல்கிறேன். உன்னுடன் பேச எனக்குப் பொழுதில்லை" என்று அவள் திரும்ப, "இவ்வரண்மனையில் இது ஒன்றுதான் நீராட்டறை, இளவரசி" என்றாள் அவள். பற்கள் ஒளிவிடச் சிரித்தபடி "வருக! அமர்க!" என்று தோள்பற்றி அழைத்துச் சென்று பீடத்தில் அமர்த்தினாள். "காய்ச்சலில் மென்மையாகிவிட்ட உடலில் தொடுகை அளிக்கும் விதிர்ப்புபோலிருக்கும். உடல் நாவென்றாகி இனிப்பில் திளைக்கும்." அவள் தலையசைக்க சித்ரலேகை புன்னகையுடன் வெளியே சென்றாள்.

நீராட்டறைச் சேடி உஷையின் ஆடைகளைக் களையக் கைவைத்தபோது அவள் அதைப்பற்றி, தன் உடலோடு சேர்த்து "வேண்டாம்" என்றாள். "ஏன்! தாங்கள் பிறந்த நாளிலிருந்து நான்தானே நீராட்டுகிறேன்?" என்றாள். "வேண்டாம்" என்றாள் உஷை. "ஏன்?" என்றாள் நீராட்டறைச்செவிலி. "நானே நீராடுகிறேன்" என்றாள் உஷை. "சரி நீங்கள் நீராடுங்கள்" என்றாள் சேடி. "நீ விலகிச்செல்! இங்கு எவரும் இருக்கலாகாது" என்றாள் உஷை. சேடி நகைத்தபின் "நன்று" என்று நீராட்டறைப்பொருட்களை எடுத்து வைத்து வெளியே சென்றாள்.

வெளியே நின்றிருந்த செவிலி "இப்போதுதான் எண்ணினேன், முதற்காமம் முடிந்து வருபவள் போலிருக்கிறாள் இளவரசி" என்றாள். நீராட்டறைச் சேடி சிரித்து "முதற்காமம் முடிந்து வருகையில் உடல் குறித்த இந்தக் கூச்சம் அகன்றிருக்கும்" என்றாள்.

உஷை ஒவ்வொரு நாளுமென உடல் தளர்ந்தாள். அவள் சிரிப்பது குறைந்தது. விறலியர் ஆடும் களிக்கூத்து கண்டு வளைகள் உடைய கைகொட்டி நகைத்து வயிற்றைப்பற்றிக் குலுங்குபவள், இதழ்கோடும் மென்நகையுடன் அமைந்தாள். துள்ளி ஓடி படிகளிலும் உப்பரிகையிலும் தொற்றி ஏறி குதித்தாடுபவள் தளர்நடை கொண்டாள். கருவுற்றவள்போல பீடங்களிலிருந்து கையூன்றி மெல்ல எழுந்தாள். எப்போதும் சேடியருடன் நகையாடி இருக்க விழைபவள் தனிமையைத் தேடினாள். பிறர் விழிபடாது அமர்ந்திருப்பதற்கான இடங்கள் அனைத்தையும் முன்னரே தன் உள்ளம் தெரிவு செய்துவைத்திருப்பதை அப்போதுதான் அறிந்தாள்.

அவள் தோல்நிறம் வெளிறி இளம்பாளை போலாயிற்று. கழுத்திலும் தோள்களிலும் தோல்வரிகள் வெண்மணலில் நீர்வண்டுகள் ஊர்ந்து சென்ற தடம்போல விழுந்தன. இதழ் வெளுத்து, கண்கள் வறண்டு, கழுத்தில் எலும்புவளையங்கள் எழுந்து, ஒவ்வொரு நாளும் உடலுருகி பிறவுரு கொண்டாள். அவளைக்காண வந்த அரசி திகைத்து முதுசேடியிடம் "என்ன ஆயிற்று? ஏன் இப்படி இருக்கிறாள்?" என்றாள். "கன்னியருக்குரிய உடல்மாற்றம் அரசி. உரிய கணவனைப் பார்க்க வேண்டிய பொழுது அணைந்துவிட்டது" என்றாள் முதுசேடி.

இளவரசியை அகலே நின்று சாளரத்தினூடாக நோக்கிய அரசி அவள் விழிகள் தொலைவானில் நிலைத்திருக்க இமையசைவிலாது பிறிதிலா தனிமையில் அவள் சமைந்திருப்பதைக் கண்டாள். மெல்லக் கலைந்து நீள் மூச்செறிந்து உடலொசித்து அமர்ந்து மீண்டும் தன்னுள் அவள் புகுந்து மறைந்தாள். அவள் உதிர்த்துச் சென்ற உடல் மட்டும் அங்கிருந்தது. "ஆம், இதுவே பொழுது. நான் அரசரிடம் சொல்கிறேன்" என்றாள்.

குடியவை முடித்து தன் மஞ்சத்தறைக்குச் சென்ற பாணாசுரரிடம் உடன்நடந்தபடி தாழ்ந்தகுரலில் "தங்களிடம் நம் மகளைப்பற்றிப் பேசவேண்டும், அரசே" என்றாள். திரும்பி நோக்கி உரக்க "உஷையைப் பற்றியா? என்ன புதிய விளையாட்டெதையும் கோருகிறாளா? அளிப்போம்" என்றார் பாணர். வாயை இறுக்கி உடன்வந்த அமைச்சரை நோக்கியபடி "அதுவல்ல" என்று மூச்சொலியாக அரசி சொன்னாள். "சொல்! அவள் விழைவதெது என்றாலும் அது நிறைவேறியதென்றே கொள்" என்றார் அரசர். அமைச்சர் "அரசே, அரசி தங்களிடம் மட்டும் பேச விரும்புகிறார்" என்றபின் தலைவணங்கி விலகிச் சென்றார்.

பாணர் "என்னிடம் மட்டுமா? இளவரசியைப்பற்றித்தானே?" என்றார். "அவளைப்பற்றித்தான்" என்றாள் அரசி. "அதிலென்ன மந்தணம்?" என்றார் பாணர். "நமது மகள் ஓர் இளம்பெண். அவளைப்பற்றிய பேச்சு மந்தணமாகவே இருக்கவேண்டும்" என்றாள் அரசி. "யார் இளம்பெண்? அவள் இன்னும் கைவளையல் போடத்தெரியாத குழந்தை. சென்றமுறை பார்த்தபோது வளையல்களைப் போட்டுத்தரும்படி என்னிடம் சொன்னாள்" என்றார் பாணர். "நானும் நேற்றுவரை அவ்வாறுதான் எண்ணினேன். பெற்றோர் குழந்தையை அவ்வாறு காணவே விழைகிறார்கள். அது மெய்யல்ல. அவள் உள்ளத்தில் கன்னிமையின் ஏக்கம் வந்து படிந்துவிட்டது."

பாணர் தடுமாறினார். பின்னர் பீரிட்ட சினத்துடன் "ஏக்கமா? அது எப்படி வந்தது? அங்கு அவளிடம் அதைப்பற்றி எவர் பேசியது?" என்றார். "எவரும் பேசவேண்டியதில்லை. மரங்கள் பூப்பது மண்ணுக்கும்

விதைக்கும் தெரிந்திருப்பதுபோல" என்றாள் அரசி. "நீ என்ன பேசுகிறாய் என்றே எனக்குப் புரியவில்லை. என்னதான் சொல்ல வருகிறாய்?" என்று உரக்கக் கேட்டார் பாணர். "சற்று ஓசை குறைத்துப் பேசுங்கள்" என்று கடிந்துகொண்ட அரசி "அவளுக்கு நாம் உடனே மணமகனைப் பார்க்க வேண்டும். இப்போதே" என்றாள்.

"உடனே என்றால்... அவள் சிறுகுழந்தை. இப்போதே மணமா?" என்றார் பாணர். "அவளுடைய எதிர்காலம் குறித்து நிமித்திகர் சொன்னவற்றை மறந்துவிட்டீர்களா? இங்கிருந்து அவள் வேறுகுலத்தவரால் கவர்ந்து செல்லப்படலாம். அதற்குள் நம் குலத்திலேயே தகுந்த மணமகனைக் கண்டடைவது நன்று" என்றாள் பிந்துமாலினி. பாணர் "ஆம், மெய்தான்..." என்றபடி எழுந்து நிலைகொள்ளாமல் தன் அறைக்குள் சுற்றிவந்தார். பின்னர் திரும்பி "ஆம், உடனே அவளுக்கு உரிய மகனைத் தேடவேண்டும். அவன் நம் குடியின் நிகரற்ற இளைஞனாக இருக்கவேண்டும். முதன்மையானவன் மட்டுமே அவளுக்குத் தகுதியானவன்" என்றார்.

முகம் மலர்ந்து அவளருகே வந்து "ஒரு போட்டி வைப்போம்... ஏறுதழுவுதல்" என்றபின் "வேண்டாம், கதைப்போர். அல்லது நம் குடிமரபின்படி மற்போர். அல்லது விற்போர். அல்லது இவையனைத்தையும் பயன்படுத்தி மிக அரியதொன்றைக் கொண்டுவரும் போட்டி" என்றார் பாணர். "எண்ணித்தான் பேசுகிறீர்களா? நமக்கு ஓர் இளவரசி இருப்பது நம் குடிகளுக்குக்கூட தெரியாது. மணமகனுக்காகப் போட்டி வைப்பது என்பது தகுதி வாய்ந்த இளவரசி ஒருத்தி இங்கிருக்கிறாள் என்பதை நாமே உலகுக்கு அறிவிப்பது. அதன் பிறகு ஒவ்வொரு கணமும் இவளை நாம் காக்க வேண்டும்" என்றாள்.

"காப்போம். நம் மகளைக் காக்க இயலாதவனா நான்? நமது அரணைக்கடந்து வந்து எவர் அவளைக் கவர்வார் என்று பார்ப்போம்" என்றார் பாணர். "அனைத்து அரண்களையும் கடப்பது ஒன்றுண்டு, ஊழ். நாம் அஞ்சுவது அதையே. நிமித்திகர் சொன்ன சொல் மாறாது நிற்கிறது பதினைந்தாண்டுகளாக. நாம் விளையாடிக்கொண்டிருப்பது தெய்வங்களிடம். அதை மறக்கவேண்டாம்" என்றாள் அரசி. "நீ என்னை அஞ்சச் சொல்கிறாயா?" என்றார் பாணர். "அஞ்சும் இடத்தில் அஞ்சியே ஆகவேண்டும். இளவரசி இங்கு பூத்திருக்கிறாள் என்று அறிவித்த பின்னர் ஒருவேளை நம்மால் அவளைக் காக்க முடியாமல் போனால் என்ன செய்வது?" என்று பிந்துமாலினி கேட்டாள்.

மெல்ல பீடத்தில் அமர்ந்து கைகளை மடியில் கோத்தபின் எரிச்சலுற்றவர்போல் தலையசைத்து "என்ன செய்ய வேண்டுமென்று சொல்கிறாய்?" என்றார் பாணர். "என் இளையவன் மாருதன் இருக்கிறான்.

தாங்கள் தோளில் தூக்கி வளர்த்த வீரன். குடிப்பிறப்பு கொண்டவன். அனைத்து நிலைகளிலும் அவளுக்குத் தகுதியானவன்" என்றாள் அரசி. "அவனா?" என்று பாணர் கையசைத்தார். "அவன் வெறும்..." என்று அவர் மேலும் சொல்லப்போக, அவள் தடுத்து "இப்படித்தான் தங்களால் சொல்லமுடியும். எந்தத் தந்தைக்கும் இதுவே தோன்றும். தன் மகளுக்கு மணமாக வருபவனிடம் தகுதியின்மையைத் தேடிக் கண்டடையத் துடிப்பதே தந்தையரின் இயல்பு. என் இளையவனுக்கு என்ன குறை?" என்றாள்.

ஏளனமாக "ஐந்து சுற்றுப் பொழுதுக்கு என்னுடன் அவனால் கதை பயில முடியுமா?" என்றார் பாணர். "எதற்கு கதை பயில வேண்டும்? அசுர குடியை ஆள்வதற்கு கதைப் பயிற்சியா தகுதி?" என்றாள் அரசி. பாணர் "அவனுக்கு அரசுசூழ்தலும் தெரியாது" என்றார். "அவனுக்கு அதை நீங்கள் கற்றுக்கொடுங்கள். அவன் இன்னும் இளைஞன்தானே?" என அரசி தணிந்த குரலில் சொன்னாள். பாணர் இரு கைகளாலும் பீடத்தின் கைப்பிடியை அடித்தபடி எழுந்து "இருந்தாலும் அவனை என்னால் எண்ணிப்பாக்கவே முடியவில்லை" என்றார். "முதலில் அப்படித் தோன்றும். ஓரிரு நாட்கள் மீளமீள இதையே எண்ணினால் அவனே பொருத்தமானவன் என்பதைக் காண்பீர்கள்" என்றாள்.

"மேலும் அவன் நாம் அறிந்த மைந்தன். நாம் அறியாத ஒருவனுக்கு இளவரசியை மணம் செய்து கொடுத்தால் நாம் கணக்கிட முடியாத இடர்களையும் எதிர்கொள்வோம். நாம் அளிப்பது இளவரசியை மட்டுமல்ல, தாங்கள் உருவாக்கிய பேரரசையும்தான். என் இளையவன் இவ்வரண்மனையிலே வளர்ந்தவன். நம் மைந்தன் போல இங்கிருப்பவன். இளவரசியை மணந்தபின் இருவரும் இங்கேயே இருப்பார்கள். அவர்கள் தகுதிகொண்டு முதிர்வதுவரை தாங்களே அரசராகக் கோல் கொண்டமரவும் இயலும்" என்றாள் அரசி. பாணர் மீசையை நீவிக்கொண்டிருக்க "இது ஒன்றன்றி வேறு வழியில்லை" என்றாள்.

பாணர் நெடுநேரம் கடந்து "ஆம், என்னாலும் பிறிதொன்றை எண்ணமுடியவில்லை. இதையே உறுதி செய்வோம்" என்றார். அரசி முகமலர்ச்சியுடன் எழுந்து "நான் என் அன்னையிடமும் தந்தையிடமும் உடனே கிளம்பி இங்கு வரச்சொல்கிறேன் அவைகூடி இம்முடிவை அறிவிப்போம். அறிவித்த அன்றே மணம் நிகழவேண்டும். மணம் நிகழ்ந்த பின்னரே இளவரசி என்று ஒருத்தி இங்கிருப்பதை நமது குடிகள் அறியவேண்டும்" என்றாள். பாணர் தலையசைத்தார்.

8

ஒவ்வொரு நாளும் உஷையிடம் அவள் உள்ளத்தில் உள்ளதென்ன என்று செவிலியரும் சேடியரும் வெவ்வேறு சொற்களில் கேட்டனர். ஒவ்வொரு கேள்வியும் அவளைச் சினம்கொள்ள வைத்தது. சிலதருணங்களில் சீறி அவர்களை அகற்றினாள். பிற தருணங்களில் துயருற்று கண்ணீர் மல்கித் தலைகுனிந்தாள். பின்னர் எவர் எதைக் கேட்டாலும் அச்சொற்கள் செவிகொள்ளப்படாதாயின. வாயில்களை ஒவ்வொன்றாக மூடி மேலும் மேலும் தனக்குள் சென்று முற்றாகவே அகன்று போனாள்.

கைக்குழவி நாளிலிருந்து அவர்கள் அறிந்த உஷை அவ்வுடலுக்குள் இல்லையென்று அவர்கள் உணர்ந்தனர். அவளுக்குத் தலைவாரி கொண்டையிடுபவர்கள், மேனிநறுஞ்சுண்ணம் பூசுபவர்கள், நகங்களைச் சீரமைப்பவர்கள், ஆடையணிவிப்பவர்கள் தாங்கள் தொட்டறிந்த உஷை அவளல்ல என்று அறிந்து அதைப் பிறரிடம் சொல்லாது கரந்தனர். ஆனால் ஒவ்வொரு கணமும் ஓரவிழியால் அவளை நோக்கிக்கொண்டிருந்தனர். அதை "முளைப்பதற்கு முந்தையநாள் விதைகள் கொண்டுள்ள அமைதி" என்று முதுசேடி ஒருத்தி சொன்னாள்.

சித்ரலேகை அவளிடம் "ஆடியில் நீ கண்டதென்ன என்று நான் அறிவேன்" என்றாள். காய்ச்சல் படிந்த கண்களுடன் அவள் திரும்பி சித்ரலேகையைப் பார்த்து "என்ன ?" என்றாள். "அதை நீயே என்னிடம் வந்து சொல்வது வரை காத்திருப்பேன்" என்று சொல்லி புன்னகையுடன் சித்ரலேகை எழுந்து சென்றாள். எண்ணியிராத சீற்றத்துடன் எழுந்து பின்னால் வந்து சித்ரலேகையின் ஆடைநுனியைப் பிடித்திழுத்து "நில், நீ மாயக்காரி. என்னைப் பித்தியாக்கும் பொருட்டு வந்தவள். இருண்ட ஆழங்களிலிருந்து எழுந்து வந்த கொடுந்தெய்வம். நான் தந்தையிடம்

இன்றே சொல்வேன். நீ எனக்குக் காட்டியதென்ன என்று சொல்வேன். உன்னை நகர்முற்றத்தில் கழுவேற்றச் செய்வேன். உன்னிலுள்ள தெய்வங்களைக் காஞ்சிர மரத்தில் ஆணி அறைந்து நிறுத்துவேன்" என்று கூவினாள்.

புன்னகை மாறாமல் திரும்பி நோக்கிய சித்ரலேகை "தங்கள் உடலுக்கு மட்டுமே நோய் இருப்பதாக இங்கு எண்ணுகிறார்கள். உள்ளமும் நோய்கொண்டதென்று அவர்களுக்குக் காட்ட வேண்டாம்" என்றாள். உளம் உடைந்து விம்மி அழுதபடி பின்னடைந்த உஷை "நான் அஞ்சுகிறேன். இவையெதுவுமே எனக்கு உகக்கவில்லை. நான் அறிந்த சிறுமிவாழ்க்கைக்கு மீளவே விரும்புகிறேன். என்னை விட்டுவிடு! அளிகூர்ந்து என்னை விட்டுவிடு!" என்றாள். கைகளால் முகம் பொத்தியபடி விசும்பிக்கொண்டு அமர்ந்தாள்.

அவளருகே வந்து குனிந்த சித்ரலேகை "முன்னரே நான் இதைச் சொன்னேன், இளவரசி. இதை வலியென்றும் துயரென்றும் எண்ணுவது பெரும் மாயை. இது தெய்வங்களின் அருட்கொடை. இனிமையின் மிகையால்தான் துயருறுகிறீர்கள். தேனின் எடைகொண்டு தழையும் மலர்போல. பிறிதொரு தருணத்தில் இதனொரு துளிக்காக ஏங்கி நெஞ்சுலைவீர்கள்" என்றாள். வீம்புடன் தலையசைத்து "வேண்டாம், இது எனக்குத் தேவையில்லை. மீளும் வழியென்ன என்று மட்டும் சொல். இது உன் விளையாட்டென்று நான் அறிவேன்" என்றாள் உஷை.

"நான் இங்கு வெளியிலிருந்து வந்த ஓர் அழைப்பு மட்டுமே. அனைத்தையும் மூடி தன்னைச் சிறைவைத்துக்கொள்ளலாம் என்று மானுடர் எண்ணும்போதெல்லாம் ஊசிமுனை வழிகளினூடாகப் புகுந்து வருபவள் நான். சிலபோது காற்றாக, சிலபோது ஒளியாக, சிலபோது நறுமணமாக" என்றாள் சித்ரலேகை. "வேண்டாம், எனக்கெதுவும் வேண்டாம்" என்று விதும்பியபடி முழங்கால்களைக் கட்டிக்கொண்டு முட்டில் முகம்புதைத்து தோள்குலுங்கி உஷை அழுதாள்.

அவள் அருகே மண்டியிட்டமர்ந்து தலையைத் தொட்டு "இவ்வழுகையும் ஒரு தேன்சுவையே. இதையும் வாழ்நாளெல்லாம் மீண்டும் மீண்டும் எண்ணி ஏங்குவீர்கள். இது மானுடரைப் படைத்த தெய்வத்தின் விளையாட்டு. காமத்தின் அத்தனை உவகைகளையும் ஒன்றெனத் திரட்டி இளமைந்தர்மேல் செலுத்துகிறார்கள். திகட்டித்திகட்டித் துடித்து விழிநீர் உகுத்து அக்கணத்தைக் கடந்து மீள்கிறார்கள். எளியோர். பின்னர் அதன் நினைவுகளிலேயே வாழ்ந்து முடியவேண்டியவர்கள்" என்றாள்.

அன்று மாலை தீவின் மலர்த்தோட்டத்தில் கடம்ப மரத்தடியில் மலர்ப் படுக்கையில் கைகளைக் கால்களுக்கிடையே செருகி உடலொடுக்கி

விழிமூடிப் படுத்திருந்த உஷையைத் தேடி அரசி பிந்துமாலினி வந்தாள். அரண்மனையெங்கும் மகளைத் தேடியபோது சித்ரலேகைதான் "இளவரசி அணித்தோட்டத்தில் இருக்கக்கூடும். பகலில் பெரும்பாலான தருணங்களில் அக்கடம்ப மரத்தடியிலேயே அமர்ந்திருக்கிறாள். அரிதாக இரவிலும் சென்று நிற்பதுண்டு" என்றாள். "தோட்டத்திலா? இப்பொழுதிலா? இது அவள் இசைகற்கும் வேளையல்லவா?" என்றபடி அரசி வெளியே சென்றாள்.

தொலைவில் சருகுப்பரப்பின்மேல் வானில் இருந்து உதிர்ந்த செந்நிறத் தூவல் எனக் கிடந்த உஷையைப் பார்த்த அரசி இரு கைகளையும் கோத்து நெஞ்சில் அமர்த்தி நின்று ஏங்கினாள். கசையடிபடுபவளின் முகமென உஷையின் முகம் நெளிந்துகொண்டிருந்தது. உடல் மெய்ப்புகொண்டு அதிர்ந்து மீண்டது. மெல்ல அருகணைந்து "உஷை" என்று அன்னை அழைத்தாள். அக்குரல் கேட்காத பிறிதெங்கோ அவளிருந்தாள். மேலிருந்து கடம்ப மலர்கள் அவள்மேல் உதிர்ந்து சுனை நீரை என அவள் தோற்பரப்பை விதிர்க்கச் செய்தன.

அவளருகே அமர்ந்து தோளை மெல்லத் தொட்டு "உஷை, விழித்தெழு! அன்னை வந்துளேன்" என்றாள் அரசி. விழிகள் விரிந்து திறக்க அன்னையின் கைமேல் கைவைத்து "அன்னையே..." என்றாள் உஷை. "என்னம்மா, ஏன் இங்கு படுத்திருக்கிறாய்?" என்றாள். "அன்னையே" என்று மீண்டும் அழைத்தபின் அவள் விசும்பி அழத்தொடங்கினாள். அவள் தலையை எடுத்து தன் மடியில் வைத்து குழல்கோதியபடி "ஏனடி? ஏன் அழுகிறாய்? அன்னையிடம் சொல், உன்னுள்ளத்தில் எழுந்த குறை என்ன? நீ விழைவதென்ன?" என்றாள் அரசி.

மறுசொல்லில்லாமல் உஷை அவள் மடியில் முகம்புதைத்து மூச்சொலிகளும் விம்மல்களுமாக அழுது மெல்ல ஓய்ந்தாள். குனிந்து அவள் கன்னத்து நீரைத் துடைத்து "அன்னை உன் நெஞ்சை அறிவேன். நீ விழையும் வாழ்வு உனக்கு அமையும். இன்று உன் மூதன்னையும் முதுதந்தையும் சிருங்கபிந்துவில் இருந்து சோணிதபுரிக்கு வந்து சேர்கிறார்கள். நாளை மறுநாள் காலை அவையில் உன் மணநிகழ்வை அரசர் அறிவிப்பார்" என்றாள். சற்றும் சொல்விளங்காதவள்போல வெற்றுவிழிகளுடன் உஷை நோக்கினாள்.

அரசி புன்னகைத்து "மணம் என்பதேகூட உனக்குப் புரியவில்லை. உன் தோழனாக என் இளையோன் மாருதனை அரசர் அறிவிக்கவிருக்கிறார். நீ அவனுக்கு மாலையிடுவாய். மங்கலம் சூடுவாய்" என்றாள். "மணமங்கலம் ஒளியின் தெய்வங்களுக்கு உகந்தது. இன்று உன்னைப் பற்றியிருக்கும் இருள்தெய்வங்கள் அஞ்சி விலகும். உள்ளம் தெளியும்." உஷை பெருமூச்சுவிட்டு விழிசரித்தாள்.

அவள் முகவாயைப் பற்றித் தூக்கி "அதன்பின்பு இச்சிறிய தீவுக்குள் நீ வாழவேண்டியதில்லை. ஆசுர நாடு முழுமையும் உன்னுடையதே ஆகும். தெய்வங்கள் அருளினால் பாரதவர்ஷத்தையே உன் கணவன் உன் காலடியில் கொண்டுவைப்பான். இத்தனை நாள் இச்சிறு உலகில் நீ வாழ்ந்ததை எண்ணியே உன் உள்ளம் துயருற்றதென்று அறிந்தேன். சிறகு முளைக்கும்வரை பறவை முட்டைக்குள்தான் இருந்தாகவேண்டும் என்பார்கள். உன் வானம் திறந்துவிட்டது. உன் துயர்கள் அனைத்தும் முடிவுற்றன" என்றாள்.

நிலைத்த விழிகளும் சற்றே திறந்த வாயுமாகக் கேட்டிருந்த உஷையிடம் "என்னடி, நான் சொல்வது புரியவில்லையா உனக்கு?" என்றாள். "ஆம்" என்று அவள் சொன்னாள் "முதலில் திகைப்பாகத்தான் இருக்கும். பெண்ணென்று எண்ணி இதுவரை அடைந்து, சூடி, இலங்கிய அனைத்தையும் கலைத்து மாற்றுருவாக்கம் செய்ய வேண்டியிருக்கும். உடலை, உள்ளத்தை, கனவுகளை. அது கடினமானது. ஒவ்வொரு கணமும் திகைப்பூட்டுவது. ஆனால் அத்தருணத்தைத் தாண்டினால் இனிய நினைவாக என்றும் உடனிருப்பது" என்று அரசி சொன்னாள்.

மேலும் சொல்கனிந்து "ஒவ்வொன்றும் புதிதாக இருக்கையில் அச்சமும் துயரமும் அளிப்பதே வழக்கம். இனிமை என்பது நாம் கொள்ளும் இசைவிலிருந்து எழுவதே. அதற்கு நாம் சற்று பழகவேண்டும்" என்றாள். "அஞ்சாதே! இது யானைத்தலையளவு இனிப்பு என்று கொள். நுனிநாக்கால் தொட்டு அதை உணர். மெல்ல மெல்லச் சுவையென்றாக்கிக் கொள்!" அவள் சொன்னவை எவையும் உஷையின் நெஞ்சைச் சென்றடையவில்லை. அவள் தோளைப்பற்றி எழுப்பி "வாடி! இவ்வினிய செய்தியைச் சொன்னதன் பொருட்டு இனிப்பு கொள்! புத்தாடை அணிந்து நறுமணமும் புதுமலர்களும் சூடு!" என்றாள் அன்னை.

அரசி மகளைக் கைபிடித்துக் கூட்டிவந்து அரண்மனைக்குள் அமர வைத்து சேடியரையும் செவிலியரையும் அழைத்து அரசரின் முடிவைச் சொன்னாள். ஆனால் அவர்கள் கூடாச்செய்தியைக் கேட்டவர்கள்போல் திகைத்து சொல்மறந்து ஒருவரையொருவர் பார்த்தனர். முதுசெவிலி "இப்போதேவா?" என்றாள். சினம் கொண்ட அரசி "இப்போதேவா என்றால் என்ன பொருள்? அவளுக்குப் பதினைந்து அகவை நிறைகிறது. அவள் உள்ளம் தனிமையை உணர்ந்துவிட்டது. இதற்குமேல் எதன்பொருட்டு காத்திருப்பது?" என்றாள்.

தலைதாழ்த்தி மெல்லியகுரலில் "ஆம், உண்மை" என்றாள் செவிலி. அவர்கள் எவரும் முகம் மலரவில்லை என்பதைக் கண்டு மேலும்

சினம்கொண்டு அரசி "நீங்கள் என்னதான் நினைக்கிறீர்கள்? அவள் வளர்ந்து உங்கள் கைகளில் இருந்து சென்றுவிடுவாள் என்றா? உங்கள் கையில் களிப்பாவையென்று அவள் என்றும் இங்கு இருக்கவேண்டும் என்று எண்ணுகிறீர்கள் போலும்" என்றாள். "இல்லை அரசி, இளவரசியைப் பிறிதொரு வடிவில் காண உடனடியாக எங்களால் இயலவில்லை. பொறுத்தருள்க!" என்றாள் முதுசெவிலி.

"புறவுலகு அறியாமல் இளவரசி இங்கு வாழ்ந்தாள். நாங்களோ இளவரசியின் பொருட்டு புறவுலகை முற்றும் உதிர்த்துவிட்டு இங்கு வாழ்கிறோம். இங்கிருந்து இளவரசி அவ்வுலகுக்குப் பறந்துசெல்ல முடியும். நாங்கள் இங்கிருந்து செல்ல முடியாது. இங்கு இளவரசி இருந்த நாட்களின் நினைவோடு அவர்கள் புழங்கிய பொருட்களில் ஆடியபடி இங்குதான் வாழ்ந்து மறைய முடியும்" என்றாள் இன்னொரு செவிலி. அவர்கள் ஒவ்வொருவரும் எண்ணியதை அவள் சரியாகச் சொல்லிவிட்டதை மெல்லிய உடலசைவுகள் அணியோசைகள் வழியாகப் பிறர் வெளிக்காட்டினர்.

முதுமகள் "நாங்கள் விட்டுவந்த அவ்வுலகில் எங்களுக்குச் சென்று அடைவதற்கு எதுவுமில்லை. எங்களை உருமாற்றி நாங்கள் அடைந்த அனைத்தும் இங்குதான் உள்ளன" என்றாள். உளம் நெகிழ்ந்த அரசி "அஞ்சவேண்டாம். இளவரசியின் சிறுகளிவீடென இத்தீவும் மாளிகையும் இப்படியே எஞ்சட்டும். பெண்கள் எங்கு பறந்தெழுந்தாலும் தங்கள் களிவீட்டை மறப்பதில்லை. பிறந்த வீட்டின் சிற்றறைகளுக்குள் ஒவ்வொரு நாளும் தங்கள் உள்ளத்தால் அவர்கள் திரும்பி வந்து கொண்டிருக்கிறார்கள். துயரிலும் களிப்பிலும். இச்சிறு உலகுக்குள் ஒடுங்கிக்கொள்ளும்போது மட்டும் அவர்கள் அடையும் தனிமையும் பாதுகாப்பும் வேறெங்குமில்லாதது" என்றாள்.

சித்ரலேகை "ஆம் அரசி, பெண் தன் உள்ளத்தையும் உடலையும் பிறருக்கு அளிக்கவேண்டியவள். கொழுநரும் மைந்தரும் அவற்றை உரிமைகொள்கையில் தங்களுடையவை என ஆள்கையில் அவளுக்குள் இருந்து திகைத்து நோக்கும் ஒரு சிறுமி உண்டு. அச்சிறுமி திரும்பி வந்தமையும் இடம் இச்சிறுகூடு. இது இவ்வண்ணமே இங்கிருக்கட்டும். அவளைச் சிறுமியென்று மட்டுமே நோக்கும் அன்னையர், அவள் சிற்றுடலைக் கையாண்டு பழகிய அணிச்சேடியர், அவளுடன் ஆடிய களிப்பாவைகள் இங்கே காத்திருக்கட்டும்" என்றாள்.

அரசி புன்னகையுடன் எழுந்து "நற்கொடை கொண்டவள் இவள். திரும்பி வருவதற்குப் பிறந்த வீட்டில் ஓர் இடம் எஞ்ச மணம்புரிந்து செல்பவள். தெய்வங்களால் வாழ்த்தப்பட்டவள்" என்றாள்.

அன்றிரவு சித்ரலேகை தன் அறையில் துயில்கொண்டிருக்கையில் மெல்லிய காலடிகளுடன் உஷை அவள் வாயிலில் நின்றாள். கதவைக் கைவிரலால் சுண்டி "சித்ரலேகை! சித்ரலேகை!" என்று அழைத்தாள். சித்ரலேகை எழுந்து திகைப்புடன் "இளவரசி, தங்களைக் கனவுக்குள் கண்டுகொண்டிருந்தேன்" என்றாள். "நான் உன்னிடம் பேச வந்தேன்" என்றாள் உஷை. சித்ரலேகை அருகே வந்து அவள் கைபற்றி அழைத்துச்சென்று தன் மஞ்சத்தில் அமர்த்தி "தங்கள் வருகைக்காகக் காத்திருந்தேன்" என்றாள். "இன்று அன்னை நான் மணம் கொள்ளவேண்டும் என்றார்" என்றாள் உஷை. "ஆம், மணமகளாகவே தங்களை உலகுக்கு அறிவிக்க இருக்கிறார்கள். ஊழுக்கு எதிராக நாற்களமாடிக்கொண்டிருக்கிறார்கள், பதினைந்து ஆண்டுகளாக" என்றாள் சித்ரலேகை.

"அன்னையையும் தந்தையையும் துயருறச்செய்ய நான் விழையவில்லை. என் ஆழத்தில் இருக்கும் ஏக்கத்தைச் சொன்னால் அவர்கள் புரிந்துகொள்ள மாட்டார்கள். அவர்கள் சொன்னபடியே செய்யலாம் என்றுதான் எண்ணியிருந்தேன். ஆனால் இரவெழுந்ததும் நான் மட்டுமே ஆனபின் என்னுள்ளிருந்து குரல் எழத்தொடங்கியது. என்னால் அன்னை சொல்லும் இளைஞனுடன் வாழ இயலாது அதை எண்ணுகையிலேயே அருவருப்பு கொள்கிறேன். என் உள்ளம் வெகுதூரம் சென்றுவிட்டது" என்றாள் உஷை. "ஆம், அதை அறிவேன்" என்றாள் சித்ரலேகை.

"ஆடியில் நான் ஒருவனைப் பார்த்தேன். கரியவன், குழலூதுபவன். பீலி விழிதிறந்த கருங்குழல் கொண்டவன்" என்றாள். "அவனுடன் அவள் காதலாடுவதைக் கண்டேன். பின்னர் அவளை வெளியே இழுத்துவிட்டு நான் உள்ளே சென்றேன். இத்தனை நான் இவர்கள் கண்டதெல்லாம் அவளைத்தான். நான் அவனுடன் வாடாமலர்கொண்ட சோலைகளில் வேய்ங்குழல் இசையுடன் தேயாநிலவின் ஒளியில் வாழ்ந்தேன். அவ்வினிமையை இப்பெண்கள் எவருக்கும் என்னால் சொல்லி விளக்கிவிட முடியாது."

அவள் கைமேல் தன் கையை வைத்து புன்னகையுடன் சித்ரலேகை சொன்னாள் "பெண்ணென்று முகிழ்த்த அத்தனை பேரிடமும் இதைச் சொல்லிவிட முடியும், இளவரசி." உஷை "அனைவரிடமுமா?" என்றாள். "ஆம், அனைவரிடமும்" என்றாள் சித்ரலேகை. மேலும் சிரிப்பு விரிய "அந்த வேய்ங்குழலிசையைக் கேட்காமல் எந்தக் கன்னியும் அன்னையென்றாவதில்லை" என்றாள். நீண்ட பெருமூச்சுக்குப்பின் "அவ்வண்ணமெனில் நன்று. அன்னையும் புரிந்துகொள்ளக்கூடும். அவனையன்றி பிறிதொருவனை என்னால் ஏற்க முடியாது" என்றாள் உஷை.

"அதை மட்டும்தான் அன்னையும் செவிலியரும் சேடியரும் புரிந்துகொள்ளமாட்டார்கள்" என்றாள் சித்ரலேகை. "அவனை ஆடிக்குள் கரந்து வெளியே பிறிதொருவனுடன் வாழ்வதில் என்ன பிழையிருக்க இயலும் என்பார்கள். ஒவ்வொருவருக்கும் அளிக்கப்பட்டது அந்த வாழ்க்கைதானே என வியப்பார்கள். ஆடிக்குள்ளும் புறமும் ஒருவனே இருக்க வேண்டும் என்று விரும்புவது தெய்வங்கள் அருளாத ஒன்றைக்கோரி அடம்பிடிப்பது அல்லவா என்று அச்சுறுத்துவார்கள்." உஷை "அத்தனை பெண்டிருமா?" என்றாள். சித்ரலேகை "ஆம், அத்தனை பெண்டிருமே" என்றாள்.

உஷை மீண்டும் அமைதியில் ஆழ்ந்து நீண்ட பெருமூச்சுடன் மீண்டாள். "எவர் புரிந்துகொள்ளாவிட்டாலும் என்னால் பிறிதொன்றில் பொருந்த இயலாது. அவனையன்றி வேறெவரையும் என்னுள்ளம் ஏற்காது" எனத் தன் கைநகங்களை நோக்கியபடி தனக்கேபோல சொல்லிக்கொண்டாள். சித்ரலேகை எழுந்துசென்று அந்த ஆடியை எடுத்துவந்தாள். "அவன் யாரென்று காட்டுங்கள், இளவரசி" என்றாள். உஷை "அவ்வாடியை நோக்கவே என்னுள்ளம் அஞ்சுகிறது. எப்போதும் அவன் அங்கேயே இருக்கிறான் என்பது போல" என்றாள்.

சித்ரலேகை அதற்குள் நோக்கி "ஒளி நிறைந்த காடு. நிலவு நிகழ்ந்து கொண்டிருக்கிறது" என்றாள். "ஆம், அன்று முதல் இன்று வரை எப்போதும் ஆடிக்குள் அக்காட்டில் நிலவு முழுமையாகவே இருக்கிறது" என்றாள் உஷை. "யாரவன் காட்டுங்கள்?" என்றாள் சித்ரலேகை. "நீயே பார்" என்று உஷை சொன்னாள். ஆடிக்குள் தெரிந்த காட்டை நோக்கிக்கொண்டிருந்த சித்ரலேகை "அந்நிழலுருவா?" என்றாள். "கையில் கன்றுக்கோல் வைத்துள்ளானா?" என்றாள் முகம் திருப்பாத உஷை.

"இல்லை" என்றாள் சித்ரலேகை. "வேய்ங்குழல்?" என்றாள். "இல்லையே..." என்றாள் அவள். "பீலிக்குழல்..." என்று தளர்ந்த குரலில் உஷை கேட்டாள். "அதுவுமில்லை" என்றாள் சித்ரலேகை. உஷை குழப்பத்துடன் சிலகணங்கள் கண்களைக் கைகளால் அழுத்தி குனிந்தமர்ந்து "பின் அவன் தோன்றுவது எவ்வாறு? சொல்க!" என்றாள். "வில்லிட்ட தோள். முனிவர்போல் கட்டிய குழல். அளி நிறைந்த அன்னையின் விழி. கரிய முகத்தில் கனிந்த புன்னகை." உஷை "அரசமைந்தனா?" என்றாள். பின்னர் "அல்ல! அவனல்ல!" என்றாள்.

சித்ரலேகை ஆடியை மெல்லத் திருப்பி "பிறிதொருவன் தோன்றுகிறான். படையாழி ஏந்திய கையன். பொன்னொளிர் பட்டு சுற்றிய உடல்" என்றாள். "இல்லை, அவனுமல்ல" என்றாள் உஷை. சித்ரலேகையின் மூச்சசைவில் ஆடி மெல்லத் திரும்ப அவள் விழிநோக்கிக்கொண்டிருக்கவே அந்த ஆடிப்பாவை நெளிந்து உருமாறியது. "இவனா?" என்றாள். "இளையோன்.

நீங்கள் சொன்னதைப்போலவே கைக்கோலும் வேய்ங்குழலும் பீலிமுடியும் புன்னகையும் கொண்டவன்." "ஆ" எனும் மூச்சொலியுடன் திரும்பி நோக்கிய உஷை "ஆம்" என்று கூவியபடி எழுந்தாள். "இவரேதான்... இவரேதான்" என்றாள்.

சித்ரலேகை அவனைச் சிலகணங்கள் கூர்ந்து நோக்கியபின் "இவர் மதுராவை ஆளும் இளையயாதவர் கிருஷ்ணனின் மைந்தர் பிரத்யும்னனின் மைந்தர் அனிருத்தர். பதினேழாண்டு அகவை முதிரா இளைஞர். தந்தையும் முதுதந்தையும் பெருநகரை கோல்கொண்டு ஆள்கையில் கன்றோட்டும் ஆயர்ச்சிறுவனாகக் கோகுலத்தில் வாழ்கிறார். மதுவனத்தில் தன் முதுதந்தை சூரசேனரிடம் சென்று குலவுகிறார். அங்கும் கோகுலத்தில் அன்னையர் அனைவருக்கும் அவர்கள் முன்பெப்போதோ கண்டு மறந்த ஒரு கனவை நினைவூட்டும் மைந்தனாகத் திகழ்கிறார்" என்றாள்.

"அவர் வேண்டும்... பிறிதொருவரிடம் தோள் சேரமாட்டேன். அவ்வண்ணம் நிகழ்வதற்கு முன்பே உயிர் மாய்ப்பேன்" என்றாள் உஷை. "இளவரசி, அவரைக் கவர்ந்து இங்கு கொண்டுவருகிறேன். இது தங்களுக்கு என் சொல்" என்றாள் சித்ரலேகை. "இந்த ஆடிக்குள் புகுந்துகொள்ளுங்கள். தங்களை அங்கு கொண்டுசென்று அவரிடம் காட்டுகிறேன்" என்றபின் உஷையிடம் ஆடியைக்காட்டி "ஆடியிலிருந்து விலகிச்செல்வதே அதனுள் புகும் வழி" என்றாள். அதை நோக்கியபடி காலெடுத்து வைத்து அகன்று சென்ற உஷை ஒரு சிறுபுள்ளியென மாறி ஆடிப்பரப்புக்குள் மறைந்தாள்.

அவ்வாடியை எடுத்து ஆடைக்குள் மறைத்தபடி ஓசையின்றி நடந்து, ஏரிப்படித்துறையில் இறங்கி, நீரில் ஆடி நின்ற கைப்படகை எடுத்துக்கொண்டு நீர் உலையாது துழாவி மறுகரைக்குச் சென்று, மரங்களின் நிழல்களினூடாக எவர் விழிக்கும் படாது நடந்து, பெருநகரின் கோட்டையை அடைந்து, அதன் கரவறை வழியாக வெளிப்போந்து மறைந்தாள் சித்ரலேகை. அவளைக் கண்டு குரைத்தபடி அணுகிய காவல்நாய் தரையை முகர்ந்து அங்கே ஏதும் தெரியாமல் கூர்ந்து நோக்கியது. அவள் காலடிகளும் மண்ணில் இல்லாதிருப்பதைக் கண்டு வால் அடிவயிற்றில் படிய அஞ்சி ஊளையிட்டபடி விரைந்தோடி மறைந்தது.

மறுநாள் உஷையின் மஞ்சத்தறைக்குச் சென்ற சேடியர் அங்கே கடும் காய்ச்சலில் நினைவிழந்து உடல்தொய்ந்து முகம்சிவந்து விழிசெருகிப் படுத்திருந்த இளவரசியைக் கண்டனர். "இளவரசி! இளவரசி!" என்று அழைத்த முதுசேடியை நோக்கி குருதி படிந்த விழிகளைத் திறந்த உஷை

“யார் நீங்கள்?” என்றாள். “இளவரசி, தங்களுக்கு என்ன செய்கிறது?” என்றாள் முதுசேடி. “நீங்களெல்லாம் யார்? இது எவ்விடம்?” என்று அவள் கேட்டாள். செவிலியரும் சேடியரும் கூடி அவளை உலுக்கினர். முற்றும் விழித்தெழுந்த பின்னரும் “நான் இளவரசியல்ல. என் பெயர் சந்தியை நான் எப்படி இங்கு வந்தேன்?” என்று கேட்டுக்கொண்டிருந்தாள்.

செய்தி சென்று அரசி தன் மகளைப் பார்க்க வந்தாள். அன்னையை நோக்கி “யார் நீங்கள்?” என்று அவள் கேட்டாள். அரசி “உஷை, இதோ பார். நான் உன் அன்னை” என்று சொல்ல “நான் உஷை அல்ல, என்பெயர் சந்தியை” என்றாள் அவள். உளம் உடைந்து அரசி அழுதாள். முதுசெவிலி “அரசி இளவரசியுடனிருந்த சித்ரலேகையை நேற்றிரவுமுதல் காணவில்லை. இங்கிருந்த படகொன்றை எடுத்துச் சென்று மறுகரை அடைந்திருக்கிறாள்” என்றாள். அரசி “காணவில்லையா? காவல்நிறைந்த நகரைவிட்டு எப்படி அவள் மறைந்தாள்?” என்றாள். “அறியோம், அரசி. ஆனால் இவையனைத்தும் அவள் செய்த மாயங்களே” என்றாள்.

அருகே நின்ற சேடி ஒருத்தி ஏதோ முனக “என்ன?” என்றாள் அரசி. “ஒன்றுமில்லை... அவள் பிச்சி...” என்றாள் முதுமகள். “என்ன சொல்கிறாள்?” என அரசி கேட்டாள். இன்னொரு செவிலி “சித்ரலேகை உள்ளறைக்குள் செல்வதை இவள் கண்டாளாம். கையில் இளவரசி வைத்திருந்த ஆடியை ஒளித்திருந்தாள். ஐயுற்று பின்தொடர்ந்து சென்று நோக்கியபோது அவள் சுவரோவியத்தில் புகுந்து மறைந்ததை நோக்கினாளாம்” என்றாள். அரசி “சுவரிலா?” என்றாள். “ஆம், நீரில் மூழ்கி மறைவதைப்போல” என்றாள் அந்தச் சேடி. அவள் விழிகள் பித்தில் வெறிப்பு கொண்டிருந்தன.

மருத்துவச்சிகள் வந்து நோக்கி “அனல்காய்ச்சலில் இளவரசியின் சித்தம் பிறழ்ந்திருக்கிறது. கடும்மருந்துகள் சில அளிக்கவேண்டும். காய்ச்சல் இறங்கி உடல் கொண்ட நஞ்சு அகன்றால் இளவரசி நிலைமீள முடியும்” என்றனர். பாணாசுரரிடம் அரசி அச்செய்தியைச் சொன்னாள். “பிறிதொன்றும் செய்வதற்கில்லை, அரசே. நம் மகள் நோய் மீள்வது வரை காத்திருந்தாகவேண்டும்” என்றாள். பாணர் “ஆம், காத்திருந்தாகவேண்டும்” என்றார்.

களைப்புடன் மஞ்சத்தில் அமர்ந்து தலையசைத்தபடி “நாமறியாத கையொன்று ஆடற்களத்திற்குள் நுழைகிறது என்று தோன்றுகிறது” என்றார் பாணர். “என்ன பேச்சு இது? நம் மகள் நம்முடன்தான் இருக்கிறாள்... நோயுற்றிருக்கிறாள். ஓரிரு நாட்களில் நிலைமீள்வாள் என்கிறார்கள் மருத்துவர்கள்” என்றாள் அரசி. ஆனால் அவர் வாயிலிருந்து அச்சொற்களைக் கேட்டபோது ஆடல் முடிந்துவிட்டது, அவ்வறியாத கை வென்றுவிட்டதென்றே உள்ளூர அவள் எண்ணினாள்.

9

ஆயர்பாடியில் அநிருத்தனுக்கு எப்போதும் களித்து உடனிருக்கும் பன்னிரண்டு நண்பர்கள் இருந்தனர். அவர்களின் முதுதந்தையர் தாங்கள் அவ்வாறு அங்கு இளையயாதவருடன் கானாடியும் காளிந்தியில் ஆடியும் வளர்ந்தவர்கள் என்றனர். "இன்றிருக்கும் அத்தனை பசுக்களும் காளைகளும் அன்றும் இதே தோற்றத்துடன் இருந்தன. வேறு உடல்களில்" என்றார் ஸ்தோக கிருஷ்ணர். அம்சுவும் பத்ரசேனரும் விலாசியும் புண்டரிகரும் விடங்கரும் காலவிங்கரும் எப்போதும் இணைந்தே இருந்தனர்.

"அவரைப் பிரியமுடியாது என்றுசொல்லி ஸ்ரீதமரும் சுதமரும் வசுதமரும் உடன்சென்று துவாரகையில் அமர்ந்தனர். அவர்கள் அறிந்த இளையயாதவர் அகவைமுதிர்ந்துகொண்டே இருக்கிறார். இங்கே நாங்கள் அதே கன்றுகளுக்குப்பின் அதே வளைதடியுடன் குழலூதிச்செல்லும் அதே யாதவனைக் கண்டு உடனிருக்கிறோம்" என்றார் விலாசி. "இங்கு அவர் இல்லாத இடமே இல்லை. இங்கு அவர் மீண்டும் மீண்டும் வந்துகொண்டே இருப்பார். புல்லென வெளித்தெரிவது மண்ணின் கனிவுதான். எத்தனை உண்டாலும் அது முளைத்தெழுமென பசுக்கள் அறியும்."

அநிருத்தனைக் கண்டதுமே விழிகளில் கனிவும் கனவும் நிறைய ஓடிவந்து கைகளையோ தோளையோ தொட்டுக்கொண்டு நெகிழ்ந்த குரலில் "என் அரசே" என்றும் "அழகனே" என்றும் அழைத்துப் பேசும் பெண்டிர் அனைவரும் அங்கு வளர்ந்த அவன் மூதாதையைக் கண்டு உடனாடியவர்கள். லலிதையின் இல்லம் யசோதையின் இல்லத்தின் அருகிலேயே இருந்தது. யமுனையின் கடம்பமரத்தடிக்குச் செல்லும்

வழியில் இருந்தது விசாகையின் இல்லம். செம்பகலதையும் சுசித்ரையும் காட்டருகில் குடியிருந்தனர். துங்கவித்யையும் இந்துலேகையும் அருகே மதுவனம் செல்லும் பாதையில் கோபுச்சம் என்னும் ஊரில் இருந்தனர். ரங்கதேவியும் சுதேவியும் மலையடிவாரத்தில் பீதபாகம் என்னும் ஆயர்குடியில் இருந்தனர்.

அங்கிருந்த ஆயர்பெண்கள் அனைவருமே பிறர் அறியாத ஒன்றைத் தங்கள் பொதுமந்தணமாக உளம் கரந்திருந்தனர். விழிகளாலேயே அவர்கள் பேசிக்கொள்ளும் மொழி ஒன்றிருந்தது. குரங்கசியும் மண்டலியும் மணிகுண்டலையும் மாதலியும் சந்திரலலிதையும் மாதவியும் மதனலசையும் மஞ்சுமேதையும் சசிகலையும் சுமத்யையும் மதுரகேசையும் கமலையும் காமலதிகையும் குணசூடையும் மாதுரியும் சந்திரிகையும் பிரேமமஞ்சரியும் மஞ்சுவும் ஒருவர் முகத்தையே பிறரும் கொண்டிருந்தனர். ஒன்றின் நூறு ஆடிப்பாவைகள் அவர்கள் என்றனர் ஆயர்குடிப் பாடகர்.

எங்கிருந்தாலும் அவர்கள் கோகுலத்திலேயே வாழ்ந்தனர். இருநாளுக் கொருமுறையாவது அவர்கள் யமுனையிலோ பைம்புல்வெளிகளிலோ கூடினர். மந்தரமலையை வழிபடும் ஆவணக்கநன்னாளிலோ சித்திரை முழுநிலவிலோ ஆயர்கூடும் திருவிழாக்களில் அவர்கள் பத்துநாட்களுக்கு முன்னரே கோகுலத்திற்கு வந்து அங்கே ஒருவர் இல்லத்தில் பிறர் என, ஒவ்வொருவர் இல்லத்திலும் அனைவரும் எனத் தங்கியிருந்தார்கள். ஒற்றைத்திரளென நிலவெழுந்த மலைச்சாரலில் கூடி விளையாடினர். அவர்கள் மட்டுமே கேட்கும் ஒரு குழலோசை அங்கே தளிர்மறையா காட்டில் என்றுமிருந்தது.

மூதன்னை ருக்மிணி தன் இரு மருமகள்களான பிரபாவதியையும் மாயாவதியையும் அழைத்துக்கொண்டு முதுதந்தை நந்தகோபரைப் பார்க்க கோகுலத்திற்கு வந்தபோது மாயாவதியின் மடியில் பன்னிரண்டுமாதமான அநிருத்தன் இருந்தான். படகுகள் கோகுலத்தின் துறைமேடையை அணுகியபோது அப்பகுதியெங்கும் யாதவர் நிறைந்திருந்தார்கள். பெண்கள் ஆடைவண்ணங்களின் செறிவாகக் கரைவளைவைச் சூழ்ந்திருக்க அவர்களுக்குப்பின்னால் ஆண்கள் தலைப்பாகைகளாக அரணிட்டிருந்தனர். மெல்லிய பேச்சொலிகளும் கிளர்ச்சியின் இளநகைப்போசைகளும் கலந்தெழுந்துகொண்டிருந்தன. காளிந்தியின் சிற்றலைகள் கரைச்சேற்றை அலைக்கும் நாவோசை உடன்கலந்தது.

துவாரகையின் கருடக்கொடி பறக்கும் முதன்மைக்காவற்படகு கரையணைந்து அதிலிருந்து காவலர் பாய்ந்திறங்கி துறைமேடையை

உறுதிசெய்தனர். சூழ்ந்திருந்த யாதவர்களிடம் "விலகிச்செல்க... எவரும் படைக்கலம் கொண்டிருக்கலாகாது!" என ஆணையிட்டனர். "இங்கே எவரிடமும் படைக்கலம் இருந்ததே இல்லை" என்று ஒரு பெண் சொன்னாள். ஓர் ஆயர்குலத்து இளைஞன் "பெண்களின் விழிகளே பெரும்படைக்கலங்கள் இங்கே" என்றான். சிரிப்புகள் சூழ்ந்தொலிக்க படைத்தலைவன் "அமைதி!" என ஓசையிட்டான்.

தொடர்ந்து வந்த படகுகளில் முதற்படகில் துவாரகையின் அமைச்சர்களும் இரண்டாவது படகில் ருக்மிணியும் இருந்தனர். ருக்மிணி இறங்கியதும் யாதவர்கள் உரக்க வாழ்த்தொலி எழுப்பினர். அவர்கள் வாழ்த்தி நிறுத்தியபின்னரும் படைவீரர்கள் வாழ்த்தொலி எழுப்பி அவர்களிடம் வாழ்த்தொலிகூவும்படி கைகளால் ஊக்கினர். ஆனால் யாதவர்கள் ருக்மிணியை நோக்கி விழிமலைத்து நின்றனர். முதுஆய்ச்சி ஒருத்தி "இளைத்துவிட்டாள்" என்றாள். "முதுமை அவளுக்கும் வந்துவிட்டதே?" என்றாள் பிறிதொருத்தி. "ஏன், ஷத்ரியப்பெண்களுக்கு முதுமையே வராதா என்ன? அவர்கள் என்ன தங்கத்தைப் பொடியாக்கி அன்னமென உண்கிறார்களா?"

ருக்மிணி வலக்கால் வைத்து மேடையில் ஏறி சூழ்ந்து நின்றவர்களை நோக்கிக் கைகூப்பி வணங்கினாள். அவள்மேல் மலர் தூவி வாழ்த்தினர் அவளுடன் வந்த படைவீரர்கள். "மலர்களையும் முன்னரே கொண்டுவந்துவிடுகிறாளா?" என்றாள் ஓர் ஆய்ச்சி. ஆய்ச்சியர் ஆடைமுனைகளை வாயால் கவ்வியபடி சிரித்தனர். இன்னொரு படகு மெல்ல அருகணைய அதில் அசுரமாமன்னர் வஜ்ரநாபரின் அன்னக்கொடி பறந்தது. அதிலிருந்து பிரத்யும்னரின் முதலரசி பிரபாவதி தன் மகள் சதானந்தையுடன் இறங்கினாள். இளவரசி கூடி நின்றவர்களை வியந்த விழிகளுடன் நோக்கி அன்னையின் ஆடைபற்றி முகம் மூடிக்கொண்டாள்.

அசுரப்பேரரசர் சம்பரனின் சிம்மக்கொடி பறக்கும் படகு தொடர்ந்து வந்து கரையணைய அதில் பிரத்யும்னரின் இரண்டாம் அரசியரான மாயாவதி இடையில் அநிருத்தனுடன் இறங்கினாள். குழவியைக் கண்டதும் யாதவப்பெண்கள் உரக்க ஓசையிட்டனர். "இளையவன்! இளையவனே தான்!" என்று ஒரு முதுமகள் கூவினாள். அத்தனை தடைகளையும் உடைத்தபடி யாதவப்பெண்கள் பாய்ந்து படகுத்துறையை நிரப்பினர். நூறுகைகளால் அநிருத்தன் அரசியிடமிருந்து பிடுங்கப்பட்டான். அலைகளில் என அவன் மிதந்து சென்றான். மாயாவதி பதறிக்கூச்சலிட "அவர்களுக்குரியவன் அவன்... நாம் ஒன்றும் செய்வதற்கில்லை" என்றாள் ருக்மிணி.

கோபியர் எவரும் ருக்மிணியைக் காண யமுனைக்கரைக்கு வரவில்லை. முன்னர் சத்யபாமையுடன் எண்துணைவியர் பலமுறை கோகுலத்திற்கு வந்ததுண்டு. ஒருமுறைகூட அவர்களைக் காண கோபியர் வரவில்லை. முதன்முறை வந்தபோது சத்யபாமை புலரியில் யமுனையில் மீன்களென நீராடிக்களித்த பெண்களைப் பார்த்துவிட்டு "அனைவருமே அழகியர். இவர்கள் ஏன் அவைக்கும் மகளிர்க்கூட்டத்திற்கும் வரவில்லை?" என்றாள். "அதெல்லாம் எதற்கு? அவர்கள் பிச்சியர்" என்றாள் யசோதை. ஆனால் அவள் விழிகள் சத்யபாமையை எச்சரிக்கை கொள்ளச்செய்தன.

அன்றுமாலை அவள் முதிய ஆய்ச்சியிடம் அவர்களைப்பற்றிக் கேட்டாள். "அவர்கள் இங்கிருந்த ராதை என்னும் பிச்சியின் தோழிகள். பிச்சியிடம் பழகி அவர்களும் பிச்சியென்றாகிவிட்டனர்" என்றாள் முதுமகள். "முழுநிலவுநாளில் ஆடையில்லாமல் யமுனையில் ஆடுவார்கள். தனியாக மலையேறிச்சென்று பாறைமுகடில் நின்றிருப்பார்கள். அவர்கள் அஞ்சுவதேதுமில்லை. கணவனோ குழந்தைகளோ சென்றடைய முடியாத ஆழம் கொண்டவர்கள். அவர்களுடன் எப்போதும் வேறெவரோ இருந்துகொண்டிருக்கிறார்கள் என்கிறார்கள் பூசகர்."

அதன் பின்னர் சத்யபாமை அவர்களைப்பற்றி ஒரு சொல்லும் பேசவில்லை. அவர்களை அறிந்ததையே அவள் உள்ளம் உள்ளேசெலுத்தி மூடிவிட்டது. எட்டு துணைவியரும் அந்த உளநிலையையே கொண்டனர். பின்னர் வருகையில் ஒருவருக்கொருவர் நோக்கமுடியாத இருவேறு உலகங்களில் வாழ்பவர்களாகவே அவர்கள் இலங்கினர். எட்டு அரசியரும் முதல்மைந்தர்களை ஈன்றபோது முதுதாதையும் மூதன்னையும் கண்டு வாழ்த்தும்பொருட்டு அங்குவந்திருந்தனர். பானுவுடன் சத்யபாமை வந்தபோது ஆயர்பாடியே விழாக்கோலம் கொண்டது. பிரத்யும்னனுடன் ருக்மிணி வந்தபோது மதுராவிலிருந்து தேவகியும் ரேவதியும் உடன்வந்தனர். அன்று ஆயர்களின் பெருமன்று கூடியது.

தொடர்ந்து ஜாம்பவதியின் மைந்தன் சம்பனும் நக்னஜித்தியின் மைந்தன் வீரனும் லக்ஷ்மணையின் மைந்தன் பிரகோஷனும் மித்ரவிந்தையின் மைந்தன் விருகனும் பத்ரையின் மைந்தன் சங்க்ரமஜித்தும் வந்தபோதும் ஆயர்பாடி அதை விழாவெனக் கொண்டாடியது. எந்த மைந்தனைப்பார்க்கவும் கோபியர் எவரும் வரவில்லை. காளிந்தி தன் மைந்தன் ஸ்ருதனுடன் வந்தபோதுமட்டும் அவர்கள் ஒருநாள் மழை ஓய்ந்து மென்தூறல் எஞ்சியிருந்த முதற்புலரியில் கையில் இளநீலக் காட்டுமலர்களுடன் வந்து யசோதையின் இல்லத்தின்முன் முற்றத்தில் நின்றனர்.

அவர்களைக் கண்டதும் யசோதை முகம் மலர்ந்து “வருக, கோபியரே!” என வெளியே சென்றாள். அவர்கள் அந்த மலர்களைக்கொண்டுவந்து இளவரசனின் காலடியில் வைத்து தலைதொட்டு வாழ்த்தித் திரும்பிச்சென்றார்கள். காளிந்தி அவர்களைப் பின்தொடர்ந்துசென்று அவர்கள் ஈரமண்ணில் பதித்திட்டுச்சென்ற காலடிச்சுவடுகளை நெடுநேரம் நோக்கி நின்றாள். யசோதை அருகணைந்து “அவர்கள் பிச்சிகள்” என்றாள். “ஆம், அன்னையே. வேய்ங்குழலிசையை கேட்டவர்கள்” என்றாள். பின்னர் “அதைமட்டுமே கேட்டுவாழ்வதென்பது பெரும்பேறு” என்று நீள்மூச்செறிந்து மீண்டாள்.

ஆனால் அநிருத்தன் தெருவினூடாக ஆய்ச்சியர் கைகளில் ஏறிப் பறந்து சென்றபோது கூச்சலிட்டபடி அவர்கள் பாய்ந்து வந்து அவனைப்பற்றிப் பிடுங்கிக்கொண்டனர். அவர்களின் கூச்சல்கேட்டு கோபியர் அனைவரும் கூடி அவனைக் கொண்டுசென்றனர். பின்னர் ஆயர்குடிப்பெண்கள் அவனைத் தொட்டதே இல்லை. அங்கிருந்து அவனைக் கொண்டுசெல்ல மாயாவதியால் இயலவில்லை. “அவன் இங்கிருக்கட்டும்... இன்னொரு பீலிவிழியனாக உருவாகி எழட்டும்” என்று ருக்மிணி ஆணையிட்டாள்.

ஒவ்வொரு நாளும் தன் மூதாதையர் நந்தகோபரின் இல்லத்திலிருந்து புலரிக்கு முன்னரே கன்றுகளை ஓட்டியபடி அநிருத்தன் காடுகளுக்குச் செல்வான். அவன் மூதன்னை யசோதை அவனுக்கு முன்னரே எழுந்து வறுத்த நெல்மணியை அம்மியில் பொடித்து பாலில் கொதிக்கவைத்து கஞ்சியாக்கி கனிகளுடன் வெல்லம் சேர்த்து மாவைக்குழைத்து ஆவியில் வேகவைத்த இனிப்பும் சமைத்து வைத்துக்கொண்டு காத்திருப்பாள். அவன் விழித்தெழுந்து மெல்லிய ஓசையுடன் சோம்பல்முறிப்பதைக் கேட்டதுமே பாய்ந்து வந்து அவன் மஞ்சத்தருகே நின்று குனிந்து முகத்தை நோக்கி “எந்தையே! என் அரசே! எழுக!” என்பாள்.

விழிதிறந்து அவன் நோக்கும் முதல்முகம் தன்னுடையதென்றிருக்கவேண்டும் என யசோதை எண்ணினாள். அவன் கன்னங்களில் சிறுகுழியுடன் புன்னகை புரிகையில் தன் விரல்களை நொடித்து கண்ணேறுகழிப்பாள். அவன் எழுந்து கைகளையும் கால்களையும் விரித்து உடல் சொடுக்கிக் கொள்ளும்போது அவன் கரிய தோள்களின் அழகையும் நெஞ்சில் சுருண்ட மென்மயிர்நிரை கீழ்வயிறு வரை நுரையெனச் சென்று மறைவதையும் நீண்ட கைகளில் கிளைவிரித்தோடிய நரம்பையும் மாளா விடாயுடன் நோக்குவாள். அவன் முகத்தில் பூமயிர் தாடியும் மென்மீசையும் படிந்திருப்பதை உள்ளத்தின் விரல்களால் தொட்டுத்தொட்டு வருடுவாள்.

அவன் கேட்கும் வினாவுக்கெல்லாம் தன் கனவிலிருந்து அறுத்துக்கொண்டு வந்துதான் அவளால் விடையளிக்க முடியும். ஆகவே எப்போதும் பொருத்தமில்லாத சொற்களையே அவள் சொன்னாள். “உணவு ஒருங்கிவிட்டதா?” என்றால் “ஆம், பசுக்கள் இன்று நன்கு கறந்தன” என்பாள். “ஸ்ரீமுதன் வந்தானா?” என்று கேட்டால் “சஃப்யை இப்போதுதான் சென்றாள்” என்பாள். அவன் நகைத்து அவள் தோளைப்பற்றிக் குலுக்கி “எங்கிருக்கிறாய் கன்னியே? காதலனைக் கனவு கண்டுகொண்டிருக்கிறாயா?” என்பான். அவள் காதில் உரக்க “விழித்தெழுக, ஆயர்குலத்து அழகியே!” என்பான்.

சினமும் நாணமும் கொண்டு அவன் கையை விலக்கி, தோளில் அடித்து “என்ன பேச்சு பேசுகிறாய்? நான் உன் தந்தைக்குத் தந்தையைப் பெற்ற அன்னை” என்று யசோதை சொல்வாள். “அறுபதாண்டுகளுக்கு முன்பு இந்த இல்லத்தை அவன் ஒளிபெறச்செய்த கதையை பாரதவர்ஷத்தின் எந்தச் சூதனிடம் கேட்டாலும் பாடுவான்” என்று சொல்லி “வருக!” எனக் கை பற்றி இழுத்துச்செல்வாள். “ஆம், நானும் கேட்டிருக்கிறேன். ஆயர்பாடியில் குறைந்தது ஆயிரம் கிருஷ்ணன்களாவது அன்று வளர்ந்திருக்க வேண்டும். காளியனைக் கொன்றவன். பூதனையை வென்றவன். ஒவ்வொரு நாளும் அவன் இங்கு ஆற்றியவை பெருகிக்கொண்டிருக்கின்றன” என்றபடி அவன் பின்தொடர்வான்.

“இப்போது அவன் வடிவாகவே நீ இங்கு வந்துள்ளாய். நீ ஆற்றுபவையும் அவன் விளையாட்டே” என்றாள் மூதன்னை. “அங்கே துவாரகையில் எந்தை அவருடைய இளைய வடிவாக வாழ்வதில் சலிப்புற்று காட்டில் அலைகிறார். நல்ல வேளையாக இங்குள்ள காட்டுவிலங்குகளும் கன்றுகளும் பசுக்களும் என்னை அநிருத்தனாகவே எண்ணுகின்றன” என்றான். “யார் சொன்னது அப்படி? அவை அன்றிருந்த அதே கன்றுகள் என்கிறார்கள்” என்றபடி அவள் உணவை எடுத்துக்கொண்டு வந்தாள். “கேள் மைந்தா! பாரதவர்ஷத்தில் அனைத்து ஆறுகளும் கங்கையே. அனைத்து மலைகளும் இமயமே”

“இல்லை, ஒவ்வொரு குன்றுக்கும் அது தலையிலேந்தும் வானம் தனித்ததே” என்றான் அநிருத்தன். அவள் அவனை அடுமனையில் அமரச்செய்து இன்கஞ்சியும் பால்கஞ்சியும் பரிமாறினாள். அவன் உண்ணுகையில் கையையும் வாயையுமே பார்த்தாள். “என்ன நோக்கு இது? உன் முன் அமர்ந்திருக்கையில் சிலை என்றாகி கோயிலில் வீற்றிருப்பதுபோல் உணருகிறேன்” என்றான் அநிருத்தன். ஒவ்வொரு முறையும் தன் நோக்கை எவரேனும் சொல்லும்போது அவள் நாணம்கொண்டு விழிவிலக்கி உடனே சீற்றம் கொள்வது வழக்கம்.

“ஆம், நோக்கினேன். நோக்காமல் எப்படி இருக்க இயலும்? நீ என்ன கன்று மேய்த்து அலையவேண்டிய யாதவனா என்ன? பாரதவர்ஷத்தின் பேரரசு ஒன்றின் இளவரசன். உன் தந்தையை எண்ணி அரசர்கள் மஞ்சங்களில் துயிலின்றிப் புரள்கிறார்கள். உன் மூதாதையை பாரதவர்ஷமெங்கும் ஆழிசங்கேந்திய அண்ணலின் மண்நிகழ் வடிவம் என்று வணங்குகிறார்கள். இங்கு வெயிலிலும் கானகக்காற்றிலும் அலைந்து மெலிந்து கருமைகொண்டு வேடன் போலிருக்கிறாய். அவர்கள் வந்து உன்னைப்பார்த்தால் என்ன எண்ணுவார்கள் என்று ஒவ்வொரு முறையும் உன்னைப்பார்க்கையில் அஞ்சுகிறேன்.”

“நீநிறைய உணவு சமைத்துவை. உண்டுவிட்டு நான் இவ்வறைகளுக்குள்ளேயே வாழ்கிறேன். நிழலில் பூத்த மலர்போல் இருப்பேன்” என்றுவிட்டு எழுந்த அநிருத்தன் கைகளைக் கழுவியபின்பு அவளிடம் “வேண்டுமென்றால் கைகளையும் கால்களையும் ஊன்றி இல்லம் முழுக்க தவழ்கிறேன்...” என்றான். சிரித்து “போடா” என்று அவள் கையை அடிக்க, அவள் இரு கன்னங்களையும் பற்றியிழுத்து தலையைக்குலுக்கி “சிரிக்கையில் நீ பெரிய அழகி, அறிவாயா யசோதை?’ என்றான். “நீ என்னை ஏளனம் செய்ய வேண்டாம். என் சிறு வயதில் மெய்யாகவே ஆயர்குடியில் பெரிய அழகியாகத்தான் இருந்தேன்” என்றாள்.

“ஏளனமில்லை, யசோதை. உன்னைப்போல் அழகியை நான் பார்த்ததே இல்லை” என்று சொல்லி அவள் தோளைப்பிடித்து உலுக்கி மும்முறை சுழற்றி நிறுத்தினான். “அய்யோ! அய்யோ!” என்று அலறி அவனைப் பற்றிக்கொண்டாள். “என்ன செய்கிறாய்? என் அகவையென்ன? தலைசுற்றி விழுந்தால் பிறகு எழவே மாட்டேன்” என்றாள். “அதெல்லாம் எழுவாய்” என்றபின் “எழவில்லை என்றால்தான் என்ன? எண்பத்தைந்தாண்டுகளுக்குப்பின் இப்புவியில் என்ன எஞ் சப்போகிறது?” என்றான்.

“மூடா, இப்போதுதான் உலகமே இனிமைகொண்டு கனிந்துள்ளது” என்றாள் யசோதை. “இன்றுபோல உன் மூதாதையிடம் நான் விளையாடவே இல்லை, தெரியுமா? ஒன்று நோக்குகையில் நூறு செய்யும் பிள்ளையை எண்ணி ஒருநாளும் மெய்மறந்து துயின்றதில்லை... இன்று எண்ணி எண்ணி அந்நாட்களை இனிமையாக்கிக் கொண்டிருக்கிறேன்.” “இன்று நீ என் களித்தோழி அல்லவா? வருகிறாயா விளையாட?” என அவன் குனிந்து அவளைத் தன் இரு கைகளில் தூக்கிக்கொண்டாள். கால்களை உதைத்தபடி “விடு விடு... கீழே போட்டுவிடுவாய். கீழே விழுந்தால் அதன்பின் என் எலும்புகள் கூடாது” என்றாள்.

“அதெல்லாம் போடமாட்டேன்... வா” என்று சொல்லி அவளைத் தூக்கிக்கொண்டு சென்று திண்ணையில் அமரவைத்து “இங்கே

அமர்ந்து வெளியே பார்க்கையில் நீ உலகத்தை ஆளும் சக்ரவர்த்தினி போலிருக்கிறாய். நீதான் தேவயானி அல்லது தமயந்தி என்றால் எவரும் நம்புவார்கள்" என்றான். "போடா! கன்றோட்டும் ஆயர்குடிப்பெண் நான். சக்ரவர்த்தினி என்றால் யாரென்று கதைகளினூடாக நானும் கேட்டிருக்கிறேன்" என்றாள். "நான் சொல்கிறேன், நீ சக்ரவர்த்தினி. உனக்கு ஆள்வதற்கு நிலமும் அடிபணிவதற்கு மக்களும் வேண்டுமென்றால் ஒரு சொல் உரை. இங்கிருந்தே வில்லும் அம்புமாகக் கிளம்பி உனக்கொரு பேரரசை உருவாக்கித்தருகிறேன்" என்றான்.

அவள் புன்னகை நிறைந்த கண்களுடன் "பேரரசா?" என்றபின் விழிகள் மேலும் ஒளிகொள்ள "இங்கே என் கரியவன் கைக்குழந்தை என வந்த அன்றே நான் மூவுலகையும் வென்றுவிட்டேன். இனி எனக்கு அவனே எண்ணினாலும் அளிப்பதற்கேதுமில்லை" என்றாள்.

அவன் கன்றுகளுடன் செல்கையில் தன் இல்லத்துத் திண்ணையில் நின்றபடி அவன் இறுதி அசைவு மறைவது வரை விழியோட்டி நோக்கினாள். அத்தனை இல்லத்திண்ணைகளிலும் முதுபெண்டிரும் அடுமனைச்சாளரங்களில் இளம்பெண்டிரும் அவன் மேல் விழி நட்டு முகம் மலர்ந்து நின்றிருப்பதை அவள் கண்டாள். "இவ்வண்ணம் ஓர் அருளை மீண்டும் ஆயர்பாடிக்களித்தாய் இளையவனே" என்று நெஞ்சில் கைவைத்து சொல்லிக்கொண்டாள்.

அவன் சென்றபின் அவனுருவம் தன் விழிகளில் மேலும் தெளிவதை உணர்ந்தபின் இளையயாதவன் சிறுவனாக அவள் கையில் இருக்கையில் அன்னைக்குரிய அச்சமும் அதற்கும் ஆழத்தில் பெண்மைக்குரிய நாணமும் கொண்டு அவன் உடலை அவள் நன்கு விழியோட்டி நோக்கியதே இல்லை என்று எண்ணிக்கொண்டாள். இன்று தளர்ந்த முதுமையில் பெண்ணென்று அவள் கொண்ட உளச்சுருக்கங்கள் அனைத்தும் விலக, அன்னையென்று மட்டுமே ஆகி நின்றிருக்கையில் எந்த தடையுமிலாது அவனை நோக்க முடிந்தது.

அவன் அங்கு இருக்கையில் அவன் கால்களிலிருந்து தலை வரை சலிக்காது அவள் விழிகள் ஓடிக்கொண்டிருந்தன. வரைந்த ஓவியத்தை உளநிறைவு கூடாது மீண்டும் மீண்டும் தூரிகையால் தொட்டு செம்மைப்படுத்திக்கொண்டிருக்கும் பித்தான ஓவியனைப்போல. அவன் கொல்லையில் உடல் கழுவிக்கொள்கையில் கல நீருடன் சென்று நின்று அவனை நாணமின்றி நோக்குவாள். முதுகை நன்கு தேய்க்கவில்லை என்று கண்டித்தபடி மென்சுருள் மரவுரியால் அவனைத் தொடுவாள். தலை துவட்டிவிட்டு அவன் அமர்ந்திருந்தாலும் பிறிதொரு துணியை எடுத்து வந்து அவன் தலையைத் தானே துவட்டுவாள். அவன் தலையை மெல்ல

நெஞ்சுடன் சேர்த்து அணைத்துக்கொள்வாள். அவன் தோள்களில் விரலோட்டுவாள்.

அவன் துயில்கையில் அருகமர்ந்து மெல்ல விசிறியபடி நோக்கியிருப்பாள். வெளிக்காற்று அனைத்துச் சாளரங்களினூடாகவும் பீரிட்டு வந்து அறை நிறைத்துச் சுழன்றுசெல்லும் ஆடிமாதத்தில்கூட அவள் அவ்வாறு விசிறுவதைக்கண்டு வாயிலில் நந்தகோபன் நின்று "காற்றை விசிறி விரட்டுகிறாயா என்ன?" என்று ஏளனம் செய்வதுண்டு. "இங்கென்ன பார்வை? உங்கள் விழி பட்டு குழந்தைக்கு ஏதாவது ஆகிவிடப்போகிறது செல்க!" என்பாள்.

இரவில் மறலி வந்து தன்னை அழைக்கையில், கைகளும் கால்களும் ஒவ்வொன்றாக உயிர்நீக்கையில் ,விழிகள் மட்டும் இங்கு எஞ் சியிருக்க விழைந்து அவனை வந்து பற்றிக்கொள்ளும் என்று அவள் எண்ணுவதுண்டு. அவள் உயிரையும் உடலையும் கனவுகளையும் பாசக்கயிறுகொண்டு பற்றி எடுத்தபின் மாமயிடன் செல்ல, இரு சிறு நீலப்பறவைகள்போல தப்பிப்பறந்து ஆயர்ப்பாடியிலும் அருகிலிருக்கும் புல்வெளியிலும் அவனைச் சூழ்ந்து பறக்கும் அவள் கண்களை கோபியர் மட்டுமே அறிவார்கள்.

அவ்விழிகளின்றி எஞ்சியவை அவளேயல்ல என்று உணர்ந்த காலன் சினந்து வந்து வலைவீசிப்பற்ற முயல, நழுவிச் சென்று காளிந்தியில் பாய்ந்து இருகரிய மீன்களென நீந்தும். இறுதியில் அவன் வலைப்பட்டு விண்ணிலேறிச் செல்கையில் இமைச்சிறகு விரித்து கருவிழி ஓரங்களில் புதையும்படி நோக்குதிருப்பி அவனுடலின் இறுதித்துளிக் காட்சியையும் சேர்த்துக்கொள்ளும். பின்னர் இமைமூடி விழிச்செப்பில் சேர்த்த அந்த இறுதித்தோற்றத்தையே தெய்வமென்று நிறுத்தி காலமுடிவின்மைவரை தவம் செய்யும். ஒருபோதும் இந்நெஞ்சின் மென்மயிர்ப்பரவலில் இருந்து, இத்தோள்களிலிருந்து, இந்த நீண்ட கைகளிலிருந்து, இச்சுரிகுழலில் சூடிய பீலியிலிருந்து, இக்குறுஞ்சிரிப்பிலிருந்து விடுதலை இல்லை.

தவம் முதிர்ந்தால் அங்கிருக்கும் பிரம்மனிடம் மீண்டும் இங்கு திகழவே நற்சொல் கேட்பேன். இங்கு ஆயர்பாடியில் ஏதோ வடிவில் அவன் நின்றிருப்பான். இளமைந்தனென ஆடி நிறைவு கொள்ள அவனால் இயலாது. ஒவ்வொரு முறையும் உடல் வளர்ந்து செல்கையில் அவனுள் எஞ்சும் குழந்தையொன்று மைந்தனாக மீண்டும் பிறக்கும். ஆயர்பாடியில் கண்ணன் இல்லாமல் ஆவதே இல்லை. ஆயர்பாடிகளிலெங்கும் கண்ணன் இருந்துகொண்டேதான் இருக்கிறான். ஆயர்பாடிகளில் ஒன்றில் ஓர் அன்னையாக நானுமிருப்பேன்.

உளம் உருகி அவள் விழிநீர் உகுப்பாள். சுவரில் தலைசாய்த்து நின்று தோள்களைக்குறுக்கி மார்பின்மேல் விழிநீர் துளிகள் சொட்ட விம்மி அழுவாள். அவ்வழுகையின் இன்பத்திலிருந்து விலக இயலாதவளாய் நெடுநேரம் அதிலேயே திளைப்பாள். மீண்டும் கன்றுபுரக்கும், தயிர்கடையும் பணிகளுக்கு மீள்கையில் அவன் திரும்பி வரும்வரை அவ்வினிமையே தன்னுள் இருப்பதை உணர்வாள். இருக்கும் இளையயாதவனைவிட நினைவில் விரியும் இளையவன் இன்னும் பெரியவன். ஒவ்வொரு கணமும் ஓர் ஊழி எனத் தன்னைப் பெருக்கக் கற்றவன். அவனால் இல்லாமல் இருக்க இயலாது.

இங்கிருக்கும் அனைத்தும் அவனே. அவன் விளையாடிச்சென்ற செப்புகள். அவன் அணிந்த ஆடைகள். அவனுக்கு அணிவித்த சிறுநகைகள். அனைத்தையும் அவள் அங்கு வைத்திருந்தாள். அவன் வெண்ணெய் உண்டு உடைத்த கலத்தின் சில்லுகளைக்கூட மரப்பேழையொன்றில் போட்டுக் கரந்திருந்தாள். ஒவ்வொன்றையும் ஓர் இனிய திடுக்கிடலுடனேயே அவள் தொட்டு எடுத்தாள். தித்திக்கும் நீள்மூச்சுடன் திரும்ப வைத்தாள். ஒவ்வொன்றும் ஓர் உலகு. பலராமன் பிரத்யும்னன் அநிருத்தன். புதிதாகப்பிறந்தெழுந்த பிறிதொரு இளையயாதவன். முடிவிலாதவன். இங்கு என் மைந்தனென நிகழ்ந்தது ஓர் அலை. எண்ணி முடியாத அலைகளின் திசையின்மையே அவன்.

10

கோகுலம் ஆயர்பாடிகளிலே மழை மிகுந்த இடம் என்பார்கள். ஆண்டுக்கு ஒருமுறை மழை பெய்யும் ஆயர் நிலங்களுண்டு. இருமுறையும் மும்முறையும் மழைக்காலம் கொண்டவை உண்டு. ஆண்டெல்லாம் மழைக்காலமாகத் திகழ்வது அது. அங்கே மாரி பேருருவம்கொண்டு இறங்குவதே இல்லை. பண்டொரு நாள் கரியவன் தன் கைகளால் மந்தர மலையைத் தூக்கி அச்சிற்றூருக்கு மேல் குடையெனப்பிடித்தான் என்கிறார்கள் சூதர்கள். அன்று மழையை ஆளும் இந்திரனுக்கு அவர் ஓர் ஆணையிட்டார். இனி மழை மென்மயிற்பீலியென மட்டுமே இவ்வூர்மேல் இறங்க வேண்டும் என்று.

ஆகவே ஒளிரும் பளிங்கு நூல்களென அங்கு மழை சரிந்தது. ஒவ்வொரு நாளும் அந்திக்குப்பின் மெல்லத் தொடங்கி, இரவில் இலைகளைத் துள்ள வைத்தபடி பெய்திறங்கி, துளி சொட்டி ஓய்ந்து, ஈரக்காற்றென புலரியில் எஞ்சியது. காலையில் கன்றுகள் கால்வைக்கையில் நீர்த்துளிகள் சூடிய பசிய இதழ்களின் விரிவெனக் கிடந்தது புல்வெளி. காலையொளி சுடர்கொள்கையில் ஒவ்வொரு புல்லிலும் விழிகள் எழுந்தன. கோகுலத்தின் பசுக்கள் தளிர்ப்புற்களையன்றி பிற எதையும் கடிப்பதில்லை. புலரி வெம்மை அனல் கொள்வதற்குள் அவை பள்ளை நிறைத்து மரநிழல் தேடிச் சென்று கால்மடக்கிப் படுத்து விழிமூடி உண்டவற்றை மீண்டும் உண்ணத்தொடங்கிவிடும்.

அவை மேயும்போது அவை அனைத்தையும் பார்க்கும் வண்ணம் கவண் கிளைகொண்ட மரம் ஒன்றில் ஏறி அமர்ந்து அநிருத்தன் குழலிசைப்பான். அவனுக்குக் குழலை எவருமே கற்றுத்தரவில்லை.

பேசத்தொடங்கும்போதே வேய்ங்குழலையும் அவன் கையில் எடுத்துவிட்டான் என்றார்கள். அவன் வாசித்த மெட்டுகள் கோகுலத்தின் காற்றில் எப்போதுமிருந்தவை. வண்டுத்துளை விழுந்த மூங்கில்கள் காற்றிலாடி தாங்களே அவ்விசையை எழுப்புவதுண்டு.

புற்பரப்பில் அவனைச்சூழ்ந்து நின்றும் படுத்தும் அமர்ந்தும் யாதவ இளையோர் அவ்விசையைக் கேட்டனர். மேய்ந்து நிறைந்த கன்றுகள் கழுத்து மணி ஒலிக்க தலையசைத்து செவிகோட்டி அவ்விசை கேட்க வந்தன. ஒன்றுடன் ஒன்று உடலொட்டி அவனைச் சூழ்ந்து படுத்து விழிகள் ஈரம் மின்ன அதைக்கேட்டு செவிகள் அசைவிழக்க கனவிலாழ்ந்தன. அவன் பாடிநாய்களைக் கன்றுகளுக்குக் காவல் இருத்திவிட்டு காட்டுக்குள் நுழைந்து பாறைகளின் உச்சிகளில் சென்று அமர்ந்து முகில்களைப் பார்த்தான். தேனடைகளை எடுத்துப் பிழிந்து காட்டின் இனிமையை உண்டான். கனிகளும் கிழங்குகளும் தேடிச்சேர்த்துக்கொண்டு வந்தான். இளையோர் கூடி அமர்ந்து அவற்றை உண்டனர். பின்னர் மரநிழல்களில் இலைப்படுக்கை அமைத்துப் படுத்துத் துயின்றனர்.

மாலை வெயில் சரியத் தொடங்குகையில் மாறும் பறவைகளின் ஒலிகேட்டு எழுந்து கூச்சலிட்டபடி ஓடி காளிந்தியில் பாய்ந்து நீந்தி முக்குளித்து மறுகரை சென்றனர். ஆழத்தில் மூழ்கிச்செல்கையில் அவன் கரிய உடலெடுத்து வந்து தன்னைச்சூழ்ந்து நெளிந்த நாகக்குழவிகளைக் கண்டான். அங்கு வாழ்ந்த முதல் நாகமாகிய காளியனின் மைந்தர்கள் அவர்கள் என்றனர் கோபியர். விழிகள் ஒளிர அவை அவனுடன் திளைத்து நெளிந்து விளையாடின. பன்னிரு முறை கரை கால்தொடாது காளிந்தியை நீந்திக்கடக்கும் ஆற்றல் கொண்டவன் அவன். பிற இளையோர் முன்னரே நின்றுவிட, மீண்டும் மீண்டுமென நீந்தி அவன் கரையேறுகையில் அவர்கள் கூவியபடி வந்து அவன் கைகளைப் பற்றிக்கொண்டனர்.

ஒருமுறை அங்கே வந்த அயல்வணிகர் ஒருவர் வியந்து “தோள் பெருகிய மல்லர்கள்கூட மூன்றுமுறைக்கு மேல் இக்கருநதியை நீந்திக்கடக்க முடிந்ததில்லை. உனக்கு வேறு ஏதோ மாயம் தெரியும்” என்றார். “அவன் நீந்துகையில் காளிந்தி தன் உள்ளங்கையை விரித்து ஏந்திசெல்கிறாள் என்று என் அன்னை சொல்கிறாள்” என்றான் அவன் தோழனாகிய பிரபவன். “நாகங்கள் வந்து உடன் திளைக்கின்றன, வணிகரே” என்றான் அநிருத்தன். “இவன் யார்?” என்று அவர் கேட்டார். “எங்கோ நோக்கிய விழிகள்.” பாவனன் “இவன் துவாரகையின் அரசரின் பெயர் மைந்தன்” என்றதும் “ஆ, இப்போது தெரிகிறது... இளையோனே, நீ தென்னகக் கடல்களை நீந்திக்கடந்தாலும் வியப்பதற்கேதுமில்லை” என்றார்.

ஈரம் வழிந்த உடலுடன் உயர்ந்த மரம் ஒன்றின் மேலேறி நின்று கன்றுகளை மும்முறை குரலெடுத்து அழைத்தான். நாய்கள் செவிபறக்க வால்சுழல எழுந்து குரைத்து தங்களைத் தாங்களே சுழன்று களிகூர்ந்தன. கன்றுகள் எழுந்து அதுவரை அசைபோட்ட கனவின் எச்சம் கால்களைத் தளரவைக்க நீரில் ஒழுகிச் செல்லும் பெருமரக்கட்டைகள்போல் மெதுவாக அவனை நோக்கி வந்தன. அறியாத ஒழுக்கொன்றால் ஒன்று சேர்க்கப்பட்டவைபோல முட்டித்திரண்டு அணுகிய அவற்றுக்குப்பின்னால் வளைகோலும் புல்லாங்குழலும் ஏந்தி தலையிலணிந்த மயில்பீலி அந்தியொளியில் வண்ணம் மாறி ஒளிவிட அவன் நடந்து ஆயர்பாடிக்கு மீண்டான்.

கைக்கோலால் ஒருமுறையும் ஒரு பசுவையும் அவன் தொட்டதே இல்லை. "பிறகெதற்கு இக்கோல்?" என்று ஒருமுறை கேட்ட யாதவச் சிறுவனிடம் "இது என் மூதாதையர் ஏந்திய செங்கோல்" என்று அவன் சொன்னான். "வேட்டையும் ஏரோட்டுதலும் கன்றுபுரத்தலுமே மண்ணை அன்னமாக்கும் முதற்பணிகள். அவற்றில் உயிர்வதை குறைந்தது இதுவே என்பதனால் தெய்வங்களுக்கு உகந்தது இது" என்றான். பின்னிரவு வரை தொழுவில் புகையிட்டும் உண்ணிகள் பொறுக்கியும் பசுக்களுக்குப் பணிவிடை செய்தபின்னரே துயிலுக்குச் சென்றான். ஆழ்துயிலிலும் அவை எழுப்பும் ஒரு மென்குரலில் விழித்துக்கொண்டான்.

கன்றோட்டும் ஆயனாக அவன் அங்கிருந்தான். கற்சிலையில் தெய்வமென அவனிலிருந்து பிறிதொருவன் எழுவதை கோபியர் அறிந்திருந்தனர். அவர்களைக் கண்டதும் அவன் உருமாறினான். அவன் குழலில் இசை எழ, அவர்கள் தளிர்களும் மலர்களும் ஒளிகொண்ட இளங்காட்டுக்குள் திளைத்தனர். சுனைக்கரையில் விழிமயங்கிப்படுத்தனர். நிலவிரவில் நடனமிட்டனர். யசோதையின் பெயர்மைந்தனை அவர்கள் அறியவேயில்லை. அவன் தன் கனவுகளில் மட்டுமே அவர்களை அறிந்திருந்தான்.

அவன் ஒளிரும் தோள்களையும் விழியொளியையும் குறுநகையையும் குழலில் மின்னிய பீலிவிழியையும் கண்டு பித்துகொண்ட கன்னியர் ஆயர்குடிகளெங்கும் பெருகியிருந்தனர். தனித்திருக்கையில் அவனைப்பற்றியே எண்ணிக்கொண்டனர். தோழியருடன் அமர்ந்து மெல்லியகுரலில் அவனைப்பற்றிப் பேசிக் கன்றுக்கழுத்துமணிபோல் சிரித்தனர். அவன் எதிரே நீர்க்குடமோ பாற்கலமோ ஏந்தி தனித்து வருகையில் அஞ்சி விதிர்ப்புகொண்டு விழிதாழ்த்தினர். பசுவை ஓட்டிவந்தார்கள் என்றால் கன்றை அதட்டி அன்னையென நடித்து அதனூடாக அத்தருணத்தைக் கடந்துசென்றனர்.

குழுக்களாக வருகையில் அவனைக்கண்டால் மெல்லிய சீண்டல்களைச் சொன்னார்கள். "ஆயரே, உங்கள் பீலிவிழி பின்னால் நோக்குகிறது" என்றனர். "கன்று ஒன்று உங்களைத் தொடர்கிறது, நீங்கள் அதைக் காணவே இல்லை" என்றனர். அவன் அவர்களை இளமைந்தனின் தெளிந்த விழிகளுடன் நோக்கி அவர்கள் சொல்லுக்கு நேர்ப்பொருள்கொண்டு மறுமொழி சொன்னான். "இவனுக்கு நம் விழிகள் புரியவில்லையா என்ன?" என்றாள் லவங்கி. "அன்னையிடம் கொஞ்சிக்கொஞ்சி ஆண்மகனாக மறந்துவிட்டான்போலும்" என்றாள் ஸ்ரீபத்மை. "அவனுக்கு அப்பிச்சியர் குழுவே உவகையூட்டுகிறது போலும்" என்றாள் கஸ்தூரி.

அச்சொல் அவர்களனைவரையும் அமைதியாக்கியது. அவன் அம்முதுமகள் களுடன் கானாடுவதை, அப்போது அவன் குழலில் எழும் இசையை, அவர்களும் அறிந்திருந்தனர். "அது சித்திரத்தில் எழுந்த சோலை. நோக்கலாம், நுழையமுடியாது" என ஹேமமஞ்சரி ஒருமுறை சொன்னாள். "கற்பாறைகளும் தேன்மணமொளி கொண்ட மலர் களாகும் ஒரு மாற்றுலகை அவர்கள் அடைகிறார்கள் என்றான் ஒரு பாடகன்... அதைப் பிறர் அறியவே முடியாது என்றான்" என்றாள் ரசமஞ்சரி. "அமுதென்பதை அறியாத எவருமில்லை என்பதனால்தான் அச்சொல் வாழ்கிறது... ஒருதுளியேனும் ஒவ்வொருவருக்கும் அளிக்கப்பட்டுள்ளதடி" என்றாள் நேத்ரமஞ்சரி. "அதை அறியாதவளுக்கு ஆயிரம் முகங்களுடன் பிறந்துபிறந்துவரும் அவனை அணுகமுடியாது..." என்றாள் அனங்கமசரி.

மழைத்தூறல் முடிந்து இலைசொட்டிக்கொண்டிருந்த ஒரு மாலையில் தலையசைத்து ஒலியெழுப்பிச் சென்றுகொண்டிருந்த கன்று களுக்குப் பின்னால் ஆங்காங்கே தயங்கி நின்று தளிரிலைகளைக் கவ்வி மென்று துப்பி வால்சுழற்றி துள்ளியோடி நின்று மீண்டும் பக்கவாட்டில் திரும்பிக்கொண்டிருந்த ஒருமாதக் கன்றொன்றை உந்தி மந்தையுடன் சேர்த்தபடி அவன் கோகுலத்திற்கு மீண்டான். அவன் உந்திச்சேர்க்குந்தோறும் அதை ஒரு களியாட்டென அது மாற்றிக் கொண்டது. பின்னர் அவனைப்பார்த்து ம்ரே என்று அழைத்தபின் திரும்பி புதர்க்காட்டுக்குள் ஓடியது. அங்கே நின்று "என்னைப் பிடிக்கவே முடியாதே" எனத் தலையசைத்தது.

அவன் "நில், நில், என்ன செய்கிறாய்? சோணை நில்" என்றபடி அதற்குப்பின்னால் ஓடினான். அவன் வரும்வரை காத்திருந்துவிட்டு பிடிப்பதற்கு முன் மீண்டும் தாவி ஓடியது. அப்பால் சென்று அவனைக் காணவேயில்லை என்பதுபோல தளிர்களைக் கடித்தது. புதர்களுக்குள் புகுந்து மரங்களுக்குள் மறைந்து பாறைகளின் அருகே தோன்றி அது ஓட, சிரித்தபடி அவன் அதைத் தொடர்ந்து சென்றான். "பிடித்தால் உன்

வாயில் வளையம் மாட்டிவிடுவேன். ஒரு சொட்டு குடிக்கவிடமாட்டேன்... நில்!" என்று கூவினான். அது "நான் எங்கே ஓடினேன்?" என்று கேட்டு அவன் தன் வாலைப்பிடித்ததும் உருவிக்கொண்டு துள்ளி அகன்றது.

அதை அவன் பற்றி, காட்டுக்கொடியொன்றைப் பறித்து கழுத்தில் சுற்றிக்கட்டி பற்றி இழுத்துத் திரும்பியபோது நுணா மரத்தடியில் நின்றிருந்த அழகிய இளம்பெண் ஒருத்தியைக் கண்டான். ஆயர்குடிப்பெண் அல்லவென்று அவள் அணிந்திருந்த ஆடைகளும் அணிகளுமே காட்டின. வலம்புரியாகப்பின்னி தோளிலிட்டிருந்த குழல் இடைவரை தொங்கியது. கழுத்திலிட்ட அருமணி மணியாரங்கள், எழுந்த முலைகளுக்கு மேல் வளைந்து ஒசிந்தன. சற்றே இடைவளைத்து, பெரிய தொடைகள் எழுந்து தெரிய, மரத்தில் சாய்ந்து புன்னகைக்கும் விழிகளுடன் அவனை நோக்கி நின்றாள்.

அவன் அவள் அருகே சென்று "யார் நீ?" என்றான். அணங்கோ என்ற ஐயம்கொண்டு அவளை மீண்டும் நோக்கினான். அவன் எண்ணத்தை உணர்ந்தவள்போல் "நான் அணங்கும் தேவதையும் அல்ல. என் பெயர் சித்ரலேகை. கரந்துவரும் மாயம் கற்றவள், அசுரகுலத்தாள். உங்களைப் பார்க்கும்பொருட்டே வந்தேன்" என்றாள். "என்னை எப்படி அறிவாய்?" என்று அவன் கேட்டான். "பெருஞ்சுடர் அருகே அனைத்தும் சுடர்களாகின்றன" என்றாள்.

"என்ன வேண்டும் உனக்கு?" என்றான். "இளவரசே, நீங்கள் இளைஞராக ஆகிவிட்டீர்கள். நோக்குக, ஓராண்டு முடிந்த இளங்காளையின் நடை உங்களுக்கு அமைந்துவிட்டது. அஞ்சாது எங்கும் செல்லவும் எதையும் அடைந்துவிடலாமென்று எண்ணவும் உள்ளம் கொள்கிறீர்கள்." அநிருத்தன் "என்ன சொல்லவருகிறாய்?" என்று எரிச்சலுடன் கேட்டான். "இங்குள்ள கோபியர் அனைவரிலும் நீங்கள் தேடுவது ஒரு விழியை. அது இங்கே உங்கள் மூதாதைக்கென விரிந்தது. பிறிதின்றி வாழ்ந்தமைந்தது" என்றாள் சித்ரலேகை. அவன் விழிகள் மாற அவளைக் கூர்ந்து நோக்கினான்.

"முன்பு இளமைந்தனாகக் கோபியரால் கொண்டுசெல்லப்பட்டு முதன்முறையாக ராதையை நீங்கள் கண்டீர்கள். யமுனைக்கரையில் அமைந்த அச்சிற்றாலயத்தின் கற்சிலையில் எழுந்த விழிகளை உங்கள் விழிகள் தொட்டதுமே உங்களில் என்றும் வாழும் காதலன் எழுந்துவிட்டான். அது அவளுடைய மாயம். தன் விழிதொட்ட அனைத்து விழிகளிலும் காதலின் பித்தை நிறைக்கும் மாறாக்காதலி அவள்" என்றாள் சித்ரலேகை. "அவள் விழிகளைக் கண்டு அன்று நிலைமயங்கி நெடுநேரம் இரு சிறுகைகளையும் கூப்பியதுபோல்

வைத்து ரங்கமஞ்சரியின் இடையில் அமர்ந்திருந்தீர்கள். பின்னர் தனிமையை உணரும்போதெல்லாம் அங்குசென்று அக்கல்விழிகளைக் கண்டுவருகிறீர்கள்."

"ஆனால் அவ்விழிகளை நீங்கள் இளம்பெண்கள் எதிலும் கண்டதேயில்லை" எனச் சித்ரலேகை தொடர்ந்தாள். "ஏனென்றால் இப்பெண்களைச் சூழ்ந்து அலையடித்துக்கொண்டிருக்கின்றது உலகியல். விழைவுகளும் கணக்குகளும் வெற்றிகளும் பெருமைகளும் என முகம்கோடி கொண்ட மாயை. உலகியலின் ஒரு துளி பாற்கடலைத் திரிந்துபோகச்செய்யும்." அனிருத்தன் பெருமூச்சுவிட்டு பின் மெல்லத் தளர்ந்து "ஆம், இங்கிருக்கும் கோபியரும் முற்றாக விடுபட்டவர்கள் அல்ல. தங்கள் உள்ளத்தில் ஒருபகுதியை மட்டும் விலக்கி, பித்தால் மறைத்து மாசின்றி வைத்திருக்கிறார்கள்" என்றான்.

"முற்றிலும் மாசிலாப் பொற்கலம் ஒன்றுள்ளது. காதலின் அமுது என்றுமிருப்பதற்குத் தகுதியானது. அதை உங்களிடம் காட்டவே வந்தேன்" என்று சித்ரலேகை சொன்னாள். "அவள் சோணிதபுரியை ஆளும் பாணாசுரனின் மகள். பிறந்த நாள் முதல் நெருப்பரணிட்ட நீர்சூழ்ந்த தீவொன்றில் தன் செவிலியரும் சேடியரும் மட்டுமே சூழ்ந்திருக்க மலர்ச்சோலையும் இன்னிசையும் நுண்கலைகளும் நற்கவிதையும் அன்றி பிறிதறியாமல் வாழ்பவள். நான் அவள் துணைவி. அவளுக்கு அழகிய உலகொன்றைச் சமைத்தளித்தவள்."

"ஊழ் உங்களுடன் சேர்க்கும்பொருட்டு உருவமும் வடிவமும் அளித்து வடித்தெடுத்தவள் அவள். பெயர் உஷை. உங்களைத் தன் கனவில் அவள் கண்டாள். உங்களுருவை நான் இந்த ஆடியில் காட்டினேன். அதைக்கண்டு உங்கள்மேல் அவள் பெருங்காதல்கொண்டாள். அவள் பொருட்டு உங்களைப் பார்க்க வந்துள்ளேன்" என்று சித்ரலேகை சொன்னாள். "அவள் எப்படி என்னை அறிவாள்?" என்றான் அநிருத்தன். "அவளறிந்த புறவுலகம் கலையால் உருவாக்கப்பட்டது. ஆகவே ஒத்திசைவுள்ளது. இலக்குகொண்டது. விளக்கப்படக்கூடியது" என்று சித்ரலேகை சொன்னாள் "எந்தக்கலையிலும் ஓரத்தில் மிகச்சிறிதாகவேனும் அந்த மயிற்பீலி இருந்தாகவேண்டும். எவ்வினிமையும் அமுதே என்பதுபோல எக்கலையும் அப்பீலியிதழே."

"மிகமிகச்சிறிதாக அதை அச்சுவர்களில் ஒன்றில் வரைந்தேன். உள்ளறைகளின் விளக்கொளியே படாத இருளில். ஒரு கைவிரல்பதிவு போல. இளையோனே, மயிற்பீலி என்பது நாமறியாக் கையொன்றின் விரல்கோட்டுச்சுழியின் பதிவு உருக்கொண்டெழுந்ததுதானே?" சித்ரலேகை சொன்னாள். "அவள் ஒருமுறைகூட அதைக் காணவில்லை.

ஆனால் கனவில் ஒளிகொண்ட அவள் ஆழத்துநோக்கு அதை அறிந்தது. அவளில் அது விரிந்து நின்றாடியது. மெய்க்காதல் எப்போதும் கனவிலேயே தொடங்குகிறது, அங்கேயே முடிகிறது. இங்கு அதற்கு நின்றிருக்க பீடங்களில்லை. தன்னை உரைக்க மொழியும் இல்லை. அணிந்துகொள்ள நகைகளும் மறைத்துக்கொள்ள ஆடைகளுமே இவ்வுலகிலிருந்து அதற்குக் கிடைக்கிறது."

"அவள் எங்கே?" என்று கேட்டபடி அநிருத்தன் அருகே வந்தான். "நீங்கள் தேடுபவள் இவளே. இவளையன்றி பிறிதெவளை நீங்கள் அடைந்தாலும் இப்பிறவியில் பெண்ணென்பதை அறியாதவர் ஆவீர்கள்" என்றாள் சித்ரலேகை. "நோக்குங்கள்... அவளிடம் உங்கள் உள்ளத்தை உரையுங்கள்." அநிருத்தன் "அவள் வந்துளாளா? எங்கே?" என்றான் ."இந்த ஆடிக்குள் பாருங்கள்" என்று தன் ஆடைக்குள்ளிருந்து ஆடியை எடுத்து அவள் காட்டினாள்.

அவன் குனிந்து அதற்குள் தெரிந்த உஷையின் தோற்றத்தைப் பார்த்தான். "இவளா?" என்றான். அவள் புன்னகைத்து "முதற்பார்வையில் கவர்வது வெறும் உடல். அதைக் காண்பது நம் உடல்தான். இளையவரே, உடல்கள் பருவடிவெனத் திரண்டு புலன்சூடி இங்கிருப்பவை. உள்ளமும், உள்ளம் கடந்த கனவும், கனவுக்கு அப்பாலிருக்கும் புதைவும், அங்கே திகழும் முழுமையும் பிறிதொன்றைக் கண்டறிய பொழுது ஆகும். அந்த மலர் அலைகளிலாடித் தவித்து பின் சுழித்து மூழ்கி ஆழத்தை அடைந்து மென்படுகையில் முன்னரே அங்கிருக்கும் தன் நிழல்வடிவின்மேல் மெல்லப் படியவேண்டும்..." என்றாள். "எளியதோற்றம் கொண்டவள்" என அவன் சொன்னான்.

"முதல்நோக்கில் பிறிதொரு பெண் தானே என்றும் இரண்டாவது பார்வையில் அறியாத தனித்தன்மையொன்றைக் கொண்டிருக்கிறாள் என்றும் மீண்டும் நோக்குகையில் ஒவ்வொரு கணமும் பெருகும் அழகு கொண்டவள் என்றும் தோன்றுபவளே மெய்க்காதலி எனக் கொள்க! நோக்க நோக்கப் பெருகி பெண்டிரெல்லாம் தானே என்றும் தானின்றி பிற பெண்டிர் எவரும் இங்கில்லையென்றும் சூழ்ந்துகொள்பவள் அவள்" என்றாள் சித்ரலேகை. "பீலி விழி ஒளியும் உயிரும் கொள்ள ஒரு கோணத்தில் சற்றே திரும்பவேண்டியிருக்கிறது. நோக்குக!"

அவன் ஆடிக்குள் தெரிந்த அவ்வுருவை நோக்கிக்கொண்டிருந்தான். உஷை அவனைக் கண்டு திடுக்கிட்டாள். ஓசை கேட்ட சிறுகுருவி என உடலதிர்ந்தாள். எக்கணமும் எழுந்து பறந்துவிடுவதென ஒரு மெல்லிய அசைவை உடல்காட்ட அசைவிலாமல் அங்கேயே நின்றாள். அவள் விழிகள் வேறெங்கோ நோக்கித் தழைந்திருக்க, முழு உடலும்

நோக்குகொண்டு அவனைப் பார்த்தது. பிறிதொன்றின் அசைவுதுள்ளும் விழி இவ்வுடல். அவன் பெருமூச்சுவிட்டான் அப்போதும் அவள் தோற்றத்தின் அழகின்மையை அவன் உள்ளத்தில் ஒருபகுதி சொல்லிக்கொண்டே இருந்தது. அவள் முகவாயில் தோள்களில் முழுமைக் குறைவென எதோ ஒன்றிருந்தது. ஆனால் பிறிதெங்கோ அவன் உள்ளம் அவளே என்று அறிந்துவிட்டிருந்தது.

அவன் உள்ளத்திலிருந்தே வண்ணங்களை எடுத்து அவளை வரையத்தொடங்கினான். அவனறிந்த குறைகள் அனைத்தையும் வரைந்து முழுமித்தான். மெல்ல விழிதிருப்பி அவனை நோக்கி அரைக்கணம் அவள் புன்னகைத்து விலகிக்கொண்டபோது அவள் முகத்தைப் பார்த்துப் புன்னகைத்தான். அவள் நாணித் தலை குனிந்தபோது ஆணென்று தன்னை உணர்ந்தான்.

மேலும் மேலும் அவன் சூழ்மறந்து அவ்வாடியை நோக்கிச் சென்றுகொண்டிருந்தான். எண்ணியிராக்கணமொன்றில் சித்ரலேகை தோளில் கைவைத்துத் தள்ளி அவ்வாடிக்குள் அவனைச் செலுத்தினாள். நீருள் விழுந்ததுபோல அவன் தத்தளித்து அதன் ஒளிப்பரப்பில் அமிழ்ந்து முடிவின்மையில் மூழ்கினான். ஆடியை மீண்டும் ஆடையில் மறைத்துக்கொண்டு திரும்பி அவள் மரங்களுக்கிடையே மறைந்தாள்.

ஆயர்பாடியில் அந்தியில் அநிருத்தன் திரும்பி வராதது அனைவருக்கும் பதற்றத்தை ஏற்படுத்தியது. “கன்றுதேடிச் சென்றான், நாங்கள் இங்கு மீண்டோம்” என்றான் சுதமன். “அக்கன்று மீண்டுவிட்டது. அவன் வரவில்லை” என்றான் ஸ்ரீதமன். “காட்டில் புலியும் கந்தர்வர்களும் இறங்கும் பொழுது இது” என்றார் மூத்த ஆயரான கிருபாலர். சினத்துடன் பூர்வர் “இளையயாதவனின் பெயர்மைந்தன் அவன். அவனை எதிரிகள் எளிதில் வெல்லல் இயலாது” என்றார். நந்தகோபர் “விளையாட்டுப்பிள்ளை... எங்காவது ஒளிந்திருப்பான். எதையாவது கண்டு தொடர்ந்திருப்பான். வருவான்” என்றார்.

யசோதை “என் மைந்தன்... என் மைந்தனைத் தேடிவாருங்கள்” என அழுதுகொண்டிருந்தாள். பந்தங்களைக் கொளுத்திக்கொண்டு ஆயர்குழு ஒன்று மேய்ச்சல் நிலமெங்கும் சுற்றிவந்து அவனை அழைத்தது. “யமுனையின் அக்கரைக்குச் சென்றிருப்பானோ?” என்று யசோதை கேட்டாள். “அப்பிச்சியின் இல்லம் அங்கிருக்கிறது” எனத் தனக்குத்தானே சொல்லிக்கொண்டாள். அவள் சொன்னதென்ன என அங்கிருந்த அத்தனை பெண்களும் உணர்ந்தனர்.

அன்றிரவு முழுக்க அவன் திரும்பி வருவதற்காக அவர்கள் காத்திருந்தனர். யசோதை எக்கணமும் “என் அழகியே, எங்கிருக்கிறாய்?” என்ற குரல்

தன் முற்றத்தில் எழுமென்று எண்ணி செவிகூர்ந்திருந்தாள். ஒவ்வொரு சிறு அசைவுக்கும் எழுந்து சென்று அம்முற்றத்தை இடைவழியின் தொடக்கப்புள்ளியை நோக்கி மீண்டாள். புலர்ந்தபின்னும் அவன் வராததைக் கண்டு அவள் நெஞ்சை அறைந்து அழத்தொடங்கினாள். "சென்று நோக்கி வருக... என் மைந்தனுக்கேதோ ஆயிற்று... அவன் திரும்பாவிட்டால் நான் உயிர்வாழமாட்டேன்" என்று அவள் அழத்தொடங்க, நந்தன் சினந்து "அறிவிலி, அழுது என் சிறுமைந்தனைக் கோழையாக்காதே. காளியனையோ கந்தர்வனையோ வென்று மீள்வான். அல்லது கொன்றபுலியை தோளில் தூக்கிவருவான்" என்றார். பின்னர் மரவுரியைத் தோளிலிட்டு வளைதடியைக் கையிலெடுத்தபடி "சரி, உனக்காகக் காட்டுக்குள் ஒருமுறை சென்று பார்த்துவருகிறேன்" என்று கிளம்பினார்.

இறுதியாக அவன் நடந்த பாதையில் அவன் காலடிகளைத்தேடிக் கண்டடைந்தார். நுணா மரத்தடி வரை சென்ற அக்காலடிச்சரடு அங்கிருந்து முற்றாக மறைந்துவிட்டிருந்தது. மரங்களுக்கு மேல் ஏறிச்சென்றிருப்பானோ என்று ஐயம்கொண்டார். ஆனால் காட்டுக்கொடிகள் படர்ப்புகள் குலையாமல் செறிந்திருந்தன. விலங்குத்தடங்கள் ஏதும் தெரியவில்லை. முதன்முறையாக அச்சம் ஒன்று அவரைப் பின்னின்று தொட்டது. அறியாத தெய்வம் எதனாலோ யாதவ இளவரசன் கொண்டுசெல்லப்பட்டிருப்பானோ என்று எண்ணினார். மேலும் தேடும்படி தன் அணுக்கர்களுக்கு ஆணையிட்டபின் இல்லத்திற்குத் திரும்பி வந்தார்.

"என்னாயிற்று? வந்துவிட்டானா? நினைத்தேன்... எங்கே அவன்? மூடன் இன்றே அவனை..." என்று கால்கள் பின்ன கலைந்த தலையுடன் வந்த யசோதையிடம் "விலகிச் செல், முதுமகளே! இது அரசப் பணி" என்று சீறிவிட்டு ஓலையை எடுத்து இளையவன் விந்தையான முறையில் மறைந்த செய்தியை எழுதி துவாரகைக்குப் பறவையில் கட்டியனுப்பினார். அது பறந்து செல்வதை நோக்கி நின்றபோது பின்னால் வந்த யசோதை "என்ன ஆயிற்று? சொல்லுங்கள்..." என்றாள். அக்கணம் ஒரு நம்பிக்கை அவருக்கு வந்தது, எந்த அடிப்படையுமில்லாத நம்பிக்கைகளுக்குரிய உறுதியுடன். "அவன் தன் வெற்றி ஒன்றை தேடிச் சென்றிருக்கிறான். சிறுவனாகச் சென்றவன் ஆண்மகனாக மீள்வான்" என்றார்.

11

சித்ரலேகை செல்லும்போது அவளிடம் தோட்டத்துக் கொன்றையில் முதல் பொன்மலர் எழுகையில் திரும்பி வந்துவிடுவேன் என்று சொல்லியிருந்தாள். ஒவ்வொரு நாளும் முதற்புலரியிலே அதை எண்ணியபடி அவள் விழித்தெழுந்தாள். கைவளைகளும் சிலம்புகளும் குலுங்க மஞ்சத்தறையிலிருந்து இடைநாழியினூடாக ஓடி மலர்க் காட்டுக்குள் இறங்கி அக்கொன்றை மரத்தை ஏறிட்டுப் பார்த்து விழிகளால் ஒவ்வொரு இலைநுனியையும் தொட்டுத் தொட்டு தேடி சலித்து ஏங்கி நீள்மூச்செறிந்து அங்கேயே கால்தளர்ந்து அமர்ந்து மிளிர்வானை, எழுஒளியை, தளிர்சூடிய மரங்களை, நிழல்கள் கூர்விளிம்பு கொள்ளும் மண்ணை நோக்கிக்கொண்டிருந்தாள். சேடியர் வந்து அவளை மெல்லத் தொட்டு "எழுந்து வருக, இளவரசி. நீராட்டுப் பொழுதாயிற்று" என்றார்கள். ஆழ்மூச்சுடன் கலைந்து எழுந்து விழிசரித்து நடைதளர்ந்து அவர்களுடன் சென்றாள்.

எவ்வினாவிற்கும் மறுமொழி உரைக்காதானாள். எப்பொழுதும் தனித்திருந்தாள். சுற்றிலும் சேடியரும் செவிலியரும் நிறைந்திருக்கையிலும் கூட அத்தனிமை கலையவில்லை. சில நாட்களுக்குப் பின்னரே முதுசெவிலி ஒருத்தி கண்டடைந்தாள். "அவள் காத்திருக்கிறாள், அக்கொன்றையில் மலர் எழுவதற்காக" என்றாள். "அதன் பொருளென்ன?" என்று பிற சேடியர் விழிதூக்க "இளவேனில் தன் முதற்பொற்துளியை கொன்றை மரத்தின்மீது சொட்டுகிறது என்பது கவிஞர் சொல்" என்றாள் முதுசெவிலி. "இளவேனிலில் காமனும் அவன் துணையும் மண்ணில் கள்ளென நுரைத்துப் பெருகுகிறார்கள். காட்டெரியாகிப் படர்கிறார்கள்."

ஒரு செவிலி "யாருக்காகக் காத்திருக்கிறாள்?" என்று கேட்டாள். "அவளுள் என்ன நிகழ்கிறதென்று நாமறியோம். ஆனால் எனக்குச் சித்ரலேகை திரும்பி வருவாளென்று தோன்றுகிறது. இளவரசியின் செய்தியுடன்தான் அவள் இங்கிருந்து சென்றிருக்க வேண்டும்" என்றாள் முதுசெவிலி. "யாருக்கு?" என்று அவர்கள் அவளைச் சூழ்ந்தனர். "அவள் உள்ளம் கொண்ட காதலனுக்கு. ஐயமே இல்லை. அவன் உருவை அவள் தன் கனவில் கண்டிருக்கிறாள். அக்கனவைத் தேடியே சித்ரலேகை சென்றுளாள்" என்றாள் முதுசெவிலி.

எந்தச் சான்றுமில்லாதது அக்கூற்று என்றாலும் ஒவ்வொருவரும் அதை மெய்யென்று உள்ளூர அறிந்திருந்தனர். பின்னர் அவர்கள் ஒவ்வொருவரும் காத்திருக்கலாயினர். இளவரசி எழுந்து கொன்றையைப் பார்க்க வருவதற்குள்ளாகவே மாளிகையின் மான்கண் சாளரங்களில் மீன்வடிவக் காலதர்களில் எழுந்த அவர்களின் விழிகள் அக்கொன்றையை நூறுமுறை முற்றிலும் நோக்கி உழிந்துவிட்டிருந்தன.

இளவரசி நோயுற்றிருக்கிறாள் என்று அவள் மண அறிவிப்பை பாணாசுரர் நாள்நீட்டினார். அவள் நோய் மீண்டு எழுந்த பின்னரும் சேடியர் நோயுற்றிருப்பதாகவே அரசியிடம் கூறினர். அரசி வரும்போதெல்லாம் மஞ்சத்தில் உடல் பதித்து தலையணையில் முகம்புதைய சோர்ந்து கிடந்த உஷையையே கண்டாள். "இளவரசி இன்னும் நலம் மீளவில்லை, அரசி. நாம் இளவேனில் வருவதற்காகக் காத்திருப்போம்" என்று முதுசெவிலி சொன்னாள். "இளவேனில் அத்தனை நோய்களையும் சீரமைப்பது. மலர்கள் எழுவதுபோல மானுடரிலும் உவகையும் நம்பிக்கையும் பூக்கின்றன." அரசி ஐயத்துடன் "இளவேனிலில் இவள் திருமணத்தை வைத்துக்கொள்ள முடியுமென்று எண்ணுகிறாயா?" என்று கேட்டாள். "ஐயமே வேண்டாம். இளவேனிலில் இளவரசி நலம்பெற்று எழுவாள்" என்றாள் முதுசெவிலி.

அரசி, அசுரப் பேரரசரிடம் அதையே சொன்னாள். "வேறு வழியில்லை. நாம் காத்திருந்தாக வேண்டும். இன்றிருக்கும் நிலையில் அவளைக் கொண்டுவந்து அவை நடுவே நிறுத்த இயலாது. நாம் உலகுக்குக் காட்டுவது நம் மகளையோ இந்நாட்டின் இளவரசியையோ அல்ல. நாளை பாரதவர்ஷத்தை ஆளப்போகும் பேரரசியை. பொறுத்திருப்போம்" என்றாள். அவள் சொல்வதைக் கேட்டிருந்த பாணர் மீசையைச் சுட்டுவிரலால் சுழற்றியபடி அப்பால் தெரிந்த ஏரியின் நீரலைகளை நோக்கினார். பின்னர் திரும்பி அவளிடம் "ஏதோ பிழையொன்று என் நுண்ணுள்ளத்தில் தட்டுப்படுகிறது. அது என்ன என்று சொல்லக்கூடவில்லை" என்றார்.

எரிச்சலுற்ற அரசி "என்ன பிழை? ஒவ்வொருநாளும் அவையமர்ந்து அரசுசூழ்ந்து எங்கும் எதிலும் பிழை காணும் மதி கொண்டுவிட்டீர்கள்" என்றாள். "அல்ல, உள்ளம் உணர்வதற்கு எப்போதும் உட்பொருளுண்டென்று அறிந்திருக்கிறேன். இம்மணம் அன்று நிகழாததும் இவ்வாறு அகன்றுபோவதும் பிறிதொன்றுக்காகத்தான்." அரசி "நான் அவ்வாறு நினைக்கவில்லை" என்று சொல்லி எழுந்து தன் அறை நோக்கிச் செல்கையில் உள்ளம் ஏன் அப்படி எடைகொண்டிருக்கிறதென்று வியந்தாள். பின்னர் அவ்வையம் மேலும் ஆழத்துடன் தன்னுள் வேர்கொண்டிருப்பதை உணர்ந்தாள்.

புலரி ஒளி எழுவதற்கு முன்னரே மாளிகை கதவைத் திறந்து தோட்டத்திலிறங்கி கொன்றை இலை நுனிகளை விழியோட்டிய சேடியொருத்தி "மலர்! மலர்!" என்றாள். அப்பால் சாளரத்தினூடாக நோக்கிக்கொண்டிருந்த முதுமகள் அருகே வந்து "எங்கு, கொன்றையிலா? எங்கே?" என்றாள். துள்ளியபடி "அதோ" என்று அவள் சுட்டிக்காட்டினாள். அதற்குள் மேலும் சேடியரும் செவிலியரும் அங்கு வந்தனர். விழிமங்கிய செவிலியரால் அம்மலரை நோக்க முடியவில்லை. சேடியர் ஒவ்வொருவராக "ஆம், மலரேதான்! பொன்மலர்! முதற்பொற்துளி!" என்றனர். அறியாத உளவெழுச்சி ஒன்றால் அவர்கள் மெய்ப்பு கொண்டனர்.

முதுசெவிலி "அது இளந்தளிர் அல்லவா?" என்று கேட்டாள். "பொன்னிறம்! கொன்றைத்தளிருக்கு எப்படிப் பொன்னிறம் வரமுடியும்?" என்றாள் சேடி. "பொன் பார்க்கும் விழிகளை இழந்துவிட்டேன் போலும்" என்று துயருடன் முதுமகள் புன்னகைத்தாள். சேடி ஒருத்தி ஓடிச்சென்று துயின்றுகொண்டிருந்த அவள் கால்களைத் தட்டி "இளவரசி, எழுக! கொன்றை பூத்துள்ளது" என்றாள். அவள் தன் கனவுக்குள் புல்லாங்குழல் இசையொன்றைக் கேட்டுக்கொண்டிருந்தாள். கடம்ப மரத்தினடியில் அவள் அமர்ந்திருக்க, கண்மூடி செவிகூர்த்தபோது அந்த மரமே இசையெழுப்பலாயிற்று. விழித்தெழுந்து சேடியைப் பார்க்கும்போதும் அவள் செவிகளில் இசை இருந்தது.

சேடி மீண்டும் அவளை உலுக்கி "கொன்றை பூத்துள்ளது, இளவரசி!" என்றபோது அவள் "யார்?" என்றாள். "கொன்றை பூத்துள்ளது, இளவரசி! நம் தோட்டத்தில் பொற்கொன்றை!" என்றாள் சேடி. அதன் பின்னரே அதை உணர்ந்து பாய்ந்தெழுந்து மேலாடை நழுவிக் கீழே விழ சிலம்புகளும் அணிகளும் குலுங்க இடைநாழியில் ஓடி தோட்டத்தில் இறங்கினாள். அக்கணமே மலர்மணியைக் கண்டுவிட்டாள். அவளுக்குப் பின்னால் வந்த சேடி "கொன்றைமொட்டை தாலிக்குண்டுபோல நூலில் கோத்து

அணிந்துகொள்வதுண்டு கன்னியர். நான் இளமகளாக இருக்கையில் ஆடிய விளையாட்டு அது” என்றாள்.

அருகே சென்று அந்த மலர்மொட்டை நோக்கியபடி நின்றபோது உடல் விம்மி மூச்சுகளாக வெளியேற்றிக்கொண்டிருந்தாள். பின்னர் தளர்ந்து அங்கிருந்த சிறு பாறையில் கையூன்றி அமர்ந்தாள். இரு கைகளையும் முகத்தை வைத்து விழிமூடி தன்னுள் ஒலித்துக்கொண்டிருந்த குழலிசையைக் கேட்டாள். முன்னரே பிறிதெங்கோ மெல்லிய மீட்டலென அது கேட்டுக்கொண்டிருந்தது. என்னவென்றறியாத ஏக்கத்தை, தனிமையை, எதிர்பார்ப்பை, அவையனைத்தும் கலந்து உருவாகும் இனிய வெறுமையை அவளுக்குள் அது நிறைத்தது. கைகால்களில் காய்ச்சலுக்குப் பின்னெழும் கழைப்புபோல. மூச்சில் வெம்மையாக, கண்களில் காட்சி மங்கலாக, ஒன்றுடன் ஒன்று கோக்கொள்ளாத எண்ணங்கள் வழுக்கி நெளிந்து திளைத்தன.

சேடியர் அவளை எழுப்பி நீராட்டினர். முதற்கொன்றை மலர் எழுந்ததைக் கொண்டாடும்பொருட்டு பொன்பட்டாடை அணிவித்தனர். நெற்றியில் இளவேனில் வரவை அறிவிக்கும் மூவிலைக் குறி சார்த்தினர். பொன்னகைகளும் அணிப்பட்டும் கொண்டு ஓவியம் போலானாள். ஆடியில் தன்னை நோக்கியபோது அந்த அணிபூத்த கோலமே அவள் உள்ளத்தையும் மலரச் செய்தது. தன் அறை வாயிலில் நின்று அலைகள் ஒளிவிட்டுக்கொண்டிருந்த ஏரியைப் பார்த்தாள். பின்னர் அங்கேயே அமர்ந்து கைகளில் முகம்தாங்கி நோக்கு நிலைத்திருந்தாள்.

அன்று சித்ரலேகை வருவாள் என்று அனைவரும் எதிர்பார்த்தனர். வெய்யில் ஒளிகொள்ள தொடங்கியபோது அவர்களை அறியாமலேயே அவ்வெதிர்பார்ப்பு குறையத் தொடங்கியது. “காவியங்களில் நிகழ்வனவற்றை வாழ்விலும் எதிர்பார்க்கும் மாயையிலிருந்து நாம் விடுபடவே முடியாது போலும்” என்று முதுசெவிலி சொன்னாள். “ஆம், இன்று சித்ரலேகை மீண்டு வருவாளென்றால் அது முன்னரே எழுதி, சொல்லி, கேட்டு, உளவழக்கம் என்றான பழங்கதை போலிருக்கிறது” என்றாள் பிறிதொருத்தி.

“ஆனால் அவள் வரவில்லையென்றால் ஒவ்வொன்றும் இசைவு குலைகிறது. இப்புவியில் ஒன்றின் இசைவு குலையுமென்றால்கூட ஒவ்வொன்றும் தங்களைப் பேரொருமையிலிருந்து விடுவித்துக்கொள்கின்றன. பின்னர் அனைத்தும் சிதறிப் பறக்கின்றன. இவையனைத்தும் பிரம்மத்தின் விழைவு எனும் பொற்பட்டு நூலால் கோப்பட்டவை என்று நமக்குச் சொல்லப்பட்டுள்ளது. இன்று பூக்கவேண்டுமென்று கொன்றையை ஆணையிட்டது எதுவோ அதுவே அவள் இன்று தோன்ற வேண்டுமென்றும் வகுத்திருக்கும்” என்றாள் முதுமகள்.

அக்குரலிலிருந்த அழுத்தம் பிறரை அதை ஏற்க வைத்தது. அவர்கள் அவ்வொருமையை விரும்பினர். அந்த நெறிகள் புலரும் உலகில் வாழ்வது பொருள் கொண்டிருந்தது. "இக்கணத்தால் அடுத்த கணம் வகுக்கப்படுமென்று நம் அறிவு கூறுவதில்லை. ஆம், அவ்வாறே வகுக்கப்பட்டுள்ளதென்று அவ்வறிவை தன் சுட்டுவிரலில் சிறுகணையாழியென அணிந்து நின்றிருக்கும் பேருருவம்கொண்ட பிறிதொன்றுதான் முழங்குகிறது" என்றாள் முதுமகள். அன்று மாலையில் அவர்கள் சித்ரலேகை வருவாள் என்னும் நம்பிக்கையை அறிவால் இழந்து உணர்வால் திரட்டிக்கொண்டனர். தங்களிடமிருந்து தங்களை மறைக்க சிறுபணிகளில் ஈடுபட்டனர்.

அந்த ஊசலாட்டம் ஏதுமில்லாதவளாக ஒளி மறைந்துகொண்டிருந்த ஏரியை நோக்கியபடி அமைந்திருந்தாள் இளவரசி. "இவள் நாம் அறிந்த இளவரசி அல்லவென்று தோன்றுகிறது. அவளை அவ்வாடிக்குள் எடுத்துக்கொண்டு சித்ரலேகை சென்றுவிட்டிருப்பாள். ஆடியில் சித்ரலேகை புனைந்த பிறிதொரு பெண் இங்கிருக்கிறாள்" என்றாள் ஒருத்தி. ஒவ்வொருவரும் அக்கூற்றின் பொருளின்மையை உணர்ந்தும், கூடவே அப்பொருளின்மை அளிக்கும் உணர்வின் கூர்மையை அறிந்தும் அவளைத் திரும்பி நோக்கினர். ஆனால் எவரும் எதுவும் சொல்லவில்லை.

அந்தியில் மாளிகையின் விளக்குகள் எரியத்தொடங்கின. அவ்வொளி ஏரியின் நீரில் நெளிந்தாடியது. அப்போது மறுகரையிலிருந்து சிறுபடகொன்றில் நீரில் அளையும் ஒளியுடன் துடுப்புகள் சுழல்வதை, அன்னமென நீரில் அலையெழாது அது மெல்ல அணுகுவதை சேடி ஒருத்தி கண்டாள். எழுந்து நின்று "அதோ" என்றாள். அவளுக்குப்பின் வந்து நின்ற சேடி "அவள்தானா?" என்றாள். அதற்குள் சேடியர் அனைவரும் அரண்மனைமுகப்பில் கூடிவிட்டனர். "அவள்தான்" என்றாள் ஒருத்தி. "தனியாகவா?" என்றாள் மற்றொருத்தி. "ஆம்" என்றாள் முதற்சேடி. அவர்கள் நீள்மூச்செறிந்து இடையொசிந்தனர். ஒருவரை ஒருவர் தோள்தொட்டுக்கொண்டனர்.

அணுகி வந்த படகில் சித்ரலேகை அமர்ந்திருந்தாள். படகு துறைமேடையை மெல்லத் தொட்டு ஆடி நின்றது. எழுந்து கைகளைச் சற்று விரித்து உடலின் நிகர்நிலை பேணி, நடுங்கும் கால்களைத் தூக்கி கரைவிளிம்பில் வைத்து கல்படிகளில் ஏறி மேலே வந்தாள். மேலாடையால் அந்த ஆடியை மூடி உடலுடன் அணைத்திருந்தாள். அவர்கள் அவளைச் சூழ்ந்துகொண்டனர். "எங்கு சென்றிருந்தாய், செவிலியே?" என்றாள் முதுமகள். "இளவரசியின் ஆணைப்படி யாதவநிலம் சென்றேன்" என்றாள் சித்ரலேகை. "சொல்லிக்கொண்டு செல்லலாம் அல்லவா?" என்று முதுமகள் கேட்க

“நான் இங்கு சேவிலியென பணியமர்த்தப்படவில்லை. விழையும்போது இங்கிருக்கலாமென்று அரசி என்னிடம் ஆணையிட்டிருந்தார். ஆகவே விடைபெற்றுச் செல்லவோ ஆணைபெற்று உள்ளே வரவோ வேண்டிய தேவை எனக்கில்லை” என்றாள்.

அவள் வந்ததை இளவரசி அறிந்திருந்தாள். ஆனால் தான் அமர்ந்திருந்த இடத்திலிருந்து அவள் எழவில்லை. ஏரியின் நீர்வெளி துளியென ஒளிப்புகொண்ட விழிகளுடன், மடியில் தளர்ந்து கோத்திட்ட கைகளுடன் நோக்கிக்கொண்டிருந்தாள். சிற்றடி எடுத்து வைத்து அவளை அணுகிய சித்ரலேகை “இளவரசி, தாங்கள் விரும்பியதைக் கொண்டுவந்துள்ளேன். வருக!” என்றாள். கையூன்றி எழுந்த அவள் “எங்கே?” என்றாள். “வருக!” என்று சித்ரலேகை அவளை அழைத்துச் சென்று மஞ்சத்தறைக்குள் புகுந்து கதவை உள்ளிருந்து தாழிட்டாள்.

சந்தியை உலர்ந்த உதடுகள் முற்றெழாத ஒரு சொல்லால் மெல்ல விரிய, வெற்று விழிகளால் சித்ரலேகையை நோக்கியபடி நின்றாள். ஆடையை விலக்கி ஆடியை வெளியே எடுத்த சித்ரலேகை அதை அருகிருந்த பீடத்தின்மேல் வைத்து “நீ தேடியவன்” என்றாள். குனிந்து அந்த ஆடியைப் பார்த்தாள். அவள் விழிகள் உயிர்கொண்டன. முகம் விரிய இரு கைகளையும் கோத்து நெஞ்சில் வைத்தாள். மூச்செழுந்து தோள்கள் அசைய “ஆம்” என்றாள். பின்னர் “நான் அங்கு செல்ல விழைகிறேன்” என்றாள்.

“செல்க!” என்றாள் சித்ரலேகை. காலெடுத்து வைத்து மெல்ல விலகிச் செல்ல அவள் உருவம் குவிந்து ஆடிக்குள் சென்று மறைந்தது. அங்கிருந்து கால்சிலம்புகளொலிக்க ஓடிவந்த உஷை “எங்கே?” என்று கேட்டபடி ஆடியின் விளிம்புகளைப்பற்றிக் குனிந்து உள்ளே பார்த்தாள். உள்ளிருந்து அநிருத்தன் அவளைப் பார்த்தான். “உங்கள் உள்ளத்தில் உறைபவன்” என்றாள் சித்ரலேகை. அச்சொற்களை அவள் கேட்கவில்லை. சித்ரலேகை மெல்லப் பின்கால் வைத்து கதவைத் திறந்து வெளியே சென்று மூடிவிட்டு அங்கு நின்றிருந்த சேடியரிடம் புன்னகைத்து “இளவரசி விழைந்த காதலனைக் கொண்டுவந்தேன்” என்றாள்.

திகைப்புடன் அவர்கள் “எங்கே?” என்று கேட்டனர். கதவிலிருந்த சிறுவிரிசலைச் சுட்டிக்காட்டி “நோக்குக” என்றாள். முதுசேடி வந்து அவ்விடுக்கினூடாகப் பார்த்து திகைத்து பின்னகர்ந்து “ஆம்” என்றாள். “எங்கே?” என்று பிறிதொரு சேடி உள்ளே பார்த்தாள். அவளை விலக்கி இன்னொருத்தி பார்த்தாள். முதுமகள் ஒருத்தி பின்னால் நின்று “என்னைப் பார்க்கவிடுங்கள்! என்ன பார்த்தீர்கள், பெண்களே?” என்றாள். “பாருங்கள்” என்று இருவர் விலக, முதுமகள் கண் வைத்து

"யாரவன்? யாதவன் போலிருக்கிறான்?" என்றாள். பின்னர் "ஆ, அது ஓவியங்களில் தெரியும் இளையயாதவனின் உருவம்" என்றாள்.

"ஆம், நானும் அதையே எண்ணினேன். எவ்வண்ணம் அவன் உள்ளே வந்தான்?" என்று கேட்டாள் முதுசேடி. சித்ரலேகை அப்பால் நின்று நகைத்து "அவ்வாடியில் அவனைத்தான் கொண்டுவந்தேன்" என்றாள். "ஆடி வழியாகவா?" என்றபடி இன்னொருத்தி உள்ளே பார்த்தாள். "அது விழிமயக்கல்ல. உருவெளித்தோற்றமும் அல்ல. மெய்யாகவே அறைக்குள் ஓர் இளையவன் இருக்கிறான்" என்று மூச்சொலியில் சொன்னாள். அவர்கள் மீண்டும் மீண்டும் முட்டி ஒருவரை ஒருவர் உந்தித்தள்ளி விழி பொருத்தி நோக்கினர். முதுமகள் "போதுமடி, இனிமேல் பார்க்கலாகாது. அவர்கள் மிக அணுக்கமாக ஆகிறார்கள்" என்றாள்.

அவர்கள் வியப்பும் திகைப்பும் நிறைந்த முகத்துடன் விலகிக் கூடிநின்றனர். "மெய்யாகவே இது நிகழக்கூடுமா? கதைகளில்தான் இவ்வாறு நிகழுமென்று கேட்டிருக்கிறேன்" என்றாள் ஒருத்தி. "கதைகளெல்லாம் நிகழ்ந்தவையேதான். அரிதானவை நினைவில் நின்றிருக்கையில் கதைகளாகின்றன" என்றாள் முதுசெவிலி. சித்ரலேகை "அவர்கள் அங்கு இருக்கட்டும்" என்றாள். அவள் கூறுவதை உணர்ந்துகொண்டு அவர்கள் மெல்ல விலகிச்சென்றனர்.

ஆனால் அன்றிரவு அம்மாளிகையில் எவரும் துயிலவில்லை. தங்கள் அறைகளிலும் இடைநாழிகளிலும் அமர்ந்து மெல்லிய குரலில் அவனைப்பற்றியே பேசிக்கொண்டிருந்தனர். பேசப்பேச அவ்விந்தை வளர்வதை உணர்ந்தனர். தங்கள் உள்ளே சொற்களை நிரப்பி அமைதிகொண்டனர். பின்னிரவில் ஆங்காங்கே உடல் சுருட்டிப் படுத்தபோது அவர்களைத் தனிமை சூழ்ந்துகொண்டது. சொற்களுக்கு அடியிலிருந்து, ஒலியின்மையிலிருந்து பெருகி ஏக்கமொன்று எழுந்து அவர்களை மூடியது.

கண்கள் நிறைந்து வழிய இருளுக்குள் பிற எவரும் அறியாமல் அவர்கள் உளமுருகி அழுதனர். இருளுக்குள் ஓடும் கண்ணீர் எத்தனை விரைவில் உள்ளத்தை ஒழிய வைக்கிறதென்று எண்ணிப் புன்னகைத்தபடி இருளில் புகைச்சுருள்போல் மிதந்து மெல்ல அலையடித்துக் கிடந்தனர். துயிலில் ஆழ்ந்தபோது நெடுந்தொலைவில் வண்ணக்கீற்று வானில் தெரிவதுபோல, இனிய மணமொன்று காற்றில் வந்து மறைவதுபோல அக்குழலிசையை அவர்கள் கேட்டார்கள்.

காலையில் கதவைத் திறந்து அநிருத்தனின் கைகளைப் பற்றியபடி வெளிவந்த உஷை அவன் தோளில் தலைசாய்த்தபடி கால்கள் பின்ன, இடை தளர, மழலைக்குரலில் கொஞ்சிப்பேசியும், சிணுங்கியும், சிரித்தும்

நடந்து தோட்டத்தை அடைந்தாள். அங்கு அக்கொன்றை மரம் முற்றிலும் பொன்மலர்களால் நிரம்பி முதலொளியில் சுடர்கொண்டிருந்தது. இரு கைகளையும் நெஞ்சில் வைத்து ஏங்கி அவள் நீள்மூச்சுவிட்டாள். அவன் அவள் தோளில் கைவைத்து தன்னுடன் இழுத்தணைத்து "என்ன வியப்பு? இது கொன்றை பூக்கும் காலமல்லவா?" என்றான். "நான் இக்கொன்றையில் ஒற்றை மலர் மட்டும் துளிர்த்திருப்பதை நேற்று கனவில் கண்டேன். இன்று இத்தனை மலர்களா?" என்றாள் அவள்.

"வருக!" என அவன் அவளை அழைத்துச்சென்று அக்கொன்றை மரத்தின் அடியில் நிறுத்தி மெல்லத் தாவியெழுந்து கிளைபற்றி உலுக்கினான். அவள்மேல் மலர்கள் உதிர, சிரித்தபடி கைகளை வீசிச்சுழன்று அவள் சிரித்துக்கூவினாள். அவன் அவள் இடையில் கைவைக்க "ஐயோ" என்றபடி நாணி மாளிகையைப் பார்த்தாள். அத்தனை சாளரங்களிலும் விழிகள் மலர்ந்திருந்தன. ஆனால் அவள் எதையும் காணவில்லை. "யாராவது பார்த்துவிடுவார்களே" என்றாள். "அனைவரும் பார்த்துக்கொண்டுதான் இருக்கிறார்கள்" என்று அவன் சொன்னான்.

கைமுழவை மீட்டி மெல்லிய தாளத்துடன் சுழன்று நின்று குலப்பாடகன் சொன்னான் "மூன்று மாதம் அவனுடன் அவள் அரண்மனையில் காதலாடினாள். ஒவ்வொரு நாளும் அவளைப் பார்க்க அரசி அம்மாளிகைக்கு வந்தாலும்கூட அவள் கண்ணில் யாதவன் தெரியவில்லை. ஆனால் மகள் மலர்ந்துவிட்டதை அன்னை அறிந்தாள். ஒவ்வொரு நாளும் அவள் கன்னியழகுகள் பெருகின. கண்கள் குறும்பு கொண்டன. குரலில் கார்வையும் சொற்களில் பொருளடுக்குகளும் ஏறின. நடை துள்ளலாயிற்று. ஆடையிலும் அணியிலும் அவள் உள்ளம் வேட்கைகொண்டது.

அன்னை முதலில் உளம் மகிழ்ந்தாள். இளவேனில் அணுகியபோது மகள் மலர்கொள்வாள் என்று உரைத்த முதுசெவிலியின் இரு கைகளையும் பற்றிக்கொண்டு "என்னைவிட என் மகளை நன்கறிந்திருக்கிறாய். உன் சொற்கள் மெய்யாயின. இவள் இப்படிப் பூத்து எழுவாள் என்று ஒருபோதும் எண்ணியதில்லை" என்றாள். உவகைச் சிரிப்புடன் "இதோ, அரசரிடம் சொல்கிறேன். மணநிகழ்வுக்கு இனி பிந்த வேண்டியதில்லை" என்றாள்.

ஆனால் அச்செவிலி தன் கையை மெல்ல உருவிக்கொண்டு "ஆம், அரசி. அதுவே ஆகவேண்டியது" என்றாள். அவள் உவகையுடன் சொல்லெடுக்கவில்லை என்பதை அரசி உணர்ந்தாலும் அதை மேலும் எண்ணவில்லை. தன்னுள் பெருகிய எண்ணங்களில் அவள் நிறைவு கொண்டிருந்தாள். "இப்போதே அரசரிடம் சொல்கிறேன். இளவேனிலில்

ஆசுர நாடெங்கும் விழவுகள் தொடங்கிவிட்டன. கொன்றைப் பெருவிழா இன்னும் இரண்டு நாட்களில் மலைச்சாரலில் தொடங்குகிறது. அவ்விழாவிலேயே இதை அறிவித்துவிடலாம் என எண்ணுகிறேன்" என்றாள்.

அரசி சென்றபின் சேடியர் ஒருவரோடொருவர் விழிகோத்தனர். ஒரு சேடி "என்ன நிகழப்போகிறது? இளவரசி எப்படி இதை எதிர்கொள்ளவிருக்கிறாள்?" என்றாள். "புறவுலகை அறியாதவள். மறுத்துரைத்து உறுதி கொள்ளவேண்டுமென்றுகூட அவள் அறிந்திருக்க வாய்ப்பில்லை." இன்னொருத்தி "மறுத்துரைக்கத் தெரிந்த கன்னியர் மிகச் சிலரே" என்றாள். முதுமகள் "மறுப்பறியாமையாலேயே பெண்கள் கரவைக் கற்றுக்கொள்கின்றனர்" என்றாள். அவர்கள் பேசிக்கொண்டிருக்க, அங்கே வந்த சித்ரலேகை "நாம் செய்வதற்கொன்றே உள்ளது. அநிருத்தன் இங்கிருப்பதை அரசர் அறியட்டும்" என்றாள்.

தோழியர் ஒருவரை ஒருவர் நோக்கித் திகைத்தனர். "என்ன சொல்கிறாய்? அரசர் அறிவதா?" என்றாள் முதுசேடி. "சென்று அரசரிடம் சொல்க, இங்கு அயலவன் ஒருவன் இருக்கிறான் என்று. வந்தது எவ்வண்ணம் என்று கேட்டால் நானறியேன் என்று சொல்" என்றாள் சித்ரலேகை. "முதுமகள் செல்லட்டும். அரசரே வந்து இளையோனைப் பார்க்கட்டும்." முதுசேடி நடுங்கி "அல்ல, அது உகந்தது அல்ல. இளங்கன்றுபோல் அழகும் இளமையும் கொண்டிருக்கிறான். அரசரோ சினம்கொண்டால் வடமலை எரிவிழியன் என்றாகும் இயல்பு கொண்டவர்" என்றாள்.

சித்ரலேகை "என்றாயினும் அவர் அறிந்தாகவேண்டும். இவள் விழையும் வாழ்வை இவனால் அளிக்க இயலுமா என்று பார்த்தாகவேண்டும். இத்தருணமே அதற்கு உரைகல்லென அமையட்டும்" என்றாள். "மிகச் சிறியவன்" என்றாள் ஒரு சேடி. சித்ரலேகை "ஆம். ஆனால் அவன் இளையயாதவனின் மைந்தர்மைந்தன். புவியில் இதுவரை வெல்லப்படாதவனின் குருதி. இங்கும் அவன் வெல்வான்" என்றாள்.

மூன்று நாட்கள் சேடியர் ஒருவரோடொருவர் பேசி முடிவுக்கு வந்தனர். முதிய சேடி "ஆம், நாம் சென்று சொல்லியே ஆகவேண்டும். அரசர் அறிந்துகொள்ள வேண்டிய காலம் நெருங்கிவிட்டது. இளவேனில் விழவுக்கு இன்னும் ஒரு நாள்தான் இருக்கிறது. இங்கு யாதவனுடன் கூடியிருக்கும் அவளை அங்கு மணமகளென கொண்டுநிறுத்துவாரென்றால் அது பெரும்பழி. அப்பழிக்கு நாமே பொறுப்பாவோம்" என்றாள். அவள் கிளம்புகையில் ஒரு சேடி அவள் கையைப்பற்றி "இப்போதும் நான் அச்சம் கொள்கிறேன். மிக இளையவர். நம் அரசரின் சினத்தை அவர் தாங்குவாரா?" என்றாள்.

முதுமகள் "எனக்கும் அவ்வையம் இருந்தது. ஆனால் அவனை நோக்குந்தோறும் ஒன்றுணர்ந்தேன், அவனையும் எவரும் வெல்ல இயலாது. இளையயாதவர் அவனுருவில் இங்கு எழுந்திருக்கிறார்" என்றபின் படகிலேறிச் சென்றாள். சேடியொருத்தி துடுப்புந்த படகின் மூலையில் உடல் குறுக்கி அமர்ந்திருந்த முதுமகளை மாளிகையின் முகப்பில் கூடிநின்று பதைத்த விழிகளுடன் செவிலியரும் சேடியரும் நோக்கினர்.

ஒவ்வொரு கணமுமென மறுகரையிலிருந்து அரசரின் படகு அணுகுவதை எதிர்பார்த்துக் காத்திருந்தனர். பொழுது நீண்டபோது ஒருத்தி "என்ன நிகழ்ந்தது? அச்சொல் காதில் விழுந்ததுமே எழுந்து உடைவாளால் அவள் தலையை சீவி எறிந்திருப்பாரா?" என்றாள். பிறிதொருத்தி "பெருஞ் சினம் கொண்டவரென்றாலும் அரசுசூழ்தலின் நெறியறிந்தவர் நம் அரசர். யாதவப் பேரரசின் குலக்கொழுந்து இங்கிருப்பது உண்மையில் எப்பொருள் கொண்டதென்று அவர் அறிவார்" என்றாள். அந்தச் சொற்கள் அளித்த நம்பிக்கையில் அனைவரும் அவளை நோக்கினர்.

பிறிதொருத்தி "இவன் இளையயாதவரின் குருதியினன். அச்சம் இல்லாத இளமையன். அரசரைக் கண்டால் பணியவோ முறைமை சொல்லுரைக்கவோ முடியாமல் வளையாமல் இருக்கலாம்" என்றாள். "அதற்கும் அவன் இளையயாதவரின் குருதி என்பதே மறுமொழி" என்றாள் முதுசேடி. ஒவ்வொரு நம்பிக்கையையும் பிறிதொரு ஐயத்தால் நிகர்செய்தனர். ஒவ்வொரு சொல்லையும் பிறிதொரு சொல்லால் மறுத்தனர். ஒவ்வொரு கணமும் காத்திருந்தனர்.

மறுமுனையில் அரசரின் படகு எழுவதைக் கண்டதும் அஞ்சியவர்களாக எழுந்து நின்றனர். மூச்சொலியுடன் ஒருத்தி "வருகிறார்கள்" என்றாள். பிறிதொருத்தி "சித்ரலேகை எங்கே?" என்றாள். "ஆம், அவளை மறந்துவிட்டோம். அவனை இங்கு அழைத்துவந்தவள் அவள். அவள் இங்கு வேண்டும். அவளைத் தேடுக!" என்றாள். இரு சேடியர் மாளிகையைச் சுற்றிவந்து பதற்றத்துடன் "இங்கு அவள் இல்லை" என்றனர். "இல்லையா? எங்கு சென்றாள்?" என்றாள் பிறிதொரு சேடி. "சற்றுமுன் சிறு படகொன்று மாளிகையின் பின்புறத்திலிருந்து கிளம்பிச்சென்றதை இருவர் பார்த்திருக்கிறார்கள்" என்றாள்.

"சென்றுவிட்டாளா? அரசரிடம் என்ன சொல்வது நாம்?" என்றாள் முதுசெவிலி. "இம்முறை அவள் மீளமாட்டாள். இனி நாம் அவளைப் பார்க்கப்போவதில்லை" என்றாள். "இங்கு யாதவர் வந்ததற்கான பொறுப்பை எவர் ஏற்கப்போகிறார்கள்?" என்று ஒருத்தி கேட்டாள். கால்கள் நடுங்க உடல் மெய்ப்பு கொள்ள சுவர்களையும் தூண்களையும்

பற்றிக்கொண்டு அவர்கள் நின்றனர். படகு அணுகியதுமே பாய்ந்து கீழிறங்கிய பாணர் "இங்கிருப்பவன் யார்?" என்று கூவினார். மூத்த செவிலி "அறியோம் அரசே, நாங்களே இப்போதுதான் பார்த்தோம். இது மெய்யோ என்று ஐயுற்றதனால் நன்கு தெரிந்த பின்னரே தங்களுக்கு அறிவித்தோம்" என்றாள்.

"எங்கிருக்கிறான்?" என்றபடி பாணர் குறடுகள் ஒலிக்க உடற்தசைகள் காளைத்திமிலென இறுகியசைய நடந்து அவள் அறைக்குச் சென்றார். அவருக்குப் பின்னால் கூடி நின்ற செவிலியரில் ஒருத்தி "ஒருவேளை இது வெறும் விழிமயக்கோ? இளவரசியின் அறைக்கதவைத் திறந்தால் அங்கு அவன் இல்லையென்றால் நாம் என்ன சொல்வோம்?" என்றாள். பிறிதொருத்தி "ஆம், இதையே நான் எண்ணிக்கொண்டிருந்தேன். இந்த ஆடிக்குள் புகுந்து அவன் மறைந்தால் நாம் என்ன செய்வோம்?" என்றாள். "அதுவே நிகழப்போகிறது. அவன் அங்கிருக்க மாட்டான்" என்றாள் ஒருத்தி.

இளவரசியின் அறைக்கதவை இரு கைகளாலும் தட்டி "உஷை, கதவைத் திற!" என்று குரலெழுப்பினார் அசுரர்க்கரசர். உள்ளே தாழ் திறக்கும் ஒலி கேட்டது. கதவுகள் இருபுறமும் விரியத் திறக்க நடுவே புன்னகையுடன் அநிருத்தன் நின்றிருந்தான். அவனுக்குப் பின்னால் அவன் தோள்மறைத்து பாதி முகம் காட்டி உஷை நின்றாள். அநிருத்தன் "வணங்குகிறேன், அசுரப் பேரரசரே. நான் விருஷ்ணிகுலத்து யாதவன். துவாரகையை ஆளும் இளையயாதவரின் பெயர்மைந்தன்" என்றான். மலைத்த விழிகளுடன் நோக்கி ஓர் எட்டு பின்னடைந்த பாணர் கைகூப்பித் தலைவணங்கினார்.

12

சோணிதபுரியின் கோட்டை தொலைவிலேயே தெரியலாயிற்று. அவர்களை அழைத்துச்சென்ற அசுரக் காவற்படைத் தலைவன் சங்காரகன் பெருமிதத்துடனும் உவகையுடனும் திரும்பி சுட்டிக்காட்டி "சோணிதபுரி! உலகிலேயே மிகப் பெரிய நகரம்" என்றான். அபிமன்யூ புன்னகையுடன் அக்கோட்டையைப் பார்த்தபடி புரவியில் அமர்ந்திருந்தான். அவனுக்குப் பின்னால் புரவியில் வந்த பிரலம்பன் இரண்டடி முன்னால் வந்து "மிகப் பெரிய கோட்டை! இத்தனை தொலைவிலேயே அதன் கற்கள் தனித்தனியாகத் தெரிகின்றன. ஒவ்வொரு கல்லும் யானை அளவுக்கு இருக்கும் போலும்" என்றான்.

அவன் மெல்ல சொன்னதே சங்காரகனுக்குக் கேட்டது. அவன் "சில கற்கள் ஐந்து யானை அளவுக்குப் பெரியவை, ஷத்ரியரே. தரையிலிருந்து இருபது ஆள் உயரத்திற்கு அவை அடுக்கப்பட்டுள்ளன" என்றான். பிரலம்பன் "ஆம், மாபெரும் கற்கள். அத்தனை உயரத்திற்கு அவை எப்படிச் சென்றன?" என்றான். "செல்லவில்லை, கொண்டுசெல்லப்பட்டன. அசுரர்களைக் காக்கும் ஆயிரம் தெய்வங்கள் வந்து நின்று கட்டிய கோட்டை இது. அத்தெய்வங்கள் அசுரர்களின் தோள்களிலும் அவர்களின் யானைகளின் துதிக்கைகளிலும் சென்றமர்ந்தன. பஞ்சுப்பொதிகளைத் தூக்கி வைப்பதுபோல் அவர்கள் இப்பாறைகளைத் தூக்கி மேலே அடுக்கினார்கள்" என்றான் சங்காரகன்.

"சங்காரகர் அத்தெய்வங்களின் அருளால் நம்மைத் தூக்கிச் சென்றால் நன்று" என்றான் அபிமன்யூ. "வண்டிகள் அணுகமுடியாத அரசத் தலைநகரை இப்போதுதான் பார்க்கிறேன். புரவிகள் செல்வதற்கே கடினமாக

உள்ளது.” சங்காரகன் “எங்கள் எதிரிகள் அணுகமுடியாதல்லவா?” என்றான். “நன்று, அவர்களை நீங்களும் அணுகமுடியாது” என்றான் அபிமன்யூ. சங்காரகன் புரியாமல் “ஆம், உண்மை” என்றான். தரையில் பண்படுத்தப்படாத கற்கள் அடுக்கப்பட்டிருந்தன. அவற்றின்மேல் குதிரைக்குளம்புகள் தாளமிட்டன. சாலையின் இருபுறமும் நின்றிருந்த வேங்கையும் செண்பகமும் கொன்றையும் பூத்து பொன்மஞ்சளும் குருதிச்செம்மையும் கலந்த பெருக்கு இரு பக்கமும் உடன்வந்தது.

மேலும் அணுகுந்தோறும் அக்கோட்டை விழிகளை நிறைப்பதாக எழுந்து வந்தது. பொதுவாகச் சுவர்களைக் கட்டும் முறைப்படி அது அமைக்கப்பட்டிருக்கவில்லை. அதை நீளமாகக் குவிக்கப்பட்ட கற்களின் நிரை என்று சொல்லவேண்டும் எனப் பிரலம்பன் நினைத்துக்கொண்டான்.. எடைமிக்க கற்கள் ஒன்றன்மேல் ஒன்று தூக்கி வைக்கப்பட்டு தங்கள் எடையாலேயே ஒன்றையொன்று அழுத்திக்கொண்டு அச்சுவரை அமைத்திருந்தன. பாதை அணுகிச் செல்லுந்தோறும் ஒவ்வொரு கல்லும் பெருகி விழிகளை நிறைப்பதாக அணுகி வந்தது. நடுவே புரவிகள் செல்லத்தக்க பாதை உருளைக்கற்களை அடுக்கி உருவாக்கப்பட்டிருந்தது.

அரசப்பாதைக்கு வலப்பக்கமும் இடப்பக்கமும் காடுகளுக்குள் கால்களுக்கு மட்டும் உரிய இரு வணிகப்பாதைகள் சோணிதபுரிக்குள் சென்றன. அங்கு ஒழுக்கு முறியாது சென்றுகொண்டிருக்கும் அத்திரிகளும் புரவிகளும் காளைகளும் கழுதைகளும் உருவாக்கிய குளம்படியோசை பாறைகளினூடாகச் செல்லும் ஆறுபோல ஒலித்துக்கொண்டிருந்தது. கோட்டையின் முகப்பில் அசுரகுடியின் சிம்மக்கொடி பறந்தது. கிளைகளை வெட்டி வெட்டி செங்குத்தான தடியாக வளர்க்கப்பட்ட அசோகமரம் கொடிசூடி எழுந்து நின்றிருந்தது. அந்த மரத்தின் உச்சியில் மட்டும் பசுந்தழைக்குவை ஒன்று தூரிகைமுனை என வானை வருடியது.

கோட்டைவாயிலை அணுகியபோது பிரலம்பன் தலைதூக்கி மேல் விளிம்பைப் பார்க்க முயன்றான். அங்கே கோட்டைச்சுவர் இருபது ஆள் உயரம் கொண்டிருந்தது. ஒவ்வொரு பாறையும் ஒன்றின்மேல் ஒன்று அமர்ந்திருக்க மேலிருக்கும் பேரெடையினால் அடித்தளப்பாறைகள் சற்று அழுந்தியும் குழிந்தும் இருப்பதை அவன் கண்டான். “பாறை நெகிழ்வதை இப்போதுதான் பார்க்கிறேன், இளவரசே” என்று அபிமன்யூவிடம் சொன்னான். “பேரெடையும் காலமும் பாறைகளையும் வளைய வைக்கும் என்று சிற்பநூல் சொல்கிறது” என்றான் அபிமன்யூ. “அதை அவர்கள் ஒரு நீதியாகவும் சொல்வார்கள். நாம் போதும் என்று கதறுவதுவரை.”

“இதை உண்மையில் எப்படிக் கட்டியிருப்பார்கள், இளவரசே?” என்று பிரலம்பன் செம்மொழியில் கேட்டான். சங்காரகன் கோட்டைவாயிலில் நின்ற காவலர்களிடம் கணையாழியைக் காட்டி அபிமன்யூ பற்றிச் சொல்லிக்கொண்டிருந்தான். அபிமன்யூ குரல் தாழ்த்தி “இக்கற்கள் தூக்கி வைக்கப்பட்டவை அல்ல, பிரலம்பரே. இறக்கி வைக்கப்பட்டவை” என்றான். பிரலம்பன் கோட்டையை நோக்கிவிட்டு புரியாத விழிகளுடன் திரும்பி “எப்படி?” என்றான். “இக்கற்கள் அனைத்தும் இந்த மலைகளின்மேல் இருந்தவை. அங்கிருந்து நெம்புகோல் வழியாக நிலைபெயர்க்கப்பட்டு யானைகளைக்கொண்டு மெல்ல உருட்டிக் கொண்டுவரப்பட்டிருக்கவேண்டும். மலைச்சரிவிலிருந்து நேராக இறக்கி ஒன்றன்மேல் ஒன்றென இங்கு அடுக்கப்பட்டன. இறங்குவிசையை நெறிப்படுத்தமட்டுமே யானைகள் பயன்படுத்தப்பட்டன” என்றான்.

பிரலம்பன் மீண்டும் மலைச்சரிவையும் கோட்டையையும் பார்த்தபின் “ஆம், அது இயல்வதுதான்” என்றான். “அடுக்கிய பின்னர் கோட்டைக்கும் மலைக்கும் இடையேயான தொடர்பை அகழ்ந்து அகற்றி இதைத் தனிக்கட்டுமானமாக நிறுத்தியிருக்கிறார்கள்” என்றான் அபிமன்யூ. கோட்டைக்காவலர் தலைவனுடன் சங்காரகன் அருகே வந்து “செல்வோம், ஆணைபெற்றுவிட்டேன்” என்றான். கோட்டைக்காவலர் தலைவன் தலைவணங்கி “இந்திரப்பிரஸ்தத்தின் இளவரசரை வணங்குகிறேன். என் பெயர் கிருங்கன். நான் இந்திரப்பிரஸ்தத்தைக் கதைகளில் கேட்டிருக்கிறேன். அங்கே கோட்டையின் காவல்மாடங்கள் முகில்களில் ஊடுருவியிருக்கும் என்றும், ஆகவே அவை எப்போதும் மழையில் நனைந்திருக்கும் என்றும் அறிவேன். ஒருநாள் பார்த்தாகவேண்டும் என எண்ணிக்கொள்வேன்” என்றான்.

தேவதாரு மரங்களைச் செங்குத்தாக வளர்ந்தெழச் செய்து அவற்றை இணைத்துக் கட்டப்பட்டிருந்த காவல்மாடங்களை நெற்றியில் கைவைத்து அண்ணாந்து நோக்கிக்கொண்டிருந்த பிரலம்பன் திகைப்புடன் அபிமன்யூவைப் பார்த்தபின் சிரிப்பை மறைக்க முகம் திருப்பிக்கொண்டான். “ஆம், ஆனால் அத்தனை உயரமாகக் கட்டக்கூடாதென இப்போது உணர்ந்துள்ளோம். இதைப்போல கட்டுவதே உகந்தது” என்றான் அபிமன்யூ. “ஏன்?” என்றான். “கோட்டைக்குமேல் காவல்நிற்பவர்கள் முகத்தில் பருந்துகள் வந்து மோதிக்கொண்டிருக்கின்றன” என்றான் அபிமன்யூ. “ஆனால் ஒரு நன்மை. அவர்கள் குடிநீரை நேரடியாக முகில்களில் இருந்தே எடுத்துக்கொள்வார்கள்.” கிருங்கன் சொல்லடைத்த நெஞ்சுடன் “ஆம், அது தூயநீர்தான்” என்றான். “மின்னல்களைக்கொண்டு விளக்குகளைப் பற்றவைக்கக் கூடாதென்பது அவர்களுக்கு இடப்பட்ட கூரிய ஆணை.

ஏனென்றால் சில தருணங்களில் அவை விளக்கேற்றுபவனையும் எரித்துவிடுகின்றன” என்றான் அபிமன்யூ.

காய்ச்சல் படிந்ததுபோன்ற கண்களுடன் கிருங்கன் தலைவணங்கினான். சங்காரகன் திறந்த வாயும் வெறித்த கண்களுமாக அவர்களுடன் வந்தான். கோட்டையின் காவல்மாடங்களிலிருந்த அத்தனை பேரும் எழுந்து அவர்களைப் பார்த்தார்கள். அபிமன்யூவைக் கைசுட்டி வியப்புடன் பேசிக்கொண்டார்கள். “சிருங்கரே, சென்று அரசரைப் பார்த்துவிட்டு வருகிறேன்” என அபிமன்யூ அக்கூட்டத்தைப் பார்த்து சொன்னான். அவர்களில் ஒருவர் “சென்று வருக இளவரசே, நான் இங்கேதான் இருப்பேன்” என்றார். அபிமன்யூ பிரலம்பனிடம் “பிருங்கர், மிருங்கர், திருங்கர் எனப் பலர் இங்கிருப்பார்கள். மானுடர் பெயர்களை பெரும்பாலும் ஒலிகளைக்கொண்டே இடுகிறார்கள்...” என்றான். அங்கே நின்ற ஒரு காவலரிடம் “நிருங்கரிடம் நான் ஆணையிட்டதாகச் சொல்லுங்கள். உடனடியாக அவர் அரண்மனைக்கு வந்தாகவேண்டும்” என்றான். அவர் “ஆணை, இளவரசே” எனத் தலைவணங்கினார்.

பிரலம்பன் “என்ன செய்கிறீர்கள், இளவரசே?” என்றான் சலிப்பும் எரிச்சலுமாக. “நான் பொத்தை மீன். வாலால் பின்பக்கச் சேற்றைக் கலக்கிக்கொண்டே செல்வேன்” என்ற அபிமன்யூ “விருங்கர் எப்போது போனார்?” என ஒரு காவலரிடம் கேட்க அவர் “காலையிலேயே கிளம்புவதாக நேற்று சொன்னார்...” என்றபின் பதைப்புடன் “ஆனால்...” என்றார். “நீங்கள் செய்வதனைத்தையும் நான் அறிவேன். இப்போது உங்கள் உள்ளத்தில் எழும் எண்ணத்தைக்கூட நான் அறிவேன்” என்று அபிமன்யூ சிரித்துக்கொண்டே சொன்னான். “ஆம், நான் இளையயாதவரிடமிருந்து மாயத்தொழில் கற்றுக்கொண்டவனே.”

அங்கிருந்த ஒவ்வொரு விழியும் அச்சமோ வியப்போ கொண்டு விழித்தன. “அசுரர் அல்லாத மானுடனை முதன்முறையாகப் பார்க்கிறார்கள் என்று தோன்றுகிறது” என்றான் அபிமன்யூ. “ஆம், நம் வால்களைக் கழுவிக்கொள்ள சுனைகள் உண்டா இங்கே என்று கேட்டுப்பார்க்கவேண்டும்.” பிரலம்பன் “இளவரசே, நீங்கள் கேட்டுவிடுவீர்கள். இவர்கள் உண்மையிலேயே நம்புகிறார்கள்” என்றான். “நாளை இவர்களின் புராணங்களில் நம்மை அப்படியே எழுதி வைத்துவிடப்போகிறார்கள்.” அபிமன்யூ “நமது புராணங்களில் இவர்கள் எப்படி இருக்கிறார்கள்? எருமைக்கொம்புகள், பன்றிப்பற்கள், குருதிவிழிகள். நமக்கும் ஓர் அச்சமூட்டும் கூறு இருக்கட்டுமே...” என்றான். “புராணம் பொய்யாகாது என்பார்கள். ஆகவே காலப்போக்கில் நமக்கு நல்ல வால்கள் முளைக்கும். அவற்றில் வாளேந்தி நாம் மேலும் வீரத்துடன் ஒருவரை ஒருவர் கொல்லமுடியும்...”

கோட்டைக்குள் சீரிலாக் கற்கள் பரப்பிய பெரிய சாலை அரண்மனை முற்றம் வரை சென்றது. பிற சாலைகள் அனைத்தும் அதிலிருந்து கிளைபிரிந்து வளைந்து சென்றன. "மீன்முள் அமைப்பு" என்றான் பிரலம்பன். கோட்டைக்குப் பின்னால் மலையிலிருந்து ஒழுகி வரும் சிற்றோடைகளால் நீர் நிறைக்கப்படும் ஏரியொன்று இருப்பது கட்டடங்களின் இடைவெளிகளினூடாக அலையும் ஒளியெனத் தெரிந்தது. "அங்கேதான் அசுரகுலத்து இளவரசியும் யாதவ இளவரசரும் காதலாடிக்கொண்டிருக்கிறார்கள். துவாரகையின் வருங்கால அரசர் நுண்வடிவில் அங்கே இருக்கிறார்" என்றான் அபிமன்யூ. "என்ன பேச்சு இது?" என்று பிரலம்பன் சொன்னான். "சில தருணங்களில் உங்களை ஒரு காட்டானாகவே உணர்கிறேன்." அபிமன்யூ "என் அன்னை அவ்வாறு சொல்வதுண்டு" என்றான்.

சோணிதபுரியின் அனைத்து மாளிகைகளும் மலையிலிருந்து உருட்டிக் கொண்டுவரப்பட்ட பெரிய கற்களை அடுக்கிக் கட்டப்பட்ட தடித்த சுவர்களால் ஆனவை. அவற்றுக்கு மேல் பண்படுத்தப்படாத மரத்தடிகளை அடுக்கி முதற்தளமிட்டு மேலே மூங்கிலையும் காட்டு மரத்தடிகளையும் கொண்டு இரண்டாம் தளம் அமைத்திருந்தனர். முதற்தளம் அனைத்திற்கும் ஒற்றை வாயிலே இருப்பதை பிரலம்பன் கண்டான். சற்று கழித்துதான் அந்த முதற்தளங்கள் அனைத்துமே கன்றுகளுக்கான தொழுவங்கள் என்று தெரிந்தது. பக்கவாட்டில் ஏறிச்சென்ற மரப்படிகள் இரண்டாம் தளத்தில் இருந்த இல்லங்களை அடைந்தன. மூன்று தளங்கள் கொண்டவை அரசகுடியினருக்கும் படைத்தலைவர்களுக்கும் உரிய மாளிகைகள் என்று புரிந்தது. அவற்றில் மட்டுமே பாணர் குடியின் சிம்மக் கொடி பறந்தது.

"அத்தனை மாளிகைகளையும் கட்டிமுடித்தபின் கோட்டை கட்டப்பட்டுள்ளது" என்றான் அபிமன்யூ. மாளிகையைச் சூழ்ந்து வேங்கை மரங்களை நட்டிருந்தனர். அவை வளர்ந்து மாளிகையின் பாறைத்தளத்தைத் தங்கள் வேர்களாலும் கிளைகளாலும் கவ்விப் பிடித்திருந்தன. வீடுகளுக்குள்ளிருந்தே மரங்கள் எழுந்து கூரைக்குமேல் கூரைகளென நின்றிருந்தன. "விந்தையான இல்லங்கள்" என்றான் பிரலம்பன். "நாம் காட்டை விலக்கி இல்லங்கள் அமைக்கிறோம். இவர்கள் காட்டை இல்லங்களுக்குள் கொண்டுவந்திருக்கின்றனர்..." என்றான் அபிமன்யு, "காடுகளில் வாழ்ந்து பழகியவர்கள். இவ்வில்லங்கள் மலைக்குகைகளாகவும் தோன்றும்."

அவர்களின் புரவிகள் குளம்போசையுடன் செல்ல அத்தனை இல்லங்களிலிருந்தும் பெண்டிரும் முதியோரும் எட்டிப்பார்த்தனர். சாலைகளில் புரவிகளிலும் அத்திரிகளிலும் சென்றுகொண்டிருந்தவர்கள்

கடிவாளத்தை இழுத்து ஒதுங்கி விழிசுருக்கி அவர்களைக் கூர்ந்து நோக்கினர். "நாம் வருவது இங்கு அனைவருக்கும் தெரிந்திருக்கிறது" என்றான் பிரலம்பன். "அரண்மனை மந்தணம் அங்காடியில் பேசப்படுவதில் மட்டும் மானுடரும் அசுரரும் நிகர். இந்திரனின் அமராவதியில்கூட இந்திராணியைப்பற்றித்தான் தேவர்கள் கூடிநின்று அலர் உரைத்துக்கொண்டிருப்பார்கள்" என்றான் அபிமன்யூ.

"நாம் எல்லைகடந்ததை அவர்கள் அறியாமலிருக்க வாய்ப்பில்லை. அவர்களால் வெல்லப்பட முடியாதபடி அவர்களின் நிலம் ஒன்றை ஒருவார காலமாக கட்டுக்குள் வைத்திருக்கிறோம். அவர்கள் நம்மை அறியாதிருக்க முடியாது" என்றான் பிரலம்பன். "ஆம், இனி அவர்களின் குலக்கதைகளில் நமது பெயர் இடம் பெறாமலும் இருக்க முடியாது" என்றான் அபிமன்யூ. "என் விழைவு நாம் வாலுடன் இடம்பெறவேண்டும் என்பது."

அங்கு அங்காடித்தெரு வணிகர்தெரு சூதர்தெரு என்னும் வேறுபாடுகள் இருக்கவில்லை. அரண்மனைகளுக்கு அருகிலேயே தோற்கூரைகளை இழுத்துக்கட்டி தரையில் அமர்ந்து உலர்ந்த ஊனையும், இரும்புக் கலங்களையும், உப்புப் பாறைகளையும் விற்றுக்கொண்டிருந்தனர். அரக்கும் தேனும் விற்கும் மலைவேடர்கள் நீண்ட நிரைகளாக அமர்ந்து பொருட்களை வாங்க வந்த நகர்மக்களை நோக்கி உரக்கக் கூச்சலிட்டுக்கொண்டிருந்தனர். கூடவே சிலர் பெரிய முழவில் கையோட்டி புலியுறுமலை எழுப்பினர். மரவுரிகள், பருத்தியாடைகள், கொம்புப்பிடி கொண்ட குத்துவாட்கள், ஓவியச்செதுக்கு கொண்ட எருமைக்கொம்பாலான வாளுறைகள், யானைத்தந்தங்களிலும் சந்தனத்திலும் செதுக்கப்பட்ட மூக்குத்தூள் சிமிழ்கள்.

"பீதர்கள்!" என்றான் பிரலம்பன். "அவர்கள் இங்கும் வந்துவிட்டனர்!" பூனைக்குரலில் கூவியபடி அவர்கள் வண்ணப் பட்டுகளையும் வெண்களிமண் கலங்களையும் விற்றுக்கொண்டிருந்தனர். தடித்த மரவுரிகளை அணிந்து தோளில் தோலாடை போர்த்திய முதிய பெண்கள் சுருங்கிய கண்களுடன் அவர்களை நோக்கினர். புலித்தோல் போர்த்தி பெரிய தலைப்பாகைகளின்மேல் செம்பருந்து இறகுகளைச் சூடிய அசுரகுடி மூத்தோர்கள், கரடித்தோல் போர்த்திய காவலர்கள் என நகரம் அவ்வேளையில் வண்ணஅசைவுகள் நிறைந்து கொப்பளித்துக்கொண்டிருந்தது. "பழக்கப்பட்ட குரங்குகள்... இங்கே அவை இல்லப்பணி செய்கின்றன" என்றான் அபிமன்யூ. "ஆம், பார்த்தேன். அவற்றைப் போருக்கும் இவர்கள் கொண்டுவரலாம்" என்றான் பிரலம்பன்.

தொல்மொழியில் "இங்கு செல்வ வளத்திற்குக் குறைவில்லை என்று நினைக்கிறேன்" என்றான் பிரலம்பன். "அசுரர்கள் மலைகளிலிருந்து அருமணிகளைச் சேர்க்கிறார்கள். தேனும் அகிலும் சந்தனமும் இங்கிருந்துதான் விரிநிலங்கள் முழுக்க செல்கின்றன" என்று சங்காரகன் சொன்னான். "ஒவ்வொரு நாளும் பல்லாயிரம் வணிகர்கள் இந்நகருக்குள் நுழைகிறர்கள். தேன் கொண்டுசெல்லும் தேனீக்களைப்போல இங்கிருந்து கிளம்பிச்செல்கிறார்கள்... ஒரு மாதம் வணிகர்கள் இங்கே வரவில்லை என்றால் எங்கள் மகளிர் வெறிகொண்டு எங்களைத் தாக்கத் தொடங்கிவிடுவார்கள்" என்றான். "ஒவ்வொரு வேனிற்காலத்திலும் ஒரு பொருள் புகழ்பெறுகிறது. அதை வாங்கிச்சூடுவதே அழகென்றும் குடிப்பிறப்பென்றும் நம்புகிறார்கள். ஒருமாத காலம் உழைத்த பணத்தைக் கொடுத்து அதை வாங்குகிறார்கள். இக்கோடையில் வெறியாகப் பரவுவது அது."

அவன் சுட்டிக்காட்டிய இடத்தில் அசுரகுடிப் பெண்கள் முட்டிமோதிக் கூச்சலிட்டு வாங்கிக்கொண்டும் நெற்றியில் வைத்து பிறரிடம் அழகுகாட்டிக்கொண்டும் இருந்தனர். "என்ன அது, அருமணியா?" என்றான் பிரலம்பன். "வெறும் கூழாங்கல். இங்கே காலில் மிதிபடும் கூழாங்கல். இது கூர்ஜரத்தின் தொன்மையான மணிச்செதுக்குநிலைகளில் இருந்து வந்தது என்று கூவிக்கூவி நிறுவிவிட்டார்கள். என் மனைவி நேற்றே எட்டு பொன்பணத்திற்கு ஒன்றை வாங்கிக்கொண்டுவந்து நெற்றியில் தொங்கவிட்டு ஆடியில் திரும்பத்திரும்ப பார்த்துக்கொண்டிருக்கிறாள். எத்தனை பார்த்தாலும் அது கூழாங்கல்தான். ஆகவே அதை நோக்கிப் பேருவகையை நடிக்கிறாள்..." என்றான் சங்காரகன். பிரலம்பன் "இங்குமா?" என நகைக்க, "நகைப்புக்குரியதல்ல, வீரரே. எட்டு பொன் என்றால் ஒரு மாட்டுவண்டி நிறைய அரக்கு. ஒரு கழுதைச்சுமை நிறைய தேன்..." என்றான் சங்காரகன். "நெஞ்சு ஆறவில்லை... ஆனால் என்ன சொல்ல?"

ஏழு குடித்தலைவர்கள் புலிமுகம் தொங்கும் வரித்தோலைப்போர்த்தியபடி தலையில் செங்கழுகின் இறகுநிரை உலைய நடந்துசென்றனர். அவர்களுக்கு முன்னால் அவர்கள் வருகையை அறிவித்தபடி முழவு முழக்கி மூவர் சென்றனர். அதற்கும் முன்னால் அவர்களின் குலக்கொடியை ஏந்தியபடி இளைய வீரன் ஒருவன் சென்றான். ஒவ்வொருவரும் தங்கள் குல முத்திரையாகிய ஓநாய் முகம் பொறிக்கப்பட்ட நீண்ட கோல்களை ஏந்தியிருந்தனர். பிரலம்பன் "அரண்மனைக்குச் செல்கிறார்களா, இக்குலத்தலைவர்கள்?" என்றான். சங்காரகன் "எங்கள் அரசர் ஆயிரம் குலங்களைக் கைகளாகக்கொண்டவர், சகஸ்ரஹஸ்தர்" என்றான். "இவர்கள் சிறிய குடி என நினைக்கிறேன். மூக்கை வருடுவது முதுகு

சொறிவதுபோன்ற பணிகளுக்கு... இல்லையா?" என்றான் அபிமன்யூ. "ஆம்" எனத் தலையசைத்த சங்காரகன் புரிந்துகொண்டு வெடித்துச் சிரித்தான்.

நகர்நடுவே இருந்த அரண்மனை வளாகம் ஆசுர சிற்பக்கலை முறைப்படி கட்டடப்பட்ட மாபெரும் மாளிகைத்தொகை. வேங்கை மரங்களை நெருக்கமாக நட்டு ஒன்றுடன் ஒன்று மூங்கிலால் சேர்த்துக்கட்டி உருவாக்கப்பட்ட அரண்மனைக்கோட்டை எட்டு ஆள் உயரமிருந்தது. மேலே இலைத்தழைப்பே ஒரு கோட்டையென செறிந்திருக்க அவற்றுக்குமேல் அசோகமரங்கள் எழுந்து நின்று காவல்மாடங்களைச் சூடியிருந்தன. பெரிய உருளைப்பாறைகளாலான சுவர்களுக்குமேல் எழுந்த ஏழு மரக்கட்டட அடுக்குகள் உச்சியில் கூர்கொண்டு நின்ற முக்கோண வடிவக் கூரையைச் சென்றடைந்தன. அதன் முனையில் எழுந்த கொடிமரத்தில் பாணர் குடியின் சிம்மக்கொடி பறந்தது.

மாளிக்கைகளின் அடித்தளப் பாறைகளிலிருந்து எழுந்த வேங்கையும் அசோகமும் சுவர்களைக் கவ்வி மேலேறிச் சென்று தடித்த அடிமரங்களாகி மேலே தழைப்பரப்பாக இணைந்திருந்தன. அவை பூத்து மலர்களை உதிர்த்து அத்தனை கூரைகளையும் மூட, மேலே ஓயாது பறவைக்குரல் ஒலித்துக்கொண்டிருந்தது. "மலர்நிழலால் மூடப்பட்ட நகரம்..." என்றான் அபிமன்யூ. "அந்தக் குலப்பாடகன் அப்படிப் பாடினான்." பிரலம்பன் "எங்கு நோக்கினாலும் தேனீக்கள். புரவியில் கருதிச் செல்லாவிட்டால் கண்களில் மோதிவிடக்கூடும்" என்றான். "காட்டின் ஒரு பகுதியை முடைந்து ஒரு நகரமாக ஆக்கிவிட்டார்கள்" என்றான் அபிமன்யூ.

பின்காலையில் அரண்மனையின் நிழல் நீண்டு முற்றத்தை நோக்கி விழுந்திருந்தது. "மேற்குமுகம்" என்றான் பிரலம்பன். "ஆம், அவர்களின் முதல் தெய்வம் வருணன். மங்கலத்திசை மேற்கு. நாம் கிழக்குதிசையின் இந்திரனை முகம்கொண்டு இல்லமும் நகரும் அமைக்கிறோம்" என்றான் அபிமன்யூ. செந்நிறப் பாறைகளால் ஆன பெரும்முற்றத்தில் இருபது யானைகளும் நூற்றுக்கும் மேற்பட்ட புரவிகளும் இரு நிரையாக நின்றன. ஏழு வெள்ளிப் பல்லக்குகளும் ஏராளமான மஞ்சல்களும் இறக்கிவைக்கப்பட்டிருந்தன.

அரண்மனைமுகப்பின் காவல்மாடத்தில் நின்று சங்காரகன் மீண்டும் முத்திரைகளைக் காட்டிக்கொண்டிருந்தபோது பிரலம்பன் "அவனுக்குப் பெருமிதம் சொல்லித் தீரவில்லை" என்றான். அபிமன்யூ "இயல்புதான். நெடுங்காலமாக அசுரர் தோற்று ஒளிந்து வாழ்ந்திருக்கிறார்கள். இப்பெருமிதத்தை அவர்களிடம் ஊட்டுவதனூடாகவே பாணர்

அவர்களை ஒருங்கிணைத்திருக்கிறார்" என்றான். சங்காரகன் வந்து "வருக!" என்று உள்ளே அழைத்துச் சென்றான்.

முற்றத்தில் நின்றிருந்த புரவிகள் அவர்களின் புரவிகளைக் கண்டதும் கனைத்தன. ஒரு புரவி கழுத்தைத் திருப்பி கயிற்றை இழுத்து அபிமன்யூவின் புரவியை நோக்கிக் குரலெழுப்ப, அபிமன்யூவின் புரவி அதைத் திரும்பி நோக்கி ஓசையிட்டது. "கணநேரத்தில் ஒரு காதல்" என்று அபிமன்யூ சொன்னான். அவன் புன்னகையைப் பார்த்ததும் ஓர் அச்சம் பிரலம்பனைக் கவ்வியது. அதுவரை விழிக்காட்சிகள் பரவியிருந்த உள்ளம் நிலைமீண்டது. எங்கு வந்திருக்கிறோம் என்ற எண்ணம் அபிமன்யூவுக்கு இருக்கிறதா என அவன் ஐயம்கொண்டான். தயங்காக் காலடிகளுடன் பற்பொறி நோக்கிச் செல்லும் வேங்கை என அவன் விழைந்து உள்ளே நுழைந்திருக்கிறான்.

மூன்று நாட்களுக்கு முன்னர் பாணாசுரரிடமிருந்து அபிமன்யூவை நேரில் பார்க்க விழைவதாக ஓலை வந்தது. "நேரில் சென்று பார்ப்பதா, இளவரசே?" எனப் பிரலம்பன் சொல்ல "இரு பணயங்கள் அவரவர் கையிலிருக்க அஞ்சவேண்டியது ஏதுமில்லை" என்று அபிமன்யூ சொன்னான். "இது ஒரு சூழ்ச்சி. ஐயமே இல்லை" என்றான் பிரலம்பன். "அசுரர்களுக்குச் சூழ்ச்சி தெரியாது. நாம் மீண்டும் மீண்டும் அவர்களைச் சூழ்ச்சியால் வென்றுகொண்டிருந்தபோதிலும்கூட அவர்கள் கற்றுக்கொள்ளவில்லை" என்றான் அபிமன்யூ. தன் தோழனுடன் தனியாகச் சந்திக்க வருவதாக அபிமன்யூ மறு ஓலை அனுப்பினான்.

ஆசுரத்தின் முதல் காவல்மாடத்தில் அவனும் பிரலம்பனும் சென்று நின்றபோது அங்கிருந்த காவலர்தலைவர் அவர்கள் இருவரையும் தொட்டு நோக்கி அனைத்துப் படைக்கலங்களையும் எடுத்துக்கொண்டு சங்காரகனை உடன் சேர்த்து சோணிதபுரிக்கு அனுப்பிவைத்தார். அப்போதே பிரலம்பன் "எதை நம்பி இங்கு தன்னந்தனியாக நுழைகிறோம்? எப்படி இங்கிருந்து மீள்வோம் என்று ஏதேனும் எண்ணமிருக்கிறதா?" என்றான். "எப்போதுமே நுழைவதற்குமுன் மீள்வதைப்பற்றி நான் எண்ணுவதில்லை. நுழைந்த பின்னர்தான் நம்மைச் சூழ்ந்துள்ளதென்ன, நாம் எதிர்கொள்வதென்ன என்று தெரியும். அதன் பின்னரே எதையும் திட்டமிடவும் முடியும். நுழைவதற்குமுன் நாம் போடும் திட்டங்கள் எதற்கும் நடைமுறைப்பயன்கள் ஏதுமில்லை" என்று அபிமன்யூ சொன்னான்.

அரண்மனை வாயிலில் ஏவலர்கள் அவர்களின் புரவிகளைப் பற்றிக்கொள்ள, இருவரும் இறங்கினர். சங்காரகன் அரண்மனைமுகப்பில் அவர்களை எதிர்கொண்ட முதிய அமைச்சரிடம் சென்று தலைவணங்கி

அவர்களைப் பற்றிக் கூறினான். அமைச்சர் அருகே வந்து வணங்கி "வருக, குருகுலத்தோன்றலே! என் பெயர் சுபூதன். இளையபாண்டவரைப்பற்றிக் கதைகளினூடாக அறிந்திருக்கிறோம். அவரது சிறுவடிவாகிய மைந்தரை நேரில் காண்பது நிறைவளிக்கிறது. இந்நாள் எங்கள் வரலாற்றிலும் ஒளியுடன் எப்போதும் எழுதப்படட்டும்" என்றார்.

அபிமன்யூ "அசுரர்களும் அதே முகமனைத்தான் சொல்கிறீர்கள்" என்றான். அவர் புன்னகைத்து "அதே அரசியல், அதே படைக்கலங்கள். ஆகவே அதே சொற்கள்தானே முறை?" என்றார். அபிமன்யூ உரக்க நகைத்து "ஆம், மெய்தான்" என்றான். "நானும் உங்களிடம் அதே முகமன்களைச் சொன்னதாக எடுத்துக்கொள்ளுங்கள்... தூய நிலமான ஆசுரத்தில் கால் வைப்பதென்பது..." சுபூதர் "போதும், எடுத்துக்கொண்டேன். வருக! தாங்கள் இளைப்பாறி ஆடை மாற்றி அவை புகலாம்" என்றார்.

அரண்மனையின் ஒவ்வொரு அறையும் அவர்களின் உடலளவு பெரிய மரத்தூண்களால் தாங்கப்பட்டு அதே அளவு பெரிய மரச்சட்டங்களால் கூரையிடப்பட்டவை என்பதை பிரலம்பன் கண்டான். அவை செதுக்கிச் சீரமைக்கப்படவில்லை. ஆகவே அடிமரங்கள் செறிந்த காடொன்றுக்குள் செல்லும் உணர்வையே அவை உருவாக்கின. தரை என அமைந்த மரங்களும் தடித்தவை என்பதனால் மரத்தரைகள் எழுப்பும் ஓசை எதுவும் எழவில்லை. ஓசையின்மை அது கல்லால் ஆனது என்ற எண்ணத்தை உள்ளத்திற்கு அனுப்பிக்கொண்டிருந்தது. "எங்கும் மரம் சீரமைக்கப்படவில்லை... இவர்கள் தச்சியல் கற்கவே இல்லையா?" என்றான் பிரலம்பன். "மாறாக இவ்வாறு கட்டத்தான் தச்சியல்தேர்ச்சி தேவை" என்றான் அபிமன்யூ.

"ஏன் மரம் செம்மை செய்யப்படுகிறது? செம்மை என்பது என்ன? ஒவ்வொரு மரமும் தனக்கான வடிவம் கொண்டது. அனைத்தையும் ஒரே வடிவில் ஆக்குவதையே நாம் செம்மையாக்கம் என்கிறோம். ஒரே வடிவில் ஆக்கப்பட்ட மரங்கள் உறுதியாக இணைந்துகொள்ளமுடியும். பண்படா தனிவடிவ அடிமரங்களை இணைத்து அதேபோன்ற வடிவங்களை அமைக்கிறார்கள் என்றால் அவர்களுக்கு மரங்களின் எடையும் அமைப்பும் மிக நன்றாகத் தெரிந்திருக்கின்றன என்று பொருள்... அதோடு அவர்கள் மரங்களைப் பெரும்பாலும் கொல்வதில்லை. நோக்குக, இந்தத் தூண்மரங்கள் உயிருள்ளவை." பிரலம்பன் "ஆம்" என்று வியப்புடன் தொட்டுப்பார்த்தான். "நாம் வாழ்வது நமக்கேற்ப செதுக்கப்பட்ட உயிரற்ற மரங்களின் காட்டில்" என்றான் அபிமன்யூ.

அவர்களுக்கு அளிக்கப்பட்ட அறையில் மாற்று ஆடைகளும் நீராட்டுப் பொருட்களுமாக ஏவலர் காத்திருந்தனர். அவர்கள் அரசமுறைப்பணிவு

எதையும் காட்டவில்லை. “இந்திரப்பிரஸ்தத்தின் இளவரசரை வணங்குகிறேன். நான் மரீசன். இவன் குமுதன்...” என அறிமுகம் செய்துகொண்டார்கள். மரீசனின் தோள்களில் கையிட்டு வளைத்த அபிமன்யூ “நீராடத்தான் வேண்டுமா, மரீசரே? நறுஞ்சுண்ணம் மட்டும் போட்டால் போதாதா?” என்றான். “நெடுந்தொலைவு வந்துள்ளீர்கள். வியர்வை இருக்கும்” என்றார் மரீசர். “ஆம், அதற்கு கஸ்தூரி, கோரோசனை எதையாவது பூசலாமே?” மரீசர் “இளவரசே, குளிக்கத் தயங்கும் இளம்அகவையரை நாங்கள் பார்க்கத் தொடங்கி நெடுநாட்களாகின்றன...” என்றார். “ஆனாலும் ஒரு நல்வழியைக் கண்டடையவில்லை அல்லவா?” என்றான் அபிமன்யூ. “ஒரே வழிதான், நீராடிவிடுவது” என்றார் மரீசர். “சரி, என்ன செய்வது?” என்றான் அபிமன்யூ.

13

சுபூதருடன் அபிமன்யூவும் பிரலம்பனும் அரண்மனை இடைநாழியினூடாகச் சென்றபோது காவல்நின்ற அசுர வீரர்கள் வேல்தாழ்த்தித் தலைவணங்கினர். அத்தனை வாயில்களிலும் சாளரங்களிலும் அசுரர்களின் முகங்கள் செறிந்திருந்தன. “இப்படி இருக்கும் என்று தெரிந்திருந்தால் அரச உடையில் அணிமுடியும் கவசமுமாக வந்திருக்கலாம்” என்றான் அபிமன்யூ. “இப்போதே நன்றாகத்தான் இருக்கிறீர்கள்” என்றான் பிரலம்பன். அபிமன்யூ “நான் அரசநடையைப் பழகவேண்டுமென விழைந்திருக்கிறேன். மூத்த தந்தை துரியோதனர் அவைபுகுவதே பெரிய நாடகக் காட்சிபோலிருக்கும்” என்றான்.

பிரலம்பன் “கற்கவேண்டியதுதானே?” என்றான். “கற்றேன். மூத்த தந்தை யுதிஷ்டிரர் அவைபுகுவதைப் பார்த்தால் அது அக்கணமே மறந்துவிடும்...” என்றான் அபிமன்யூ. “கழுமேடைக்கு இறைவேண்டுதலை முணுமுணுத்தபடி ஏறுபவர் போலிருப்பார்.” பிரலம்பன் சிரிப்பை அடக்கமுயன்று விக்கினான். சுபூதர் திரும்பிப் பார்த்தார். அபிமன்யூ “சிரிக்கக்கூடாது. நாம் ஏளனம் செய்வதாக அவர் எண்ணிக்கொள்ளக்கூடும்” என்றான். சுபூதர் செம்மொழியில் “நான் என்னை ஏளனம் செய்வதை வரவேற்கிறேன், இளவரசே” என்றார். பிரலம்பன் திடுக்கிட அபிமன்யூ “ஆ! உங்களுக்குச் செம்மொழி தெரிந்திருக்கிறது. நல்லவேளை, உங்களைப்பற்றிய உண்மையான கருத்தைச் சொல்ல நாவெடுத்தேன்” என்றான்.

சுபூதர் “நாம் அவைபுகவிருக்கிறோம். இங்கு அசுரர் அவைகளில் அவைமுறைமைகள் சில உண்டு. அரசருக்குப் புறம்காட்டலாகாது. அரசர் சொல்வன எதற்கும் மறுப்புரையோ ஐயமோ எழுப்பக்கூடாது.

அவர் சொல்வனவற்றுக்கு ஏற்பும் கூறலாகாது. ஏற்பு நம் தலைவணக்கம் வழியாகவே வெளிப்படவேண்டும். அவர்முன் தலைவணங்கி நிலம்நோக்கி நிற்கவேண்டும். அவருடைய முகத்தை நோக்குவது பிழை. கண்களை நேர்சந்திப்பது குற்றம்” என்றார்.

“இவற்றில் பல எங்குமுள்ளவைதான். ஆனால் விழிகளைச் சந்திக்கலாகாதென்றால்...?” என்றான் அபிமன்யூ. “அவர் தொல்சிவத்தின் முதற்கணமாகிய மகாகாளரின் மண்வடிவமென அறிந்திருப்பீர்கள். அவருடைய விழிகள் அனல்கொண்டவை. அவற்றை நோக்குபவர் அவ்வாற்றலை எதிர்கொள்ளவியலாது.” அபிமன்யூ “நாங்கள் முறைப்படி உடையணிந்துள்ளோமா?” என்றான். சுபூதர் “ஆம்” என்றார். “எதற்குக் கேட்கிறேன் என்றால் முன்பு எங்கள் மூதாதை ஒருவர் கீகடாசுரரின் அவைக்குக் கொண்டுசெல்லப்பட்டார். அங்கே ஆடைமுறைமை மிகக் கூர்மையாகப் பேணப்படும். ஆடையேதும் அணியாமலேயே அவர்முன் குடிகள் செல்லவேண்டும் என்பது அம்முறைமை.”

சுபூதர் “நகையாட்டு நன்று. ஆனால் அது விழிகளில் எஞ்சவேண்டாம்...” என்றார். அபிமன்யூ வாயிற்காவலனிடம் “மிருகரே, நலமா? நான் உள்ளே சென்றுவிட்டு வருகிறேன். இன்று மாலை நாம் உண்டாடுவோம்” என்றான். அவன் திகைப்புடன் தலைவணங்க, இன்னொருவன் “இவன் குடிகன், இளவரசே” என்றான். “குடிகரே, அரசரிடம் உங்களைப்பற்றிச் சொல்கிறேன்” என்ற அபிமன்யூ குடிகன் திடுக்கிட்டு ஏதோ சொல்லவருவதை நோக்காமல் உள்ளே நுழைந்தான்.

இருவர் கைசேர்த்தாலும் அணைக்கமுடியாத பருவட்டம் கொண்ட உயிர்ப்பெருமரங்கள் நெருக்கமாக நடப்பட்டு வட்டத்திற்குள் வட்டங்களாக எழுந்து மேலே சென்றிருக்க அவற்றை மரச்சட்டங்களால் இணைத்து மரப்பட்டைக் கூரையிட்டு அந்த அவை உருவாக்கப்பட்டிருந்தது. அரைவட்ட அலைகளாக அமைந்திருந்த அனைத்து இருக்கைகளும் கற்களாலானவை. அவற்றில் ஆயிரம் அசுரகுடிகளின் தலைவர்களும் தங்கள் குலமுத்திரைகொண்ட கோல்களுடன் அமர்ந்திருந்தனர். நடுவே இருந்த அரசபீடம் அபிமன்யூவின் தலை உயரத்தில் இருந்தது. அதன்மேல் இயற்கையான பாறையை குடைந்து உருவாக்கப்பட்ட பெரிய பீடத்தில் பாணாசுரர் அமர்ந்திருந்தார்.

பீடத்தின் கைப்பிடிகளில் மழுங்கிய சிம்ம முகங்கள் வாய் திறந்திருந்தன. சாய்வுமேடையில் தலைக்குமேல் கைவிரித்த சிம்மம். வலப்பக்க பீடத்தில் அரசி பிந்துமாலினி அமர்ந்திருக்க பின்னால் இரும்புக்கவசம் அணிந்து வேலேந்திய மெய்க்காவல் வீரர்கள் பதின்மர் நின்றனர். மூன்று அடுக்குகளாக எழுந்து உச்சியில் செம்பருந்து இறகு சூடிய மணிமுடி சூடி, பொற்கவசமும் தோள்வளைகளும் அணிந்து, ஆரங்களும்

மாலைகளும் கங்கணங்களும் கணையாழிகளும் மின்ன பாணாசுரர் அமர்ந்திருந்தார். அபிமன்யூ அவையை வணங்கியபின் அவர்முன் சென்று நின்று "நான் இளையபாண்டவர் அர்ஜுனரின் மைந்தன் அபிமன்யூ. என் தொல்குடியின் மூதாதையரில் ஒருவரை நேரில் கண்டுவணங்கும் பேறுகொண்டேன்" என்றான்.

அவன் விழிகளை நேருக்குநேர் சந்தித்த பாணாசுரர் விழிகள் அசையாது நிலைத்து நின்றன. பின்னர் "எவ்வகையில் நான் உன் மூதாதை?" என்றார். அபிமன்யூ "என் குலத்து மூதன்னை சர்மிஷ்டை தானவர் குலத்து விருஷபர்வரின் மகள். அவ்வகையில் நானும் அசுரக்குருதி வழியினனே. தைத்யர் குலத்தில் பிறந்தவர் தாங்கள். தானவரும் தைத்யரும் அசுரகுடியின் இரு கிளையினர்" என்றான். பாணாசுரரின் விழிகளில் மெல்லிய புன்னகை வந்தது. "விருஷபர்வரை வழிநடத்திய சுக்ரரின் மரபினரே தங்களையும் மெய்யாசிரியராக அமைந்து வழிநடத்துகின்றனர். அவர்கள் வணங்கிய பிறைசூடனே உங்களுக்கும் தெய்வம்" என்றான் அபிமன்யூ.

பாணாசுரர் "ஆம், நீஎன் குருதிவழியினனே" என்றார். "அவ்வண்ணமென்றால் என்னைத் தந்தையென வாழ்த்துக!" என்றபடி அபிமன்யூ அரசமேடையில் ஏற பாணாசுரருக்குப் பின்னால்நின்ற காவலர் பதறி படைக்கலங்களைத் தூக்கினர். அமைச்சர்கள் விரைந்து வர முயல, பாணாசுரர் அவர்களைக் கையசைத்துத் தடுத்தார். "வருக, இளையோனே!" எனக் கை விரித்து அவனை அழைத்தார். அபிமன்யூ அருகே சென்று தன் முகமும் மார்பும் இடையும் நிலம்படிய விழுந்து வணங்கினான். அவர் அவன் தலையைத் தொட்டு "வெற்றியும் புகழும் சூடுக! கொடிவழிகள் செழிக்கட்டும்" என வாழ்த்தியபின் தன் பெரிய கைகளால் அவனை இடைவளைத்து அருகே சேர்த்து அணைத்துக்கொண்டு பிந்துமாலினியிடம் "இனியவன்... இவனிடமிருந்து எழும் மணம் பித்தேற்றுகிறது" என்றார். அவள் சிரித்து "பேச்சு இளைஞன்போல் இல்லை. அரசுசூழ்தலில் தேர்ந்தவன்போல" என்றாள்.

அபிமன்யூ அவளைக் கால்தொட்டு வணங்கினான். "எண்ணுவதனைத்தும் எய்துக! தெய்வங்கள் உடன் திகழ்க!" என அவள் அவனை வாழ்த்திவிட்டு அவன் கைகளைப்பற்றி "தந்தையை வெல்லும் வில்லவன் என்கிறார்கள். கைவிரல்கள் வீணைக் கலைஞனுக்குரியவைபோல் உள்ளன" என்றாள். "வில்லும் யாழ்போல் நரம்புகொண்டதே" என்றான் அபிமன்யூ. "பேச்சுக்கலை அறிந்தவன் நீ" என அவள் சிரித்து பாணரிடம் "இவன் எப்படித் தனியொருவனாக நம் எல்லையை வென்றான் என எண்ணி வியந்தேன். இப்போது தெரிகிறது, இவன் எங்கும் வெல்லமுடியும்" என்றாள்.

பாணர் எழுந்து கைகளை விரித்து “அவையோரே, இன்று நம்முன் என் இளமைந்தன் அபிமன்யூ அவை திகழ்ந்திருக்கிறான். அவனை வாழ்த்துக!” என்றார். அவையிலிருந்த அசுரகுடியினர் எழுந்து தங்கள் கோல்களைத் தூக்கி வாழ்த்துரை முழக்கினர். “இன்று அவனுக்காக இங்கே மாபெரும் உண்டாட்டு ஒன்று ஒருங்கட்டும்... நம் மூதாதையரும் குடித்தெய்வங்களும் நம்மை வாழ்த்தட்டும்” என்றார் பாணர்.

சுபூதர் அபிமன்யூவை அழைத்துச்சென்று பாணாசுரரின் தனியறை வாயிலில் நின்று தலைவணங்கி “தாங்கள் இங்கு காத்திருக்கலாம், அரசர் தங்களை அழைப்பார்” என்றார். “எனது வருகை அறிவிக்கப்படவில்லையே?” என்று அபிமன்யூ கேட்டான். “சுவர்களுக்கு அப்பாலும் கதவுகளுக்குப் பின்னாலும் என்ன நிகழ்கிறது என்பதைக் காணும் கண் அவருக்கு உண்டு. மூடிய பேழைகளுக்குள் உள்ளவற்றை அவரால் பார்க்க முடியும். பிரிக்கப்படாத ஓலைகளைப் படிக்கும் திறனையும் கண்டிருக்கிறேன்” என்றார் சுபூதர்.

அபிமன்யூ ஐயத்துடன் அந்தப் பெருங்கதவத்தைப் பார்த்தான். பாணாசுரரின் தனியறையே நான்கு ஆள் உயரம் கொண்ட சுவர்களால் ஆனதாக இருந்தது. மூன்று ஆள் உயரம் கொண்டிருந்தது கதவு. பண்படாப் பெருமரங்களை அடுக்கி மரச்சட்டத்தில் பொருத்தி அமைக்கப்பட்டது. அதை எப்படித் திறப்பார்கள் என்று அவன் ஐயுற்றபோது அது சகடங்களில் பக்கவாட்டில் திறக்க உள்ளிருந்து வெளிவந்த காவலன் “தங்களுக்கு அழைப்பு, இளவரசே” என்றான். அபிமன்யூ அறைக்குள் நுழைந்து தலைவணங்கினான்.

அங்கு அசுர குடித்தலைவர்கள் பன்னிருவரும் ஏழு பூசகர்களும் அரசி பிந்துமாலினியும் சூழ அமர்ந்திருக்க நடுவே அகன்ற பீடத்தில் பாணாசுரர் எளிய வெண்பட்டாடை ஒன்றைத் தோளுக்குக் குறுக்காக அணிந்து கைகளைக் கட்டியபடி அவர்கள் பேசிக்கொண்டிருப்பதைக் கேட்டுக்கொண்டிருந்தார். கரிய சுரிகுழல்கள் தோள்களில் பரவி முதுகில் இறங்கியிருந்தன. அபிமன்யூவைப் பார்த்ததும் அமரும்படி கைகாட்டினார். முகமன் உரைக்கவேண்டுமா எனத் தயங்கியபின் வெறுமனே தலைவணங்கி அவன் அங்கிருந்த ஒழிந்த பீடத்தில் அமர்ந்தான். “யாதவரின் தூதரே, தங்கள் செய்தியை இப்போது சொல்லலாம்” என்றார் பாணாசுரர்.

“அசுரப் பேரரசே, நான் தூதுக்காக வரவில்லை. நாம் இருவரும் ஒன்றையொன்று விழுங்க முயன்ற பாம்புகள். நாம் எப்படி விடுவித்துக்கொள்வது என்பதைப்பற்றிப் பேசவே வந்தேன்” என்றான் அபிமன்யூ. “நீங்கள் கொண்டிருக்கும் பணயம் நீங்கள் முன்வைக்கும்

கோரிக்கைகளுக்கு நிகரானதா என்று எனக்கு ஐயம் உள்ளது." குடித்தலைவர் ஒருவர் "அசுரகுலப் பெண்ணை மணப்பதில் யாதவருக்கு இடர் இருக்க வாய்ப்பில்லை. பிரத்யும்னர் மணந்த இரு மனைவியருமே அசுரகுலத்தவர். சம்பராசுரரின் மகள் மாயாவதியின் முதல் மகன் இளவரசர் அநிருத்தர். மூத்தவள் பிரபாவதி அசுர அரசர் வஜ்ரநாபனின் மகள்" என்றார்.

"குடித்தலைவரே, அநிருத்தர் விரும்பி இங்கு வந்திருந்தார் என்றால் இளையயாதவர் ஒருபோதும் மாற்றுரை சொல்லப்போவதில்லை. தென்மேற்குக்கடல் வரை விரிந்துள்ள யாதவப் பேரரசின் அரசியாகத் தங்கள் மகள் அமர்வதிலும் தடையில்லை. அவள் வயிற்றில் பிறக்கும் மைந்தர் யாதவக் கொடிவழியினர் ஆவதும் போற்றப்படும்" என்றான் அபிமன்யூ. "குடிக்கலப்பால் ஆற்றலைச் சேர்த்துக்கொள்ளும் மரபுள்ளது யாதவர்குலம். தாங்கள் அறிந்திருப்பீர்கள், லவணர் குடிப்பிறந்த மரீஷையின் குருதி வழிவந்தவர் இளையயாதவர். ஆனால் தங்கள் கோரிக்கையில் பிறிதொன்றுள்ளது, யாதவ நிலம் அசுர வேதத்தை ஏற்றுக்கொண்டாக வேண்டுமென்பது."

பாணாசுரர் மீசையை நீவியபடி அவனை உற்று நோக்கிக்கொண்டிருந்தார். அபிமன்யூ "தந்தையே, எந்நிலையிலும் உங்கள் கோரிக்கை இளையயாதவரால் ஏற்கப்படுமென்று என்னால் எண்ணக்கூடவில்லை. ஆகவே நாம் இதை முடித்துவைக்கும் வழியொன்றைத் தேடியாகவேண்டும்" என்றான். பாணர் "இன்றுள்ள சூழலில் இளையயாதவருக்குப் பிறிதொரு வழியில்லை. நீ இளையவன், ஆயினும் அறிந்திருப்பாய். பாரதவர்ஷத்தின் ஷத்ரியர்கள் அனைவரும் ஒருங்கிணைந்து இன்று நால்வேதத்தை இம்மண்ணில் நிறுவும்பொருட்டு உறுதி கொண்டுள்ளனர். அவர்களுக்கு பாரதவர்ஷம் மீது முடிவிலாக் காலம் வரை குருதியுரிமை அளிப்பவை தொல்வியாசர் தொகுத்த நால்வேதங்கள். வேதக் காவலர் என்னும் தகுதியாலேயே அவர்கள் நில உரிமையாளர்கள். ஈராயிரமாண்டுகளாக அவர்களின் அவ்வுரிமை மறுக்கப்பட்டதில்லை" என்றார்.

"இன்று நிலை மாறிக்கொண்டிருக்கிறது. கடலோரங்களில் புதிய நாடுகள் எழுந்து வருகின்றன. நிஷாதரும் அசுரரும் மணிமுடி சூடிக்கொண்டிருக்கிறார்கள். அவர்கள் அனைவரும் தங்கள் வேதங்களை ஏற்றாகவேண்டும் என ஷத்ரியர் ஆணையிடுகிறார்கள். வேதங்களை ஏற்பதென்பது வேள்விக் காவலர்களாகிய ஷத்ரியர்களின் கோல் முந்துவதை ஏற்பதுதான்" எனப் பாணர் சொன்னார். "சகுனி மிகத் திறமையாக கௌரவருக்கும் பாண்டவர்களுக்குமான போரை வேதம்கொண்ட ஷத்ரியர்களுக்கும் வேதத்தை மறுக்கும் இளையயாதவருக்குமான போராக மாற்றிக் காட்டிவிட்டார். ஆகவே

துரியோதனனே நால்வேதம் காக்கும் ஷத்ரியர்களின் முதல்வனாக இன்று கருதப்படுகிறார்."

"சென்ற ஆண்டே தொல்குடி ஷத்ரிய மன்னர்கள் கங்கைக் குடமுழுக் காட்டின்போது பீஷ்மரையும் துரோணரையும் சந்தித்துவிட்டார்கள். இன்று ஷத்ரிய அரசுகள் இணைந்து இளையயாதவருக்கு எதிராக நின்றுள்ளன" என்றார் பாணர். "ஆகவே அவருக்கு இரண்டு வழிகளே உள்ளன. நால்வேதத் தொல்நெறியை ஏற்பது. அல்லது அந்த நான்கு வேதங்களையும் உள்ளங்கையில் ஏந்திப் பேருருக்கொண்டு நின்றிருக்கும் தொல்வேதமாகிய அசுரவேதத்தை ஏற்பது."

சற்று முன்னால் சரிந்து தசைதிரண்ட பெரிய கைகளை நீட்டி பாணர் சொன்னார் "இளையயாதவருக்கு முதல் பாதை முன்னரே மூடப்பட்டு விட்டது. நால்வேத நெறிகளால் சூத்திர குலத்தில் பிறந்தவர்கள் அரசாள இயலாது. இளையயாதவர் மரீஷையின் குருதிவழி மைந்தர், யாதவக்குடியினர் வேதவேள்விகளில் தலைவர் என அமர ஷத்ரியக்குருதி ஒப்பாது. இளையோனே, சிசுபாலன் கேட்ட அக்கேள்வி நூறு மடங்கு பெருகி பாரதவர்ஷம் எங்கும் முழங்கிக்கொண்டிருக்கிறது. அவர் கொல்லப்பட்டபோது உருவான அச்சமும் வஞ்சமும்தான் ஷத்ரியர்கள் அனைவரையும் ஒன்றெனச் சேர்த்துக் கட்டியிருக்கிறது."

"ஜராசந்தனையும் சிசுபாலனையும் கொன்றதனூடாக அவர்கள் அனைவருக்கும் ஒரு செய்தியை அனுப்பியிருக்கிறார் இளையயாதவர். அவர்களின் வேதத்திற்கு எதிராக இவருடைய படையாழி நிற்கும் என்று" எனப் பாணர் தொடர்ந்தார். "எனவே இனி பின்கால் வைக்க இயலாது. களம்நிற்கவேண்டும் என்றால் இங்கு அவர் வந்தாக வேண்டும். எங்கள் வேதத்தை ஏற்றாக வேண்டும்."

தலைக்குமேல் என நின்று முழங்கும் குரலில் "எழுந்து பறக்கும் புள்ளனைத்தும் மண்ணிலிருந்தே கிளம்புகின்றன. சிறகோய்ந்து மண்ணுக்கு வந்து சேர்கின்றன. இப்பாரதவர்ஷத்தின் அத்தனை மெய்யறிதல்களும், அவை ஒலியென்று அமைந்த அத்தனை வேதங்களும் அசுரவேதத்திலிருந்து எழுந்தவையும் மீள்பவையும்தான். அதை அவர் உணர்ந்தாக வேண்டும். இது அதற்கான தருணம்" என்ற பாணர் புன்னகையுடன் "ஒருவேளை அவர் மைந்தர் இங்கு வந்து எனது மகளை மணம்கொண்டதுகூட இவ்விணைப்பு நிகழ்ந்தாக வேண்டுமென்பதற்காக இருக்கலாம்" என்றார்.

அபிமன்யூ பாணரின் முகத்தையே பார்த்துக்கொண்டிருந்தான். பெரும்கனவொன்றில் இருப்பவர் போலிருந்தார். மலை முகடொன்றில் நின்று காலடியில் விரிந்த பெருநிலத்தை நோக்கி சொல்முழக்குபவராக.

முதிய குடித்தலைவர் துகுண்டர் "சரியாகவே உய்த்துணர்ந்துள்ளீர், இளவரசே. இத்தூதின் முதல் கோரிக்கையென்பது அசுரவேதத்தை இளையயாதவர் ஏற்றுக்கொள்கிறாரா என்றுதான். ஒரே கோரிக்கையும் அதுவே என்றும் சொல்லலாம்" என்றார். அபிமன்யூ "அதை அவர் எப்படி ஏற்க முடியும்? அவர் சாந்தீபனி குருமரபின் இன்றிருக்கும் முதலாசிரியர். அவர்கள் அசுர வேதத்தை ஏற்பவர்கள் அல்ல. நால்வேதத்தையும் அவர்கள் மறுக்கிறார்கள்" என்றான்.

"ஆனால் வேதமறுப்பு அவர்களின் வழி அல்ல" என்று அபிமன்யூ சொன்னான். "அனைத்து வேதங்களையும் ஏற்று மெய்ப்பொருள் கண்டு அம்மெய்யில் மெய்யென அமர்வதே அவர்களின் வழி. சொல் அனைத்தையும் ஒளிரச்செய்வதனால் அது சாந்தீபனி எனப்படுகிறது. அசுர முதல்வரே, நீங்கள் கொண்டுள்ள அசுரவேதம் பிறிது பிறிதென்று விலக்கி விலக்கிச் சென்று தன்னைக் குவித்துக் குவித்து மேலெழுவது. விழைவின் விசைகொண்டது. ஆகவே இங்குள்ள அனைத்தையும் வென்று தான் மட்டுமே நிற்பது. உயிர்க்குலங்கள் அனைத்திற்கு மேலும் மானுடரின் ஆணையென நிற்பது அது. அனைத்தையும் உள்ளிழுத்து தன்னை முதன்மையாக்குவது நால்வேதம். சாந்தீபனி குருகுலம் கொண்டுள்ள மெய்யறிதல் அனைத்திற்கும் மேல் அறிபடுபொருளென்றும் அறிவென்றும் ஆகி நின்றிருக்கும் ஒன்றை மட்டுமே முன்வைப்பது. அது வேதஇறுதி. மறுப்பிலா இரண்டின்மை."

"இங்குள ஒவ்வொரு உயிர்த்துளியும் ஒன்று பிறிதுக்கு நிகரே என்கிறது இளையயாதவர் கொண்ட மெய்மை. ஏனென்றால் ஒவ்வொன்றும் அம்முதல்முழுமையே ஆகும். நோக்குவதும் நோக்கப்படுவதும் அதுவே. கொள்வதும் கொள்ளப்படுவதும் அதுவே. எனவே எதன் மேலும் மானுடனுக்கு முற்றுரிமை இல்லையென்கிறது அவ்வறிதல்" என்று அபிமன்யூ சொன்னான். "இளையயாதவரால் நால்வேதங்களை ஒப்ப இயலாது. அதை மறுத்து அதற்கும் பின்னால் சென்று அசுரவேதத்தை அடைவதும் இயலாது. அவர் புதியவேதத்தின் தலைவன்."

குடித்தலைவர்களில் மெல்லிய ஒவ்வாமை அசைவென வெளிப்பட்டது. "அவர் புதியவேதம் கண்டிருக்கிறாரா?" என்றார் ஒருவர். "ஆம், அது இன்னும் சொல்வடிவாகவில்லை. ஆனால் உருவாகிவிட்டது. அதை நாராயண வேதமென்றும் வேதங்களில் கறந்த பாலென்றும் சொல்கிறார்கள் கவிஞர். மெய்மையின் மெய் அது" என்றான் அபிமன்யூ. "எட்டாண்டுகாலம் அன்னையிடமிருந்து அதைக் கற்றிருந்தும் எனக்கே இச்சொற்களை உரைக்கையில்தான் இத்தெளிவு வருகிறது."

"ஆகவே எந்நிலையிலும் அசுரவேதத்தை இளையயாதவர் ஏற்கப்போவதில்லை" என்று அவன் சொன்னதும் பொறுமையிழந்த

பாணர் உரத்த குரலில் "அதை நீ இங்கு சொல்ல வேண்டியதில்லை. இளையயாதவன் வந்து சொல்லவேண்டும். அவன் மைந்தன் மீள வேண்டுமென்றால், அவன் ஆளும் நிலம் அவன் கையில் எஞ்சவேண்டுமென்றால், அவன் எண்ணிய அறமும் உண்மையும் ஒரு சொல்லேனும் இங்கு நீடிக்க வேண்டுமென்றால் அசுரவேதத்தைத் தலைக்கொள்வதன்றி பிறிதொன்றும் அவன் செய்வதற்கில்லை" என்றார்.

குடித்தலைவர் அஸ்வகர்ணர் "தாங்கள் அறிந்திருப்பீர், இளைய பாண்டவரே. இன்று யாதவகுலங்கள் ஐந்தும் நால்வேதத்தை ஏற்று ஷத்ரியரின் கொடிக்கீழ் அணிவகுக்க விழைகின்றன. மதுராவை ஆளும் மூத்தயாதவரே தன் இளையோனின் புதியவேதத்தை ஏற்க ஒருக்கமாக இல்லை. முற்றிலும் தனித்து விடப்பட்டிருக்கிறார் இளையயாதவர்..." என்றார். உளவிரைவால் பாய்ந்து எழுந்த அபிமன்யூ உடைந்த இளங்குரலில் "தனித்து விடப்படவில்லை" என்றான். "அறிக, இப்புவியை மும்முறை வென்று அவர் காலடியில் வைக்கும் தகுதி படைத்த இருவரால் அவர் ஏவல் செய்யப்படுகிறார். எந்தையர் அர்ஜுனரும் பீமசேனரும் அவர் ஏந்திய படைக்கலங்கள். பாரதவர்ஷமே ஒரு தரப்பென்றாலும் நிகரான மறுதரப்பென்றே அவர்கள் அமைவார்கள். ஒருபோதும் இப்புவியில் எந்தை தோற்கமாட்டார். எந்தை எதன்பொருட்டேனும் தோற்பாரென்றாலும்கூட காற்று ஒருபோதும் தோற்காது. அசுரப் பேரரசே, குரங்கு எந்நிலையிலும் மானுடரிடம் தோற்காது."

அபிமன்யூ உணர்ச்சி மிகுந்து சொல் நிலைத்தபின் நீள்மூச்சுடன் மெல்ல அமைந்தான். சில கணங்கள் அவனை நோக்கி இருந்துவிட்டு இரு கைகளாலும் பீடத்தின் கைப்பிடியைத் தட்டி தலையை அசைத்தபின் எழுந்து அறையின் மறுமூலைக்குச் சென்று சாளரத்தினூடாக வெளியே நோக்கியபடி பாணர் நின்றார். குடித்தலைவர் குபடர் "தாங்கள் இளமைக்குரிய மிகையுணர்வுகளால் ஆளப்படுகிறீர்கள், இளையவரே. மெய்நிலை என்னவென்று சற்று நோக்கினால் அறியலாம். இன்று பாண்டவர்களுடன் படையென ஏதுமில்லை. அவர்கள் யாதவப்படையை நம்பியே இருக்கிறார்கள். யாதவப்படைகளில் சாத்யகி அன்றி எவர் இளையயாதவருடன் இருக்கிறார்கள்?" என்றார்.

"அவர்கள் அனைவரையும் எதிர்கொள்ளும் பெரும்படை இங்குள்ளது" என்றார் பாணர். "அசுரப்படைகள் இளையயாதவர் விழைந்த நிலத்தை வென்று அவருக்கு அளிக்கும். சென்று சொல்க!" அபிமன்யூ "ஆம், சென்று சொல்கிறேன். அது என் பணி. ஆனால் ஒரு தருணத்திலும் இது நிகழப்போவதில்லை. இத்தனை நாள் இளையயாதவர் செய்த தவம் இப்போது கனிந்து எழவிருக்கிறதென தோன்றுகிறது. அறுபத்தாறாண்டு

வாழ்ந்து அவர் ஈட்டிய மெய்ஞானத்தை இத்தருணத்தின் அரசியலுக்கென துறப்பாரென்று நான் எண்ணவில்லை” என்றான்.

கையால் மரச்சட்டத்தை ஓங்கி அறைந்து “அது அழியப்போகிறது” எனப் பாணர் கூவினார். “அவருக்கு வெளியே ஒரு சொல்கூட எஞ்சாமல் அது மறையவும்கூடும். இப்புவியில் எத்தனையோ மெய்மைகள் தோன்றி மறைந்துள்ளன. வாளேந்திய மெய்மையே வாழ்கிறது... வெற்றுக்கனவென அழியும் இவர் கொண்டுள்ள அனைத்தும்...” உறுதியான குரலில் அபிமன்யூ சொன்னான் “அல்ல, தராசின் தட்டில் அதற்கு நிகர் வைக்கப்படுகிறது இப்போது. பாரதவர்ஷத்தின் ஷத்ரியக் குலங்கள் அனைத்தும் வைக்கப்படுகின்றன. அவருடைய உறவுகளும் குடிகளும் பேரரசும் வைக்கப்படுகின்றன. அவர் என்று ஆன அனைத்தும். மறுதட்டில் அவருடைய சொல் மட்டுமே வைக்கப்படுகிறது. அது மெய்யென்றால் அது வெல்லும்.”

உணர்வெழுச்சியுடன் “இத்தருணத்தில் ஒன்றுணர்கிறேன், அது வெல்லும். வென்றேயாக வேண்டும். மானுடம் அசுரவேதத்திற்குத் திரும்ப முடியாது. நால்வேதத்தின் சடங்குகளுக்குள் சிறைப்பட முடியாது. முட்டையை உடைத்து சிறகுடன் புள் எழுந்தாக வேண்டும். இங்கு நிகழ்வன எல்லாம் நாராயண வேதத்தின் ஒவ்வொரு சொல்லும் எத்தனை மதிப்புடையது என்று இப்புவிக்குக் காட்டும்பொருட்டாக இருக்கலாம். மும்முறை குருதியில் முழுக்காட்டி, ஏழுமுறை விழிநீரில் கழுவி அதைத் தூய்மை செய்ய விழைகிறது ஊழ். பேரரசே, எந்த மெய்மையும் அதன்பொருட்டு அளிக்கப்பட்ட தற்கொடைகளால்தான் ஒளிகொள்கிறது” என்றான் அபிமன்யூ.

அவன் குரல் ஆழ்ந்த தன்னமைதியை அடைந்தது. “இளவயதில் அம்பு தொட்டெடுக்கையிலேயே என்னுள் எழுந்த வினா ஒன்றுண்டு. என் கையில் வந்தமைந்த இத்திறனுக்கு என்ன பொருள் என்று. இன்று அறிகிறேன், இப்போதுபோல் இச்சொற்களை நான் கோத்துக்கொண்டதேயில்லை. நானும் அவர் கையின் எளிய கருவிதான். பாணரே, உங்கள் தூதுடன் சென்று இளையயாதவரின் முன் நின்று அசுரவேதத்தைத் தலைக்கொள்கிறீர்களா என்று கேட்கும் அறிவின்மையை நான் செய்யப்போவதில்லை. அவர் மருகனாக, நாளை அவர் சொல்லின்பொருட்டு களம்நின்று உயிர் துறக்கப்போகிறவனாக, இந்த அவையில் இதோ அறிவிக்கிறேன். ஒரு நிலையிலும் அசுரவேதத்தை இளையயாதவர் ஏற்க மாட்டார். அநிருத்தனையும் அவன் மணம்கொண்ட அசுர மகளையும் அனுப்புக. அது ஒன்றே வழி. உறுதி கொள்க, அவள் துவாரகையின் அரியணையில் அமர்வாள்.”

பாணர் எழுந்து இரு கைகளையும் விரித்து "பிறிதொன்றும் நானும் சொல்வதற்கில்லை, இளையவனே. இளையயாதவருக்கு இணையான நிலையிலேயே நானும் இருக்கிறேன். இந்த வேதம் எங்கள் முன்னோர்களால் இந்த மண்ணின் சாறு என உறிஞ்சி எடுக்கப்பட்டது. சொல் சொல்லென திரட்டி எங்கள் ஆழங்களில் சேர்க்கப்பட்டது. வெறியாட்டுகொண்ட எங்கள் பூசகர்களின் நாவுகளில் மொழி வடிவம் கொண்டது. என் ஆயிரம் கைகளும் அவற்றால் ஆளப்படும் இப்பேரரசும் அவ்வேதத்தின்பொருட்டே. அது எங்கள் ஊர்தியோ படைக்கலமோ அல்ல. நாங்கள் அதன் காவலர்களும் ஏவலர்களும் பூசகர்களும் மட்டுமே" என்றார்.

"பிறிதொன்றுக்கும் நான் ஒப்புக்கொள்ளப் போவதில்லை. அசுரவேதத்தை இளையயாதவர் ஏற்றாகவேண்டும். இதோ திரண்டெழுந்து கொண்டிருக்கும் இந்த ஷத்ரியர்கள் அனைவரையும் ஏதேனும் ஒரு தருணத்தில் என் வேதத்தின்பொருட்டு களம் நின்று எதிர்கொள்ளவே போகிறேன். நான் இல்லையேல் என் கொடிவழியினர். அவர்கள் ஒவ்வொருவரின் நகரங்களையும் அழித்து அங்குள்ள ஒவ்வொரு வேள்விச்சாலையையும் எரித்து களஞ்சியங்களையும் கருவூலங்களையும் உரிமைகொண்டு அந்நிலங்களுக்குமேல் அசுர கொடியைப் பறக்கவிடுவேன். அங்குள்ள அத்தனை அந்தணர் நாவுகளிலும் அசுரவேதம் ஒலிக்க வைப்பேன். நான் இப்புவியில் பிறந்ததும் முடிசூடியதும் அதன்பொருட்டே. என் இளமையில் மூதாதையரின் குகைக்குள் உயிர்கொண்டெழுந்து வந்த எந்தை மாபலியிடம் நான் செவிகொண்ட ஆணை அது."

உள எழுச்சியால் நெஞ்சு உலைய "அக்குகையில் ஒளிர்ந்த புன்னகையுடன் அவரைச் சூழ்ந்து நின்றனர் என் மூதாதையர். விருத்திரர், ஹிரண்யாக்ஷர், ஹிரண்யகசிபு, நரகர், மகிஷர், வைரோசனர். மண்ணுக்குள் செலுத்தப்பட்ட எங்கள் வேதம் மீண்டும் மீண்டும் முளைத்து எழுந்திருக்கிறது. இது வரலாற்றுத் தருணம். எதிரிக்கு எதிரி நண்பர் என்பதனால் இவரை நண்பரெனக் கொண்டேன். வேதம் கொண்டுநிற்பவர் என்ற நிலையில் ஷத்ரியரும் இளையயாதவரும் எனக்கு நிகரான எதிர்களே. களத்தில்தான் எங்கள் பூசல் முடியுமென்றால் அது களத்தில் நிகழ்க. அவ்வாறே ஆகுக!" என்றார் பாணர்.

அபிமன்யூ எழுந்து தலைவணங்கி "களத்தில் காண்போம், அசுரப் பேரரசே" என்றான். பின்னர் அங்கிருந்த அனைவரையும் வணங்கிவிட்டு வெளியேறினான்.

14

சோணிதபுரியிலிருந்து வெளியே சென்றதும் அபிமன்யூ பிரலம்பனிடம் "உடனடியாக சிருங்கபிந்துவிற்குச் செய்தியனுப்பவேண்டும்... புறா உள்ளதா?" என்றான். "ஆம், மூன்று புறாக்களைக் காட்டில் ஒரு மரப்பொந்தில் வைத்திருக்கிறேன்..." என்றான் பிரலம்பன். "எடும் அதை... சிருங்கபிந்துவில் உள்ள நம் படைகள் அந்நகரை அப்படியே கைவிட்டுவிட்டு தென்மேற்காகக் கிளம்பி யாதவநிலம் நோக்கிச் செல்லட்டும்" என்றான் அபிமன்யூ. "கைவிட்டுவிட்டா?" என்று பிரலம்பன் தயங்கினான்.

"ஆம், கைவிட்டுவிட்டு. ஆனால் நாம் அதைக் கைவிட்டுவிட்ட செய்தி அசுரர்களுக்குத் தெரியக்கூடாது. நம் படைகள் ஒருவர் இருவராக இருளில் தனியாகக் கிளம்பி காட்டுக்குள் ஒன்று சேரவேண்டும். அங்கே சிருங்கபிந்துவில் பத்து படைவீரர்கள் மட்டும் திறனுள்ள தலைவன் ஒருவனுடன் இருக்கட்டும். அத்தனை காவல்மாடங்களிலும் இரண்டு வில்லவர்கள் மிச்சமிருக்கவேண்டும்." பிரலம்பன் "அவர்கள் அசுரர்களை எத்தனை நேரம் எதிர்க்கமுடியும்?" என்றான். "அங்குள்ள அசுரர்கள் அனைவருமே சிறையிருக்கவேண்டும். நாம் அவர்களைக் கொல்லக்கூடும் என்னும் அச்சமிருப்பதனால் அசுரர் வன்மையாகத் தாக்கமாட்டார்கள். நம்மை அச்சுறுத்திப் பணியவைக்கவே முயல்வார்கள். அதற்குள் நாம் எல்லைகடந்து யாதவநிலத்திற்குள் சென்றுவிடுவோம்."

"நாம் ஏன் அவர்களைப் பணயப்பொருளாக முன்னிறுத்தக்கூடாது? அசுரர் அம்புகளுக்கு அசுரர்களே கேடயங்களாகட்டுமே?" என்றான் பிரலம்பன். "நான் அவர்களின் இளவரசனுக்குச் சொல்லளித்துவிட்டேன்" என்றான் அபிமன்யூ. பிரலம்பன் மேலும் ஏதோ கேட்க முயன்றபின் நாவை

அடக்கிக்கொண்டான். அவர்கள் சொல்லில்லாமல் இணைவிரைவாகக் காட்டுக்குள் சென்றனர். மரப்பொந்துக்குள் இருந்த புறாவை எடுத்து அதன் காலில் ஓலையை எழுதிக் கட்டிப் பறக்கவிட்டான் பிரலம்பன். அபிமன்யூவே எழுதிய ஓலையுடன் இன்னொரு புறா சப்தஃபலத்திற்குச் சென்றது. பிறிதொன்றைத் தன்னுடன் எடுத்துக்கொண்டான்.

"நாம் செல்வதற்குள் சப்தஃபலம் படையொருங்கியிருக்குமென்றால் நன்று" என்றான் பிரலம்பன். "வாய்ப்பில்லை. மூத்தவர் சாத்யகி மாதுலரின் அதே உளமூடலை தானும் கொண்டிருக்கிறார். பாணாசுரரிடம் பேசலாம் என்றே அவர் எண்ணுவார். பாணர் இருக்கும் உளநிலை என்ன என்று நாம் அறிவதை அவருக்குச் சொல்லிப் புரியவைக்க முடியாது. அங்கே சென்று நாமே நகர்மக்களையும் யாதவகுடிகளையும் நோக்கி அறைகூவி படைதிரட்டவேண்டியதுதான்... அதுவும் இயலுமா என்றே ஐயமாக உள்ளது" என்றான் அபிமன்யூ.

"உண்மையில் பிறிதொரு ஓலையை தந்தைக்கு அனுப்பினாலென்ன என்று எண்ணினேன். அவர் சிறிய படையுடன் வந்தால்கூட பாணரை எளிதில் வெல்லமுடியும். ஆனால் அது நான் அஞ்சிவிட்டதாகவும் அவரிடம் உதவி கோருவதாகவும் பொருள்படுமோ என்னும் எண்ணம் வந்தது" என்று அபிமன்யூ சொன்னான். பிரலம்பன் "நாம் இப்போது வெல்வதே தேவையானது. இங்கே நாம் தோற்றால் இளையயாதவர் தோற்றதாகவே பொருள்படும். அவர் வெல்லப்படமுடியாதவர் என்னும் எண்ணமே யாதவரை ஆற்றல்கொண்டவர்களாக ஆக்குகிறது. பிறரை அஞ்சித்தயங்கவும் செய்கிறது. பாணர் வென்றுவிட்டார் என்ற செய்தி போதும்,நுரை உடைந்தமைவதுபோல யாதவநிலம் சீர்குலைந்து சிதையும். நோயுற்ற யானையின் செவியசைவு நிலைப்பதற்காகக் காத்திருக்கும் ஓநாய்க்கூட்டங்களைப்போல சூழ்ந்து நோக்கியிருக்கிறார்கள் ஷத்ரியர்" என்றான்.

"ஆம், ஆனால் நான் பிறிதொருவர் உதவியைக் கோரியதாக ஆகக்கூடாது" என்று அபிமன்யூ சொன்னான். பிரலம்பன் எரிச்சலுடன் "அப்படியொரு பெயர்க்குறை வந்தால்கூட பிறிதொரு களத்தில் அதை ஈடுசெய்யலாம், இளவரசே. இப்போது நாம் யாதவநிலத்தையும் இளையயாதவர் புகழையும் காத்தாகவேண்டும்... நாம் வேறெதையும் எண்ணமுடியாது" என்றான். அபிமன்யூ "ஆம், ஆனாலும் என்னால் அது இயலாது. நான் வில்லேந்திச்சென்று பாணரிடம் போரிட்டு இறப்பேன். அதன்பின் எந்தைக்குச் செய்தி செல்லட்டும். அதுவரை கூடாது" என்றான். "இது வீண் ஆணவம். முதிராச்சொல்!" என்று பிரலம்பன் கூவினான். "ஆம், அதுவே நான். என்னால் பிறிதொன்று ஆற்றவியலாது."

பிரலம்பன் “நான் ஸ்ரீதமரிடம் சொல்கிறேன். சாத்யகியிடம் சொல்கிறேன். அவர்கள் ஓலை விடுக்கட்டும்” என்றான். “இல்லை, அது என்னை அவர்கள் நம்பவில்லை என்றே பொருள்படும். அவ்வாறு நிகழுமென்றால் ஒருபோதும் நான் எந்தை வரும்வரை காத்திருக்கமாட்டேன்...” என்றான் அபிமன்யூ. “இளவரசே...” எனப் பிரலம்பன் தொடங்க அபிமன்யூ கையமர்த்தி “என்னை பீஷ்மப் பிதாமகர் வாழ்த்தும்போது உடனிருந்தீர் அல்லவா? அவர் புகழ்கொள்வேன் என்றன்றி பிறிதொரு சொல் உரைக்கவில்லை. எனக்கு இப்பிறவியில் பெரும்புகழ் ஒன்றே மிஞ்சும்... வேறு எதுவும் கைப்படாது. நிமித்திகர்களின் பொய்யாமொழி அது” என்று சொல்லிப் புன்னகைத்தான். “என் களங்கள் நான் பிறப்பதற்கு முன்னரே ஒருங்கிவிட்டன, பிரலம்பரே.” பிரலம்பன் அவனை நோக்கிக்கொண்டு சில கணங்கள் புரவியில் அமர்ந்திருந்தபின் முகம்திருப்பிக்கொண்டான்.

அவர்கள் யாதவநிலத்தை அடைவதற்குள்ளாகவே சிருங்கபிந்துவிலிருந்து வேட்டுவர்தலைவன் மூர்த்தனின் தலைமையில் அவனுடைய சிறிய படை கிளம்பி அங்கே வந்திருந்தது. அவர்களின் புரவிக்குளம்படியோசையைத் தொலைவிலேயே கேட்டு மரக்கொண்டைகளில் ஏறி நோக்கி முழவொலிச்செய்தி அளித்தனர் வழிநோக்கர். அவர்கள் அணுகியதும் மூர்த்தன் புரவியில் தன் தோழர்கள் தொடர அவனை நோக்கி வந்து தலைவணங்கினான். “கடம்பர் கோட்டையின் பொறுப்பை ஏற்றுக்கொண்டார். இறுதி வீரன் உயிருடனிருப்பதுவரை கோட்டை அசுரரிடம் பணியாது என உறுதிசொன்னார், இளவரசே” என்றான் மூர்த்தன். அபிமன்யூ வெறுமனே தலையசைத்தான்.

மரநிழலில் சற்று இளைப்பாறி புரவியை மேயவிட்டு உடலுருவி இளைப்பாற்றியபின் உடனே மீண்டும் கிளம்பினர். அபிமன்யூவின் ஆணைகளைப் பிரலம்பன் உரத்த குரலில் கையசைவுகளுடன் அறிவிக்க, படை வெறும் குளம்படியோசைகளாகவே அவனைத் தொடர்ந்தது. நடந்ததென்ன என்று அனைவரும் அறிந்துவிட்டிருந்தனர். எவ்வகையிலோ தோல்வி என்னும் எண்ணமும் சோர்வும் அவர்களிடையே இருந்தது. மிகச் சிறிய படையாக அசுரநிலத்திற்குள் ஊடுருவிச்சென்றபோதிருந்த ஆணவமும் களிப்பும் முற்றாக அழிந்துவிட்டிருந்தன. அந்தச் சோர்வு குதிரைக்குளம்படிகளிலேயே தெரிவதை பிரலம்பன் விந்தையுணர்வுடன் எண்ணிக்கொண்டான்.

முன்னால் சென்று மரங்களின்மேல் ஏறி நோக்கி அறிவுறுத்தி மேலும் சென்ற வழிநோக்கிகளில் ஒருவனின் முழவோசை எழுந்தது. அபிமன்யூ புரவியை நிறுத்தினான். “நம்மவர்” என்றான். “சாத்யகி! அவரேதான்!” என்று பிரலம்பன் கூவினான். “கேளும்!” என்றான் அபிமன்யூ. சற்றுநேரத்திற்குள் முழவுகள் ஒரே குரலில் “பிரத்யும்னர்!

பிரத்யும்னர்!” என்று ஓசையிடத் தொடங்கின. “பிரத்யும்னரா?” என்று பிரலம்பன் வியந்தான். “படை! பெரும்படை!” என்று முழங்கின முழவுகள். அபிமன்யூ “திரும்புக!” என ஆணையிட்டான். “இளவரசே, நாம் தேடியது இதுவே... யாதவப்படை...” என்றான் பிரலம்பன். “ஆம், ஆனால் நாம் அவர்களுடன் சேர்ந்துகொள்ளப் போவதில்லை. நாம் முன்னால் செல்லப்போகிறோம். ஆசுரத்திற்குள் ஊடுருவிச்சென்று மீண்டும் சிருங்கபிந்துவை அடைவோம்...”

பிரலம்பன் “நாம் மட்டுமா?” என்றான். “அங்கே நாம் கடம்பரையும் நம்மவரையும் விட்டுவந்துள்ளோம். அவர்களை நம்மால் காக்க முடியும். நாம் அவர்களை மீட்டதுமே நம்மை அசுரர்கள் சூழ்ந்துகொள்வார்கள். அதற்குள் பிரத்யும்னரின் படைகள் அவர்களை மறுபக்கம் தாக்கும். நாம் மீண்டுவிடமுடியும்...” பிரலம்பன் “அவர்களை உயிரளித்து கோட்டையைக் காக்கும்படி ஆணையிட்டவர் நீங்களே” என்றான். “ஆம், ஆனால் அவர்களைக் காக்க ஏதேனும் ஒரு வழி இருக்குமென்றால் அதை நான் தவிர்க்கக்கூடாது. என் உயிரை எண்ணித் தயங்கவும் கூடாது.”

பிரலம்பன் திரும்பி ஆசுரத்திற்குள் நுழையும்படி அபிமன்யூ விடுத்த ஆணையைத் தெரிவித்ததும் வேட்டுவர்படை உள்ளக்கிளர்ச்சி கொண்டது. வெறிக்கூச்சலுடன் வில்களைத் தூக்கி ஆட்டியபடி புரவிகளைத் திருப்பினர். “செல்க!” என அபிமன்யூ ஆணையிட்டதும் அச்சிறிய படை இலைத்தழைப்பைக் காற்றெனா ஊடுருவி ஆசுரத்தின் எல்லையை நோக்கிச் சென்றது. முன்னரே காவல்மாடங்களில் இருந்தவர்களை அவர்கள் வீழ்த்திவிட்டிருந்தமையால் மிக எளிதாக எல்லைகடந்து ஆசுரத்தின் அடர்காட்டுக்குள் சென்றனர். மேலும் மேலும் விரைவதற்காக அபிமன்யூ கைகாட்டிக்கொண்டே இருந்தான். ஒரு கட்டத்தில் விரைவே விரைவுக்கான பயிற்சியை அளிக்க புரவிகள் அம்புக்கூட்டம்போல சென்றன.

தொலைவில் முரசொலியை அபிமன்யூ கேட்டான். “அவர்கள் சிருங்க பிந்துவைத் தாக்குகிறார்கள்” என்றான். பிரலம்பன் “நாம் அங்கிருந்து வெளியேறியதை அறிந்துவிட்டார்கள்” என்றான். “நம் புரவிக்குளம்புத் தடமே காட்டிவிடும். ஒருநாள் காலப்பழுதை மட்டுமே நான் எதிர் பார்த்தேன்” என்றான் அபிமன்யூ. “செல்க... நாம் அவர்களைப் பின்னின்று தாக்கவேண்டும். அவர்கள் சிருங்கபிந்துவை வெல்வதற்குள் நாம் அவர்களை வென்றாகவேண்டும்” என்றான். “அவர்கள் சிருங்கபிந்துவை வென்றுவிட்டால் நாம் உருவாக்கிய கோட்டையே நமக்கு எதிரியாக நின்றிருக்கும்.”

“அவர்கள் அதை எளிதில் வெல்லமுடியுமா?” என்றான் பிரலம்பன். “அவர்கள் போரைத் தொடங்கியதுமே கோட்டை வலுவாக இருப்பதை

உணர்ந்திருப்பார்கள். ஆகவே மேலும் மேலும் படைகளைக்கொண்டு சூழ்வார்கள். அங்கே பணயமாக அவர்களின் அரசகுடிகள் உள்ளனர். போர் நீள்வதனால் அவர்கள் உயிரிடருக்கு ஆளாகக்கூடும். ஆகவே எண்ணவும் பொழுதளிக்காமல் விரைந்து போரை முடிக்கவே முயல்வார்கள்" என்றான் அபிமன்யூ. "அச்சுறுத்தி, வெல்லவே முடியாதென எண்ணச்செய்து, செயலிழக்க வைப்பதையே எவரும் இத்தருணத்தில் தெரிவுசெய்வார்கள். போர் தொடங்கி பல நாழிகைப் பொழுது கடந்துவிட்டிருக்கிறதென நினைக்கிறேன். போர்முரசின் ஒலியில் மெல்லிய தளர்வு இருக்கிறது."

"ஆனால் அவர்கள் மூங்கில்கோட்டையைக் கடப்பதென்பது..." எனப் பிரலம்பன் தயங்க "அங்கிருந்து வரும் அம்புகளைவிட மூன்றுமடங்கு வீரர்களை அனுப்பினால் போதும். இறந்தவர்களின் உடல்களே மேலும் செல்பவர்களுக்குக் கேடயக் காப்பென்றாகும்" என்றான் அபிமன்யூ. முரசொலி மிகுந்து வந்து அவர்களைச் சூழ்ந்துகொண்டது. முதலில் சென்ற வழிநோக்குப் படைவீரன் கைகாட்டினான். கையசைவுகள் வழியாகச் செய்தி வந்துசேர்ந்தது. "கோட்டையைச் சூழ்ந்து தாக்குகிறார்கள். ஐந்தாயிரம் படைவீரர்களுக்கும் மேலாகவே இருப்பார்கள்..." ஐந்தாயிரம் என்ற எண்ணிக்கையை மீண்டுமொருமுறை சொன்னான் காவலன். பிரலம்பன் திரும்பி அபிமன்யூவைப் பார்த்தான். அவன் அதைக் கேட்டதாகவே தெரியவில்லை.

அம்புபோல கைகாட்டிவிட்டு அபிமன்யூ புரவியில் முன்னால் பாய்ந்தான். அவன் படை அம்பு வடிவில் குவிந்து அவனை முனைகொண்டது. புரவியில் இருந்தபடியே அம்புகளை ஏவியபடி அவர்கள் பாய்ந்து சென்று அசுரப்படைகளைப் பின்னால் தாக்கினர். "முடிந்தவரை முழவுகள் ஒலிக்கட்டும்" என்று அபிமன்யூ கூவினான். அனைத்து முழவுகளும் முழங்க வீரர்கள் வெறிக்கூச்சலிட்டனர். அசுரப் படைகள் பின்னால் வருவது எத்தகைய படை என்று அறியாமல் குழம்பிச் சிதறினர். அபிமன்யூ விரிசிறை முத்திரை காட்ட அவன் வீரர்கள் விரியும் கழுகின் சிறகெனப் பிரிந்து மரங்களுக்குப் பின்னால் ஒளிந்துகொண்டு அம்புகளைப் பெய்யத் தொடங்கினர்.

அசுரகுடிப் படைத்தலைவன் தன் படையினர் சிதறி விழுவதை நோக்கி முதலில் நிலையழிந்தாலும் உடனடியாக ஆணையிட்டு படைகளை இரண்டாகப் பிரித்தான். ஒரு பகுதியை திரும்பி நின்று அபிமன்யூவை எதிர்கொள்ளும்படி வகுத்து, முன்னணிப் படையினரை கோட்டையை வெல்லும்படி செலுத்தினான். கோட்டைக்குள் அவர்கள் பெரும்பாலும் நுழைந்துவிட்டிருந்தார்கள். மூங்கில்வேலி உடைந்து உருவான இடைவெளி வழியாகச் சென்ற புரவிகள் உள்ளும் வெளியிலும் சிதறிக்கிடக்க, அடுத்த

அலையாக முன்னேறிய வில்லவர்கள் தவழ்ந்து சென்று புரவிகளின் உடல்களுக்குப் பின்னால் மறைந்துகொண்டு உள்ளே இரண்டாம் வேலிக்கு அப்பால் உடல் மறைத்து அமர்ந்து தங்கள்மேல் அம்பு செலுத்தியவர்களை நோக்கி அம்புகளை ஏவினர்.

அபிமன்யூவின் அம்புகள் முழு அசுரப்படையையும் கடந்துசென்று அந்த வேலியுடைவினூடாக உள்ளே செல்லமுயன்ற அசுரவீரர்கள்மேல் தைத்து அவர்களை வீழ்த்தின. பிற எவராலும் அத்தொலைவு வரை அம்பெய்ய முடியவில்லை. அவ்வளவு தொலைவுக்கு அம்புகள் செல்லும் என்பதை அசுரப் படைத்தலைவனால் நம்ப முடியவில்லை. "அந்த அம்புகளைத் தடுங்கள்..." என்று அவன் கூவிக்கொண்டே இருந்தான். மேலும் மேலுமென அந்த வாயிலில் அவனுடைய வில்லவர்கள் வீழ்ந்து ஒருவர் மேல் ஒருவரெனக் குவிந்தனர். எதிரி விழியெதிரே தெரியாதிருந்தமையால் அவர்கள் உளச்சோர்வுற்றனர். மெல்லப் பின்வாங்கலாயினர்.

"விடாதீர்கள்... அந்த வாயிலை இப்போதே நாம் கடந்தாகவேண்டும்" என அவன் கூவினான். மும்மடங்கு வில்லவர்கள் திரண்டு அந்தச் சிறு உடைவுவழியை நோக்கிச் செல்வதை அபிமன்யூ கண்டான். ஒருகணமும் நிலைக்காமல் அம்புகள் சென்றபடியே இருக்க, விழிவிலக்காமல் அவன் பிரலம்பனுக்கு ஆணையிட்டான். "நம் வீரர்கள் அனைவரும் கோட்டையின் பின்பக்கம் செல்லட்டும். அங்கே ஏதேனும் ஒரு புள்ளியை உள்ளிருந்து உடைத்து கோட்டைக்காவலர் அனைவரும் வெளிவரட்டும். அவர்களை அழைத்துக்கொண்டு காட்டுக்குள் செல்லும். நான் இவர்களை அதுவரை தடுத்து நிறுத்துகிறேன்."

"நீங்கள் தனியாகவா?" என உள்ளம் கேட்டபின்னரும் சொல்லெழாமல் தலைவணங்கிய பிரலம்பன் ஆணைகளைப் பிறப்பித்தபடி விலகிச்சென்றான். அவன் கையசைவில் விரிசிறை குவிந்து நாகம் என்றாகி காட்டுக்குள் வளைந்து ஊருடுவிச்சென்றது. முழவோசை எழுந்து நின்று ஆணையிட்டது. "தென்புறம் ஒரு துளை திறக்கட்டும். அனைவரும் வெளியேறுக! ஆணை! அனைவரும் வெளியேறுக!" கோட்டைக்குள் இருந்து "ஆணை ஏற்கப்பட்டது" என முழவு அறிவித்தது.

அபிமன்யூவின் அம்புகள் அரைநாழிகைப்பொழுதுவரை அங்கே ஒரு படை உள்ளது என்றே அசுரரை எண்ணச் செய்தன. பின்னர்தான் கோட்டையின் இடைப்பழுது மட்டுமே தாக்கப்படுகிறது என அசுரர் படைத்தலைவன் உணர்ந்தான். அப்படியென்றால் படைகள் முற்றழிந்திருக்கவேண்டும். ஆனால் அவ்வாறு முற்றழிவது இயல்வதல்ல. மறுகணமே அவனுக்கு நிலைமை புரிந்தது. "சூழ்ந்துகொள்க... ஒருவரும்

கோட்டையிலிருந்து வெளியேறலாகாது” என அவன் ஆணைகூவியபடி படைமுகப்பு நோக்கி ஓடினான்.

அதற்குள் தென்புறம் கோட்டை உள்ளிருந்து உடைந்து திறக்க, அம்புகளைப் பெய்தபடியே உள்ளிருந்த வேட்டுவவீரர்கள் வெளியே வந்தனர். முன்னரே அவ்வழியில் பிரலம்பனின் தலைமையில் சென்ற படைவீரர்கள் அம்புசெலுத்தி அசுரர்களை வீழ்த்தியும் விலக்கியும் உருவாக்கியிருந்த பாதையினூடாக அவர்கள் விரைந்து வந்து சேர்ந்துகொண்டார்கள். அந்தப் படை காடுகளுக்குள் புகுந்து யாதவநிலம் நோக்கிச் சென்றது. அசுரப் படைத்தலைவன் “கோட்டையைக் கைவிடுக... தப்பிச்செல்பவர்களைத் துரத்திப்பிடியுங்கள்” என ஆணையிட்டான். ஏதோ ஓர் உளஎழுச்சியில் அவன் யானையொன்றின்மேல் ஏறிய கணம், அவனை அபிமன்யூவின் அம்பு வீழ்த்தியது.

அசுரப்படை குழம்பி முட்டிமோதியது. அம்பு வந்த திசையை அசுரர் உய்த்தறிந்து விற்களுடன் கிளம்பி விரைந்துவந்தனர். இமைக்காமல் அசையாமல் நோக்கிநின்ற அபிமன்யூ, வீழ்ந்த தலைவனை நோக்கி வந்தவனைத் துணைப்படைத்தலைவன் என்று, அருகே நின்றவர்கள் விலகிய முறையிலிருந்து உணர்ந்தான். அபிமன்யூவின் இன்னொரு அம்பு அவனையும் வீழ்த்தியது. சினம் மீதூற கூச்சலிட்டபடி கையசைத்தவன் அதற்கடுத்த நிலையினன் என உணர்ந்து அவனையும் வீழ்த்தியபின் அவன் புரவியைத்திருப்பி காட்டுக்குள் விரைந்தோடினான்.

மிக அருகே அவனை நெருங்கிவிட்டிருந்த அசுரப்படையினர் குளம்படியோசையைக் கேட்டனர். “அது இளவரசனேதான்... ஐயமில்லை... கொல்லுங்கள். புரவியின் குளம்புகளைக் குறிவையுங்கள்...” என்று வில்லவர்தலைவன் கூவினான். “நோக்குக! அவர் உடலைவிட புரவியுடல் சிறந்த இலக்கு... வீழ்த்துக!” வில்லிறுகும் ஒலிகூட அபிமன்யூவுக்குக் கேட்டது. அருகே மரங்களில் அம்புகள் வந்து தைத்து சிறகதிர்ந்தன. அவன் திரும்பித் திரும்பி அம்பு செலுத்தியபடியே சென்றான். அவனைத் தொடர்ந்தவர்களில் இருவர் வீழ்ந்து மண்ணிலறைந்து அலறினர். அவர்களின் புரவிகள் நிலையழிந்தன என்றாலும் பயிற்சியினால் அங்கேயே நிற்காமல் விலகி அடுத்த புரவிக்கு இடைவெளிவிட்டன.

தொலைவில் முழவோசை கேட்டது. பிரலம்பன் பிரத்யும்னனுடன் சென்று சேர்ந்துவிட்டிருந்தான். அபிமன்யூ மேலும் மேலுமென புரவியைச் செலுத்தினான். முழவோசை பெருகியணைந்தது. அவன் புரவி ஓடிச்சென்ற விசையிலேயே முகம் மண்ணிலறைய குப்புறவிழுந்து அவனைத் தூக்கிச் சுழற்றி வீசியது. விழுந்து உருண்டு எழுந்து அதே விசையில் புதர்களிடையே ஓடி பதுங்கி விரைந்தான். “வீழ்ந்துவிட்டார்?

இங்குதானிருப்பார்...” என்றன குரல்கள். “அவர் குறிபிறழா வில்லவர்... நோக்குக!” அக்குரலே இலக்காக அவன் அலறி வீழ்ந்தான். “யார்?” என்ற ஒலியால் மீண்டுமொருவன் இலக்களித்தான். ஓசையின்றி நாகம்போல புதர் நடுவே சென்ற அபிமன்யூ தன்னிடம் ஒரே ஓர் அம்புமட்டும் எஞ்சியிருப்பதை உணர்ந்தான். மரத்தில் தைத்திருந்த இரு அம்புகளை எடுத்துக்கொண்டான். ஒரு புரவி சீறியது. அவ்வோசையே அதன் மேலிருந்தவனின் கழுத்தை அவன் விழிகளுக்குக் காட்டியது.

மேலும் மேலும் வீரர்கள் வந்துகொண்டிருந்தனர். அப்பால் அசுரப்படைகள் முரசுகள் முழங்க ஒருங்கிணைந்து காட்டுக்குள் நுழைந்துகொண்டிருப்பதை அவன் அறிந்தான். புதர்களுக்கு நடுவே காவல்மாடமொன்றைக் கண்டான். அதன்மேல் தோல் மின்னும் முரசு இருந்தது. கீழே அம்புத்தூளிகளுடன் எழுவர் விழுந்துகிடந்தனர். அவன் அம்புகளைச் சேர்த்துக்கொண்டான். மரத்தடியில் பதுங்கி ஒரு கல்லை எடுத்து முரசின்மேல் எய்தான். அது முழக்கமிட்டதும் புதர்களுக்கப்பால் “முரசொலி” என ஒரு குரல் எழ, “எங்கே?” என மறுமொழி எழுந்தது. இருவரும் விழுந்தனர்.

பின்னர் ஓசைகள் எழவில்லை. அபிமன்யூ மெல்லத் தன்னை முழுமையாக உள்ளிழுத்துக்கொண்டு மரப்பொந்து ஒன்றில் பதுங்கிக்கொண்டான். மேலே பறந்த புட்களை நோக்கினான். நாகணவாய் ஒன்று கிளையில் அமர்ந்திருந்தது. அது தலைதிருப்பியதுமே அதனால் நோக்கப்பட்டவன் வீழ்ந்தான். உடனே அங்கிருந்து எழுந்த அம்புப்பீரிடலால் அபிமன்யூவைச் சூழ்ந்திருந்த மரங்கள் அனைத்திலும் அம்புகள் தைத்தன. சில கணங்களுக்குப்பின் பிறிதொரு பறவை எழுந்துபறந்து இருவரைக் காட்டிக்கொடுத்தது. மீண்டுமொரு பறவை ஒருவனை வீழ்த்தியது.

அவர்கள் மெல்லப் பின்னடைந்துவிட்டார்கள் என்பதை அபிமன்யூ உணர்ந்தான். ஆனால் அவர்களுக்குப் பின்னால் அசுரப்படை திரண்டுவருவதன் ஓசை எழுந்து வலுத்தபடியே வந்தது. ஒரு நாழிகைப்பொழுதுக்குள் அசுரப்படைகள் அங்கே பரவி நிறைந்துவிடும் என உணர்ந்தான். மெல்ல அசைந்து பின்னடைந்தான். அதற்குள் அவன் காலில் அம்பு ஒன்று தைத்தது. அவன் வலியோசையை உடலுக்குள் நிறுத்திக்கொண்டு மேலும் பின்னால் சென்றான். தலைக்குமேல் ஒரு குரங்கு “இங்கே இங்கே இங்கே” என்று கூச்சலிடத் தொடங்கியது.

வில்லவர்தலைவன் “அங்கே இருக்கிறார்... விடாதீர்கள்... சூழ்ந்து கொள்ளுங்கள். நேராகச் செல்லாதீர்கள். அம்புகள் ஓயவே கூடாது” என்று கூச்சலிட்டான். சவுக்கு சுழலும் ஒலியும் நாகம் சீறும் ஒலியும் வீணைநரம்பு சுண்டும் ஒலியுமென அம்புகள் வந்து அத்தனை மரங்களிலும் தைத்துக்கொண்டிருக்க அபிமன்யூ தரையில் இழைந்து

சென்றுகொண்டிருந்தான். பின்னால் அசுரப்படைகள் அணுகிவிட்டன என்று தெரிந்தது. ஆசுரத்தின் எல்லை நெடுந்தொலைவு எனப் புரிந்தது. கைகளையும் கால்களாக்கி அவன் தவழ்ந்து முன்சென்றான்.

"தவழ்ந்து செல்கிறார். ஆகவே கீழே நின்று வீழ்த்த இயலாது. மரங்கள்மேல் ஏறித் தேடுங்கள்..." என்றான் வில்லவர்தலைவன். அபிமன்யூ மல்லாந்து படுத்து கால்களால் உந்தித் தவழ்ந்தபடி மரங்களில் ஏறிய இருவரை வீழ்த்தினான். "அவர் ஒருவர்தான்... மரங்களில் ஏறுங்கள்" வில்லவர்தலைவனின் குரலில் இருந்து அவன் மரத்திற்குப் பின்னால் ஒளிந்து நின்று ஆணையிடுவது தெரிந்தது. மீண்டும் மூவர் மரங்களிலிருந்து விழுந்தனர். "அம்புகள் வரும் திசையை நோக்குக!" என்றான் வில்லவர்தலைவன்.

அசுரப்படைகளின் குளம்படியோசை காட்டைச் சூழ்ந்தது. பறவைகள் எழுந்து வானில் ஒலிநிறைத்தன. அப்பால் ஒரு பாறையை அபிமன்யூ கண்டான். அதன் பிளவுக்குள் சென்றுவிட்டால் ஒரு நாழிகைப்பொழுது வில்கொண்டு நின்றிருக்கமுடியும். அசுரப்படைகள் முற்றாகச் சூழ்ந்துகொள்வது வரை. ஆனால் விழிகளால் அளந்தபோது அது சற்று தொலைவிலிருந்தது. அதற்குஉ செல்லும் மண் உயரமற்ற புதர்களால் ஆனதாக இருந்தது. அவர்களைக் குழப்பி சற்றுபொழுதுக்கு அம்புகளை நிறுத்தமுடிந்தால் சென்றுவிடலாம்.

அபிமன்யூ காற்றில் அம்புகளை எய்து அந்த அம்புகளைப் பிற அம்புகளால் அடித்தான். ஓசை அப்பால் கேட்க, வில்லவர்கள் அத்திசை நோக்கித் திரும்பினர். "அது அஸ்திரசந்தி முறை... ஓசையைக் கேட்காதீர். அம்புகள் கிளம்பும் திசையை நோக்குக!" என ஆணையிட்டான் வில்லவர்தலைவன். அதற்குள் அபிமன்யூ எழுந்து ஓடி அந்தப் பாறையைக் கடந்து அப்பால் பாய்ந்தான். அவன் காலில் பிறிதொரு அம்பு தைக்க, பிற அம்புகள் பாறைமேல் உலோக ஒலியுடன் உதிர்ந்தன. அவன் எழுந்து எய்த அம்பில் ஒருவன் அலறி வீழ்ந்தான். அதற்குள் அப்பால் இலைத்தழைப்புக்குள் அசுரப்படையின் அணுகும் புரவிகளை அவன் கண்டான்.

வில்லை இழுத்து நாண் விம்ம அம்பேற்றி முன்னால் வந்த புரவி வீரனை அவன் வீழ்த்தியபோது தனக்குப் பின்னால் புரவிகளின் குளம்படியோசையைக் கேட்டான். பிரத்யும்னனது படையின் முன்னணிப் புரவிவீரர்கள் அம்புகளைப் பாய்ச்சியபடி போர்க்கூச்சலுடன் கிளைகள் உடைந்து தெறிக்க கூழாங்கற்கள் சிதறிப்பரக்க பெரிய வலையொன்று நீரிலிருந்து எழுவதுபோல செறிகாட்டுக்குள் இருந்து தோன்றினர்.

15

பிரத்யும்னன் தன் படையை முதலைச் சூழ்கையென அமைத்திருந்தான். முதலையின் கூரிய வாயென புரவி நிரையொன்று ஆசுர நிலத்தைக் குறுகத்தறித்து ஊடுருவியது. அதன் இரு கால்களென வில்லவர் படை இருபுறமும் காத்துச் சென்றது. முதலையின் நீண்ட எலும்புவால் என யாதவக் காலாள்படை பின்னால் நெடுந்தூரம் நெளிந்து வந்துகொண்டிருந்தது. குளம்படியோசைகளும் போர்கூச்சல்களும் கொம்புகளின் பிளிறல்களும் கலந்த முழக்கம் காட்டுக்குள் கார்வையை நிறைத்தது.

ஆசுர நிலத்தின் அனைத்துக் காவல்மாடங்களிலும் எச்சரிக்கை முரசுகள் முழங்கத்தொடங்கின ஒன்றுடன் ஒன்று தொட்டுக்கொண்டு ஒலிதொடுத்து அவை நெடுந்தொலைவுக்கு விரிய கரட்டுப்பாறைகளைக் கவ்வி உயர்ந்த மரங்களாலான கான்விரிவில் ஆங்காங்கே பரவியிருந்த பன்னிரண்டு படைநிலைகளிலிருந்தும் அத்தனை படைகளும் போர்முரசுகள் முழங்க ஒலியால் தங்களைத் தொகுத்துக்கொண்டபடி சூழ்ந்து அணைந்தன. அவை ஒன்றுடன் ஒன்று உடல்கோத்துக்கொள்வதற்குள்ளாகவே ஓசைகளால் வானில் அவற்றின் உளவிசைகள் ஒன்றாகி எழுந்து பொழியத்தொடங்கின.

பிரத்யும்னனுடன் இணைந்துகொண்ட அபிமன்யூ இரு காவலர்களால் பின்நிரைக்கு இட்டுச் செல்லப்பட்டான். கால்களில் பாய்ந்த அம்புகளை அகற்றி மெழுகுக்கட்டு போட்டுக்கொண்டு புதிய புரவியிலேறி மீண்டும் முதலையின் மூக்குக்கு வந்தான். பிரத்யும்னன் முதலையின் வாலின் நுனியில் இருந்தான். கால்களென அமைந்த வில்லவர் படைகளை யாதவப் படைத்தலைவர்களான பத்மனும் சக்ரனும் நடத்தினர்.

“சென்றுகொண்டே இருங்கள். எத்தனை தொலைவுக்கு ஆசுர நிலத்தை இரண்டாகப் பிரிக்கிறோமோ அத்தனை தொலைவுக்கு அவர்கள் ஆற்றல் குறைகிறார்கள். ஒருங்கிணைந்து போரிடும்பொருட்டு வகுக்கப்பட்டது அவற்றின் சூழ்கை... நெடுகப் பிளக்கப்பட்ட அவை உதிரித் திரள்களாக எஞ்சும்” என்று அபிமன்யூ கூவினான். “செல்க! செல்க! செல்க!” என முழவுகள் ஆணையிட்டன.

ஆசுரப் படைநிலைகள் அனைத்தும் இரு அலைகளென இருபுறமும் முதலைமூக்கைத் தாக்கின. அவர்களைப் பின்னிருந்து தாக்கின முதலையின் கால்கள். மிக விரைவிலேயே உச்சகட்ட போர் தொடங்கிவிட்டது. காடுகளுக்குள் இரு படைகளும் ஒன்றுடன் ஒன்று முட்டி பேரொலியெழுப்பின. மரங்கள் உலைய, பறவைக்குலங்கள் எழுந்து வெருண்டு வானில் சுழல, விலங்குகளின் ஓலங்கள் கலந்து முழங்க, போர் ஒவ்வொரு கணமும் என உச்சம் கொண்டது. இருபுறமும் நிகராக வீரர்கள் விழுந்துபடுவதை அபிமன்யூ கண்டான். எண்ணிக்கையாலேயே அசுரர்கள் மேலும் எழுந்து கொண்டிருந்தனர். முதலைமுகம் பிளவுமரப் பொறியில் எனச் சிக்கிக்கொண்டது. அசுரர்களின் அம்புகள் நெடியவையாகவும் அவர்களின் தோள்கள் விசைமிக்கவையாகவும் இருந்தன. அம்பு பட்ட எவரும் உயிர் எஞ்ச மீளவில்லை. பல இடங்களில் யாதவர் மண்ணில் ஆழப்பதிந்த அம்பில் கழுவேற்றப்பட்டதுபோல கோக்கப்பட்டிருப்பதை அபிமன்யூ கண்டான். யாதவப்படை நீரை அணுகிய நெருப்பென நுனிவளைவுகள் கருகி அணைந்துகொண்டிருந்தது.

முதலையின் வால் வளைந்து வந்து அறைந்து தாக்குகையில் அசுரப்படைகள் சிதறுமென அவன் எதிர்பார்த்திருந்தான். மேலும் மேலும் அசுரப்படைகளின் தாக்குதல் கூடிக்கொண்டே சென்றது. முதலை தன் முன்னங்கால்களால் தன் முகத்தைப்பற்றிய பொறியின் பிடியை அறைந்து உடைக்க முயன்றது. மேலும் மேலும் திமிறித்திமிறிச் சிக்கிக்கொண்டது முதலை. அதன் முன்கால்களின் விரைவு குறைந்தது. பின்னர் அது நிலைத்து பின்னகரத் தொடங்கியது. “பின்னகரலாகாது. பின்னகர்வது கொலைக்குரிய குற்றம். பின்னகர்பவர்களைப் பின்னாலிருப்பவர்கள் வெட்டிச்சாய்க்கவேண்டும்... ஆணை” என்று அபிமன்யூ கூவினான். “இளவரசே, பின்னகர்வதும் போரே... உயிரோடிருப்பதே போரில் முதல் முறைமை” என்றான் அவனுடன் வந்த படைத்தலைவனாகிய பீதாம்பரன்.

“பின்னகரும் படை உள்ளத்தால் மேலும் விரைவாகப் பின்னகர்ந்து கொண்டிருக்கிறது” என்றான் அபிமன்யூ. “பின்னகரத் தொடங்கிய படை நில்லாது. பின்னகருந்தோறும் எதிரி ஒன்றுகூடுவது வலுப்பெறும்” என்றான். “நின்று பொருதுக! அத்தனை மரங்களிலும் அத்தனை

பாறைகளிலும் ஒளிந்துகொள்க! பிரத்யும்னரின் முதலைவால் வந்து அறையும் வரை இப்போரை இங்கு நிலைகொள்ளச் செய்வது நம் கடமை...” அவர்களைச் சூழ்ந்து சிட்டுத்திரள் என அம்புகள் மூச்சுசீறச் சென்று மரங்களில் தைத்து அதிர்ந்தன. புரவிக்குளம்புகள் மிதித்து தழைத்த புதர்களில் ஊன்றின. மண்ணில் தைத்துப் புதைந்தன.

யாதவர் மிகத் திறமையாக மரங்களுக்குப் பின்னால் ஒளிந்து போரிட்டாலும்கூட அசுரப் படைகள் வளைந்து சூழ்ந்துகொண்டதனால் புரவிகளின் விலாக்களைக் கண்டு அம்பு தொடுக்க முடிந்தது. புரவிகளைத் தாக்குவதற்கென்று பெரிய உலோக நாக்குகொண்டு நீண்ட அம்புகளை அசுரர் வைத்திருந்தனர். அவற்றில் கந்தகம் பூசப்பட்டிருந்தமையால் அம்பு தைத்ததுமே வலியுடன் அலறி துள்ளிக்குதித்துச் சுழன்ற புரவிகள் சூழ்ந்திருந்த அனைவரையும் நிலைகலக்கிக் காட்டிக்கொடுத்தன. நச்சு அம்புகள் பட்ட யாதவ வீரர்கள் மெல்லிய மூச்சொலியுடன் மண்ணில் உதிர்ந்தனர்.

பீதாம்பரன் “இன்னும் கால் நாழிகைப்பொழுதுகூட நம் படை நிற்காது. படைகளின் ஒலியிலேயே வீழ்ச்சி தெரிகிறது” என்றான். “கொல்லுங்கள்! தாக்குங்கள்! வெல்லுங்கள்!” என்ற ஒலிகள் நின்றுவிட “வலத்தே ஒளியுங்கள்! பாறைகளுக்குள் பதுங்கிக்கொள்ளுங்கள்! மரங்களுக்குப் பின்னால் முற்றிலும் புரவிகளை ஒதுக்குங்கள்!” என்று தற்காப்பு ஒலிகளே சூழவும் கேட்டுக்கொண்டிருந்தன. அபிமன்யூ “தாக்குக! முன்னேறுக!” என்று வில்லைத் தூக்கியபடி கூவினான். அவன் குரலை வாங்கி முரசொலியாக மாற்றி படைகளுக்கு அளித்துக்கொண்டிருந்தான் அப்பால் இருந்த முரசுக்காவலன். அவ்வொலியே அசுரரின் அம்பை ஈர்க்க, முரசுடன் உருண்டு அவன் கீழே விழுந்தான். “எங்கு சென்றிருக்கிறார்? இங்கு நாம் சிக்கிக்கொண்டிருக்கிறோம் என்று அவருக்கு அறிவிக்கலாமா?” என்றான் பத்மன். “அசுரப் படைகளில் ஒரு சிலருக்கேனும் நமது முழவுச்சொல் தெரியும் என்றால் நாம் உதவிகோருகிறோம் என்பதே பணிகிறோம் என்ற சொல்லுக்கு நிகராக மாறும். அவர்கள் நமது சரியும் விசையை இன்னும் புரிந்துகொள்ளவில்லை என்பதனால்தான் இன்னும் போர் நிகழ்கிறது. இங்கே எழுச்சி ஒலியன்றி எதுவும் ஒலிக்கலாகாது” என்றான் அபிமன்யூ.

ஒவ்வொரு சொல்லுக்கும் அவனிடமிருந்து அம்புகள் சென்று அசுரர்களை வீழ்த்திக்கொண்டிருந்தன. “ஆணையிடுங்கள், இளவரசே! இன்னும் சிறுபொழுதிலேயே நாம் முற்றிலும் வீழ்த்தப்பட்டுவிடுவோம். நமது படைகள் பாதியாகக் குறைந்துவிட்டன. முதலையின் கால்கள் சிதறிப் பின்னகர்ந்துவிட்டன. தனிமைப்பட்டுவிட்டிருக்கிறோம்” என்றான் பீதாம்பரன். “இல்லை, பின்வாங்குதல் என்னும் எண்ணத்திற்கே

இடமில்லை. போரிடுக! எஞ்சியவர்களை ஒருங்கிணைத்துக்கொள்க! முழு விசையுடன் தாக்குக!" என்றான் அபிமன்யூ. "எத்தனை பொழுது? இன்னும் எத்தனை பொழுது?" என்றான் பீதாம்பரன்.

"போரில் உச்சகணம் என்று ஒன்று உண்டு. அங்கு எவ்வளவு நேரம் நிற்க முடிகிறது என்பதே வீரம் எனப்படுகிறது" என்று அபிமன்யூ சொன்னான். "இன்னும்! இன்னும் முன்னேறுங்கள்! புதுவிசையுடன் சேர்ந்து முன்னெழுக! இத்தருணத்தில் நாம் ஒரு காலடியை முன்வைத்தால் நம் உள்ளத்தில் பல காதம் முன்னகர்ந்தவர்களாவோம். இழந்த விசையை ஏழு மடங்கு திரும்பப் பெறுவோம்" என்றான். "இனி சொற்கள் நம் படைகளிடம் சென்று சேராது, இளவரசே" என்றான் பீதாம்பரன். அபிமன்யூ திரும்பிப் பார்த்தபின் தன் புரவியை சவுக்கால் அறைந்து குதிமுள்ளால் குத்திக் கூச்சலிட்டு எழச்செய்து குளம்பொலி முழங்க பாய்ந்து அருகே நின்ற பாறைக்குமேல் சென்றான். தன் இடையிலிருந்த கொம்பை எடுத்து மும்முறை ஊதினான். "முன்னேறுக! முன்னேறுக! முன்னேறுக!" என்று அது ஓசையிட்டது.

"இளவரசே, தாங்கள் எதிரிகளுக்குக் கொலைமேடையிலென காட்சி கொடுக்கிறீர்கள்!" என்று சக்ரன் கூவினான். அபிமன்யூவை நோக்கி அம்புகள் பாய்ந்து வந்தன. அவன் வில் அனல்பட்ட நாகமென நெளிந்து துடிக்க அம்புகள் நீர்பட்டு வெடிக்கும் பந்தத்திலிருந்து பொறிகளென அவனிடமிருந்து கிளம்பின. அவன் புரவி இரு கால்களையும் தூக்கி கனைத்தபடி பாய்ந்து இறங்கி மரக்கிளைகளை ஒடித்து வளைத்தபடி முன்னால் சென்றது. அவன் அம்புகள் பட்டு அசுரர்கள் அலறிவிழும் ஒலி கேட்டது. அவனுக்குப் பின்னால் வெவ்வேறு இடங்களில் பதுங்கியிருந்த யாதவ வில்லவர்கள் அத்தருணத்தில் எழுந்த வெறியுடன் "வெற்றிவேல்! வீரவேல்! ஆழி வாழ்க! வெண்சங்கு வாழ்க!" என்று கூவியபடி புரவிகளில் எழுந்து அம்புகள் பெய்து அபிமன்யூவைத் தொடர்ந்து சென்றனர்.

யாதவப் படைகளின் அவ்வெழுச்சி அசுரப்படைகளுக்கு மேலும் புதிய பெரும்படையொன்று அங்கு வந்துவிட்டதோ என்ற உணர்வை அளிக்க, அவர்கள் ஒருவரோடொருவர் படைக்கலங்களும் கவசங்களும் முட்டி ஒலிக்கப் பின்னகர்ந்தனர். மேலும் மேலுமென வந்த அம்புகள் அவ்வச்சத்தைப் பெருக்க, கணம் கணமாக அவர்கள் அச்சமும் குழப்பமும் கொண்டு பெருகிப் பின்னகர்ந்தனர். அவ்வச்சமே அவர்களை வெறும் அம்புக்கான இலக்குகளாக ஆக்கி நிலத்தில் சரித்தது. தோழர்கள் விழுந்தோறும் அவர்கள் அச்சம் பெருகியது. போர் வெறி யாதவர் புலன்களை உச்சத்திற்குக் கொண்டுசென்றது. ஒவ்வொரு அம்பையும் தனித்தனியாகப் பார்த்து விலக்கும் ஊழ்க நிலையை உள்ளம் அடைந்தது.

அச்சம் அசுரரின் அனைத்துப் புலன்களையும் மூடி பின்னகர்வதொன்றே குறி என்றாகியது. அவர்கள் கொண்ட பயிற்சிகளையும் படைக்கலன்களையும் கேடயங்களையும் அகற்றி வெற்றுடம்பென யாதவர்களுக்கு முன் நிறுத்தியது. அம்புகளுக்கு முன் ஊழால் செலுத்தப்பட்டு பணிபவர்கள்போல நிரை நிரையாக வந்து விழுந்து மடிந்துகொண்டிருந்தார்கள். அப்போரை ஒருகணம் உளவிலக்கத்துடன் நோக்கியபோது அபிமன்யூ அசுரர்கள் ஓடிவந்து தங்கள் நெஞ்சைக்காட்டி அம்பை வாங்கி பலிக்கொடை அளிப்பதுபோல் உணர்ந்தான். பலமுறை ஒத்திகை பார்க்கப்பட்டு அதன்படி நிகழும் ஒரு தொல்சடங்கு என்றே அது தோன்றியது. ஒவ்வொரு விழியையும் நோக்கி மிருத்யூதேவி ஓசையிலாது ஆணையிட்டாள். “பணிக... படையலாகுக!”

யாதவப் புரவிகள், விழுந்த அசுரர்கள் உடல்களின்மேல் மிதித்து மேலே சென்றன. அசுரப் படைகள் குவிந்து அணுகியதற்கு எதிர்திசையாக விரிந்து அகன்றன. படைகள் விலகுவதைத் தடுக்கும்பொருட்டு கூச்சலிட்டுக்கொண்டே இருந்த அசுரப் படைத்தலைவர்கள் அதைத் தவிர்க்கமுடியாதென்று உணர்ந்து திரும்பியபோது யாதவர்களுக்கு மேலும் படைகள் வரவில்லையென்று புரிந்துகொண்டனர். படைத்தலைவன் சிம்ஹன் தன் சங்கை ஒலித்து படைகளை இரு பிரிவாகப் பிரித்து மேலும் விரைவாகப் பின்னகர வைத்தான். அப்போர்முகத்திலிருந்து எத்தனை விரைவாக அவர்கள் அகன்று செல்கிறார்களோ அத்தனை விரைவாக அங்கிருக்கும் மாயமொன்றிலிருந்து விடுபடுவார்கள் என்று அவன் அறிந்திருந்தான்.

அங்கே மிருத்யூதேவி யாதவர்களிடம் எழுந்தபின் அவர்கள் கொல்பவர்களாகவும் அசுரர்கள் வீழ்பவர்களாகவும் மட்டுமே திகழ முடியும். அதிலிருந்து விலகியதுமே அம்மாய வளையத்திற்குள் என்ன நிகழ்ந்தது என்பதை அவர்கள் உள்ளம் பிரித்தறியத் தொடங்கும். நாணமும் அதிலிருந்து சினமும் எழ வெறியென அவற்றை மாற்றிக்கொண்டு அவர்கள் நின்றுவிடுவார்கள். அத்தருணத்தில் மிகச் சரியாக எழும் அறைகூவல் அவர்களைப் பற்றிக்கொள்ளச் செய்யும். எரியென எழுந்து முன்னேறுவார்கள். காடுகளுக்குள் பின்னகர்ந்த அசுரர்கள் ஒருவரை ஒருவர் தோள்முட்டி ஒருங்கிணைந்தனர். ஒவ்வொருவரும் பிறரை உணர உணர அதுவரை அச்சத்தால் முற்றிலும் தனித்தவர்களாக இருந்தவர்கள் மீண்டும் திரள் என ஆயினர்.

படை என்ற தொகைவிசையில் இருந்து தனித்தவர்களாகி, எங்கிருக்கிறோம் என்றும் எதை ஆற்றுகிறோம் என்றும் அறியாது விழியும்செவியும் இழந்தவர்களாக மாறியவர்கள் திரளென்றானதும் அப்பெருக்கின் ஒற்றை விழியும் ஒற்றைச் செவியும் கொண்டு பேருருவமாயினர். ஒரு

சொல்லும் உரைக்கப்படாமலேயே யாதவர்கள் தங்களைவிட சிறியபடை என்றும் விசையால் மட்டுமே வல்லமைகொண்டவர்கள் என்றும் அவர்கள் அனைவரும் புரிந்துகொண்டனர். அவ்வெண்ணத்தாலேயே மிக உறுதியாகத் தொகுக்கப்பட்டு வலுவான படையென்றாகி சீரான விரைவுடன் மீண்டும் அணுகி வந்தனர்.

அசுரப் படைகள் தங்கள் முன்னிலிருந்து சிதறி அகன்று செல்லுந்தோறும் மேலும் விசைகொண்டு முன்னேறி வந்த யாதவர் மெல்ல எங்கோ ஒருபுள்ளியில் விசை இழந்து தளரத்தொடங்கினர். அவ்விசை அணையத்தொடங்கிய அத்தருணம் அனைவரிலும் ஒரே கணத்தில் நிகழ்ந்தது. அத்தனைபேரும் தாங்கள் சிறியபடை என்னும் எண்ணத்தை அடைந்தனர். வெற்றி என்பது கொலையும்தான் என்பதனால், கொலை மானுடருக்குள் ஆழத்தில் உறையும் ஒன்றை சலிப்பும் துயரும் கொள்ளச் செய்கிறது என்பதால், கணந்தோறும் அவர்களின் உள்ளம் தளர்வுற்றது. உடல் நாண் தொய்ந்தது. அதை அறிந்த புரவிகள் நடைதளர்ந்தன. அவர்களின் படை ஒவ்வொருவரும் கொண்ட முன்னெழு விசையாலேயே அவ்வடிவத்தை அடைந்திருந்தது. அம்புவடிவம் என்பது பாயும்விசையின் விழித்தோற்றம். விசை தளரத்தொடங்கியதுமே அம்பு வடிவு நெகிழ்ந்து பிறை என்றாகியது. மேலும் பரந்து கொடியென நெகிழ்ந்தாடியது.

வடிவு தளர்ந்த படைசூழ்கை ஒவ்வொரு கணமும் அதன் வீரர்களை வெறும் திரளென்று ஆக்குகிறது. கோக்கும் சரடறுந்த மாலையென அதன் உறுப்புகள் ஒவ்வொன்றும் சிதறத்தொடங்குகின்றன. மிக விரைவிலேயே ஒவ்வொரு யாதவப் படைவீரனும் தனியன் என்றானான். அக்கணம் வரை அவனை ஏந்தி வந்த பேரலையிலிருந்து விலகி பொருளிழந்து உதிர்ந்தான். விழியிழந்து செவியிழந்து காட்டுக்குள் முட்டி மோதத்தொடங்கினான் அசுரர்களின் அம்புகள் அவர்களை வீழ்த்தலாயின. தன்னைச் சுற்றிலும் யாதவர்கள் புரவியிலிருந்து அலறி விழுந்துகொண்டிருப்பதை அபிமன்யூ பார்த்தான். மீண்டுமொரு பாய்ச்சலென்பது கடலலையின் உச்சிவளைவில் காலூன்றி மீண்டும் பாய முயல்வது போல. ஆனால் மீண்டும் பாய்ந்தாக வேண்டும். தன் உளவிசை ஒன்றினாலேயே இவர்களை முன்தூக்க முடியும்.

அவன் எண்ணியதை உணர்ந்தவன்போல "இளவரசே, மீண்டும் பாயவேண்டாம். அது தற்கொலை என்றாகும்" என்றான் பீதாம்பரன். "நாம் போராடியாக வேண்டும்... முன்னகர்ந்தாக வேண்டும்" என்றான் அபிமன்யூ. தன்புரவியை சவுக்கால் அடித்து "முன்னேறுக!" எனக் கூவினான். அத்தருணத்தில் அவர்களுக்குப்பின்னால் முழவுகளும் கொம்புகளும் போர்க்கூச்சல்களும் இணைந்த பெருமுழக்கம் எழுந்தது.

சக்ரன் "முதலை வால் சுழற்றி அறைகிறது!" என்று கூவினான். பத்மன் "ஆம். இப்போர் முடிந்துவிட்டது" என்றான்.

காட்டைத் தன் காலடியில் பரப்பியிருக்கும்படி ஓங்கி வான் தாங்கி நின்றிருக்கும் வேங்கைப்பெருமரம் கடை புழங்கி பிற மரங்களைச் சுள்ளிகளென ஒடித்தபடி நிலம் அறைந்து விழுவதுபோல பிரத்யும்னனின் படை அசுரப்படைகளைச் சிதறடித்தபடி ஆசுரத்திற்குள் புகுந்தது. முதலையின் முகத்தையும் முன்கால்களையும் கவ்வி உதறிக் கிழித்துக்கொண்டிருந்த அசுரப்படைகளின் முதுகை முதலை வால் சுழற்றி அடித்தது. எலும்புவாலின் அடியால் நொறுங்கிச் சிதறி காடெங்கும் பரவினர் அசுரர். யாதவப்படைகளின் படைப்பயிற்சியும் செய்தித்திறனும் எண்ணிக்கையும் அசுரர்களைவிட மிகுதியாக இருந்தன. அசுரர்களோ தங்கள் எண்ணிக்கையாலும் குருதிவெறியாலுமே போரில் ஆற்றல் கொள்பவர்கள். அவையிரண்டும் பொருளற்றவையென்றாக அவர்கள் சிறுகுழுக்களாகப் பிரிந்து காடுகளுக்குள் ஓலமிட்டபடி ஓடிப்பரவினர்.

யாதவப்படைகளில் ஒரு சாரார் நூலேணிகளினூடாக மரங்களுக்கு மேல் ஏறி அங்கு இருந்துகொண்டு அம்புகளை விடுத்து அசுரர்களைக் கொன்று வீழ்த்தினர். காட்டுக்குள் யானைப்போர் நிகழ்வதுபோல மரங்கள் உலைய, பறவைகள் எழுந்து வானில்பரவ, அந்நிலமெங்கும் ஒவ்வொரு புள்ளியிலும் போர் நிகழ்ந்தது. மிக விரைவிலேயே அசுரப்படைகள் முற்றிலும் எதிர்ப்பைக் கைவிட்டுவிட்டு பின்வாங்கத்தொடங்கின. பின்வாங்குந்தோறும் அவை மேலும் நம்பிக்கையிழந்தன. எதிர்ப்பு இலாதபோது விரைவு ஒவ்வொரு கணமும் மிக, யாதவப்படைகள் ஆசுர நிலத்திற்குள் கடந்து சென்றுகொண்டே இருந்தன.

உரக்க நகைத்தபடி சக்ரன் அபிமன்யூவிடம் "மிஞ்சிப்போனால் இன்று மாலை... மெல்லச் சென்றால்கூட இன்றிரவு சோணிதபுரியை அடைந்துவிடுவோம். நாளை காலை பாணரின் அரண்மனைமுகப்பில் யாதவக்கொடி பறக்கும்" என்றான். பீதாம்பரன் "செல்வதற்குள் நாம் அசுரர்களில் பாதியைக் கொன்றழித்துவிடவேண்டும்" என்றான். "முன்னேறுங்கள் முன்னேறுங்கள்" என்று கூவியபடி அபிமன்யூ கொற்றவையின் வெறியாட்டெழுந்த பூசகி என வில் நின்று துள்ள முன்னால் சென்றான். "விரைக! மேலும் விரைக!" என்று யாதவப்படைகளுக்கு ஆணையிட்டுக்கொண்டும் வெறியுடன் நகைத்துக்கொண்டும் பொருளின்றி கூச்சலிட்டுக்கொண்டும் சென்றான். அவன் விழிகள் தெய்வங்களுக்குரிய வெறிப்பு கொண்டிருந்தன. அத்தருணத்திற்காக மண் பிளந்து எழுந்த பாதாளதெய்வம்போலிருந்தான்.

அசுரப்படைகள் ஒவ்வொரு நிலைகளாகக் கைவிட்டு பின்னகர்ந்தன. பின்னகரும்படி ஒலித்துக்கொண்டிருந்த முழவுகளும் ஓயவே, பிறிதொன்றும் செய்வதற்கிலாதவர்களென அவர்கள் சென்றபடி இருந்தனர். "வென்று விட்டோம்! போர் முடிந்துவிட்டது, இளவரசே!" என்றான் சக்ரன். அபிமன்யூ அம்புதொடும் இலக்குகளை கணம் முன் தொட்டுச்சென்ற விழிகளுடன் "அசுரர்கள் என்றும் இங்கிருந்தார்கள். ஒருபோதும் அவர்கள் தாங்களே எழுந்ததில்லை. அவர்களைப் பேரரசாக ஆக்கியவர் ஒருவர். அவர் இன்னும் படைமுகம்வரவில்லை" என்றான். அதைக்கேட்டதுமே அது மெய்யென்றுணர்ந்த சக்ரன் முகம் மாறினான். படைகளை நோக்கித் திரும்பி வாளைச்சுழற்றி "முன் செல்லுங்கள்! முன்னேறுங்கள்" என்று கூவியபடி விரைந்தான்.

எதிர்க்காற்று பட்டுத்துணித்திரள் போல முகத்திலறைய புரவியில் விரைந்து சென்றுகொண்டிருந்தபோது அபிமன்யூ பாணாசுரரைப் பற்றி எண்ணிக்கொண்டான். பிரத்யும்னனின் படைகள் அங்கு வந்துள்ளன என்பதற்கு அவை யாதவ மையநிலத்திலிருந்து திரண்டு வந்து கொண்டிருக்கின்றன என்றுதான் பொருள். அதை அறியும் அளவுக்கு ஒற்றர்படை அவருக்கு இருக்கும். கோகுலத்திலிருந்து அநிருத்தனைக் கவர்ந்துகொண்டு வந்து சிறை வைக்கமுடிந்தவருக்கு விழியறியா ஒற்றர்வலை ஒன்று இருந்தாகவேண்டும். அவர் பிரத்யும்னனின் படை தன் எல்லை கடப்பதுவரை வாளாவிருக்க மாட்டார். இச்செய்தி சென்றபின்னர்தான் அவர் சோணிதபுரியிலிருந்து எழுவார் என்பது மடமை. எண்ண எண்ண "ஆம், அதுவே உண்மை!" என்று அவன் உள்ளத்தின் ஆழத்தில் பிறிதொருவன் குரலெழுப்பினான். இது மேலும் மேலும் தங்களை உள்ளே கொண்டுவந்து சூழ்ந்துகொள்வதற்கான வழிமுறையா என்ன? அதைச் சொல்லாக்கியதுமே மெய்யென்றாகி தொட்டுவிடும் பாறையென கண்முன் நின்றது.

அபிமன்யூ கடிவாளத்தை இழுத்து புரவியை நிறுத்தியதைக்கண்ட சக்ரன் திரும்பி வந்து "இளவரசே" என்றான். "நாம் சூழ்ந்து கொள்ளப்பட்டிருக்கிறோம்" என்றான் அபிமன்யூ. "எங்கே? எவரால்?" என்றபின் சக்ரன் நகைத்து "அசுரர்களாலா? காற்றில் பறக்கும் பஞ்சுகள். இனி அவர்களை ஒன்றுதிரட்ட பாணாசுரரால் அல்ல அவரது தந்தை மாவலியாலோ மூதாதை வைரோசனராலோ ஏன் விண்ணளந்தோனை எதிர்த்த ஹிரண்யகசிபுவாலோகூட இயலாது" என்றான். அபிமன்யூ "அல்ல, நான் அவரது நோக்கை உணர்கிறேன்" என்றான். "இது உளமயக்கு" என்றான் சக்ரன். "நாகம் நோக்கிவிட்டபின் தவளை அதை அறிந்துவிடும் என்பார்கள்" என்ற அபிமன்யூ புரவியிலிருந்து பாய்ந்திறங்கி

அருகே நின்ற வேங்கை மரத்தின் கொடிகளிலும் கிளைகளிலும் தொற்றி மேலேறத்தொடங்கினான்.

"இளவரசே, எங்கு செல்கிறீர்கள்?" என்று கீழிருந்து சக்ரன் கேட்டான். உச்சிக்கிளையை அடைந்து கவர் ஒன்றில் கால்வைத்து அமர்ந்துகொண்டு நாற்புறமும் நோக்கிய அபிமன்யூ "நான் எண்ணியதேதான்" என்றான். "என்ன?" என்றான் சக்ரன். "நாம் சூழ்ந்துகொள்ளப்பட்டிருக்கிறோம். முற்றிலுமாக" என்றான் அபிமன்யூ. சக்ரன் "என்ன சொல்கிறீர்கள்?" என்றான். அபிமன்யூ கீழிறங்கி வந்து "எப்போதும் நாம் செய்யும் பிழைதான். நாமறியாத நிலங்களுக்குச் செல்லும்போது நாமறிந்த நிலமாக அதைக் கற்பனை செய்து கொள்கிறோம். அது நம்மை இடர்களுக்குக் கொண்டுசெல்லும் பொறியாகிவிடுகிறது" என்றான். "நாம் ஆசுரத்திற்குள் முழுமையாக அகப்பட்டுக்கொண்டிருக்கிறோம். அவர் சோணிதபுரியிலிருந்து மலை இடைவெளிகளினூடாக படைகளைக் கொண்டுவந்து நம்மைச் சூழ்ந்துவிட்டார். இனியொன்றும் செய்வதற்கில்லை."

சக்ரன் தன் உள்ளத்தை அப்படித் திருப்பிக்கொண்டதுமே அனைத்தையும் அவனும் கண்டு சொல்லிழந்தான். "நாம் சூழ்கைக்கான படை அமைக்கவில்லை. நமது பின்பக்கம் திறந்து கிடக்கிறது. இன்னும் அரை நாழிகைப்பொழுது அமைந்தாலே போதும், போராடி நிலைகொள்ளமுடியும். உடனடியாகப் பிரத்யும்னருக்குச் செய்தி செல்லட்டும். நமது படைகள் மலரமைவில் அமையட்டும். எட்டு இதழ்கள், திசைக்கு இரண்டு" என்றான் அபிமன்யூ, சக்ரன் ஆணைகளைக் கூவியபடி ஓடினான். முழவுகள் அச்செய்தியை ஒலிக்கத்தொடங்கின. ஒலியிலிருந்து ஒலி தொடுத்துச் சென்று பிரத்யும்னனை அடைந்தது அச்செய்தி. "ஆம், நானும் பார்த்துவிட்டேன். மலரமைவிற்கு ஆணைகளைப் பிறப்பித்துக்கொண்டிருக்கிறேன்" என்று அவன் பதிலிறுத்தான்.

யாதவப்படைகள் எட்டு பிரிவுகளாக உருமாறத்தொடங்கின அவற்றின் முகப்பில் நீண்ட ஈட்டி ஏந்திய படைவீரர்களும் அவற்றுக்கு இணையாகப் புரவிப்படைகளும் அமைந்தன. ஆனால் எட்டு இதழ்கள் விரிந்துகொண்டிருக்கையிலேயே பெருமழை சூழ்ந்து ஓங்கி அறைவதுபோல பாணாசுரரின் படை யாதவர்களைத் தாக்கத் தொடங்கியது. "முந்திக்கொண்டுவிட்டார், நம் முழவொலியைக் கேட்க ஆள்வைத்திருந்திருக்கிறார்" என்று அபிமன்யூ சொன்னான். அசுரப்படை இதழ்களின் இடைவெளிகளுக்குள் நுழைந்தது. "சிலந்திவடிவப் படைசூழ்கை. நாம் எட்டிதழ்சூழ்கை எடுப்போம் என்றுகூட அறிந்திருக்கிறார்."

"இளவரசே..." என்று பதறியபடி பத்மன் அவன் அருகே வந்தான். "என்ன செய்வோம்? நாம் இயற்றக்கூடுவதென்ன?" அபிமன்யூ "போரிடுவதுதான். அதற்குத்தானே வந்தோம்?" என்றபடி உரக்க நகைத்தான். "குருதிகுளித்துத் தூய்மைகொள்வோம். தூயபலிவிலங்கை அவள் விரும்புவாள்." அவன் முகத்திலிருந்த வெறியைக்கண்டு "ஆம் போரிடுவோம்..." என்றான் பத்மன். "ஆனால் வெல்ல முடியுமா?" என்றான் பீதாம்பரன். "வெல்வேன் என்று எண்ணாமல் நான் ஒருமுறையும் வில்லெடுப்பதில்லை" என்று சொல்லி அபிமன்யூ நாண் தெறித்து முழங்க முன்னால் சென்றான். "என் இருபுறமும் வீரர்கள் வரட்டும், என் அம்பறாத்தூளி ஒருபோதும் ஒழியாதிருக்க வேண்டும்."

"எங்கு செல்கிறீர்கள், இளவரசே?" என்றபடி சக்ரன் பின்னால் வந்தான். "பிரலம்பன் என்னைத் தொடரட்டும். உங்களுக்கு இடப்பட்ட ஆணை எதுவோ அதை நிறைவேற்றுங்கள். நான் பாணரை எதிர்கொள்ளச்செல்கிறேன்" என்று கூவினான் அபிமன்யூ. பிரலம்பன் "தொடர்ந்து வந்துகொண்டிருக்கிறேன் இளவரசே" என்றபடி தன் புரவியின் இருபுறமும் அம்பறாத்தூளிகளைத் தொங்கவிட்டுக்கொண்டு அபிமன்யூவுக்கு வலப்பக்கமாக விரைந்து சென்றான். தொலைவில் அசுரப்படைகளின் முரசு முழக்கத்தை அவர்கள் கேட்டனர். "பாணர் இங்கிருக்கிறார். முழவுகள் அதைத்தான் கூறுகின்றன" என்றான் பிரலம்பன். "ஆம், நான் அவரைப் பார்த்துவிட்டேன்" என்று அபிமன்யூ கூறினான். நீண்ட அம்புகள் காட்டுக்குள் இருந்து எழுந்து வந்து யாதவர்களை வீழ்த்தின. பிரலம்பன் "பீதாம்பரர் வீழ்ந்துவிட்டார்" என்றான். அபிமன்யூ அதைக் கேட்கவில்லை. அவன் புரவியின் முன்விசை ஒருகணமும் தளரவில்லை.

காட்டின் விளிம்புக்கு அப்பால் விரிந்த புல்வெளியில் புரவிப்படையொன்று எழுந்து வெயிலில் தோன்றியது. அதன் முகப்பில் கரிய இரும்புக்கவசம் அணிந்த பெரிய புரவியின்மேல் பாணாசுரர் அமர்ந்திருந்தார். காட்டுள்ளிருந்து வெளிவந்த அபிமன்யூவும் பிரலம்பனும் நேர்முன்னால் எனக் கண்டனர். பாணர் புரவியிலிருந்தபடியே கைதூக்கி தன் வீரர்களை இருபக்கமும் விலகிச்செல்லும்படி சொன்னபிறகு உரக்க நகைத்து வில்லெடுத்தார். "பிரலம்பரே, உம் உடலை காத்துக்கொள்க! புரவியின் கவசத்திற்குப் பின்னிருக்க வேண்டும் தலையும் தோளும்" என்றபடி அபிமன்யூ பாய்ந்து முன்னால் சென்றான்.

பாணரின் அம்புகளும் அபிமன்யூவின் அம்புகளும் காற்றில் சந்தித்துக் கொள்வதை பிரலம்பன் கண்டான். பறவைகள் முத்தமிட்டு விளையாடுவதுபோல. ஒளிக்கதிர்கள் ஒன்றையொன்று வெட்டிக் கொள்வதுபோல. அம்புகளால் ஆன வேலி ஒன்றுக்குள் அவர்கள்

ஒருவரையொருவர் நோக்கிக் கைவீசி நடனமிடுவதுபோல. அம்புகள் பெருநீர்ச்சுழியென ஆகி அவர்கள் இருவரையும் சுழற்றியடிப்பதுபோல. இருபக்கமும் அசுரரும் யாதவரும் போர் நிறுத்தி அவர்கள் இருவரும் போரிடுவதை நோக்கிக்கொண்டிருந்தனர். இருவரின் கவசங்களும் உடைந்து தெறித்தன. தலைப்பாகைகளும் குண்டலங்களும் அறுந்தன. பாணரின் தோளில் அபிமன்யூவின் அம்பு பாய்ந்தது. அபிமன்யூவின் தொடையில் அவர் அம்பு அறைய, அவன் புரவியிலிருந்து விழப்போனான். தொற்றி மேலேறி கோணலாக அமர்ந்து அம்பெய்தான்.

மேலும் மேலுமென அம்புகள் எழுந்து பறந்து அமைந்துகொண்டே இருக்க எங்கோ ஒரு புள்ளியில் அபிமன்யூ தோற்கத் தொடங்குவதை பிரலம்பன் கண்டான். விழிகளுக்கு அவர்கள் இருவரும் நிகர் வல்லமையுடன் போரிட்டுக்கொண்டிருப்பதாகவே தோன்றியது. ஆனால் உள்ளுணர்வு சொல்லிவிட்டிருந்தது, துலாவின் ஒரு பக்கம் தாழத்தொடங்கியதை. எப்படி என்று வியந்து அவன் அபிமன்யூவின் முகத்தைப் பார்த்தான். கனவொன்றில் வெறித்திருப்பவைபோல விழிகளும் புன்னகை செறிந்த உதடுகளும் மட்டும்தான் தெரிந்தன. தோள்கள் முற்றிலும் சீரமைக்கப்பட்ட போர்ப்பொறிகளென இயங்கிக்கொண்டிருந்தன. புரவியும் அவனும் ஒருடலென்றாகி சுழன்று பாய்ந்து ஒதுங்கிப் போரிட்டனர்.

அம்புகளைக் கைகள் எடுத்துக்கொடுக்க தன்னைச்சூழ்ந்து பறந்த அம்புகளுக்கு உடல் ஒதுங்கி தன்னைக் காத்துக்கொள்ள அம்பு தொடா வெளியொன்றில் உயிரச்சமும் விழைவும் அற்ற ஆழம் ஒன்று பிரலம்பனுக்குள் கூர்கொண்டு அப்போரை நுண்ணிய கணக்காட்சிகளின் அடுக்குகள் என நோக்கிக்கொண்டிருந்தது. எக்கணம் அது நிகழப் போகிறது? இந்த அம்பில் இது தவிர்க்கப்பட்டுவிட்டது. இந்த அம்பு இது ஒடிக்கப்பட்டுவிட்டது. இக்கணம் இது கடந்துவிட்டது. மறுகணம், மறுகணம், இதோ, இதோ எனக் கடந்து சென்ற பின் ஒருகணம் திகைத்துத் திரும்பிப்பார்த்தபோது அபிமன்யூ புரவியிலிருந்து தெறித்து தரையில் விழுந்துகிடப்பதை பிரலம்பன் கண்டான்.

தன் நெஞ்சில் குளிர்ந்த பெரிய பாறையொன்று வந்து அறைந்ததுபோல் உணர்ந்து செயலற்றபோது அவன் தோள்மேல் அம்பு ஒன்று பாய்ந்து உருட்டிக் கீழே தள்ளியது. மண்ணில் அறைந்த முகத்தில் குருதிவெம்மை படிந்தது. குருதியுப்பைத் துப்பியபடி உருண்டு எழுந்து புதரொன்றுக்குள் நுழைந்து எழுந்தபோது அபிமன்யூ கையூன்றி புரண்டு எழுவதற்குள் பிறைஅம்பு ஒன்றை எடுத்து வில்லில் பொருத்தி அவன் தலைக்குக் குறிவைத்த பாணரின் கைகளின் விரைவைக் கண்டான். அம்பு எழும் கணத்திற்குள் வில் முறிந்து தெறித்தது. சினத்துடன் அவர் திரும்பி நோக்க, படையாழி ஒளியுடன் சுழன்று மீண்டும் நோக்கி வந்தது. புரவியிலிருந்து

பாய்ந்து பாணர் தரையில் விழுந்து புரள்வதற்குள் அவரது வலக்கையை வெட்டி அகற்றியது அது.

பாணர் குருதியுடன் சேற்றில் விழுந்து இடக்கையை ஊன்றி உருண்டு புதர்களுக்குள் மறைந்தார். அசுரர்கள் போர்க்குரல்களுடன் திரும்பி நோக்கி, திகைத்து விலகினர். காட்டுக்கு அப்பாலிருந்து பாய்ந்து வந்த புரவிப்படையொன்றின் முகப்பில் புரவியின் தோள்மேல் காலூன்றி எழுந்து நின்று அணுகும் பறவை எனப் பெருகிவந்த இளையயாதவரை பிரலம்பன் கண்டான். இரும்புக்கவசமணிந்த மார்பும் தலையும் நீரலை போல் ஒளிவிட்டன. படையாழி சுழற்சியில் உருமறைய ஒளியென்றாகியபடி அவர் கைகளில் சென்று தொட்டு எழுந்து சுழன்று வந்தது.

பகுதி 4

ஆடலின் வண்ணங்கள்

1

அபிமன்யூ காம்பில்யத்தின் கோட்டைமுகப்பை நெருங்கும்போதே அவனுடைய துள்ளும் மீன் பொறிக்கப்பட்ட கொடி கோட்டை மேல் ஏறியது. கொம்புகள் முழங்க வீரர்கள் முகப்புக்கு வந்து புன்னகையுடன் வாழ்த்தி தலைவணங்கி வரவேற்றனர். புரவியிலிருந்து இறங்கி "முத்ரரே, எப்படி இருக்கிறீர்? நகர் நன்கு பொலிகிறதா? ஐம்புரிக்குழல் மங்கையர் நாள்தோறும் அழகு முதிர்ந்துகொண்டிருக்கிறார்களா?" என்றான். "அகவை முதிர்கிறார்கள். பிறிதொன்றும் நான் அறியேன்" என்றான் முத்ரன். அருகே நின்ற சம்பு "இது காடு, இளையவரே. இங்கே மலர்களுக்குக் குறைவேயில்லை" என்றான். "ஆம், அவை பெரும்பாலும் உதிர்ந்துவிடுகின்றன. உதிராதவை கனியாகிவிடுகின்றன" என்று அபிமன்யூ நகைத்தான்.

பிரலம்பனைச் சுட்டி "இவர் என் அணுக்கர் பிரலம்பர். ஐம்புரிக்குழல் மங்கையரைப்பற்றித்தான் இவரிடம் பேசிக்கொண்டு வந்தேன். கிளர்ச்சியடைந்திருக்கிறார்..." என்றான். முத்ரர் பிரலம்பனைப் பார்த்து நகைக்க அவன் தலைவணங்கி முகமன் உரைத்தான். "முறைமைகளையெல்லாம் எப்போதும் சீராகச் செய்துவிடுவார். போரில் எப்போதும் எனக்குப் பின்னாலிருந்தார்" என்று சொன்ன அபிமன்யூ இன்னொரு வீரரிடம் "தங்கள் புதல்வி எப்படி இருக்கிறாள்? கேசினி அல்லவா அவள் பெயர்?" என்றான். "சுகந்தகேசினி என்றழைப்போம்" என்றார் அவர். "கேசினி என்றுதான் என்னிடம் சொன்னாள்? அழகி!" என்றபின் கோட்டைக்குள் நுழைந்து காவலர்கூடங்களின் நடுவே சென்று நின்றான்.

அனைத்துத் திசைகளிலிருந்தும் காவலர்கள் சிரித்தபடி அவனை நோக்கி வந்தனர். "எந்தையர் வந்திருக்கிறார்கள் அல்லவா? கொடிகளைக் கண்டேன்" என்றான். காவலர்தலைவன் "ஆம், அவர்கள் நேற்று முன்நாள் வந்து அவைஅமர்ந்துவிட்டனர். தங்களுக்காகவே அனைவரும் காத்திருக்கிறார்களென்று இங்கு பேச்சிருக்கிறது" என்றான். மேலிருந்து வணங்கியபடி அணுகிய முதிய காவலரிடம் "சூரியரே, என் அன்னை எப்படி இருக்கிறாள்?" என்றான். அவர் முகத்தைத் திருப்பிக்கொள்ள, சூழ்ந்திருந்த காவலர்கள் நகைத்தனர் "அன்னையிடம் எந்தையின் உசாவலைத் தெரிவியுங்கள். மகிழ்வார்கள்" என்றபின் "நான் இப்போது கடிது அரண்மனைக்குச் செல்ல வேண்டியுள்ளது. செய்தி அறிவித்துவிட்டு அவைச்சடங்குகளை முடித்துவிட்டு வருகிறேன்" என்றான்.

சூரியர் பற்களைக் கடித்தார். அபிமன்யூ "வருகிறேன்" என்று கையைக் காட்டினான். முதுகாவலர் அவனைச் சினத்துடன் பார்த்து இதழ்களுக்குள் ஏதோ முணுமுணுத்தார். "சூரியர் என்னை வாழ்த்துகிறார்" என்ற அபிமன்யூ தலைவணங்கி "தங்களுக்கு நான் ஒருவகையில் மைந்தன் முறையல்லவா? குரலெடுத்தே வாழ்த்தலாமே?" என்றான். அவர் அங்கிருந்த கற்தூணுக்குப் பின்னால் தன்னை மறைத்துக்கொண்டார். பிறிதொரு காவலன் "தாங்கள் போர்முகப்பிலிருந்து வருவதாக இங்கு சொல்லப்பட்டது" என்றான். "ஆம், மூன்று இடங்களில் எனக்கு ஆழமான புண்" என்றபின் தன் காலைத் தூக்கிக்காட்டி "இங்கே அம்பு எலும்பில் பாய்ந்துவிட்டது. ஆறிவருகிறது" என்றான். அன்னையரிடம் புண்களைக்காட்டும் குழந்தை போலிருந்தான் அவன். "விழுப்புண் அல்லவா, இளவரசே" என்றான் ஒருவன். "ஆம், இன்னும் அதிக புண்கள் படும் பெரிய போருக்கு இது ஒரு பயிற்சி" என்றபின் "வருகிறேன், சூரரே" என்றான்.

பிரலம்பன் அபிமன்யூவைத் தொடர்ந்தபடி "இங்கு எப்போது வந்தீர்கள்?" என்றான். "இரண்டாண்டுகள் இருக்கும். எந்தையர் கானேகல் முடிக்கப்போகிறார்கள் என்னும் செய்தி வந்தது. அதை உரைக்க வந்தேன்" என்றான். "இவர்கள் தங்களை மறக்கவே இல்லை" என்றான் பிரலம்பன். "ஏன் மறக்கவேண்டும்? நான் இவர்களை மறக்கவேயில்லையே" என்று அபிமன்யூ மறுமொழி சொன்னான். "மேலும் இந்நகர் மறக்கக்கூடியதே அல்ல. புலியை வேட்டையாடும் மான்களால் ஆனது இது. சிலநாட்களிலேயே புரிந்துகொள்வீர்." பிரலம்பன் "என்ன?" என்றான். "அதோ..." என அபிமன்யூ அங்கிருந்த சிறுகோயிலைச் சுட்டிக்காட்டினான். கோட்டைச்சுவரில் புடைப்பாக எழுந்த கற்சிலையைச் சுற்றி மரத்தால் கட்டப்பட்ட கோயிலுக்குள் துர்க்கையின் காலால் மிதிக்கப்பட்ட சிவன் மல்லாந்து கிடந்தார். "அவர் பேருவகை கொண்டிருக்கிறார்" என்றான் அபிமன்யூ.

காம்பில்யத்தின் தெருக்களில் வாழ்த்தொலிகளும் குரவையொலிகளும் எழுந்தன. எல்லா வாயில்களும் திறந்து மக்கள் அபிமன்யூவைப் பார்க்க சாலையின் இருபுறமும் கூடினர். வாழ்த்தொலிகளிலும் கூச்சல்களிலும் தயக்கமும் ஐயமும் கலந்திருப்பதுபோல பிரலம்பனுக்குத் தோன்றியது. "எண்ணி எண்ணி வாழ்த்துரைப்பதுபோல் தோன்றுகிறதே?" என்றான். "ஆம், அஸ்தினபுரியின் சூதுக்களத்தில் பாரதவர்ஷத்தின் அத்தனைபேரும் வந்து நின்றார்கள் என்று கவிஞர்கள் பாடுகிறார்கள். பாரதவர்ஷத்தின் அனைவருமே இன்று நிகழ்ந்துகொண்டிருக்கும் இந்த மண்பூசலில் பங்கெடுத்துக்கொண்டிருக்கிறார்கள். என்ன நிகழ்கிறதென்று ஒவ்வொரு கணமும் எதிர்பார்க்கிறார்கள்" என்றான் அபிமன்யூ.

"இல்லங்களுக்குள் ஒளிந்திருந்து கோட்டைக்கு வெளியே கேட்கும் ஒலிகளிலிருந்து அங்கே நிகழும் போரை கற்பனை செய்யும் கோழையைப்போன்று இருக்கிறார்கள் இவர்கள்" என்றான் பிரலம்பன். "ஆனால் வெளியே நிகழும் போர்களைவிட மிகப்பெரிய போர்களை இவர்கள் பார்த்துக்கொண்டிருக்கலாம்" என்று நகைத்த அபிமன்யூ "என் விழைவு என்னவென்றால், இந்தக் கவச குண்டலங்களைக் கழற்றிவிட்டு இவர்களுடன் எளிய குடிமகனாகக் கலந்துவிடவேண்டும். ஐயங்களைப் பெருக்க வேண்டும். அச்சங்களைப் பரப்ப வேண்டும். புரளிகளை எழுப்பி புதிய வழிகளைத் திறந்துவிட வேண்டும். வரலாற்றில் நடித்து சலித்துவிட்டேன். வரலாற்றை வைத்து விளையாடும் வாய்ப்புக்காக ஏங்குகிறேன்" என்றபின் அங்கு நின்ற ஐம்புரிக் குழலணிந்த பெண்ணிடம் "துர்க்கை, எப்படி இருக்கிறாய்? நான் போரிலிருந்து வருகிறேன். போரைப் பிறகு உன்னிடம் விரிவாகச் சொல்கிறேன்" என்றான்.

அவள் இருபுறமும் நின்றவர்களை நோக்க, "என்னைத் தெரியவில்லையா? நீ என்னைக் கனவு கண்டாய் அல்லவா?" என்றான். அவள் "நான் யாரையும் கனவு காணவில்லை" என்றாள். "அப்படியென்றால் நான் கனவு கண்டிருப்பேனோ?" என்றான் அபிமன்யூ. பிரலம்பன் "ஒருவேளை இருவரும் சேர்ந்துகூட கனவு கண்டிருக்கலாம்" என்றான். "இளையோனே, இத்தகைய ஆடல்களை நான் நிறையவே கண்டிருக்கிறேன். எங்களுக்கெல்லாம் பாண்டவர் ஐவருமே வேண்டும்" என்று அவள் சொல்ல, அவள் தோழிகள் நகைத்தனர். "நான் ஒருபுரி கொண்ட குழல்களை இதற்குமுன் பார்க்கிருக்கிறேன். பிற நான்கை அறிய ஆவல்" என்றான் அபிமன்யூ. "தருணம் சொல்கிறேன், வருக!" என்றாள் அவள். அவள் தோழிகள் மீண்டும் நகைக்க, அபிமன்யூ புரவியைத்திருப்பிப் பிரலம்பனிடம் "கத்தியைத் தீட்டவே முடியாத கடினப்பாறைகள். நமக்கெல்லாம் மென்மரம்தான் உகந்தது" என்றான்.

அபிமன்யூ புரவியிலிருந்து இறங்கி "உக்ரரே, இருபுரவிகளும் நெடுந்தொலைவு நில்லாது வந்துள்ளன. அவற்றின் கால் களைப்பு

தீரவேண்டுமென்றால் மூன்று நாட்களாவது ஓய்வு தேவை. அதன்பின் ஐந்து நாட்கள் நீச்சல் மட்டுமே பயிற்சியாக இருந்தால் போதும். நாளுக்கு மும்முறை கால் உருவிவிடச்சொல்லுங்கள்" என்றான். உக்ரர் "ஆம், அவற்றைப் பார்த்தாலே தெரிகிறது, கால்களில் நரம்புகள் புடைத்துள்ளன" என்றார். பிறிதொரு காவலனிடம் "ருத்ரரே, என்று இங்கு வந்தீர்?" என்றான். "புரவிகளுடன் இங்கு வரும்படி உபப்பிலாவ்யத்திலிருந்து ஆணை வந்தது. நாங்கள் இங்கு வந்து எட்டுநாட்கள் ஆகின்றன" என்றார் ருத்ரர். "வருகிறேன், நல்ல களைப்பு" என்று அவர்கள் தோளைப்பற்றியபின் அரண்மனைக்குள் நுழைந்தான்.

பிரலம்பன் "அத்தனை வீரர்களையும் அறிந்து வைத்திருக்கிறீர்களே?" என்றான். "நான் ஒருமுறையேனும் பழகிய அனைவரையும் நினைவில் கொண்டிருக்கிறேன்" என்று அபிமன்யூ சொன்னான். "அவர்கள் முகத்தைக் கூர்ந்து நோக்கியபடி அவர்களின் பெயர்களை என் நாவுக்குள் இருபதுமுறை சொல்வேன். அந்த முகத்தில் ஏதேனும் ஒரு சிறு தனித்தன்மையை அல்லது அடையாளத்தை அப்பெயரென உருவகித்துக்கொள்வேன். காதுக்கருகே இருக்கும் அந்தச் சிறுமச்சம் ருத்ரர். தாடையில் இருக்கும் அந்த வெட்டுக்காயமே உக்ரர்" என்று அபிமன்யூ சொன்னான். பிரலம்பன் "புதியவர்கள் தாங்கள் அவர்கள் பெயரைச் சொல்லும்போது வியப்பும் உவகையும் கொள்கிறார்கள். இவர்கள் இந்திரப்பிரஸ்தத்தினர். தாங்கள் பெயர் சொல்லி அழைப்பதை ஒரு பொருட்டாக எண்ணவில்லை. ஏனெனில் அவர்கள் உங்கள் தோழர்களென்றும் அணுக்கர்களென்றும் எண்ணுகிறார்கள்" என்றான். அபிமன்யூ "உண்மையிலேயே அவ்வாறுதான்" என்றான்.

அவர்களை எதிர்கொண்டழைத்த குந்தியின் முதன்மைச்சேடியான பார்க்கவி "இளவரசரை வணங்குகிறேன். பேரரசி தங்கள் வருகை நிகழ்ந்ததும் அறிவிக்கச் சொல்லியிருந்தார்" என்றாள். "நாங்கள் நகர் நுழைந்துவிட்டது முன்னரே தெரியும்போலிருக்கிறது" என்றான். "ஆம், முதல்காவல்மாடத்திலேயே அரசியின் ஒற்றன் இருந்தான். நீங்கள் நுழைந்ததுமே புறா இங்கு வந்துவிட்டது" என்றாள். "அதற்கு முன்னரே நாங்கள் பாஞ்சாலத்துக்குள் நுழைந்ததை புறா சொல்லியிருக்கும். ஏழு நாட்களுக்கு முன் நாங்கள் சோணிதபுரியிலிருந்து கிளம்பியதை பிறிதொரு புறா சொல்லியிருக்கும். நாங்கள் கொண்டுவரும் தூதென்னவென்று ஒரு புறா சொல்ல, அதன்மேல் எங்களுக்கு உண்மையில் எவ்வளவு ஐயம் இருக்கிறது என்பதை இன்னொரு புறா சொல்லியிருக்கும்" என்றான் அபிமன்யூ. "பேரரசி கனிபழுத்த ஆலமரம்போல் பல்லாயிரம் புறாக்களை உடலெங்கும் தாங்கி நின்றிருக்கிறார். அவர்களின் உள்ளமே ஒரு மாபெரும் புறா முற்றமாக இருக்குமென்று தோன்றுகிறது" என்ற

அபிமன்யூ திரும்பி பிரலம்பனிடம் "அஸ்தினபுரியின் புறாமுற்றத்திற்குச் சென்று பார்க்கவேண்டும் நீர். எங்கு பார்த்தாலும் வெண்ணிறமாகப் புறா எச்சம். மூக்கை பிடிக்காமல் கடக்க முடியாது" என்றான்.

சேடி நகைத்தபடி "வருக!" என்று அழைத்துச் சென்று கூடத்தில் அமர வைத்தாள். "நான் தங்கள் வருகையை அறிவித்து வருகிறேன்" என்று மேலே சென்றாள். அபிமன்யூ பீடத்தில் அமராமல் நின்று அந்தக்கூடத்தின் சுவர்களில் தொங்கிய பட்டுத்திரைச்சீலைகளைத் தொட்டுப்பார்த்தான். அவற்றிலிருந்த பொன்னூல்களைக் கைகளால் பிரித்து இழுத்து நகத்தால் சுரண்டி எடுத்தான். "இங்கு பொன்னூல்களாகப் பின்னப்பட்டிருக்கும் பொன்னே ஒரு சிறு அரசை உருவாக்குவதற்குப் போதுமானதாக இருக்குமென்று எண்ணுகிறேன்" என்றான். பிரலம்பன் "பாஞ்சாலம் தொன்மையான நாடு. அதன் கருவூலம் ஈராயிரம் ஆண்டு தொன்மையானது என்கிறார்கள்" என்றான். அபிமன்யூ "ஆம், அவர்கள் அஸ்வமேதமோ ராஜசூயமோ செய்ததில்லை போர்கள் எதிலும் ஈடுபட்டதில்லை. இறைக்காத கிணறாகத் தேங்கியிருக்கிறது" என்றபின் ஒரு தோரணத்தை எட்டித் தாவிப் பற்றியிழுத்து கசக்கி நோக்கி "விரைவில் இறைத்துவிடுவோம்" என்றான்.

கதவு திறந்து உள்ளே வந்த சேடி தோரணத்தை இழுத்துக்கொண்டு நின்ற அபிமன்யூவைப் பார்த்து "என்ன செய்கிறீர்கள், இளவரசே?" என்றாள். "அரண்மனைக்கூடத்திற்குள் தோரணம் கட்டியிருப்பதை இப்போதுதான் பார்க்கிறேன். தோரணமா என்று நோக்கினேன்" என்றான். "இது காம்பில்யத்தின் அரசியின் கோடைகால மாளிகை. அஸ்தினபுரியின் யாதவப்பேரரசிக்காகத் தூய்மைப்படுத்தி அணிசெய்து அளித்திருக்கிறார்கள். இது அவர்களுக்கான வரவேற்புக்காகக் கட்டப்பட்டது" என்றாள். அபிமன்யூ "பொன்னூல் பின்னல் செய்த பட்டினால் தோரணம் அமைக்கும் அளவுக்கு யாதவப் பேரரசி இன்னும் நிலம்கொண்டவளாகவும் நகர்ஆள்பவளாகவும் ஆகவில்லை. குறைந்தது ஒரு ராஜசூயமோ அஸ்வமேதமோ கூட செய்யவில்லை" என்றான்.

அவள் "இதை நீங்களே பேரரசியிடம் சொல்லலாம்" என்றாள். "இதை ஏன் பாஞ்சாலர் செய்திருக்கிறார் என்பதை நான் சொல்ல வந்தேன்" என்று அபிமன்யூ சொன்னான். "எத்தனை வரவேற்பு ஏற்பாடுகளைச் செய்தாலும் மகள்கொடைக் குடியினர் என்பதனால் அதில் ஓரிரு குறைகளைப் பேரரசி காணாமல் இருக்க மாட்டாள். ஆகவே சத்ராஜித்தென மும்முடி சூடி அமர்ந்த தேவயானிக்கும் தமயந்திக்கும் நிகரான வரவேற்பை இங்கு அளித்திருக்கிறார்." சேடி புன்னகையுடன் "இவ்வழி" என்றாள். பிரலம்பன் அபிமன்யூவின் காதில் "இதை ஏன் இவர்களிடம் சொல்கிறீர்கள்?" என்று கேட்டான்.

“இதையெல்லாம் நேரடியாக முதுமகளிடம் சொல்ல முடியுமா என்ன? இவளிடம் சொன்னால் அங்கு போய்ச்சேரும்” என்றான். “மிகையாக்கிச் சொல்லிவிடப்போகிறார்கள்” என்றான் பிரலம்பன். “எப்படியிருந்தாலும் ஒரு செவி கடந்து பிறிதொரு வாய் வழியாக எழுந்தால் பொருள் திரிந்துவிட்டிருக்கும். ஆகவே எதைச் சொன்னாலும் அதில் பெரிய பொருளேதுமில்லை” என்றான் அபிமன்யூ.

குந்தியின் அறைக்குள் நுழைந்ததுமே அபிமன்யூ இரு கைகளையும் விரித்து உரத்த குரலில் “வென்றுவிட்டேன் மூதன்னையே! தங்களுக்களித்த சொல்லுறுதியை நிறைவேற்றி மீண்டிருக்கிறேன். வஞ்சினங்களை வெற்றிகளாக ஆக்குவதே என் வாழ்க்கை! நான் பாண்டவ குலத்துக்குருதி. இளையபாண்டவனின் மைந்தன். மார்த்திகாவதியின் பேரரசியின் வெற்றிக்கொடி என என்னை உணர்கிறேன்” என்றான். கூத்து நடிகனைப்போலக் காலெடுத்து வைத்து நடந்து அவள்முன் மண்டியிட்டு கால்களைத் தொட்டு சென்னிசூடி “தங்கள் வாழ்த்துகள் என்னை பாரதவர்ஷத்தின் மேல் வலக்காலைத் தூக்கி வைக்க ஆற்றல் அளிக்கும். இடக்காலைத்தூக்கி மேருமலை மேல் வைப்பேன்” என்றான்.

முதலில் சற்று திகைத்து விழிகளில் அலைவுடன் பிரலம்பனை நோக்கிய குந்தி பின்பு வாய்விட்டு நகைத்து “நன்று! நீ வென்றதை நானும் அறிந்தேன். அமர்க!” என்றாள். “என் வெற்றியில் பாதி இவருக்குரியது. இவர் பெயர் பிரலம்பன். இந்திரப்பிரஸ்தத்தின் பெரும்படைத்தலைவனாக இவரை ஒருநாள் நாம் பட்டம் அணிவிப்போம்” என்றான். குந்தி பிரலம்பனிடம் சிரித்தபடி “என்ன செய்தாய்? இவனுக்குப்பின்னால் ஓடிக்கொண்டிருந்தாயா?” என்றாள். “ஆம், பேரரசி. பாரதவர்ஷத்தின் மாபெரும் வீரச்செயல் இன்று அதுவே” என்றான். அபிமன்யூவின் தலையில் கைவைத்து உரக்க நகைத்த குந்தி “நன்று! இவனுடன் சேர்ந்து இவனேயாக ஆகிவிட்டாய் போல” என்றாள்.

அபிமன்யூ திரும்பி அவனைப்பார்த்து “நீர் என்னை ஏளனம் செய்ததுபோல் உள்ளதே” என்றான். “இல்லை இளவரசே, மெய்யைத்தான் சொன்னேன் தங்களைப் பின்தொடர்வதென்பது...” என்று தயங்கியபின்னர் “மதுவருந்திய குரங்கைப் பிறிதொரு மதுவருந்திய குரங்குதான் பின்தொடர முடியுமென்று என்னிடம் எவரோ சொன்னார்கள்” என்றான். “சரியாகச் சொல்கிறீர். நான் ஏளனம் செய்கிறீரோ என்று ஐயப்பட்டேன்” என்ற அபிமன்யூ பீடத்தில் அமர்ந்துகொண்டான். குந்தி பிரலம்பனிடம் அறைவிளிம்பில் இருந்த சிறிய பீடத்தைக்காட்டி அங்கு அமரும்படி கையசைவால் சொன்னாள் .அவன் அமர்ந்துகொண்டதும் அபிமன்யூவிடம் “சொல்க, என்ன நிகழ்ந்தது?” என்றாள்.

“உண்மையில் அங்கு என்னென்ன நிகழ்ந்தது என்பதை நான் முற்றாகவே மறந்துவிட்டேன். ஒவ்வொரு நாளும் இங்கு ஓரிரு ஓலைகள் பறவைகள்

வழியாக வந்து சேர்ந்திருக்கும். அவற்றை முறையாக அடுக்கிப் படித்து என்ன நிகழ்ந்தது என்று தெரிந்துகொள்ளலாம் என்றுதான் இங்கு வந்தேன்" என்றான் அபிமன்யூ. சற்று எரிச்சலுடன் "விளையாடாதே" என்றாள் குந்தி. "அதற்கு முன் நான் ஒன்றைச் சொல்ல வேண்டியிருக்கிறது. தாங்கள் மார்த்திகாவதியின் இளவரசி. இந்திரப்பிரஸ்தத்தின் பேரரசி. ஆனால் இங்கு வெறுமனே பாஞ்சாலஇளவரசியைப் பெண்கொண்ட சிற்றரசியை நடத்துவதுபோல் உங்களை நடத்தியிருக்கிறார்கள்" என்றான் அபிமன்யூ. "யார்?" என்று குந்தி கண்கள் சுருங்கக் கேட்டாள். "வரும்போது பார்த்தேன். அத்தனை கொடித்தோரணங்களும் அரண்மனைக்குள் மட்டுமே கட்டப்பட்டுள்ளன. வெளியே ஒன்றுமில்லை. அதாவது தங்கள் பெருமையைத் தாங்களே பார்த்துக்கொண்டால் போதும் என எண்ணுகிறார்கள். உங்களை மகிழ்வித்ததாகவும் ஆகும், அச்செய்தியை எவரும் அறியவும் மாட்டார்கள்."

குந்தி புருவங்கள் அசைய விழிநிலைக்க அதைக் கேட்டாள். "மக்கள் அறிய கொடித்தோரணங்கள் கட்டினால் உங்களுக்கு அதற்கான தகுதி உள்ளதா என்று இங்கே எவரேனும் கேட்பார்கள் என நினைக்கிறேன். உங்களுக்கு நிலமில்லை, அரியணையுமில்லை..." குந்தி "நான் யார் என்பதை துருபதன் அறிவான்..." என்றாள். "அறிந்தால் அதை உலகுக்கு அறிவிக்கவேண்டியதுதானே? இங்கிருந்து மையப்பெருஞ்சாலை வரை தோரணங்களைக் கட்டினால் என்ன?" குந்தி "அவை பொன்னூல் பின்னலிட்ட பட்டுத்தோரணங்கள். அவற்றை வெளியில் கட்டுவதில்லையே?" என்றாள். அபிமன்யூ சீற்றத்துடன் "யார் சொன்னது வெளியே கட்டுவதில்லையென்று? இந்நகருக்கு அஸ்தினபுரியின் காந்தாரி வந்தால் கட்டுவார்களா? கேட்டுப்பாருங்கள். கோட்டையிலிருந்து அரண்மனை வரை கட்டுவார்கள்" என்றான்.

குந்தி ஏதோ சொல்லமுயல்வதுபோல வாயெடுக்க, அபிமன்யூ கையசைத்துத் தடுத்து "நானும் அதைத் தங்களுக்காக எதிர்பார்க்கவில்லை. என்னதான் இருந்தாலும் அவர்கள் தங்களைவிட மூத்தவர், பேரரசொன்றின் பேரரசி. தங்களுக்குக் குறைந்தது அணுக்கச்சாலையிலிருந்து இதுவரையிலாவது கட்டியிருக்கலாம். பார்த்ததும் என் குருதி கொதித்தது. ஆனால் இது நமது நாடல்ல, நாம் பெண் கொண்ட நாடுதான். இங்கு நாம் கொண்ட மதிப்பென்பது நாம் கொண்ட பெண்ணின் உள்ளத்தில் நமக்கு எவ்வளவு மதிப்பிருக்கிறதோ அதை ஒட்டித்தான் அமையும். இங்கு நம் மதிப்பு குறைவதென்பது அப்பெண்ணின் உள்ளத்தில் நம் மதிப்பு போதுமான அளவு இல்லையென்பதைக் காட்டுகிறது. அது பிறிது எவருடைய தோல்வியும் அல்ல, நமது வீழ்ச்சியே. ஆகவே நான் அதை மேற்கொண்டு எண்ணவில்லை" என்றான்.

குந்தி அவன் முகத்தைக் கூர்ந்து பார்த்துவிட்டு பிரலம்பனைப் பார்த்தாள். இருவர் முகத்திலும் எங்காவது புன்னகை இருக்கிறதா என்பது போல். பிரலம்பன் தன் கண்களை முழுக்க ஒழித்து இரு கூழாங்கற்கள்போல வைத்துக்கொண்டான். குந்தி "சாலைவரை பொற்தோரணங்களைக் கட்டும் வழக்கமுண்டா என்ன?" என்றாள். "தோரணங்களாவது கட்ட வேண்டும் அல்லவா?. நடைப்பட்டங்களும் பாவட்டாக்களும் வேண்டுமென்று கோரவில்லை. அங்கிருந்து இதுவரை புரவிகள் வருவதற்கு மரவுரிக்கம்பளம் அமைக்க வேண்டுமென்றும் கோரவில்லை. ஏனெனில் நமக்கின்று நிலமில்லை. நாம் அரசியென்றும் அரசரென்றும் இளவரசென்றும் சொல்லிக்கொள்வதெல்லாமே அஸ்தினபுரியின் அரசர் பாண்டுவின் குருதிவழியினர் என்ற எளிய அடையாளங்களைச் சார்ந்தே" என்றான் அபிமன்யூ.

குந்தி சினத்துடன் "நமது நிலம் எங்கும் போகவில்லை. போக விடப்போவதுமில்லை. நாம் அதை வெல்வோம், அடைவோம்" என்றாள். "அவ்வாறு நாம் எண்ணலாம், பிறர் அவ்வாறு எண்ணவேண்டுமென்று நம்மால் சொல்ல முடியுமா? குறிப்பாக அவர்கள் தங்கள் தொல்நிலத்தைப் பறவைகூட மீறாமல் எல்லை காத்து வரும்போது?" என்றான். "இந்தப்பாஞ் சாலத்தைச் சொல்கிறாயா? கொக்கு ஒன்று ஒரு நாளுக்குள் கடக்கும் அளவுக்கு சிறிய நிலம் இது. இந்திரப்பிரஸ்தம் தன் இடையில் தூக்கி வைத்துக்கொள்ளும் அளவுள்ளது. இதைக் குறுநிலம் என்றே நாம் சொல்ல வேண்டும். இதில் பாதியை அஸ்வத்தாமன் பிடுங்கிக்கொண்டுவிட்டான். நமக்குத் துணை நாடென்பதாலும் தொல்நிலம் என்பதனாலும் நாம் இதை நாடு என்கிறோம். அதை நாம் இவர்களுக்கு உணர்த்துவோம்" என்றாள் குந்தி. "ஆம், அதற்குரிய தருணங்கள் அமையட்டும்" என்று அபிமன்யூ சொன்னான்.

கதவைத்திறந்து சேடி வந்து தலைவணங்கி "அரசரும் இளையோரும்" என்றாள். "வரச்சொல்க!" என்று குந்தி சொன்னாள். "தந்தையரா?" என்றான் அபிமன்யூ. "ஆம், அவர்களை இங்கே வரச்சொல்லியிருந்தேன்" என்றாள் குந்தி. "அனைவருமா?" என்று அபிமன்யூ கேட்டான். "ஏன்?" என்றாள் குந்தி. "ஒன்றுமில்லை" என்றபின் அவன் எழுந்தான். "நான் என் தூதை முடித்துவிட்டேன் என எண்ணுகிறேன்." குந்தி முகம் இளக நகைத்து பிரலம்பனிடம் "வேறெங்கும் செல்லுபடியாகும் இவன் சொற்கள் தந்தையிடம் மட்டும் மதிப்புப் பெறுவதில்லை. அவன்முன் மட்டும் இவன் தவறிய அம்புகளைச் செலுத்திய வில்லை ஏந்தி நிற்பவன்போல் இருப்பான்" என்றாள். "அதெல்லாமில்லை" என்றான் அபிமன்யூ. "அமர்க!" என்றாள் குந்தி.

2

கதவு ஓசையின்றி திறக்க, யுதிஷ்டிரர் உள்ளே வந்து கால்தொட்டு வணங்கி "வணங்குகிறேன், அன்னையே" என்றார். குந்தி வலக்கையைத் தூக்கி அவர் தலையைத் தொட்டு "நீள்வாழ்வு கொள்க! நிறைவடைக!" என வாழ்த்தினாள். தொடர்ந்து பீமனும் நகுலனும் சகதேவனும் உள்ளே வந்தனர். அவர்கள் வணங்க தலைதொட்டு வாழ்த்தினாள். அபிமன்யூ முதற்கணம் யுதிஷ்டிரரை யாரோ முதுமுனிவர் என்றே எண்ணினான். அவர் தலைவணங்கிய அசைவே அடையாளம் காட்டியது. பீமன் மட்டுமே அவன் நினைவிலிருந்த அதே உடல் கொண்டிருந்தான். பீமனின் பெருந்தோள்களையே நோக்கியபடி அவன் எண்ணமிறந்து நின்றிருந்தான்.

பீமன் அவனை நோக்கி ஒரு விழிமின்னலால் அடையாளம் கண்டு "மைந்தன்!" என்றான். இரு கைகளையும் விரித்து "வருக..." என்றான். அவன் விழிகள் அதற்குள் நீர்மைகொள்வதை அபிமன்யூ கண்டான். யுதிஷ்டிரர் திரும்பி அவனை நோக்கி "இளையவனின் மைந்தன் அல்லவா? ஆம், முதற்கணம் இளையவன் நம்முடன் வந்து இங்கே நிற்பதாகவே என் உள்ளம் எண்ணிக்கொண்டது. விந்தை...! காலத்தைக் கடக்கும் எந்த வாய்ப்பையும் உள்ளம் விட்டுவிடுவதில்லை" என்றார். அபிமன்யூ அருகணைந்து யுதிஷ்டிரரை வணங்க, அவன் தோள்களைப் பற்றி நெஞ்சோடு அணைத்துக்கொண்டு யுதிஷ்டிரர் பெருமூச்சுவிட்டார். "மைந்தர்களைப் பார்த்தே நெடுநாட்களாகின்றன... இங்கே அவர்களை வரச்சொல்லியிருக்கலாம்" என்றார்.

அபிமன்யூ பீமனை வணங்க, அவன் அபிமன்யூவின் தோளைப் படீரென அறைந்து "சிறுவன் போலிருக்கிறாய்... உண்பதே இல்லையா நீ?"

என்றான். அணைத்துக்கொண்டு நகுலனிடம் "அப்படியே இளையவன்... அவன் மட்டும் இளமைக்குத் தாவிவிட்டதைப்போல..." என்றான். சகதேவன் "அவனிடம் இளையயாதவர் இருப்பதைப் புன்னகையில் கண்டேன்" என்றான். அபிமன்யூ அவர்களை வணங்க, நகுலன் அவன் கைகளைப் பற்றியபடி "முதலில் பார்க்கும் மைந்தன் நீ என்பதே இனிது... இன்று பிறந்தவன் போலிருக்கிறாய். அனைத்தும் முதற்கணம் முதல் தொடங்கவிருக்கின்றன என்பதுபோல" என்றான்.

குந்தி எட்டி வாயிலைப் பார்த்தாள். பீமன் "திரௌபதி வந்தாள். கீழே ஏவலருக்கும் காவலருக்கும் சில ஆணைகளை அளித்துக் கொண்டிருக்கிறாள்" என்றான். குந்தி உதடுகள் சுழிக்க "ஆணைகளுக்கு எந்தக் குறையுமில்லை" என்றாள். யுதிஷ்டிரர் முகம் சுருங்கி "பிறிதென்ன குறை இங்கு?" என்றார். "முறைமைகளென சில உண்டு" எனக் குந்தி நோக்காமல் முனகிவிட்டு "சரி அதற்கென்ன, நாம் நம் பணிகளைத் தொடங்குவோம்" என்றாள். "முறைமைகள் எதாவது மீறப்பட்டனவா?" என்றார் யுதிஷ்டிரர். "மீறப்படவில்லை. ஆனால் முழுஉள்ளத்தோடு செய்வதற்கும் செய்யவேண்டுமே என்று செய்வதற்கும் பெரிய வேறுபாடு உள்ளது."

சற்று எரிச்சல் தெரிய "தங்கள் உளக்குறை என்ன, அன்னையே?" என்றார் யுதிஷ்டிரர். "உளக்குறையா? உளக்குறை கொள்ளுமிடத்திலா நான் இருக்கிறேன்? நான் பேரரசரின் இளவரசியாகப் பிறக்கவில்லை. முடிசூடிய மன்னனின் அரசியாக அமரவும் இல்லை. என் மைந்தன் முடிசூடி ஆளவும் இல்லை. எய்தியும் எய்தாதவளாக எஞ்சுகிறேன். ஆகவே அளித்தும் அளிக்கப்படாதவையாகவே அனைத்தும் எனக்கு அமைகின்றன." யுதிஷ்டிரர் சலிப்புடன் "உங்கள் உளக்குறை தீர்வதே இல்லை, அன்னையே" என்றார். குந்தி சினத்துடன் "உன்னிடம் எனக்கு உளக்குறை இருப்பதாகச் சொன்னேனா? நீ வென்றெடுக்கும் அரசு உனக்கும் உன் கொடிவழிகளுக்கும் உரியது. அதனால் எனக்கென்ன? உன் இந்திரப்பிரஸ்த அரண்மனையில் நான் எனக்குரிய தவக்குடில் வாழ்க்கையே வாழ்ந்தேன். இன்றும் இருவேளை உணவும் எளிய மரவுரி ஆடையும் எனக்குப் போதும். குடிகள் எவரும் என் பேர் சொல்லி வாழ்த்தவேண்டியதில்லை. எந்தப் புலவனும் என்னைப் பாடவேண்டியதுமில்லை" என்றாள்.

மூச்சு சீற, முகம் சிவந்து வியர்வை கொள்ள "அறிக, நான் நிலம் கோருகிறேன் என்றால் மண்ணாசையினால் அல்ல. உன்மேலோ உன் தம்பியர்மேலோ கொண்ட பற்றினாலும் அல்ல. எனக்கு இங்குள்ள எதன்மேலும் பற்றில்லை. முறையென்றும் நெறியென்றும் அமைவது அறமென்றும் முழுமுதன்மையென்றும் ஆகி எங்கும்

இலங்குவது. அதைச் சார்ந்தே இங்குள்ள அனைத்தும் இயல்கின்றன. அந்நெறியும் முறையும் வாழவேண்டுமென்பதற்காக மட்டுமே இங்கு சொல்லாடிக் கொண்டிருக்கிறேன். உன் நகரும் முடியும் பாண்டுவின் கொடிவழியும் இல்லாமலானாலும் எனக்கொன்றுமில்லை. என்றோ இவ்வனைத்திலிருந்தும் என்னை விடுவித்துக்கொண்டவள் நான். இக்கடன் முடிந்த அன்றே என் மூதன்னை சத்யவதியைப்போல மரவுரியுடன் காடு தேடிச் செல்வேன். இங்குள அனைத்தும் எனக்கு ஒரு பொருட்டே அல்ல" என்றாள் குந்தி.

பீமன் "ஆம் அன்னையே, அதை நாங்கள் நன்கு அறிவோம்" என்றான். அவனை ஒருகணம் கூர்ந்து பார்த்தபோது குந்தி அவன்மேல் ஐயம் கொள்கிறாளோ என்று அபிமன்யூவுக்குத் தோன்றியது. அவனே பீமன் ஏளனம் செய்கிறான் என்றுதான் எண்ணினான். ஆனால் பீமனின் முகம் தெளிந்திருந்தது. குந்தி எரிச்சலுடன் "என்ன செய்கிறாள்?" என்றாள். அபிமன்யூ "நான் சென்று பார்த்து வருகிறேன்" என்றான். குந்தி வேண்டாம் எனக் கைகாட்டினாள். பீமன் அபிமன்யூவை நோக்கிப் புன்னகை புரிந்தபோது அவன் ஏளனம்தான் செய்திருக்கிறான் என அபிமன்யூ அறிந்துகொண்டான். அவன் மிக மெலிதாக மறுநகை புரிந்தான்.

பிரலம்பன் தான் அந்த அறைக்குள் இருக்கத்தான் வேண்டுமா என்று பதற்றம் அடைந்துகொண்டிருந்தான். அவன் அங்கிருப்பதை அவர்கள் முற்றிலும் மறந்துவிட்டிருந்தனர். அவன் பாண்டவர் ஐவரையும் முன்னரே அணிவகுப்புகளில் மட்டுமே பார்த்திருந்தான். அணுக்கத்தில் நகுலனும் சகதேவனும் மிக இளையவர்களாகவும், யுதிஷ்டிரர் மிக முதியவராகவும் தோன்றினார்கள். பீமன் அவன் எண்ணியிருந்ததைவிட இருமடங்கு பெரிய உடல் கொண்டவனாக இருந்தான். அகன்ற மஞ்சள் முகத்தில் சிறிய கண்களில் எப்போதும் ஒரு புன்னகை இருந்துகொண்டிருப்பதுபோல. புற உலகை சரியாகப் புரிந்துகொள்ளாத சிறுவனின் ஆர்வம் போலவோ ஏற்கெனவே அனைத்தையும் அறிந்துவிட்டவனின் சலிப்பு போலவோ.

சில கணங்களுக்குள் அவன் நோக்கை உணர்ந்த பீமன் திரும்பி அவனைப் பார்த்து புன்னகை புரிந்தான். அவன் கண்களைச் சந்தித்ததுமே பிரலம்பன் சிறு உளத்திடுக்கிடலுடன் விழி விலக்கிக்கொண்டபின் அப்புன்னகையை நினைவில் மீட்டு அதிலிருந்த நட்பை உணர்ந்து உளம் மலர்ந்தான். பின்னர் நால்வரையும் கூர்ந்து நோக்கி மதிப்பிட முயன்றான். உண்மையில் முற்றிலும் அனைத்திலிருந்தும் விலக்கம் கொண்டிருப்பவன் சகதேவனே என்று அறிந்தான். நகுலன் சிறுவனுக்குரிய ஆர்வத்துடன்

ஒவ்வொன்றிலும் ஈடுபட்டு பின்னர் ஓரிரு சொற்றொடர்களிலேயே முற்றிலும் விலகி பிறிதொன்றுக்குத் தாவிக்கொண்டிருந்தான்.

ஒவ்வொரு சொல்லுக்கும் விழி எதிர்வினையும் உணர்வுகளும் காட்டி அமர்ந்திருந்தாலும் அங்கிருக்கும் எதனுடனும் எவ்வகையிலும் தொடர்பற்றவன் அவன். வெண்தாடியும் கூன்கொண்ட தோளும் எப்போதும் பெருமூச்சு விடும் முகத்தோற்றமும் கொண்டிருந்தாலும்கூட அனைத்திலும் முற்றாகப் பின்னி பிணைந்திருப்பவர் யுதிஷ்டிரர்தான். ஆனால் ஒவ்வொரு சொல்லுக்கும் உணர்வுக்கும் ஆர்வமற்றவர்போல் இளநகை பூணவும் கசப்பைக் காட்டவும் பயின்றிருந்தார். தாடியை நீவியபடியோ, இதழ்கோடப் புன்னகைத்தோ, விழிவிலக்கி வேறெங்கோ நோக்கியோ, மெல்லச் சாய்ந்துகொண்டு ஆர்வமற்றவரைப்போல் கைதளர்ந்தோ அவர் உடல் வெளிப்பட்டுக்கொண்டே இருக்க, உடலுக்கு அப்பாலிருந்து பிறிதொன்று ஒவ்வொன்றிலும் நெருப்பென தேடித் தேடிச் சென்று தொற்றிக்கொள்ளும் விழைவொன்றைக் காட்டியது.

சேடி உள்ளே வந்து “பாஞ்சால இளவரசி” என்றாள். முகத்தில் சலிப்பு நின்றிருக்க வரச்சொல்லும்படி குந்தி கைகாட்டினாள். அவள் உடல் மாயத்தெய்வமொன்றால் தொடப்பட்டு கல்லென்று ஆவதுபோல நுனிக் காலிலிருந்து இமைப் பீலிவரை ஓர் இறுக்கம் பரவுவதை பிரலம்பன் கண்டான். திரௌபதி உள்ளே வந்து குந்தியின் கால்களைத் தொட்டு வகிடில் வைத்து வணங்கி “இந்திரப்பிரஸ்தத்தின் பேரரசியை வணங்குகிறேன். இங்கு அனைத்தும் முறைமையுடன் அமைந்துள்ளன என்று எண்ணுகிறேன். அவற்றை உசாவிவிட்டு உள்ளே வந்ததனால் சற்று பிந்தியது” என்றாள். குந்தி இதழ்களில் சிறு கசப்புப் புன்னகையுடன் “நான் கைம்மை நோன்பு கொண்டவள். எனக்கு அரச முறைமைகளும் அரண்மனை இன்பங்களும் விலக்கப்பட்டுள்ளன. அவற்றில் என் உள்ளம் பதிவதுமில்லை” என்றாள்.

திரௌபதி அவள் உள்ளத்தை உணர்ந்துகொண்டாள் என எந்த முக விழி மாறுதல்களும் இல்லாதபோதே தெரிந்தது. “ஆம், அதை நான் அறிவேன். ஆனால் முறைமை செய்வது எங்கள் கடமை” என்றாள். அபிமன்யூ திரௌபதியைக் கால்தொட்டு வணங்கி “வணங்குகிறேன், அன்னையே” என்றான். திரௌபதி முகம் மலர்ந்து “ஆம், உன்னைத்தான் உள்ளே வரும்போதே பார்த்தேன். இந்த நாளின் உவகை எனக்கு தெய்வங்களின் கொடை” என்றாள். அவன் தோள்களை அணைத்துக்கொண்டு “என்ன புண்கள்?” என்று கேட்டாள். “போர்... நான் பாணாசுரருடன் நிகர்நின்றேன்... ஒரு நாழிகைநேரம்... மெய்யாகவே...” என்றான் அபிமன்யூ. “ஆம், அறிந்தேன்... சூதர்கள் பாடத் தொடங்கிவிட்டனர்” என்றாள்.

அவன் தோள்முதல் மணிக்கட்டு வரை நீவி "பெரியவனாகிவிட்டாய்..." என்றாள்.

செயற்கையான சினத்துடன் "நாம் அரசுச்செய்திகளை உசாவக் கூடியுள்ளோம்" என்றாள் குந்தி. திரௌபதி "நீ இன்றிரவு என் அகத்தளத்திற்கு வா... புலரி வரை நான் உன்னிடம் பேசவேண்டும்" என்றாள். பீமனிடம் "எத்தனையோ முறை இவன் என் கனவில் வந்திருக்கிறான். என் ஐந்து மைந்தர்கூட அவ்வப்போதுதான் அகத்தில் தோன்றுவார்கள். இவனைவிட்டு என் உள்ளம் பிரிந்ததே இல்லை" என்றாள். பீமன் நகைத்து "மற்றவர்கள் எல்லாம் இன்னும் கொஞ்சம் அகவை முதிர்வைக் காட்டுவார்கள் என எண்ணுகிறேன்" என்றான். அபிமன்யூ "ஆம், உபபாண்டவரில் நான் மட்டும் சிறுவனாகவே எஞ்சிவிட்டேன் என்கிறார்கள். உண்மையில் மூத்தவர் பிரதிவிந்தியரிடம் பேசினால் யாரோ தொல்மூதாதையைப்போல் தோன்றுகிறார்" என்றான்.

குந்தி "நாம் அவர்களைச் சந்திக்க ஒருங்கு செய்வோம்... இப்போது பேசவேண்டியவை நிறைய உள்ளன" என்றாள். அபிமன்யூ "நான் வரும்போதே பார்த்தேன், பேரரசிக்காக செய்யப்பட்டுள்ள வரவேற்புகளை. பொன்னூல் பின்னிய தோரணங்கள். கொன்றைப்பூப் பாவட்டாக்கள். அனலெழும் திரைச்சீலைகள்... என்ன இது, அஸ்வமேதமும் ராஜசூயமும் செய்து மும்முடி சூடிய தமயந்திக்கும் தேவயானிக்கும் அளிக்கப்படும் வரவேற்பல்லவா என் மூதன்னைக்கு வழங்கப்படுகிறது என்று இவரிடம் சொன்னேன். இவர் என் தோழர். மிகச் சிறந்த ஒற்றர்" என்றான். பீமன் திரும்பி பிரலம்பனிடம் "எதை உளவறிகிறீர்?" என்றான். "இளவரசரைத்தான்." யுதிஷ்டிரர் "எவர்பொருட்டு?" என்றார். பிரலம்பன் "அவருக்காகவேதான்..." என்றான். பீமன் நகைத்து "நன்று... நல்ல இணை" என்றான்.

அபிமன்யூ "நான் சொல்ல வருவதென்ன என்றால் இந்திரப்பிரஸ்தத்தில்கூட அன்னை இவ்வண்ணம் ஒரு பெருமையுடன் அமர்ந்ததில்லை. இன்று அஸ்தினபுரியில் அவர்கள் எப்படி நடத்தப்படுகிறார்கள் என்பதை அறிவோம். சூதர்தெருவில் ஒரு மாளிகை அவர்களுக்கு அளிக்கப்பட்டது. அரண்மனைக்கணையாழி கொண்ட ஏவலர்கள் எவரும் அளிக்கப்படவில்லை. நுழைவில் வாழ்த்தோ கோட்டைமேல் கொடியோ தெருக்களில் அகம்படியோ எதுவுமில்லை. அரண்மனையில்கூட சிற்றமைச்சர்கள் அவர்களை எதிர்கொள்வதில்லை" என்றான். குந்தி முகம் சிவக்க வாய் சுருங்கி இறுக ஏதோ சொல்லெழுபவள்போல தோன்றினாள். பிரலம்பன் அவன் பயின்றிருந்த உறைமுகத்தைச் சூடிக்கொண்டான்.

அபிமன்யூ மேலும் ஊக்கத்துடன் "ஏன், அரச உணவுக்கே அவர்கள் கேட்டுப் பெறவேண்டியிருக்கிறது. அதையெல்லாம் எண்ணுகையில் காம்பில்யத்தில் அவர்களுக்கு அளிக்கப்படும் இந்த வரவேற்பு சிலருக்குச் சற்று மிகையென்று தோன்றக்கூடும். எனக்கு அது காம்பில்யத்தின் இளவரசியே அளிக்கும் அன்னைக்கொடை என்று தோன்றுகிறது" என்றான். யுதிஷ்டிரர் "ஆம், நானும் அவ்வாறே எண்ணினேன்" என்றார். குந்தி பற்களைக் கடித்தபடி ஓரவிழியால் தருமனைப் பார்ப்பது தெரிந்தது. குந்தி உச்ச சினம் விழிகளில் மட்டும் தெரிய அபிமன்யூவிடம் "மைந்தா, இது பெரியவர்கள் அவை. உன்னிடம் கேட்கப்பட்டவற்றுக்கு மட்டும் நீ மறுமொழி சொன்னால் போதும்" என்றாள். "ஆம், அதுதான் என் இயல்பு. ஆனால் என்னை மீறி இதை இங்கு சொல்ல விரும்பினேன்" என்றான் அபிமன்யூ. பிரலம்பன் பீமனுடைய கண்களைப் பார்த்தான். பீமன் அவனைப் பார்த்துப் புன்னகை புரிந்தபோது ஒருகணத்தில் எழுந்த சிரிப்பை அடக்கமுடியாமல் பிரலம்பன் முகம்திருப்பி அருகிருந்த தூணில் சுற்றப்பட்டிருந்த பட்டுப் பாவட்டாவைத் தொட்டு அதன் பொன்னூற்பின்னலொன்றைக் கைகளால் இழுத்தபடி தன்னை அடக்கிக்கொண்டான்.

"என்ன நிகழ்ந்ததென்று இவர்களிடம் சொல்" என்றாள் குந்தி. "தெளிவாகவே என்னால் சொல்லமுடியும். ஏனென்றால் நான் சொல்லவேண்டியதை நான் வரும் வழியில் பலவாறாகப் புனைந்து கொண்டேன்" என்றான் அபிமன்யூ. "புனைந்து கொண்டாயா?" என்றாள் குந்தி. "ஆம் அன்னையே, இவை அனைத்துமே புனைவுதானே?" என்றான் அபிமன்யூ. "நான் புனைந்ததைவிட சிறப்பாக வழியில் ஒரு சூதன் பாடினான். ஆகவே அதில் சில பகுதிகளையும் இணைத்துக்கொண்டேன்." குந்தி "விளையாடுகிறாயா? அறிவிலி, இது அரசவை" என்றாள். "அந்தச் சூதனையே அழைத்து வந்திருக்கலாமோ?" என்று அபிமன்யூ பிரலம்பனிடம் கேட்டான். பிரலம்பன் தலையசைத்தான். திரௌபதியின் விழிகளிலும் நகைப்பின் ஒளியை அவன் கண்டான்.

"மெய்யாகவே இவனை எப்படி எடுத்துக்கொள்வது என்று எனக்குப் புரியவில்லை" என்றாள் குந்தி. "அவன் சொல்வதைச் சொல்லட்டும், நாம் புரிந்துகொள்வோம்" என்று திரௌபதி சொன்னாள். அபிமன்யூ "ஒன்று மட்டும் நான் கேட்க விரும்புகிறேன். நான் கதை சொல்லும்போது நடுவில் எந்தை உள்ளே வந்துவிடமாட்டாரல்லவா?" என்றான். "ஏன், வந்தாலென்ன?" என்றாள் குந்தி. அபிமன்யூ "கதை அப்படியே அறுந்து நின்றுவிடும். நான் இந்தச் சாளரம் வழியாக வெளியே செல்ல வேண்டியிருக்கும்" என்றான். யுதிஷ்டிரர் "அவன் வரவில்லை. இங்கு

வந்ததுமே திருஷ்டத்யும்னனுடன் இணைந்து காட்டுக்கு வேட்டைக்குச் சென்றிருக்கிறான்” என்றார்.

“அது நன்று” என்று அபிமன்யூ சொன்னான். “வேட்டையே அவருக்கு இயல்பானது. நகருக்குள் வேட்டையாடிய காலம் முடிந்துவிட்டிருக்கும் என்று எண்ணுகிறேன்.” திரௌபதி நகைத்தபடி “அதை அவர் இன்னும் முடிவு செய்யவில்லை, மைந்தா” என்றாள். “நாம் என்ன பேசிக்கொண்டிருக்கிறோம்? நான் உன்னிடம் என்ன சொன்னேன், அதைச் சொல்” என்றாள் குந்தி. “அதைச் சொல்வதற்குள்தான் வேறு திசைதிரும்பல்கள்” என்று சொன்ன அபிமன்யூ “நான் நம் குலமூதாதை பாணாசுரரைச் சென்று வணங்கினேன்” என்று தொடங்கினான். “நம் குலமூதாதையா?” என்று குந்தி கேட்க “அவன் சொல்வது சரிதான்... சொல்க!” என்றார் யுதிஷ்டிரர்.

“போர்முகப்பில் கருமுகில்களைக் கிழித்து எழும் காலைக் கதிரவனென இளையயாதவர் தோன்றினார்” என அபிமன்யூ சொல்லி முடித்தான். “அக்கணமே போர் முடிவுக்கு வந்துவிட்டது. அதன்பின் அதை உரிய முறையில் நிறைவுறச் செய்வது மட்டுமே அங்கு நிகழ்ந்தது. பாணாசுரரின் வலக்கை வெட்டுண்டு விழுந்தது. அவர் வீழ்ந்ததை முரசுகள் அறிவிக்கத் தொடங்கியதுமே அசுரர்கள் சிதறி ஓடத்தொடங்கினர். நமது படைகள் அவர்களைத் துரத்திச் சென்றன. பாணாசுரரைக் களத்திலிருந்து அகற்றி அருகிருந்த சிருங்கபிந்துவுக்குக் கொண்டுசென்று அவரது கையைக் கட்டி காயங்களைக் குதிரைவால் முடியால் தைத்து சீரமைத்தனர். வெட்டுண்ட கையில் அத்தனை குருதிக்குழாய்களும் சீராக வெட்டப்பட்டிருப்பதைக் கண்டேன் தளிர்வாழைக்கன்றைச் சரித்து வெட்டுவதுபோல அத்தனை நுட்பமாக உண்மையில்...”

குந்தி இடைமறித்து “அதை விடு. என்ன நிகழ்ந்ததென்று சொல்” என்றாள். “அதன் பிறகு சோணிதபுரிக்குள் யாதவப்படைகள் பெருகி நிறைந்தன. பாணாசுரரை சோணிதபுரியின் மருத்துவநிலைக்குக் கொண்டுசென்றார்கள். அசுரப் படைத்தலைவர்கள் அடிபணிந்தனர். வேளக்காரரும் ஏவல்நிரையினரும் படைக்கலம் வைத்தனர். சோணிதபுரியின் அரண்மனைக்குள் நுழைந்த இளையயாதவர் அமைச்சரும் ஆயமும் கூடிய அரசவைக்குள் புகுந்தார். அவர்கள் எழுந்து கோல்தாழ்த்தி அமைதியாக நின்றனர். ஆனால் பாணாசுரரின் அரியணையில் அமர்வதைத் தவிர்த்துவிட்டார். வருகையரசர்களுக்குரிய பீடத்தில் அமர்ந்தார். பாணாசுரரின் அரியணைமேல் அவருடைய வாள் வைக்கப்பட்டது. அந்நகரை வென்றிருப்பதாக அறிவித்த மாதுலர் அத்தனை அசுரப்படைகளுக்கும் முழு விடுதலையை அறிவித்தார். நகரில் கைப்பற்றப்பட்ட செல்வங்கள் அனைத்தும் அசுரர்களுக்குத்

திருப்பியளிக்கப்படும் என்றும் அசுரரின் அரியணையும் கருவூலமும் அவர்களுக்கு மட்டுமே உரியவை என்றும் அறிவித்தார்" என்றான்.

"ஏன்? வென்றவர் அரியணைகொள்வதும் கருவூலம் கவர்வதும்தானே அரசமுறை?" என்று குந்தி கேட்டாள். "நான் அதை அவரிடம் கேட்டேன். பாணாசுரர் இன்னும் தோற்கவில்லை, நான் முழுமையாக வெல்லவும் இல்லை என மாதுலர் மறுமொழி சொன்னார். அவர் நானே. வேறென்று எழுந்த அவரது கையை மட்டுமே துணித்திருக்கிறேன். இப்போது நாங்கள் நெஞ்சுபட தழுவிக்கொள்ள முடியும். இவ்வரியணை இன்னும் அவருக்குரியதே என்றார்" என்றான். குந்தி "அவனுடைய கணக்குகள் என்ன என்பதை நம்மால் சொல்லிவிட முடியாது" என்றாள். திரௌபதி "எளிய கணக்குதான். நாளை அவர் பெயர்மைந்தனின் அரியணை அது" என்றாள்.

"அல்ல" என்று அபிமன்யூ சொன்னான். "நாம் நகர்வென்று அமைந்த ஏழாம் நாள் சோணிதபுரியில் கூடிய சகஸ்ரஹஸ்தம் என்னும் குடிப்பேரவைக்கு அங்குள்ள ஆயிரம் குடித்தலைவர்களுக்கும் அழைப்பு கொடுக்கப்பட்டது. குலமுறைப்படி வெல்லப்பட்டவர்கள் தலையணி சூடலாகாது. ஆனால் அவைக்கு வருபவர்கள் அனைவரும் தலையணி சூடியிருக்கவேண்டும் என அறிவிக்கப்பட்டது அவர்களைக் குழப்பியது. ஒருவருக்கொருவர் நோக்கியபடி, அணுக்கர் தலையணியைக் கையில்கொண்டு பின்னால் வர, தயங்கியபடி வந்து அவைமுன் நின்ற குடித்தலைவர்கள் அவர்களில் ஒருவர் தலையணி சூடியதைக் கண்ட பின்னரே தாங்களும் அணிந்தனர். அவர்கள்முன் இளையயாதவர் மணிமுடி சூடித் தோன்றியதும் தயக்கத்துடன் ஏற்பொலி எழுப்பினர்."

அநிருத்தரோ அவர் மணந்த உஷையின் வயிற்றிலெழுந்த மைந்தரோ அசுரரை ஆள்வார்கள் என்றால் அசுரகுடிகளில் பாதிப்பங்கினர் நகர்நீங்கிக் காடேகுவர் என்று நகரில் பேசப்பட்டதை நான் அறிந்திருந்தேன். அவையில் அதைப்பற்றி மாதுலர் அறிவிப்பார் என எண்ணியிருந்தேன். அவர் அவர்களிடம் அசுர குலத்து இளவரசி உஷையை தன் பெயர்மைந்தன் அநிருத்தன் அங்கிருந்து அழைத்துச்செல்லவிருப்பதாகச் சொன்னார். அவள் துவாரகையின் வருங்காலத்துப் பேரரசியாவாள் என்றும் அவள் வயிற்றில் பிறக்கும் மைந்தன் யாதவப் பெருநிலத்தை முடிசூடி ஆள்வான் என்றும் அறிவித்தார்.

அசுர குடித்தலைவர்கள் திகைத்து அமர்ந்திருந்தனர். பாணாசுரர் முடியொழியவில்லை என்றும் முடிவழியை அவரே அமைக்கட்டும் என்றும் மாதுலர் சொன்னார். எவரோ வாழ்த்தொலி எழுப்பினர். அது பற்றிப்பரவவில்லை. 'சோணிதபுரி துவாரகையின் நட்பு நாடென இலங்க

வேண்டுமென்ற கோரிக்கை மட்டுமே என்னிடம் உள்ளது. அதைப் பாணாசுரரிடமும் அவரது ஆயிரம் குடிகளிடமும் மன்றாட்டாக முன்வைக்கிறேன்' என அவர் சொன்னபோது குலத்தலைவர் ஒருவர் எழுந்து 'இளையயாதவரே, அப்படியென்றால் உங்கள் வேதம் எங்கள் வேதத்தை ஏற்கிறதா?' என்றார். இளையயாதவர் 'உங்கள் அசுர வேதம் கானகத்து மரங்களைக் கடை புழக்கி வரும் மதவேழம். நான் கொண்டுள்ள நாராயண வேதம் அதன்மேல் வைக்கப்படும் அம்பாரி மட்டுமே' என்றார்.

அவையிலிருந்து அங்கிங்கென பேச்சொலிகள் எழுந்தன. 'அம்பாரி சூடும் யானை கட்டுப்படுத்தப்பட்டது. தன் ஆற்றலுடன் எல்லைகளையும் அறிந்தது' என்றார் இளையயாதவர். அவர்களில் மூத்தவர்கள் அவர் சொல்வதென்ன என்பதைப் புரிந்துகொண்டனர். எவரோ ஒருவர் மெல்லிய குரலில் 'ஆம், இம்முறை விழைவும் ஆணவமும்போல மண்ணில் எந்த எல்லையும் முடிவிலாது விரிய இயலாது என்று கண்டுகொண்டோம்' என்றார். பிறிதொருவர் 'அம்பாரி சூடிய யானையே அணிகொள்ளும்' என்றார். அவையில் இருந்து அங்கிங்காக வாழ்த்தொலிகள் எழுந்தன.

"இளையயாதவர் கைகூப்பி விடைகொள்வதாக அறிவித்து பீடம் விட்டு எழுந்தார். அவரது அகல்கையை நிமித்திகன் கூவ, மங்கல இசை எழ அவர் நடந்து அவை நீங்கினார். அவர் அவையிலிருந்து வெளியேறிய அக்கணம் வெடித்தெழுந்ததுபோல அவை முழங்கத் தொடங்கியது. சோணிதபுரியின் அவை நிறைந்திருந்த மாபெரும் அடிமரத்தூண்கள் யாழ்நரம்புகள்போல் அதிரத் தொடங்கின அத்தகைய வாழ்த்தை நான் யாதவபுரியிலும் இந்திரப்பிரஸ்தத்திலும் கேட்டதில்லை" என்று அபிமன்யூ சொன்னான்.

பீமன் "வென்றெழுந்துவிட்டார். முழுமையாகவே கடந்து வந்துவிட்டார்" என்றான். அபிமன்யூ தொடர்ந்தான். அன்று மாலை மருத்துவநிலையில் படுத்திருந்த பாணாசுரரை அவர் சென்று பார்த்தபோது நான் உடனிருந்தேன். அரசரை வணங்கும் வருகைவேந்தருக்கு உரிய முறையில் முகமனுரைத்துத் தலைவணங்கினார். மாதுலர் நுழைந்த கணம் முதல் விழிகளை அவர்மேல் பதித்திருந்த பாணாசுரர் மெல்லிய குரலில் மறுமுகமன் சொன்னார். அவர் முகம் திகைத்ததுபோல இருந்தது. அதைக் கலைக்கும்பொருட்டு நான் விளையாட்டாக 'இத்தோல்விக்காக வருந்துகிறீர்களா?' என்று கேட்டேன். 'என்ன?' என்று கேட்ட பாணாசுரர் முகம் மலர மீசையை நீவியபடி நகைத்து 'பிறிதெவரிடமும் தோற்கவில்லையென்று பெருமிதம் கொள்கிறேன்' என்றார்.

"மாதுலர் அவர் மஞ்சத்தருகே அமர்ந்து 'என்றும் என் தோள்தோழர்களில் ஒருவராகத் தாங்கள் அமையவேண்டுமென்று விரும்புகிறேன்,

பாணாசுரரே' என்றார். பாணாசுரர் இடக்கையை ஊன்றி எழுந்து அக்கையால் இளையயாதவரின் தோள்களைத் தொட்டு அணைத்துக்கொண்டு 'பேறு பெற்றேன்' என்றார். நாளைமறுநாள் யாதவப்படைகள் முழுமையாகவே ஆசுரத்திலிருந்து விலகிச்செல்லும் என்றும் அந்நிலத்தில் இருந்து எடுத்துக்கொண்ட கூழாங்கல்லைக்கூட விட்டுவிட்டே அவை எல்லை கடக்கும் என்றும் இளையயாதவர் சொன்னார்" என்றான் அபிமன்யூ. குந்தி புன்னகையுடன் "பாணாசுரன் நெகிழ்ந்து கண்ணீர்விட்டிருப்பானே?" என்றாள். அபிமன்யூ "அல்ல, அவர் முகம் சிறுமைகொண்டது போலிருந்தது. தாளா வலியில் என உடல் மெல்ல மெய்ப்புகொண்டது" என்றான். பீமன் "அதுவே நிகழும்" என்றான்.

"என் வேதம் என்னையும் நான் அதையும் விடப்போவதில்லை யாதவரே என்றார் பாணாசுரர்" என அபிமன்யூ சொன்னான். "நம் ஊழ்நெறிகள் இணையப்போவதில்லை. மீண்டும் நாம் களம் காணக்கூடும் என்று அவர் சொன்னபோது இளையயாதவர் விந்தையானதோர் நோக்கை அவர்மேல் பதித்து அமர்ந்திருந்தார். பாணாசுரர் திகைப்புடன் என்னை நோக்கினார். தங்கள் முகம் நான் நன்கறிந்தது. எங்கோ, எப்பிறப்பிலோ எனப் பாணாசுரர் மாதுலரிடம் சொன்னார். முதற்கணம் உங்களைக் கண்டபோதே உளம் திகைத்துவிட்டேன். அக்கணத்தில் உங்கள் படையாழியால் வெல்லப்பட்டேன் என்றார். இளையயாதவர் புன்னகை செய்தார்." யுதிஷ்டிரர் "அவரைக் கண்ட முதற்கணமே அம்முகத்தை முன்னரே கண்டிருப்பதாக பலர் சொல்லியிருக்கிறார்கள். முனிவர், கவிஞர், சிறுகுழந்தைகள், பித்தர்" என்றார்.

அபிமன்யூ "ஆனால் அதற்கு மறுநாள் யாதவப்படைகள் கிளம்பியபோது பாணாசுரர் முடிசூடி கோல் கைகொண்டு அரியணையில் அமர்ந்து அரசமுறைப்படி விடைகொடுத்தார்" என்றான். "உஷையை தன் கையால் நீரொழுக்கு செய்து அநிருத்தருக்குக் கையளித்தார். கோட்டைவாயில் வரை வந்து வழிமொழி சொல்லி விடைகொள்கையில் தன் செங்கோலை மாதுலரின் கால்களை நோக்கித் தழைத்து முடிகொண்ட தலைதாழ்த்தி வணங்கி இப்படைக்கலமும் மணிமுடியும் என் குடிப்பெருக்கும் உங்களுக்குரியவை அரசே. என் வேதம் உங்கள் சொல்லில் நிறைவுகொள்கிறது என்றார்." குந்தி "வாள்தாழ்த்தி வேதத்தைக் கையளித்தானா?" என்றாள். "ஆம், அதை இயல்பான புன்னகையுடன் மாதுலர் ஏற்றுக்கொண்டார்."

அறையில் மெல்லிய மூச்சொலிகள் மட்டும் கேட்டன. திரௌபதி "மைந்தா, அவர் அவ்வாறு பணிந்தது எதனால் என நினைக்கிறாய்?" என்றாள். "அன்று மருத்துவநிலையில் பேசிக்கொண்டபின் இரவில்

இளையயாதவர் தனியாக மீண்டும் பாணாசுரரைப் பார்க்க வந்தார். என்னுடன் எழுக என்றார். எங்கே என்று அவர் கேட்டார். வருக என யாதவர் கை நீட்டியபோது இடக்கையைப் பாணாசுரரும் நீட்டினார். கைபற்றி எழுப்பி வெளியே அழைத்துச்சென்றார். புரவியில் ஏறிக்கொண்டு இருவரும் நகர்விட்டுச் சென்றனர். இருளில் காட்டுப்பாதையில் விரைந்து அசுரர்களின் மூதாதையர் வாழும் குகைக்குச் சென்றனர்."

"அக்குகை வாயிலில் பாணாசுரர் திகைத்து நின்றுவிட்டார். இவ்விடம் எப்படி உங்களுக்குத் தெரியும் என்று கேட்டார். நான் வந்த இடம்தான் இது என்றபடி இளையயாதவர் சுளுந்து ஒன்றைப் பற்றவைத்துக்கொண்டார். வருக என்று கைகாட்டி அழைத்தபடி அவர் குகைக்குள் சென்றார். அச்சமும் ஆவலுமாக பாணாசுரர் பின்னால் சென்றார். குகைக்குள் பந்தத்தின் செவ்வொளி படர்ந்தது. அசுர மூதாதையரின் ஓவியங்கள் குகைச்சுவர்களில் எழுந்தன. அவர்களின் விழிச்சொற்களையும் வெறிநகைகளையும் நோக்கியபடி கனவிலென நடந்த பாணாசுரர் ஒரு முகத்தைக் கண்டு திகைத்து நின்றுவிட்டார். அது கையில் பந்தத்துடன் தன் முன் நின்றிருந்த அதே முகம் என்று கண்டார்" என்றான் அபிமன்யூ.

மீண்டும் அறைக்குள் அமைதி நிலவியது. பிரலம்பன் உள எழுச்சியுடன் பெருமூச்சுவிட்டான். அவ்வொலி கேட்டு இயல்பாகத் திரும்பி நோக்கிய பீமன் "இதைத்தான் சூதர் சொன்னாரா?" என்றான். "ஆம், எப்படித் தெரியும்?" என்றான் அபிமன்யூ. பீமன் புன்னகைத்தான். திரௌபதி "ஆனால் சூதர் நாவில் தெய்வங்களே சொல்வடிவு கொள்கின்றன" என்றாள். பீமன் "கிருதயுகம் முதல் தொடர்ந்து வரும் போர் இது. வருணனில் தொடங்கியது, இந்திரனில் விசைகொண்டது, இரணியனிலும் மாபலியிலும் முனைகொண்டது, இன்று முடித்துவைக்கப்பட்டுள்ளது. இத்தருணம் என்றும் வாழ்க!" என்றான்.

3

துருபதரின் சிற்றவைக்குள் நுழைவதற்காக அணுக்கனின் அழைப்பைக் காத்து அபிமன்யூ நின்றிருந்தபோது படிக்கட்டுகளில் காலடியோசை கேட்டது. அவன் பதைப்புடன் தன்னுடன் நின்ற சிற்றமைச்சர் ஜலஜரிடம் "நான் சென்று சற்றுநேரம் கழித்து மீள்கிறேன்" என்றான். "தங்கள் வரவு உள்ளே அறிவிக்கப்பட்டுவிட்டது, இளவரசே..." என்றார் ஜலஜர். "நான் என் எண்ணங்களைக் கோத்துக்கொள்ளவில்லை. இப்போது நான் சென்றால் என் சொற்களை முறையாகச் சொல்ல முடியாமல் போகலாம்" என்றபின் "தேவையான ஓலை ஒன்றையும் மறந்து வைத்துவிட்டேன்" என்றான்.

ஜலஜர் மேலும் ஏதோ சொல்ல வாயெடுக்க "ஜலஜரே, நாம் பிறகு சந்திப்போம். நான் ஓலை எடுக்கச் செல்வதாக அரசரிடம் சொல்லும்படி ஏவலனிடம் தெரிவித்துவிடுங்கள்" என்று சொல்லி அபிமன்யூ திரும்பியபோது மறு எல்லையில் திருஷ்டத்யும்னனும் அர்ஜுனனும் தோன்றினார்கள். அபிமன்யூ புடைப்புச்சிலைபோல அசைவழிந்து சுவர் சாய்ந்து நின்றான். அவர்கள் அணுகிவரும் காலடியோசை மட்டும் அவன் உடல்விதிர்ப்பாகத் தெரிந்தது. அவன் அங்கிருப்பதை அறியாதவன்போல விழிதாழ்த்தி தாடியை இடக்கையால் அளைந்தபடி அர்ஜுனன் வாயிலருகே வந்தான். திருஷ்டத்யும்னன் தொலைவிலேயே அவனைக் கண்டு புன்னகைத்தபடி அணுகி தோளில் கை வளைத்து மறுகையால் அவன் கைகளைப் பற்றிக்கொண்டு "நீ வந்ததை அறிந்தேன். என்ன செய்கிறாய் இங்கே?" என்றான்.

அபிமன்யூ சிறுவர்களுக்குரிய திக்கலுடன் "அரசரைப் பார்க்க வந்தேன். ஓர் ஓலையை மறந்துவிட்டேன். ஆகவே உடனே சென்று..." என்றான்.

அர்ஜுனன் அவனை நோக்காமல் உறுமலோசையுடன் “அவைச்சந்திப்புக்கு வரும்போது தேவையான ஓலையை எடுத்துவரவேண்டுமென்றுகூட அறியாத மூடனா நீ?” என்றான். அபிமன்யூ இடையைப் பதற்றத்துடன் தடவி “இல்லை, ஓலையை எடுத்துவிட்டேன். இங்கிருக்கிறது” என்றான். “அப்படியென்றால்...” என்று விழிகளைத் தூக்கினான் அர்ஜுனன். “முதலில் ஓலை இல்லையென்று நினைத்தேன்” என்று அபிமன்யூ சொன்னான். “எங்கே, ஓலையைக் காட்டு!” அபிமன்யூ மீண்டும் துழாவி “நான் தொட்டுநோக்கியது ஓலையை அல்ல. ஆடை மடிப்பை... ஓலை இல்லை” என்றான்.

“மூடன்” என்று சொல்லி திருஷ்டத்யும்னனிடம் “செல்லும் போதிருந்த வனாகவே இருக்கிறான். எருதென வளர்ந்தாலும் இளமைந்தர்களுக்குரிய உள்ளமும் அறிவும்தான் இவனுக்கு” என்றான். அபிமன்யூ அதை ஏற்பதுபோல முகம்காட்டிப் பின்னகர திருஷ்டத்யும்னன் புன்னகைத்தான். “அது என்ன உன் கையில்?” என்றான் அர்ஜுனன். “இது குங்குமம். நான் அன்னையை அகத்தறையில் சந்தித்துவிட்டு அப்படியே வந்துகொண்டிருப்பதனால்...” அர்ஜுனன் “அரண்மனைப்பெண்டிர் வளர்த்த மைந்தன் என்று அண்மையில் வருவதற்குள்ளேயே தெரிந்துவிடும்” என்றான். “அது தங்கள் பிழை மைத்துனரே, மனைவியரை அரண்மனையில் விட்டுவிட்டு மகளிர் தேடி பாரதவர்ஷம் முழுவதும் அலைந்தீர்கள். அவர்கள்மேல் உங்கள் சொல்லென ஏதுமில்லை” என்றான் திருஷ்டத்யும்னன்.

அபிமன்யூ தாழ்ந்த குரலில் “நான் போய்விட்டு வருகிறேன்” என்று பொதுவாகச் சொல்லி பின்னால் காலடி வைக்க, கதவு திறந்து “பாண்டவ இளவரசரை பாஞ்சாலப் பெருமன்னர் அழைக்கிறார்” என்று அணுக்கன் சொன்னான். “செல்லுங்கள்” என்று வாயசைவால் சிற்றமைச்சரிடம் சொல்லி அபிமன்யூ கைகாட்டினான். “பாண்டவ இளவரசன் நீதான். எங்கள் வருகை இன்னும் அறிவிக்கப்படவே இல்லை” என்றான் திருஷ்டத்யும்னன் சிரித்தபடி. “ஆம், மறந்துவிட்டேன்” என்று சொல்லி அபிமன்யூ உள்ளே செல்லத்தொடங்க, அவன் தோளைப்பற்றி இழுத்து தன் தோள்களுடன் சேர்த்துக்கொண்டு “தந்தையை அஞ்சுகிறாயோ இல்லையோ, அச்சத்தை நன்றாக வெளிப்படுத்துகிறாய். அவ்வகையில் நன்று” என்று திருஷ்டத்யும்னன் உரக்க சிரித்தான்.

அபிமன்யூ தலைகுனிந்து நிற்க, அர்ஜுனன் “நீங்களுமா, மைத்துனரே? அவனிடம் அத்தனைபேரும் கொஞ்சுவதனால்தான் பெண்ணா பைதலா என்றறியவொண்ணாமல் இருக்கிறான் அறிவிலி” என்றான். “ஆம், அனைவருக்கும் இவன் சிறுவனாகவே தெரிகிறான். நாமெல்லாம் இவனை அப்படிப் பார்க்கிறோமா, தன்னை அப்படிப் பார்க்கும்படி

இவன் செய்கிறானா என்று தெரியவில்லை" என்றான் திருஷ்டத்யும்னன். அர்ஜுனன் "வளர்ந்தபின் மழலையை நடிப்பவர்கள் ஒளிந்திருந்து நம்மை வேவு பார்ப்பவர்கள்" என்றான். திருஷ்டத்யும்னன் விழிகாட்ட, அபிமன்யூ உள்ளே சென்றான்.

திருஷ்டத்யும்னன் தங்கள் வரவை அறிவிக்கும்படி கைகாட்டிவிட்டு சிற்றமைச்சர் ஜலஜரிடம் "கீழே சென்று இறுதியாக அஸ்தினபுரியிலிருந்து வந்த அத்தனை செய்திகளையும் தொகுத்து அரசவைக்குக் கொண்டுவாருங்கள்" என்றான். அவர் தலைவணங்கி திரும்பிச் சென்றார். திருஷ்டத்யும்னன் அர்ஜுனனிடம் "சிற்றமைச்சர் அபிமன்யூவைவிட சற்றே மூத்தவர். அவனுடைய தலைமுறையைச் சேர்ந்த ஒருவரிடம் அபிமன்யூவைப்பற்றிக் குறைசொல்வது முறையல்ல என்று தந்தையென உங்களுக்குத் தெரியாதா?" என்றான். அர்ஜுனன் "அதனால் என்ன ஆகிவிடப்போகிறது? இவன் நாணப்போகிறானா என்ன? அல்லது பிறர் ஏளனம் செய்வதைப் பொருட்படுத்தப்போகிறானா?" என்றான்.

திருஷ்டத்யும்னன் "நாம் நம் சொற்களால் மைந்தருக்கு இழிவை அளிக்கலாகாது" என்றான். "மைத்துனரே, உங்களுக்குத் தெரியாததல்ல. எங்கும் இவனைப் பாராட்டி, கொண்டாடி, உச்சிமுகரவே ஆளிருக்கிறார்கள். அஸ்தினபுரிக்குச் சென்றவன் கௌரவ அவைக்குச் சென்று துரியோதனனின் மடிமீதமர்ந்து வந்திருக்கிறான். துச்சாதனன் இவனை இரு கைகளிலும் தூக்கிக்கொண்டதாகச் சொல்கிறார்கள்" என்றான் அர்ஜுனன். "நல்லதுதானே? அவர்களுக்கும் இவன் மைந்தனல்லவா?" என்றான் திருஷ்டத்யும்னன். "தொல்குடிகளைக் குருதியே ஆள்கிறது, பார்த்தரே."

"துச்சாதனனின் நெஞ்சு பிளந்து குருதியுண்ணுவதாக இவன் மூத்த தந்தை வஞ்சினம் உரைத்திருக்கிறார்" என்றான் அர்ஜுனன். "அது நம்மைப்போன்றவர்களின் வஞ்சம். அதை ஏன் நம் குழந்தைகளிடம் ஏற்றி வைக்கவேண்டும்?" என்றான் திருஷ்டத்யும்னன். "இவன் குழந்தையல்ல. ஏற்கெனவே இந்திரப்பிரஸ்தத்தில் இவன் குழந்தைகள் வளரத் தொடங்கிவிட்டன" என்றான் அர்ஜுனன். திருஷ்டத்யும்னன் "பாண்டவரே, பதின்மூன்றாண்டுகாலம் நம் மைந்தரைத் தந்தையென இருந்து பேணி வளர்த்தவர்கள் கௌரவர்களே. அவர்கள் இங்கு வரலாமே என நான் பலமுறை அழைத்ததுண்டு. அது முறையல்ல என்று துரியோதனர் மறுத்துவிட்டார். ஆயிரம் கைவிரித்து குலம்புரக்கும் பெருந்தந்தை அவர்" என்றான். அர்ஜுனன் "ஆம், திருதராஷ்டிரரின் மைந்தன் அவ்வாறே இருக்கவியலும்" என்றான்.

பின்னர் பெருமூச்சுடன் "நான் உணர்ந்தது ஒன்று, உரைப்பது பிறிதொன்று" என்றான். "இவனைப் பார்க்கும்போதெல்லாம்

எனக்கு ஏற்படும் ஒவ்வாமை ஏன் என்று என் அகம் எப்போதுமே அலைக்கழிகிறது. மைத்துனரே, இவனிடம் மிகப் பிழையாக ஒன்றுள்ளது. இந்தக் குழந்தைத்தன்மை இவன் பயின்று தேர்ந்திருக்கும் நடிப்பு. இந்திரப்பிரஸ்தத்தில் இவன் ஏவலரிடமும் சூதரிடமும் களியாடுவதைப் பார்த்திருக்கிறேன். தங்களில் ஒருவர் என இவனை அவர்கள் நம்பச் செய்கிறான். ஆனால் இவன் அவர்களில் ஒருவன் அல்ல. அதை இவன் மிக நன்றாகவே அறிவான்."

அர்ஜுனன் பல்லைக் கடித்து "இவன் பிறவிநூலைப் பார்த்த நிமித்திகர்கள் என்ன சொன்னார்கள் தெரியுமா?" என்றான். திருஷ்டத்யும்னன் மெதுவாகத் தலையசைத்தான். "இவன் நமது குடியில் தோன்றிய பெருங்கொலையாளன். உடன்பிறந்தார் குருதியில் நீராடி இப்பிறவிப் பணி தீர்த்து விண்ணகம் செல்லவிருப்பவன்" என்றான் அர்ஜுனன். "நிமித்திகர்கள் சொல்வதற்கெல்லாம் என்ன பொருள்? நிமித்திகர்கள் எதையேனும் சொல்லி நம்மை அவ்வாறு எண்ண வைத்துவிடுகிறார்கள். அவர்கள் சொன்னதன்படி இங்கெதுவும் நிகழ்வதில்லை. நாம் அவர்கள் சொன்னவற்றை நிகழ்த்திக்காட்டுகிறோம்" என்றான் திருஷ்டத்யும்னன்.

கதவு திறந்த ஏவலன் "உள்ளே வருக!" என்றான். திருஷ்டத்யும்னன் அர்ஜுனனின் தோளைத் தட்டி "கவலை ஒழியுங்கள், பாண்டவரே. உங்களுக்குள் மைந்தரைக் குறித்த பெரும்பற்று இருக்கிறது. இந்தச் சினத்தாலும் வெறுப்பாலும் அதை மூடிக்கொள்கிறீர்கள்" என்றான். "இவன் மீதா? எனக்கா?" என்று அர்ஜுனன் கேட்டான். "உண்மையில் நான் இவனை அஞ்சுகிறேன்." திருஷ்டத்யும்னன் "வருக!" என அவன் தோளைப்பற்றி உள்ளே இட்டுச்சென்றான்.

சொல்சூழ் சிற்றறையில் மையத்தில் உயர்பீடத்தில் அமர்ந்திருந்த துருபதரை அணுகித் தலைவணங்கி, சூழ்ந்திருந்த அனைவருக்கும் பொதுவாகப் பிறிதொரு வணக்கத்தை அளித்துவிட்டு திருஷ்டத்யும்னன் தன் இடத்தில் அமர்ந்தான். சொல்சூழவையில் முறைமைச்சொற்கள் மரபல்ல என்பதனால் துருபதருக்கும் குந்திக்கும் யுதிஷ்டிரருக்கும் தலைவணங்கிவிட்டு பீமனின் அருகே இருந்த பீடத்தில் அர்ஜுனன் சென்று அமர்ந்தான். "நாங்கள் பேசிக்கொண்டிருந்ததை சுருக்கமாக அமைச்சர் உரைப்பார்" என்றார் துருபதர். பேரமைச்சர் கருணர் ஆமெனத் தலைவணங்கி "அஸ்தினபுரியிலிருந்து வந்திருப்பது மறுசொல்லோ மாற்றுச்சூழ்கையோ இல்லாத இறுதிக்கூற்று. எதன்பொருட்டும் எந்நிலையிலும் மண்ணைப் பகுப்பதற்கு துரியோதனருக்கு எண்ணமில்லை. ஆகவே அது குறித்த எந்தப் பேரத்துடனும் எவரும் அங்கு செல்லவேண்டியதில்லை" என்றார்.

அர்ஜுனன் தாடியைக் கையால் சுருட்டி அதன் நுனியை முடிச்சிட்டபடி நோக்கியிருந்தான். "அரச முறைப்படி திருதராஷ்டிரர் முத்திரையிட்டு அனுப்பிய ஓலை பாண்டவர்கள் தங்கள் தேவியுடன் அஸ்தினபுரிக்குத் திரும்பவேண்டும் என்றும் நெறிப்படியும் குலமுறைப்படியும் ஆவன செய்யப்படும் என்றும் மட்டுமே சொல்கிறது. தேவைக்குக் குறைந்த சொற்களும் தேவைக்கு மிகுந்த சொற்களும் சூது கரந்தவை" என்றார் கருணர். "நெறிப்படி அவர்கள் செய்யவேண்டியதொன்றே. பாண்டவர்கள் விட்டுச்சென்ற இந்திரப்பிரஸ்தநகரியையும் குடிகளையும் கருவூலத்தையும் முழுமையாகத் திரும்ப ஒப்படைப்பது. பிற அனைத்தும் வீண்மொழிபுகளே."

"நெறிகளை மேலும் கூர்ந்து சொல்வோமென்றால் அச்செல்வத்தைக் கொண்டும் படைகளைக் கொண்டும் நகரின் சந்தைகளைக் கொண்டும் அவர்கள் ஈட்டிய அனைத்தும் பாண்டவர்களுக்குத் திருப்பி அளிக்கப்பட வேண்டும். அந்தச் சொல்லுறுதி அளிக்காமல் நெறி என்னும் சொல் பயன்படுத்தப்பட்டிருப்பதே வஞ்சம். நெறிக்குப்பின் குலமுறை என்னும் சொல்வருவது மேலும் நுண்வஞ்சம்" என்று கருணர் தொடர்ந்தார். "முதன்மைநெறியென்பது மானுடம் எங்கும் நிறைந்து வாழும் பொதுநெறிதான். அந்நெறிகளை மீறாமலேயே குலமுறைகள் அமைய வேண்டும், குலமுறைகள் அனைத்தும் பெருநெறியில் இருந்து பெற்றுக்கொண்ட சிறு ஒழுக்கங்கள் மட்டுமே."

"இந்த ஓலையில் குலநெறி என்னும் சொல் கையாளப்பட்டிருப்பது உள்நோக்கம் கொண்டது. குலம் இன்று அவர்களால் ஆளப்படுகிறது. குலத்தலைவர்களில் பெரும்பாலானோர் அவர்கள் ஆணையிடுவதைச் செய்யவும் கூடும். இந்தப் பதின்மூன்று ஆண்டுகளில் அங்குள்ள குடியவைகளில் என்னென்ன மாறுதல்கள் நிகழ்ந்துள்ளன என்று நாம் அறியோம்" என்றார் துருபதர். அர்ஜுனன் தாடியைத் துழாவிய கைகளுடன் "துரியோதனனின் ஓலை நேரடியாக வந்ததா?" என்றான். "ஆம், நான் அரச முறைப்படி துரியோதனனுக்கு ஓர் ஓலை அனுப்பினேன், எனது மகளின் முடியுரிமையைக் குறித்து அவர் தனிப்பட்ட முறையில் என்ன சொல்கிறார் என்று. அதற்கான மறுமொழி இது" என்றார் துருபதர்.

"ஆக, எந்நிலையிலும் கௌரவர் கொண்டுள்ள நிலம் பிரிக்கப்படமாட்டாது" என்றாள் குந்தி. "பிறகென்ன செய்வது?" என்று யுதிஷ்டிரர் கேட்டார். "வேறென்ன? நேரடியாகவே ஒரு போர் அறிவிப்புதான் இது" என்றான் பீமன். அவனைக் கையமர்த்திவிட்டு யுதிஷ்டிரர் "இந்தக் கொள்விளையாடலில் எங்கும் உளம்மறந்தும் நாபுரண்டும்கூட போர் எனும் சொல் எழவேண்டியதில்லை. சொற்களுக்கு விண்ணிலிருந்து

நிகழ்வுகளைக் கறந்தெடுக்கும் திறனுண்டு. போர் என்று சொல்லுந்தோறும் போரை நோக்கி நகர்கிறோம். ஆகவே இது உடன்பிறந்தார் நிலத்தின் பொருட்டு நிகழ்த்தும் சொல்லாடலே ஒழிய பிறிதொன்றும் அல்ல" என்றார்.

உரத்த குரலில் பீமன் "அஸ்தினபுரியை ஆள்பவனின் தொடையறைந்து கொல்வேன் என்றும், அவன் உடன்பிறந்தானின் நெஞ்சு பிளந்து குருதி குடிப்பேன் என்றும் வஞ்சினம் சொல்லி அந்நகர்விட்டு இறங்கியிருக்கிறேன், மூத்தவரே. அவ்வாறு மட்டுமே நான் இனி அந்நகருக்குள் நுழைவேன். பிறிதெவ்வகையிலும் அல்ல" என்றான். "மந்தா, அவை பதின்மூன்று ஆண்டுகள் பழைய கதைகள். இங்கு அவற்றைப் பெரிதாக நாம் பேசவேண்டியதில்லை" என்றார் யுதிஷ்டிரர். "மூத்தவர் அவையில் நீ சற்று நாமடித்து அமர்ந்துகொள். அரசே, நாம் முடிந்த வரை பேசுவோம். எந்த எல்லைவரைக்கும் பேச முடியுமோ அந்த அளவுக்குத் தணிவோம். இத்தருணத்தில் நாம் செய்யக்கூடியது அது ஒன்றே" என்றார்.

பீமன் "ஆம், இன்னும் பதினைந்தாண்டுகள் பேசுவோம். அதற்குள் நாம் மண் மறைவோம். நமது குலமைந்தர் சென்று கேட்பதற்கு நில உரிமை என்று எதுவும் எவர் நினைவிலும் எஞ்சாது" என்றான். திருஷ்டத்யும்னன் "நானும் இளையபாண்டவர் சொல்வதையே எண்ணுகிறேன். முற்றுமுடிவாகச் சொல்லப்பட்ட மொழிக்கு முன்னால் நின்று மீண்டும் சொல்லெடுப்பதில் ஒரு பொருளுமில்லை. அது இரப்பதாகவே பொருள் கொள்ளப்படும். நிலத்தை இரந்து பெறுவது ஷத்ரிய அறமல்ல" என்றான். உரத்த குரலில் யுதிஷ்டிரர் "உடன்பிறந்தான் சங்கை அறுத்துக் கொல்வதுதான் ஷத்ரிய முறையா?" என்றார். திருஷ்டத்யும்னன் "ஆம், அமைந்த குடியறத்தின்பொருட்டும் தலைக்கொண்ட தன்னறத்தின்பொருட்டும் இயற்றப்படுமென்றால் அது ஷத்ரிய முறைதான். அதிலென்ன ஐயம்?" என்றான்.

துருபதர் "நாம் நமக்குள் பூசலிட்டுக்கொள்வதில் பொருளில்லை. அங்கிருக்கும் எனது ஒற்றர்கள் கூறுவதைக்கொண்டு பார்த்தால் என் உள்ளம் ஆழத்தில் எதை ஐயுறுகிறதோ அதுவே உண்மை என்று தெரிகிறது. அந்நிலத்தை எந்நிலையிலும் துரியோதனன் விட்டுத்தரப்போவதில்லை" என்றார். "பிறகென்ன? படைகள் எழட்டும்" என்றான் பீமன். "மூத்தவரே, நான் வெல்வேன் என்பதில் எனக்கு ஐயமில்லை. இச்சொல்லாடல்கள் ஒவ்வொன்றும் என் வீரம் மீது முன்வைக்கப்படும் ஐயங்களென்றே கொள்கிறேன்."

"பொறு, மந்தா" என்றபின் யுதிஷ்டிரர் "அங்கே இருப்பவன் என் உடன்பிறந்தான். அறம் அறிந்த அவன் தந்தை அவனுக்கு

நிழலென்றிருக்கிறார். அவருடைய உளச்சான்றென அகத்தளத்தில் மூத்த அன்னை இருக்கிறார். குருவின் குடிமரபின் நீட்சியென பிதாமகர் பீஷ்மரும் நம்மனைவருக்கும் நெறி கற்பித்த ஆசிரியர் துரோணரும் இருக்கிறார்கள். அவர்களையெல்லாம் கடந்து அங்கு நெறிமீறல் ஏதும் நிகழப்போவதில்லை. நம் சொற்கள் அவர்கள் முன்சென்று சேரட்டும். தௌம்யரை அனுப்புவோம். அவர் அந்தணர். குருவின் குடியை அறுபது தலைமுறைக்காலமாகப் பேணிவரும் குலத்தைச் சார்ந்தவர். அவர் சென்று பேசட்டும்" என்றார்.

துருபதர் "மீண்டும் அதே சொற்களைத்தானே சொல்லவிருக்கிறோம்?" என்றார். தருமன் "உடன் சௌனகரும் செல்லட்டும். அவை அமர்ந்து அளித்த சொல்பாட்டை அவர்கள் மீறுவார்கள் என்றால் அவர்கள் எதை எதிர்கொள்ளவேண்டியிருக்கும் என்று எடுத்துரைப்போம்" என்றார். பீமன் "எதை எதிர்கொள்ளப்போகிறான் முதல் கௌரவன்? போரையா? அச்சொல்லை உரைக்காமல் சௌனகர் பேசப்போகிறாரா?" என்றான்.

யுதிஷ்டிரர் "போரல்ல, எந்த அரசனும் தன் சொல்லுக்குக் கட்டுப்பட்டவன் என்னும் பெயரையே முதலில் ஈட்டவேண்டும். தன் சொல்லைத் தானே துறந்தவன் என்றால் அப்பழியிலிருந்து துரியோதனன் மீளமுடியாது. நாளை அவன் குடிகளும் படைகளும் அவனை முழுஉள்ளத்துடன் ஏற்க மாட்டார்கள். எண்ணிநோக்குக, வருங்காலத்தில் பிறிதொரு மன்னனுக்கு அவனொரு சொல்லளிக்க முடியுமா? எதிரியிடம் அமர்ந்து பேச ஓர் அமைச்சனை அனுப்ப முடியுமா? அரசனின் சொல் அவனுடைய நுண்வடிவேதான். நாவிலிருந்து செவிக்கென பறப்பது. நினைவுகளில் புதைந்து முளைத்தெழுவது. அவன் இறந்தாலும் அழியாது எஞ்சுவது. அதை மறுப்பவன் தன்னை அழித்துக்கொள்கிறான். தற்கொலை செய்துகொள்ள வேண்டாம் என்று அவனிடம் சௌனகர் சொல்லட்டும்" என்றார்.

திருஷ்டத்யும்னன் "மூத்தவரே, இதெல்லாம் தெரியாதவராக இருக்கிறார் துரியோதனர் என்று எண்ணுகிறீர்களா?" என்றான். யுதிஷ்டிரர் "மனிதர்கள் கற்தூண்கள் அல்ல. தருணங்கள் ஆடும் ஆடிப்பரப்புகள் அவர்கள். மானுடரின் நிலையின்மையைப் புரிந்துகொள்ளாதவன் அவர்களை வெறுப்பவனாகவே ஆவான். அந்த அவையில் அத்தருணத்தில் அப்படி அவன் வெளிப்பட்டிருக்கலாம். பிறிதொரு தருணத்தில் மேலும் பெரியவனாக அவன் எழக்கூடும். அதற்கான வாய்ப்பை நாம் அவனுக்கு அளிப்போம். அதை அளித்தோம் என்று நாளை நாம் நம்மை எண்ணி நிறைவு கொள்ளவேண்டும்" என்றார்.

“இளையோரே, இதோ அன்னைமுன் அமர்ந்து சொல்கிறேன், என்னிடம் வஞ்சம் என ஏதுமில்லை. என் இளையோன் என முதற்கௌரவனைத் தோள்தழுவவே விழைகிறேன். எந்நிலையிலும் போர் தவிர்க்கப்படவேண்டும். பதின்மூன்று ஆண்டுகள் காட்டில் அலைந்தும் கந்தமாதன மலையுச்சியின் கனல்வடிவ முதல்முழுமையைக் கண்டும் நான் அறிந்த மெய்மை ஒன்றே, கனிவதனூடாகவே அடையவும் அறியவும் கடக்கவும் முடியும். கனியாதவன் வாழாதவனே” என்றார் தருமன்.

அவை அமைதியாக இருந்தது. திரௌபதி உடல் மெல்ல அசையும் ஓசை கேட்டு அனைவரும் திரும்பிப் பார்த்தனர். பெரிய இமைகள் சரிந்தமையால் விழிகள் மூடியிருப்பதுபோல் தோன்ற தாழ்ந்த குரலில் “தௌம்யரின் தூதை நான் மறுக்கவில்லை. ஆனால் அந்தணர் தூது செல்வதென்பது எவ்வகையிலும் அவர்களின் உள்ளங்களை மாற்றப்போவதில்லை. அவையில் ஒலிக்கும் வழக்கமான அறவுரைகளாகவே அது மறையும். அங்கு சென்று ஒலிக்கவேண்டிய குரல் நம்மில் ஒருவருடையது. நாமோ நமது நிலம் கொள்ளாது அங்கு நுழையமாட்டோம் என்று வஞ்சினம் உரைத்திருக்கிறோம். நமது குரலென அங்கு ஒலிக்கும் பிறிதொரு குரல் இளையயாதவருடையது மட்டுமே” என்றாள்.

அர்ஜுனன் “ஆனால் அவர்...” என்று தொடங்க, குந்தி “அவன் விழித்தெழுந்துவிட்டான். பேருருக்கொண்டு பாணாசுரனை வென்று அங்கிருந்து இங்கு வந்துகொண்டிருக்கிறான்” என்றாள். “இங்கா? எப்போது கிளம்பினார்?” என்றபடி அர்ஜுனன் எழுந்தான். “இங்கு வரும்படி செய்தி அனுப்பினேன். அவன் வந்தபின் முடிவெடுப்போம்” என்று குந்தி சொன்னாள். துருபதர் “அவர் என்ன சொல்லப்போகிறார்? அவர்களை அவர் எங்கே சந்திப்பார்?” என்றார். “அவர்களை இளையயாதவர் சந்திக்க ஓர் அவையை நாம் அமைப்போம். அவர் சொல்லெடுக்கட்டும். நம்பொருட்டு நம் மூதாதையரும் குலதெய்வங்களும் ஒருங்கிணைந்து பேசுவதற்கு நிகர் அது” என்றாள் திரௌபதி.

திருஷ்டத்யும்னன் “இன்று அவர் இருக்கும் நிலை என்னவென்று யாதவப் பேரரசிக்குத் தெரியுமா? அவரது மூத்தவர் தலைமையில் யாதவர்களின் ஐங்குலங்களும் அவரைக் கைவிட்டிருக்கின்றன. அவர் மைந்தன் பிரத்யும்னனும் உற்ற துணைவர் சாத்யகியுமன்றி படைத்தலைவர்கள் எவரும் அவருடனில்லை” என்றான். “அவர் துவாரகையைத் தக்கவைத்துக்கொள்ளவே புதிய படைகளைத் திரட்டியாகவேண்டிய நிலையில் இருக்கிறார்.”

“நாமும் படையற்று தனித்திருக்கிறோம்” என்றார் தருமன். திருஷ்டத்யும்னன் “மூத்தவரே, பாஞ்சாலத்தின் படைகள் என் தமக்கைக்கு

உரியவை. அஸ்தினபுரியைக் களத்தில் எதிர்கொள்வதற்கு நமது படையே போதுமானது” என்றான். “அதை நீர் சொல்வீர் என அறிவேன், மைத்துனரே. ஆனால் சென்ற பதின்மூன்று ஆண்டுகள் அவர்கள் வீணே கழிக்கவில்லை. படைபலத்தைப் பெருக்கியிருக்கிறார்கள். கருவூலத்தை நிறைத்திருக்கிறார்கள். அதற்கும் அப்பால் சென்று கங்கைப் பெருநிலத்து ஷத்ரியர் அனைவருக்கும் அவர்களே தலைவர்கள் என்ற நிலையை உருவாக்கியிருக்கிறார்கள். இன்று ஒரு போர்முரசு கொட்டினால் அவர்களுடன் சென்று சேர்ந்துகொள்ள ஆரியவர்த்தத்தின் அரசுகள் ஒருங்கியிருக்கின்றன” என்றார் யுதிஷ்டிரர்.

“அவர்கள் அனைவருக்கும் பொது எதிரி நாமல்ல, இளையயாதவர் மட்டுமே. நம்பொருட்டு துரியோதனரிடம் இளையயாதவர் மன்றுபேசச் செல்வாரென்றால் அது ஒன்றே போதும், அவர்களுக்கு நாம் இளையயாதவரின் படை என்று காட்ட. அரசுசூழ்தலின் முறைப்படி நாம் இன்று நம்மிடமிருந்து இளையயாதவரை முற்றிலும் விலக்கி வைத்தாகவேண்டும். இளையயாதவர் பேசிக்கொண்டிருக்கும் வேதப்பூசல்களிலோ யாதவ குலச் சண்டைகளிலோ நமக்குப் பங்கேதும் இல்லை என்று தெளிவுபடுத்த வேண்டும்” என்று திருஷ்டத்யும்னன் சொன்னான். “இன்று ஷத்ரியராகிய துரியோதனர் அளித்த சொல் மதிப்புள்ளதா இல்லையா என்ற வினா மட்டுமே எழவேண்டும். பாரதவர்ஷத்தின் ஷத்ரியர்கள் அதற்கு என்ன மறுமொழி சொல்கிறார்கள் என்பது மட்டுமே நமது தரப்பாக இருக்க வேண்டும்.”

“இளையயாதவர் நம்பொருட்டு முன்னிற்க வேண்டியதில்லை என்றே நானும் எண்ணுகிறேன். அவர் மீது ஷத்ரியர்களுக்கு இருக்கும் பெருஞ் சினத்தைப் பாண்டவர்கள்மேல் நாம் இழுத்துவிட வேண்டியதில்லை” என்றார் துருபதர். அர்ஜுனன் “இளையயாதவர் நமக்கெனப் பேசுவதா வேண்டாமா என்பதை இந்த அவை முடிவு செய்யட்டும், அதில் எனக்குச் சொல்லில்லை. ஆனால் இளையயாதவரிடமிருந்து நான் என்னைப் பிரித்துக்கொள்ள வேண்டும் என்று மண்ணில் எவரும் எனக்குச் சொல்ல வேண்டியதில்லை. தந்தை வடிவமாக இங்கிருக்கும் மூத்தவரும் ஈன்ற அன்னையும் என் குருதியினரும்கூட அதற்கு உரிமைகொண்டவர்கள் அல்ல. நான் இப்பிறவியை அவருக்கு அளித்தவன்” என்றான். பீமன் “எனக்கும் பிறிதொரு சொல்லில்லை. வாழ்வதும் இறப்பதும் அவர்பொருட்டே” என்றான்.

யுதிஷ்டிரர் “அவர்கள் இருவரும் இளையயாதவருக்குத் தன்படைய விட்டவர்கள் என்பது தங்களுக்கும் பாரதவர்ஷத்தவர் அனைவருக்கும் தெரியும். எனக்கு அவன் இளையயாதவன் மட்டுமே. ஆனால் பாஞ்சாலரே, அவன் முன்வைக்கும் அந்த மெய்ம்மையின்பொருட்டு என் அரசையும்

துணைவியையும் இளையோர் அனைவரையும் மைந்தர்நிரையையும் கொடிவழிகளையும் புகழையும் விண்ணுலகையும்கூட துறக்கச் சித்தமாக இருக்கிறேன்" என்றார். "ஏனென்றால் கந்தமாதன மலையிலேறி நான் கண்டது அனலுருக்கொண்டெழுந்த அவன் சொற்களையே."

விழிகள் சரிந்திருக்க தன் அருகே நின்றிருந்த எவரிடமோ சொல்வதுபோல தாழ்ந்த குரலில் யுதிஷ்டிரர் "இங்கு இத்தனை பொழுது என் குலம் குருதிப் பூசலில் இறங்கலாகாது என்று விழைந்தேன். போர் நிகழ்ந்து மண் சிவக்கக்கூடாதென்று அஞ்சியே சொல்லெடுத்தேன். ஆனால் அவன் சொல்லும் அம்மெய்மைக்காக இப்பாரதவர்ஷமே முற்றழியுமென்றால் அதுவே ஆகட்டும் என்றே எனது மறுமொழி இருக்கும்" என்றார்.

குந்தி பதைப்புடன் அவர்களை மாறிமாறி நோக்கினாள். திரௌபதி தழைந்த விழிகளுடன் ஊழ்கச்சிலையென அமர்ந்திருந்தாள். துருபதர் சில கணங்களுக்குப்பின் மெல்ல பீடத்தில் சாய்ந்து "இதற்கு மேல் நான் ஒன்றும் சொல்வதற்கில்லை" என்றார். உளம் விம்மியெழ அபிமன்யூ இதழ்களை இறுக்கி விம்மலை வென்றான்.

4

அவை கலைந்து அனைவரும் எழுந்தனர். துருபதர் குந்திக்கும் அவைக்கும் வணக்கம் உரைத்தபின் கருணரை நோக்கி, தன்னைத் தொடரும்படி கைகாட்டிவிட்டு அணுக்கனுடன் பக்கத்து அறைக்குச் சென்றார். குந்தி எழுந்து திரௌபதியை அணுகி தாழ்ந்த குரலில் ஏதோ சொல்லி தன்னுடன் அழைத்துக்கொண்டு பிறிதொரு வாயிலினூடாக வெளியே சென்றாள். “ஆக, என்ன முடிவெடுத்திருக்கிறோம்?” என்றான் சகதேவன். நகுலன் “நம் அவைகள் வழக்கமாக எடுக்கும் முடிவைத்தான். பொறுத்திருப்போம். இளையயாதவர் தன் செய்தியுடன் வரக்கூடும்” என்றான்.

யுதிஷ்டிரர் அர்ஜுனனிடம் “நான் என் மாளிகைக்குச் செல்கிறேன். நாம் இளையயாதவனையே சொல்பெற அனுப்புவதென்றால்கூட உடன் தௌம்யரும் சௌனகரும் செல்லட்டும். நூல்களில் இதற்கிணையான தருணங்கள் எப்போதாவது நிகழ்ந்துள்ளனவா என்று பார்த்து அவர்கள் சொல்லவேண்டியதென்ன என்பதை வகுத்துக்கொள்கிறேன்” என்றபின் சகதேவனிடம் “இளையோனே, இன்று நீயும் என்னுடன் இரு” என்றார். அவன் தலைவணங்க, இருவரும் மூடிய கதவை நோக்கிச் சென்றபோது கதவு திறந்து உள்ளே வந்த காவலன் “சிற்றமைச்சர் சுமித்ரர்” என்றான்.

திருஷ்டத்யும்னன் “வரச்சொல்” என்றான். சுமித்ரர் உள்ளே வந்து தலைவணங்கி “இளையயாதவரின் தளபதி சாத்யகி வந்துள்ளார்” என்றார். அபிமன்யூ “சாத்யகியா? அவர் எப்போது கிளம்பினார்? செய்தியே இல்லையே?” என்றான். திருஷ்டத்யும்னன் அவனை நோக்கித் திரும்பி விழிகளால் அடக்கியபின் “நேராக இங்கு இட்டுவரச்சொல்க!

இளைப்பாறி பேரவையில் உரைக்கும் செய்தியென்றால் நாளை காலை வரை பொறுத்திருக்கலாம்" என்றான். சுமித்ரர் "ஆணை" என்றபின் வெளியே செல்ல, திருஷ்டத்யும்னன் "பேரரசியை அழையுங்கள். நான் தந்தையைக் கூட்டிவருகிறேன்" என்றபின் துருபதர் சென்ற அறைக்குச் சென்று கதவைத் தட்டினான். உள்ளிருந்து அணுக்கன் கதவைத் திறக்க, உள்ளே நுழைந்தான்.

நகுலன் குந்தியும் திரௌபதியும் சென்ற வாயிலைத் தட்டித் திறந்து வெளியே நின்றபடி அவர்களிடம் "இளையயாதவரின் தூதர் சாத்யகி வந்துள்ளார்" என்றான். தாழொலியுடன் கதவு திறக்க, குந்தி விரைந்து வெளியே வந்து "எங்கே?" என்றாள். "வந்துகொண்டிருக்கிறார். தாங்கள் அமருங்கள்" என்றான். குந்தி மீண்டும் தன் பீடத்தில் வந்து அமர்ந்து "சாத்யகியா?" என்றாள். திருஷ்டத்யும்னன் "அவரைச் சந்தித்து பதின்மூன்றாண்டுகள் ஆகின்றன" என்றபின் நகுலனிடம் "எண்ணும்போது வியப்பு. நீங்கள் காடேகியபின் இங்கு ஒவ்வொரு கூழாங்கல்லும் புரண்டு பிறிதொரு நெறிவிசை கொண்டுவிட்டன. பதின்மூன்றாண்டுகளுக்குப்பின் மீண்டும் ஒவ்வொருவரும் சந்தித்துக்கொள்கிறோம்" என்றான். கூந்தல் சீவி ஆடை திருத்தி திரௌபதி வந்து அமர்ந்தாள்.

முகம் கழுவி, ஆடை திருத்தி துருபதர் வெளியே வந்தார். அறைக்குள் அவர் சற்று மதுவருந்தியிருப்பது வாயைச் சப்புக்கொட்டியதிலிருந்து தெரிந்தது. காவலன் வந்து சாத்யகியின் வரவையறிவிக்க, "வருக!" என்றார் துருபதர். சாத்யகி உள்ளே வந்து துருபதரைத் தலைவணங்கி "பாஞ்சாலத்தின் பேரரசரைத் தனியறையில் சந்திப்பது யாதவ குலத்திற்கும் எனக்கும் அளிக்கப்பட்ட பெருமை. இத்தருணத்தை மகிழ்வுடன் ஏற்கிறேன்" என்றான். "இளையயாதவரே நேரில் வந்ததுபோல் தங்கள் வருகை" என்றார் துருபதர். குந்தியை நோக்கித் தலைவணங்கி "பேரரசியின் அருள் என்றும் எனக்கும் யாதவ குலத்திற்கும் அமையவேண்டும்" என்றான். குந்தி அவனைக் கைதூக்கி வாழ்த்தினாள். யுதிஷ்டிரரிடம் "வணங்குகிறேன், அரசே" என்றான். அறையிலிருந்த அனைவரையும் வணங்கி துருபதர் காட்டிய பீடத்தில் அமர்ந்தான்.

ஒவ்வொருவரும் ஒவ்வொரு உணர்வுடன் தனித்த உச்சங்களில் இருந்தனர். திருஷ்டத்யும்னன் கண்களில் நீர் ஒளிகொண்டிருக்க சாத்யகியையே நோக்கிக்கொண்டிருந்தான். அவனை நோக்கிப் புன்னகைத்தபோது சாத்யகி நூறாண்டு முதிர்ந்தவன்போல் இருப்பதாக அபிமன்யூ எண்ணினான். சாத்யகி "இளையயாதவரின் செய்தியை உடனடியாக அனைவருக்கும் அறிவிக்க வேண்டுமென்பதற்காகவே உடை மாற்றாது வந்தேன். பொறுத்தருள்க!" என்றான். "என்ன செய்தி?" என்றார் துருபதர். இயல்பாகத் திரும்பி திரௌபதியை நோக்கிய அபிமன்யூ, அவளுக்கு

அவன் சொல்லப்போகும் செய்தி முன்னரே தெரியுமா என ஐயுற்றான். அவள் ஆழ்ந்த அமைதிகொண்டவளாகத் தெரிந்தாள்.

“இளையபாண்டவரின் மைந்தர் அபிமன்யூ திருமணம் இன்னும் நடக்கவில்லை. அதை விராடபுரியில் சிறப்புறக் கொண்டாடவேண்டும் என்று துவாரகையின் அரசர் விரும்புகிறார். அவருடைய முதன்மைச் செய்தி அதுவே” என்றான் சாத்யகி. “அதுவா செய்தி?” என்றார் துருபதர். “விளையாடுகிறாரா?” என்று உரத்த குரலில் பீமன் கேட்டான். திருஷ்டத்யும்னன் “ஏளனம் செய்கிறார்” என்றான். “இளமை மீண்டுவிட்டதனால் சற்று நகையாடலாம் என எண்ணுகிறார் போலும்” என்றான் பீமன். தருமன் அவர்கள் இருவரையும் கையமர்த்தி “சொல்க!” என்றார். “அந்த மணவிழாவுக்கு துவாரகையின் தலைவராக அவர் வருவார். இவ்வளவுதான் செய்தி. இதை எவ்வளவு விரைவாக அறிவிக்க முடியுமோ அவ்வளவு விரைவாக அறிவிக்க வேண்டுமென்று எனக்குச் சொல்லப்பட்டதனால் சப்தஃபலத்திலிருந்து எங்கும் நில்லாமல் புரவியில் வந்தேன்” என்றான் சாத்யகி.

“என்ன இது? இத்தருணத்தில் மணவிழவை எந்த நிலத்தில் வைத்துக் கொண்டாடுவது? நமக்கு என்று இருப்பது உபப்பிலாவ்யம் மட்டும்தான். அது நகரே அல்ல. கல்லெறிந்தால் கடந்துசெல்லும் எல்லைகொண்டது” என்று பீமன் சொன்னான். குந்தி “மதிசூழ்ந்தே அவன் சொல்லியிருக்கிறான். அவன் ஆணைப்படியே செய்வோம்” என்றாள். “என்ன செய்யவிருக்கிறோம்? மணவிழா கொண்டாடப்போகிறோமா? அரசர்கள் வந்தால் அங்கு தங்குவதற்கு வீடுகள்கூட இல்லை. நம் அழைப்பை ஏற்று அரசர்கள் எவரும் வரப்போவதில்லை என்பதனால் அவ்வாறு நிகழ்த்தலாம் என்கிறாரா?” என்றான் பீமன். “ஒரு குடித்தலைவரின் திருமணத்தைவிட எளிதாகவே இன்று நம்மால் அதை ஒருக்க முடியும் என்று அவர் அறியமாட்டாரா?”

துருபதர் “அதைப்பற்றி நீங்கள் எண்ண வேண்டியதில்லை. பாஞ்சாலத்து அரசு ஆவன செய்யும்” என்றார். பீமன் “கொடை பெற்றுத் திருமணம் செய்ய நாங்கள் அந்தணர்கள் அல்ல” என்றான். துருபதரின் முகம் குன்றியது. திருஷ்டத்யும்னன் அதை உணர்ந்து “தந்தை அவ்வாறு கூறவில்லை. எச்சூழலிலும் எங்கள் முடியும் கருவூலமும் உங்களுடன் இருக்குமென்று மட்டுமே அவர் எண்ணினார்” என்றான். குந்தி “மந்தா, நீ சற்று அமர். இளையயாதவன் ஆணையின் பொருளென்ன என்று நான் சொல்கிறேன்” என்றாள். பீமன் பொறுமையின்மையுடன் தலையசைத்தபடி அமர்ந்தான்.

“எண்ணிப்பார், விரைந்து இச்செய்தியை நம்மிடம் அறிவிக்க வேண்டுமென்று இளையயாதவன் சொன்னது எதனால்?”

என்றாள் குந்தி. "நாம் முந்திக்கொண்டு அஸ்தினபுரிக்குத் தூது எதையும் அனுப்பிவிடக்கூடாது என்பதற்காகத்தான். நல்லவேளை நாம் அதைச் செய்யவில்லை." யுதிஷ்டிரர் புரிந்துகொண்டு "ஆம். அஸ்தினபுரியிலிருந்து நமக்கு வந்த ஓலைக்கு நாம் மறுமொழி எதையும் அனுப்ப வேண்டியதில்லை. அபிமன்யூவின் திருமண ஏற்பாடுகளைச் செய்வோம்" என்றார். குந்தி "அஸ்தினபுரிக்கு அந்த மணநிகழ்விற்காக மங்கல அழைப்பு மட்டும் செல்லட்டும். பீஷ்மருக்கும் துரோணருக்கும் திருதராஷ்டிரருக்கும் துரியோதனனுக்கும் சகுனிக்கும் தனித்தனியாக" என்றாள்.

அவர்கள் அவள் சொல்ல வருவதைக் கூர்ந்து நோக்கினர். "பாரதவர்ஷத்தில் அத்தனை ஷத்ரியர்களுக்கும் அரசமுறைப்படி அழைப்பு அனுப்புவோம். எவரெல்லாம் அங்கு வருகிறார்கள் என்று பார்ப்போம். விராடமும் பாஞ்சாலமும் அன்றி நமக்குத் துணையென்றிருக்கும் அரசுகள் எவையென்று அந்த மணவிழா தெளிவுபடுத்தும். நாம் இன்னமும் அரசர்களே என்றும் நம்முடன் ஷத்ரியத் திரளொன்று அமையுமென்றும் காட்டிவிட்டு அஸ்தினபுரிக்குத் தூதனுப்புவோம். இளையயாதவன் எண்ணியது அதையே" என்றாள் குந்தி. யுதிஷ்டிரர் "ஆம். அவ்விரு ஆணைகளையும் கேட்டபோதே நானும் எண்ணினேன்" என்றார். பீமன் "ஆனால் நம்முடன் எவர் வருவார்கள் என்று உறுதி இல்லாமல் அழைப்பது உகந்தது அல்ல. எவரும் வரவில்லை என்றால் தனிமைப்பட்டவர்களாக ஆவோம்" என்றான்.

யுதிஷ்டிரர் "நமக்கு மகற்கொடை அளித்த மன்னர்கள் உடனிருப்பார்கள். சிறிய நாடுகள் என்றாலும் சிபிநாடும் சௌவீரமும் சிறுநாடுகள் என்றாலும் நமக்கு பெயர் சொல்ல ஒரு முடிநிரை இருப்பதாகக் காட்டுவர். இரு தரப்புக்கும் பெண்கொடை அளித்த காசி நடுநிலை கொள்ளும் என்றால் அதுவே வெற்றிதான். சல்யர் இரு வகையில் நம் குடிக்கு மகட்கொடை அளித்தவர். அவருடைய தலைமையும் படையும் அமையும் என்றால் அது பேராற்றல்" என்றார். "விராடரின் உறவென்பதால் நிஷத மன்னர்களை நாம் திரட்ட முடியும். யாதவர்களில் எவர் நம்முடன் இருப்பார்களென்பதையும் பார்ப்போம்."

பீமன் புன்னகை செய்ய, யுதிஷ்டிரர் "நான் போருக்குப் படை திரட்டவில்லை மந்தா, நம் ஆற்றல் திரள்வதே போரைக் கடக்கும் வழி" என்றார். "மதுராவின் பலராமனுக்கு அழைப்பு சென்றாக வேண்டும்" என்று குந்தி சொன்னாள். "அவர் வருவார் என நான் எண்ணவில்லை" என்றான் பீமன். "வந்தால் இங்கேயே இளையவனும் மூத்தவனும் என் முன் உளச்சேர்க்கை கொள்ளச்செய்வேன். அது மட்டும் நிகழ்ந்தால் யாதவப் பெரும்படையே நமக்கு நிலைத்தளமாக ஆகும்" என்றாள்

குந்தி. "வராமலிருக்க வாய்ப்பில்லை. ஏனென்றால் இது அவனுடைய குடிச்சடங்கு. இளையவன் யாதவக் குடியினனும்கூட."

துருபதர் "ஆம், இப்போது புரிகிறது இளையயாதவரின் எண்ணம். இது மணச்சடங்கு என்பதனால் தவிர்க்கமுடியாமல் பலர் வருவார்கள். அவர்களை நாம் நம் தரப்பினராகக் காட்டமுடியும். அவர்கள் போருக்கு நம்முடன் எழுவார்களா என்பது வேறு. இப்போது நாம் தனித்துவிடப்படவில்லை என்பதை அது நிறுவும்" என்றார். திருஷ்டத்யும்னன் "அத்தனைபேர் உள்ளங்களிலும் நம்முடன் இருக்கப்போவது யார் என்ற கணிப்பு ஓடத்தொடங்கிவிட்டது, அன்னையே" என்றான். "ஆற்றலைக் கணிக்கத்தொடங்கிய கணமே போரை நோக்கிச் செல்லத் தொடங்கிவிட்டோம்."

"நாம் இப்போது மிகையாக எண்ணிச்செல்ல வேண்டியதில்லை" என்று சற்று எரிச்சலுடன் யுதிஷ்டிரர் சொன்னார். "இளையயாதவன் சொல்வதைச் செய்வோம். நம் ஆற்றலென்ன என்பதைக் காட்டிய பின்னர் உரிமைக்காகப் பேச அமர்வோம்." பீமன் "ஆம், அதற்கு முன் நாம் சொல்லும் ஒவ்வொரு சொல்லும் இரக்கம் கோரும் மன்றாட்டே" என்றான். அவனை நோக்காமல் யுதிஷ்டிரர் "இன்று நமக்கென்றிருக்கும் மண் உபப்பிலாவ்யம் மட்டுமே" என்றார். குந்தி "அந்நிலத்தை நாம் உரிமையென்று முற்றுரைக்க இயலுமா, அமைச்சரே?" என்றாள்.

கருணர் "ஆம், அரசி. வேள்வியின்பொருட்டு அரசன் அளிக்கவேண்டிய நிலத்தையும் செல்வத்தையும் மகாத்வனி சூத்ரம் வகுத்துரைக்கிறது. குருதிமுறைப்படிப் பெற்றவை முதன்மையானவை. போரில் வென்றவை பிறகு. மகள்கொடையென பெற்றவையும் விலைகொடுத்து வாங்கியவையும் நிகர்நிலையில் மூன்றாவதாக" என்றார். "நன்று, அங்கு நிகழட்டும் மணமங்கலம்" என்றாள் குந்தி. துருபதர் "ஆம், அங்கே நடத்துவோம்" என்றார்.

"அழைப்போலை எண்ணிச்சூழ்ந்து அனுப்பப்படவேண்டும். தொல்புகழ் யயாதியின் கொடிவழியில் குருகுலத்துப் பாண்டுவின் மைந்தராக அமைந்து யுதிஷ்டிரன் அழைக்கட்டும். அதில் உபப்பிலாவ்யத்தின் அரசனாக மட்டுமே தன்னை அறிவித்துக்கொள்ளவேண்டும். இந்திரப்பிரஸ்தத்தின் அரசனென சொல்லமைந்தால் அதையே சுட்டிக்காட்டி பூசலுக்கு அஞ்சி சிலர் வரத் தயங்கக்கூடும். உபப்பிலாவ்யத்துடன் நாம் அடங்கிவிட்டோம் என்றும் கௌரவருடன் நாம் சொல்லொப்பு கொண்டுவிட்டோம் என்றும் அவர்கள் எண்ணினால் அதுவும் நன்றே. எத்தனை பேர் வருகிறார்கள் என்பதே நமக்கு இன்று முதன்மையிலக்கு" என்றாள். திரௌபதி காற்றில் சுடர் என மெல்ல உயிரசைவுகொண்டு "ஓலையில் உங்களை கௌரவாக்ரஜர் என்று சொல்லிக்கொள்க, அரசே" என்றாள்.

குந்தி புருவம் சுருங்க நோக்கினாள். "ஏன்?" என்றார் யுதிஷ்டிரர். "அவர்கள் தார்த்தராஷ்டிரர் என்றால்தான் நீங்கள் பாண்டவர். குருவின் கொடிவழி இருவருக்கும் பொதுவானதே. பதின்மூன்றாண்டுகளில் தங்களை கௌரவர் என்று சொல்லி பல்லாயிரம் ஓலைகள் வழியாக நிறுவியிருக்கிறார்கள். முறைமரபினர் அவர்களே என்றும் நீங்கள் உரிமைகோரும் புறனடையர் மட்டுமே என்றும் அச்சொல் அறியாமல் பதிவு செய்துகொண்டிருக்கிறது." குந்தி "ஆம், அப்படியே அமைக அச்சொல். அது இத்திருமணநிகழ்வுக்கு அவர்கள் வந்தாகவேண்டும் என்னும் நெறிசுட்டலாகவும் அமையும்" என்றாள்.

அனைவரின் உள்ளத்தில் எழுந்த வினாவை திருஷ்டத்யும்னன் கேட்டான். "இளையயாதவர் அந்த மணநிகழ்வை முன்னின்று நிகழ்த்துவார் என்று அவ்வோலை குறிப்பிட வேண்டுமா?" அனைவரும் அவனையே பொருள் பெறாதவர்கள் என நோக்கினர். சாத்யகி "அவர் இளவரசரின் மாதுலர். கைபற்றிக் கையளிக்க கடமையும் உரிமையும் கொண்டவர்" என்றான். பீமன் "யாதவ முறைப்படி மைந்தனின் தந்தையை விட அவைமுதன்மை அவருக்கே" என்றான். "ஆம், அதை நம்மால் தவிர்க்கமுடியாது. ஆனால் அவர் பெயர் ஓலையில் இல்லாமலிருக்கலாம்" என்றார் யுதிஷ்டிரர். "அது எப்படி? அவர் எவரென்று அறியாத அரசர் யார்?" என்றார் துருபதர்.

"அன்னையே, இன்று ஷத்ரியச்சுற்றமே இளையயாதவர்மேல் கடுஞ்சினம் கொண்டிருக்கிறது. ஜராசந்தனும் சிசுபாலனும் ஆயிரம் தலைகளும் ஈராயிரம் கைகளும் முடிவிலா நாவுகளும் விழிகளும் கொண்டு ஆரியநிலத்தை மூடியிருக்கின்றனர். ருக்மியும் பகதத்தரின் மைந்தர் பகதத்தனும் ஒவ்வொரு நாளும் படைக்கலத்திற்கு வஞ்சினவணக்கம் செய்துகொண்டிருக்கிறார்கள்" என்றான் திருஷ்டத்யும்னன். குந்தி சில கணங்கள் எண்ணிவிட்டு "ஓலையில் இளையவன் பெயர் இருக்க வேண்டியதில்லை. இருக்குமென்றால் அதையே காட்டி சிலர் வராமல் இருக்கக்கூடும்" என்றாள். பின்னர் முகம் மலர "தந்தை சூரசேனர் பெயரும் மூத்தவர் வசுதேவர் பெயரும் இருக்கட்டும். அதுவே குடிமரபு. பாண்டுவின் பெயர்மைந்தன் என அழைப்பு அமையட்டும்" என்றாள். "மூத்தவன் பலராமன் அதற்குப்பின் வருகையொழிய இயலாது."

துருபதர் "இன்றிருக்கும் சூழல் இன்னும் கூர்கொள்ளாதது. எனவே சிலர் இயல்பாக வரக்கூடும். வருபவர்கள் துரியோதனனால் எதிரி எனக் கணிக்கப்படுவார்கள். அவ்வாறு கணிக்கப்படுவதனாலேயே அவர்கள் நம்முடன் இருந்தாக வேண்டுமென்றாகும். இப்போதைக்கு ஷத்ரிய மன்னர்களுக்கு நாம் ஒருக்கும் மிகப் பெரிய கேணி இது" என்றார்.

குந்தி “ஓலைகள் எழுதப்படட்டும்” என்றாள். கருணர் “அவ்வாறே” எனத் தலைவணங்கினார். துருபதர் கைநீட்ட, திருஷ்டத்யும்னன் அவரைப் பற்றி எழுப்பினான். சிற்றறைக் கதவு திறக்க ஏவலன் வந்து அணைத்து அழைத்துச்சென்றான்.

குந்தி எழுந்து திரௌபதியுடன் மறுபக்க அறைக்குள் சென்றாள். யுதிஷ்டிரர் “ஓலைகளை எழுதி என்னிடம் ஒருமுறை காட்டுக! உரிய நெறிநூல்கள் சுட்டப்பட்டிருக்கவேண்டும்” என்றார். கருணர் “ஆம், அதை முறைப்படி செய்துவிடுவோம்” என்றார். அவர்கள் இருவரும் வெளியே செல்ல, அர்ஜுனனை அணுகி கால்தொட்டு சென்னிசூடினான் சாத்யகி. “கைகளைக் காட்டு” என்றான் அர்ஜுனன். அவன் நீட்ட “வில்லெடுத்து எத்தனை நாளாகிறது?” என்றான். “இளையயாதவர் தவம்கொண்டு ஆட்சியொழிந்தமையால் நான்...” என அவன் சொல்லத்தொடங்க “இசைக்கலனும் படைக்கலனும் ஒருநாளும் ஒழியாது பயிலப்பட வேண்டியவை. கைகளும் கலங்களும் ஒன்றென்றே ஆகவேண்டும். பருவடிவ உள்ளம் என்று அவற்றைச் சொல்கின்றனர் முன்னோர்” என்றான்.

சாத்யகி தலைகுனிந்து நின்றான். “உன் முழங்கையில் புண்கள். போரில் கையில் புண்படுபவன் வில்லவனே அல்ல.” சாத்யகி ஏதோ முணுமுணுத்தான். “என்ன?” என்றான் அர்ஜுனன். “நான் பயிற்சி செய்து...” என அவன் தொடங்க, “இன்னும் ஆறுமாத காலம். அடுத்த இளவேனில் முதல்நிலவு நாளில் நீ என்னை வில்லுடன் எதிர்கொள்கிறாய். முதலிரு சுற்றுக்கு நிகர்நிலை கொள்ளவில்லை என்றால் களத்தில் உன் தலைவிழும்” என்றான் அர்ஜுனன். “ஆம், ஆணை” என்றான் சாத்யகி. அர்ஜுனன் சினத்துடன் மீண்டும் ஒருமுறை நோக்கிவிட்டு “இளையயாதவர் இருள்கொண்டார் என நீ உணவையும் நீரையும் ஒழித்தாயா என்ன? மூடன்!” என்றபின் வெளியே சென்றான்.

கதவு மூடியதுமே சாத்யகி முகம் மாறினான். சிரித்தபடி பீமனிடம் “குன்றாமலை என்று இருக்கிறீர்கள், மூத்தவரே” என்றான். “உயிருள்ள அனைத்தும் உணவே என்னும் கொள்கையால்” எனப் பீமன் நகைத்தான். கதவை மூடிவிட்டு பாய்ந்து வந்த திருஷ்டத்யும்னன் சாத்யகியை ஆரத்தழுவிக் கூச்சலிட்டபடி சுழன்றான். இருவரும் மாறிமாறி தோள்களை அறைந்துகொண்டனர். சாத்யகி அபிமன்யூவை விழிசந்தித்ததும் முகம் மாறி “இங்கே என்ன செய்கிறாய்?” என்றான். “நான் ஆணைகளுக்காக...” என்றான் அபிமன்யூ. “செல்க, அரசோலைகள் முறைப்படி செல்கின்றனவா என்று பார்” என்றான் சாத்யகி. அபிமன்யூ தலைவணங்கி “ஆணை” என முணுமுணுத்து வெளியே சென்றான்.

திருஷ்டத்யும்னன் அபிமன்யூ செல்வதை நோக்கியபின் "இனியவன்" என்றான். "ஆம், ஆனால் தான் ஒரு தேன்கட்டி என்னும் எண்ணம் அவனுக்கிருக்கிறது. அதுவே அவனுடைய வளர்ச்சிக்குத் தடை" என்றான் சாத்யகி. நகுலன் சிரித்து "இளவயதில் ஆடையைக் களைந்திட்டு ஓடுவான். சற்று வளர்ந்த பின்னரும் தருணம் அமைந்தால் ஆடையை வீசிவிடுவான்" என்றான். திருஷ்டத்யும்னன் "மெய்யாகவே இளையயாதவர் எழுந்துவிட்டாரா?" என்றான். "சித்திரைச் சூரியனைப்போல... ஒரே நாளில் யாதவ நிலமே வசந்தமணிந்துவிட்டது. இங்கு வரும்போது பார்த்துக்கொண்டே வந்தேன். அத்தனை முகங்களிலும் உயிரனல் பற்றிக்கொண்டு சுடர்கிறது" என்றான் சாத்யகி.

அபிமன்யூ வெளியே சென்றதும் பிரலம்பன் அவனை நோக்கி ஓடிவந்தான். "என்ன அலுவல்?" என்றான். "காம்பில்யத்தின் அத்தனை யானைகளிலும் மத்தகங்களில் இருக்கும் மயிரை மழித்துவிடவேண்டுமாம். அதை நாம் மேற்பார்வையிட வேண்டும்" என்றான் அபிமன்யூ. "அது எதற்கு?" என்றான் பிரலம்பன். உடனே புரிந்துகொண்டு "அந்த மயிரை நாம் என்ன செய்யவேண்டும் என ஆணை?" என்றான். அபிமன்யூ "பிரலம்பரே, இந்த குருமரபுகளில் உள்ள கொலைவெறியூட்டும் கூறு எது தெரியுமா?" என்றான். "ஆசிரியருக்கு அணுக்கமான மூத்த மாணவர்கள் நம்மை நடத்தும் முறைதான். ஒருநாள் இந்த யாதவரை ஏதேனும் களத்தில் சந்தித்து நெஞ்சிலேயே அம்பை செருகிவிடப்போகிறேன்."

பிரலம்பன் "நம்மைவிட இளைய மாணவர்களை நாம் தேடலாமே?" என்றான். அபிமன்யூ சினத்துடன் "நான் பிறந்ததிலிருந்து அத்தனை அவைகளிலும் நானே இளைஞன்" என்றான். "போகிறபோக்கைப் பார்த்தால் எனக்கு மைந்தன் பிறந்தால்கூட என்னைவிட மூத்தவனாக இருப்பான் எனத் தோன்றுகிறது. பிரலம்பரே, நான் உடனே கிளம்புகிறேன்." பிரலம்பன் "எங்கே?" என்றான். அபிமன்யூ "உபப்பிலாவ்யத்திற்கு. நான் அந்த விராடமகளை இன்னும் பார்க்கவில்லை. அவளாவது என்னை மதிக்கிறாளா என்று பார்க்கவேண்டும்" என்றான்.

பிரலம்பன் "நன்று... உடனே கிளம்புங்கள். நானும் நாளை கிளம்பி அஸ்தினபுரிக்குச் செல்கிறேன்" என்றான். "நீரா? நீர் எப்படிச் செல்ல முடியும்? நீரும் என்னுடன் உபப்பிலாவ்யத்திற்கு வரவேண்டும் என்று அன்னை ஆணையிட்டார்கள் அல்லவா?" பிரலம்பன் "அன்னையா? எப்போது?" என்றான். "அப்போது நீர் இல்லை. அந்த ஷத்ரியன் உனக்கு உதவியானவன். அவனையும் அழைத்துச் செல் என்றார்கள். நாம் நேராக நம் அறைக்குச் சென்று பொதிகளை எடுத்துக்கொண்டு புரவிச்சாலைக்குச் செல்கிறோம்..." பிரலம்பன் "ஆனால்..." என்று சொல்ல வர "அதைச் சென்றபடியே நாம் பேசுவோம்" என்றான் அபிமன்யூ.

“என் அன்னை அஸ்தினபுரியில்...” என்றான் பிரலம்பன். “நாம் உபப்பிலாவ்யம் செல்லும் வழியில் உமது அன்னையைப்பற்றிப் பேசிக்கொண்டே செல்வோமே. வழிக் களைப்பும் தெரியாது” என்று அபிமன்யூ சொன்னான். “எனக்கும் அன்னையர் கதைகளைக் கேட்கப் பிடிக்கும். மேலும் உம்முடைய தனித்திறனாக நான் காண்பதே ஆணையிட்ட அக்கணமே பயணத்திற்கு ஒருங்கும் ஆற்றலைத்தான்.” பிரலம்பன் “எவருடைய ஆற்றல்?” என்றான். “நம் இருவரின் ஆற்றல்” என்றான். “இரண்டு மாதத்திற்குள் பாரதவர்ஷத்தின் நாலில் ஒரு பங்கைச் சுற்றி வந்துவிட்டோம்” என்றான் பிரலம்பன். “ஆம்! அருமையான பயணங்கள் அல்லவா?” என்று உரக்க நகைத்த அபிமன்யூ அவன் தோளை வளைத்து “வருக!” என்றான்.

5

உபப்பிலாவ்ய நகரிக்கு அபிமன்யூ பிரலம்பனுடன் வந்து சேர்ந்தபோது நள்ளிரவு. வழியெங்கும் அவர்கள் பேசிக்கொண்டே வந்தனர். அபிமன்யூ பேசத்தொடங்கினால் ஒன்றிலிருந்து பிறிதொன்றென கோத்துக்கொண்டே செல்வது வழக்கம். அவனிடமிருக்கும் ஓர் இயல்பை அதற்குள் பிரலம்பன் வகுத்துக்கொண்டுவிட்டிருந்தான். அவன் எப்போதும் முன்னிற்பவரைப் பேச்சில் ஈடுபடுத்தவும் மகிழ்விக்கவும் முயல்வான். அவர்கள் எவராக இருந்தாலும் சரி. அவர்களின் விழிகளினூடாகவே அவன் அங்கே தன் இருப்பை நிறுவிக்கொள்வான். அத்தருணத்தைக் கடந்துசெல்வான்.

அப்போது தன்னை அவன் ஒரு கூத்தனாகவே எண்ணிக் கொண்டிருப்பது போலத் தெரியும். கூத்தர்களுக்குரிய அத்தனை நுண்ணுணர்வுகளும் அவனிடம் வந்து கூடும். ஒருசில சொற்றொடர்களுக்குள் அவர்கள் எதற்குச் சிரிப்பார்கள், எதில் அவர்களின் உள்ளம் மீட்டப்பட்டு விழிகள் ஒளிகொள்ளும் என அவன் புரிந்துகொண்டுவிடுவான். அதன்பின் பேச்சு அதை மையம் கொள்ளும். தொட்டுத் தொட்டு எடுத்து விரிக்கும். தன் பெட்டியிலிருந்து முடிவிலாது பொருட்களை எடுத்துப்பரப்பும் அணிவணிகனைப்போல. சிரிப்போ வியப்போ முதல் அதிர்வெழுகை வலுவானதாக அமையவேண்டும் என்றும் அதன் மீட்டலை சிறுசிறு தூண்டல்கள் வழியாக மேலெடுத்துச்செல்ல முடியும் என்றும் அவன் அறிந்திருந்தான். எங்கு அது கீழிறங்குகிறதென்று மேலும் நுட்பமாக உணர்ந்தான். அங்கே அடுத்த தொடக்கம் ஒன்றை நிகழ்த்துவான்.

அவன் பேச்சு ஒரு நுரை. ஒரு துளியின் குமிழிப்பெருக்கம். ஆனால் ஒளிகொள்வது, வானை ஏந்துவது. எளிய காவலர்களும் ஏவலரும் அடையாளம் காணப்பட ஏங்குபவர்கள் என்று அறிந்திருந்தான்.

அவர்களை அவன் ஏளனம்செய்தால்கூட அது பெருந்திரளில் இருந்து பிரித்தறியப்படுவதென்றே அவர்களுக்குப் பொருள்படும். மீண்டும் மீண்டும் அவன் ‘நான் உன்னை அறிவேன், நானும் நீயும் நிகர்’ என்னும் ஆடலை ஆடினான். முதியவர்கள் அனைவரிடமும் சிறுமைந்தன் என்றானான். அவர்கள் விளையாடினால் விளையாட்டுப்பிள்ளை. அவர்கள் கடுமைகொண்டால் தண்டிக்கப்பட்ட குழந்தை.

ஒவ்வொரு சீண்டலுக்குள்ளும் இருக்கும் நுட்பம் ஒன்றை பிரலம்பன் மெல்லவே கண்டுகொண்டான். முதியவர்கள் அனைவரிடமும் அவன் அவர்களின் இளமைப்பருவத்தையே நினைவூட்டினான். அவர்களின் காதலை, காமத்தை, இளமையழகைப் பற்றியே பேசினான். முகம்சிவந்து சீறியும், எரிச்சலுடன் விலகியும் அவர்கள் எதிர்வினையாற்றினாலும் அவர்களுக்குள் அமைந்த ஒன்று உவகை கொள்வதை பிரலம்பன் உணர்ந்தான். அது அவர்கள் தங்கள் ஆழத்திற்குள் பிறர் அறியாது மீட்டும் ஒரு யாழ். அத்துமீறி அதில் கைவைத்து அவர்களைத் திடுக்கிடச் செய்கிறான். ஆனால் அதிர்ச்சியும் அந்தக் கூசலும் அவர்களுக்கு இனியவையே. முதியவனென்றும் ஆகி தன்னை நிகழ்த்திக்கொள்ளக் கற்றவனின் வழிமுறை அது. எளிய இளையோர் அதை ஆடவியலாது.

ஒவ்வொரு நிகழ்விலிருந்தும் விந்தையோ நகைப்போ கொண்ட ஏதோ ஒன்றை அவன் கண்டடைந்தான். அவற்றை நினைவில் தேக்கிக்கொண்டு உரிய இடங்களில் சொன்னான். சொல்லிச்சொல்லி அவற்றை வளர்த்தெடுத்தான். அவை புனைவுகள் என்பதொன்றே அவற்றைத் தோற்கடிப்பதென்று அறிந்தமையால் அவனே அவற்றைப் புனைவென்று நகையாடியபடி முன்வைத்தான். அவனைப்பற்றிய அத்தனை எள்ளல்களையும் அவனே செய்து அவற்றிலிருந்து தன்னை விடுவித்துக்கொண்டான். தன்னை எதிர்படுபவர்களினூடாக அவன் தன்னை வடிவமைத்துக்கொண்டிருந்தான்.

முற்றிலும் பிறருக்காக ஒருவன் தன்னை அமைத்துக்கொள்ளவியலுமா எனப் பிரலம்பன் ஐயம் கொண்டான். அவனைக் கூர்ந்து அறிந்து தொடருந்தோறும் அவனுள் அமைந்த பிறிதொருவனைக் காணலானான். உண்மையில் அவன் பிறர்பேச்சைப் பொருட்படுத்துவதே இல்லை, எங்கும் அவன் குரலே ஒலித்துக்கொண்டிருக்கும். பிறர் நீளப்பேசத்தொடங்கினால் அவன் கண்கள் அவர்களை விலக்கி அகல்வு கொண்டன. மீண்டும் அருகணைந்தபோது ஏளனத்தைச் சூடியிருந்தன. மிக நுட்பமாக அவற்றிலிருந்த சலிப்பை பிரலம்பன் கண்டுகொண்டான்.

அர்ஜுனனும் இளையயாதவரும் அன்றி எவரும் அபிமன்யூவுக்கு ஒரு பொருட்டே அல்ல எனப் பிரலம்பன் உணர்ந்தான். இளையயாதவருடன்

அவன் பேசுகையில் அவ்விழிகளை நோக்கினால் அக்கணமே பாய்ந்து அவன் தழுவிக்கொள்ளப்போகிறான் என்று தோன்றும். ஒரு சொல்லுக்காகக் காப்பவன் போல. அர்ஜுனனின் கதைகளைக் கேட்கையில் மட்டும் அவன் முகம் பிறிதொன்றென்று ஆகும். அவன் அர்ஜுனனாகவும் கிருஷ்ணனாகவும் மாறி மாறி அகம்நடித்துக்கொண்டிருப்பவன். அவனுள் இருக்கும் அந்தப் பிறிதொருவன் பிறரை எவ்வகையிலும் கருத்தில்கொள்ளாதவன். அனைவருக்கும் மேல் எழுந்து நின்று குனிந்து நோக்கும் பேருருவன்.

பேச்சின் நடுவே இயல்பாக தன்னுள் சென்று ஒடுங்கி விழிகள் அணைந்து உடல் அசைவழிந்து ஊழ்கத்திலெனச் சமைவது அபிமன்யூவின் வழக்கம். மீண்டும் உயிர்ப்பசைவுகொண்டு எழுகையில், எழுவது எப்போதும் தன் பகடிச்சொல்லாகவே இருக்கும். பழகியணுகுந்தோறும் அவன் நடத்தையில் இயல்புகொண்டிருந்த மிகையைப் பிரலம்பன் கண்டான். அவன் உள்ளியல்பு அல்ல என்பதனாலேயே பிறிதென அது அமையவியலாதென்று தெளிந்தான். நடிப்பென எழுவது எதுவானாலும் மிகையே. அறியாது நடிப்பதென்றாலும்கூட. அது மிகையென்றறிந்தபோது மேலும் மேலும் இனியவனாகவே அவனைக் காட்டியது.

காம்பில்யத்திலிருந்து கிளம்பிய பயணத்தில் அவன் கொப்பளித்தபடியே இருந்தான். பல இடங்களில் புரவிக்கடிவாளத்தைப் பிடித்து இழுத்து நிறுத்தி பேரொலியுடன் நகைத்தான். புரவியைத் தூண்டி மலைச்சரிவுகளில் பாய்ந்தான். ஓடைகளைப் பறந்து கடந்தான். வழிப்போக்கர்களை நகையாடினான். பெண்களிடம் குலவினான். ஆனால் மெல்ல மெல்ல அணைந்துகொண்டிருந்தான். இரண்டுநாட்களில் முற்றிலும் அமைதிகொண்டு பிறிதொருவனென்றானான். பிரலம்பன் உடன்வருவதையே அறியவில்லை.

அவனைச்சூழ்ந்த இன்மையின் திரையைக் கலைக்கவேண்டியதில்லை என எண்ணிய பிரலம்பன் தானும் விலகி தன் உள்ளத்தை அளைந்தபடி உடன் சென்றான். ஆனால் அவனுடைய ஒவ்வொரு உடலசைவையும் அவன் விழிகள் நோக்கி அளவிட்டுக்கொண்டிருந்தன. உள்ளத்தை உடல் இத்தனை தெளிவாக வெளிக்காட்டுமா என்ன என அவன் வியந்தான். மூடவியலாச் சாளரங்களும் கதவுகளும் கொண்டவன் மனிதன். கரந்து வைக்க இயல்வது என ஏதுமில்லை அவனிடம். ஒளிந்துகொள்வது பிறர் மேல் ஒவ்வொருவரும் கொள்ளும் நுண்நோக்கின்மையின் திரைக்குப்பின்னால்தான். ஒவ்வொருவரும் தன்னையன்றி பிறரை எண்ணுவதேயில்லை என்னும் மாயத்தால்தான்.

முதற் காவல்கோட்டத்தில் அவனது புரவியின் ஓசையைக் கேட்டதுமே இருகாவல் வீரர்கள் தங்கள் நீண்ட வேல்களால் சாலையை மறித்தனர். புதியதாக வெட்டி நாட்டப்பட்ட மரங்களின்மேல் மூங்கிலால் கட்டி ஈச்ச ஓலையால் கூரையிட்டுக் கட்டப்பட்டிருந்த காவல்மாடத்தின் அருகிருந்த நுணா மரத்தில் மீன்பந்தம் எரிந்துகொண்டிருந்தது. காவலர்தலைவன் "இருவரும் பந்த வெளிச்சத்தில் வந்து நில்லுங்கள்" என்று உரத்த குரலில் ஆணையிட, அபிமன்யூவும் பிரலம்பனும் அந்தச் செந்நிற வட்டத்திற்குள் நுழைந்தனர். பிரலம்பன் புரவியிலிருந்து இறங்கி தன்னிடமிருந்த அபிமன்யூவின் கணையாழியைக்காட்டி "இவர் இந்திரப்பிரஸ்தத்திலிருந்து வருகிறார். இளையபாண்டவர் அர்ஜுனரின் மைந்தர் அபிமன்யூ" என்றான்.

காவலர்கள் விராட வீரர்களாகையால் குழப்பத்துடன் ஒருவரை ஒருவர் பார்த்துக்கொண்டனர். காவலர்தலைவன் "அபிமன்யூ மிகஇளவயதினர் அல்லவா?" என்றான். பிரலம்பன் "கதைகளில் அவ்வாறே இருப்பார். மெய்யில் வளர்ந்துகொண்டிருக்கிறார்" என்றான். அவன் சொல்வது புரியாமல் ஈட்டியுடன் காவலர்தலைவன் காவல்கோட்டத்திற்குள் நுழைந்து "மந்தரரே, எழுக..." என்றான். மந்தரன் முனகும் ஓசை கேட்டது "மந்தரரே எழுங்கள்" என்று துயிலில் இருந்த நடுஅகவைகொண்ட காவலனை எழுப்பினான். அவன் வெளிவரும்போதே மெல்லிய குரலில் ஏதோ சலிப்புரையைச் சொல்லிக்கொண்டு வந்தான்.

அருகே வந்து இருவரையும் மாறி மாறி நோக்கி பிரலம்பனிடம் "தாங்களா இளவரசர் அபிமன்யூ?" என்றான். "நானும்தான்... இப்போதைக்கு அவர்" என்றான் பிரலம்பன். "இளவயதில் இந்திரப்பிரஸ்தத்தில் இருந்தேன். அப்போது கண்டிருக்கிறேன். ஆனால் என்னால் அடையாளம் கொள்ளக்கூடவில்லை" என்றான் மந்தரன். அபிமன்யூ புரவியிலிருந்து தாவி இறங்கி அருகே வந்து சினத்துடன் "கணையாழிக்குக் கூடுதலாக நான் காட்ட வேண்டிய அடையாளமென்ன?" என்றான். மந்தரன் திகைத்து "ஆ... தாங்கள் இளையபாண்டவரின் மைந்தரே. இந்த நடை போதும். இதை நான் பார்த்திருக்கிறேன். இந்தக்குரல்..." என்றான்.

காவலர்தலைவன் தலைவணங்கி "நல்வரவு இளவரசே, தங்கள் மணநிகழ்வுக்காக நகர் ஒருங்கிக்கொண்டிருக்கிறது. இவ்வாறு நள்ளிரவில் வருவீர்கள் என்று எண்ணவில்லை" என்றான். அபிமன்யூ அவனுக்கு மறுமொழி சொல்லாமல் புரவியில் ஏறிக்கொண்டு உள்ளே சென்றான். "வருகிறேன் மந்தரரே" என்றபடி பிரலம்பன் இரு காவல் வீரர்களிடமும் விடைபெற்று புரவியிலேறி அவனுடன் சென்று இணைந்துகொண்டான். அபிமன்யூ வாய்க்குள் "மூடர்கள்" என்றான். பிரலம்பன் "எளியவர்கள். அவர்களுக்கு ஆளும் சொல் மட்டுமே புரிகிறது" என்றான். "சவுக்கு இன்னும் தெளிவாகப்புரியும்" என்றான் அபிமன்யூ.

எண்ணியிராக்கணத்தில் ஓர் ஒப்புமை பிரலம்பனின் உள்ளத்தில் எழுந்தது. நுண்ணிய அணிச்செதுக்குகள் கொண்ட உறையில் இடப்பட்ட கொலைவாள் இவன். மிகக்கூரியது, இரு புறமும் நா கொண்டு சுழல்வது, குருதி பட்டு ஒளி ஏற்றது. எங்குதொட்டாலும் குருதியுண்பது என்பதனாலேயே இத்தனை அழகிய வாளுறை அதற்குத் தேவைப்படுகிறது. உறையுடன் அதைச் சிறுகுழந்தைகளுக்கு விளையாடக்கொடுக்கலாம். முகப்பறையில் அணிப்பொருளென தொங்கவிடலாம். எந்த ஆடையுடனும் அணிகளுடனும் இயல்பாக இணைந்துகொள்ளும். அவன் விரித்துக்கொண்டே சென்று ஒரு கட்டத்தில் புன்னகையுடன் என்ன இது என வியந்து நிறுத்திக்கொண்டான்.

பின்னர் அந்த ஒப்புமையை எவரிடமேனும் சொல்லவேண்டுமென்று பிரலம்பன் உளம்கிளர்ந்தான். சொன்னால் இவனிடம்தான் சொல்லவேண்டும் என்று எண்ணியதுமே புன்னகையுடன் தலையை அசைத்தான். எத்தனை விரைவாக என் எல்லைகளைக் கண்டுகொண்டுவிட்டேன் என எண்ணியதும் வியப்புகொண்டான். எண்ணச்சரடு திசைமுறுக்கிக்கொண்டது. மானுடர் ஒருவருக்கொருவர் எல்லைகளைத்தான் முதலில் வகுத்துக்கொள்கிறார்கள் போலும். பிறர் எல்லைகளை அறியாமல் அவர்கள் தங்கள் எல்லைகளை மீறுவதேயில்லை. அவ்வெல்லைகள் ஒருவரை ஒருவர் அறிவதனூடாக உருவாகின்றவை. காட்டுபவை, பெறுபவை, வடித்துக்கொள்பவை. அவ்வாடலின் நிகர்நிலைப்புள்ளிகள். எல்லைகளுக்கு அப்பால்தான் இருக்கின்றன மெய்கள். அவை எல்லைகளால் வேலியிடப்பட்டு திரைசூட்டப்பட்டுக் காக்கப்படுபவை.

உபபிலாவ்ய நகரி முழுக்க நெய்ப்பந்தங்கள் எரிந்துகொண்டிருந்தன. முதல் காவல்கோட்டத்திலிருந்து கோட்டையை அணுகுவதற்குள்ளாகவே அவர்கள் வரும் செய்தி முழவு வழியாக வந்தடைந்திருந்தது. அத்தனை காவல்கோட்டங்களிலும் தலைவணங்கி வாழ்த்துரையும் முகமனும் கூறி அவர்களை வரவேற்றனர். கோட்டைமுகப்பில் காவலர்தலைவன் உடைவாளுடன் வந்து முகமன் உரைத்து வாளுருவி நிலம்தொட்டு வணங்கினான். எவரையும் விழிதொட்டுப் பேசாமல் அரைக்கண் மூடியவன்போல அபிமன்யூ புரவியின் மேல் அமர்ந்திருந்தான். பிரலம்பன் ஒவ்வொருவரிடமும் இன்சொல்லும் நகையுரையும் அளித்து உடன் சென்றான்.

நகரெங்கும் அணிவளைவுகளையும் கொடித்தோரணங்களையும் பாவட்டாக்களையும் மலர்த்தூண்களையும் அமைக்கும் வேலை நடந்துகொண்டிருந்தது. ஏவல்சூதர்களை நூற்றுவர் உரக்கக்கூவி அழைத்து ஆணைகளை உரைத்தனர். அங்குமிங்கும் நீள்நிழல் வளைந்தாடித்

தொடர, ஓடியும் ஏணிகளிலும் சுவர்களிலும் ஏறியும் மரக்கிளைகள் மேல் நின்றும் பணியாற்றிக்கொண்டிருந்தார்கள். இன்னமும் எழுப்பப்படாத அணிவளைவுகள் சாலை ஓரங்களில் வண்ணக்குவியல்களாகக் கிடந்தன. இழுத்துக் கட்டப்படாத கொடித்தோரணங்கள் குருவிச்சிறகுகளின் நிரையாகத் தரையில் விழுந்திருந்தன. வண்ணத்தொட்டிகள், குருத்தோலை அணிப்பொருட்கள், ஓவியப்பாய்கள், வண்ணமிடப்பட்ட மூங்கில்கள். யானை ஒன்று சலிப்புடன் கடந்து சென்றது. இரு புரவிகள் சாலையோரம் நின்றபடி துயின்றன.

இடுங்கலான சாலைகளில் தரைப்பலகைகளைப் பொருத்தும் பணி அப்போதுதான் நிகழ்ந்துகொண்டிருந்தது. தச்சர்களின் கொட்டுவடிகளின் தட்டலோசையும் உளிகளின் செதுக்கோசையும் பணிக்குரல்களும் இருளுக்கு அப்பாலிருந்து கேட்டன. பலகைப்பரப்புகளில் பூசுவதற்காக அரக்கையும் மெழுகையும் சேர்த்து உருக்கி அதில் மரத்தூளைக்கொட்டி கூழென காய்ச்சிக்கொண்டிருந்தனர். உருகும் மணமும் குமிழிகொதிக்கும் ஓசையும் அனலாட்டமும் வழியெங்குமிருந்தன. அரக்குமை ஊற்றப்பட்ட பலகைகள் மேல் மென்வண்ணச் சுண்ணத்தைப் பரப்பி மர உருளைகளால் நிரப்பாக்கினர். பெரிய மரவுரிகளால் உரசிப் பளபளப்பாக்கினர்.

புரவிகளில் எதிரே வந்த உபப்பிலாவ்யத்தின் காவலர்கள் அபிமன்யூவைக் கண்டு தலைவணங்கி விலகி நின்றனர். அரண்மனைமுகப்புக் காவல்மாடத்தில் அபிமன்யூவுக்காக சிற்றமைச்சர் சுரேசர் காத்திருந்தார் அவனைக்கண்டதும் அருகணைந்து வணங்கி முறைமுகமன் உரைத்து "தங்களுக்காகவே நகர் மங்கலம் கொள்கிறது, இளவரசே. அரண்மனையில் தங்கள் மணமகள் ஒவ்வொரு நாளும் உளங்கனிந்துகொண்டிருக்கிறாள். இந்திரப்பிரஸ்தத்தின் இளவரசரின் வருகையால் உபப்பிலாவ்யம் ஒளியும் புகழும் கொள்ளும். நமது கொடிவழியினரின் சொற்களில் இந்நகர் என்றும் வாழட்டும்" என்றார்.

மறுமுகமனோ வணக்கமோ கூறாமல் இறங்கிய அபிமன்யூ "நான் நீராட வேண்டும். அதன் பின் சற்று துயில்கிறேன். காலையில் அவைக்கு வருகிறேன்" என்றான். "ஆம், அனைத்தையும் ஒருக்க ஆணையிட்டிருக்கிறேன்" என்றார் சுரேசர். மறுமொழி சொல்லாமல் அபிமன்யூ படிகளில் ஏறி நடக்க, பிரலம்பனிடம் தாழ்ந்த குரலில் "தாங்களும் அவருடன் இருக்கலாம், அவர் அறைக்கு அருகிலேயே தங்களுக்குச் சிற்றறை ஒருக்கப்பட்டுள்ளது" என்றார். பிரலம்பன் "நாங்கள் காம்பில்யத்திலிருந்து நில்லாது வந்தோம், அமைச்சரே" என்றான். "இளவரசர் களைத்திருக்கிறார்." சுரேசர் "ஆம், தெரிகிறது" என்றார்.

அபிமன்யூ அதற்குள் இடைநாழியில் ஏறி அங்கே அவனை எதிர்கொண்ட ஏவலனிடம் தன்னை அறைக்குக் கூட்டிச் செல்லும்படி கையசைவால்

ஆணையிட்டான். பிரலம்பன் “அனைத்தையும் நான் வந்து தங்களுக்கு விளக்குகிறேன், அமைச்சரே” என்றபின் அபிமன்யூவுக்குப் பின்னால் ஓடினான். படிகளில் ஏறி தன் அறை நோக்கிச் சென்ற அபிமன்யூ அவனுடன் சென்ற ஏவலனிடம் “மது” என்றான். அவன் தலைவணங்கினான். பிரலம்பன் “விடிவதற்கு இன்னும் நான்கு நாழிகைகூட இல்லை, இளவரசே” என்றான். அபிமன்யூ அதைக் கேட்டதாகவே தெரியவில்லை.

நீராடிவந்து குழற்கற்றைகள் உலர்வதற்கு உள்ளாகவே மூன்றுகோப்பை யவனமதுவை அருந்தி ஊனுணவை உண்டு எழுந்து மஞ்சத்தில் விழுந்து அபிமன்யூ துயிலத்தொடங்கினான். தொலைவுப்பயணம் அவன் உடலின் தசைகளைத் தளரச் செய்திருந்தது. எப்போதும் அவனைச் சுழற்றி இழுத்துக்கொள்ளும் அப்பெருஞ்சுழிக்குள் சென்றான். மிக ஆழத்தில் அணுகுந்தோறும் அகலும் தொலைவில் ஒளிப்புள்ளி ஒன்று தெரிந்தது. அதுவொரு வாயில். அந்த வாயிலுக்கு அப்பால் வண்ணத்தின் அசைவென ஒரு முகம். முகம் அல்ல, பிறிதொன்று. முகமென மட்டுமே பெறப்படுவது, முகமல்ல என்று உணரப்படுவது.

அவன் விழித்துக்கொண்டபோது புலரிப்பறவைகளின் ஒலி அறையைச் சூழ்ந்திருந்தது. எழுந்தமர்ந்து தன் கனவை எண்ணத்தில் ஓட்ட முயன்றான். அவன் எழுந்த ஒலிகேட்டு வந்து வணங்கிய காவலனிடம் “நீராட்டறை” என்றான். இடைநாழியினூடாக நடந்து சென்றபோதுதான் அம்மாளிகை எத்தனை சிறியதென்று தெரிந்தது. உபப்பிலாவ்யமே மிகச்சிறிய ஊர். கோட்டை, தெருக்கள், காவல்மாடங்கள் அனைத்துமே சிறியவை. பெரியவர்களின் கருவிகளைக் குழந்தைகளுக்கான பாவைகளாக ஆக்கியதுபோல. ஆனால் முந்தையநாள் இரவில் இருட்டில் அது தெரியவில்லை. இருட்டில் அளவுகள் மறைந்துவிடுகின்றன. இருட்டுக்கு எல்லாமே நிகர்தான்.

மிகக்குறுகிய நீராட்டறைக்குள் தலைகுனிந்து நுழைந்தான். ஒருவர் மட்டுமே நின்று நீராடும் அளவுக்கு இடுங்கியது. நறுமணத் தைலமிட்ட வெந்நீர் அவனுக்காகக் காத்திருந்தது. நீராட்டறை ஏவலன் நறுமணச் சுண்ணங்களும் லேபனங்களும் எண்ணெய்களும் கொண்ட பெட்டியுடன் நின்றிருந்தான். அபிமன்யூ ஒன்றும் சொல்லாமல் குறுபீடத்தில் அமர்ந்தான். ஏவலன் அவனை நீராட்டத்தொடங்கியபோது ஒரு திடுக்கிடல் ஏற்பட்டது. அது ஏன் என்று தன்னைத்தானே கேட்டுக்கொண்டான். எதையோ கண்டேன். இந்த இடைநாழியினூடாக வரும்போது, அல்லது எனது அறையில், அல்லது நகருக்கு வரும் நீண்ட காட்டுவழியில். எதையோ...

வெந்நீராட்டு முடிந்து, ஈரம் போகத் துடைத்து, நறுஞ்சுண்ணமிட்டு அவனை நீராட்டறை ஏவலன் ஒருக்கினான். என்ன அது? எங்கு

கண்டேன்? அவன் உள்ளம் நாக்கு நுனியென ஒவ்வொன்றாகத் தொட்டுத் தொட்டுத் தவித்து நெளிந்து சுழன்றுகொண்டிருந்தது. அணியறைக்குச் சென்றபோது அவனுக்கான அரச உடைகளுடன் ஏவலர் காத்து நின்றனர். ஆடி முன் அவன் அமர்ந்ததும் அவர்கள் அவனை ஒருக்கத் தொடங்கினர். ஓர் ஆணிலி அவன் நகங்களுக்கிடையே இருந்த அழுக்குகளை நீக்கினான். இருபது நகங்களையும் மிக விரைவிலேயே சீர்படுத்தி மெருகிட்டு புலிவிழிகளென ஒளிரச்செய்தான் அவன் குழலை சிறு சுழித்திரிகளாக்கி தோளில் பரப்பினான் ஒருவன். அவன் காலில் இருந்து தலைவரை பொன்னணிகளும் மணியாரங்களும் வளைகளும் கணையாழிகளும் அணிவிக்கப்பட்டன.

பட்டுச் சால்வையைத் தோளிலிட்டபடி அவன் இடைநாழிக்கு வந்தபோது காத்து நின்றிருந்த ஏவலன் “அவைக்கு அல்லவா, அரசே?” என்றான். அதுவரை எங்கு செல்வது என்ற எண்ணமே இல்லாமல் தன்னில் அமிழ்ந்திருந்த அபிமன்யூ “அல்ல. நான் விராட இளவரசியைப் பார்க்க வேண்டும்” என்று சொன்னான். “இந்தப்பொழுதில் அவர்கள் சித்தமாக இருக்கிறார்களா என்று தெரியாது...” என்று ஏவலன் சொல்ல, அபிமன்யூ சினத்துடன் விழிதூக்கி “இது ஏவல், நான் அவள் மாளிகைக்குச் செல்கிறேன். அங்கு அவள் என்னைச் சந்திக்கவேண்டும்” என்றான். “ஆணை” என்று அவன் தலைவணங்கினான். பின்னர் பாய்ந்து படிகளிலிறங்கி இடைநாழியினூடாக ஓடி முற்றத்திற்குச் சென்றான்.

இரு ஏவலர்கள் வந்து ஓசையிலாது வணங்கி அபிமன்யூவை அழைத்துச் சென்றனர். குறடுகள் மரத்தரையில் ஒலிக்க நடந்து அந்த மாளிகையில் இருந்து அருகிருந்த அடுத்த மாளிகைக்குச் செல்லும் கூரையிடப்பட்ட இடைநாழியில் நடந்தான். அது சற்று முன்னர்தான் அமைக்கப்பட்டிருந்தது, மரச்சட்டங்களிலிருந்து அரக்குவாடை எழுந்தது. ஏவலனின் வேல்தாழ்த்தல்களும் வணக்கங்களும் முகமன் உரைகளும் அவனை வந்தடையவில்லை. அவன் அனுப்பிய ஏவலன் துணைக்கோட்டத்து வாயிலில் வந்து நின்றான். “இளவரசி தங்களைச் சிறுகூடத்தில் சந்திப்பதாகச் சொன்னார்” என்றான். அவன் தலையசைக்க, தலைவணங்கி அவனை அழைத்துச்சென்று சிறுகூடத்தில் இருந்த பீடத்தில் அமரவைத்தான்.

ஐந்துபேர்கூட அமர முடியாத அளவுக்கு சிறிய உட்கூடம். கூரை தாழ்ந்து கைநீட்டினால் தொட்டுவிடலாம் போலிருந்தது. சாளரத்தினூடாக அப்பாலிருந்த தோட்டத்திலிருந்து செடிகள் வளர்ந்து உள்ளே தலை நீட்டியிருந்தன. “இந்த அறையை செம்மை செய்வது வழக்கமில்லையா?” என்று ஏவலனிடம் கேட்டான். ஏவலன் தலைவணங்கி “இது மிகப்பழைய இல்லம், இளவரசே. இங்கு இந்நகரத்தின் கணக்கர் ஒருவர் தங்கியிருந்தார்.

இதை ஓரளவே செம்மை செய்ய முடியும்” என்றான். அபிமன்யூவின் நோக்கைச் சந்தித்து பின் “தழைகள் உள்ளே வருவதை வெட்டுவது இங்கே வழக்கமில்லை. அது ஓர் அழகென்றே கொள்ளப்படுகிறது” என்றான்.

அவன் செல்லலாம் என்று கைகாட்டியபின் அபிமன்யூ கைகளை மார்பில் கட்டிக்கொண்டு தலை குனிந்தபோது குழற்புரிகள் சரிந்து விழுந்து முகத்தை மறைத்து ஆடின. அவன் விடாய் கொண்டிருப்பவனாக உணர்ந்தான். உடனே மதுவுக்காக உள்ளம் எழுந்தது. வலக்காலால் தரையை மெல்லத் தட்டிக்கொண்டிருந்தான். அந்த ஓசை அவனை அமைதியிழக்கச் செய்தது. அமைதியிழப்பு அந்த ஓசையினால்தான் என்று சற்று பிந்தியே புரிந்து கால்களை அசையாமல் வைத்தான். ஆனால் அந்தத் தாளம் உள்ளத்தில் தொடர்ந்து ஒலித்தது.

எழுந்து அறைக்குள் உலாவ எண்ணினான். ஆனால் அது ஒரு நேர்வெளிப்பாடு எனத்தோன்றியது. எங்கும் நிலைக்காத உள்ளத்துடன் உடலை ஓரிடத்தில் அமரச்செய்வது எவ்வளவு கடினமானதென்று உணர்ந்தான். அணுகி வரும் காலடியோசையைக் கேட்டதுமே அவள் என்று அபிமன்யூ உணர்ந்து அறியாமல் எழமுயன்று மீண்டும் அமர்ந்துகொண்டான். முதற்கணம் எழுந்த ஒவ்வாமையைக் கடக்க இரு கைகளையும் விரல்கோத்து மடியில் வைத்துக்கொண்டு உடலை இறுக்கி கால்களைச் சேர்த்து அமர்ந்தான். மூச்சை இழுத்திருக்கிறோம் என்று உணர்ந்தபின்னர் அதை வெளிவிட்டான்.

கைவளைகளின் ஒலியும் காற்சிலம்பின் சிணுக்கமும் ஆடையுரசும் ஓசையும் தனித்தனியாகக் கேட்டன. அவள் நடக்கும்போது ஒருகாலை நிலத்தில் கட்டைவிரல் உரச சற்று இழுத்து வைக்கிறாள் என்று தோன்றியது. அறைவாயிலில் அவளுடைய வண்ண அசைவு தோன்றியதுமே அறியாது திரும்பி நோக்கிவிட்டு விழிவிலக்கி சாளரத்தினூடாகத் தெரிந்த தோட்டத்தைப் பார்த்தான். அவள் அருகே வந்து “இந்திரப்பிரஸ்தத்தின் இளவரசரை வணங்குகிறேன்” என்றாள். அவன் தலைதிருப்பி அவளை நோக்கி “அமர்க!” என்றான். அவள் அமர்ந்தபோது ஆடையணி ஓசையுடன் மூச்சொலியும் மெல்லிய பெண்மணமும் வந்து அவனை அறியா உளக்கிளர்ச்சி அடையச்செய்தன. முதற்கணத்து ஒவ்வாமை முற்றிலும் விலக உடல் எளிதாகி அவன் அவளை நேர்விழிகொண்டு நோக்கினான்.

அவள் அரசமுறைப்படி அணிசெய்துகொண்டிருக்கவில்லை. குழலை பெரிய கொண்டையாக முடிந்து அதன்மேல் முத்துச்சரமிட்டுச் சுற்றியிருந்தாள். அகத்தளத்தில் அணியும் எளிய வெண்பட்டாடை. அன்றாட அணிகள். அவள் தோள்களும் கழுத்தும் மிக நொய்மை

கொண்டிருந்தன. தோள் கைகளைச் சந்திக்கும் இடத்திலும் கழுத்திலும் இருந்த வெண்ணிறக் கோடுகள் அவள் விரைவாக மெலிந்துகொண்டிருந்தாள் என்பதைக் காட்டின. அவன் பார்ப்பதை உணர்ந்தபின் அவள் உடல் தன்னுணர்வு கொள்வது கழுத்தில் எழுந்த மெல்லிய மெய்ப்பால் தெரிந்தது. இமைசரித்து விழிகளைப் பக்கவாட்டில் திருப்பி சுட்டுவிரலால் பீடத்தின் கைப்பிடியை மெல்ல நெருடியபடி அமர்ந்திருந்தாள்.

காதோரக்குறுங்குழல் காற்றில் அசைய அதன் நிழல் கன்னத்தில் விழுந்து ஆடியது. உதடுகள் மெல்லப் பிரிந்த ஓசையைக்கூட அவன் கேட்டான். என்ன சொல் தேர்வது என்று அவன் உள்ளம் தயங்கிக்கொண்டிருக்க, அதற்கு மிக அருகிலேயே கட்டுக்கடங்காத சொற்பெருக்கொன்று அனைத்தையும் இடித்துச் சரித்தபடி சுழன்று சென்றுகொண்டிருந்தது. அவள் "இளையபாண்டவரும் உடன் பிறந்தாரும் நாளை மறுநாள்தான் இங்கு திரும்பி வருவார்கள் என்று செய்தி வந்தது" என்றாள். அவன் திடுக்கிட்டு அவளை நோக்கி "ஆம், அவர்கள் அங்கிருந்து கிளம்புவதற்கும் இங்கு நுழைவதற்கும் அரச முறைமைகள் உள்ளன" என்றான்.

எத்தனை விரைவாக அவள் பேசத்தொடங்கிவிட்டாள் என அவன் அகம் வியந்தது. மிக எளிய நடைமுறைச்செய்தி ஒன்றைத் தொடங்கியதுபோல பொருத்தமான ஒன்று வேறில்லை. அவன் அவளை வென்று கடக்க உளமெழுந்தான். "நான் முறைமை மீறி உன்னைப் பார்க்கும்பொருட்டு இங்கு வந்தேன்" என்றான். அவள் அவன் விழிகளைச் சந்தித்து "நான் முன்னரே உங்களை எதிர்பார்த்தேன்" என்றாள். அபிமன்யூ திடுக்கிட்டு நெஞ்சு ஓசையிட "இல்லை, நான் எந்தையின் ஆணைப்படியே வந்தேன்" என்றான். அவள் தலைசாய்த்து "நன்று" என்றாள்.

அவள் தன்னைவிட உள்ளத்தால் மிகமூத்தவள் என அவன் அறிந்தான். அதுவே அவனைச் சீண்டியது, அவள்மேல் உளவெற்றியை அடைந்தாகவேண்டும் என எண்ணி அவன் அகம் சொல்துழாவியது. "ஆம், இங்கு பணிகள் இருக்கும். அரசகுலத்தவர் ஒருவர் இருந்து அவற்றை நடத்தியாகவேண்டும்" என்றாள். மேலும் எளிதாக அதை அவள் ஆக்கியபோது அவனுடைய உணர்ச்சிகள் பொருளிழந்தன. தன் பதற்றமும் கிளர்ச்சியும் கேலிக்குரியவை என்று தோன்ற, அவன் தளார்ந்தான். மூச்சு எழுந்தமைய, உடல்மேல் மெல்லிய நீராவியென வியர்வை குளிரத்தொடங்க, புகை படிந்த சித்தத்துடன் அவன் அப்படியே அமர்ந்திருந்தான்.

அவள் முகத்தையும் தோள்களையும் உளவிலக்குடன் பார்த்தான். மெலிந்த மென்மையான உடல். அதில் அகவை எப்படி வெளிப்படுகிறது?

கன்னங்கள் சற்று ஒட்டி எலும்புகள் புடைத்திருந்தன. கண்களுக்குக் கீழே கண்மை கலங்கி வழிந்ததுபோல் கருமை. உதடுகளைச்சுற்றி இருகோடுகள். அவளை நோக்கலாகாது எனத் தன் விழிகளை இழுத்துத் திருப்பி அருகிருந்த தூணைப்பார்த்தபடி "தந்தையின் ஆணை நான் மீறமுடியாத ஒன்று" என்றான். அச்சொல் மேலும் எங்கோ சென்று தொட, அவள் பெருமூச்சுவிட்டாள்.

அவன் அச்சொல் மிகப்பிழையாகப் புரிந்துகொள்ளப்படக்கூடும் என்ற உணர்வை அடைந்து "நான் எதையும் என் விருப்பப்படியே செய்யக்கூடியவன். கட்டற்றவனாகவும் திரும்பிப் பார்க்காதவனாகவும் மட்டுமே இதுவரை இருந்திருக்கிறேன்" என்றான். அவள் "ஆம், அதற்கே வாய்ப்பு" என்றாள். என்ன சொல்கிறாள் என்று புருவம் சுருக்கினான். "அன்னையால் வளர்க்கப்பட்ட ஆண்கள் எங்கும் தயங்கும் கோழைகளாகவோ எங்கும் தயங்காத விசைகொண்டவர்களாகவோதான் இருப்பார்கள்" என்றாள். அபிமன்யூ "நான் தந்தையை எண்ணி வளர்ந்தவன்" என்று சினத்துடன் சொன்னான்.

அவள் உதடுகள் இழுபட, கன்னம் மடியப் புன்னகைத்து "அதை நான் மறுக்கவில்லை. தந்தையுடன் இருந்திருந்தால் மேலும் நிகர்நிலை கொண்டவனாக இருந்திருப்பீர்கள்" என்றாள். அபிமன்யூ "நாம் ஏன் அவரைப்பற்றிப் பேச வேண்டும்?" என்று எரிச்சலுடன் சொன்னபின் நினைவுகூர்ந்து "நீ என்னிடம் பேசிய முதற்சொல்லே அவரைப்பற்றித்தான்" என்றான். அவள் "ஆம் அவர்தான் பாண்டவர்களில் எனக்குத் தெரிந்தவர். என்னை மணக்கொடையாகப் பெற்றவர் அவருடைய பிறிது வடிவமாகவே உங்களை நான் பார்க்கிறேன்" என்றாள்.

அப்படி அவள் நேர்விழியுடன் சொல்வாள் என அவன் எதிர்பார்த்திருக்கவில்லை. அவன் முழுமையாகத் தளர்ந்தான். எழுந்து விலகி நெடுந்தொலைவு சென்றுவிடவேண்டும் என்று விழைந்தான். எவ்வகையிலோ அவள் பேரரசி குந்தியை நினைவுறுத்தினாள். குந்தி எப்போதுமே முதலில் நினைவில் எழுகையில் அவனிடம் ஓர் ஒவ்வாமையைத்தான் உருவாக்கினாள். அதைக் கடக்கும்பொருட்டே அவன் சிறுவன்போல் மிகையாக விளையாட்டை நடித்தான். குந்தியிடம் அவனுக்குப் பிடிக்காதது என்ன என்று அவன் அகம் துழாவியது. மெலிந்த, முதுமை கனிந்த பெண். பாரதவர்ஷமெங்கும் அவள் மேல் ஓர் இரக்கம் அனைவருக்கும் உள்ளது. எதையும் அடையாதவள், ஒவ்வொன்றும் வந்தணைந்து வாயிலிலே திரும்பிச்செல்லும் ஊழ் கொண்டவள். எண்ணும்போது அவனும் உளநெகிழ்வுக்கு உள்ளாவது உண்டு. ஆனால் எண்ணத்தில் அவள் எழும்போது முதலில் தோன்றுவன அவள் விழிகள். அவற்றில் அவன் விழையாத ஏதோ ஒன்று இருந்தது.

அபிமன்யூ "நன்று, நான் கிளம்புகிறேன். இங்கு அனைத்தையும் நானே ஒருங்கிணைக்க வேண்டியிருக்கிறது" என்றான். "அவ்வாறே ஆகுக!" என்று அவளும் எழுந்துகொண்டாள். "நீ நடக்கையில் காலை சற்று இழுத்து வைக்கிறாய்" என்றான். "இல்லையே" என்று அவள் சொன்னாள். "இயல்பாகத்தான் நடக்கிறேன். ஏன் சொல்கிறீர்கள்?" "இல்லை, வெறுமனே தோன்றியது" என்றான். "நான் உன்னை முறைமையின்படிதான் சந்திக்க விழைந்தேன்" என்றான்.

அதுவும் பிழைபொருள் அளிக்குமே என்றுணர்ந்து பிழைபொருள் அளிக்காத ஒன்றைச் சொல்லவே இல்லை என்று எண்ணிப் புன்னகைத்தான். அப்புன்னகையாலேயே அதுவரை இருந்த உள இறுக்கம் மறைய அவளிடம் "நீ இனியவள். உன்னை விரும்புகிறேன் என்று சொல்லும்பொருட்டே வந்தேன். அதையன்றி பிற அனைத்தையும் சொல்லிவிட்டேன் போலும்" என்றான். அவள் கூரிய முள்ளொன்றால் குத்தப்பட்டதுபோன்ற முக மாற்றத்தை அடைந்தாள். "பேறு பெற்றேன்" என்று நிலத்தைப்பார்த்தபடி முணுமுணுத்தாள். அபிமன்யூ "நன்று சூழ்க!" என்றபடி எழுந்து வெளியே சென்றான்.

6

அறைக்கு வெளியே வந்து இடைநாழியில் வீசிய காற்றை உடலெங்கும் உணர்ந்தபோது அபிமன்யூ ஆறுதலை அடைந்தான். ஏன் இங்கே வந்தோம்? இவளை ஏன் சந்தித்தோம்? ஒட்டுமொத்தமாக எண்ணியபோது அதிலிருந்த பொருளின்மை திகைப்பூட்டியது. ஏன் இந்தச் சந்திப்பு இப்படியெல்லாம் ஆயிற்று என்ற எண்ணம் எழுந்தது. அதற்கிணையான சந்திப்புகள் எவை என எண்ணத்தை ஓட்டினான். ஒவ்வொரு முறையும் தன் திசைப்பயணத்திலிருந்து தந்தை திரும்பி வரும்போது நாள் நாள் என ஆண்டுகளாகக் காத்திருந்து அணைந்த அத்தருணத்தில் ஒவ்வொரு சொல்லாகத் திட்டமிட்டு ஒவ்வொரு அசைவையும் நூறுமுறை நிகழ்த்தியபின் அமையும் சந்திப்புகள் அனைத்தும் அவ்வாறே ஆகின. சந்திப்புகளை நாம் அமைக்கலாகாதா? அவை நிகழவிட்டுவிடவேண்டுமா?

அத்தருணங்களில் முற்றிலும் அறியாத எண்ணங்களும் உணர்வுகளும் எழுந்துவருகின்றன. எழுந்ததுமே அவை திகைப்பூட்டித் திகைத்து நிற்கின்றன. உள ஓட்டத்தைக் கலைத்து உணர்வுகளை அலைபாயச்செய்து பொருளற்ற சொற்களும் இசைவு பெறாத முகபாவங்களுமாக காற்றில் புகை கலைவதுபோல நோக்க நோக்க உருவழிகிறது அந்தப்பொழுது. பெரும்பாலும் மிகச் சிறிய நினைவுகள். தொடர்பற்றவை, கலைந்தபடியே எழுந்து கலைபவை. அத்தருணத்தால் தொடப்பட்டு விழித்தெழும் அவை அதுவரை எங்கிருந்தன என்று வியப்பூட்டுகின்றன. அதைவிட அவை ஏன் அங்கெழுந்தன எனத் திகைப்பளிக்கின்றன.

கைவிரித்து “வா… வா என் வில்லவனே” என்று சிரிக்கும் பற்களின் வெண்மையை அருகெனக் கண்டு கால்தயங்கிய மறுகணம்

அரண்மனைச்சேடி சுபகையின் விழிகள் நினைவிலெழுந்தன ஒருமுறை. அவன் விழிகள் அணைவதைக் கண்ட அர்ஜுனன் எழுந்து வந்து அவன் இடையை வளைத்து அருகணைத்துக்கொண்டான். “வியர்வை மணம்...” என்றான். “நீராடுவதேயில்லை... இரவுபகல் எனக் காட்டிலும் களத்திலும் வில் பயில்கிறான். சேடியரிடம் நான் சொல்லிச் சொல்லிச் சலித்துவிட்டேன்” என்றாள் சுபத்திரை. சிரித்து “வெயில் இளமைந்தருக்கு நன்று” என்றான் அர்ஜுனன். “வில்லில் இனி அறிய என்னவுள்ளது, மைந்தா?” அபிமன்யூ புன்னகைத்து “அறிதொறும் அகல்வது” என்றான்.

அப்போது சுபகை ஏன் நினைவுக்கு வந்தாள்? அவள் அஸ்தினபுரியிலிருந்து வந்து சில நாட்கள் மட்டும் இந்திரப்பிரஸ்தத்தில் இருந்துவிட்டு மீண்டுசென்ற செவிலி. அவள் முகத்தையே அவன் மறந்துவிட்டிருந்தான். ஆனால் ஒவ்வொருமுறையும் எளிய பொருளற்ற நினைவுகளே ஊடே செல்கின்றன என்பதை அவன் பின்னர் அறியலானான். அவை மானுடர் அறியும் பொருள்கொண்டவையல்ல, தெய்வங்கள் அறியும் நுண்மைகொண்டவைபோலும் என எண்ணிக்கொண்டான். பின்னர் சுபகையை ஒருமுறை நோக்குகையில் அப்பொருளின்மை அச்சமூட்டுமளவுக்கு விரிந்தது. அவள் நினைவுடன் ஒரு பழைய பீதர்நாட்டு நீர்க்கலமும் என்றோ கண்ட நீர்நிலை வாத்து ஒன்றும் இணைந்து எழுந்ததை அப்போது நினைவுகூர்ந்தான். ஒவ்வொன்றையும் இணைத்துக்கொண்டு இங்கு விரியும் அறியா வலைகளும் முடிவற்றவை.

ஒவ்வொருமுறையும் அத்தகைய சிதையும் தருணங்களை ஆடிமுடித்து விலகுகையில் எழும் விடுதலை உணர்வையே அதன் இனிமை என்று அவன் நினைவில் கொண்டிருந்தான். அவனைக் காணும்போது அர்ஜுனனின் விழிகளில் எழுவதென்ன என்பதை உபப்பிலாவ்யத்தின் சிறுமாளிகையின் மரப்படிகளில் கால்கள் ஒலிக்க இறங்குகையில் எண்ணிக்கொண்டான். நினைவறிந்தபின் அந்த விழிகளை முதற்கணம் சந்தித்தபின் முற்றும் தவிர்ப்பதே அவன் வழக்கம். சந்திப்பு முடிந்தவுடன் அவ்விழிகளை அழுத்தி எங்கோ நினைவு தொடா ஆழத்தில் புதைப்பான். பிறகு எப்போதும் அவற்றை மீட்டெடுப்பதில்லை.

ஒவ்வொரு படிக்கும் ஒன்றென அர்ஜுனனின் அனைத்து விழிக்கணங்களையும் அவன் எடுத்து தன் முன் நிறுத்தினான். ஒவ்வொரு முறையும் முதற்கணம் அவன் அர்ஜுனனுக்கு அளித்தது திகைப்பையே என்றுணர்ந்தான். ஒவ்வாமையென அத்திகைப்பு திரிபடையும் மறுகணம் அவன் நோக்கை விலக்கிக்கொண்டிருக்கிறான். உதடுகள் நகைக்க தோள்கள் அள்ளியணைக்க விரிய விழிகள் மட்டும் ஏன் அவ்வுணர்வைச் சூடிக்கொள்கின்றன? ஒவ்வாமையை ஏன் அவர்

அடைந்தார்? ஒவ்வாமையா அது? இன்று என்னை நோக்கி இவள் வரும்போது நான் அடைந்த உளக்கலைவைத்தான் அவரைப் பார்க்க நான் அணுகும்போது அவர் அடைந்தாரா?

நின்று மீண்டும் ஒவ்வொரு விழியாகக் கண்முன் தோன்றச்செய்தான். திகைப்பு திகைப்பு திகைப்பென்று தொட்டுச் சென்று நின்று நீள்மூச்சுவிட்டான். எதன்பொருட்டு அத்திகைப்பு? அவனை அர்ஜுனனின் சிறுவடிவம் என்பார்கள். அர்ஜுனனின் வில்லுணர்ந்த கைகளின் மிகச் சிறந்த அசைவுகளால் மட்டுமே ஆனவை அவன் கைகள் என்பார்கள். அர்ஜுனன் தன் கனவிலிருந்து எடுத்த மைந்தன் என்று சூதர் பாடினர். ஆடியில் எழுவதை நோக்குவதற்கு முற்கணம் எவரும் அறிந்திருப்பதில்லை.

ஆடியைப்பற்றி முன்பு எவரோ சொன்னார்கள். கனவென எங்கோ இருந்த இளமையில். அப்போது சுபகை அங்கிருந்தாள். அவள் சிரிப்பு அவன் உள்ளத்தில் பதிந்தது அப்போதுதான். ஆடி குறித்து சொல்லப்பட்டதென்ன? அது அர்ஜுனன் கீழ்த்திசைப்பயணம் முடித்து இந்திரப்பிரஸ்தம் வந்தபோது. அவன் நினைவில் தெளிவாக இருக்கும் தந்தையின் வடிவம் அன்று அவன் பெற்றதே. அன்றுதான் சுபகையின் அப்புன்னகை. ஆனால் ஆடி குறித்து அன்று அவர் ஏதோ சொன்னார். அல்லது சுபகை சொன்னாள். அல்லது ஆடி ஒன்று அங்கிருந்ததா?

அவனுக்கு மூன்று வயது இருக்கையில்தான் தன் திசைப்பயணத்திலிருந்து அவர் திரும்பி வந்திருந்தார். அவன் அன்னை கருவுற்றிருக்கையில் அவளை துவாரகையில் விட்டுவிட்டு கிளம்பிச்சென்றவர். நெஞ்சைத் தொடும் தாடியும் தோள்களில் பரவிக் கீழிறங்கும் நீண்ட குழலும் கொண்டிருந்தார். தாடியில் குழல்களில் வெண்மயிர்க்கற்றைகள் கலந்திருந்தன. அன்று அவர் விழிகளில் திகைப்பு இருக்கவில்லை. மீண்டும் மீண்டும் நினைவிலெழும் அம்முகத்தில் தந்தையெனும் பெருமிதச் சிரிப்புதான்.

அவனை அழைத்துச் சென்று காண்டீபத்தைக் காட்டினார். அதை அவன் கையில் எடுத்து வைத்து ஒரு களிப்பாவையென்றாட முடியுமென்று கற்பித்தார். அன்றே அவன் கைகள் வில்லை அறிந்திருந்தன, ஆனால் நாவில் சொல்லெழத் தொடங்கவில்லை. குதலைமொழியில் உடன்பிறந்தாருக்கும் அன்னைக்கும் ஆணைகளை மட்டுமே விடுத்துக்கொண்டிருந்தான். அவனை அள்ளி அணைத்து மேலே வீசிப்பிடித்து அவர் நகைத்தார். “உனக்கெதற்கு சொல்? அம்புமுனையால் பேசுக, என் அரசே!” என்றார்.

அபிமன்யூ அந்நினைவால் புன்னகைத்தபடி முற்றத்தில் நின்றான். ஒவ்வாமையுடன் ஒவ்வொரு கணத்தையும் நடித்துக் கடக்கும் அர்ஜுனனுக்குள் அவனுக்கு மட்டுமேயான புன்னகை இருந்தது என்று எண்ணிக்கொண்டான். இது என் விழைவல்ல, அங்கு அது உண்மையிலேயே இருந்தது. மீண்டும் காலெடுத்த கணம் குளிர்போல் அவனை வந்து சூழ்ந்து தூக்கிக்கொண்டது அவ்வறிதல். அந்த ஒவ்வாமை அவன் காண்டீபத்தைக் கையில் எடுத்த கணம் உருவானது.

அபிமன்யூ அப்போதுதான் சற்று கண்ணயர்ந்திருந்தான். விடிவெள்ளி எழுந்த பின்னரே அவன் உபப்பிலாவ்யபுரியின் கோட்டையிலிருந்து தன் மஞ்சத்தறைக்கு வந்தான். முந்தைய நாள் இரவும் பகலும் துயிலாதிருந்ததன் முழுக் களைப்பும் படிகளில் ஏறும்போதுதான் தெரிந்தது. உடலை நனைந்த மரவுரிச்சுருள் எனத் தூக்கிக்கொண்டு சென்றான். மஞ்சம் அதன் மென்மையால், தூய்மையால் அவனை அழைத்தது. ஆடை மாற்றிக்கொள்ளவோ உடல்தூய்மை செய்துகொள்ளவோ முயலாமல் வாளை உருவி குறுபீடத்தின் மீது வைத்துவிட்டு மஞ்சத்தில் அமர்ந்து தோல்காலணிகளைக் கால்களாலேயே கழற்றி அறை மூலையில் வீசிவிட்டு மல்லாந்து படுத்தான். அக்கணமே உடலிலிருந்த எடையனைத்தும் விலக, மிதப்பது போன்ற உணர்வை அடைந்தான்.

மஞ்சம் எத்தனை இனியது என்ற எண்ணம் எழுந்தது. அதில் படுத்துப் புரள வேண்டுமென்றும் கைகால்களால் அதைத் தழுவிக்கொள்ள வேண்டுமென்றும் உளம் எழுந்தது. உடற்தசைகளின் வலியும் களைப்பும் கைகளை விரித்தும் கால்களைச் சொடுக்கியும் புரண்டு புரண்டு படுக்கச்செய்தன. பின்னர் மெல்ல ஒவ்வொரு தசையாக முறுக்கவிழ, கைகள் எடைகொண்டு மெத்தையில் பதிய, இமைகள் சரிந்து எண்ணங்களின்மேல் இனிய அசைவின்மை ஒன்று படர துயிலத் தொடங்கியபோது எத்தனை இனியது என்னும் சொல்லாக அத்தருணம் நெஞ்சில் நின்றது.

மஞ்சம் என்று பிறிதொரு சொல் எழுந்ததும் ஒருவித உளநடுக்கை அடைந்தான். மஞ்சமென்று சிதையையும் சொல்வதுண்டு என்னும் எண்ணம் அந்நடுக்கின் ஒரு பகுதியாக எழுந்து வந்தது. அதுவும் இனிது என முதியவர்கள் சொல்லக் கேட்டிருந்தான். அவன் மூத்த தந்தை பீமனை வளர்த்த செவிலியன்னை அனகை இறப்புத் தருவாயில் இருப்பதை ஏவலர் சொல்ல, பிற இளவரசர்களுடன் பார்ப்பதற்காகச் சென்றிருந்தான். பிரதிவிந்தியன் ‘அவர் செவிலியாயினும் நம் மூதன்னையருக்கு நிகரானவர். நம் சொற்கள் நிறைவுறச் செய்யவேண்டும். இது நம் கடமை’ என்றான். சுதசோமன் ‘கடமைக்காகச் செல்கிறோமா?

அவ்வாறென்றால் முறைமைச் சொற்களையும் சொல்லிவிடுங்கள் மூத்தவரே, ஒப்பித்துவிடுகிறோம்' என்றான். 'நீ வீணன். உன் நாவில் இளிவரலே என்றும் எழுகிறது' என்றான் பிரதிவிந்தியன். சுருதசேனன் 'மூத்தவரே, நாம் தேரில் செல்கையில் நகரே நம்மைப் பார்க்கிறது என்பதை நினைவில் கொள்க!' என்று சுருதகீர்த்தியிடம் சொன்னான்.

இந்திரப்பிரஸ்தத்தில் சூதர் தெருவில் தன் மைந்தர்மைந்தனின் இல்லத்தின் இடப்பக்கச் சிற்றறையில் அனகை கிடந்தாள். மெலிந்து தோல் சுருங்கி உலர்ந்த சுள்ளிக்கட்டுபோல் ஆகியிருந்த உடல் மரவுரி மஞ்சத்தின் ஒரு மூலையில் என வளைந்து ஒடுங்கியிருந்தது. மூடிய கண்களுக்குள் இமைகள் அசைவதை அபிமன்யூ கண்டான். நரைகுழல் நெடுநாள் அழுக்கு கலந்து திரிதிரியாக மென்மரத்தில் செதுக்கப்பட்ட தலையணையைச் சுற்றிலும் விழுந்துகிடந்தது. அவர்களை உள்ளே அழைத்துச்சென்ற அவள் பெயர்மைந்தர்கள் முத்ரனும் சுகிர்தனும் அவளருகே சென்று குனிந்தனர். ஓசை ஒவ்வொன்றுக்கும் அவள் உடல் யானத்து நீர்வட்டமென மெல்ல விதிர்த்து எதிர்வினையாற்றியது. 'பல நாட்களாக நினைவே இல்லை. எதுவும் இனி கருதவேண்டியதில்லை என்று மருத்துவர் சொல்லிவிட்டார்' என்றான் முத்ரன். பிரதிவிந்தியன் அவளருகே சென்று 'செவிலியன்னையே, நான் இந்திரப்பிரஸ்தத்தின் பட்டத்து இளவரசன் பிரதிவிந்தியன்... தங்களைப் பார்க்க வந்துள்ளேன்' என்றான். அவள் இமைகள் அதிர்ந்தன. உலர்ந்து ஒட்டிய உதடுகள் மெல்லப் பிரிந்தன.

பிரதிவிந்தியன் 'நினைவு மீளவில்லை' என்றான். 'அன்னையே, அன்னையே' என்றான் சுதசோமன். 'எதையும் அன்னை அறிவதில்லை' என்றான் முத்ரன். பிரதிவிந்தியன் 'நினைவு மீள்கையில் நாங்கள் வந்ததை நீர் தெரிவிக்கவேண்டும். அன்னை அதைப் பெருமதிப்பாகக் கொள்வார். எங்கள் அரசகுடிக்கென வாழ்ந்தவர் அவர்' என்றான். சுருதகீர்த்தி 'ஆம், விண்ணுலகிலும் அவருக்கு அச்சொல்லே நுழைவொப்புதலாக அமையும்' என்றான். சுருதசேனன் திரும்பி விழிகளால் சீற சுருதகீர்த்தி புன்னகை செய்தான்.

அபிமன்யூ அருகே அமர்ந்து அவள் சிறிய கைகளைத் தன் கைகளுக்குள் எடுத்துக்கொண்டான். மிக மெல்லியவை. விரல்கள் எலும்புத்தொகைபோல் இருந்தன. அவன் ஒரு கைக்குள் அவள் இரு கைகளையும் அள்ள முடிந்தது. எத்தனை சிறிய கைகள்! முதுமை உடலைக் குறுகவைக்கும் என அவன் அறிந்திருந்தான். ஆனால் அத்தனை சிறிதென ஆக்குமென்று அப்போதுதான் உணர்ந்தான். பாரதவர்ஷத்தின் பேருடலரைப் பல்லாண்டுகாலம் இந்தக் கைகள் சுமந்திருக்கின்றன. இந்த

முலையிலிருந்து அவர் பாலருந்தியிருக்கிறார். விந்தையுணர்வும் அதைத் தொடர்ந்து ஓர் அமைதியின்மையும் ஏற்பட்டது.

அவன் கைகளை மெல்ல மரவுரி மெத்தையில் வைத்தபோது அவள் அதிர்ந்து விழிதிறந்து அவனைப் பார்த்தாள். பாலாடை பரவியதுபோன்ற விழிகள். நடுவே நரைத்த கருவிழிகள் தத்தளித்தன. மீண்டும் விழியிறங்கிச் சரிந்தது. அவன் சற்றுநேரம் நோக்கிவிட்டு மெல்ல எழுந்துகொண்டான். அப்போது பின்னால் விசும்பலோசையைக் கேட்டான். சுதசோமன் உதடுகளை அழுத்தியபடி அழுகையை அடக்கினான். 'மந்தா, என்ன இது?' என்றான் பிரதிவிந்தியன். 'இளவரசர் அழுவது மரபல்ல...' சுதசோமன் 'ஆம்' என்று தன் முகத்தைத் துடைத்தான். அவன் பெரிய தோள்கள் அவ்வசைவிலேயே எடைதூக்குபவன்போல புடைத்தெழுந்தன.

அனகை விழிதிறந்து 'இளவரசே!' என்றாள். பிரதிவிந்தியன் 'சொல்க, செவிலியன்னையே! நாங்கள் அனைவரும் உள்ளோம்' என்றான். சதானீகன் சுதசோமனின் தோளைப்பற்றி முன்னால் உந்தி 'மூத்தவரே, அவர் தேடுவது உங்களை' என்றான். அபிமன்யூ 'ஆம்' என்றபின் சுதசோமனை அனகையின் அருகே செல்லவைத்தான். 'இளவரசே, உங்கள் உணவு ஒருங்கியிருக்கிறது' என்று அனகை சொன்னாள். சுதசோமன் அபிமன்யூவைத் திரும்பி நோக்க 'ஆம் என்று சொல்லுங்கள்' என அவன் உதடசைவால் சொன்னான். 'ஆம், உண்டுவிட்டேன் அன்னையே' என்றான் சுதசோமன்.

'நீங்கள் வருவதற்காகக் காத்திருந்தேன். பதின்மூன்று ஆண்டுகள். அதற்குள் உயிர் துறக்கலாகாதென்றிருந்தேன்' என்றாள் அனகை. 'ஒருமுறை மீண்டும் இப்பெருந்தோள்களை விழிதொட்டால்தான் செல்லுமிடத்தும் எனக்கு நிறைவிருக்கும்.' அபிமன்யூ 'சற்றுமுன்னர்தான் வந்தார், அன்னையே' என்றான். 'இளைய தந்தை என எண்ணுகிறார், பாவம்' எனப் பிரதிவிந்தியன் முணுமுணுத்தான். 'பொய்தான், ஆனால் இறப்புத்தருணத்தில் இதைச் செய்யலாமென நெறிநூல்கள் ஒப்புகின்றன.' அனகை 'பெருந்தோள்கள்...' என்றாள். சுதசோமன் அவள் கைகளை எடுத்து தன் தோள்கள்மேல் வைத்துக்கொண்டான். அவை உயிரற்றவைபோல அங்கே இருந்தன. அவன் கை தளர்ந்ததும் உருவி விழுந்தன.

'இனி எனக்கு இங்கே ஏதும் எஞ்சுவதில்லை. இனிய மஞ்சம். இங்கு கடுங்குளிர். இரவுகளில் என் எலும்புகள் நடுங்குகின்றன. ஆனால் மஞ்சத்திலிருந்து வெம்மை எழுகிறது' என்றாள். 'மஞ்சத்தில் அனலுறங்குகிறது...' அவள் உதடுகள் மெல்லப் பிரிந்தன. 'அந்த மஞ்சம் வெம்மை மிக்கது' என்றபின் விழிதிருப்பி அவனைப் பார்த்து பற்களற்ற கரிய ஈறுகள் தெரிய

புன்னகை புரிந்தாள். ‘அந்த மஞ்சத்தில் வெம்மையான செந்நிறப் பட்டு உண்டு என்பார்கள். இப்புவியிலேயே தூய பட்டு அது.’ அப்புன்னகை நிலைத்திருக்க விழிகள் மூடின. சுதசோமன் விம்மியழுதபடி அவள் கால்களில் தலையை வைத்தான். சதானீகன் அவன் தோளைத்தொட்டு ‘கிளம்புவோம், மூத்தவரே’ என்றான். பிரதிவிந்தியன் ‘ஆம், இவன் அழுது ஊரைக்கூட்டிவிடுவான். செல்வோம்’ என்றான்.

அவர்கள் அரண்மனை திரும்புவதற்குள்ளேயே அவள் இறந்துபோனாள் என்று செய்தி வந்தது. மறுநாள் நிகழ்ந்த எரியூட்டுக்கு அவர்கள் தெற்குக்காட்டுக்குச் சென்றபோது சுதசோமன் மட்டும் விழிநீர் வழிய தலைகுனிந்து அமர்ந்திருந்தான். அவனை நோக்கிக்கொண்டிருந்தபோது எங்கோ ஏனென்றறியாமல் மூத்த தந்தை பீமசேனர் அப்போது துயர்கொண்டிருப்பார் என எண்ணிக்கொண்டான். திரும்பி சுதசோமனை மீண்டும் நோக்கியபோது அவனிடமும் பீமசேனரிடமும் உள்ள மென்மையான ஏளனம் அனகையிடமிருந்து வந்தது என்று தோன்றியது.

சிதையில் அனகை பிறிதொரு விறகுபோல வைக்கப்பட்டிருந்தாள். அவள் உடல்மேல் வெண்பட்டை பிரதிவிந்தியன் போர்த்தினான். அதன்பின் அவள் குடிமூத்தார் அனைவரும் பட்டுமூடினர். சுகிர்தனும் முத்ரனும் இணைந்து ஈமச்சடங்குகளைச் செய்ய, முத்ரன் அனல் மூட்டினான். அப்போது அருகே நின்றிருந்த நாவல்மரத்திலிருந்து பெரிய குரங்கு ஒன்று இறங்கி வருவதை அபிமன்யூ கண்டான். அனைவரும் வியப்பொலி எழுப்பினர். கைகளை மெல்ல ஊன்றி சிதையை நோக்கியபடி வந்த தாட்டான்குரங்கு அமர்ந்து இரு கைகளையும் மடிமேல் வைத்துக்கொண்டு இமைசிமிட்டி நோக்கியது. எரியெழுந்தபின் அவர்கள் திரும்பிநோக்காமல் மீண்டனர். அக்குரங்கு எரியணைவதுவரை அங்கிருந்ததாக மறுநாள் சிதைப்பேணுநர் சொன்னார்கள்.

விழித்துக்கொண்ட அபிமன்யூ எவரோ சொன்ன சொற்றொடர் ஒன்றை நினைவுகூர்ந்தான். அக்குரலுடன் அது எழ அறைக்குள் எவரோ இருப்பதைப்போல் உணர்ந்தான். எழுந்தமர்ந்து மீண்டும் அச்சொற்றொடரை நினைவிலோட்டினான். ‘பதினெட்டாவது தெய்வம் நேமி என்று பெயர் கொண்டது. அவரது ஆடிப்பிம்பம் போலவே அது இருக்கும். அவர் கொள்ளும் ஆற்றலை அவரிடமிருந்தே அதுவும் கொள்ளும்.’ எவர் எவரிடம் சொன்னது அது என அவன் தன் நினைவை துழாவிக்கொண்டே இருந்தான். பின்னர் சலித்து அதை விட்டுவிட்டு எழுந்து நின்று சோம்பல் முறித்தான்.

சிற்றமைச்சர் சுரேசர் ஓலைகளைக் கொண்டுவந்து அபிமன்யூவின் முன்னால் பரப்பி வைத்து ஒவ்வொன்றாக எடுத்து அனுப்புநர்

பெயர்களைச் சொல்லி அவனிடம் அளித்தார். அபிமன்யூ அவற்றை வாங்கி இலச்சினையை மட்டும் நோக்கினான். மற்றபடி அவற்றில் உள்ள அனைத்துச் சொற்றொடர்களும் ஆயிரம் ஆண்டுகளாக அந்தணர்களால் மீண்டும் மீண்டும் மாற்றமின்றி எழுதப்படுபவை என அறிந்திருந்தான். ஓலையைக் கீறிச்சென்ற எழுத்துகளினூடாகக் கடந்து இறுதிக்கு முந்தின வரியை மட்டும் படித்து அப்பால் வைத்தான். மணநிகழ்வுக்கு வரும் அரசர்களின் பட்டியல் அதில் இருந்தது.

"இவ்வோலைகளை மூன்றாகப் பிரித்திருக்கிறேன், இளவரசே" என்றார் சுரேசர். "முதல் தொகையிலுள்ளவை நம் அழைப்பை ஏற்றதுமே மகிழ்வுடன் வருகிறோம் என்று ஒப்புக்கொண்டவர்களின் ஓலைகள். இரண்டாம் தொகுப்பிலுள்ளவை சொற்றொடர்களில் சற்று தயக்கமும் முறைமையின் பொருட்டே வருகிறோம் என்ற உட்குறிப்பும் கொண்டவை. மூன்றாம் தொகையிலுள்ளவை வர இயலாமைக்கான மறுப்புகள். முதல் தொகை மிகச் சிறிது. உண்மையில் குந்திபோஜரும் விராடநாட்டுடன் குருதியுறவுகொண்டுள்ள மச்சநாட்டரசர்களும் மட்டுமே உவகையுடன் வர ஒப்பியிருக்கிறார்கள். வத்சநாட்டரசர் சுவாங்கதரும் துஷார மன்னர் வீரசேனரும் திரிகர்த்த மன்னர் சுசர்மரும் கேகய மன்னர் பிருகத்ஷத்ரரும் மல்லநாட்டரசர் ஆகுகரும் இரண்டாம் தொகையில் உள்ள மன்னர்கள்."

"மணநிகழ்வின் நாளும் நிகழும் இடமும் சூழ்ந்தபின் அவை முடிவெடுத்து அறிவிப்பதாகச் சொல்கின்றன பெரும்பாலான ஓலைகள். வர இயலாமைக்கான ஏதுவாக இவற்றில் ஒன்றை அவர்கள் சொல்லப்போகிறார்கள். பாரதவர்ஷத்தின் ஷத்ரியர்கள் பெரும்பாலானவர்கள் இவ்வாறே மறுமொழி அளித்திருக்கிறார்கள். வர இயலாதென்று உறுதியான மறுப்பை தெரிவித்தவர்கள் மகதர், கலிங்கர், மாளவர், கூர்ஜரர், ஆஃபிரர், அவந்தி, வங்கம், பிரக்ஜ்யோதிஷம் போன்ற நாடுகள். நம்மிடம் வெளிப்படையாகவே வஞ்சத்தை உணர்த்துபவர்கள்" என்றார் சுரேசர். "இளையயாதவர் எண்ணியதற்கு மாறாகவே நிகழ்கிறது. நம்முடன் இப்போது ஆற்றல்மிக்க ஷத்ரிய அரசுகள் எவையும் இல்லை."

அபிமன்யூ "அஸ்தினபுரியிலிருந்து வந்த செய்தி என்ன?" என்றான். "ஓலை அவர்களுக்கும் சென்றது. மணநிகழ்வுக்கு உரிய முறையில் அழைப்பை எதிர்பார்ப்பதாக திருதராஷ்டிரரின் கைச்சாத்திட்ட மாற்றோலை வந்தது. பிதாமகர்களையும் ஆசிரியர்களையும் தந்தையையும் முறைப்படிக் குடியில் அகவை முதிர்ந்தவர் நேரில் சென்று பரிசுடன் எண்மங்கலங்களும் வைத்து அழைப்பதே வழக்கம் என்றும் அது இங்கு கடைபிடிக்கப் படவில்லை என்றும் அவர் சுட்டிக்காட்டியிருக்கிறார்"

என்று சுரேசர் சொன்னார். “நன்று. நன்கு சொல்சூழ்ந்த ஓலை அது. கணிகர் எழுதியிருக்கக்கூடும்” என்றான் அபிமன்யூ. “இதையெல்லாம் கனகரே எழுதுவார்” என்றார் சுரேசர்.

“முறைப்படி எனில் பேரரசியும் அரசர் யுதிஷ்டிரரும் அரசி திரௌபதியும் தங்கள் தந்தை அர்ஜுனரும் தங்கள் தாய் சுபத்திரையும் நேரில் சென்று அழைக்க வேண்டும். சூரசேனரும் குந்திபோஜரும் அழைப்பை ஓலையினூடாகத் தெரிவிக்கவேண்டும். அவ்வாறு அழைக்கப்படவில்லையென்பதனாலேயே இவ்விழாவை அவர்கள் புறக்கணிப்பது அனைத்து வகையிலும் முறையே” என்றார் சுரேசர். “அஸ்தினபுரி முறைப்படி அழைக்கப்படாமையால் அங்க நாடும் கலந்துகொள்ளவில்லையென்று ஓலை அனுப்பியிருக்கிறது. காந்தாரமும் அவ்வாறே.”

அபிமன்யூ ஓலைகளைப் பீடத்தில் போட்டுவிட்டு “அப்படியென்றால் தெளிவாகவே அணிகள் வகுக்கப்பட்டுவிட்டன” என்றான். “இல்லை அரசே, இரு அணிகளுக்கும் நடுவே இன்னமும் முடிவெடுக்காமல் இருக்கும் ஷத்ரியர்கள் உள்ளனர். வேதம் காப்பதும் குடிப்பெருமை நிறுவுவதும் அவர்களுக்கு முதன்மையானவையே. ஆனால் ஒவ்வொருவருக்கும் அருகிருக்கும் அரசுகளுடன் குடிப்பூசலும் எல்லைப்போரும் உள்ளது. அச்சுறுத்தியும் விருப்பூட்டியும் நம்முடன் மேலும் பலரைச் சேர்க்கமுடியும்” என்றார் சுரேசர். “இந்தப் பட்டியலில் தயங்குபவர்கள் அவ்வாறு தயங்குகிறார்கள் என்பதாலேயே இன்னமும் நமக்கு நம்பிக்கையளிப்பவர்கள்தான்.”

“அதை அவர்களும் செய்யமுடியும். நம்மைவிட கணிகர் அதில் தேர்ந்தவர்” என்றான். “என்ன நிகழ்ந்தாலும் நம்முடன் உறுதியாக நிலைகொள்பவர்கள் எவரெவர்?” சுரேசர் “நம் சமந்தர்கள் மட்டுமே. பாஞ்சாலம், மத்ரம்” என்றார். அபிமன்யூ “ஆம், தந்தையர் ஐவருக்குப்பின் சல்யரே நமக்கு முதன்மைப் படைத்தலைவர்” என்றான். “துருபதரும் எளியவரல்ல. திருஷ்டத்யும்னரை அப்பக்கம் கர்ணனுடன் மட்டுமே ஒப்பிட முடியும்” என்றார் சுரேசர்.

அபிமன்யூ மெல்லக் கால்களை நீட்டி உடலைத் தளர்த்தி “போர் நெருங்குகிறதா, அமைச்சரே?” என்றான். சுரேசர் “ஆற்றல்கள் இரு பக்கமும் குவிவதனூடாக போர் நிகழலாம், தவிர்க்கவும் படலாம்” என்றார். “துலா ஆடி நிற்கவேண்டும். அதுவரை காத்திருக்கவேண்டியதுதான்.”

7

உபப்பிலாவ்யத்தின் முதல் காவலரணைத் தொலைவில் பார்த்ததுமே பிரதிவிந்தியன் தன் புரவியின் கடிவாளத்தை இழுத்து நிறுத்தினான். இரு முன்கால்களைத் தூக்கி அறைந்து தலைதிருப்பிக் கனைத்து அது அரைவட்டமாகச் சுழன்று நிற்க, அவனைத் தொடர்ந்து வந்துகொண்டிருந்த சதானீகனின் புரவி மேலும் நாலைந்தடி வைத்து சுழன்று நின்றது. அவர்களுக்குப் பின்னால் எடை மிகுந்த குளம்புகள் மண்ணில் அறைந்தொலிக்க வந்துகொண்டிருந்த சுதசோமன் விரைவழிந்து நின்று பெருமூச்சு விட்டு உடல் தளர்ந்து "நகர் எல்லை தொடங்கிவிட்டது" என்றான்.

பிரதிவிந்தியன் சாலையைப்பார்த்தபடி "ஆம், ஒருநாழிகைக்குள் நகர் வந்துவிடும். மிகச்சிறிய நகர் என்று எண்ணுகின்றேன்" என்றான். சதானீகன் "நகர் என்றே இதைச் சொல்லவியலாது என்றார்கள். ஓர் எல்லைக்காவலரண் காலப்போக்கில் ஊரென்றாகியது. விராடபுரி இதை மச்சர்களுக்கு எதிராக நிலைநிறுத்துகிறது." சுதசோமன் உடலை நெளித்து "ஆனால் இப்போது அங்கு நம் படைகள் இருப்பதனால் அடுமனை பெரிதாகவே இருக்கும். சென்றதுமே அமர்ந்து வயிறு நிறைய உண்ணவேண்டும். நெடும்பொழுது வந்திருக்கிறோம். வழியில் இரு இடங்களில் மட்டுமே சிற்றுணவு. ஓநாய்போல பசிக்கிறது" என்றான்.

அவனைச் சற்று சலிப்புடன் பார்த்தபின் திரும்பி அப்பால் வந்துகொண்டிருந்த சுருதகீர்த்தியையும் சுருதசேனனையும் பார்த்து "பேசிக்கொண்டே வருகிறார்களோ?" என்றான் பிரதிவிந்தியன். சதானீகன் "ராகவராமனும் லக்ஷ்மணனும்போல அவர்கள் என அவர்களே எண்ணிக்கொள்கிறார்கள்" என்றான். அவர்களின் புரவிகள்

எழுப்பிய பொடித் திரைக்கு அப்பால் யௌதேயனும் சர்வதனும் நிர்மித்ரனும் வந்தனர். அனைவரும் களைத்திருந்தனர். ஒவ்வொரு உறுப்பும் வெவ்வேறு தரங்களில் களைப்படைகிறதா எனப் பிரதிவிந்தியன் எண்ணிக்கொண்டான். அவர்கள் ஒவ்வொருவரும் புரவியில் ஒவ்வொரு முறையில் சாய்ந்தும் ஒசிந்தும் அமர்ந்திருந்தனர்.

அவர்கள் அணுகியதும் "சேர்ந்தேதான் வரவேண்டுமோ?" என்றான் பிரதிவிந்தியன். சுருதகீர்த்தி "நாம் ஒன்றும் பேசாமல் சற்றுநேரம் இருந்தாலே மூன்று குழுக்களாக ஆகிவிடுகிறோம்" என்றான். சுதசோமன் "எல்லா குழுக்களிலும் எனக்கு நுழைவொப்புதல் உள்ளது, மூத்தவரே" என்றான். சுருதசேனன் மெல்ல "உணவுண்ணும் பொழுதுகளில்" என்றான். சதானீகன் புன்னகைக்க, சுதசோமன் திரும்பி நோக்கி முறைத்தான். சுருதகீர்த்தி "நகர் எல்லை வந்துவிட்டது, மூத்தவரே. காவலரணில் இருவர் மட்டுமே உள்ளனர், அவர்கள் விராடவீரர்கள்" என்றான்.

"அவர்களின் ஒருவன் கன்னத்தில் சிறிய மச்சம் ஒன்று இருந்திருக்குமே?" என்று சதானீகன் கேட்டான். சுருதகீர்த்தி "ஆம், சற்று அகவை முதிர்ந்தவனின் கன்னத்தில்" என்றான். "அவன் மைந்தன் ஒருவன் கீழே நின்றிருக்கிறான்." சதானீகன் நகைத்து சுதசோமனிடம் "நோக்குந்தோறும் கூர்தீட்டப்படும் விழிகள்..." என்றான். "ஆசிரியர் சொல்வதுண்டு, கூர்விழிகொண்டவை சிறியவற்றை மட்டுமே நோக்கும் தீயூழ் கொண்டவை என" என்றான் சுதசோமன். சுருதகீர்த்தி "இதற்கெல்லாம் என்னால் மறுமொழி சொல்லமுடியும்" என்றான்.

பிற மூவரும் அருகணைந்து புரவிக்கடிவாளத்தை இழுத்து நின்றனர். அவர்களைச் சூழ்ந்து எழுந்த செம்மண் பொடிப் படலம் மெல்ல அடங்கியது. புரவிகள் பெருமூச்சுவிட்டன. அவற்றின் வாயிலிருந்து நுரை வழிந்தது. ஒரு புரவி தும்மலோசையிட்டுத் தலையைக் குலுக்க, மணியோசை எழுந்தது. இன்னொரு புரவி காலைத் தட்டியபடி சுழல முயன்றபோது யௌதேயன் அதைக் கடிவாளத்தை இழுத்து அடக்கினான்.

பிரதிவிந்தியன் "இந்நகரில் அரசகுடியினர் என்று யாரிருக்கிறார்கள்? கோட்டை எவர் காவலில்?" என்றான். சதானீகன் "இளையவன் அபிமன்யூ நேற்று முன்னாளே இங்கு வந்துவிட்டான் என்றார்கள். எந்தையரும் அன்னையும் நாளை மறுநாள்தான் வருகிறார்கள். விராட இளவரசர் நாளை வந்து சேர்கிறார். கோட்டை நமது சிற்றமைச்சர் சுரேசரின் பொறுப்பில் உள்ளது" என்றான். சுருதகீர்த்தி கண்கள் சற்று சுருங்க "அவன் தந்தையருடன் சேர்ந்து வருவதாகத்தானே சொல்லப்பட்டது?" என்றான். சர்வதன் "இல்லை அவர் முன்னரே கிளம்பிவிட்டார்" என்றான்.

சுருதசேனன் புன்னகையுடன் "தன் மணமகளைப் பார்க்க விழைந்திருக்கலாம்" என்றான். சுதசோமன் "மைந்தர் பிறப்பதற்குள் மனைவியர் முகத்தைத் தெளிவாகப் பார்த்துவிடுவது நல்லது" என்றான். சுருதகீர்த்தி ஒருகணம் அவன் விழிகளைப் பார்த்துவிட்டு திரும்பிக்கொண்டான். பிரதிவிந்தியன் "என்ன பேச்சு இது?" என்றபின் "நம்மில் எவரேனும் முன்னரே சென்று அங்கு நான் வந்துகொண்டிருக்கும் செய்தியை அறிவிக்க வேண்டும். பதினெட்டாண்டு அகவை நிறைந்தபின்னர் இந்திரப்பிரஸ்தத்தின் எல்லை கடந்து நான் செல்லும் முதல் நகர் இது. பட்டத்து இளவரசனுக்குரிய முறைமைப்படி நான் இங்கு வரவேற்கப்படவேண்டும். கோட்டைமுகப்பில் என் கொடி எழவேண்டும். கோட்டைக்காவலர் அணிநிரைகொண்டு படைக்கலங்கள் தாழ்த்தி வரவேற்க வேண்டும். அரசகுலத்தார் ஒருவர் வந்து என்னை எதிர்கொண்டு அழைத்துச் செல்லவேண்டும்" என்றான்.

சதானீகன் யௌதேயனிடம் "தாங்களே சென்று சொல்வதே முறை, மூத்தவரே" என்றான். சுதசோமன் "ஆம், அவர் செல்வது மூத்தவர் செல்வதற்கு நிகர்" என்றான். நிர்மித்ரன் புன்னகைத்தான். யௌதேயன் "ஆம், நான் சென்று அபிமன்யூவிடம் சொல்கிறேன்" என்றான். "நூல்களில் என்ன சொல்லப்பட்டிருக்கின்றதென்று எடுத்துரைக்கிறேன்." சுருதசேனன் "சொல்லவேண்டிய முறைப்படிச் சொல்ல வேண்டும். அவன் எந்நிலையில் இருக்கிறான் என்று எவரும் சொல்ல முடியாது. இளமைந்தனாகவா, இரக்கமற்ற வில்லவனாகவா, எவ்வுருவை அணிந்திருக்கிறான் என்பதை அவனே சொல்லிவிட முடியாது" என்றான்.

யௌதேயன் "நான் பார்த்துக்கொள்கிறேன்" என்றான். பிரதிவிந்தியன் சர்வதனிடம் "நீயும் உடன் செல்!" என்றான். சர்வதன் "ஆம் மூத்தவரே, அவ்வாறே எண்ணுகிறேன்" என்றான். சுதசோமன் "நாம் அனுப்பாவிட்டாலும் அவன் கிளம்பிச்செல்வான். எண்ணியிருங்கள், நாம் நகர் நுழையும்போது நம்மை எதிர்கொள்ள வரும் கூட்டத்தில் அவனிருக்க மாட்டான். நேராக அடுமனைக்குச் சென்றால் மட்டுமே அவன் உண்டு எஞ்சிய உணவை நாம் கைப்பற்ற முடியும்" என்றான்.

பிரதிவிந்தியன் "மந்தா, மீண்டும் உணவைப்பற்றி ஒரு சொல்லும் எடுக்க உனக்கு ஒப்புதலில்லை. சலித்துவிட்டேன்" என்றான். சதானீகன் சிரித்து "உணவைப்பற்றிப் பேசாதே என்ற ஆணை பிறக்காத ஒருநாள் நம்மிடையே இல்லை. உணவைப்பற்றிய பேச்சொழிந்த பொழுதும் இல்லை" என்றான். சுதசோமன் "ஏன் பேசக்கூடாது? நானே மூத்தவரின் பேச்சில் சலிப்புற்றிருக்கிறேன். ஏடுகளுடன் புலவர்களும் முழவுகளுடன் சூதர்களும் இருபுறமும் கண்ணுக்குத் தெரியாமல் தொடர்ந்து வருகிறார்கள் என்று எண்ணிக்கொண்டு ஒவ்வொரு சொல்லையும்

எடுக்கிறார். எனக்கே எளிதாகவும் இயல்பாகவும் எவராவது பேசினால் புரிந்துகொள்ளமுடியாமல் ஆகிவிட்டது” என்றான்.

பிரதிவிந்தியன் “போதும், செல்வோம்” என்று சொல்லி புரவியை இழுத்து முன்னால் சென்றான். சுதசோமன் “உணவுண்பதில் பிழையென ஏதுமில்லை. எந்தை உண்ணாத உணவையா நான் உண்கிறேன்?” என்றான். தந்தையரின் நினைவு அவர்கள் அனைவரின் விழிகளையும் கனிவு கொள்ளச்செய்தது. சீராகக் குளம்படிகள் ஒலிக்கச் சென்ற புரவிகளின் மீது தலைகுனிந்து தோள்தளர்ந்து கடிவாளத்தை மெல்லப் பற்றியபடி அவர்கள் சென்றனர்.

சற்றுநேரத்திற்குப் பின் சுருதசேனன் “எந்தை எப்படி இருக்கிறார் என்று தெரியவில்லை. பதின்மூன்று ஆண்டுகளுக்கு முன் நிகரிலா அழகனாகத் தெரிந்தார்” என்றான். சுருதகீர்த்தி சிரித்து “இப்போது முதுமையின் அழகு கொண்டிருப்பார்” என்றான். சுதசோமன் “எந்தை முதுமை கொண்டிருக்க மாட்டார் என்று எண்ணுகிறேன். ஐம்புலன்களிலும் இறுதி வரை கூர் மழுங்காதது நாவு மட்டுமே. சுவை தேர்ந்து உண்ணவும் சுவை சமைத்து எடுக்கவும் திறன் கொண்டவர் அவர். உணவு ஆற்றல் குன்றாது வைத்திருக்கும்” என்றான். “அவர் திரும்பி வந்ததுமே இவர்கள் மூவருக்கிடையே உணவுக்கான போர் தொடங்குமென நினைக்கிறேன்” என்றான் சுருதகீர்த்தி.

சதானீகன் “தந்தையர் ஐவரைப்பற்றி நான் அடிக்கடி எண்ணுவதுண்டு. நம் சித்தத்தின் காலமின்மையில் அவர்கள் செதுக்கப்பட்டிருக்கிறார்கள். அப்பால் காலத்தின் பேரொழுக்கில் சென்றுகொண்டும் இருக்கிறார்கள். நேரில் காண்கையில் நாம் திகைத்து சொல்லிழப்போம் என்பதில் ஐயமில்லை” என்றான். “ஆனால் இரண்டாவது தந்தை மட்டும் மலைகளைப்போல மாறாஉடல்கொண்டு எப்போதும் இருப்பார் என்று என் உள்ளம் சொல்கிறது.”

சுருதசேனன் இணையாகப் புரவியில் வந்துகொண்டிருந்த சதானீகனையும் நிர்மித்ரனையும் பார்த்து “காம்பில்யத்தில் ஒரு சுவரோவியம் உள்ளது. பாஞ்சால அரசி மணம்கொண்ட காட்சி. அதில் தந்தை நகுலர் இவர்கள் உருவில் இருந்தார்.” என்றான். திரும்பிப்பார்த்த சுருதகீர்த்தி “ஆடிப்பாவைகள் போல இரண்டாகிவிட்டார்” என்றபின் “ஒருமுறை சதானீகன் ஏரியில் குனிந்து முகம் கழுவிக்கொண்டிருந்தான். சரிவிறங்கி வந்த நான் இவர்கள் இருவரும் அங்கே பேசிக்கொண்டிருப்பதாக எண்ணி மயங்கிவிட்டேன்” என்றான்.

பிரதிவிந்தியன் திரும்பி கடுகடுத்த குரலில் “இருவரும் இணைந்து நிற்கலாகாதென்று ஆணையிட்டிருக்கிறேன் அல்லவா? விழிக்கோள்

பட்டுவிடப்போகிறது" என்றான். "பொறுத்தருள்க, மூத்தவரே" என்றபடி சதானீகன் விலகி சுருதசேனனின் அருகே சென்றான். சுதசோமன் "நானும் சர்வதனும் மற்போரிடுகையில்..." என ஏதோ சொல்லத் தொடங்க "இரட்டையுருவர் எவராயினும் சேர்ந்து பிறர் விழிமுன் நிற்கலாகாது. இது என் ஆணை" என்றான் பிரதிவிந்தியன். சுதசோமன் "அவ்வண்ணமே" என்றான். "ஏற்கெனவே வேண்டிய விழிக்கோள் உள்ளது... இளவரசர்களாகவா வாழ்கிறோம் இன்று?" என முணுமுணுத்தான்.

இளங்காலை ஒளியில் அவர்களின் நிழல்கள் நீண்டு புரவிக்குளம்படிகள் படிந்த செம்மண் பரப்பில் நெளிந்து சென்றன. குளம்படித்தாளம் அவர்களின் எண்ண ஓட்டங்களைச் சீரமைத்தது. பிரதிவிந்தியன் பெருமூச்சுடன் கலைந்து "அவர்கள் ஏன் அவனைத் தெரிவு செய்தார்கள்?" என்றான். அவன் கூறுவதென்ன என்று பிற அனைவருமே அக்கணமே புரிந்துகொண்டனர். எவரும் மறுமொழி சொல்லவில்லை. "இளையவன் நம்மில் உளமுதிர்வும் நிலையமைவும் குறைந்தவன்" என்று பிரதிவிந்தியன் மீண்டும் சொன்னான்.

சுதசோமன் "விராட இளவரசியை வென்றவர் இளைய தந்தை அர்ஜுனர். அவருக்கு எப்போதும் இனியவன் சுபத்திரையன்னையின் மைந்தன்" என்றான். சுருதகீர்த்தி "ஆம், முதன்மை மைந்தனென அவர் அவனையே எண்ணுகிறார் என நான் எப்போதும் அறிந்திருந்தேன்" என்றான். பிரதிவிந்தியன் அவனைத் திரும்பிப் பார்த்து "தந்தையரை மதிப்பிடும் உரிமை மைந்தருக்கில்லை" என்றான். சுருதகீர்த்தி உதடுகளைச் சுழித்து முகம் திருப்பிக்கொண்டான். "அவர் அவனை வெறுக்கவும் செய்கிறார்" என்றான் சதானீகன். "ஆம், ஆனால் ஒரு துளி வெறுப்பு இருப்பது நன்று. அது விருப்பை மறுஎதிர் என நின்று பலமடங்கென பெருகச்செய்யும்" என்றான் சுருதகீர்த்தி.

பிரதிவிந்தியன் "அவர் தன் முகத்தையும் தன் மெய்த்தோழரின் முகத்தையும் அவனில் காண்கிறார் என்று அன்னை ஒருமுறை சொன்னார். மயிற்பீலியைத் திருப்பி இருவண்ணம் பார்ப்பதுபோல ஒருமுகம் இருவருடையதாக இருக்கிறது. அதிலிருந்து அவருக்கு மீட்பில்லை" என்றான். சுருதசேனன் "ஆம், அத்தனை பேரன்பு கொண்டிருப்பதனாலேயே அவனை நோக்கிப் புன்னகையுடன் ஒரு சொல்கூட தந்தையால் எடுக்க முடிவதில்லை" என்றான். சுதசோமன் நகைத்து "தெய்வங்களை அஞ்சுவதுபோல மனிதர்கள் அன்பையும் அழகையும் அஞ்சுகிறார்கள்" என்றான்.

பின்னர் அவனே தனக்குள் என மகிழ்ந்து "மூத்தவரே, இம்மண்ணில் மானுடர் அஞ்சாத ஒரே தெய்வம் அன்னம்தான்" என்றான். சுருதகீர்த்தி

நகைத்து "மூத்தவரைப்போலவே பேசத்தொடங்கிவிட்டீர்கள்" என்றான். பிரதிவிந்தியன் திரும்பி சுதசோமனைப் பார்த்தபின் "அவ்வப்போது இவனும் உகந்த சொற்களைச் சொல்லத்தொடங்கியிருக்கிறான்" என்றான். "இளையவனே, எண்ணிக்கொள்! பேரழகும் பேரன்பும் தெய்வங்களுக்குரியவையே. தெய்வங்களுக்குரியவை மானுடருக்கு உவகையை அளிப்பதில்லை. பெருந்துயரை, பேரச்சத்தை, எல்லையற்ற அலைக்கழிப்பை மட்டுமே அளிக்கின்றன. ஆனால் அவை தெய்வமெழும் கணங்கள் என்பதனால், அவற்றைத் தொட்டதுமே மானுடத்தின் எல்லைகளைக் கடந்துவிடுவதனால், மானுடர் அவற்றைத் தேடிச் சென்றுகொண்டிருக்கிறார்கள். எரியிலிருந்து விலக விட்டில்களால் இயலாது" என்றான்.

சதானீகன் "அபிமன்யு இந்தத் திருமணத்தை ஒரு பொருட்டென எண்ணவில்லையென்றுதான் நான் அறிந்தேன்" என்றான். சுருதகீர்த்தி "அவனுக்கு எப்போதுமே பெண்கள் ஒரு பொருட்டில்லை. தந்தையின் நேர்க்குருதி அவனே. மாதுலரின் குருதியும்கூட. தந்தைக்குப் பெண்கள் பொருட்டல்ல. அவர் தோழருக்குப் பெண்களன்றி பிறிதொன்றும் பொருட்டில்லை என்கிறார்கள்" என்றான். "நாம் தந்தையரைக் களியாடுவது எதற்காக? நம்மை அவர்களிடமிருந்து விடுவித்துக்கொள்ள விழைகிறோமா? அல்லது அவர்களே நாம் என்பதன் எளிமையுணர்வை அதைக்கொண்டு கடக்கிறோமா?" என்றான் சதானீகன். "நாம் அபிமன்யூவைப்பற்றிப் பேசிக்கொண்டிருந்தோம்."

அபிமன்யூவின் பெயர் மீண்டும் பிரதிவிந்தியனை முகம் சுருங்கச்செய்தது. பிறர் ஒருவருக்கொருவர் விழிகளால் நோக்கியபின் அவனிடம் மீண்டும் சொல்லெடுக்க வேண்டாமென்று முடிவு செய்தனர். குளம்படி ஓசைகள் மட்டும் சாலையில் ஒலித்தன. பிரதிவிந்தியன் நீண்ட நேரத்திற்குப்பின் அந்த அமைதியை உணர்ந்து "இளையோனே, நெடுங்காலத்திற்கு முன் பாண்டுவின் மைந்தர் என்னும் அடையாளம் மட்டுமே கொண்டிருந்த நம் தந்தையருக்கு மீண்டும் அரசிளங்குமரர்கள் என்னும் இடத்தை அளித்தது பாஞ்சாலத்தின் மணஉறவு. படைகொண்டவர்களாக உறவு சூழ்ந்தவர்களாக அவர்களை அது மாற்றியது. பின்னர் அவர்கள் அடைந்த அத்தனை வெற்றிக்குப்பின்னாலும் துருபதர் இருந்தார். இன்று உபபாண்டவர்களில் முதல் மணம் கொள்பவன் அபிமன்யூ. துருபதர் இருந்த இடத்தில் இன்றிருப்பவர் விராடர்" என்றான்.

அவன் சொல்ல வருவதென்ன என்பதை அனைவருமே புரிந்துகொண்டனர். அவர்கள் கண்களில் அத்திகைப்பைப் பார்த்தபின் பிரதிவிந்தியன் சொன்னான் "விராடபுரியில் மாற்றுருக்கொண்டு நுழைந்ததுமே நம் சிறிய தந்தை சகதேவர் அவள் பிறவி நூலை நோக்கி

பேரரசின் முதலரசியாக அமர்வாள் என்றும் அவள் வயிற்றில் பிறக்கும் மைந்தனே இந்திரப்பிரஸ்தத்தின் அரசனாகவும் அவன் குருதியினரே நம் கொடிவழியினராகவும் ஆவார்கள் என்றும் கணித்திருக்கிறார்". சதானீகன் "அவ்வாறென்றால் ஏன் அவளை அவனுக்கு என முடிவெடுத்தார்கள்?" என்றான்.

சுதசோமன் "மூத்த தந்தையின் இடத்தில் நான் இருந்தால் அதையே செய்திருப்பேன். ஒரு மண உறவினூடாக அவர் யாதவர்களையும் விராடர்களையும் ஒருங்கிணைத்திருக்கிறார். மூத்தவரே, இன்று நமக்கிருக்கும் இரு படைபுலங்கள் அவர்கள் மட்டுமே" என்றான். பிரதிவிந்தியன் நீண்ட பெருமூச்சுவிட்டு "ஆம், எம்முடிவாயினும் அது எந்தையால் எடுக்கப்படும் என்றால் மறுசொல் எழமுடியாத தெய்வ ஆணையும் ஊழின் தொடரும்தான்" என்றான்.

உபப்பிலாவ்யத்தின் கோட்டைவாயிலில் சுரேசர் காலைவெயிலில் வழிந்த வியர்வையுடன் மேலாடையால் முகத்தை விசிறியபடி காத்திருந்தார். தொலைவில் பிரதிவிந்தியனின் புரவி தெரிந்ததும் கோட்டைக்கு மேல் இரு முரசுகள் முழங்கத்தொடங்கின. பிரதிவிந்தியனுக்குரிய ஆலிலைக்கொடி மேலேறியது. சுரேசர் "அனைவரும் சித்தமாகுக!" என்றார். யௌதேயன் "இத்தனை வீரர்கள் மட்டும்தானா?" என்றான். சுரேசர் சலிப்புடன் "இக்கோட்டையின் காவலர்கள் அனைவரும் இங்கு வந்துவிட்டார்கள். அரண்மனைக்காவலரை இங்கு கொண்டுவந்தால் அரண்மனை காப்பற்றதாக ஆகும்" என்றார்.

யௌதேயன் நிறைவின்மையுடன் தன்னைச் சூழ்ந்து நின்ற காவலர்களைப் பார்த்தான். அவர்களில் இந்திரப்பிரஸ்தத்தில் இருந்து வந்தவர்கள் மட்டுமே முறைமைகள் பயின்றவர்களாகவும் ஆகவே பதற்றமற்றவர்களாகவும் இருந்தனர். விராட வீரர்கள் ஒருவரையொருவர் பார்த்துக்கொண்டும் தங்கள் உடைகளையும் படைக்கலங்களையும் சீரமைத்துக்கொண்டும் காற்றில் கிளைகளென அசைந்தபடியே இருந்தனர். ஒருவன் தேவையில்லாமல் இளித்துக்கொண்டிருந்தான். ஒரு முதியவர் மூக்கை விரலால் நோண்டிக்கொண்டிருந்தார்.

பிரதிவிந்தியன் புரவியின் விரைவைக் குறைத்து சீர் நடையில் காற்றில் பஞ்சென கோட்டை நோக்கி வந்தான். சுரேசர் "பிற எதையும் கற்கவில்லையென்றாலும் இதில் மட்டும் தேர்ந்திருக்கிறார்" என்றார். யௌதேயன் "அவர் இந்திரப்பிரஸ்தத்தின் பட்டத்து இளவரசர். இச்சொற்கள் அவரைப்பற்றியதென்றால் அது அரச குற்றம்" என்றான், சுரேசர் "இந்திரப்பிரஸ்தம் என்னும் அரசு இன்றில்லை" என்றார்.

யௌதேயன் முகம் சினத்தில் சிவந்தது. பின்னர் "இதைத் தாங்கள் பாண்டவ அரசர்களிடம் சொல்ல முடியுமா?" என்றான்.

"எங்கும் எண்ணியதைச் சொல்வதற்குப் பெயர்தான் அமைச்சுப்பணி" என்று சொன்ன சுரேசர் "இந்த முறைமைகள் எவைக்கும் இவர் உரியவரல்ல. இளைய மைந்தர் ஒருவரின் விழைவென்பதால் மட்டுமே இது இங்கு அமைக்கப்படுகிறது. பாண்டவர்கள் எந்த நிலத்தின்மேலும் முற்றுரிமை கொண்டவர்கள் அல்ல. இச்சிறு கோட்டையின் அரியணையில் விராடரின் மணமுறை பொருட்டே யுதிஷ்டிரர் அமர்ந்திருக்கிறார். இது விராட இளவரசி உத்தரையின் உரிமை நகர். அவளை மணம் கொள்பவருக்குரியது. பட்டத்து இளவரசருக்கு இங்கு எந்த முறையுரிமையும் இல்லை" என்றார்.

யௌதேயன் தணிந்து "பொறுத்தருள்க, அந்தணரே! அவரிடம் அதைச் சொல்ல வேண்டியதில்லை. தங்கள் வாயிலிருந்து இச்சொற்களை அவர் கேட்டால் வருந்துவார்" என்றான். சுரேசர் மெல்லத் தணிந்து புன்னகைத்து "அரண்மனையிலிருந்து இந்த எதிர்வெயிலில் இத்தனை விரைவாக இங்கு வந்தது என்னைச் சற்று நிலையழியச் செய்தது போலும்" என்றார். யௌதேயன் "முறைமைகளினூடாகவே தன் முதன்மையை அவர் நிறுவிக்கொள்ளவேண்டியிருக்கிறது" என்றான்.

பிரதிவிந்தியன் கோட்டைமுகப்பை அடைந்ததும் தலைமைக்காவலர் இருவர் முன்னால் சென்று தங்கள் வேல்களை நிலம்தொடத் தாழ்த்தித் தலைவணங்கினர். காவலர்தலைவன் "இந்திரப்பிரஸ்தத்தின் இளவரசருக்கு வணக்கம். உபபிலாவ்யம் தங்களைப் பணிந்து எதிர்கொள்கிறது" என்று முகமன் உரைத்தான். சுரேசர் கைகூப்பியபடி அருகணைந்து "வருக, இளவரசே! இங்கு நிகழவிருக்கும் மங்கலத்திற்கு முதலெழுகையாகத் தங்கள் வருகை அமையட்டும்" என்றார். பிரதிவிந்தியன் புரவியிலிருந்து இறங்கி கைகூப்பியபடி நடந்து வந்து "மகிழ்கிறேன், அமைச்சரே. இக்கோட்டை சிறிதெனினும் என் நினைவில் என்றும் இருக்கும்" என்றான்.

அவனுக்குப்பின்னால் புரவியிலிருந்து இறங்கிய சுதசோமன் சுரேசரிடம் "இங்கு குறைவான இடம்தான் இருக்கும்போல் தோன்றுகிறதே. இங்கா இளையவனின் மண நிகழ்வு நிகழப்போகிறது? பெரிய அடுமனை ஒன்றை அமைப்பதற்குக்கூட இடமில்லை" என்றான். "சிறிய அடுமனையிலேயே வேண்டிய அளவு சமைக்க முடியும்" என்றார் சுரேசர். சதானீகனும் சுருதசேனனும் புரவியிலிருந்து இறங்கி சுரேசரை வணங்கினர். சுருதகீர்த்தி புரவியில் அமர்ந்தபடி கோட்டையை இருமருங்கும் விழியோட்டி நோக்கியபின் "சிறிய திருத்தங்கள் வழியாக இதை அழகும் காவலும்

கொண்டதாக ஆக்க முடியும். இருபக்கமும் நான்கு காவல்மேடைகளை மரத்தால் அமைக்க வேண்டும்" என்றான்.

"நெடும்பயணம், இளைப்பாறியபின் பேசுவோம். வருக!" என சுரேசர் அவர்களை நகருக்குள் இட்டுச்சென்றார். அப்போதும் உபப்பிலாவ்யத்தின் தெருக்களில் அலங்காரப்பணிகள் நடந்துகொண்டிருந்தன. பாவட்டாக்களுக்கான மூங்கில்களையும் தோரணங்களுக்கான கொடிச் சரடுகளையும் கட்டும் ஏவலர்கள் பணிகளை நிறுத்தி புரவியில் தெருக்களினூடாகச் சென்ற இளவரசர்களைத் திரும்பிப் பார்த்தனர். குடிமக்கள் தங்கள் இல்லங்களின் வாயில்களுக்கு வந்து நின்று வெறுமனே நோக்கினர். வணிகர்கள் விற்பனைக்கூச்சல்களை நிறுத்தி எஞ்சிய சொற்கள் நிலைத்த முகத்துடன் அவர்களைப் பார்த்தனர்.

பிரதிவிந்தியன் "இவர்கள் வாழ்த்துக் கூவ மாட்டார்களா?" என்றான். சுரேசர் "இது சிறு எல்லை ஊர், இளவரசே. இங்கு அரசகுலத்தார் வருவதும் தங்குவதும் இல்லை. இவர்களுக்கு அத்தகைய முறைமைகள் எதுவும் தெரியாது" என்றார். "இங்கு நாம் வந்து ஒரு மாதம் ஆகிறது. இதற்குள் இம்முறைமைகளை அவர்களுக்குக் கற்றுத் தந்திருக்க வேண்டுமல்லவா?" என்றான் பிரதிவிந்தியன். சுரேசர் "அதற்கு முன் தாங்கள் ஓர் அரசின் குடிகள் என்று அவர்களைக் கற்பிக்க வேண்டியிருந்தது" என்றார். அவர் கூறியதன் பொருள் புரியாமல் திரும்பிப் பார்த்த பிரதிவிந்தியன் "அத்தனை மக்களும் ஏதேனும் அரசனின் குடிகளே" என்றான். சுரேசர் புன்னகையுடன் "ஆம்" என்றார். "அத்தனை விலங்குகளும் பறவைகளும் பூச்சிகளும் புழுக்களும்கூட." பிரதிவிந்தியன் அவரைத் திரும்பி நோக்க "நிலமென்பது உயிர்க்குலமே" என்றார். அவன் தலையசைத்தான். சுதசோமன் "தெய்வங்கள்?" என்றான். சதானீகன் "வெறுமனே இருங்கள், மூத்தவரே" என்றான்.

அரண்மனைமுகப்பில் அபிமன்யூவும் பிரலம்பனும் முதன்மைக்காவலர் எழுவரும் மங்கலச்சூதரும் அவர்களுக்காகக் காத்து நின்றனர். புரவிகள் அரண்மனை முற்றத்தை அணுகியதும் முரசுகள் முழங்கத்தொடங்கின. கொம்புகள் உடன் இணைந்தன. "இங்கு மங்கலச் சேடியர் கூடவா இல்லை...?" என்று பிரதிவிந்தியன் கேட்டான். "அனைவரையும் இந்திரப்பிரஸ்தத்திலிருந்து கொண்டுவர வேண்டியிருக்கிறது. நாளையும் நாளை மறுநாளுமாக அவர்கள் வந்து சேர்வார்கள்" என்று சுரேசர் சொன்னார். "அரசமுறைப்படி நாம் எவரையும் அங்கிருந்து கொண்டுவர முடியாது. விராடபுரியிலிருந்து அவர்களை வரச்சொல்வதும் உகந்ததல்ல. யாதவபுரி இன்னமும் நமது தொடர்பில் இல்லை. இந்திரப்பிரஸ்தத்திலிருந்து ஏவலரையும் சேடியரையும் சூதரையும் பிறர் அறியாமல் கொண்டுவரவேண்டியிருக்கிறது."

அதைச் செவிகொடுக்காமல் "மிகச்சிறிய அரண்மனை" என்றான் பிரதிவிந்தியன். சுதசோமன். "அரண்மனை என்ற சொல்லின் எடையை அது தாங்காது. உத்தரங்கள் விரிசலிட்டுவிடக்கூடும்" என்றான். உள்கோட்டை வளைப்புக்குள் புரவிகள் நுழைந்ததும் அங்கு நின்றிருந்த நான்கு மங்கல சூதர்கள் முழவுகளையும் கொம்புகளையும் முழக்கினர். அபிமன்யூ வணங்கியபடி அருகணைந்து தலைபணிந்து "மூத்தவரை உபபிலாவ்யத்திற்கு வரவேற்கிறேன். இவ்வரண்மனை தங்கள் வருகையால் நிறைவு கொள்க!" என்றான். பிரதிவிந்தியன் இறங்கி "தந்தையர் நாளை வருகிறார்கள் என்றார்கள்" என்றான். "ஆம். நாளை மறுநாள் முதல் இங்கு வருகையாளர் பெருகத் தொடங்குவார்கள்" என்று அபிமன்யூ சொன்னான்.

சதானீகன் "நீ களம் கண்டு வென்ற செய்தியை இந்திரப்பிரஸ்தத்தில் சூதர்கள் பாடினார்கள்" என்றான். அபிமன்யூ "கேட்க ஆவல் கொண்டிருக்கிறேன். ஒவ்வொரு நாளும் நான் அடைந்த வெற்றிகள் பெருகிக்கொண்டிருக்கின்றன. இன்னும் சில ஆண்டுகளுக்குப்பின் நான் வெல்ல பாரதவர்ஷத்திலேயே மன்னர் எஞ்ச மாட்டார்கள் என்று தோன்றுகிறது" என்றான். திரும்பி பிரலம்பனிடம் "நான் சொன்னேன் அல்லவா? பாரதவர்ஷத்தில் போர்களையே சூதர்கள்தான் நிகழ்த்துகிறார்கள்" என்றான். பிரதிவிந்தியன் "இவர் யார்?" என்றான். "இவர் என் அணுக்கர், ஒற்றரும் கூட" என்றான் அபிமன்யூ.

சதானீகன் "இத்தனை வெளிப்படையாகப் பகல்வெளிச்சத்தில் வந்து நிற்கும் ஒற்றனை இதற்கு முன் கண்டதில்லை" என்றான். "அதுதான் இவருடைய தனிச்சிறப்பே. ஒற்றர் என்று அறிமுகம் செய்தால்கூட எவரும் நம்புவதில்லை" என்று அபிமன்யூ சொன்னான். "வருக! அரண்மனைக்குள் செல்வோம்" என்று அழைத்துச் சென்றான். பிரதிவிந்தியன் "நான் சற்று ஓய்வெடுக்க வேண்டும். இங்கு நீராட்டறைகள் உள்ளன அல்லவா?" என்றான். "நீராட்டறைகள் ஏவலர் நறுமணப்பொருட்கள் அனைத்துமே உள்ளன, குறைவாக சிறிதாக" என்று அபிமன்யூ சொன்னான்.

அவர்கள் உள்ளே நடக்கையில் சுருதகீர்த்தி அபிமன்யூவிடம் "நீ தந்தையைக் கண்டாயா?" என்றான். அபிமன்யு "ஆம், காம்பில்யத்தில் நேருக்கு நேர் கண்டேன்" என்றான். சுருதகீர்த்தி "முதிர்ந்திருக்கிறாரா? உடல் நலம் குன்றியுள்ளாரா?" என்றான். "உண்மையைச் சொல்லப்போனால் நான் ஒருமுறைதான் பார்த்தேன். உடனே விழிகளை விலக்கிக்கொண்டு தலைகுனிந்தேன் அதன் பிறகு நோக்கவேயில்லை. அவர் குரலை வைத்துப் பார்த்தால் முதுமையோ நலிவோ இல்லாமல் இருக்கிறார் என்றுதான் தோன்றுகிறது" என்றான் அபிமன்யூ. "மூடன்" என்று சுருதகீர்த்தி தலையைத் திருப்பிக்கொண்டான்.

சுதசோமன் திரும்பி “எந்தை எப்படி இருக்கிறார்?” என்றான். “காலமில்லா மாமலைகளைப்போல” என்று அபிமன்யூ சொன்னதும் அவன் முகம் மலர்ந்தது. சதானீகனும் சுருதசேனனும் அபிமன்யூவைச் சூழ்ந்துகொண்டு “எந்தையரைப் பார்த்தீர்களா? என்ன சொன்னார்கள்? உளம்நைந்துள்ளனரா?” என்றனர். “அனைவரும் நலமாக இருக்கிறார்கள். சொல்லப்போனால் அவர்களின் இளமைத் தோற்றத்தை ஓரிரு கணங்களுக்குப்பின் மறந்துவிடுவோம். என்றுமே இவ்வாறே நம்முன் இருந்தார்கள் என்று எண்ணத்தலைப்படுவோம்” என்றான் அபிமன்யூ. “ஏன்?” என்றான் நிர்மித்ரன்.

“இங்கிருந்து அவர்கள் சென்றபோது இல்லாத ஒன்று இப்போது அவர்களிடம் இருக்கிறது. கூர்கொள்கையில் வாளிலும் சுடர் ஏறுகையில் அகலிலும் அவற்றுக்குரிய தெய்வங்கள் குடியேறுகின்றன” என்றான் அபிமன்யூ. “நீண்ட பயணம்” என்று யௌதேயன் சொன்னான். “பதின்மூன்று ஆண்டுகள் கானுறைவாழ்வென்பது எவரையும் அழிக்கும். அழிக்கப்படாதவர்கள் மறுபிறப்பெடுத்தவர்கள்.” சுதசோமன் “எந்தை நம்மிடம் முழுமையாக மீளமாட்டார் என்று தோன்றுகிறது” என்றான்.

“நான் விந்தையான ஓர் உணர்வை அடைந்தேன்” என்று பிரலம்பன் சொன்னான். அவர்கள் திரும்பி நோக்க “பாண்டவ மூத்தவர்கள் இங்கிருந்து செல்லும்போதிருந்த உருவில் நீங்கள் எஞ்சுகிறீர்கள். பட்டத்து இளவரசர் பிரதிவிந்தியரும் யௌதேயரும் அரசர் யுதிஷ்டிரரைப்போன்று இருக்கிறார்கள். சுதசோமரும் சர்வதரும் இளைய பீமசேனரைப்போல. இளவரசர் அபிமன்யூவும் சுருதகீர்த்தியும் அர்ஜுனரைப்போல. நிர்மித்ரரும் சதானீகரும் நகுலரைப்போல. சுருதசேனர் சகதேவரின் உருவம். தங்களை உங்கள் வடிவில் இங்கு விட்டுவிட்டு கிளம்பிச்சென்று பிறிதென்றென உருமாறி மீண்டும் வந்திருக்கிறார்கள்.”

அவன் எண்ணியதற்கு மாறாக அவர்கள் அனைவரும் ஆழ்ந்த அமைதியை அடைந்து ஓசையின்றி நடந்தனர். பிரலம்பன் தான் பிழையாக ஏதேனும் சொல்லிவிட்டோமா என எண்ணினான். ஆனால் அந்த ஒப்புமையின் இனிமை அவன் நெஞ்சிலிருந்தமையால் அதைப் பொருட்படுத்தவும் தோன்றவில்லை.

8

ஒருகணத்தில் அபிமன்யூ அனைத்திலிருந்தும் முற்றாகப் பிரிந்து தனித்துவிட்டிருந்தான். மூச்சிரைக்கப் படிகளிலேறி தன் அறைக்குச் சென்று அங்கே சிறு பேழையில் இருந்த கணையாழிகளை எடுத்துக்கொண்டு படியிறங்குகையில் எட்டாவது படியிலிருந்து கால் எடுத்து அடுத்த படிக்கு வைக்கும்போது என்ன நிகழ்ந்ததென்று அறியாமல் அவன் நின்றுவிட்டான். அவன் உள்ளம் உடலில் இருந்து தனித்துப் பிரிந்துவிட்டது. படிக்கட்டின் கைப்பிடியைப் பற்றியபடி மெல்ல அமர்ந்து தன்னுடலெங்கும் பரவி மயிர்க்கால்களைக்கூட அசைவிழக்கச் செய்த செயலின்மையை உணர்ந்தான்.

அவனைச்சூழ்ந்து உபப்பிலாவ்யத்தின் அத்தனை பகுதிகளும் ஒலியால் கொந்தளித்துக்கொண்டிருந்தன. நகரின் கோட்டைக்கு வெளியே குறுங்காடுகளை அழித்துப் போடப்பட்டிருந்த பாடிவீடுகளின் நிரை நகரைவிட மும்மடங்கு பெரிதாகப் பரவியிருந்தது. தெற்குப் பகுதியில் அடுமனையாளர்களும் சூதரும் அரசஏவலரும் தங்குவதற்கான சிறிய மரப்பட்டை வீடுகளும் ஈச்சையோலை வேய்ந்த மூங்கில்குடில்களும் நெடுந்தொலைவில் இருந்த முகுளகம் என்னும் சிறிய பாறை வரை சென்றிருந்தன. அவற்றைச்சூழ்ந்து தோற்கூடாரங்களில் அயலக சிறுவணிகர்களும் மலையிறங்கி வந்த தொல்குடிகளும் தங்கியிருந்தனர்.

கோட்டையின் வடக்குப்பக்கத்தில் அரசர்களுக்கான பெரிய இரண்டடுக்குப் பாடிவீடுகள் அமைக்கப்பட்டிருந்தன. ஒவ்வொருவருக்கும் மூங்கில் வேலியிட்ட ஒரு வளாகம் வகுக்கப்பட்டது. முகப்புக் கட்டடத்தின் இருபுறமும் ஏவலரும் அமைச்சரும் தங்குவதற்கான

இணைப்புகளும் பின்புறம் அடுமனையும் நீராட்டறையும் அமைந்த சாய்ப்புகளும் கொண்ட மரக்கட்டடங்கள் உபப்பிலாவ்யத்தின் மாளிகைகளைவிட பெரிதாக இருந்தன. ஒவ்வொரு மாளிகைமுகப்பிலும் அங்கு தங்கியிருக்கும் அரசர்களின் கொடிகள், உயர்ந்த மூங்கில் கம்பங்களில் பறந்தன. அவர்களின் தேர்களும் பல்லக்குகளும் புரவிகளும் யானைக தூக்கி அடுக்கி நோக்கி நின்றிருக்கையிலேயே இரண்டடுக்கு மாளிகையொன்றை எழுப்பி முடிப்பதை கோட்டை காவல்மேடையிலிருந்து அபிமன்யூ ஒருமுறை பார்த்தான். அலையறைந்து நுரைதிரண்டு மேலெழுவது போலிருந்தது. அருகே நின்றிருந்த சுரேசர் "செவ்வெறும்புகள் இலைப்பொதிக்கூடு கட்டுவதைப் பார்ப்பது போலிருக்கிறது. நம் விழி நோக்கியிருக்கையிலேயே இலைகளைப்பற்றி இணைத்து விளிம்புகளைப் பசையால் ஒட்டி அவை பெரிய கூடுகளைக் கட்டி முடித்துவிடும்" என்றார்.

விராட நகரியிலிருந்து ஒழியாத தொடரொழுக்கென அத்திரிகளிலும் மாட்டு வண்டிகளிலும் அடுமனைப்பொருட்களும் பிறவும் நகருக்குள் நுழைந்துகொண்டிருந்தன. எட்டு நூற்றுவர்குழுக்கள் சிறுபடைத்தலைவர்களால் வழிநடத்தப்பட்டு முன்னரே நகர்காவலுக்கு வந்துவிட்டிருந்தன. இந்திரப்பிரஸ்தத்திலிருந்து வந்த ஆறு நூற்றுவர் படைக்குழு அவர்களை ஒருங்கிணைத்து நகரைச் சூழ்ந்து மூன்று காவல் வளையங்களை அமைத்தது. அத்தனை காவல் மேடைகளும் கொடிகளாலும் அகல் விளக்குச் சுடர்களாலும் முழவோசைகளாலும் ஒன்றுடன் ஒன்று தொடர்புபடுத்தப்பட்டிருந்தன.

"நகர் விரிந்துவிட்டது. இனி அது ஒருபோதும் சுருங்காது" என்று கோட்டையின் காவல் மருப்பில் நின்றபடி மும்மடங்காக விரிவுபடுத்தப்பட்ட முகமுற்றத்தில் கூடி சிறுகூடாரங்களை விரித்து எழுப்பி அத்திரிகளையும் புரவிகளையும் வண்டிக்காளைகளையும் அவிழ்த்துகட்டிவிட்டு பொதிகளை அவிழ்த்துப் பரப்பிக்கொண்டிருந்த வணிகர் திரள்களைப் பார்த்தபடி சுரேசர் சொன்னார். அவர் அருகே நின்ற அபிமன்யூ "இது நகரல்ல, திருவிழாத்திரள்" என்றான். "ஆம், கீழே ஊற்றப்பட்ட நீர் என நாற்புறமும் சிதறிப்பரந்துள்ளது இந்நகர். இதற்கு வடிவென்று ஏதுமில்லை. இதைச் சூழ்ந்து ஒரு கோட்டை அமைத்தால் அரணிடப்பட்ட எதற்கும் வடிவென்று ஒன்று அமைந்து விடுகிறது" என்ற சுரேசர் "வடிவென்பது ஓர் அரண் மட்டுமே" என்றார்.

அபிமன்யூ புன்னகையுடன் "இத்தகைய சொற்றொடர்களை அமைப்பதில் மூத்த தந்தை எப்போதும் ஆர்வம் கொண்டிருப்பார். வந்ததிலிருந்து நூறு சொற்றொடர்களையாவது கேட்டிருப்பேன். முதல் சில சொற்றொடர்கள் உள்ளத்தை முரசுகோல் பட்டதுபோல் அதிர

வைத்தன. நினைவில் நிறுத்திக்கொள்ள வேண்டுமென்று நானே எனக்குள் பலமுறை சொல்லிக்கொண்டேன். பின்னர் இவை எவ்வகையிலோ அலையடிக்கும் உள்ளமொன்றின் வெளிப்பாடுகள் என்று தோன்றியது" என்றான். சுரேசர் திரும்பி நோக்கி புன்னகையுடன் "எவரும் சொல்லாத ஒன்று இது" என்றார்.

"அமைச்சரே, மூத்த தந்தையின் உள்ளத்துக்குள் கொந்தளிப்பொன்று நிகழ்ந்துகொண்டிருக்கிறது. இப்புவியின் பேரறத்தையும் முழுமைநெறியையும் முரணொழுக்கத்தையும் அவரால் புரிந்துகொள்ள முடியவில்லை. ஆகவே அடைந்தவற்றை அள்ளி அள்ளி வைத்து வகுத்துக்கொள்கிறார். இந்நகரைச்சுற்றி கோட்டை அமைவது போல" என்றான். சுரேசர் நகைத்து "நல்ல கருத்து. இதை உங்கள் இரண்டாவது தந்தையிடம் சொல்லலாம், மகிழ்வார்" என்றார். அபிமன்யூ "அவர் பெருந்தோளர், கட்டப்பட்ட எதையும் உடைப்பதற்கு விழைபவர்." சுரேசர் "நீங்கள்?" என்றார். "நான் வில்லவன், இலக்குகளென்றே அனைத்தையும் பார்ப்பவன். பறந்து கடப்பவன்" என்றான் அபிமன்யூ.

உபப்பிலாவ்யம் சௌனகரால் எட்டு பகுதிகளாக முற்றிலுமாகப் பகுக்கப்பட்டிருந்தது. அரண்மனை அதைச் சூழ்ந்திருந்த அத்தனை இல்லங்களுடன் முழுமையாகவே பாண்டவ அரசகுடியினருக்குரியவை என்று எடுத்துக்கொள்ளப்பட்டிருந்தன. கோட்டையை ஒட்டி அமைந்த இல்லங்கள் காவலர்களுக்கும் அங்காடி வீதியிலும் சூதர் வீதிகளிலும் இருந்தவை அரண்மனையின் ஏவல் செய்பவர்களுக்கும் ஒதுக்கப்பட்டிருந்தன. குடிமக்கள்பகுதிகள் ஐந்தாகப் பிரிக்கப்பட்டு விராட புரியிலிருந்து வந்த குடித்தலைவர்களுக்கும் இந்திரப்பிரஸ்தத்திலிருந்து வரும் முதன்மை அமைச்சர்களுக்கும் இசைச்சூதர்களுக்கும் அணிப்பரத்தையருக்கும் அளிக்கப்பட்டிருந்தன. ஆலயப் பூசகர்களுக்கு ஒதுக்கப்பட்டிருந்த இடம் தொலைவிலிருந்தே தெரியும்படி உயர்ந்த கொடியால் அடையாளப்படுத்தப்பட்டிருந்தது.

தங்களுக்குரிய இடங்களை ஒவ்வொருவரும் மிக எளிதில் உரித்தாக்கிக் கொண்டனர். அவற்றை ஒட்டி தங்களை வடிவமைத்துக்கொண்டு மீறுபவர்களை நோக்கி சினம் கொண்டனர். இடம் அமைவதுவரைதான் அவர்கள் அங்கே அயலவர்களாக இருந்தனர். அமைந்ததும் முந்தைய ஊரைப்பற்றிக் கடந்தகாலத்தில் பேசலாயினர்.

அபிமன்யூ முதலில் நுழைந்தபோதிருந்த உபப்பிலாவ்யம் அவன் கண்ணெதிரிலேயே முழுமையாக மறைந்து முற்றிலும் புதிய நகரமொன்று எழுந்து வந்தது. அந்நகரம் அதற்கு முன்பு எங்கிருந்தது என்று அவன் எண்ணிக்கொண்டான். சௌனகரின் கற்பனையிலா? ஆனால் அது

அவருடைய கற்பனை மட்டுமல்ல. அவருடைய எண்ணங்களும் கலிங்கச் சிற்பிகளும் சூத்ராகிகளும் காவற்படைத்தலைவர்களும் சிற்றமைச்சர்களும் இணைந்து உருவாக்கியது. அடுமனையாளர்களும் ஏவலர்களும் சிற்றாலயங்களை அமைத்த பூசகர்களும் அதில் பங்கு கொண்டிருக்கிறார்கள். ஒருவகையில் அந்நகருக்குள் நுழைந்த அனைவருமே அதை உருவாக்கினார்கள்.

அந்நகர் அவர்கள் அனைவரின் உள்ளத்திலும் என இருந்தது. அவர்கள் அதை வெளிப்படுத்தும் உள்ளங்களும் உடல்களும் மட்டுமே. அவர்களுக்கு முன்பு அது இருந்தது. பாடலிபுத்திரமாக, ராஜகிரகமாக, அஸ்தினபுரியாக, காம்பில்யமாக. சிதல்களுக்குள் புற்றென. பறவைகளுக்குள் காற்றென. அவர்கள் மறைந்தபின் பிறந்தெழுபவர்களினூடாக அது அங்கே இருக்கும். எங்கோ கண்காணாத ககனவெளியில் கருத்துருவென எழுந்து தன் கல்மண்மரவுருவை வண்ணவடிவ இருப்பை அடைந்தது. அடைந்தபின்னர் அதற்கப்பால் அப்படியே நீடிப்பது.

இவை அறியாமுகம் ஒன்றின் ஆடிப்பாவைகள். முடிவின்மையில் முடிவின்மையாக இருக்கும் ஒன்று காலஇடவடிவத்தைப் பருவடிவென்று சூடிக் களைந்தாடுகிறது. இந்நகரும் இதன் மாளிகைகளும் இங்கு கொந்தளிக்கும் திரளும் அவர்களுக்குள் நிகழ்ந்து கொண்டிருக்கும் அறிதல்களும் எண்ணங்களும் நிகழ்வுகள் விளைவுகள் அழிவுகள் ஆக்கங்கள் என அனைத்தும் வேறெங்கோ பிறிதெவ்வகையிலோ நிலைகொள்பவை. இங்கு அது இவ்வாறு தங்களை நிகழ்த்திப் பார்த்துக்கொள்கின்றது. கற்றநூல்களில் மொழியென இருந்தவை அறிதலென ஆனபோது வாள்வீச்சென போழ்ந்து சென்றன. அறிதல் நிகழும் தருணமென்பது சாவுக்கணம்.

மின் ஓய்ந்த இருள். உடல் விதிர்க்க உணரும் தனிமை. எண்ணுந்தோறும் சோர்வு அவன் உள்ளத்தின் ஆழத்தை அசைவிழக்கச் செய்தது. ஒவ்வொரு செயலையும் பொருளற்றதென்று காட்டியது அச்சோர்வு. அதை அஞ்சி செயல்வெறி கொண்டான். புலரியில் விழித்தெழுந்த கணம் முதல் பின்னிரவில் உடல் ஓய்ந்து மஞ்சத்தில் விழுவது வரை அங்கு அவனுக்குப் பணிகள் இருந்தன. அடுமனைகளை ஒருங்கமைத்தான். காவலணிகளைப் பகுத்தும் தொகுத்தும் வகுத்தமைத்தான். அரண்மனை ஏவலரை மேலும் மேலுமென விசைகூட்டினான்.

முதலில் ஒவ்வொன்றையும் அமைத்தார்கள். பின் செம்மைப்படுத்தினார்கள். செம்மையென்று ஒன்று கண்ணுக்குத் தென்பட்டதுமே பிற அனைத்தும் மீறல்களென்றும் பிறழ்வுகளென்றும் பிசிறுகளென்றும் தோன்றலாயின. அதன்பின் சீரமைத்தல். சீரமைக்குந்தோறும் செம்மை கூர்மை கொண்டது.

அந்நுண்மை மேலும் மேலுமென பிறவற்றை விலக்கி பிறழ்வுகளையும் மீறல்களையும் பிசிறுகளையும் பெருக்கியது. மணநாள் நெருங்க நெருங்க கண்பட்ட அனைத்துமே பிழையென்று தோன்றலாயிற்று கைதொட்ட அனைத்தையுமே செம்மைப்படுத்த வேண்டியிருந்தது. ஒருகணத்தில் அங்கிருந்த அனைத்துமே பிசிறுகளின் பிழைகளின் பெரும்பெருக்கென தோன்றி உளம் மலைக்கச் செய்தது.

ஒருகணமேனும் அனைத்தும் முழுதமையுமா என்று உள்ளிலிருந்து ஏதோ ஒன்று ஏங்கியது. மானுடர்களின் உள்ளே அமைந்து இப்புவியை பிறிதொன்றென சமைக்க விழையும் ஒன்று. இங்குள்ள அனைத்தையும் படைத்தது படைத்தவற்றை ஓயாது அழித்துக்கொண்டிருக்கிறது என்று ஒரு கூற்றை நினைவுகூர்ந்தான். அது யுதிஷ்டிரர் சொன்னது என நினைவில் பதிந்திருந்தது. மீண்டும் ஒருமுறை எழுந்தபோது சௌனகரின் கூற்று அது என்று தெரிந்தது.

அரண்மனை உப்பரிகையில் நின்று பார்த்தபோது வண்ணமலர்கள் பூத்த வசந்தகாலக்காடென கொடிகளும் அணித்தோரணங்களும் பாவட்டாக்களும் அணித்தூண்களும் சித்திர எழினிகளும் காற்றில் கொந்தளிக்க உபப்பிலாவ்யம் விரிந்து கிடந்தது. அவர்கள் அனைவரின் கைகளினூடாகவும் தன்னைப் பிறப்பித்துக்கொண்டு அவர்களைச் சூழ்ந்து அவர்களால் அறிய முடியாத பேருரு என நின்றிருந்தது. முதல் கணம் அந்நகரிலிருந்து தன் உள்ளம் விலகியது அப்போதுதான் என்று அபிமன்யூ உணர்ந்தான்.

ஒவ்வொரு செயலும் அதிலிருந்து விலகி நின்று நோக்கிய உள்ளத்திற்குப் பொருளற்றதாகவும் பொருந்தாததாகவும் தோன்ற, சவுக்கால் அறைந்து புரவியை விரையச்செய்வதுபோல உள்ளத்தை உந்தி அவன் பொருத்த வேண்டியிருந்தது. அந்த விசையால் ஒவ்வொரு உழைப்பும் பலமடங்காகியது. ஒவ்வொரு செயலுக்குப்பின்னும் களைப்பு வந்து தசைகளை எடையுடன் அழுத்தியது. திமிறி விலக்கி எண்ணி விசைகூட்டி தன்னை அந்நாட்களின் செயல் கொப்பளிப்புக்குள் செலுத்திக்கொண்டிருந்தான். அதன் உச்சப்புள்ளி ஒன்றை எப்போதோ அடைவோம் என்று எண்ணியே இருந்தான். ஆனால் அதை முடிவின்றி ஒத்திவைக்க முடியுமென்றும் இவையனைத்திற்கும் அப்பால் அதைக் கடத்தி கொண்டுசென்றுவிட முடியுமென்றும் எண்ணினான்.

அவன் பெயரை கீழே மாளிகையின் அறைகளுக்குள் நகுலன் அழைப்பது கேட்டது. சுரேசர் அவனைப் பற்றி மறுமொழி ஏதோ சொன்னார். பிறிதொரு அறையில் திரௌபதியின் குரலை அவன் கேட்டான். கோட்டைமுகப்பில் அரசர் ஒருவர் நுழைவதன் முரசொலியும்

கொம்போசையும் எழுந்தது. மேற்குக் களமுற்றத்தில் களிறொன்று பிளிறியது. உரத்த குரலில் சகதேவன் "அபிமன்யூ எங்கு சென்றான்? ஒவ்வொரு அரசரையும் இளவரசன் ஒருவனாவது சென்று வரவேற்க வேண்டுமென்று ஆணையிட்டிருந்தேனல்லவா?" என்றான். சிற்றமைச்சர் பூர்ணர் "அவர் தன் கணையாழிகளை எடுக்கச்சென்றார்" என்றார். "சென்று பாருங்கள்! உடனடியாக அவனை அழைத்து வாருங்கள்" என்று சொன்னபடி நகுலன் மறுபுறம் படிகளில் இறங்கிச் சென்றான்.

அபிமன்யூ அமர்ந்திருந்த படிகளின் முகப்பு வழியாகவே பூர்ணர் அங்குமிங்கும் பார்த்தபடி படிகளில் இறங்கி முற்றத்தை நோக்கிச் சென்றார். முழு உருவுடன் அவன் மிக அருகே அமர்ந்திருந்தாலும் அவரால் அவனைப் பார்க்க முடியவில்லை. முற்றிலும் அசைவிழந்து அதனாலேயே காட்சியிலிருந்தும் அவன் மறைந்துவிட்டிருந்தான். அசைவைத்தான் விழிகள் முதலில் அறிகின்றன. அசைவிழந்தால் மறைந்துவிடலாமென்னும் போர்க்கலை அவனுக்குக் கற்பிக்கப்பட்டிருந்தது. அதைவிட அதற்கும் அப்பால் சென்று தொட்டழைப்பது இருப்பு. தன்னிருப்பு கரைந்தோரை பிறர் உள்ளங்கள் அடையாளம் காண்பதில்லை.

எழவேண்டும் என்ற ஆணையை ஆழத்தில் நூறு சுவர்களுக்கு அப்பாலிருந்து அவன் கேட்டான். எழவேண்டும். இன்னும் ஒருநாள். நாளை புலரியில் அவன் உத்தரையை மணம்கொள்கிறான். உண்டாட்டும் சூதர் கலையாடலும் போர்க்களியாடலும் அந்தியுடன் முடிவடையும். நுரைத்துப் பெருகி எழுந்த உபப்பிலாவ்யம் மீண்டும் தன்னைக் குறுக்கி அமைத்துக்கொள்ளத் தொடங்கும். மறுநாள் முதல் ஒவ்வொருவராகக் கிளம்பிச்செல்வர். அரசர்கள், படைத்தலைவர்கள், அமைச்சர்கள், ஏவலர்கள், வணிகர்கள். அவர்கள் வாழ்ந்த மாளிகைகள் மட்டும் இங்கு எஞ்சும். அவர்கள் செல்லும்போதே அவற்றைப் பிறர் நிரப்பத் தொடங்கிவிடுவார்கள் உண்மையில் அவர்கள் இங்கிருக்கையிலேயே அவ்விடங்களில் பிறர் உள்ளத்தால் இருக்கிறார்கள்.

"அறிக, இளவரசே! அமைக்கப்பட்ட எந்த இல்லமும் குடியேறப்படாததில்லை. இல்லங்களுக்கேற்ப தன்னை விரித்துக்கொள்வது மானுடம். நீர்த்துளியின் ஒவ்வொரு அணுவும் விலகிப் பரவ விழைகிறது" கலிங்கச்சிற்பி காளிகர் சொன்னார். "இல்லங்கள் என்பவை மானுட உடலின் விராடவடிவங்களே. ஆமையின் ஓடுபோல." அவன் எங்கோ குரல்களைக் கேட்டான். கனவிலென. சுபகையின் புன்னகை நினைவிலெழுந்தது. ஆடிப்பாவை குறித்த ஒரு சொற்றொடர். சுபகை ஏன் நினைவிலெழவேண்டும் இப்போது? ஆடிப்பாவை அதில் எங்கு இணைகிறது?

அர்ஜுனனின் உரத்த குரல் "இங்கென்ன செய்கிறாய்?" என்று வினவ, அபிமன்யூ திடுக்கிட்டு விழித்துக்கொண்டு எழுந்து நின்றான். சற்றுநேரம் எங்கிருக்கிறோம் என்ற உணர்வையே அவன் அடையவில்லை. கால்கள் நடுங்கிக்கொண்டிருக்க கைப்பிடியைப் பற்றிக்கொண்டு உதடுகளைத் திறந்து மூடினான். "உன்னை அரண்மனை முழுக்க தேடிக்கொண்டிருக்கிறார்கள். அவையினர் அமர்ந்துவிட்டார்கள். மூடன் போல் இங்கமர்ந்திருக்கிறாய்" என்று அர்ஜுனன் சொன்னான்.

"நான் கணையாழியை..." என்று அபிமன்யூ சொல்ல, கையால் மறித்து "அவைக்குச் செல்! இப்போது அங்கிருக்க வேண்டியவன் நீ" என்றபடி அர்ஜுனன் திரும்பிச் சென்றான். அபிமன்யூ மேல்மூச்சுவிட்டபடி படிகளில் எடைமிக்க காலடிகளை ஒவ்வொன்றாக வைத்து இறங்கி கீழே வந்தான். நெடுந்தொலைவு ஓடி மீண்டதுபோல் உடலெங்கும் களைப்பு நிறைந்திருந்தது. குளிர்ந்த நீர் நிறைந்த தோற்பை எனத் தன்னை உணர்ந்தான். ஒவ்வொரு அடிக்கும் உந்தி முன்செல்ல வேண்டியிருந்தது.

அவனைக்கண்டதுமே சுரேசர் விரைந்து ஓடி வந்து "இளவரசே, எங்கு சென்றீர்கள்? தங்களைத்தான் தேடிக்கொண்டிருக்கிறார்கள்" என்றார். "அவை கூடிவிட்டதா?" என்று அபிமன்யூ கேட்டான். "அவை முறைமைகள் பெரும்பாலும் முடிந்துவிட்டன. சௌனகர் பேசிக்கொண்டிருக்கிறார். வருக!" என்று சுரேசர் அவனை அழைத்துச் சென்றார். அவனை ஏற இறங்க நோக்கியபின் "தாங்கள் இன்னும் சற்று சிறப்பாக ஆடை அணிந்திருக்கலாம்" என்றார். அபிமன்யூ தன்னை நோக்கி "வெண்ணிறப் பட்டாடை. பொன்னூல் பின்னலிட்ட செம்பட்டுத்தலையணி. ஆரங்கள், தோள்வளைகள், கங்கணங்கள், பொற்கச்சை. இதைவிட சிறப்பாக நான் எப்போதும் உடை அணிந்ததில்லை" என்றான்.

"இளவரசே, இது தங்கள் மணநிகழ்வுக்கான அவைகூடல். அனைவராலும் தாங்கள் நோக்கப்படுவீர்கள்" என்றார் சுரேசர். "இந்திரப்பிரஸ்தத்திலிருந்து கொண்டுவந்த உடை இது" என்று அபிமன்யூ சொன்னான். "ஆம்" என்றபின் ஒருகணம் தயங்கிய சுரேசர் "இன்று எத்தனை சிறிய ஊரில் நிலமில்லாதவர்களாகத் தங்கள் தந்தையர் இருக்கிறார்கள்! வந்துள்ள அத்தனை அரசர்களுக்கும் தெரிந்த ஒன்றுண்டு. இனி வென்றெடுத்தால் மட்டுமே உங்களுக்கு நிலம். அவர்கள் விழிமுன் அவர்கள் எண்ணியிராத உயராடையணிந்து நீங்கள் அமர்ந்திருக்க வேண்டும்" என்றார்.

அபிமன்யூ "அது ஏளனத்துக்குரியதாகும்" என்றபின் "கவலைவேண்டாம், அமைச்சரே. ஒன்று சொல்கிறேன், அந்த அவையில் எனது மண நிகழ்வைப்பற்றி எவரும் எதுவும் பேசப்போவதில்லை" என்றான்.

“ஏன்?” என்று சுரேசர் கேட்டார். “இது என் மணநிகழ்வை முன்வைத்து இந்திரப்பிரஸ்தத்தை மீட்பது குறித்த சொல்லாடல் மட்டுமே. நம் தரப்பில் எத்தனை மன்னர்கள் வந்திருக்கிறார்கள் என்று கணக்கெடுக்கும் பொருட்டே இதை இளையயாதவர் நமக்கு ஆணையிட்டார்” என்றான்.

சுரேசர் புன்னகைத்து “அவ்வண்ணமெனில் நிலம் மீட்பதைப்பற்றி மேலும் பேசவேண்டியதில்லையென்றே எண்ணுகிறேன். அநேகமாக முதன்மை ஷத்ரிய மன்னர்கள் எவரும் வரவில்லை” என்று அவனைச் சிற்றறைக்குள் அழைத்துச் சென்று அங்கு நின்ற இரு காவலரிடம் “அரசரின் ஆடைகளைச் சீர் செய்யுங்கள். கச்சை முறைப்படி மடிக்கப்பட்டிருக்க வேண்டும். குழல் கலைந்திருக்கிறது” என்றார். ஏவலர் தேர்ந்த விரல்களால் அபிமன்யூவின் தோற்றத்தைச் சீரமைத்தனர்.

அபிமன்யூ “பிதாமகர் சல்யர் வந்துவிட்டாரா?” என்றான். “ஏழுநாட்களுக்கு முன்னரே மத்ர நாட்டிலிருந்து கிளம்பிவிட்டார். வந்துகொண்டிருக்கிறார் என்ற செய்தி வந்தது. பிரியவாகினியைக் கடந்துவிட்டார் என்று அடுத்த செய்தி நேற்று வந்தது. இன்று காலை தீர்க்கதனுஸைத்தாண்டி அவரது அணிப்படைநிரை சீர்வரிசைகளுடன் வந்து கொண்டிருக்கிறது என்றார்கள்” என்றார் சுரேசர். “அவை நிகழ்வு இன்றென அவருக்குத் தெரியாதா?” என்றான் அபிமன்யூ.

சுரேசர் “அவருக்கும் யாதவர்களுக்கும் நல்லுறவில்லை. அவையில் அவர்களுக்கு இணையாகத் தான் அமரவேண்டுமென்று ஐயுறுகிறார் போலும். அவை நிகழ்வுகள் முடிந்து இளையயாதவர் இங்கிருந்து கிளம்பிய பின்னர் அவர் நகர் நுழைவாரென்று எண்ணுகிறேன்” என்றார். “எப்படியும் அவர் வந்தாகவேண்டும். இது அவரது குருதி, அவருடைய கொடிவழியினர் அமரப்போகும் அரியணை.” அபிமன்யூ சிலகணங்கள் எண்ணத்திலமைந்துவிட்டு தலைதூக்கி “நமது செய்தியுடன் சென்றவர் எவர்?” என்று கேட்டான்.

“சௌனகரே நேரில் சென்றழைத்தார். செய்தியைக் கேட்டதும் பேருவகையுடன் எழுந்து ஆம் நாம் நமது தரப்பை மதிப்பிடவேண்டிய காலம் நெருங்கிவிட்டது என்று சல்யர் சொல்லியிருக்கிறார். எனது படைகளுடன் உபப்பிலாவ்யத்திற்கு வருகிறேன். விராடரும் பாஞ்சாலரும் நானும் இணைந்தால் அஸ்தினபுரியிடம் வாளின் மொழியில் உரையாட முடியும் என்றார். அவரது அவையிலிருந்த குடித்தலைவர்கள் ஆதரித்து கோல்தூக்கி முழக்கமிட்டனர். எனது தங்கையின் மைந்தர் நிலம் இழந்து வெறும் பெயர் கொண்டவர்களாக அங்கிருக்கிறார்கள்.

நான் சென்று மீள்கையில் அவர்களின் கொடி அவர்களுக்குரிய நிலத்தில் ஊன்றப்பட்டு பறக்கும் என்றார்" என்றார் சுரேசர்.

அபிமன்யூ சுரேசரையே நோக்கிக்கொண்டிருந்தான். சுரேஷர் அவன் கண்களைச் சந்தித்து "சௌனகர் அவ்வுணர்வுகள் அனைத்தும் மெய்யென்றே சொன்னார். அவரது கணிப்புகள் எப்போதும் பொய்யாவதில்லை" என்றார். "மேலும் பலகாலமாகவே சல்யர் பால்ஹிகர்களுக்கு எதிர்நிலை கொண்டிருக்கிறார். சென்ற பதினான்கு ஆண்டுகளில் எட்டுமுறை சிறு எல்லைப்பூசல்கள் நிகழ்ந்துள்ளன. பால்ஹிக நாட்டு பூரிசிரவஸ் தனது நகரைச் சுற்றி கல்கோட்டை ஒன்றை எழுப்பியிருக்கிறான். எல்லைகள் முழுக்க காவல்கோட்டங்கள் அமைந்துள்ளன."

"ஆம், அவரது கனவுகள் எளிய மலைமகனுக்குரியவை அல்ல என்றனர்" என்றான் அபிமன்யூ. சுரேசர் "அஸ்தினபுரியின் துரியோதனரின் இடம் அமர்ந்திருக்கும் தகுதி கொண்டிருக்கிறான். தார்த்தராஷ்டிரர் கோல்கொண்டு அமர்ந்ததுமே பால்ஹிகம் வளரத்தொடங்கியது. ஒவ்வொரு நாளும் அவனை எண்ணி சினந்தும் பொறுத்தும் அமர்ந்திருக்கிறர் சல்யர். அவருக்கு வேறு வழியில்லை. நமக்கென்றில்லை, அவருக்கென்றே கூட அவர் இங்கு வந்தாக வேண்டும்" என்றார்.

அறைக்குள் புகுந்து யௌதேயன் "இளையவனே, உன்னை மூன்றுமுறை முதற்தந்தை கேட்டுவிட்டார்" என்றான் "இதோ வந்து கொண்டிருக்கிறேன்" என்று அபிமன்யூ சொன்னான். சுரேசர் "ஆடையணியவேண்டியிருந்தது" என்றார். அபிமன்யூ "அவை முடிய நெடுநேரமாகுமா?" என்றான். "அவையில் அமர்ந்து பழகுக, இளவரசே. அத்தனை அவைகளிலும் நெளிந்துகொண்டே இருக்கிறீர்கள்" என்றார் சுரேசர். யௌதேயன் சிரித்து, "ஆம், அவைகளில் பந்தங்களும் இவன் உடலும் மட்டுமே நெளிந்தாடுகின்றன" என்றான்.

சுரேசர் "எனது கணிப்பென்னவென்றால் இந்த அவை நிகழ்ந்து முடியப்போகும் தருணத்தில் சல்யர் தன் பெரும்படையுடன் நகர்புகுவார். இங்கு பேசப்பட்டவை அனைத்தும் அந்த ஓசையிலும் தூசியிலும் மறந்துபோகும். நுழைகையிலேயே பெருவெள்ளமென நகரை நிறைப்பார். வந்ததுமே அவைத்தலைமை கொள்வார். தன் மருகருக்கு உரிய நிலத்தைத் தன் கைகளால் மீட்டளித்தேன் என்னும் பெருமையை ஈட்டிக்கொள்வார். அவர் பிந்துவது இதன் பொருட்டே" என்றார். யௌதேயன் "உன் வரவை அறிவித்துக்கொண்டிருக்கிறார்கள், இளையோனே" என்றான்.

9

பிரலம்பன் அபிமன்யூவின் அவையணுக்கனாக அவன் அமர்ந்திருந்த பீடத்திற்குச் சற்று பின்னால் தாழ்ந்த இருக்கையில் அமர்ந்து அவையை நோக்கிக்கொண்டிருந்தான். அவன் அமரும் முதல் அரசப்பேரவை அது என்பதனால் காலையிலிருந்தே நிலைகொள்ளாதவனாகச் சுற்றிவந்தான். சௌனகரும் தௌம்யரும் சுரேசரும் மாறி மாறி அவனிடம் ஆணைகளைப் பிறப்பித்துக்கொண்டிருந்தனர். ஒரு கட்டத்தில் ஏன் செய்கிறோமென்றறியாமல் அவன் சுண்டப்பட்ட சிறுகாய் எனத் திசைகளில் தெறித்துக்கொண்டிருந்தான்.

அவையின் ஒருக்கங்கள் அத்தனை முறையாகச் செய்யப்படும் என்றும் அத்தனை முறை அவை சீர்நோக்கப்படுமென்றும் அவனறிந்திருக்கவே இல்லை. இருக்கைகள் அமைப்பதை சௌனகர் ஒரு சதுரங்கக் களம் அமைக்கும் அளவுக்கு எண்ணித் தேர்ந்து இயற்றினார். மீண்டும் மீண்டும் இருக்கைகளை மாற்றி எவர் எவருடன், எவருக்கு எவர் எதிர்முகம், எவர் குரல் எங்கிருந்து கேட்கும் என்று வகுத்துக்கொண்டே சென்றார். சுரேசர் அவனிடம் “எவரது குரல் கேட்கவேண்டுமென்னும் அளவுக்கு எவர் குரல் கேட்கலாகாது என்பதும் முதன்மையானது” என்று சொல்லிக் கண்சிமிட்டினார்.

இரு ஆசுரநாட்டு அரசர்களை யுதிஷ்டிரரின் பீடத்திற்கு அருகில் அமைத்தபோது “இது மாற்றப்படுமா?” என்று அவன் சுரேசரிடம் கேட்டான். “நீர் கற்றுக்கொள்ள இன்னும் ஏராளமாக இருக்கிறது, பிரலம்பரே. இவர்கள் எவ்வகையிலும் பொருட்படுத்தத்தக்கவர்கள் அல்ல. ஆனால் பின்னிருக்கையில் அமரச்செய்தால் தாங்கள்

புறக்கணிக்கப்படுவதாக எண்ணக்கூடும். அவ்வுணர்வாலேயே மிகையாக அவையில் வெளிப்பாடு கொள்வார்கள். பின்னிருக்கையில் இருப்பதனாலேயே எழுந்து உரக்கக் கூச்சலிடுவார்கள். முன்னிருக்கையில் அமரச்செய்தால் அரசருக்கு அருகிருக்கிறோம் என்பதனாலேயே அரசரை ஆதரிக்கும் பொறுப்பை அறியாமல் ஏற்றுக்கொள்வார்கள். பெரும்பாலும் அவையெழுந்து பேசமாட்டார்கள். பேசினால் அது வெறும் ஒப்புதலாகவே இருக்கும். தாழ்ந்த குரலிலேயே ஒலிக்கும்" என்றார்.

பிரலம்பன் அவரது புன்னகையைப் பார்த்து கேலியாகச் சொல்கிறார் என்று எண்ணினான். பின்னர் அவையில் இருக்கைகள் அமைந்திருக்கும் முறைமையைப் பார்த்தபோது அது மெய்யென்றும் உணர்ந்தான். சௌனகர் அவனிடம் "இளையயாதவர் தங்கியிருக்கும் இல்லத்திற்கு அருகில் செல். அங்கிருந்து அவர்கள் கிளம்பும்போது எனக்கு செய்தி வந்திருக்கவேண்டும்" என்றார். தலைவணங்கி அவன் மாளிகையிலிருந்து முகமுற்றத்திற்கு வந்து புரவியிலேறி வெளியேறி முதல் வளையத்தில் பெருவணிகர் ஒருவரின் இல்லமாக இருந்த மாளிகையை நோக்கிச் சென்றான்.

பழைய மாளிகை அது. அதன் முகப்பில் வண்ண மூங்கிலின்மேல் துவாரகையின் கருடக்கொடி பறந்தது. முற்றத்தில் ஏழு கரிய புரவிகள் அணிகொண்டு நின்றிருந்தன. வெண்புரவி பூட்டப்பட்ட அணித்தேரின் பீடத்தில் தேரோட்டி அமர்ந்திருந்தான். கடிவாளத்தை மென்றபடி முன்காலால் மண் தரையைச் சுரண்டிக்கொண்டிருந்தது புரவி. மாளிகை முற்றத்தை நோக்கியபடி முதல் காவலரணருகில் அவன் நின்றான். அங்கிருந்த காவலன் "கிளம்புவதற்கான ஒருக்கங்கள் தொடங்கி நெடுநேரமாகின்றன, பிரலம்பரே" என்றான். "சொல்லப்போனால் கிளம்பிக்கொண்டே இருக்கிறார்கள்" என்றான் இன்னொரு காவலன்.

அவர்கள் கிளம்பியதுமே காவலரணில் இருந்து முழவோசை எழப்போகிறது, தன்னை எதற்காக அங்கே அனுப்பினார்கள் என்று பிரலம்பன் ஐயுற்றான். ஆனால் வாய்கவிந்து ஒரு சொல்லும் சௌனகர் உரைப்பதில்லை என்பதை எண்ணிக்கொண்டான். முதிய காவலன் "நேற்று காலையில் இளையயாதவர் வந்தார். மாலையில் மூத்தயாதவர் வந்தார். மூத்தவருடன் அவர் தந்தை வசுதேவரும் வந்தார். அவர்கள் மறுபக்கம் பெருவணிகர் பூர்ணரின் இல்லத்தில் தங்கியிருக்கிறார்கள். இளையயாதவர் இன்னும் சென்று தந்தையையும் தமையனையும் பார்க்கவில்லை. அவர்கள் அவையில்தான் சந்தித்துக்கொள்ளவிருக்கிறார்கள்" என்றான். "நமக்கெதற்கு அரண்மனை வம்பு?" என்றான் இளங்காவலன் ஒருவன்.

முதியவன் "நான் என்ன வம்பா சொல்கிறேன்? நடந்ததைச் சொல்கிறேன்" என்றான். "எனக்குத் தேவையில்லாத எதையும் நான் காண்பதுமில்லை, கேட்பதுமில்லை. இந்தக் காவலரணில் நான் அமரத்தொடங்கி எட்டாண்டுகளாகின்றன. இவர்களெல்லாம் இன்று வந்தவர்கள்." பிரலம்பன் "ஆம், நீங்கள் மூத்தவர் என அறிவேன்" என்றான். "யாதவ அரசர்கள் வருவார்கள் என்பதை இங்கே பலரும் எதிர்பார்க்கவில்லை எனத் தெரிந்தது. காலையில் இளையயாதவர் வந்தபோது அரசரும் அர்ஜுனரும் பீமசேனரும் கோட்டைமுகப்பிற்குச் சென்று வரவேற்றனர். அர்ஜுனர் மட்டும் நேற்று இரவு வரை இளையயாதவருடன் இருந்தார். ஆனால் மூத்தவரும் தந்தையும் வந்ததும் அரண்மனை பரபரப்படைந்தது. விராடரும் துருபதரும் யுதிஷ்டிரரும் கோட்டைமுகப்புக்குச் சென்று வரவேற்றனர்."

"இளவரசர் உத்தரகுமாரரும் நகுலரும் சகதேவரும் உடன் நின்று அவர்களைத் தங்கவைத்தனர். சௌனகரும் விராடரும் துணைவர அரசர் யுதிஷ்டிரர் மாலையில் மீண்டும் அவர்களைச் சந்திக்கச் சென்றார். பின்னர் துருபதரும் மைந்தரும் சென்றார்கள். முதியவரான குந்திபோஜர் நேற்று காலையில்தான் வந்தார். அவரும் பேரரசி குந்தியும் இரவில் சென்று அவர்களிடம் உரையாடினர்" என முதுகாவலன் தொடர்ந்தான். "நேற்றோ இன்று புலர்காலையோ இளையவர் சென்று மூத்தவரைப் பார்ப்பார் என்றார்கள். இறுதியாக அவர்கள் தனித்தனியாகவே அவைபுகவிருக்கிறார்கள். அதைப்பற்றித்தான் இன்று ஊர் முழுக்க பேச்சு." பிரலம்பன் வெறுமனே தலையசைத்தான்.

"உண்மையில் இன்று யாதவபுரியின் அரசர் மூத்தவரே. ஐங்குடிகளும் படைகளும் குலமூத்தோரும் அவருடனேயே இருக்கிறார்கள். இளையவர் துவாரகையை மட்டுமே ஆள்கிறார் என்கிறார்கள்" என்று இளைய காவலன் ஆர்வமாகப் பேசலானான். "துவாரகையிலிருந்து ஐங்குலத்துப் படைகளும் சென்ற பல ஆண்டுகளாக வெளியேறிவிட்டமையால் அது கைவிடப்பட்ட நகரென மேலைக்கடலோரம் கிடக்கிறது. கூர்ஜரனோ மாளவனோ கைநீட்டினால் அதைப்பற்றி எடுத்துவிடமுடியும். ஆனால் மூத்தயாதவர் பெருஞ்சினம் கொண்டவர். அவருக்கு அஸ்தினபுரியின் படை பின்துணை உள்ளது. ஒரு சொல்லெடுத்தால் அத்தனை ஆற்றல்களுடனும் குருகுலத்து மூத்தவர் அவருக்கென வந்து நிற்பார். அதனால்தான் துவாரகை இன்னும் எஞ்சுகிறது."

"அரசியல் நமக்கெதற்கு?" என்றான் முதுகாவலன். "துவாரகையின் தலைவரை எவரும் வெல்லமுடியாது." இளங்காவலன் "இவர் எங்கு துவாரகைக்குச் சென்றார்? சப்தஃபலத்தில் பதின்மூன்றாண்டு இருள் தவம் மேற்கொண்டார் என்கிறார்கள். அங்கிருந்து எழுந்ததுமே

துவாரகைக்குச் செல்வார் என்று யாதவர்கள் எதிர்பார்த்தபோது நேராக அசுர குடிகள் அளித்த விருந்துகளில் கலந்துகொண்டுவிட்டு இங்கு வருகிறார். திரும்பிச் செல்கையில் அங்கு துவாரகை இருக்குமா என்பதே ஐயத்திற்குரியது" என்றான்.

யாதவ மாளிகையின் முகப்பிலிருந்த அறிவிப்புமுரசு முழங்கத்தொடங்கியது. காவல்மாடத்திலிருந்த வீரன் "எழுகிறார்... கிளம்பிவருகிறார்" என்று கூவியபடி சுழற்படிகளிலேறி ஓடினான். காவல்மாடத்தின் உச்சியில் முரசுமேடையில் இருந்த முரசு "அரசெழுகை அரசெழுகை அரசெழுகை" என ஒலிக்கத்தொடங்கியது. அவ்வோசை அரண்மனையை அடைந்துவிட்டதென்று அங்கு எழுந்த கொம்பு ஒலி அறிவித்தது. தான் என்ன செய்ய வேண்டுமென்று பிரலம்பனுக்குப் புரியவில்லை. மரக்கிளையில் எக்கணமும் பறந்தெழக்கூடுமென தவிப்பசைவுடன் அமர்ந்திருக்கும் சிறுபுள்ளென அவன் காவல்மாடத்தின் முன்னால் நின்றான்.

யாதவ மாளிகைக்குள்ளிருந்து கருடக்கொடியேந்திய கவசவீரன் வெளியே வந்தான். தொடர்ந்து கொம்பும் முழவும் குறுமுரசும் சங்கும் ஒலிக்க சூதர்கள் இருநிரையென வந்தனர். மங்கலத்தாலங்கள் ஏந்திய மூன்று சேடியருக்குப் பின்னால் இளையயாதவர் சீர்நடையில் வந்தார். பிரலம்பன் உள்ளத்தின் ஓசையால் விழிக்காட்சி அலைவுற்று மறைவதுபோல் உணர்ந்தான். தன் உள்ளத்தை, அகத்தை நிலைநிறுத்தும்பொருட்டென அருகிருந்த தூணை இறுகப் பற்றிக்கொண்டான். நீர்ப்பாவைமேல் காற்றென அவன் பதற்றம் அக்காட்சியை அலைவுறச் செய்தது. குருதி தலையிலிருந்து மெல்ல இறங்க, உடல் ஓய்வு கொண்டமைந்தபோது மிக அருகிலென இளையயாதவரைக் கண்டான்.

அவருக்கு வலப்பக்கம் மார்பில் பொற்கவசம் அணிந்த சாத்யகியும் இடப்பக்கம் அரச அணிக்கோலத்தில் பிரத்யும்னனும் வந்தனர். சில கணங்களுக்குப்பின் அங்கிருந்த அனைவரும் மறைய, இளையயாதவர் மட்டுமே தோன்றினார். பொற்பூச்சுள்ள வெள்ளிக் குறடணிந்திருந்தார். பொன்மலரணிக் கரைவைத்த மஞ்சள் பட்டாடை. அதற்கு மேல் கட்டிய செம்பட்டுக் கச்சை. அதில் செருகப்பட்ட புல்லாங்குழல். மார்பில் மணியாரமும் சரப்பொளி மாலையும் தழைந்தன. இருபுறமும் எழுந்த தோளிலைகள், புயவளைகள். கங்கணம் அணிந்த மணிக்கட்டு. கணையாழிகள் மின்னும் விரல்கள். கன்னங்களில் வண்ண ஒளி மின்னிய குழைகள். இனிய நினைவொன்றில் மயங்கியவை போன்ற விழிகள். இன்சொல் ஒன்று எழுவதற்கு முந்தைய குறுநகை. தலையிலணிந்த வெண்பட்டுத் தலைப்பாகையில் விழி திறந்த மயிற்பீலி.

முதற்கணம் அவரைப் பார்த்ததை எண்ணியதுமே அவன் மெய்ப்பு கொண்டான். பாணாசுரரின் கையைத் துணித்து ஒரு துளிக்குருதிகூட ஒட்டாத தூய ஒளியென வானில் எழுந்து மண் அறியாப் பறவையெனச் சுழன்றுசென்று தூக்கிய சுட்டுவிரலில் அமைந்து மீண்டும் எழுந்த படையாழியின் ஒளித்துளி மின்னலென தொட்டுச் சென்ற அழகிய கரிய முகம். கன்னியரின் கண்கள். மழலையின் உதடுகள். புயல் எழுந்த கடலலையென வெண்நுரை பறக்கப் பாய்ந்து வந்த புரவியின்மேல் இளங்காற்றில் ஒரு நீலத் தூவலென பறந்தணைந்த உருவம். கைதளர்ந்து படைக்கலம் நழுவ கால்மடித்து அமர்ந்து கைகூப்பி வணங்கி அவன் அசைவற்றிருந்தான்.

போர் முடிந்து சிதறிய அசுரப்படைகளுக்குப் பின்னால் யாதவப்படையினர் துரத்திச்செல்ல சிருங்கபிந்துவை நோக்கிப் புரவியில் செல்கையில் அவருக்கிணையாகச் சென்ற அபிமன்யூ 'மாதுலரே, இக்கணம் நான் எத்தனை அறிவிலி என்றே உணர்கிறேன். இப்படி இவ்வாறு நீங்கள் எழுவதே முறை. அன்று வந்து நான் உங்கள் காலடியில் தலையறைந்தபோது நீங்கள் விழித்து எழுந்திருந்தால் அதை எந்தக் காவியம் பொருட்படுத்தியிருக்கும்? உங்கள் வாழ்க்கையின் ஒவ்வொரு கணமும் அழியா வேதமொன்றின் சொல்' என்றான். ஒவ்வொரு எண்ணத்திற்கும் மெய்ப்புகொண்டு உடல் விதிர்த்தபடி அபிமன்யூவுக்குப் பின்னால் புரவியில் அமர்ந்திருந்த பிரலம்பன் அறியாமல் பிறசெவியறியா சிறுவிம்மலொன்றை எழுப்பினான்.

புரவிச்சரடை இழுத்துத் திரும்பிப்பார்த்து இளையயாதவர் 'இவர் யார்?' என்றார். அபிமன்யூ 'இவர் பிரலம்பன், எனது தோழர்' என்றான். புன்னகைத்து 'இளைஞர், பார்க்க உன்னைப்போல் இருக்கிறார்' என்ற இளையயாதவர் 'அன்று நீ வந்திருந்தாய் என்பதை இன்று காலைதான் நான் அறிந்தேன். வேறெங்கோ இருந்தேன்' என்றார். பிரலம்பன் அவர் கால்களை நோக்கிக் கண்களைத் தாழ்த்திக்கொண்டான். ஆம், இதுவே உகந்தது. இதுவே எனக்குப் போதுமானது. கால்கள் இத்தனை அழகுகொள்ளுமா? இவை மண்ணை மிதிக்கவும்கூடுமா? ஆனால் இவை மண்ணை அறிந்தவை. ஆகவே எனக்கு அணுக்கமானவை. இவைகொண்ட எழில் நான் வாழும் மண்ணால் அளிக்கப்பட்டது. விண்ணெழில் கொண்ட பீலியை அறிய நான் மீண்டும் பிறந்தெழுவேன். அவன் உள்ளம் கண்ணீர் வார்த்துக்கொண்டிருந்தது. ஒவ்வொரு சொல்லும் ஒளிகொண்ட துளிகளென எங்கோ சொட்டின.

சிருங்கபிந்துவின் கோட்டைவாயிலில் இளையயாதவர் நுழைந்தபோது அச்சிற்றூரின் பெண்டிர் அனைவரும் இல்லங்களின் திண்ணைமுகப்புகளில் தோளொடு தோள் நெருக்கி நின்று ஒருவர்

மீது ஒருவர் எட்டி அவரைப் பார்த்தனர். புன்னகையுடன் அவர்களை நோக்கியும் சிறுகுழவிகளிடம் கை நீட்டி கன்னம் தொட்டு ஓரிரு இன்சொல் உரைத்தும் அவர் மையமாளிகை நோக்கிச் சென்றார். குழந்தைகள் அவரிடம் கண்டதென்ன என அவன் வியந்தான். கன்னியர் கண்டது பிறிதொன்று. அன்னையர் அறிந்தது அனைவரும் அறிந்த ஒன்று. அவர்கள் விழிகளால் அள்ளி வண்ணங்களாக்கி பெருந்திரை ஒன்றில் வரைந்துகொண்டிருந்தனர்.

இயல்பான நடையும் அசைவுகளுமாக அவர் இழந்த நகருக்கு மீண்டுவரும் அரசன் போலிருந்தார். அங்கிருந்த ஒவ்வொருவரையும் முன்னரே அறிந்தவர் எனத் தோன்றினார். அங்கிருந்த ஒவ்வொருவரும் ஒவ்வொரு நாளும் காண்பவர்போல் விழிமலர்ந்திருந்தனர். அரண்மனையின் படிகளில் அவர் ஏறும்போது அசுரகுடியின் மூதாட்டியர் மூவர் மங்கலக் குருதி நிரப்பிய மூன்று சிறு கலங்களுடன் எதிர்வர கன்னியர் மூவர் மலரும் மஞ்சளரிசியும் மண்ணும் கொண்ட தாலங்களை ஏந்தி உடன்வந்தனர். ஒரு சொட்டுச் செங்குருதியை ஆலிலையால் தொட்டு அவர் நெற்றியிலிட்டு மூதன்னை வாழ்த்தினாள். ‘வெற்றியும் புகழும் தொடர்க! எண்ணியது இயல்க!’

அரிமலரிட்டு வாழ்த்திய அன்னையரைக் குனிந்து கால்தொட்டு சென்னிசூடி வணங்கினார். ‘என் இளைய மருகன் பிழையென்று எது செய்திருந்தாலும் என் பொருட்டு பொறுத்தருளுங்கள், அன்னையரே’ என்றார். மூதாட்டி ஒருத்தி ‘உங்களைப்போன்றவன், உங்கள் இனிமையும் கூர்மையும் கொண்டவன்’ என்றாள். அபிமன்யூவை நோக்கிப் புன்னகைத்து அவன் தோளைத்தொட்டு அருகணைத்து ‘புல்லாங்குழல் இசைபோல் கூரியது பிறிதொன்றில்லை என்றொரு கூற்றுண்டு, அன்னையே’ என்றார்.

பின்பு படிகளில் ஏறிச்செல்கையில் அபிமன்யூவிடம் ‘சென்று பாணரை மருத்துவ சாலைக்குக் கொண்டுசெல்க! அவர் அருகே இருந்து வேண்டிய அனைத்தையும் இயற்றுக! நலமடைவார் என்னும் செய்தியுடன் என்னை வந்து பார்’ என்றார். தலைவணங்கிய அபிமன்யூ திரும்பிச்செல்ல, அங்கிருந்த வேட்டுவக் காவலர்களிடம் ஓரிரு சொற்கள் பேசிப் புன்னகைத்தபின் பீடத்தில் அமர்ந்து திரும்பி பிரலம்பனைப் பார்த்து ‘என் கால்களைக் கழுவு’ என்றார்.

முதற்கணம் அச்சொற்கள் அவனுக்குப் புரியவில்லை. அவர் கூறாமலேயே அவனுள் அவை மீண்டும் ஒலிக்க, உடல் மெய்ப்புகொண்டு கைகூப்பி கண்ணீர் மல்கி ‘ஆணை’ என்றான். ஓடிச்சென்று ஏவலரிடம் ‘வெந்நீர்... மஞ்சளிட்ட வேப்பெண்ணெய் கலந்த வெந்நீர்’ எனக் கூவினான். இருவர் ஓடிச்சென்று இரு அகல்யானங்களில் ஆவியெழுந்த நீருடன் வந்தனர். அவற்றை அருகே வைத்து முழந்தாளிட்டு தரையில் அமர்ந்து நடுங்கும்

கைகளால் கால்களைத் தொட்டன். விரல்கள் நடுவே குருதி உலர்ந்து கரிய பசையாகி இருந்தது. இரு வாழைக்கூம்புகள். இரு குவளைமலர் அடுக்குகள். இரு புன்னகைகள்.

அவன் உள்ளம் நெகிழ்ந்து கண்களில் நீர் நிறைந்திருந்தது. உடல் நடுங்கிக்கொண்டிருக்க அண்ணாந்து அவர் முகத்தைப் பார்க்க வேண்டுமென்ற விருப்பைத் தவிர்த்தான். அக்கால்களைத் தொட்டு விழியொற்ற வேண்டுமென்று எடுத்த கைகளைப் பிறிதொன்று தடுத்தது. அதைவிடப் பெரிதொன்று வந்து அதை அறைந்து வீழ்த்தியது. இனியொரு தருணம் இல்லை உனக்கு என்றது. தன் இரு கைகளையும் அக்கால்களில் வைத்துத் தொட்டு கண்களில் ஒற்றினான். இளையயாதவரின் கைகள் அவன் தலைமேல் பட்டன. அவன் விழிநீர் அக்கால்களின்மேல் உதிர்ந்தது.

அரண்மனைமுகப்பில் இளையயாதவரை வரவேற்கும்பொருட்டு முரசுகள் முழங்கின. முற்றத்தில் தேர் சென்று நின்றதும் அவர் இறங்குவதற்கு முன்னரே மரப்படிகளுடன் இரு ஏவலர் ஓடிவந்தனர். இறங்கி அவர்களின் தோள்களைத்தொட்டு புன்னகையுடன் ஓரிரு சொற்களைப் பேசியபின் இருபுறமும் வேல்தாழ்த்தி நின்றிருந்த வீரர்களை நோக்கிக் கைகூப்பியபடி நடந்து மாளிகையின் படிகளில் ஏறினார். பிரலம்பன் அவரிடம் சென்று "அமைச்சுமாளிகை வழியாகச் செல்லலாம், அரசே" என்றான். ஒருகணம் அவன் கண்களைத் தொட்டபின் "ஆம், சௌனகரைப் பார்த்து நெடுநாட்களாகிறது" என்றார்.

அவர்கள் படியேறி இடைநாழியில் திரும்பி அமைச்சு அமைந்திருந்த அறைக்குள் நுழைந்ததும் சௌனகர் எதிர்கொண்டு வந்து தலைவணங்கி "இளையயாதவருக்கு வணக்கம். பதின்மூன்றாண்டுகளுக்குப் பின்னர் முந்தைய கணத்தில் இருந்து தொடங்கிவருபவர்போல் எழுந்திருக்கிறீர்கள்" என்றார். "நீங்கள் முதிர்ந்துவிட்டீர்கள், சௌனகரே" என்றார் இளையயாதவர். "இந்திரப்பிரஸ்தத்தின் இந்தப் பதின்மூன்றாண்டுகளும் மும்மடங்கு காலமெனச் சென்றன. ஒவ்வொரு நாளும் சோர்ந்து தனித்து துயர்கொண்டுதான் மஞ்சத்திற்குச் சென்றேன். இளையயாதவரே, அன்றாட நெறிப்பிறழ்வுகளின்றி அரசாள எந்த மன்னனாலும் இயலாது. ஆகவே அரசப்பொறுப்பை அந்தணர் ஒருபோதும் ஏற்கலாகாதென்று அறிந்தேன்" என்றார் சௌனகர்..

"அதையே நானும் சொல்ல முடியும். ஒவ்வொரு நாளும் மாற்றமின்றி ஒன்றையே செய்ய ஷத்ரியனால் இயலாது. அச்சலிப்பை வெல்ல நாளுக்கு ஒரு நெறிபிறழல் நன்று" என்றார் இளையயாதவர். சௌனகர் நகைக்க வெளியே முழவோசையும் கொம்போசையும் எழுந்தது. பிரலம்பன் மெல்லக் காலடி எடுத்து வைத்து திறந்த வாயிலினூடாகப் பார்க்க,

வெளியே முகமுற்றத்தில் பலராமர் தேரில் வந்திறங்குவதைக் கண்டான். அவருடன் இருந்த முதியவர் அக்ரூரர் என உணர்ந்தான். தொடர்ந்து வந்த தேரில் வசுதேவர் இருந்தார். நகுலனும் சகதேவனும் அவர்களை எதிர்கொண்டு தலைவணங்கி முகமன் சொல்லி அவைக்கு அழைத்துச் சென்றார்கள்.

தொலைவிலெனவாழ்த்தொலிகளும் உலோகக்குறடுகள் மரத்தரையில் எழுப்பும் ஓசைகளும் கேட்டு அடங்கின. சௌனகர் "தாங்கள் அவை நுழையலாம், அரசே" என்றார். இளையயாதவர் "ஆம், மூத்தவர் நுழைந்துவிட்டார்" என்றார். அப்போதுதான் தனக்கிடப்பட்ட பணி என்ன என்று உணர்ந்த பிரலம்பன் திடுக்கிட்டுத் திரும்பி நோக்க, இளையயாதவர் புன்னகையுடன் அவன் தோள்களைத் தொட்டு "வழிநடத்திச் செல்லுங்கள், வீரரே" என்றார். சௌனகர் "தங்களை அவையமர்த்த நானே வருகிறேன்" என்றார். "நன்று! மேலும் அரசர்கள் வந்துகொண்டிருக்கிறார்கள்" என்றபின் இளையயாதவர் இடைநாழியில் நடக்க, பிரலம்பன் அழைத்துச் சென்றான்.

அவைக்குள் நுழைவதற்கு முன்பு இளையயாதவர் நின்று பிரலம்பனிடம் "என் இருப்பிடம் என்னவென்று ஒருகணம் முன்னரே தாங்கள் பார்த்து அதன் அருகே நின்றுகொள்ளுங்கள்" என்றார். "ஆணை!" என்றபின் பிரலம்பன் உள்ளே சென்றான். அரசர்களுக்குரிய இருக்கைகள் ஒன்றையொன்று நோக்கும் இரு குறுவாள்களின் வடிவில் வளைவாக அமைந்திருந்தன. முதன்மை அரசர்களுக்குரிய நிரைக்கு நேர் எதிரில் இளையயாதவருக்கான இடம் இருப்பதை அவன் பார்த்தான். அதிலிருந்த இலச்சினையைப் பார்த்தபின் திகைத்து, பின்னர் திரும்பி வாயிலில் எட்டிப்பார்த்த சாத்யகியிடம் தலைவணங்கினான்.

நிமித்திகர் மேடையேறி "யாதவ அரசர், துவாரகையின் தலைவர், கிருஷ்ணர் நுழைவு" என அறிவித்தார். அவையிலிருந்த குடிகளும் படைத்தலைவர்களும் உரத்த குரலில் வாழ்த்தொலி எழுப்பினர். கைகூப்பியபடி நடந்து வந்த இளையயாதவர் தன் இருக்கையில் அமர்ந்துகொள்ள அவருக்குப் பின்னால் சிற்றிருக்கையில் பிரத்யும்னனும் சாத்யகியும் அமர்ந்தனர். பிரலம்பன் வெளியே செல்ல, சௌனகர் அவனிடம் "இளவரசர்கள் அவைபுகவிருக்கிறார்கள். அவை ஒருங்கிவிட்டதென்ற செய்தியை அபிமன்யூவிடம் சென்று சொல்க!" என்றார்.

அவன் கிளம்புவதற்குள் சுரேசர் "இளவரசரை தேடிக்கொண்டிருக்கிறேன். எங்கு சென்றார்?" என்றார். "அணி செய்வதற்காக தன் அறைக்குச் சென்றார்" என்றான் பிரலம்பன். "அறையில் அவர் இல்லை. எங்கிருந்தாலும் உடனடியாக அவைக்குள் நுழையவேண்டும் என்று சொல்க! அரசர்

அரியணை அமர்வதற்குள் தன் பீடத்தில் அவர் அமர்ந்தாகவேண்டும்" என்றார் சுரேசர். பிரலம்பன் வெளியே சென்றபோது பீமனும் நகுலனும் சகதேவனும் உரையாடியபடி வந்துகொண்டிருப்பதைக் கண்டான். அரசர்கள் அனைவரும் அவைபுகுந்துவிட்டிருந்தமையால் அவர்கள் சற்று எளிதாகிவிட்டிருந்தனர்.

பீமன் அவனை அணுகி தன் பெரிய கையை அவன் தோளில் வைத்து "எங்கே உன் இளவரசன்?" என்றான். "மாடிக்குச் சென்றார்" என்றான் பிரலம்பன். கையின் எடையால் அவன் முதுகு வளைந்தது. அவன் தோளில் தட்டி "அழைத்து வா!" என்றபின் பீமன் "இளையயாதவர் அவைபுகுந்துவிட்டாரா?" என்றான். "ஆம்" என்று பிரலம்பன் சொன்னான். நகுலன் அவனிடம் "மற்ற இளவரசர்கள் எங்கே?" என்றான். "அவைபுகும்பொருட்டு மறுபக்க அணியறையில் அமர்ந்திருக்கிறார்கள்." நகுலன் தலையசைத்து நடந்தான்.

பீமன் அவைபுகுந்த ஓசை உரக்க ஒலித்தது. கூடத்திற்குச் சென்றபோது அங்கு இருந்த காவலர்கள் அனைவரும் அவை நோக்கி வந்துவிட்டிருப்பதைக் கண்டான். ஒழிந்த கூடம் வழியாக இடைநாழியினூடாகச் சுற்றித் திரும்பி வந்தபோது அர்ஜுனன் அவனைக் கண்டான். "இங்கென்ன செய்கிறாய்?" என்றான் அர்ஜுனன். பிரலம்பன் திகைத்து "இளவரசர்..." என்று இழுக்க "அந்த மூடன் மாடிப்படியில் கனவுகண்டபடி அமர்ந்திருக்கிறான். உரிய ஆடைகளுடன் அவனை அவைபுகும்படி சொல்!" என்றபடி அர்ஜுனன் அவை நோக்கிச் சென்றான். திரௌபதியும் யுதிஷ்டிரரும் அவை புகும் வாழ்த்தொலிகளும் மங்கல இசையும் கேட்டன.

அவன் உள்ளறையினூடாகச் சென்று இடைநாழிக்கு வந்தபோது குந்தி சேடியர் சூழ அவைக்குச் சென்று கொண்டிருந்ததைக் கண்டு ஒதுங்கி நின்றான். பிரலம்பன் அவைக்குள் நுழைந்து அமைச்சரிடம் "எங்கும் தேடிப்பார்த்துவிட்டேன். இளவரசரைக் காணவில்லை" என்றான். "காணவில்லையா? இச்செய்தியைச் சொல்ல உமக்கு நாணமில்லையா?" என்றார் சுரேசர். பிரலம்பன் பேசாமல் நின்றான். "அவர் இருக்கைக்குப் பின்புறம் அமர்ந்துகொள்க. நான் அழைத்துவர ஒற்றர்களை அனுப்புகிறேன்" என்றபடி சுரேசர் வெளியே சென்றார்.

பிரலம்பன் அபிமன்யூவின் இருக்கைக்குப் பின்னால் சென்று அமர்ந்தபோது அபிமன்யூ மறுபக்க வாயிலினூடாக விரைந்து வந்து அவனுடைய இருக்கையில் அமர்ந்து அவனை நோக்கிப் புன்னகை செய்தான். பிரலம்பன் பெருமூச்சுவிட்டான்.

10

பிரலம்பன் இளையயாதவரின் முகத்தையே உற்று நோக்கிக் கொண்டிருந்தான். அவைமுறைமைகளின்போது அவர் அரைக்கண்மூடி அங்கிலாதவர் என அமர்ந்திருந்தார். அவைநுழைந்தபோது நேராகச் சென்று முன்னிரையில் அமர்ந்திருந்த வசுதேவரை அணுகி கால்தொட்டு வணங்கினார். அவர் ஒருமுறை பலராமரை நோக்கிவிட்டு "நலம் சூழ்க!" என்றார். பலராமரை அவர் தாள்வணங்கியபோது அவரும் அதேபோல உணர்வற்ற மொழியில் "நலம் சூழ்க!" என்றார். அவர்களருகே அமர்ந்திருந்த அக்ரூரரை வணங்கியபோது அவர் வெறுமனே அவரது தலையைத் தொட்டார். அதன்பின் தன் இருக்கையை வந்தடைந்த இளையயாதவர் கண்களை மூடிக்கொண்டார்.

இளையயாதவரின் அருகே அமர்ந்திருந்த சாத்யகி குமுறிக்கொண்டிருப்பதை பிரலம்பன் கண்டான். இளையயாதவர் வணங்கும்போது அவன் யாதவநிரையை நோக்கிக்கொண்டிருந்தான். பின்னர் ஒருமுறைகூட திரும்பி நோக்கவில்லை. ஆனால் அவன் உடலிலேயே உளக்குமுறல் விழியறியாத ஒன்றாகத் தெரிந்துகொண்டிருந்தது. அங்கு நிகழ்ந்ததை அங்கிருந்த அனைவருமே நன்குணர்ந்திருந்தனர். இளையயாதவர் அவைக்குள் நுழைகையில் தன்னை அவருக்கான இருக்கையருகே சென்று நின்றிருக்கச் சொன்னது அந்த இக்கட்டான சூழலை சுருக்கமான காலடிகளுடன் விரைந்து முடிப்பதற்காகத்தான் எனப் பிரலம்பன் உணர்ந்தான்.

இளையயாதவர் உள்ளே நுழைந்ததும் அவை மெல்லிய கலைவோசையுடன் பதற்றம் கொண்டது. பின்னர் உச்சம்கொண்டு விழிகளாகியது. இளையயாதவர் அமர்ந்ததும் அவர்மேல் விழி நிலைக்கச்செய்து

காத்திருந்தது. பின்னர் மெல்ல இயல்பாகி பேச்சொலி கொண்டது. யுதிஷ்டிரர் வந்தமர்ந்து முடியும் கோலும் சூடிக்கொண்டார். இளைய பாண்டவர்கள் வணங்கி தங்கள் பீடங்களில் அமர்ந்தனர்.

முதலில் குந்திபோஜர் யுதிஷ்டிரரை வாழ்த்தினார். பின்னர் துருபதர் வாழ்த்தளித்தார். பின்னர் ஷத்ரியர்களான வத்சநாட்டரசர் சுவாங்கதரும், துஷார மன்னர் வீரசேனரும், திரிகர்த்த மன்னர் சுசர்மரும், கேகய மன்னர் திருஷ்டகேதுவும், மல்லநாட்டரசர் ஆகுகரும், காரூஷநாட்டு க்ஷேமதூர்த்தியும், பல்லவநாட்டரசர் நதீஜனும், தரதர்களின் அரசராகிய கர்ணவேஷ்டரும் அவைமுறைமைகளைச் செய்தனர்.

ஒரே குரலில் என முறைமைச்சொற்கள் ஒலித்துக்கொண்டிருந்தன. ஒவ்வொரு அசைவும் நன்கு வகுக்கப்பட்டிருந்தது. அவை முறைமைகள் முடிந்தபின்னர் சௌனகர் அபிமன்யூவின் திருமணச்செய்தியை அறிவித்தார். மறுநாள் முதற்புலரியில் விராடநிலத்தின் உபப்பிலாவ்ய நகரியில் தென்மேற்கு மூலையில் அமைந்துள்ள கொற்றவை ஆலயத்தில் மணக்கோள் நிகழும் என்றும் அந்நாள் முழுக்க விழவுகளும் களியாட்டுகளும் எழும் என்றும் அறிவித்தார். வழக்கமான கலைவோசையுடன் வாழ்த்தொலிகள் எழுந்தன. எவரும் பெரிதாக ஆர்வம்கொள்ளவில்லை என்று தெரிந்தது. அபிமன்யூ எழுந்து அவையை வணங்க, அனைவரும் அரிமலர் தூவி அவனை வாழ்த்தினர். அவன் குந்திபோஜரையும் துருபதரையும் வசுதேவரையும் பலராமரையும் வணங்கியபின் இளையயாதவரை அணுகி வாழ்த்துப் பெற்றான். விழித்துக்கொண்டவர்போல அசைந்தெழுந்து அவர் மரபுச்சொற்களை உரைத்தார்.

அவையை வணங்கியபின் வந்து அமர்ந்த அபிமன்யூ "அரசன் என்றால் வணங்கி வணங்கி சாகவேண்டும் என வகுத்தவன் எவன்?" என்றான். "ஆணவம் கொள்ளலாகாதே என்றுதான்" என்றான் பிரலம்பன். "ஆணவமில்லா அரசன் எவன்? நான் அரசனாக இருந்தாலும் இதோ எப்படிப் பணிகிறேன் பார்த்தீர்களா என்றல்லவா அனைவரும் எண்ணிக்கொண்டிருக்கிறார்கள்?" என்றான் அபிமன்யூ. பிரலம்பன் "முகத்தை உறைநிலையில் வைத்துக்கொள்ளுங்கள், அரசே. அசைந்தசைந்து அமரவேண்டாம். அவையே உங்களை நோக்குகிறது" என்றான். "நான் துயில்கொள்ளப்போகிறேன். வேறுவழியில்லை" என்றான் அபிமன்யூ. "மூத்த தந்தை பேசத்தொடங்கினாரென்றால் நன்று. நல்லுறக்கம் அமையும்."

அதன் பின்னர் இயல்பாக அரசுசூழ்தலைப்பற்றிப் பேச்சு திரும்பியது. அதிலிருந்த ஒழுக்கு பிரலம்பனை வியக்கச் செய்தது. அவைக்கு நன்றி

சொன்ன யுதிஷ்டிரர் ஒவ்வொரு அரசரையும் பெயர்சொல்லி வாழ்த்தி முகமன்கள் உரைத்து முடிக்கையில் மெய்யாகவே அபிமன்யூ மெல்லிய குறட்டையுடன் முகம் மார்பின்மேல் படிய துயில்கொண்டுவிட்டிருந்தான். வாழ்த்துகளுக்குப்பின் யுதிஷ்டிரர் "நான் இன்று நிலமில்லாதவன். இந்நகரைக் கொடையெனப் பெற்று முடிசூடியிருக்கிறேன். இங்கே என் முடியை நம்பி வந்துள்ள அனைவரும் என் முடிகாக்க உடன்நிற்பவர்கள் என்றே கொள்கிறேன். பாண்டுவின் குருதிக்குரிய நிலத்தில் நான் கோல்கொண்டமைகையில் மீண்டும் அனைவரும் வரவேண்டும். அன்று ஓர் உண்டாட்டில் நாம் கைகோத்து நடமிடுவதற்கு இறையருள் கூடவேண்டும்" என்றார்.

துருபதர் எழுந்து "அது நிகழும்... விரைவிலேயே. இங்கே நாம் முடிகொண்ட மன்னர்கள் கூடியிருப்பது அது குறித்துப் பேசும்பொருட்டே. என்ன செய்யப்போகிறோம்? இப்போதே முடிவு செய்துவிடுவோம்" என்றார். "முதலில் நிகழ்ந்ததென்ன என்று சௌனகர் விளக்கட்டும்" என்றார் குந்திபோஜர். "ஆம், நாம் முதலில் நிகழ்ந்ததைச் சுருக்கிக் கொள்வோம். முறைப்படி அனைத்தும் செய்யப்பட்டுள்ளனவா என்பதிலிருந்தே நாம் தொடங்கமுடியும்" என்றார் விராடர். முதற்பேச்சுக்களை மூத்தவர்களே முன்னெடுத்தனர். அது உரையாடலை அவர்கள் வழிநடத்திக்கொண்டு செல்ல முயல்வதைக் காட்டியது. அதை மச்சர்களும் நிஷாதர்களும் ஆதரித்தனர். அங்கிருந்த அனைவரும் அத்தனை சொற்களையும் இளையயாதவருக்காகவே எடுப்பதுபோல் இருந்தது.

சௌனகர் அன்றுவரை நிகழ்ந்த அனைத்தையும் படிப்படியாக விரித்துரைத்தார். அப்போது சூழ்ந்துள்ள அரசியல் நிலையை விளக்கினார். "இன்று அணைந்திருப்பது இத்தருணம். நம்முடன் எட்டு துணையரசர்களும் மூன்று மணவுறவு அரசர்களும் மட்டுமே உள்ளனர். நம்மிடம் சேராதவர்கள் அனைவருமே அவர்களிடம் சேரக்கூடுமென்று எண்ணி நிலை சூழ்வதே நமக்கு நன்று. ஏனெனில் நம்மிடம் சேராதவர்கள் தன்னுடன் சேர்ந்துகொள்வதாக எண்ணியே மூத்தகௌரவர் தன் நிலைப்பாடுகளை எடுப்பார். அவை ஆகவேண்டியதை உரைக்கட்டும்" என்று தலைவணங்கி அமர்ந்தார்.

வசுதேவர் "சல்யர் இன்னும் அவைபுகவில்லை அல்லவா?" என்றார். யுதிஷ்டிரர் "ஆம். ஆனால் அவர் கிளம்பிவிட்டாரென்ற செய்தி வந்திருக்கிறது. இங்கு வந்துகொண்டிருப்பதாக அவரே கூறியிருக்கிறார். இங்கன்றி வேறெங்கும் அவர் செல்வதற்கும் இல்லை" என்றார். விராடர் "மச்சர்கள், நிஷாதர்களில் பெரும்பான்மையினர் நம்முடன் இருக்கிறார்கள் என்றே கொள்வோம். எங்கள் குடி இத்தருணத்தில்

இங்கு நின்றாகவேண்டும். எங்கோ ஒரு களத்தில் ஷத்ரியர்களை வாள் எதிர்கொள்பவர்களாகவே நாங்கள் இங்கிருக்கிறோம்" என்றார்.

திருஷ்டத்யும்னன் "பாஞ்சாலர்களின் படை, கருவூலம் இரண்டும் சென்ற ஆண்டுகளில் திரண்டு முழுத்திருக்கின்றன. பாரதவர்ஷத்தின் எந்த நாட்டுக்கும் இளைத்தவையல்ல" என்றான். குந்திபோஜர் தளர்ந்த தாழ்ந்த குரலில் "மகதர் என்ன முடிவெடுத்திருக்கிறார்?" என்றார். பீமன் "ஜராசந்தரின் மைந்தன் சகதேவனை இளையயாதவர் நெஞ்சோடணைத்து அரியணை அமர்த்தினார். இந்திரப்பிரஸ்தம் கோல்துணை அளித்தது. நாம் கானேகிய காலகட்டத்தில் துரியோதனன் சகதேவனை வென்று அவன் அன்னைவழியினராகிய ஜரைகுடியின் காட்டுக்குத் துரத்திவிட்டு ஜராசந்தரின் இளையோனும் பிருஹத்ரதருக்கு ஷத்ரியகுடியில் பிறந்தவனுமாகிய பிருஹத்சேனனை அரசனாக்கினான். இன்று அவன் மகதத்தைத் துரியோதனனின் ஆணைபெற்று ஆள்கிறான்" என்றான்.

சௌனகர் "ஜரர்கள் மகதத்துடன் எவ்வகையிலும் பொருந்தாமல் போரிட்டுக்கொண்டே இருக்கிறார்கள். நான்காண்டுகளுக்கு முன்பு சகதேவன் நோயுற்று இறந்தான். அவன் இளையவன் ஜயத்சேனன் ஜரர்களுக்குத் தலைமை தாங்குகிறான். ராஜகிருகத்திற்கு வடக்கே கங்கைக்கரையின் சேற்றுநிலத்தில் அவர்கள் பாடலிபுரம் என்னும் ஊரை சிறுநகரென உருவாக்கியிருக்கிறார்கள். சதுப்பிலமைந்த துறைமுனம்பு அது. இன்று அது கங்கைக்கரைப் பெரும்படகுகள் அணையும் துறைநகர். ஜரர்கள் தங்களை மெய்யான மகதர்கள் என்று சொல்லிக்கொள்கிறார்கள்" என்றார்.

"அவர்களுக்கு அழைப்பு அனுப்பப்பட்டதா?" என்றார் துருபதர். "ஆம், ஆனால் அவர்கள் உடனடியாக முடிவெடுக்க விரும்பவில்லை. வணிகம் வளர்ந்துவரும் பொழுதில் ராஜகிருகத்துடன் ஒரு பூசல் வேண்டுமா என ஐயுறுகிறார்கள்" என்றார் சௌனகர். "உண்மையில் ஜராசந்தரின் எட்டு மைந்தர்கள் அரசுரிமை கோருகிறார்கள். அவர்களுக்குள் தொடர் பூசல் நிகழ்ந்துகொண்டிருக்கிறது. ஜராசந்தரின் ஷத்ரியக் குலத்து மைந்தனை அரியணை அமர்த்தியிருக்கிறார் துரியோதனர். அவனை ஆறு ஷத்ரியகுடி மைந்தர்கள் எதிர்க்கிறார்கள். ஜரர்கள் மட்டுமல்ல சில ஷத்ரியர்களும் நம்முடன் சேரக்கூடும்."

"அவ்வாறு கணிக்கப்போனால் நாம் செல்லும் தொலைவுகள் பல உள்ளன. இன்று நம் கையில் திரண்டிருப்பதென்ன என்று மட்டுமே நாம் பார்க்கவேண்டும்" என்றார் யுதிஷ்டிரர். குந்தி "அவ்வாறல்ல, மைந்தா" என மெல்லத் தொடங்கினாள். "இவ்வாறு இன்று முரண்கொண்டு நிற்கும்

அனைவரிடமும் நாம் தொடர்பு கொள்ளவேண்டும். அவர்களை நாம் தொடர்பு கொள்கிறோம் என்பது மந்தணமாக இருக்க இயலாது. எனவே முரண்கொள்வோர் அனைவருமே கூர்ந்து உளவுபார்க்கப்படுபவர்களாக இருப்பார்கள். அவர்களை நாம் தொடர்பு கொள்கிறோம் என்பதே நம்மீது அச்சத்தை உருவாக்கும். நம் தரப்பு பெருகி வருகிறது என்ற எண்ணம் எழும்."

சௌனகர் "ஆம், பேரரசியின் கூற்று மெய்யானதே. பாரதவர்ஷத்தின் பத்தொன்பது நாடுகளில் இளவரசர்கள் எவரேனும் ஆளும் அரசுடன் முரண்கொண்டு படைதிரட்டி நின்றிருக்கிறார்கள். அனைவருக்கும் நம் அரசரிடமிருந்து தூது செல்லலாம்" என்றார். யுதிஷ்டிரர் "நாம் படைதிரட்டுவதைப்பற்றி இப்போது பேச வேண்டியதில்லை" என்றார். "நானும் படை திரட்டுவதைப்பற்றிப் பேசவில்லை" என்று சினமெழுந்த குரலில் குந்தி சொன்னாள். "அவர்களை நமது தூதர் சென்று சந்திக்கட்டும். அச்சந்திப்பின் செய்தி துரியோதனனைச் சென்று அடையட்டும். நம் நில உரிமை குறித்து நாம் பேச அமர்கையில் அச்செய்தியும் அருகே அமைந்திருக்கவேண்டும்."

குந்தியின் சினம் அவையை அச்சம் கொள்ளச்செய்தது. சற்றுநேரம் அங்கே சொல்லெழவே இல்லை. அபிமன்யூவின் குறட்டையோசை உரக்க ஒலிக்க, அர்ஜுனன் திரும்பி நோக்கினான். அவ்விழிகளைச் சந்தித்து தலைகுனிந்த பிரலம்பன் அபிமன்யூவைத் தொட்டான். குறட்டை நிற்க, அவன் விழிக்காமலேயே உடலை அசைத்து சப்புகொட்டினான். மீண்டும் குறட்டை மெல்ல எழுந்தது. "எனக்கு இவை அனைத்தும் ஏதோ போரை நோக்கிச் செல்வதாகவே தோன்றுகிறது" என்று யுதிஷ்டிரர் சொன்னார். "நமக்கு நில உரிமை உள்ளது. அதை மட்டுமே நாம் பேசவிருக்கிறோம். அதை மறுப்பது அறமல்ல என்று பேரறத்தானின் மைந்தனாகிய துரியோதனனின் உள்ளமைந்த உளச்சான்றுக்குச் சொல்கிறோம். அவ்வளவுதான்" என்றார்.

குந்திபோஜர் "மூத்தகௌரவர் நமது யுகத்தைச் சார்ந்தவர் அல்ல என்கிறார்கள். எழுந்துவிட்ட கலியுகத்தின் முகம் அவர் என்று சூதர்கள் பாடுகிறார்கள். அவருள் வாழ்வது இன்று நம் அனைவரிலும் வாழும் அறமல்ல. நாளை எழுந்து இப்புவியை ஆளப்போகும் பிறிதொரு அறம். கொண்டதனைத்தும் எனக்கே என்றும், கொள்ளும் முறை அனைத்தும் நெறியே என்றும் தன் அகத்துறையும் தெய்வங்களை நம்பவைக்கும் ஆற்றல்கொண்ட கூர்மதி அன்று அனைவரையும் ஆளும் என்கிறார்கள். மைந்தா, கிருதயுகத்தை அறம் ஆண்டது. திரேதாயுகத்தை உணர்வுகள் ஆண்டன. துவாபர யுகத்தை நம்பிக்கைகள் ஆள்கின்றன.

கலியுகத்தை மதியே ஆளும் என்கிறார்கள் நூலோர்" என்றார். "நாம் செய்யக்கூடுவதென்ன? துரியோதனனிடம் எவர் பேசக்கூடும்? எதை? அதைமட்டும் நாம் இங்கு முடிவெடுப்போம்" என்று யுதிஷ்டிரர் சொன்னார்.

சுற்றிச் சுற்றிப் பேச்சு ஒரு முனையையே வந்து அடைவதைப்போல் பிரலம்பனுக்குத் தோன்றியது. இளையயாதவர் தன் சொல்லுடன் எழவேண்டும் என்று அனைவரும் எதிர்பார்ப்பதுபோல. அவர் அத்தருணத்தை முன்னரே வந்து அடைந்து ஒவ்வொரு சொல்லுக்கும் ஒத்திப்போட்டுக்கொண்டிருக்கிறார் என்பதுபோல. அவன் அவரையே நோக்கினான். அரைவிழி தாழ்த்தி தலையை வலக்கையில் சாய்த்து ஊழ்கத்திலென அமர்ந்திருந்தார். மணிமுடியிலெழுந்த பீலி விழிதிறந்து அனைவரையும் நோக்கிக்கொண்டிருந்தது.

யுதிஷ்டிரர் "எங்களால் எங்கும் சென்றடைய முடியவில்லை. எங்கள் பொருட்டு இளையயாதவரே தன் தரப்பைச் சொல்ல வேண்டுமென்று விழைகிறேன்" என்றார். அனைவரும் இளையயாதவரை நோக்க, சாத்யகி மெல்லத் தொட்டான். இளையயாதவர் திகைத்தவர்போல விழிதிறந்து அனைவரையும் பார்த்தார். பின்னர் எழுந்து "நிலத்தின்பொருட்டு எனில் நான் பேச ஏதுமில்லை. எந்த நிலமும் இப்புவியில் அறத்தால் கொள்ளப்பட்டதல்ல. எனவே அறத்தின் பொருட்டு கோரப்பட வேண்டியதும் அல்ல" என்றார்.

அவையில் எழுந்த அமைதியையும் பின் வெடித்தெழுந்ததுபோல் ஒலித்த முழக்கத்தையும் கேட்டு உளவிசையுடன் பிரலம்பன் எழுந்தமர்ந்தான். "என்ன சொல்கிறீர்கள்? நிலம் அரசர்களுக்குத் தெய்வங்களால் அளிக்கப்பட்டது, வேதங்களால் உரிமைநிறுத்தப்பட்டது" என்றான் தனாயு நாட்டரசனாகிய மணிமான். இளையயாதவர் புன்னகையுடன் அவனை நோக்கி "உங்கள் நாட்டுநிலம் எப்படிப் பெறப்பட்டது? இல்வலர் என்னும் அசுரமன்னரால் ஆளப்பட்டது உங்கள் தலைநகரமாகிய மணிமதீபுரம். அதை உங்கள் முன்னோரான மணிமயர் வென்று கைப்பற்றி அரசொன்றை அமைத்தார்" என்றார்.

மணிமான் "ஆம்" என்றான். "அதை முன்பு கசியபருக்குத் திதியில் பிறந்த தைத்யர்களாகிய நிவாதகவசர்கள் ஆண்டிருந்தனர். அவர்கள் தொல்புகழ் அசுரச்சக்ரவர்த்தியான பிரஹலாதரின் குருதியிலெழுந்தவர்கள். முன்பு அவர்களை இலங்கையரசர் ராவணப்பிரபு வென்றார் என்கின்றன நூல்கள். அவர்களும் காலகேயர்களும் இணைந்து ஷத்ரிய நகர்களின்மேல் படைகொண்டு சென்றனர். ஹிமமேருமலைச்சாரலில் இந்திரனின் பேராலயத்தில் கூடிய பதினெட்டு ஷத்ரிய அரசர்கள் இந்திரனின்

தேரோட்டியாகிய மாதலியை படைமுகப்பில் அமைத்து அவர்களை அழித்தனர். எஞ்சியவர்கள் காட்டுக்குடியினரானார்கள். அவர்களில் ஒருவர் இல்வலர்.”

மணிமான் “ஆம்” என மீண்டும் தலையசைத்தான். “இல்வலரின் மகள் சாந்தையை உங்கள் மூதாதை மணிமயர் மணந்தார். அவள் குருதிவழியில் எழுந்தவர்கள் உங்கள் மூதாதையர்” என இளையயாதவர் தொடர்ந்தார். “இங்குள்ள அத்தனை நிலங்களும் அசுரர்களிடமிருந்தோ நாகர்களிடமிருந்தோ அரக்கர்களிடமிருந்தோ வெல்லப்பட்டவையே. எவரேனும் மறுப்புரைக்க இயலுமா?” அவை அமைதியாக இருந்தது. விராடர் “ஆம், வரலாறு சொல்வது அதுவே” என்றார். துருபதர் “இந்தக் கதை இப்போது எதற்கு?” என்றார்.

“வென்றும் பின்பு குடிகலந்தும் நிலம்கொண்டவர்களே அத்தனை ஷத்ரியர்களும் என்று கொள்வோம். ஆகவே நிலத்தின் மீதான அறம்சார்ந்த உரிமை எவருக்குமில்லை. அறத்தின்பொருட்டு நிலம்கோரச் செல்கிறோமென்றால் அதனால் எப்பயனும் இல்லை” என்றார் இளையயாதவர். “இரு வகையில் நாம் நிலம் கோரமுடியும். ஒன்று ஒரு குடிக்குள் திகழும் நெறியின் அடிப்படையில். இந்திரப்பிரஸ்த நிலம் குடிமூத்தவர்களால் அளிக்கப்பட்டது. அவர்கள் முன்னிலையில் இழக்கப்பட்டது. அவர்கள் அளித்த சொல்லின்படி மீண்டும் பெறப்பட வேண்டியது.”

“மைந்தருக்கு அன்னையர் அன்னம் என்றும் தந்தையர் சொல் என்றும் தோற்றமளிக்கிறார்கள் என்பது நூல்நெறி. மைந்தருக்கு அளித்த சொல்லை தந்தையர் காக்கவேண்டும் என்று பீஷ்மரிடமும் திருதராஷ்டிரரிடமும் சொல்லலாம். அதன்பொருட்டு நாம் தூதனுப்பலாம்” என்றார் இளையயாதவர். “பிறிதொன்று, அரசருக்கு அரசர் அளித்த சொல். அரசுகள் சொல்லால் நிலைகொள்பவை. வாள்களை ஏந்திக் களம்நிற்கும் வீரனை அரசனின் சொல்லே ஆள்கிறது. வணிகனும் உழவனும் வரியளிப்பது அச்சொல்லின்பொருட்டே. துரியோதனன் அவைநடுவே அளித்த சொல்லை அவன் காக்கவேண்டும் என்று சென்று சொல்லலாம்.”

“இரண்டுக்கும் அந்தணர் தூது செல்வதே நல்லது. நாம் போரை விரும்பவில்லை என்றால் ஷத்ரியரும் அரசரும் தூது செல்லலாகாது” என்று இளையயாதவர் சொன்னபோது மெல்லிய சோர்வுடன் அவையினர் பீடங்களில் சாய்ந்தனர். அவை அமைதியாக இருந்தது. “தௌம்யர் செல்லலாம். சௌனகர் உடன்செல்லலாம்” என்று இளையயாதவர் சொன்னார். எவரும் ஒன்றும் சொல்லவில்லை. யுதிஷ்டிரர் பெருமூச்சுவிட்டார். பீமன் “தூது செல்வதில் பொருளில்லை. அவர்களின்

மறுமொழிகளில் அதற்கான வழியீடுகளே இல்லை" என்றான். "எறும்பு நுழையவேண்டும் என்றாலும் விரிசலாவது வேண்டுமல்லவா?" என மீண்டும் அவன் சொன்னபோதும் அவை எதிர்வினையாற்றவில்லை.

பலராமர் அசைந்தபோது அத்தனை விழிகளும் நோக்கித் திரும்பின. அவர் எழுந்து தன் கையை விரித்து "அவை விரும்பினால் நான் துரியோதனனிடம் பேசிப்பார்க்கிறேன்" என்றார். "தூதனாக நான் செல்லமுடியாது, ஏனென்றால் நான் அரசன். ஆனால் அவனுடைய ஆசிரியனாக அவனைச் சென்று பார்க்கவியலும். இங்குள்ள உணர்வுகளை நான் அவனிடம் சொல்கிறேன்" என்றார். யுதிஷ்டிரர் முகம் மலர்ந்து "ஆம், அது நன்று. உங்கள் சொல் அவனைக் கட்டுப்படுத்தும். மூத்தவரே, உங்களால் நாங்கள் சிக்கியிருக்கும் இந்த இக்கட்டிலிருந்து அனைவரையும் மீட்கமுடியும்" என்றார்.

"ஆம், நான் எண்ணுவதும் அதையே. இங்கே மெல்லமெல்ல ஒரு போர் முனைகொண்டுவருகிறதோ என்னும் ஐயமெழுகிறது. உடன்பிறந்தார் எவ்வகையிலும் களமெதிர்நிற்கக்கூடாது. அது குருதியளித்த மூதாதையருக்கு எதிரான போர். ஒவ்வொரு அம்பும் சென்று தைப்பது மூதன்னையரின் முலைகளுக்குமேல். அதைத் தவிர்த்தேயாகவேண்டும். அதை நான் அவனிடமும் சொல்கிறேன்."

மணிமான் "மூத்தவரே, ஒரு சொல். இன்று சொல்லுடன் எழும் நீங்கள் உங்கள் மாணவன் தன் இளையோரின் நிலத்தைப் பிடுங்கியபின் கானேக ஆணையிட்டபோது அதைத் தடுத்திருக்கலாமே? அப்போது மதுராவில்தான் இருந்தீர்கள்" என்றான். "அதை ஏன் இப்போது பேசவேண்டும்?" என்று யுதிஷ்டிரர் சொல்ல, சினத்துடன் கைதூக்கிய பலராமர் "நான் அதில் பிழையேதும் காணவில்லை. ஒருவன் தன் அறியாமையாலும் ஆணவத்தாலும் நிலத்தை வைத்து சூதாடுகிறான் என்றால் அவனுக்கு அந்நிலத்தை ஆளும் உரிமை இல்லை. ஏந்த முடியாததை அவன் இறக்கிவைப்பதன்றி வேறுவழியில்லை. குருதியின்றி அவனிடமிருந்து நாடு கொள்ளப்பட்டது முறை என்றே எண்ணுகிறேன்" என்றார்.

"அது முறையென்றால் இப்போது எதன்பொருட்டு பேசச்செல்கிறீர்கள்?" என்றார் மன்னர் திருஷ்டகேது. "அன்று எதன்பொருட்டு அமைதி காத்தேனோ அதன்பொருட்டு. உடன்பிறந்தார் போரிடலாகாது. துரியோதனனிடம் நாம் சொல்லப்போவதும் அதையே. இப்போர் நிகழுமென்றால் அது பெரும்பழியையே சேர்க்கும். பாரதவர்ஷத்தில் இனி நிகழவிருக்கும் அத்தனை உடன்பிறந்தார்

பூசல்களுக்கும் பிழைவழிகாட்டியதாக ஆகும். ஆகவே அவன் உளம் கனிந்தாகவேண்டும்."

"உளம் கனிந்து எவரும் எங்களுக்குக் கொடையளிக்க வேண்டியதில்லை" என்றார் துருபதர். "ஆம், அவன் நிலத்தை அளித்தால் அது கொடையேதான். வேறென்ன? எதன்பொருட்டு நிலம் கோருகிறீர்கள் நீங்கள்? வென்றவன் கொண்ட நிலத்தைக் கேட்டுப்பெற்றவர்கள் உண்டா இங்கே? அவன் பேரறத்தானின் மைந்தன், என் மாணவன். ஆகவே அவன் அதைச் செய்வான். நான் ஆணையிட முடியும். அதனால்தான் இங்கே அவையெழுந்து பேசுகிறேன்" என்றார் பலராமர். துருபதர் "அனைத்துக்கும் அப்பால் நெறி என ஒன்றுண்டு, யாதவஅரசே. அதைச் சொல்க! இங்கே எவர் பக்கம் உள்ளது அறம்?" என்றார்.

"அவனிடம்தான். அதிலென்ன ஐயம்?" என்றார் பலராமர் உரத்த குரலில். "அவன் நிலம்வென்றவன். வென்ற நிலத்தை விண்ணவர் உகக்கும்படி ஆண்டவன். அவன் வென்ற நிலமோ அவனுக்கே முறைப்படி உரியதும்கூட." துருபதர் சீற்றத்துடன் எழுந்து "என்ன சொல்கிறீர்கள்?" என்றார். "எதன்பொருட்டு நீங்கள் அவனிடம் நிலம் கோருகிறீர்கள்? குலமுறைப்படி என்றால் அக்குலமுறை அவனுக்கே முடியை முற்றளிக்கும் நெறிகொண்டது. அஸ்தினபுரியின் அரசர் திருதராஷ்டிரரே. அவர் மைந்தனே அடுத்த அரசன். குடியில் பிறந்த மூத்தவனல்ல, கொடிவழியில் மூத்தவனே முடிக்குரியவன்" என்றார் பலராமர்.

"நீங்கள் சொல்பேணும்படி கோரினீர்கள் என்றால் அதற்கு முன் உங்கள் தந்தை அளித்த சொல்லை பேணுக! பதினெட்டு ஆண்டுகளுக்குப்பின் மணிமுடியை அளிப்பதாக உரைத்த பாண்டுவின் சொல் வாழட்டும்" என்று பலராமர் உரக்க சொன்னார். "ஆகவே, நெறி பேசவேண்டாம். உடன்குருதியினரென அளிகோருவோம். அருகமைதலைக் கேட்டுப் பெறுவோம். அதைச் சொல்லவே நான் செல்கிறேன். அது ஒன்றே சொல்வதற்கும் உரியது."

அவை அமைதியாக இருக்க, குந்தி மெல்லிய குரலில் "மைந்தா, உன்னிடமிருந்து இதை நான் எதிர்பார்க்கவில்லை" என்றாள். "நான் என்ன செய்யவேண்டுமென எண்ணுகிறீர்கள்? யாதவன் என்பதனால் யாதவக்குருதிக்குத் துணைநின்று அறமில சொல்லவேண்டுமா என்ன? நான் என்றும் என் உளச்சான்றின்படி நின்றவன். ஆம், என் மைந்தனுக்கு நிகரானவன் என் மாணவன். ஆனால் அவன் பிழைசெய்தால் அதையும் சொல்லத் துணிவேன்" என்றார் பலராமர். "இப்போதுகூட குருதியுறவைச்

சொல்லி பாண்டவர்களுக்காகப் பரிந்து பேசவே வந்திருக்கிறேன். போரைத் தவிர்ப்பதற்காகவே முயல்கிறேன். இதுவே என் அறம்."

நகுலன் "மூத்தவரே, திரௌபதியின் ஆடையை அவையில் களைய முற்பட்டதை நீங்கள் அவனிடம் கேட்டீர்களா?" என்றான். "அதைக் கேட்கவேண்டியதில்லை. பாஞ்சாலத்தரசி அகத்தறையில் அமர்ந்தவளல்ல. மும்முடிசூடி அரியணை அமர்ந்தவள். அவள் கணவன் அருகமர்ந்தவன் மட்டுமே. வென்ற அரசனை அவைச்சிறுமை செய்து தருக்குவது ஷத்ரியர் வழக்கம். அது முறையல்ல, ஆனால் பெரும்பிழையும் அல்ல." அவை இமையா விழிகளுடன் பலராமரை நோக்கி அமர்ந்திருந்தது. அவையெங்கும் எழுந்த உளவிம்மலை ஒருவகை உடல்வெம்மையென தசைவிம்மலென மூச்சொலியென பிரலம்பன் உணர்ந்தான்.

"இங்கு சொல்லப்பட்டது குடியறத்தின்பொருட்டும் அரசநெறியின் பொருட்டும் துரியோதனனிடம் நிலம்கோரலாம் என்று. இரண்டின் பொருட்டும் நிலம் உங்களுக்குரியதல்ல. செய்வதற்கொன்றே உள்ளது, அது நேரடி மன்றாட்டு. யுதிஷ்டிரன் இளையவன் துரியோதனனிடம் ஆள்வதற்கு நிலம் கோரிப்பெறலாம். அதன்பொருட்டு இந்த அவை என்னை அனுப்பும் என்றால் இங்கிருந்தே அஸ்தினபுரிக்குக் கிளம்புகிறேன்" என்று பலராமர் சொன்னார்.

அபிமன்யூ காலைநீட்ட, அவ்வொலியைக் கேட்டு அருகமர்ந்திருந்த சதானீகன் திரும்பி நோக்கினான். அவன் விழிகள் நீர்மைகொண்டிருந்தன. மறுபக்கம் இருந்த சுருதவர்மன் "இளையோனே, சிறுமை கொள்ளாதே" எனப் பல்லைக் கடித்தபடி சொன்னான். அபிமன்யூ "அனைத்தையும் கேட்டுக்கொண்டுதான் இருந்தேன். சௌனகரை தூதனுப்புகிறார்கள். அவ்வளவுதானே?" என்றான்.

11

பிரலம்பன் அனைத்தும் பிழையாகச் சென்றுகொண்டிருப்பதை உணர்ந்தான். அந்த உரையாடல் எப்படியாவது நின்றுவிடவேண்டும் என அவன் உள்ளம் பதைபதைத்தது. ஆனால் பிழையாகி சரியத் தொடங்கும் உரையாடல்கள்மேல் மானுடருக்குப் பெரும் ஈடுபாடு இருக்கிறதென்று அப்போது தெரிந்தது. அதுவரை பேசாமலிருந்த அனைவருக்கும் அப்போது சொல்வதற்கு ஏதோ ஒன்று இருந்தது. வத்சநாட்டரசர் சுவாங்கதர் "நீங்கள் சொல்லும்படி அரசை வேட்பதென்றால் அதை அரசென்று சொல்லலாகாது. அது வேள்விக்கொடை. ஆனால் யுதிஷ்டிரர் அந்தணர் அல்ல" என்றார். பலராமர் கடும்சினத்துடன் "நீர் எதற்காக இங்கே வந்துள்ளீர்? போரைத்தூண்டவா?" என்றார்.

"ஆம், போரென்றால் போர். எனக்கு அச்சமில்லை. அஞ்சி நடுங்கி வல்லவன் காலடியில் அடைக்கலம்புகும் சிறுமதி எங்கள் குடிக்கு இல்லை" என்றார் சுவாங்கதர். பலராமர் "வாயை மூடு... எவரிடம் பேசுகிறாய் என எண்ணிச்சொல்லெடு" எனக் கூவினார். "யாதவர்களில் மூத்தவரிடம். இளையவன் வென்றநாட்டைக்கொண்டு அரசரென முடிசூட்டி பின் அவனைத்துறந்து அவன் எதிரியிடம் சென்று சேர்ந்துகொண்டு முடிகாத்துக்கொள்ள விழையும் வீரரிடம்..." என்றார் சுவாங்கதர். பலராமர் வெடிப்போசையுடன் தன் தோள்களை ஓங்கி அறைந்தபடி சுவாங்கதரை நோக்கிப் பாய்ந்தார். வசுதேவர் "மைந்தா, இது அவை" என்று கூவ, அப்படியே நின்று "மூடா, இச்சொல்லின்பொருட்டு என்றேனும் உன் தலையை கதையால் சிதறடிப்பேன்" என்று கூவினார்.

துஷார மன்னர் வீரசேனர் "மூத்தயாதவரே, நீங்கள் துரியோதனர் மீது கொண்டுள்ள பற்று என்பது அவர் உங்கள் மாணவர் என்பதனால்

மட்டும்தான் என நம்ப நான் சித்தமாக உள்ளேன். ஆனால் யாதவ ஐங்குடியும் உங்களைத் துணைப்பதும் அதனாலேயே என்று நம்ப என்னால் இயலவில்லை. அவர்கள் ஷத்ரியக்கூட்டின் ஒருபகுதியென்று ஆக விழைகிறார்கள். கார்த்தவீரியனின் முடிவை எண்ணி அஞ்சி எடுத்த முடிவு அது. இல்லை என்று சொல்வீர்களா?" என்றார். "நான் எதையும் விளக்க இங்கு வரவில்லை. இங்கு நலம் பயக்கும் ஒரு செயலையே முன்வைத்தேன்" என்றார் பலராமர். அவர் குரல் தழைந்துவிட்டது என்பதை பிரலம்பன் கண்டான்.

பீமன் "நாம் இதை இங்கே நிறுத்திக்கொள்வோம். அவையோரே, மூத்தயாதவர் என் ஆசிரியர். நான் அவருக்குக் கட்டுப்பட்டவன்" என்றான். "மூடா, இந்த அவையில் அவர் தன் மாணவன் துரியோதனன் மட்டுமே என அறிவித்துவிட்டார்" என்றார் குந்திபோஜர்.

திரிகர்த்தமன்னர் சுசர்மர் "நான் வீரசேனர் கேட்டதை மீண்டும் கேட்க விழைகிறேன். யாதவ ஐங்குடியும் இளையவரைத் துறந்தது எதனால்? ஏன் அவர்கள் துரியோதனரின் பக்கம் நின்றிருக்கிறார்கள்? அதை மட்டும் விளக்குக!" பலராமர் "நாம் அதை உசாவ இங்கே அமர்ந்திருக்கவில்லை. இந்த அவையில் அதைப்பற்றி நான் பேசவேண்டியதுமில்லை" என்றார். "பேசியாகவேண்டும். ஏனென்றால் இந்த அவையின் நோக்கத்தையே சற்றுமுன் நீங்கள் மறுத்தீர்கள். அது ஏன் என்பதை இந்த அவை புரிந்துகொண்டாகவேண்டும்."

"விளக்க எனக்கு உளமில்லை. விரும்பாவிட்டால் நான் இந்தப்பூசலில் தலையிடவுமில்லை" என்றபின் பலராமர் அமர்ந்தார். கேகய மன்னர் திருஷ்டகேது "அவ்வாறு அமர்ந்தால் இதை விட்டுவிடமுடியாது, பலராமரே. ஏனென்றால் இங்கே பேசப்படுவது பாரதவர்ஷத்தின் அரசியல். நேரடியாகவே சொல்லுங்கள். இத்தருணம் போர் எழுந்தால் நீங்கள் எந்தப்பக்கம்?" பலராமர் "நான் துரியோதனின் பக்கமே. ஐயமே வேண்டியதில்லை" என அமர்ந்திருந்தவாறே சொன்னார். அவர்முகத்தில் ஆழ்ந்த கசப்பு நகைப்பாக வெளிவந்தது. "எதிர்ப்பக்கம் உங்கள் இளையவர் படையாழியுடன் நின்றால்?"

பலராமர் சற்று திகைத்து "அது இங்கே பேசப்படவேண்டியதல்ல" என்றார். மல்லநாட்டரசர் ஆகுகர் உரக்க "இங்கே பேசப்படுவதே அதுதான்" என்றார். காரூஷ நாட்டு க்ஷேமதூர்த்தி "நீங்கள் இங்கே பேசிய உடன்பிறந்தார் குருதி தவிர்த்தல் என்பது உங்கள் குலங்களுக்குள் உள்ள பூசல்தான் அல்லவா?" என்றார். "வாயைமூடு..." என்றபடி பலராமர் பாய்ந்து எழுந்தார். பல்லவநாட்டரசர் நதீஜர் "சினம் உண்மையை வெளிக்காட்டுகிறது. நீங்கள் போரைத் தவிர்க்கமுடியாது,

யாதவரே. ஏனென்றால் போருக்கு முதன்மை ஏதுக்களில் நீங்களும் ஒருவர். இளையயாதவரின் நேர் தமையனாகிய நீரே அப்பக்கம் சென்றுவிட்டமையால்தான் துரியோதனன் துணிவுகொள்கிறான்" என்றார்.

பீமன் "நாம் இதைப் பேசவேண்டியதில்லை... இந்த அவையின் நோக்கம் இதுவல்ல" என்றான். யுதிஷ்டிரர் "ஆம், நாம் பேசவேண்டியதே வேறு. மூத்தயாதவர் நம் விருந்தினர்" என்றார். பலராமர் "யுதிஷ்டிரா, அவ்வாறு உன் அளி எனக்குத் தேவையில்லை. இந்த மூடர்கள் உன்னிடம் கலந்துகொள்ளாமல் அவையில் இப்படிப் பேசுகிறார்கள் என நான் நினைக்கவில்லை. பேசட்டும். இவர்களின் அறிவிலாப்பிதற்றல்களுக்கு அஞ்சுபவன் அல்ல நான்" என்றார். தரதர்களின் அரசராகிய கர்ணவேஷ்டர் "அறிவிலாப்பிதற்றலுக்கு மறுமொழி சொல்லுங்கள். முடிந்தவரை அறிவு அதில் அமையட்டும். துரியோதனனை நீங்கள் ஆதரிப்பது எதனால்? முடிவிருப்பா? குடிபேணலா? உடன்பிறந்த தம்பியைத் துறந்து சென்று நீங்கள் அவனிடம் அடைவது எதை?" என்றார்.

பலராமர் "இழிமகனே, இதோ நீ எழுந்து நின்று என்னிடம் கைநீட்டிப் பேசுகிறாய் அல்லவா? இந்நிலையைத் தவிர்ப்பதற்குத்தான். நீ யார்? தரதர்களின் மரபென்ன? அசுரநிலமான கஜமதனத்தை அவர்களிடம் இரந்துபெற்று அரசமைத்தவர் உன் மூதாதை. நத்தை ஒன்று நாளுக்குள் தவழ்ந்து கடக்கும் நிலத்தை வைத்துக்கொண்டு அரசன் என வந்து அமர்ந்திருக்கிறாய்" இழிவுதோன்ற இதழ்வளையச் சிரித்து பலராமர் அவையைச் சுட்டிக்காட்டினார். "இந்த அவையையே பார்! இங்கே தொல்குடியினர் எவர்? மீன்முடை வீசும் மச்சர்கள். ஊன் நெடி கொண்ட நிஷாதர்கள். இருளை வணங்கும் அசுரர்கள். இங்கு வந்தமர்ந்தால் நானும் என் குடியும் இழிவுகொள்வோம்."

அவர் குரல் ஓங்கியது "ஆம், நாங்கள் கன்றோட்டும் குலம். ஆனால் நாங்கள் நிலம் வென்று அரசமைத்து ஆயிரமாண்டுகளாகின்றன. கார்த்தவீரியர் இந்த பாரதவர்ஷத்தை முழுதாண்டதை ஷத்ரியரும் மறுக்கவியலாது. யாதவர் இனிமேலும் கன்றோட்டும் குடிகள் அல்ல. அவர்கள் ஷத்ரியர் அவையில் நிகர்பீடம்கொண்டு அமர்ந்தாகவேண்டும். இந்தத் தலைமுறையில் அமர்ந்தால் இனிவரும் தலைமுறைகளின் இடம் அதுவாக அமையும். இது ஒரு நல்வாய்ப்பென்றால் அதை ஏன் துறக்கவேண்டும்?"

"யாதவப்பெருநிலம் விரிந்து பரவிவிட்டது. அதன் நகரங்கள் செல்வக்குவைகளாகிவிட்டன. இனி குடிப்பெருமை மட்டுமே

வென்றெடுக்கப்படவேண்டியது. இந்த இழிகுலத்தாரவையில் வந்தமர்ந்து அதை நான் ஈட்டவியலாது. அஸ்தினபுரியில் அங்கனும் வங்கனும் கலிங்கனும் கூர்ஜரனும் சைந்தவனும் விதர்ப்பனும் மாளவனும் அமர்ந்திருக்கும் அவையில் நிகரென்றமர்ந்து அதை நான் அடைவேன்…”

அந்த வெளிப்படையான பேச்சை அவர்கள் எவரும் எதிர்பார்க்கவில்லை. அவை சற்றுநேரம் அமைதியாக இருந்தது. ஏதோ ஒருவகையில் அவர்கள் அனைவரும் அதை ஆழத்தில் புரிந்துகொண்டார்கள் எனப் பிரலம்பன் எண்ணினான். அது அவர்கள் அனைவரும் கொண்டுள்ள கனவு. அந்த அவைக்கு அழைப்பு வந்தால் செல்லமாட்டேன் என்று சொல்பவர்களாக எவர் இங்கே உள்ளனர் என அவன் நோக்கினான். ஒவ்வொருவரும் தங்கள் எதிரி அப்பக்கம் சென்றிருப்பதனால் இங்கு வந்தவர்கள்.

அமைதி பலராமரை ஊக்கியது. ஏளனச்சிரிப்புடன் “ஏன் என் இளையோனைத் துறக்கிறேன் என்று கேட்டீர்கள் அல்லவா? இதனால்தான். இவனைத் தொடர்ந்துசென்றால் யாதவர்கள் ஷத்ரியர்களின் பகைமையையே சேர்த்துக்கொள்வார்கள். அது காட்டெரியால் சூழப்படுவதுபோல. இவன் ஆற்றிய ஒவ்வொரு வினையும் யாதவர்களின் குடிப்பெருமையை அழிப்பதாகவே அமைந்தது. நேற்று முன்நாள் இவன் எங்கிருந்தான்? சொல்லட்டும்… இந்த அவையில் எழுந்து அதை உரைக்கட்டும்”

அனைவரும் திரும்பி இளையயாதவரை நோக்கினர். அசைவற்ற உடலும் சரிந்த விழிகளுமாக அவர் அமர்ந்திருந்தார். பீலி இளங்காற்றில் அசைந்துகொண்டிருந்தது. “நான் சொல்கிறேன். ஏனென்றால் அவன் சொல்லமாட்டான்” என்றார் பலராமர். “நேற்று முன்நாள் அசுர மன்னன் சம்பரனின் சம்பரபுரியில் அசுரகுடியினரின் பேரவை ஒன்று கூடியது. பதினெட்டு அசுரமன்னர்களும் நூற்றெட்டு அசுரகுடித்தலைவர்களும் அதில் பங்குகொண்டனர். வஜ்ரபுரியின் அசுர மன்னனாகிய வஜ்ரநாபன் தன் குடித்தலைவர்களுடன் வந்திருந்தான். பாணாசுரனின் மருகன் மாருதன் அவர் சார்பில் பங்குகொண்டான். அதில் இவன் முதன்மை விருந்தினன். அங்கே இவன் பேசிய அனைத்தையும் சொல்லெண்ணி இங்கே என்னால் சொல்லமுடியும்.”

“பிறருக்காக அல்ல, இதைத் தூய ஷத்ரியராகிய துருபதருக்காகச் சொல்கிறேன். அங்கே ஷத்ரியர்களுக்கு எதிராகப் பெருஞ்சூழ்ச்சி ஒன்று முன்னெடுக்கப்பட்டது. இந்த பாரதவர்ஷம் வேதப்பயிர் விளையும் நிலம். அந்தணர் இதில் நீர்பாய்ச்சுவோர். ஷத்ரியர் இதன் வேலி. அந்த வேலியை அழிக்கும் திட்டங்கள் வகுக்கப்பட்டன” என்று பலராமர்

தொடர்ந்தார். “இவன் ஏன் அங்குசென்றான்? அங்கிருந்த அசுரர்கள் இவனுக்கு மணவுறவுள்ளவர்கள். வஜ்ரநாபனின் மகள் பிரபாவதியும் சம்பரனின் மகள் மாயாவதியும் இவன் மைந்தன் பிரத்யும்னனின் மனைவியர். அவர்களில் பிறந்தவர்களே இவன் கொடிவழியினர். இவன் பெயர்மைந்தன் அநிருத்தன் இப்போது பாணனின் மகள் உஷையை மணம்புரிந்துகொண்டிருக்கிறான். இவன் தன்னை ஒவ்வொரு நாளும் அசுரனென்றாக்கிக் கொண்டிருக்கிறான். அசுரவேதத்தைத் தலைக்கொள்கிறான்.”

“இல்லையென்று சொல்லட்டும்... இந்த அவையில் எழுந்து இவன் ஏற்கும் வேதம் அசுரர்களுக்கு எதிரானதென்று ஒரு சொல் உறுதியளிக்கட்டும். ஆணையிடுகிறேன், நான் இந்த அவையிலேயே இவன் காலடியைப் பணிகிறேன். இவன் கூறுவதைத் தலைக்கொள்கிறேன்...” என்றார் பலராமர். அனைவரும் இளையயாதவரையே நோக்க, அவர் அசைவிலாது அமர்ந்திருந்தார். அவர் எக்கணமும் எழுவார் எனப் பிரலம்பன் எதிர்பார்த்தான். பின்னர் அவர் எழமாட்டார் என்பதை உணர்ந்தான். அவர் அங்கே இல்லை என.

பலராமர் மேலும் குரலெழுப்புவதற்குள் சாத்யகி கையை நீட்டியபடி எழுந்தான். “மூத்தவரே, அவையிலெழுந்து சொல்லாடக் கற்றுக்கொண்டுவிட்டீர்கள். பேரவைகளில் ஒவ்வொரு சொல்லிலும் அறிவிலாதவர் என்று காட்டிக்கொண்டிருந்த நிலையிலிருந்து இந்த வளர்ச்சி வியப்பூட்டுவதே” என்றான். பலராமர் “வாயை மூடு, மூடா... இக்கணமே உன் தலையை அறைந்து உடைப்பேன்” என்றார். “செருகளத்தில் என்னைக் கொல்வது உங்களுக்கு எளிது, மூத்தவரே. இது அறத்தின் களம். இங்கு உங்கள் அகச்சான்று எழுந்து வரவேண்டும்” என்றான் சாத்யகி. “எங்கு அகம் கட்டுண்டிருக்கிறதோ அங்குதான் நா கூத்தாடுகிறது.”

“உன்னிடம் பேச எனக்கு ஒன்றுமில்லை” என்றார் பலராமர். “இனி இந்த அவையில் நின்று சொல்லாடவும் நான் சித்தமாக இல்லை.” சாத்யகி “அந்த அச்சமே இங்கு நீங்கள் உரைத்தவை உங்கள் அகமுணர்ந்தவை அல்ல என்பதற்குச் சான்று” என்றான். “அச்சமா? எனக்கா? உன்னிடமா...?” என பலராமர் சினத்துடன் நகைத்தார். “எனில் நின்று நான் சொல்வதைக் கேட்டுவிட்டுச் செல்லுங்கள்” என்றான் சாத்யகி. “நீங்கள் யார்? இன்று யாதவப்படை என உங்களுடன் ஒரு திரள் நின்றுள்ளதே அது இல்லையேல் உங்களை எந்த ஷத்ரியன் அவையிலமரச்செய்வான்? நீங்கள் இன்று பேசும் இந்தக் குடிப்பெருமைகளை எல்லாம் உங்கள் ஆபுரக்கும் கொட்டிலின் கீழ் நின்று காட்டுக்காய் சுட்டுத்தின்றுகொண்டு பேசிக்கொண்டிருந்திருப்பீர்கள்.”

“நீங்கள் தொடங்கிய இடம் ஏதென்று எவரும் அறிவர். துரியோதனனுக்கு கதைப்பயிற்சி அளித்த ஆசிரியர் நீங்கள். குடிமரபுகளில் ஊன்றியவர் என்பதனால் உங்கள் அடிபணியத் தவறாதவர் அவர். ஆனால் நிலவிழைவால் தெய்வங்களைத் தூக்கிவீசத்தயங்காதவர் கௌரவமூத்தார். ஆர்வமிருந்தால் சென்று அவர் கொண்ட நிலத்தை உதறிவிடவேண்டுமென்று கோரிப்பாருங்கள். கூழாங்கல் என உங்களைத் தூக்கி வீசிவிட்டுச் செல்வார். மூத்தவரே, நீங்கள் வெறும் அணிகலன் அவருக்கு. நோய்கொண்டவனும் அஞ்சியவனும் அக்கணமே கழற்றி வீசுவது அணிகலன்களையே. தன்னந்தனிமையில் தன்னை நோக்க விழைபவன் அணிகலன்களை அகற்றியபின்னரே தானென்று உணர்வான்.

பலராமர் அச்சொற்பெருக்கின் முன் செயலற்றவர்போல நின்றபின் மெல்லத் தன் பீடத்தில் அமர்ந்துகொண்டார். “யாதவரே, சொல்லுங்கள்! எது குலம்? குருதித்தொடரா? மலையிறங்கும் கங்கை பல்லாயிரம் ஓடைகளை இணைத்துக்கொண்டு பெருகி வங்கத்தை அடைகிறது. அதில் முதலோடை எதுவென்று தேடிச்செல்ல எவரால் இயலும்? இதோ அமர்ந்திருக்கிறார்கள் பாண்டவர்கள். அவர்களின் குருகுலம் என்பது என்ன? சர்மிஷ்டையின் அசுரக்குருதியா? சத்யவதியின் மச்சர்குருதியா? குந்தியின் யாதவக்குருதியா? அல்லது வேடர்களான காந்தாரர்களின் குருதியா? குரு என்னும் மாமன்னரின் நினைவன்றி அக்குலத்திற்கு அடையாளம் ஏது? வென்ற களங்களால் மட்டும் அல்ல, ஆற்றிய அறத்தால் நிறைவேற்றிய வேள்விகளால் அமைந்தது அவர் புகழ்.

“கன்றோட்டும் குடியைத் தேரோட்ட வைத்தவரைத் துறந்து தன்னலம் கருதி அனைத்து அறங்களையும் கடந்த கலிமைந்தரின் காலடியில் அமர்ந்தால் நீங்கள் யாதவகுலத்திற்கு அளிப்பது என்ன? எண்ணி எண்ணிப் பெருமிதம்கொள்ளும் புகழ்கொண்டவர்களே குலமூத்தார் என விண்ணிலும் சொல்லிலும் அமைகிறார்கள். யயாதியின், பரதரின், ஹஸ்தியின், குருவின், பிரதீபரின் பெயர் அவ்வண்ணம் வாழ்வதே. நீங்கள் உங்கள் கொடிவழியினரால் பழிக்கப்படுவீர்கள். அவையில் உங்கள் பெயர் சொல்ல அவர்கள் நாணம் கொள்வார்கள். மூத்தவரே, நாயும் நரியும் மைந்தரைப்பெற்று குருதியூன் ஊட்டி வளர்த்து கொடிவழி சமைக்கின்றன. அக்குலங்கள் நினைக்கப்படுவதில்லை. நீடிப்பதுமில்லை.

“வாழும் குலங்கள் புகழைக் கைவிளக்கெனக்கொண்டு அறத்தின் திசைதேர்பவை. உங்கள் கொடிவழியினருக்கு அறம்பேணி அமைந்தவர் நீங்கள் என்ற புகழை விட்டுச்செல்லுங்கள். அதன்பொருட்டு அழிந்தாலும் அது அவர்கள் கொண்டாடும் வெற்றியே. வென்றதனால் அல்ல, நீங்கள் கார்த்தவீரியனின் பெயரை இங்கு சொன்னீர்கள்,

வளையாது களம்பட்டமையால். சிம்மம் என எழுந்தவர்களே தங்கள் குருளைகளுக்கு சிம்மவாழ்க்கையை அளித்துச் செல்லமுடியும். நாய் எனக் காலடியில் உடல்வளைத்தபின்னர் திரும்பி குருளைகளை நோக்கி உறுமிக்காட்டினால்...”

“அடேய்!” என்று கூவியபடி பலராமர் எழுந்து கைகளை விரித்தபடி சாத்யகியை நோக்கிச் சென்றார். பீமன் பீடத்திலிருந்து எழுந்து அவர்களை நோக்கி ஓடினான். சாத்யகி அசையாமல் நின்று உரத்தகுரலில் “சிம்மக்குருளைகளால் நெஞ்சு கிழித்து கொல்லப்படுவீர், யாதவரே” என்றான். பலராமர் தன் இரு கைகளையும் சேர்த்து அறைந்து “உன்னைக் கொல்வேன்... இரக்கமே இல்லாமல் உன்னைக்கொல்வேன். கீழ்மகனே...” என்று கூவினார். ஆனால் முன்னகரவில்லை. வசுதேவர் “பலதேவா, பின்னால் வா...!” என மெல்லிய குரலில் சொல்லி இருமினார். பலராமர் நெஞ்சு எழுந்தமைய பின்னால் வந்தார். அவர்களை நோக்கியபடி பீமன் இரு கைகளையும் மற்போருக்கென விரித்து நின்றான்.

“வெற்றிதோல்வியின் கணக்குகளால் அல்ல, வேதமெய்மையின் கணக்குகளாலும் அல்ல, அந்தக் காலடிப்புழுதி என் மூதாதையர் சிதைச்சாம்பலுக்கு நிகர் என்பதனால், அச்சொல் ஒவ்வொன்றும் நூறுவேதங்களுக்கு மேல் என்பதனால் நான் அவர் ஆணைக்கு அடிபணிபவன். அதுவன்றி பிறிதறியாதோர் இம்மண்ணில் உள்ளனர் என்பதனால் அச்சொல் வாழும்” என்று சாத்யகி அதே ஓசையுடன் சொன்னான். பிரலம்பன் கண்ணீர் வழிய கைகளைக் கூப்பியபடி அமர்ந்திருந்தான். “வேதம் புரப்பவர் எவர்? வேதம் எவரைப் புரக்கிறதோ அவர். உங்கள் வெற்றுப்படைக்கலங்களின் வல்லமையால் வாழ்வது வேதமல்ல. உங்களையும் என்னையும் அவரையும் மூன்று முதல்தெய்வங்களையும் அன்னையெனக் கையிலேந்தி அமர்ந்திருக்கும் முழுமுதன்மையே வேதம்.”

“அந்தணர் அதற்குத் தங்கள் அனலை அளிக்கிறார்கள். ஷத்ரியர் அதற்குக் குருதியை அளிக்கிறார்கள். மேழிபற்றுவோர் ஆபுரப்போர் அதற்கு அவியும் நெய்யும் அளிக்கிறார்கள். அசுரரும் நிஷாதரும் நாகரும் பிறரும் அதற்குத் தங்கள் ஆத்மாவை அளிக்கட்டும். நேற்றுவரை மலையைக் கிழக்குநின்றும் மேற்குநின்றும் நோக்கிப் பூசலிட்டோம். மலைமுடிகண்டவன் இறங்கிவந்து உரைக்கும் மெய்வழி நம்மை ஒன்றாக்குமென்றால் அவ்வாறே ஆகட்டும்.”

“என்றும் தன்னலத்திற்குக் குரல்துணை மிகுதி. படைகண்டு தருக்கவேண்டாம், மூத்தவரே. மெய்மை வெல்லமுடியாத வாள். அதற்கு எதிர்நிலை கொள்ளவேண்டாம். நொறுக்கி வீசப்படுவீர்கள். யாதவகுலம்

எதிர்ப்படை என நின்றிருக்குமென்றால் அழிவதே அதன் ஊழ். இது உங்கள் குருதிவழிகொண்டவனின் சொல், தந்தைசொல் கேட்காதவன் மைந்தன் சொல் கேட்டு சிறுமைகொள்வான். இது அச்சிறுமை உங்களுக்கு. நேர்வழிக்கு மீள்க! அழிவை தேடிக்கொள்ளவேண்டியதில்லை."

கைகூப்பியபடியே நிலத்தில் விழுந்து எட்டுறுப்பும் நிலம்தொட வணங்கி எழுந்த சாத்யகி சொன்னான் "மூப்பு முறை மீறிச் சொல்லெடுத்த என்னை என் மூதாதையர் பொறுத்தருள்க! இதன்பொருட்டு அமையும் பழி என் மைந்தருக்கு மேல் சேராதமைக! இது முழுமையும் என் தலைமேல் குவிக!" திரும்பி நோக்காமல் அவன் நடந்து வெளியே செல்ல, பலராமர் அவன் சென்ற திசையை நோக்கியபடி அமர்ந்திருந்தார்.

நெடுநேரமெனத் தோன்றிய அமைதிக்குப்பின் யுதிஷ்டிரர் "எண்ணாதன நிகழ்ந்தன. எண்ணிக்கொள்ளவேண்டாதவை உரைக்கப்பட்டன. இந்த அவை கலையட்டும். நாம் சொல்சூழ்வது பிறகென்றமையட்டும்" என்றார். சௌனகர் வணங்கியபடி அவைமேடைமேல் ஏறினார்.

இடைநாழியைக் கடந்து அபிமன்யூவுடன் படியிறங்கும்போது சுருதகீர்த்தியும் சுதசோமனும் எதிரே வருவதை பிரலம்பன் கண்டான். சுருதகீர்த்தி அபிமன்யூவிடம் "தந்தையர் எங்குள்ளனர்?" என்றான். அபிமன்யூ "சிற்றவையில். இளையதந்தை சினம்கொண்டிருக்கிறார்" என்றான். "ஏன்?" என்றான் சுதசோமன். "மூத்தயாதவர் அவையிலிருந்தே கிளம்பிச் சென்றார். எவரிடமும் விடைகொள்ளவில்லை. அவை முறைமைகளை ஏற்றுக்கொள்ளவுமில்லை." சுருதகீர்த்தி தலையசைத்தபின் "இளையயாதவர் உடனிருக்கிறாரா?" என்றான். "இல்லை, அவரும் சாத்யகியும் அவர்களின் மாளிகைக்குச் சென்றுவிட்டனர்."

சுருதகீர்த்தி "என்னை வந்து பார்க்கச்சொன்னார்கள் தந்தையர். நான் அவைபுகவிருக்கிறேன்" என்றான். "செல்க!" என்றான் அபிமன்யூ. "இந்த அரண்மனை சிறிதாக இருந்தாலும் எந்த முறைமைப்படியும் இல்லை. உன் அணுக்கன் வந்து வழிகாட்டட்டும்." அபிமன்யூ திரும்பி பிரலம்பனை நோக்கி விழிகாட்ட "அவ்வாறே" என்று பிரலம்பன் தலைவணங்கினான். சுருதகீர்த்தியும் அபிமன்யூவும் மேலும் ஏதோ பேசிக்கொண்டார்கள் என அவனுக்குத் தோன்றியது. செவியசைவுகள் மீசைவிடைப்புகள் விழியுருட்டல்கள் வழியாகப் புலிக்குருளைகள் பேசிக்கொள்வதுபோல. முதலில் அவர்கள் சந்தித்த கணம் முதல் அவன் அதைப் பார்த்துக்கொண்டு வந்தான். அவர்களுக்கு நடுவே பிறிதொரு அறியாப்பாதை இருந்தது.

அபிமன்யூ விடைகொண்டு படியிறங்க, அவர்கள் படி ஏறினர். சுதசோமன் "தந்தை பசித்திருப்பார். அவை நீண்டநேரம் நடந்தது"

என்றான். கூரம்புகள் நடுவே கொசு பறப்பதுபோல அத்தனை அரசுசூழ்தல்களுக்கும் நடுவே சுதசோமனும் சர்வதனும் தங்கள் இயல்புடன் வாழ்ந்துகொண்டிருப்பதையும் அவன் கண்டிருந்தான். புன்னகைத்து “அவர் நடுநடுவே சிற்றுணவு உண்டார்” என்றான். “அது அவருக்கு எப்படிப் போதுமானதாக ஆகும்? பேருண்டிக்காரர்” என்றான் சுதசோமன். சுருதகீர்த்தி “நீ அவன் அணுக்கன் அல்லவா?” என்றான். “ஆம், இளவரசே” என்றான் பிரலம்பன். “அவர்கள் நடுவே உறவு எப்படி?” என சுருதகீர்த்தி கேட்டான்.

அதைப் புரிந்துகொண்டு “அதை நான் அறியேன். அவர்கள் ஒருமுறைதான் சந்தித்துக்கொண்டனர்” என்றான் பிரலம்பன். “அதன்பின் அவன் முகம் எப்படி இருந்தது?” பிரலம்பன் ஒன்றும் சொல்லவில்லை. “அவன் மகிழ்ந்திருந்தானா?” என்று சுருதகீர்த்தி மீண்டும் கேட்டான். “இல்லை” என்றான் பிரலம்பன். அவனை ஒருகணம் திரும்பி நோக்கியபின் சுருதகீர்த்தி பேசாமல் நடந்தான். அவர்கள் சிற்றறையை அடைந்ததும் பிரலம்பன் காவலனிடம் அவர்களை அறிவிக்கும்படி சொன்னான். காவலன் உள்ளே சென்று வரவறிவித்து அவர்களை உள்ளே செல்லும்படி சொன்னான். சுருதகீர்த்தி “வருக, நீர் அவன் ஒற்றன் அல்லவா?” எனப் புன்னகைத்தபின் உள்ளே சென்றான். பிரலம்பன் தொடர்ந்தான்.

அறைக்குள் யுதிஷ்டிரர் பீடத்தில் அமர்ந்திருக்க அருகே நகுலனும் சகதேவனும் சிறுபீடங்களில் அமர்ந்திருந்தனர். சாளரத்தருகே பீமன் கைகட்டி நின்றிருந்தான். சுருதகீர்த்தினும் சுதசோமனும் முறைப்படி வணங்கி நின்றனர். சுவர் அருகே பிரலம்பன் நின்றான். அவர்கள் எவருக்கோ காத்திருப்பது போலத்தெரிந்தது. யுதிஷ்டிரர் அமைதியின்மையுடன் “என்ன செய்கிறான்?” என்றார். நகுலன் “இளையயாதவருடன் அமர்ந்தால் அவர் வருவார் என்று கொள்ளவேண்டியதில்லை, மூத்தவரே” என்றாரன்.

“அப்படியென்றால் நாம் முடிவை எடுப்போம்… தௌம்யரும் துருபதரின் அமைச்சர் கருணரும் சௌனகரும் நம் செய்தியுடன் அஸ்தினபுரிக்குச் செல்லட்டும்” என்றார் யுதிஷ்டிரர். “ஷத்ரியர் துணைசெல்லவேண்டும் என்பது மரபு” என்றான் சகதேவன். “ஆம், அரசகுடிப்பிறந்தவர் செல்லவேண்டும்” என்ற யுதிஷ்டிரர் சுருதகீர்த்தியை நோக்கி “இவன் சென்றால் என்ன?” என்றார். நகுலன் “ஆம், இவன் உகந்தவனே” என்றான். “இவர்கள் இருவரும் உடன்செல்லட்டும், நன்று” என்றார் யுதிஷ்டிரர். “அவர்களுக்கான ஓலைச்சொற்களை நானே குறித்துக்கொடுக்கிறேன். அவர்கள் எவ்வகையிலேனும் நால்வரைத் தனித்தனியாகச் சந்திக்கவேண்டும். பீஷ்மரையும் துரோணரையும் திருதராஷ்டிரரையும் காந்தாரியையும்.”

“அதனால் என்ன பயன்?” என்றான் பீமன். “மந்தா, மீண்டும் தொடங்கிவிடாதே. களைத்திருக்கிறேன். நான் அவர்களின் அகச்சான்றை நம்புகிறேன்” என்ற யுதிஷ்டிரர் “ஆகவே இதுவே என் ஆணை. இவர்கள் உடன்செல்வதாக இருந்தால் இவர்களுக்குரிய ஆணைகளைப் பிறப்பித்து அனுப்புக!” என்றார். நகுலன் “நான் அதைக் கற்பிக்கிறேன்” என்றான். அப்போது ஏவலன் வந்து தலைவணங்கி “பேரரசி” என்றான். யுதிஷ்டிரர் எதிர்நோக்கியிருந்தது அவளைத்தான் எனத் தெரிந்தது. அவர் ஆணையிட்டதும் ஏவலன் சென்று குந்தியை உள்ளே அனுப்பினான்.

குந்தி நுழைந்ததும் அனைவரும் எழுந்து வணங்கினர். அவள் அமர்ந்ததும் அமர்ந்தனர். குந்தி பேசவேண்டும் எனப் பிறர் எதிர்பார்த்திருந்தமையால் அமைதி நிலவியது. அவள் மெல்லிய குரலில் “சல்யர் அஸ்தினபுரி நோக்கிச் செல்கிறார்” என்றாள். “ஏன்?” என்றபடி பீமன் அருகே வந்தான். “யாரோ தூதர் அவரைச் சந்தித்து இட்டுச்செல்கிறார். முதலில் அவர்கள் வழிதவறிவிட்டனர் என்று நம் ஒற்றர் எண்ணினர். ஆனால் அவர் தெளிவாக வழிகாட்டப்பட்டே செல்கிறார் எனத் தெரிகிறது. இன்னும் ஒருநாளில் அவர் அஸ்தினபுரி எல்லைக்குள் செல்வார்.”

சலிப்புடன் தலையசைத்து “கணிகரின் சூழ்ச்சிதான்” என்றார் யுதிஷ்டிரர். “நாம் என்ன செய்வது?” என்று பீமன் கேட்டான். “அர்ஜுனனின் மைந்தனையும் பீமனின் மைந்தனையும் சல்யரைச் சந்திக்க அனுப்பும்படி இளையவன் செய்தி அனுப்பியிருக்கிறான்” என்றாள் குந்தி. “இவர்களா?” என்று பீமன் கேட்டான். “இவர்கள்தான் அஸ்தினபுரியின் எல்லைக்குள் தயக்கமில்லாது நுழையமுடியும், இளையோனே. இவர்கள் இன்றும் கௌரவரின் மைந்தர்களும் குடிகளும்தான்” என்றார் யுதிஷ்டிரர்.

“இவர்கள் சென்று அச்சூழ்ச்சியை எப்படி எதிர்கொள்வார்கள் என எனக்குத் தெரியவில்லை. ஆனால் இவர்களிடம் அனைத்தையும் சாத்யகியே சொல்வான் என்பது இளையவன் செய்தி. அவன் எண்ணுவதென்ன என்று அறியேன். அதுவே நிகழட்டும்” என்றாள் குந்தி. யுதிஷ்டிரர் “அப்படியென்றால் சதானீகனும் சுருதவர்மனும் அஸ்தினபுரியின் தூதருக்குத் துணைசெல்லட்டும்” என்றார். நகுலன் “ஆம், அவர்கள் செல்லட்டும்” என்றான். சுருதகீர்த்தியும் சுதசோமனும் தலைவணங்கினர்.

மீண்டும் அமைதி நிலவியது. “முறைப்படி அபிமன்யூவின் திருமணம் நிகழட்டும் என்று இளையவன் ஆணை” என்றாள் குந்தி. “ஆம், அதையும் சிறப்புறச் செய்வோம். நடப்பது நன்மைதரும் என்று நம்புவோம்” என்றார் யுதிஷ்டிரர்.

பகுதி 5

துலாநிலையின்

1

கடிவாளத்தைப் பிடித்திழுத்து புரவியை இருமுறை நிலம்மிதித்துச் சுழலச்செய்து நிறுத்தி கையைத்தூக்கி உரத்த குரலில் சுதசோமன் சொன்னான் "நான் நின்றுவிட்டேன். இளையோனே, நான் நின்று விட்டேன்" என்றான். முழுவிரைவில் அவன் குரல் கேட்காத தொலைவுக்குச் சென்றுவிட்டிருந்த சுருதகீர்த்தி புரவிக்குளம்படி ஓசை தன்னைத் தொடராததை உணர்ந்து கடிவாளத்தை இழுத்து நிறுத்திச் சுழன்று திரும்பிப்பார்த்தபோது சாலையோரத்து மகிழமரத்தினடியில் சுதசோமன் நின்றிருப்பதைக்கண்டான். "மூத்தவரே, என்ன செய்கிறீர்?" என்று உரக்கக் கேட்டான். "நான் நின்றுவிட்டேன்" என்று சுதசோமன் மறுமொழி சொன்னான்.

"என்ன?" என்றபின் புரவியைத்தட்டி திரும்ப வந்து "ஏன் நின்றுவிட்டீர்கள்?" என்றான் சுருதகீர்த்தி. "நாம் உணவுண்டுவிட்டுச் செல்லலாம்" என்று சுதசோமன் சொன்னான். "உணவா? காலையில்தானே உணவுண்டுவிட்டு கிளம்பினோம்? விடுதிக்காவலனே திகைக்கும்படி உண்டீர்கள்" என்றான் சுருதகீர்த்தி. "ஆம், ஆனால் அது புலரிக்கு முன்பு இப்போது வெயில் வெம்மை கொண்டுவிட்டது. மேலும் காலையில் நான் உண்ட உணவில் ஊன் மிகவும் குறைவு. இத்தனை தொலைவு புரவியில் வந்திருக்கிறேன்" என்றான் சுதசோமன்.

சுருதகீர்த்தி எரிச்சலுடன் "வரும் வழியெல்லாம் பேசிக்கொண்டு வந்தீர்கள். அத்துடன் எண்ணங்களை உள்ளத்தில் ஓட்டிக்கொண்டும் வருவீர்கள். இவையனைத்தும் சேர்ந்து உணவை எரித்துவிட்டது புரிகிறது. ஆனால் இங்கு எங்கே உணவு கிடைக்கும்?" என்றான். சுதசோமன் "இப்பகுதியில்

மான்கள் உள்ளன. நான் குளம்புச் சுவடுகளைப் பார்த்தேன்" என்றான். "அதையே பார்த்துக்கொண்டு வந்திருப்பீர்கள்" என்ற சுருதகீர்த்தி சுற்றுமுற்றும் நோக்கி "எங்கே? "என்று கேட்டான்.

"இதோ" என்று அப்பால் காட்டுக்குள் சென்ற குளம்புத்தடங்களைச் சுட்டிக்காட்டிய சுதசோமன் புரவியைவிட்டுப் பாய்ந்திறங்கி "மிக எளிது. நீ இங்கிரு, இளையோனே. நீ ஏதேனும் ஓரிரண்டை எண்ணி முடிப்பதற்குள் கொழுத்த மானுடன் வருகிறேன். மானிறைச்சி நல்லது. புரவிப்பயணம் செய்பவர்கள் மானிறைச்சி உண்பது இன்றியமையாதது என்று நூல்களில் சொல்லப்பட்டுள்ளது." சுருதகீர்த்தி "எந்த நூல்களில்?" என்றான். "ஏதேனும் நூல்களில் சொல்லியிருப்பார்கள். இதுவரை நான் உழைத்து எண்ணி உருவாக்கிய அத்தனை கருத்துகளையும் ஏற்கெனவே எவரேனும் நூல்களில் சொல்லியிருக்கிறார்கள்" என்றபின் சுதசோமன் காட்டுக்குள் சென்றான்.

சுருதகீர்த்தி அவன் புரவியையும் பற்றி இழுத்துச்சென்று இரண்டு புரவிகளின் கடிவாளங்களையும் சேர்த்துக்கட்டி அவற்றை மேயவிட்டான். அவை உடல்சிலிர்த்து, தலைதூக்கி, பெரிய மூக்குகளைச் சுருக்கி விரித்து மணம் பிடித்தன. கரிய புரவி மெல்ல இருமலோசை எழுப்பியது. அவை நீர் இருக்கும் இடத்தைக் கண்டுபிடித்துவிட்டன என்று சுருதகீர்த்தி உணர்ந்தான். இருபுரவிகளும் பிடரித் தசையை விதிர்க்க வைத்தபடி சாமரவால் சுழல இணையாகக் காலெடுத்து வைத்து சாலையோரத்து குறுங்காட்டிற்குள் நுழைந்தன.

கச்சையை அவிழ்த்து உடலை எளிதாக்கியபடி சுருதகீர்த்தி அவற்றைத் தொடர்ந்து சென்றான். உயரமற்ற மரங்களும் சிறிய இலைகள் கொண்ட புதர்களும் மண்டிய அக்குறுங்காட்டின் சிறிய சரிவுக்கு அப்பால் பாறைகளை அலைத்தபடி நீரோடை சென்று கொண்டிருந்தது. புரவிகள் இறங்கிச் சென்று குனிந்து நீரருந்தத் தொடங்கின. குளிர்ந்த நீர் உள்ளே செல்லச் செல்ல அவற்றின் உடல் சிலிர்ப்பதை சுருதகீர்த்தி கண்டான். நீர் அருந்தி முடித்து தோல் வார் சுழற்றும் ஒலியுடன் மூச்சு சீறியபடி அவை சரிவேறிச்சென்று தழைகளை உண்ணத்தொடங்கின. அவன் கணுக்கால் வரை நீரிலிறங்கி நீரை அள்ளி முகத்திலும் தோள்களிலும் விட்டுக்கொண்டான். நீரில் வேப்பந்தழை மணம் இருந்தது.

நீரள்ளிக்குடித்து மேலே வந்தபோது அதுவரை உடலில் இருந்த வெப்பம் முழுக்க ஆவியாகி மறைய மெல்லிய களைப்பு ஒன்று எழுந்து அத்தனை தசைகளையும் நாண் தளரச்செய்தது. மகிழமரத்தடிக்கு வந்து கால்களை நீட்டி கைகளைத் தலைக்குப்பின் கோத்தபடி படுத்துக்கொண்டான். இனிய காற்று அவனைச் சூழ்ந்து சென்றது. கண்கள் மெல்ல

இமைசரிய சித்தம் கால இடத்தை மழுங்க வைத்து மெல்ல விரிந்து எல்லை அழியத்தொடங்கியது. அவன் அபிமன்யூவைக் கண்டான். “இளையோனே, ஏன்?” என்றான். அபிமன்யூ துயரத்துடன் பார்வையைத் தழைத்துக்கொண்டான்.

பின்னர் மீண்டு வந்தபோது தன்னைச் சூழ்ந்து பறவைகளின் ஓசை நிறைந்திருப்பதைக் கேட்டான். காட்டுக்குள் அத்தனை பறவைகளின் ஓசை எழுமென்பதை அப்போதுதான் உணர்ந்தான். எழுந்தமர்ந்து கைகளைக் கட்டியபடி அவ்வோசையை உளம்கூர்ந்தான். ஏற்ற இறக்கமில்லாமல் அது பேரொழுக்கென காலத்தில் சென்று கொண்டிருக்கிறது. எப்போதுமே அவ்வோசை சூழ்ந்திருக்கிறது. அத்தனை பேரோசையை முற்றிலும் தவிர்க்கும்படி சித்தம் பழகியிருக்கிறது. தனக்குத் தேவையானவற்றை மட்டும் கொண்டு அது புறவுலகை அமைத்துக்கொள்கிறது. புறவுலகைக்காண உள்ளே இருக்கும் கட்டுமானங்கள் அனைத்தும் அழியவேண்டியிருக்கிறது.

தன் கனவுகளில் அபிமன்யூவை எப்போதுமே அன்புக்குரிய இளையோனாகவே காண்பதை அவன் எண்ணிக்கொண்டான். நேரில் அவனிடம் ஒரு சொல்லும் கனிந்து பேசியதில்லை. அவனைக் காண்கையிலேயே எழும் கசப்பு ஒன்று விழிகளை விலகச்செய்ய, வேறெங்கோ நோக்கி ஓரிரு சொற்களால் பேசி அகல்வதே வழக்கம். பாண்டவர் ஒன்பதுபேரில் அவன் மட்டும் தனியன். பிரதிவிந்தியன் அவனிடம் கட்டளைகளை மட்டுமே போடுவான், சுதசோமன் மட்டுமே சற்றேனும் அணுகிப் பேசுவான்.

கழுதைப்புலியின் மணத்துடன் புதர்கள் சலசலக்கும் ஓசை கேட்க இயல்பாகக் கை நீண்டு வில்லைத் தொட சுருதகீர்த்தி திரும்பிப் பார்த்தான். பெரிய மான் ஒன்றைத் தோளிலிட்டு அதன் நான்கு கால்களையும் கைகளால் பற்றிச் சிரித்தபடி புதர்களுக்கிடையே சுதசோமன் தோன்றினான். அவனுக்குப் பின்னால் கழுதைப்புலியின் ஓசைகள் கேட்டன. மூன்று குட்டிகள், ஒருவாரம் கடந்து விழிதிறந்தவை.

சுதசோமன் “பெரிய மான்” என்றான். “முட்டன். அதன் இரு முன்கால்களுக்கு முன் இருக்கும் கொழுப்புப் பொதியே சொல்கிறது சுவையானது என்று. இப்புவியில் தன் கொடிவழியை வேண்டிய அளவு பிறப்பித்துவிட்ட மூத்ததந்தை. கனிந்த பழம் போல முன்னரே சற்று காம்பு இற்றுப் போய்தான் இருந்தது. என்னைக்கண்டதும் மற்ற மான்கள் ஓடத்தொடங்கியதும் இதுமட்டும் இருமுறை துள்ளியபின் மூச்சிரைக்க நின்றுவிட்டது. பரிமாறி வைக்கப்பட்டதை கைநீட்டி எடுப்பதுபோல் பிடித்துவிட்டேன்” என்றான்.

மானை மணல் மூட்டை என ஓசையெழத் தரையிலிட்டான். அதன் மூச்சுக்குழாயை முன்னரே வெட்டியிருந்தான். குருதி அவன் வந்த வழியெங்கும் சொட்டி இலைகளில் வழிந்தது. வெட்டுப்புண், திறந்த வாய் என உறையத்தொடங்கியிருந்தது. கழுதைப்புலி அதன் மணத்தை அறிந்து தொடர்ந்து வந்திருக்கவேண்டும். “இளையோனே, நீயும் கைகொடுத்தால் இதன் ஆடையைக் கழற்றிவிடுவேன்” என்று சுதசோமன் சொன்னான். சுருதகீர்த்தி அருகே சென்று “என்ன செய்ய வேண்டும்?” என்று கேட்டான். “நான் வெட்டித் தரும் தோல்முனைகளை மட்டும் கையால் பற்றி இழுத்துக்கொண்டிரு” என்றபின் தன் குறுங்கத்தியால் மானின் அடிவயிற்றை நீள்பிறை வடிவில் கிழித்து உணவுப்பையையும் குடலையும் நனைந்த துணிச்சுருள்போல பற்றிப் பிடுங்கி வெளியே எடுத்தான்.

அவற்றைக் கையில் அள்ளிக் கொண்டுசென்று அப்பால் காட்டுக்குள் வீசினான். கழுதைப்புலி தன் குட்டிகளுடன் உணவுக்குப்பின்னால் பாய்ந்த ஓசை கேட்டது. “பின்னால் பசித்த கழுதைப்புலி ஒன்று மூன்று குழவிகளுடன் வந்திருக்கிறது, அவை பசி மிகுந்துள்ளன” என்றான். கழுதைப்புலிக்குட்டிகளின் மெல்லிய மங் மங் என்னும் ஒலியைக்கேட்டு “ஆம் கேட்டேன். மிகச்சிறியவை” என்று சுருதகீர்த்தி சொன்னான். சுதசோமன் “இந்தக்காட்டில் அவற்றுக்கு உணவுக்குக் குறைவேயில்லை. மூன்று குட்டிகளும் பிழைத்தெழுந்துவிடுமென்றுதான் எண்ணுகிறேன்” என்றபடி அடிவயிற்றை நேர்கோடாகக் கிழித்து இருபுறமுமென தோலைக்கிழித்துப் பிரித்தகற்றினான்.

சுருதகீர்த்தி தோலைப்பிடித்திழுக்க அது அடியிலிருந்த ஊனுடன் வெண்சவ்வால் ஒட்டியிருந்த இடங்களை மட்டும் கத்தியால் வெட்டி விலக்கினான். தோலை முழுமையாக இழுத்து எடுத்து சேற்றுக் குவையென அப்பால் இட்டான். மண்ணால் செய்ததுபோலக் கிடந்த தோலுரிக்கப்பட்ட மானின் தலையையும் குளம்புகளையும் வாலையும் வெட்டினான். அவற்றையும் கொண்டுசென்று காட்டுக்குள் இட்டு மீண்டுவந்தான். அங்கே புதர்களுக்குள் அன்னை கழுதைப்புலியின் தலை எழுந்து தெரிந்தது. அதன் இருகாதுகளும் மடிந்து அவர்களைப் பார்த்தன. சுதசோமனை உற்று நோக்கி ஐயம் தெளிந்தபின் மெல்லிய குரலில் எக்களிப்போசையெழுப்பி குட்டிகளிடம் அவ்வூனை உண்ணலாம் என்று அது ஆணையிட்டது. ஒன்றையொன்று முந்திச் சென்ற குட்டிகள் இரண்டு அத்தலையைக் கவ்விக்கொண்டன. இன்னொன்று தோலைக் கவ்வி தன் நான்கு சிறுகால்களையும் ஊன்றி இழுத்து வால்சுழற்றியது.

தொலைவிலிருந்து அதைப்பார்த்த சுருதகீர்த்தி புன்னகையுடன் “அவற்றின் ஊக்கம் வியக்க வைக்கிறது, மூத்தவரே” என்றான். “சுவையளவுக்கு

ஊக்கத்தை அளிக்கும் விசை பிறிதில்லை. பசியின் அழகுருவமே சுவை" என்றபடி மானைத் தூக்கிக்கொண்டு ஓடைக்குச் சென்றான். "குருதியைக் கழுவிவிட்டு வருகிறேன். இந்த மரக்கிளையிலேயே கட்டித் தொங்கவிட்டு சுடலாம் என்று தோன்றுகிறது. முடிந்தால் சிறிது சருகுகளையும் சுள்ளி விறகுகளையும் சேர்த்து வை" என்றான். "சுட்டமானின் ஒரு துணுக்கை படையலாக அளித்தால் நம் குலதெய்வமாக அமர்ந்திருக்கும் ஹஸ்தி நா சுழற்றியபடி உடன்வருவார். கேட்டிருப்பாய், அவர் என்னைப்போலவே ஊனுணவில் வெறிகொண்டவர்."

சுதசோமன் ஓடையில் ஊனைக் கழுவிக்கொண்டு வரும்போது சுருதகீர்த்தி பச்சைக்கொடிகளை வெட்டி நீட்டி வடம்போல முறுக்கி கிளையிலிருந்து தொங்கவிட்டிருந்தான். நேர் கீழே சுள்ளிகளையும் பொறுக்கி அடுக்கி வைத்தான். சுதசோமன் மானை அந்த வடத்தில் கட்டித் தொங்கவிட்டபின் இருகற்களை உரசி மென்சருகைப் பற்றவைத்து சுள்ளிகளைத் தீ மூட்டினான். தீ கொழுந்துவிட்டெழுந்து மேலேறியது. அதன் செந்நிற நாவுகள் துடிதுடித்து தொங்கிய மான் உடலைத் தொட்டன. ஊன் கொழுப்பு உருகிச் சொட்டியதும் நீலச்சுடர் வெடித்தெழ தழல் பொங்கி மேலெழுந்தது.

சுருதகீர்த்தி ஓடைக்குச் சென்று கைகால்களைக் கழுவிவிட்டு பெரிய இலைகள் நான்கை வெட்டி எடுத்துக்கொண்டு மீண்டு வந்தான். மானின் ஊனை மெல்லத் திருப்பித் திருப்பி அனல்காட்டி வேகவைத்துக் கொண்டிருந்த சுதசோமன் முழுசித்தமும் அச்செயலில் ஒன்றியிருக்க வேள்வித்தீ வளர்க்கும் வைதிகன்போல் தோன்றினான். சுருதகீர்த்தி அருகே வந்து இலைகளை விரித்துவிட்டு "இதன் பொருட்டு தேவர்கள் இறங்கி வந்துவிடப்போகிறார்கள், மூத்தவரே. எந்த வைதிகரும் இத்தனை உளம்அளித்து வேள்விச்செயல் புரிந்திருக்க மாட்டார்கள்" என்றான்.

சுதசோமன் "நான் அனலோனைத்தான் எண்ணிக்கொண்டிருந்தேன். இப்புவியை ஆட்டுவிக்கும் அவன் பெருவிளையாடலை. இதோ இவ்விரு கற்களும் நெடுங்காலமாக இங்கு கிடந்திருக்க வேண்டும். ஒருவேளை இப்புவி தோன்றிய காலத்திலிருந்தே. இரண்டுக்குள்ளும் அனல் நிறைந்திருக்கிறது. அவற்றை ஒன்றை ஒன்று உரசி அனல் எழுப்பச் செய்தது அனலோனின் விழைவு மட்டுமே. என்னை அவன் இங்கே ஆணையிட்டு நிறுத்தியிருக்கிறான். இந்த ஊன், இதை உண்ணும் நான் அனைத்தும் அவன் திட்டங்களின்படி நிகழ்பவை" என்றான். ஆம், இந்தச் சொற்களும் அவ்வாறு எழுபவையே" என்று சுருதகீர்த்தி சொன்னான். சுதசோமன் உரக்க நகைத்து "ஐயமென்ன? அத்தனை சொற்களும் அனலில் எழும் பொறிகள் மட்டுமே. பிறிதொன்றுமல்ல" என்றான்.

மானை மெல்ல எடுத்து வாழையிலையில் கிடத்தி வாளால் ஊனைப் போழ்ந்து கீற்றுகளாக எடுத்து இலைகளில் பரிமாறினான் சுதசோமன். ஒவ்வொரு அசைவிலும் அத்தனை உளக்குவிவு தெரிந்தது. மானிறைச்சி சுவையாக இருந்தது. சுருதகீர்த்தி "உப்புகூட இல்லாத ஊன் இத்தனை சுவையாகச் சமைக்கமுடியும் என்று பிறிதெவரும் சொல்லியிருந்தால் நம்பியிருக்க மாட்டேன்" என்றான். "சரியாகச் சமைப்பதென்பது தவம். அனல் அன்னத்தைக் கனியச்செய்து உணவை ஆக்குகிறது, கன்று அகிடிலிருந்து பாலை உண்ணுவதுபோல. கன்றுக்கும் சிறிதளித்து எஞ்சியதை நாம் அருந்த வேண்டும். சற்று நோக்குக் குறைந்தால் பால் அனைத்தையும் கன்று உண்டுவிடும். கன்று உண்ணாவிட்டால் பால் ஊறியெழாது" என்றான்.

"அரிய கருத்து! சில தருணங்களில் உங்களைப்பார்த்தால் மூத்தவருக்கு உகந்த தம்பி என்றே தோன்றுகிறது" என்றான் சுருதகீர்த்தி. ஊன் துண்டுகளை இரு கைகளிலும் ஏந்தி கடித்து இழுத்து பெரிய கீற்றுகளாக மென்றுகொண்டிருந்த சுதசோமன் விழுங்கிவிட்டு "அவர் சொல்லும் ஒப்புமைகளிலும் நான் சொல்லும் ஒப்புமைகளிலும் மிகப்பெரிய வேறுபாடுள்ளது, இளையோனே" என்றான். மீண்டும் பெரிய வாய் அளவுக்கு ஊனைக்கவ்வி இழுத்து மென்று விழுங்கியபின் "அவர் சொல்வன அனைத்தும் தன்னை ஒளித்துக்கொள்ளும் பொருட்டு. நான் சொல்வன என்னை வெளிப்படுத்தும் பொருட்டு. அவர் அறிவையும் நான் பசியையும் சொல்லென முன்வைக்கிறோம்" என்றான். "அவர் பசியையும் நீங்கள் அறிவையும் ஒளித்து வைத்திருக்கிறீர்கள் என்கிறீர்களா?" என்றான் சுருதகீர்த்தி. மறுமொழியாக சுதசோமன் வெடித்து நகைத்தான்.

உண்டு முடித்து அங்கே எஞ்சிய ஊன்எலும்புகளைப் பொறுக்கி காட்டிற்குள் முண்டியடித்துக்கொண்டிருந்த கழுதைப்புலிக்குட்டிகளின் அருகே வீசிவிட்டு கையையும் வாயையும் கழுவிவிட்டு வந்தான் சுதசோமன். சுருதகீர்த்தி கைகளைக் கழுவிவிட்டு குட்டிகள் முட்டி மோதி உண்பதைப் பார்த்துக்கொண்டிருந்தான். "இவற்றின் அளவுக்கு இவை உண்பது பலமடங்கு மிகை" என்றான். அவனுக்குப் பின்னால் வந்து நின்ற சுதசோமன் "அவை மிக விரைவாக வளர்ந்துவிடும், இளையோனே. அனலின் விலங்குவடிவங்கள் அவை. சூழ்ந்திருக்கும் அனைத்தையும் உண்டு சிவந்து உறுமி எழுந்து பெருகுபவை" என்றான்.

குட்டியொன்று திரும்பி சுருதகீர்த்தியைப் பார்த்தது. அதன் கண்களைச் சந்தித்தபோது அவன் மெல்லிய மெய்ப்பு கொண்டான். சிறிய மூக்கை நீட்டி, இருகால்களையும் பரப்பியபடி தள்ளாடி நடந்து வந்து மெல்ல அவனை அணுகி நின்று அண்ணாந்து மெல்லிய முனகலோசையை எழுப்பியது. அவன் கால்மடித்தமர்ந்து அதைக் கூர்ந்து பார்த்தான்.

மேலும் அருகே வந்து குருதிப்பிசிர்கள் எஞ்சியிருந்த மீசைமுட்கள் கொண்ட சிறுவாயைத் திறந்து வெண்புழுக்கள் போன்ற பற்கள் தெரிய உறுமியது. கால்பரப்பி தலையைத்தாழ்த்தி உடலை மண்ணுடன் ஒட்டி பதுங்கி அவனைப் பார்த்துக்கொண்டிருந்தது. சிறுவிழிகள் இரு தும்பைமலரிதழ்கள் போலிருந்தன.

“தாக்க விழைகிறது” என்று சுருதகீர்த்தி சொன்னான். சுதசோமன் அவனுக்குப் பின்னால் இடையில் கையூன்றியபடி புன்னகையுடன் பார்த்து நின்றான். உறுமியபடி பாய்ந்து வந்த குட்டி சுருதகீர்த்தியின் அருகே வந்து இருமுறை காற்றைக் கவ்வியது. பின்பு வாய்திறந்து உறுமலோசை எழுப்பியது. அவன் அதைக் கூர்ந்து பார்த்தான். சிறிய மணிவிழிகள் இரு அம்பு நுனிகள்போல் சினம்கொண்டு ஒளிவிட்டன. அவன் விழிகளைச் சந்தித்ததும் அது ஐயங்கொண்டதுபோல திடுக்கிட்டுப் பின்னகர்ந்தது. இரு பின்னங்கால்களில் அமர்ந்து முன்னங்கால்களை ஊன்றியபடி அவனைக் கூர்ந்து பார்த்தது. செந்நிற நாவு வந்து முகவாயை நக்கி உள்ளே சென்றது.

அதன் நோக்கைச் சந்தித்தபோது சுருதகீர்த்தியின் உள்ளே ஓர் அதிர்வெழுந்தது. மேலும் குனிந்து அதன் கண்களைப் பார்த்து “உன் பெயரென்ன?” என்றான். அவன் கேள்வியை அது புரிந்துகொண்டது என்பது அதன் உடல் முதல் மழை எழுப்பிய புல்தளிர்ப் பரப்பென மெல்லிய மயிர் சிலிர்த்து காற்றில் அசைந்ததிலிருந்து தெரிந்தது. பிடரி மயிர் விதிர்க்க அணுவடிவச் சிம்மமென அது தோன்றியது. அவன் மேலும் குனிந்து அதன் விழிகளைப் பார்த்தான். அதற்குப்பின்னால் புதர்களுக்குமேல் எழுந்த அன்னை மூச்சு சீறியது.

அவன் அதன் விழிகளைப் பார்த்தான். பசுங்குருதி வழிந்த வாயோரங்களை நாவால் நக்கி மீண்டும் மூச்சொலிக்க அது அவனை விழிகளுக்குள் ஆழ்ந்து நோக்கியது. “உங்களை நான் அறிவேன். என்மொழி உங்களை வந்தடைகிறது” என்றான் சுருதகீர்த்தி. “ஆம், உன்னை நாங்களும் அறிவோம்” என்றது அன்னைக் கழுதைப்புலி. “என் பெயர் குஹ்யஜாதை. இவன் என் மைந்தன். எங்கள் குலத்தில் நிகரிலா வீரன். குஹ்யசிரேயஸ் என்று இவனை அழைக்கிறேன்.” குனிந்து அந்த சிம்மத்துளியை அவன் பார்த்தான். பின்னர் திடுக்கிட்டு அன்னை விழிகளைப் பார்த்து “தொல்நூல் ஒன்றில் படித்த பெயர்” என்றான்.

தலையை அசைத்து “ஆம், நினைவுறுகிறேன். குஹ்யஜாதைதான் அப்பெயர். அவள் மைந்தன் பெயர் குஹ்யசிரேயஸ். அவர்கள் ஒரு சிம்மத்தை வேட்டையாடினார்கள். அதன் துடிக்கும் இதயத்தை அது உண்டது” என்றான் சுருதகீர்த்தி. “இவன்தான்” என்று அன்னை

சொன்னது. சுருதகீர்த்தி “அஞ்சாதவன். சிம்மத்தின் நெஞ்சுண்டு தன்னை உணர்ந்தவன். ஆனால் அது நெடுங்காலம் முன்பு” என்றான். “வில்லவனே, நீ ஓர் இலக்கை நோக்கி அம்பெய்து அது சென்று தைக்காவிட்டால் என்ன செய்வாய்?” என்றது குஹ்யஜாதை. “மீண்டும் எய்வேன்” என்றான் சுருதகீர்த்தி. “எத்தனை முறை?” என்றது அன்னை. “இலக்கை எட்டுவது வரை” என்றான் சுருதகீர்த்தி.

குஹ்யஜாதை மைந்தனை நோக்கியபின் “அவன் இலக்கை அணுகிக்கொண்டிருக்கிறான்” என்றது. “அன்னையே, அந்த இலக்கு எது?” என்றான் சுருதகீர்த்தி. “அதை நாங்கள் அறியோம். நாங்கள் அம்புகள். வில்லும் ஒரு வேளை அறிந்திருக்காது. அதை ஏந்தும் கைகள் அறிந்திருக்கலாம். அக்கைகளை இயக்கும் சித்தம் அறிந்திருக்கலாம் அச்சித்தமென துளித்த பெருவெளி மட்டுமே அறிந்ததாகவும் அது இருக்கலாம்.” சுருககீர்த்தி “ஆம்” என்றான். “நாம் மீண்டும் சந்திக்கக்கூடும்” என்றது குஹ்யஜாதை. “நான் இவனை உண்பேன்” என குஹ்யசிரேயஸ் அன்னையிடம் சொன்னது. அன்னை புன்னகைத்தாள்.

சுதசோமன் சுருதகீர்த்தியின் தோளைத்தொட்டு “கிளம்புவோம், பொழுதாகிறது” என்றான். விழித்தெழுந்ததுபோல் உடல் சற்று அதிர சுருதகீர்த்தி அண்ணாந்து பார்த்துவிட்டு “ஆம், பொழுதாகிறது” என்றான். அவன் எழுந்தபோது சிறிய குரைப்போசை எழுப்பியபடி குஹ்யசிரேயஸ் அவனை நோக்கிப் பாய்ந்தது. அவன் உளம்விழித்து கால்விலக்குவதற்குள் வலக்காலின் கட்டை விரலைக் கவ்வியது. அவன் தூக்கி உதற முழு உடலும் காற்றில் சுழல கவ்வித்தொங்கியது. அவன் அதை ஒரு புதரில் தட்டியபோது பற்பிடியை விட்டு அப்பால் விழுந்து அவ்விசையிலேயே புரண்டு எழுந்து நான்கு கால்களையும் பரப்பி தலைதூக்கி அவனை நோக்கிக் குரைத்தது.

சுருதகீர்த்தி காலை உதறிக்கொண்டான். குஹ்யசிரேயஸ் வால் சுழற்றியபடி மீண்டும் பாய்ந்து வந்தது. “விலகிக்கொள்ளுங்கள்” என்று சொல்லி அவனைப்பற்றி விலக்கிய சுதசோமன் தன் பெரிய காலை ஓங்கி தரையில் மிதித்தான். நின்று அச்சமின்றி அவனை நோக்கி மீண்டும் எச்சரிக்கை ஓசை எழுப்பியது குஹ்யசிரேயஸ். “அவன் அச்சமற்றவன்” என்ற சுருதகீர்த்தி “வருக!” என்றான். “கடித்துவிட்டதா?” என்றான் சுதசோமன். “சிறியபற்கள். ஆனால் தேயாதகூர்மை கொண்டவை” என்றான் சுருதகீர்த்தி.

அவர்கள் மேடேறி மேலே செல்லும்போது தள்ளாடிய நடையுடன் அவர்களுக்குப் பின்னால் வந்து விழுந்துகிடந்த மரம் ஒன்றின்மேல் தொற்றி ஏறி பீடத்தின்மேல் என அதன் மேல் நின்று, சிறிய தலையைச்

சொடுக்கி மேல்தூக்கி, மொட்டு போன்ற மூக்கைக் காற்றில் நீட்டி மணம்பிடித்து அவர்களை நோக்கி அறைகூவியது குஹ்யசிரேயஸ். சுருதகீர்த்தி திரும்பி அதன் கண்களைப் பார்த்தான். நோக்கு மட்டுமேயான கண்கள். ஒருதுளி எண்ணம் கூட அற்றவை. எண்ணங்கள் இருந்தால்கூட அவை ஒருபோதும் மானுடரால் அறியப்பட முடியாதவை. இரு சிறு மணிகள். ஒளிரும் இரு சிறு பூச்சிகள்.

சுதசோமன் குனிந்து அவன் கால்களைப் பார்த்தான். குட்டியின் இரு கோரைப்பற்களும் பதிந்து சிறிய செம்பொட்டுகளாக இருந்தன. "குருதி வரும்வரை கடித்திருக்கிறது. பிறந்து ஒரு வாரம்கூட ஆகியிருக்காது" என்றான். சுற்றிலும் நோக்கி "இது ஹஸ்ததலம். இப்பச்சிலை புண்களை விரைவில் ஆற்றுவது" என்றபின் அதைப்பறித்து உள்ளங்கையில் வைத்துக் கசக்கிப் பிழிந்து அக்காயத்தின் மேல் விட்டான்.

மேய்ந்துகொண்டிருந்த புரவிகளைச் சீழ்க்கை ஒலித்து அழைத்து ஏறிக்கொண்டு அவர்கள் மீண்டும் பாதை தேர்ந்தனர். இரு குளம்படிகளும் சீரான ஓசையுடன் சாலையைக் கடந்துசென்றன. நெடுந்தொலைவு சென்றபின் "மூத்தவரே, அவன் பெயர் குஹ்யசிரேயஸ்" என்றான் சுருதகீர்த்தி. "யார்?" என்று சுதசோமன் திரும்பிப்பார்த்து கேட்டான். "நாம் கண்ட அந்தச் சிறிய கழுதைப்புலி" என்றான் சுருதகீர்த்தி. புருவம் சுருங்க "அந்தக் குட்டியா? அதற்கு யார் பெயரிட்டது?" என்று சுதசோமன் கேட்டான். "அதற்கு எப்போதும் அப்பெயர் இருந்தது. தன் இலக்கை அணுகிவிட்டது" என்றான் சுருதகீர்த்தி.

2

நான்கு நாட்களுக்குப் பின்னர் சுருதகீர்த்தியும் சுதசோமனும் திரிகர்ணம் என்னும் ஊரிலிருந்த சாலையோர விடுதியைச் சென்றடைந்தனர். வணிகர்களின் பொதி வண்டிகளும் அத்திரிகளும் வெளியே நின்றிருந்தன. விடுதி உரிமையாளன் தன் துணைவியுடன் அடுமனையில் உணவு சமைத்துக்கொண்டிருந்தான். தொலைவிலேயே அடுமனைப்புகையை உணர்ந்த சுதசோமன் "அவனுக்குச் சமைக்கத் தெரியவில்லை. நீரை கொதிக்க வைப்பதற்குள்ளாகவே அரிசியைப் போட்டுவிட்டான். அன்னம் ஊறி வெந்தால் சுவையிழக்கிறது" என்றான்.

சுருதகீர்த்தி தன் கட்டைவிரலில் மெல்லிய வலி ஒன்றை உணர்ந்தான். ஏதோ சிறு பூச்சி ஒன்று கடித்ததுபோல. பெரும்பாலான தருணங்களில் ஒருவகையான எளிய தொடுஉணர்வாகவே அதை அறிய முடிந்தது. குனிந்து பார்த்தபோது இரு பல் பட்ட தடங்களும் நீலம் பாரித்து ஊசியால் குத்திய வடுக்கள் போலிருந்தன. வீக்கமும் பொருக்கும் இல்லை. ஆனால் கட்டை விரலை கையால் தொட்டுப்பார்த்தபோது மெல்லிய வெம்மையை உணரமுடிந்தது. சுதசோமன் "புது ஊன் உண்ட வாய்கொண்டு கடித்திருக்கிறது. அக்குருதி உன் குருதியுடன் கலந்திருக்கலாம். ஓரிரு நாளில் சீர்படுவாய்" என்றான்.

அவன் தன் காலைப் பார்ப்பதைக் கண்ட சுதசோமன் "நாம் இவ்விடுதியில் மருத்துவம் அறிந்த எவரேனும் இருந்தால் காட்டலாம்" என்றான். சுருதகீர்த்தி "மருத்துவத்திற்கான தேவை ஏதுமில்லை. வலி என எதுவும் தெரியவில்லை" என்றான். விடுதி முற்றத்தில் புரவிகளை நிறுத்தி இறங்கி நீர்த்தொட்டியாக வைக்கப்பட்டிருந்த பழைய படகின்

அருகே கொண்டுசென்று கடிவாளங்களைச் சேர்த்துக் கட்டியபின் பெரிய மரத்தொட்டியில் வைக்கப்பட்டிருந்த நீரை அள்ளி கைகால் முகம் கழுவியபின் விடுதிக்குள் நுழைந்தனர்.

மரப்பட்டைக் கூரையிட்ட கொட்டகைக்குள் தரையில் விரிக்கப்பட்ட ஈச்சம் பாய்களில் மூன்று குழுக்களாக வணிகர்கள் அமர்ந்திருந்தனர். அங்கிருந்த மூன்று குழுக்களில் ஒன்றுடன் அவர்களைக் காத்து சௌனகரின் ஒற்றன் பிரகாமன் வணிகன் தோற்றத்தில் தங்கியிருந்தான். அவனுடன் இருந்த பிற நான்கு வணிகர்களும் அவன் ஒற்றன் என்று அறியாத எளியவர்கள். மற்ற இரு குழுக்களும் தரையில் களம் வரைந்து ஆடுபுலியாட்டம் ஆடிக்கொண்டிருந்தன. ஒரு குழு உரக்க சொல்லாடிக்கொண்டு "வை!" என்றும் "உன் முறை!" என்றும் "இந்த முறை பார்ப்போம்" என்றும் அறைகூவிக்கொண்டு விளையாட, பிறிதொரு குழு ஆழ்ந்த அமைதியுடன் களத்தில் அமைந்த கருக்களை வெறித்துக்கொண்டு கனவிலென கைநீட்டிக் காய் நகர்த்திக்கொண்டிருந்தது.

ஒற்றனின் வணிகக் குழுவில் இருவர் மல்லாந்து படுத்து ஒருவரோடொருவர் பேசிக்கொண்டிருந்தனர். ஒருவர் தோல்மூட்டையைப் பிரித்து அதிலிருந்த பொருட்களை வெளியே எடுத்து அடுக்கிக்கொண்டிருந்தார். இன்னொருவர் அதை வெறுமனே நோக்கிக்கொண்டிருந்தார். ஒற்றன் சுருதகீர்த்தியைப் பார்த்து "வணங்குகிறேன், ஷத்ரியர்களே. தாங்கள் நெடுந்தொலைவு செல்கிறீர்கள் போலும்" என்றான். "வாரணவதம் செல்கிறோம். அங்கு படகுப்பணி ஒன்று உள்ளது" என்று சுருதகீர்த்தி சொன்னான். அந்த மந்தணச்சொல்லைப் புரிந்துகொண்டு ஒற்றன் "கங்கைக்கரை விரைவுப்படகுகள் இந்தக் கோடையில் விலையிறங்கக்கூடும்" என்றான். சுருதகீர்த்தி அம்மறுமொழியைப் பெற்றுத் தலையசைத்தான். பொருட்களை அடுக்கியவர் தலைநிமிர்ந்து நோக்கி மீண்டும் பணியைத் தொடர, வேடிக்கை பார்த்தவர் கொட்டாவியுடன் படுத்துக்கொண்டார்.

விடுதிக்காவலன் வந்து தலைவணங்கி "இருவருக்கும் உணவு அளிக்கலாம் அல்லவா?" என்றான். சுருதகீர்த்தி "ஆம், இருவர் உண்ணப்போகிறோம். ஆனால் இவருக்குப் பன்னிருவருக்கான உணவு தேவைப்படும்" என்றான். திடுக்கிட்டு அவனைப் பார்த்த விடுதிக்காவலன் "மும்மடங்கு உணவு என்று நான் கணக்கிட்டேன்" என்றான். "இதுவரை அவரைப் பார்த்து இடப்பட்ட அத்தனை கணக்குகளும் பொய்யாகியே உள்ளன" என்றான் சுருதகீர்த்தி. விடுதிக்காவலன் "நன்று. நன்கு உணவு உண்ணுபவர்களைப்போல அடுமனையாளனுக்கு உகந்தவர் வேறில்லை. பேருடலரே, தங்களுக்கு அன்னமும் ஊனும் பருப்புக்கறியும் போதுமல்லவா?" என்றான். "எனக்கு உணவில் வேறுபாடில்லை. சுவை

விரும்புவேன். சுவையற்றதையும் அதே அளவு விரும்பி உண்பேன்" என்றான் சுதசோமன்.

புன்னகையுடன் தலைவணங்கி விடுதிக்காவலன் சென்றான். சுதசோமன் "நானும் வந்து அடுமனையில் உதவுகிறேன்" என அவனுடன் செல்ல, ஒற்றன் எழுந்து வெளியே சென்று விடுதியின் திண்ணையில் நின்றான். சுருதகீர்த்தி அவனுடன் சென்று அருகே நின்று "மழைவரக்கூடுமோ?" என்றான். "ஓரிரு நாட்களில் விழலாம். தென்மேற்கில் முகில்கள் வெம்மை கொண்டுள்ளன" என்று ஒற்றன் சொன்னான். "எங்கிருக்கிறார்?" என்று சுருதகீர்த்தி கேட்டான். "செய்திகளின்படி அவர்கள் எட்டு நாட்களுக்கு முன்னரே மத்ரபுரியின் தலைநகரிலிருந்து கிளம்பிவிட்டிருந்தனர். நான்கு நாட்களுக்கு முன்னரே உபப்பிலாவ்யத்தைச் சென்று அடைந்திருக்கவும் வேண்டும்."

"அவைக்கு வரும் நோக்கம் சல்யருக்கு இருக்கவில்லை. அவை முடிந்து இளையயாதவர் கிளம்பிச் சென்றபின் வந்தால் நன்று என்று எண்ணுவதாகக்கூட தோன்றியது. ஆனால் எண்ணியிராத பிறிதொன்று நிகழ்ந்தது. அவர் திசைமாறிச் செல்லத் தொடங்கினார். முதலில் அது அவருடைய முடிவென்றே நாங்கள் எண்ணினோம். திசைமாறிச் செல்வதை உபப்பிலாவ்யத்துக்குத் தெரிவித்தபோதுகூட அங்கும் எந்த ஐயமும் எழவில்லை. மூன்று நாட்கள் அத்திசைமாற்றச் செலவு நிகழ்ந்த பின்னர்தான் அதிலேதோ சூதிருக்கிறதென்று தோன்றியது" என்றான் ஒற்றன். "என்ன சூது?" என்று சுருதகீர்த்தி கேட்டான். "நம்முடைய ஒற்றர்களின் மந்தணக்குறிகளையும் முத்திரைகளையும் அஸ்தினபுரி முன்னரே அறிந்துவிட்டிருந்தது. எவரோ சல்யரை அணுகி அஸ்தினபுரி விரும்பிய வழியில் கூட்டிச் சென்றுவிட்டார்கள். நான்கு நாட்கள் பயணம் செய்த பின்னர்தான் உபப்பிலாவ்யத்துக்கான வழியிலிருந்து பெரிதும் விலகிச் சென்றுவிட்டதை சல்யர் உணர்ந்தார்."

"அவரிடமிருந்த படை பெரிது. உபப்பிலாவ்யத்திலும் விராட நாட்டிலும் தனக்கு உயர் மதிப்பு கிடைக்கவேண்டுமென்பதற்காக தன் நாட்டுக் காவலுக்குத் தேவையான படைகளை மட்டும் நிறுத்தி எஞ்சிய அனைவரையும் தன்னுடன் அழைத்துக்கொண்டிருந்தார். காலாள் ஆயிரத்தவர் மட்டும் எட்டு பிரிவுகளாக உடன் வந்தனர். பன்னிரு நூற்றுவர் புரவிப்படை, எண்பது யானைகள், நானூறு தேர்கள். இவர்கள் அனைவருக்கும் உணவு சமைக்கவும் உறைவிடம் அமைக்கவும் தேவையான ஏவலர்கள். அப்பொருட்களைக் கொண்டுவரும் வண்டிகள். திசை மாறியது உறுதியானதுமே சல்யர் உபப்பிலாவ்யத்துக்குச் சென்று சேரப்போவதில்லை என்று அறிந்தோம். அதை சௌனகருக்குத் தெரிவித்தோம்."

"இப்போது அவர்கள் எங்கிருக்கிறார்கள்?" என்று சுருதகீர்த்தி கேட்டான். "தெற்கே அஸ்தினபுரியின் எல்லையை ஒட்டி அமைந்துள்ள குக்குடபுரம் என்னும் கோட்டை சூழ்ந்த சிறுநகரில்" என்றான் ஒற்றன். சுருதகீர்த்தி "துரியோதனரின் விருந்தினராகவா?" என்றான். "ஆம்" என்றான் ஒற்றன். "படையுடன் அவர் எல்லைக்குள் நுழைந்துவிட்டதை உணர்ந்தபின் சல்யருக்கு வேறு வழியில்லை. அங்கிருந்து மீண்டும் அவர் உபப்பிலாவ்யத்துக்குக் கிளம்பவேண்டுமென்றால் துரியோதனர் ஒப்புதல் அளிக்கவேண்டும். அஸ்தினபுரியின் பெரும்படை இப்போது மத்ரநாட்டின் படையைச் சூழ்ந்துள்ளது."

"பிறிதொரு நாட்டின் எல்லைக்குள் நுழைவதைக்கூடவா அறியாதிருந்தார்?" சுருதகீர்த்தி சலிப்புடன் கேட்டான். ஒற்றன் புன்னகைத்து "மத்ரர்களும் சௌவீரர்களும் பால்ஹிகர்களும் மலைநாட்டினர். அங்கு அவர்களின் பாதைகளும் எல்லைகளும் முற்றிலும் வேறுபட்டவை. எவருக்கும் உரித்தல்லாத நிலங்களே அங்கு மிகுதி. தாழ்நிலத்தில் அத்தனை நிலமும் எவருக்கோ உரியது என்பதை எத்தனை எடுத்துச் சொன்னாலும் அவர்களால் புரிந்துகொள்ள முடியாது. வெறும் காடுகளினூடாகச் செல்வதாகவே சல்யர் எண்ணியிருந்தார். அஸ்தினபுரியின் கொடியுடன் அவர்களின் படைத்தலைவன் படைகொண்டு எதிர்வந்த பின்னர்தான் எல்லை கடந்திருப்பதை உணர்ந்தார். போர் கூவவா முடியும்? நட்பு காட்டி உடன் செல்வதன்றி வேறு வழியில்லை" என்றான்.

"இப்போது நாம் என்ன செய்வது?" என்று சுருதகீர்த்தி கேட்டான். "அங்கு என்ன நிகழ்கிறது என்று எனக்குத் தெரியவில்லை. அஸ்தினபுரியிலிருந்து துரியோதனர் சல்யரைப் பார்க்க வந்துகொண்டிருப்பதாக ஒரு செய்தி. உறுதிப்படுத்தப்படாத உளவுத் தகவல் அது. ஆனால் அதற்கு வாய்ப்புள்ளது" என்றான் ஒற்றன். "சல்யரை மகிழவைத்து அவர் தன்னிடம் சேர்வதற்கான சொல்லொப்புதலைப் பெற துரியோதனர் முயல்வார் என எண்ணுகிறேன்." சுருதகீர்த்தி நகைத்து "சல்யரா? அவர் பாண்டவர்களின் சமந்தர். இரு வகையில்" என்றான். "ஆம், அதனால்தான் எந்த ஐயமும் இல்லாமல் இருந்தோம். ஆனால் மறுபக்கம் இருப்பவர் கணிகர். அவருடைய சூழ்ச்சி என்ன என்று நாமறிய முடியாது. சல்யர் அவர்களால் வெல்லப்படவும் கூடும்."

சுருதகீர்த்தி சிலகணங்களுக்குப்பின் "ஆம், மானுட உள்ளத்தை எவரும் நம்பமுடியாது என்பார்கள்" என்றான். "துரியோதனர் நாளை மறுநாள் குக்குடபுரியை அடைவார். அதற்குள் நீங்கள் இருவரும் சென்று சல்யரைச் சந்திக்கவேண்டும் என்பது ஆணை. நீங்கள் அரசகுடியினர் என்பதனால் உங்களுக்கு அளிக்கும் சொல் அவரைக் கட்டுப்படுத்தும். அஸ்தினபுரிக்கு எதிராக இந்திரப்பிரஸ்தத்தின் படைகளுடன் நிற்பதாக

அவர் உங்களுக்கு வாக்களிக்க வேண்டும்” என்றான் ஒற்றன். “அந்தச் சொல்லை முன்னரே அளித்துவிட்டாரே?” என்றான் சுருதகீர்த்தி. “இல்லை, சௌனகரிடம் அவர் வரவிருப்பதாக மட்டுமே சொன்னார். அரசுமுறைப்படி அறிவிக்கவோ குலமூதாதை எனச் சொல்லளிக்கவோ இல்லை” என்றான் பிரகாமன்.

“ஷத்ரிய மரபுகளின்படி அரசக்குருதியினர் ஒருவரிடம் நேரில் சொல்லும் சொல் தெய்வங்களுக்குமுன் வாள்தொட்டு அளித்த வாக்கைப்போல. ஆகவேதான் உங்கள் இருவரையும் இளையயாதவர் அனுப்பியிருக்கிறார்” பிரகாமன் சொன்னான். சுருதகீர்த்தி மலைப்புடன் “நாங்களா இதைச் செய்யவேண்டும்? நாங்கள் இதுவரை எந்த அரச நடவடிக்கைகளிலும் ஈடுபட்டதில்லை. இச்சூழ்ச்சிகள் ஒவ்வொன்றுமே புதிதாக உள்ளன. இத்தனை பெரிய பொறுப்பை எப்படி நாங்கள் ஏற்க முடியும்?” என்றான். “எவரேனும் இதைச் செய்ய முடியுமென்றால் அது நீங்கள்தான். நீங்கள் வருவதற்குள் சல்யர் அஸ்தினபுரியின் எல்லையைக் கடந்து சென்றிருப்பார் என்று இளையயாதவர் உய்த்தறிந்திருப்பார். அஸ்தினபுரியின் எல்லைக்குள் பாண்டவர்கள் நுழையமுடியாது. அவர்களின் குருதி வழியில் நீங்கள் மட்டுமே நுழைய முடியும். இளவரசர்களாகிய உங்களை அஸ்தினபுரி சிறைப்படுத்தப் போவதில்லை” என்றான் பிரகாமன்.

சுருதகீர்த்தி “அவ்வாறெனில்கூட சதானீகனையும் சுருதவர்மனையும் அல்லவா அனுப்பியிருக்க வேண்டும்? நகுலசகதேவரின் சிற்றுருக்கள் அவர்கள். எளிதில் அவரிடமிருந்து சொல் பெற முடியும்” என்றான். “அதை நான் அறியேன். எண்ணி நோக்குகையில் எனக்கும் அது புரிபடாததாகவே உள்ளது. ஆனால் அவர் உள்ளத்தை நாம் சென்றடைய முடியாது” என்ற பிரகாமன் “இன்று ஓய்வெடுங்கள். நாளை புலரியில் கிளம்பி இருட்டுவதற்குள் குக்குடபுரியை அடையலாம். வென்று மீள்க!” என்றான். சுருதகீர்த்தி “ஆம், இறையருள் கூட வேண்டும்” என்றான்.

அஸ்தினபுரி நாட்டின் எல்லையை சுருதகீர்த்தியும் சுதசோமனும் சென்றடையும்போது அந்தி சிவக்கத்தொடங்கியிருந்தது. அவர்களின் வருகையை தொலைவிலேயே முதற்காவல்மாடத்தின் உச்சியிலிருந்த நோக்குவீரன் பார்த்துவிட்டிருந்தான். அவனுடைய முழவோசை கேட்டு கீழிருந்த காவலர்கள் அம்பேற்றிய விற்களுடனும் ஈட்டிகளுடனும் எழுந்து வந்து காட்டுப்பாதையின் தொடக்கத்தில் காத்து நின்றிருந்தனர். அஸ்தினபுரியின் எல்லையென அமைந்த சரளைக்கல் நிறைந்த சிற்றோடைக்குள் இறங்கி நீரோட்டத்தைக் கடந்து மெல்ல மேலேறி இருவரும் வந்தபோது காவலர் தலைவன் “தங்கள் அடையாளம், வீரர்களே?” என்றான்.

அவர்கள் புரவிகளை இழுத்து நிற்க, இருவரையும் அறிந்துகொண்ட முதிய வீரன் ஒருவன் பின்னாலிருந்து எழுந்து வந்து "இந்திரப்பிரஸ்தத்தின் இளவரசர்கள் அல்லவா?" என்றான். "ஆம், குக்குடபுரிக்குச் செல்கிறோம், அரச அழைப்பு" என்று சுருதகீர்த்தி சொன்னான். "இங்கிருந்து எட்டு காவல்நிலைகளுக்கு அப்பால் உள்ளது குக்குடபுரியின் கோட்டை. வழிநெடுகிலும் அஸ்தினபுரியின் படைகள் உள்ளன. எத்தனை பேருக்குத் தங்களைத் தெரியுமென்று தெரியவில்லை. எவரேனும் குக்குடபுரியின் கோட்டைக்குள் செல்ல ஒப்புதல் அளிக்கிறார்களா என்றும் தெரியவில்லை" என்றான் முதிய காவலன்.

"நாங்கள் என்ன செய்வது?" என்று சுருதகீர்த்தி கேட்டான். காவலர்தலைவன் "தாங்கள் இங்குள்ள கொட்டகையில் ஓரிரு நாழிகைப் பொழுது தங்கலாம். பறவைச்செய்தி அனுப்புகிறேன், கோட்டையிலிருந்து ஒப்புதல் வந்த பின்னர் தாங்கள் செல்லலாம். அந்த ஒப்புதல் ஓலையே அங்கு வரை தங்களை இட்டுச்செல்லும்" என்றான். சுருதகீர்த்தி "இல்லை. இரவு முழுக்க இங்கு நான் தங்க எண்ணவில்லை, எங்கள் பணி காத்திருக்கக் கூடியதல்ல" என்றான். "நான் தாங்கள் செல்ல ஒப்ப முடியாது" என்று காவலர்தலைவன் சொன்னான்.

"அப்படியென்றால் என்னைச் சிறைபிடியுங்கள்" என்றபின் சுதசோமனிடம் செல்வோம் என்று கைகாட்டிவிட்டு புரவியைத் தட்டினான் சுருதகீர்த்தி. புரவி விரைவுகொள்ள, "பிடியுங்கள்! தடுத்து நிறுத்துங்கள்" என்று காவலர்தலைவன் கூவினான். இரு வீரர்கள் புரவியிலெழுந்து பாய்ந்து சுதசோமனை நெருங்கினர். அவன் கடிவாளத்தை வாயில் கவ்வியபடி அவ்விருவரையும் பற்றித்தூக்கி இரு பக்கங்களிலாக வீசினான். அப்புரவிகள் நிலையழிந்து சுற்றி நிற்க, அவர்கள் இருவரும் காட்டிற்குள் ஊடுருவிச் சென்றனர்.

சுருதகீர்த்தி திரும்பாமலேயே "வருகிறார்களா?" என்றான். "இல்லை. மேலும் இருவர் வந்தால் தூக்கி வீசலாமென்று பார்த்தேன். நின்றுவிட்டார்கள்" என்றான் சுதசோமன். "இவர்கள் நம்மைச் சிறைபிடிக்கத் துணியமாட்டார்கள். ஆயிரத்தலைவன் அங்கிருந்தால் சிறைப்படுத்த ஆணையிட்டிருப்பான்" என்றான் சுருதகீர்த்தி. சுதசோமன் "முதல் ஆயிரத்தவனை நாம் பார்க்கும் வரை அஞ்சவேண்டியதில்லை அல்லவா?" என்றான். "இல்லை, அவனுடைய புறா சென்று மீள்வதுவரை மட்டுமே நமக்குப் பொழுதிருக்கிறது" என்று சுருதகீர்த்தி சொன்னான்.

அடுத்த காவலரணை அவர்கள் அடைவதற்குள்ளாகவே விற்களும் வேல்களுமாக வீரர்கள் பாதை நோக்கி ஓடிவந்தனர். புரவியை இழுத்து விரைவைக் குறைத்த சுருதகீர்த்தி "நான் இந்திரப்பிரஸ்தத்தின்

இளவரசன். அரசாணையின்படி சென்று கொண்டிருக்கிறேன்" என்றான். "தங்கள் ஓலை அடையாளங்கள்...?" என்று ஒருவன் கேட்க, "அதை முதல் காவல்கோட்டத்திலேயே அளித்துவிட்டேன்" என்றபடியே புரவியைத் தட்டி விரைவெழச்செய்து அவர்களைத் தடுத்திருந்த இரு வேல்களை அகற்றியபடி சுருதகீர்த்தி காட்டுக்குள் சென்றான். மேலும் இரு வேல்களைப்பற்றி அவற்றைப் பிடித்திருந்தவர்களைப் பற்றித் தூக்கிச் சுழற்றி அப்பால் வீசிவிட்டு சிரித்தபடி சுதசோமன் உடன் வந்தான்.

"இந்த ஆடல் எனக்குப் பிடித்திருக்கிறது, இளையோனே" என்று திரும்பி நோக்கி சுதசோமன் நகைத்தான். "அவர்கள் இன்னும் சிலர் நம்மை எதிர்கொண்டிருந்தால் நாம் என்னென்ன செய்யமுடியும் என அறிந்திருப்போம்" என்றான். "விளையாடவேண்டாம், மூத்தவரே. எத்தனை விரைவில் இயலுமோ அத்தனை விரைவில் நாம் குக்குடபுரியை அடைந்தாக வேண்டும்" என்றான் சுருதகீர்த்தி. "ஒற்றர் சொன்ன கணிப்பைப் பார்த்தால் நாளை புலரியில் அங்கே துரியோதனர் வந்திருப்பார். அவர் வருவதற்குள் நாம் சல்யரைச் சந்தித்தாகவேண்டும்" என்றான்.

சுதசோமன் "சல்யர் என்னைப்போன்றவர் என்று எண்ணுகிறேன். துரியோதனரின் தூதன் வந்து சந்தித்து உயரிய மதுவைக் காணிக்கை அளித்திருப்பான். இன்னொரு மதுப்புட்டியை அவருக்கு முன்னால் காட்டி அவருக்கு முன்னால் சென்றுகொண்டே இருந்திருப்பான். அவர் அதற்குப் பின்னால் செல்ல மொத்த படையும் தொடர்ந்து சென்றிருக்கும்" என்றான். சுருதகீர்த்தி "இன்னொரு காவலரண்" என்றான்.

அவர்கள் அதை அணுகி புரவியை இழுத்துப் பற்றியபோதே எழுந்து வந்த காவல்தலைவன் "தாங்கள்?" என்றான். சுருதகீர்த்தி "இந்திரப்பிரஸ்தத்திலிருந்து வருகிறேன். அஸ்தினபுரியின் அரசரின் ஆணைப்படி சல்யரைச் சந்திக்கச் செல்கிறேன்" என்றான். குழப்பத்துடன் அவன் நோக்கி நிற்க, புரவியைச் செலுத்தி முன்னால் சென்றான். "ஒன்றுமே நிகழவில்லையே?" என்று சுதசோமன் கேட்க சுருதகீர்த்தி "இனி எவரும் எதுவும் கேட்க மாட்டார்கள் என்று நினைக்கிறேன். இத்தனை எல்லைகளைக் கடந்து வந்தபின் நம்மிடம் அடையாளம் கோரவேண்டிய தேவையில்லை" என்றான்.

சுதசோமன் "முதற்காவல்கோட்டத்திலிருந்து குக்குடபுரிக்குப் புறா இப்பொழுது சென்று சேர்ந்திருக்கும்" என்றான். "ஆம், வழியிலேயே நம்மை எதிர்கொள்ள அஸ்தினபுரியின் படைகள் வரும்" என்றான் சுருதகீர்த்தி. சுதசோமன் "இத்தனை படைநிலைகள் எதற்கு? ஒவ்வொரு காவலரணுக்கு அருகிலும் நூறு புரவிகள் கொண்ட படை ஒன்றுள்ளது" என்றான்.

“சல்யரை அவர்கள் சிறையிலா வைத்திருக்கிறார்கள்?” சுருதகீர்த்தி “சிலந்திவலையில் சிறுபூச்சி எனச் சென்று சிக்கிக்கொண்டிருக்கிறார்” என்றான். புரவியைத் தட்டி ஊக்கி, காட்டினூடாகப் பாய்ந்தபடி “சிறையேதான். இப்போது அவர் விடுபட முயலவில்லை. திமிறுந்தோறும் மேலும் ஆழமாக சிக்கிக்கொள்வார்” என்றான்.

குக்குடபுரியின் முதல் அரண் உயிர்மரங்களை நெருக்கமாக நட்டு உருவாக்கப்பட்டிருந்தது. அதுவரை காவல்மாடங்கள் தொடர்ச்சியாக இருந்தன. “சல்யர் உள்ளே வரும்போது இத்தனை காவலரண்கள் இருந்திருக்க வாய்ப்பில்லை. பிறர் அறியாத பிறிதொரு வழியில் அழைத்து வந்திருக்கிறார்கள்” என்று சுருதகீர்த்தி சொன்னான். “இங்கே காவற்படைகள் காத்து நின்றிருக்கின்றன. மிகத் தெளிவாக முன்னரே திட்டமிட்டிருக்கிறார்கள்.”

குக்குடபுரத்தின் கோட்டையைச் சூழ்ந்து ஏழு அடுக்குகளாக அஸ்தினபுரியின் காவற்படை நின்றிருந்தது. இறுதிக் காவல்மாடத்தைக் கடந்ததுமே அந்தப் படையின் மெல்லிய கார்வையை சுருதகீர்த்தி கேட்டான். புரவியில் அவனை அணுகிவந்த சுதசோமன் “அணுகிவிட்டோம் என்றே எண்ணுகிறேன். இது இறுதிக் காவலரண் என்றால் இரண்டு நாழிகைத் தொலைவிலிருக்கிறது குக்குடபுரியின் சிறிய கோட்டை” என்றான். “ஆம், ஆனால் அணுகுவது அவ்வளவு எளிதல்ல” என்று சுருதகீர்த்தி சொன்னான். “ஏன்?” என்று சுதசோமன் கேட்டான். சுருதகீர்த்தி மறுமொழி சொல்லாமல் புரவியை சீர்நடையில் செல்லவிட்டான்.

உடன் வந்த சுதசோமன் “காவலிருக்கும். ஆனால் அங்கும் நம்மை விட்டுவிடுவார்கள் என்றே எண்ணுகின்றேன்” என்றான். சுருதகீர்த்தி புரவியை கடிவாளத்தை இழுத்து நிறுத்தி “பாருங்கள்” என்றான். சுதசோமன் அரையிருளுக்குள் கூர்ந்து நோக்கி “படை” என்றான். “நத்தைச்சூழ்கை. ஸம்பூகவலயத்தின் முகப்பில் நீள்வேல் கொண்ட புரவியெதிர்வுப் படைகள் முள்சிலிர்த்து நிற்கும். பின்னர் குதிரைப்படைகள். இறுதியாகக் கோட்டையை ஒட்டி வில்லவர் படைகள். ஏழு அடுக்குகளில் இறுதியிலுள்ளவை மூன்றும் நத்தையின் ஓடு. படைகள் உள்ளே பதுங்கிக்கொள்ள முடியும்” என்றான் சுருதகீர்த்தி.

“எனக்கு அத்தனை தெளிவாகத் தெரியவில்லை” என்று சுதசோமன் சொன்னான். “சற்றுநேரத்தில் விண்ணில் நிலவெழுந்து விழி தெளியும்” என்று சுருதகீர்த்தி சொன்னான். “எந்த வாய்ப்புக்கும் இடம் வைக்கவில்லை அஸ்தினபுரியின் அரசர். இதன் அளவைப் பார்த்தால் இப்படைகள் அஸ்தினபுரியிலிருந்து நெடுநாட்களுக்கு

முன்னரே கிளம்பியிருக்கவேண்டும். இரு அணிகளாக எல்லையை ஒட்டி வந்துகொண்டிருந்திருக்கும். சல்யரின் படை உள்ளே நுழைந்ததும் நண்டுக் கொடுக்கென இரு படைகளும் இணைந்து அவர்களை உள்ளே சிறை கொண்டுவிட்டனர்" என்றான். "இத்தனை பெரும்படை எதற்கு? இங்கென்ன படையெழுச்சியா நிகழ்கிறது?" என்று சுதசோமன் கேட்டான்.

"அஸ்தினபுரியின் எல்லைக்குள் சல்யர் கொண்டுசெல்லப்பட்டுவிட்டார் என்று அறிந்த நாம் ஒரு துணைப்படையை அழைத்துக்கொண்டு சல்யரை வணங்கும்பொருட்டு செல்வதுபோல அஸ்தினபுரியின் எல்லையைக் கடந்து வந்து அவரைச் சந்தித்து மீட்டுவிட முடியும்" என்றான் சுருதகீர்த்தி. "அதெப்படி?" என்று சுதசோமன் கேட்டான். "இளையயாதவரைப்போல தன் எல்லைகளை மீறிக்கொண்டே இருப்பவர் அதை இயற்றக்கூடும். அதையும் உணர்ந்து அதற்கப்பால் செல்லும் ஒரு திட்டத்தை வகுத்திருக்கிறார்கள். ஆகவேதான் இத்தனை பெரிய படை சூழ்கை" என்றான் சுருதகீர்த்தி.

"சல்யர் சினம்கொண்டு தாக்கமாட்டார் என்று எப்படி எதிர் பார்க்கிறார்கள்?" என்றான் சுதசோமன். "அவர் முன்பின் நோக்கா சினம் கொண்டவர் என்பார்கள்." சுருதகீர்த்தி "இது தன்னைச் சிறைவைக்கும் படையென்று அறியாவண்ணம் குலமூத்தாருக்கு நிகராக வணங்கி வழுத்தி மகிழ்வித்திருப்பார்கள். அஸ்தினபுரியின் அரசகுடியைச் சேர்ந்த எவரோ அங்கு இருக்கிறார்கள். சல்யரை மத்ரநாட்டில் கண்டு சென்று அழைத்துவந்தவர் வெறும் ஒற்றர் அல்ல. அத்தனை எளிதில் சல்யர் நம்பியிருக்கமாட்டார். இப்படை தன்னைச் சூழ்ந்திருப்பதை எளிய காவல் பயிற்சி என்று எண்ணியிருப்பார்" என்றான்.

சுதசோமன் "அத்தனை எளிய உள்ளம் கொண்டவரா அவர்?" என்றான். "மூத்தவரே, மலையில் வஞ்சம் குறைவு. ஏனெனில் அவர்கள் மானுடர் வாழாத வெற்று நிலங்களை ஒவ்வொரு நாளும் பார்த்துக்கொண்டிருக்கிறார்கள். இப்புவி பெரிதென்றும் இங்கு நிலத்திற்கென கொள்ளும் பூசல்கள் பொருளற்றவை என்றும் அவர்களால் எப்படியோ உணரமுடிகிறது. இங்கு நிகழ்ந்துகொண்டிருக்கும் சூது எவருக்கேனும் முற்றிலும் தெரியாதிருக்கும் என்றால் அது சல்யருக்குத்தான் என்று எண்ணுகின்றேன்" என்றான் சுருதகீர்த்தி. "மத்ரநாடு மலைநாடுகளில் முதன்மையானது என்று எண்ணுவார். அதற்கான அத்தனை சூழ்ச்சிகளும் அவரிடமிருக்கும். பாரதவர்ஷமென்னும் கனவு அவர் உள்ளத்தில் எழுந்திருக்காது."

சுதசோமன் நகைத்து "ஆம், இந்திரப்பிரஸ்தத்தின் விழவுக்கு அவர் வந்தபோது என்னிடம் உரையாடியிருக்கிறார். பயிலா உள்ளம்

கொண்டவர்களின் இரு இயல்புகள் அவரிடமிருப்பதை அன்றே உணர்ந்தேன். தன்னைப்பற்றியும் தன் குலத்தைப்பற்றியும் எப்போதும் பெருமையுடன் பேசிக்கொண்டிருந்தார். பிறர் அதை விரும்புவதில்லை என்பதை அவர் உணரவில்லை. அத்துடன் பிறரிடம் அவர்கள் கூறாத செய்திகளை முகத்திற்கு நேர் கேட்டுத் தெரிந்துகொள்ள முயன்றுகொண்டிருந்தார். அரசர்கள் அணுகவே அஞ்சி விலகிக்கொண்டிருந்தனர்" என்றான்.

சுருதகீர்த்தி நகைக்க, சுதசோமன் மேலும் குரல் எழ "மாளவ மன்னரிடம் அவரது இளைய மகளைத் தூயகுருதி இல்லாத மல்லநாட்டு மன்னருக்கு ஏன் அளித்தார் என்று கேட்டார். மாளவர் முகம் சிவக்க மறுமொழி கூறாது திரும்பிச் சென்றார். அவர் மறுமொழி கூறாமையே ஒரு சிறுமையென்று எண்ணாமல் அவர் தோளைத் தொட்டுத்திருப்பி நான் உன்னிடம்தான் கேட்டுக்கொண்டிருக்கிறேன் என்றார். இதை நாம் பிறகு பேசுவோம் மூத்தவரே என்று சொல்லி மாளவர் சென்றபிறகு இதைப்பற்றி விரிவாகச் சொல்வானென்றே நினைக்கிறேன் என்று அருகே நின்ற கூர்ஜர மன்னரிடம் சொன்னார்" என்றான்.

சுருதகீர்த்தி நகைத்தபடி புரவியை இழுத்து நிறுத்திவிட்டான். சுதசோமன் "அன்று கூர்ஜரரும் சைப்யரும் விழி பரிமாறிக்கொண்டு புன்னகைத்ததைக் கண்டு ஆம் மிக இனிமையானவன், என் மீது பெருமதிப்பு கொண்டவன், ஒருமுறை என்னிடம் தாங்கள் மட்டும் என் படைத்தலைவனாக அமைவீர்கள் என்றால் பாரதவர்ஷத்தையே வெல்வேன் என்று சொன்னான். அந்த வாய்ப்பு உனக்கில்லையே என்று சொன்னேன் என்றுரைத்து உரக்க நகைத்தார்" என்றான். சுருதகீர்த்தி "படைத்தலைவனாக அழைத்தானா மாளவன்?" என்றான். "ஆம், அதைத் தன் வீரத்திற்கு அளித்த பாராட்டுரை என்று அவையில் சொன்னார்."

சுருதகீர்த்தி சிரித்தபடி "இப்போதும் அதைப்போன்ற உரையாடலில் அங்கு ஈடுபட்டுக்கொண்டிருப்பார்" என்றான். "அன்று நான் அவருடனேயே இருந்தேன். எண்ணி எண்ணிச் சிரிக்க பல நிகழ்வுகள். ஒவ்வொரு ஷத்ரிய அரசனையும் நோக்கி அவன் குடிப்பெருமையையும் படைவலிமையையும் நேரடியாகவே கேட்டுத்தெரிந்துகொண்டார். அவன் சொன்னதுமே அதை மறுத்து என்னிடம் பேசத்தொடங்கினார்" என்றான் சுதசோமன். சுருதகீர்த்தி "ஆனால் அவர் இளமையில் இப்படி இருக்கவில்லை. கூர்மையும் நச்சும் கொண்டிருந்தார் என்கிறார்கள். முதுமைகொள்ளுந்தோறும் மானுடரில் கேலிக்குரியதாக சில முகம்கொள்கின்றன. அவை எப்போதுமே அவர்களிடம் இருந்துகொண்டிருக்கும், முதுமை அவற்றை முதிரச் செய்கிறது" என்றான்.

“மானுடரின் உடலே அப்படித்தான், இளையோனே. முதுமையில் அவர்களின் உடலில் கோணலும் வளைவும் உருவாகின்றன. அவர்களின் முதுமையின் அடையாளமே அவைதான். ஆனால் இளமையிலேயே அவை உருவாகத் தொடங்கிவிட்டிருக்கும்” என்றான் சுதசோமன். சுருதகீர்த்தி “இளம்பெண்டிரில் அவை அழகென்றே வெளிப்படும்” என்றான். இருவரும் நகைத்தபடி புரவியை ஓட்டிச்சென்றனர். சுருதகீர்த்தி “நாம் ஏன் சல்யரை எளிமைப்படுத்திக்கொள்கிறோம்?” என்றான். சுதசோமன் திரும்பிப் பார்த்து “நாம் இளைஞர் அவர் முதியவர், அதனால்தான்” என்றான். சுருதகீர்த்தி “நாம் அஞ்சுகிறோம்” என்றான். சுதசோமன் “நான் பெரிதாக அஞ்சவில்லை, ஏனென்றால் எது எப்படி நிகழ்ந்தாலும் எனக்குக் கவலையில்லை” என்றான்.

3

சுருதகீர்த்தியும் சுதசோமனும் அணுகிச்செல்லுந்தோறும் படைசூழ்கை தெளிவடையத் தொடங்கியது. படைத்தலைவர்களின் குடில்களிலும் காவலரண் முகப்புகளிலும் மட்டுமே நெய்விளக்குகள் எரிந்தன. சூழ்ந்திருந்த படை முழுமையும் இருளுக்குள் மறைந்திருந்தது. ஆயினும் குறைந்த ஒளிக்குப் பழகிய கண்களுக்கு நெடுந்தொலைவு வரை அலையலையாகப் பரவியிருந்த மரப்பட்டைப் பாடிவீடுகளும் தோல் இழுத்துக் கட்டிய கூடாரங்களும் புரவி நிரைகளும் தென்படலாயின. முன் இருட்டிலேயே படை முழுமையும் துயில் கொள்ளத்தொடங்கியிருந்தது. எனினும் அனைவரின் ஓசைகள் இணைந்த கார்வை அவ்விருளை நிறைத்திருந்தது.

முதல் காவலரணை அடைந்ததும் அங்கிருந்த காவல்வீரன் கையில் மூன்று சுடரெரிந்த தூக்குவிளக்குடன் அவர்கள் அருகே வந்தான். தன் தலைக்குமேல் அதைத் தூக்கிப்பிடித்து “உபபாண்டவர்கள். அல்லவா?” என்றான். சுருதகீர்த்தி “ஆம், அஸ்தினபுரியின் அரசரின் அழைப்புக்கேற்ப மத்ரநாட்டு அரசர் சல்யருக்கு ஒரு செய்தியை அளிக்கும்பொருட்டு செல்கிறோம்” என்றான். “தங்களை அரண்மனைக்கு அழைத்துச்செல்லும்படி ஆணை” என்றான் காவலன். “தங்களுக்காகவே இங்கு காத்து நின்றிருக்கிறோம்” என்றபின் திரும்பி தன் கையிலிருந்த சிறு கொம்பை முழக்கியதும் மூன்று புரவி வீரர்கள் அவர்களை நோக்கி வந்தனர்.

முதல் புரவி வீரன் தலைவணங்கி “இந்திரப்பிரஸ்தத்தின் இளவரசரை வணங்குகிறேன். தங்களை அழைத்துச்செல்லும்பொருட்டு ஆணை பெற்று இங்கு காத்திருந்தேன்” என்றான். “என் பெயர் சூலன். நூற்றுவர்தலைவன்.

அஸ்தினபுரியில் முன்பு தங்களைக் கண்டதுண்டு” என்றான். “சூலரே, நாங்கள் வரும் செய்தி எப்போது வந்தது?” என்று சுருதகீர்த்தி கேட்டான். “சற்றுமுன்புதான்” என்றான் சூலன். “அந்த ஆணையை விடுத்தது யார்?” என்றான் சுருதகீர்த்தி. “அரண்மனை முத்திரை கொண்டிருந்தது. அங்கு அரசின் பொறுப்பில் எவர் இருக்கிறாரோ அவர். மேல் அறிய எனக்கு உரிமையில்லை” என்று அவன் சொன்னான்.

இருபுறமும் சூழ்ந்திருந்த அஸ்தினபுரியின் படைகளின் நடுவினூடாக பாதையில் செல்கையில் சுருதகீர்த்தி வெறும் ஓசையே ஒரு படையை உருவாக்கிக் காட்டுவதைக் கண்டு வியந்தான். மனித ஓசைகள், மெல்லிய உரையாடல்கள், மூச்சொலிகள், கலங்களின் ஒலிகள். அவை இணைந்து வடிவங்களை, வண்ணங்களைக்கூட சமைத்தளித்தன. பின்னர் ஏதோ ஒரு திகிரியில் உளம் திரும்ப மானுடம் அல்லாத ஒன்றாக அவ்வோசை உருமாறிப் பரவியது. அத்திரிகள், புரவிகள், மானுடர். இருளில் அவையனைத்தும் வடிவுருகி ஒற்றைப் பெருக்கென்றாகி ஒலித்தன. ஏதோ பேருருவ இருப்பு பிறிதொன்றுடன் உரையாடிக்கொண்டிருந்தது.

குக்குடபுரியின் தென்கோட்டை இரண்டு ஆள் உயரமே இருந்தது. களிமண்ணைக் குழைத்துக் கட்டி மேலே ஈச்சை ஓலைக்கூரையிட்டு காக்கப்பட்டது. கோட்டைமுகப்பின் இரு தூண்கள் மட்டும் கல்லடுக்கிக் கட்டப்பட்டவை. ஒரு தூணின் மீது மரத்தாலான காவல்மாடமும் போர்முரசும் இருந்தன. கோட்டைக்கு அகழியோ கடவுப்பாலமோ இல்லை. அணுகியபோது அதற்குக் கதவுகளுமில்லை என்பதை சுருதகீர்த்தி கண்டான். கோட்டைக்கு அப்பால் நெய்ப்பந்தங்களின் மெல்லிய ஒளியின் செந்நிறத் திரை.

சுதசோமன் அருகே வந்து “தொன்மையான கோட்டை” என்றான். “ஆம், மாமன்னர் பிரதீபரின் காலத்தில்தான் அஸ்தினபுரியின் இந்த எல்லைகள் உறுதியாக வகுக்கப்பட்டன. எல்லைவட்டத்தில் ஒரு நாளுக்குள் சென்றுவிடும் தொலைவில் கோட்டை சூழ்ந்த ஊர்களை அவர் அமைத்தார். ஒவ்வொரு கோட்டையிலும் ஒரு புரவிப்படையை நிறுத்தினார். ஒன்றுடன் ஒன்று முரசோசையாலும் எரியம்புகளாலும் தொடர்புகொள்ள வைத்தார். இதற்கு மாபெரும் சிலந்தி வலை என்று அப்போது பெயர் சூட்டப்பட்டது. அஸ்தினபுரி அளவுக்கு வலுவாகக் காக்கப்படும் எல்லைகள் கொண்ட நாடு எதுவும் அன்று பாரதவர்ஷத்தில் இருக்கவில்லை.”

“பின்னர் அனைத்து ஷத்ரிய அரசர்களும் இத்தகைய கோட்டைக்காவல் நகர்களைத் தாங்களும் அமைக்கலாயினர். வடக்குக் காட்டோரமாக இருப்பதனால் இப்பகுதியின் கோட்டை நகர்கள் பிரதீபர் கட்டிய

அவ்வண்ணத்திலேயே நீடிக்கின்றன என்று எண்ணுகின்றேன். தெற்கிலும் மேற்கிலுமுள்ள காவலூர்கள் அனைத்தும் வளர்ந்து வணிக நகரங்களாகிவிட்டிருக்கின்றன. தென்மேற்கே சித்திரபஞ்சரம், சூத்ரபீடம் போன்ற கோட்டையூர்கள் பழைய மண்கோட்டைகளை உள்ளே அமைத்து சுற்றிலும் புதிய கற்கோட்டைகள் கட்டப்பட்டு பெரிய நகர்களாக மாறிவிட்டிருக்கின்றன" என்றான்.

குக்குடபுரியின் தெருக்கள் குறுகலாகவே இருந்தன. மண் குழைத்துக் கட்டப்பட்ட புடைத்த சுவர்களின்மேல் மரக்கூரை அமைந்த கட்டடங்களின் முகப்புகளில் நெய்ப்பந்தங்கள் எரிந்தன. உருளைக்கல் பரப்பப்பட்ட சாலையில் குதிரைக்குளம்புகள் தாளமிட்டபடி சென்றன. நகர் முழுக்க வெளியே இருந்த படையின் தலைவர்களும் வணிகர்களும் தங்கிய மாளிகைகள் இருந்தன. அவர்களின் குடியடையாளங்கள் பொறிக்கப்பட்ட கொடிகள் இல்லங்களின் முகப்பில் காற்றில் படபடத்தன.

நகர் நடுவே இருந்த இரண்டடுக்கு மாளிகை அஸ்தினபுரியின் அரச குடியினர் வந்தால் தங்குவதற்குரியது எனத் தெரிந்தது. அதன் முகப்பில் அமுதகலக்கொடி பறந்துகொண்டிருந்தது. மண் குழைத்துக் கட்டப்பட்ட கீழடுக்கின் நுழைவாயிலுக்கு முன்னால் ஏழு புரவிகள் நின்றிருந்தன. சிறிய முகப்பு முற்றம் அதனாலேயே நிறைந்துவிட்டதுபோல் தோன்றியது. குதிரைவண்டி ஒன்று நுழைவுப்பாதைக்கு வலப்பக்கம் நின்றது. அதன் நுகத்திலேயே கட்டப்பட்டிருந்த குதிரை தன் வாயில் தொங்கிய பையிலிருந்து கொள்ளை மென்றுகொண்டிருந்தது. அவர்களின் புரவிகள் அணுகும் காலடியோசையைக் கேட்டு காதுகளைப் பின்சரித்து முகம்தூக்கி கண்களை உருட்டி அவர்களைப் பார்த்தது.

அவர்களின் புரவி முற்றத்தில் நுழைந்தபோது பிற புரவிகள் அனைத்தும் திரும்பிப்பார்த்தன. தலைமை கொண்டிருந்த பெண்புரவி மெல்லக் கனைத்து அவர்களின் புரவிகளை வரவேற்றது. சுதசோமனின் புரவி அவ்வரவேற்புக்கு மறுமுகமன் உரைத்தது. மாளிகைக்குள்ளிருந்து கைகளைக் கூப்பியபடி சிற்றமைச்சர் உத்பவர் வெளியே வந்து சுருதகீர்த்தியின் புரவியை அணுகி "வருக, இந்திரப்பிரஸ்தத்தின் இளவரசர்களே! இந்நகர் இதன்பொருட்டு உவகையடைகிறது" என்றார். சுருதகீர்த்தி புரவியிலிருந்து இறங்கி அணுகிய காவலனிடம் கடிவாளத்தைக் கொடுத்துவிட்டு "வணங்குகிறேன், சிற்றமைச்சரே. இத்தருணம் மகிழ்வுற்றது" என்று மறுமுகமன் உரைத்தான்.

சுதசோமன் கீழே இறங்கி "நான் நன்கு உணவு உண்ணவேண்டியிருக்கிறது. நெடுந்தொலைவுக்கு நில்லாமல் வந்தோம்" என்றான். "உங்களுக்கான

ஓய்வறையும் நீராட்டறைகளும் ஒருங்கியுள்ளன. நானே அழைத்துச் செல்கிறேன்" என்று சொல்லி "வருக!" என்று உத்பவர் கைகாட்டினார். மாளிகைக்குள் நுழைவதற்கு ஒழுங்கற்ற கற்களால் படியமைக்கப்பட்டிருந்தது. உள்ளே தரையில் வேயப்பட்டிருந்த பலகைகள் பழையனவாக ஒன்றுடன் ஒன்று சரிவரப் பொருந்தாமல் நடக்கையில் முறுகலோசை எழுப்பின.

மாளிகையின் கீழ்த்தளத்திலேயே அவர்களுக்கான அறை அளிக்கப்பட்டது. கதவைத் திறந்த ஏவலன் "மரவுரியும் மாற்றாடைகளும் சித்தமாக உள்ளன" என்று சொல்லித் தலைவணங்கினான். "ஓய்வெடுங்கள்" என்று அமைச்சர் சொன்னார். "ஓய்வுக்கு முன்னர் நாங்கள் மத்ரநாட்டு அரசரைச் சந்திக்கவேண்டும்" என்றான் சுருதகீர்த்தி. "ஆம், உங்களுக்குச் சந்திப்பு ஒருக்கப்பட்டுள்ளது. நான் வந்து அழைத்துச் செல்கிறேன்" என்று சிற்றமைச்சர் சொல்லி தலைவணங்கி விலகிச் சென்றார்.

சுதசோமனும் சுருதகீர்த்தியும் அந்தச் சிறிய அறைக்குள் நுழைந்தனர். சுதசோமன் உள்ளே நுழைந்ததுமே அவ்வறை மிகச் சிறிய கூண்டுபோல் ஆகிவிட்டதென்று சுருதகீர்த்தி எண்ணினான். அவ்வெண்ணம் முகத்தில் ஒரு புன்னகையாக விரிய சுதசோமன் திரும்பிப் பார்த்து "ஒரே அடியில் உடைத்துவிடக்கூடிய கூரை. மிகச் சிறிய மனிதர்களுக்காகக் கட்டப்பட்டது" என்றான். சுருதகீர்த்தி புன்னகைக்க, சுதசோமன் "உணவு அரிதாகக் கிடைத்த காலத்தில் இந்த அறை கட்டப்பட்டிருக்கும்" என்றான்.

"நாம் நீராடி உடைமாற்ற வேண்டும். மூத்தவரைச் சந்தித்து நம் சொற்களை உரைக்கவேண்டும்" என்றான் சுருதகீர்த்தி. "ஆம், உணவுண்டு இளைப்பாறிச் செல்வதல்லவா நன்று? இனிய சொற்களை மலர்ந்த முகத்துடன் சொல்வதற்கு வயிறு நிறைந்திருக்கவேண்டும் என்பார்கள்" என்றான் சுதசோமன். "நாம் வீணடிக்கப் பொழுதில்லை. இச்சிற்றமைச்சர் கௌரவ அரசரின் அணுக்கர். இவர் இங்கிருக்கிறார் என்றால் அதன் பொருள் அஸ்தினபுரியின் அரசர் இங்கு இருக்கிறார் அல்லது இன்னும் சற்றுபொழுதில் இங்கு வந்துவிடுவார் என்பதே. அவ்வாறு வந்த பின்னர் மத்ரநாட்டு அரசரைச் சந்திக்க நமக்கு வாய்ப்பளிக்கப்படுமா என்றே ஐயம் கொள்கிறேன். அவரோ காந்தார இளவரசரோ கணிகரோ உடனிருந்தால்கூட நம்மால் நாம் எண்ணிய ஒரு சொல்லையும் மத்ரநாட்டு அரசரிடம் சொல்லிவிடமுடியாது" என்றான் சுருதகீர்த்தி.

"நல்லூழாக நாமிங்கு வந்த செய்தியை மத்ரநாட்டு அரசர் நேரடியாக அறிந்திருக்கிறார். தடையின்றி நாம் இங்கு வரவும் விரைவாக அரண்மனைக்குள் நுழையவும் ஒருங்கு செய்திருக்கிறார். இதைத்

தவறவிடலாகாது" என்று சுருதகீர்த்தி சொன்னான். "அப்படியென்றால் இப்படியே செல்வோமே. ஏன் நீராடவேண்டும்?" என்றான் சுதசோமன். "நீராடாமல் அரசர் ஒருவரைச் சந்திக்கச் செல்வது மரபல்ல" என்றான் சுருதகீர்த்தி. "உணவு உண்ணாமல் செல்வது மட்டும் மரபா?" என்று சுதசோமன் சொன்னான்.

"நீராடாது செல்லலாம் என நான் எந்த நூலிலும் பார்த்ததில்லை. மேலும் எந்த நூலைக் காட்டினாலும் தாங்கள் ஏற்கப்போவதில்லை" என்றான் சுருதகீர்த்தி. "சரி, நான் உணவுண்டதனால்தான் ஒன்றும் நிகழாமல் போயிற்று என்ற சொல் எழக்கூடாது. ஆனால் உனக்கு வலப்பக்கம் பசித்த வயிறொன்று காத்து நின்றிருக்கிறதென்ற உணர்வுடன் பேசு. அரசுசூழ்தலின் அனைத்து முறைகளையும் நீ பயன்படுத்தி முடிக்கையில் புலரிக்கதிர் எழுந்துவிடக்கூடாது" என்று சுதசோமன் சொன்னான். "அஞ்சவேண்டாம், மூத்தவரே. நான் சொல்வதற்கு ஏதுமில்லை. இளையயாதவர் அளித்த சில சொற்றொடர்களை மட்டுமே அவரிடம் சொல்லவேண்டியுள்ளது. நான் எண்ணிச்சூழ கருத்துகள் ஏதுமில்லை" என்று சுருதகீர்த்தி சொன்னான்.

அவர்கள் நீராட்டறைக்குச் சென்று அமர்ந்தனர். ஏவலர் இளவெந்நீரால் அவர்கள் உடலைக் கழுவிக்கொண்டிருக்கையில் சுருதகீர்த்தி சற்றே தலைகுனிந்து தனக்குள் எண்ணங்களை ஓடவிட்டுக்கொண்டிருந்தான். பின்னர் சுதசோமனிடம் "எங்கோ ஒரு சிறு பிழையிருக்கிறது, மூத்தவரே" என்றான். செம்மொழியில் அவன் அதைச் சொன்னதனால் சுதசோமனால் முதலில் புரிந்துகொள்ள முடியவில்லை. பின்னர் "இங்கு நீராட்டறையிலா?" என்றான். "அல்ல. நாம் உள்ளே நுழைந்த முறையில். இத்தனை எளிதாக இது நிகழ வாய்ப்பில்லை. இவ்வளவு பெரிய அரண்களை அமைத்தவர்கள் இதைக் கணிக்காதிருப்பார்கள் என்று நாம் கற்பனை செய்துகொள்ள வேண்டியதில்லை" என்றான்.

"நம்மை அவர்கள் குறைத்து மதிப்பிட்டிருக்கலாம். இளையவர்களின் பேராற்றல் என்பது அவர்களின் இளமைதான். அவர்கள் தங்களைவிட இளையவர்கள் என்பதனாலேயே அறிவும் திறமையும் குறைந்தவர்கள் என்று மூத்தவர்கள் எண்ணுவார்கள். அவ்வெல்லைகளை நாம் எளிதாகக் கடந்து செல்வோம். நம்மை இத்தனை பெரிய செயலுக்காக அனுப்பியிருப்பார்கள் என்று இங்கு எவரும் எதிர்பார்த்திருக்க மாட்டார்கள்" என்றான் சுதசோமன். "அல்ல, இங்கு முதன்மையான எவரோ இருக்கிறார். மத்ரநாட்டுக்குச் சென்று சல்யரை இத்தனை தொலைவுக்கு அழைத்து வந்தவர் யார்?" என்று சுருதகீர்த்தி கேட்டான்.

“அதை எப்படியும் சற்றுநேரத்தில் தெரிந்துகொள்ளப்போகிறோம். இங்கிருந்து எண்ணங்களை ஓட்டுவதால் என்ன பயன்?” என்றான் சுதசோமன். அதற்கு மறுமொழி கூறாமல் கண்களை மூடியிருந்தான் சுருதகீர்த்தி. அவர்கள் எழுந்து நிற்க, மரவுரியால் உடல்களைத் துடைத்து நறுஞ்சுண்ணமிட்டு அணி செய்தனர் ஏவலர். மாற்றாடை அணிந்து ஈரக்குழலைத் தோளில் விரித்திட்டு அறைக்குச் செல்கையில் சுருதகீர்த்தி “அஸ்வத்தாமர்” என்றான். “யார்?” என்று சுதசோமன் கேட்டான். “சல்யரை இங்கு அழைத்துவந்தவர் உத்தரபாஞ்சாலராகிய அஸ்வத்தாமர். அவர் இங்குதான் இருக்கிறார்.”

“எதையோ பிழையாகப் பார்த்தேன் என்று எனது உள்ளம் சொல்லிக்கொண்டிருந்தது. அது என்னவென்று இப்போது உணர்கிறேன். வாயிலில் நின்றிருந்த அந்தக் குதிரைவண்டி உத்தரபாஞ்சால நாட்டைச் சேர்ந்தது” என சுருதகீர்த்தி சொன்னான். சுதசோமன் “எப்படித் தெரியும்?” என்றான். “அதன் சகடங்களின் ஆரங்களுக்குள் நுழைவதாக இரு கட்டைகள் வண்டியின் அடியிலிருந்தன. பாஞ்சாலத்து வண்டிகளின் இயல்பு அது. அங்குள்ள மலைச்சரிவுகளில் மிகையான விரைவுடன் வண்டி இறங்குவதைத் தவிர்ப்பதற்காக அதைச் செய்திருக்கிறார்கள். தடைக்கட்டை உரசியும் விரைவழியவில்லை என்றால் அவ்விரு கட்டைகள் ஆரங்களுக்குள் புகுந்து வண்டியை முழுமையாக அசைவிழக்கச் செய்துவிடும்” என்றான் சுருதகீர்த்தி.

“பாஞ்சாலத்திலிருந்து இங்கு எவரேனும் தூது வந்திருக்கலாம். வணிக வண்டியாகக்கூட இருக்கலாம்” என்று சுதசோமன் சொன்னான். “இருக்கலாம். ஆனால் அரண்மனைமுகப்பில் வண்டி நிற்பது அன்றாடம் நிகழ்வதல்ல. கௌரவர் தரப்பில் இருந்து சல்யரை சந்திக்கச் சென்ற தூதர் அரசராகவோ அரசகுடிப்பிறப்பாகவோதான் இருக்கவேண்டும் என்று நான் முன்னரே எண்ணினேன். ஏனெனில் அரச குடியினர் ஒருவர் தன்னைத்தேடி வந்ததாலேயே தான் மிகவும் மதிக்கப்பட்டதாக எண்ணி மகிழ்வடைபவர் அவர்.”

ஒவ்வொன்றாக உளவிழியில் ஓட்டி நோக்கியபடி சுருதகீர்த்தி “மிகச் சரியான சொல்லெடுத்து அவர் உள்ளத்தைக் கவர்ந்து இங்கு அழைத்துவரும் ஆற்றல் கொண்டவரே சென்றிருக்க வேண்டும். ஆகவே கௌரவத் தந்தையர் எவரும் சென்றிருக்க வாய்ப்பில்லை. சகுனியோ பூரிசிரவஸோ அஸ்வத்தாமரோ மட்டும்தான் சென்றிருக்க முடியும். சகுனியிடமும் பூரிசிரவஸிடமும் மத்ரருக்கு நல்லுறவில்லை. ஆகவே ஐயமே இல்லை. சென்றவர் அஸ்வத்தாமரே” என்றான்.

“நன்று! அதனால் என்ன?” என்று சுதசோமன் கேட்டான். “அவர் எங்கிருக்கிறார்? அவரைக் கடந்து நாம் சல்யரிடம் ஏதேனும் சொல்லெடுக்க முடியுமா?” என்றான் சுருதகீர்த்தி. “ஏன்?” என்றான் சுதசோமன். “மூத்தவரே, அவர் துரோணரின் மைந்தர். எந்தைக்கு நிகராக வில்லெடுப்பவர். எந்தையிடம் மாறாக் கசப்பு கொண்டவர். என் மீது அவர் கொள்ளும் உளமென்ன என்று என்னால் எண்ணக்கூடவில்லை” என்றான்.

அவர்களின் அறைவாயிலில் நின்றிருந்த காவலன் “தாங்கள் சித்தமென்றால் அழைத்துவரும்படி ஆணை” என்றான். “இதோ கிளம்பிவிட்டோம்” என்று அறைக்குள் சென்று கழற்றி வைத்திருந்த அணிகளை அணிந்து தலையைக் கைகளால் சீவி பின்தள்ளி தலைப்பாகையை வைத்து சுருதகீர்த்தி வெளியே வந்தான். சுதசோமன் தன் கையில் தலைப்பாகையுடன் அவன் பின்னால் வந்து “இவ்வாறு அணிசெய்யும் நேரத்திற்குள் நான் உணவுண்டிருப்பேன்” என்றான். “இன்று மிகைப்பொழுதாகாது. உடனே முடிந்துவிடும்” என்றான் சுருதகீர்த்தி.

“நாம் செல்வது மிகப் பெரிய அரசுப்பணிக்கென்று எண்ணிக் கொண்டிருக்கிறேன்” என்றான் சுதசோமன். “ஆம், ஆனால் அது முன்னரே முடிவுக்கு வந்துவிட்டது” என்று சுருதகீர்த்தி சொன்னான். “ஏன்?” என்று சுதசோமன் கேட்டான். “நம்முடைய பயணம் வீண்தான். அரசுசூழ்தலில் நாம் முற்றிலும் தோற்றுவிட்டோம். அது எப்படி எவரால் என்று மட்டுமே அறியவேண்டியிருக்கிறது” என்று சுருதகீர்த்தி சொன்னான். இடைநாழியினூடாக அவர்கள் நடந்தனர். “குனிந்தே வரவேண்டியிருக்கிறது. இதை இவர்கள் பசுக்களுக்காகக் கட்டியிருக்கவேண்டும்” என சுதசோமன் அலுத்துக்கொண்டான்.

அவர்களை இட்டுச்சென்ற ஏவலன் சிறிய அறைவாயிலில் நின்று “உள்ளே செல்லலாம்” என்றான். சுதசோமன் “நாம் யாரைச் சந்திக்கப்போகிறோம்?” என்று கேட்டபடி தலைப்பாகையைத் தலையில் வைத்து அழுத்தினான். “எவராயினும் அரசகுடியினர்” என்றபின் சுருதகீர்த்தி கதவைத் திறந்து உள்ளே சென்றான். இரு சுவர்களிலும் எரிந்த நெய்விளக்கின் ஒளியில் உயரமற்ற பீடங்களில் அமர்ந்திருந்த துரியோதனனையும் அஸ்வத்தாமனையும் கண்டு ஒருகணம் திகைத்து, உடனடியாக அனைத்து உணர்வுகளையும் உள்ளிழுத்து அடக்கிக்கொண்டு அருகே சென்று துரியோதனனின் கால்களைத் தொட்டு தலைசூடி “வணங்குகிறேன், தந்தையே” என்றான்.

துரியோதனன் அவன் கைகளைப்பற்றி “உனக்காகத்தான் காத்திருந்தேன், மைந்தா. அமர்க!” என்றான். சுருதகீர்த்தி அஸ்வத்தாமனின் கால்களைத்

தொட்டு வணங்கி "வாழ்த்துக, மூத்தவரே!" என்றான். அவன் தலையில் கைவைத்து "நலம் சூழ்க!" என்று அஸ்வத்தாமன் வாழ்த்தினான். சுதசோமன் வந்து துரியோதனனின் கால்களைத் தொட்டு வணங்கி "பணிகிறேன், தந்தையே" என்றான். அவன் கைகளைப்பற்றி இடையில் கைசுழற்றித் தழுவிக்கொண்டு "நன்கு தோள்பெருத்துள்ளாய். முறையாக கதை பயில்கிறாய் அல்லவா?" என்றான் துரியோதனன். "ஆம், தந்தையே" என்றான் சுதசோமன். அஸ்வத்தாமன் "நன்கு உண்கிறான் என்பதில் எந்த ஐயமுமில்லை" என்றான்.

துரியோதனன் நகைத்து "ஆம், அவன் தன் தந்தையைப்போல. நாங்கள் சேர்ந்து உண்ணும்போதெல்லாம் விழிதிருப்புகையில் அருகிருந்து உண்பவர் பீமசேனர் என்ற எண்ணம் எழுவதைத் தவிர்க்க முடியாது" என்றபின் அவன் கைகளைப்பற்றி விரித்துப்பார்த்து "திரோத்பவம் பயில்கிறாய் அல்லவா?" என்றான். "ஆம், சென்ற ஓராண்டாக" என்றான் சுதசோமன். "திரோத்பவம் முழங்கையில் இந்த இரு தசைகளையும் பெரிதாக்குகிறது, பாஞ்சாலரே" என்றான் துரியோதனன். சுதசோமனின் கையில் இருந்த இரு கெண்டைத் தசைகளையும் தொட்டுப்பார்த்து "ஆனால் பயிற்சி முடிவடைய நெடுங்காலமாகும்" என்றபின் "உபலம்பம்?" என்றான். முனகலாக "அதையும் பயில்கிறேன்" என்றான் சுதசோமன்.

"திரோத்பவமும் உபலம்பமும் இணைந்து பயிலப்பட வேண்டும். களப்போரில் புரவியும் ஊர்பவனும்போல அவை ஒன்றென்றாகியிருக்க வேண்டும் என்பார்கள்" என்றபின் "எழுக!" என்றான் துரியோதனன். சுதசோமன் எழுந்தபின் தானும் எழுந்து ஓங்கி அவன் தோளில் அடித்தான். முழங்கையால் அவன் கையைத் தடுத்து, கால்வளைத்து இடையில் ஓங்கி முட்டி, தடுத்த கையைச் சுற்றிப்பிடித்து தலைக்குமேல் தூக்கி மறுபுறமிட்டான் சுதசோமன். காலூன்றி சுழன்று திரும்பிய துரியோதனன் பின் எழுந்து "என்னைச் சுழற்றி வீசியதும் உனது கால் தரையிலிருந்து சற்றும் இளகக்கூடாது. ஆனால் நீ சற்று நிலைதடுமாறி இரண்டடி பின்னால் வைத்தாய்" என்றான். "ஆம், தந்தையே. உபலம்பத்தின்போது எனக்கு எப்போதுமே கால்கள் அணுவிடை நிலைபெயர்கின்றன" என்றான் சுதசோமன்.

"மூடன். இப்போது நான் திரும்பி உன் கால்களை என் கால்களால் அறைந்திருந்தால் மல்லாந்து விழுந்திருப்பாய். நான் உன் நெஞ்செலும்பை மிதித்து உடைத்திருக்கமுடியும்" என்றான் துரியோதனன். சுதசோமன் தலைகுனிந்து நின்றான். "எத்தனை காலமாயிற்று, இதைப் பயிலத் தொடங்கி?" என துரியோதனன் கடுமையான குரலில் கேட்டான். "ஓராண்டு" என்று சுதசோமன் மெல்ல முனகினான். "ஓராண்டில் கால் நிலைக்கவில்லை என்றால் என்ன பொருள் அதற்கு? நீ முழுமையாக

ஈடுபட்டுப் பயிலவில்லை. இங்கு என் அரண்மனையிலேயே சிலகாலம் இரு. உபலம்பத்தின்போது கால் நிலைக்காமல் இருப்பது ஆடையில் நெருப்பைப் பற்றவைத்துக்கொள்வதுபோல" என்றபின் திரும்பி தன் பீடத்திலமர்ந்து "அமர்க!" என்றான்.

தயங்கிய குரலில் "இல்லை" என்றான் சுதசோமன். "அமர்க, மூடா!" என்று அவன் கையைப்பற்றி அழுத்தி அமரவைத்தபின் "உன் மூத்தவனைச் சென்று பார். லக்ஷ்மணன் உபலம்பத்தில் நின்றால் தன்னளவே எடைகொண்ட இரு இளையவர்களைத் தூக்கி மறுபுறம் வீசுவான். வேங்கைமரம் வேரூன்றியது போலிருக்கும் கால்கள்" என்றான். சுதசோமன் தலைகுனிந்து அமர்ந்திருந்தான். முகம் மலர்ந்து அவன் தோளைத்தட்டி "நன்று! உண்பதில் சற்று முன்னால் சென்றுவிட்டாய். பயிற்சி சற்று பின்தங்கிவிட்டது" என்று சிரித்த துரியோதனன் "உணவருந்தினாயா?" என்றான். "இல்லை. என் கால்கள் நிலைக்காமைக்கு அதுகூட ஏதுவாக இருக்கலாம்" என்றான் சுதசோமன்.

அஸ்வத்தாமன் இரு தொடைகளிலும் அடித்து உரக்க நகைத்து "உகந்த மறுமொழி. இதையும் பீமன் சொல்வதைப் பலமுறை கேட்டிருக்கிறேன்" என்றான். "மனிதர்கள் மீளமீள நிகழ்கிறார்கள்" என்று துரியோதனன் சொன்னான். "நாமறியாது ஏதோ இலக்கை நோக்கி எய்யப்படும் அம்புகள். அவர்கள் குறிதவறுந்தோறும் மீண்டும் மீண்டும் செலுத்தப்படுகிறார்கள்." சுருதகீர்த்தி உளம் திடுக்கிட துரியோதனனின் முகத்தைப் பார்த்தான். மிக அண்மையில் அதே சொற்றொடரை அவனிடம் எவரோ சொன்னதை நினைவுகூர்ந்தான். அல்லது அவனே எண்ணிக்கொண்டதா? ஏதோ நூலிலிருந்து நினைவு கொண்டதா?

துரியோதனன் கைகளைத் தட்ட, ஏவலன் ஒருவன் உள்ளே வந்தான். "மைந்தனை அழைத்துச்சென்று உணவு ஒருங்கு செய்" என்றான் துரியோதனன். "உண்டு வருக, மைந்தா! உன் இளையவனிடம் மட்டுமே நாங்கள் பேச வேண்டியுள்ளது." சுதசோமன் எழுந்து தலைவணங்கி வெளியே சென்றான். "என்ன விசை! எப்போதும் உணவை நோக்கிப் பாய்வதே இவர்களின் வழக்கம்" என்றான் அஸ்வத்தாமன். "மல்லர்கள் காணும் உணவு பிறிதொன்று. அது அன்னபிரம்மம்" என்று துரியோதனன் நகைத்தான்.

கதவு மூடியதும் துரியோதனன் "மைந்தா, நீங்களிருவரும் வந்துகொண்டிருப்பதை ஒற்றர்களினூடாக முன்னரே அறிந்தேன். என் எல்லைக்குள் சல்யர் வந்துவிட்டிருப்பதனால் நீங்கள் ஆற்றக்கூடிய பணி எதுவுமில்லை என்று உணர்ந்தேன். ஆயினும் இளையயாதவன் திட்டம் ஏதென்று தெரியாததனால் விரைவைக்கூட்டி இன்று மாலையே

இங்கு வந்து சேர்ந்தேன். சல்யரை நான் இன்னும் சந்திக்கவில்லை. சந்திக்கும்போது நீங்கள் இருவரும் உடன் இருப்பது நன்று என்று எண்ணினேன். ஏனெனில் இதில் சூழ்ச்சியோ பொய்மையோ ஏதுமில்லை. நேரடியான அரசியல் களமாடல் மட்டுமே என்றும் நீங்கள் அறிந்திருக்க வேண்டும். உங்கள் தந்தையர் விழிகளே உங்கள் வடிவில் இங்கு வந்து என்னுடன் இருக்கின்றன" என்றான்.

சுருதகீர்த்தி தலையசைத்தான். "நீ எண்ணியதுபோலவே இது கணிகரின் திட்டம்தான். சௌனகரிடம் வஞ்சினம் உரைத்து சல்யர் அபிமன்யூவின் மணநிகழ்வுக்குக் கிளம்பிச்செல்ல இருப்பதை அறிந்தேன். ஆனால் அங்கு யாதவர்கள் முன் தான் முதன்மையாக மதிக்கப்படாது போகலாம் என்று அவர் ஐயுற்றார். ஆகவே தன் படையனைத்தையும் திரட்டிக்கொண்டு செல்ல வேண்டுமென்று எண்ணினார். சல்யரிடம் இருந்த அந்த ஐயமே உள்ளே நுழைவதற்குரிய விரிசல் என்றார் கணிகர். சல்யர் படைதிரட்டிப் புறப்பட நான்கு நாட்களை எடுத்துக்கொண்டார். அது எங்களுக்குப் போதுமான காலம்."

"உத்தரபாஞ்சாலத்திலிருந்து அஸ்வத்தாமரை சல்யரிடம் அனுப்பினேன்" என துரியோதனன் தொடர்ந்தான். "சல்யர் துரோணர் மீதும் அஸ்வத்தாமன் மீதும் பெரும்பற்று கொண்டவர். நீ எண்ணுவதுபோல சல்யரை நான் எவ்வகையிலும் ஏமாற்றி இங்கு அழைத்து வரவில்லை. அஸ்தினபுரிக்கு வந்து என்னைச் சந்தித்துவிட்டுச் செல்லமுடியுமா என்றுதான் அஸ்வத்தாமன் கேட்டார். சல்யர் இங்கு வந்துள்ளது முற்றிலும் தன் நலன் கருதியே."

4

அஸ்வத்தாமன் “ஆம், நான் சென்றபோது சல்யர் கிளம்பி பாதிவழி வரை வந்திருந்தார். அவரைச் சந்திக்க நான் என் தூதனை அனுப்பினேன். வரும் வழியில் கூர்மபங்கம் என்னும் ஊரில் தன் படையுடன் தங்கியிருந்தார். அஸ்தினபுரியின் அரசரின்பொருட்டு அவரைப் பார்க்க விழைவதாக நான் செய்தி அனுப்பினேன். அவர் தங்கியிருந்த பாடிவீட்டில் அச்சந்திப்பு நிகழ்ந்தது. அஸ்தினபுரியின் அரசரிடம் ஒருமுறை சொல்லாடிவிட்டு அபிமன்யூவின் திருமணத்திற்கு அவர் செல்வதே உகந்தது என்று நான் உரைத்தேன்” என்றான்.

“சல்யர் சினம்கொண்டிருந்தார். அஸ்தினபுரியின் அரசர் நின்று நிகழ்த்தவேண்டிய மணவிழா அது. அதை அவர் தவிர்த்தார் என்றால் குலத்தந்தையென அஸ்தினபுரியின் பேரரசர் அமர்ந்திருக்கும் இடத்திற்கு இழுக்கு என்று கூவினார்” என அஸ்வத்தாமன் தொடர்ந்தான். “அவர் இயல்பை நான் நன்கு அறிவேன். பெருமிதமும் தன்னலமும் இணையான அறியாமையும் கொண்டவர். முதுமையில் அவ்வியல்புகளும் முதிர்ந்துவிட்டிருக்கின்றன. உரக்கக் கத்தியபடி கைநீட்டி என்னைக் குற்றம் சாட்டினார். அந்தணர் அரசகோலம் பூண்டு நின்றிருக்கிறீர். மண்ணாசை உங்களுக்கு இவ்வளவு இருக்கையில் ஷத்ரியர் மண்ணுக்கென அறம் மறுப்பதில் என்ன விந்தையிருக்கிறது என்றார்.”

சொல்லைத் துறந்தவன், குடி அளிக்கும் பொறுப்பைத் துறந்தவன், எவ்வகையில் மதிப்புக்குரியவன்?. குலமரபால் அபிமன்யூ யுதிஷ்டிரனுக்கும் துரியோதனனுக்கும் நிகராகவே மைந்தன். நமது குடிகள் முடிசூடியதும் மண்ணாள்வதும் இன்றுதான். நாம் காடுகளில் அலைந்த

தொல்காலத்திலேயே குடியின் மூத்த தந்தையே அத்தனை மைந்தருக்கும் முதல் தந்தை என்று துரியோதனனுக்குச் சொல்ல மூத்தவர் இல்லையா? வேதமென்பது மூத்தோர் சொல் கனிந்த சாறே என உரைக்க இங்கு அந்தணரில்லையா? எங்கு போயிற்று அஸ்தினபுரியின் மாண்பும் மரபும் என்று கூவினார்.

அவர் கூச்சலிடுவதற்கு நான் இடமளித்தேன். உகந்த முறையில் தன் சினத்தைத் தானே அடையாளம் கண்டுகொண்டதும் அவர் அதைப் பெருக்கத் தொடங்கினார். தன்னிடமுள்ள அத்தனை சொற்களாலும் அஸ்தினபுரியின் அரசரை வசைபாடினார். வீணன், இழிமகன், களத்தில் அவனைச் சந்தித்து கதையாலடித்து தலைபிளப்பேன் என்றார். களத்தில் அவன் கிடக்கையில் தலையைக் கால் நீட்டி உதைப்பேன் என்றார்.

முதுமையால் மூச்சிரைக்க மெல்லத் தளரத்தொடங்கினார். எது அவர் சொன்னதோ அது அவர் நாவில் எழவேண்டியதல்ல என்று அதைச் சொன்ன மறுகணமே அவரே உணர்ந்தமையால் அவர் சினம் விரைவாகத் தணியத்தொடங்கியது. மெல்ல அந்தக் குற்ற உணர்வை தன்னிரக்கமாக மாற்றிக்கொண்டார். 'என்ன நிகழ்ந்துகொண்டிருக்கிறது? மூத்தவர்களாகிய எங்கள் கண் முன்னால் குடியறங்கள் ஒவ்வொன்றாக அழிக்கப்படுகின்றன. அதைப் பார்த்து ஒன்றும் செய்யவியலாத கோழைபோல், வீணன்போல் அரண்மனைகளில் பதுங்கி வாழும் ஊழ் அமைந்துள்ளது எங்களுக்கு. வரும் கொடிவழிகளின் முன்னால் சிறுமைகொண்டு தலைகுனிந்து நிற்கிறோம். உடன்பிறந்தார் நிலத்தை ஒருவன் ஏய்த்துப் பிடுங்குகிறான். சூதாடி அரசு கொள்கிறான். குலமகளை அவை நடுவே ஆடை இழுத்து கலைக்கிறான். அவைமுன் உரைத்த சொல்லை மீறி முடிகொண்டிருக்கிறான். என்ன செய்யப்போகிறேன்?' என்றார்.

பின்னர் இயலாமையின் சினம் பெருகியது. உரத்த குரலில் 'அஸ்தினபுரியின் கலிமகனிடம் பொருதி களத்தில் சாக வேண்டும் அல்லது அவன் குருதி சூடி நகர் மீள வேண்டும். எனக்கிருப்பது இவ்விரு வாய்ப்புகளே' என்றார். பின்னர் 'ஆம், என்னால் அது முடியாது. எனது நாடு சிறியது, எனது தோள்கள் அவனளவுக்கு ஆற்றல் கொண்டவை அல்ல. ஆகவே அறத்தின் உருவாகிய நம் மூதாதையரை எண்ணி இக்களத்தில் என்னைப் பலியிடுவதன்றி எனக்குத் தெரிவுகளில்லை' என்றார். அவ்வளவும் சொல்லிமுடித்து சொல் ஒழிந்து தான் பெருக்கிய துயரால் நிறைந்து கண்கள் கலங்கி பீடத்தில் அமர்ந்திருந்தார்.

புன்னகையுடன் "எப்போதுமே நாம் வெல்ல வேண்டிய தரப்பை சினம்கொள்ள வைத்து அவர்கள் சொல்லவேண்டிய அனைத்தையுமே

பலமுறை சொல்ல வைத்து அவர்களின் உளம் ஒழிந்த பின்னர் நாம் முதற்சொல்லை எடுப்பது ஒரு நல்ல அரசியல் சொல்லாடல் என்பேன். இதை நீ கற்றுக்கொள்ளலாம்" என்று அஸ்வத்தாமன் சொன்னான்.

"தன்னிரக்கம்கொண்டு சொல்லிழந்து ஓய்ந்து அமர்ந்திருந்த அவரிடம் மெல்ல நான் பேசலானேன். அப்போது அவர் சொன்னதை மறுத்து ஒரு சொல்லும் சொல்லலாகாது. ஏனெனில் மீண்டும் சினம்கொண்டு பற்றியெழ அது வழியமைக்கும். எனவே நிகழ்ந்ததனைத்தையும் நானும் பழித்துப் பேசினேன். மண்விழைவால் ஒவ்வொருவரும் எவ்வாறெல்லாம் திரிபடைகிறார்கள் என்றேன். துரியோதனரின் பிழைகள் அனைத்தையும் நானும் விரித்துப் பட்டியலிட்டேன். அறமில்லாது கொண்ட மண்ணை தன் கொடிவழிகளுக்குத் தேடிவைத்துச் செல்பவன் கருவூலத்தில் நஞ்சை நிறைத்துச் செல்பவன் என்ற நூல்வரியைச் சொன்னேன். என் சொற்கள் ஒவ்வொன்றையும் அவர் ஒப்புக்கொண்டார்."

இறுதியாக ஒன்று கேட்டேன். 'இங்கு நீங்கள் என்னிடம் சொன்னவற்றைத் துரியோதனரிடம் நேரில் சொல்லியிருக்கிறீர்களா?' என்று. 'அதற்கு இன்னும் வாய்ப்பு அமையவில்லை, பதின்மூன்று ஆண்டுகளில் மணநிகழ்வுகளோ பிற முதன்மைச் சடங்குகளோ எங்கும் நிகழவில்லை' என்றார். 'இது அத்தகைய சடங்கு. அபிமன்யூவின் மணச்சடங்கில் நீங்கள் துரியோதனரைச் சந்திக்க முடியும்' என்றேன். 'ஆம், நானும் அவ்வாறு எதிர்பார்த்தேன். ஆனால் அந்த மூடன் தன் குடிமைந்தனின் திருமணத்தைப் புறக்கணித்து அமர்ந்திருக்கிறான்' என்று அவர் மீண்டும் குரலெழுப்பினார். 'அதை நீங்கள் எண்ணினால் தவிர்க்கலாம். துரியோதனரைக் கண்டு பேசி அவரையும் உடன் அழைத்துக்கொண்டு அபிமன்யூவின் திருமணத்துக்குச் செல்லலாம்' என்றேன்.

அவர் என்னை ஐயத்துடன் பார்த்தார். 'அப்படி நிகழ்வு எழுமென்றால் அனைத்தும் நன்றென முடியும். அந்த அவையில் குடிமூத்தார் ஒருவரென நீங்கள் ஆற்றவேண்டிய பணி முடித்து வந்தவராவீர்கள். அங்கிருக்கும் அனைவருக்கும் முதல் தாதை நீங்களே என்று வரலாறு கூறும்' என்றேன். 'ஆனால் நிலப்பற்று தலையிலேறி துரியோதனன் கலியென வெறிகொண்டிருக்கிறான் என்றல்லவா கேள்விப்பட்டேன்?' என்றார் சல்யர். 'ஆம், மெய். அவர் நிலத்தை விட்டுத்தரப்போவதில்லை. ஆனால் ஒருபோதும் குலக்கடமையைத் தவறவிட்டவரல்ல அஸ்தினபுரியின் அரசர். இப்பதின்மூன்று ஆண்டுகாலமும் பாண்டவர்களின் மைந்தர்களைத் தன் மைந்தருக்கு நிகரென பேணி வளர்த்திருக்கிறார். மைந்தர்மேல் அவர் கொண்ட பற்றை நீங்கள் ஐயப்படுகிறீர்களா?' என்றேன். 'இல்லை, தெய்வங்கள் கூட அவ்வையத்தைக் கொள்ளமுடியாது. அம்மைந்தருக்கும் அவனே முதல் தந்தை' என்றார் சல்யர்.

‘அப்படியென்றால் அபிமன்யூவின் திருமணத்தை அஸ்தினபுரியின் அரசர் புறக்கணிப்பது ஏன்? அதை மட்டும் நீங்கள் அவரிடம் கேட்கலாம். அவ்வினாவுக்கு அவர் மறுமொழி சொல்லவில்லையென்றால் ஆணையிட்டு உடனழைத்துக்கொண்டு உபப்பிலாவ்ய நகரத்திற்குச் செல்லலாம். நான் அஸ்தினபுரியின் அரசரின் தூதனாகவோ இந்திரப்பிரஸ்தத்தின் அரசர்களின் எதிரியாகவோ இங்கு வரவில்லை. அவ்விருவரையும் பயிற்றுவித்த ஆசிரியரின் மாணவனாக இங்கு வந்திருக்கிறேன். இதை நான் செய்யலாம். ஆனால் தந்தையின் இடம் எனக்கில்லை. இன்று பாண்டவர்களுக்குப் பாண்டுவின் இடத்திலும் துரியோதனருக்கு திருதராஷ்டிரரின் இளையோன் என்னும் இடத்திலும் இருக்கிறீர்கள். இதை நீங்கள் ஆற்றுங்கள்’ என்றேன்.

அவர் எண்ணிக் குழம்பத்தொடங்கினார். ‘முடிவெடுங்கள்... நாளை சந்திப்போம்’ என்று வணங்கி திரும்பி என் அறைக்கு வந்தேன். ஒன்றை ஆற்றவேண்டுமா வேண்டாமா என்ற ஐயம் எழுந்தபின் மானுடர்களில் மிகப் பெரும்பாலானவர்கள் அதை ஆற்றத்தான் செய்வார்கள். முதற்கணத்திலேயே வேண்டாம் என்று முடிவெடுத்ததை மட்டுமே அவர்களால் தவிர்க்கமுடியும். ஊசலாட்டம் எப்போதும் ஆழ்விழைவிலேயே சென்று நிற்கும். விழைந்தபின் தவிர்ப்பவன் பல்லாயிரம் மானுடர்களில் ஒருவன். அது அறிவின் ஆற்றல் அல்ல, தவத்தின் ஆற்றல். சல்யர் எளிய மனிதர். ஆகவே மறுநாள் புலரியில் என்னுடன் வர ஒப்புக்கொள்வார் என்று எண்ணினேன். அவ்வாறே ஆயிற்று.

காலையில் அரச முறைப்படி நான் சந்திக்கையில் முடிவெடுத்துவிட்டார் என்றும் அதற்கு முன் துயில்களைந்துவிட்டிருந்தார் என்றும் முகம் காட்டியது. ‘நேற்றிரவு முழுக்க நீங்கள் சொன்னதை நான் எண்ணிப்பார்த்தேன். நாம் ஆற்றவேண்டிய ஒன்றைத் தவறவிட்டுச் செல்வது முறையல்ல என்றுதான் எனக்குத் தோன்றுகிறது. என் முயற்சி வெல்லாமல் போகலாம். ஆனால் முயன்றேன் என்று இருக்கட்டும். இதைச் செய்யாது நான் கடந்து சென்றேன் என்றால் ஒருவேளை பின்னர் என்னை நான் பழிக்கக்கூடும். உங்களுடன் வருகிறேன். மூத்த கௌரவனைச் சந்திக்கிறேன்’ என்றார்.

‘அரசமுறைப்படி இச்சந்திப்பு அமையவேண்டியதில்லை. நாட்டின் எல்லையில் அமைந்த குக்குடபுரிக்குத் தாங்கள் செல்லுங்கள். அங்கு மூத்த கௌரவர் வருவார். முறைப்படி அங்கே அவரைச் சந்தித்து சொல்லாடி வெல்லுங்கள் என்று இங்கு அழைத்து வந்தேன்’ என்றான் அஸ்வத்தாமன். “உண்மையில் இத்தனை எளிதாக இங்கே கொண்டுவந்துவிடமுடியும் என நான் எண்ணவில்லை. ஆனால் பிறகு ஒன்றைப் புரிந்துகொண்டேன்.

எவரும் எண்ணியிராத ஒன்றைச் செய்துவிடவேண்டும் என்னும் விழைவு மானுடரில் உண்டு. மூத்தாரிலும் இளையோரிலும் அது ஓங்கி இயல்கிறது. ஏனென்றால் பிறரால் வகுத்துக்கொள்ளப்படும் ஆளுமையே அவர்களுடையது. மீறி ஒன்றைச் செய்கையில் அவர்கள் தங்களைத் தாங்கள் கடந்துசெல்கிறார்கள்."

சுருதகீர்த்தி "இது பெரிய வலை. இதற்குள் அமரச்செய்திருக்கிறீர்கள்" என்றான். "நான் தன்னந்தனியாகவே சென்று சல்யரைச் சந்தித்தேன். ஆகவே சல்யரைச் சந்தித்தது யாரென்று மத்ரநாடெங்கும் நிறைந்திருக்கும் ஒற்றர்களுக்குத் தெரியாது" என்று அஸ்வத்தாமன் சொன்னான். "எங்கள் படைநகர்வு நிகழ்ந்து நான்கு நாட்களுக்குப் பின்னரே நாங்கள் குக்குடபுரி நோக்கிச் செல்கிறோம் என்பதை அவர்கள் உணர்ந்தார்கள். அச்செய்தியை அவர்கள் இளையயாதவருக்குத் தெரிவித்தார்கள். அப்போது மிகவும் பிந்திவிட்டிருந்தது."

"இளையயாதவன் செய்யக்கூடுவதென்ன என்று கணிகர் திட்டமிட்டார். தன் எல்லைப்புற துணையரசர்கள் எவரிடமேனும் ஒரு படையை ஒருக்கி அதை அழைத்துக்கொண்டு அவனோ சாத்யகியோ சல்யரை வந்து சந்திக்கக்கூடும். அது வரவேற்பாகவும் அழைத்துச்செல்லலாகவும் ஒரே சமயம் அமையும். அந்த வாய்ப்பை அளிக்க வேண்டியதில்லை என்றுதான் குக்குடபுரியைச்சுற்றி எனது காவல் அமைத்து படைநிலைகளை நிறுத்தச் சொன்னார் கணிகர்" என்றான் துரியோதனன். "கணிகர் மட்டுமே இளையயாதவன் உள்ளம் செல்லும் தொலைவுக்குத் தானும் செல்லும் ஆற்றல் கொண்டவர். ஆனால் இளையவர்களாகிய உங்கள் இருவரையும் இச்செயலுக்கு இளையயாதவன் தூதனுப்புவான் என்று அவரும் எண்ணிப்பார்க்கவில்லை."

"நாங்கள் இன்னும் எதையும் ஆற்றவில்லை" என்றான் சுருதகீர்த்தி. "நான் இன்னும் சல்யரைச் சந்திக்கவில்லை" என்று துரியோதனன் சொன்னான். "அந்தி சாய்ந்ததுமே மது அருந்தத் தொடங்குவதை அவர் வழக்கமாக்கியிருக்கிறார். இப்போது துயின்றுவிட்டிருப்பார். நாளை காலை அவரைச் சந்திக்கப்போகிறேன். அப்போது நீங்கள் இருவரும் உடனிருக்கலாம். நான் அவரிடம் கூறுவனவற்றையும் அவர் என்னிடம் கூறுபவற்றையும் சொல்மாறாது இளையயாதவனுக்கு உரையுங்கள்."

"உங்கள் தந்தையரோ இளையயாதவனோ அவரைச் சந்திப்பதிலும் தங்கள் தரப்புக்கு இழுப்பதிலும் எனக்கு மாற்று எண்ணமில்லை. அதற்குமுன் அவர் என் தரப்பைக் கேட்கவேண்டும். தன் முடிவை தானே எடுக்கவேண்டுமென்றே விழைகிறேன். அவர் என்னிடம் சேர்ந்துகொள்வார் என்பதில் எனக்கு எந்த ஐயமுமில்லை. ஏனெனில்

அவரது உள்ளக்கிடக்கையை நான் நன்கு அறிவேன். இதில் சூழ்ச்சி ஏதுமில்லை என்பது அனைவரும் அறியவேண்டியது என்று எண்ணுகிறேன்" என்றபடி துரியோதனன் எழுந்தான்.

சுருதகீர்த்தி இமையா விழிகளுடன் துரியோதனனை நோக்கிக் கொண்டிருந்தான். துரியோதனன் புன்னகைத்து "சல்யர் களத்தில் பெருவீரர். அதைவிட அவரது பங்களிப்பு எனக்கு இன்றியமையாதது. நெடுந்தொலைவு வில் தொடுப்பதில் பால்ஹிகக் குடிகள் தனித்திறன் கொண்டவர்கள். சல்யரும் என் தரப்புக்கு வருவாரென்றால் சௌவீர பால்ஹிக மத்ர நாடுகள் அனைத்தும் என் தரப்புக்கு வருகின்றன. மறுதரப்பில் அத்தகையோர் எவரும் இருக்கமாட்டார்கள். போர் என்று ஒன்று எழுமென்றால் முதலில் சென்று விழுபவை பால்ஹிகநாட்டு வீரர்களின் அம்புகளாகவே இருக்கும்" என்றான்.

சுருதகீர்த்தி "எங்கள் மூத்த தந்தை போரைக் குறித்து ஒரு சொல்லும் எடுக்கலாகாதென்று திரும்பத் திரும்ப ஆணையிடுகிறார். அவர் விழைவது போரல்ல. உடன்பிறந்தாரிடையே பூசல் முற்றிலும் தீர்க்கப்படவேண்டுமென்பது மட்டுமே" என்றான். "போர் தொடங்கிவிட்டது, மைந்தா. நான் போரை எதிர்நோக்குகிறேன். ஆகவே துணிவு கொள்கிறேன். அவர் போரை எதிர்நோக்குகிறார் ஆகவே அஞ்சுகிறார். இது மட்டுமே எங்களுக்குள் வேறுபாடு" என்ற துரியோதனன் "நன்று! இன்று சென்று ஓய்வெடுங்கள். உன் மூத்தான் உணவுண்டு நிறைந்தால் பின் உள்ளத்தில் சொல் எஞ்சாது துயிலக்கூடியவன். இப்போதே அரைத்துயிலில்தான் இருப்பான்" என்றான். சுருதகீர்த்தி புன்னகைத்துத் தலைவணங்கினான்.

ஏவலன் வந்து வணங்க, துரியோதனன் அவனுடன் நடந்து உள்ளறைக்குச் சென்றான். சுருதகீர்த்தி அஸ்வத்தாமனை நோக்கித் தலைகுனிந்து விடைபெறுகையில் அவன் "சிறுவயதில் உன் தந்தை இருந்ததைப்போலவே இருக்கிறாய்" என்றான். "ஆம், எங்கள் இருவரைப்பற்றியும் அப்படிக் கூறுவார்கள்" என்றான் சுருதகீர்த்தி. "இல்லை, அபிமன்யூவிடத்தில் இளையயாதவரும் இருக்கிறார். தூய அர்ஜுனன் நீயே" என்று சொன்ன அஸ்வத்தாமன் அவன் தோளில் கைவைத்துப் பற்றி "வருக!" என்று வெளியே நடந்தான்.

"உன் தந்தை எனக்கு ஆறாப் புண் எனத் துயர் அளிப்பவர். அதை நான் மறுக்கவில்லை. விந்தை என்னவென்றால் நாம் தந்தையரிடம் கொள்ளும் வஞ்சத்தையும் கசப்பையும் மைந்தரிடம் கொள்வதில்லை என்பதே" என்றான் அஸ்வத்தாமன். "ஒருவேளை நான் உன் தந்தையை ஆழத்திலெங்கோ விரும்பிக்கொண்டிருக்கக்கூடும். இத்தனை ஆண்டுகள் நாளும் எண்ணிக்கொண்டிருப்பது அதனாலாகக்கூட இருக்கலாம். அந்த

விருப்பத்தை உன்னிடம் என் உள்ளம் கொள்கிறதுபோலும்." சுருதகீர்த்தி புன்னகைத்தான். "நான் உங்களிடம் எதையும் கவராத அர்ஜுனன், மூத்தவரே" என்றான். ஒருகணம் திகைத்தபின் அஸ்வத்தாமன் உரக்க நகைத்தான்.

பின்னர் "நாம் இந்த அரசுசூழ்தலையும் போரையும் பற்றி மேலும் பேச வேண்டியதில்லை. இந்தச் சூழ்ச்சிக்கு நான் உடன்பட்டதே போர் இதனால் தவிர்க்கப்படுமென்றால் நன்று என்பதனால்தான். சல்யரின் படை உடனிருப்பதை எண்ணி உன் தந்தையர் மேலும் பூசலுக்கு எழமாட்டார்கள் என்று எண்ணினேன்" என்றான். நீள்மூச்சுடன் தன்னில் ஆழ்ந்து சிலகணங்கள் கழித்து "போரை அஞ்சுவதைப்பற்றிச் சற்றுமுன் அஸ்தினபுரியின் அரசர் சொன்னார். இளையோனே, பிற எவரையும்விட போரைப்பற்றி எண்ணி எண்ணி நான் அஞ்சுகிறேன்" என்றான்.

"பல ஆண்டுகளாகவே ஒவ்வொரு இரவில் விழித்துக்கொள்கையிலும் மிக அருகில் போரை உணர்கிறேன். துயிலாது விழித்திருந்த பின்னிரவுகளே மிகுதி. இவ்வனைத்தும் எங்கு சென்றுகொண்டிருக்கிறது என்று எனக்குப் புரியவில்லை. நெடுங்காலத்துக்கு முன்னரே எங்கோ நுண் வடிவில் இப்போர் தொடங்கிவிட்டதென்றும் இனி அது பருவடிவில் நிகழ்வதே எஞ்சியுள்ளதென்றும் என் உள்ளம் சொல்கிறது. நதி வழிப்படும் புணை தன் திசைச்செலவு குறித்து எண்ணி உழல்வதற்கேதுமில்லை" என்றான் அஸ்வத்தாமன். "ஆனால் மானுடரால் அப்படிக் காலத்திற்குத் தன்னை ஒப்புக்கொடுக்க இயல்வதில்லை. இவையனைத்தையும் தாங்களே அமைத்துக்கொள்ளலாம் என்று அவர்களுக்குள் இருக்கும் ஆணவமும் அறிவும் சொல்லிக்கொண்டே இருக்கிறது. புணையென்றாவது முனிவருக்கே இயல்வது."

"உன் தந்தையிடம் சென்று சொல், நான் அஞ்சுகிறேன் என. அல்ல. பிற எவரையும் அல்ல. நான் என்னை அஞ்சுகிறேன். என் கையில் உள்ள அம்புகளை. என் உளத்தமைந்த பிரம்மனின் வாளியை." சுருதகீர்த்தி அவன் உணர்வுகளைப் புரிந்துகொள்ள முடியாதவனாக வெறுமனே பார்த்துக்கொண்டு நின்றான். இரு கைகளாலும் அவன் தோளைப்பிடித்து அவன் முகத்தை நோக்கி முகம் அணுகி அஸ்வத்தாமன் தாழ்ந்த குரலில் சொன்னான். "இளமைந்தரைப் பார்க்கையில் எல்லாம் நெஞ்சு பதைக்கிறது. நாங்கள் வாழ்ந்துவிட்டோம். செல்வதெனில்கூட இப்புவியில் பெரிதாக எதுவும் எஞ்சவில்லை. ஆனால் அஸ்தினபுரியின் நூற்றுவரோ இந்திரப்பிரஸ்தத்தின் ஐவரோ போர் தொடுப்பது ஒருவரோடொருவர் அல்ல. இளந்தளிர்களென எழுந்துவந்திருக்கும் இக்குடியின் இளையோரிடம். ஆம், தளிர்பொசுக்கும் காட்டெரி இன்று மூள்வது."

“இதை இருவருமே உணர்ந்ததாகத் தெரியவில்லை. நிமித்திகர்கள் நூறுமுறை கணித்துச் சொல்லியிருக்கிறார்கள், குலாந்தகர்கள் இரு தரப்பிலும் பிறந்து வளர்ந்துகொண்டிருக்கிறார்கள் என. பீமசேனரைப்பற்றி, அபிமன்யூவைப்பற்றிச் சொல்லப்பட்ட ஆரூடங்கள் ஒவ்வொன்றும் அச்சுறுத்துபவை. என்னுடைய பிறவிநூலையும் கணித்துச் சொல்லச்சொன்னேன். நான் ஒருபோதும் என்னால் ஏற்றுக்கொள்ள முடியாத பெரும்பழிச்செயல்களைச் செய்வேன் என்கிறார்கள் நிமித்திகர்கள். என் கைகளால் இளமைந்தரைக் கொல்வேன் என்கிறார்கள்.”

அவனுடைய விழிகள் அலைபாய்ந்தன. பித்தன்போல. “ஒவ்வொரு முறையும் விற்பயிற்சிக்குமுன் என் கைகளைத் தூக்கிப் பார்த்துக்கொள்கிறேன். இன்றெல்லாம் பயிற்சிக்களத்தில் செலுத்தும் ஒவ்வொரு அம்பும் உளநடுக்குடன்தான் சென்று பயிற்சியிலக்கைத் தைக்கிறது. மெய்யான இலக்குகள் எங்கோ பிறந்து வளர்ந்துகொண்டிருக்கின்றன. என் ஒவ்வொரு அம்பும் ஒன்றின் மேல் ஒன்று தொடுத்து சரடென்றாகி அவ்விலக்குகளை நோக்கிச் சென்றுகொண்டிருக்கின்றன என்று தோன்றுகிறது. சில தருணங்களில் பயிற்சி இலக்குகளில் முகங்கள் தெரிகின்றன. அறிந்த முகங்கள். என் கைகளால் நான் தூக்கிக் கருமணத்தை முகர்ந்த மைந்தர்களின் முகங்கள்.”

“இளையோனே, நான் யாரென்று நான் நன்கு அறிவேன். தந்தையரின் உள்ளத்தில் முனைகொள்ளும் உணர்வுகளே மைந்தர்களாகப் பிறக்கின்றன. அர்ஜுனனின் உள்ளத்தில் நிறைந்த இனிய கனி ஒன்றின் துளி நீ. எந்தையின் உள்ளத்தில் இறுகிய கசப்பின் கூர் நான். என் கைகள் பழிக்கறை கொள்ளாது மண்மறைய வேண்டுமென்பது மட்டுமே என் குலதெய்வத்திடம் நான் இன்று வேண்டிக்கொள்வது. ஆம், இப்புவியில் தெய்வங்களிடம் வேண்டிப் பெற்றுக்கொள்வதற்கு எனக்கு வேறு ஏதுமில்லை.” சொல்மறந்த உள எழுச்சி மட்டுமே அப்படி ஒரு சொற்பெருக்கை எழுப்பவியலும் என சுருதகீர்த்தி எண்ணிக்கொண்டான்.

“உண்மையில் எனக்கென இலக்கு ஏதுமில்லை. நான் என் நாட்டை ஆள்வது என் தந்தையின் எண்ணம். முடிசூடி அரியணை அமர்வதென்பது அவருக்கு நானளிக்கும் ஒரு பலிச்சடங்கு மட்டுமே. அந்த அரியணையில் ஒருநாளும் நான் நிறைந்து அமர்ந்ததில்லை. வில்லையும் கங்கணத்தையும் உதறிவிட்டு மரவுரி சூடி என்றாவது காட்டுக்குச் சென்றேன் என்றால் யாரென்று அறியாத முனிவனாக ஏதேனும் மரத்தடியில் அமர்வேன் என்றால் என் வழியைக் கண்டவன் ஆவேன். ஆனால் இப்பிறவியில் என் தந்தை அதற்கு ஆணையளிக்க மாட்டார், அதையும் அறிந்திருக்கிறேன்.

அது என் ஊழ் என்றால் அவ்வாறே அமைக என்றுரைத்து என் அகத்தவிப்பைப் புறக்கணிக்கத்தொடங்கி நெடுநாட்களாகின்றன” என்றான் அஸ்வத்தாமன்.

“சென்ற பதின்மூன்றாண்டுகளாக நான் தெய்வங்களிடம் வேண்டிக் கொள்வது ஒன்றே. ஒரு நல்லிறப்பு. என்னைச் சூழ்ந்து குடிகள் விழிநீர் சிந்த குலத்தோர் நீரளித்து வணங்க எரியேறுதல். கங்கையில் எனக்கான நீர்க்கடன்களை நான் தூக்கி வளர்த்த மைந்தர்கள் அளிக்க, மூச்சுலகில் அமைந்து மூதாதையென குனிந்து புவியைப் பார்க்க ஒரு வாய்ப்பு. பிறிதொன்றுமில்லை. பிறந்ததும் வாழ்ந்ததும் எந்நிறைவையும் அளிக்கவில்லை. இறப்பு அந்நிறைவை அளிக்குமென்றால் அது ஒன்றே மீட்பு. அருளவேண்டும் தெய்வங்கள்.”

விழிகள் நீர்கொண்டு மின்ன அவன் கைகளை இறுகப்பற்றி உலுக்கியபடி அஸ்வத்தாமன் சொன்னான் “சென்று சொல் உன் தந்தையிடம்! நான் சொன்னேன் என்று சொல். அவர் கைகளைப்பற்றி மன்றாடினேன் என்று. ஏன், அவர் காலடி பணிந்து கேட்டேன் என்றே சொல். அவர் எனது ஆடிப்பாவை. ஆகவே உன் தந்தையென நின்று சொல்லவும் எனக்கு உரிமையிருக்கிறது. இப்போரைத் தவிர்ப்பதே உன் கடன் என ஆகட்டும். மைந்தா, இந்தப் போர் முற்றிலும் தவிர்க்கப்பட வேண்டும். நிலமில்லாது கான்புகுந்து முனிவராகப் பாண்டவர்கள் வாழ்ந்து மறைவது என்றாலும்கூட இப்போர் தவிர்க்கப்படுவது நன்று. மைந்தர் வாளேந்தி, பொருள்பெற்று வாழும் எளிய ஷத்ரியர்களென்றாவார்களென்றாலும் போர் தவிர்த்தல் நன்று.”

பின்னர் நீள்மூச்சுடன் தளர்ந்து “எனக்குத் தெரிந்த வழி ஒன்றே. அஸ்தினபுரியின் அரசர் நிலமன்றி பிறிதொன்று அறியாதவர். கொண்டது விடாத முதலை. அவரிடம் பேசிப் பயனில்லை. வெல்ல முடியாதவராக ஆக்கி பாண்டவர்களைத் தயங்கிப் பின்னடையச் செய்வது ஒன்றே ஆகும்வழி. ஆகவே வில்லுடன் அவருடன் நிற்கிறேன். அவருக்காக அனைத்தையும் ஆற்றுகிறேன்” என்றபின் முகம்திருப்பி விடைச்சொல்லெதுவும் உரைக்காது நடந்து அகன்றான்.

சுருதகீர்த்தி அவன் செல்வதை நோக்கியபடி நின்றான். பின்புறம் மட்டுமேயான உடலிலேயே உள்ளத்தின் கொந்தளிப்பு தெரிவதை வியப்புடன் நோக்கினான். ஒவ்வொரு காலடியும் அக்கொந்தளிப்பைக் காட்டியது. உடன் சென்ற நிழல் அக்கொந்தளிப்பைக் கொண்டிருந்தது. இடைநாழிக்கப்பால் அஸ்வத்தாமன் உடல் மறைந்தது. அவன் காலடியோசை குறைந்து அமையும் தாளமென ஓய்ந்தது.

5

அறைக்குள் ஒரு சிறிய மூச்சொலியை சுருதகீர்த்தி கேட்டான். இடுங்கலான சிறிய அறை. மிக அருகே சுதசோமன் துயின்றுகொண்டிருந்தான். பேருடலன் ஆயினும் மூச்சு எழும் ஒலியே தெரியாமல் துயில்பவன் அவன். புரண்டு படுக்கையில்கூட ஓசையில்லாத அலை என்று அவன் அசைவு தோன்றும். முற்றிலும் சீர் கொண்ட உடல். காலிலிருந்து தலைவரை ஒவ்வொரு உறுப்பும் சீரென அமையுமென்றால் மிகையொலியோ பிழையசைவோ அதிலெழாது என்று அவனைப்பற்றிச் சிறியதந்தை நகுலன் சொல்லக் கேட்டிருந்தான்.

அந்தச் சிறுமூச்சு சுதசோமனுடையது அல்ல என்று அது ஒலித்த கணமே தெரிந்தது. நாகமா என உடல் விதிர்த்தது. மீண்டும் அது ஒலிக்கக்கேட்டபோது நாகமல்ல என்று தெரிந்தது. அவன் தன் மஞ்சத்தில் மல்லாந்து படுத்திருந்தான். ஆனால் எப்படியோ வெளியிலிருந்து பார்க்கும் கோணத்தில் அவ்வறையைப் பார்த்துக்கொண்டிருந்தான். துயின்றுகொண்டிருந்த அவனையே அவனால் முழுமையாகப் பார்க்க முடிந்தது. அறையைத் துழாவிய விழிக்கு அரையிருளில் இரு விழி மின்னொளிகள் தெரிந்தன.

தரையில் நெளிந்து வரும் நாகம் என முதலில் எண்ணினான். பின்னர் நான்கு கால்களையும் சற்றே விரித்து வைத்து தள்ளாடி நடந்து வந்த கழுதைப்புலிக்குட்டியைப் பார்த்தான். அறைக்குள் அது எப்படி வந்தது என்று வியந்தான். அதன் அன்னை உடனிருக்கவில்லை. அதன் பெயரை ஏதோ நூலில் படித்திருந்தான். அந்தச்சொல் மிக அண்மையில் நின்றது. ஆனால் முகம் மறைத்திருந்தது.

மஞ்சம் உயரமற்றது. அதன் காலருகே வந்து தன் முன்னங்கால்களை வைத்து எழுந்து மங் மங் என அது அவனை அழைத்தது. குனிந்து அதைத் தூக்க வேண்டுமென அவன் நினைத்தான். ஆனால் துயின்றுகொண்டிருந்த உடல் கனவென்று அவ்வெண்ணத்தை அடைந்தது. கழுதைப்புலி பின்னுக்குச் சென்று தாவிப் பற்றி ஏற முயன்றது. அதன் முள் நகங்கள் மஞ்சத்தின் பண்படாத மரப்பரப்பில் கீறிச்சென்றன. தரையில் விழுந்து மல்லாந்து புரண்டெழுந்து விலகிச்சென்று மீண்டும் பாய்ந்து வந்தது.

மும்முறை விழுந்தெழுந்தபின் மஞ்சத்தின் மரச்சட்டத்தில் கால்நகம் பற்றிக்கொள்ள தொங்கி ஆடியது. வால் சுழல பின்னங்கால்கள் பீடத்தின் காலை உரசி உரசித் தவிக்க முனகியபடி தொங்கி ஊசலாடி தன்னை உந்தி மேலேற்றிக்கொண்டது. நாக்கை நீட்டி மூச்சிரைத்தபடி மஞ் சத்தின் விளிம்பில் பின்னங்கால் மடித்து முன்னங்கால் நீட்டி அவனைப் பார்த்தது. அவன் அதனிடம் “எப்படி இங்கு வந்தாய்?” என்றான். அதன் பெயர் குஹ்யசிரேயஸ் என உளம் தெளிந்தது.

“உன்னைப் பார்க்கத்தான்” என்றது குஹ்யசிரேயஸ். “ஏன்?” என்றான். “நீ என்னுடன் பேசினாய். நான் எண்ணுவது உனக்குப்புரிகிறது” என்றது. சுருதகீர்த்தி “இல்லை, நான் எங்கோ நூலில் படித்த அணி மட்டும்தான் நீ. ஓர் உருவகக்கதை. என்மூதாதையரைக் குறித்து ஏதோ புலவர் எழுதியது” என்றான். “குருவம்சப் பிரபாவம். கௌசிக சதுர்புஜர் எழுதிய காவியம், ஏழாவது சர்க்கம்” என்று குஹ்யசிரேயஸ் சொன்னது. “அங்குதான் நான் வாழ்கிறேன்.”

அது எழுந்து இரண்டடி எடுத்து அவனை நோக்கி வந்தபோது முகத்தில் ஒரு சிரிப்பு இருப்பதுபோல் தோன்றியது. “என் அன்னை மீண்டும் மீண்டும் என்னைப் பெற்றுக்கொண்டிருக்கிறாள். சிம்மக்குருதி குடித்து வளர்பவன். சென்றடைய ஓர் இலக்குக் கொண்டவன்” என்றது. “எந்த இலக்கு?” என்று அவன் கேட்டான். அம்முகம் அவ்வறையில் இல்லாத ஏதோ ஓர் ஒளியைப் பெற்று அண்மையில் எனத்தெரிந்தது. “இலக்கு எவருக்கேனும் தெரிந்திருக்குமா? அத்தனை இலக்குகளும் சென்றடையும் ஒருவெளி. அங்கே நிகழவிருக்கிறது நாமறியாத பிறிதொன்று.”

“எந்த இலக்கு?” என்று அவன் மீண்டும் கேட்டான். “எந்த இடம் என்று சொல்கிறேன்... குருஷேத்ரம்.” அவன் உடல் நடுங்கத்தொடங்கியது. “உங்கள் கொடிவழிகள் சிறு ஊற்றென மூதாதையர் விந்துவிலிருந்து தொடங்கும்போதே மிக அருகில் குருஷேத்ரமும் துலங்கிக்கொண்டிருந்தது. ஐந்து குருதிக்குளங்கள். குருதியாலான ஐந்து விழிகள். அல்லது ஐந்து புண்களா?” அது தன் வாயைத் திறக்க, நாக்கு வெளியே வந்து முகவாயைச் சுழற்றி நக்கிச் சென்றது.

“ஐந்து குளங்கள் நிறைய குருதி. நக்கிக்குடித்துக்கொண்டே இருக்கலாம். பல்லாயிரம் ஆண்டுகள் பல்லாயிரம் கழுதைப்புலிகள் குடித்தாலும் அதை ஒரு விரலிடைகூட குறைக்க முடியாது.” அவன் உரக்க “போ!” என்று கத்தினான். “போ… போய்விடு!” என்று கத்தியபடி தன் இடக்காலால் அதை உதைத்தான். பாய்ந்து அது கால் கட்டைவிரலைக் கவ்விக்கொண்டது. காலை அவன் உதற, கவ்வியபடியே காலில் ஒட்டியிருந்து சுழன்றது. விரைவாகக் காலை உதறினான். சிறிய சிணுங்கலோசை எழுப்பியபடி தரையில் சென்று விழுந்து புரண்டெழுந்தது.

அந்த உதறலசைவில் உடல் உலைய அவன் விழித்துக்கொண்டு எழுந்தமர்ந்தான். மெல்ல நடுங்கிக்கொண்டிருந்தான். பின்னர் அறையைக் கூர்ந்து பார்த்தபோது அது இருட்டின் வெவ்வேறு வண்ணங்களால் வரையப்பட்டதுபோல் தெரிந்தது. சுதசோமன் சிலையென மல்லாந்து படுத்து மூச்சொலி மிக மென்மையாக எழுந்தமைய நெஞ்சும் வயிறும் அசையத் தூங்கினான். சுருதகீர்த்தி தன் காலின் கட்டை விரலைத் தொட்டுப்பார்த்தான். அது மெல்லிய தினவுபோல வலித்துக்கொண்டிருந்தது. விரல்களால் சுற்றிப்பிடித்தபோது வெம்மை கொண்டிருந்தது.

எழுந்து சென்று மரக்குடைவுக் கலத்திலிருந்து குளிர்நீரை ஊற்றி அருந்தினான். சிறு சாளரத்தினூடாக வெளியே பார்த்தபோது விடிவெள்ளி முளைத்திருப்பது தெரிந்தது. இன்னும் பொழுதிருக்கிறது என்ற எண்ணம் எழுந்தது. ஆனால் மீண்டும் துயில முடியுமென்று தோன்றவில்லை. நெடுந்தொலைவு வந்த களைப்பு அவனை முந்தைய நாள் இரவு உடனடியாகத் துயில வைத்துவிட்டது. உண்மையில் அரண்மனையிலிருந்து தன் அறை நோக்கி வருகையில் துயில் கொள்ளவே முடியாதென்றே தோன்றியது. உள்ளம் அத்தனை எடைகொண்டு அவன் அறிந்ததே இல்லை.

அடுமனையிலிருந்து ஊன் மணத்துடன் வந்த சுதசோமன் “நல்ல உணவு இளையோனே, நீயும் உண்டுவரலாம். மானிறைச்சி மட்டும்தான். இஞ்சித்தழை போட்டு சமைத்திருக்கிறார்கள்” என்றான். “என்னால் உண்ண முடியுமென்று தோன்றவில்லை. பால்கஞ்சி மட்டும் அறைக்குக் கொண்டுவரச்சொல்லியிருக்கிறேன்” என்றான் சுருதகீர்த்தி. “பால் கஞ்சியா? அது துயில்வதற்கு முன் அருந்தவேண்டியதல்லவா?” என்றான் சுதசோமன். “துயில முடியுமா பார்ப்போம்” என்றான் சுருதகீர்த்தி.

“என்ன சொன்னார்கள்? அவர்கள் இருவரும் எப்படி இங்கு வந்தார்கள்?” என்றான் சுதசோமன். “நம்மைச் சான்றெனன அமர வைக்க எண்ணியிருக்கிறார்கள்” என்று சுருதகீர்த்தி சொன்னான்.

“எதற்கு?” என்றான் சுதசோமன். “அவர்கள் நம் கண் முன்னால் வெல்லப்போகிறார்கள்” என்றான். “எவரை?” என்றான் சுதசோமன் “சல்யரை” என்று சுருதகீர்த்தி சொன்னான். “இங்குதான் இருக்கிறார் அல்லவா?” என்றான் சுதசோமன். “ஆம் அஸ்தினபுரியின் அரசர் இன்னும் அவரைச் சந்திக்கவில்லை. நாளை புலரியில் அவரைச் சந்திப்பார்” என்றான் சுருதகீர்த்தி.

சிறு அமைதியிலேயே நெடுந்தொலைவு பறந்து சென்று அந்தத் தருணத்தை அடைந்துவிட்ட சுதசோமன் “ஆம், இளையோனே. நாம் சல்யரை வெல்ல முடியாது, அவர்கள்தான் வெல்வார்கள்” என்றான். “ஏன்?” என்றான் சுருதகீர்த்தி. “இத்தனை தொலைவுக்கு அவர் ஏமாற்றிக் கொண்டுவரப்படவில்லை. உண்மையில் அறியாமல் வந்திருக்கலாம். ஆனால் அவருக்குள் அவரையும் அறியாமல் வாழும் மெய்யான ஒருவர் இங்கு வர விழைந்திருக்கிறார். இங்குவரை அவர் வந்ததே அவர் அவர்களுடன் சேரப்போகிறார் என்பதற்கான சான்று.”

அவன் சொல்வது முற்றிலும் உண்மையென்று சுருதகீர்த்திக்குத் தெரிந்தாலும் எரிச்சல் எழுந்தது. “அவர் நம் மூதாதையரில் ஒருவர்” என்றான். “நமது மூதாதையர்கள், பிதாமகர்கள் அனைவருமே அஸ்தினபுரியுடன்தான் சென்று சேர்கிறார்கள். பீஷ்ம பிதாமகர் அங்கிருப்பது பிற அனைவரையும் அங்கு சேர்ப்பதற்கான சிறந்த வழி. இதை நான் இப்போது உணர்கிறேன். நாளை மூத்த தந்தை பேச்சை தொடங்குகையிலேயே பீஷ்மரிடமிருந்துதான் தொடங்குவார். சில இடைவெளிகளில் பேச்சு பீஷ்மரிடம் தொட்டுத் தொட்டு வரும்” என்றான் சுதசோமன்.

சுருதகீர்த்தி “வேதம் காக்கும் பொறுப்பைப்பற்றிப் பேசுவார்கள் என்று எண்ணுகிறேன்” என்றான். “ஆம், அஸ்தினபுரியுடன் சேர்ந்தால் கிடைக்கும் உலகியல் நலன்களைப்பற்றிய ஒரு சொல்கூட நாளைய உரையாடலில் இருக்காது. ஷத்ரியக் குலப்பெருமை, அதற்கு வேதங்கள் அளிக்கும் ஆதரவு, வேதகாவலன் என்று கோல்சூடும் பொறுப்பு, அதனூடாக மூதாதையருக்கு ஆற்றும் கடன், விண்ணுலகேகும் வழி ஆகியவற்றைப்பற்றி மட்டுமே பேசுவார்கள்.”

சுருதகீர்த்தி அவன் குரலில் இருந்த கசப்பை உணர்ந்தான். எப்போதும் உச்சநிலையில் அவனில் அவ்வுணர்வே எழும். சுதசோமன் “ஏனெனில் உலகியல் நலன்கள் இருவருக்குமே நன்றாகத் தெரிந்திருக்கும். அதை மீண்டும் சொல்ல வேண்டியதில்லை. குருதி உறவுகளை உதறிவிட்டு மறுபக்கம் படையுடன் சேர்வதற்கு எவர் கேட்டாலும் ஒப்பும் பின்னணியையும் ஏதுவையும் சொல்ல முடியுமா என்பது மட்டும்தான்

இப்போது வினா. அதைத் தெளிவாக முன்வைத்துவிட்டாரென்றால் சல்யர் கௌரவருடன் சேர்வார்” என்றான்.

“நீங்கள் அங்கிருந்திருக்க வேண்டும், மூத்தவரே” என்றான் சுருதகீர்த்தி. “நான் காணாதவற்றை நீங்கள் கண்டிருப்பீர்கள். என்னால் நஞ்சையும் கசப்பையும் அறிய முடிவதில்லை.” சிரித்தபடி “அங்குதான் இருந்தேன். உடல்தான் அடுமனையில் உணவுண்டுகொண்டிருந்தது” என்றான் சுதசோமன். “சரி, நீங்கள் இப்போது கூறுவதற்கு அடியில் மேலும் நுட்பமான ஏதாவது தளம் உண்டா, சல்யர் அவர்களுடன் இணைந்துகொள்வதற்கு?” என சுருதகீர்த்தி கேட்டான்.

“இப்போது நாம் சொல்வதுகூட நம்மால் ஏதேனும் வகையில் வகுத்துக் கூறிவிடக்கூடிய ஒன்றே. தெளிவாக வகுத்துக்கூற முடியாததும் ஒவ்வொரு முறையும் நமது ஆழம் சென்று தொடுவதுமான பிறிதொரு தளம் உண்டு, இளையோனே. வேதம் காப்பதும் குலம் பெருக்குவதுமெல்லாம். நம்முள் உறையும் நல்லியல்பால் நாம் அவர்களில் உணர்வன. நம்முள் வாழும் இருட்டால் நாம் சென்று தொடும் அவர்களின் இருளொன்று உண்டு. அங்கிருப்பவை வேறு தெய்வங்கள், வேறு படைக்கலங்கள்” என்றான் சுதசோமன்.

“இரு இயல்புகளால் அஸ்தினபுரியின் அரசர் இயக்கப்படுகிறார். ஆணவமும், மண்விருப்பும். ஆகவே ஆணவமும் மண்விருப்பும் கொண்ட அனைவருக்கும் இயல்பாகவே அவரைப் புரிந்துகொள்ள முடிகிறது. அவருடன் இணைவதே அவர்களுக்கு உகந்ததாகவும் இருக்கும். நம்முடன் வந்தால் இங்கிருக்கும் பிற இயல்புகள் அவர்களை உந்தி வெளியே தள்ளிக்கொண்டே இருக்கும். ஒவ்வொரு அவையிலும் பேசி நகைத்து சினந்து நடித்து தங்களை அவர்கள் இவ்வகையில் நிறுவிக்கொள்ளவேண்டும்” என்றான் சுதசோமன்.

பின்னர் நகைத்து “அத்துடன் ஒன்று உண்டு. மானுடர் வாழ்க்கையை உள்ளூர நடித்துக்கொண்டே இருக்கிறார்கள். அந்த நூறுநடிப்புகளில் ஒன்றையே வெளியே நிகழ்த்துகிறார்கள். வெல்லப்பட்டோர், வென்றோர் நடுவே வெல்லப்பட்டோராக நின்று நடிப்பதையே மானுட ஆழம் விழைகிறது. ஏய்க்கப்பட்டோர் தோற்றவர் என்றும் ஏய்த்தவரே வென்றவர் என்றும் அது அறியும்.” சுருதகீர்த்தி திகைப்புடன் “இரக்கமின்றி சொல்கிறீர்கள், மூத்தவரே” என்றான். “இளையோனே, நான் கைக்குச் சிக்கும் பொருட்களை மட்டுமே அறியவேண்டும் என எனக்கு ஆணையிட்டுக்கொண்டவன். என் படைக்கலங்கள்கூட கைவிட்டுச் செல்வதில்லை.”

“சல்யரை இயக்கும் முதன்மை விழைவென்ன?” என்றான் சுருதகீர்த்தி. சுதசோமன் உரக்க நகைத்து “இதிலென்ன ஐயம்? மூத்தகௌரவருடன் இணையும் அத்தனை அரசர்களையும் இயக்குவது ஒன்றே. ஒருநாள் அவர்கள் பாரதவர்ஷத்தின் சக்ரவர்த்தியென்றாக முடியும் என்னும் கனவு” என்றான். சுருதகீர்த்தி திரும்பி “சல்யரா?” என்றான். சுதசோமன் “இளையோனே, பாரதவர்ஷத்தின் அவையில் மிகமிகக் கடையன் என அமர்ந்திருக்கும் மூஷிக நாட்டு சிற்றரசன் உதகன்கூட அந்தக்கனவுடன்தான் இருப்பான். என்றோ ஏதோ களத்தில் பிற அனைவரையும் தோற்கடித்து தான் பாரதவர்ஷத்தின் அரியணை அமர்ந்து மும்முடி சூட தன் கொடி வழிகள் பாரதவர்ஷத்தை ஒருங்காள்வதைப் பற்றி மட்டுமே அவன் உள்ளம் நுரைத்துக் குமிழியிட்டுக்கொண்டிருக்கும்” என்றான்.

சில கணங்கள் அவனை நோக்கியபின் சுருதகீர்த்தி புன்னகைத்தான். “என்ன?” என்றான் சுதசோமன். “குருதிச்செல்வமாக இதைப் பெற்றிருக்கிறீர்கள், மூத்தவரே. இக்கசப்பையும் மானுட மறுப்பையும்” என்றான் சுருதகீர்த்தி. “இது மானுட மறுப்பல்ல, பிறர் எளிய மானுட எண்ணங்களால் ஆனவர்கள் மட்டுமே என அறிந்துகொள்ளல். அன்னமே முதன்மை இருப்பென்று உணர்பவர்கள் எந்தையும் நானும். அன்னத்தினூடாகவே மானுடரைப் புரிந்துகொள்கிறோம்” என்று சுதசோமன் சொன்னான்.

அறைக்குள் சென்றதுமே மஞ்சத்தில் படுத்து உடலை நீட்டிக்கொண்டான் சுதசோமன். சுருதகீர்த்தி தன் மேலாடையை எடுத்து வைத்துவிட்டு அறைக்குள் கொண்டுவந்து வைக்கப்பட்டிருந்த பால்கஞ்சியை மூன்று மிடறுகளாகக் குடித்து முடித்து வாய்கொப்பளித்து அறைக்குள் திரும்பி வந்தபோது சுதசோமன் துயின்றுகொண்டிருந்தான். படுத்தபோது தன்னால் துயில முடியாது என்றெண்ணினான். ஆனால் உடல் தசைகள் அனைத்தும் ஓய்வையே நாடின.

இறுதியாக மூழ்கிச்செல்கையில் ஓர் எண்ணம் எழுந்தது. அதுவரை தன்னை நிலையழியச்செய்தது ஒரு காட்சி என்று அவனுக்குத் தோன்றியது. அவன் விரும்பாத ஒன்றைக் கண்டான். ஆனால் கண்ட அக்கணமே அவன் உள்ளம் அதைத் தள்ளி வேறெங்கோ செலுத்திவிட்டிருந்தது. அது என்ன என்று அப்போது அவன் உள்ளத்தின் அத்தனை விரல்முனைகளும் துழாவித்தேடின. அத்தேடலை நிறுத்திவிடவேண்டுமென்றும் முற்றிலும் விலகி வந்துவிடவேண்டுமென்றும் கூடவே உள்ளம் பதைத்துக்கொண்டிருந்தது.

மெல்ல துயில் உள்ளத்தை இழுத்தது. ஒவ்வொரு விரல்களாக ஓய்ந்தன. ஒற்றை இலைநெளிவென ஒருசொல் மட்டும் துடித்துக்கொண்டிருந்தது.

சேணம் என்ற சொல். இச்சொல் என் உள்ளத்தில் ஏன் ஓடுகிறது என்று வியந்தான். சேணம் சேணம் சேணம். கடிவாளம் என்று அதை மாற்றமுடியுமா? மாற்றியதுமே மீண்டும் சேணம் என்ற சொல்லாகியது. அதை அப்படியே விட்டான். அச்சொல் விரைவழிந்து புழு என நெளியத்தொடங்கியபோது அவன் அஸ்வத்தாமனை மிக அருகிலெனக்கண்டான்.

நீர்மை படிந்த கண்களுடன் இரு கைகளையும் பற்றிக்கொண்டு "மைந்தா, இந்தப்போர் முற்றிலும் தவிர்க்கப்பட வேண்டும், சென்று சொல் உன் தந்தையிடம்" என்று உதடுகள் நடுங்க குரல் பதற விழிகள் அலைபாய அவர் கூறிக்கொண்டிருந்தார். அவருக்குப்பின்னால் எழுந்து சுவரில் மடிந்து நின்ற பெருநிழல் படைக்கலங்களைக் கையிலேந்தி போருக்கெழுந்ததுபோல் தோற்றமளித்தது.

சல்யரின் அறையின் காவலன் "இளவரசர்கள் உள்ளே செல்க!" என்று உரைத்து வணங்கி கதவைத் திறந்தான். சுதசோமனும் சுருதகீர்த்தியும் அறைக்குள் சென்றபோது துரியோதனனும் அஸ்வத்தாமனும் அங்கிருப்பதைக் கண்டனர். அது மந்தண அறை என்பதனால் சுதசோமனும் சுருதகீர்த்தியும் இருவரையும் முகமனுரைக்காமல் தலைவணங்கிவிட்டு சுவர் ஓரமாகச் சென்று நின்றனர்.

அங்கிருந்த அமைதி எடைமிக்கதாக இருப்பினும் அங்கே சொல் எழுவதை சுருதகீர்த்தி விரும்பவில்லை. அந்த அமைதி திரைபோல தன்னை மூடிக்கொள்ள, உள்ளே ஒளிந்துகொண்டு அனைத்தையும் பார்த்துக்கொண்டிருப்பதாக அவன் உணர்ந்தான். கதவு திறந்து ஏவலன் "மத்ர நாட்டு அரசர் சல்யர் எழுந்தருள்கை" என அறிவித்தான். வெளியே வலம்புரிச்சங்கோசை எழுந்தது. துரியோதனனும் அஸ்வத்தாமனும் எழுந்து நின்றனர்.

சிறைப்பட்ட சிற்றரண்மனைக்குள்ளும் முறைமை மீறாமலிருக்கிறார் சல்யர் என்ற எண்ணம் எழுந்ததுமே அவன் அவர் முகத்தை உளத்தில் பார்த்தான். செயற்கையாகத் தருக்கி நிமிர்ந்த தலை. பயின்று உருவாக்கிக்கொண்ட நீள்கால் நடை. பெருமிதம் தோன்ற சற்றே தூக்கிய முகவாய். அரைக்கண் மூடிய விழி. ஒரு மனிதன் தன்னை ஒரு குறிப்பிட்ட தோற்றத்தில் அமைத்துக்கொண்டான் என்றாலே அனைத்தும் பொய்யென்றாகிவிடுகின்றன. அவன் அசைவுகள் அனைத்துமே ஒவ்வாமையை உருவாக்குகின்றன. அவன் சொற்கள் கேலிக்குரியவையாகின்றன.

சல்யர் அறைக்குள் நுழைந்ததும் துரியோதனனும் அஸ்வத்தாமனும் முறைமைப்படி முகமன் உரைத்து முன்னால் சென்றனர். அவர் அவர்கள்

தன் காலடியைத்தொட்டு சென்னிசூடும் பொருட்டு அசையாமல் நின்றார். துரியோதனன் "மத்ரரே, தங்களை இவ்வண்ணம் சந்திக்கும் பேறு பெற்றேன். இத்தருணம் என் குலமூதாதையரால் எனக்கு அளிக்கப்பட்ட பரிசு. என் தந்தையரின் வடிவில் தங்களைப் பார்க்கிறேன். தங்கள் அருளால் நான் வெற்றியும் புகழும் நிறைவும் அடையவேண்டும். என் கொடிவழிகள் செழிக்க வேண்டும்" என்று சொல்லி அவரருகே சென்று நெஞ்சு நிலம்படிய விழுந்து வணங்கினான்.

சல்யர் குனிந்து அவன் தலையைத் தொட்டு "நலம் சூழ்க! முழுமை கொள்க!" என்று வாழ்த்தினார். அஸ்வத்தாமன் வணங்கியபோது "நலம் சூழ்க! வெற்றியும் புகழும் நிறைக!" என்று வாழ்த்திவிட்டு புருவங்கள் சுருங்க சுருதகீர்த்தியையும் சுதசோமனையும் பார்த்தார். அவர்கள் அருகே வந்து நிற்க, துரியோதனன் "இவர்கள் பாண்டவர்களின் மைந்தர்கள். அர்ஜுனனின் மைந்தன் சுருதகீர்த்தியும் பீமசேனனின் மைந்தன் சுதசோமனும்" என்றான்.

"ஆம் சிறுமைந்தர்களாகப் பார்த்திருக்கிறேன். ஒருகணம் அவர்கள் இருவரும்தானோ என்று என் முதிய விழிகள் மயங்கிவிட்டன" என்றார் சல்யர். அவர்களிருவரும் அவர் கால்களைத்தொட்டு வணங்க, "அனைத்து நலன்களும் பொலிக!" என்று தலைதொட்டு வாழ்த்தினார். "இவர்கள் இங்குதான் இருக்கிறார்களா?" என்றபடி அவருக்கு இடப்பட்ட முதன்மைப் பீடத்தில் அமர்ந்தார். அவரருகே தாழ்ந்த பீடத்தில் அமர்ந்த துரியோதனன் "ஆம், பதின்மூன்றாண்டுகளாக என் மைந்தர்களாகவே வளர்கிறார்கள்" என்றான். "அதை அறிவேன். தந்தையரின் கடமை அது. பூசல்கள் மைந்தர்களுடன் அல்ல. குருதி தன்வழியைத் தானே அறியும். நம் உடல்கள் அதற்கான கரைகள் மட்டுமே" என்றார் சல்யர்.

அவர்கள் இருவரும் மீண்டும் தங்கள் இடத்திற்குச் சென்று நின்றுகொள்ள, "தங்களிடம் நான் பேசும்போது அவர்களும் உடனிருக்க வேண்டுமென்று விரும்பினேன். ஏனெனில் நான் மந்தணமோ சூழ்ச்சியோ அறியாதவன். என் ஒவ்வொரு சொல்லையும் பாண்டவர்களும் அறியட்டும்" என்று துரியோதனன் சொன்னான். "ஆம், எனக்கும் மந்தணச் சொற்களில் விருப்பமில்லை. எண்ணிச் சொல்சூழ்வதே உளத்தில் தீமை கொண்டவர்களின் இயல்பென்று எண்ணுகிறேன்" என்றார் சல்யர்.

"மூத்தவரே, நேரடியாகவே தங்களை என் தரப்பில் நின்று என் மண்ணும் குடிகளும் பொலியவைக்க வேண்டும் என்று அழைக்கிறேன். தாங்கள் அறியாததல்ல, சென்ற பதின்மூன்றாண்டுகளாக என் நிலம் ஒருகணமும் அறம் வழுவாத செங்கோலால் ஆளப்படுகிறது. என் நாட்டில் வயல்களும் பசுக்களின் மடிகளும் கருவூலமும் நிறைந்துள்ளன. அந்தணருக்கும்

புலவருக்கும் முனிவருக்கும் கொடையளிக்காது ஒருநாள்கூட கடந்து செல்லவில்லை. பாரதவர்ஷத்தில் அஸ்தினபுரியைப்போல் மக்களைப்புரக்கும் அரசு பிறிதொன்றில்லை என்கிறார்கள் கவிஞர்" என்றான் துரியோதனன்.

சல்யர் உரக்க நகைத்து "ஆம், ஆனால் உன் நாட்டு மக்கள் உன்னைக் கலிவடிவமாகவே பார்க்கிறார்கள் என்றும் அறிந்தேன்" என்றார். சுருதகீர்த்தி திடுக்கிட்டு துரியோதனனின் விழிகளைப் பார்க்க அவற்றில் எந்த மாறுபாடும் தெரியவில்லை. "உண்மை மூத்தவரே, இத்தனைக்குப் பிறகும் மக்கள் என்னை வெறுக்கிறார்கள். ஏனெனில் நான் பிறந்த தருணம் குறித்தும், என் பிறவிநூல் குறித்தும் அத்தனை கதைகள் இங்கு சூதர்கள் வழியாகப் பரப்பப்பட்டுள்ளன. அவற்றைப் பரப்பியவர்கள் யார் என்றும் தாங்கள் அறிவீர்கள்" என்றான்.

"அது அந்த யாதவ அரசியின் பணி. அவள் வஞ்சம் அழியா உள்ளம் கொண்டவள்" என்றார் சல்யர். துரியோதனன் "அதைவிட சரியாகச் சொல்லப்போனால் நன்று தீது அறியாதவர், தன்னலம் கருதி தகைமையாளரைத் தவிர்த்து சிறுமதி கொண்டோரை ஏற்றுக்கொள்பவர்" என்றான். சல்யரின் முகம் மாறுபடுவதை சுருதகீர்த்தி கண்டான். அவர் பீடத்தின் இரு கைகளையும் பற்றிக்கொண்டு மெல்ல முன்னால் நகர்ந்தார். "அது பெண்களின் இயல்பு. அவர்களால் அவர்களுக்கு உகந்ததை அவர்களே தெரிவு செய்துகொள்ள முடியாது" என்றார்.

"மெய். எனக்கு இப்படி ஒரு பழி இருப்பது நான் நன்கு அறிந்ததே. தங்கள் உதவியை நான் கோருவது அதன் பொருட்டே. தங்களுக்கு பாரதவர்ஷத்தின் அத்தனை தொல்குடிகளிடமும் இருக்கும் நற்பெயர் எவரும் அறிந்தது. பிருதுவுக்கும் யயாதிக்கும் பரதருக்கும் தசரதருக்கும் ஜனகருக்கும் இருந்த புகழுக்கு நிகர் அது" என்றான். மெல்லிய தத்தளிப்பொன்று சல்யரின் முகத்தில் கூட, அவர் அஸ்வத்தாமனை ஓரக்கண்ணால் பார்த்துவிட்டு இயல்பாகத் தலையசைத்தார்.

"தாங்கள் என் தரப்பில் நிற்பது என் மேல் மக்கள் கொண்ட உளவிலக்கை இல்லாமல் ஆக்கும். அவர்கள் காலப்போக்கில் என்னைத் தங்கள் தந்தை வடிவென ஏற்கவேண்டும். நான் தங்களிடம் முதன்மையாக விழைவது அதைத்தான்" என்றான் துரியோதனன். சல்யர் உள்ளத்துள் எண்ணங்கள் ஓட, பொதுவாக "ஆம், நாம் மக்களிடம் உளமாறுதலை உருவாக்க முடியும்" என்றார். "அதன் பொருட்டே நான் என் நிலத்தில் வேள்விப்பயிர் விளையச் செய்கிறேன். ஒவ்வொரு நாளும் வேதச்சொல் பொலிகிறது அங்கே. அந்தணர் பேணப்படுகிறார்கள். அனைத்து

நலன்களும் என் நிலத்தில் சூழ்கின்றன என்றால் நிலைக்காதொலிக்கும் வேதச்சொல்லால்தான்” என்றார்.

“ஆம், வேதம் மாமங்கலம்” என்றான் துரியோதனன். “வேதம் இந்நாட்டில் முனிவரை அறத்தின் வடிவாகவும் அந்தணரை அறிவின் வடிவாகவும் ஷத்ரியரை அவர்களுக்குக் காவலனாகவும் அமைத்தது. இந்நிலத்தில் இன்றுவரை அறமும் அறிவும் பொலிகிறதென்றால் அதற்குத் தங்களைப்போன்ற ஷத்ரிய மூதாதையர் ஏந்திய வாள் வழியமைத்ததென்றே நான் எண்ணுகிறேன். இந்த அவைக்குள் சற்றுமுன் தாங்கள் நுழைந்த காலடியோசையைக் கேட்டபோது இதோ எழுகிறது வேதம்புரந்த என் மூதாதையரின் நாடித்துடிப்பு என்றே உணர்ந்தேன்.”

“எத்தனை தலைமுறையினராகத் தங்கள்குடியினர் வேதம் காத்து நின்றிருப்பார்கள்? எத்தனை களங்களில் வேதத்தின் பொருட்டு குருதி சிந்தியிருப்பார்கள்?” என துரியோதனன் தொடர்ந்தான். சல்யர் மீண்டும் அஸ்வத்தாமனைப் பார்த்துவிட்டு விழிதிருப்பிக்கொண்டார். “அசுரர் குடிகள் தங்கள் இழிந்த வேதத்துடன் ஒவ்வொரு யுகந்தோறும் வேதத்தில் வந்து வந்து தலையறைந்து சிதறிக்கொண்டிருக்கிறார்கள். அவர்களை அலைகளென வந்துகொண்டிருக்கும் கடலென நூல்கள் சொல்கின்றன. அதற்கெதிராக அழியாது நின்றிருக்கும் பெருங்கரையே ஷத்ரியர்கள்” என்று துரியோதனன் தொடர்ந்தான்.

“மூத்தவரே, இங்குள்ள அத்தனை ஷத்ரிய வீரர்களும் அப்பெரும் கரையில் மணற்பருக்களே. நான் அதிலொரு கூழாங்கல். பிருதுவும் பகீரதனும் துருவனும் யயாதியும் பரதனும் உபரிசிரவசுவும் ஜனகரும் தசதரும் ராகவராமனும் பரசுராமனும் குருவும் ஹஸ்தியும் பிரதீபனும் அதன் பாறைகள். அப்பெரும்பாறைகளிலொன்று தாங்கள். இங்கு நான் தங்களிடம் பேச வந்ததே அந்த நம்பிக்கையில்தான். என்னுடன் நில்லுங்கள் எனக் கூற மாட்டேன். ஆம் அதுவும் என் விழைவுதான். ஆனால் நான் எதன் பொருட்டு நின்றிருக்கிறேனோ அதன் பொருட்டு நில்லுங்கள் என்று கோருவேன். அதன்பொருட்டே உங்களைச் சந்திக்க வந்தேன்.”

சுருதகீர்த்தி மெல்லக் கால்மாற்றி நின்றான். அவன் கட்டைவிரலில் அந்தச்சிறு புண் தினவுபோல் உளைச்சல்போல் இருப்புணர்த்தியது. மறுகால் விரலால் அதை அழுத்தி எடுத்தான். அவ்வசைவைக்கண்டு சல்யர் திரும்பி நோக்கியபோது அவன் உள்ளம் மெல்லிய அசைவொன்றை அறிந்தது. அவ்விழிகள் மாறுபட்டிருந்தன. விழிகளே மானுடர் என ஆசிரியர் சொன்னதை நினைவுகூர்ந்தான். அவன் முற்றிலும் அறியாத ஒருவர் அங்கே சல்யர் என உடல்சூடி அமர்ந்திருந்தார்.

6

சுருதகீர்த்தி மெல்ல அசைந்து சொல்லெடுக்க முனைவதற்குள் அவன் பேசப்போவதை அஸ்வத்தாமனும் துரியோதனனும் அவ்வசைவினூடாகவே உணர்ந்தனர். சல்யர் அவனைத் திரும்பி நோக்கியபின் துரியோதனனிடம் "ஆம், நான் சிலவற்றை எண்ணிப் பார்க்கவில்லை" என்றார். ஆனால் அச்சொற்றொடருக்கு நேர் எதிர்த்திசையில் அவர் உள்ளம் செல்வதை அவருடைய உடலசைவு காட்டியது. மீண்டும் அவர் சுருதகீர்த்தியை நோக்கியபோது அவர் விழிகள் மாறியிருந்தன. மீண்டும் அதில் குடிப்பெருமையும் மைந்தர்பற்றும் கொண்ட தந்தை எழுந்திருந்தார்.

அதை உணர்ந்தவனாக துரியோதனன் "பாரதவர்ஷத்தின் ஷத்ரியர்கள் தங்கள் பிளவுகளையும் வஞ்சங்களையும் மறந்து கைகோத்து நின்றிருக்கும் இந்த மாபெரும் அரணில் தாங்களும் முதன்மை ஷத்ரியராக நிற்க வேண்டுமென்று கோருகிறேன். அஸ்தினபுரியும் காந்தாரமும் சௌவீரமும் பால்ஹிகமும் சிந்துவும் மகதமும் அங்கமும் வங்கமும் கலிங்கமும் காமரூபமும் விதர்ப்பமும் சேதியும் கூர்ஜரமும் மாளவமும் கோசலமும் மிதிலையும் அயோத்தியும் என நாளை சூதர் ஒரு பெயர்நிரையை வகுக்கையில் அதில் மத்ரம் என்னும் பெயரும் சேரவேண்டாமா என்று நான் கேட்க விழைகிறேன். பிறிதொன்றும் நான் சொல்வதற்கில்லை" என்றான்.

சல்யர் அசைந்தமர்ந்து "ஆம். என் கடன் அதுவே. மூதாதையர் எங்கள் குடிக்கிட்ட ஆணையும் அதுதான்" என்றபின் திரும்பி சுருதகீர்த்தியைப் பார்த்து "ஆனால்..." என்றார். அஸ்வத்தாமன் "தாங்கள் எண்ணுவது

புரிகிறது, மூத்தவரே. ஆனால் இப்பெரும்போர் தவிர்க்கப்படுவதற்கு ஒரு வழியே உள்ளது. அது வேதம் வெல்லப்பட முடியாதது என்னும் எண்ணத்தை அதை எதிர்ப்பவர்களுக்கு உருவாக்குவது. இன்று அவர்கள் வென்றுவிடலாம் என்ற நம்பிக்கையை எப்படிப் பெறுகிறார்கள்? தங்களைப்போன்ற மாவீரர்கள் தங்கள் தரப்புக்கு வருவார்கள் என்ற எதிர்பார்ப்பினால் அல்லவா?" என்றான்.

"பாஞ்சாலரும் நீங்களும் விலகிக்கொண்டால் பாண்டவர்களின் தரப்புதான் என்ன? எங்கிருந்து படைகொள்வார்கள்? எங்கிருந்து பொருள் திரட்டுவார்கள்? நீங்கள் அறியாததல்ல, எவர் வேதத்தை எதிர்த்து முகம்கொண்டு நின்றிருக்கிறாரோ அவருடைய நேர் உடன்பிறந்தார், பிறந்த கணத்திலிருந்து அவருடன் ஒருகணமும் பிரியாதிருந்தவர், இன்று எதிர்த்து நின்றிருக்கிறார். பலராமரைவிட தங்கள் குருதியுறவு அணுக்கமானதல்ல. எந்தை தன் முதல் மாணவனுக்கெதிராக அஸ்தினபுரியின் அரசருடன் நிற்கிறார். அவரைவிட நூலறிந்தவரா தாங்கள்? தன் குருதியில் பிறந்த மைந்தருக்கெதிராகப் பிதாமகர் பீஷ்மர் இத்தருணத்தில் நின்றிருக்கிறார். அவருக்குப் பின்னர்தான் இவர்களுக்கு நீங்கள் தந்தை" என்றான் அஸ்வத்தாமன்.

"ஆம், பீஷ்மர் மட்டுமே எனக்கு முன்வழி என்று கொள்கிறேன்" என்றார் சல்யர். "சல்யரே, பாண்டவர் தரப்பில் நின்று நீங்கள் வேதத்திற்கெதிராகப் பொருதினால் உங்கள்முன் வில்லுடன் வந்து நிற்பவர்கள் யார்? முதன்மையாக பீஷ்மர். உங்களை அவர் வெல்வார் என நீங்கள் அறிந்திருப்பீர்கள். ஏனெனில் இப்புவியில் எவரும் வெல்ல இயலாது" என்றான் துரியோதனன். "தந்தையின் கையால் இறக்க நீங்கள் விரும்பலாம். அதை மண்மறைந்த உங்கள் தந்தையர் விரும்புவார்களா?"

சல்யர் அமைதி இழந்தவராக எழுந்து அறைக்குள் தலைகுனிந்தபடி நடந்தார். பின் சாளரத்தை அணுகி அதன் கட்டையைப் பற்றிக்கொண்டு வெளியே நோக்கியபடி நின்றார். "இம்மைந்தரை வளர்த்தவன் நான்" என்றான் துரியோதனன். "நாளை இவர்களைக் களத்தில் எதிர்கொள்ளக்கூடுமென்ற எண்ணமே துயர்கொள்ளச் செய்கிறது. ஆனால் இங்குள்ள ஒவ்வொன்றும் நுண்வடிவச் சொல்லென நாமறியா வெளியை நிரப்பியிருக்கும் வேதத்தால் இவ்வாறு அமைக்கப்பட்டுள்ளது. அதன்பொருட்டு வாழவும் மடியவும் கடமைப்பட்டவர்கள் நாம். அப்பொறுப்பை நம் விழைவின்பொருட்டோ அச்சத்தின்பொருட்டோ துறப்போமெனில் அது கீழ்மை. நம் பற்றின்பொருட்டு துறப்போமெனில் மேலும் கீழ்மை அது." சல்யர் "மெய்தான்" என்றார்.

“தங்கள் உறவு அங்கிருக்கிறதென்பதை நான் மறுக்கவில்லை. தங்கள் உடன்பிறந்தாள் மாத்ரியின் மைந்தர்கள் வில்லுடன் எதிர்கொண்டு வருவார்கள். தங்கள் அம்புகளால் ஒருவேளை அவர்கள் மடியவும் கூடும். தங்கள் மகள் வயிற்று மைந்தர்கள்கூட களத்தில் தங்களால் கொல்லப்படக்கூடும். அது தங்களைத் தாங்களே கொன்று கொள்வதுதான். ஆனால் நம் உடலை, உயிரை களத்தில் வேதத்திற்குப் பலியிடுவது போலத்தானே அது? நாம் கொண்ட அனைத்தையும் ஆகுதியாகப் படைத்துதானே வேள்வி நிறைவு செய்கிறோம்? நம் கருவூலத்துச் செல்வங்களைப்போல இந்தப்பலியும் வேள்விக் கடன் மட்டுமே” என்றான் துரியோதனன்.

அஸ்வத்தாமன் “இத்தருணத்தில் போர் நிகழுமென்று கொள்ள வேண்டியதில்லை. வேதம் காக்க ஷத்ரியர்கள் கொண்டுள்ள உறுதியை மட்டும் நாம் வெளிப்படுத்தினால் போதும். போர் உறுதியாக நிகழாதென்றே எண்ணுகிறேன்” என்றான். துரியோதனன் “இது போர்வஞ்சினம் அல்ல. நாம் நம் குலமாளும் சொல்லான வேதத்திற்கு அளிக்கும் சோரியுறுதி” என்றான்.

சல்யர் சற்று தளர்ந்த நடையுடன் வந்து பீடத்தின் விளிம்பில் அமர்ந்து கொண்டு கைகளால் தாடியை அளாவத் தொடங்கினார். அவர் மீண்டும் உளம் மாறிவிட்டதை உடலே காட்டியது. அவ்வப்போது தாடியை நீவிய கைகள் நிலைத்து மீண்டும் அசைவுகொண்டன. ஒவ்வொரு முறையும் அவர் எண்ணுவதென்ன என்று அத்தனை தெளிவாக வெளித்தெரிந்தது. துரியோதனன் அஸ்வத்தாமனை நோக்க, அவன் விழிகளால் ஆறுதல் கூறினான்.

சுருதகீர்த்தி துரியோதனனிடம் “தந்தையே, இனி நான் என் குரலை முன்வைக்கலாமல்லவா?” என்றான். சல்யர் அவனைத் திரும்பிப் பார்த்தபோது அவர் விழிகள் மங்கலடைந்து விலங்கின் பார்வை கொண்டிருப்பதை சுருதகீர்த்தி கண்டான். துரியோதனன் “ஆம் மைந்தா, உன்னை இந்த அவையில் அழைத்தது உன் தரப்பையும் நீ சொல்ல வேண்டுமென்பதற்காகத்தான். நம்மைப்போல் பல குரல்களைப் பல நூறு அவைகளில் பார்த்தவர் மூத்தவர். அவர் முடிவெடுக்கட்டும்” என்றான்.

சுருதகீர்த்தி சற்று முன்னால் வந்து சல்யரை வணங்கி “தந்தையே, தங்களுக்கு வழிகாட்டும்பொருட்டோ அறிதலைத் துலக்கும்பொருட்டோ இங்கு நான் சொல்லெடுக்க விரவில்லை. எளியவன் நான். உங்கள் குருதியில் முளைத்த சிறு தளிர். இக்குரலை உங்கள் உடலுக்குள்ளிருந்து எழும் ஒன்று என்று மட்டும் எண்ணுங்கள். இது உங்கள் உள்ளத்தின் ஒரு

மூலையின் ஒழியாச் சிறுமுணுமுணுப்பு மட்டுமே” என்றான். தணிந்த உறுதியான குரலில் “நான் இங்கு பாண்டவர்களின் மைந்தனாக, பாண்டுவின் கொடிவழியினனாக மட்டும் சொல்லெடுக்கவில்லை. இளையயாதவரின் குரலாகவே பேச விழைகிறேன். தாங்கள் அறிவீர்கள், எந்தை தன் தோழருக்குத் தன்னை முழுப் படையலிட்டவர் என. தன் கல்வியை, மெய்யறிதலை, மீட்பை. வாழ்வையும் உயிரையும் உடைமைகளையும் குலத்தையும் தனதென்று எண்ணவில்லை அவர். ஆகவே நாங்கள் இளையயாதவர் படைக்கலங்களன்றி வேறல்ல” என அவன் சொன்னபோது சல்யர் மெல்ல அசைந்தமர்ந்தார்.

“தங்களைப்போன்ற முதுதந்தை என்றும் குலஅறத்தையே முதன்மையாகக் கருத வேண்டும். அதை மைந்தர்களாக நாங்கள் எதிர்பார்க்கிறோம். மூதாதையே, ஒவ்வொரு விலங்கும் உண்ணும் ஒவ்வொரு துளி உணவும் மூன்று பகுதிகளாகப் பகுக்கப்பட்டு அதன் உடலில் குருதியாகின்றன என்கின்ற நூல்கள். ஒரு பகுதி உண்டு உயிர்வாழ்தலுக்காக. ஒரு பகுதி உறவுகளைப் பேண. மத்ரரே, பிறிதொரு பகுதி தன் கொடிவழிகளைப் படைத்து, பேணி விட்டுச்செல்ல. எம் குலத்தின் முதுதந்தையாகிய நீங்கள் உங்கள் பெயர் கொண்ட மைந்தரைப் பேணும் கடமை படைத்தவர். இந்த அவையில் உங்கள் கொடிவழியினரில் ஒருவனாக நின்று எனக்கென படைக்கலம் ஏந்துங்கள், என் உயிர்காத்து களம் நில்லுங்கள் என்று கோரும் உரிமை எனக்குண்டு. என் தம்பியர் சதானீகனுக்கும் சுருதவர்மனுக்கும் இருக்கும் அதே உரிமை. எதன்பொருட்டும் அக்கடமையை நீங்கள் தவிர்க்க இயலாது.”

“அதைத் தவிர்ப்பீர்கள் என்றால் அதைவிடப் பெரிய ஒரு கடமை உங்கள்மேல் வந்து அமையவேண்டும். அது அரசரென மத்ர நாட்டுக்கும் அதன் குடிகளுக்கும் நீங்கள் கொண்ட கடமை. மூத்தவரே, நீங்கள் அறிவீர்கள். இன்று பூரிசிரவஸ் உருவாக்கியிருக்கும் பால்ஹிகக் கூட்டமைப்பே நமது மத்ர நாட்டுக்கு முதல் எதிரி. இதுநாள்வரை அதைப் பேணிவளர்த்து உங்களைச் சூழ்ந்து ஒரு கோட்டையென அமைந்து பல்லாயிரம் கைகளால் உங்கள் நாட்டு மண்ணைக் கவ்வ முயன்று கொண்டிருப்பது அஸ்தினபுரியின் படைவல்லமை. இன்று நீங்கள் அவர்களுடன் சேர முயல்வதென்பது தானும் சிம்மக்கூட்டங்களிலொன்று என்று மயங்கி அந்நிரையில் சென்று நிற்க முயலும் மானின் அறிவின்மையாகிவிடக்கூடும்.”

அவன் குரல் உயர்ந்தது. “மூத்தவர் கூறுக! இந்த அவையில் இனி ஒருபோதும் பால்ஹிகக் கூட்டமைப்பின் படைகள் மத்ரநாட்டுக்குள் நுழையாதென்ற உறுதியை அஸ்தினபுரியின் அரசர் அளிக்க முடியுமா? அதை அளித்தாலும் எதன்பொருட்டு அதை சௌவீரர்களும்

பால்ஹிகர்களும் கடைபிடிப்பார்கள்? இன்றுவரை அவர்களின் படைகள் மத்ரநாட்டுக்குள் நுழையவே இல்லை என்றால் அது எந்தையர் இருவரின் தோள்வலிமையையும் வில்வலிமையையும் கண்ட அச்சத்தால் மட்டுமே. படைகொண்டு என்றேனும் அவர்கள் எழுந்துவந்து பழிதீர்க்கக்கூடும் எனும் கருதலால். இத்தனை காலம் இரு காவல்நிலைகளென நின்று மத்ர நாட்டைக் காப்பாற்றியது அவர்கள் கொண்ட புகழ். இனிமேலும் அவர்கள் கொடிவழியினரின் காப்பே மத்ரநாட்டுக்குரியது என்று உணர்க!"

"இன்று எளிய சொல்லாடல்களுக்கு மயங்கி அஸ்தினபுரியுடனோ அவர்களின் கைகளென அங்கு திகழும் சௌவீர நாடுகளுடனோ பால்ஹிகக்குடிகளுடனோ உறவு கொண்டீர்கள் என்றால் மத்ரநாட்டை வைத்து ஆடி இழக்கும் பழி உங்களைச் சூழும். மத்ர நாட்டைக் காப்பாற்ற வேண்டுமென்ற எந்தப் பொறுப்பும் இவர்களுக்கில்லை. அப்பொறுப்பு இருப்பது எந்தையரிடம். எங்கள் கொடிவழிகளிடம். ஏனெனில் நீங்கள் எங்கள் குருதி. உங்கள் வீழ்ச்சி எங்கள் வீழ்ச்சியே. நீங்கள் அழிந்தால் தீராப்பழி கொள்ள வேண்டியவர்கள் நாங்கள் மட்டுமே. மூதாதையே, நாளை இடையளவு நீரில் நின்று நீத்தாரை எண்ணிக் கையள்ளி நீரளிக்கையில் உங்கள் பெயரையும் உங்கள் தந்தை பெயரையும் சொல்ல வேண்டிய கடன் கொண்டவர்கள் நாங்களே. மத்ர நாட்டின் பொருட்டு பிறிதெவருடனும் நீங்கள் இணைய முடியாது. மத்ர நாட்டின்பொருட்டு நீங்கள் வந்து நின்று படைக்கலம் எடுத்து தோளிணைகொண்டு களம் நிற்க வேண்டியது இந்திரப்பிரஸ்தத்துடன் மட்டுமே."

"மூத்தவரே, தாங்கள் அறியாததல்ல. எளியவன் சொல் மிகையாகுமென்றால் மடியில் அமர்ந்த குழந்தையின் கால் நெஞ்சில் பட்டதென்று மட்டுமே தாங்கள் கொள்ள வேண்டும். தன் குலக்கடனையும் அரசக்கடனையும் ஒருவன் துறந்து செல்லலாமென்றால் அது வேதக்கடமையின்பொருட்டே. ஆம், ஷத்ரியக் குடியாகிய தாங்கள் வேதத்தை நிலைநாட்டும் பொறுப்பு கொண்டவர். அதற்கென படைமுகப்பில் நின்றிருக்க வேண்டிய மூத்த வீரர்களில் ஒருவர். ஐயமில்லை. ஆனால் வேதம் தன் காவலென வகுத்த அந்த ஐம்பத்தாறு நாடுகளில் மத்ரமும் ஒன்றா என்ன? வேதம் வளர்த்த தொல்முனிவர் அவ்வனலைச் சூழ்ந்து காக்கும்பொருட்டு அமைத்த வாள்வேலி அந்த ஐம்பத்தாறு ஷத்ரிய நாடுகள் மட்டுமே. நாம் வேதப்பயிர் விளைவித்து அறுவடைகொள்ளும் உழவர் அன்றி பிறரல்ல.

"வேதம் விளையும் பெருநிலமென பாரதவர்ஷத்தை அமைத்தனர் முனிவர். வேதம் நூறு மேனி என விளைந்தெழும் அமுதப்பயிர் என்கின்றன நூல்கள். இன்று வேதம் வளர்ந்து தென்கடல் எல்லைகளை முட்டுகிறது. மேற்கின் வன்பாலை நிலங்களைக் கடந்து செல்கிறது. மேரு மலைமேல்

சென்று அலையடிக்கிறது. இந்த ஐம்பத்தாறு நாடுகள் அமைந்திருப்பது சைந்தவமும் காங்கேயமும் என அன்றிருந்த மூதாதையர் கண்ட நிலத்தில் மட்டுமே. பிற நிலங்களில் வேதம் காப்பது யார்? புதிய ஷத்ரியக் குலங்கள் எழுந்து வரவேண்டாமா? பனிமலையிலும் தென்கடலின் அலைக்கரையிலும் வாளுடன் வீரர்கள் எழவேண்டியதில்லையா? மூத்தவரே, அப்படி எழுந்த தொல்குடியிலிருந்துதானே மத்ரநாட்டு ஷத்ரியர் உருவானார்கள்? ஐம்பத்தாறு நாட்டு மன்னர்களுக்கிருக்கும் அதே கடமை அமைந்தது அவ்வாறல்லவா?

"இவ்வாறு இதைப் பகுப்பதற்கு முன்னர் தொல்வேதம் புரந்த பண்டை மூதாதையர் பதினாறு ஷத்ரியக் குலங்களாக இந்நிலத்தைப் பகுத்தனர். ஷோடச ஜனபதங்களின் தலைவர்களால் அன்று வேதம் காக்கப்பட்டது. முந்தை மூதாதை ஒருவன் பதினாறை ஐம்பத்தாறாக்குவான் என்றால் இந்த ஐம்பத்தாறை நூற்றெட்டாக்குவதற்கு ஒருவன் எழுவதில் என்ன பிழை? இது இங்கு என்றும் நிகழ்ந்துகொண்டிருக்கிறது, மத்ரரே. வேதஅனல் விளைய இங்கே ஷத்ரியக் குலங்களை அழித்தாகவேண்டும் என எழுந்த பரசுராமரின் குருமரபு இன்றும் உள்ளது. அனல் அளித்து அது தொல்குடியினரை ஷத்ரியர்கள் என அமர்த்திக்கொண்டிருக்கிறது. அவர்களின் வாள்முனைகளால் வேதம் நாம் அறியா நிலங்களிலும் தழைக்கிறது."

"பரசு ஆழியானது என்று கொள்க!" என்றான் சுருதகீர்த்தி. "அதை ஏந்தியவர் வேதத்தை அழிக்கவில்லை, அதைக் கூர்தீட்டுகிறார். அறுவடை செய்கிறவனை வேளாண்மை அறியாதவன் பயிரை அறுத்து அழிப்பவன் என்று எண்ணக்கூடும். அவன் விதை கொள்கிறான். நூறு மடங்கு நிலங்களுக்கு அப்பயிரைக் கொண்டுசெல்கிறான். இளையயாதவர் வேத எதிரி அல்ல. வேதத்தை விதைகளென விரிக்க வந்த மெய்வேதத்தின் தலைவன். முனிவர்களில் வியாசன். அறிஞர்களில் கபிலன். அரசே, மன்னர்களில் அவர் பிருது. தாங்களோ நானோ அவர் அறிந்த வேதத்தை அறிந்ததில்லை. அவர் சென்ற தொலைவு செல்லும் சிறகுகள் நமக்கில்லை."

சுருதகீர்த்தி தன் சொற்களினூடாகச் சென்றுகொண்டிருந்தான். "ஆனால் இங்கு நிகழும் இப்பூசல் வேதத்திற்கானதல்ல, வேதம் காக்கும் உரிமைக்கானது. அவ்வேறுபாட்டைத் தாங்கள் அறிந்தாகவேண்டும். வேதமே அழிந்தாலும் வேதம் காக்கும் உரிமையைப் பிறருக்கு விட்டுத்தரமாட்டோம் என்று எண்ணுகிறார்கள் இந்த ஐம்பத்தாறு ஷத்ரியர்கள். வேதம் எவருக்கும் தனியுரிமை அல்ல. அது மெய்யறிவு என்றால் மானுடத்துக்குரியது என்கிறார் இளையயாதவர். மூதாதையே, அது பாரதவர்ஷத்தினருக்கு மட்டும் உரியதல்ல. காப்பிரிகளுக்கும்

பீதர்களுக்கும் யவனர்களுக்கும் சோனகர்களுக்கும் உரியது என்கிறார். வேதம் வளரவேண்டுமென்று எண்ணுபவர்கள் சென்றடைய வேண்டிய இடம் இளையயாதவரின் தரப்பு மட்டுமே."

"இம்மூவகையிலும் உங்கள் கடமை ஒன்றே" என்றான் சுருதகீர்த்தி. "பிறிதொன்றை எண்ணினால் இந்த யுகம் அளிக்கும் நல்வாய்ப்பை இழந்தவர் ஆவீர். எண்ணி முடிவெடுங்கள். உங்கள் காலடியில் அமர்ந்து சொல்லுக்காகக் காத்திருக்கிறேன்." அவன் சொல்லோட்டம் நின்றபோது அறைக்குள் அமைதி நிலவியது. துரியோதனன் முகம் மலர்ந்து அஸ்வத்தாமனிடம் "இவன் இப்படிச் சொல்லாளுவான் என எண்ணியதே இல்லை, உத்தரபாஞ்சாலரே. இவனைக் கற்பித்த ஆசிரியர்கள் அனைவரையும் அழைத்து பரிசளிக்க விரும்புகிறேன்" என்றான். அஸ்வத்தாமன் "அர்ஜுனனின் குருதி" என்று சொல்லிப் புன்னகை செய்தான்.

சல்யர் பெருமூச்சுடன் எண்ணம் மீண்டு "ஆம். மைந்தன் உரைத்தவை மெய்யே. முந்நூறாண்டுகள் ஐம்பத்தாறு ஷத்ரியக் குடிகளின் அடிமையென்றிருந்தது எங்கள் குலம். என்றும் அவ்வாறிருக்க இயலாதே" என்றார். துரியோதனன் "ஆனால் அக்குடிகள் முனிவர்களால் வகுக்கப்பட்டவை" என்றான். சல்யர் "ஆம், வகுத்த காலத்தில் அது சரிதான். இன்று என் நாட்டின் பாதியளவுகூட இல்லாத நாடு மிதிலை. எந்த அவையிலும் எனக்கு மிதிலைக்கு நிகரான அரியணை போடப்படுவதில்லை. என் படையில் நூற்றில் ஒன்றுகூட இல்லாத நாடு கோசலம். ஓர் அவையில் கோசல மன்னன் நுழைந்து அமர்ந்த பின்னரே நான் அமர முடியும் என்றல்லவா நெறிகள் வகுக்கின்றன?" என்றார்.

உரத்த குரலில் "அந்நெறிகளை எனக்கு ஆணையிடுவது வேதம். ஆம், வேதம் அழியாதது, மாறாதது. வேதத்தின் பொருட்டுள்ள சடங்குகள் மாற்றப்பட்டாக வேண்டும். நெறிகள் விதிக்கப்பட்டாக வேண்டும். எல்லை விரிக்கப்பட்டாக வேண்டும்" என்று சல்யர் கூவினார். "வருவது கலியுகம் என்கிறார்கள். அன்று மண்ணில் வாழும் ஒவ்வொன்றும் விரியும். எழுவன அனைத்தும் உச்சம் கொள்ளும். நன்றும் தீதும். அன்றும் நாங்கள் குறுகி மண்ணில் கிடக்கவியலாது."

துரியோதனன் "அர்ஜுனனின் மைந்தன் இத்தனை கூரிய சொற்களைச் சொல்வது எனக்கு எவ்வகையிலும் வியப்பில்லை. தந்தை தகுதியுடையவன் என்றால் மைந்தர்கள் அத்தகுதிகளுடனேயே பிறக்கிறார்கள். மைந்தனின் குரல் அளித்த உவகையை நான் மறைக்க விரும்பவில்லை" என்றான். "ஆனால் நான் கேட்க விரும்பும் ஐயம் இதுவே. நான் மைந்தனைப்போல வேதம் கற்றவனோ வேதமுடிவு தெளிந்தவனோ அல்ல. என் ஐயம்

மிக எளிது. தன் குலத்தின்மீது கொடிவழிகள்மீது அக்கறை கொண்ட அரசன் ஒருவனின் எளிய கேள்வி. அதற்கு இளையோன் சுருதகீர்த்தியே மறுமொழி சொல்லட்டும்."

சுருதகீர்த்தி தலைவணங்கினான். "மைந்தா, இளையயாதவன் முன்வைக்கும் அந்த வேதத்தில் அசுரவேதம் அடக்கமா? இல்லையென்றால் எதன் பொருட்டு வஜ்ரநாபனும் பாணனும் சம்பரனும் பிற அசுரகுடிகள் நூற்றெண்மரும் அவனுடன் படை கூடியுள்ளனர்? சொல்க! இந்நிலத்தில் பல்லாயிரம் ஆண்டுகளாக அசுரரும் அரசரும் போரிட்டது வேதத்தின் பொருட்டே. வேதம் காக்க அவன் நின்றிருக்கிறான் என்றால் அசுரர்கள் ஏன் அவன் பின் படைதிரண்டு நின்றிருக்கிறார்கள்? நேற்று மகாபலியின் பின்னால் அணி திரண்டார்கள். அதற்கு முன் ஹிரண்யாக்ஷனின் பின்னால். அதற்கு முன் விருத்திராசுரனுடன். அசுரர் திரண்டது அனைத்தும் வேதத்திற்கு எதிராகவே. மீண்டும் இன்று அவர்கள் ஒருங்கு திரண்டிருக்கிறார்கள். அதன் பொருளென்ன?"

சுருதகீர்த்தி "அசுரவேதமும் நாராயண வேதத்தில் அடங்கியதே" என்றான். எங்கோ அச்சொல் சென்று தாக்க சல்யர் சினத்துடன் திரும்பி "அது எங்ஙனம்? அவர்களின் வேதம் எப்படி நம்முடையதாகும்?" என்றார். சுருதகீர்த்தி பணிந்து "தாங்கள் அறியாததல்ல, மூத்தவரே. தங்கள் கல்வி எனக்கில்லை. இதை என் அறிவை மதிப்பிடும்பொருட்டு தாங்கள் கேட்பதாகவே கொள்கிறேன். மானுட உயிர்கள் அனைத்திற்கும் வேதம் அருளப்பட்டுள்ளது. விலங்குகளுக்கும் புழுபூச்சிகளுக்கும்கூட அவற்றுக்கான வேதம் இருக்கக்கூடுமென்று சாந்தீபனி மரபு கொள்கிறது. வேதங்கள் வேறுபடுவது அவற்றை விளங்கிக்கொள்ளும் இடத்தில்தான்" என்றான்.

"மெய்ப்பொருளை உணரும்போது வேதங்கள் ஒன்றாகின்றன. அனைத்து நதிகளும் கடலையே சென்றடைவதுபோல, அனைத்து இலைகளிலும் மரத்தின் சுவையே திகழ்வதுபோல. நுண்வடிவில் விதையில் உறைவது ஆயிரம் கிளைகொண்ட மரமென்றெழுவதுபோல. மூத்தவரே, ஆருணியாகிய உத்தாலகர் தன் மைந்தர் ஸ்வேதகேதுவுக்குச் சொன்ன மெய்மை இது. தோன்றுமிடத்தைக்கொண்டு நதிகளைப் புரிந்துகொள்ளலாம். விண்துழாவுகின்றனவா மண்ணில் கவ்வியுள்ளனவா என்றுவைத்து மரத்தையும் புரிந்துகொள்ளலாம். மூத்தவரே, கடலைப் புரிந்துகொள்வதற்குப் புலன்கள் போதாது. நுண்மையைப் புரிந்துகொள்வது நுண்மையாலேயே இயலும். முழுமையை அறியாமல் வேதத்தை உணரவியலாது. அதுவே வேத முடிவு எனப்படுகிறது. அதுவே இரண்டின்மை. மெய்யறிதல்."

சுதசோமன் சுருதகீர்த்தியின் கையை, பிறர் அறியாமல் தொட்டான். ஆனால் தன் சொற்களால் தானே எழுச்சிகொண்டு சுருதகீர்த்தி மேலும் சொன்னான் "மெய்மை நோக்கி செல்லுந்தோறும் அசுரவேதமும் நாகவேதமும் ஒன்றென்றாகின்றன. அவ்வொருமையில் நின்று அனைத்தையும் ஒன்றிணைக்கும் அறிதல் இளையயாதவரின் ஆழத்தில் நிகழ்ந்துள்ளது. அதுவே துவாபர யுகமெனும் மரத்தில் விளைந்த கனி." அதைச் சொல்லிக்கொண்டிருக்கையிலேயே சுதசோமன் ஏன் தன் கையைத் தொட்டான் என்று புரிந்துகொண்டான். அவன் குரல் தழையத்தொடங்கியது. சல்யர் அவன் சொல்வதைச் சற்றும் புரிந்துகொள்ளவில்லை. புரியாதவற்றை இளையோர் சொல்லிக்கேட்கும் முதியவர்களைப்போல அவர் சினம்கொண்டார். "நாம் நூலறிந்தோரோ மெய்யுணர்ந்தோரோ அல்ல, தந்தையே. நம் எல்லைக்குள் நின்று நாம் அவரைப் புரிந்துகொள்ள முடியாது" என்றான்.

உடல் மெல்ல நடுங்க "என்ன உளறிக்கொண்டிருக்கிறாய்?" என உரக்கக் கூவியபடி சல்யர் எழுந்தார். "வேதங்களின் மெய்யறிவதற்கு அவன் என்ன ரிஷியா? கன்றோட்டி வாழ்பவன், தன்னைக் கற்றுக் கடந்தவன் என்று எண்ணிக்கொள்கிறானா?" என்றார். சுதசோமனின் கண்கள் மாறுபட்டன. "மூதாதையே, நான் சொல்லும் சொற்கள் இளையயாதவரின் காலடியிலிருந்து எழுந்தவை. அவர் அடியமர்ந்த தந்தையரின் மைந்தன் நான்" என்றான் சுருதகீர்த்தி. அவன் குரல் நடுக்கத்துடன் தணிந்தமையால் சல்யர் மேலும் வெறிகொண்டார். "யாரவன்? வேதம் உசாவப்படும் அவை நின்று பேசும் தகுதி யாதவனுக்கு எப்படி வந்தது? ஞானியர் அறிந்த முழுமையை தான் அறிந்தேன் என்று நடிக்கும் வீணனை எப்படி ஒப்பியது பாரதவர்ஷம்? அவன் ஆணவத்தைக் கண்டு அறிந்தோர் நாணவில்லையா என்ன?" என்றார்.

அறியாது முன்னகர்ந்து சல்யரைத் தடுக்கும்பொருட்டு கைநீட்டினான் துரியோதனன். அதனால் மேலும் தூண்டப்பட்டு "அவன் எவனென்று நான் அறிவேன். பிடிபட்ட திருடன் நகர்காண வந்த அரசன் என்று நடிக்கிறானா? கீழ்மகன், தன்னை ஆயிரம்தலை கொண்ட சேடன் என்று எண்ணித்தருக்கும் புழு..." என்றார் சல்யர். அச்சொல்லொழுக்கை, தன் இடையிலிருந்து வாளை உருவிய ஒலியால் நிறுத்திய சுருதகீர்த்தி "அடேய், மலைமகனே. இனி ஒரு சொல் எழுமென்றால் இங்கேயே உன் இழிதலையைக் கொய்து தரையிலிட்டு உதைப்பேன்" என்றான். முகத்தில் அறையப்பட்டவர்போல சல்யர் திகைத்து ஓர் அடி பின்னால் வைத்து வாயைத் திறந்து சமைந்து நின்றிருக்க உருவிய வாள் கையில் இருந்து நடுங்க சுருதகீர்த்தி முன்னால் வந்தான். விழிநனைந்து மின்ன, உதடுகள் நடுங்க, ஓங்கிய குரலில் கூவினான்.

“மூடா, கீழ்மகனுக்குரிய அறிவின்மையை சொல்லென இங்குரைத்தாய். யார் நீ? இன்றிருந்து நாளை உடையும் சிறு குமிழி. என்றும் இமயமலை முடிகள்போல மானுட குலங்களின் மேல் நின்றிருக்கும் என் தலைவனை நாவளைத்து ஒரு சொல் உரைக்க எப்படித் துணிந்தாய்? அர்ஜுனனின் மைந்தன் முன் நின்று கண்ணனைச் சிறுமைசெய்யும் எண்ணம் எழுந்தமையாலேயே என்றேனும் ஒருகளத்தில் உன் நெஞ்சறுக்க பாண்டவரின் வாளி எழும். உன் களவீழ்ச்சி குறிக்கப்பட்டுவிட்டது. உள்ளிருண்டவனே, ஞானமென்று எதை அறிவாய்? உன்னுள் நுரைத்திருக்கும் அந்த எளிய ஆணவத்தை மட்டுமே. இருந்து மறைந்த எண்ணிலாக் கோடிகள் கடக்கமுடியாத அழுக்கு நதி அது. அதற்கப்பால் நீ அறிந்ததுதான் என்ன?”

சல்யர் கால்தளர்ந்து கைதுழாவி பீடத்தின் விளிம்பைப் பற்றி அமர்ந்து கொண்டார். துரியோதனன் ஏதோ சொல்ல முனைய, அஸ்வத்தாமன் அவனைப் பிடித்து நிறுத்தினான். “என்னடா எண்ணினாய்? உன் துணை இல்லையேல் மெய்மை வெல்லாதென்றா? அறிவிலியே, மெய்மையின் பக்கம் நிற்க வேண்டுமென்று உன்னிடம் வேண்ட வந்தது எங்களுக்காக அல்ல. உனக்காக. உன்னைக் கொன்று வீழ்த்தும் பழி எங்கள் கைகளுக்கு வரக்கூடாதென்பதற்காக. நீயோ, உன் குடியோ, இதோ இங்கிருக்கும் என் தந்தையோ, அவரைச் சார்ந்த அரசகுடியோ, இந்நிலத்தில் வாழும் ஷத்ரியர்கள் அனைவருமோ, ஏன், இம்மண்ணில் இன்று வாழும் மானுடக்குடிகள் அனைவருமோ எதிர்த்து நின்றாலும் வெல்வது பீலி சூடியவனின் நாவில் எழுந்த சொல் மட்டுமே. அதிலெனக்கு எந்த ஐயமும் இல்லை.”

திரும்பி அவர்கள் அனைவரையும் நோக்கி அவன் சொன்னான் “அறிக, வெல்லும் சொல் ஒன்றே! இவ்வாறு புவி பிளந்து குருதி பெருக்கித்தான் அது மண்ணிலெழும் எனில் அதுவே நிகழ்க! அது இங்கு வாழும். இப்புவியில் மானுடன் நாவில் இறுதிச்சொல் திகழும் வரை அது வளரும்.” நீண்ட மூச்சுடன் நிலைமீண்டு சல்யரை நோக்கிக் கைசுட்டி “நீ நல்வாய்ப்பை உன் ஆணவத்தாலும் சிறுமையாலும் இழந்தாய். இனி நீ கால்பணிந்து கோரினாலும் உன் உறவு பாண்டவக் குடிக்கில்லை, நன்று!” என்று தலைவணங்கி வெளியே சென்றான்.

சுதசோமன் சல்யரை வெறுமனே நோக்கிவிட்டு அவனைத் தொடர்ந்தான். சல்யர் இடதுகால் வெட்டி வெட்டி இழுபட முகம் கோணலாகி வாய் வளைந்திருக்க கடைவாயில் நுரைக்கீற்றுடன் விழிநீர் ததும்ப அமர்ந்திருந்தார்.

பகுதி 6

காற்றின் சுடர்

1

இரு பாங்கர்களும் ஓசையின்றி தலைவணங்கி இரு பக்கங்களிலாக விலகிச் செல்ல, கதவின்முன் அபிமன்யூ உள்ளமும் உடலும் செயலற்றவனாக நின்றான். கணம் கணமென ஓடிய நெடுங்காலத்திற்குப்பின் தன்னினைவு கொண்டான். பெருமூச்சுவிட்டு தன் அகத்தை அசைவு கொள்ளச் செய்தான். கதவைத் தட்டிவிட்டு உள்ளே நுழைய வேண்டுமென்று எண்ணினால் கைகள் அவ்வெண்ணத்தை அறியாது குளிர்ந்து தொங்கிக் கிடந்தன. உள்ளே எவரும் இல்லை என்ற எண்ணத்தை அவன் அடைந்தான். மறுகணமே அவ்வெண்ணம் பெருகியது. ஏதோ பிழை நிகழ்ந்துவிட்டது. ஆம், உடனே ஏவலரை அழைத்து இதைக் கூற வேண்டும். பிழைதான். உள்ளே எவருமில்லை.

அனைத்துப் புலன்களையும் கூர்ந்து உள்ளே அசைவோ மணமோ இருக்கிறதா என்று பார்த்தான். இல்லை இல்லையென்றே அவை ஆணையிட்டுரைத்தன. திரும்பி பாங்கர்களைப் பார்த்தான். அவர்கள் இருவருமே ஓசையற்ற காலடிகளுடன் விழிதொடா தொலைவுக்குச் சென்றுவிட்டிருந்தனர். இந்த அறை அல்லவா? அல்லது அவன் உள்ளே சென்ற பின்னர்தான் அவளைக் கூட்டி வருவார்களா? ஆம், அவ்வாறுதான் இருக்கும். முறைமைப்படி அவள் மஞ்சத்தறைக்கு அவன் செல்லவேண்டும். ஒருவேளை விராட நாட்டில் முறைமை பிறிதொன்றாக இருக்கலாம். அவள் உள்ளே இல்லை. உண்மையிலேயே இல்லை. ஒழிந்த அறை. காத்திருக்கும் அணிமஞ்சம்.

அவ்வெண்ணம் அவனை எளிதாக்கியது. இறுகியிருந்த தசைகள் நெகிழ்வதை அவனாலேயே உணர முடிந்தது. உள்ளே

சென்று மஞ்சத்தில் காத்திருக்கலாம். அதற்குள் பேசவேண்டிய சொற்களையும் கொள்ளவேண்டிய முகத்தையும் எண்ணி எடுத்து அமைத்துக்கொள்ளலாம். அவன் கதவைத் தள்ளித் திறந்து உள்ளே நுழைந்தான். முதல் விழியோட்டலிலேயே மஞ்சத்தில் அவள் இருப்பதைக் கண்டு நெஞ்சு அதிர கதவைப் பற்றிய கை நடுநடுங்க ஒரு கால் மெல்லத் துள்ளிக்கொண்டிருக்க அப்படியே நின்றான். அவன் நுழைந்த அசைவைக் கண்டு தலைதூக்கி முகத்தை மறைத்திருந்த பீதர் நாட்டு மெல்லிய ஊடுநோக்கு ஆடையை விலக்கி அவள் அவனைப் பார்த்தாள். பின்னர் எழுந்து தலைகவிழ்ந்து நின்றாள்.

பாதி உடல் கதவினூடாக நுழைந்திருக்க நிலைச்சட்டத்தில் ஒட்டி நின்றிருந்த அவன் எடுத்த அறியா அசைவு வெளியே செல்வதாக அமைந்தது. பின்னர் அதை உணர்ந்து தன்னை உள்ளே செலுத்தி கதவை மூடினான். மிக மெல்ல அது தன் பொருத்தில் அமைந்த ஓசைக்கு அவன் உடல் விதிர்த்தது. மூச்சை நெஞ்சுக்குள் குளிரென உணர்ந்து இருமுறை மீண்டும் இழுத்துவிட்டான். அப்போது செய்யவேண்டியது என்ன என்று பலமுறை அவனுக்குப் பாங்கர்கள் சொல்லியிருந்தார்கள். ஆனால் அத்தருணத்தில் அவன் உள்ளம் முற்றிலும் ஒழிந்து கிடந்தது. அப்போது அவன் விழைந்ததெல்லாம் கதவைத் திறந்து வெளியே சென்று இடைநாழியில் ஓடிக்கொண்டிருக்கும் குளிர்ந்த மென்காற்றை உடலெல்லாம் வாங்கி உள்ளூர நிறைத்து கைகளைச் சிறகுகளென விரித்து கண்மூடி நிற்பதைத்தான்.

அவள் மணிமின்னிய பொன்னணிகளும் செதுக்கு வளையல்களும் மணிக் கங்கணங்களும் அரிச் சிலம்புகளும் தாளத்தில் ஒலிக்க, ஆடை சரசரக்க அவனருகே வந்தாள். நறுஞ்சுண்ணமும், செம்பஞ்சுக் குழம்பும், கூந்தல் மலர்களும், கஸ்தூரியும், கோரோசனையும், சவ்வாதும் கலந்த மணம். அந்த மணங்கள் அனைத்தும் அவள் வியர்வையின் நறுமணத்தின்மீது அணிகளென சூட்டப்பட்டிருந்தன. குனிந்து அவன் கால்களைத் தொட்டு வணங்கியபோது கைவளைகள் சரியும் ஒலி. தலையாடை சரிய மணிமாலை பின்னிய கருங்குழல் சுருள்கள் தெரிந்தன. சொல்லெடுக்காது வலக்கையை அவள் தலைமேல் வைத்து வாழ்த்தினான். எழுந்து சற்று விலகி ஆடைநுனியை இழுத்து முகத்தை மறைத்து தலைகுனிந்து நின்றாள்.

அவன் அவளை அண்மையில் நோக்கியபோது சற்று விலகிய ஆடைக்குள் தெரிந்த அவள் கழுத்து நெஞ்சுத்துடிப்பால் அதிர்ந்துகொண்டிருந்தது. ஊடுநோக்கு ஆடை வழியாகத் தெரிந்த முகத்தில் சிறிய உதடுகள் சற்றே திறந்து இரு முன்பற்களின் நுனி தெரிந்தது. மேலுதட்டில் மென்மயிர்ப் பரவலை கண்டான். மூக்குக்கருகே சிவந்த சிறிய பரு. சரிந்த

இமைகளின்மேல் கண் மை பரவியிருந்தது. காதோர மயிர்ப்பரவல். கழுத்தின் தோல்வரிகள். நெற்றிவகிட்டில் நின்ற தனி முத்து. புருவத்தருகே மின்னிய சிறு வியர்வை.

நோக்கை விலக்கியபடி நடந்து சென்று மஞ்சத்தில் அமர்ந்தான். அவள் அங்கேயே நின்றாள். ஏழு திரிக் கொத்தகலின் ஒளி முத்துச்சிப்பிச் செண்டுமேல் விழுந்து பெருகி அவளை ஒளிரச்செய்தது. பீதர்நாட்டு இளஞ்செம்பட்டில் அவள் வண்ணப்பூச்சி போலிருந்தாள். அவளை அழைக்க வேண்டும் என்று அவன் நினைவுகூர்ந்தான். அதற்கு முன் அவள் தன்னை வணங்கியபோது "நன்மைந்தரைப் பெறுக! மூதன்னையாகி நிறைவு பெறுக! உன் கொடிவழிகள் செழிக்கட்டும்!" என்று வாழ்த்தியிருக்கவேண்டும். அணியறைச் சமையனின் சொற்கள் நினைவில் ஓடின. அவன் கால்நகங்களை இருவர் சீர்படுத்தினர். கைநகங்களைச் செதுக்கியபடி ஆணிலியாகிய குர்மிதர் தாழ்ந்த குரலில் அவன் செவிகளுக்கு மட்டுமென சொன்னார்.

'முதற்சொல்லே அவர் அழகைப் புகழ்வதென அமைய வேண்டும், இளவரசே. குடிப்பிறப்பும் செல்வமும் கொண்ட அவரைப் பெற்றது நல்லூழ் என்று அவரிடம் விழிநோக்கி தாழ்ந்த குரலில் சொல்லவேண்டும். பெண்ணிடம் அவள் உடற்குறையையோ இல்லத்தின் குறைகளையோ ஒருபோதும் உரைக்கலாகாது. புகழ்வது எத்தனை பொய்யானதென்றாலும் பொருட்படுத்த வேண்டியதில்லை. அது பொய்யென்று அவள் அறிந்திருந்தாலும் புகழப்படுகிறோம் என்பதே அவளை நிறைவுறுத்தும். புகழ்மொழிகளுக்குப்பின் அவர் விழி கனிந்த பிறகே மெல்லத் தொட வேண்டும். முதலில் கைவிரல்களை. அவை குளிர்ந்திருக்கும். வியர்வை வழுக்கும். அக்கைப்பற்றலில் காதலோ காமமோ இருக்கலாகாது. இரு கைகளுக்குள் அவர் விரல்களைப் பொத்தி வைத்துக்கொண்டு அவர் விழிகளை நோக்கி அவருக்கு முன் முற்றிலும் பணிவதுபோல் சொல்லெடுக்க வேண்டும்.'

அடைக்கலமளிக்கும் கையளிப்பும் அடிபணியும் சொல்லும் இணைந்தெழுகையில் அவருள் வாழும் இரு முகம் கொண்ட ஒன்று மகிழ்கிறது. அவ்வுடல் ஓர் ஊர்தி. ஒரு திரை. ஓர் அணிகலன். அதிலேறி வந்து அத்திரை களைந்து தோன்றி அதைச் சூடிநின்றிருக்கும் ஒன்றே நீங்கள். மெய்யாகவே மணந்த இளமகள். நீங்கள் அறிந்த பெண்கள் உங்கள்மேல் உதிரும் மலர்கள். உங்கள் காலடியைக் காத்திருந்த கூழாங்கற்கள். இவர் அரசி. இளவரசே, நிகர்கொண்ட பெண்ணிடமே காதலை உணரமுடியும். அவளிடமே புறக்கணிப்பையும் வெறுப்பையும் அறியவும்கூடும். வெல்வதில்லையேல் காமம் இல்லை. காதலும் இல்லை என்று உணர்க.

முதல் இரவில் நிறைவின்மையையே ஆணும் பெண்ணும் உணர்கிறார்கள். அவர்கள் எண்ணியது நிகழ்வதில்லை. நிகழும் எண்ணாதவை விரும்பத்தக்கதாக இருப்பதுமில்லை. காதலென்றும் கனவென்றும் அவர்கள் தீட்டி வைத்திருக்கும் நுண்ணிய ஒன்று அதிர்வுறுகிறது. காமம் உடலிலெழுகையில் அதை விண்ணில் வாழும் தெய்வங்கள் கைவிடுகின்றன. மண்ணுக்கு அடியிலிருந்து அறியாத புதிய தெய்வங்கள் எழுந்து வருகின்றன. வேர்களை, புழுக்களை, விலங்குகளை ஆள்பவை. திகைத்து உளம் விலகி நாணி அனைத்தையும் ஆழத்தில் புதைத்து முற்றிலும் தன்னை மறைத்துக்கொண்டு மீள்கிறார்கள் இளையோர். இரண்டென்றாகிறார்கள். அன்று வரை சூடியிருந்த முகத்தைப் பகலுக்கும் பிறருக்கும் அளிக்கிறார்கள். அன்று பெற்றவற்றைப் பரிமாறிக்கொள்கிறார்கள். இருளுக்குள் மட்டுமே கொண்டு கொடுத்துக் கொள்ளக்கூடியவை. தொடுகையால் மட்டுமே தொடர்புறுத்தக்கூடியவை. உண்பதும் உண்ணப்படுவதுமென ஆகி உடல் தன்னை முழுமை செய்துகொள்ளும் தருணங்கள்.

‘ஏழு நாட்கள். அதன் பின் நாணிய ஒவ்வொன்றும் பெருவிழைவை ஈட்டுவதென்றாகும். அஞ்சிய இடங்களிலெல்லாம் வாயில்கள் திறக்கும். அத்தனை நறுமணங்களைவிடவும் இனிய கெடுமணங்கள் சில உள்ளத்தில் பதியும். ஆயிரம் இனிய சொற்களைவிட அழகிய வசைச்சொற்கள் தெரியவரும். விழிகள் மட்டுமே சொல்லிக்கொள்ளும் மொழியொன்று உருவாகும். அதுவரை இவ்வூசலின் வழியாகக் கடந்து செல்லவேண்டும். இதன் ஒவ்வொரு படியிலும் இதுவரை சூடியிருந்த ஒன்றைக் களைந்து முன்னகர வேண்டும். வாழ்வின் ஒவ்வொரு தருணத்திலும் தன்னைக் கடந்து பிறிதொன்றாகி எழுவதையே வளர்ச்சி என்கிறோம். சூடும் பிறிது முன்னரே நம்மில் முளைத்து அங்கு காத்திருந்ததென்பதை பின்னரே அறிவோம். ஒரு பிறவியில் நூறு முறை பிறக்காதவன் வாழ்ந்தவனல்ல என்று அறிக! பிறந்தெழுக!’

குர்மிதரின் சொற்களை அண்மையில் அவர் நின்று உரைப்பதுபோல் அபிமன்யூ கேட்டுக்கொண்டிருந்தான். அணியறையில் குர்மிதர் அவற்றைக் கூறியபோது ஒரு சொல்லையும் உளம் குவித்துக் கேட்கவில்லை. அங்கிருந்து எழுந்து சென்றுவிட்டால் போதும் என்றே எண்ணினான். அவர்களின் விரல்கள் தன்னுடலில் படும்போதெல்லாம் கூசி அதிர்ந்தான். அவர்கள் உரைத்த சொற்கள் அவன் உள்ளாழத்தைத் தொட்டு மேலும் கூசச்செய்தன. இப்படி என்னைத் தொட இவர்களுக்கு என்ன உரிமை? அவையிலும் அறையிலும் உடன்குருதியரும் பிறப்பித்தோரும் மூத்தோரும் முறைமைச் சொல்லும் பயின்ற அசைவுகளுமாக அகன்றிருக்க, அத்திரையால்

முற்றிலும் மறைத்து வளர்ப்பன அனைத்தையும் இந்த அறியா ஏவலர் முன் எப்படி விரித்திடுகிறார்கள் அரசர்கள்?

ஏனெனில் இவர்கள் இந்தத் தனியாழத்தை மட்டுமே கையாளும் தொழில் கொண்டவர்கள். இந்நீராட்டறைக்குள் நுழையும் ஒவ்வொருவரின் ஆடையின்மையை அறிந்தவர்கள் என்பதனால் ஆடையின்மையை அறியும் உரிமை கொண்டவர்களுமாகிறார்கள். அத்தனை மானுடர்களையும் ஆடையற்று காண்பவர்களுக்கு ஆடையின்மைக்கு என்ன பொருள்? ஒருவரிடமிருந்து பிறிதொருவர் கொள்ளும் சிறு வேறுபாடன்றி பிறிதேதும் அவர்களின் நோக்கிற்குத் தென்படுமா?

நின்று சலித்து அவள் இரு கைகளையும் தொங்கவிட்டு சற்று உடல் வளைத்தாள். அணிகளும் வளையல்களும் குலுங்கின. அவ்வோசையில் அவன் திடுக்கிட்டு சூழ் உணர்ந்து அவளை நோக்கிப் புன்னகைத்தான். அதையே அழைப்பென்றுகொண்டு அவள் இரண்டு அடி எடுத்து வைத்து பீடத்தின் விளிம்பை வலக்கையால் பற்றிக்கொண்டு அவனை நோக்கினாள். 'முதற்சொல்!' என அபிமன்யூ எண்ணினான். எழுக முதற்சொல்! இவள் அழகைக் குறித்ததாக அது இருக்கவேண்டும். அதை முன்னரே எண்ணி வகுத்துக்கொள்வது நல்லது. இல்லையேல் மானுட உள்ளத்திற்குள் செறிந்து முண்டியடிக்கும் தெய்வங்களிலொன்று எழுந்து தன் சொல்லை உரைத்துவிடும் என்றார் குர்மிதர்.

'துணைவியிடம் ஏப்பம் வருகிறது என்று முதல் பேச்சை எடுத்தவர்கள் இருக்கிறார்கள்' என்று அவர் சொன்னபோது அவர் துணைவர் சர்வகர் சிரித்தார். 'உன் தந்தையின் மீசை எனக்குப் பிடிக்கவில்லை என்று மாளவ அரசர் அவர் மணந்த கூர்ஜரத்து அரசியிடம் சொன்னார் என்றொரு கதை எங்களிடையே புழங்குவதுண்டு' என்றார் குர்மிதர். 'மாளவமும் கூர்ஜரமும் ஏழாண்டு காலம் போரிட்டது அதனால்தான்.' சர்வகர் வெடித்துச் சிரித்து 'விப்ரநாட்டரசர் தன் துணைவியிடம் உங்கள் அடுமனையில் இன்று என்ன உணவு? இஞ்சி மணம் வீசுகிறதே என்றாராம். அவள் உங்கள் தந்தை அடுமனைப் பணியாளனா என்று கேட்டாளாம்' என்றார். அபிமன்யூ அச்சிரிப்புகளால் எரிச்சலுற்றான். 'நான் சொல்லவேண்டியதென்ன?' என்று குர்மிதரிடம் கேட்டான்.

'இளவரசே, இத்தகைய தருணங்களில் எது மிகவும் பழகியதோ அதுவே நன்று. ஓராயிரம் முறை முன்னோரால் சொல்லப்பட்டு உறுதிப்படுத்தப்பட்டது அது' என்றார் குர்மிதர். அபிமன்யூ 'என்ன அது?' என்றான். 'உன் அழகைக் கண்டு திகைத்துவிட்டேன். உன்னை அடைந்தது என் நற்பேறு' என்றார் குர்மிதர். 'இத்தனை எளிதாகவா? அணிகளின்றியா?' என்றான் அபிமன்யூ. 'இத்தருணத்தின் உணர்வு மிக

எளிதானது. முற்றிலும் எளிய சொற்களில் அது சொல்லப்பட்டால் ஒலியென்று அது எழுந்ததுமே உள்ளம் அதை ஒப்புக்கொள்கிறது. காவியத்திலிருந்தோ சூதர்பாடல்களிலிருந்தோ அணிச்சொற்களைக் கற்றுக்கொள்ளலாம். ஆனால் அவற்றை உரைத்த மறுகணமே உங்கள் உள்ளம் அதை ஏற்காமல் கூசிப் பின்னடையும். உங்களுள் வாழும் நுண்ணுணர்வு ஒன்று சிறுமை கொள்ளும். ஆகவே அடுத்த சொற்றொடரை அதை நிகர் செய்யும்பொருட்டு கடுமையாகவோ அழகற்றதாகவோ நீங்கள் அமைக்கக்கூடும்' என்றார் குர்மிதர்.

சர்வகர் 'முதற்சொற்றொடர் எளிதாக இருந்தால் பல தருணங்களில் அவ்வெளிமை கண்டு நம் உணர்வுகள் நிறைவின்மை கொள்கின்றன. முறையாகச் சொல்லப்படவில்லை என்று உணர்ந்து பிறிதொரு சொற்றொடரை உருவாக்குவோம். அது எதுவாக இருப்பினும் ஓர் உரையாடல் தொடங்கிவிடும். ஒரு சொற்றொடரிலிருந்து பிறிதொன்று எழுமென்றால் உள்ளம் ஒழுகத் தொடங்கிவிடுகிறது. அத்தருணம் இனிதாக வளரத் தொடங்கும்' என்றார். 'எத்தனை சிடுக்கு!' என்ற அபிமன்யூ அவ்வெண்ணத்தாலேயே எளிதாகி புன்னகை புரிந்தான். 'பிறரது தனித் தருணங்களை வேறெங்கோ இருந்து கணம் கணமென வகுத்துக்கொண்டிருக்கிறீர்கள். கந்தர்வர்களைப்போல' என்றான். 'மனிதர்கள் நூல்களை நடிக்கிறார்கள். நூல்கள் அத்தருணங்களை மீண்டும் விரித்தெழுகின்றன' என்றார் குர்மிதர்.

முதற்சொல், எதைச் சொன்னேன்? நான் இன்னும் முதற்சொல்லே உரைக்கவில்லை. அத்தனை சொற்களும் கையெட்டாத் தொலைவில் கிடந்தன. தன்னுள்ளிருந்து பிறிதொருவன் எழுந்து வாயிலருகே சென்று நின்று நோக்கிக்கொண்டிருப்பதாக உணர்ந்தான். அக்கோணத்தில் அறை இருவர் நிழல்களும் சுவரில் மடிந்து எழுந்திருக்க கோணலாக விரிந்திருந்தது. அவள் மீண்டும் ஓரடி எடுத்து வைத்து மஞ்சத்தின் விளிம்பிற்கு வந்து தொற்றியவள்போல் இறகுச்சேக்கைமேல் அமர்ந்துகொண்டாள். இரு கைகளையும் மடியில் வைத்து தலைநிமிர்ந்து அவனை நோக்கியபோது முகம் மூடியிருந்த மென்துகில் நுரைப்படலமென வழிந்து கொண்டையின்மேல் தொற்றி நின்றது.

நெற்றிமேல் துளிர்த்து நின்ற சுட்டிமுத்து. புருவங்களுக்கு நடுவே சிறிய குங்குமப்பொட்டு. தேர்ந்த ஓவியனின் விரைவுக் கோடென புருவங்கள். சிறுகுழந்தைகளுக்குரிய மூக்கு. அவன் விழிகளை மீண்டும் திருப்பிக்கொண்டான். ஒவ்வொரு முறை இவளை நோக்குகையிலும் நான் அடையும் இக்குற்ற உணர்வு எங்கிருந்து எழுகிறது? படபடப்புடன் மஞ்சத்திலிருந்து எழுந்து நின்றான். ஆனால் அவன் உடல் அங்குதான் அமர்ந்திருந்தது. எழுந்த பிறிதொன்று விலகிச்சென்று சாளரத்தின்

அருகே நின்று வெளியே நோக்கியது. இளங்காற்றில் இலைக்குவைகள் அசைந்துகொண்டிருந்தன. மிக அப்பால் ஏதோ பறவை மீண்டும் மீண்டும் ஒரு சொல்லை உரைத்துக்கொண்டிருந்தது.

இதை எந்த நூலும் சொல்லவில்லை. இவ்வறைக்குள் நான் நுழைகையில் ஆடிகளில் எனப் பெருகிக்கொண்டே இருப்பேனென. உடைந்து துண்டுகளென மாறிவிடுவேனென. இங்கு என்னை என் விழிகள் வேவு பார்க்கின்றன. இந்தத் தனிமை அந்நோக்குகளால் முள்ளால் தொடப்பட்ட புழுவென சிலிர்த்துக்கொண்டிருக்கிறது. அவள் மெல்ல மூச்செடுத்தபோது அவ்வோசையால் கலைந்து அவன் மீண்டும் அவளைப் பார்த்தான். இரு உதடுகளும் ஒன்றையொன்று அழுத்தி பின் விலகுவதை மிக அண்மையிலெனக் கண்டான். சிவந்த நாநுனி வந்து கீழுதடை வருடிச் சென்றது. அவள் குரல் எழுந்தபோது அவன் திடுக்கிட்டான்.

"இளையபாண்டவர் தன் தோழருடன் இருக்கிறார் என்றார்கள்" என்றாள். அவன் சில கணங்கள் முற்றிலும் சித்தம் உறைந்து இருந்தபின் துடித்தவன்போல உள்ளுயிர்கொண்டு "யார்?" என்றான். "தங்கள் தந்தை. இளையயாதவருடன் சென்றபின் எந்தத் தொடர்பும் இல்லை என்றார்கள்" என்றாள். அபிமன்யூ "அவர்கள் இருவரும் அப்படித்தான். பிறர் அவர்களுடன் இருக்க இயலாது" என்றான். "ஆம், அதைப் பெண்டிரும் உணரமுடியாது" என்று அவள் சொன்னாள். பின்னர் இருவரும் கீழ்நோக்கி சரிந்த இமைகளுடன் அமர்ந்திருந்தனர்.

அவன் உடலெங்கும் சோர்வு பரவத்தொடங்கியது. கைகளும் கால்களும் உயிரற்று எடைகொண்டு மஞ்சத்தில் அழுந்தின. அப்படியே படுத்து கைகால்களை நீட்டிக்கொள்ள வேண்டுமென்று தோன்றியது. விழிகளை மூடினால் விழுந்துகொண்டே இருக்கும் உணர்வு எழும். துயின்றுவிட முடியும். கற்சிலை சேற்றிலென அம்மஞ்சத்தில் அழுந்தி மறைந்துவிட முடியும். மஞ்சம்! அச்சொல்லை எங்கே கேட்டேன்? அனைத்து மஞ் சங்களும் அனல் கொண்டவையே. அதைச் சொன்னவர் எவர்? மஞ் சத்தில் செவ்வனல் எழுவதை அவன் பார்த்திருக்கிறான். ஆயிரம் பசிகொண்ட நாவுகள் என.

அபிமன்யூ பாய்ந்தெழுந்து தன் தோளிலிருந்து நழுவி விழுந்த மேலாடையை இடக்கையால் எடுத்து மீண்டும் தோளிலணிந்தபடி "நான் செல்கிறேன்" என்றான். அவள் மறுமொழி சொல்லாமல் அவனை நோக்கினாள். விழிகளை விலக்கிக்கொண்டு "நான் செல்கிறேன், பணிகள் உள்ளன" என்றபின் நான்கு எட்டுகளில் அறைவாயிலை அடைந்தான். முன்னரே அவன் அங்குதான் நின்றிருந்தான் என்று உணர்ந்தான். கதவைத் திறந்து

வெளியே சென்று மெல்ல மூடி இடைநாழியினூடாக நடந்தான். கதவு வண்டு முனகும் ஒலியுடன் மூடிக்கொண்டது.

வியர்த்த உடல்மீது அங்கிருந்த காற்று பரவி குளிரூட்டியது. அவன் காலடி ஓசை சுவர்களில், அப்பால் அறைவாயில்களில், மடிந்த கூம்புக்கூரையில் எனப் பெருகி ஒலித்து சூழ்ந்தது. படிகளில் இறங்கிக் கூடத்தை அடைந்தான். அங்கிருந்த காவலன் முகத்தில் தெரிந்த வியப்பைப் புறக்கணித்து வெளியே சென்று முற்றத்தில் நின்றிருந்த புரவிகளில் ஒன்றை அணுகினான். புரவிக்காவலன் எழுந்து வணங்க, அவனிடமிருந்து சவுக்கைப் பெற்றுக்கொண்டு கடிவாளத்தைப் பற்றிப் பாதவளையத்தில் மிதித்து கால்சுழற்றி ஏறி சேணத்தில் அமர்ந்தான். சவுக்கால் மெல்லச் சுண்டியபோது புரவி எழுந்து உருளைக்கல் பரவிய முற்றத்தில் குளம்படிகள் பெருந்தாளமிடப் பாய்ந்தது. முற்றத்தைக் கடந்து சாலையிலேறினான். புரவிக் குளம்படிகளின் ஓசை அனைத்து மாளிகைச் சுவர்களிலும் பட்டு முழங்கிச் சூழ்ந்தது. எதிர்க்காற்றில் அவன் குழலும் ஆடையும் எழுந்து சிறகுகள்போல் பறந்தன.

அப்போது அங்கே அறைக்குள் அவன் விட்டு வந்த பிறிதொருவன் சாளரத்தருகே நின்றிருந்தான். நீள்மூச்செறிந்து நோக்கை விலக்கி மெல்ல மஞ்சத்தில் அமர்ந்து கால்களை மடித்து முழங்கால்களைக் கைகளால் வளைத்துக்கொண்டு தலைகுனிந்து அமர்ந்திருந்த அவளைப் பார்த்தான். அவள் குழலிலிட்ட ஆடை உதிர்ந்து சிந்திய பால் எனத் தரையில் கிடந்தது. கன்னத்திலும் கழுத்திலும் நீல நரம்புகள் புடைத்திருந்தன. நோக்கற்றவையென விழிகள் விரித்திருக்க மூச்சில் முலைகள் எழுந்தமைந்தன. அவன் அணுகி குனிந்து அந்த மெல்லிய ஆடையை எடுத்து அவள் தோளிலிட்டு அவள் கைகளைப் பற்றிக்கொண்டான். “நான்தான்” என்றான். அவள் திடுக்கிட்டு நிமிர்ந்து அவனைப் பார்க்க “ஆம்” என்றான்.

2

அபிமன்யூ இளையயாதவரின் அறைவாயிலை அடைந்து ஒன்றும் சொல்லாமல் தலைகுனிந்து நின்றான். வாயிற்காவலன் உள்ளே சென்று மீண்டு அவன் உள்ளே செல்லலாம் என்று கைகாட்டினான். அறைக்குள் நுழைந்ததும் அவனுக்குப் பின்னால் கதவு மெல்ல மூடிக்கொண்டது. அவ்வசைவு தன்னைப் பலவற்றிலிருந்து அறுத்து விடுவிப்பதை அவன் உணர்ந்தான். அச்சிறிய அறைக்குள் அவரும் அவனும் மட்டுமே இருந்தார்கள். அவர் தாழ்வான மஞ்சத்தில் கால்நீட்டி அமர்ந்து வலப்பக்கமிருந்த சுவடிகளை எடுத்துப் படித்து இடப்பக்கம் வைத்துக்கொண்டிருந்தார். அவனை நோக்கி விழிதூக்கிப் புன்னகைத்து அருகே வந்தமரும்படி கைகாட்டினார்.

அவன் அவர் அருகே சென்று கால்களைத் தொட்டு தலைசூடி காலடியிலிருந்த சிறுபீடத்தில் அமர்ந்தான். அவனுக்கான புன்னகை அப்படியே முகத்தில் எஞ்சியிருக்க, அவர் அச்சுவடிகள் ஒவ்வொன்றையாகப் படித்துக்கொண்டிருந்தார். எதற்கும் அவர் முகத்திலிருந்த புன்னகையோ விழியுணர்வோ மாறவில்லை என்பதை அவன் கண்டான். எளிய அன்றாடக் கணக்குகளை, சிறிய நற்செய்திகளை மட்டுமே வாசிப்பவர்போல தோன்றினார். ஆனால் அவருக்கு வரும் ஓலைகள் அவ்வாறிருக்க வாய்ப்பில்லை என்பதை அவன் அறிந்திருந்தான். சல்யர் கௌரவருடன் சேர்ந்துகொண்ட செய்தி முன்னரே வந்து சேர்ந்திருந்தது. ஷத்ரிய அரசர்கள் ஒவ்வொருவராக கௌரவர் தரப்புக்கு ஆதரவு தெரிவித்துக்கொண்டிருந்தார்கள். ஒவ்வொரு நாளும் எவர் அத்தரப்புக்குச் செல்கிறார்கள் என்பதை ஓலைகள் சொல்லிக்கொண்டிருந்தன.

யாதவர் தரப்பில் இருந்து மேலும் கவலையுறச் செய்யும் செய்திகள் வந்தன. உபப்பிலாவ்யத்திலிருந்து கிளம்பிய வசுதேவரும் பலராமரும் அக்ரூரரும் நேராக மதுராவுக்குச் சென்று சேர்ந்தனர். யாதவக் குடித்தலைவர்கள் அனைவருக்கும் ஓலைகள் அனுப்பப்பட்டன. மதுராவில் நிகழவிருக்கும் பெருங்குடியவை ஒன்றில் யாதவர்கள் எடுக்க வேண்டிய இறுதிமுடிவைப்பற்றி அவர்களின் கருத்துகளைத் தெரிந்துகொண்டு நிலைப்பாடு கொள்ளப்போவதாக செய்திகள் வந்தன. அந்நிலைப்பாடு என்ன என்று அனைவரும் முன்னரே அறிந்திருந்தனர்.

அஸ்வத்தாமன் உதவியுடன் வடக்கே யாதவச் சிற்றரசொன்றை அமைத்திருந்த கிருதவர்மனை தன்னுடன் சேர்ந்துகொள்ளும்படி பலராமர் அழைத்த செய்திதான் அன்று காலை உபப்பிலாவ்யத்தை வந்தடைந்தது. கிருதவர்மன் இளையயாதவரின்மேல் வஞ்சம் கொண்டிருந்தான். அவர் குருதியைக் கண்ட பின்னரே தன் இடக்கையில் கட்டப்பட்டிருந்த கரிய கங்கணத்தை அவிழ்ப்பேன் என்று சூளுரைத்திருந்தான் என்பது சூதர்கதைகளென யாதவ நிலமெங்கும் பாடப்பட்டது என்பதனால் அச்செய்தி அனைவரையும் கொதிக்கச் செய்தது.

ஒற்றனின் ஓலையை சௌனகர் படித்ததும் யுதிஷ்டிரரே தன்னிலை அழிந்து பீடத்திலிருந்து எழுந்து “என்ன செய்கிறார் மூத்தவர்? கிருதவர்மன் யாதவர்களால் முற்றிலும் வெறுக்கப்பட்டவன்” என்றார். பீமன் “அது ஓர் அறைகூவல், மூத்தவரே. இளையயாதவருக்கு அவர்கள் ஒரு செய்தியைச் சொல்கிறார்கள்” என்றான். யுதிஷ்டிரர் “குலப்போர் எங்கும் நிகழ்ந்துகொண்டிருப்பதே. சொல்லப்போனால் குலங்கள் அனைத்துமே ஒவ்வொரு கணமும் முந்தைய கணம் நிகழும் ஒரு நிகர்நிலையால் நிலைகொள்கின்றன. அடுத்த கணம் எழப்போகும் நிகர்குலைவை எதிர்நோக்கியுமுள்ளன. குலங்களின் எண்ணிக்கை பெருகுந்தோறும் முரண்பாடு தவிர்க்கமுடியாததாகிறது. குலம் வென்று செல்வமும் அரசும் கொள்ளுந்தோறும் பூசலின் ஆழம் பெருகுகிறது” என்றார்.

“ஆனால் இங்கு நிகழ்ந்திருப்பது அதுமட்டுமல்ல. தன் இளையோனைக் கொல்ல வஞ்சினக்கங்கணம் கட்டிய ஒருவனை அழைத்து உடனமர்த்தி அவைகூடவிருக்கிறார் பலராமர். என்ன செய்யப்போகிறார்? இளையவனைக் கொன்று தலைகொய்து மதுராவின் கோட்டைமுகப்பில் வைத்துவிட்டு நாடாளவிருக்கிறாரா?” என்றார் யுதிஷ்டிரர். பீமன் “அவரது எண்ணம் அதுவல்ல. யாதவகுலம் முழுமையாக அவரைத் துறந்துவிட்டதென்று இளையயாதவரிடம் சொல்வதே. தனிமைப்படுத்தப்பட்டால் இளையயாதவர் பணிவார் என்று

எதிர்பார்க்கிறார்" என்றான். நகுலன் "அவருக்கு இளையவரைத் தெரியாதா என்ன?" என்றான். பீமன் நகைத்து "அவரது உற்றாரும் அணுக்கரும்தான் முற்றிலும் அறியாதிருக்கிறார்கள். பெற்ற மைந்தர் எவரென்று வசுதேவர் அறிந்திருக்கவில்லை. பலராமர் தன் இளையோன் என்றன்றி பிறிதெவ்வகையிலும் இளையயாதவரை அறிந்தவரல்ல. அறிதலுக்கு ஓர் அகல்வு தேவைப்படுகிறது. மலைகளைத் தொட்டறிந்து முழுதறிய முடியாது" என்றான்.

யுதிஷ்டிரர் சோர்வுடன் பீடத்தில் சரிந்து இருபுறமும் நோக்கியபின் "இளையவன் எங்கே?" என்றார். "அவர் எப்போதும் தோழருடனே இருக்கிறார். இங்கு வந்ததிலிருந்து அவரிடமன்றி பிற எவரிடமும் அவர் எதையும் பேசுவதில்லை" என்றான் நகுலன். பீமன் "ஆம், இளையவனின் அமைதி வியப்பளிக்கிறது. அரசவையிலும் மன்றுசூழ்கையிலும் எதையும் செவிகொள்வதில்லை. ஒரு சொல்லும் உரைப்பதில்லை. இளையயாதவரின் காலடியில் சிறிய பீடத்தில் அமர்ந்துகொள்கிறான். இரு கைகளையும் மடியில் கோத்தபடி அவர் கால்களையே பார்த்துக்கொண்டிருக்கிறான். அவர்கள் ஏதோ பேசிக்கொண்டிருக்கிறார்கள் என்று நானும் எண்ணினேன். இருமுறை அவர்கள் அறைக்குள் செல்லும்போது அவர்களின் சொல்லின்மையைக்கண்டு என்னைக் கண்டதும் பேச்சை நிறுத்திவிட்டார்கள் என்று எண்ணினேன். பிறகு அறிந்தேன் அவர்கள் பேசிக்கொள்ளவேயில்லை என" என்றான்.

யுதிஷ்டிரர் "ஒரு சொல்லுமா?" என்றார். "ஆம், மூத்தவரே. ஒருசொல்கூட. பெரும்பாலும் அருகமைகிறார்கள். அவ்வளவே." சகதேவன் "அருகமைதல் மெய்யின் வழி" என்றான். அவர்கள் அவனை நோக்க "வேதமுடிவை விளக்கும் நூல்கள் அனைத்துமே அருகமைவுகள் என்றுதானே அழைக்கப்படுகின்றன, மூத்தவரே?" என்றான். ஒருகணத்தில் அனைவரும் அவன் சொன்னதையும் அர்ஜுனனின் அந்நிலையையும் உணர்ந்துகொள்ள அவை அமைதிகொண்டது. யுதிஷ்டிரர் பெருமூச்சுவிட்டு "ஆம், இத்தருணத்தில்தான் மெய்மையின் சொல்லெழக்கூடும் போலும். மலை உச்சியை நெருங்க நிலம் கூர்மை கொள்வதுபோல. விண் அங்குதான் இறங்கிவந்து உருகிப் படிகிறது" என்றார்.

இளையயாதவர் இறுதி ஓலையையும் படித்துவிட்டு ஓலைகளை நன்றாக அடுக்கி பட்டுநூலால் கட்டி சிறிய பேழைக்குள் வைத்தபின் எழுந்து சென்று மரக்குடைவுக் கலத்திலிருந்த நீரை அகன்ற மரயானத்தில் விட்டு கைகளைக் கழுவிக்கொண்டார். மரவுரியால் துடைத்தபின் மீண்டும் வந்து அமர்ந்து "இரண்டு நாட்களாக உன்னைத் தேடிக்கொண்டிருந்தார்கள்" என்றார். அபிமன்யூ "காட்டிலிருந்தேன்" என்றான். "என்ன செய்தாய்?"

என்று இளையயாதவர் கேட்டார். "வில் பயின்றேன்" என்று அபிமன்யூ சொன்னான்.

இளையயாதவர் புன்னகைத்து "அத்தனை இலக்குகளையும் வென்றுவிட முடியுமென்னும் மாயையிலிருந்து விடுபட்டாய் என்றால் வில்லையும் கடந்தவனாவாய்" என்றார். அபிமன்யூ விழிதூக்கி "வில் எப்போதும் என்னுடன் இருக்கிறது" என்றான். "ஆனால் கருவறையில் இருந்து நீ அதைக் கொண்டுவரவில்லை. அங்கிருந்து வராத எதுவும் இறுதி வரை உடன்வர முடியாது. வருவது நன்றும் அல்ல" என்றார் இளையயாதவர். அபிமன்யூ தலைகுனிந்து "இது ஒன்றே எனக்குப் பற்றுக்கோடு" என்றான். "பிறிதொன்றைப் பற்றிக்கொள்பவன் தன்னை அதற்கு அடிமைப்படுத்துகிறான். விடுதலை என்பது ஒவ்வொன்றாக உடைத்துச் செல்வதே" என்றார் இளையயாதவர்.

அபிமன்யூ "விடுதலை அச்சுறுத்துகிறது" என்றான். "ஏன்?" என்றார் இளையயாதவர். "கட்டுப்படுத்துபவை அனைத்தும் நம்மால் நம் ஆறுதலுக்காக உருவாக்கப்பட்டவை. அன்னையின் கைகள்போல, இல்லத்தின் சுவர்களைப்போல, கோட்டை வளைப்பைப்போல, இருட்டைப்போல பாதுகாப்பானவை. விடுதலை என்பது வெறுமை கொள்வது. பிறிதொன்றும் நாமும் மட்டுமே முகத்தோடு முகம் நோக்கி நிற்றல். அச்சத்தை நிறைக்கிறது அது" என்றான்.

இளையயாதவர் "ஆம், முதலில் எழும் பேருணர்வு அச்சமே. பின்னர் அதன் பேருருவால் அதை உணரும் நம் தன்னுணர்வும் வளரத்தொடங்குகிறது. புயற்காற்றில் இறகென்றிருப்போம். மலையென்றுணர்கையில் விடுதலை கொள்வோம்" என்றார். "என்னால் அது இயலும் என்று தோன்றவில்லை, மாதுலரே" என்றபின் அபிமன்யூ எழுந்து "நான் செல்கிறேன்" என்றான். "அமர்க!" என்று அவன் தோளைப் பற்றினார் இளையயாதவர். "உன்னிடம் நான் பேசவெண்டுமென்று உன் தந்தை விரும்பினார். பிற எவரும் உன்னை அணுக முடியாதென்றார். நானும் முற்றிலும் அணுக முடியாதென்று அவரிடம் சொன்னேன்" என்றார்.

அபிமன்யூ விழிகளில் நீருடன் நிமிர்ந்து நோக்கி "தாங்கள் அறிய முடியாத ஒரு துளியும் என்னிடமில்லை, மாதுலரே. நான் சொல்லித்தான் அவற்றை அறிய வேண்டுமென்றில்லை" என்றான். கைநீட்டி அவர் கால்களை மீண்டும் தொட்டு விழிதாழ்த்தியபோது அவன் குரல் இடறியது. "இப்புவியில் தாங்கள் அறியாத ஏதேனும் உண்டா?" சிலகணங்கள் அமைதியில் இருந்தபின் இளையயாதவர் "இல்லை" என்றார். திடுக்கிட்டு விழிதூக்கி அவர் முகத்தைப் பார்த்த அபிமன்யூ மெய்ப்பு கொண்டான். அவர் காலைத் தொட்டிருந்த அவன் கைகள் நடுங்கத்தொடங்கின.

“இருப்பினும் எப்படி மானுடராக இயல்கிறீர்கள், மாதுலரே? எந்தப் பீடத்தில் அமர்ந்திருக்கிறீர்கள்?” என்றான். அவனுக்குள் ஆழம் நடுங்கிக்கொண்டிருந்தது. என்ன கண்டேன்? விழிதொட்ட முதற்கணத்தின் முதற்துளியில் நான் கண்டதென்ன? தெய்வங்களே, மூதாதையரே, இங்கு நான் கண்டதென்ன? இளையயாதவர் அவன் தலைமேல் கைவைத்து “அப்பீடத்தை யோகம் என்பார்கள்” என்றார். அவன் மீண்டும் மெய்ப்பு கொண்டான். குளிர்ந்த அருவி ஒன்று அவன்மேல் பெய்து கொண்டிருப்பதைப்போல. “யோகம் என்பது யுஜ் என்னும் முதற்சொல்லின் விரிவு. அமைதல். இணைதலே அமைதலின் வழி. ஒன்று பிறிதென, பிற அனைத்துடன், அனைத்தும் ஒன்றென, பிறிது இல்லையென.”

“இப்புவியில் முற்றிணைய இயலாத எவையும் இல்லை என்றறிவதே ஞானம். இணைக்கும் வழியறிவதே ஊழ்கம். இணைந்தமைவது யோகம்” என்றார் இளையயாதவர். அபிமன்யூ நீள்மூச்சு இழுத்து “நெடுந்தொலைவிலிருக்கிறேன், மாதுலரே. இருந்தும் என்னால் உணர முடிகிறது. இதை நான் கருவிலேயே உணர்ந்திருக்கிறேன் என்று தோன்றுகிறது” என்றான். இளையயாதவர் “கருவில் சற்றேனும் அறியாத ஒன்றை மண் பிறந்தபின் எவரும் அறிய முடியாது” என்றார். அபிமன்யூ பெருமூச்சுவிட்டான்.

“இங்கு நிகழ்வனவற்றை ஓர் எல்லைக்கு மேல் புரிந்துகொள்ள முயலாதே. நீ எய்துவது பிறிதொன்றுள்ளது. இங்கு உனக்குக் கடன்களேதுமில்லை. மறந்து கொண்டுசென்றுவிட்ட ஒன்றைத் திரும்ப அளித்துவிட்டுச் செல்லும் சிறுபயணமே உன்னுடையது. உன் கையிலிருப்பது மிக அரியதென்பதனால்தான் அதை அளிக்க உளம் தயங்கி கையோடு கொண்டுசென்றாய். அளித்துவிட்டால் மீள்வாய். உன்னை இங்கு கட்டியிருப்பது அதுவே...”

அபிமன்யூ தலைகுனிந்து அசைவிலாது அமர்ந்திருந்தான். “அரசுசூழ்தலின் கணக்குகளை நான் சொல்லவேண்டியதில்லை. பாஞ்சாலத்து அரசிக்கு அளிக்கப்பட்ட சொல்லுக்கு நிகரான ஒன்று விராடருக்கு அளிக்கப்படவேண்டுமென்ற நிலை வந்தது” என்றார். “ஏன் நான்?” என்றான் அபிமன்யூ. “ஏனெனில் அவர் நீ” என்றார் இளையயாதவர். அபிமன்யூ பெருமூச்சுடன் “என் முதற்தளை” என்றான். இளையயாதவர் மெல்ல நகைத்து “இறுதித் தளை நீ அவர் என்பது” என்றார். அபிமன்யூ விழிதூக்கி அவர் புன்னகையைப் பார்த்து அறியாது தானும் புன்னகைத்து “ஆம், அதை உணரமுடிகிறது” என்றான்.

“யாதவபுரியில் என்ன நிகழ்ந்துகொண்டிருக்கிறதென்று அறிவாயல்லவா?” என்றார். “ஆம், இரு நாட்களுக்கு முன் அவையில் பேசப்பட்டவற்றை

உடனிருந்து கேட்டேன்” என்றான். “ஒவ்வொன்றும் அகல்கின்றன” என்று இளையயாதவர் சொல்ல அபிமன்யூ “மாதுலரே, ஒன்று மட்டும்தான் என்னுள்ளில் நெருடிக்கொண்டிருக்கும் வினா. எண்மரில் எவரேனும் அதில் உள்ளனரா?” என்றான். இளையயாதவர் நகைத்து “இல்லை, அவர்கள் எப்போதும் பிரிந்ததே இல்லை. இணைவதற்கு முன்பேகூட பிரிவின்றி இருந்தவர்கள்” என்றார்.

அபிமன்யூ “அதெப்படி?” என்றான். “அதன் பெயர் பெண்மை. அதை பிரேமை என்கிறார்கள். பித்தர்களை, பேயர்களை, பெரும்பழி கொண்டவர்களைக்கூட காதல்பெண்டிர் கைவிட்டதில்லை. பேரறிவால் அறியமுடியாதவற்றை பிரேமையால் அடையும் வாழ்த்துபெற்று இங்கு வந்தவர்கள் அவர்கள். தவம் செய்து ஈட்டுவனவற்றைத் தாயென்றாகி எளிதில் கொள்ளும் வாய்ப்புள்ளவர்கள். மைந்தா, பெண்ணென்றாகாது எவருக்கும் பிரேமை அமைவதில்லை. பித்துகொளாது இங்கு எவரும் பேரறிவைச் சென்று தொடுவதுமில்லை” என்றார் இளையயாதவர்.

அவர் முகம் அரிதாகக்கூடும் கற்சிலைத்தன்மையை அடைந்தது. காலம் கடந்து எழுந்து பெருகும் மானுட அலைப்பெருக்குகளை நோக்கி சொல்லெடுப்பவர்போல “மெய்மையின்பொருட்டு பெண்மை கொள்பவரின் பெருநிரை ஒன்று எழும். அவர்கள் அறிவார்கள். போரிடுவதனூடாக அல்ல, முற்றாக அடிபணிவதனூடாகவே வெல்ல முடியுமென்று. என்னுடன் பெண்களே எஞ்சுவார்கள். அவர்களுக்கு நான் அளித்த அமுதை பிற எவருக்கும் அளித்ததில்லை” என்றார்.

அபிமன்யூ மீண்டும் மெய்ப்புகொண்டு விழிநனைந்தான். எங்கிருக்கிறேன் நான்? அக்கணத்துளியில் நான் கண்டதென்ன? இது கனவில் ஒரு பகுதியா என்ன? இளையயாதவர் அவன் தலைமேல் கைவைத்து மெல்ல வருடி காதைப்பற்றி “பார்த்தனென்னும் அம்பின் கூர்முனை நீ. அவனுக்குக் கூறப்பட்ட அனைத்தையும் உனக்கு உணர்த்த முடியுமென்று அறிவேன்” என்றார். “எப்போது?” என்று அபிமன்யூ கேட்டான். “உணர்த்திவிட்டேன் மைந்தா, அது உன் முற்றத்தில் கிடக்கிறது. வாயில் திறந்து வந்து நீ அதை அள்ளி எடுத்துக்கொள்ளும் ஒரு காலைப்பொழுது அமையும்” என்றார்.

“அருள்க!” என்று அபிமன்யூ சொன்னான். “ஆசிரியன் என்று புவியில் பிற எவருமில்லை.” இளையயாதவர் “மாணவர்கள் பலர் எனக்கு. விடாய்கொண்டு முலைக்கண் தேடி வந்த குழவி உன் தந்தை. நீயோ குருதி மணம் பெற்று நான் தேடி வந்த இரை. உன்னை நான் கவ்விச் செல்கிறேன். என்னிடமிருந்து நீ தப்ப இயலாது” என்றார். அபிமன்யூ

எழுந்து அவர் கால்களில் தன் தலையை வைத்து "ஆம்" என்றான். அவன் தலைமேல் கைவைத்து "நிறைக!" என்றார் இளையயாதவர்.

அபிமன்யூ வருவதைக் கண்டதும் உத்தரையின் அருகிருந்த இரு சேடியரும் எழுந்து ஆடை திருத்தி அப்பால் நடந்து மறைந்தனர். அணித்தோட்டத்தின் தெற்கு எல்லையிலிருந்த மரமல்லி மரத்தினருகே மரப்பீடத்தில் அமர்ந்திருந்த உத்தரை தன் மேலாடையை இழுத்து முகத்தை முற்றிலுமாக மறைத்துக்கொண்டாள். அபிமன்யூ அருகே வந்து "விராட இளவரசியை வணங்குகிறேன்" என்றான். அவள் எழவோ மறுமுகமன் உரைக்கவோ செய்யவில்லை. அபிமன்யூ "இளையயாதவர் நாளை காலை துவாரகைக்குக் கிளம்புகிறார். அவருடன் நானும் செல்லவிருக்கிறேன். விடைபெறுமுகமாக இங்கு வந்தேன்" என்றான்.

அவள் "வெற்றி சூழ்க!" என்றாள். அவன் அருகிருந்த பிறிதொரு பீடத்தில் அமர்ந்தபடி "ஆம், வெற்றியை விழைந்து செல்கிறேன். ஆனால் வெற்றியென்று நான் எண்ணுவது பிறிதொன்று. அவரிடமிருந்து எதையேனும் நான் கற்றுக்கொள்ள முடியுமென்றால் அது இப்போதுதான். ஒவ்வொன்றும் விட்டுச் செல்கின்றன. ஒருவேளை அவர் துவாரகையை இழக்கக்கூடும். முன்புலரியில் அணியும் ஆடையுமிலாது கருவறையில் கரிய பெருமேனியுடன் எழுந்து நின்றிருக்கும் ஆழிவண்ணப் பெருமாளைப் பார்க்கும் தருணம் எனக்கும் அமையக்கூடும்" என்றான்.

உத்தரை "அவர் மெய்யாகவே சூடிய எதுவும் அவரிலிருந்து உதிர்வதில்லை" என்றாள். "எண்துணைவியரைச் சொல்கிறாயா? என்றான். "ஆம், அவர்கள் ஒருகணமேனும் விட்டு விலகமாட்டார்கள். அவர்கள் உள்ளங்களில் தன்னுரு கரந்து நிறைந்துள்ள பிரேமை மட்டுமேயான ஒருத்தி முன்பு அங்கு கோகுலத்தில் இருந்தாள். அவள் பெயர் ராதை என்கிறார்கள். அவளிடமிருந்து அவர் ஒன்றைக் கற்றுக்கொண்டார்" என்றாள். அபிமன்யூ "அவரா? அங்கிருந்து கற்றுக்கொண்டாரா?" என்றான். "என்ன ஐயம்? இப்புவிக்கு அவர் கற்பிப்பவை முழுக்க அவர் அங்கிருந்து கற்றுக்கொண்டவை மட்டும்தான்" என்றாள்.

"அவளிடமிருந்தா?" என்று மீண்டும் அபிமன்யூ கேட்டான். "ஆம். நான் நூறுமுறை பயின்றநூல் ஒன்று உண்டு. பெயரறியாத யாதவக் குலப்பாடகன் எழுதிய கோபிகாவிலாசம் என்னும் குறுங்காவியம். அவர் கால்களை முதலில் சென்னிசூடியவள் அவள். அப்பெயரை அவருக்கிட்டவள். அவர் ஏந்தும் இசைக்குழலையும் சூடும் பீலியையும் அளித்தவள். அவள் சுட்டிக்காட்டிய மண்ணும் விண்ணுமே அவர் அறிந்தது. இந்த பாரதவர்ஷம் இன்றுவரை அறியாத ஒன்றை அவள் அவரிடம் சொன்னாள். இது பெற்றுப் பெருகும் பேரன்னையரால்

நிறைந்த மண். அவர்கள் வயிற்றிலிருந்து எழுந்து சொல்லும் வாளும் ஏந்தி திசையெங்கும் விரிந்த ஞானியரும் வீரர்களும் வாழும் நிலம். அசுரவேதம் அன்னையரை அறிந்தது. மானுடவேதம் அறிந்தது ஞானியரையும் வீரரையும்.”

“ஆனால் பித்தெடுத்த பிச்சியரின் நிலை இரு வேதங்களுக்கும் தெரியாது. பெற்றுநிறைந்தோ தேடிச்சென்றோ கண்டடைய முடியாத ஒன்றை கனவு கனிந்து சென்று தொட்டுவிட முடியுமென்று அவள் அவருக்குக் காட்டினாள். பாரதவர்ஷத்திற்கு அவர் கற்பிக்க இருப்பது அதுவே” என்றாள் உத்தரை. அவள் தன் முகத்தை ஆடையால் மூடியிருந்தமையால் அச்சொற்கள் அவள் வாயிலிருந்து எழுவனபோல் தோன்றவில்லை. வேறெங்கிருந்தோ அவள்மேல் பட்டு எதிரொலித்தவை போலிருந்தன.

அபிமன்யூ உடலெங்கும் ஓர் இறுக்கத்தை உணர்ந்தான். அங்கிருந்து எழுந்து விரைந்து அகன்றுவிட வேண்டுமென்று தோன்றியது. அத்தருணம் விசைமிக்க ஒன்றால் முறுக்கப்பட்டு மேலும் மேலுமென முறுகி முறுகிச் சென்றது. ஒடிந்துவிடும் என்பதுபோல். ஒடியுமென்றால் அக்கணம் அனைத்தும் பிளந்து இற்றுவிடும் என்பதுபோல். உள்ளங்கால்களின் தவிப்பை உணர்ந்து இரு கால்களையும் ஒன்றுடன் ஒன்று உரசிக்கொண்டான்.

“சென்று வாருங்கள்! நீங்கள் அறிந்தவற்றைக் கடந்து பிற சிலவற்றை அறியக்கூடும்” என்றாள். “நீ என்ன சொல்கிறாய்?” என்றான். அவள் மேலும் முகம் குனித்து முகத்திரையை இழுத்து மார்பு வரை சரித்து அமர்ந்தாள். “அறமும் நெறிகளும் முறைகளும் கடுகென்று சிறுத்து காலடியில் மறைய எழுந்து நிற்கும் பித்துக்கணமொன்று உண்டு. பிறிதொருவர் இல்லாத பாதையில் ஒவ்வொருவரும் சென்று அமரும் இடமொன்று உண்டு. இப்புவிக்கு அவர் சொல்ல வந்தது அவ்விரண்டைப்பற்றி மட்டும்தான். விண்ணிலிருந்து முனிவர் தொட்டு இறக்கிய வேதங்களிலோ மண்ணில் பரவி தொல்மூதாதையர் வார்த்தெடுத்த அசுர வேதங்களிலோ இல்லாதது அந்த மெய்மை ஒன்றுதான்” என்றாள்.

“இங்கு ஒவ்வொருவரும் ஐந்தாவது வேதம் பற்றியே பேசிக்கொண்டிருக்கிறார்கள். நாராயண வேதம். அது தனிமையின் கனவின் வேதம். விழைதலின், எய்துதலின், ஆதலின், அமைதலின் சொல்.” அவள் வடிவில் அங்கே அணங்கு ஒன்று வந்து அமைந்துள்ளதா? இளவரசி ஒருத்தி சொல்லும் மொழிதானா அது? இவற்றை நான் என் உள்ளிருந்து எடுத்து செவிநிறைத்துக்கொள்கிறேனா? “எனக்கு அவர் அதைச் சொல்லவில்லை” என்றான்.

“அவர் எனக்கு அதைச் சொல்லவேண்டியதே இல்லை. காதல்கொண்ட கன்னியர் எவரிடமும் அதைச் சொல்லவேண்டியதில்லை” என்றாள் உத்தரை. அபிமன்யூ எழுந்து “நான் கிளம்புகிறேன்” என்றான். “அன்னையும் ஆகி நின்று இத்தருணத்தில் அறிந்து எழுக என வாழ்த்துகிறேன்” என்றாள் உத்தரை. “ஆம்” என்று சொல்லி தலைவணங்கி அவன் திரும்பி நடந்தான்.

3

உபப்பிலாவ்யத்திலிருந்து அபிமன்யூவும் பிரலம்பனும் கிளம்பி ஏழு நாட்களில் மாளவத்தை அடைந்தனர். முதற்பன்னிரு நாட்களில் அவந்தியைக் கடந்தனர். அதன் பின்னர் அரைப்பாலை நிலத்தை வகுந்துசென்ற பூழி மண்பாதை இருபத்துமூன்று நாட்கள் கழித்து துவாரகை சென்றடையும் என்று அவர்களுக்குச் சொல்லப்பட்டது. அவர்களுடன் வந்த பன்னிரு காவல் படையினரும் அவந்தியிலேயே நின்றுவிட அங்கிருந்து கிளம்பிய பாலைநிலத்து வணிகர் குழுவுடன் எளிய ஷத்ரியர்களாகப் பெயர்சூடிக் கிளம்பினர்.

அத்திரிகளும் ஒட்டகைகளும் கழுதைகளும் கொண்ட அவ்வணிகர் குழுவில் நூற்றுப்பதினெட்டு பேர் இருந்தனர். பெருவணிகர்கள் பதினெண்மர் தங்கள் துணைவியருடன் வந்தனர். பிறர் அவர்களின் துணைவணிகரும் ஏவலரும். செல்லும் வழியில் உண்பதற்கு உலர்த்தப்பட்ட ஊனும் காய்கறிகளும் மாவுப்பொடியும், கூடாரம் கட்டுவதற்குரிய யானைத்தோல்களும், தோலில் செய்த நீர்க்கலங்களும், வணிகத்திற்குரிய பொருட்களுடன் ஒட்டகைகளால் சுமக்கப்பட்டன. அத்திரிகளில் வணிகர்கள் ஏறிக்கொள்ள கழுதைகளில் பெண்கள் வந்தனர். ஏவலரும் காவலரும் நடந்தனர்.

அவந்தியின் தலைநகர் உஜ்ஜயினியில் பணிப்பணத்தை முன்னரே பெற்று உப்புதொட்டு சொல்லுறுதி அளித்து அவர்களுக்குக் காவலென வந்த வில்லவர்கள் நாண் இழுத்த வில்லில் தொடுத்த அம்புகளுடனும் அலையும் விழிகளுடனும் முன்னும் பின்னும் காவல் சென்றனர். முள் சிலிர்த்த சிற்றிலைக் குறும்புதர்களும், ஆங்காங்கே கழுகுக்கால்போல

தோல்வறண்ட அடிகொண்ட சாமி மரங்களும், அரிதாக சரிந்திறங்கி யானம் போன்று குழிந்திருந்த ஊற்றை அடைந்த நிலத்தில் மட்டும் வேருக்கு நீரெட்டும் தொலைவில் நின்றிருந்த தழைமரங்களுமாக வெறுமை கொண்டிருந்தது அந்நிலம்.

காலையில் வெயில் சுடுவதுவரை அவர்கள் பயணம் செய்தனர். பின்னர் முள்மரங்களுக்கிடையே கூடாரங்களை இழுத்துக்கட்டி அந்நிழலில் உடலுடன் உடல் தொட படுத்துத் துயின்றனர். தோற்பரப்புக்கு மேல் மணல்மழை பொழியும் ஓசையைக் கேட்டபடி அபிமன்யூ படுத்திருந்தான். பிரலம்பன் "வன்பாலை நிலமொன்றை இப்போதுதான் பார்க்கிறேன், இளவரசே" என்றான். "நானும் இதற்கு முன் வந்ததில்லை. துவாரகைக்குப் பலமுறை சென்றதுண்டு. சிந்துவினூடாகச் சென்று கடலை அடைந்து வளைந்து வரும் வழி விரைவு மிக்கது, எளிது" என்றான் அபிமன்யூ.

"பிறகு ஏன் இப்பாலை நிலத்தினூடாகச் செல்கிறார்கள்?" என்று பிரலம்பன் கேட்டான். "இவர்களுக்குப் பிறிதொரு வழி தெரியாதென்பதனால் இருக்கலாம். இந்நிலம் உருவான காலம் முதலே இவர்கள் இவ்வழியே பயணம் செய்து பழகியிருப்பார்கள். சிந்துவினூடாக செல்வதாக இருந்தால் எத்தனை நாடுகளைக் கடந்து செல்ல வேண்டியிருக்கும்! அப்படிச் சில நாடுகள் அங்கிருப்பதையே இவர்கள் அறிந்திருக்க வாய்ப்பில்லை" என்று அபிமன்யூ சொன்னான். பிரலம்பன் அலைநிலத்தை எண்ணத்தில் மீண்டும் விரித்து நீள்மூச்செறிந்தான். அவந்தியின் எல்லையைக் கடந்து செம்புலத்தை நோக்கிய முதல்தருணம் முதல் அவன் உளம் ஏங்கி விழிநீர் வடித்துக்கொண்டிருந்தான். பின்னர் வெம்மை விழிகளையும் உள்ளத்தையும் வறளச்செய்தது. "வெறுமை நிலம் உள்ளத்தில் பொருளின்மையை நிரப்புகிறது. ஆலயங்களிலோ நோன்புகளிலோகூட இத்தகைய அகத்தனிமையை நான் அடைந்ததில்லை" என்றான் பிரலம்பன்.

அபிமன்யூ முகத்தை மென்துகிலால் மூடியிருந்தான். "ஆம், வழக்கமாக இவ்வழி செல்பவர்களைக்கூட அது மொழியற்றவர்களாக்கிவிடுகிறது. பாலைவனம் உடலின் நீரையும் உள்ளத்தின் மொழியையும் உறிஞ்சிவிடும் என்றொரு சொல் அவந்தியில் என் காதில் விழுந்தது" என்றான். "இத்தனை தொலைவில் ஒரு நகரை அமைக்க எப்படித் தோன்றியது அவருக்கு?" என்றான் பிரலம்பன். அபிமன்யூ "பிற எவருக்கும் அப்படி ஓர் எண்ணம் தோன்றாது. அவருக்குத் தோன்றும் என்பதனால்தான் மலைமுடிகளைப்போல் அத்தனை உயரத்தில் அவ்வளவு தனிமையில் நின்றிருக்கிறார்" என்றான்.

காற்று நூற்றுக்கணக்கான ஊளைகளின் தொகுப்புபோல ஓசையிட்டு சுழன்று தோற்கூரையை அலையடிக்கச்செய்து அடங்கியது. பிரலம்பன் "அவரில்லையென்றால் யாதவர் குலம் இன்றிருக்கும் நிலையை அடைந்திருக்கும் என்று எண்ணுகிறீர்களா?" என்றான். "அதை யாதவர்களே அறிவர். அவர்கள் அவரைப் பின்தொடர்ந்து நெடுந்தொலைவு வந்துவிட்டிருக்கிறார்கள். அவ்வாறு வந்த தொலைவுதான் இன்று அவர்களுக்கு அச்சமூட்டுகிறது" என்றான் அபிமன்யூ. "அவர்களின் இயல்புக்கு மீறி அவர்களை இட்டுச்சென்றுவிட்டார் மாதுலர்."

"துவாரகையைப்பற்றி நிறைய கேள்விப்பட்டிருக்கிறேன்" என்றான் பிரலம்பன். "பாரதவர்ஷத்தின் எந்நகரும் அதற்கிணையில்லையென்று சொல்வார்கள். அதன் கருவூலங்கள் பொன்னாலும் மணியாலும் நிறைந்துள்ளன என்றும்." அபிமன்யூ "நீர் கேள்விப்பட்டதனைத்தும் மெய்யே. சூதர் கதையில் அந்நகரைப்பற்றி அறிந்து அம்மிகையை நேரில் காண்பது எண்ணியதைக் குறைக்குமென்று கணித்து அங்கு வருபவர்கள் அனைவரும் சூதர் சொல்தகையா எளிய மாந்தர் என்றே எண்ணுவார்கள். அவர்கள் சொன்னதற்கும் அப்பால் பெருகிப் பொலிந்துள்ளது அம்மாநகர்" என்றான்.

பிரலம்பன் விழிகளை மூடி தன்னுள் உதிரிக்காட்சிகளென நிறைந்திருந்த துவாரகையை ஒன்றுடன் ஒன்று பொருத்திப் பரப்பி எழுப்பி நிறைத்துக்கொண்டிருந்தான். காற்றின் ஓசையைக் கேட்டுக்கொண்டிருந்த அபிமன்யூ மெல்லச் சிந்தை அடங்கி துயிலில் ஆழ்ந்தான்.

விழித்துக்கொண்டபோது முதல் எண்ணம் வெளியே அவனுக்காக இளையயாதவர் தன் புரவியுடனும் அணுக்கருடனும் காத்து நின்றிருக்கிறார் என்பதுதான். திடுக்கிட்டு அமர்ந்த பின்னர்தான் அவர் முன்னரே சென்றுவிட்டிருந்ததை நினைவுகூர்ந்தான். "துவாரகைக்குக் கிளம்புக!" என்று இளையயாதவர் அவனுக்கு ஆணையிட்டபோது அவருடன் செல்வதாகவே அவன் எண்ணியிருந்தான். காலை எழுந்து பயணத்திற்கான பொதிகளைக் கட்டிக்கொண்டிருக்கையில் ஏவலன் வந்து முந்தைய நாளே இளையயாதவரும் பிரத்யும்னனும் சாம்பனும் சாத்யகியும் கிளம்பிச் சென்றுவிட்டிருந்ததை அறிவித்தான்.

"கிளம்பிவிட்டார்களா? ஏன்?" என்று அபிமன்யூ கேட்டான். "எவருக்கும் தெரியவில்லை" என்றான் ஏவலன். "துவாரகைக்கா சென்றார்கள்?" என்றான். "அதுவும் தெரியவில்லை. கிளம்புவதற்கு அரைநாழிகைக்கு முன்தான் சௌனகருக்குச் செய்தி சென்றிருக்கிறது. கிளம்பிக்கொண்டிருக்கிறார் என்று அறிந்ததுமே அவரும் தௌம்யரும் யாதவ மாளிகை நோக்கிச் சென்றிருக்கிறார்கள். அப்போது இளையயாதவரே புரவி மேல்

ஏறிவிட்டார். சௌனகரிடம் சென்றுவருகிறேன், அமைச்சரே. அபிமன்யூவை துவாரகைக்கு வரச்சொல்லுங்கள் என்று சொன்னார்" என்றான்.

"என்ன நிகழ்ந்தது? உடன் எந்தை இருந்தாரா?" என்று அபிமன்யூ கேட்டான். "ஆம், கிளம்புவதற்குமுன் விடையென்றோ எச்சமென்றோ ஒரு சொல்லும் உரைக்காமல் இளையபாண்டவரை நோக்கித் தலையசைத்து புரவியைத் தட்டினார் இளையயாதவர்" என்றான். "பிற தந்தையர்?" என்றான் அபிமன்யூ. "இரண்டாமவர் அடுமனையிலிருந்தார். இருவரும் தங்கள் அறையில் இருந்தனர். அரசர் ஒற்றர்களிடம் உரையாடிக்கொண்டிருந்தார். இளையயாதவர் கிளம்பிச்சென்ற பிறகுதான் அவர்களுக்குச் செய்தி தெரிவிக்கப்பட்டது. அவர்கள் வியப்படையவில்லை" என்றான் ஏவலன். அபிமன்யூ சில கணங்களுக்குப்பின் "நான் தனியாகச் செல்லவேண்டுமென்று ஆணையிட்டிருக்கிறார் என்றே கொள்கிறேன். எனக்குரிய பயண ஒருக்கங்கள் நிகழட்டும்" என்றான்.

ஆடையும் காலணியும் பூண்டு அவன் வெளிவருகையில் பயணத்திற்குச் சித்தமாக பிரலம்பன் நின்றிருந்தான். அபிமன்யூ அவன் அருகே சென்று "நாம் துவாரகைக்குக் கிளம்புகிறோம். ஏவலன் சொல்லியிருப்பானே?" என்றான். "எங்கு செல்கிறோம் என்று அவனிடம் நான் கேட்கவில்லை" என்றான் பிரலம்பன். "ஏன்?" என்று அபிமன்யூ கேட்டான். "எங்கு சென்றாலென்ன? எப்படியாயினும் நான் சமீபத்தில் எங்கும் அஸ்தினபுரிக்குத் திரும்பிச்செல்லப் போவதில்லை. எல்லா ஊரும் ஒன்றே" என்றான் பிரலம்பன். "பிற இடங்களில் நாம் அம்பு பட்டோ அரவு தீண்டியோ உயிரிழப்பதற்கு வாய்ப்பு மிகுதி. பாலைவனத்தில் அத்துடன் விடாய் எரிந்து உலர்ந்து சாவதற்கும் வாய்ப்பிருக்கிறது" என்றான் அபிமன்யூ.

பிரலம்பன் "எப்படியாயினும் பெரிய வேறுபாடு எதுவும் இருக்கப் போவதில்லை. பாலைவனமாயின் நாம் இறுதிச் சொற்களை எவரிடமேனும் சொல்ல வேண்டிய கட்டாயமில்லை அல்லவா?" என்றான். அபிமன்யூ உரக்க நகைத்து "ஆம், பாலைநிலத்தில் நம் ஊன் மண்ணிலோ நெருப்பிலோ வீணாவதில்லை. உணவென்றாவதனால் நம் பிழைகளைத் தெய்வங்கள் பொறுத்துக்கொள்ளும் என்கிறார்கள்" என்றான்.

அபிமன்யூ அரசரின் அறைக்குச் சென்றபோது அவருடன் ஒற்றர்களும் சிற்றமைச்சர்களும் இருந்தனர். ஏவலன் அவனை அறிவித்து கதவு திறந்து உள்ளே அழைத்தான். தலைவணங்கி முகமன் உரைத்து அவன் "நான் துவாரகைக்குக் கிளம்பிக்கொண்டிருக்கிறேன்" என்றான். யுதிஷ்டிரர்

நிமிர்ந்து பார்த்து "அங்கு என்ன நிகழ்ந்துகொண்டிருக்கிறதென்றே தெரியவில்லை. அங்கிருந்து ஒவ்வொரு நாளும் பத்து ஓலைகள் இங்கு வருகின்றன. பத்து செய்திகளையும் தொகுத்து ஒற்றைச் செய்தியாக்கி ஒரு போக்கை கணிப்பதென்பது சூது விளையாடுவதுபோல. சூது நாம் விழைவதையே நமக்குக் காட்டுவதனால்தான் நம்மை ஆட்டுவிக்கிறது" என்றார். "அத்தனை கணிப்புகளுக்கும் அப்பால் பிறிதொன்று நின்று கொண்டிருக்கிறது. அதுவே மெய். அங்கு சென்ற பின் உனது உளப்பதிவை எனக்கு ஓலையில் பொறித்தனுப்பு."

வெயில் சாய்ந்து காற்றில் வெம்மை அடங்கத்தொடங்கிய பின்னரே பாலைவன வணிகர்கள் துயிலெழுந்து தாழ்ந்த குடில்களிலிருந்து கையூன்றி தவழ்ந்து வெளியே வந்தனர். அவர்களைச் சூழ்ந்து காற்று ஒழிந்த மென்மணற்திரை அலையலையாக மூடிக்கிடந்தது. அத்திரிகளும் ஒட்டகைகளும் கழுதைகளும் உடலை உதறி மணலைப் பொழித்துக்கொண்டிருந்தன. சிறிய நார்த்தூரிகையால் அவற்றின் உடலில் படிந்த மணலைத் தட்டித் தூய்மைப்படுத்தி, நீர்ப்பைகளை அவற்றின் வாயிலேயே கட்டி நீரூட்டி சேணங்களைப்பூட்டிக் கிளம்புகையில் நிழல் நீண்டு மணல் அலைகளின் மீது நெளிந்து கிடந்தது.

இரவு முழுக்க அவர்கள் பயணம் செய்தனர். ஆங்காங்கே சிறு சோலைகளில் தங்கி விலங்குகளுக்கு நீர் காட்டி, பைகளை நிரப்பிக் கொண்டனர். அவந்தியிலிருந்து கிளம்பும்போது ஆணைகளும் எச்சரிக்கைகளும் வசைகளும் ஒலித்தன. ஒருவரோடொருவர் மெல்லிய குரலில் பேசிக்கொண்டோ, அரிதாக சிறு பூசலிட்டபடியோ சென்றனர். ஓரிரு நாட்களுக்குள் சொற்கள் முற்றிலும் அவிந்தன. இரவில் வானொளி பரவிய பாலைவனத்து மணலலைகளின் மீது குளம்புகளும் கால்களும் விழும் ஓசை மட்டுமே எனச் சென்றுகொண்டிருந்தனர். ஒட்டகைகளின் சுண்டுகளின் அதிர்வுகள், கழுதைகள் காதுகளை அடித்துக்கொள்ளும் ஓசைகள்.

விலங்குகள் பிறிதொரு மொழியில் தங்களுக்குள் பேசிக்கொண்டிருப்பதை அபிமன்யூ கேட்டான். அவற்றைத் தங்கள் பணிக்கு ஆற்றுப்படுத்துவதாக வணிகர்கள் எண்ணுகிறார்கள். அப்பணி என்ன என்று அறிந்திராதபோது அவற்றுக்கு அது ஒரு பொருட்டே அல்ல. பிறிதொரு வாழ்வை அவை தலைமுறைகள்தோறும் வளர்த்து தங்களுக்கென அமைத்துக்கொண்டிருக்கக்கூடும். தங்கள் மேல் ஊர்ந்தும் உடன்நடந்தும் வரும் வணிகர்களைப் பொருளற்ற நிழல்கள் என்றே அவை உணரக்கூடும்.

உரையாடலற்றுப் போகும்போது உள்ளம் எண்ணங்களின் தொடர்பமைவை இழந்துவிடுவதை அவன் கண்டான். ஒன்றுடன் ஒன்று பொருந்தாத விந்தைச் சொற்றொடர்கள். பொருளெனத் திரளாத சிதறும் சொற்கள். பேசுவதினூடாகவே எண்ணத்தை ஒருங்கமைத்துக் கொள்கிறானா மனிதன்? வாயால் பேசி அப்பேச்சை உளம் நடிக்கும்படி செய்கிறான். உள்ளத்தின் பேச்சு பிறிதொன்று. அது சொற்கள்தானா? வெறும் ஓவியங்களா? இந்த மருவுநிலம் என்னைத் தன்னைப்போல் மாற்றிக்கொண்டிருக்கிறது. எல்லையற்று விரிந்ததாக, பொருளற்றதாக, அனைத்தையும் ஏந்தி அப்பால் இருப்பதாக.

இரு நாட்களுக்கு மேலாயிற்று பிரலம்பனிடம் ஏதேனும் சொல்லி என்று அவன் ஒருமுறை உணர்ந்தான். பிரலம்பன் அவன் திரும்பிப்பார்த்ததை நோக்கி அருகே வந்து தலைவணங்கினான். "நாம் பேசிக்கொள்ளவேயில்லை என்று எண்ணிக்கொண்டேன்" என்றான். அப்போதுதான் அதை உணர்ந்த பிரலம்பன் "ஆம், விந்தைதான்" என்றான். "ஏன்?" என்றான் அபிமன்யூ. "நாம் சந்தித்த நாள்முதல் நிறைய பேசிக்கொண்டிருக்கிறோம்" என்று பிரலம்பன் சொன்னான். "பேச்சு நின்றுவிடும்போதெல்லாம் உள்ளம் கூச்சலிடத் தொடங்கிவிடுகிறது. இந்த வன்பாலை நிலத்தில் மட்டுமே சொல்லின்றி உங்களுடன் வந்தேன்."

அபிமன்யூ "இவர்கள் யாதவபுரியைப்பற்றி என்ன சொல்கிறார்கள்?" என்றான். "விந்தை. வணிகர்களுக்கே அரசியல் தெரியும் என்பார்கள். இவர்களுக்கு யாதவ அரசியல் பற்றி எதுவுமே தெரியவில்லை. அவந்தியிலிருந்து துவாரகை வரைக்குமான பாதையில் அத்தனை ஊற்றுக்களையும் அங்கிருக்கும் நீரளவுகளையும் அறிந்திருக்கிறார்கள். இவ்வழி சென்று மீளும் அனைத்து வணிகக்குழுக்களும் எங்கிருக்கின்றன என்றும் எத்தகைய பொருட்களுடன் சென்றிருக்கின்றன என்றும் ஒவ்வொருவருக்கும் தெரியும். துவாரகையை யாதவர்கள் ஒழிந்து செல்கிறார்கள் என்றுகூட அறியாதிருக்கிறார்கள்" என்றான்.

அபிமன்யூ புன்னகைத்து "இவர்கள் பாலையோடிகள். வணிகம் பழகியவர்கள் அல்ல" என்றான். "அது ஒரு புறநடிப்பா என்று நானும் ஐயுற்றேன். நாட்கள் செல்லச் செல்ல மெய்யாகவே இவர்களுக்கு ஒன்றும் தெரியவில்லை என்று தெளிவாகியது" என்றான் பிரலம்பன். "தேவையற்றதைத் தெரிந்துகொள்ளாமல் இருப்பது ஒரு நல்ல தற்காப்பு" என்றான் அபிமன்யூ. பிரலம்பன் "நான் என் வாழ்நாளில் தேவையற்ற ஒன்றே ஒன்றைத்தான் தெரிந்துகொண்டேன். அன்று தொடங்கி இக்கணம் வரை என் துயர் நீள்கிறது" என்றான்.

அபிமன்யூ "அஞ்ச வேண்டியதில்லை, பிரலம்பரே. அத்துயருக்கு ஓர் எல்லை நெருங்குகிறது" என்றான். "பாலையிலா?" என்றான் பிரலம்பன். "நான் ஒன்று உமக்கு உரைக்கவா? உமது இறப்பு எதிரியின் வாளால்தான். வீரர்களுக்குரிய இறப்பு. அஸ்தினபுரியின் தென்மேற்குக் காட்டில் உமக்கொரு நடுகல் உண்டு. ஏழு தலைமுறைக்காலம் புளித்த கள்ளும் காந்தள் மலரும் உப்பில்லாத அப்பமும் பெறுவீர்" என்றான். பிரலம்பன் "நற்சொல்! பெரும்பேறு பெற்றேன்" என்றான்.

யாதவ நிலத்தின் தொடக்கத்தை அறிவிக்கும் கருடக்கொடி மணலலைகளுக்கு அப்பால் மெல்ல எழுவதைக் கண்டதும் வணிகர் குழுவில் உவகையொலிகள் எழுந்தன. பலருடைய தொண்டைகள் நெடுநாட்களுக்குப்பின் ஓசை கொள்கின்றன என்பதை அபிமன்யூ அறிந்தான். வணிகர் குழுவின் தலைவர் "இனி இரண்டு நாட்கள்" என்றார். "யாதவ நிலத்தில் வணிகர் எவரும் இறப்பதில்லை" என்றார் பிறிதொருவர். பிரலம்பன் அவரிடம் "ஏன்?" என்றான். "எங்கு விடாய்மிகுந்து நீர் தீர்கிறதோ அங்கு இனிய ஊற்றுடன் ஒரு சாவடி அமைந்திருக்கும். எங்கு நோயுறுவோமோ அதன் அருகிலேயே மருத்துவர் இருப்பார். யாதவ நிலத்தில் எதிரியின் படைக்கலம் என எதுவும் எழுவதில்லை. பாலைவனப் பாம்புகள்கூட நச்சிழந்து வெறும் நெளிவுகள் என்றாகிவிட்டிருக்கின்றன என்கிறார்கள் சூதர்கள்" என்று அவர் சொன்னார்.

அணுகுந்தோறும் கருடக்கொடி பறந்த உயர்ந்த அசோக மரத்தூணும் அதன் அருகே அமைந்திருந்த வணிகர் விடுதியும் தெரியத்தொடங்கியது. பன்னிரு கொட்டகை இணைப்புகளும் நடுவே புகையெழுந்த பெரிய அடுமனையும் கொண்டிருந்தது அவ்விடுதி. அதைச் சூழ்ந்திருந்த மணல்முற்றத்தில் விலங்குகளைக் கட்டுவதற்கான சிறு கொட்டகைகள் இருந்தன. அவர்கள் சென்றபோது அங்கே நூற்றுக்கணக்கான ஒட்டகைகளும் அத்திரிகளும் கழுதைகளும் முன்னரே கட்டப்பட்டிருந்தன. மையப்பாதையில் வந்த வண்டிகளும் அவற்றை இழுத்த காளைகளும் பிறிதொரு பகுதியில் நின்றிருந்தன.

மரப்பீப்பாய்களில் விலங்குகளுக்கு நீர் வைக்கப்பட்டிருந்தது. அத்திரிகளும் அவற்றில் முகம் முங்க அழுந்தி செவிகளை நனைத்து அசைத்து தங்கள் மேல் நீர் தெளித்து குளிரவைத்துக்கொண்டன. மூச்சு சீற, நீர்த்துளிகள் தெறிக்க, தலைதூக்கி உடல் விதிர்த்து குளிர்நீர் அருந்தியதன் இன்பத்தில் திளைத்தன. குளம்படிகளும் காலடிகளும் இடைவெளியின்றி பரவிய முற்றத்தில் விலங்குகளிலிருந்து இறக்கி வைக்கப்பட்ட வணிகப்பொதிகள் பலநூறு சிறு கூட்டங்களாகப் பரந்திருந்தன. ஒவ்வொன்றின் மீதும் அவ்வணிகக்குழுவின் அடையாளம் பொறிக்கப்பட்ட சிறிய கொடி

நடப்பட்டிருந்தது. சில பொதிக்குவைகளுக்கருகே அதற்குரிய காவலர் அமர்ந்திருந்தனர்.

கொட்டகைகளில் வணிகர்களின் பேச்சொலிகளும் சிரிப்பொலிகளும் நடுநடுவே உரத்த கூச்சல்களும் கேட்டன. விடுதியிலிருந்து காவலர்களில் ஒருவன் வெளிவந்து வணிகக்குழுவை வரவேற்று "விலங்குகளைத் தென்கிழக்கு மூலையில் கட்டலாம், வணிகரே. அங்கு இடமுள்ளது. மெய்கால் கழுவி வருக! உணவு ஒருங்கியுள்ளது" என்றான். "உணவு ஒருங்கியிருக்குமென்பதை நீர் சொல்லவேண்டியதில்லை. முப்பதாண்டுகளுக்கு முன்னர் அங்காரகர் எழுதிய அவந்தி நடைப்பயணம் என்னும் நூலிலேயே சொல்லிவிட்டிருக்கிறார்கள்" என்றார் ஒரு வணிகர். காவலன் சிரித்து "ஆம், வருக!" என்றபடி உள்ளே சென்றான்.

விற்காவலர் அங்கங்கே அமர்ந்துகொள்ள, ஏவலர்கள் விலங்குகளை நீர் காட்டி தறிகளில் கட்டினர். அபிமன்யூவும் பிரலம்பனும் கைகளையும் முகத்தையும் கழுவிக்கொண்டு சிறுகொட்டகைக்குள் நுழைந்தனர். அங்கு வணிகர்கள் சிறு சிறு குழுக்களாகத் திரண்டு அமர்ந்து தரையில் வரையப்பட்ட களங்களில் ஆடுபுலி விளையாடிக்கொண்டிருந்தனர். கூச்சல்களும் சிரிப்புகளும் எழ ஒரு குழுவிலிருந்து ஒருவன் எழுந்து ஓடினான். "பிடி! அவனைப் பிடி!" என்று பிறர் கூவ, இருவர் ஓடிச்சென்று அவனைப் பிடித்து தரையில் இழுத்துவந்தனர். சிரித்தபடியே "நான் கொடுக்கப்போவதில்லை. நான் முன்னரே கொடுத்துவிட்டேன்" என்று அவன் கூவ, பிரலம்பன் "இவர்கள் விளையாடுவதும் வணிகம்தான். பல விளையாட்டுகளில் வெள்ளியும் பொன்னும் பந்தயப்பொருளென வைத்திருப்பதைக் காண்கிறேன்" என்றான்.

தரையில் விரிக்கப்பட்ட ஈச்சம்பாய்களில் அவர்கள் இருவரும் படுத்துக்கொள்ள, அப்பாலிருந்து புழுதி படிந்த தாடியுடன் அழுக்கான தலைப்பாகை அணிந்த முதிய வணிகர் எழுந்து அருகே வந்தார். "வணங்குகிறேன், இளம் வணிகர்களே. நீங்கள் அவந்தியிலிருந்து வருகிறீர்கள் போலும்?" என்றார். பிரலம்பன் "அதைக் கண்டுபிடிப்பது அவ்வளவொன்றும் கடினமல்ல" என்றான். "ஆம், ஆனால் நான் பொதுவாக மிக எளியவற்றையே கண்டுபிடிக்கிறேன். கடினமானவற்றை நேரடியாகக் கேட்டுத் தெரிந்துகொள்வது என் வழக்கம்" என்றபடி அவர் அமர்ந்தார்.

கால்களை நீட்டி விரல்களால் நீவியபடி "நீங்கள் அவந்தி நாட்டினர் அல்ல என்று எண்ணுகின்றேன். இவர் அணிந்திருக்கும் இந்தக் கங்கணம் விராடபுரிக்குரியது" என்றார். பிரலம்பன் "கடினமானவற்றையும் தெரிந்துகொள்ளும் ஆற்றல் கொண்டிருக்கிறீர்கள்" என்றான். "ஆம்,

என்னால் பாம்பையும் புழுவையும் குரங்கின் வாலையும் முதல் பார்வையிலேயே பிரித்தறிந்துவிட முடியும்" என்று சொன்ன முதியவர் "என் பெயர் சுபாலன், வணிகன்" என்றார். பிரலம்பன் "எந்தக் குழுவைச் சேர்ந்தவர்?" என்றான். "அவந்தியிலிருந்துதான் நானும் வருகிறேன். எங்கள் குழு சற்று முன்னால் கிளம்பி நடைபிந்தியது. உடன்வந்த ஒருவர் நோயுற்று இறந்தார். நாங்கள் கிளம்பி நான்கு நாட்களுக்குப்பின் நீங்கள் கிளம்பியிருக்கிறீர்கள்" என்றபின் "விராடபுரியின் செய்திகள் ஏதேனும் உண்டா?" என்றார்.

ஐயத்துடன் "என்ன செய்திகள்?" என்றான் பிரலம்பன். "பாண்டவ இளவரசர் அபிமன்யூ விராடபுரியின் இளவரசி உத்தரையை மணக்கவிருப்பதாகச் செய்திகள் வந்தன" என்றார். "அந்த மணம் நிகழ்ந்து பல நாட்களாயிற்று" என்று பிரலம்பன் சொன்னான். "அதற்காகத்தான் இளையயாதவர் விராடபுரிக்குச் சென்றார். அவர் இன்னமும் துவாரகை மீளவில்லை" என்றார் சுபாலர். அபிமன்யூ "அதை எப்படி அறிவீர்கள்?" என்றான். "துவாரகையே அவருக்காகக் காத்திருக்கிறது. தாங்கள் அறிந்திருப்பீர்கள், துவாரகையிலிருந்து அவர் கிளம்பி பதின்மூன்றாண்டுகள் கடந்துவிட்டன. ஒரு சிறு காவல் நகரில் தன்னந்தனிமையில் ஊழ்கத்திலிருந்தார் என்கிறார்கள்."

"ஆம்" என்றான் பிரலம்பன். "நோயுற்றிருந்தார் என்றும் சொல்லப்படுகிறது. அதை நாம் கண்டுபிடிக்கவே முடியாது. அல்லது நோயை அவர் ஊழ்கமென்றோ ஊழ்கத்தை நோயென்றோ கொள்ளவேண்டியதுதான்" என்றார் சுபாலர். பிரலம்பன் புன்னகையுடன் "சூதர்களுடன் நல்ல பழக்கம் போன்றிருக்கிறது" என்றான். "ஆம், நான் செய்த வணிகம் இழப்பில் முடிந்தபிறகு பிற வணிகர்களுக்கு வழிகாட்டியாகவும் நல்லுரை அளிப்பவனாகவும் பணியாற்றி வருகிறேன். அவந்தியிலிருந்து துவாரகைக்கும் திரும்பவும் அழைத்துச் செல்வது என் வழக்கம். நான் அறிந்தவற்றைச் சொன்னால் போதுமான அளவுக்கு அறிதலற்றவன் என்று இவர்கள் என்னை எண்ணுவார்கள். ஆகவே அறியாதனவற்றையும் சேர்த்தே சொல்வேன்."

"கதைகளும் நூல் உரைகளும் செவிச்செய்திகளும் அனைத்தும் தேவைப்படுகின்றன வணிகர்களுக்கு" என்றார் சுபாலர். "செய்திகளைப் பொழுதுபோக்கிற்காக செவிகொள்ளத் தொடங்கினால் எல்லாம் செய்தியே. எதுவும் பொருள்கொண்டதும் அல்ல." பிரலம்பன் "சரி, எங்களுக்குச் செய்தி சொல்க! துவாரகையில் என்ன நிகழ்கிறது?" என்றான். "என்ன நிகழும்? இளையவர் சென்ற பிறகு மெல்ல அது பொலிவிழக்கத் தொடங்கியது. முன்பு ஒவ்வொரு நாளும் ஒரு விழா

அங்கு நிகழும் என்பார்கள். துவாரகையின் அடுமனையில் பண்டிகைச் சமையல் மட்டுமே நிகழும் என்றும் அன்றாடச் சமையலை அங்குள்ளோர் அறிய மாட்டார்கள் என்றும் கேட்டுள்ளேன். பதின்மூன்றாண்டுகளாக அங்கு மூத்தவள் ஆட்சி செய்கிறாள்." அபிமன்யூ "ஆம், நான் அவ்வாறே கேள்விப்பட்டேன்" என்றான்.

4

“நகரின் ஒவ்வொரு முகமும் சோர்ந்து தனிமை கொண்டிருக்கிறது. அரண்மனையில் எட்டு அரசியரும் ஒருவரோடொருவர் உறவே இன்றி தங்கள் மைந்தர்களுடன் தனித்து வாழ்கிறார்கள். இளையயாதவர் எழுந்துவிட்டார் என்றும், களமெழுந்து அசுரமன்னர் பாணரை வென்றார் என்றும் இங்கு செய்தி வந்தது. எக்கணமும் அவர் துவாரகையில் நுழையக்கூடுமென்றார்கள். அவர் வருகையை எண்ணி நகரை அணி செய்யத்தொடங்கினார்கள். அப்போது நான் அங்கிருந்தேன். துவாரகை களிவெறிகொண்டு அனைத்துக் கட்டுகளையும் மீறும் என்று நான் எதிர்பார்த்தேன்” என்று சுபாலர் சொன்னார்.

அன்று காலை அரண்மனையிலும் கோட்டைமுகப்பிலும் முரசுகள் முழங்கி படை வெற்றியை அறிவித்தன. முதலில் யாரை துவாரகை வென்றது என்று எவருக்கும் தெரியவில்லை. வெற்றி முரசு நகரில் ஒரு கார்வை முழக்கத்தையே உருவாக்கியது வெற்றிக்குரல்களும் களிப்போசைகளும் நிகழவில்லை. நான் சிற்றங்காடிக்குள் இருந்தேன். முரசொலி கேட்டதுமே போர்முரசா என்று கேட்டபடி வெளியே வந்தேன். பின்னர் மையத்தெருவிற்கு வந்து பார்த்தபோது படைவீரர்களும் துவாரகையின் குடிமக்களும் ஆங்காங்கே கூடிநின்றிருப்பதையே கண்டேன்.

நகரம் முழங்கிக்கொண்டிருந்ததென்றாலும் அதில் உவகையோ ஊக்கமோ இல்லை என்பதை நான் சற்று பிந்தியே அறிந்தேன். ஏனெனில் போர் வெற்றி முழங்கும் ஒரு நகரில் முன்பு நான் இருந்ததில்லை. கூடி நின்றிருந்த ஒவ்வொருவரும் தங்களுக்குள்தான் பேசிக்கொள்கிறார்கள்

என்று உணர்ந்தபின்னர் இயல்பாக நடப்பவன்போல் ஒரு குழுவைக் கடந்துசென்றேன். எவர் மீது வெற்றி என்று அவர்கள் ஐயங்கொண்டிருந்தது புரிந்தது. மூன்று குழுக்களைக் கடந்து சென்றபோது இளையயாதவர் வேறு யாதவ குலங்களில் எதையோ வென்றிருக்கிறாரோ என்று அவர்கள் ஐயங்கொண்டிருந்ததை உணர்ந்தேன்.

ஒரு சிலர் அவரது படைகள் கிருதவர்மனை வென்றிருக்கக்கூடும் என்று எண்ணினார்கள். இரு இடங்களில் பிரிந்துசென்ற போஜர்களையும் அந்தகர்களையும் விருஷ்ணிகளின் படைகள் வென்றதுதான் அவ்வறிவிப்பென்று பேசிக்கொண்டார்கள். பின்னர் நகர்முகப்பில் முகபடாமணிந்த ஏழு யானைகளின்மேல் எழுந்த நிமித்திகன் முரசுகளை அறைந்து பாணர்மேல் இளையயாதவர் கொண்ட பெருவெற்றியை அறிவித்தான். ஆனால் அச்செய்தி நாவிலிருந்து செவிக்கென பரவிச்சென்ற ஓசை எழுந்ததே அன்றி உவகை பொங்கவில்லை. படைவீரர்கள் கூவியபடி புரவிகளில் சுழன்றுவந்தனர். அவர்கள் நனைந்த முரசை முழக்க முயல்வதுபோல் தெரிந்தனர்.

அங்கிருந்த மதுச்சாலை ஒன்றுக்குள் சென்று அருந்திக் கொண்டிருப்பவர்களின் ஊடே நானும் அமர்ந்தேன். மூன்று செப்புக்காசுகளுக்கு சிறுகுடம் கள்ளை வாங்கிக்கொண்டேன். அனைவருமே படைவீரர்கள். அயலவன் ஒருவன் வந்து அமர்ந்ததைக்கண்டு அவர்கள் பேச்சைத் தணித்தனர். ஆனால் உள்ளே எழுந்த எண்ணத்தை அடக்க முடியாமல் சொல்லெண்ணிப் பேசுவதாகக்கருதிப் பேசலாயினர். பின்னர் சூழ்மறந்து மாறிமாறிக் கூவினர். அந்த வெற்றியை அவர்கள் கொண்டாடவில்லை என்பதுதான் முதலில் எனக்குப் புரிந்தது. அவ்வெற்றியினூடாக இளையயாதவர் மீண்டும் தான் ஆற்றல் மிக்கவர் என்று நிறுவிக்கொண்டுவிட்டார் என்று அவர்கள் எண்ணினர். ஆகவே தன் மூத்தவருக்கும் தந்தைக்கும் எதிராக நின்றிருப்பார் என்றனர்.

'யாதவ ஒற்றுமைக்கு இது ஒரு பெருந்தீங்கு. இதுவரை துவாரகையின் அரசர் செய்த பிழைகள் அனைத்தும் தான் வெல்லப்பட முடியாதவர் என்று அவர் எண்ணியதால்தான். சூதர்களின் பாடல்களை மெய்யென்று நம்பும் அரசர்களின் வீழ்ச்சி அவரைக் காத்திருக்கிறது. ஐங்குலத்து யாதவர்களும் மதுராவின் அரசர்களும் மீள மீளச் சொல்லியும் அவர் செவிகொள்ளவில்லை. இவ்வெற்றி மேலும் பொய் நம்பிக்கை கொண்டவராக்கும்' என்றார் முதிய வீரர் ஒருவர். 'மீறி விரிவது விரிசலிட்டுச் சரியுமென்பது நெறி' என்றார் ஒருவர்.

'துவாரகை முற்றழிய வேண்டுமென்று தெய்வங்கள் எண்ணுகின்றன என்றால் நாம் ஒன்றும் செய்ய இயலாது. நம்மைச் சூழ்ந்து நாமறியாது

புன்னகைக்கும் தெய்வங்களே அப்போரில் வெற்றி கொள்ளச் செய்தன' என்றார் ஒருவர். 'பாணன் நம் இளவரசர் அநிருத்தரைக் கவர்ந்து சென்றான். தன் மகளுக்கு மணமுடிப்பதாக வஞ்சினம் உரைத்தான். அவனைக் கொன்று அப்பெண்ணைச் சிறையெடுத்து மீள்வதே அவர் செய்திருக்க வேண்டியது. ஆனால் வந்த செய்திகள் பிறிதொன்றைக் காட்டுகின்றன. பாணனின் மகளை துவாரகையின் இளவரசருக்குத் துணைவியாக்கி அழைத்துவரப்போகிறார் என்கிறார்கள்' என்றது ஒரு குரல்.

அவ்வாறு சொன்ன யாதவ வீரனைச் சுற்றி அனைவரும் கைகளில் மதுக்குவளைகளுடன் எழுந்து கூடினர். 'மெய்யாகவா? பாணனின் மகளையா?' என்றனர். அவன் 'ஆம், அவள் வயிற்றில் பிறக்கும் மைந்தன் துவாரகையை ஆள்வான் என்று சொல்லளிக்கப்பட்டுள்ளது' என்றான். 'இங்கு எண்பது இளவரசர்கள் உள்ளனர். அவர்களில் மூவர் பிரத்யும்னரை விட மூத்தவர்கள். பிரத்யும்னரே இன்னமும் பட்டத்து இளவரசர் என முடிசூட்டப்படவில்லை' என்று ஒருவன் சொன்னான். 'இது இளையவர் உருவாக்கிய அரசு. அதை எவருக்கு அளிக்கவேண்டுமென்று அவரே முடிவெடுக்க முடியும்' என்றான் இன்னொருவன். 'ஆம், ஆனால் நாம் எவருக்கும் உடைமைகள் அல்ல. நம் குடித்தெய்வங்களுக்கே ஏவல்செய்பவர்கள்' என்றார் ஒருவர்.

'கேள்விப்படும் ஒவ்வொன்றும் நம்பிக்கை இழக்க வைக்கின்றன. இனி துவாரகை வளராது, நீணாள் வாழாது. இது வெறும் நுரை' என்றபடி முதிய வீரன் ஒருவன் கோப்பையை வீசிவிட்டு வெளியே சென்றான். நான் அவனுடன் நடந்து தெருவை அடைந்தேன். அங்கிருக்கும் ஒவ்வொருவரின் உள்ளமும் தெள்ளிதின் தெரியத்தொடங்கியது. அவர்கள் இளையயாதவரை அஞ்சுகிறார்கள். அவர் ஒரு தோல்வியினூடாக தருக்கழிந்து தங்கள் அளவுக்குச் சிறிதாகவேண்டுமென்று விரும்புகிறார்கள். அவர் எழுந்தோறும் போற்றிப் புகழ்சொல்லி பிள்ளைகளை வளர்த்த மக்கள் அவர்கள். மானுட உள்ளம் எங்கு அவ்வாறு எதிர்திரும்புகிறது? எங்கோ ஓரிடத்தில் தான் மிகச் சிறிதாகிவிட்டதாக ஒவ்வொருவரும் உணர்கின்றனர் போலும். உள்ளம் கொள்ளும் சிறுமைக்கு ஓர் அளவில்லை. வாழும் காலத்திற்குமேல் தலையெழுந்து நிற்பவர்களை எவரும் புரிந்துகொள்வதில்லை. எனில் அவர்கள் எவருக்கென வருகிறார்கள்?

நிலையழிந்தவனாக நான் இந்நகரத்தைச் சுற்றி வந்தேன். மேலும் மேலும் செய்திகள் வந்துகொண்டிருந்தன. பாணனின் நகரத்தில் பெருவிருந்தொன்று நிகழ்வதாகவும் அங்கு அசுரருடன் இணைந்து இளையயாதவரும் அவரது படைகளும் ஊனும் மதுவும் உண்டு

உண்டாட்டு கொள்வதாகவும் சொன்னார்கள். 'அசுரக் குருதி கலந்து மாசுற்றது யாதவ குலம். அக்குருதி கலக்காத மைந்தரிலிருந்து இந்நகரின் முடிவேந்தர் எழவேண்டுமென்றுதான் கோருகிறது' என்று முச்சந்தியில் ஒரு முதியவன் கோல்தூக்கிக் கூவக் கேட்டேன். 'ஆனால் அங்கோ அசுர மகளுக்கு இந்நகரைச் சொல்லளித்துவிட்டு வருகிறார் இளையயாதவர்.' கூடிநின்றவர்களில் எவரோ 'ஊருணியில் கலக்கும் நஞ்சு அது' என்றனர். சினம்கொண்ட உறுமல்களும் கூச்சல்களும் எழுந்தன. கேலிச்சிரிப்பாகவும் ஏளனச்சொல்லாகவும் சூழ்ந்தது அவர்களின் கசப்பு.

மறுநாள் அரண்மனையிலிருந்து ஆணை வந்தது, நகர் அணிகொள்ளும்படி. இளையயாதவர் ஓரிரு நாட்களுக்குள் நகர்நுழைவார் என்று அறிவிக்கப்பட்டது. பதின்மூன்றாண்டுகளாக இங்கு சுவரில் சுண்ணம் பூசப்படவில்லை. தூண்களும் சட்டங்களும் வண்ணமிழந்தன. படிகள் உடைந்தும் பாதைகள் கல்சரிந்தும் மட்கின. உப்பரித்த சுவர்கள் தூய்மைப்படுத்தப்படாமல் இந்நகரம் ஒளியிழந்திருந்தது. ஆணைவந்த அன்றே செப்பனிடும் பணிகள் தொடங்கின. பலநூறு பணியாளர்கள் நகரெங்கும் பரவினர். கண்ணெதிரில் மங்கிய பழைய ஓவியம் வண்ணம் கொள்வதுபோல் நகர் புதியதாகி எழுந்துவந்தது. ஒவ்வொரு மாளிகையையும் முன்பிருந்த வடிவில் கண்டபோதுதான் அவ்வடிவில் நினைவிலிருந்ததையே நான் அறிந்தேன்.

மீளுருக்கொண்ட நகரினூடாகச் சுற்றிவருகையில் மக்கள் உவகையில் பங்கெடுக்கவில்லை என்பதைக் கண்டேன். அவர்கள் புத்தாடை அணிந்துகொண்டார்கள். இல்லங்களுக்கு முன் தோரணங்களும் அணித்தூண்களும் அமைத்தனர். கொடிகள் அனைத்தும் புதிதாக எழுந்து பறந்தன. ஆனால் இளையயாதவர் வருகையை அவர்கள் எதிர்பார்க்கவில்லை என்று தோன்றியது. நாள் என நாள் என அவர் வரவில்லை எனும் செய்தி வருந்தோறும் அவர்கள் ஆறுதல் கொள்கிறார்களோ என்று ஐயம் கொண்டேன்.

சென்ற இரண்டு மாதங்களாக அந்நகரம் அவ்வாறே இருக்கிறதென்றுதான் நான் அறிந்தேன். இப்போது நாம் செல்கையில் நகர் புதிதென மிளிரும். ஏனெனில் அதை ஒருக்கும் கலிங்கச் சிற்பிகள் முதுமகளைக் கன்னியாக்கும்படி தொழிலறிந்தவர்கள். தெருக்களில் சென்றால் முதல்நோக்கில் ஒவ்வொன்றும் சரியாக இருப்பதைப்போலத்தான் இருக்கும். ஒரு பிழையைக் கண்டுவிட்டால் ஒவ்வொன்றும் பிழையென தெரியத்தொடங்கும். இளைய ஷத்ரியர்களே, விட்டுச்சென்ற இடத்திற்கு இளையயாதவர் திரும்பி வரப்போவதில்லை.

“பாண்டவர்கள் விராட இளவரசியின் மைந்தனை அரசனாக்குவதாக சொல்லளித்திருப்பதை இன்று கேள்விப்பட்டேன். துவாரகையைச் சோர்வுறச் செய்யும் செய்திகளில் ஒன்று அது. இங்கு அசுரன் மகள். அங்கு நிஷாதன் மகள். குலமென்பது பொருளிழந்து வருகிறதா என்று யாதவ மூத்தார் ஒருவர் சிறுமன்றொன்றில் கேட்டார். கூடியிருந்த எவரும் மறுமொழி சொல்லவில்லை. ஒருவர் மட்டும் நெடுநேரத்திற்குப் பிறகு மெல்லிய முனகலாக ஊழ் அதுவென்றால் நாம் செய்ய என்ன உள்ளது என்றார். ஆகவே தான் கேட்டேன் அங்கு அக்கடிமணம் நிகழ்ந்ததா என்று” என்றார் சுபாலர்.

பிரலம்பன் “ஊழ் உறுதியான காலடிகளுடன் முன்செல்கிறது. நாம் அதன்மேல் அமர்ந்திருக்கிறோம். அக்காலடிகளை நம்புவோம்” என்றான்.

தொலைவிலேயே துவாரகையின் மாபெரும் தோரணவாயிலின் அணிமுகடு தெரிந்தது. பிரலம்பன் உள எழுச்சியுடன் “மலை மேல் கட்டப்பட்டிருக்கிறது” என்று கை நீட்டிக் கூவினான். அபிமன்யூ “இல்லை மணற்தரையில்தான்” என்றான். “மணல் மேலா?” என்று மேலும் வியப்புடன் பிரலம்பன் கூவ, சுபாலர் புன்னகைத்து “இயற்கையான பாறையைக் கண்டடைந்து அதன்மேல் அடித்தளமிடப்பட்டுள்ளது அவ்வாயில். அதன் அந்தராளத்தின் சிற்பங்கள் அளவுக்கே நாம் இருப்போம். இன்னும் சற்றுநேரத்திலேயே அது நம் நோக்கிலிருந்து மறைந்துவிடும்” என்றார்.

வெவ்வேறு சிறு பாதைகளிலிருந்து வண்டிகளும் அத்திரிகளும் ஒட்டகைகளும் புரவிநிரைகளும் கொண்ட வணிகர் குழுக்கள் வந்து மையப்பாதையில் இணைந்து அவ்வொழுக்கு பெருகிக்கொண்டே இருந்தது. எதிரில் தோரணவாயிலைக் கண்டதுமே அனைவரும் உரக்கக் கூச்சலிட்டனர். பின்னர் கலைந்த பேச்சொலி முழங்கியது. அணுகுந்தோறும் அமைதி எழுந்தது. அண்ணாந்து பார்த்தபடி கனவிலென அனைவரும் சென்றனர். சாலையிலிருந்து கல் அலைத்து ஒழுகும் காட்டாற்றின் ஓசை மட்டும் எழுந்துகொண்டிருந்தது.

பிரலம்பன், தோரணவாயிலின் முகப்பிலிருந்த கருடனின் சிலை வானிலிருந்து கீழ்நோக்கிப் பாய முயலும் கணத்தில் உறைந்திருப்பதைக் கண்டான். இருபுறமும் இருந்த ஆழியும் சங்கும். சிலைகளின் விழித்த நோக்கு. அவற்றின் உதடுகளில் சொல்லி நின்ற அழியாச்சொல். மீண்டும் பார்த்தபோது கருடன் சிறகு விரித்து வான்நோக்கி எழும் கணத்தில் அமைந்திருந்தது. வலப்பக்க அடித்தளத்தின் பெருஞ்சிலை ஒன்று அவனையே நோக்கிக்கொண்டிருந்தது. பின்னர் வெறும் கற்பரப்பாக

அது ஆயிற்று. அவன் திடுக்கிட்டு அண்ணாந்து பார்த்தபோது வானில் கல்லாலான மழைவில்லென மிக அப்பால் தெரிந்தது தோரணவாயில்.

துவாரகையின் சாலைகள் ஒன்றுடன் ஒன்று பிசிறின்றி பொருத்தப்பட்ட கற்பாளங்களால் ஆனவை. நெடுங்காலம் வண்டிச்சகடங்களும் குளம்புகளும் பதிந்து வழுவழுப்பாக்கப்பட்டு முதற்காலையின் ஒளியின் நீர் மெழுகியதுபோல் அவை மின்னின. அவற்றின்மேல் நீரில் ஒழுகிச்செல்வதுபோல் எளிதாகச்சென்றன எடை நிறைந்த வணிக வண்டிகள். கூரிய தாளம் கொண்டன புரவிக்குளம்புகள். அந்தச் சீரொழுக்கால் இருபுறமும் அமைந்த மாளிகைகள் பெருங்கலங்கள்போல மிதந்து பின்னகர்வதாகத் தோன்றியது.

இருமருங்கும் இருந்த உயர்ந்த ஏழடுக்குக் காவல்மாடங்களின் உப்பரிகையில் அமர்ந்து அவர்களை நோக்கிக்கொண்டிருந்தனர் யவனக் காவல்வீரர்கள். எவரும் வண்டிகளை நிறுத்தவோ ஐயம் ஏதும் உசாவவோ செய்யவில்லை. வண்டிகளின் அமைப்பையும் வணிகர்களின் முகங்களையும் கொண்டே கணித்துக்கொண்டிருந்தனர் என்று பிரலம்பன் கண்டான். ஒவ்வொரு நாளும் வந்துகொண்டிருக்கும் வணிகப்பெருக்கை நோக்கி நோக்கி அவர்கள் முற்றாக அடையாளம்கண்டு அணிபிரித்து வகுத்து அமைத்துக்கொண்டிருந்தனர் போலும்.

இருபுறமும் குவைமாடங்கள் கொண்ட புறக்கோட்டை மாளிகைகள் வரத்தொடங்கின. மாபெரும் வெண்மாவுக் குமிழிகள் என்று அவனுக்குத் தோன்றியது. விண்ணிலிருந்து விழுந்து குமிழிகளாகப் படிந்த வெண்பட்டு. பீதர் நாட்டு வெண்களிமண் ஓடுபோட்ட மாளிகைகள். பளிங்குப் படிக்கட்டுகளில் ஆடிகளில் எனச் சாலையின் வணிக ஒழுக்கு நெளிந்து வண்ணங்கள் மாறிக்கொண்டேயிருக்கும் விந்தையை அவன் பார்த்து திரும்பி அபிமன்யூவை நோக்கினான். கனவெழுந்த விழிகள் சூடி இளமைந்தன்போல தோள் தொய்ந்து கை ஓய்ந்து அவன் அத்திரிமேல் அமர்ந்திருந்தான்.

கோட்டையை அணுகியபோது அதன் காவல்மாடங்கள் விண்ணில் மிதந்தவைபோல் தலைக்குமேல் மிக உயரத்தில் எழுந்து நிற்பதை பிரலம்பன் கண்டான். வழியெங்குமிருந்த காவல்மாடங்கள் அனைத்திலும் செந்துகில் உறைமூடிய பெருமுரசுகளும் இரவில் எரிந்து அணைக்கப்பட்ட மீனெண்ணெய்ப் பந்தங்கள் பொருத்தப்பட்ட பித்தளைத் தாங்கிக்கொத்துகளும் இருந்தன. ஒவ்வொரு காவல்மாடத்திற்குக் கீழும் பத்து புரவிகளுக்கு அருகே தொடுத்த வில்லுடன் காவல்வீரர்கள் காத்திருந்தனர். மிகையான காவல் முற்றிலும்

ஒருங்கமைக்கப்பட்டிருந்தமையால் அவர்கள் வெறுமனே விழிகளாலேயே பணி முடித்தனர்.

கோட்டையின் கீழ் சென்று நின்றபோது அதன் காவல்மாடங்களில் எழுந்து நின்ற கைவிடுபடைகளின் தொடுக்கப்பட்ட நாணில் இறுகி நின்றிருந்த பல்லாயிரம் அம்பு முனைகளின் கூர்களைத் தனது உடலெங்கும் பிரலம்பன் உணர்ந்தான். கண்ணுக்குத் தெரியாத வலை என அவனைக் கவ்விக் காற்றில் நிறுத்தின அவை. நிமிர்ந்து நோக்கியபோது அத்தனை கூர்களும் தன்னையே நோக்குவதைக் கண்டு திடுக்கிட்டு விழிதாழ்த்திக்கொண்டான்.

சுங்கநிலைகளை நோக்கி வணிக அணிகள் பல திரிகளாகப் பிரிந்து சென்றன. அபிமன்யூ அவனுடன் வந்த குழுவின் பெருவணிகன் அருகே சென்று தலைவணங்கி "இனி நாங்கள் பிரிந்து செல்கிறோம், வணிகரே. தங்கள் கனிவிற்கு நன்றி" என்றான். அவர் மறுமொழி சொல்லாமல் தலைவணங்கினார். பிரலம்பனும் அபிமன்யூவும் வணிகநிரையிலிருந்து பிரிந்து உள்ளே செல்லும் குடிநிரையில் இணைந்துகொண்டபோது சுபாலரும் உடன் வந்தார். "நீங்கள் அக்குழுவைச் சேர்ந்தவரல்லவா?" என்றான் பிரலம்பன். "இல்லை. நான் ஈ போல, எங்கு வேண்டுமானாலும் சுற்றிப்பறந்து அமரலாம். அனைத்தும் உணவே" என்றார்.

கையை விரித்து "ஆனால் இப்போது உங்களுடன் வரவிரும்புகிறேன். நீங்கள் எவரென்று தெரியவில்லை. ஆனால் உங்களுடன் வந்தால் மறுமுறை இந்நகருக்குள் நுழையும்போது நான் சொல்வதற்குரிய கதைகள் சில இருக்கும் என்று தோன்றுகிறது" என்றார். பிரலம்பன் "மறுமுறை இந்நகருக்குள் நுழைய வாய்ப்பின்றியும் போகலாம், வணிகரே" என்றான். சுபாலர் "ஆம், அதுவும் நிகழக்கூடும். நெடுநாட்களாகவே இறப்பின் விளிம்புகளில்தான் அலைந்துகொண்டிருக்கிறேன். எத்தனையோ வழிப்பயணிகளுக்கு என் கண்ணெதிரில் மிருத்யூ தேவி கனிந்திருக்கிறாள். என்னை அவள் கடைக்கண் பார்க்கவே இல்லை" என்றார் சுபாலர்.

துவாரகையின் தெருக்களினூடாக அவர்கள் சென்றனர். அத்தனை மாளிகைகளும் அன்று கட்டப்பட்டவையென வண்ணம் மீண்டிருப்பதைப் பிரலம்பன் கண்டான். பட்டுத் தோரணங்கள், ஓவிய அணித்தூண்கள், காற்றில் சிறகடித்த பாவட்டாக்கள், செயற்கை மலர்களாலான மாலைநிரைகள். வண்ணம் பொலிய வசந்தம் எழுந்த காடென சாலைகள் மாறிவிட்டிருந்தன. "புத்தாடை அணியாத ஒருவர்கூட இந்நகரில் இல்லையா?" என்று பிரலம்பன் கேட்டான். "இங்கு ஒவ்வொரு கப்பலிலும் ஆடைகள் வந்திறங்கிக் கொண்டிருக்கின்றன. இங்கிருந்து பழைய ஆடைகளை வாங்கி சீரமைத்து கொண்டுசென்று

விற்பதற்காகவே நூறு வணிகர் குழுக்களுக்குமேல் உள்ளன" என்றார் சுபாலர்.

"ஒவ்வொன்றும் அவற்றின் எழில்நிலையிலுள்ள நகரம் என்று கேட்டிருக்கிறேன். காலணிகளிலும் குதிரைச்சேணங்களிலும்கூட அதைப் பார்க்க முடியுமென்று எண்ணியதில்லை" என்றான் பிரலம்பன். வணிகக் கூச்சல்களும், கெடுமணங்களும், பலநாட்டு இசையும் நறுமணங்களும் கலந்த காற்று அலையடித்த அங்காடித்தெருவில் கூலவகைகளும் உணவுகளும் அணிப்பொருட்களும் ஆடைகளும் படைக்கலங்களும் நோக்குதிசை எங்கும் குவிந்திருந்தன. பொருள்கொள்ளும் வண்ணங்கள் அனைத்தும் ஒருங்கு திரண்டு விழிகளை முற்றிலும் நிறைத்த தெருவினூடாக விழிமலைத்துச் சென்றனர்.

"ஒவ்வொன்றும் சித்தம் திகட்டும் மிகை. ஆளுயரத்திற்குக் குங்குமத்தைக் குவித்து வைப்பார்கள் என்று சூதரும் சொன்னதில்லை" என்று பிரலம்பன் சொன்னான். ஒருவரோடொருவர் தோள் முட்டி உடல்கள் ததும்ப பொதிகளுடனும் பைகளுடனும் மக்கள் பொருட்களை வாங்குவதற்காகச் சென்றனர். ஒருநோக்கில் அங்கிருந்த அனைவருமே வளைவுக்குள் வந்தடிக்கும் கடலலையின் நுரையென நின்ற இடத்திலேயே சுழித்துத் ததும்புவதாகத் தோன்றியது. வண்ணத் தலைப்பாகைகளின், மின்னும் மேலாடைகளின், பறக்கும் ஆடைகளின் நுரைத்தெறிப்புகள்.

அங்குள்ள விலங்குகளும் நெரிக்கும் மக்களிடையே செல்வதற்குப் பழகிவிட்டிருந்தன. புரவிகளும் அத்திரிகளும் மெல்லச் செருக்கடித்தும், மூச்சு சீறியும், மக்களை விலக்கி எவரையும் மிதிக்காமல் காலெடுத்து வைத்து கூட்டத்தைக்கீறி வகுந்து அலைமேல் அசைவிலாத அன்னங்கள் என ஒழுகிச் சென்றன. எண்ணியிராக் கணம் ஒன்றில் பிரலம்பன் அரைவிழியால் வலப்பக்கம் ஆழத்தில் தெரிந்த மாபெரும் துறைமேடைகளைப் பார்த்தான். "ஆ!" என்று அலறியபடி கடிவாளத்தை விட்டுவிட்டுப் பின்னால் சரிந்தான். தொடர்ந்து வந்த சுபாலர் அவன் தோளைப்பற்றி நிறுத்தியதனால் அவன் புரவியிலிருந்து விழாமல் கடிவாளத்தைப் பற்றியபடி கைசுட்டி துறைமேடைகளைக் காட்டி வாயை அசைத்தான்.

சுபாலர் புன்னகையுடன் "ஆம், பாரதவர்ஷத்தின் மாபெரும் துறைமுகம் இதுவே. இப்பாரதப் பெருநிலத்தில் உள்ள அனைத்துத் துறைமுகங்களையும் ஒன்றாகச் சேர்த்தால் இதனளவிற்கு அமையாது" என்றார். பன்னிரு துறைமேடைகளில் எடைத்துலாக்கள் சுழன்று பொதிகளை இறக்கி வைத்துக்கொண்டிருந்தன. கொடுக்கு அசைக்கும் நண்டுக்கூட்டம்போல என்று பிரலம்பன் எண்ணினான். துலாக்கோல் சூடிய பெருங்கலங்கள்

முள்கொம்பசைக்கும் நத்தைகள். அதை எண்ணியது தன்னுள் வாழும் இளமைந்தன் என்று உணர்ந்தபோது புன்னகைத்தான்.

துறைமேடை அருகே நின்றிருந்தது மாபெரும் பீதர் கலம். அத்தனை உயரத்திலிருப்பதை நோக்கியபோது விழிநிறைக்கும் பேருருக் கொண்டிருந்தது. கீழிருந்து நோக்குத் தொட்டு அவன் எண்ணியபோது பதினெட்டு அடுக்குகளாக அதன் சாளரநிரையின் கோடுகள் தெரிந்தன. அதன் கொடிமரம் உயர்ந்து எரியுமிழும் முதலைப்பாம்பின் உருவத்துடன் காற்றில் படபடத்தது. கீழே சிம்மநாகமும் முதலைநாகமும் ஆளிநாகமும் பொறிக்கப்பட்ட நூற்றெட்டு கொடிகள் பறந்தன. அதன் அருகே நின்ற பிறகலங்கள் யானையைச் சூழ்ந்து பன்றிகள் நிற்பதுபோல் மெல்ல அலைகளில் அசைந்துகொண்டிருந்தன.

துறைமேடைகளிலிருந்து வண்ண எறும்புநிரைகள்போல கிளம்பிய பொதிவண்டிகளின் பன்னிரு திரிகள் இரு திசைகளிலாக ஒழுகிச் சென்றுகொண்டிருந்தன. அந்நகரம் மாபெரும் திகிரியென மெல்லத் திரும்பிக்கொண்டிருப்பதாக அவன் விழிமயக்கம் கொண்டான். “இங்கிருந்து துறைமேடை வரை செல்லும் சாலைகள் புரவிகள் விரைந்திறங்குவதற்கு உகந்தவை. ஆளொழிந்த பின்னிரவுகளில் வீரர்கள் அவற்றைப் பயில்வதுண்டு” என்றார் சுபாலர். முகம் மலர்ந்து நோக்கியபடி “விண்ணிலிருந்து இறகெனச் சுழன்றிறங்குவது போலிருக்கும்” என்றான் பிரலம்பன்.

“இந்நகரமே ஒரு பெரும்சுழல்திகிரி. அனைத்துச் சாலைகளும் சுழன்று நகர் உச்சியில் அமைந்துள்ள மைய மாளிகை நோக்கிச் செல்கின்றன” என்று சுபாலர் சொன்னார். “அது இளையயாதவரின் மாளிகை. இப்போது அங்கு எவருமில்லை.” திகைப்புடன் “ஏன்?” என்று பிரலம்பன் கேட்டான். “எட்டு அரசியரும் தங்கள் தனிமாளிகையில் விலகிச் சென்று தங்கியுள்ளனர். இந்நகரம் விழிக்கு ஒற்றைத்திகிரியெனத் தோன்றுகிறது. உண்மையில் இது எட்டாகப் பகுக்கப்பட்டுள்ளது. அறிந்திருப்பீர்கள், இளையயாதவருக்கு எட்டு துணைவியரிலாக எண்பது முதன்மை மைந்தர். அவர்கள் இந்நகரைப் பிரித்து ஆள்கிறார்கள்” என்றார் சுபாலர்.

“நகரின் மையப்பகுதி சத்யபாமையாலும் ருக்மிணியாலும் இணையாகப் பகுக்கப்பட்டுள்ளது. அவர்களின் மைந்தர்கள் அங்கே ஆட்சி செலுத்துகிறார்கள். துறைமேடைகளை ஜாம்பவதியின் மைந்தர்களும் மித்ரவிந்தையின் மைந்தர்களும் ஆள்கிறார்கள். வணிகர் பகுதிகளை லக்ஷ்மணையின் மைந்தர்கள் ஆள்கிறார்கள். பத்ரையும் நக்னஜித்தியும் அங்காடிகளைப் பகிர்ந்துகொண்டிருக்கிறார்கள். காளிந்தியின் மைந்தர்கள் எல்லைப்புறக் காடுகளில் இருக்கிறார்கள்.”

“அவர்கள் ஒன்றுகூடுவதே இல்லையா?” என்று பிரலம்பன் கேட்டான். “இளைய மைந்தரினூடாக ஒருவருக்கொருவர் செய்திகள் பரிமாறிக்கொள்கிறார்கள் என்று கேட்டேன். பதின்மூன்று ஆண்டுகளாக எட்டு அரசியரும் ஓரிடத்தில் கூடி விழிபரிமாறி சொல்லாடியதாக எவரும் சொல்லிக் கேட்டதில்லை.” பிரலம்பன் “எப்படி ஒருங்கிணைக்கப்படுகிறது இந்நகரம்?” என்று வியந்தான். “அமைச்சர்கள் ஒன்றாகவே இருக்கிறார்கள். இளையயாதவரின் கோகுலத்துத் தோழர்கள் இன்றும் பிளவுபடாத உள்ளத்துடன் ஒன்றுபட்டிருக்கிறார்கள்.”

பிரலம்பன் சில கணங்களுக்குப்பின் “ஆம், இப்போது இந்நகரம் தனிப்பிரிவுகளாகத் தெரியத்தொடங்கிவிட்டது. அங்கே துறைமேடை இரண்டு பகுதிகளாக வெவ்வேறு வண்ணக்கொடிகளுடன் உள்ளது. துறைமேடையின் வலப்பக்கம் நன்கு ஆளப்படுகிறது. அங்கு வண்டிகள் முட்டிச் சரிந்து நிற்பதில்லை. இச்சிறுபொழுதிற்குள்ளாகவே இடப்பக்க ஒழுக்கு மூன்றுமுறை தயங்கி நிற்பதைக் காண்கிறேன்” என்றான். சுபாலர் நகைத்து “இனிமேல் இந்நகரில் வேறுபாடுகளை மட்டுமே உங்களால் பார்க்க முடியும்” என்றார்.

சுழன்று செல்லும் பாதையின் இருபுறமும் அமைந்த ஏழடுக்குப் பெருமாளிகைகளின் முகப்பில் இருபுறமும் கொடிகள் பறந்தன. ஒவ்வொரு மாளிகையின் முன்பும் செம்பட்டுத் திரைசீலை நெளிந்த தேர்களும் பல்லக்குகளும் நின்றிருந்தன. “யவனப் பல்லக்குகள், பீதர் நாட்டுச் சகடங்கள் கொண்ட தேர்கள், கலிங்கத்து பட்டுத் திரைச்சீலைகள், திருவிடத்துப் பொலனணிச் செதுக்குகள். ஒவ்வொரு நிலத்திலிருந்தும் அவர்களின் மிகச் சிறந்த ஒன்று இங்கு வந்து சேர்ந்துள்ளது” என்று சுபாலர் சொன்னார்.

விழிகளைப் பறந்தலையவிட்டு முற்றிலும் உடலிலாதவனாக அச்சாலையினூடாகச் சென்ற பிரலம்பன் நெடும்பொழுதுக்குப்பின் தன்னுணர்வுகொண்டு “அத்தனை மக்களிடமும் ஓர் அயன்மை தெரிகிறது. தன்னை மறந்த உளப்பெருக்கு எவரிடமும் இல்லை” என்றான். “இளையயாதவர் நகர்புகவிருக்கிறார் என்று அறிந்து எக்கணமும் காத்திருப்பவர்கள்போல் இல்லை. எதையோ உளம் கரந்திருக்கிறார்கள். பிறிதெதற்கோ காத்திருக்கிறார்கள்.”

முதன்முறையாக அபிமன்யூ திரும்பி அவனைப் பார்த்து “அயன்மை கொண்டவர்கள் ஆண்கள் மட்டும்தான், பிரலம்பரே. பெண்களைப் பாருங்கள். அவர்கள் அனைவரும் காத்திருக்கும் விரகோத்கண்டிதைகளாக இருக்கிறார்கள். இந்நகரம் மாபெரும் முல்லை நிலம் போலிருக்கிறது” என்றான். சுபாலர் உரக்க நகைத்து “ஆம், முல்லை மலர்ந்துள்ளது” என்றார்.

அவர் சுட்டிய இல்லமுகப்பில் சரமுல்லை பூத்து வெண்முத்துகளாகச் சூடியிருந்தது. பிரலம்பன் தலைதூக்கி மாளிகையின் கூரைவரை சென்ற அக்கொடிப்பெருக்கைப் பார்த்தான். உவகையுடன் "ஆம், அவர்கள் அனைவரும் பிறிதொரு உலகில் வாழ்கிறார்கள்" என்றான்.

"அவ்வுலகுக்குள் நுழையும் ஆணென எவரும் இங்கில்லை. அங்கே ஆண் என ஒருவனன்றி பிறர் இல்லை. அவ்வுலகில் குழலோசையன்றி எதுவும் ஒலிப்பதில்லை" என்றான் அபிமன்யூ. பிரலம்பன் ஒவ்வொரு முகத்தையாகத் தொட்டுத் தொட்டு நோக்கிச் சென்றான். அக இனிமையில் மயங்கிய முகங்கள். பாதி சரிந்த விழிகள். உள்ளனலே ஈரம் என்றாக செவ்வண்ணம் பெற்ற உதடுகள். உளம் அறிந்த ஏதோ சொல்லை ஒவ்வொன்றும் சொல்லிக்கொண்டிருப்பதுபோல. நிற்பவர்களும் நடப்பவர்களும்கூட உடலில் சிறு துள்ளல் கொண்டிருந்தனர். முகம் சுருங்கி விழிகுழிந்த முதுமகள்கள்கூட கன்னியரின் அசைவுகளை வெளிக்காட்டினர்.

"இது கோபியரின் நகரம். பிற அனைவரும் விருந்தினரே" என்றான் அபிமன்யூ. பிரலம்பன் புரவி திரும்ப விழிவளைத்தபோது நகருக்கு நிகராக எழுந்து நின்ற மாபெரும் வாயிலைப் பார்த்தான். அதன் சங்கு சக்கரங்களுக்கு நடுவே எழுந்த கருடன் அனல்விழி நோக்குக் கொண்டிருந்தது. அவ்வாயிற் சதுரத்தினூடாக முகில் ஒளிர்ந்த வானம் தெரிந்தது.

5

சிற்றமைச்சர் சந்திரசூடர் “இவ்வழி” என்று சொல்லி அபிமன்யூவையும் பிரலம்பனையும் அரண்மனையின் இடைநாழியினூடாக அழைத்துச் சென்றார். அபிமன்யூ மெல்ல உளமகிழ்வடைந்தான். “ஒவ்வொன்றும் நினைவிலிருந்து எழுந்து வருகின்றன, பிரலம்பரே. மழைவிழுந்து பாலைநில விதைகள் முளைத்தெழுவதுபோல” என்றான். கைகளை விரித்து “காடு மண்டுகின்றது. பூத்து விரிகின்றது” என்றான். “அந்த வரி பாடுவதற்குரியது” என்றான் பிரலம்பன். “ஆம், ஏதோ சூதர் சொன்னது” என்றான் அபிமன்யூ. “சூதர்கள் முழு வாழ்க்கையையும் முன்னரே பாடிவிடுகிறார்கள். நாம் மறுபடியும் அதை நடிக்கவேண்டியிருக்கிறது” என்றான் பிரலம்பன்.

“நான் இங்கே மாதுலரின் மைந்தருடன் வளர்ந்தேன். மூத்தவர்களுக்கு நான் மைந்தனைப்போல் இருந்தேன். அவர்கள் என்னைவிட பத்துப்பதினைந்தாண்டுகள் மூத்தவர்கள்” என்றான் அபிமன்யூ. “அவருக்கு எத்தனை மைந்தர்?” என்று பிரலம்பன் கேட்டான். “ஏராளம்... அவர் பாலையில் மகரந்தம் விரிந்த மரம். காற்றெல்லாம் பரவினார் என்கிறார்கள் சூதர்கள்” என்றான் அபிமன்யூ. “அந்த ஒப்புமை கூர்நோக்குக்கு உரியது. பாலைமரத்தின் மகரந்தம் காற்றில் சென்று இலைகளிலும் பாறைகளிலும்கூட படிந்திருக்கும். அடுத்த காற்றில் எழுந்து பரவும். அழிவதே இல்லை. அந்த மரம் அழிந்தபின்னரும்கூட காற்றிலிருக்கும் அதன் மகரந்தம் மலர்களைக் கருவுறச்செய்யும்.”

“ஆம், அஸ்தினபுரியில்கூட பல பெண்கள் அப்படிக் கருவுற்றிருக்கிறார்கள்” என்று பிரலம்பன் சிரித்தான். அபிமன்யூ “அவருக்கு அரசியர் எண்மர். அவர்களில் எண்பது மைந்தர்கள். உளத்தலைவனாக

ஏற்றுக்கொண்டவர்கள் பல்லாயிரம்பேர். அவர்களின் மைந்தர்களையும் அவருடைய மைந்தர் என்று கொள்வதே இங்கே வழக்கம். அவர் மனைவியர் பதினாறாயிரத்தெட்டு என்றும் அவர்களின் மைந்தர்கள் லட்சம்பேர் என்றும் சூதர்கள் பாடுகிறார்கள்" என்றான்.

பிரலம்பன் "எண்பது இளவரசர்கள்!" என்று சிரித்தான். "எண்பதுபேரின் மைந்தர்கள் நூற்றிஎட்டுபேர் இருக்கிறார்கள்... மூத்தவர் அநிருத்தர்" என்றான் அபிமன்யூ. "அமைச்சரே, இளவரசர்களின் பட்டியலை நம் தலைமைஒற்றரிடம் சொல்லும்" என்றான். சிற்றமைச்சர் திகைத்து பிரலம்பனைப் பார்த்துவிட்டு "ஆம்" என ஏதோ சொல்ல முயன்றார். "இவர் அவர்களை உளவறிய வேண்டியிருக்கிறது" என்றான் அபிமன்யூ. அவர் தலையசைத்துவிட்டு "இடப்பக்கம் இணைநிலை என அமைந்த எட்டுத்துணைவியரும் எந்தையை மணந்து பத்து மைந்தர் என ஈன்றனர். அவர்கள் விண்ணுலகில் ஆழிவெண்சங்குடன் அமர்ந்தவனின் அவையமர்ந்த தெய்வங்களின் மண்வடிவங்கள்" என்றார்.

"இவர்கள் அனைவருக்குமே இந்தப் பாடல் தெரியும். நினைவில் வைத்திருக்கவேண்டும் அல்லவா?" என்றான் அபிமன்யூ தாழ்ந்த குரலில். "சொல்லப்போனால் இங்கே சிற்றமைச்சராக இருக்க வேண்டிய தகுதியே இப்பெயர்களையும் முறைகளையும் நினைவில் வைத்திருந்து ஒப்பிப்பதுதான். எண்பதில் ஒருவரை அடையாளம் கண்டு முறைமைசெய்ய மறந்தாலும் தலை போய்விடும்" என்றபின் தயங்கியபடி நோக்கிய அமைச்சரிடம் "பாடுக, அமைச்சரே!" என்றான்.

சிற்றமைச்சர் "முதன்மை அரசி ருக்மிணியின் மைந்தர்களாக பிரத்யும்னன், சாருதேஷ்ணன், சுதேஷ்ணன், சாருதேஹன், சீசாரு, சாரகுப்தன், பரதசாரு, சாருசந்திரன், விசாரு, சாரு ஆகியோர் பிறந்தனர். அவர்கள் நிகரற்ற வில்லவர்கள். அரசுசூழ்தலில் முதல்வர்கள். மண்ணாளப் பிறந்தவர்கள். அன்னை சத்யபாமை பானு, சுபானு, ஸ்வரபானு, பிரபானு, பானுமான், சந்திரபானு, பிரகத்பானு, அதிபானு, ஸ்ரீபானு, பிரதிபானு ஆகியோரை ஈன்றார். அவர்களே தொல்புகழ் யாதவப்பெருங்குலத்தை இம்மண்ணில் அழியாது நிலைநிறுத்தும் நல்லூழ் கொண்டவர்கள்."

"இளைய அரசி ஜாம்பவதி சாம்பன், சுமித்ரன், புருஜித், சதாஜித், சகஸ்ரஜித், விஜயன், சித்ரகேது, வசுமான், திராவிடன், கிராது ஆகியோரை ஈன்றார். ஜாம்பவானின் அழியாப்புகழை இப்புவிக்கு அறிவிப்பவர்கள் அவர்கள். ராகவராமன் முதல் இளையயாதவர் வரை நீளும் தொல்மரபல்லவா அது?" என்றார் சிற்றமைச்சர். "நக்னஜித்தி என்னும் சத்யை அரசியரில் வீரம் மிக்கவர். அவர் வீரா, சந்திரா, அஸ்வசேனன், சித்ராகு, வேகவான், விருஷன், அமன், சங்கு, வாசு, குந்திகன் ஆகியோரை ஈன்றார். அவர்கள்

இன்று யாதவப்பெரும்படையை போர்முதல்வர்கள் என நின்று காக்கிறார்கள்."

"இளையவரை தெய்வமென தன் நெஞ்சில் சூடிய அரசி காளிந்தி வயிறு கனிந்து சுருதன், கவி, விருஷன், களிந்தவீரன், சுபாகு, பத்ரன், சாந்தன், தர்ஷன், பூர்ணநமாம்ஷு, சோமகன் ஆகிய மைந்தர்களை இளையவருக்கு அளித்தார். அவர்கள் அவருடைய அடியை சென்னிசூடும் மைந்தர்கள். இக்கோட்டையின் காவலர்கள். லக்ஷ்மணை தன் பரிசாக அவருக்கு பிரகோஷன், காத்ரவான், சிம்மன், பலன், பிரபலன், ஊர்த்துவாகன், மகாசக்தன், சகன், ஓஜஸ், அபரஜித் என்னும் மைந்தர்களை அளித்தார். அவர்களை இந்நகர் காவல்தெய்வங்கள் என வழிபடுகிறது."

"அரசியாகிய மித்ரவிந்தை விருகன், கர்ஹன், அனிலன், கிருதரன், வர்தனன், ஆனந்தன், மகாம்சன், பவனன், வஹ்னி, சூதி என்னும் மைந்தர்களைப் பெற்றார். இளையஅரசியாகிய பத்ரை சங்க்ரமஜித், பிருகத்சேனன், சூரன், பிரகரணன், அரிஜித், ஜயன், சுபத்ரன், வாமன், ஆயு, சத்யகன் ஆகியோரை ஈன்றார். அவர்களால் பொலிகிறது அரசரின் அழியாப் பெருங்குருதி மரபு. அதை வானுறையும் மூதாதையர் காக்கட்டும். ஆம், அவ்வாறே ஆகுக!" என்றார் அமைச்சர்.

"நன்று. ஆனால் நீர் முழுமையாகப் பாடவில்லை" என்றான் அபிமன்யூ. அவர் திகைத்துத் திரும்பிப்பார்க்க "பதினாறாயிரத்தெட்டு மனைவியரையும் அவர் மைந்தரையும் சொல்க!" என்றான். அவர் வாய்திறந்து அசைவற்ற விழிகளுடன் நோக்க, பிரலம்பன் "அவர்களின் பெயரர்களையும் சொன்னால் நினைவில்கொள்ள இயலுமே" என்றான். அமைச்சர் அதன் பின்னரே புன்னகைத்து "அது கடற்கரை மணல்களைப்போல எண்ணற்கரியது. கடல் அலைகளைப்போல நிகழ்ந்துகொண்டே இருப்பது" என்றார்.

"ஆம், இதோ இக்கணம் எங்கோ அவருக்கு ஒரு மைந்தன் பிறக்கிறான். நான் அதை உணர்கிறேன்" என்றான் அபிமன்யூ. "அதற்குச் சற்றுமுன் ஒரு மகள் பிறந்தாளே, நீங்கள் அறியவில்லையா?" என்றான் பிரலம்பன். அமைச்சர் புன்னகை செய்தார். "வருக, இளவரசே... இதுவே இளையோர் அரண்மனை... பேரரசி சத்யபாமை இங்கிருந்து இந்நகரை ஆள்கிறார்" என்றார். "நகரையா?" என்றான் அபிமன்யூ. "ஆம், நகரை முழுமையாகத்தான் ஆள்கிறார்கள்" என்றார் அமைச்சர். "எஞ்சியவர்கள்?" என்றான் பிரலம்பன். "அவர்களும் நகரை முழுமையாக ஆள்கிறார்கள்" என்றார் அமைச்சர்.

திகைப்புடன் "அதெப்படி?" என்றான் பிரலம்பன். "காற்று ஆளும் இடத்தை ஒளியும் மணமும் ஆள்கிறதல்லவா?" என்றார் அமைச்சர்.

“ஆகா!” என்றான் பிரலம்பன். “இளவரசே, அந்தணர் அந்தணர்தான்…” அபிமன்யூ “ஆம், அவர்கள் சொலல்வல்லர், அதில் மட்டும் சோர்விலர்” என்றான்.

அறைவாயிலில் சிற்றமைச்சர் சந்திரசூடர் சற்று நின்று அபிமன்யூவிடம் “இங்கு காத்திருங்கள்” என்றபின் கதவைத் திறந்து உள்ளே சென்றார். அபிமன்யூ பிரலம்பனிடம் “இன்னமும் எவரும் இங்கு பட்டத்தரசராக அறிவிக்கப்படவில்லை. ஆகவே எட்டு மனைவியரின் எண்பது மைந்தருக்கும் முடிசூடும் விழைவு இருப்பதுபோல் தெரிகிறது” என்றான். அவன் அதை இயல்பான குரலில் சொன்னமையால் பிரலம்பன் திடுக்கிட்டு நாற்புறமும் பார்த்தபின் “மெதுவாகப் பேசுங்கள், இளவரசே” என்றான். “நான் இங்கே அஞ்சவேண்டியது ஏதுமில்லை. இங்குள்ள அனைவருக்கும் என்னைத் தெரியும்” என்றான் அபிமன்யூ.

பிரலம்பன் “நான் இங்கு நின்றுகொள்கிறேன்” என்றான். “இங்கு முறைமையென ஏதுமில்லை. இது அரச அவையும் அல்ல. அவர்கள் என் முறைக்குருதியர்.. இளையோனாக அவர்களுடன் இந்நகரின் தெருக்களில் ஆடிவிளையாடியிருக்கிறேன். மூத்தவர் பானு என்னைத் தோளில் சுமந்து சென்ற நினைவு உள்ளது” என்றான். பிரலம்பன் ஏதோ சொல்ல வாயசைப்பதற்குள் கதவு திறந்து வெளியே வந்த சிற்றமைச்சர் “உபப்பிலாவ்யத்தின் இளவரசர் அபிமன்யூவிற்கு துவாரகையின் மூத்த இளவரசர் பானு திருமுகம் அளிக்க ஒப்புதல் கொண்டுள்ளார்” என்றார்.

“இவர் என் அணுக்கன்” என்று அபிமன்யூ சொல்ல “தனியறைக்குள் பிறருக்கு நுழைவொப்புதல் அளிப்பதில்லை” என்றார் சிற்றமைச்சர். பிரலம்பனை ஒருகணம் திரும்பி நோக்கியபின் அபிமன்யூ உள்ளே சென்றான். பிரலம்பன் ஆறுதலுடன் நிமிர்ந்து ஆடையை இழுத்துவிட்டுக்கொண்டான். எடைமிக்கதாயினும் பித்தளைக் குடுமிகளில் ஓசையின்றி சுழன்ற கதவு அவனுக்குப் பின்னால் பட்டுத்திரைபோல மூடிக்கொண்டது. அபிமன்யூ இயல்பான நடையுடன் சிரித்தபடி உள்ளே சென்றான்.

அறைக்குள் பானுவும் பிரபானுவும் சுபானுவும் பீடங்களில் அமர்ந்திருக்க பிற உடன் பிறந்தார் மூவர் சாளரத்தருகே நின்றிருந்தனர். அபிமன்யூ உள்ளே நுழைந்து உரக்க “வணங்குகிறேன், மூத்தவரே. சற்று பருத்துவிட்டீர்கள்” என்றான். பானு அச்சொற்களைக் கேட்காதவன்போல அவன் முகத்தையே நோக்கிக்கொண்டிருந்தான். பிற இருவரும் சற்றே அசைந்தனர். சிற்றமைச்சர் ஏதோ சொல்ல வாயெடுக்க, விழிகளால் விலக்கிய பிரபானு அபிமன்யூவிடம் ஏதோ சொல்ல எண்ணும் முகம் கொண்டிருந்தான்.

அபிமன்யூ அதே சிரிப்புடன் பிரபானுவைப் பார்த்து "இங்கு வந்து நெடுநாட்களாகின்றன. நான் கண்ட நகர் முற்றிலும் மாறிவிட்டிருக்குமென்று எண்ணினேன். நன்று, என் கனவுகளில் வரும் நகராகவே எஞ்சுகிறது. எப்படியிருக்கிறீர்கள்? சிறு படகுகளில் அலைமேல் செல்லும் விளையாட்டு இங்கு இப்போதும் நிகழ்கிறதா? சற்று இளைப்பாறிய பின் நல்ல கரும்புரவி ஒன்றை எடுத்துக்கொண்டு துறைமேடை நோக்கிச் செல்லும் பாதையில் முழுவிரைவில் பாய்ந்திறங்க வேண்டுமென்று விழைகிறேன்" என்றான்.

அவர்கள் முகங்கள் அனைத்தும் அவனை விலக்கும் ஒவ்வாநோக்கு கொண்டிருந்தன. பானு சிலைபோலிருக்க மூத்தவனை ஒருகணம் நோக்கிய சுபானு அபிமன்யூவிடம் "துவாரகையின் இளவரசரின் முன் நீங்கள் இன்னும் முறைமைச்சொல் உரைக்கவில்லை, இளவரசே" என்றான். "இல்லையே, வந்ததும் வணங்கினேனே?" என்றபின் சிரித்து "விளையாடுகிறீர்களா? நான் அரசமுறையாக இங்கு வரவில்லை. மேலும் நான் எந்த நிலத்தை ஆள்கிறேன் என்றே எனக்கு இன்னும் உறுதியாகவில்லை. நான் உபப்பிலாவ்யத்திலிருந்து வருகிறேன். என் மாதுலரின் நகருக்கு, அவரது மைந்தராக" என்றான்.

"அரசகுடியினர் எப்போதும் அரசப்பொறுப்பிலேயே இருக்கிறார்கள். அவர்கள் அரசமுறைமைகள் அனைத்தையும் கடைப்பிடிக்கக் கடமைப்பட்டிருக்கிறார்கள்" என்று பிரபானு சொன்னான். அபிமன்யூ "இப்போது நான் என்ன செய்ய வேண்டும்? முறைமைச்சொற்கள் உரைத்துத் தலைவணங்க வேண்டுமா?" என்றான். "ஆம்" என்றான் சுபானு. "பொறுங்கள்" என்றபின் திரும்பிச்சென்று கதவைத் திறந்து "பிரலம்பரே, உள்ளே வாரும்" என்றான்.

பிரலம்பன் உள்ளே வந்து அனைவர் முகங்களையும் ஒருகணத்தில் விழிதொட்டுச்சென்று அபிமன்யூவை நோக்கினான். அபிமன்யூ "என்னை இங்கு அறிவியும்" என்றான். அக்கணமே அனைத்தையும் புரிந்துகொண்டு கூத்து நடிகனைப்போலக் காலெடுத்து வைத்து தலையுயர்த்தி நின்று உரத்த பெருங்குரலில் "அஸ்தினபுரியின் மாமன்னர் பாண்டுவின் பெயர்மைந்தரும் மும்முடி சூடி சத்ராஜித் என அரியணைஅமர்ந்த பேரரசி திரௌபதியின் அறமைந்தரும் அறச்செலவர் யுதிஷ்டிரரின் வழித்தோன்றலும் குருகுலத்தோன்றல் இளையபாண்டவர் அர்ஜுனரின் குருதிமைந்தருமான இளவரசர் அபிமன்யூ வருகை தந்துள்ளார். இந்திரப்பிரஸ்த நகரியின் பட்டத்து இளவரசராக உபப்பிலாவ்யத்தில் கூடிய அரசப்பேரவையில் முறைப்படி அறிவித்திருக்கிறார்கள். படைத்துணையாகிய விராடப்பேரரசின் இளவரசியை மணந்து புவிவெல்லும் கோல்சூடியுள்ளார். பிற நாடுகளில் முறையாகப் பட்டத்து

அரசராக அறிவிக்கப்பட்டவர் எவரோ அவர் மட்டும் இளவரசரின் நிகர்நின்று முறைமைச்சொல் உரைக்கலாம். பிறர் அகன்று நின்று தங்கள் பணிந்த வாழ்த்துகளைத் தெரிவிக்கும்படி இந்திரப்பிரஸ்தத்தின் செங்கோல் கோருகிறது" என்றான்.

பானு திகைத்து இரு கைகளாலும் பீடத்தின் விளிம்பைப் பற்றிக்கொண்டான். அபிமன்யூ மேலும் நாடகத்தன்மை தோன்ற காலெடுத்து வைத்து "இந்திரப்பிரஸ்தத்தின் பட்டத்து இளவரசராக நகர் நுழைந்திருக்கிறேன். எனது கொடி அரண்மனைமுகப்பில் எழட்டும். வரவேற்பு முரசுகள் முழங்கட்டும். இங்கு பட்டத்து இளவரசரின் உடனிளையோர் எவரோ அவர் என்னை வாயிலில் வந்து வரவேற்றிருக்க வேண்டும். நன்று, இனிமேல்கூட அவர் தன் பிழையை நிகர் செய்யலாம்" என்றான்.

பானு சினத்துடன் "இங்கு பட்டத்து இளவரசன் நான். அதை அனைவரும் அறிவர்" என்றான். "துவாரகையின் அரசர் இளையயாதவர் அதை அறிவாரா?" என்று அபிமன்யூ கேட்டான். அதிலிருந்த எள்ளலைப் புரிந்துகொண்டு பானு எழுந்து நின்று "எவர் முன் நின்று சொல்லெடுக்கிறாய் தெரிகிறதா?" என்று கூச்சலிட்டான். "இளவரசே, துவாரகையின் அரசருக்கு எட்டு மனைவியரில் எண்பது மைந்தர். மேலும் பதினாறாயிரத்துஎட்டு பெண்களுக்கு அவர் உளத்துணைவர் என்றும் அவர்கள் ஈன்ற மைந்தர்களுக்கு அவரே அறத்தந்தை என்றும் சொல்லப்படுகிறது. அத்தனை மைந்தருக்கும் நான் அவைமுறைமை செய்தால் என்னை மருத்துவ நிலையத்தில் ஓராண்டுகாலம் முதுகுக்கு ஒத்தடமும் வேதனமும் செய்து சீர்படுத்தி எடுக்க வேண்டியிருக்கும். பொறுத்தருள்க! எவர் பட்டத்து இளவரசர் என்று துவாரகையின் அரசர் அறிவிக்க வேண்டும். பதினாறாயிரத்தெட்டு மனைவியரின் அத்தனை மைந்தருக்கும் அவர்களே பட்டத்தரசர் என்று எண்ணமிருக்கலாம். அவர்களின் குருதியுடன்பிறப்புகள் அதை நம்பவும் கூடும்" என்றான்.

பானு பற்கள் தெரிய "சிறுமை செய்யும் சொல்" என்றான். "இங்கு நான் என் மாதுலரின் மைந்தனாக வந்தேன். அரச முறைமையை நினைவுறுத்தியவர் தாங்கள்தான். ஆகவே நான் கோருவதும் அரச முறைமையைத்தான்" என்றான். சுபானு "மூத்த அரசியின் மைந்தர் அவரே. அவர் பட்டத்தரசராவதில் இங்கெவருக்கும் மறு கருத்தில்லை" என்றான். "மறு கருத்து எஞ்சிய அத்தனை இளவரசர்களுக்கும் இருக்கும்" என்று அபிமன்யூ சொன்னான். "துவாரகையின் இப்பகுதியின் பட்டத்தரசர் என்று நீங்கள் உங்களைச் சொன்னால் ஓரிரு நாழிகைப்பொழுதுக்கு அதை என்னால் ஏற்க முடியும்."

“ஆனால் அவ்வாறு உங்களை துவாரகையின் அரசர் அமைத்துப்போன ஓர் ஓலையையோ அமைச்சருக்கு அளித்த ஆணையையோ சுட்டிக்காட்டும்படி என் அணுக்கனாகிய இவர் கேட்பார். இவர் பெயர் பிரலம்பன். என் ஒற்றரும்கூட. மிக ஆணவம் மிக்கவர். ஷத்ரியக் குடிப்பிறந்தாலும் சூதர்களுக்குரிய எள்ளலும் கசப்பும் கொண்டவர். பாரதவர்ஷத்தின் அத்தனை அரசுகளுக்கும் பட்டத்து இளவரசராக துவாரகையின் ஒவ்வொரு இளவரசரை அனுப்பினாலும் எஞ்சியவர்கள் ஒரு நல்ல படையெனத் திரள்வார்கள் என்று இவர் சொன்னாலும் சொல்லக்கூடும்” என்றான் அபிமன்யூ.

“மேலும் முறைமைகளைப்பற்றி என்னைவிடவும் கவலை கொள்பவர் இவர். என்னிடமே முறைப்படிதான் பேசுவார். இவரிடம் நான் சொல்லவேண்டிய அரசச் செய்திகளைப் பறவைச்செய்தி வழியாக உபப்பிலாவ்யத்திற்கு அனுப்பி அதை அமைச்சர் சுரேசர் ஓலைச்செய்தி வழியாக இவருக்கு அனுப்புகிறார் என்றால் பார்த்துக்கொள்ளுங்கள். இவர் என்ன கேட்பார்? சத்யபாமை அத்தை யாதவகுலம். ருக்மிணி அத்தை ஷத்ரியக் குலத்தில் பிறந்தவர். எக்குடிப்பிறந்தவராயினும் அரசர் மணக்கும் ஷத்ரியப்பெண்ணின் மைந்தரே பட்டத்தரசராக வேண்டுமென்பது பாரதவர்ஷத்தின் மாறா நெறிகளில் ஒன்று என்பார். நான் தட்டிக்கேட்கவே முடியாது. தீய உள்ளம் கொண்ட ஷத்ரியர்.” பிரலம்பன் மீசையை நீவி ஆம் எனத் தலையசைத்தான்.

“பிரத்யும்னர் முறையாக அறிவிக்கப்படாத பட்டத்து அரசரென்று ஐம்பத்தாறு பாரதநாட்டு ஷத்ரிய அரசர்களாலும் முன்னரே ஏற்றுக்கொள்ளப்பட்டிருக்கிறது. அவர் மைந்தர் அநிருத்தரே வழித்தோன்றலென்றும் சூதர்கள் பாடுகிறார்கள்” என்று அபிமன்யூ தொடர்ந்தான்.“எவர் சொன்னது? சொன்னவர்களை என் முன் வரச்சொல்” என்றான் பானு. அபிமன்யூ “ஒற்றரே, அரண்மனைக்கோட்டையில் இருந்து அத்தனை சூதர்களையும் அரண்மனைக்கு வரச்சொல்லி முரசறைய ஆணையிடுங்கள்” என்றான். “ஆணை!” எனப் பிரலம்பன் திரும்ப, பானு “அறிவிலி, அத்துமீறிச் சொல்லெடுக்கிறாய்” என்று கூவியபடி அபிமன்யூவின் கையைப் பற்றினான்.

“நயத்தக்க நற்பண்பு கற்றிருக்கிறீர்கள், இளவரசே. அவையில் இளையோன் என எண்ணி என் கையைப் பற்றுகிறீர்கள். இதையே ஏதேனும் களத்தில் செய்ய வந்திருந்தால் தலையல்லவா அறுந்து கீழே விழுந்திருக்கும்?” என்று அபிமன்யூ சொன்னான். பானு திடுக்கிட்டு கையை விலக்கிக்கொண்டான். பிரலம்பன் “அவர் தங்களை ஆரத்தழுவ விரும்பலாம், இளவரசே” என்றான். பானு “செல் வெளியே... நான் உன்னிடம் ஒரு சொல்லும் உரைக்க விரும்பவில்லை” என்றான்.

அபிமன்யூ தலைவணங்கி "தங்களை நான் முதலில் சந்திக்க வந்தது முன்பொருநாள் இந்தத் தோள்களில் அமர்ந்து இந்நகரைச் சுற்றிவந்தேன் என்று எண்ணியதனால்தான். உள்ளே நுழைகையிலேயே ஒவ்வாதன சில என் விழிகளுக்குப் பட்டன. இங்கு அவற்றை உறுதி செய்துகொண்டேன். எழுந்து விண்தொடும் பெருமையின் காலடியில் என்றும் சிறுமைகளையே பரப்பி வைக்கின்றது விண்ணாளும் ஊழ். இந்நகர், இக்குலம் என்னவாகப் போகிறதென்று இன்று அறிந்தேன். அது அவர் கண்ணெதிரில் நிகழுமென்றும் தெளிந்தேன்" என்றான்.

அவன் குரல் மாறியதை உணர்ந்த பானுவின் நீட்டிய கை தளர்ந்தது. "ஆம், அது அவ்வாறே ஆகும். மானுடன் மண்ணில் நின்றிருக்க வேண்டியவன். தெய்வங்களின் பீடத்தில் அவன் அமர்ந்தால் மானுடனென அவனுக்கு அளிக்கப்பட்டுள்ள அனைத்தும் அகன்று செல்லும். குலமும் குடியும் குருதியும் கொடிவழியும்" என்றபின் திரும்பி "பிரலம்பரே" என்றான் அபிமன்யூ. பிரலம்பன் "இந்திரப்பிரஸ்தத்தின் இளவரசர் அவை நீங்குகிறார். முறைப்படி முடியளிக்கப்படாத அனைவரும் தலைவணங்குக!" என்றான்.

பானு இரு கைகளையும் விரல் சுருட்டி இறுக்கி பற்களைக் கடித்தபடி ஈரம் படர்ந்த விழிகளுடன் நோக்கி நிற்க, பிறர் அவன் ஆடிப்பாவைகளென தோன்றினர். அபிமன்யூ திரும்பி நடக்க, கூத்துமேடைத்தனம் மேலும் மிகையெனத்தோன்ற காலடி வைத்து பிரலம்பன் அவனுக்குப் பின்சென்றான்.

கதவுக்கு அப்பால் காலடியோசை கேட்டது. "நுழையலாமா?" என்று அமைச்சர் சுதமர் அறைவாயிலை சற்றே திறந்து கேட்டார். "வருக மூத்தவரே, இப்பொழுதின் இறுக்கத்தை உங்கள் முகத்தின் சிறுகீற்றே விலக்கிவிட்டது" என்று புன்னகையுடன் கூறியபடி அபிமன்யூ இரு கைகளையும் விரித்து அணுகினான். உள்ளே வந்த சுதமர் "இளைத்திருக்கிறீர்கள், இளவரசே" என்றார். "போர்... மெய்யாகவே போர். விழுப்புண்களைப் பார்க்கிறீர்களா?" என்று தோளைக் காட்டினான். அவர் சிரித்து "கேள்விப்பட்டேன்" என்றார்.

"நெடும்பயணங்கள், கூடவே துயில்நீப்பு" என்றான் அபிமன்யூ. "விழாவென்றால் துயில் நீக்காது அமையாது" என்றபடி சுதமர் அமர்ந்தார். அறைக்குள் அபிமன்யூவின் மரவுரிகளை எடுத்து விரித்துக்கொண்டிருந்த பிரலம்பனைப் பார்த்து "இவர்தானா அது? இதற்குள் அரண்மனை முழுக்க இவரைப் பற்றித்தான் பேசிக்கொண்டிருக்கிறார்கள்" என்றார். அபிமன்யூ "என் அணுக்கர். நான் உரைப்பவற்றை ஒருநாள் கழித்துப்

புரிந்துகொள்வார். உரைக்காதவற்றை உடனே புரிந்துகொள்வார்” என்றான். பிரலம்பன் “எஞ்சியவற்றை நான் உரைப்பேன்” என்றான்.

சுதமர் நகைத்து “அணுகியவர்களைத் தன்னைப்போலாக்கும் திறன்கொண்டவர் என்று இளையயாதவரை அறிந்திருக்கிறேன். மாதுலருக்கு உகந்த மைந்தன் நீங்கள்” என்றபின் சற்றே விழிமாறி “அவ்வகையில் நல்லூழ் கொண்டவர் இளையயாதவர். தன் குருதி தான் என முளைப்பதைப் பார்க்கும் வாய்ப்பு எந்தத் தந்தைக்கும் அமைந்தாக வேண்டும். மண்ணில் மானுடருக்குத் தெய்வங்கள் அளித்த நற்கொடைகளில் ஒன்று அது. இங்கு நுரைக்குமிழிகளென மைந்தர் பெருகிச் சூழ்ந்திருக்கிறார் அவர். ஒவ்வொன்றும் அவர் முகமே. ஆனால் ஒருமுகமும் அவரல்ல. தேவியர் வயிற்றில் எழாதது தங்கையின் வயிற்றில் எழுந்தது எனில் எண்மரையும் ஈரெண்ணாயிரத்தவரையும் கடந்து அவர் அருகே நின்றிருப்பவள் அவளே” என்றார்.

அபிமன்யூ அவர் அருகே அமர்ந்தபடி “இங்கென்ன நிகழ்ந்து கொண்டிருக்கிறது, மூத்தவரே?” என்றான். “நீங்கள் மூத்த இளவரசரிடம் சொன்னதுதான். எண்பது மைந்தருக்கும் முடிசூடும் விழைவு” என்றார் சுதமர். அபிமன்யூ “எட்டு மூத்தவர்கள். அவர்களில் எவர் அகவையில் மூத்தவர்?” என்றான். “அவருக்குப் பிறந்த முதல் மைந்தர் பானு. அந்தகக் குடியின் அத்தனை யாதவ இயல்புகளும் அவரில் கூடியுள்ளன. அவற்றில் பெரும்பகுதி அறிவின்மை என்பதைச் சொல்லவேண்டியதில்லை” என்றார் சுதமர். “ஆனால் அவருக்கு நான்குநாழிகை கடந்து அதே நாளில் பிறந்தவர் இரண்டாவது மைந்தர் சாம்பன். களம் நின்று போர் தொடுக்கவும் அஞ்சாது சென்று வென்று மீளவும் இக்குடியில் அவரே முதல்வர்.” அபிமன்யூ “ஆம், இக்குடியில் அவர் ஒருவரின் அம்புகளே இலக்கை அடைகின்றன” என்றபின் பிரலம்பனிடம் “என்னிடம் நூறுக்கு ஓர் அம்பென எதிர்நிற்பார் அன்றெல்லாம்” என்றான்.

சுதமர் புன்னகையுடன் “மூன்றாமவர் பிரத்யும்னர். அரசரென அமர்வதற்கு அனைத்துத் தகுதிகளும் அவருக்கே. ஷத்ரியக் குடிமுறைகளும் அதையே உறுதி செய்கின்றன” என்றார். “ஆனால் இப்போதுவரை பட்டத்து இளவரசர் எவரென்பதை இளையயாதவரால் அறிவிக்கமுடியவில்லை. பலமுறை பிரத்யும்னரை அறிவிக்க முற்பட்டார். ஆனால் மூத்தயாதவர் அதை விரும்பவில்லை. யாதவக்குருதிக்கு ஷத்ரிய அரசரா என்றார். அவர் துணைவியார் ரேவதிதேவி சத்யபாமையை விரும்பாதவர். ஆகவே பானுவுக்கு முடிசூட்டுவதையும் அவர் விரும்பவில்லை. எஞ்சியவர் சாம்பன். அவருக்கு முடிசூட்ட யாதவர்கள் ஒப்பவில்லை. அவர் வேடர்குருதி. காளிந்தியின் மைந்தர் அரசராவதைப்பற்றி எண்ணவே வேண்டியதில்லை.”

“ஒருவேளை இளையோர் சிறுவராக இருந்தபோதே அறிவித்திருந்தால் எழும் குடிப்பூசல்களை வென்று நிலைகொள்ள அவருக்குப் பொழுதமைந்திருக்கும். இன்று ஒருபுறம் குடிப்பூசல்கள் மறுபுறம் முடிப்பூசல்கள்” என்றார் சுதமர். “அறிந்திருப்பீர்கள், ஒவ்வொரு நாளும் இந்நகரிலிருந்து யாதவர்கள் அகன்று செல்கிறார்கள். ஐங்குடி யாதவர்களும் துவாரகைக்கு வெளியே ஒருங்குகூடிக்கொண்டிருக்கிறார்கள். அவர்களுக்கு மூத்தயாதவரும் கிருதவர்மரும் தலைமைகொள்ளவிருக்கிறார்கள்” என்றார் சுதமர். “ஆம், வாயிற்காவலர்களிலிருந்தே யவனர்களைத்தான் பார்த்துக்கொண்டு வந்தேன்” என்றான் அபிமன்யூ.

“ஒவ்வொரு நாளும் இங்கே அமைச்சனின் பீடம் வெம்மைகொண்டு வருகிறது. அவர் வருவதை எண்ணிக்காத்திருக்கிறேன்” என்றார் சுதமர். “நான் வந்தது அவர் எப்போது நகர்புகுவார் என அறியவே.” அபிமன்யூ “நான் அறியேன். இங்கு அவர் இருப்பார் என எண்ணித்தான் நான் வந்தேன்” என்றான். சுதமர் பெருமூச்சுவிட்டு “என் கனவெல்லாம் இதையெல்லாம் அவரிடம் அளித்துவிட்டு மீண்டும் கோகுலத்திற்கே மீளமுடியுமா என்பதே” என்றார். “பதினான்காண்டுகள்... இங்கே முதன்மைப் பிரிவுத்துயரை அடைந்தவர்கள் அவருடைய இளமைத் தோழர்களாகிய நாங்களே.”

“ஸ்ரீதமரும் வசுதமரும் இங்குதான் இருக்கிறார்கள் அல்லவா ?” என்றான் அபிமன்யூ. “ஆம், நாங்களே இந்நகரை அன்றாடம் நடத்திவருகிறோம். எட்டு மைந்தர்குழுக்களுக்கிடையே பந்தென உதைபடுகிறோம்” என்றார் சுதமர். “ஸ்தோக கிருஷ்ணனும் விலாசியும் அம்சுவும் பத்ரசேனரும் புண்டரிகரும் விடங்கரும் காலவிங்கரும் கண்ட இளையயாதவர் அங்கே அவர்களுடன் பிரியாது விளையாடிக்கொண்டிருக்கிறார். அவர்களுக்குக் காலத்துயரென்பதில்லை.” அபிமன்யூ “மூத்தவரே, இளையயாதவர் வேதமையம் என ஒரு முழுமெய்யை முன்வைக்கிறார் என்று அறிவீர்களா ? அந்தக் கொள்கையைக் கற்றிருக்கிறீர்களா ?” என்றான்.

“ஒரு சொல்லும் அறியேன். என் தோழரும் அறியார்” என்று சுதமர் மலர்ந்த முகத்துடன் சொன்னார். “ஒருமுறைகூட அவர் எங்களிடம் அதைப்பற்றிப் பேசியதில்லை. அறிய விழைவும் இல்லை. இப்பிறவியில் எங்கள் கடன் அவர் உள்ளத்தை நடத்துவதும் அவருக்கு உகந்தவராக உடனிருப்பதும் மட்டுமே.” அபிமன்யூ “அவர் உள்ளத்தை எப்படி அறிவீர்கள் ?” என்றான். அவர் திகைத்து “எப்படி என்றால்...” என்றபின் மேலும் குழம்பி “மெய்தான்... அவர் சொன்னதே இல்லை. ஆணையென ஒன்றும் உரைத்ததில்லை” என்றார். பின்னர் “இளையோனே, எவ்வாறோ அவர் உள்ளத்தை நாங்கள் தெளிவாகக் காண்கிறோம். ஒருமுறைகூட

அவர் என்ன எண்ணுவார் என எண்ணியதே இல்லை. அவர் பிறிதொன்று கருதியதும் இல்லை" என்றார்.

"ஏனென்றால் உங்களுக்கு என உள்ளம் இல்லை" என்றான் அபிமன்யூ. அவர் முகம் மலர்ந்து "ஆம், நாங்கள் அறியாதுகூட பிறிதொன்றை இயற்றவியலாது. ஏனென்றால் நாங்கள் பிறிதல்ல" என்றார். "பெரும்பேறு பெற்றவர் நீங்கள், மூத்தவரே" என்று அபிமன்யூ சொன்னான். "பெருங்காதல் பெண்டிருக்கு மட்டுமல்ல தோழருக்கும் உரியது என நூல்கள் சொல்கின்றன. இன்று அதைக் கண்டேன்." குனிந்து அவர் கால்களைத் தொட்டு "என்னை வாழ்த்துக!" என்றான். அவர் முகம் நெகிழ அவன் தலைதொட்டு "நிறைவுகொள்க!" என வாழ்த்தினார்.

6

சத்யபாமையின் அறைக்குள் அவள் இளைய மைந்தர்களான அதிபானுவும் ஸ்ரீபானுவும் பிரதிபானுவும் இருப்பார்கள் என்று அபிமன்யூ எண்ணியிருக்கவில்லை. அவனை உள்ளே அழைத்த ஏவலன் அதை அறிவிக்கவில்லை. அதில் மட்டுமல்ல அங்கே அனைத்திலும் முறைமைக்குறைவு இருந்தது. அவனை அழைத்துவந்த அமைச்சர் ஏவலனிடம் ஒப்படைத்துவிட்டு கிளம்பிச்செல்கையில் அவன் எவரைச் சந்திக்கவேண்டுமென்று ஏவலனிடம் சொல்லவில்லை. ஆகவே ஏவலனே அவனிடம் "இளவரசே, தங்கள் வருகை நோக்கம் என்ன?" என்று கேட்டான். அவன் சற்று எரிச்சலுடன் "மூத்த அத்தை சத்யபாமையைச் சந்திப்பது" என்றான். வழியில் தெரிந்த பாவட்டாக்களில் ஒன்று சரிந்திருந்தது.

அபிமன்யூ தலைவணங்கி "வணங்குகிறேன், அத்தை" என்றான். சத்யபாமை புன்னகை இல்லாத முகத்துடன் "நீ அங்கே சென்றிருப்பாய் என நினைத்தேன்" என்றாள். "நான் ஏன் அங்கே செல்கிறேன்? எனக்குத் தெரியாதா இங்கே எவர் அரசி என்றும் எவருக்குக் குலமுதன்மை என்றும்?" என்றான் அபிமன்யூ. சத்யபாமை முகம் மலர்ந்து "வா... இப்படி அமர்ந்துகொள்" என்றாள். "எப்படி இருக்கிறாள் உன் அன்னை?" அபிமன்யூ "அன்னையை நான் பார்த்தே நெடுநாட்களாகின்றன. நன்றாகவே இருப்பார்கள் என எண்ணுகிறேன்" என்றான். "ஏனென்றால் அவர்கள் இங்கே இல்லை."

"என்ன சொல்கிறாய்?" என்று சத்யபாமை புருவம் சுருக்கியபடி கேட்டாள். "இங்கிருந்தால் ஏழு அரசியராலும் அவர்கள் துன்புறுவார்கள். நீங்களும் எத்தனை ஆறுதல்தான் அளிக்கமுடியும்? யாதவகுலத்தோர் இங்கே

மதிக்கப்படுகிறார்களா என்ன?" என்று அபிமன்யூ சொன்னான். "ஆம், அதைத்தான் நானும் எண்ணிக்கொண்டிருந்தேன்" என்றாள் சத்யபாமை. அபிமன்யூ "நான் மூதன்னை குந்தியைப் பார்த்தேன். உங்களைப்பற்றி எண்ணி உளமுருகினார்கள். சத்யை இல்லையேல் துவாரகையே இல்லை. யாதவகுலத்தில் இப்படி ஒரு பேரரசி பிறப்பாள் என்பதை முன்னரே நிமித்திகர்கள் சொல்லியிருந்தமையால்தான் பதின்மூன்றாண்டுகள் உளம் அமைந்திருந்தேன் என்றார்" என்றான்.

"என் இடர்கள் அன்னைக்குத் தெரியும்" என்றாள் சத்யபாமை. "ஆனால் மூத்த தந்தை பீமசேனர் உடனே சொன்னார், பேரரசியர் கையாளும் அனைத்து இடர்களும் பேரரசியரே உருவாக்குவது என்று." சத்யபாமை முகம் மாற உடனே அபிமன்யூ "பீமசேனரை நீங்களே அறிவீர்கள், அத்தை. காட்டு மனிதர்" என்றான். சத்யபாமை "ஆம்" என்றாள். பிரதிபானு சிரிப்பதைக் கண்ட அபிமன்யூ "இளையோனின் சிரிப்பு அழகாக உள்ளது" என்றான். "சிரிக்கிறானா?" என்று சத்யபாமை திரும்பிப்பார்த்தபோது பிரதிபானு சிரிப்பை அடக்க ஸ்ரீபானுவின் முகத்தில் சிரிப்பு எஞ்சி இருந்தது. "அறிவிலி... இப்போது இங்கே சிரிக்கும்படி என்ன நிகழ்ந்தது?" என்றாள் சத்யபாமை.

"பீமசேனரை எண்ணிச் சிரிக்கிறான்" என்றான் அபிமன்யூ. "அவர் யாதவர்களை எளிதாக எண்ணிவிட்டார். இப்புவியில் இன்று முற்றாக ஒருங்கிணைக்கப்பட்ட குலம் யாதவர் அல்லவா?" பிரதிபானு வெடித்துச் சிரிக்க, பிற இருவரும் அவன் பின்னால் ஒளிந்துகொண்டார்கள். சத்யபாமை "நீங்கள் நால்வரும் என்னை ஏளனம் செய்கிறீர்கள்" என்றாள். "மெய்யாகவே இல்லை, அத்தை. பேரரசியரைச் சந்திக்கையில் முகமன் உரைக்கவேண்டும் என்று அறிவேன். ஆகவேதான் சொன்னேன். ஆனால் நான் என்ன சொன்னாலும் அது பொய்யாகத் தெரிகிறது" என்றான் அபிமன்யூ. பிரதிபானுவும் ஸ்ரீபானுவும் பேரோசையுடன் சிரித்தபடி திரும்பிக்கொண்டார்கள்.

"விளையாட எனக்குப் பொழுதில்லை" என்று சத்யபாமை சொன்னாள். "நான் உன்னை வரச்சொன்னது சில செய்திகளை உசாவியறியவே. இங்கே என்ன நிகழவிருக்கிறது? அவர் எப்போது நகர்புகவிருக்கிறார்?" அபிமன்யூ "நான் என்ன அறிவேன்? உளவாளர்கள் சூழ வாழ்பவர்கள் நீங்கள்" என்றான். "அவர் இப்போது ஒவ்வொரு அசுரர்நாடுகளாகச் சென்றுகொண்டிருக்கிறார். உடன் மூத்தவராகிய பிரத்யும்னரும் இருக்கிறார். அநிருத்தன் பாணருடன் இப்போதும் தங்கியிருக்கிறான். அவனும் துணைவியும் கோகுலம் செல்லக்கூடும் என்றும் நந்தகோபரை அழைத்துக்கொண்டு சூரசேனரைச் சந்திக்க மதுவனம் செல்லத் திட்டமுள்ளது என்றும் அறிந்தேன்."

“அங்கே அவர்கள் என்ன பேசப்போகிறார்கள்?” என்று சத்யபாமை கேட்டாள். பிரதிபானு சிரிப்பை அடக்கிய மெல்லிய ஓசை விம்மல் எனக் கேட்டது. சத்யபாமை திரும்பி நோக்கியபின் “மூடர்கள்” என்றாள். அபிமன்யூ “அவர்கள் என்ன செய்வார்கள்?” என்றான். அவள் அதைச் செவிகொள்ளாமல் “அவர் எப்போது நகர்புகுவார் என்பதை ஒருவாறாக உய்த்துணர்கிறேன். இன்னும் ஏழு நாட்கள் ஆகக்கூடும். ஆனால் வந்ததுமே பிரத்யும்னன் பட்டத்து இளவரசனாக ஆக்கப்படுவானா என்று மட்டுமே நான் அறியவேண்டும்” என்றாள்.

“அந்த எண்ணம் இருக்கலாம்” என்றான் அபிமன்யூ. “ஆம், நானும் அவ்வாறே ஐயுறுகிறேன். அசுரச் சக்ரவர்த்தி தன் மகள் பேரரசியாகவேண்டும் என்றே கோருவார். அதை அளித்தே அப்பெண்ணை இல்லம் கொண்டிருக்க முடியும். பிற அசுரர்களுக்கும் அதுவே விருப்பமாக இருக்கும்” என்றாள் சத்யபாமை. “சரியாகச் சொன்னீர்கள். அவர் பட்டத்து இளவரசரானால் ஷத்ரியர்களும் அகம் மகிழ்வார்கள். அசுரர்களும் உடன்நிற்பார்கள்” என்றான் அபிமன்யூ. “மூடனைப்போல் பேசாதே. எந்த அடிப்படையில் அவன் முடிசூடுவது? ஷத்ரியன் என்றா? அசுரகுடியில் பெண்கொண்டவனை ஷத்ரியர் ஏற்பார்களா?” என்றாள் சத்யபாமை.

“ஆம், ஆனால் அசுரகுடியினர் என முடிசூடலாமே?” என்று அபிமன்யூ சொன்னான். “அசுரர் ஆள இது அசுரபுரி அல்ல” என்று சத்யபாமை உரக்கக் கூவினாள். “இது யாதவர் நகரம்... கார்த்தவீரியரின் புகழ் என்றும் வாழவேண்டிய நிலம்.” அபிமன்யூ “ஆம், ஆனால் அதை யாதவர் உணர்ந்ததாகத் தெரியவில்லையே. போஜர்களும் ஹேகயர்களும் கிளம்பிச்செல்கிறார்கள். அந்தகர்கள் உடன் செல்கிறார்கள். அவர்களின் அரசி இங்கிருப்பதையே அவர்கள் உளம்கொள்ளவில்லை” என்றான். சத்யபாமை முகம் சோர்வடைய உதடுகளை மட்டும் அசைத்தாள். “சரி, விருஷ்ணிகள் இருக்கிறார்களே என்று எண்ணலாம் என்றால் அவர்களுக்கும் மூத்தயாதவரே உகந்தவர் என்கிறார்கள்.”

சத்யபாமை “ஆம், இங்கே இன்றிருப்பதுபோல நான் எப்போதும் சோர்ந்திருந்ததில்லை” என்றாள். “என் குலத்தால் நான் கைவிடப்பட்டிருக்கிறேன். இப்போது அவள் வென்றுவிட்டிருக்கிறாள்.” அபிமன்யூ “ஆம், ருக்மிணி அத்தை வென்ற இறுமாப்பில் உள்ளார்” என்றான். “அவளா? அவள் மைந்தனை அரசனாக்க அவளால் இன்னும் இயலவில்லை. அது நடக்கப்போவதுமில்லை” என்றாள் சத்யபாமை. “ஜாம்பவதி அத்தைக்குத் தன் மைந்தன் பெருவீரன் என எண்ணம்...” என்றான் அபிமன்யூ. “அறிவில்லாமல் பேசாதே. அவளுக்கு என்ன

பெருமை?” அபிமன்யூ “நக்னஜித்தி அத்தைக்கும் பத்ரை அத்தைக்கும் அவர்கள் ஷத்ரியர்கள் என்பதனால்...” என்றான்.

“வாயைமூடு... இங்கே ஷத்ரியர்களின் கூட்டமைப்பு ஒன்றும் எழப்போவதில்லை” என்றாள் சத்யபாமை. “காளிந்தி அத்தை...” என அபிமன்யூ தொடங்க “நான் ரேவதியைப்பற்றிப் பேசுகிறேன், மூடா” என்றாள் சத்யபாமை. “நினைத்தேன்... அவர் வென்றுவிடலாமென்று எண்ணலாம். வெல்வதெப்படி என்று பார்ப்போம். அத்தை, நீங்கள் ஆணையிட்டால் நான் இன்றே படையுடன் கிளம்பி மதுராவைக் கைப்பற்றி...” சத்யபாமை “வீண்பேச்சு எதற்கு? இங்கே ஒருபோதும் ருக்மிணியின் மைந்தன் பட்டத்து இளவரசனாக ஆகப்போவதில்லை. இன்று என் மைந்தர்கள் நாடாள்கிறார்கள். அவர்களே ஆள்வார்கள்” என்றாள்.

“அதில் என்ன ஐயம்?” என்றான் அபிமன்யூ. “நீ என் சொல்லை சென்று ருக்மிணியிடம் சொல். உண்மையில் பல ஆண்டுகளாக எங்களுக்குள் சொல்பரிமாற்றம் இல்லை.” அபிமன்யூ “ஆம், எண்ணெய்யும் புண்ணாக்கும்போலத் தனித்திருக்கிறீர்கள் என்று ஏதோ ஒரு சூதர் அணிச்சொல்லை அமைச்சர் சந்திரசூடர் சொன்னார்” என்றான். சத்யபாமை அதைத் தவிர்த்து “அவளிடம் சென்று சொல். அவள் மைந்தன் பட்டத்து இளவரசனாக ஆக வாய்ப்புள்ளது. ஆனால் இந்நகரில் ஷத்ரிய வீரர் மிகச் சிலரே. என் ஆணையில் இயலும் யாதவர் ஒருபோதும் அவள் மைந்தனை அரசன் என ஏற்கப்போவதில்லை” என்றாள். “யாதவ அரசை ஷத்ரியர் ஏற்கப்போவதில்லை. என்றேனும் இருசாராரும் களம்நிற்கவே போகிறார்கள். ஆகவே அவள் மைந்தர் அரியணையில் அமரமுடியாது.”

“ஆம், அதில் ஐயமே இல்லை” என்றான் அபிமன்யூ. “பானு பட்டத்து இளவரசனானால் பிரத்யும்னனை துவாரகை ஒழிந்த பிற நிலங்களுக்குப் பொறுப்பாக அமைப்பான். அவன் தனிமுடி என ஆளலாம். அதை நான் சொல்லளிக்கிறேன் என்று அவளிடம் சொல்” என்றாள் சத்யபாமை. “அதைச் சொல்லிவிடுகிறேன். ஆனால் ஷத்ரியக் குலத்து அரசியரும் அவர்களின் மைந்தரும்...” என அபிமன்யூ தொடங்க, “மைந்தர்கள் இருக்கிறார்கள். எவரிடம் படை உள்ளது? யாதவப்படை?” என்றாள் சத்யபாமை. “ஆம், எவரிடம் உள்ளது? தங்களிடம்கூட இல்லை.”

பிரதிபானு மீண்டும் சிரித்தான். அவனை எண்ணம் அழுந்திய விழிகளுடன் திரும்பி நோக்கியபின் “ஆம், நாள் செல்லச் செல்ல என் ஆற்றல் குறைந்து வருகிறது. நாம் அவளை அச்சுறுத்தி சொல் பெற்றாகவேண்டும். ஆகவேதான் அவர் நகர்புகுவதற்குள் இதை முடிக்கவேண்டுமென

விழைகிறேன். நீ அவளிடம் என் தூதனாகச் செல்!” என்றாள் சத்யபாமை. அபிமன்யூ எழுந்து மிகையான நாடகத்தன்மையுடன் “ஆணை, பேரரசி” எனத் தலைவணங்கினான். சத்யபாமை அதை உளம் கொள்ளாமல் தன்னுள் ஆழ்ந்த விழிகளுடன் “எங்கே சென்றுகொண்டிருக்கிறது இது? ஒன்றும் புரியவில்லை” என்றாள்.

அபிமன்யூ வெளியே வந்தபோது மூவரும் அவன் பின்னால் ஓடிவந்தனர். “மூத்தவரே, உங்களைக் காண வரவேண்டுமென எண்ணினோம். அன்னை இங்கே வரச்சொன்னார்” என்றான் ஸ்ரீபானு. “நீ என்ன முழுப்பொழுதும் அடுமனையில் வாழ்கிறாயா?” என்றான் அபிமன்யூ. “பயிற்சிக்களம் என ஒன்று உண்டு, அறிவாயா?” பிரதிபானு “அறிவான், மூத்தவரே. அடுமனைக்கு வெளியேதான். சாளரம் வழியாக அங்கே பயிற்சி செய்பவர்களைக்கூட பார்க்கமுடியும்” என்றான். “நீ நாவை வளர்த்திருக்கிறாய்” என்றான் அபிமன்யூ. “அதை வைத்துப் போரிடப் போகிறாயா?”

“கட்கரசனா என்று ஒரு கந்தர்வன். அவன் நாக்கே ஒரு பெரிய வாள்...” என்று பிரதிபானு சொன்னான். “புல்லன்னைக்கு மின்னலில் பிறந்தவன். அவனைப்பற்றிய கதையை கதாமஞ்சரியில் படித்தேன்.” அபிமன்யூ “முதலில் கதாமஞ்சரியில் உன்னைப்பற்றி என்ன எழுதுவார்கள் என்று எண்ணிப்பார்” என்றான். பிரதிபானு “இங்கே சித்தம் கொண்ட ஒவ்வொருவரும் எதிலேனும் ஒளிந்துகொள்ள வேண்டியிருக்கிறது, மூத்தவரே” என்றான். அக்குரல் மாற்றத்தை உணர்ந்து தானும் மாறிய அபிமன்யூ “என்ன நிகழ்கிறது இங்கே?” என்றான்.

“ஒன்றுமே நிகழவில்லை. பதின்மூன்றாண்டுகளாக இதுவே. முறைத்துக்கொண்டும் முனகிக்கொண்டும் இருக்கிறார்கள். நாங்கள் நினைவறிந்த நாள்முதலாக இதை மட்டுமே பார்த்துக்கொண்டிருக்கிறோம்” என்றான் ஸ்ரீபானு. “முதலில் இது மிகச் சிக்கலானது எனத் தோன்றும், கடல் அலைகளைப்போல. ஆனால் இரண்டு நாட்கள் கடலோரம் அமர்ந்து அலைகளைப் பார்த்தால் அவற்றின் ஒழுங்கு தெரியவரும். நாலைந்து எளிய கணக்குகள் மட்டுமே. திரும்பத்திரும்ப சலிக்காமல்...” என்றான் பிரதிபானு. “நாங்கள் பதின்மூன்றாண்டுகளாக இந்த அலைகளைப் பார்த்துவருகிறோம். எளிமையானவை சலிப்பூட்டுகின்றன. அவ்வெளிமையை அறியாதவர்கள் கொள்ளும் அச்சமும் சினமும் விழைவும்போல வேடிக்கையும் பிறிதில்லை.”

“நான் இளைய அத்தையைச் சென்று பார்க்கவேண்டும்” என்றான் அபிமன்யூ. “மெய்யாகவே செல்கிறீர்களா? மூத்தவரே, இதையெல்லாம் பொருட்டாகக் கொள்ளாதீர்கள். நாம் கிளம்பி பாலையில் ஓர்

எலிவேட்டை ஆடி வருவோம்" என்றான் பிரதிபானு. "இப்படித் தூதுகள் சென்றபடியே இருக்கும். நுட்பமான தூதுமொழிகள், அவற்றுக்கு மிகுநுட்ப எதிர்மொழிகள் திரும்ப வரும். அவற்றுக்கு உயர்நுட்ப மொழிகள் அனுப்பப்பட்டு உச்சநுட்ப மறுமொழிகள் பெறப்படும்."

அபிமன்யூ "இல்லை, அவர்களைச் சந்திக்கவேண்டியிருக்கிறது. ஆகவே நாம் சென்று நம் கடமையை ஆற்றி வருவோம்" என்றான். "நால்வராகச் செல்வது மங்கலமும்கூட." பிரதிபானு திடுக்கிட்டு "நால்வராகவா? என்ன சொல்கிறீர்கள்?" என்றான். "பிறகென்ன, நான் தனியாகவா செல்லமுடியும்?" ஸ்ரீபானு "நான் இளைய அன்னையை பார்த்தே நெடுநாட்களாகின்றன... என் அன்னைக்குத் தெரிந்தால் கொற்றவைக்கோலம் கொள்வார்" என்றான். "இப்போது அவர்தானே உங்களை அனுப்பியிருக்கிறார்?" என்றான் அபிமன்யூ. "அவரா? எப்போது?" என்றான் ஸ்ரீபானு.

"நன்றாக எண்ணிப்பாருங்கள். என்னைத் தூதுபோகச் சொன்னார்கள், அப்போது நீங்கள் உடனிருந்தீர்கள்." ஸ்ரீபானு "ஆம்" என்றான். "என்னை அவர் தன் செய்தியுடன் அனுப்பிய செய்தி வேறு எவருக்கேனும் தெரியுமா?" ஸ்ரீபானு வெறுமனே நோக்கினான். "நான் இன்றுதான் இங்கே வந்துள்ளேன். முறைமைப்படி இன்னும் இங்கே வரவேற்கப்படவே இல்லை. ஆகவே நான் சொல்வனவற்றுக்குப் பொருள் இல்லை. அவை அரசியின் சொற்கள் என இரு சான்றுரைஞர்கள் சொல்லும்போதுதான் அவை பொருள்கொள்கின்றன. ஆகவேதான் தன் மைந்தர்களையும் சான்றுரைஞர்களாக அரசி அனுப்பியிருக்கிறார்கள்."

ஸ்ரீபானு "ஆனால் அவர்கள் அப்படி அனுப்பவில்லையே?" என்றான். "அனுப்பி ஆணையிடவில்லை. ஆனால் அரசியின் உள்ளக்கிடக்கையைப் புரிந்துகொள்வது அல்லவா நம் பணி? நாம் என்ன எளிய ஏவலரா ஆணைகளை நிறைவேற்ற? அவர் மைந்தர்கள் அல்லவா?" பிரதிபானு ஏதோ சொல்வதற்குள் அதிபானு "இவன் சொல்வது சிறப்பாகவே தெரிகிறது, இளையோரே. நாம் செல்வோம்" என்றான். "அன்னை..." என ஸ்ரீபானு முனக "அன்னையிடம் இவன் சொல்வதைச் சொல்வோம்" என்றான் அதிபானு. பிரதிபானு முகம் மலர்ந்து "ஆம், அது ஒரு நல்ல வழிமுறை" என்றான். ஸ்ரீபானு "ஆனால் அன்னையிடம்..." என்றபின் "சரி" என்றான்.

ருக்மிணியின் அறையின் வாயிற்காவலாக நின்ற ஆணிலியின் முகம் அவர்களைக் கண்டதும் சற்றே மாறுபட்டது. யவனநாட்டைச் சேர்ந்தவள் அவள் எனத் தெரிந்தது. அபிமன்யூ தங்கள் வரவை அறிவிக்கும்படி சொல்லிவிட்டு ஸ்ரீபானுவிடம் "அவள் உங்களைப் பார்த்ததே

இல்லைபோலத் தெரிகிறது” என்றான். “யவனக் காவலருக்கு இரண்டே நோக்குதான். ஒன்று நம்மை அவர்களுக்குத் தெரியவே தெரியாது. அல்லது நம்மை அவர்கள் கூழாங்கற்கள் என எண்ணுகிறார்கள்.” கதவு திறந்து அவர்களை உள்ளே செல்லும்படி ஆணிலி செய்கை காட்டினாள். அபிமன்யூ உள்ளே நுழைந்து பிற மூவரையும் உள்ளே அழைத்தான். தயங்கி நின்றிருந்த அதிபானு “நீதான் எங்களை அழைத்துவருகிறாய்” என்றான். “என்ன சொல்கிறீர்கள்? மூத்தவரே, உங்களைத் தொடர்ந்தல்லவா நானே வருகிறேன்? வருக!” என்றான் அபிமன்யூ. அதிபானு வாய்திறந்து அசைவற்று நிற்க “நாங்கள்...” என ஸ்ரீபானு ஏதோ சொன்னான்.

உள்ளிருந்து ருக்மிணியின் மைந்தன் சீசாரு வெளியே வந்து “உள்ளே வருக!” என்றான். அவர்கள் “ஆம், நாங்கள் அதைத்தான் பேசிக்கொண்டிருந்தோம்” எனத் தயங்கினார்கள். அவர்களை உள்ளே அழைத்துச்சென்ற சீசாரு “இளையோர், அன்னையே” என்றான். ருக்மிணி மலர்ந்த முகத்துடன் எழுந்து வந்து “வருக, மைந்தர்களே!” என்றாள். “சென்ற ஆவணி எட்டாமிரவு விழாவில் பார்த்தது... அதற்குள் வளர்ந்துவிட்டீர்கள்.” அறைக்குள் சாருதேஷ்ணனும் சுதேஷ்ணனும் நின்றிருந்தார்கள். சாருதேஷ்ணனின் முகம் மெல்லிய கசப்பு தோன்றத் தெரிந்தது. சுதேஷ்ணன் மூத்தவனின் முகத்தை இயல்பாக நடிக்கும் தன்மை கொண்டிருந்தான்.

ருக்மிணி கைகளை விரிக்க, பிரதிபானுவும் ஸ்ரீபானுவும் சென்று அவள் கால்களைத் தொட்டு வணங்கினர். அவர்களைத் தலைதொட்டு வாழ்த்திவிட்டு இரு கைகளாலும் பற்றித் தோளுடன் அணைத்துக்கொண்டாள். அதிபானு அவள் காலடியைத் தொட்டு வணங்கி “நாங்கள் பார்க்க விழைந்தோம், அன்னையே. இவன் ஒரு சரியான விளக்கத்தை அளித்தான். ஆகவே வந்துவிட்டோம்” என்றான். ருக்மிணி நகைத்து “ஆம், இவன் எதையும் விளக்கிவிடுவான்” என்றாள். அவர்களின் தோள்களையும் தலையையும் வருடி “இளைஞர்களாக ஆகிவிட்டீர்கள்...” என்றாள்.

அபிமன்யூ அவளைத் தாள்வணங்கி வாழ்த்து பெற்று எழுந்து “நான் தனியாக வர அஞ்சினேன். ஏனென்றால் மிகக் கடுமையான சூழ்ச்சிகள் என்னிடம் உள்ளன” என்றான். அவள் புருவம் சுருங்க “என்ன சூழ்ச்சி?” என்றாள். “மூத்த அத்தையின் சொற்கள். அதாவது பிரத்யும்னர் முடிசூடினால் யாதவர் கைவிடுவார்கள். பிற ஷத்ரியர்களால் அவர் தோற்கடிக்கப்படுவார். ஆகவே நீங்கள் மூத்தவராகிய பானுவை அரசராக ஒப்பவேண்டும். மறுகடனாக அவர் உங்கள் மைந்தர்களை துவாரகையின் இளவரசர்கள் என்று சொல்லிக்கொள்ள ஒப்புதல்

அளிப்பார். இதை நான் உங்களிடம் சொல்லி அச்சுறுத்தி ஒப்புதல் பெறவேண்டும்" என்றான்.

"அய்யோ!" என்றான் ஸ்ரீபானு. "என்ன?" என்றான் பிரதிபானு திகைப்புடன். "ஒருவேளை இதைவிட விரிவாகவும் முறையாகவும் நான் சொல்லியிருக்க வேண்டுமோ? மறந்துவிடாமலிருக்க சுருக்கிப் புரிந்துகொண்டிருந்தேன். அதை அப்படியே சொல்லிவிட்டேன். அத்தை, நீங்கள் இதை ஆங்காங்கே முறைமைச்சொற்கள் போட்டு விரிவாக்கிக் கொள்ளுங்கள். நீங்கள் பல்லாண்டுகாலமாகப் புழங்கும் மொழி அல்லவா அது?" என்றான் அபிமன்யூ.

"அன்னையே, இவன் விளையாடுகிறான். அன்னை சொன்னது என்னவென்றால்..." என அதிபானு தொடங்க, ருக்மிணி "அவன் சொன்னதுதான் சரியானது. அதற்கு என் மறுமொழி இதுதான். இங்கே நாம் எவருமே களமாடுபவர்கள் அல்ல. நாம் களத்தில் காய்கள். அவர் எண்ணுவது நிகழட்டும். அவர் நகர்நுழைவது வரை காப்போம்... வேறேதும் இப்போது செய்வதற்கில்லை" என்றாள். சீசாரு "ஆம், நாம் இங்கே அரசியல் பேசவேண்டாமே" என்றான். "ஆனால் அவன் அரசியல் பேசத்தான் வந்திருக்கிறான்" என்றான் சாருதேஷ்ணன். "ஆம், யாதவர்களின் அரசர் எவர் என்பதை யாதவர்கள் முடிவெடுப்பார்கள் என்றார் அன்னை" என்றான் அபிமன்யூ.

"தன் மைந்தரில் முதல்வன் எவன் என்பதை முடிவுசெய்ய வேண்டியவர் தந்தை. அதை அவர் முடிவுசெய்துவிட்டார். அநிருத்தனின் மைந்தனே துவாரகையை ஆள்வான் என்பது அவர் அளித்த சொல். ஆகவே பிரத்யும்னரே துவாரகையின் முடிசூடுவார் என்பது வழிப்பெறுகை. உன் மூத்த அத்தையிடம் சொல்" என்றான் சாருதேஷ்ணன். "அதை அவர் முன்னரே அறிவார் என்பதனால்தான் தந்தை நகர்நுழைந்து முறைப்படி அறிவிப்பதற்கு முன்னரே பேசி முடிவெடுக்கத் துடிக்கிறார்" என்றான் சுதேஷ்ணன்.

ருக்மிணி "இதெல்லாம் எதற்கு? எவர் முடிசூடினாலும் இங்கே அனைவரும் ஒன்றாக இருந்தாகவேண்டும். இல்லையேல் அனைவருக்கும் எதிரிலக்காகிய துவாரகை வாழ இயலாது" என்றாள். "இதையே நான் சென்று சொல்லிவிடுகிறேன், அன்னையே" என்றான் அபிமன்யூ. "என்ன சொல்லவிருக்கிறாய்?" என்றான் சுதேஷ்ணன் ஐயத்துடன். "அநிருத்தரை அரசராக்க அனைத்து யாதவரும் ஒருங்கிணையவேண்டும் என்று" என்றான் அபிமன்யூ. சீசாரு சிரித்துவிட்டான். அவனைச் சீற்றத்துடன் பார்த்தபின் "என்ன உளறுகிறாய்?" என்றான் சாருதேஷ்ணன். "இல்லை, அநிருத்தரின் மைந்தரை..." என்ற அபிமன்யூ ஸ்ரீபானுவிடம் "அல்லது பிரத்யும்னரையா?" என்றான்.

“நீ ஒன்றுமே சொல்லவேண்டாம். அரசர் வந்துசேரும் வரை இங்கே எதுவுமே மாறாது” என்றான் சாருதேஷ்ணன். “அரசருடன் பிரத்யும்னரும் வருகிறார். அவர்கள் நகர்நுழைந்ததும் அனைத்தும் முடிவெடுக்கப்படும்” என்றான் சுதேஷ்ணன். “நன்று, நான் இதையே சொல்கிறேன்” என்றான் அபிமன்யூ. “நீ அதையும் சொல்லவேண்டியதில்லை” என்றான் சாருதேஷ்ணன். ருக்மிணி சிரித்தபடி “அவன் உங்களிடம் விளையாடுகிறான், மைந்தா. இதைக்கூட புரிந்துகொள்ள முடியவில்லையா உன்னால்?” என்றாள். “விளையாடவில்லை, வினையாடுகிறான்” என்றான் சுதேஷ்ணன்.

அபிமன்யூ “என்னைப்பற்றி என் அன்னையும் அப்படித்தான் சொல்கிறார்” என்றான். ருக்மிணி “இளையோரைச் சென்று பார். உன்னுடன் அவர்கள் விளையாடி நெடுநாட்களாகின்றன” என்றாள். அபிமன்யூ “ஆம், நான் அதற்குத்தான் இவர்களையும் கூட்டிவந்தேன்” என்றான். சீசாரு ஆறுதலுடன் “வருக, நானே அழைத்துச்செல்கிறேன். நீ வந்த செய்தி முன்னரே இங்கு வந்துவிட்டது. சாரு உன்னைத்தான் கேட்டுக்கொண்டே இருந்தான்” என்றான். அபிமன்யூவும் ஸ்ரீபானுவும் அதிபானுவும் பிரதிபானுவும் ருக்மிணியை வணங்கி விடைபெற்றுக்கொண்டனர்.

இடைநாழியினூடாகச் செல்கையில் “புட்சிறைப் படகில் கடலாடுவதாகத் திட்டமிட்டிருந்தார்கள். யவன மாலுமிகள் நால்வர் அதற்கான பயிற்சியை அவர்களுக்குச் சென்ற சில மாதங்களாகவே அளித்துக்கொண்டிருந்தார்கள். நீயும் வந்தால் கொண்டாட்டமாக இருக்கும்” என்றான் சீசாரு. அபிமன்யூ “ஆம், அப்படி எதையாவது செய்யவேண்டும் என்று எண்ணிக்கொண்டிருந்தேன். சில நாட்களாகவே எங்கே பார்த்தாலும் அரசியல்சூழ்ச்சிகளைக் கண்டு சலிப்பு கொண்டிருக்கிறேன்” என்றான். “எனக்கும்தான் சலிப்பாகிவிட்டது. சோர்வூட்டுவது என்னவென்றால் அனைவரும் இளவரசர்கள் என்றால் அரசியலில் திளைக்கவேண்டுமென எதிர்பார்ப்பதுதான்” என்றான் சீசாரு.

அபிமன்யூ உளஎழுச்சியுடன் “ஆனால் மூத்தவரே, போரைப்போல சிறந்த விளையாட்டு வேறில்லை. அதைக் கண்டபின் பிற அனைத்துமே குழந்தைகளுக்குரியவை என்று தோன்றிவிட்டது. நான் இன்று விரும்புவதெல்லாம் ஒரு நல்ல போரைத்தான்” என்றான். சீசாரு திரும்பிப்பார்த்து “போரா? போர் என்றால் இறப்பும் அழிவும் மட்டும்தான், மூடா” என்றான். “ஆம், அத்தனை விளையாட்டுகளிலும் நடிப்பாக இறப்பு உள்ளது” என்றான் அபிமன்யூ. “மெய்யான இறப்புமையத்தில் அமர்ந்து ஆளெண்ணி அகற்றும் விளையாட்டே சரியான விளையாட்டு. மூத்தவரே, பிறப்பும் இறப்பும்போல விரைவும் எழுச்சியும் கொண்ட ஆடல் பிறிதில்லை.”

7

அபிமன்யூ சீசாருவுடன் துவாரகையின் மையக் களிக்கூடத்திற்குச் செல்வதற்குள் உபயாதவர்கள் ஒவ்வொருவராக அங்கே வந்து கூடத் தொடங்கிவிட்டிருந்தனர். சாரகுப்தனும் பரதசாருவும் சாருசந்திரனும் இடைநாழியிலேயே அவனை எதிர்கொண்டனர். "இளையோனே, உன்னைத்தான் எதிர்பார்த்துக்கொண்டிருந்தேன். மெய்யாகவே நீ வரக்கூடும் என்னும் உள்ளுணர்வு எங்களுக்கு இருந்தது" என்றான் சாரகுப்தன். "உன் திருமணத்திற்கு இங்கிருந்து அனைவரும் கிளம்பினாலென்ன என்று நான் எண்ணினேன். அன்னை அதற்கு அரசியல் சூழல் உகந்ததாக இல்லை என்று சொன்னார்."

அபிமன்யூ "ஆம், திருமணம் உடனடியாக நிகழவேண்டியிருந்தது" என்று தணிந்த குரலில் சொன்னான். "திருமணம் என்றதுமே நாணுகிறான்" என்றான் சீசாரு. விசாரு "உன் தோழனை இங்கே வரச்சொல்லி ஆளனுப்பியிருக்கிறேன். இந்த நாளை நாம் தவறவிடக்கூடாது. தந்தை நகரணைந்ததுமே இங்கே அரசியல் கொப்பளிப்புகள் மட்டுமே நிகழவிருக்கின்றன" என்றான். சாரு தொலைவிலேயே "மூத்தவரே!" எனக் கூவியபடி ஓடிவந்தான். அவ்விரைவிலேயே பாய்ந்து அபிமன்யூவின்மேல் தொற்றி ஏறிக்கொண்டு கூச்சலிட்டு நகைத்தான். அபிமன்யூ அவனைப் பற்றியபடி சுழன்றான்.

அவனைக் கீழே இறக்கி "நீ என்ன உண்கிறாய் இங்கே? எடைகொண்டு விட்டாய்!" என்றான். "கதை பயில்கிறேன்" என்றான் சாரு. "நான்காண்டுகள் வில் பயின்றேன். அது எனக்குச் சரியாக வரவில்லை..." என்று மூச்சுவாங்க சொல்லி "ஆனால் கதையும் சரியாக வரவில்லை. நான் வளைதடி பயிலலாம் என இப்போது எண்ணுகிறேன்" என்றான்.

களிக்களத்திலிருந்து ஜாம்பவதியின் மைந்தர்களான விஜயனும் சித்ரகேதுவும் வசுமானும் திராவிடனும் கிராதுவும் வெளியே ஓடிவந்தார்கள். “விஜயா, உன்னைத்தான் தேடிக்கொண்டிருந்தேன். ஆசிரியர் நீ வந்தபின் பெரும்பாயை விரிக்கும் கலையை மீண்டும் கற்பிப்பதாகச் சொன்னார்” என்று சீசாரு கூவினான். “நான் அதை முன்னரே துணியில் செய்து பார்த்துவிட்டேன்” என்றான் விஜயன்.

அபிமன்யூ “உயரமானவர்களாக ஆகிவிட்டீர்கள்” என்றான். அவன் கைகளைப் பற்றிக்கொண்ட வசுமான் “யாதவ மைந்தர்களில் நாங்களே உயரமனாவர்கள். எங்கள் மூதாதையர் வாழ்ந்த காட்டின் உயரம் அது” என்றான். “மூத்தவரைப் பார்த்தால் நானே அண்ணாந்துதான் பேசவேண்டியிருக்கிறது” என்றான் கிராது. சித்ரகேது “மூத்தவர் இங்கில்லை. தந்தையுடன் வந்துகொண்டிருக்கிறார் என்கிறார்கள். நாங்கள் அனைவரும் மூத்தவர்கள் அறியாமல் இங்கே ஒன்றுகூடிக் கொண்டிருக்கிறோம்” என்றான்.

அரசி நக்னஜித்தியின் மைந்தர்களான சித்ராகு, வேகவான், விருஷன், அமன், சங்கு, வாசு, குந்திகன் ஆகியோர் காளிந்தியின் மைந்தர்களான சுபாகு, பத்ரன், சாந்தன், தர்ஷன், பூர்ணநமாம்ஷு, சோமகன் ஆகியோருடன் வந்தனர். மிக விரைவிலேயே அப்பகுதி ஒருவரோடொருவர் உரக்கப் பேசிக்கூச்சலிட்டுச் சிரித்துக்கொள்ளும் ஒலியால் முழங்கத்தொடங்கியது. ஒவ்வொருவரும் அபிமன்யூவை அள்ளித்தழுவிக்கொண்டார்கள். தோளில் அறைந்தும் இடைவளைத்துத் தூக்கிச் சுழற்றியும் கொண்டாடினார்கள். புதியவர்கள் வந்து சேர்கையில் அனைவரும் உரக்கக் கூச்சலிட்டார்கள்.

லக்ஷ்மணையின் மைந்தர்களான பலன், பிரபலன், ஊர்த்துவாகன், மகாசக்தன், சகன், ஓஜஸ், அபரஜித் ஆகியோர் வந்தபோது அனைவரும் அவர்களை நோக்கி ஓடி அப்படியே தூக்கி அறைமூலையில் வீசினர். சில கணங்கள் அங்கே கூட்டாக மற்போர் நிகழ்ந்த உடலசைவுகள் எழுந்தன. அவர்கள் ஒருவரை ஒருவர் சந்திப்பது அரிதாகவே நிகழ்கிறது என்று தெரிந்தது. அந்தக் களியாட்டு அவர்களைக் கட்டிவைத்திருந்த தடைக்கு எதிரானது என்று தோன்றியது.

பிரலம்பன் வந்து அந்தக் கூட்டத்தைப் பார்த்து திகைத்து நின்றான். அபிமன்யூ கைகளைத் தட்டி “மூத்தோரே, இளையோரே, இவர் பிரலம்பர், என் அணுக்க ஒற்றர்!” என்றான். “ஆ, இவன் ஒற்றனைப் பேணுபவன்” என்றான் மித்ரவிந்தையின் மைந்தனான கர்ஹன். அவன் உடன்பிறந்தானான அனிலன் “இவர் படகேறுவாரா?” என்றான். கிருதரன் “அதெல்லாம் செய்யக்கூடியவர் என்றே நினைக்கிறேன்.

அவர் தோள்கள் விற்பயிற்சியைக் காட்டுகின்றன” என்றான். பத்ரையின் மைந்தனான பிரகரணன் “வில்பயின்றவனின் தோள் என எப்படித் தெரிந்துகொண்டாய்? இப்போதே சொல். இல்லையேல் உன் மண்டையை உடைப்பேன்” என்றான். கிருதரன் “அவன் தோள்கள் அபிமன்யூவின் தோள்கள் போலிருக்கின்றன” என்றான்.

“மூத்தவரே, அவன் விழிகளும் சிரிப்பும்தான் இவனைப்போலத் தெரிகின்றன” என்றான் அரிஜித். ஜயனும் சுபத்ரனும் வாமனும் கைகளைத் தட்ட, “நோக்குக! அமைதி! நோக்குக! நாம் கடலாடலுக்கு வந்துள்ளோம். கூச்சலிட்டு சுவர்களை உடைப்பதற்காக அல்ல” என்றான் ஜயன். ஆயு “ஆம், ஆசிரியர்கள் நமக்காகக் காத்திருக்கிறார்கள்” என்றான். சீசாரு “கிளம்புக... அனைவரும் களிக்களத்திற்குச் செல்வோம்” என்றான். அவர்கள் கூச்சலிட்டபடி களத்திற்குள் நுழைந்தனர். மேலே கூரையிடப்பட்ட வட்டவடிவமான பெரிய களமுற்றத்தில் யவனக் களப்பயிற்சியாளர்கள் நின்றிருந்தனர். ஒவ்வொருவராகச் சென்று அவர்களின் கால்தொட்டு வணங்கினர். சத்யகன் “அமர்க... ஆங்காங்கே அமர்க!” என்று கூவ அவர்கள் அமர்ந்தனர்.

வர்த்தனன் அபிமன்யூவிடம் “இவர் அளிக்கும் பயிற்சிகளை நான் தவறவிடுவதே இல்லை. இவருடைய சொல்லொலிப்புபோல வேடிக்கையானது பிறிதில்லை” என்றான். “ஆம், அவர்கள் மேலுதட்டை அசைக்காமல் பேசுவார்கள்” என்றான் அபிமன்யூ. அருகே அமர்ந்திருந்த சீசாரு “நான் இவரைப்போலப் பேசுவதற்காக இவர்களின் மதுவைக்கூட பலமுறை அருந்திப் பார்த்தேன்” என்றான். பிரலம்பன் “என்ன நிகழ்ந்தது?” என்றான். “நான் மது அருந்தினால் கோகுலத்து யாதவரின் கன்றோட்டும் ஒலிகள்தான் என் வாயில் இருந்து எழுகின்றன. ஆனால் எனக்கு அது தெரியாது, பிறர் சொன்னார்கள்” என்றான். “அமைதி! அமைதி!” என்று அரிஜித் கையைத் தட்டினான். அனைவரும் அமைதியடைந்தனர்.

வர்த்தனன் மிக மெல்லிய குரலில் “இவர் சொல்வதை நாம் செவிகொள்ள வேண்டியதில்லை. கைகளை மட்டும் நோக்கினால் போதும். நமக்குக் கற்பிப்பவை அவையே” என்றான். “அவர் பெயர் என்ன?” என்றான் அபிமன்யூ. அவன் உதடசைவை நோக்கிய யவனஆசிரியர் “என் பெயர் அகதன். இவர் என் தோழர் தியோதரர். அவர் யூதாலியர், அருகிருப்போர் ஹெர்மியர்” என்றார். “நாங்கள் இளமையிலேயே மாலுமிகளாக யவனநாட்டிலிருந்து கிளம்பியவர்கள். உலகை வலம் வந்துகொண்டிருந்தோம். இளையயாதவரின் தோழர்கள் என்றானபின் சென்ற இருபதாண்டுகளாக இங்கேயே வாழ்கிறோம்” என்றார்.

யூதாலியர் “அவருக்குச் சிறுபடகோட்டவும் பெருங்கலம் செலுத்தவும் நாங்கள் கற்றுக்கொடுத்தோம். இப்போது ஒரு மணி வயலென்றாகி

விளைந்ததுபோல, அவரே பலமுகம் கொண்டதுபோல எங்களைச் சூழ்ந்து அவை நிரப்பியிருக்கிறீர்கள்” என்றார். தியோதரர் “சிறுபடகோட்டுவதைப்பற்றி சுபத்திரையின் மைந்தர் முன்னர் அறிந்திருக்க வாய்ப்பில்லை. ஆகவே அதைப்பற்றி முதலில் சுருக்கமாகச் சொல்லிவிடுகிறேன். இளவரசே, நீங்கள் ஓடும்புரவிமேல் நிற்கும் பயிற்சி கொண்டவரா?” என்றார். அபிமன்யூ “ஆம்” என்றான். “நீங்கள் நேரடியாகவே சிறுபடகில் ஏறி நீர்மேல் விரையமுடியும். இது காலும் உடலும் கொள்ளும் ஒத்திசைவன்றி வேறில்லை” என்றார் தியோதரர்.

”இதன் கொள்கைகளைப்பற்றி மட்டும் சொல்கிறேன்” என்றார் தியோதரர். “மண் அனைத்தையும் தரிப்பதனால் தரித்ரி எனப்படுகிறது. இளையோரே, நீரும் நெருப்பும் காற்றும் வானமும்கூட அனைத்தையும் தாங்குகின்றன. காற்று பறவைகளைத் தாங்கிச் செல்வதைக் கண்டிருப்பீர்கள். அனல் கரித்துகள்களைத் தாங்கி நடமிடுவதை அறிவீர்கள். வானம் கோள்களைத் தாங்கி நின்றிருக்கிறதென்று எங்கள் நூல்கள் சொல்கின்றன. மீன்களை நீர் தாங்குகிறது. நீச்சலடிக்கையில் அது நம்மை ஏந்திக்கொள்கிறது.”

“அறிக, இவ்வைந்தில் மண்ணும் வானமும் மட்டுமே அசையாதவற்றைத் தாங்கும் தன்மைகொண்டவை! நீரும் காற்றும் அனலும் அசைவையே உடலென்று நமக்குக் காட்டுபவை. அசையாதபோது அவை தெய்வங்கள் மட்டுமே அறியும் தங்கள் கருத்துருவுக்குத் திரும்புகின்றன. நெளியா நீரும் தழலா எரியும் வீசா காற்றும் தெய்வநிலை அடைந்த யோகிகள் அறிபவை என்று உணர்க!” என்றார் தியோதரர் “நீரும் காற்றும் நெருப்பும் நம்மை ஏற்றுக்கொண்டால் நம்மை அவை அன்னையென மடியிலேந்திக்கொள்கின்றன. நம்மை அவை ஏற்க நாம் அவையென்றாவதே உகந்த வழி. நீரில் ஏறிக்கொள்பவன் நீரென்று நெளிவுகொள்ளவேண்டும். காற்றில் எழுபவன் காற்றென அலைவடையவேண்டும். இளையோரே, நெருப்பென்றே ஆனவனை நெருப்பு அணைத்து தோள்சூடிக்கொள்கிறது.

“சிறுபடகுக் கலை காற்றுடனும் நீருடனும் ஆடும் விளையாட்டு” என்றார் அகதர். “நம் உடலைத் தாங்குவது நீர். ஆகவே நம் உடல் நீரென்றே ஆகவேண்டும். அதன் அலைகளும் சுழிகளும் விசைகளும் நம் உடலிலும் கூடவேண்டும். புரவியூர்பவன் உடலில் புரவி நிகழ்வதுபோல. யானை அமர்ந்தவன் யானையென அசைவதுபோல. நீர் தன் பல்லாயிரம் கைகளால் நம்முடன் விளையாடும். முடிவிலாக் கால்களால் துள்ளும். மத்தகம் உலைக்கும். முதுகை ஊசலாட்டும். புட்டம் துள்ள எழுந்து அமையும். திமிறித் ததும்பிக் குதிக்கும். அதன் அசைவும் விசையும் நம்முடையதென்றே ஆகவேண்டும். நாம் அதனுடன் முற்றிலும் உடல் ஒத்திசைந்திருப்பது வரை நம்மை முழுகடிப்பதில்லை.

ஒரு பிழையசைவு, மெல்லிய பிறழ்வு நிகழ்ந்தாலும் வாய்திறந்து நம்மை விழுங்கிக்கொள்ளும்.

“நீர் பெண். காற்று ஆண். காற்றுடன் ஒத்திசைபவனை அது அள்ளி வீசுகிறது. உதைத்துச் சிதறடிக்கிறது. தன்னை எதிர்ப்பவனை மட்டுமே தோளிலேற்றிக்கொள்கிறது” என்று அகதர் தொடர்ந்தார். “ஆனால் நிகர்நின்று காற்றை எதிர்ப்பவன் உடைந்தழிவான். காற்றுக்கு நிகரான ஆற்றல் கொண்டவை விண்ணாளும் தெய்வங்கள் மட்டுமே. மல்லனாகிய தந்தையுடன் தோள்கோக்கும் இளமைந்தன் எனக் காற்றுடன் போரிடவேண்டும். காற்று நம்மிடம் விளையாடவேண்டும். காற்றின் நெறிகளை நாம் அறிந்து ஆடி நாம் வெல்வதை அது மகிழும்படி அமையவேண்டும் அவ்வாடல்.”

மென்மரத்தில் செய்யப்பட்ட படகின் சிறிய பாவை வடிவம் ஒன்றை அவர் அவர்களுக்குத் தூக்கிக் காட்டினார். “ஒற்றைக் காலடி அமையும் அகலம் கொண்ட நீள்பலகையில் பொருத்தப்பட்ட இரண்டு இரட்டைமடிப்புப் பாய்கள்தான் நமது படகு” என்று அகதர் சொன்னார். “தட்டாரப்பூச்சியின் சிறகுகள் இவை. நான்கு தனிச்சிறகுகள் ஒன்றுடன் ஒன்று இணைந்தும் விலகியும் காற்றுடன் விளையாடுகின்றன. அவற்றை இணைக்கும் சரடுகள் இவை. இவற்றைப் பற்றிக்கொண்டு இழுத்து சிறகுகளைக் கையாள்கிறோம்.”

அவர் அச்சரடை இழுத்து பாய்களை வெவ்வேறு கோணங்களில் இழுத்து திருப்பிக்காட்டினார். சாளரம் வழியாக வந்த காற்றின் எதிர் முகமாக பாவைப்படகைத் தூக்கிக் காட்டியபோது அதன் பாய்கள் புடைத்தெழுந்தன. சரடுகளை இழுத்து பாய்களைக் கோணம் மாற்றியபோது படகு உயிர்கொண்டதுபோலத் திரும்பியது. “நம் கால்களை நீருக்கும் கைகளைக் காற்றுக்கும் அளிக்கிறோம். அன்னையும் தந்தையும் கொஞ்சிமகிழும் இளமைந்தனைப்போல விளையாடுகிறோம். இளையோரே, இதுதான் யவனத்தின் விளையாட்டுகளிலேயே மிகச் சிறந்தது.”

உபயாதவர் ஒவ்வொருவராகக் கடலில் இறங்க தியோதரரும் ஹெர்மியரும் யூதாலியரும் அகதரும் உதவினர். படகென அமைந்த மென்மரப் பலகையின் கண்ணியில் ஒற்றைக்காலைச் செருகிக்கொண்டு அதன் சூத்திரச்சரடைப் பிடித்தபடி ஒற்றைக்காலால் விந்தி விந்தி நீரை அடைந்தனர். “அலை மீள்கையில் ஏறிக்கொள்ளுங்கள். சரடை இழுத்து பாய்களை விரியுங்கள். இரண்டும் ஒரே கணத்தில் நிகழவேண்டும்” என்றார் அகதர்.

உபயாதவர்கள் முன்னரே பலமுறை அதைச் செய்து பயின்றிருந்தனர். கிளையில் இருந்து காற்றில் தாவும் கிளிக்குஞ்சுகள்போல சற்று தயங்கி

அவர்கள் அலைமேல் எழுந்தனர். காற்று கடலில் இருந்து கரைநோக்கி சரிவாகப் பாய்ந்துகொண்டிருந்தது. புடைத்தெழுந்த பாய்கள் ஒன்றுடன் ஒன்று செருகிக்கொண்டு ஒன்றின் காற்றை இன்னொன்றுமேல் செலுத்தி விரிந்தன. படகுகள் நீர்ப்பறவைகள்போல அலைமேல் எழுந்தன. ஒன்றை ஒன்று தொடர்ந்து எழுந்தமைந்து கடலுக்குள் சென்றன.

பிரலம்பன் நீர்விளிம்பை அடைந்து காத்து நின்றான். அவன் கால்களை அறைந்து சிதறி விரிந்து திரும்பிச்சென்றது அலை. “எழுக!” என்றார் தியோதரர். அவன் அறியாமல் சரடை இழுத்தான். அதே கணம் கால்களை அலைமேல் வைத்தும் விட்டிருந்தான். காற்று அவனை வலப்பக்கமாகக் கொண்டுசென்றது. சரிந்து நீரில் புதைந்தான். உப்புநீர் வாயில் நிறைந்தது. மூக்குக்குள் நுழைந்து திணறச்செய்தது. காலை உதறி நீரில் விழுந்து நீந்தவேண்டியதுதான் என எண்ணிய கணம் அவன் கை சரடை இழுத்தது. வலப்பக்கப் பாய் சற்றே திரும்ப, படகு மேலெழுந்து அடுத்த அலைவளைவின்மேல் ஏறி மறுபக்கம் தெறித்தது. அவன் கைகளுக்குப் பாய்களின் ஒழுங்கமைவின் நெறி புலப்பட்டுவிட்டது.

ஆனால் அப்போதும் அவன் உள்ளம் அதெப்படி என்று வியந்துகொண்டுதான் இருந்தது. ஒவ்வொரு அலையையும் விழிகள் நோக்கியதுமே கைகள் அதைக் கடக்கும் வழியை அறிந்துகொண்டன. மானுடனுக்குள் பறவை ஒன்று வாழ்கிறது. அவன் கைகள் வேறேதோ பிறவியில் சிறகுகள் என்று இருந்திருக்கவேண்டும். மிக விரைவிலேயே அவன் காற்றிலும் நீரிலும் திளைத்துக்கொண்டிருந்தான். அப்பால் அபிமன்யூ மிக இயல்பாகச் சுற்றிவந்தான். அலைகளில் ஏறி ஸ்ரீபானுவின்மேல் பாய்ந்து கடந்து அப்பால் சென்றான். ஊஊ என ஊளையிட்டபடி சாருவின் அருகே பறந்து அவனை அஞ்சி விலகச்செய்தான்.

“மூத்தவரே, என்னைப் பிடியுங்கள்” என்று ஜயன் கூவினான். அவர்கள் ஒருவரை ஒருவர் துரத்திக்கொண்டு பாய்ந்தனர். அவர்களை சுபத்திரனும் சித்ரகேதுவும் விருஷனும் சங்குவும் துரத்திச் சென்றார்கள். மிக அப்பால் விலகி மாபெரும் வட்டமென அவர்கள் சுற்றிவந்தனர். அவர்கள் சென்ற தடம் நீரில் அரைவட்டமென விழுந்து மறைந்தது. நீர்த்துளிகளுக்கு நடுவே அவர்களின் சிரிப்பு ஒளிவிடுவதை பிரலம்பன் கண்டான். சத்யகனும் வஹ்னியும் சூதியும் ஒருவரை ஒருவர் துரத்தி விளையாடினர்.

வெண்ணிற நாரைக்கூட்டம்போல அவர்கள் சிறகு விரித்தும் சரித்தும் நீர்மீது சுழன்றனர். சகன் சரிந்து நீருக்குள் புகுந்ததும் அபராஜித்தும் வஹ்னியும் பாய்ந்து சென்று அவனை இரு பக்கமும் பற்றித் தூக்கிக் கொண்டுவந்தனர். வசுமானும் வாமனும் ஒருவரை ஒருவர் பற்றிக்கொண்டு நீர்மேல் கிழித்துச்சென்று வான்வளைவை உரசுவதுபோல அகன்று

மறைய, தியோதரர் "அத்தனை தொலைவு செல்லலாகாது..." என்று கூவியபடி துரத்திச்சென்றார்.

எதிரே விளையாடிக்கொண்டிருந்த பலனும் பிரபலனும் வர்த்தனனும் கூச்சலிட்டபடி விலகினர். அவர்களைத் திரும்பிப்பார்த்த பிரலம்பன் மிகப்பெரிய மீன் ஒன்று அவர்கள் நடுவே நீருக்குள் இருந்து உருவப்படும் வாள் என ஒளியுடன் எழுவதைக் கண்டான். காற்றில் எழுந்து வால்சுழற்றி உடல்ததும்ப துள்ளி நீரில் மீண்டும் விழுந்து மூழ்கி மறைய அந்த அலையில் அவர்கள் நிலையழிந்தனர். அவர்களுக்கு அப்பால் இன்னொன்று அதேபோல எழுந்தமைந்தது. அவன் அருகே வந்துகொண்டிருந்த அகதர் "அச்சம் வேண்டாம். அவை ஓங்கில்கள். நம்முடன் விளையாட வந்தவை" என்றார்.

"அவை மானுடரை அறியுமா?" என்றான் பிரலம்பன். "அவை ஆழத்து மானுடர். அவற்றால் மொழியாடவும் இயலும்..." என்றார் அகதர். பிரலம்பன் தன் அருகே பேருடலுடன் ஓங்கில் ஒன்று எழுந்து மேலே சென்று நீர் அறைந்து விழுவதைக் கண்டான். அலையில் அவன் படகு சரிய, பாய்கள் விலகின. ஊசி ஆடையில் புகுவதைப்போல அவன் படகு நீர்ப்பரப்பில் புதைந்தது. மறுபக்கம் எழுந்த ஓங்கில் தன் வாலால் அவன் படகை அறைந்து மேலெழுப்ப, அவன் நிலைமீண்டு அலைமேல் ஏறிச் சுழன்று எழுந்தான். அந்த ஓங்கிலின் திறந்த வாயில் கூரிய பற்கள் தெரிந்தன. அதன் முகத்தில் புன்னகை இருப்பதுபோலத் தெரிந்தது.

நூற்றுக்கணக்கான ஓங்கில்கள் நீர்ப்பரப்புக்குமேல் எழுந்தன. பனங்குருவிகளைப்போல அவை காற்றில் பாய்ந்து பாய்ந்து நீரில் விழ, அனலில் வைத்த யானத்து நீர் எனக் கடல் கொப்பளித்து அலையடித்தது. அபிமன்யூ ஒரு கையால் சரடைப் பற்றிக்கொண்டு மறுகையால் இடையின் கச்சையை அவிழ்த்து வீசி ஓங்கிலின் முதுகிலிருந்த செதிற்சிறகின்மேல் தொடுத்துக்கொண்டான். அதற்குள் இன்னொரு ஓங்கில் அந்துனியைக் பாய்ந்து கவ்விக்கொண்டது. அது அவனை கழுகு குருவியை எனத் தூக்கிக்கொண்டு சென்றது. உபயாதவர்கள் அதை நோக்கிக் கூச்சலிட்டனர்.

பிரகரணனும் அரிஜித்தும் இரு ஓங்கில்கள்மேல் அதைப்போல சரடை வீசி ஏறிக்கொள்ள முயல, நிலையழிந்து நீரில் விழுந்து சறுக்கிச் சென்றனர். ஆனந்தனும் மகாம்சனும் பவனனும் மகாசக்தனும் சென்று அவர்களைத் தூக்கி நிலைமீட்டனர். "அவை மானுடருடன் ஆடிப்பழகியவை. ஆனால் அவை நம்மை ஏற்கவேண்டும். நாம் அவற்றை வெல்ல முடியாது" என்றார் தியோதரர் "அவை ஆழங்களிலிருந்து வருகின்றன. கடலின் ஆழம் மண்ணுக்குமேல் நிகழும் அனைத்தையும்

அறிந்திருக்கிறது என்பது யவனநூல்களின் கூற்று". ஓங்கில்கள் எழுந்து எழுந்து அமைவதைச் சுற்றி இளையோர் கூச்சலிட்டுக் களியாடினர். ஒரு தருணத்தில் பிரலம்பன் உணர்ந்தான், அவை அவர்களுக்கு மறுமொழி சொல்லிக்கொண்டிருக்கின்றன என்று.

அபிமன்யூ நெடுந்தொலைவுக்குச் சென்றுவிட்டிருந்தான். "மறைந்துவிட்டான்!" என்று ஊர்த்துவாகன் கூவினான். "ஓங்கில்களின் உலகுக்குச் சென்றுவிட்டான்" என்று பலன் கூவினான். அப்பாலிருந்து அம்புபோல அபிமன்யூ பாய்ந்து வந்தான். அவன் படகு பாய் ஒடுங்கி கூர்கொண்டிருந்தது. ஓங்கில் விழிகளுக்குத் தெரியவில்லை. கண் அறியா விரலொன்று நீர்ப்பரப்பைக் கீறிவந்தது. அதன்மேல் எழுந்து அவன் அணுகி அதே விரைவில் சுழன்று அகன்றான்.

ஓங்கில்களைத் துரத்தியபடி உபயாதவர் நீரில் களியாடினர். அவை அவர்கள்மேல் எழுந்து விழுந்தன. அவர்களைக் கவிழ்த்தும் மீண்டும் தூக்கிவிட்டும் விளையாடின. வெள்ளிப் பூச்செடி என நீரை உமிழ்ந்து எருமைக்கன்றுபோல குரலெழுப்பின. வால்கள் நீரை அறைந்து உச்சிவெயிலில் சலவைக்கல் சிதறல்கள்போலப் பறக்கச் செய்தன. இளஞ் சாம்பல் நிறமான உடல்கள் இருண்ட நீர்த்துளிபோல் ஒளிகொண்டிருந்தன. உடைந்து உடைந்து தெறித்த நீரின் ஒளியுடன் ஊடு கலந்தவைபோல இளையோரின் முகங்கள் தெரிந்தன. முகிலாடும் விண்ணவர்போல.

ஒருவரை ஒருவர் நோக்கிக் கூவிச்சிரித்தனர், கைகளை வீசினர், பாய்ந்து வந்து அறைந்து திரும்பி விரைந்தனர், துரத்திச்சென்றனர், ஒருவரோடொருவர் முட்டிக்கொண்டனர், கைகள் பிணைத்துக்கொண்டு காற்றில் விரைந்தனர், சென்றபடியே உதைத்துக்கொண்டனர், பூசலிட்டனர், தோள்பிணைத்து மல்லிட்டபடி சுழன்றலைந்தனர். களியாட்டென்பது உடலுள் தேங்கிய ஆற்றலைச் சிதறடிப்பது மட்டுமே எனப் பிரலம்பன் எண்ணிக்கொண்டான். சித்ராகுவும் சாந்தனும் மாறி மாறி அறைந்துகொண்டார்கள். சிரித்துக்கொண்டே விலகிச்சென்ற சித்ராகுவை சாந்தன் துரத்திச்செல்ல, இருவரும் கைகள் பிணைத்து முறுக கூவியபடி சுழன்றனர். முகங்கள் களிகொண்டு மலர்ந்திருக்க தோள்கள் இறுகி நின்றன. போர் கலக்காத களியுவகையே மானுடருக்கு அளிக்கப்படுவதில்லை போலும்.

அபிமன்யூ ஓர் ஓங்கிலில் இருந்து இன்னொன்றுக்குத் தாவினான். இரு ஓங்கில்கள் அவனைத் தூக்கிக் காற்றில் வீச, தலைகீழாகச் சுழன்று இறங்கிய அவனைத் தன் முதுகால் ஒன்று தாங்கிக்கொண்டது. ஏழெட்டு ஓங்கில்கள் அவனை மட்டுமே சூழ்ந்து நீர்திளைத்தன. சுழன்றுவந்தபோது பிரலம்பன் தொலைவில் துவாரகையின் பெருவாயிலைக் கண்டான்.

அது காற்றில் பறப்பதுபோலச் சுழன்று மறைந்தது. மறுகணம் அகவிழியில் அண்மையிலென அது எழுந்தபோது கருடனின் விழிகளைக் கண்டான். நீர் வந்து அறைந்து அவனை அள்ளி வீசியது. சிறகு வளைத்துச் சுழன்று மீண்டபோது அவ்விழிகளில் இருந்த துயரை உணர்ந்தான்.

துயரா என உளம் வியந்தது. துயரேதான் என உறுதி செய்தது அடியுளம். துயர் ஏன்? அது களியாடும் மைந்தரை அல்லவா நோக்கிக் கொண்டிருந்தது? ஒருகணம் உடல் விதிர்க்க அவன் கையிலிருந்து சரடு நழுவியது. நீரில் விழுந்து மூழ்கி கைவீசிப்பாய்ந்து எழுந்து படகுப்பலகையைப் பற்றிக்கொண்டான். மீண்டும் சரடைப்பற்றிப் பாயை விரித்து படகைச் சீரமைத்து திசை அமைத்தபோது உடல் முற்றிலும் தளர்ந்துவிட்டிருப்பதை உணர்ந்தான். உள்ளம் எடைகொண்டு ஒவ்வொரு தசையையும் அழுத்தியது. அக்கணமே இறந்துவிடவேண்டும் என்பதுபோல் தாளவியலா துயரை அவன் அடைந்தான்.

பகுதி 7

துளியிருள்

1

நள்ளிரவில் அரண்மனையில் இருந்து சிற்றமைச்சர் சந்திரசூடர் வந்து துயிலில் இருந்த பிரலம்பனை எழுப்பினார். அவன் ஏவலனின் அழைப்பை துயிலுக்குள் கேட்டுக்கொண்டிருந்தான். அன்னை அவனை அழைப்பதாகவே தோன்றியது. வழக்கமாக காவற்பணிக்கு அவன் செல்லவேண்டிய பொழுது அணையும்போது அன்னைதான் அவனைத் தட்டி எழுப்புவாள். பெரும்பாலும் அது இளங்குளிர் போர்வையைக் கதகதப்பாக்கியிருக்கும் முன்விடியல். அவன் உடலைச் சுருட்டிக்கொண்டு முனகுவான். அவள் குரலில் எரிச்சல் ஏறிக்கொண்டே இருக்கும். அவன் சொற்களைப் புரிந்துகொள்ளத் தொடங்கும்போது அது வசையென ஆகிவிட்டிருக்கும்.

சினத்துடன் அவன் கால்களைப் பிடித்து இழுத்து "எழுந்திரு மூடா, வெயில் எழுந்துவிடப்போகிறது. பிந்திச் செல்வதாக உன்னைப்பற்றி நூற்றுவர்தலைவர் பலமுறை குறைசொல்லியிருக்கிறார். சவுக்கடி பட்டால்தான் உனக்கு அறிவு வருமா?" என்பாள். அவன் அச்சொல்லிலேயே சவுக்கோசையைக் கேட்டு எழுந்து அமர்வான். அதன்பின் வெந்நீர் கொட்டப்பட்டவன் போல துள்ளுவான். "எங்கே என் வாள்? என் கச்சை எங்கே? எதையுமே நான் வைத்த இடத்திலிருந்து அகற்றக்கூடாதென்று சொல்லியிருக்கிறேனே!" அன்னை "எல்லாம் அங்கேதான் இருக்கிறது" என்பாள்.

அவன் விழித்துக்கொண்டு ஏவலனைக் கண்டதும் ஆழ்ந்த ஏக்கத்தை அடைந்தான். அன்னையின் முகமே சற்று கலைந்துகொண்டிருப்பதுபோலத் தோன்றியது. "அமைச்சர் சந்திரசூடர்" என்று ஏவலன் சொன்னதும் பாய்ந்தெழுந்து கச்சையைக் கட்டிக்கொண்டான். வாயைத் துடைத்து

தலைப்பாகையைத் தேடி எடுத்து வைத்துக்கொண்டிருக்கையிலேயே சந்திரசூடர் உள்ளே வந்துவிட்டார். "வணங்குகிறேன், அமைச்சரே" என்றான். அவர் கையசைத்து வாழ்த்திவிட்டு "இளவரசர் என்ன செய்கிறார்?" என்றார். "துயில்கிறார்" என்றான். "எழுப்பவா?"

"வேண்டாம், ஆனால் எழுந்ததும் நான் சொன்னவற்றை நீரே சொல்லும்" என்றார் சந்திரசூடர். "புலரியில் அரசர் நகர்புகவிருக்கிறார்." பிரலம்பன் சில கணங்களுக்குப்பின் அதைப் புரிந்துகொண்டு "இன்றா?" என்றான். உடனே குழம்பி "நாளையா?" என்றான். "ஆம், இருட்புலரியிலேயே அவர் நுழைவார்." பிரலம்பன் "நகர் விழாக்கோலம் கொள்ளவேண்டுமே? அனைத்து ஏற்பாடுகளும்..." எனத் தொடங்க அவர் கையசைத்துத் தடுத்து "ஆணை சற்று முன்னர்தான் வந்தது. எந்த ஏற்பாடுகளும் செய்யக்கூடாதென்றும், அரசமுறையாக அவர் வரவு அறிவிக்கப்படவும் கூடாதென்றும் சொல்லியிருக்கிறார்" என்றார்.

பிரலம்பன் தலையசைத்தான். "நாளை அவர் நகர்நுழையும்போது நகர்வீதிகள் ஒழிந்து கிடக்கும். இங்கே இரவுகள் மிகவும் பிந்தி அணைபவை. ஆகவே பகல்கள் மிகவும் பிந்தித் தொடங்குகின்றன. அதிலும் நாளை ஞாயிற்றுக்கிழமை. யவனர்களின் சூரியவணக்கநாள் அது. அன்று அவர்கள் பணிபுரிவதில்லை என்பதனால் துறைமேடையிலும் பிற இடங்களிலும் அலுவல்கள் பத்திலொன்றாகக் குறைந்திருக்கும்." பிரலம்பன் "ஆம்" என்றான். "அவர் அறியவிரும்புகிறார், மக்களின் மெய்யான எதிர்வினை என்ன என்று" என்றார் சந்திரசூடர்.

பிரலம்பன் "ஒருவேளை..." என்றான். "என்ன?" என்றார் சந்திரசூடர். "ஒருவேளை யாதவர்கள் தங்கள் எதிர்ப்பை ஒருங்கிணைந்துக் காட்டக்கூடும் என அவர் எதிர்பார்க்கிறாரா?" சந்திரசூடர் "அவர் அதை அஞ்சுவாரா என்ன?" என்றார். "அஞ்சமாட்டார். ஆனால் எதிர்ப்புகள் எப்போதுமே எளிமையாகச் சிலரால் தொடங்கப்படுகின்றன. எளிய மக்கள் விரைவுடன் செய்யப்படுவனவற்றைப் பின்தொடர்கிறார்கள்." சந்திரசூடர் அவனைச் சற்றுநேரம் நோக்கியபின் "ஆம், அவர் எதிர்ப்பு களையே அஞ்சுகிறார். ஆனால் மக்களிடமிருந்தல்ல" என்றார்.

"எதுவானாலும் நாளை இளவரசர் அவருடனிருக்கவேண்டும். அவர் இளவரசரைக் கண்டால் மட்டுமே நிறைவடைகிறார். பிற அனைவருமே அவருக்கு எவ்வகையிலோ மெல்லிய ஒவ்வாமையை அளிப்பவர்களாக மாறிவிட்டிருக்கிறார்கள்" என்றபின் "இளவரசர் ஒருவரிடமே அவர் ஏதேனும் தனிச்சொல்லைக் கூறமுடியும். பிறரிடம் மட்டுமே தூதனுப்பவும் முடியும்" என்றார். பிரலம்பன் "அமைச்சரே, அத்தனை தனித்துவிட்டாரா இளையயாதவர்?" என்றான்.

“ஆம், வரும் வழியிலேயே மைந்தருக்கும் அவருக்கும் பூசல் எழுந்துவிட்டது என்கின்றனர் ஒற்றர். பிரத்யும்னர் உடனடியாக அநிருத்தரைப் பட்டத்து இளவரசராக முடிசூட்டவேண்டும் என்று சொன்னாராம். இளவரசர்களில் மூத்தவர் பானு. ஆனால் இளவரசர் மைந்தர்களில் அநிருத்தரே மூத்தவர். அவருக்குப் பட்டம்சூட்டினால் எவரும் எதுவும் கேட்கமுடியாது என்றாராம். அதற்கு இளையயாதவர் ஒன்றும் சொல்லவில்லை. சினம்கொண்டு சொல்லாடியபின் பிரத்யும்னர் தனியாகக் கிளம்பிச் சென்றுவிட்டார். இப்போது அவர் கூர்ஜர எல்லையில் இருக்கிறார். நாளையோ மறுநாளோ அவர் இங்கு வருவார் என்கிறார்கள். வராமலும் போகக்கூடும்” என்றார் சந்திரசூடர்.

“அவர் நேராக மதுராவுக்குச் செல்லக்கூடும் என எதிர்பார்க்கிறார்கள் அமைச்சர்கள். மதுராவில் மூத்தயாதவர் யாதவப்பெருங்கூட்டுக்கு அழைப்பு விடுத்திருக்கிறார். அதற்குக் கிருதவர்மர் வருவது உறுதியாகிவிட்டது. வாசுதேவரின் வாழ்த்தும் சூரசேனரின் ஒப்புதலும் அமைந்துவிட்டது.” பிரலம்பன் “சூரசேனரா?” என்றான். “குந்திபோஜரையே அழைத்திருக்கிறார்கள். யாதவர் எவரையும் விலகவிடக்கூடாது என்பது பலராமரின் ஆணை.”

பிரலம்பன் “அவரால் இத்தனை செய்ய இயலுமென எவரும் எண்ணியிருக்கமாட்டார்கள்” என்றான். சந்திரசூடர் புன்னகைத்து “அவர் தன் ஆணைகளை அகத்தறையில் இருந்து பெறுகிறார். அரசி ரேவதி புவியாள விழைகிறார். எட்டரசியருக்கும் மேலாக அவருடைய குலக்கொடி பறக்கவேண்டும் என்று அவர் அவையில் சொன்னதாகச் செய்தி” என்றார். “இளவரசரை எதற்காக அரசர் இங்கே வரும்படி சொன்னார் என்று தெரியவில்லை. ஆனால் அமைச்சர் ஸ்ரீதமர் அது உபயாதவர்களை ஒருங்கிணைப்பதற்காகத்தான் என நம்புகிறார். உபயாதவர்களில் எழுபதுக்கும் மேற்பட்டவர்கள் இன்று இளவரசர்மேல் பெருங்காதல் கொண்டிருக்கிறார்கள். அவர்களை அவர் திரட்டமுடியும்...” பிரலம்பன் தலையசைத்தான். “நீர் அதை நம்பவில்லையா?” என்றார் சந்திரசூடர். “நான் நம்பாவிட்டால்தான் என்ன? எளிய வீரன், அரசியலறியாதவன்” என்றான் பிரலம்பன்.

அபிமன்யூ புரவியில் சலிப்புடன் சற்றே சரிந்து அமர்ந்து “அவர் எங்கு வந்திருக்கிறார் என ஒற்றர்கள் எவருக்கேனும் தெரியுமா?” என்றான். “விடியலில் வருவார் என்றார்கள். தோரணவாயிலின்மேல் உள்ள காவல்மாடத்தில் இருப்பவர்கள் நெடுந்தொலைவு நோக்க முடியும். பாலையில் அவருடைய படை அணுகுவதை அறிவது மிகமிக எளிது” என்றான் பிரலம்பன். “அவருடைய படை நேற்று மாலை எங்கிருந்தது?” என்றான் அபிமன்யூ. “மாளவத்திலிருந்து வரும் மையத்தடத்தில்தான்...

அந்த விரைவின்படி அவர்கள் இன்று வெயிலெழுகையில் இங்கே வந்துவிடவேண்டும்... வந்துகொண்டிருப்பதாகவே செய்திகள்."

அவர்கள் கோட்டைக்குள் நின்றிருந்தனர். விடியற்காலையின் வான்ஒளியில் காட்சிகள் சாம்பல்நீல நிறத்தில் அழுத்தவேறுபாடுகளாகத் தெரிந்தன. முப்புடையை இழந்து எண்ணெய்க்கறைகள் ஒன்றன்மேல் ஒன்றெனப் பதிந்ததுபோல கோட்டையும் காவல்மாடங்களும் குவைமாடமுகடுகளும் மரங்களும் யானைகளும் புரவிகளும் காவல்வீரர்களும் விழிப்புலப்பாடு கொண்டனர். ஓசைகள் உளமகல்கையில் அகன்றும் உளம்கூர்கையில் அணுகியும் விளையாடின. "நாம் வெளியே சென்று நோக்குவோம்" என்றான் அபிமன்யூ.

அவர்கள் புரவியை மெல்ல நடக்கவிட்டனர். சூழ்ந்து நிகழ்ந்து கொண்டிருந்த உடலசைவுகளை நோக்கியபோதே அங்கு எதுவுமே தெரியும்படி செய்யப்படவில்லை என்றாலும் அனைவரும் அரசரின் வருகையை அறிந்திருந்தனர் என்றும் சாலையோரங்களும் கோட்டைமுகப்புகளும் அதன்பொருட்டு ஒருக்கப்படுகின்றன என்றும் தெரிந்தது. "படைக்கலத் துரு அகன்றிருக்கும். பதின்மூன்றாண்டுகால தூசு துடைக்கப்பட்டிருக்கும். மறந்துபோன சொற்கள் மீள்நினைவு கொள்ளப்பட்டிருக்கும்" என்றான் அபிமன்யூ, அவன் எண்ணியதை அறிந்ததுபோல. "ஆம்" என்றான் பிரலம்பன். "ஆனால் பெரிய இடர் இங்கே எவரை நிற்கச்செய்வதென்பது. இளையோர் குலமூத்தார் சொற்களினூடாகவே அறிந்திருப்பர். அறிந்த மூத்தவர்கள் முதிர்ந்து நரைகொண்டிருப்பார்கள்" என்றான் அபிமன்யூ.

பிரலம்பன் "அவர் மைந்தர்களே அவரைப் பெரிதும் அறியாதவர்கள்தான் என உணர்ந்தேன்" என்றான். "ஆம், அவர் இங்கிருந்து அஸ்தினபுரிக்குக் கிளம்பும்போது மூத்தவர் பானுவுக்கு அகவை பதின்மூன்று. எண்பதின்மரில் இளையவரான சத்யகருக்கு ஐந்துமாதம். லக்ஷ்மணை அன்னையும் காளிந்தியன்னையும் கருவுற்றிருந்தார்கள்" என்றான் அபிமன்யூ. "அவர் இங்கிருக்கையில் தன் மைந்தருக்கு அணுக்கமானவராக இருந்தார். மைந்தருடன் மைந்தராகவே விளையாடினார். அவர்களுக்குத் தன் குழலை மட்டுமே காட்டினார், ஆழியை அவர்கள் அறிந்திருக்கவேயில்லை."

"அவர் செய்த பிழையும் அதுவே" என்றான் பிரலம்பன். "அவர் பிழை செய்வார் என்று எண்ணவே அச்சமாக உள்ளது. ஆனால் மகளிர்மாளிகையில் இருந்த மைந்தரை அவர் மகளிரின் ஒருபகுதியாகவே எண்ணினாரோ என ஐயம்கொள்கிறேன். ஏனென்றால் எண்பதின்மரில் எவருமே அறிந்திருக்கவில்லை. என்னிடம் மூத்தவராகிய சுபானு தன் தந்தை நல்லூழ் கொண்டவர் என்றார். அவர் என்ன எண்ணுகிறார் என

என்னால் உய்த்துணர இயலவில்லை. நான் தங்கள் சொல் புரியவில்லை இளவரசே என்றேன்."

"அவர் தன் தந்தையின் கூர்ஜரத்து வெற்றி வெறும்நல்லூழ் என்று விளக்கினார். அணுகுதற்கரிய பெருநிலம் கூர்ஜரம். அதனாலேயே அதை எவரும் படைகொண்டு தாக்கியதில்லை. ஆகவே அவர்கள் காவலைக் கருத்தில் கொள்ளவுமில்லை. அதன் எல்லைகள் தலைநகரிலிருந்து மிகத் தொலைவிலிருந்தன. ஆகவே எளிதில் இளையயாதவரால் அதன் கருவூலத்தைக் கொள்ளையிட முடிந்தது. அதில் அவர் எண்ணியிராத பெருஞ்செல்வம் கிடைத்தது. அன்று அங்கே மேலும் ஒருமடங்கு கூர்ஜரர் இருந்திருந்தால் அப்போதே யாதவப் பேரரசு என்னும் கனவு கலைந்திருக்கும் என்றார்."

"அது அரசியல்விளையாட்டின் ஒத்திசைவன்றி வேறல்ல என்று உடனிருந்த இளவரசர் ஸ்வரபானு சொன்னார்" எனப் பிரலம்பன் தொடர்ந்தான். "அவர் சொன்னது இதுதான். அன்று கூர்ஜரத்தின் அலைநிகுதியும் கலநிகுதியும் மிகையாக இருந்தன. நாள்தோறும் சிந்துவிலும் தேவபாலபுரத்திலும் வணிகம் பெருகிக்கொண்டிருந்தது. நிகுதியின் கொள்தொகை பெருகுகையில் வகுதி அளவு குறையவேண்டும். மிகச் சிறிய அளவில் தேவபாலத்திலும் கங்கையிலும் நீர்வழி வணிகம் நிகழ்ந்தபோது நூற்றிலெட்டு வகுதி அமைக்கப்பட்டது. அன்று ஒவ்வொருவருக்கும் அது சிறிய தொகை. ஆனால் பெருங்கலங்கள் கரையணைந்து ஒவ்வொருவரும் பேரளவில் வணிகம் செய்கையில் அது பெருந்தொகை. அப்பெருந்தொகையை ஒவ்வொருமுறையும் அளிப்பது அவர்களுக்கு வழிப்பறி என்றே தோன்றிக்கொண்டிருந்தது."

"சோனகநாட்டிலும் பீதர்நாட்டிலும் இருந்த நிகுதியளவுக்கு அது மும்மடங்கு பெரிது. படகில் பொருட்களைக் கொண்டுவருபவர்களிடம் அலைநிகுதி கொண்டு, அதை வாங்குபவர்களிடமும் கலநிகுதி கொண்டனர். விற்கையிலும் அவ்வாறே. ஒரு பொருளுக்கு இரு நிகுதி என்பது கண்ணெதிரே நிகழ்ந்தது. அக்குமுறலை சென்று உரைக்கவேண்டிய அரசனின் அவையோ மிகத்தொலைவில், அணுகவே இயலாத பாலைநிலங்களுக்கு அப்பால் கூர்ஜரத்தின் தென்னகத் தலைநகரான கோபபுரியில் அமைந்திருந்தது. இங்கிருந்த நிகுதிகொள்வோன் அரசகுடியைச் சேர்ந்தவன் ஆயினும் நிகுதியைக் குறைக்கும் பொறுப்பு அற்றவன், அதற்கான துணிவும் இல்லாதவன். ஆகவே யவனரும் பீதரும் சோனகரும் காப்பிரியரும் தேவபாலத்துக்கு நிகரான ஒரு துறைநகர் கடல்முகத்தில் அமைய விரும்பினர். அவர்களின் செல்வமும் படைவல்லமையும்தான் துவாரகையை உருவாக்கியது."

“உலகெங்கும் சிறுநகர்கள் வணிகர்களால் உருவாக்கப்பட்டு வெற்றியும் செல்வமும் பொலிய சிலகாலம் நின்றிருந்ததுண்டு. அதைச் சூழ்ந்திருக்கும் பெரியநாடுகள் தங்களுக்குள் பூசலிட்டுக்கொண்டு அதை ஒருங்கிணைந்து தாக்காதிருக்கையில் ஒன்றுடன் கைகோத்து பிறிதொன்றை எதிர்கொள்ளும் அரசாடலைக்கொண்டு அந்நகர்நாடு நீடிக்கவும்கூடும். ஆனால் அது நிலைவெற்றி அல்ல. செல்வத்தையும் படையையும் வளர்த்துக்கொண்டு முறையான அரசியல்கூட்டுக்கள் வழியாக வெல்லற்கரிய நிலமாக தன்னை அது விரித்துக்கொண்டாலொழிய அதனால் நீடிக்க முடியாது என்றார் ஸ்வரபானு.”

“அது உண்மை” என்றான் அபிமன்யூ. “உண்மையின் ஒரு தோற்றம். அதை இங்கே சென்ற பதினான்காண்டுகளாகச் செதுக்கிச் செதுக்கி முழுமையடையச் செய்திருக்கிறார்கள். ஆகவேதான் அது அவர்களை அத்தனை சூழ்ந்து ஆட்கொண்டிருக்கிறது.” பிரலம்பன் அவனுடன் புரவியில் சென்றுகொண்டே “அதை ஒட்டி அவர்கள் மேலே செல்கிறார்கள். இன்று துவாரகை அடுத்தக் கட்டத்திற்குச் செல்லவிருக்கிறது என்றார் பானுமான். இதுவரை இளையயாதவரை எவரும் வெல்லமுடியாது என்னும் நம்பிக்கையையும் அச்சத்தையும் சூதர்பாடல்களினூடாகப் பரப்பி குடிகளை ஒருங்கிணைத்து எதிரிகளை அச்சுறுத்தி துவாரகையை நிலைகொள்ளச் செய்தார்கள். அது நல்ல சூழ்ச்சியே. ஆனால் விரைவிலேயே போர் எழும். பாரதவர்ஷத்தின் அரசர்களில் எவர் முதல்வர் என முடிவாகும். அதன்பின்னர் பூசல்சூழலைப் பயன்படுத்தி முளைவிட்டு நிலைகொண்டிருந்த அத்தனை அரசுகளும் படைகொண்டு வெல்லப்படும். அப்போது துவாரகை தன் நாவன்மையால் நிலைகொள்ள முடியாது. வணிகன் வழித்துணை அல்ல என்பது முதுசொல். அவர்கள் தங்கள் வணிகநலன்களை விட்டுக்கொடுக்கமாட்டார்கள் என்றார்” என்றான்.

“ஆகவே வெல்லும் தரப்பில் சேர்ந்துகொள்வது மட்டுமே எளிய அரசுகளின் வழி என்றார் பானு. அதைத்தான் மூத்தயாதவர் செய்கிறார், இளையவர் தன்னைப்பற்றிய சூதர்பாடல்களைத் தானே நம்பி வழிபிறழ்ந்துவிட்டார் என்றார்” என்று பிரலம்பன் தொடர்ந்தான். “அத்தனை ஷத்ரியர்களும் ஓரணியில் திரள்கிறார்கள். அவர்கள் பெண்கொடையாலும் எல்லைப்பூசலாலும் நெடுங்காலம் பகைகொண்டிருந்தவர்கள். வேதம் காக்க எழுகிறோம் என்பது அவர்கள் பகைமறந்து ஒருங்கிணைய ஒரு நல்வாய்ப்பு. அதை உருவாக்கியவர் எவராயினும் பேராற்றல் கொண்ட சூழ்ச்சியாளர். அவர்கள் பாரதப்பெருநிலத்தைத் தங்களுக்குள் பகிர்ந்துகொள்வார்கள். சென்ற நூறாண்டுகளில் உருவாகி கருவூலம்நிறைத்து விரிந்திருக்கும் புதுநிலங்கள்

மேய்ந்து கொழுத்த மான்கள். வேங்கைகள் புல்லுண்பது குருதியின் வடிவில்தான் என்றார்."

"ஒரு நல்ல தலைவனுக்குரிய சொற்களும் எண்ணங்களும்" என்றான் அபிமன்யூ. "ஆனால் வெல்லும் அரசர்கள் இவ்வெல்லையையும் கடந்து எண்ணக் கற்றவர்கள். இவர் எளிய யாதவ குலத்தலைவர் மட்டுமே." பிரலம்பன் "ஆம், நானே அதை எண்ணினேன். அலைமேல் மலைநகர்வதுபோலச் செல்லும் பெருங்கலங்களை அவற்றின் பாய்களே கொண்டுசெல்கின்றன என்று எவருக்கும் விழியே சொல்லிவிடும். ஆனால் ஒவ்வொரு பாயையும் ஒன்றுடன் ஒன்று இசைவடையச் செய்து அதன் திசைவழியை நிகழ்த்தும் சூத்திரக்கயிறுதான் கலத்தைச் செலுத்துகிறதென்று அறிந்தவனே மாலுமி. இளையயாதவர் இல்லையேல் இவை எதுவும் நிகழ்ந்திருக்காது என அறியாதவரால் போரின் வெற்றியையும் தோல்வியையும் எப்படிக் கணிக்கமுடியும்?" என்றான்.

அபிமன்யூ எதையோ எண்ணி விழிகள் விரிய நிலைத்தபின் "அவர் இவ்வழியே வரப்போவதில்லை" என்றான். "ஏன்?" என்றான் பிரலம்பன். "எட்டு மைந்தர்நிரைகளும் அவர் வருவதை அறிந்திருப்பார்கள். ஆகவே இவ்வழியில் வெவ்வேறு இடங்களில் அவர்கள் நின்றிருப்பார்கள். தோரணவாயிலை ஒட்டி அவர்கள் நிற்பார்கள் என இப்போதே நோக்கமுடிகிறது. அவர் அவர்களைத் தவிர்ப்பார்." பிரலம்பன் "ஆம், நானும் அவர் இங்கே வரமாட்டார் என உள்ளுணர்ந்துகொண்டிருந்தேன்" என்றான். "அவர் துறைமுகம் வழியாகவே வருவார். சிந்துவின் பெருக்கினூடாக."

"ஆனால் அது கூர்ஜரத்தின் நிலம்" என்றான் பிரலம்பன். "அவரால் எல்லைகள் அனைத்தையும் கடக்கமுடியும். எதிரிப்படைகளிலேயே அவருக்கு ஆதரவாளர் மிகுதி" என்ற அபிமன்யூ புரவியைத் திருப்பி "துறைமுகப்புக்குச் செல்வோம்" என்றான். அவர்கள் மெல்லிய குளம்போசை எழ சீர்நடையில் புரவிகளைச் செலுத்தினர். அங்காடிகளைக் கடந்து சரிவுச்சுழல்பாதை, துறைமேடைகளை நோக்கிச் செல்லத் தொடங்கியது. கடலில் நின்றிருந்த பெருங்கலங்களின் சாளரங்கள் ஒளிகொண்டிருக்க திரையிலாடிய பெருநகர் ஒன்றென தோன்றியது துறை. "அவர் துறைமேடையை அணுகிவிட்டார்" என்று அபிமன்யூ சொன்னான். "எப்படித் தெரியும்?" என்று பிரலம்பன் கேட்டான். "தெரியும்" என்று அபிமன்யூ சொல்லி உடனே சிரித்து "ஏனென்றால் அவர் நானே" என்றான்.

இளையயாதவரின் பீலிதான் பிரலம்பனுக்கு முதலில் விழிப்புலனாகியது. அவன் உள்ளத்தால் கைகூப்பினான். மெல்லென்று வழிப்பலகையில்

ஒற்றி ஒற்றி அணுகிய கால்களைப் பின்னர் குனிந்து பார்த்தான். நீலத்தில் இருபது வெண்முல்லை விழிகள். அவன் உள்ளம் அதிர்ந்தது. ஒரு விழி மூடியிருந்தது. மீண்டும் அவன் அதையே நோக்கினான். அதை முன்னர் நோக்கியிருந்தான் என்றாலும் அப்போதே அதை உளமுணர்ந்தது. முழுமையை அஞ்சிய சிற்பி அமைத்த குறையா? அதுவும் முழுமையடைந்திருந்தால் அவர் இங்கு இவ்வண்ணம் இருந்திருக்க மாட்டாரா?

அபிமன்யூ அணுகி கால்தொட்டு வணங்கி முகமன் உரைக்க, அவர் அவனை வாழ்த்தினார். பிரலம்பன் தயங்கிப் பின்னால் நின்றான். மாலுமிகளும் துறைக்காவலரும் சுமையரும் துலாநிலையரும் அவர் வருவதை எதிர்பார்க்கவில்லை. அவர் அவ்வண்ணம் அறிவிக்காமல் வந்திறங்கினால் வாழ்த்துக் கூவலாகாதென்று அவர்கள் அறிந்திருந்தார்கள். அவர் கைகளைக் கூப்பியபடி நடந்துவந்தார். கைகூப்பி அணுகி கால்தொடக் குனிந்த காவலர்தலைவனின் தலையில் கைவைத்து ஓரிரு சொற்களை உரைத்தார். வணங்கிய அனைவரிடமும் பெயர் சொல்லி இன்சொல்லாடி நடந்து வர அவருடன் அபிமன்யூ இயல்பாக இணைந்து வந்தான்.

அவரைச் சூழ்ந்துகொண்ட வீரர்களால் பிரலம்பன் பின்னுக்குத் தள்ளப்பட்டான். அவன் விலக விலக மேலும் மேலும் அப்பால் சென்றான். அவர்கள் அவரைச் சூழ்ந்து அலைவிளிம்புபோலக் கொப்பளித்தனர். பெரும்பாலானவர்கள் விழிநீர் வழிய விம்மிக்கொண்டும் மெல்ல விசும்பிக்கொண்டுமிருந்தனர். அவன் அருகே நின்றிருந்த முதிய காவலர் "விண்ணவனே, விண்ணளந்தவனே" என அரற்றிக்கொண்டிருந்தார். அரைவெளிச்சத்தில் ஈரம்வழிந்த கன்னங்களும் கண்களும் மின்னின. காவலர்தலைவன் "அரசருக்கு வழிவிடுக! அவர் அரண்மனைக்குச் செல்கிறார்" என்றான். அவர்கள் மெல்ல அகன்று விலக, அவர் தேரை நோக்கிச் சென்றார்.

தேரில் அவர் ஏறிக்கொள்ள, அபிமன்யூ உடன் ஏறினான். அவர் திரும்பி உதடுகளில் பிரலம்பன் என்னும் பெயர் அசைய விழியோட்டி அவனை நோக்கினார். அத்தனை இருளில் அத்தனை நெரிசலில் மிகச் சரியாக எப்படி அவர் தன்னை நோக்கினார் என அவன் திகைத்தான். புன்னகைத்து வருக எனக் கைகாட்டினார். வழி உருவாக, அவன் தேர் நோக்கிச் சென்றான். "ஏறிக்கொள்!" என்றார். "அரசே, இது…" என்று அவன் தயங்க "ஆம், அரசத்தேரேதான். ஏறுக!" என்றார். அவன் அதில் ஏறிக்கொண்டதும் பாகனிடம் "செல்க, மந்தரா!" என்றார். "ஆம் அரசே, இந்நாளே என் முழுமை" என்று அவன் சொன்னான்.

அவர் தேரின் பீடத்தில் அமர பிரலம்பனும் அபிமன்யூவும் இரு பக்கங்களிலும் நின்றனர். தேர் மெல்லச் சுழல்பாதையில் மேலேறத் தொடங்கியது. அவர் திரும்பி பிரலம்பனிடம் "பிரம்மம் தன்னில் ஒரு குறையை உருவாக்கிக் கொண்டது. அதுவே ஜீவாத்மாக்களாக ஆகியது" என்றார். அவன் திடுக்கிட்டு "அரசே" என்றான். ஓசை வெளிவரவில்லை. அவர் சிரித்தபடி "இவன் என் கால் விரலின் வடுவையே நோக்கிக்கொண்டிருந்தான்" என்றார். "இவனுக்கு உகந்த ஒரு மறுமொழியைச் சொன்னேன். நாளை சூதர்களிடம் இவன் இதைச் சொல்லி நல்ல கதைகளை உருவாக்குவான் அல்லவா?" அபிமன்யூ புன்னகைத்தான். "மருகனே, அரசர்கள் சூதர்களுக்குக் கதைகளையும் பெண்டிருக்கு மைந்தர்களையும் மண்ணுக்குக் குருதியையும் அந்தணர்களுக்குப் பொன்னையும் அளித்தபடியே இருக்கவேண்டும் என்பது நம் நிலத்தின் தொல்மரபு" என்றார்.

அபிமன்யூ பிரலம்பனை வெறுமனே நோக்கிவிட்டு "தங்களை நகர் காத்திருக்கிறது, மாதுலரே" என்றான். "என்ன நிகழ்கிறது அகத்தளத்தில்?" என்றார் இளையயாதவர். "எட்டுதிசைகளும் ஒன்றிலிருந்து ஒன்று அகன்று செல்கின்றன" என்றான் அபிமன்யூ. "நன்று, திசைகள் விரியத்தானே வேண்டும்" என்றார். உதடுகளிலும் விழிகளிலும் அப்போதும் புன்னகை இருந்தது. "யாதவ மைந்தர்கள் மூத்தவரின் வழியே உகந்தது என எண்ணுகிறார்கள். ஷத்ரிய மைந்தர்கள் உங்கள் ஆணைக்காகக் காத்திருக்கிறார்கள். அவர்கள் அநிருத்தரை நீங்கள் பட்டத்து இளவரசராக அறிவித்துவிட்டீர்கள் என நம்புகிறார்கள்."

இளையயாதவர் ஒன்றும் பேசாமல் இரு பக்கமும் சென்றுகொண்டிருந்த கட்டடநிரைகளை நோக்கிக்கொண்டிருந்தார். பின்னர் விழிதூக்கி பிரலம்பனைப் பார்த்து "இந்தக் கால்விரல் வடுவே விரிந்து பதின்மூன்றாண்டுகள் என்னை மூடியிருந்தது, இளையவனே" என்றார். அதையே எண்ணிக்கொண்டிருந்த பிரலம்பன் திடுக்கிட்டு "அரசே" என்றான். பின்னர் "இங்கு நிகழ்பவை எனக்கு அச்சமூட்டுகின்றன, அரசே" என்றான். "காமகுரோதமோகம் பிரம்மத்தின் ஓர் அலைவடிவு" என்றார் இளையயாதவர். "அவை இணைந்துகொள்ளும் கூர்முனையை ஆணவம் என்கிறார்கள்."

"ஆனால் இங்கே இவை இப்படி நிகழுமென எவர் எதிர்பார்த்திருக்கக் கூடும்?" என்றான் பிரலம்பன். "உங்கள் காலடியில் படைக்கப்பட்ட மலர்க்களம் இந்நகர் என என் அன்னை சொல்லியிருக்கிறார்." இளையயாதவர் சிரித்து "உன் அன்னை பெயர் என்ன, நிவேதையா?" என்றார். "ஆம்" என்றான் பிரலம்பன். "தாங்கள் அறிவீர்கள் என்று

சொல்லிக்கொண்டிருப்பார். ஆனால் அறிந்திருக்கிறீர்கள் என்பது வியப்பூட்டுகிறது.” இளையயாதவர் “நான் அனைவரையும் அறிவேன். நான் அறிவேன் என்பதை பெண்கள் அறிவார்கள்” என்றார். “நிவேதை... நல்ல பெயர். கொடையென படைக்கப்பட்டவள். அவள் உண்மையின் ஒருநிலையை மட்டுமே நோக்கும் விழிகள் கொண்டவள். இளையோனே, நீயும் இவனும் அனைத்தையும் நோக்க ஊழ்கொண்டவர்கள்.”

அவர்கள் துவாரகையின் சுருள்பாதையில் குன்றேறிச் சென்றனர். அதன் குவைமாடங்கள் வானின் ஒளியில் மென்பட்டுபோல வளைவொளி கொண்டிருந்தன. வானில் விண்மீன்கள் நடுங்கிக்கொண்டிருக்க, கடற்காற்றில் கொடிகள் துடித்தன. அரண்மனைத் தொகை வான்பெருங்கலம் மண்ணிறங்குவதுபோல அணுகி வந்தது. இளையயாதவர் ஏதேனும் மெய்ப்பாடு கொள்கிறாரா எனப் பிரலம்பன் ஓரவிழிகளால் நோக்கிக்கொண்டிருந்தான். அவர் முகம் கருவறைத்தெய்வத்தின் கரிய உறைவாகத் தெரிந்தது.

எல்லையிலா திசைவெளியை நோக்கி ஒளிகொண்ட விழிகள். இளமைந்தருக்கும் கன்னியருக்கும் மட்டுமே அத்தனை பெரிய இமைப்பீலிகளை அவன் கண்டிருந்தான். கூர்மூக்கும் குமிழுதடும் கொழுகன்னங்களும் ஒருகணத்தில் இளமைந்தன் என்றே ஆக்கின. கணந்தோறும் அறைந்துசெல்லும் காலப்பெருங்கடலை அறியாத கரைப்பாறை. எவர் வரி? கிருஷ்ணமகாத்மியம். அல்லது யாதவகதாமாலிகா. மீண்டும் அவர் விழிகளைப் பார்த்தான். நெடுந்தொலைவைப் பார்ப்பவர் மானுடரில் இறப்பையன்றி எதைப் பார்க்கமுடியும்? பெருவிரிவைப் பார்ப்பவரால் அழகென்றும் இனிமையென்றும் எதையேனும் உணரமுடியுமா? இங்கென்றும் இனியென்றும் ஏதேனும் எஞ்சியிருக்குமா அவருக்கு?

அறியாத சிலிர்ப்பொன்றை பிரலம்பன் அடைந்தான். நடுங்கும் கைகளால் அவன் தேரின் தூணைப் பற்றிக்கொண்டான். அவர் உதடுகளில் தன் பெயர் அசைந்ததை அண்மையிலெனக் கண்டான். இடியோசை தன் பெயர் சொல்வதைப்போல, மின்னல் அதை எழுதிச்செல்வதைப்போல. விழிகளை மூடிக்கொண்டு அவர்கள் பேசுவதைக் கேட்டுக்கொண்டிருந்தான். மிக ஆழத்தில் மிகமிகத் தாழ்வாக ஏதோ சொற்கள். மீண்டு வந்தபோது அவன் துவாரகையின் அரண்மனைக் கோட்டைக்குள் தேர் நுழைவதை உணர்ந்தான். வியர்வை பரவிய உடல் காற்றுபட்டுக் குளிர்ந்தது. மெய்ப்புகொண்டு கழுத்தும் கன்னங்களும் அதிர்ந்தன. ஒவ்வொரு மணல்பருவும் அறியும் கடல். எந்த நூலின் சொல்லாட்சி? கிருஷ்ணவைபவமா? சாரங்கதரர் எழுதியதா?

அவன் திரும்பி இளையயாதவரை நோக்கினான். அவர் சிரித்துக்கொண்டே அபிமன்யூவிடம் பேசிக்கொண்டிருந்தார். “ஆம், பெண்குழவிதான். நான் இங்கிருக்கும்வரை ஆண்குழவிகளே பிறக்கும் என்றனர் நிமித்திகர். அகன்றபின் எண்மரின் ஆழுளத்தவமும் குவிந்து பெண்ணாகும் என்றனர்.” அவனுள் ஒவ்வொரு மணற்பருவும் என்னும் சொல் மீண்டும் எழுந்தது. கடல் அறியும் ஒவ்வொரு மணற்பருவையும்.

2

துவாரகையின் அரண்மனைமுகப்பு வழக்கத்திற்கும் மேலாக ஒளிகொண்டிருந்தது. இரவுகளில் அரண்மனையின் கீழ்அடுக்கின் மீன்எண்ணெய் விளக்குகள் மட்டுமே சுடர் கொண்டிருக்கும். அன்று மேலும் மூன்று அடுக்குகளிலிருந்த அனைத்து விளக்குகளும் ஏற்றப்பட்டிருந்தன. சுடர்நிரை கடற்காற்றில் நெளிந்தாட அலைமேல் நிற்கும் பெருங்கலம்போலத் தோன்றியது மையமாளிகை. செந்நிற ஒளி, சகடங்கள் ஓடித்தேய்ந்த கற்கள் பரவிய முற்றத்தில் விழுந்து நீண்டு அங்கு அலையிலா நீர்கொண்ட குளமொன்றிருப்பதைப்போல் விழிகளுக்குக் காட்டியது.

வழக்கமாக அரண்மனைமுகப்பில் நின்றிருக்கும் பல்லக்குகளும் தேர்களும் அகற்றப்பட்டிருந்தன. முதன்மைக் காவல்மாடத்தில் காவலர்கள் அனைவருமே புதிய தலைப்பாகை வைத்து, மங்காத வண்ணம் கொண்ட ஆடைகள் அணிந்திருந்தனர். அவர்களின் உடைவாள் பிடிகளும் உறைகளும் நன்கு துடைக்கப்பட்டு பந்தங்களின் ஒளியை வாங்கி அனல் சூடியிருந்தன. தேர் உள்ளே நுழைந்ததும் காவலர்தலைவன் படியிறங்கி வெளிவந்து தலைவணங்கி நின்றான். அவனை நோக்கிப் புன்னகைத்துக் கையசைத்தபின் தேரை மாளிகைமுகப்பிற்குக் கொண்டுசென்று நிறுத்தும்படி இளையயாதவர் ஆணையிட்டார்.

அபிமன்யூ அவ்வேளையில் வரவேற்க அரண்மனைமுகப்பில் எவரும் இருக்கமாட்டார்கள் என்றே எண்ணினான். எட்டு அரசியரும், கோகுலத்து அமைச்சர்களும் தோரணவாயிலில் அவர் நுழையும்போது எழும் முரசறிவிப்பிற்காக செவிகூர்ந்து தங்கள் அறைகளில் காத்திருக்கவே

வாய்ப்பு என்று தோன்றியது. ஆனால் மாளிகைமுகப்பிற்குள் தேர் நுழைந்து முற்றத்தின் கற்பரப்பில் ஓடி ஓசையின்றி மாளிகைப்படிகளின் அருகே திரும்பி நின்றபோது அரண்மனைக்குள்ளிருந்து எட்டு அரசியரும் தங்கள் கைகளில் ஏழு திரியிட்ட நெய்விளக்கு வைக்கப்பட்ட மங்கலத்தாலங்களுடன் படிகளில் இறங்கி வந்தனர்.

அவர்களைத் தொடர்ந்து இளையயாதவரின் கோகுலத்தோழர்களும் அமைச்சர்களுமான ஸ்ரீதமரும் சுதமரும் தமரும் வசுதமரும் கைகூப்பியபடி வந்தனர். பக்கவாட்டு விளக்கொளியில் தெரிந்த சுதமரின் முகம் அழுவதுபோல் இருந்தது. அவர்களுக்குப் பின்னால் அணிமங்கலம் கொண்ட சேடியரும் மங்கல இசையுடன் விறலியரும் நிரைவகுத்தனர். ஏவலரும் காவலர்களும் சுவர் அருகே உடலொட்டி கைகூப்பி விழிகளில் நீர்மின்ன நின்றிருந்தனர்.

இளையயாதவர் படிகளில் இறங்கி துவாரகையின் அரண்மனை முற்றத்தில் கால்வைத்தபோது மங்கலத்தாலங்களேந்தி வந்த சேடியரும் செவிலியரும் குரவையொலி எழுப்பினர். சத்யபாமை சுடர்எரிந்த பொற்தாலத்துடன் நெருங்கி வந்து அதிலிருந்த மணிவிளிம்பு சுடர்ந்த பொற்கிண்ணத்திலிருந்து செங்குழம்பை தன் ஆழிவிரலால் தொட்டு அவர் நெற்றியிலிட்டு “தங்கள் நகர் மீண்டும் ஒளிகொள்கிறது, அரசே. அடிபணியும் குடிகளை வாழ்த்தியருள வேண்டும்” என்றாள்.

அவளைத் தொடர்ந்து வந்த ருக்மிணி தன் தாலத்திலிருந்த மஞ்சள் நீர்க்கலத்தை எடுத்து அவர் காலடிகளின் மீது ஊற்றி அதிலொரு துளியை சுட்டுவிரலால் தொட்டு எடுத்து தன் நெற்றி வகிட்டில் இட்டு “இவ்வரண்மனை பொலிவு கொள்கிறது. உங்கள் மைந்தர்கள் மீண்டும் வாழ்த்தப்படுகிறார்கள்” என்றாள். நக்னஜித்தியும் லக்ஷ்மணையும் பத்ரையும் மித்ரவிந்தையும் அருகணைந்து சுடர் காட்டி தாள்பணிந்து முறைப்படி முகமன் உரைத்தனர். அவர்கள் இருபுறமும் விலகி நிற்க, காளிந்தியும் ஜாம்பவதியும் அருகே வந்து சுடர்காட்டி வரவேற்றனர். அவர் மாறாத புன்னகையுடன் நோக்கி இன்சொல் உரைத்தார்.

படிகளில் ஏறி சுதமரின் தோளை ஒரு கையால் தொட்டு மறுகையால் ஸ்ரீதமரின் கைகளைப் பற்றிக்கொண்டார். அவர்களால் பேசமுடியவில்லை. அவர் இதழ்கள் விரிய புன்னகைத்து சிறுமென்சொற்களால் நட்பு கூறினார். சில கணங்களிலேயே அங்கு இருந்த வரிசையும் முறைமையும் கலைந்தது. அனைவரும் அவரைச் சூழ்ந்துகொண்டு அன்புச் சொல்லுரைக்கத் தொடங்கினர். கால்தொட்டு சென்னிசூடி வணங்கினர். அவர் தோளையும் கைகளையும் கைநீட்டித் தொட்டு கண்களில் வைத்துக்கொண்டனர். பின்நிரையில் நின்றவர்கள் குதிகால்களில் எம்பி நோக்கிக் கைநீட்டி,

கூவி அழைத்து வாழ்த்துரைத்தனர். “அரசே, தந்தையே, எங்கள் இறையே” என்னும் குரல்கள் கலந்து எழ அரண்மனையின் கூடங்களும் அறைகளும் விம்மலோசை எழுப்பின.

ஒவ்வொருவருக்கும் அவர் ஒரு சொல்லையோ தொடுகையையோ நோக்கையோ அளித்தார். ஒவ்வொருவரும் அவரும் தாங்களும் மட்டுமே அங்கிருப்பதாக உணர்ந்தனர். பலர் கால்தளர்ந்து நிலத்தில் அமர்ந்துகொண்டனர். விம்மல்களும் கண்ணீரும் சூழ்ந்திருக்க அவர் அலைநடுவே நீலத்தாமரை எனத் தோன்றினார். புன்னகையுடன் “வருக!” என்று ஸ்ரீதமரின் தோளைத் தொட்டார். அமைச்சர்கள் உள்ளே அழைத்துச்சென்றார்கள். தாலங்களைச் சேடியரிடம் கொடுத்துவிட்டு எட்டு அரசியரும் இரு நிரைகளாக அவரைத் தொடர்ந்து சென்றனர்.

அரண்மனையின் அனைத்து விளக்குகளும் நெய்ச்சுடர் கொண்டிருந்தன. எழுசுடர் விளக்குகள் வெள்ளியாலும் முத்துச்சிப்பியாலும் அமைக்கப் பட்ட சுடரெதிர் வளையங்கள் சூடி ஒளிபெருக்கி சுவர்தோறும் நீள்நிரையாக அமைந்திருந்தன. பன்னிரு சுடர் கொண்ட விளக்குகள் அவற்றுக்குமேல் ஒவ்வொரு தூணிலும் மேகலை எனச் சுற்றி அமைந்திருந்தன. இடைநாழிகளின் வளைவுகள்தோறும் பதினெண்சுடர் கொண்ட பித்தளை விளக்குகள் சுவரிலிருந்து மலர்க்கொத்தென எழுந்துநின்றன. படிகளின் இருபுறமும் நூற்றெட்டு சுடர் கொண்ட நிலைவிளக்குகள் நின்றன. வளைந்த கூரையின் நடுவிலிருந்து பித்தளைச் சங்கிலிகளில் ஆயிரத்தெட்டு சுடர்கள் எரிந்த கொத்து விளக்குகள் கண்காணா தலைசூடிய மணிமுடி எனத் தொங்கின. அவற்றின் பல்லாயிரம் சுடரசைவுகள் இணைந்து அரண்மனையின் அறைகளும் இடைநாழிகளும் கூடங்களும் ஓவியத் திரைச்சீலையென உலைந்தாடின.

இளையயாதவரை அரண்மனைப்பெண்கள் சூழ்ந்துகொண்டு கிளிக்கூட்டம்போல சிலம்பியும் கொஞ்சியும் உடன் சென்றனர். சிறுகுருவிகள் சூழ்ந்து மொய்க்க, திமிலதிர காட்டில் நடந்து செல்லும் எருதுபோல் தோன்றினார். அரண்மனையின் அகத்தளம் நோக்கி அவர் செல்லத்தொடங்குகையில் அமைச்சர்கள் தலைவணங்கி இருபுறமும் விலகி நின்றுகொண்டனர். உள்ளே நுழைவதற்குள் இளையயாதவர் நின்று திரும்பி அபிமன்யூவை நோக்கி வருக என்று கையசைத்தார். அவன் அவர்களைத் தொடர்ந்து உள்ளே சென்றான்.

அகத்தளத்தின் நீள்வட்ட வடிவான பெருங்கூடத்தின் நடுவே முகடிலிருந்து பித்தளைச் சங்கிலியில் தொங்கிய செந்நிறப் பட்டுமெத்தையிடப்பட்ட ஊஞ்சலில் இளையயாதவர் சென்று அமர்ந்தார். எட்டு அரசியரும்

அவரைச் சூழ்ந்து நின்றனர். இளையயாதவர் தன் துணைவியரிடம் ஓரிரு சொற்கள் பேச, அவர்கள் காற்றுபட்ட நீர்த்துளி என முகங்கள் அதிர்ந்து ததும்ப தலைகுனிந்து நின்றனர். அவர் திரும்பி செவிலியன்னையிடம் ஏதோ கேட்க, இதோ என்று அவள் பாய்ந்தோடினாள். அவளைத் தொடர்ந்து பிற செவிலியர் விரைந்தனர்.

சத்யபாமை ஊஞ்சலின் சங்கிலியை இரு கைகளாலும் பற்றிக்கொண்டு அதில் தலைசாய்த்து அவர் அருகே நின்றாள். அவள் அவரைத் தொடவில்லை என்றாலும் முழு உடலே அத்தொடுகைக்காகத் தவிப்பதைக் காணமுடிந்தது. விளிம்பு வளைந்து வழியத்தயங்கும் நீர்போல. மறுபுறம் ருக்மிணி அவ்வாறே சங்கிலியில் சாய்ந்து நின்றாள். நெய்நோக்கிப் படரும் அனல் என. பிற ஆறு அரசியரும் ஊஞ் சலுக்குப் பின்புறமாக நின்றனர். ஒவ்வொருவரும் ஒவ்வொரு நிறையில் விம்மிக்கொண்டிருந்தனர். அனைவரும் ஒன்றுபோல் தோன்றவும் செய்தனர்.

இளையயாதவர் சத்யபாமையின் கைமேல் தன் கைகளை வைத்து ஏதோ சொல்ல, அவள் உடல் அதிர்ந்தாள். மறுமொழி உரைக்க முயன்றபோது உள்ளிருந்து எழுந்த அழுகை அவளை நிலையழியச் செய்தது. உதடுகளை அழுத்தி கண்களை மூடி தலையை கம்பியில் சாய்த்து அவள் மெல்ல விம்மினாள். அவர் தன் கையை அவள் தோளில் வைத்தார். “என்ன இது?” என்று சொல்லி செல்லமாக அவளை மெல்ல உலுக்கினார். அவள் கன்னங்களின் நீரைத் தன் கைகளால் துடைத்து, காதோரம் அசைந்த குழலை அள்ளி பின் ஒதுக்கினார்.

பின்னர் திரும்பி மறுபக்கம் அழுதுகொண்டிருந்த ருக்மிணியைக் கன்னத்தைப் பற்றித் தலையைத் தூக்கி மெல்லிய குரலில் ஆறுதல் சொன்னார். பின்னால் நின்ற தேவியரைத் திரும்பி நோக்கி புன்னகையுடன் ஏதோ சொல்ல, நக்னஜித்தி அவர் தோளைத் தொட்டாள். அவளை லக்ஷ்மணை தொட்டாள். அவர்களின் உடல்கள் ஒவ்வொரு கோணத்தில் ஒசிந்தன. கைகள் ஒவ்வொரு அசைவைக் காட்டின. விழிகள் சரிந்திருந்தன. உதடுகள் நீர்மைகொண்டு சொல்லின்றி அசைந்தன. மூச்சு எழுந்தமைய உடல் அதற்கேற்ப உலைந்தது.

அபிமன்யூ கைகளை மார்பில் கட்டியபடி அதை நோக்கிக்கொண்டிருந்தான். தன் முகம் மலர்ந்து வாய் நீண்டிருப்பதை தானே உணர்ந்ததும் முகத்தை எளிதாக்கிக்கொண்டான். எண்மரும் விழிநீர் சொரியும் அக்காட்சி தனக்கு ஏன் உவகையளிக்கிறதென்று கேட்டுக்கொண்டான். பின்னர் உள்ளத்தை அங்கிருந்து திருப்பி சாளரத்தினூடாக தொலைவில் தெரிந்த கடலைப்

பார்த்தான். அந்தக் கருக்கிருளிலும் கடலும் வானமும் எண்ணெய்யும் நீரும் எனத் தனியாகவே தெரிவதை விழிதொட்டறிந்தான்.

அவர்களின் விசும்பலோசையும் இளையயாதவர் ஒவ்வொருவருக்காக ஆறுதல் சொல்லும் மெல்லிய குரலும் கேட்டுக்கொண்டிருந்தது. அங்கிருந்து விலகிச் சென்றுவிட வேண்டுமென்று ஒரு விழைவும் அங்கிருப்பதன் மாளா இனிமையும் இரு நிலைகளாக அவனை அலைக்கழித்தன. கடலிலிருந்து விழிகளை எடுக்காமல் உடலை இறுக்கிக்கொண்டு உள்ளத்தை நிலைநிறுத்த முயன்றான். அவை எதற்கும் தொடர்பற்றதுபோல் எங்கெங்கோ தொட்டுச் சென்றது அவன் எண்ணத் திசைவிரைவு. நீர்ப்பரப்பில் தொட்டுத் தொட்டு எழுந்து அமர்ந்து பறக்கும் சிறுபுள்.

அது தொட்டவையனைத்தும் பொருளற்றவை. இந்திரப்பிரஸ்தத்தின் அவை நிகழ்வுகள், காம்பில்யத்தின் காடுகளில் வேட்டையுலா, உபப்பிலாவ்யத்தின் சிறிய அரண்மனையின் அரையிருள்… எண்ணியவை அனைத்தும் பிறிதொரு எண்ணத்தை விலக்கி அடைந்தவை என அறிந்ததும் நீள்மூச்சுடன் தன்னை விலக்கி மீண்டும் அக்கூடத்தைப் பார்த்தான். அங்கிருந்த அத்தனை பெண்களும் அழுதுகொண்டிருந்தனர். சிலர் இரு கைகளாலும் முகத்தை மூடியிருந்தனர். கால் தளர்ந்து நிலத்தில் அமர்ந்திருந்தனர் சிலர். சுவரிலும் தூணிலும் சாளர விளிம்பிலும் கதவுகளிலுமாக உடல் தொற்றியிருந்தனர். இரு கால்களின் மீது நின்றிருந்தவரென்று எவருமில்லை.

ருக்மிணி கால்களை மடித்து தரையிலமர்ந்து அவர் முழங்காலில் முகம் வைத்திருந்தாள். சத்யபாமை சாளரம் நோக்கித் தலைதிருப்பி உதடைக் கடித்தபடி நின்றிருக்க அவள் கையை இளையயாதவர் பற்றியிருந்தார். ஜாம்பவதியின் தோளில் காளிந்தி முகம் அமர்த்தியிருந்தாள். லக்ஷ்மணையும் பத்ரையும் கைகோத்து தோள்கள் ஒட்டி நின்றிருந்தனர். நக்னஜித்தி ஊஞ்சலின் கம்பிகளில் முகம் அமைத்து விழிமூடியிருந்தாள். ஒருகணத்தில் அத்தனை பெண்டிரும் ஒருமுகமும் ஓருடலும் கொள்ள, தனிமையில் அவர்களுடன் அவர் மொழியின்றி உளமாடியபடி இருப்பதாக அவனுக்குத் தோன்றியது.

வலப்பக்கக் கதவு திறப்பதற்கு ஒருகணத்துக்கு முன்னரே அதற்கு மறுபக்கம் சேடியரும் செவிலியரும் இளவரசியுடன் வந்துவிட்டிருப்பதை அபிமன்யூவின் உள்ளுணர்வு அறிந்தது. கதவு மெல்லிய ஓசையுடன் திறந்தபோது அவன் உள்ளம் அதிர்வு கொண்டது. இளநீலப் பட்டாடை அணிந்து வலப்பக்கமாக சரித்துக் கட்டிய கொண்டையில் மயிற்பீலி

சூடியிருந்த யாதவ இளவரசி மயூரி, தயங்கிய காலடிகளை எடுத்துவைத்து உள்ளே வந்து சுவர் சாய்ந்து நின்றாள். அவளுடைய பெரிய விழிகள் ஒவ்வொரு முகமாக நோக்கி வந்து இளையயாதவரைப் பார்த்து நிலைத்தன.

அவள் மாந்தளிர்நிற உதடுகள் மெல்ல இதழ்பிரிவதை அவனால் கேட்கமுடியுமென்று தோன்றியது. மெல்லிய மூச்சொலி தெளிவாகவே கேட்டது. சற்று பின்னடைந்து செவிலியன்னையின் கைகளைப் பற்றிக்கொண்டாள். இளையயாதவர் அவளைப் பார்த்ததும் சத்யபாமையைத் தொட்டிருந்த கையை விலக்கி எழப்போகிறவர்போல மெல்லிய அசைவு உடலிலெழ, வாய் திறந்து உளச்சொல்லொன்று ஒலியாகாது நிலைக்க, விழிகள் அவள்மேல் நிலைத்திருக்க, அக்கணத்தில் அமைந்து பின் உயிர்ப்புகொண்டு, இதழ்விரிய, முகமெங்கும் புன்னகை பரவ, கை தூக்கி அவளை அழைத்து "வருக, அன்னையே!" என்றார்.

அவள் பெரிய இமைப்பீலிகள் தழைய தலைகவிழ்ந்து சிறிய உதடுகளை அழுத்தியபடி நின்றாள். ஆடையைப் பற்றியிருந்த இடக்கை அதைச் சுழற்றிக் கசக்கிக்கொண்டிருந்தது. "அருகே வருக, கண்ணே!" என்றார் இளையயாதவர். "செல்லுங்கள், இளவரசி" என்று செவிலி அவளைச் சற்று முன்னால் தள்ளிவிட்டாள். அவள் ஓரடி முன்னால் வைத்து மீண்டும் பின்னால் வந்து செவிலியின் முலைகள்மேல் தன் முகத்தைப் பதித்தபடி நின்றாள். "செல்க!" என்று தன் மார்பிலிருந்த அவள் முகத்தைப் பற்றி விலக்கி விழிநோக்கி செவிலி சொன்னாள். "உங்கள் தந்தை! ஓவியங்களில் எத்தனை முறை பார்த்திருக்கிறீர்கள்! ஒவ்வொரு நாளும் கேட்டுக்கொண்டிருந்தீர்கள்!"

அவள் தன் முகத்தை நாய்க்குட்டிபோல செவிலியின் மார்பில் புதைத்துக்கொண்டாள். ருக்மிணி "நூறு ஓவியங்களுக்குமேல் சேர்த்து வைத்திருக்கிறாள். ஒவ்வொரு தோற்றம், ஒவ்வொரு முகம் உங்களுக்கு. நாளுக்கு ஒன்று என அவள் அறைக்குள் நீங்கள் உருப்பெறுகிறீர்கள். ஒவ்வொருநாளும் உங்களிடம் பேசியதைத்தான் எங்களுக்குச் சொல்வாள்" என்றாள். சத்யபாமை உரத்த குரலில் "அருகே வாடி... பதின்மூன்று ஆண்டுகள் கேட்டுக்கேட்டு வதைத்தாயல்லவா? என்ன நாணம் அப்படி?" என்றாள்.

நக்னஜித்தி அருகே சென்று அவள் கையைப் பற்றி "வாடி!" என்று அழைத்து வந்தாள். லக்ஷ்மணை "கோகுலத்திலிருந்து உங்கள் தோழர்கள் இங்கு வந்தபோது இவளைப் பார்த்துத் திகைத்துவிட்டார்கள். இளவயதில் நீங்கள் இருந்த அதே தோற்றம் இவளுக்கு என்றனர். பெண்

வடிவு கொண்ட யாதவர் என்றார் விலாசி. ஆம், இனி இவள் தலையில் பீலியிலாது இருக்கலாகாது என்று புண்டரீகர் சொன்னார். அவர்தான் பீலியை இவளுக்கு முதன்முதலாகச் சூட்டினார்” என்றாள்.

பத்ரை “குழலிசைக்கிறாள். விழிமூடிக் கேட்டால் அது உங்கள் குழலென்றே தோன்றும். இசையாக எழுந்தருளிவிட்டீர்களோ என உளம் திகைக்கும்” என்றாள். “இங்கு வந்த அத்தனை சூதர்களும் இவள் இசையைக் கேட்டு இது கற்றுக்கொள்வது அல்ல கொண்டுவந்தது என்றார்கள்” என்றாள். லக்ஷ்மணை “பீலி சூடியதனால் இவளுக்கு மயூரி என்று பெயரிட்டோம். உங்கள் சென்னிசூடிய விழி இவள்” என்றாள். இளையயாதவர் “அருகே வருக, மயில்மகளே!” என்றார். அவள் மெல்ல அருகணைய, எட்டி அவள் இரு கைகளையும் சேர்த்துப் பற்றி அருகிழுத்தார். இடக்கையால் அவள் இடையைச் சுழற்றி தன் உடலுடன் சேர்த்துக்கொண்டார்.

அவள் தலைகுனிந்து நிற்க மறுகையால் அவள் முகம் பற்றி மேலே தூக்கினார். அவள் விழிமூடிக் கண்ணீர் வடித்தாள். நீர்மணிகள் கன்னங்களில் பக்கவாட்டில் உருண்டன. “அழுகிறாயா? ஏன்? என் கண்ணல்லவா? ஏன் அழுகிறாய்?” என்றார் இளையயாதவர். இல்லை என்று அவள் தலையசைத்தாள். “அழலாகாது” என்று தன் மேலாடையால் அவள் கண்ணீரை அவர் துடைத்தார். “அழலாகாது, கண்ணே” என்றபடி அவளைத் தன் உடலுடன் சேர்த்துக்கொண்டார். அவள் அவர் மார்பில் தன் முகத்தைப் புதைத்து உடல் குலுங்க அழத்தொடங்கினாள்.

அவர் அவள் குழலை நீவியபடி சொல்லின்றி அணைத்துக் கொண்டிருந்தார். சூழ்ந்திருந்த எட்டு அன்னையரும் முகம் மலர்ந்து சிரித்துக்கொண்டிருந்தனர். ருக்மிணி “உங்களைப் பார்த்தவுடன் கேட்பதற்கென்று ஆயிரம் வினாக்கள் வைத்திருந்தாள். அனைத்தும் இவ்வழுகையில் கழுவிச்செல்லப்பட்டிருக்கும்” என்றாள். சத்யபாமை “எவர் சொன்னது? இந்த நாடகம் முடிந்ததும் ஆரம்பித்துவிடுவாள். இவர் கற்ற நூல்கள் எவற்றைக்கொண்டும் இவளை நிறைவு செய்துவிடமுடியாது” என்றாள்.

“போதுமடி அழுகை! எவ்வளவு நேரம்!” என்று பத்ரை அவள் தோளைப்பிடித்து உலுக்கினாள். அவள் முகம்தூக்கி உடல்விலக்கி கண்களைத் துடைத்துக்கொள்ள “சரி, இனி உன் வினாக்களைத் தொடங்கு” என்றாள் பத்ரை. மயூரி அவளை நோக்கி போ என்பதுபோல் தலையசைத்தாள். இளையயாதவர் இரு கட்டைவிரல்களாலும் அவள் கன்னங்களை அழுந்தத் துடைத்து, கலைந்த குழல்களைக் கையால் ஒதுக்கி நீவி பின்னால் செருகி, உலைந்த ஆடைகளைச் சீர்திருத்தினார்.

ஜாம்பவதி "தங்களுக்கு இளநீலம் பிடிக்குமென்று முன்பொருநாள் சொன்னேன். அன்றிலிருந்து அந்த நிறமன்றி பிறிதொன்றையும் அவள் அணிந்ததில்லை" என்றாள். பத்ரை "ஆம், இன்று என்ன அணி சூடுவதென்று என்னிடம் கேட்டாள். குறைவான அணிகள் தங்களுக்கு உகந்தவை என்றேன்" என்றாள். அவள் விழிகளை நோக்கி "எனக்குப் பிடித்த தோற்றமென்ன தெரியுமா?" என்றார் இளையயாதவர். அவள் என்ன என்பதுபோல் விழிதூக்கினாள். "எளிய மரவுரி ஆடை. கையிலொரு வளைதடி. தலையில் காட்டுமலர்கள். நீ கோகுலத்திலோ மதுவனத்திலோ காடுகளில் கன்றோட்டும் கோலத்தை ஒருமுறை நான் பார்க்க வேண்டும்" என்றார்.

நகைத்தபடி "நாளைக்கே கிளம்பிவிடப்போகிறாள்" என்றாள் ருக்மிணி. "முன்னரே இருமுறை கோகுலத்திற்கும் மதுவனத்திற்கும் சென்றிருக்கிறாள். மெய்யாகவே அங்கிருக்கையில்தான் இயல்பாகவும் உவகையுடனும் இருக்கிறாள். இந்த அரண்மனையில் தவறிப் புகுந்துவிட்ட சிறுகுருவிபோல அறைதோறும் சுற்றிவருவதுதான் இவள் வாழ்க்கை" என்றாள் ஜாம்பவதி. பத்ரை "அங்கு அறைக்குள் இவள் வைத்திருக்கும் பாவைகள் அனைத்தும் பசுக்களும் கன்றுகளும்தான். இவள் உளம் வாழ்வது கன்றோட்டும் காடுகளில்" என்றாள்.

இளையயாதவர் "தந்தை உனக்குப் பிறிதொரு பெயர் இடுகிறேன், கண்ணே" என்றார். "மயூரி உலகுக்கு உகந்த பெயர். எனக்கு மட்டுமென நான் சூட்டும் பெயர் இது." அவள் அவர் தோளிலிட்ட மேலாடையைக் கைகளால் பற்றி இயல்பாகச் சுருட்டியபடி "என்ன?" என்றாள். "உன்னை ராதை என்று அழைக்கிறேன்" என்றார் இளையயாதவர். "ராதையா?" என்றாள் அவள் திரும்பி சத்யபாமையை நோக்கியபடி. "ஆம், ஆராதிப்பவள்" என்றார் இளையயாதவர்.

தேவியர் முகங்கள் மாறின. சத்யபாமை புன்னகைகொண்டு "அப்பெயரை நீங்கள் சூட்டுவீர்கள் என்று எண்ணியிருந்தேன்" என்றாள். அவர் திரும்பி "எப்படித் தெரியும்?" என்றார். "இவள் இளமையில் நீங்கள் இருந்ததுபோல் இருக்கிறாள் என்று சுபலர் சொன்னபோது அம்சு, இல்லை இது ராதையின் முகமல்லவா என்றார்" என்றாள் சத்யபாமை. ருக்மிணி "மெய்யாகவே அப்படி ஒருத்தி அங்கிருந்தாளா, இல்லை நீங்களாகவே அத்தோற்றத்தைச் சூடி அவ்வாடலை நிகழ்த்தினீர்களா?" என்றாள். பத்ரை "ஏதோ சூதர்தான் இதற்குப் பாடலில் விடையளிக்க வேண்டும்" என்றாள்.

இளையயாதவர் நகைத்து "இவையனைத்தும் சற்றேனும் தெளிவுகொள்ள இன்னும் நெடுங்காலமாகும். ஏழு தலைமுறைக்காலம் சூதர்கள் பாடிய பின்னரே ஒரு கதை மையமும் வடிவமும் கொள்கிறது என்பார்கள்" என்றார். "அதுவரை காத்திருக்க வேண்டியதுதானா?" என்றாள் பத்ரை. சத்யபாமை "அப்போதும் நாங்கள் இருப்போம். எங்கோ ஆயர்குடியிலோ வேளிர் இல்லத்திலோ பிறந்து வந்து சிறுசுடரை ஏற்றிவைத்து கைகூப்பி உங்கள் பெயர்களைச் சொல்லி வாழ்த்தி அக்கதையைக் கேட்போம்" என்றாள். "இதையும் ஏதோ சூதர்கள் சொல்லியிருப்பார்கள்போல" என்று சொல்லி அவள் தோளைப்பிடித்து உலுக்கினார் இளையயாதவர்.

இளையயாதவரின் மேலாடையை உலுக்கி "தந்தையே தந்தையே தந்தையே" என்றாள் மயூரி. "சொல்க, ராதையே!" என்றார் இளையயாதவர். "தாங்கள் எங்கிருந்தீர்கள் பதினான்கு ஆண்டுகள்?" என்றாள். "ஓராண்டு அலைவு கொண்டிருந்தேன். பதின்மூன்று ஆண்டுகள் இருளில் அமைந்திருந்தேன்" என்றார். "அப்போது ஒளி தங்களிடமிருந்ததா?" என்று அவள் கேட்டாள். "ஒருதுளி எஞ்சியிருந்தது, கூரிய ஊசியால் தொட்டெடுக்கும் பாதரசம் அளவுக்கு. அது இல்லையேல் மீண்டு வந்திருக்கமாட்டேன்" என்றார் இளையயாதவர். "அப்படியென்றால் இருள் இப்போதும் உங்களிடம் எஞ்சியிருக்கிறதா?" என்றாள். "ஆம், ஒருதுளி" என்று இளையயாதவர் சொன்னார்.

"இனி இவளுக்கு நீங்கள் மறுமொழி சொல்லி மாளாது" என்றாள் ருக்மிணி. அபிமன்யூ அப்போதுதான் காளிந்தியைப் பார்த்தாள். மகள் நுழைந்த கணம் முதல் அவள் ஒருமுறைகூட அவளை ஏறிட்டுப் பார்க்கவில்லை. ஒரு சொல்லும் உரைக்கவில்லை. ஆனால் அவள் உடல் மகளை ஆயிரம்கோடி மயிர்க்கால்களால் நோக்கிக்கொண்டிருந்தது.

இளையயாதவர் நினைவுகூர்ந்து லக்ஷ்மணையிடம் "மைந்தன் எங்கே?" என்றார். எட்டு துணைவியரும் முகம் இருள லக்ஷ்மணை தலைகுனிந்து "அவன் அரண்மனையின் புறத்தளத்தில்..." என்றாள். "ஏன்?" என்றார் இளையயாதவர். லக்ஷ்மணை மறுமொழி சொல்லவில்லை. "ஏன்?" என்று அவர் மேலும் உரத்த குரலில் கேட்டார். சத்யபாமை "அவனைப் பிறர் பார்ப்பது உகந்ததல்ல என்பதனால்..." என்று சொல்லத்தொடங்க "அம்முடிவை எடுத்தது யார்?" என்றார் இளையயாதவர் முழங்கும் குரலில். தேவியர் நடுங்கி அறியாமல் சற்று விலகிக்கொண்டனர்.

"யார்?" என்று மீண்டும் கடும்சினத்துடன் கேட்டார். செவிலியன்னை "அரசே, அவ்விளவரசர் குறை கொண்டவர்" என்றாள். "உடற்குறையும் உளக்குறையும். உடல் வளரவில்லை, ஐம்பொறிகளும் மூடியுள்ளன.

பிறிதொரு இருளுலகில் அவர் ஆத்மா வாழ்கிறது. இங்கிருக்கும் எதுவும் அவரைச் சென்று தொடுவதில்லை.” சத்யபாமை “அனைத்தழகும் கூடிய தந்தையின் மைந்தன் அவன் என எப்படி நகர்மக்கள் முன் வைப்போம்?” என்றாள். ருக்மிணி “அவன் பிறந்தமை நாடும் குடியும் அழியப்போவதன் முற்குறி என நகரில் ஏற்கெனவே பேச்சுள்ளது” என்றாள்.

இளையயாதவர் சில கணங்களுக்குப்பின் “அவனை அழைத்து வருக!” என்றார். சத்யபாமை “இந்த மங்கலத்தருணத்தில்...” என்று சொல்லத்தொடங்க, விழிதூக்கி நோக்கினால் அவளை அடக்கினார். அபிமன்யூ திகைப்புடன் அவர்கள் ஒவ்வொருவரையும் நோக்கிக்கொண்டிருந்தான். அப்படி ஒரு மந்தணம் அவ்வரண்மனையில் இருப்பதை முற்றிலுமாக உணராமல்போனதைப் பற்றி அவன் உளம் வியந்தது. அது இயல்வதுதான் என்று பின்னர் தோன்றியது. அவர்கள் அனைவருமே மறக்க விரும்புவது அது. ஆகவே பதின்மூன்றாண்டுகளில் அனைவரும் அதை முற்றாகவே துறந்துவிட்டிருக்கிறார்கள். அத்தருணத்தில் இளையயாதவர் கேட்டிருந்தாலொழிய எவரும் நினைவுகூர்ந்திருக்கப் போவதில்லை. மானுடரால் மறக்கப்பட்டவை சென்று சேரும் கலையா இருள்கொண்ட ஆழத்தில் உறையும் கோடானுகோடி இருப்புகளில் ஒன்று அவ்விளவரசன். அவன் பெயரென்ன?

அவன் எண்ணத்தை உணர்ந்ததுபோல் இளையயாதவர் சத்யபாமையிடம் “அவன் பெயரென்ன?” என்றார். அவள் “நிமித்திகரிட்ட பெயர்” என்றாள். “சொல்! அவன் பெயரென்ன?” என்று அவர் மீண்டும் கேட்டார். “முரளி” என்று அவள் சொன்னாள். “ஏன்?” என்று அவர் கேட்க மயூரி “அவனால் பேசமுடியாது, தந்தையே. சொற்களைச் செவிகள் கேட்பதுமில்லை. விழிகள் நோக்கிழந்தவை. கைகளும் கால்களும் முடமானவை. ஆனால் குழலிசையை மட்டும் அவன் அறிகிறான். எப்படி என்றே தெரியாது. நான் ஒவ்வொருநாளும் சென்று அவனுக்குக் குழல் இசைத்துக்காட்டுகிறேன்” என்றாள்.

கதவு திறந்த ஒலியில் அபிமன்யூ திடுக்கிட்டான். இரு இளைய சேடியர் இளவரசனைத் தூக்கிக்கொண்டு உள்ளே வந்தனர். மெலிந்த கரிய உடல். கைகளும் கால்களும் துணிச்சுருள்கள்போலத் தொங்கின. ஒரு பகுதி அழுந்தி வடிவிழந்த பெரிய தலை. காதுகள் அள்ளித் தீற்றப்பட்ட தசைக்குழம்புபோல மண்டையோட்டுடன் ஒட்டியிருந்தன. இமைகள் திறந்திருக்க உள்ளே வெண் தசையசைவுபோல விழிகள் ததும்பின. இரண்டு நீண்ட மஞ்சள்நிறப் பற்கள் மட்டும் தெரிந்த கரிய வாய். சிறிய மூக்கு. தலையின் எடையைக் கழுத்து தாளாததுபோல அவன் குனிந்திருந்தான்.

இளையயாதவர் எழுந்து நடந்து சென்று அவனை அவர்களிடமிருந்து இரு கைகளிலும் வாங்கிக்கொண்டார். குனிந்து மயிரற்ற அவன் தலையிலும் கன்னங்களிலும் முத்தமிட்டார். அவன் வாயிலிருந்து வழிந்து தோள்களிலும் மார்பிலும் பரவியிருந்த உமிழ்நீரில் தன் முகத்தைப் பதித்தார். திரும்பி நடந்து வந்து ஊஞ்சலில் அமர்ந்து அவனைத் தன் மடியில் அமரவைத்துக்கொண்டார். மயூரியிடம் கைநீட்ட அவள் அதைப் புரிந்துகொண்டு தன் செவிலியிடம் ஓடிச்சென்று புல்லாங்குழலை வாங்கிக்கொண்டு வந்து அவரிடம் கொடுத்தாள். அவர் அதை வாங்கி உதடுகளில் பொருத்தி இசைமீட்டத் தொடங்கினார்.

3

அரண்மனைக்குள் அபிமன்யூவும் பிரலம்பனும் நுழைந்தபோதே ஸ்ரீதமர் அவர்களைக் காத்து நின்றிருந்ததுபோல இரு கைகளையும் நீட்டி விரைந்து வந்து அபிமன்யூவின் வலக்கையைப் பற்றிக்கொண்டார். அவன் முகமன் உரைத்து தலைவணங்குவதற்குள் "உங்களிடம் பேச வேண்டியுள்ளது, வருக!" என்றார். கை பற்றியவாறே அழைத்துச் சென்று அமைச்சு அறைக்குள் நுழைந்தார்.

அங்கே சுதமரும் தமரும் அமர்ந்திருந்தனர். அபிமன்யூ பொதுவாக அவர்களுக்குத் தலைவணக்கம் புரிந்தான். அவர்கள் இருவரையும் அமரும்படி கைகாட்டிவிட்டு ஸ்ரீதமர் கதவை மூடினார். அவருடைய பதற்றம் அபிமன்யூவுக்கு வியப்பூட்டியது. "என்ன நிகழ்ந்தது, அமைச்சரே?" என்றான். "என்ன நிகழும் என்று எதிர்பார்த்தோமோ அதுதான். இளவரசர்கள் முனிந்திருக்கிறார்கள்" என்றார் ஸ்ரீதமர். "அது முன்னரே நிகழ்ந்ததுதானே?" என்றான் அபிமன்யூ.

"ஆம், அனைவரும் சினம்கொண்டிருப்பது இங்கு அரண்மனையிலும் அங்காடியிலும் உள்ள பேச்சுதான். ஆயினும் இன்றுவரை அது தெளிவாக எங்கும் வெளிப்பட்டதில்லை. துவாரகையின் அரசப் பெருவிழாக்கள் அனைத்திலுமே எண்பது இளவரசர்களும் ஒன்றாகவே தோற்றமளித்திருக்கிறார்கள். அரசர் இங்கிலாதபோது தங்கள் பூசல்களை வெளிக்காட்டிக்கொள்ளக் கூடாது என்று அவர்கள் எண்ணியிருக்கலாம். பூசலிட்டு முதலில் விலகுபவர் மீண்டுவரும் தந்தைக்கு உகந்தவர் அல்லாதாகிவிடக்கூடும் என்று அஞ்சியும் இருக்கலாம். நெடுநாட்களாகக் கூர்கொண்டு வந்தது இப்போது முனையை அடைந்துவிட்டது. இன்னும் இரண்டு நாழிகைப்பொழுதில் அரசர் துவாரகையின் குடிப்பேரவையில்

அமரவேண்டும். அந்த அவையில் தாங்கள் அமர இயலாதென்று சொல்கிறார்கள்."

"யார்?" என்று அபிமன்யூ கேட்டான். "இளவரசே, பிரத்யும்னரும் அவரது படையினரும் இன்னும் இங்கு வந்து சேரவில்லை. துவாரகைக்கு வடமேற்கே சிந்துவின் கரையிலிருக்கும் தசபுஜஙகம் என்னும் கோட்டையில் இப்போது பிரத்யும்னர் இருக்கிறார். அரசரிடமிருந்து முறையான அழைப்பு வந்தபின் நகர்புகுவதாக அவருடைய தூதர் இங்கு வந்து சொன்னார். அச்சொல்லுக்கு என்ன பொருளென்று உடனே யாதவ இளவரசர்கள் புரிந்துகொண்டார்கள். இந்த அவையில் பிரத்யும்னரைப் பட்டத்து இளவரசராக இளையயாதவர் அறிவிக்கக்கூடுமென்று முன்னரே அவர்களுக்கு ஐயமிருந்தது. இப்போது இன்னும் அந்த ஐயம் வலுப்பட்டிருக்கிறது" என்றார் சுதமர்.

"அநிருத்தரை அவ்வாறு அவர் அறிவிப்பார் என இங்குள்ள அமைச்சர் நடுவே ஒரு பேச்சு பரவியது. அது எவ்வாறென்று தெரியவில்லை. உண்மையில் அதற்கு எந்த அடிப்படையும் இல்லை. அவர் உள்ளத்தில் என்ன நிகழ்கிறதென்பது எங்களுக்கே தெரியவில்லையென்றால் பிறர் அதை உய்த்துணரவும் இயலாது" என்றார் தமர். "தான் அரசவையில் நுழைவதென்றால் இந்த அவையிலேயே பட்டத்து இளவரசர் என்று அறிவிக்கப்பட வேண்டுமென்று பானு தந்தையிடம் தூதனுப்பி அறிவித்துவிட்டார்."

"அவரிடமேவா?" என்று அபிமன்யூ கேட்டான். ஸ்ரீதமர் "ஆம், அவரிடம் தான். அமைச்சர் சந்திரசூடர் அரசரைச் சந்திக்கச் செல்லும்போது இச்செய்தியுடன் செல்கிறார் என்று எங்களால் உய்த்துணர முடியவில்லை. அவர் அதை அறிவிக்கும்போது நான் அருகிலிருந்தேன். அரசர் முகத்தில் எந்த அசைவும் தெரியவில்லை. இளவரசர்கள் என்னிடம் அறிவிக்கச் சொன்ன செய்தி இது என்று சொல்லி தலைவணங்கி சந்திரசூடர் பின்னகர்ந்தபோது என்னை நோக்கி இயல்பாகப் புன்னகை செய்து அவை ஒருங்கிக்கொண்டிருக்கிறதல்லவா என்றார். ஆம் என்று நான் சொன்னேன். மேலும் ஒரு சொல்லும் அவர் எடுக்கவில்லை. நானும் கேட்கவில்லை" என்றார்.

அபிமன்யூ "பிறர் எண்ணுவதென்ன?" என்றான். தமர் "எண்மரின் மைந்தரும் இப்போது மூன்று குழுக்களாகப் பிரிந்திருக்கிறார்கள். ருக்மிணிதேவியின் மைந்தர் பிரத்யும்னரை பத்ரையின் மைந்தர்களும் லக்ஷ்மணையின் மைந்தர்களும் மித்ரவிந்தையின் மைந்தர்களும் ஆதரிக்கிறார்கள். ஆனால் பானுவை நக்னஜித்தியின் மைந்தர் ஆதரிக்கிறார்" என்றார். அபிமன்யூ புன்னகைத்து "ஏன், அவர் தன்னை

ஷத்ரியர் அல்லாதாக்கிக்கொள்கிறாரா?" என்றான். கசப்புடன் புன்னகைத்து தமர் "பிரத்யும்னரின் அவையில் அவர்கள் உரிய முறையில் மதிக்கப்படவில்லையாம். மித்ரவிந்தையின் குலத்தைவிட தன் குலம் மேலானதென்றும் தனக்குரிய அமர்கை அவ்வாறே அமையவேண்டுமென்றும் கூறிக் கிளம்பியிருக்கிறார். அதையறிந்து பானுவே நேரில் சென்று அழைத்தபோது இங்கு வந்துவிட்டார்" என்றார்.

"பானு முடிசூட்டிக்கொண்டால் அந்த அவையில் முதன்மை ஷத்ரிய இளவரசராக அவர் இருப்பார் என்று எண்ணுகிறார்" என்றார் ஸ்ரீதமர். "மூன்றாவது குழு எது?" என்று அபிமன்யூ கேட்டான். "சாம்பரை நீங்கள் அறிந்திருப்பீர்கள். ஜாம்பவ குலத்தின் கட்டற்ற தன்மை முழுதமைந்தவர். களம் நின்றால் வெல்லற்கரியவர். ஆனால் கடுஞ்சினத்தால் எப்போதும் நிலைமறப்பவர். தொடக்கத்திலிருந்தே இரு இளவரசரையும் அவர் ஏற்கவில்லை. இருவருமே துவாரகையின் மன்னராக முடிசூட்டத் தகுதியற்றவர்கள் என்று அவர் எண்ணுகிறார். அதை அனைத்து அவைகளிலும் வெளிப்படுத்தத் தயங்குவதுமில்லை. அதற்கேற்ப அரசர் பெரும்பாலான போர்களில் அவரையே உடனழைத்துச் சென்றிருக்கிறார்."

"இந்த அரசு ஷத்ரியக் குடி மேன்மையால் உருவாக்கப்பட்டதல்ல, யாதவர்களுக்கு வழிவழியாக வந்ததும் அல்ல என்று சாம்பர் சொன்னார்" என்றார் சுதமர். "இது தோள்வல்லமையும் உளத்திறனும் கொண்ட ஒரு வீரரால் ஈட்டப்பட்டது, அவருடைய திறன்கொண்ட மைந்தரால் நிலைநிறுத்தப்படவேண்டியது, இளையயாதவரின் களத்திறனும் சூழ்திறனும் தன்னிடம் மட்டுமே உள்ளது என்றார். பிறர் முடிசூடினால் ஒரு தலைமுறையைக்கூட துவாரகை கடக்காது என்று அவையில் சொன்னார். காளிந்தியின் மைந்தர்கள் அவருடன் இருக்கிறார்கள்."

"இளையவர்கள் கூடவா?" என்றான் அபிமன்யூ. "இளையவர்களின் உலகம் வேறு. அவர்கள் இந்நகரைவிட்டு விலகிச்சென்று எங்காவது வேட்டையாடவும் களியாடவுமே விரும்புகிறார்கள். ஆனால் இங்குள்ள குலமரபுப்படி ஒவ்வொருவரும் தங்கள் மூத்தவருக்கு முற்றிலும் கட்டுப்பட்டவர்கள்" என்றார் சுதமர். "மானுடர் அனைவரும் எதற்கேனும் கட்டுப்பட்டவர்களே" என்றார் ஸ்ரீதமர். "தாங்கள் எதற்குக் கட்டுப்பட்டவர்கள் என்பதை அவர்கள் உணரும் அகவை ஆகவில்லை. அகவை நிறைந்தாலும் அறிவார்கள் என்று அவர்களின் உளத்திறன் காட்டவுமில்லை. அறத்திற்கோ நூலுக்கோ ஆட்படாதவர்கள் எளிதில் குலமுறைகளுக்குக் கட்டுப்படுகிறார்கள்."

அபிமன்யூ கைகளை மார்பில் கட்டிக்கொண்டு தலைகுனிந்து சற்றுநேரம் அமர்ந்திருந்தான். பின்னர் "இதில் நான் செய்வதற்கென்ன உள்ளது, அமைச்சரே?" என்றான். "நீங்கள் இளவரசர்களிடம் பேசவேண்டும். இன்று இந்த அவை முறைப்படிக் கூட்டப்படவில்லையென்றால் யாதவப் பேரரசு உடைந்து சரிவதற்கான தொடக்க நிகழ்வாக இது அமையும். நீங்கள் அறிந்திருப்பீர்கள், ஐங்குலத்து யாதவரும் முன்னரே இளையயாதவர்மேல் உளவிலக்குக் கொண்டிருக்கிறார்கள். அவர்களின் தலைவர்கள் இந்நகர் விட்டுச்சென்று ஓராண்டாகிறது. அவர்கள் அனைவருமே இன்று மதுராவில் பலராமரின் அவையில் அமர்ந்திருக்கிறார்கள்" என்றார் ஸ்ரீதமர்.

"அமைச்சர்களில் மூத்தவரும் இக்குடியின் பிதாமகருமாகிய அக்ரூரரே விட்டுச்சென்று மூன்றாண்டுகளாகின்றன. இந்நகரின் தெருக்களினூடாகக் கைபிணைத்து இழுத்துவரப்பட்ட கிருதவர்மன் அவர்களால் ஏற்றுக்கொள்ளப்பட்டிருக்கிறான். இங்கிருப்பவர்கள் தயங்கியபடி காத்திருப்பவர்கள் மட்டுமே. அவர்களின் தொழில் இங்கிருக்கிறது. இல்லத்து மகளிரும் மைந்தரும் இளையயாதவரை ஆதரிக்கிறார்கள். அத்துடன் இன்னமும் ஐங்குலத் தலைவர்களிலிருந்து தன் குலத்தலைவருக்கென பொது அழைப்பு எதுவும் எழவும் இல்லை. அதுவே அவர்களின் உடைவுக்கணத்தை நீட்சிகொள்ளச் செய்கிறது."

"இளையயாதவர் இன்று துவாரகையின் பேரவையில் அனைத்துக் குடித்தலைவர்களும் வரவேண்டுமென்று ஓர் அரசறிவிப்பை வெளியிட வேண்டுமென்றார். நான் அவரிடம் இந்நகருக்குள் இன்று ஐங்குலக் குடித்தலைவர் எவருமில்லை என்பதை அவர் அறிந்திருக்கிறாரல்லவா என்று கேட்டேன். ஆம் அறிந்திருக்கிறேன், ஆயினும் அவ்வறிவிப்பு எழட்டும் என்றார். அவர்கள் வருவார்களென்றால் அவ்வாறு வரும்போதே இயல்பாக அவர்களுக்கு ஒரு தலைவன் அமைவான். அவனை அக்குழுவின் தலைவனாக ஏற்போம் என்றார்" என்று ஸ்ரீதமர் தொடர்ந்தார். "அவர் என்ன சொல்கிறார் என்று எனக்குப் புரியவில்லை. ஆனால் என்ன நிகழ்கிறது என்று காண விரும்புகிறார் என்று மட்டும் தெரிகிறது. நாம் விரும்புவது நிகழப்போவதில்லை என்று உள்ளுணர்வு சொல்கிறது. நிகழவிருப்பதை அவர் அறிந்திருக்கிறார் என்று ஆழம் உறுதி கொள்கிறது."

சுதமர் "நாம் முடிந்தவரை முயலவேண்டும். அது நம் கடன். உரு அகன்று சென்ற பின்னரும் நின்றிருக்கும் நிழலென்று என்னை நான் உணர்வதுண்டு. அவர் ஆற்றவிரும்பாதவை, ஆற்றத்தவிர்த்தவை, ஆற்றுவதற்கொண்ணாத சிறியவை ஆகியவற்றை ஆற்றும்பொருட்டு

உடலுருக்கொண்ட அவர்தான் நான். இது அதற்குரிய தருணம். இன்று கூடும் அவையில் இளையயாதவரின் மைந்தர்கள் அனைவரும் இருந்தாக வேண்டும்" என்றார்.

அபிமன்யூ "அதை நாம் எப்படி இயற்ற முடியும்? எந்தச் சொல்லுறுதியையும் நாம் எவருக்கும் அளிக்க இயலாது" என்றான். "சூழலைப் புரியவைப்போம். மூன்று முதன்மை இளவரசர்களிடம் நீங்கள் பேசுங்கள். சாம்பர் இந்நகரின் அரியணையை அடைவது இப்போது இயலாது. பொறுத்திருப்பதே அவருக்குரிய வழி. ஒருவேளை இந்நாட்டைப் பிரித்து மைந்தர்களுக்கு அளிக்க இளையயாதவர் எண்ணலாம். அப்போது சாம்பர் தனக்குரிய நிலத்தைப் பெற முடியும். இன்று ஷத்ரியரோ யாதவரோ அவரைச் சற்றும் ஏற்றுக்கொள்ள மாட்டார்கள்" என்றார் ஸ்ரீதமர்.

"பிற இருவரும் அரசரால் பட்டத்து இளவரசராக அறிவிக்கப்படுவதற்கான இணையான வாய்ப்புள்ளவர்கள். ஒருவேளை இத்தருணத்தில் அவர்கள் எப்படி நடந்துகொள்கிறார்கள் என்பதைக்கொண்டு அம்முடிவை அவர் எடுக்கக்கூடும். தங்கள் மிகை விழைவாலோ சிறுமையாலோ இதை அவர்கள் தவறவிட வேண்டியதில்லை. இந்த அவை அவர்கள் இன்றி நிகழக்கூடாது. சிறுமைகளைத் தங்கள் நிமிர்வால் கடந்துசெல்பவர்கள் என்று அவர்கள் தங்கள் தந்தையிடம் வெளிப்படட்டும்" என்றார் தமர்.

"பிரத்யும்னரும் பானுவும் இணைந்து அவை புகுந்து அவர்முன் அமரவேண்டும். எது அவரது விழைவோ அதைத் தலைக்கொள்வதாக இருவரும் அறிவிக்க வேண்டும். எம்முடிவை அவர் எடுத்தாலும் அதை அவர்கள் அவையில் ஏற்க வேண்டும். முற்றிலும் அவருக்கு ஆட்படுபவர் என்று எவர் தன்னை நிறுத்துகிறாரோ அவரே இறுதியில் வெல்வார்" என்று சுதமர் சொன்னார். "ராகவராமனின் கதை ஷத்ரியர் அனைவருக்கும் முன்மாதிரியாக இங்குள்ளது. தன் இளையோன் ஆள அவர் நிலமளித்துச் சென்றார். அவன் மூத்தவனின் காலணிகளை அரியணை வைத்து வாள்கொண்டு அருகே நின்றான். அதனாலேயே நின்னிலும் நல்லனென்று அவன் குடிகளால் ராமனிடமே புகழ்பாடப்பட்டான்."

"செங்கோல் ஏந்துவதும் மணிமுடி சூடுவதும் அரியணை அமர்வதும் எளிது. அறத்தின் கோலேந்தி, புகழ் முடி சூடி, காலத்தில் அமர்வது மிகக் கடினம். பேரரசர்கள் அவ்வாறுதான் உருவாகிறார்கள். ஒரு சிற்றரசைப் படைவல்லமையால் ஆளலாம். ஆணை சென்றுசேர ஒரு மாதம் எடுக்கும் பெருநிலப்பரப்பை ஆள புகழ்வல்லமை மட்டுமே உதவும். ஆயிரம் குலங்களை இணைக்க அறம் ஒன்றாலேயே முடியும்" என்றார் ஸ்ரீதமர்.

“இதை இப்போதே அவர்களுக்குச் சொல்லிப் புரியவைப்பது கடினம். அதிலும் இளையோனாகிய நான்” என்றான் அபிமன்யூ. “இத்தருணத்தில் அப்படி அவர்கள் வெளிப்பட்டாக வேண்டும், மெய்யில் அவர்கள் அப்படிப்பட்டவர்கள் அல்ல எனினும் கூட. அதுவே அரசருக்குரிய சூழ்திறன்” என்று தமர் சொன்னார். “பானுவிடம் சென்று சொல்க, முற்றிலும் தந்தையின் ஆணைக்குக் கட்டுப்பட்டவராக அவையில் வெளிப்படுவாரென்றால் பிரத்யும்னர் முடிசூட்டப்படுவார் என்றால்கூட இங்குள்ள அத்தனை யாதவ குடிகளுக்கும் பானுவே உளம் அமர்ந்த தலைவராக ஆவார். தந்தையால் ஒதுக்கப்பட்டவராக அல்ல, உரிய வாய்ப்பு மறுக்கப்பட்டவராக அவர்கள் பார்க்க வாய்ப்புள்ளது.”

“இத்தருணத்தில் இங்கு எஞ்சியிருக்கும் யாதவ குடியினரின் ஆதரவே நிலைநிறுத்தப்போகிறது. யாதவர்கள் நகர்விட்டுச் சென்று கொண்டிருக்கிறார்கள். இளையயாதவர் வந்து இங்கு ஏதோ மெய்கடந்த மாயம் ஒன்றை நிகழ்த்துவார் என்று நம்பிக் காத்திருப்பவர்களே எஞ் சியிருக்கிறார்கள். அவர் அமரும் அவையிலேயே மைந்தர் விலகி நின்றார்கள் என்றால் அவர்களும் நம்பிக்கையிழந்து இந்நகர்விட்டுச் செல்வார்கள். இங்கிருந்து செல்லும் ஒவ்வொரு யாதவனும் பானுவின் படையிலிருந்து விலகுகிறான். தன் ஆற்றலைத் தக்கவைத்துக்கொள்வதற்காகவும் அதைக்கொண்டு எதிர்காலத்தை வெல்வதற்காகவும் அவர் இன்று இந்த அவையில் நின்றாகவேண்டும். பிறிதொரு வழியே அவருக்கில்லை” என்று ஸ்ரீதமர் சொன்னார்.

“இதை நாங்கள் சொன்னால் சூழ்ச்சி என்றே தோன்றும். இளையவனாகிய நீங்கள் சொல்லலாம்” என்றார் சுதமர். ஸ்ரீதமர் “அதையே பிரத்யும்னருக்கும் சொல்க!” என்றார். “இங்கு பிரத்யும்னர் முடிசூட்டிக்கொண்டால்கூட அவரது குடிகளாக அமையப்போகிறவர்கள் யாதவர்களே. ஷத்ரிய அன்னைவழி கொண்டவர் என்பதனால் இங்குள்ள அத்தனை யாதவர்களும் அவர்மேல் ஐயங்கொண்டிருக்கிறார்கள். இளையயாதவர் பாரதவர்ஷத்தில் உருவாகி வரும் ஷத்ரியப் பெருங்கூட்டின் உறுப்பாக இருக்கப்போவதில்லை என்பது உறுதியாகிவிட்டிருக்கிறது. அவர் வெல்வார் என்பதில் ஐயமில்லை. வென்றபின் இங்கு உருவாகி வரும் அதிகாரக்கூட்டு என்பது ஷத்ரிய மேலோங்குதல் கொண்டதல்ல. அவர்களும் பிரத்யும்னரை ஐயத்துடனேயே அணுகுவார்கள்.”

“இன்று பதினான்கு ஆண்டுகள் இருள் வாழ்வுக்குப்பின் மீண்டு வந்து இளையயாதவர் அரியணை அமர்கையில் பிரத்யும்னர் முரண்பட்டு விலகி நிற்பார் என்றால் அந்த ஐயம் மிகவே செய்யும். இன்றிருக்கும் அரசாடற்சூழலில் இளையயாதவர் தனித்து விடப்பட்டிருக்கிறார். அவருடன் படைத்துணை நின்றாகவேண்டிய நாடுகள் அவர்

மணம்கொண்ட ஷத்ரிய அரசுகள் மட்டுமே. அவர்களின் ஆதரவை அவர் நாடி நிற்கையில் அதை முடியுரிமையை விலைபேசப் பயன்படுத்திக்கொண்டார்கள் என்ற சொல் எழலாகாது. அவ்வாறு எழுமென்றால் பிரத்யும்னரின் கொடிவழிகள் வரை அக்கசப்பு நீளும். இந்நிலத்தை ஒருபோதும் அவர் அசையாத கோல்கொண்டு ஆள முடியாது.”

“இளையயாதவர் தேர்ந்தெடுப்பார் என்றால் அது முற்றிலும் இளையயாதவரின் விருப்பத்தால்தான் என்றும் அவர் ஆணைப்படி மட்டுமே அம்முடியைத் தான் சூடிக்கொண்டதாகவும் அவர் இம்மக்களிடம் தோற்றமளித்தாகவேண்டும். அதற்கு இன்று இந்த அவையில் அவர் வந்து நின்றாகவேண்டும். எவருக்கு மணிமுடியை அரசர் அளித்தாலும் அது முற்றிலும் உவப்பானதே என்றும், பானுவுக்கு அது அளிக்கப்படுமென்றால் அருகே தயக்கமில்லாது வாளேந்தி நின்றிருக்கும் படைத்தலைவனாக இருக்கவும் பிரத்யும்னர் ஒருக்கமே என்றும் இக்குடிகளிடம் அவர் வெளிப்பட்டாக வேண்டும். இதை அவரிடம் சொல்க!” என்றார் ஸ்ரீதமர்.

அபிமன்யூ புன்னகையுடன் “நன்று. தெளிவாகவே எண்ணி சொல்சூழ்ந்திருக்கிறீர்கள். ஆனால் நெடுநாட்களாக இருந்துவரும் பூசல் இது. ஆகவே ஒவ்வொரு தரப்பும் தங்கள் எண்ணங்களை மீளமீளச் சொற்களாக்கி ஒருவரோடொருவர் பேசி பழுதற்றதாகச் செதுக்கி வைத்திருக்கும். முடிந்தவரை முயல்கிறேன்” என்றான். துயரும் சலிப்பும் கொண்ட புன்னகையுடன் “ஆம், நாம் செய்யக்கூடியது அதுவே. நாம் முயல்வோம்” என்றார் ஸ்ரீதமர்.

துவாரகையின் அரண்மனை உபகோட்டத்தில் அமைந்த ஜாம்பவிலாசம் என்னும் சாம்பனின் அறை நோக்கிச் செல்கையில் அபிமன்யூவிடம் பிரலம்பன் “அவர் உள்ளம் மாறுமென்று நீங்கள் எண்ணுகிறீர்களா?” என்றான். அபிமன்யூ “இல்லை” என்றான். “ஏன்?” என்று அவன் கேட்டான். “இவர்களின் இயல்புகள் அனைத்தும் முற்றாக வகுக்கப்பட்டு பாறையென உறுதியாகிவிட்டுள்ளன. ஆனால் அதைவிடவும் உறுதிகொண்ட ஒன்றுண்டு. அது அவருடைய ஊழ்” என்றான்.

பின்னர் தனக்கே என “வானளாவி விரியும் பேருரு ஒன்று உன் சொல்லுக்கு மறுஎடையென எதை வைப்பாய் என மாதுலரிடம் கேட்டுக்கொண்டிருக்கிறது. குருதியின் இறுதித் துளியையும் வைத்தாகவேண்டும்” என்றான். பிரலம்பன் அவனுடன் மேலும் விரைந்து நடந்தபடி “எதுவரை அவர் செல்வார்?” என்றான். அபிமன்யூ “இறுதிவரை” என்றான். “மறுதட்டில் ஊழ் அமருமென்றால் இந்தத்

தட்டிலும் ஊழே அமர்ந்தாகவேண்டும். பிரம்மம் மட்டுமே பிரம்மத்தை நிகர்செய்யும். பிறிதொன்றிலாமைகள் அவ்வாறே உருவாகின்றன" என்றான்.

அவர்களை அழைத்துச்சென்ற ஜாம்பவர் குலத்துக் காவலன் வாயிலருகே நின்று அங்கிருந்த காவலனிடம் அவர்களின் வருகையை அறிவித்தான். அவன் உள்ளே சென்று மீண்டும் ஓசையின்றி கைகாட்டி உள்ளே செல்லுமாறு பணித்தான். அவர்கள் உள்ளே சென்றதும் கதவு மெல்லிய ஓசையுடன் மூடிக்கொண்டது. அறைக்குள் சாம்பன் உயரமற்ற அகன்ற பீடத்தில் தன் பெரிய கால்களை விரித்து, அருகிருந்த பிறிதொரு உயர்ந்த பீடத்தில் வலக்கையை வைத்து இடக்கையை பீடத்தின் சாய்வுமணைமேல் போட்டு சரிந்து அமர்ந்திருந்தான். அவன் உடல் பெரியது. அதனாலேயே எங்கும் சிறுகோணலுடனேயே அவனால் நிற்கவும் அமரவும் முடியும் என்று அபிமன்யூ எண்ணிக்கொண்டான்.

அவனருகே மூன்று பீடங்களில் அவன் உடன்பிறந்தாரான சுமித்ரனும் புருஜித்தும் சதாஜித்தும் அமர்ந்திருந்தனர். சகஸ்ரஜித்தும் காளிந்தியின் மைந்தர்களான சுருதனும் கவியும் விருஷனும் சாளரத்தருகே நின்றிருந்தார்கள். தொலைவிலிருந்து வந்த கடற்காற்றில் சாளரத்தின் திரைச்சீலைகள் புடைத்து உதறி அமைந்துகொண்டிருந்தன. விழிக்குத் தெரியாத எவரோ அங்கு ஆடை உலைய நடமாடுவதுபோல் தோன்றியது. அவர்கள் அனைவர் விழிகளிலும் அவர்கள் பேசிக்கொண்டிருந்த சொற்களின் நுனி அறுந்து நின்றிருந்தது.

அபிமன்யூ தலைவணங்கி "தங்களை இங்கு சந்தித்ததில் பெருமகிழ்வு கொள்கிறேன், மூத்தவரே. உபப்பிலாவ்யத்தில் தங்களுடன் சொல்லாட முடியவில்லை. இத்தருணம் நிறைவுறுக!" என்றான். சாம்பன் மறுமொழியோ முகமனோ உரைக்காமல் தன் பெரிய கைகளைத் தூக்கி அபிமன்யூவிடம் அமர்க என்று காட்டினான். அபிமன்யூ மீண்டும் தலைவணங்கி பீடத்தில் அமர்ந்ததும் அவன் சொல்லெடுப்பதற்குள் கைகாட்டி அமர்த்தி "உன்னிடம் ஸ்ரீதமரும் சுதமரும் தமரும் என்ன சொல்லி அனுப்பினார்கள் என்பதை மட்டும் சுருக்கமாகச் சொல்" என்றான்.

"நான்..." என்று அபிமன்யூ சொல்லத்தொடங்க "அரசுசூழ்தலுக்குரிய வீண் சொற்களை இறைப்பதில் நம்பிக்கையற்றவன் நான். அவர்கள் சொன்னவற்றை மட்டுமே கேட்க விரும்புகிறேன்" என்றான். "அவர்கள் சொற்களை நான் வாங்கிக்கொண்ட முறையில் உரைக்கிறேன்" என்று அபிமன்யூ சொன்னான். "இதுதான் அச்சொற்கள். தாங்கள் இத்தருணத்தில் முடிகொள்ள முந்துவீர்கள் என்றால் யாதவர்களையும்

ஷத்ரியரையும் உங்களுக்கு எதிராக ஒருங்கிணைத்து வெல்லமுடியாத ஆற்றலாக ஆக்கும் பெரும்பிழையைச் செய்வீர்கள். அதன் விலையென உங்கள் குடியினரின் முற்றழிவைப் பெறுவீர்கள்."

ஜாம்பவர்களின் விழிகள் மாறுபட்டன. சற்று முன்னால் நகர்ந்து பீடத்தின்மேல் இரு கைகளையும் மடித்தூன்றி அவன் கண்களைக் கூர்ந்து நோக்கி "ஆம், அதற்கொரு வாய்ப்புள்ளது" என்றான் சாம்பன். "எந்தப் பசப்பும் இன்றி இவ்வுண்மையை எதிர்கொள்ளுங்கள். மாதுலரின் எட்டுத் துணைவியரில் காளிந்தியும் ஜாம்பவதியும் மட்டுமே எப்போதும் தனித்து விடப்பட்டிருந்தார்கள். அவர்களின் மைந்தர்களுக்குப் பிறரால் நிகர்உரிமை அளிக்கப்பட்டதில்லை. அவர்கள் அரியணை ஏறுவார்கள் என்றால் நிஷாதர்களும் அசுரர்களுமன்றி எவரும் பாரதவர்ஷத்தில் அவர்களுக்கு ஆதரவளிக்கப் போவதில்லை" என்றான் அபிமன்யூ.

மேலும் உரத்த குரலில் "இங்கிருக்கும் யாதவர்களுக்கும் ஷத்ரியர்களுக்கும் நீங்கள் பொது எதிரியென்பதை மறக்க வேண்டியதில்லை" என்றான். சாம்பன் தணிந்து "நான் என்ன செய்வது?" என்று கேட்டான். "பொறுத்திருங்கள். இந்தக் களம் அவர்கள் இருவரும் ஆட வேண்டியது. அதில் நீங்கள் நுழையவேண்டியதில்லை. அவர்கள் இருவரும் தந்தை சொல்லுக்கு அடங்காமல் அவையில் முரண்கொள்ளவிருக்கிறார்கள். அவர்களிடும் பூசலை இந்நகர் நோக்கிக்கொண்டிருக்கிறது. அதன் பழியை அவர்களே கொள்ளட்டும்" என்று அபிமன்யூ சொன்னான்.

"இந்நகரை தன் உள்ளங்கையில் விதையென இங்கு கொண்டுவந்த பேருருவனின் சொல்லுக்கெதிராக அவர்கள் இருவரும் எழுந்தார்கள் என்பதை வரலாறு குறித்திடட்டும். தந்தை சொல் மீறியவர்கள் என்று அவர்களைக் குடிமூத்தார் கணக்கு வைக்கட்டும். மறுசொல்லின்றி தந்தையின் காலடியில் அமர்ந்திருந்தீர்கள் என்று உங்களை அவர்கள் நினைவுகூரட்டும். இத்தருணம் கடந்து சென்றதுமே அவர்கள் இருவருக்கும் மேலாக நீங்கள் எழுந்து நிற்க அதுவே உங்களுக்குத் தகுதியளிக்கும்" என்றான் அபிமன்யூ.

முன்னகர்ந்து அவன் விழிகளை நோக்கி அபிமன்யூ தொடர்ந்தான். "எளிய அரசுசூழ்தல் அறிந்திருந்தால்கூட இந்த முடிவை நீங்கள் வந்தடைந்திருப்பீர்கள். ஏனெனில் அவர்கள் இருவரும் பூசலிடுந்தோறும் ஒருவரின் ஆற்றலை இன்னொருவர் இல்லாமல் ஆக்குகின்றார்கள். இருவரும் தோற்பார்கள், அப்போது வெல்லும் தரப்பாக எழுந்து வருக! அதுவரை பொறுத்திருங்கள்." சாம்பன் விழிகள் அங்குமிங்கும் அசைந்து அவன் உள்ளம் நீர்த்துளியென தத்தளிப்பதைக் காட்டின. அவன் விரல்கள் பீடத்தை வருடித் தவித்தன.

மெல்லிய அசைவெழ அபிமன்யூ திரும்பிப் பார்த்தபோது காளிந்தியின் மைந்தன் சுருதன் சாளரத்தருகிலிருந்து சற்றே முன்வந்து "மூத்தவரே, இது மிகச் சரியானதொரு கூற்றுபோல் தன்னைக் காட்டுகிறது. ஆனால் இதை நம்மிடம் வந்து சொல்பவன் நிஷாதனோ அரக்கனோ அசுரனோ அல்ல. இவன் ஷத்ரியனும் யாதவனும் கலந்த குருதி. இதனாலேயே இது ஐயத்திற்குரியது" என்றான். அபிமன்யூ "நன்று, காளிந்தி அத்தைக்கு மட்டுமே உடலெங்கும் ஐயமும் கசப்பும் ஓடும் இத்தகைய மைந்தன் பிறக்கமுடியும். அது தெய்வங்களின் ஆடல்" என்றான்.

சாம்பனிடம் "மூத்தவரே, இத்தனை எளிதாக என் சொற்களைத் தவிர்த்தீர்கள் என்றால் பிறகு இங்கு நான் சொல்ல ஒன்றுமில்லை. இச்சொற்கள் என் வழியாக வராமல் காற்றில் ஒலித்தன என்று கொள்ளுங்கள்" என்று அபிமன்யூ சொன்னான். சுருதன் "மூத்தவரே, இச்சூழலில் என்ன நிகழுமென்று நான் சொல்கிறேன். தந்தை இன்று மூன்று அசுரகுடிகளின் ஆதரவை நாடி நின்றிருக்கிறார். பாணரும் வஜ்ரநாபரும் சம்பரரும் அளிக்கும் படைத்துணையால் மட்டுமே இன்று அவர் அரசர் என்று நிலைகொள்கிறார்" என்றான்.

"நீங்கள் அறிவீர்கள், யாதவர்களின் படைநிரைகள் இந்நகரைவிட்டு ஒழிந்துகொண்டிருக்கின்றன. இன்று கூர்ஜரமோ சிந்துவோ மாளவமோ இந்நகர்மேல் படைகொண்டு வருமென்றால் இங்குள்ள யாதவர்களால் அரைநாழிகைப்பொழுதுகூட அப்படையெடுப்பை எதிர்கொள்ள முடியாது. அந்நாடுகள் அஞ்சியிருப்பது இது அசுரஅரசுகளின் பின்துணை கொண்ட நாடென்பதனால் மட்டும்தான். அதை அவர்களுக்கு மீண்டும் அழுந்தக் காட்டும்பொருட்டே நம் தந்தை சென்று அசுரக் கூட்டமைப்புடன் உறவாடி வந்திருக்கிறார்" என்றான் சுருதன்.

அவன் இடுங்கிய விழிகளில் எழுந்த நச்சை அபிமன்யூ நோக்கிக் கொண்டிருந்தான். காளிந்தியின் அதே முகம். அதே விழிகள். ஆனால் அவை முற்றிலும் பிறிதொன்றெனத் தெரிந்தன. அல்லது அது வெறும் மானுடநம்பிக்கை மட்டும்தானா? இன்கனியின் நச்சுவிதை என்று ஒரு சொல் நெஞ்சில் எழுந்தது. "மூத்தவரே, என்றேனும் நாம் நிஷாதர்களென எழுந்து நின்று நம் முடியுரிமையைக் கோரமுடியுமென்றால் அது இத்தருணத்தில் மட்டுமே. நாளை நம் தந்தை வென்று அரசுநிலைகொண்டு அவ்விரு மைந்தர்களில் ஒருவருக்கு முடிசூட்டிவிட்டாரென்றால் பின்னர் நாம் எதையும் கோரமுடியாது" என்றான் சுருதன்.

"இன்று கோருவோமென்றால் அசுரரும் நிஷாதரும் நமக்கு ஆதரவளிப்பார்கள். நமது கோரிக்கை மறுக்கப்படுமெனில் அவர்கள் சினம்கொள்வார்கள். அவர்கள் முனியக்கூடுமென்ற அச்சமும் நம்

தந்தைக்கு எழும். இத்தருணத்தில் நாம் முடியுரிமை கோரவில்லையென்றால் அசுரர்களிடமும் நிஷாதர்களிடமும் நம் தந்தை சொல்வதற்கு ஓர் ஏது இருக்கும். நாம் கோரவில்லை, ஆகவே முடி அளிக்கப்படவில்லை என்று. ஆம் மூத்தவரே, முறைப்படி முடியுரிமையை நாம் கோருவதற்கு இன்று அமைந்துள்ளது போன்ற ஒரு தருணம் இனி ஒருபோதும் அமையப்போவதில்லை."

சாம்பன் அபிமன்யூவைத் திரும்பி நோக்கி "ஆம், அவன் சொல்வதே சரியானதென்று தோன்றுகிறது. என் உடன்பிறந்தாரில் நுண்புலன் திகைந்தவன் அவனே. எனது தூதர்களை வஜ்ரநாபரிடமும் சம்பரரிடமும் பாணரிடமும் அனுப்பியிருக்கிறேன். இங்கு நான் முடிசூடினால் இந்நகரை ஆயிரம் ஆண்டு எதிரிகளிடமிருந்து காக்கும் பெரும்படையை எனக்கு அவர்கள் அளிக்க முடியும். இந்நகரிலிருந்து யாதவக்குடிகள் ஒழிந்து சென்றால் அவ்விடத்தை அசுரக்குடிகளைக்கொண்டு நிரப்பவும் என்னால் இயலும்" என்றான்.

இரு கைகளையும் விரித்து "தந்தை விரும்பாவிடிலும் இந்நகரைக் கைப்பற்றி ஆளும் இடத்தில் இன்று இருந்துகொண்டிருக்கிறேன். எதன்பொருட்டு நான் என் முடியுரிமையை விடவேண்டும்?" என்றான். சுருதன் உரத்த குரலில் "இப்போது தெரிகிறதல்லவா, இவன் ஏன் இங்கு வந்திருக்கிறான் என்று? இத்தருணத்தில் நாம் நமது கோரிக்கையை முன்வைக்கக்கூடாது என்பதற்காக மட்டுமே. ஏனெனில் அதை மறுக்கும் நிலையில் தந்தை இல்லை. இன்று நம் மீதுதான் அவர் அமர்ந்திருக்கிறார். ஆகவே நீங்கள் முடியுரிமை கோரக்கூடாதென்று வலியுறுத்தும்பொருட்டு இவனை அனுப்பியிருக்கிறார்கள் அவருடைய யாதவத் தோழர்கள்" என்றான்.

சாம்பன் "இதற்குமேல் நான் ஒன்றும் செய்வதற்கில்லை, இளையோனே. உன்னையே எந்தையிடமும் அவரது துணைவரிடமும் தூதாக அனுப்புகிறேன். இன்றே நான் அவையில் பட்டத்து இளவரசனாக அரசருக்கு வலம் அமர்ந்தாக வேண்டும். அவையில் என்னை முடிக்குரியவனாக அவர் அறிவித்தாக வேண்டும். அவ்வாறு அறிவிக்கப்படுமென்ற ஒரு சொல் அவர் நாவிலிருந்து என் இளையோன் செவிப்பட எழுந்த பின்னரே நான் அவை புகுவேன். பிறிதொன்றும் சொல்வதற்கில்லை" என்றான்.

அபிமன்யூ எழுந்து தலைவணங்கி "இதை மாதுலரிடமும் அமைச்சரிடமும் உரைக்கிறேன்" என்றான். "என் சொற்களை மீண்டும் எண்ணி நோக்குங்கள். அவை அனைத்தும் இனிதென நிறைவுற வேண்டுமென விழையும் ஒருவனால் சொல்லப்பட்டவை மட்டுமே எனக் கொள்ளுங்கள்" என்றான். பிரலம்பனிடம் "செல்வோம்" என்று சொல்லி வாயில்

நோக்கித் திரும்பினான். சுருதன் நகைப்புடன் "சொல்கையில் இதையும் சேர்த்து சொல். இந்நகர் இப்போதே எங்களால்தான் ஆளப்படுகிறது, அந்தத் தோள்தளர்ந்த யாதவ முதியவரால் அல்ல. நாங்கள் கோருவது முறைப்படி முடியுரிமையை மட்டுமே" என்றான்.

அபிமன்யூ திரும்பிப்பார்த்து புன்னகைத்து "ஆணவம்போல தன்னைத்தானே இழிவுபடுத்திக்கொள்ளும் பிறிதொன்றில்லை, மூத்தவர்களே. இந்நகரை என்ன, பாரதவர்ஷத்தையே இன்று ஆண்டுகொண்டிருப்பவர் அவர் மட்டுமே. சுட்டு விரலசைவால் இந்நகரைத் தூக்கி இடம் மாற்றி வைக்கும் ஆற்றல் கொண்டவர். ஐயமிருக்கிறதா உங்கள் எவருக்கேனும்? இன்று அவர் ஒரு சொல்லுரைப்பார் என்றால் என் வலக்கை வில்லால் இந்நகரை வென்று அவர் காலடியில் வைக்கும் திறன்கொண்ட அடியவன் நான். ஓர் அம்பெடுத்து மறுஅம்பெடுக்கும் தருணம் வரை என் முன் களம் நிற்கும் ஆற்றல் கொண்டவர் எவரேனும் இங்குள்ளீர்களா?" என்றான்.

அவர்கள் திகைத்து நிற்க, சாம்பன் எழுந்தான். அபிமன்யூ "சொல்லுங்கள், எவர் இருக்கிறீர்கள் இங்கே? சாம்பரே, உங்கள் தலைகொய்து கொண்டுசெல்கிறேன். உங்கள் தம்பியரோ படைப்பெருக்கோ என்னைத் தடுக்குமா? ஆம் என்று சொல்லுங்கள், அக்கணமே அம்பெடுக்கிறேன்" என்றான். சாம்பனின் கைகள் தளர்ந்து கிடக்க, உதடுகள் மட்டும் அசைந்தன. அபிமன்யூ ஏளனத்துடன் புன்னகைத்து "உங்கள் கைவிரல்களிடம் அக்கேள்வியைக் கேளுங்கள். அவை அஞ்சி நடுங்குவதைக் காண்பீர்கள்" என்றபின் கதவைத் திறந்து வெளியே சென்றான்.

4

"அவன் என்ன சொன்னான்?" என்று பானு கேட்டான். அபிமன்யூ "இல்லை, மூத்தவரே. அதைப்பற்றி இங்கு நான் பேச விரும்பவில்லை. நான் வந்தது தங்களிடம் சிலவற்றை உரைப்பதற்காகவே" என்றான். "அவன் சொன்னதை ஒட்டியே நமது சொல்லாடல் அமையமுடியும், இளையோனே. ஏனெனில் அவனை முதலில் சந்திக்கும்படி ஸ்ரீதமர் சொன்னதனாலேயே இவ்வுரையாடல் அதன் தொடர்ச்சி என்றாகிவிடுகிறது" என்றான் பானு.

அறைக்குள் முதன்முறை அங்கு வந்தபோது அவன் அவர்களைப் பார்த்ததுபோலவே சுபானு பிரபானு ஆகியோர் அமர்ந்திருக்க பானுமானும் ஸ்வரபானுவும் நின்றிருந்தனர். அவர்களுக்கு என இடங்களும் உடல்மொழிகளும்கூட வகுக்கப்பட்டுவிட்டிருந்தன என்று தோன்றியது. அதை அவர்கள் மாற்ற முடியாது. பெரும்பாலான அவைகளில் ஆண்டுக்கணக்காக எந்த மாற்றமும் நிகழ்வதே இல்லை. மாற்றம் நிகழவேண்டும் என்றால் ஏதேனும் ஒன்று வலுவாக அவர்களை வந்து அறைந்து நிலைகுலையச் செய்யவேண்டும்.

காட்டில் மரங்கள் வளர்ந்து உருவாகி நின்றிருப்பதைப்போல என அவன் நினைத்துக்கொண்டான். அவர்கள் ஒருவர் இடைவெளியை பிறிதொருவர் நிறைத்து வெளியை முழுமையாக்கிப் பரவியிருக்கிறார்கள். ஸ்வரபானுவின் உடலின் இந்த நெளிவு பானுமானின் உடலில் இருக்கும் அந்த வளைவுக்கு ஈடு. சுபானு ஒசிந்திருப்பது பிரபானுவினால்தான். இவர்களின் உள்ளங்களே உடலில் இயல்பாக வெளிப்படுகின்றன. சற்று இடம் மாறினால் இவர்கள் அனைவருமே நிலைகுலைந்துவிடக்கூடும்.

சில கணங்கள் பானுவை உற்று நோக்கியபின் தன் கைவிரல்கள் இறுகியிருப்பதை உணர்ந்த அபிமன்யூ தன்னை எளிதாக்கிக்கொண்டான். உடனே முகமும் இயல்பானது. முந்தைய சந்திப்பில் எழுந்த கடும்சினத்தை இங்கும் நான் சுமந்து வந்திருக்கிறேன் போலும். அதைக் கழற்றிவிட்டு நான் இங்கே எழுந்தாகவேண்டும். இங்கே ஒரு வாய்ப்பு இருக்குமென்றால் என் சொற்கள் அதையே சென்று தொட்டாகவேண்டும்.

“நன்று, அவர் சொன்னது இது. அவர் முடிசூட விரும்புகிறார். பிற எவர் முடிசூடினாலும் அந்த முடிக்கெதிராகத் தன் குலத்தையும் செல்வத்தையும் திரட்டி கூர்கொண்டெழுந்து போர்புரியவும் உளம் கொண்டிருக்கிறார்” என்றான் அபிமன்யூ. அதை எதிர்பார்க்காத பானு ஒருகணம் திகைத்து உடனே சினத்துடன் எழுந்து “என்ன சொல்கிறாய்?” என்று அவனை நோக்கி ஓர் அடி எடுத்து வைத்தான். “ஆம், இன்று துவாரகையில் ஒரு படைத்தாக்குதலை எதிர்கொள்ளும் அளவுக்கு யாதவர்கள் இல்லை. நிஷாத குடித்தலைவர்களும் அசுரஅரசர்களும் அவருக்கே துணை நிற்பார்கள் என்பதனால் மிக எளிதில் வலுவான ஒரு படையை அவர் திரட்ட முடியும்.”

“மூத்தவரே, யாதவர்கள் என்றுமே போரில் சிறந்தவர்கள் அல்ல. மாதுலருக்கும் சாத்யகிக்கும் பின் இன்று நம் நகரின் பெருவீரர் சாம்பரே. நாற்களக் காயை இரு விரலால் கவ்வி எடுத்து அப்பால் வைப்பதுபோல் உங்களை இங்கிருந்து அகற்றவும் அவரால் முடியும்” என்றான் அபிமன்யூ. பானு தத்தளிப்புடன் ஏதோ சொல்ல முயன்றான். பின்னர் பற்களைக் கடித்து, அதனால் சிரிப்பு போன்ற ஒரு தசைநெகிழ்வு முகத்தில் எழ “தந்தைக்கெதிராகப் படைகொண்டு வரப்போகிறானா அந்த நிஷாதன்?” என்றான்.

சுபானு “மூத்தவரே, அவன் நிஷாத குடியினன். அக்குருதி அவ்வாறே ஆற்றுப்படுத்தும். தந்தையைக் கொன்று முடிசூடுதல் அக்குடிகள் பலவற்றில் நெறியாகவே உள்ளது” என்றான். அபிமன்யூ “ஆம், நீங்கள் யாதவக் குடியியல்பு என்று சில காட்டுவதுபோல” என்றான். “எவ்வியல்பு? என்ன சொல்கிறாய்?” என்றான் பிரதிபானு. அபிமன்யூ “பூசலிடுவது, பொறாமை கொள்வது, ஒருபோதும் ஒத்திசையாமல் நின்றிருக்கும் சிற்றாணவம்” என்றான். “யாரிடம் பேசுகிறாய் தெரிகிறதா? என்ன பேசுகிறாய், மூடா!” என்றபடி பிரதிபானு முன்னால் வந்தான்.

அவனை உற்று நோக்கியபடி அபிமன்யூ “என் ஷத்ரியக் குருதியை அஞ்சுகிறேன், மூத்தவரே. அது சொல்பொறாதது, இதோ, இந்தச் சிறு ஊசியால் ஒரு யானையை வீழ்த்தும் ஆற்றல் கொண்டது” என்றான். பிரதிபானு திகைத்து நின்று சற்று தளர்ந்து பின்னடைந்தான். “ஆனால்

நான் ஷத்ரியனோ யாதவனோ நிஷாதனோ அல்ல, மூத்தவரே. அனைத்துடனும் உறவுள்ளவன் எனினும் வெறும்வீரன். பிறப்புக்கு முன்னரே கடமையை ஏற்றுக்கொண்டவன். என் தலைவன்பொருட்டு இறக்கப் பிறந்தவன்" என்று அவன் சொன்னான். "ஆவம் தேர்ந்து போரிடவும் சொல் தேர்ந்து மன்றுநிற்கவும் நான் அறிவேன்."

சுபானு கையமர்த்தி "பூசலெதற்கு, இளையோனே? அவன் மெய்யாகவே முடியுரிமை கோருகிறானா?" என்றான். "அவன் அவ்வாறு கோருகிறான் என்றால் அவன் மூடரில் கடையன். அவனை எதிர்ப்பது எளிதினும் எளிது" என்றான் பானுமான். "அரசர் இன்று அவையில் அவருடைய முடியுரிமையை அறிவிக்கவில்லையென்றால் தான் அவை புகப்போவதில்லை என்றார். அச்செய்தியை நானே சென்று உரைக்க வேண்டுமென ஆணையிட்டார். அதைச் சென்று உரைப்பதற்கு முன்னால் தங்களையும் பார்த்துவிட்டுச் செல்லலாம் என்று வந்தேன்" என்றான் அபிமன்யூ.

பானு "அசுரரும் நிஷாதரும் கூடலாம். ஆனால் துவாரகையை வென்று கொள்ளும் ஆற்றல் அவனுக்கில்லை. அவன் வீண்கனவு காண்கிறான்" என்றான். "உண்டு, மூத்தவரே" என்றான் அபிமன்யூ. "ஷத்ரியர் இன்று துவாரகைக்கு எதிர்நிரை கொண்டிருக்கிறார்கள். யாதவர் கைவிட்டிருக்கிறார்கள். எதை நம்பி பிரத்யும்னரும் நீங்களும் முடிப்பூசலிடுகிறீர்கள்?" பானு வீம்புடன் குரல் எழுப்பி "துவாரகையின் கருவூலத்தில் இன்னும் அளவிடமுடியாத செல்வம் உள்ளது. யவனர்களைப் படைக்கமர்த்தி பீதர் நாட்டு எரிமருந்தைக்கொண்டு போரிடுகிறேன். பொன்கொடுக்க முடியுமென்றால் தெற்கே திருவிடத்திலிருந்துகூட என்னால் படைவீரர்களைத் திரட்ட முடியும்" என்றான்.

ஏளனத்துடன் புன்னகைத்து "அதற்கும் துணிவீர்கள். ஆனால் அறிவுடையோர் அதைச் செய்யமாட்டார்கள் என நான் எண்ணுவதைச் சொன்னால் முனியலாகாது" என்று அபிமன்யூ சொன்னான். பானு சொல்லெடுப்பதற்கு முன் "மூத்தவரே, துவாரகையில் என்றும் யவனரும் சோனகரும் பீதரும் காப்பிரியரும் திருவிடத்தோரும் காவலுக்கும் பணிக்கும் இருந்திருக்கிறார்கள். ஆனால் அவர்களின் எண்ணிக்கை ஒருபோதும் ஐந்திலொன்றுக்குமேல் இருந்ததில்லை. அந்த நெறியை ஏன் மாதுலர் கைக்கொண்டார்? நம்மைவிட மிகையாக அவர்களை இங்கு படைக்கமர்த்துவதென்பது இந்நகரை அவர்களுக்கு அளிப்பதன்றி வேறென்ன?" என்றான்.

பானு மேலும் தழைவது உடலசைவாகவே தெரிந்தது. "எண்ணுக, இந்நகரில் நான் என் படையைக்கொண்டு நிரப்பினேன் என்றால் பின்னர்

உங்கள் கருவூலத்திலிருந்து நீங்கள் எண்ணி அளிக்கும் பொன்னை வாங்கி நின்றிருக்கும் அளவுக்கு மூடனாக இருப்பேனா என்ன?" என்றான் அபிமன்யூ. பானு முற்றிலும் தளர்ந்து இரு கைகளையும் கட்டிக்கொண்டு பீடத்தில் சாய்ந்தான். "நன்கு உணர்ந்திருங்கள், மூத்தவரே! உங்கள் இருவருக்கும் முதன்மை எதிரி சாம்பர்தான். இத்தருணத்தில் நீங்களும் பிரத்யும்னரும் ஒருங்கிணைந்து நின்றிருந்தாலொழிய எதிர்கொள்ள முடியாது. ஆகவேதான் அவரிடம் என்னை அனுப்பினார் ஸ்ரீதமர். ஏனென்றால் அவரும் யாதவர். இந்நகர் அவர் குடியினருக்குரியதென அமையவேண்டுமென அவரைப்போல் பிறர் விரும்ப இயலாது. அவர் சொல் அன்றி உங்களை வழிநடத்தும் ஒளி பிறிதொன்று இல்லை" அபிமன்யூ சொன்னான்.

முனகலாக "அவன் முடியுரிமை கொள்ள முடியாது" என்றான் பானு. "ஆம், சாம்பரிடம் அவர் முடியுரிமைகொண்டு அமர்வது வெறும்கனவு என்றும் யாதவக் குடிகள் ஏற்க மாட்டார்கள் என்றும் சொன்னேன். யாதவநிலம் என்பது இந்த நாடு மட்டும் அல்ல என்றேன். யாதவர் நிலத்தில் நிஷாதர்களையும் அசுரர்களையும் கொண்டு நிரப்புவதாக அவர் சொல்கிறார். அது இயல்வதும் கூட. அவர்கள் மழைக்கால ஏரிபோல் நிறைந்து புதுநிலம் கோரி நின்றிருக்கும் குலத்தொகை என நாம் அறிவோம்."

அபிமன்யூ தொடர்ந்தான் "இன்றுவரை அசுரர்களுக்குக் கடலோரப் பெருநகரொன்று அமைந்ததில்லை. ஆகவே பெருவணிகம் இயலவுமில்லை. அவர்களை நாம் வெல்வதும் ஆள்வதும் இதனால் மட்டுமே. பாரதவர்ஷத்தின் அசுரகுடிகள் அனைவரும் இணைந்து இந்நகரை வெல்ல சாம்பரை ஆதரிப்பார்கள் என்றால் பிற எவரும் இந்நகரைக் கொள்ள இயலாது." பானு தலைகுனிந்து மீசை நுனியைச் சுட்டுவிரலால் சுழற்றியபடி அமர்ந்திருக்க, அபிமன்யூ சற்றே தாழ்ந்த குரலில் "தாங்கள் செய்வதற்கொன்றே உள்ளது. தந்தையுடன் இணைந்து பணிந்திருங்கள். முடிகோரினீர்கள் என்றோ முரண்பட்டீர்கள் என்றோ எவரும் அறியலாகாது" என்றான்.

"பிரத்யும்னருக்கு உங்கள் தந்தை முடிசூட்டுவாரென்றால்கூட தந்தையின் ஆணையைத் தலைக்கொள்ளும் மைந்தரென நடியுங்கள். பிரத்யும்னருடனும் இணைந்திருங்கள். சாம்பரையும் அவருடைய ஆதரவாளரையும் இந்நகரிலிருந்து எத்தனை அகன்று செல்ல வைக்கமுடியுமோ அவ்வளவு செலுத்துங்கள். சேற்றில் எல்லை என அவர்கள் செல்லுமிடத்து அரசுச் சிக்கல்களில் சிக்கிக்கொள்ளட்டும்" என்று அபிமன்யூ சொன்னான். "வடகிழக்கே ஆசுரத்தின் எல்லையில் அவர்களின் குடி அமையட்டும்.

அது அசுரரும் சாம்பரும் முரண்படுவதற்கே வழிவகுக்கும். தன் குடியுடன் மோதி அவர் வலுவிழக்கட்டும்.”

“பத்தாண்டுகளில் முற்றிலுமாக இங்கிருந்து விலக்கி ஆற்றலிழக்க வைத்த பின்னர் மெய்யாகவே முடியுரிமை யாருக்கென்று நீங்களும் பிரத்யும்னரும் பேசிக்கொள்ளலாம். அதற்கு முன் ஒருவரோடொருவர் முரண்பட்டீர்கள் என்றால் அது உங்களை நீங்களே அழித்துக்கொள்வதுதான்” என்றான் அபிமன்யூ. “இன்னொன்று உள்ளது. எண்ணினால் எட்டாதது, ஆனால் அரசுசூழ்நிலையைக் கருதுவோம் என்றால் எவரும் தெரிவுசெய்யும் இன்றியமையா வழி அது.” பானு மங்கலடைந்த விழிகளால் நோக்கிக்கொண்டிருந்தான்.

“மூத்தவரே, இத்தருணத்தில் மாதுலர் சாம்பரையே தனது பட்டத்து இளவரசராக அறிவிக்க வாய்ப்புள்ளது” என்று அபிமன்யூ சொன்னான். பானுவின் உடலில் மெல்லிய விதிர்ப்பு எழுந்ததை காணமுடிந்தது. “ஏனெனில் இன்று அவருக்குப் படைத்துணையென எழுந்து வந்துகொண்டிருப்பவர்கள் ஆசுரகுடிகளும் நிஷாதர்களுமே. தனக்கு அசுரப் பேரரசின் ஆதரவு இருப்பதைக் காட்டவே அவர் அக்கூட்டமைவின் நிகழ்வுகளுக்குச் சென்று வந்திருக்கிறார். இன்று துவாரகைக்குத் தேவை அதற்கு எதிராகச் சூழ்ந்துள்ள ஷத்ரியப் படைக்கூட்டை வென்று இத்தருணத்தைக் கடப்பது மட்டுமே. பிற அனைத்தும் அப்பால் நோக்கவேண்டியவை.”

“சாம்பரை பட்டத்து இளவரசராக அறிவித்தால் மறுகணமே அரசர் பெரும்படை கொண்டவராகிறார். அவருக்கெதிராக ஒன்று திரண்டுகொண்டிருக்கும் ஐங்குலத்து யாதவரும் அவரைக் கண்டு அஞ்சும் நிலை எழுகிறது. தன் மூத்தவர்மேல் அவர் கை ஓங்குகிறது.” அபிமன்யூ மேலும் குரலைத் தாழ்த்தி “அத்தனை நிலைகளிலும் சாம்பரின் கை எழுந்து வருகிறது, மூத்தவரே. நீங்கள் ஒவ்வொன்றையும் எண்ணிச்செய்ய வேண்டிய காலம் இது. பிரத்யும்னருடன் உடன்பாடு கொள்க! பிற அனைவரும் ஒருங்கிணையுங்கள்” என்றான்.

“சாம்பன் இன்று அவைக்கு வருகிறானா?” என்றான் பானு. “நீங்கள் அவை புகுவீர்கள் என்றால் அவர் அவை புகுவார்” என்றான் அபிமன்யூ. “நீங்கள் தந்தையின் சொல்லுக்கு முற்றிலும் கட்டுப்பட்ட மைந்தர், யாதவக் குடிப்பிறப்பின் இயல்பான மேன்மையை நிலைநிறுத்துபவர் என்ற தோற்றம் எழவேண்டும். ஆயிரம்தான் இருப்பினும் நிஷாதகுடியில் பிறந்தவர் அக்குடியியல்பைக் காட்டிவிட்டார் என மக்கள் எண்ணவேண்டும். தந்தையை முடிகோரித் துன்புறுத்துபவர் என்று

சாம்பரைப்பற்றி நாடு பேசவேண்டும். இத்தருணத்திற்குரிய அரசியல் சூழ்ச்சி இதுவே.”

“ஆனால் இன்று மாலைக்குள் பிரத்யும்னர் அவை புக முடியாது” என்றான் சுபானு. “ஆம், நீங்களிருவரும் அவை புகுந்தால் பிரத்யும்னர் வந்து கொண்டிருப்பதாக அவைக்குச் சொல்லலாம். நீங்கள் அவை புகுந்துவிட்டீர்கள் என்ற செய்தியை பறவைத்தூதாகச் சொல்லி அவரிடமிருந்து ஓர் ஓலையை வரவழைத்து அவையில் அதையே முன்வைக்கவும் செய்யலாம். இந்த அவை சாம்பரின் கை ஓங்குவதற்கான தருணமாக அமைந்துவிடலாகாது, அவ்வளவுதான்” என்றான் அபிமன்யூ. “மூத்தவரே, நான் இங்கு வந்தது என் அன்னை யாதவப் பெண்ணென்பதனால், யாதவக்குருதி இந்நகரில் ஓங்க வேண்டுமென்பதனால்” என்று அபிமன்யூ சொன்னான்.

அச்சொல்லுடன் பேச்சு முடிந்துவிட்டது என்று தெரிந்தது. அது எப்படித் தெரிகிறது என உள்ளம் வியந்துகொண்டது. உண்மையில் முன்னரே அனைத்தையும் சொல்லி முடித்துவிட்டான். அதன்பின் எஞ்சியிருப்பது உணர்வுகள். அவை மெய்யான உணர்வுகள் அல்ல. எங்கிருந்து தொடங்கினானோ அத்தருணத்தை நிகர்செய்யும் மாற்று உணர்வுகள் அவை. அவற்றைத் துலாவின் மறுதட்டில் வைத்ததும் முள் அசைவிழந்துவிடுகிறது. அவன் பெருமூச்சுவிட்டு கால்களைச் சற்று நீட்டிக்கொண்டான். திரைச்சீலைகளின் அசைவோசை எழும் ஆழ்ந்த அமைதி அவ்வறைக்குள் நிறைந்தது.

மீசை நுனியைச் சுட்டுவிரலால் சுழற்றியபடி அபிமன்யூவை நோக்கிக் கொண்டிருந்த பானு உள்ளத்தில் எழுந்த ஓர் எண்ணத்தின் விசையால் தன் தொடையைக் கையால் தட்டிக்கொண்டு எழுந்தான். “இளையோனே, இச்சொல்லனைத்தும் எதன்பொருட்டென்று இப்போது தெரிகிறது. இத்தனை பெருமுயற்சி எடுக்கிறீர்கள் என்றால் இன்றுகூடும் அவை முதன்மையானதென்றே பொருள். இதில் பிரத்யும்னனை அல்லது அவன் மைந்தன் அநிருத்தனை பட்டத்து இளவரசன் என முடிசூட்டவிருக்கிறாரென்று தெரிகிறது. அதற்கு யாதவக் குடியினனாகிய நான் எதிர்ப்பு தெரிவிக்கலாகாதென்று எண்ணுகிறீர்கள்” என்றான்.

பேச முயன்ற அபிமன்யூவைக் கையமர்த்தி “இன்று அவையில் நான் எதிர்ப்புத் தெரிவிக்காமல் ஒழிந்தேன் என்றால் பிறகெப்போதும் யாதவக் குடியின் எதிர்ப்பைத் தெரிவிக்க இயலாது. இன்று இந்நகரில் எஞ்சியிருக்கும் யாதவர்களாலேயே எந்தை யாதவ மன்னர் என்று அறியப்படுகிறார். யாதவப் பெருநிலம் என்பது இந்நகர் மட்டுமல்ல, இதன் கோல் சென்று தொடும் ஈராயிரத்து எண்ணூறு ஊர்களும் எண்பத்து

ஐந்து சிறுநகரங்களும் நூற்றுப்பதினெட்டு காவல் கோட்டைகளும்தான். இந்நகரிலிருந்து யாதவர்கள் முற்றொழிவார்கள் என்றால் யாதவப் பெருநிலத்தை அதன்பின் எந்தை ஆளமுடியாது" என்றான் பானு.

"பிரத்யும்னனுக்கோ சாம்பனுக்கோ எந்தை முடிசூட்டுவாரென்றால் மறுகணமே நகரில் இன்று இருக்கும் எஞ்சிய யாதவக் குடிகளும் கிளம்பிச்செல்வார்கள். நான் எந்தையை ஏற்றுக்கொண்டேன் என்னும் அறிவிப்பே அவர்களை இங்கு தக்கவைக்கும். ஆகவே எந்தைக்கு என்னைத் தக்கவைப்பதன்றி வேறு வழியில்லை" என பானு தொடர்ந்தான். "ஆனால் என்னைத் தக்கவைக்க வேண்டுமென்றால் எனக்குப் பட்டத்து இளவரசரென முடிசூட்ட வேண்டும். இது என் பொருட்டல்ல, யாதவ குலத்தின் பொருட்டு."

உரத்த குரலில் பானு சொன்னான் "கார்த்தவீரியருக்குப் பிறகு ஆயிரமாண்டுகாலம் அடிமைப்பட்டு கிடந்த குலம் இது. ஷத்ரியரிடையே சிறுமைப்பட்டு நிஷாதர்களால் துரத்தப்பட்டு காடுகளில் கன்றோட்டி வாழ்ந்தோம். இன்று கோலும் முடியும் கொண்டு அமர்ந்திருக்கிறோம். ஒரு தலைமுறைக்குள் இதை இழந்து மீண்டும் கன்றோட்டும் குலமென்று சிதற எங்களுக்கு விருப்பமில்லை. இன்று கண்முன் மலையென நிற்கும் உண்மை ஒன்றே, இனி துவாரகையில் யாதவக்குடி கோல்கொண்டு அமரவேண்டுமெனில் அது என்னிலூடாக மட்டுமே நிகழும்."

"ஆகவே, என் முன் இரு கடமைகள் உள்ளன. எந்தைக்கா என் குலத்திற்கா என் கடன் என நான் கேட்டுக்கொள்கிறேன். எந்தை ஒருவரே. என் குலமோ பல்லாயிரம் தந்தையர் நிரையால் ஆனது. என் கடன் அவர்களிடமே. ஐயமே வேண்டியதில்லை, நான் பட்டத்து இளவரசனென்று முடிசூட்டப்படவில்லையென்றால் இன்று நான் அவை நுழையப்போவதில்லை" என்றான் பானு. சுபானு "ஆம், பிறிதொன்றை இங்கு பேசவேண்டியதில்லை" என்றான். பிறரிலும் அதை ஏற்கும் உடலசைவு எழுந்தது.

அபிமன்யூ "சாம்பரின் எதிர்ப்பு..." என்று சொல்லத்தொடங்க, "ஆம், அவன் எதிர்ப்பான். ஆனால் எந்தையால் முறைப்படி நான் பட்டத்து இளவரசனாக அறிவிக்கப்பட்டேன் என்றால் அவன் எதிர்ப்பது என்னையல்ல, எந்தையை. ஈன்ற தந்தையை எதிர்த்தவன் என்னும் பழியுடன் அவன் வந்து களமெதிர் நிற்கட்டும். அன்று அவனைப் படைகொண்டுசென்று எதிர்ப்பது நானோ பிரத்யும்னனோ அல்ல, நீதான். சாம்பன் வருவானென்றால் எந்தை உன்னையே அனுப்புவார். அவர் மறைந்தபின் என்றாலும் உனக்கு அப்பொறுப்பு உண்டு" என்றான் பானு.

புன்னகையுடன் "இளையோனே, விழிசொடுக்கும் கணத்திற்கும் உன் முன் வில்கொண்டு நிற்கும் தகுதியுடையவரல்லர் சாம்பனும் அவன் உடன்குருதியினரும். நீ படைகொண்டு எழுந்தால் உனக்கெதிர் நிற்க அவன் நம்பியிருக்கும் அசுரகுடிகளும் அஞ்சுவார்கள்" என்றான் பானு. அபிமன்யூ சொல்லின்றிக் கைகட்டி அமர்ந்திருந்தான். "நன்று! உன் பணியை நீ செய்துவிட்டாய். என் சொற்களை எந்தையிடம் சென்று சொல். நிஷாதக் குடியினருக்காக முடிகோருகிறான் சாம்பன். எந்தையின் எந்தையருக்காக முடிகோருகிறேன் நான். எது உகந்ததென்று அவர் தன் முடிவை எடுக்கட்டும். நான் பிறிதொன்றும் சொல்வதற்கில்லை" என்று பானு சொன்னான்.

அபிமன்யூ "நான் இதை எதிர்பார்த்தேன். ஆயினும் என் சொற்களை முழுமையாகச் சொல்லிவிடவேண்டுமென்று விரும்பினேன். மூத்தவரே, விழைவுகளும் ஆணவங்களும் எளிதில் நிறைவுறுவதில்லை. அவற்றை வெல்ல அறிவுக்கும் உணர்வுக்கும் ஆற்றலில்லை. காலந்தோறும் அவற்றை வெல்வது ஒன்றே, ஊழ். அது உருத்துவந்து ஊட்டவிருக்கிறது" என்றபின் எழுந்துகொண்டான்.

பானு உடன் எழுந்து குரலைத் தாழ்த்தி "நான் எந்தையின் அடியமர்ந்த மைந்தனாக என்னை எண்ணியிருக்கிறேன். இத்தருணத்தில் ஒரு சிறையில் அவர் சிக்கிக்கொண்டிருக்கிறார் என்று ஐயம் கொள்கிறேன். தான் கொண்ட கொள்கையின் பொருட்டு அவர் ஷத்ரியர்களால் எதிர்க்கப்படுகிறார். அதைப் பயன்படுத்திக்கொண்டு ஒருபுறம் நிஷாதரும் மறுபுறம் ஷத்ரியரும் அவர் அரசை வென்றெடுக்க முயல்கிறார்கள். நாம் அறிவோம், அவர்களுக்காக அவர் இந்தப் பேரரசை உருவாக்கவில்லை. அவர் யாதவர்களின் தலைவர். தன் குடியினருக்காக அவர் வென்ற நிலம் இது" என்றான்.

"இளையோனே, தன் தந்தையரின் முகம்சூடி மண்வந்த யாதவர்களாகிய எங்களுக்காகவே அவர் இந்நாட்டை உருவாக்கினார். இத்தருணத்திற்கு வளைந்து அவர் தன் முடியை அவர்களுக்கு அளிப்பாரென்றால் முதுமையிலும் பின் விண்ணிலும் துயர் கொள்வார். இங்கிருந்து அளிக்கும் ஒருதுளி நீரும் அவரைச் சென்று சேராது. அவர் மைந்தனாக என் கடனையே நான் செய்கிறேன். இதன் பொருட்டு ஒருவேளை இப்போது சினம் கொண்டாலும் பின்னாளில் உளம் உவந்து என்னை வாழ்த்துவார்" என்றான் பானு.

அபிமன்யூ அவன் முகத்தையே நோக்கிக்கொண்டிருந்தான். சொல்லிச் சொல்லி அச்சொற்களை உள்ளமாக ஆக்கிக்கொண்டுவிட்டவனின் மெய்யான உணர்வுகள் அதிலிருந்தன. "இளையோனே, தந்தை என்று நம்

முன் வந்து நிற்பவர் ஒருவரல்ல. திசைவெளிக்கு அப்பால் முனை மறையும் மாபெரும் சரம் ஒன்றின் இறுதி மணி அவர். நம்மிலிருந்து பிறிதொரு சரம் எழுந்து சென்று திசை மறைகிறது. அவரிடமிருந்து பெற்று என் மைந்தருக்கு அளிப்பது யாதவர் என்னும் குருதியடையாளத்தையே. என் கடன் அது. அது ஒன்றையே ஆற்ற விழைகிறேன்" என்றான் பானு.

"இதை அறைகூவலாக அல்ல, அவர் அடிப்புழுதியை சென்னிசூடியே அறிவிக்கிறேன். என்னை அவர் தன் மைந்தனாக மட்டுமல்ல, தன் முதுதந்தையாகவும் எண்ணுவதற்கே நமது மரபு ஆணையிடுகிறது. என் குலப்பெயர் சூரசேனன் என அவர் அறிந்திருப்பார். நான் முடிசூடுவது அப்பெயர் கொண்டே என அவரிடம் சொல்!" அபிமன்யூ வேறேதும் உரைக்காமல் தலைவணங்கி பிரலம்பனை நோக்கிக் கையசைத்துவிட்டு வெளியே சென்றான்.

ஸ்ரீதமர் "இதை எதிர்பார்த்திருந்தோம்" என்றார். "ஏனெனில் ஒவ்வொன்றுக்கும் திசைவிரைவொன்றிருக்கிறது. மேலும் மேலும் தன்னைத் தொகுத்துக்கொண்டு விசை மிகுந்து முன்செல்கிறது இது. ஏதோ ஒரு புள்ளியில் அந்த விசை முழுமை அடைந்து விரைவு குறையத்தொடங்குகிறது. அதற்கெதிரான அனைத்துச் சொற்களையும் அப்போதுதான் சொல்ல முடியும். இவர்கள் ஒவ்வொருவரும் இப்போது எதிர்த்தரப்பையே அறியாத ஊக்கம் கொண்டிருக்கிறார்கள். நாம் கூறும் எதிர்த்தரப்பனைத்தும் வெறும் சொற்களே இவர்களுக்கு. ஊழ் எழுந்து வந்து தன் முதல் அறையை நிகழ்த்த வேண்டும். அதில் திகைத்து நின்றபின்னரே நாம் தொடங்க முடியும்."

சுதமர் "இன்னும் அரை நாழிகைப்பொழுதில் அவை தொடங்கவிருக்கிறது. மைந்தர் எவருமே அவை புகுவார்கள் என்று தோன்றவில்லை" என்றார். "ஆம், நாம் விழையாதது தொடங்கவிருக்கிறது" என்றார் தமர். ஸ்ரீதமர் "இனி ஒன்றே செய்வதற்குள்ளது. மைந்தர் உரைத்த அனைத்தையும் சென்று அரசரிடமே சொல்க! என்ன நிகழ்கிறதென்று அவர் அறிந்திருக்கட்டும். அவரே முடிவெடுக்கட்டும்" என்றார். அபிமன்யூ "ஆம், வேறுவழியில்லை" என்றான்.

தமர் மெல்ல இடைபுகுந்து "இன்னொரு வாய்ப்புள்ளது. நாம் அவையை ஒத்திவைக்க முடியும். இன்றொருநாள் கடக்குமென்றால் இளையோனை அனுப்பி பிரத்யும்னரிடம் பேச வைக்கலாம். இவர்கள் இருவரையும்விட உளமுதிர்வு கொண்டவர். அரசியல் சூழலும் அறிந்தவர். இத்தருணத்தில் சற்று பொறுப்பதே உகந்தது என்று அவர் முடிவெடுத்தால் பிற இருவருக்கும் வேறு வழியில்லை. நாளை மாலை முறையாக அவையைக் கூட்டிவிடலாம்" என்றார். "என்ன சொல்லி அவையை ஒத்திவைப்பது? நகரில் முரசறைந்துவிட்டோம்" என்றார் ஸ்ரீதமர்.

“அவருக்கு உடல்நிலை சற்று குறைவுபட்டுள்ளது எனலாம்” என்று தமர் சொன்னார். ஸ்ரீதமர் “அவர் உடல்நிலை இதுவரை ஒருமுறைகூட குறைவுபட்டதில்லை. பதினான்கு ஆண்டுகளின் இருளுக்குப்பின் முகில் கிழித்தெழும் இளங்கதிரென எழுந்து வந்துள்ளார் என நகரில் அறைகூவியிருக்கிறோம். இன்று உடல்நிலை சீர்கெட்டுள்ளதென்றால் அது பொய்யென்றுதான் நகர் எண்ணும். முயன்று நம்புமென்றால் நாம் எண்ணியிராத பெரும்பொருள் அதற்கு வரும். அதற்கு பாரதவர்ஷம் முழுக்க அரசியல்கணக்குகள் உருவாகும்” என்றார்.

“ஆம், அதைத் தவிர்க்க வேண்டியதுதான்” என்றார் தமர். ஸ்ரீதமர் “வேண்டுமென்றால் எட்டு அரசியரில் எவரேனும் உடல்நலம் குன்றி இருக்கலாம். அதன்பொருட்டு இன்றைய அவை ஒத்திவைக்கப்படலாம்” என்றார். அபிமன்யூ “ஆம், அது நல்ல எண்ணமே” என்றான். “இளையோனே, அதையும் நீயே செய். அரசியரிடம் செல்க! அவர்கள் எவரேனும் உடல்நலம் குன்றி இன்று அவை ஒழிய முடியுமா என்று கேட்டுப்பார்” என்றார் ஸ்ரீதமர்.

அபிமன்யூ “அவர் அறியாமலா?” என்றான். “அவர் அறியாமல் ஒன்றும் இங்கு நிகழாது. அறிந்ததாகக் காட்டிக்கொள்வதும் அறியாததென நடிப்பதுமே அவர் இயல்பு. அதைப்பற்றி நாம் எண்ணவேண்டியதில்லை” என்றார் சுதமர். “ஆம், நான் பேசுகிறேன். மாதுலரிடம் நிகழ்ந்ததைக் கூறுவதற்குமுன் மைந்தரின் அன்னையிடம் என்ன நிகழ்ந்தது என்பதைச் சொல்லவேண்டிய பொறுப்பும் எனக்குள்ளது” என்றான். ஸ்ரீதமர் “நல்லது நிகழ ஏதேனும் வாய்ப்பிருக்குமென்றால் நிகழ்க! ஏதேனும் யாதவ குலதெய்வம் நாம் வாயில் திறக்கக் காத்திருக்குமெனில் அது எழுக!” என்றார்.

5

அபிமன்யூ அமைச்சு அறையைவிட்டு வெளிவந்ததும் காத்திருந்த பிரலம்பன் அவனுடன் நடந்தபடி "இப்போது அரசியரைச் சந்திக்கப்போகிறோமா?" என்றான். அவன் உய்த்துணர்ந்ததைப் பற்றி அபிமன்யூ வியப்பு கொள்ளவில்லை. "ஆம், அரசியரும் மூன்று குழுக்களாக இருக்கிறார்கள் என்று கேள்விப்பட்டேன். நான் முதலில் ஜாம்பவதி அத்தையைச் சந்திக்க விரும்புவதாக ஜாம்பவவிலாசத்தின் அகத்தளத்திற்குச் சென்று சொல்க! நான் செல்வதற்குள் அவர் காளிந்தி அத்தையை அங்கு வரவழைத்திருப்பார்" என்றான்.

நடந்தபடி "அவர்களை நான் சந்தித்துக்கொண்டிருக்கையில் ருக்மிணி அத்தையைச் சந்திக்க விரும்புவதாகச் சென்று சொல்க! அங்கே பத்ரை அத்தையும் லக்ஷ்மணை அத்தையும் மித்ரவிந்தை அத்தையும் வந்திருப்பார்கள். இறுதியாக அரசி சத்யபாமையைச் சந்திக்கிறேன். உடன் நக்னஜித்தி அத்தை இருப்பார்" என்றான். பிரலம்பன் "ஆம்" என்றான். "மூன்று சந்திப்புகளில் அனைத்தையும் முடித்துவிடலாம்" என்றான் அபிமன்யூ தனக்கே என. பிரலம்பன் தலைவணங்கி முன்னால் சென்றான்.

அபிமன்யூ தன் அறைக்குச் சென்று ஏவலனிடம் தனக்கு அகத்தளத்திற்குரிய ஆடைகளை அணிவிக்கும்படி சொல்லி அமர்ந்தான். அவன் உள்ளம் அனைத்துச் சொற்களையும் இழந்து முழுமையாகவே ஒழிந்துகிடந்தது. சோர்வு மெல்லக் கட்டைவிரலிலிருந்து கிளம்பி உடலை நிறைத்தது. அனைத்து நரம்புகளும் நாணிழக்க, அவன் அங்கிருந்து தன்னால் எழவே முடியாது என எண்ணினான். ஏவலன் மெல்லத் தட்டியபோதுதான் அவன் தான் துயில்கொண்டு சரிந்தபடி இருப்பதை உணர்ந்தான். அதற்கு

முந்தைய கணம் அவன் உபப்பிலாவ்யத்தில் இருந்தான். எவரிடம் பேசிக்கொண்டிருந்தேன்?

அகத்தளம் புகுவதற்குரிய வெண்பட்டு மேலாடையும் வெண்ணிறக் கீழாடையும் அணிந்து வெண்ணிறத் தலைப்பாகை சூடி அவன் ஜாம்பவவிலாசத்தை அடைந்தபோது அங்கு ஜாம்பவதியின் சேடியான பிரியை காத்து நின்றிருந்தாள். “அரசி தங்களை உள்கூடத்திற்கு அழைத்துவரும்படி ஆணையிட்டிருக்கிறார், இளவரசே” என்றாள். அவன் புன்னகையுடன் “ஆம், உள்கூடம் ஒலிபுகாச் சுவர்கள் கொண்டது” என்றான். அவன் என்ன சொல்கிறான் என்று புரியாமல் புன்னகைத்தபடி தலைவணங்கினாள் பிரியை.

உள்கூடத்தின் வாயிலருகே சென்றதும் அவள் உள்ளே செல்லும்படி கைகாட்டிவிட்டு நின்றுவிட்டாள். பெரிய கதவு வெண்கலக் கீலில் வெண்ணெய்யில் என ஒலியிலாது சுழன்று தசைகூடுவதுபோல இணைந்து மூட, அபிமன்யூ உள்ளே சென்று நின்றான். ஜாம்பவதி பீடத்தில் அமர்ந்திருக்க அப்பால் சாளரத்தருகே சுவர் சாய்ந்து காளிந்தி நின்றிருப்பதைக் கண்டான். பெரிய பளிங்குத் தூண்களால் தாங்கப்பட்ட வெண்குடைவுக்கூரை கொண்ட அக்கூடத்தில் அவர்கள் இருவர் மட்டுமே இருந்தனர். கடற்காற்று உள்ளே சுழன்றுகொண்டிருந்தது.

“வருக, மைந்தா!” என்று ஜாம்பவதி அவனை வரவேற்றாள். “தாள் பணிகிறேன், அத்தை” என்று சொன்னபடி குனிந்து அவள் தாள்தொட்டு சென்னிசூடினான் அபிமன்யூ. அவன் தலையில் கைவைத்து “வெல்லப் படாதவனாகுக!” என்று அவள் வாழ்த்தினாள். அவன் காளிந்தியை வணங்கியபோது அவன் தலையை அவள் மெல்லத் தொட்டாள். அபிமன்யூ “இதுவரை சந்திக்காமையின் குறை இருந்தது, அத்தை. ஆனால் இளையோருடன் விளையாடி தங்களுடன் சொல்லாடிய மகிழ்வைப் பெற்றேன்” என்றான்.

அவன் அமர்ந்ததும் ஜாம்பவதி “நீ சாம்பனை இன்று சந்தித்தாயென்று அறிந்தேன்” என்றாள். அபிமன்யூ “ஆம், அத்தை” என்றான். “அவர் என்னிடம் சொன்னவற்றை அரசரிடம் சென்று சொல்லும்படி பணிக்கப்பட்டிருக்கிறேன். அதற்குமுன் அவற்றைத் தங்களிடம் சொல்ல விரும்புகிறேன்” என்றான். ஜாம்பவதி கைநீட்டி அவனைத் தடுத்து “மைந்தா, அவன் என்ன சொல்லியிருப்பான் என்று எனக்குத் தெரியும். அதில் ஒரு சொல்லையேனும் நான் கேட்க விரும்பவில்லை. என் உடலும் உள்ளமும் ஊழும் மாற்றுலகங்களும் ஒருவருக்காக மட்டுமே. பிறிதொரு எண்ணம் என்னில் எப்போதும் எழுந்ததில்லை” என்றாள்.

“அவர் தந்தையிடம் மாறு கொண்டிருக்கிறார், களமெதிர் நிற்கவும் கூடும்” என்றான் அபிமன்யூ. “அவ்வாறு என் மைந்தர் நிற்பார்களேயென்றால் அவர்களின் குருதியை ஒருதுளி விழிநீர் எழாது நின்று நோக்கவும் நான் சித்தமாவேன். அவர்கள் எனக்கு எவருமல்ல” என்று ஜாம்பவதி சொன்னாள். “இங்கிருக்கும் எவரும் எனக்கு உறவல்ல. இவ்வாறு சூழ்ந்துள்ள எப்பொருளும் என்னுடையதும் அல்ல. இங்கு ஒலிக்கும் ஒரு சொல்லுக்கும் என்னுள்ளத்தில் பொருளில்லை. ஒருவருக்கு மட்டுமென இப்புவி பிறந்தேன்.”

“அவரிலிருந்து அவர் விழைவால் அலைவுற்று விலகிவந்த அவர்தான் நான்” என்று ஜாம்பவதி சொன்னாள். “மீண்டு அவர் அகத்து அமர வேண்டியவள். என்னை அவரென்றன்றி பிறிதென்று எப்போதும் உணர்ந்ததில்லை. இம்மைந்தர் இங்கு பிறக்கையில் அவர் என்னில் நிகழ்கிறார் என்றே எண்ணினேன். எண்புறமும் சூழ்ந்திருந்தாலும் கையெட்டித் தொடமுடியாதவராகிய மடியிலும் முலைகளிலும் இட்டுச் சீராட்ட முடிவதற்கான வாய்ப்பென்று மட்டுமே கருதினேன். என் வழியாக இவ்வுலகு நோக்கி அவர் விரிகிறார். வில்லென்று என்னைக்கொண்டு அம்புகளைத் தொடுக்கிறார். பிறிதொன்று கருதியதே இல்லை.”

ஜாம்பவதி பருத்து ஓங்கி பெரிய கைகளும் பரந்த முகமுமாக ஆலயச் சிலைகளில் எழுந்த அன்னை போலிருந்தாள். “இப்போதுகூட இம்மைந்தர் தந்தையிடம் மாறுகொள்கின்றனர் என்று நான் கருதவில்லை. அவரே எண்பது முகம் கொண்டெழுந்து தன்னுடன் தான் போர் புரிகிறார் என்றே தோன்றுகிறது. அது அவர்களின் போர். நாங்கள் எண்மரும் அதில் எங்கும் இல்லை” என்றாள். சிறிய கரிய உடலும் சிறுமியருக்குரிய வட்டமுகமும் கொண்டிருந்த காளிந்தி “ஆம், அக்கை சொல்வதே என் சொல். இத்தனை தெளிவாக என்னால் உரைத்துவிட இயலாது” என்றாள்.

ஜாம்பவதி “மைந்தரை என் தோளிலிருந்து இறக்காது வளர்த்தேன். மூத்தவனை அன்னையுடன் இருப்பவன் என்பதனால் ஸ—அம்பன் என்று செவிலியர் களியாடுவதுண்டு. எப்போதும் பிரியாமல் என்னைச் சுற்றி என் உளம் அமைந்த உருவத்தைப் பத்தாகப் பிரித்தமர்த்தி ஒவ்வொன்றையும் வழிபட்டு வந்தேன்” என்றாள். “மீண்டு சென்று என் மைந்தனிடம் பேசுவாயென்றால் சொல்க! அவனிலும் அவன் உடன்பிறந்தாரிலும் நான் கண்டது ஒரு முகத்தை மட்டுமே. அழிவற்றது அம்முகம். அவர்களின் உடல் அழிந்தால்கூட இப்புவியில் என்றும் இருக்கும் அது.”

அவள் எழுந்துகொண்டு “இப்போது நீ மூத்த அரசியர் இருவரையும் பார்க்கப்போகிறாய் என்று எண்ணுகிறேன். அவர்களுடன் பிற நால்வரும்

இருப்பார்கள். எண்ணிக்கொள் மைந்தா, ஒருவருக்கும் மறுசொல்லென ஒன்றுமிருக்காது. நாங்கள் எட்டெனப் பிரிந்து வேறு வேறு முகம்கொண்டு உளம்திரண்டு சொல்பெருக்கி முரண்பட்டு இங்கு ஆடும் இந்த நாடகம் அவர் மகிழ்ந்து உவகை கொள்ளும் பொருட்டு எழுந்தது மட்டுமே. இதற்கப்பால் நாங்கள் அரசியர் அல்ல, அன்னையரும் அல்ல" என்றாள்.

அபிமன்யூ எழுந்து கைகூப்பி நின்றான். ஜாம்பவதி தன் மேலாடையை அள்ளித் தோளிலிட்டுக்கொண்டு "நாங்கள் அணிபுனையவேண்டும். இன்று அவையமரும் நன்னாள். பதினான்காண்டுகளுக்குப்பின்" என்றாள். அபிமன்யூ தலைவணங்கி "இதையும் நான் அறிந்திருந்தேன், அத்தையே. இத்தனை உகந்த சொற்களில் இதைக் கேட்கும் பேறு எனக்கு அமையவேண்டுமென்றுதான் இத்தருணம் எனக்கு அளிக்கப்பட்டது என்று உணர்கிறேன்" என்றான்.

ஜாம்பவவிலாசத்தின் முகப்பில் பிரலம்பன் அவனை எதிர்கொண்டான். அபிமன்யூ அங்கு வந்தபோதிருந்த சோர்வகன்று முகம் மலர்ந்திருப்பதைக் கண்டு "வென்றுவிட்டோமா?" என்றான் பிரலம்பன். "எண்ணியதல்ல நிகழ்ந்தது" என்றான் அபிமன்யூ. பிரலம்பன் குழப்பத்துடன் "நாம் பிற அரசியரைப் பார்க்கவேண்டும் அல்லவா?" என்றான்.

"ஆம். அத்தையரிடம் பேசினாயா?" என்று அபிமன்யூ கேட்டான். "இளவரசே, யாதவஅரசியும் இளையஅரசியும் பிற நால்வருடன் அரசரின் அறைக்குச் சென்றுவிட்டார்கள்" என்றான். "அரசர் அறைக்கா? இன்னும் பொழுதிருக்கிறதே?" என்று அபிமன்யூ சொன்னான். "ஆம், அவர் இன்னமும் அணியறைவிட்டு வரவில்லை என்றார்கள்" என்றான் பிரலம்பன். "என்ன நிகழ்ந்ததென்றே தெரியவில்லை. நாம் மூத்தவர் பானுவைச் சந்தித்ததை மூத்த அரசி அறிந்திருக்கலாம். சினம்கொண்டு தன் அரண்மனையிலிருந்து கிளம்பி அரசரைச் சந்திக்கும்பொருட்டு சென்றார் என எண்ணுகிறேன்."

"ஆனால் அவருடன் பிறரும் சென்றிருக்கிறார்கள்" என்றான் அபிமன்யூ. "ஆம், அவர் செல்வதைக் கண்டு அவருடன் இளைய அரசியும் சென்றார் என எண்ணுகிறேன். ஆகவே பிற நால்வரும் உடன் சென்றனர்." அபிமன்யூ "எப்போது அவர்கள் அரசர் அறைக்குள் நுழைந்தார்கள்?" என்றான். "சற்று முன்பு. அச்செய்தியை அறிந்ததும் தங்களைச் சந்திக்க ஓடி வந்தேன். அரசியருடனான சந்திப்பு நீளும் என்றால் உள்ளே வந்து எவ்வாறு அதைத் தெரிவிப்பது என்று தயங்கிக்கொண்டிருந்தேன். அது விரைவிலேயே முடிந்துவிட்டது" என்றான்.

“வருக!” என்று அவன் தோளில் தட்டியபடி அபிமன்யூ நடக்க “எங்கு செல்கிறோம்? அரசியரைச் சந்திக்க இது உகந்த தருணமல்ல. நீங்கள் எண்ணிய எதையுமே இப்போது நாம் அவர்களிடம் சொல்ல முடியாது” என்றான் பிரலம்பன். “அவர்களிடம் இனி சொல்வதற்கு எதுவுமில்லை. அவர்கள் அனைவரின் பொருட்டும் ஜாம்பவதி அத்தையே பேசிவிட்டார்கள்” என்று அபிமன்யூ சொன்னான்.

அபிமன்யூவும் பிரலம்பனும் இடைநாழிகளினூடாக நடந்து கூடத்தில் படிகளில் மேலேறி மீண்டும் ஓர் இடைநாழியைக் கடந்து அரசரின் மையமாளிகைக்குச் சென்றார்கள். பிரலம்பன் மூச்சுவாங்க “இவ்வரண்மனை ஒரு சிறுநகரின் அளவுக்கு உள்ளது. இதற்குள்ளே புரவியிலோ தேரிலோ செல்வதற்கான வழிகள் உருவாக்கப்படவில்லையென்றால் முதியோர்கள் இடருறுவார்கள்” என்றான். அபிமன்யூ அவனைத் திரும்பிப் பார்த்துப் புன்னகைத்து “முதியவர்களை உள்ளேயே மஞ்சலில் தூக்கிச் செல்வதுண்டு” என்றான்.

“காலோய்ந்த இளையோரையும் அவ்வாறே அவர்கள் தூக்கிச் செல்லலாம்” என்றான் பிரலம்பன். இளையயாதவரின் மாளிகைமுகப்பில் நின்ற அமைச்சர் சுதமர் அபிமன்யூவைக் கண்டதும் மெல்லத் தலையசைத்து நிகழ்ந்ததை அவர் அறிவார் என்பதை உணர்த்தினார். அபிமன்யூ அருகே சென்று “நான் அரசரைச் சந்திக்கலாமா?” என்றான். “அவர் அணியறையில் இருக்கிறார். அரசியர் மட்டும் உள்கூடத்தில் அவருக்காகக் காத்திருக்கிறார்கள். அங்கே அமைச்சர்கள் செல்லும் வழக்கம் இல்லை. ஆனால் மைந்தராக உங்களுக்குத் தடை இல்லை” என்று சுதமர் சொன்னார்.

அவர் சொன்னதைப் புரிந்துகொண்டு தலைவணங்கி ஏவலனிடம் தன்னை உள்கூடத்திற்குக் கூட்டிச்செல்லும்படி அபிமன்யூ சொன்னான். உள்கூடத்தின் வாயிற்காவலன் உள்ளே சென்று அவன் வரவை அறிவித்து மீண்டு வந்து உள்ளே செல்லும்படி யாதவ அரசி ஆணையிட்டிருப்பதை உரைத்தான். பிரலம்பனிடம் அங்கு நிற்கும்படி கைகாட்டிவிட்டு அபிமன்யூ உள்ளே சென்றான்.

உள்ளே ருக்மிணியும் சத்யபாமையும் இரு பீடங்களில் அமர்ந்திருந்தனர். இருவருக்கும் பின்னால் நக்னஜித்தியும் பத்ரையும் லக்ஷ்மணையும் மித்ரவிந்தையும் நின்றிருந்தனர். அபிமன்யூ உள்ளே நுழைந்து சத்யபாமையின் காலடிகளைத் தொட்டு சென்னிசூடினான். அவள் வாழ்த்தும்முகமாக தலையைத் தொட்டாள். ருக்மிணியையும் தாள் வணங்கிவிட்டு பிற அரசியர் அனைவரையும் பொதுவாக நிலம் தொட்டு வணங்கிவிட்டு அவன் அருகே நின்றுகொண்டான்.

அவன் தொடங்குவதற்குள் சத்யபாமை “நீ எங்கிருந்து வருகிறாய் என்று அறிவேன். நீ சொல்லவருவதும் தெரியும்” என்றாள். “ஆம், அத்தை. சற்று முன்னால் சாம்பரையும் பானுவையும் பார்த்தேன். பின்னர் ஜாம்பவதி அத்தையைப் பார்த்துவிட்டு தங்களைப் பார்க்க வந்தேன்” என்றான் அபிமன்யூ. ருக்மிணி புருவத்தைச் சுளித்து “அவள் இன்னும் அவைக்கு அணிசெய்துகொள்ளவில்லையா? சற்றுநேரத்தில் அரசர் அவை புகவிருக்கிறார்” என்றாள். திரும்பி நக்னஜித்தியிடம் “சென்று அவளிடம் கிளம்பச்சொல்... பொழுதாகிறது” என்றாள்.

அபிமன்யூ உட்புகுந்து “அத்தை, நான் விடைகொண்டபோது அவர்களிருவரும் அணிகொள்ளத்தான் செல்வதாகக் கூறினார்கள்” என்று சொன்னான். “நாங்கள் கிளம்பிவிட்டோம். இன்று பதினான்கு ஆண்டுகளுக்குப் பின்னர் அரசர் அவையமரவிருக்கிறார். துவாரகையின் அருந்தருணங்களில் ஒன்று இது” என்றாள் ருக்மிணி. அபிமன்யூ ஆறு அரசியர் முகங்களையும் நோக்கினான். பின்னர் “அதனால்தான் நான் பார்க்கவந்தேன். இது ஒரு நன்மங்கலத் தருணமாக அமையாதென்று அஞ்சுகிறேன்” என்றான்.

சத்யபாமை “ஏன்?” என்றாள். “அத்தையரே, தங்கள் மைந்தர் எவரும் இன்று அவையமரப்போவதில்லை” என்றான் அபிமன்யூ. சத்யபாமை “அதனால் என்ன? அவை என்பது ஒருவரே. அவர் அமர்ந்தபின் அங்கே எவர் இருந்தாலென்ன, இல்லையென்றால் என்ன?” என்றாள். “ஆம், ஆனால் தங்கள் மைந்தர் இல்லையேல்...” என அபிமன்யூ தொடங்க “அதை அவர்கள் முடிவெடுக்கட்டும். அவர்கள் தங்கள் நலன் காக்க அறிந்தவர்கள்” என்றாள்.

“அவர்கள் செயலுக்கு நீங்களும் பொறுப்பல்லவா?” என்றான் அபிமன்யூ சற்று எரிச்சலுடன். சத்யபாமை இயல்பாக “அவர்கள் எங்களுக்கு எவ்வகையில் உறவு?” என்றாள். அபிமன்யூ “இங்கு நான் வந்து தங்களைச் சந்தித்தபோது பிறிதொன்றைச் சொன்னீர்கள்” என்றான். “ஆம், அதை எண்ணியே நானும் வியந்துகொண்டிருக்கிறேன். இந்தப் பதர்களை எல்லாம் அனைத்துமென எப்படி எண்ணியிருந்தேன்?” ருக்மிணி “அது அவர் அகன்றிருக்கையில் எங்கள்மேல் கவிந்த இருள்” என்றாள். “அல்லது அவர் எங்களைச் சிக்கவைத்துச் சென்ற ஆடல். பதினான்கு ஆண்டுகாலம் ஒளிமறைவுப் பகுதியிலிருந்தோம். அவர்முன் நாங்கள் எவரென்று அறிந்தோம். மைந்தா, இப்புவியில் எங்களுக்கு மானுடர் எனப் பிறிதெவரும் இல்லை.”

“துணைவியர் என நாங்கள் எட்டு மாயைகளில் சிக்கிக்கொண்டவர்கள்” என்றாள் சத்யபாமை. “நாங்கள் அழகிகள் என்னும் மாயை. உயர்ந்தோர்

எனும் மாயை. அவருக்காகவே பிறந்தோம் என்றும் அவருக்காகவே வாழ்கிறோம் என்றும் மகிழ்விக்கிறோம் என்றும் அவர்முன் எவர் பெரியவர் என்றும் அவர் எங்களை விரும்புகிறார் என்றும் எண்ணும் மாயைகள். அனைத்துக்கும் மேலானது அவர் மைந்தரைப் பெற்றோம் எனும் மாயை. இறுதியாக அதில் சிக்கியிருந்தோம்" என்றாள் சத்யபாமை.

"மாயைகளில் பெரிது அன்னையெனும் பற்று. அனைத்துச் சிறுமைகளையும் அள்ளிக்கொண்டு வந்து நிறைக்கிறது. அனைத்து வாயில்களையும் மூடி அறியாமையை வளர்க்கிறது. அனைத்துக்கும் மேலாக அன்னையென்று அமைந்து ஆற்றுவதெல்லாம் நன்றே என்ற பொய்யில் திளைக்கவைத்து மீட்பில்லாதாக்குகிறது. வெளிவந்த பின்னரே அதை உணர்கிறோம்" என்றாள் ருக்மிணி. "ஆனால் இதுவும் அவர் ஆடுவதே என எண்ணுகையில் நன்றே நிகழ்ந்தது என்றே கொள்கிறோம்."

சத்யபாமை "இன்று எண்பதின்மர் தந்தையுடன் ஆடும் விளையாட்டு என்னவென்று எங்களுக்குப் புரியவில்லை. இதையும் அவரே எவ்வகையிலோ ஆடுகிறார் என்று தோன்றுகிறது. ஒருவேளை இப்பெருநகரே ஒரு மாயமென்றிருக்கலாம். இந்திரமாயம் காட்டுபவன் இரு கைவிரல்களை விரைந்து அசைத்து இழுத்து விரித்து வெறும் வெளியில் உருவாக்கும் பொய்யுருவங்கள் போன்றது இந்நகரென்று தோன்றுகிறது. வெறும் நுரைவடிவு. ஒளியே பருப்பொருளாகும் விழிமயக்கு. கைசுருக்கி அவன் விலகும்போது இழுபட்டு உருகுவிந்து துளியென்றாகி வெட்டவெளியில் மறைவது" என்றாள்.

"இந்நகர் போலவே நாங்களும் எங்கள் மைந்தரும் அவர் தோகைவிரித்தாடும் வண்ணப் பீலிகளாக இருக்கலாம். அவர் ஆடலுக்கு அழகு சேர்ப்பதன்றி வேறு பொருள் இல்லையென்று நாங்கள் உணர்வதைப்போல் அனைவரும் உணரும் காலம் வரும்" என்றாள் ருக்மிணி. "ஆனால் இது வீண் அல்ல. இறைவிளையாட்டு மாயையினூடாகவே. அதன் அலையெல்லாம் வெறும் மயக்கு. அதிலெழும் அமுது மட்டும் மெய். இப்போரும் குடிப்பூசலும் குருதியும் விழிநீரும் மறையும். பொய்யென்றாகி கதையென மீட்கப்படும். நூலெனப் பயிலப்பட்டு மெய்யெனத் திரட்டப்படும். அதுவே அவர் இங்கு நிகழ்ந்தமைக்கான பொருள்."

அபிமன்யூ பொருளின்றி அவர்களை நோக்கிக்கொண்டிருந்தான். முற்றிலும் அயலான ஓரிடத்தில் வேறு ஒளியில் வேறு காற்றில் சொற்கள் அறியாப்பெரும்பொருள் கொள்ளும் சித்தப்பரப்பில் இருந்துகொண்டிருப்பதாகத் தோன்றியது. அது எவரோ இயற்றி முடித்துவிட்ட நூல். மாபெரும் காப்பியங்களுக்குரிய ஒத்திசைவும்

பிறழ்வுகளும் கொண்டது. பொருள்கடந்த விரிவும் பொருளின்மையும் நிறைந்தது. குழந்தைக்கதையென்றும், அழியாத் தொல்கதை என்றும், மூத்தோர் நெறியென்றும், மூவா விழைவென்றும், அறமென்றும், கீழ்மறமென்றும் மாறிமாறித் தன்னைக் காட்டுவது.

பல்லாயிரம் பட்டைகொண்ட ஒரு வைரம். அதைப் பல்லாயிரம்கோடி முறை திருப்பித் திருப்பி மட்டுமே காட்ட இயல்வது இந்த முகம். ஆடிகளால் அல்ல. அள்ளற்கரியது கடல். அதை அள்ள கடலென விரிகிறது எவருடையவோ சொல். அவன் பெருமூச்சு விட்டான். “ஆம், எங்கோ அமர்ந்து கிருஷ்ண துவைபாயனர் இதை எழுதிக்கொண்டிருக்கிறார் போலும் என்று நானும் எண்ணிக்கொண்டேன்” என்று மித்ரவிந்தை சொன்னாள். “அவரிலெழும் அழியாச் சொல்லில் மட்டுமே அவர் முகம் தெரியும்.”

மறுபக்கக் கதவு ஓசையின்றித் திறந்து ஏவலன் வெளிவர ஆறு அரசியரும் எழுந்து நின்றனர். அபிமன்யூ எழுந்து கைகூப்பி நின்றான். உயர்ந்த அறைக்கதவினூடாக இளையயாதவர் அரசணிக்கோலத்தில் வெளிவந்தார். பச்சை மரகதங்கள் பதிக்கப்பட்டு தளிரென்று ஒளிவிட்ட பொற்குறடு. இளநீல அருமணிகள் சுடர்ந்த கழல். உருகிவழிந்த பொன் என நெளிவுகள் அமைந்த அரையாடை. அனலொளி கொண்ட வைரங்கள் செறிந்த பொற்கச்சை. அதில் செருகப்பட்ட உடைவாளின் பிடியில் கருடன் செவ்விழி திறந்திருந்தது.

பொற்கவசமிட்ட மார்பு. தோளிலையும் புயவளைகளும் கங்கணங்களும் கணையாழிகளும். அணியிலாத ஓர் இடமில்லை. பூத்த மரங்களில் நிகழும் நிறைவு. அணிகள் உடலுக்கு மானுடன் அளிக்கும் படையல். இது உன் அழகு, இது உன் நெகிழ்வு, இது உன் குழைவு, இது உன் குலுங்கல், இது உன் சிலம்பல், இவை நீ கொண்டவற்றின் தூய்மைகள் மட்டுமே என அவன் உடலிடம் சொல்கிறான். ஆம் என்று சூடி மேலும் பொலிகிறது உடல்.

அணிகளால் குழந்தை மலர்கிறது. கன்னியர் கனிகிறார்கள். அன்னையர் நிறைவுறுகிறார்கள். அரசர்கள் மாண்புறுகிறார்கள். தெய்வங்கள் விழியுருக் கொள்கின்றன. அணிகளன்றி அவர்களுக்கு அளிக்க மானுடனிடம் ஏதுமில்லை. அணிகள் அழகென மானுடன் அறிந்தவற்றின் நுண்செறிவு. அவன் விழிகொண்ட தவத்தைக் கைகள் அறிந்ததன் சான்று. ஆக்கி அழிக்கும் தெய்வங்களுக்கு முன் பணிந்து அவன் காட்டும் ஆணவம்.

செம்பட்டுச் சுழற்றி அதன்மேல் முத்தாரம் சுற்றி வைரமலர்கள் பதித்து இப்புவியின் முதன்மைப்பெருஞ்செல்வம் என்று அமைத்த மூன்றடுக்கு

மணிமுடியின் மீது வானிலிருந்து மிதந்து வந்து விழுந்து மெல்லத் தைத்து நிற்பதுபோல் மயிற்பீலி காற்றில் அசைந்தது. பொன்னென்றும் மணியென்றும் அணியென்றும் ஆடையென்றும் குலமென்றும் குடியென்றும் அரசென்றும் அறமென்றும் இங்கிருக்க வைக்கும் அனைத்துக்கும் அப்பால் சிறகு என எழுந்து வானில் எடுத்துச்செல்லும் ஓர் அழைப்பு அது.

6

இளையயாதவர் அபிமன்யூவைப் பார்த்து “அவை ஒருங்கிவிட்டதா, இளையவனே?” என்றார். அபிமன்யூ தயங்கிய குரலில் “ஆம், ஒருங்கிக்கொண்டிருக்கிறது” என்றபின் “நான் பார்க்கவில்லை. அங்கே ஸ்ரீதமரும் தமரும் இருக்கிறார்கள்” என்றான். “சுதமர்…?” என்று கேட்டபடி இளையயாதவர் வந்து பீடத்தில் அமர, அவரைத் தொடர்ந்து வந்த ஏவலன் அவருடைய நீண்ட மேலாடையின் மடிப்புகளை அமர்வுக்குரிய முறையில் சீரமைத்தான். சத்யபாமை அவர் குழலில் கலைந்திருந்த ஒரு கீற்றைச் சீரமைத்தாள்.

“அவர் வெளியே கூடத்திலிருக்கிறார்” என்று அபிமன்யூ சொன்னான். “ஏன்? என்னிடம் ஏதாவது சொல்ல விரும்புகிறாரா? இவர்கள் இருப்பதனால் தயங்குகிறாரா?” என்றார் இளையயாதவர். “இல்லை… ஆம், சொல்ல விரும்புகிறார்…” என்று தடுமாறிய அபிமன்யூ “ஆனால் அதை நானே சொல்லிவிடுகிறேன், மாதுலரே” என்றான். “சொல்க!” என்று அவர் கையைக் காட்டியபின் ருக்மிணியிடம் அவள் வளையல் ஒன்று இன்னொன்றுடன் சிக்கியிருப்பதைச் சுட்டிக்காட்டினார். அவள் அதைச் சீரமைத்துக்கொண்டு புன்னகைத்தாள். நக்னஜித்தி அவர் கழுத்தணியின் பின்முடிச்சை இழுத்து சீரமைத்தாள். அவர்கள் சொல் எட்டா பிறிதொரு தொலைவிலிருப்பதாகத் தோன்றியது.

“எவ்வகையிலேனும் இன்றைய அவைகூடல் நிகழ்வை ஒத்திப்போட முடியுமா என்று அவர் கேட்க விரும்புகிறார்” என்றான் அபிமன்யூ. “ஏன்? அவை ஒருக்கங்கள் முடிய அவ்வளவு பொழுதாகுமா?” என்று இளையயாதவர் கேட்டார். கண்ணுக்குத் தெரியாத காற்றுபோல

அப்புன்னகை அவனை அறைந்து அணுக முடியாமலாக்கியது. பல்லாயிரம்பேரை நோக்கி இழுப்பதும் அவருக்குரியவர்கள் தாங்கள் என்று எண்ண வைப்பதும் அப்புன்னகைதான். அணுகியோர் மேலும் அணுகாமல் பல்லாயிரம் காதம் அகலே எழுந்த தனிமைப் பெருமலையென உணர வைப்பதும் அதுவே என்று அபிமன்யூ எண்ணிக்கொண்டான்.

“மாதுலரே, துவாரகையின் ஆற்றலின்மையை இன்றைய அவை அதன் எதிரிகளுக்குக் காட்டிவிடக்கூடுமென்று தங்கள் தோழர்கள் எண்ணுகிறார்கள். முன்னரே இங்கு விசைகொண்டிருக்கும் பிரிவுப்போக்கு அதனால் மேலும் தூண்டிவிடப்படக்கூடும். தாங்கள் தனிமைப்பட்டிருக்கிறீர்கள் என்ற பொய்யை உலகுக்கு அறிவிக்கும் நிகழ்வாகவும் அது அமையலாம்” என்றான் அபிமன்யூ. “நான் எப்போதும் முற்றிலும் தனிமையில்தான் இருக்கிறேன், மைந்தா” என்று இளையயாதவர் சொன்னார்.

மீண்டும் அருவியின் அறைதலால் என அப்புன்னகையால் நெடுந்தொலைவுக்கு அபிமன்யூ தூக்கி வீசப்பட்டான். “நான் அதைச் சொல்லவில்லை, இங்குள்ள அரசியல் சூழலைக் குறிப்பிட்டேன்” என்றான். “அரசே, யாதவக்குடிகளிலிருந்து பெரும்பாலும் குடித்தலைவர் எவருமே இந்த அவையில் இன்று வந்தமரப்போவதில்லை. அவைகூடலை முரசறைவித்து பன்னிரு நாழிகை கடந்துவிட்டது. இதுவரை யாதவப் பெருங்குலங்களிலிருந்து எந்தக் குலத்தலைவரும் அரண்மனை வளாகத்திற்குள் நுழையவில்லை என்றார்கள்.”

ஒருவேளை எவரேனும் வந்துள்ளார்களா என அவன் உள்ளம் ஐயுறவே குரல் தயங்கியது. ஆயினும் தன்னைத் தொகுத்துக்கொண்டு “தங்கள் மைந்தர்களும் முழுமையாகவே இந்த அவையைப் புறக்கணிக்கவிருக்கிறார்கள்” என்றான். “நான் அவர்களிடம் நேரில் பேசினேன். அவர்கள் உறுதிகொண்டிருக்கிறார்கள். ஏனென்று தாங்களே அறிவீர்கள்.” இளையயாதவர் சத்யபாமையை நோக்கிவிட்டு “மைந்தர்களிடம் அன்னையரைத் தூதனுப்பலாமா?” என்றார். அவள் அவருடைய புன்னகையைப் புன்னகையால் எதிர்கொண்டு “நீங்கள் எவரை வேண்டுமானாலும் தூதனுப்பலாம். யார் சென்றாலும் அது நீங்களே. மறுமொழி சொல்வதும் நீங்களே” என்றாள்.

அவர் ருக்மிணியிடம் “உங்கள் சொற்களை உங்கள் மைந்தர்கள் கேட்பதில்லையா?” என்றார். “உங்கள் சொற்கள் ஒவ்வொருவரையும் சென்று அடைந்துகொண்டுதான் இருக்கின்றன. சிலர் அண்மையில் இருக்கிறார்கள், சிலர் சேய்மையில்” என்று ருக்மிணி அதே புன்னகையுடன் சொன்னாள். அறையிலிருந்த ஆறு அரசியருமே ஒரே புன்னகை முகம்

கொண்டிருப்பதை அபிமன்யூ கண்டான். அவருடன் இருக்கையில் அவர்கள் அனைவரும் ஒன்றுபோல் இருக்கிறார்கள். அவருடைய விழிகளையும் புன்னகையையும் தாங்களும் சூடியிருக்கிறார்கள். பிறர் அங்கிருப்பதையே அறியாமல் இருக்கிறார்கள். தான் அங்கிருப்பதையேகூட அவர்கள் உணரவில்லை.

அபிமன்யூ தன் உள்ளத்தை மேலும் குவித்துக்கொண்டு “மாதுலரே, எனக்கொரு வாய்ப்புக் கொடுங்கள். நான் சென்று பிரத்யும்னரைச் சந்தித்து இன்றைய அரசியல் சூழலை விளக்குகிறேன். அவர் வருவாரென்றால் பிறருக்கும் அதைத் தவிர்க்கமுடியாத நிலை ஏற்படும்” என்றான். “பிறரைச் சந்தித்துவிட்டாயல்லவா?” என்று இளையயாதவர் கேட்டார். “ஆம், ஆனால் அவர்கள் அரசுசூழ்தல் அறியாதவர்கள். தங்கள் மைந்தர்களில் பிரத்யும்னர் மட்டுமே மெய்யாக இன்று பாரதவர்ஷத்தில் என்ன நிகழ்ந்துகொண்டிருக்கிறது என்று அறிந்தவர். இங்கு இன்றுவரை தங்களுக்கு அடுத்தபடியாக அரசராகத் திகழ்ந்தவரும் அவரே. அவரால் நான் சொல்வதைப் புரிந்துகொள்ள முடியும்” என்றான்.

அவர் சிரித்து “நீ சொல்வதை அனைவருமே புரிந்துகொண்டிருக்கிறார்கள். ஆகவேதான் நீ மறுமொழி சொல்லமுடியாத கூரிய தொகைக்கூற்றை அவர்கள் முன்வைக்கிறார்கள். பிரத்யும்னனிடமும் அவ்வாறொன்று இருக்கும்” என்றார். திரும்பி ஏவலனிடம் “பொழுதாகிவிட்டது அல்லவா?” என்றார். “ஆம், கிளம்ப வேண்டியதுதான், அரசே” என்று அவன் சொன்னான். “பிற இருவரும் எங்கே? காட்டுமலர்கள் இன்றி எந்தக் கோதையும் முழுமை கொள்வதில்லை என்பார்கள் கவிஞர்” என்றார். சத்யபாமை சிரித்துக்கொண்டு “சற்று பிந்தி விரிபவை... வந்துகொண்டிருக்கிறார்கள்” என்றாள்.

இளையயாதவர் திரும்பி அபிமன்யூவிடம் “இன்றைய அவைக்கு வருபவர் எவரையும் தடுக்க வேண்டியதில்லை என்பது மட்டும் எனது ஆணை” என்றார். “அவ்வாறே” என்று அபிமன்யூ தலைவணங்கினான். “நான் அவையைச் சென்று பார்க்கவிருக்கிறேன், மாதுலரே” என்று அவன் திரும்ப, அவர் “என் மைந்தனாக அவையில் இன்று முரளி அமர்ந்திருக்கட்டும்” என்றார். அபிமன்யூ திரும்பிப் பார்த்து “அவர்...” என்றபின் தலைவணங்கி “ஆணை” என்றான்.

கதவு திறந்து ஏவலன் உள்ளே வந்து “நிஷாத அரசியர் வருகை” என்று அறிவித்தான். “வரச்சொல்க!” என்று இளையயாதவர் சொல்ல, அவன் வெளியே சென்று கதவைத் திறக்க, ஜாம்பவதியும் காளிந்தியும் முழுதணிக்கோலத்தில் கைகளைக் கூப்பியபடி உள்ளே நுழைந்தனர். இளையயாதவர் “வருக! பிடியானை பட்டமணிந்து எழுந்த பின்னரே நிரை

அணிநிறைவு கொள்கிறது" என்றார். ஜாம்பவதி புன்னகையுடன் அருகே வந்து சத்யபாமையின் கைகளை மெல்லத் தொட்டாள். காளிந்தியைத் தோள் தொட்டணைத்த ருக்மிணி "பதினான்கு ஆண்டுகளுக்குப்பின் முழுதணிக்கோலம் கொள்கிறாள்" என்றாள்.

இளையயாதவர் திரும்பிப் பார்க்க "ஆம், பதினான்கு ஆண்டுகளும் இங்கு அஷ்டமி ரோகிணி நன்னாளில் மட்டும் அரசியரென நாங்கள் மன்றமர்வதுண்டு. ஒவ்வொரு முறையும் மூன்று அணிக்குறைகளை வேண்டுமென்றே வைப்போம். தாங்கள் இங்கில்லாதபோது அணிநிறைவு கொள்ளலாகாது என்று. ஆனால் இவள் மட்டும் ஏழு அணிக்குறைகள் பூணுவாள்" என்றாள் பத்ரை. "ஏன்?" என்று இளையயாதவர் கேட்டார். காளிந்தி இளமங்கையின் நாணத்துடன் "அறியேன். குறை மிகுந்தோறும் தாங்கள் வந்தமையும் இடம் மிகுகிறதென்று எண்ணம்" என்றாள்.

நக்னஜித்தி "மாறாக பூணும் அணியனைத்தும் தங்கள் விழிகளே என்று நான் எண்ணுவேன். பூணாத அணியொன்றை எடுத்து வைத்து இது தாங்கள் இன்னும் என்னை நோக்காத விழி எனக் கருதுவேன்" என்றாள். அவர்கள் தன்னை முற்றாகவே மறந்துவிட்டார்கள் என அபிமன்யூ உணர்ந்தான். தலைவணங்கி அவன் வெளியே சென்றதை அவர்கள் எவரும் நோக்கவுமில்லை.

இடைநாழியில் நின்றிருந்த சுதமர் அபிமன்யூவை நோக்கி ஓடிவந்து "என்ன நிகழ்கிறது?" என்றார். "அரசியரிடமோ அரசரிடமோ நாம் சொல்வதற்கொன்றுமில்லை" என்று அபிமன்யூ சொன்னான். "ஏவலர்கள் வந்து சொல்லிக்கொண்டிருக்கிறார்கள். சற்று முன்னர் ஸ்ரீதமரே நேரில் வந்தார். அவை முற்றொழிந்து கிடக்கிறது" என்றார் சுதமர். அபிமன்யூ "இன்னும்கூட அவர்கள் வரக்கூடுமென்றே தோன்றுகிறது" என்றான். "ஏதோ ஒன்றுக்காக அவர்கள் காத்திருக்கலாம். நம்மிடமிருந்தல்ல, அவரிடமிருந்து."

"துவாரகையின் அவையைபற்றி நீ இன்னும் அறிந்திருக்கவில்லை. பாரதவர்ஷத்தின் மாபெரும் அரசப்பேரவை அது. ஆறாயிரம் இருக்கைகள். வணிகர்கள், மாலுமிகள், அயல்தூதர்கள், குடித்தலைவர்கள், அந்தணர், முனிவர் என்று ஆறு பெரும்பிரிவுகள். ஒன்றிலும் இன்னமும் ஒருவர்கூட வந்தமரவில்லை" என்றார் சுதமர். அபிமன்யூ அதன்பின்னரே அதை முழுதுணர்ந்து "குடிகள் கூடவா?" என்றான். "எவருமே" என்றார் சுதமர். அத்தனை இருக்கைகளும் ஒழிந்துள்ளன. அந்தணரும் வணிகரும்கூட அவைபுகவில்லை."

"முற்றொழிந்த அவையை நோக்கியா கிளம்பவிருக்கிறார்?" என்றான் அபிமன்யூ. "ஆம், அதனால்தான் பதறிக்கொண்டிருக்கிறோம்.

என்ன நிகழ்கிறதென்று அறிந்துவர ஸ்ரீதமர் நகர் எங்கும் ஒற்றர்களை அனுப்பியிருக்கிறார்.” அபிமன்யூ “அவையில் முரளி அவர் மைந்தனாக வந்து அமரவேண்டுமென்று ஆணை” என்றான். சுதமர் “பட்டத்து இளவரசராகவா?” என்றார். “தெரியவில்லை. ஆனால் இன்று அவர் மட்டுமே அரசமைந்தரென அவையிலிருப்பார்.” சுதமர் “சொல்லமுடியாது. அவருக்கே முடிசூட்டவும்கூடும்” என்றார்.

“அவருக்கு அரசர் முடிசூட்டுவார் என்றால் அவரே துவாரகையை ஆள்வார். பாரதவர்ஷத்தில் அவருக்கெதிராகப் படைகொண்டுவரும் திறனுள்ள எவரும் இல்லை. எந்தையரும் நானும் இருபுறமும் நின்று அவரைக் காப்போம். எங்கள் கொடிவழிகள் ஏந்தும் வில்லும் வாளும் அவருடன் இருக்கும்” என்று அபிமன்யூ சொன்னான். “ஆனால்...” என்றபின் “நன்று! அதுவே ஆணை என்றால் அது நம் கடமை” என்று சுதமர் சொன்னார்.

“அவைக்கு வரும் எவரையும் தடுக்க வேண்டியதில்லை என்று அரசரின் ஆணை” என்று சொன்னபடி அபிமன்யூ நடந்தான். “குடிகளையா?” என்றார் சுதமர். “எவரையும்” என்றபின் “சுதமரே, தாங்களே இங்கு நின்று அரசரை அழைத்து வருக! நான் பேரவைக்குச் செல்கிறேன்” என்று அபிமன்யூ நடந்தான். அவன் காலடிகள் ஓங்கி ஒலித்ததைக் கேட்டபோதுதான் அரண்மனை எத்தனை அமைதியாக இருக்கிறது என அவனுக்குத் தெரிந்தது.

அவனுடன் வந்த பிரலம்பன் “நான் சென்று பார்த்தேன். பேரவை ஒழிந்துகிடக்கிறது” என்றான். “இன்றல்ல, என்றும் அவருடைய அவை அவருக்குரியவர்களால் நிறைந்திருக்கும், பிரலம்பரே. இப்புவி உள்ளவரை அவரது அவை ஒழியாது” என்றான் அபிமன்யூ. “அங்கு அவரிடம் சொல்லாடிக் கொண்டிருக்கையில் அதை என்னால் உணரமுடியவில்லை. அறைவிட்டு வெளியே வந்ததுமே உள்ளே நான் கண்டதென்ன என்று என் உள்ளம் திடுக்கிட்டது. எட்டு மங்கலங்களுடன் கூடிய இறையுரு. பிறிதொன்றும் அல்ல.”

பிரலம்பன் “ஆம், நெஞ்சு திடுக்கிட அடிக்கடி நானும் எதையோ உணர்ந்து விலகுகிறேன்” என்றான். “இப்புவியில் மானுடநாடகம் ஒழியாது நடக்கிறதென்றால் மானுடம் இறையிலிருந்து ஒவ்வொரு அளவில் ஒவ்வொரு விசையில் விலக்கம் கொள்கிறது என்பதனாலேயே. ஆனால் முற்றிலும் இறையிலிருந்து விலக்கம் கொள்ள இங்கு எந்த அணுத்துளியாலும் இயலாது. ஒவ்வொன்றும் அதை நோக்கியே உள்ளன, அதனால் ஆட்டுவிக்கப்படுகின்றன. அண்மையும் ஈர்ப்பும் மட்டுமல்ல

சேய்மையும் விலக்கும்கூட அதன் விளையாட்டு மட்டுமே” என்றான். அபிமன்யூ “வருக!” என்று அவன் தோளைத் தட்டிவிட்டு நடந்தான்.

அவர்கள் காலடிகள் விரைவொலிக்க துவாரகையின் அரண்மனையின் இடைநாழிகளினூடாகச் சென்றனர். மூச்சிரைக்க உடன் வந்த பிரலம்பன் “நெடுந்தொலைவு, அவை இருப்பது வேறு நகரில் என்றே தோன்றுகிறது” என்றான். “நம் உள்ளம் முன்னரே அங்கு சென்றுவிட்டிருப்பதனால் கால்கள் தொலைவை உணருகின்றன” என்று அபிமன்யூ சொன்னான். “இப்படிக் கருத்துகளாக மாற்றி எவராலும் தொலைவைச் சுருக்கிவிட முடியாது. அது பருவெளி, கருத்துகளுக்கு அப்பாற்பட்டது” என்று பிரலம்பன் சொன்னான். அபிமன்யூ “மூத்த தந்தையின் நோய் என்னிடமும் சற்று உள்ளது. வேங்கை எதிர்பட்டாலும் நூல்களை மேற்கோளாக்கி அதைப் பூனை என ஆக்கிவிட முயல்பவர் அவர்” என்றான்.

அரண்மனைக் காவலர் அனைவரும் தங்களைக் கூர்ந்துநோக்கி விழிவிலக்கிக்கொள்வதை அபிமன்யூ கண்டான். பிரலம்பன் “அவைக்கூடம் ஒழிந்திருப்பதை அனைவரும் அறிந்திருக்கிறார்கள் போலும்” என்றான். “ஆம், யாதவ நிலத்தின் பேரரசர் எழுந்தருளவிருக்கையில் துவாரகையின் பேரவை ஒழிந்திருக்குமென்றால் அதைவிட இவர்கள் பேசிக்கொள்ள பிறிது செய்தி ஏதுள்ளது?” என்று அபிமன்யூ சொன்னான். “அவர்களுக்குள் ஏதோ ஒன்று நிறைவு கொள்கிறது” என்றான் பிரலம்பன். “எது?” என்றான் அபிமன்யூ. “ஆணவம், கருவிலேயே உட்புகும் முதல் மலம்” என்றான் பிரலம்பன். “அதை எப்படி அறிந்தீர்?” என்றான் அபிமன்யூ. “நானும் மனிதனே என்பதனால்” என்று பிரலம்பன் சொன்னான். அபிமன்யூ வெறுமனே நோக்கிவிட்டு நடந்தான்.

பேரவையை நெருங்குவதற்குள்ளேயே அதன் இருபுறமும் சிறகுகள் போலமைந்த இணைக்கூடங்களில் வீரர்களும் ஏவலர்களும் குவிந்து பேசிக்கொண்டிருக்கும் ஓசையை அவர்கள் கேட்டனர். ஏவலன் வரவறிவிக்க, வலப்பக்க இணைக்கூடத்திற்குள் அவர்கள் நுழைந்ததும் அங்கிருந்த வீரர்கள் அமைதியடைந்தனர். அவ்வமைதியைக் கண்டு அறிந்து திரும்பிப்பார்த்த ஸ்ரீதமர் அபிமன்யூவை நோக்கி விரைந்து வந்து “என்னாயிற்று?” என்றார். “அவையை நோக்கி வருபவர்களைத் தடுக்க வேண்டாம் என்பது ஆணை” என்று அபிமன்யூ சொன்னான்.

“என்ன நிகழ்கிறதென்று அரசர் முழுதறிந்திருக்கவில்லை” என்று ஸ்ரீதமர் சொன்னார். “யாதவக் குடித்தலைவர்கள் புறக்கணித்தாலும் குடிகள் வருவார்கள் என்றும் அவர்களில் ஒரு சிலரையே குடித்தலைவர்கள் என அமைத்து பட்டம்கட்டி அவை நடத்தலாமென்றும் எண்ணுகிறார். ஆனால் யாதவர்களின் ஐந்து குலத்தலைவர்களின் ஆணை நேற்றிரவே

அத்தனை குடிகளுக்கும் சென்று சேர்ந்திருக்கிறது. இந்த அவையில் வந்து அமரும் எந்த யாதவனும் அவர்களின் குலத்திலிருந்து விலக்கப்படுவான் என்கிறது அந்த ஆணை. இப்போதுதான் ஒற்றர்செய்திகள் அதை வந்து தெரிவித்தன."

"இங்கு வரக்கூடும் என்று நாம் எண்ணிய அனைவரும் தயங்கத் தொடங்கிவிட்டனர். முதன்மைக் குடிகள் சில தயங்கின. அவர்களை நோக்கியிருந்த பிறர் அதையே முன்காட்டாகக்கொண்டு நின்றுவிட்டனர். பின்னர் அத்தயக்கம் பரவியது. கூட்டாக அது ஆனபோது பேசிப்பேசி அதற்குரிய சொற்களை உருவாக்கினர். உணர்வுகளை உருவாக்கிப் பெருக்கிக் கொண்டனர். எவரும் குலத்திற்கு மேல் அல்ல, தெய்வங்களை அவர்களின் படைக்கலங்கள் மீறலாகாது என்று ஒருவர் சொன்னார் என ஒற்றன் சொன்னான்" என்றார் ஸ்ரீதமர்.

"அரசுப்பொறுப்புள்ளவர்களை நேரில் அனுப்பி எவரெவர் வரக்கூடுமென்று உசாவி அவர்களிடம் பேசி சிலரையாவது கூட்டிவரச் சொன்னேன். ஓரிருவர் வரத்தொடங்கினால்கூட அந்த வேலி உடையக்கூடும். ஆனால் அரண்மனைக்கு அணுக்கமான யாதவர்கள்கூட வருவதாக இல்லை. கருவூலப் பொறுப்பாளராகிய கூர்மர் நம் சிற்றமைச்சரிடம் கைகூப்பி கண்ணீருடன் இக்குடியில் பிறந்தேன் என்பதனாலேயே நான் யாதவன். குடிவிலக்கு செய்யப்படுவேனெனில் என் குழந்தைகளுடன் அடையாளமில்லாதவனாவேன். எந்தையர் எனக்களித்த அனைத்தையும் துறப்பது அது. என் மேல் முனியவேண்டாமென்று அரசரிடம் சொல்லுங்கள். என்னைப்போன்ற எளியவருக்குக் குடியன்றி இப்புவியில் பெரிதென்று ஏதுமில்லை என்றார். மறுசொல் இன்றி அமைச்சர் திரும்பி வந்தார்" என்று ஸ்ரீதமர் சொன்னார்.

"இனி எவரிடமும் எதையும் கேட்க வேண்டியதில்லை" என்றான் அபிமன்யூ "ஆம், எங்கும் ஆழ்ந்த அமைதியே உள்ளது. மறுசொல்லாட எவரேனும் வந்தால்கூட பேசமுடியும். கண்டதுமே கைகூப்பிவிடுபவர்களிடம் ஒன்றும் செய்வதற்கில்லை" என்றார் ஸ்ரீதமர். அபிமன்யூ களைப்புடன் பீடத்தில் அமர்ந்து பெருமூச்சுவிட்டான். "இது இயல்பாக நிகழ்வதல்ல. பெரும் சூழ்ச்சி" என்றான். "ஆம், அவ்வாறே நான் எண்ணுகிறேன். இது பல நாட்களுக்கு முன்னரே திட்டமிடப்பட்டுள்ளது. துவாரகையின் முதன்மைக் குடித்தலைவர் அனைவரும் கிளம்பிச் சென்றனர். இரண்டாம் குடித்தலைவர்கள் அனைவரும் இங்கேயே இருந்தனர். அவர்கள் இங்கிருப்பது தயங்கியோ அஞ்சியோதான் என நினைத்தோம். இங்குள்ள எஞ்சிய யாதவர்களை ஒருங்கிணைப்பதற்காகவும் சென்றவர்களின் ஆணைகளை முறையாகக் கொண்டுசென்று சேர்ப்பதற்காகவும் என்று இப்போது தெரிகிறது" என்றார் ஸ்ரீதமர்.

“இது நிகழுமென நாம் எண்ணியிருக்கவேண்டும்” என்றான் அபிமன்யூ. “ஏனென்றால் இதில் ஒரு நெறி உள்ளது. இங்குதான் இது வந்தாகவேண்டும்.” ஸ்ரீதமர் “மதுராவில் கூடிய குலத்தலைவர்களின் அவையில் இறுதி முடிவெடுக்கப்பட்டிருக்கிறது. கோல்தூக்கி அனைவரும் ஏற்பொலி எழுப்பியிருக்கிறார்கள். இளையயாதவர் எவ்வகையிலும் யாதவக் குடிகளுக்குத் தலைவரல்ல என்று அங்கே சொல் திரண்டிருக்கிறது. அதை அவருக்கு அறிவிக்கும் தருணமாக இதை எடுத்துக்கொண்டிருக்கிறார்கள். இங்குள்ள அத்தனை யாதவக் குடிகளும் அதற்குக் கட்டுப்பட்டிருக்கிறார்கள்” என்று சொன்னார்.

அறைக்குள் இருந்த அத்தனை காவலர்களும் பணியாட்களும் தங்கள் சொற்களைச் செவிகொள்வதை உணர்ந்த அபிமன்யூ பேச்சை நிறுத்திக்கொண்டான். அதை உணர்ந்த ஸ்ரீதமர் “இதில் மந்தணம் ஏதுமில்லை. பேருருக்கொண்ட ஒரு பழிச்சொல்போல அதோ ஒழிந்துகிடக்கிறது துவாரகையின் குடிப்பேரவை” என்றார். அபிமன்யூ எழுந்து கால்கள் தயங்க மெல்ல நடந்து நெடுஞ்சாலை என விரிந்த இடைநாழியினூடாக பெருவாயிலை அடைந்து அப்பால் திறந்துகிடந்த துவாரகையின் பேரவையைச் சென்றடைந்தான்.

நீள்வட்ட வடிவிலான பேரவையின் வெறுமை எடைமிக்க அடியென அவன்மேல் விழுந்து ஒருகணம் கால்தடுமாற வைத்தது. குளிர்ந்து எழுந்து நின்ற பளிங்குத் தூணைக் கைகளால் பற்றிக்கொண்டு அதை நோக்கி நின்றான். வெண்பட்டு விரிக்கப்பட்ட அந்தணர் பீடநிரைகளும், மறுபக்கம் செம்பட்டு விரிக்கப்பட்ட ஷத்ரியர் பீடங்களின் வரிசையும், பச்சைப் பட்டு விரிக்கப்பட்ட யாதவர் அணியும், மஞ்சள் பட்டு விரிக்கப்பட்ட வணிகர் பகுதியுமென விரிந்த பீதர் நாட்டு விசிறிபோல பேரவை தெரிந்தது. அதன் ஒவ்வொரு பீடமும் எதையோ இரக்க ஏந்திய கைபோல காத்திருந்தது.

ஒரு சில கணங்களுக்குமேல் நோக்க முடியாமல் அவன் திரும்பிக் கொண்டான். அவைக்கு மறுபக்கம் வாயிலினூடாக வந்த ஏவலன் ஏதோ எவரிடமோ சொல்ல, ஒழிந்த பேரவைக்கூடம் எதிரொலி பெருக்கி அதை முழங்கியது. குவிந்த மாடக்கூரை அதன் கார்வையை அவையின் வெறுமைமேல் பொழிந்தது. வெறுமையில் மட்டுமே குடியேறும் இருள்தெய்வமொன்றின் குரல். அத்தனை ஒளியிருந்தும் இருண்டதென அவை விழிக்குக் காட்டிய மாயம் என்ன? மானுடரில்லா இடங்களை நிறைப்பது என்ன? அவர்களின் கனவுகளும் விழைவுகளும் அச்சங்களும் நுண்ணுருக்கொண்டு வந்து பரவியிருக்கின்றனவா?

அபிமன்யூ திரும்பி மீண்டும் கூடத்திற்குள் வந்தான். ஸ்ரீதமர் "ஆம், நோக்க இயலவில்லை" என்றார். "இங்கிருந்து தப்பி ஓடிவிடவேண்டுமென்று தோன்றுகிறது" என்று அபிமன்யூ சொன்னான். மீண்டும் பீடத்தில் அமர்ந்து களைப்புடன் கால்களை நீட்டிக்கொண்டு "என்ன நிகழும், அமைச்சரே?" என்றான் அபிமன்யூ. "அறியேன். அவரே அறிவார்" என்றார் ஸ்ரீதமர் தானும் அமர்ந்தபடி. அபிமன்யூ கண்களை மூடிக்கொண்டான். உடலில் இருந்து அனைத்து நீர்களும் வழிந்தோடி ஒழிய, வெற்றுக்கூடென எடையின்மைகொண்டான். ஒரு சொல் எஞ்சாமல் ஒழிந்தது அகம்.

பிரலம்பன் மறுபக்க வாயிலினூடாக வந்து "இளவரசே, அரசர் வந்துகொண்டிருக்கிறார்" என்றான். அவன் எழுந்து தொலைவில் மங்கல இசையையும் வாழ்த்தொலிகளையும் கேட்டான். ஸ்ரீதமர் வாயில் வழியாக வெளியே நோக்கினார். "அவைநோக்கி வருகிறார். இங்கே அவை..." என்றபின் "என்ன செய்வது, இளவரசே?" என்று பிரலம்பன் கேட்டான். திரும்பாமல் "நாம் இயல்வதை இயற்றிவிட்டோம். இனி அவர் நடத்தட்டும்" என்று ஸ்ரீதமர் சொன்னார்.

அபிமன்யூ நெஞ்சை அழுத்திய எடையை மூச்சென மாற்றி வெளிவிட்டான். அது நிகழாதென அதுவரை தன் உள்ளம் எண்ணியிருந்ததை அறிந்தான். ஆனால் நிகழும், காலந்தோறும் இதுவே நிகழ்ந்துமிருக்கிறது போலும். ஆம், இதுவன்றிப் பிறிதேது நிகழக்கூடும்? மானுடம் என்று நிறையும் கலத்தை நீட்டியிருக்கிறது வான்கீழ்? அவன் மீண்டும் மீண்டும் பெருமூச்சுவிட்டான். விழிநீர் மல்குமளவுக்கு உளம் நெகிழ்ந்தது. அங்கிருந்த ஏவலரும் காவலர்களும் அதே உணர்வை அடைந்தனர் என்று தோன்றியது. தங்கள் பணிகளை இறுதியாக ஒருமுறை சீரமைத்துவிட்டு ஆடைகளை இழுத்து ஒழுங்குபடுத்திக்கொண்டு சுவருடன் ஒன்றி அசையாமல் நின்றனர். அனைத்து முகங்களிலும் கசப்பும் துயரமும் நிறைந்திருந்தது.

அபிமன்யூ எழுந்து கூடத்தைவிட்டு வெளியே செல்ல, ஸ்ரீதமர் "எங்கு செல்கிறீர்கள்?" என்றார். அபிமன்யூ "இத்தருணத்தில் நான் செய்யக்கூடியதொன்றே. அவர் வரும் பாதையின் ஓரத்தில் நின்று என் முழு உயிரையும் அடிவயிற்றிலிருந்து குரலென எழுப்பி வாழ்த்துக் கூவுவது. புவிக்கிறைவர், பாரதவர்ஷத்தின் முதன்மை அரசர், யாதவர்குலத் தந்தை வெல்க என்று கூவப்போகிறேன். இக்குரல் இவ்வொலியுடன் முற்றொழிந்து மறையினும்கூட அதன் பணியை நிறைவேற்றிவிட்டது என்று எண்ணுவேன்" என்றான்.

7

பிரலம்பன் அபிமன்யூவுடன் சேர்ந்துகொள்ள இருவரும் கூடத்திலிருந்து வெளியே சென்றனர். வளைந்த கூரைகொண்ட அகன்று நீண்ட இடைநாழியின் இருபுறமும் வீரர்கள் சுவரோடு சேர்ந்து அணிவகுத்து நின்றனர். அப்பால் கால்வாயில் நீர் அணைவதுபோல மங்கல இசையும் வாழ்த்தொலிகளும் வந்தன. அபிமன்யூ முன்னால் சென்று அவர்களின் முகப்பில் நின்றுகொண்டான். அவர்கள் அவன் வருகையின் நோக்கத்தை உணர்ந்தவர்கள் என உயிர்ப்பசைவு கொண்டனர்.

வாழ்த்தொலியும் மங்கல இசையும் மெல்ல வலுத்து ஓங்கிக்கொண்டிருந்தன. அரண்மனையும் கூடங்களும் அவ்வோசையை ஏற்று கார்வை கொண்டன. அது பெருகி அணுகுந்தோறும் அபிமன்யூ உடல் மெய்ப்புகொண்டு கால்கள் நடுங்க, நிற்க இயலாதவனானான். "இத்தருணத்தில் ஆடிப்பாவையென ஒன்று நூறாகப்பெருகி இப்பகுதியெங்கும் நிறைந்துவிடவேண்டும் என்று தோன்றுகிறது, பிரலம்பரே" என்றான். அந்நடுக்கை வெல்லவே பேசுகிறோம் என உணர்ந்தான்.

"நான் பிறிதொன்று எண்ணினேன், என் முழுதுளமும் என்ற சொல் என்னுள் எழுந்து அலையடிக்கிறது. இளவரசே, அவருக்கு அளிப்பதற்குச் சில நம்மிடம் உள்ளதென்பதே எவ்வளவு பெரும்பேறு! கொள்க என அவர் காலடியில் படைப்பதற்கு நம் மூதாதையர் நமக்கு அளித்தது இந்தப் புன்தலை, நாம் அவருக்கெனத் திரட்டிய இவ்வுள்ளம்" என்றான் பிரலம்பன். அச்சொற்களால் அவ்வெழுச்சியைக் குறைத்துக்கொண்டார்கள் என அபிமன்யூ உணர்ந்தான். அதை அவ்வாறு குறைத்தாலொழிய அத்தருணத்தில் பொருத்தவியலாது. அந்த மதயானையின்மேல் பாகன் அமர்ந்தாகவேண்டும்.

இடைநாழியின் மறுமுனையில் கருடக்கொடியேந்திய தலைக்காவலன் பொன்மின்னிய தலையணியும் ஒளிரும் வெள்ளிக்கவசம் அணிந்த மார்பும் தோள்வளைகளும் கால்செறிகளும் பித்தளைப் பாதக்குறடும் அணிந்து நீட்டிவைத்த நடையுடன் தோன்றினான். அபிமன்யூ இரு கைகளையும் தூக்கி உடலே நாவென உயிர்கொள்ள "எந்தை எழுக! யாதவர் குலச்செம்மல் வாழ்க! புவியாளும் மாமன்னர் வாழ்க!" என்று வாழ்த்துரை கூவினான். "வெல்க கருடக்கொடி! ஓங்குக படையாழி! நிலைகொள்க இமையாப் பீலி!"

அங்கு கூடிநின்ற வீரர்களும் ஏவலரும் அமைச்சரும் அவனுடன் இணைந்துகொள்ள, வாழ்த்தொலிகளால் இடைநாழியின் நீண்ட வளைமுகடு ஒலியமுழுத்தம்கொண்டு விம்மியது. செம்பட்டாடை அணிந்த மங்கல இசைச்சூதர் பதினெண்மர் மூன்று நிரைகளாகத் தொடர்ந்து வந்தனர். துவாரகைக்கே உரிய ஆமையோட்டு முழவும் வேய்ங்குழலும் வெண்சங்கும் மகர யாழும் வெண்கல மணியும் என ஐந்திசை எழுந்து அலைகொண்டது. "இன்றும் எங்கும் இவ்வண்ணமே அமைக எந்தையின் கொடி! எழுக கடல்! எழுக வான்! எழுக நிலம்! எழுக எந்தைப் பெரும்புகழ்!"

மங்கலத் தாலமேந்திய அணிச்சேடியர் பதினெண்மர் மூன்று நிரை களாகப் பொன்பட்டாடை மடிப்புகள் விரிந்து சுருங்கியமைய வண்ணப் பறவை வரிசையென வந்தனர். அவர்களுக்குப் பின்னால் இளையயாதவர் கைகளைக் கூப்பியபடி காற்றில் வரும் மயிலிறகென மெல்ல வந்தார். அவருக்குமேல் துவாரகையின் முத்துச்சரவளைவு குலுங்கும் வெண்குடை எழுந்து கவிந்திருந்தது. மணிமுடியில் அமர்ந்த பீலி ஈதென்ன, இவர் யாவர் என விழிதிகைத்து நோக்கியது. மஞ்சள் பட்டாடையின் மடிப்புகள் விரிந்து மடிந்து அரிய நூலொன்றை எவரோ புரட்டிப் படிப்பதுபோல காட்டின.

வலப்பக்கம் சுதமர் நடந்துவந்தார். இடப்பக்கம் இளநீலப் பட்டாடையும் இளவரசியருக்குரிய கொடிமலர்வளைவு போன்ற மணிமுடியும் அணிந்து நடந்து மயூரி வந்தாள். இரு பக்கமும் விழியோட்டி நோக்கியும் திரும்பிப் பின்னால் வந்த அன்னையரைப் பார்த்தும் புன்னகையும் பதற்றமும் கிளர்ச்சியுமாக அவள் நடக்க, அவள் ஆடையை அவ்வப்போது சீரமைத்தபடி முதுசெவிலி பின்னால் தொடர்ந்தாள். அரசருக்குப் பின்னால் வலப்பக்கம் துவாரகையின் படைத்தலைவர் பிரதீபர் உருவிய உடைவாள் ஏந்தி முழுக்கவச உடையணிந்து வந்தார்.

இரு நிரைகளாக எட்டு அரசியரும் வண்ணங்களின் அலைகள் எனத் தொடர்ந்து வந்தனர். முதன்மை அமைச்சர் மனோகரரும் கருவூலத்தலைவர்

சிபிரரும் அரண்மனைப்பேணுநராகிய பிரபவரும் வந்தனர். தொடர்ந்து ஒற்றர்படைத்தலைவர் கதனும் கோட்டைக்காவல்தலைவர் பத்ரசேனரும் வந்தனர். சிற்றமைச்சர்கள் அவர்களைத் தொடர்ந்து வந்தனர்.

இளையயாதவர் இருபுறமும் எழுந்த வாழ்த்தொலிகள் நடுவே மலர்ந்த புன்னகையுடன் கடந்து சென்று துவாரகையின் பேரவைக்கூடத்தின் அணிவாயிலை அடைந்தார். ஸ்ரீதமரும் தமரும் அதன் இருபுறமும் நின்று தலைவணங்கி முகமன் உரைத்து உள்ளே அழைத்துச் சென்றனர். அவரைத் தொடர்ந்துசென்ற அணிநிரையை ஒவ்வொருவராகத் தோள்தொட்டுக் கடந்து அவர் அருகே சென்று தானும் உள்ளே நுழைந்து அவருக்குப் பின்னால் நின்றான் அபிமன்யூ. அவனைத் தொடர்ந்து பிரலம்பன் வந்தான்.

மீண்டும் ஒழிந்துகிடந்த பேரவையை நோக்கியபோது அதில் வெறுமை தெரியவில்லை. அங்கே மானுடரென எவர் அமரமுடியு மென்றே தோன்றியது. நாளை ஓர் அவையில் அங்கே மானுடர் அமர்ந்திருப் பார்களென்றால் உளம் சீற்றம் கொள்ளும் என எண்ணினான். அவர் முகத்தை ஓரவிழியால் நோக்கினான். ஒருகணமும் அது மாறுபடவில்லை. தெய்வத்தின் முன் அடியவன் என விழிமலர மாறா மென்னகையுடன் கைகூப்பி வணங்கி இளையயாதவர் அரியணை மேடை நோக்கிச் சென்றார். அதே புன்னகையுடன் எட்டு அரசியரும் அவரைத் தொடர்ந்தனர்.

பேரவை நீள்வட்ட வடிவில் நீள்வட்டச் சாளரங்களுடன் வெண்குடைக் கூரைக்குக் கீழே விரிந்துகிடந்தது. அதன் மையத்தில் பித்தளைச் சங்கிலியில் ஆயிரம் நாவெழுந்த அகல்விளக்குச் செண்டு தொங்கியது. மின்னும் நீர்ப்பரப்புபோன்ற வெண்பளிங்குத் தரையில் விளக்கொளி விழுந்துகிடந்தது. கடற்காற்றில் திரைச்சீலைகள் அலைந்தாட வண்ணம் நெளிந்தது. அரசமேடையில் ஆயிரத்துஎட்டு செவ்வைரங்கள் பதிக்கப்பட்ட பிரபாவலையம்கொண்ட அரியணை செம்பட்டு விரிக்கப்பட்டுக் காத்திருந்தது. அருகே எட்டு அரசியருக்கும் அவர்களின் குடிக்குறி பொறிக்கப்பட்ட அரியணைகள் இருந்தன.

அபிமன்யூ அவையின் ஓரத்தில் நின்றான். அதுவரை இருந்த பதற்றங்களும் துயர்களும் முற்றிலும் பொருளிழந்திருந்தன. பிரலம்பன் "அவை இப்போது முழுமங்கலம் கொண்டுள்ளது என்றே தோன்றுகிறது, இளவரசே" என்றான். இவன் என்னை எதிரொலிக்கிறான் என அபிமன்யூ எண்ணிக்கொண்டான். மறுபக்க வாயிலினூடாக சந்திரசூடர் உள்ளே வந்து மூச்சிரைக்கக் கைகாட்டினார். இரு ஏவலர் பட்டுத்துணியாலான மஞ்சலில் முரளியை தூக்கி வந்தனர். அவனை

அவையின் வலது எல்லையில் இருந்த தொட்டில்போன்ற மெத்தைப் பீடத்தில் அமரச்செய்தனர்.

அமைச்சர்களும் படைத்தலைவர்களும் இருபுறமும் நிற்க, இளையயாதவர் அவைமேடையில் கைகூப்பியபடி நின்றார். எட்டு துணைவியரும் இடப்பக்கம் நிரையாக நின்றனர். மங்கலநீர் தெளித்து வேதம் ஓதி அவைமேல் நடத்திச்சென்று அரியணையில் அமர்த்தி மணிமுடியும் செங்கோலும் தொட்டு அளிக்க வேண்டிய அந்தணர் எவரும் அவையில் இல்லை என்பதை அதன் பின்னரே அபிமன்யூ உணர்ந்தான்.

பிரலம்பன் "அந்தணர்குலத் தலைவர் கார்க்யாயனர் நோயுற்றிருக்கிறார். அவர் மைந்தர் சுருதர் யாதவகுலத் தலைவர்களின் ஆணையை மீற தன்னால் இயலாதென்று சொல்லிவிட்டார் என்றார்கள்" என்றான். குலமூத்தார் ஒருவரேனும் இருந்தால் அச்சடங்கைச் செய்யலாம் என்று ஸ்ரீதமரும் சுதமரும் எண்ணுவதை அவர்கள் கொண்ட அலைமோதலிலேயே பார்க்க முடிந்தது.

இளையயாதவர் மயூரியிடம் "இனியவளே, வெளியே சென்று இவ்வரண்மனையின் முகமுற்றத்தை அடைக! அங்கு கொம்புகள் முழங்குவதற்குரிய குவைக்கூடம் உள்ளது. அதன்மேல் ஏறி நின்று உன் குழலை மீட்டு. அந்தியில் ஆநிரைகளைத் திரட்டும் மெட்டு எழட்டும்" என்றார். மயூரி "ஆம், தந்தையே" என உவகையுடன் கூறி தன் ஆடைநுனியைப் பற்றியபடி வெளியே ஓடினாள்.

"எவ்வண்ணம் நிகழவேண்டுமோ அவ்வண்ணம் நிகழ்ந்தது அவை" என்று அபிமன்யூ சொன்னான். "இளவரசி கொம்புமேடையில் ஏறிநின்று இசை மீட்டினாள். அங்கிருந்து எழும் ஒலி எட்டு மாடங்களில் அமைந்த ஒலிக்குவைகளால் அள்ளி வானில் விரிக்கப்படும். துவாரகையின்மேல் புல்லாங்குழலிசை எழுந்தது. அதைக் கேட்டு அந்நகரின் அத்தனை இல்லங்களும் திறந்தன. பெண்டிரும் குழந்தைகளும் நிரைநிரையாகத் தெருவிலிறங்கினர். அவர்களின் தந்தையரும் கணவரும் மைந்தரும் திகைத்து நோக்கி நின்றனர்."

"கனவிலென நடந்து அரண்மனையை அடைந்தனர். அவைக்கூடத்தை நிரப்பினர். என் கண்ணெதிரே அவை விழிமலர்ந்து புன்னகை ஒளிரும் முகங்களால் நிறைந்ததைக் கண்டேன். அவர்களில் மூத்த அன்னையர் எழுவர் மேடையேறி அவரைக் கை பற்றி அழைத்துச்சென்று அவையமரச் செய்தனர். முடிதொட்டு எடுத்துச் சூட்டினர். செங்கோல் அளித்து அரிமலரிட்டு வாழ்த்தினர். வாழ்த்தொலிகள் எழுந்து அவை முழக்கமிட்டது. அரசர் அரியணை நிறைத்தார் எனக் கொம்புகள் முழங்கின. துவாரகையின் ஆயிரம் பெருமுரசுகளும் அவைமங்கலத்தை வானுக்கும் மண்ணுக்கும் அறிவித்தன."

அபிமன்யூவின் சொற்களைப் பிரத்யும்னன் விழிகளால் கேட்பவன்போல அமர்ந்திருந்தான். தசபுஜங்கத்தின் அரண்மனையின் சிற்றவைக் கூடத்தில் சிந்துவிலிருந்து வந்த காற்று சுழன்று சென்றுகொண்டிருந்தது. பீதர்நாட்டுப் பட்டுத் திரைச்சீலை எழுந்தமைந்தது. வெளியே உச்சிப்பொழுதில் காவல்மாறும் படையணிகளின் கொம்போசையும் ஆணைக்குரல்களும் கேட்டன.

அவனைச் சூழ்ந்து அவன் படைத்துணைவர்களான தாம்ரப்பிரதனும் தீப்திமானும் நின்றிருந்தனர். ஒற்றர்கள் அளித்த ஓலைகள் அவன் முன்னால் குறுபீடத்தில் போடப்பட்டிருந்தன. வந்த தருணம் முதல் அவன் அபிமன்யூவின் தோற்றத்தை விந்தையுடன் நோக்கிக்கொண்டிருந்தான். ஆசுர நிலத்திலும் உபப்பிலாவ்யத்திலும் அவன் கண்ட அபிமன்யூ முழுமையாகவே தன்னை உரித்து விலக்கி உள்ளிருந்து புதியவனாக எழுந்திருந்தான். கள்வெறிகொண்டவன்போலக் கண்கள் கலங்கியிருந்தன. முகம் பித்தர்களுக்கே உரிய கலையாப் புன்னகை கொண்டிருந்தது. சொற்கள் தெய்வமேறியவன் நாவிலிருந்து என ஒலித்தன.

நான்கு நாட்களாக அவன் துவாரகையிலிருந்து செய்தியை எதிர்பார்த்துக்கொண்டிருந்தான். ஸ்ரீதமரோ சுதமரோ தமரோ வருவார்கள் என எண்ணினான். செய்தி இல்லாதபோது அங்கே என்ன நிகழ்கிறதென்று அரண்மனையிலிருந்த ஒற்றர்களினூடாக அறிந்துகொண்டிருந்தான். அபிமன்யூ சாம்பனையும் பானுவையும் சந்தித்ததை அறிந்தான். அவைநிகழ்வுகளைப் பறவையோலைகள் தெரிவித்தன.

துவாரகையிலிருந்து அவன் தம்பியர் சாருதேஷ்ணனும் சுதேஷ்ணனும் சீசாருவும் சாரகுப்தனும் பரதசாருவும் சாருசந்திரனும் விசாருவும் சாருவும் கிளம்பி சிந்துவினூடாக வந்துகொண்டிருப்பதாக செய்தி வந்தது. அன்னை அவர்களுக்கு வாழ்த்தும் வழிச்சொல்லும் அளிக்கவில்லை. அவர்களைச் சந்திக்கவே அவள் ஒப்பவில்லை. அன்னைசொல் இன்றி கிளம்புவதை எண்ணி இளையவர்கள் சுசாருவும் சாருவும் துயர்கொண்டிருந்தனர் என்று சாருதேஷ்ணனின் செய்திகள் கூறின. அவர்கள் அணுகிவிட்டார்கள் என்ற செய்தி வந்த சற்றுநேரத்தில்தான் அபிமன்யூ வந்திருப்பதை ஏவலர் வந்து சொன்னார்கள்.

அபிமன்யூ வழியாகத் தந்தையின் சொற்கள் வருமென எண்ணினான். அவ்வெதிர்பார்ப்பு மறைந்தபோது சுதமரோ ஸ்ரீதமரோ ஏதேனும் சொல்லியிருக்கலாம் என சொல்நோக்கினான். அபிமன்யூ கனவிலென சொல்லிக்கொண்டே சென்றான். அவனைக் கையமர்த்தி “இளையோனே, இக்கதைகளை நாளை சூதர் பாடுகையில் கேட்டுக்கொள்கிறேன். உன்னிடமிருந்து நான் அறியவிரும்புவது ஒன்றை மட்டுமே” என்று

பிரத்யும்னன் சொன்னான். "அந்த அவையில் நிகழ்ந்தது என்ன? அங்கே அந்த முழுதிருண்டோன் பட்டத்து இளவரசன் என அமர்த்தப்பட்டானா? அவனே இளவரசன் என முறைப்படி அறிவிக்கப்பட்டதா?"

அபிமன்யூ "அங்கு நிகழ்ந்தது அரசுசூழ்தல் அல்ல" என்றான். "அது முற்றிலும் பிறிதொன்று. மாதுலர் அரியணையில் கால்மடித்து அமர்ந்து, முரளியைத் தன் மடியில் வைத்துக்கொண்டார். அவனுக்காக அவர் குழலிசைக்க, அவை விழிமயங்கி அசைவற்று சித்திரம்போல் அமைந்திருந்தது. ஒரு சொல்லும் உரைக்கப்படாத அவை அது" என்றான்.

"இரவெல்லாம் அவை நீண்டது. நான் எப்போதோ துயில்கொண்டு எங்கோ இருந்தேன். மீண்டு எழுந்தபோது அவையில் அனைவரும் துயின்றுகொண்டிருந்தார்கள். அவர் மடியில் தலைசாய்த்து இளவரசி துயின்றாள். அவைமேடையிலேயே அரசியர் துயின்றனர். படைக்கலம் ஏந்தி நின்றிருந்த காவலரும் துயின்று நின்றனர். நடுவே அவர் இசைத்துக்கொண்டிருக்க அவன் கேட்டுக்கொண்டிருந்தான். அது கனவு என்று எனக்குத் தோன்றியது. கனவுகளுக்கு மட்டுமே உரிய ஒவ்வொன்றும் முழுமைகொள்ளும் புலன்கூர்மை. வெளியே நிலவெழுந்திருப்பதைக் கண்டேன். அன்று முழுநிலவுநாள் என்பதை அப்போதுதான் உணர்ந்தேன்."

"அவனை அவர் பட்டத்து இளவரசனாக ஆக்கினார் என்றால் அதுவே துவாரகைக்கு முழு அழிவு" என்று பிரத்யும்னன் சொன்னான். "இந்நகரின் இளவரசன் யார் என்று நகர் அறியும். நான் சால்வனை வென்ற கதையைப் பாடாமல் அங்கே ஒரு குழவிகூட இரவுறங்குவதில்லை." அபிமன்யூ "மூத்தவரே, சாம்பரைப்பற்றியும் அதற்கிணையான கதைகள் உள்ளன" என்றான். பிரத்யும்னன் "விளையாடுகிறாயா?" என்று சினத்துடன் எழுந்தான்.

"அந்த இரவுக்குப்பின் அனைத்துமே விளையாட்டு என உணர்ந்துவிட்டேன், மூத்தவரே. இன்று நான் உங்களைச் சந்தித்துப் பேசவந்ததுகூட உங்களைக் கவர்ந்து வழிப்படுத்தவேண்டும் என்பதற்காக அல்ல. அவருக்கு நீங்களோ நானோ தேவையில்லை" என்றான் அபிமன்யூ. "இசைவு கொண்டதே இசை. இசைவுகொண்ட அனைத்திலும் இசையே திகழ்கிறது. இசையற்ற எதையும் அவரிடம் நான் கண்டதில்லை. இங்கிருந்து எதுவும் சென்று நிறைக்கவேண்டியதில்லை."

பிரத்யும்னன் பெருமூச்சுடன் பீடத்தில் சாய்ந்து அமர்ந்தான். தாம்ரப்பிரதன் "அப்படியென்றால் எதன்பொருட்டு இங்கே

வந்தீர்கள்?" என்றான். "நேற்றுமுன்நாள் நான் இங்கு வந்திருந்தால் மன்றாடவும் சொல்லடுக்கவும் முயன்றிருப்பேன். இன்று அந்த நோக்கம் ஏதுமில்லை. அங்கு நிகழ்ந்தது என்ன என்று உரைப்பதற்காக மட்டுமே வந்தேன்" என்றான் அபிமன்யூ. "மூத்தவரே, என்ன நிகழுமென்று உரைக்கவும்தான்."

"என்ன நிகழும்?" என்றான் பிரத்யும்னன் சலிப்புடன். அபிமன்யூவை அனுப்பிவிட்டு எழுந்து செல்ல விரும்பினான். சாருதேஷ்ணன் துவாரகையின் யாதவப்படையில் எத்தனை பிரிவுகள் உடனெழும் என்ற செய்தியுடன் வருவான். விருஷ்ணிகளும் அந்தகர்களும் பானுவை ஆதரிப்பார்கள். ஹேகயர்கள் முடிவெடுக்கவில்லை. அவனுடன் உறுதியாக நின்றிருப்பவர்கள் போஜர்களே. போஜர்களின் பன்னிரு படைப்பிரிவுகள் துவாரகையில் இருந்தன. அவர்கள் உடனே கிளம்பவேண்டியதில்லை. அவன் ஓர் அழைப்பு விடுக்கையில் அவர்கள் எழுவார்கள் என்றால் மட்டும் போதும். ஹேகயர்கள் வேண்டுவதென்ன என்று அவர்களிடம் பேச சாருதேஷ்ணனை அனுப்பவேண்டும்.

"நான் அந்த இசையிரவில் கண்ட கனவுகளை வழியெல்லாம் தொகுத்துக் கொண்டு வந்தேன். இசை இனியதென்று சொல்கிறார்கள். அது மெய்யல்ல. பேரிசை பெருவெளியின் காட்சி போலவே எண்ணத்தை மலைக்கச் செய்து அச்சத்தை எஞ்ச வைப்பது. தனிமையின் துயரை நிறைப்பது. அனைத்தையும் பொருளற்றதாக்கி முழுமையின் வெறுமையை அளிப்பது. அன்றிரவு நான் தேன்புழு என இனிமையில் திளைத்தேன், அனலில் என வெந்துருகவும் செய்தேன்" என அபிமன்யூ சொன்னான்.

"மூத்தவரே, அப்போது நான் ஒன்றைத் தெளிவாக அறிந்தேன். துவாரகையும் அந்நகரை நிறைத்துள்ள எட்டுவகைச் செல்வங்களும் அவர் இங்கு திகழ்வதற்கான களங்கள் மட்டுமே. தெய்வம் ஒழிகையில் பீடமும் மறையும். நான் நோக்கிக்கொண்டிருந்தேன். என் கண்ணெதிரே கடலலைகள் எழுந்து வந்து துவாரகையை மூடின. துயிலும் குழந்தையை அன்னை நீலப்பட்டுப் போர்வையால் விழிக்காது போர்த்துவதுபோல. பின்னர் அலையிலாத கடல்வெளி. அதில் எழுந்த மெல்லிய சுழிப்பை மட்டுமே பார்த்துக்கொண்டிருந்தேன். புன்னகைக்கும் கன்னக்குழிபோல. இக்கணம்கூட நான் அதைக் காண்கிறேன்."

"அவையில் அகிபீனா புகை இருந்திருக்கும்" என்றான் தீப்திமான். பொருளிலா விழிகளால் அவனைத் திரும்பிப்பார்த்த பின்னர் "அந்த ஊழ் மாறாது. அதை நாம் ஒன்றும் செய்யவும் இயலாது. நீங்கள் இப்போது எந்த முடிவை எடுத்தாலும் துவாரகை மறைவது உறுதி. நீங்கள்

எடுக்கவேண்டிய முடிவு உங்கள் தந்தைக்காகவோ அந்நகருக்காகவோ அல்ல. மூத்தவரே, யாதவகுலத்தைக் காக்கவும் அல்ல. அதை எவரும் காக்க இயலாது. நீங்கள் காத்துக்கொள்ளவேண்டியது உங்கள் நற்பெயரை மட்டுமே" என்றான் அபிமன்யூ.

பிரத்யும்னன் எரிச்சலுடன் சொல்லெடுப்பதற்குள் அபிமன்யூ கைநீட்டித் தடுத்து "நாளை நூல்களில் உங்கள் பெயர் எப்படி எஞ்சவேண்டும் என்று முடிவெடுங்கள். நம் கொடிவழிகள் எவ்வாறு உங்களை நினைவுகூரவேண்டும் என்று தலைப்படுங்கள். ஆழியின் விளிம்பின் அலைவு மட்டுமே என்றா? அவ்வாறெனில் முரண்படுங்கள். நான் சொல்லிச்செல்ல வந்தது இதை மட்டுமே" என்றான்.

பிரத்யும்னன் சினத்துடன் "நற்சொல்லுக்கு நன்றி சொல்கிறேன். ஒரே மாதத்தில் முதியவனாகிவிட்டாய். அறம்தெளிந்து நெறிகண்டிருக்கிறாய்" என்றான். அபிமன்யூ "ஒரு மாதத்தில் அல்ல, ஒரே இரவில், மூத்தவரே" என்றான். எழுந்துகொண்டு "நான் என்னை அந்த இசைக்கனவில் தெளிவாகக் கண்டேன். களம்பட்டு குருதிமூடி மல்லாந்து கிடக்கும் என் உடலை நான் பார்த்துக்கொண்டிருந்தேன். என் முகத்தில் முழுநிறைவு இருந்தது. இலக்கை வென்று உதிர்ந்த அம்பு என என்னை உணர்ந்தேன். நீங்கள் இப்பிறவியில் அடையக்கூடிய முழுமையும் அது மட்டுமே" என்றான்.

பிரத்யும்னன் "ஏன், நானும் களம்படுவதைக் கண்டாயா?" என்றான். மேலும் ஏளனத்துடன் "எந்தை என்னைக் கொல்வார் என்று சொல்லவருகிறாய் அல்லவா?" என்று கேட்டான். "இல்லை" என்று அபிமன்யூ சொன்னான். "நான் உங்கள் முடிவை மட்டும் அல்ல, யாதவப் பெருங்குலத்தின் முடிவையே கண்முன் கண்டேன். பசிவெறியில் நிலையழிந்த செந்நாய்க்கூட்டம்போல சீறியும் உறுமியும் யாதவர் ஒருவரோடொருவர் போர் புரிந்தனர். கைக்குச் சிக்கிய அனைத்தையும் எடுத்து ஒருவரை ஒருவர் அறைந்தனர். ஒருவர் குருதியை இன்னொருவர் குடித்து களிவெறிகொண்டனர். தந்தை மைந்தரையும் உடன்பிறந்தார் தன்குருதியினரையும் அறியவில்லை."

"அங்கே மானுடர் கருவிகளென்றானார்கள். அவர்கள் ஏந்தியிருந்த உழலைத்தடிகள் உயிர்கொண்டு உளம்கொண்டு வஞ்சமும் வெறியும் மூத்து நின்று களமாடின. குருதிகுடித்து விடாய் அடங்காமல் கூத்தாடின. உழலைத்தடிகளின் யுகம் பிறந்துவிட்டதெனத் தோன்றியது" என அவன் தொடர்ந்தான். "அந்தப் போரில் நீங்கள் போஜர்களின் கழிகளால் அறைந்து வீழ்த்தப்பட்டீர்கள்." பிரத்யும்னன் உளம் அதிர்ந்தான். அதை விழிகூர்ந்து உளம் தெளிந்து சொல்லியிருந்தால் அந்தத் திடுக்கிடல் இருந்திருக்காது

எனத் தோன்றியது. பித்துவிழிகளுடன் சொல்லப்பட்டதனாலேயே அது மானுடம் கடந்த கூற்றென ஒலித்தது.

அபிமன்யூ தொடர்ந்தான். "அறைந்தவன் எட்டு வயதான இளையவன். அவன் கையில் அந்த விசை எவ்வாறு எழுந்தது என அவன் அறிந்திருக்கவில்லை. அவன் விழிகள் குருதிவெறியால் விரிந்திருந்தன. வாய் எதையோ அரற்றிக்கொண்டிருந்தது. நீங்கள் விழுந்ததும் ஓடிவந்து உங்கள் மண்டையோட்டை அவன் அடிக்க ஆரம்பித்தான். குருதி சிதற அது உடைந்து வெண்மூளை வெளியே தெறித்தது. அவன் உங்கள் தலையைத் தன் காலால் உதைத்தான். வெறிகொண்டு நகைத்தபடி மாறி மாறி உதைத்துக்கொண்டிருந்தான். அவன் தோழர்கள் இணைந்துகொண்டனர். உங்கள் உடல் துண்டுகளாகச் சிதறியது."

பிரத்யும்னன் தன் உடல் மரத்துப்போயிருப்பதை உணர்ந்தான். பின்னர் திரும்பி தாம்ரப்பிரதனையும் தீப்திமானையும் பார்த்தான். அவர்கள் விழிகளிலும் அச்சம் தெரிவதைக் கண்டான். விடுவித்துக்கொள்ளமுடியாத பிசினில் ஒட்டியிருப்பதுபோல அவன் உள்ளமும் உடலும் அத்தருணத்தில் சிக்கியிருந்தன. கதவு திறந்த ஓசையில் அவன் திடுக்கிட்டான். ஆனால் அது அவனை அறுபட்டெழச் செய்தது. அவன் விழிதூக்க, ஏவலன் தலைவணங்கி மெல்லிய குரலில் "இளையோர் வந்துவிட்டனர்" என்றான்.

பிரத்யும்னன் "நன்று இளையோனே, நீ சென்று ஓய்வெடுக்கலாம். உன் கனவுகள் கலைந்து நீ நிலைமீண்ட பின்னர் நாம் மீண்டும் சந்திப்போம்" என்றான். அபிமன்யூ "இவை மிகத் தெளிவான கனவுகள், மூத்தவரே. என்ன வேடிக்கை என்றால் கனவுகள்தான் எப்போதுமே தெளிவானவை, நனவுகளைவிட" என்றான். "உங்கள் தலையை உதைத்த இளம்போஜனை நான் அருகிலெனக் கண்டேன். அவன் முகத்தைப் பல்லாயிரம்பேர் கொண்ட கூட்டத்தில்கூட விழிதொட்டு எடுத்துவிடுவேன். அவன் பெயர் பூர்ஜன். அவனை அப்பால் ஒருவன் அவ்வாறு அழைப்பதைக் கேட்டேன்."

அவனை அங்கிருந்து அகற்றவேண்டும் என்ற எண்ணம் மட்டுமே பிரத்யும்னனிடம் இருந்தது. "ஒருவர்கூட எஞ்சாமல் துவாரகையின் யாதவக்குடிகள் இறந்து குருதிநிணக் குவியலாகக் கிடந்தனர். மைந்தர், தந்தையர், முதியவர். அவர்களுக்குமேல் கழுகுகள் சுழன்றுகொண்டிருந்தன. அந்நிழல்கள் பிணங்களின்மேல் சுற்றிவந்தன. தொலைவில் கடலோசை சங்குக்குள் முழக்கமெனக் கேட்டது. அது வலுத்து வந்தது" என்றான் அபிமன்யூ.

"நீ கிளம்பலாம்" என்றான் பிரத்யும்னன். "ஆம், நான் மீண்டும் துவாரகைக்குச் செல்லவில்லை. இந்திரப்பிரஸ்தத்திற்கே செல்கிறேன்.

இனி நான் இங்கு வரப்போவதில்லை" என்றான் அபிமன்யூ. தலைவணங்கி வெளியே சென்றான். அவன் செல்வதைப் பார்த்துக்கொண்டு பிரத்யும்னன் அமர்ந்திருந்தான். தீப்திமான் "பித்தனென்றே ஆகிவிட்டார்" என்றான். "ஆம்" என்றான் பிரத்யும்னன். "அவரால் மானுடரை அப்படி ஆக்க முடியும். அவர் அருகிருப்பவர்கள் அவருக்கு அடிமைகளே. அவரிடமிருந்து விலகி ஓடுபவர்கள் மட்டுமே தான் என்று உணர்ந்து தனிவழி காணமுடியும்..."

"நானும் துவாரகைக்கு மீளப்போவதில்லை" என்று பிரத்யும்னன் சொன்னான். "மதுராவுக்குச் செல்கிறேன். மூத்த தந்தையிடம் சேர்ந்துகொள்கிறேன். யாதவர்கள் அங்கிருக்கிறார்கள். என்னை ஏற்றுக்கொள்ள வேண்டியவர்கள் அவர்களே." தனக்குள் என "தேவை என்றால் துவாரகைமேல் படைகொண்டு வருகிறேன். அதற்கு பாரதவர்ஷத்தின் ஷத்ரியர் உதவுவார்கள் என்றால் அவ்வாறு நிகழட்டும்" என்றான்.

"ஆனால் அது நிகழலாகாது" என்று அவன் மேலும் தாழ்ந்த குரலில் சொன்னான். "நான் எதிர்த்து களம் நிற்கக்கூடாது. அப்பழி என் கொடிவழியினருக்கு வரக்கூடாது." தீப்திமான் "அது நிகழப்போவதில்லை. பெரும்போர் எழும், ஐயமில்லை. அதன்பின் முற்றாகத் தோற்கடிக்கப்பட்ட துவாரகை உங்களிடம் வந்துசேரும்" என்றான். பிரத்யும்னன் அவனை வெறுமனே நோக்கிவிட்டு விழிவிலக்கிக்கொண்டான். தலை மார்பில் சரிய அசைவிலாது அமர்ந்திருந்தான்.

பின்னர் பெருமூச்சுடன் விழித்து கைகளைக் கட்டிக்கொண்டு தொலைவில் தெரிந்த சிந்துவின் நீலப்பெருக்கை நோக்கிக்கொண்டிருந்தான். மீண்டும் விழித்துக்கொண்டு "அவன் என்ன பெயர் சொன்னான்?" என்றான். அவர்கள் இருவரும் வெறுமனே நோக்கினர். அவன் கேட்பது அவர்களுக்குத் தெரிந்திருந்தது. "பூர்ஜன், அல்லவா?" என்றான் பிரத்யும்னன். அவர்கள் ஒன்றும் சொல்லவில்லை.

"நல்ல பெயர்... ஆனால் அவன் இன்னும் பிறக்கவில்லை" என்று அவன் சொன்னான். தீப்திமான் "போஜன் என்றார்" என்றான். "போஜர்கள் எவரும் மைந்தர்களுக்கு பூர்ஜன் என்று பெயரிடவேண்டாம் என ஆணையிடுவோம்" என்றபின் உரக்கச் சிரித்தான். நகையற்ற வெற்றோசை என அது ஒலித்தது. "அறிவின்மை... வெறும் பித்து" என்றபின் அவன் எழுந்துகொண்டான்.

8

தொலைவிலேயே மதுராபுரியின் துறைமுகப்பு பந்தங்களின் செவ்வொளியில் காட்டெரியெனத் தெரிவதை யௌதேயன் பார்த்தான். பீதர் நாட்டின் பளிங்குக் குமிழ் விளக்கொளியில் படித்துக்கொண்டிருந்த பூர்ஜ மரப்பட்டைகளாலான ஏட்டை சீராக அடுக்கி பட்டுநூலால் கட்டி பேழைக்குள் வைத்தபின் அருகே மூங்கில் அழியில் தொங்கிய மேலாடையை எடுத்து அதன் மடிப்புகளை நீவி சீராகத் தோளிலிட்டபடி படகின் முகப்பிற்கு வந்தான்.

அவன் குழல்கற்றைகள் காற்றில் எழுந்து பறந்தன. இடையில் இருந்த பட்டு நூலை எடுத்து குழல்கற்றைகளைக் கட்டி முடிச்சிட்டுக்கொண்டான். படகுமுகப்பிலிருந்த பீதர்நாட்டுத் தூக்குவிளக்கு உலைந்தாடி தூண்களின் நிழல்களையும் வடங்களின் நிழல்களையும் நாகங்களென பின்னி நடனமிடச் செய்தது. அவன் படகிற்குப் பின்னால் வந்துகொண்டிருந்த கலிங்கநாட்டு பொதிப்படகின் விளக்கொளி காற்றிலெழுந்து புடைத்திருந்த பாயை பெருந்தழலென வானில் நெளிந்தாடச் செய்தது.

படகோட்டி "மதுராபுரி அணுகுகிறது, இளவரசே" என்றான். படகறைச் சுவரில் சாய்ந்து கைகட்டி நின்றபடி யௌதேயன் துறைமேடை விரைவழிந்த பெருங்கலமென தன்னை நோக்கி வருவதைப் பார்த்துக்கொண்டிருந்தான். மதுராபுரியின் முகப்பிலிருந்த அறுபத்துநான்கு கல்தூண்களின்மேல் மீனெண்ணெய் விளக்குகள் தழல் சிதறி இருளுக்குள் எழத் துடிக்க செந்நிழல் பரப்பி நின்றிருந்தன. செவ்வொளியில் படிக்கட்டுகளும் துலாமேடைகளும், அவற்றை இழுக்கும் எருதுகளும் யானைகளும், பாய் சுருக்கி அணைந்த படகுகளின் தேன்மெழுகு பூசப்பட்ட கூரைவளைவுகளும் அனல் பூசிக்கொண்டு மின்னின.

யமுனையின் அலைப்பரப்புகளின்மேல் நெடுந்தொலைவுவரை நெளியும் செந்நிறச் சட்டங்கள்போல பந்தங்களின் ஒளி விழுந்து நீண்டுகிடந்தது. காலைப்பனிக்குள் பொதியேற்றும் விலங்குகளை ஓட்டுபவர்களும் துலா பிடிப்பவர்களும் ஆயக்கணக்கர்களும் காவலர்களும் எழுப்பிய ஓசைகள் உரக்கக் கேட்டன. அவற்றுக்கு நிகராக, படகுகளில் இருந்த நீரோடிகள் உரக்கக் கூச்சலிட்டனர். காற்று சுழன்றடிக்கும் நீர்வெளிகள்மேல் வாழ்பவர்கள் ஆதலால் அத்தனை சொற்களையும் அவர்களால் வெடித்தெழும் கூச்சலாகவே வெளிப்படுத்த முடிந்தது.

அவர்களின் ஆடைகள் செவ்வொளி பட்டு, தழல் எனக் காற்றில் துடித்தன. திரும்புகையில் படைக்கலங்களும் உலோகப் பொருட்களும் அனல் மின்னி அணைந்தன. ஆடும் படகுகளில் தொங்கிய சங்கிலிகளும் பலவகையான கலங்களும் மதஎருதின் கழுத்து மணிகளென குலுங்கின. கந்தில் பிணைந்த யானையென உடல் உலைந்தபடி கலிங்கத்துப் பெரும்படகொன்று அப்பால் நின்றது. அதன் சாளரங்கள் செந்நிற விளக்கொளிகள் விரிய நிரையாகத் தெரிந்தன. அதன் கொடிமர உச்சியில் சிம்மக்கொடி காற்றில் படபடத்தது.

துறைமேடையில் மூன்று பெரும்துலாக்கள் சீராகச் சுழன்றிறங்கி கலிங்கப் படகில் இருந்து பொதிகளைத் தூக்கி இரை கவ்விய பருந்துகளென காற்றில் வளைந்து அப்பால் இறக்கி வைத்தன. துறைமேடையிலிருந்து வளைந்தேறிச் சென்ற கல்பாவப்பட்ட சாலைகளில் பொதிவண்டிகளை இழுத்த மாடுகள் உச்சவிசையில் உடலிறுகி தசைகள் அசைய, சகடங்கள் உரசி முனக, சவுக்கோசைகளும் வசையொலிகளும் ஆணைகளுமாக ஏறிச்சென்றன. அப்பால் மதுராவின் வெளிக்கோட்டை, அதன்மேல் நிரையாகக் காவல்மாடங்களில் மீன்நெய் விளக்குகள் எரிய, கவச உடையணிந்த காவலர்கள் அனல் சூடிய வேல்முனைகளுடன் நின்றிருக்க, இருண்ட பரப்பெனத் தெரிந்தது.

வானில் விடிவெள்ளி எழுந்திருந்ததை யௌதேயன் பார்த்தான். அவனுடைய படகு துறைமேடையில் தன் முறை வருவதற்காக நிரையில் இணைந்து ஆடியபடி காத்து நின்றது. இரு படகோட்டிகளும் துடுப்புகளை விட்டு எழுந்து வந்து அணைக்கயிறுகளை வளையங்களில் இருந்து அவிழ்த்து பாய்களைச் சுருக்கினர். புடைத்துப் பரந்து நின்றிருந்த பெருந்தழல்கள் நெய்குறைந்தவைபோல் சுருங்கி பின் இறங்கி சுருண்டன. அமரத்திலிருந்தவன் பெருந்துடுப்பை நீரில் ஆழ இறக்கி சுக்கானை இரும்புக் கொக்கிகளில் மாட்டினான். “தெய்வங்களே!” எனக் கூவியபடி எழுந்து நின்று கைகளைத் தூக்கி உடலை வளைத்து சோம்பல் முறித்தான்.

அவன் இரும்பு நங்கூரத்தை அதன் வளையத்திலிருந்து அவிழ்த்து மரப்பட்டைச் சரிவினூடாக தள்ளிக்கொண்டுவந்து நீருக்குள் விட்டான். திமிங்கலம்போல வழுக்கி மெல்ல அது நீரில் இறங்கி ஓசையின்றி மூழ்க, வளையங்களாகச் சுருட்டிவைக்கப்பட்டிருந்த அதன் வடம் உயிர்கொண்ட பாம்பெனச் சுருளவிழ்ந்து ஓடிக்கீழிறங்கிச் சென்றுநின்று பின் இறுகி விம்மி அசைந்தது. படகு ஊசலாட்டத்தை இழந்து சிற்றலைகள் மேல் மெல்லத் ததும்பியது.

யௌதேயன் அறைக்குள் சென்று அங்கே மஞ்சத்தில் மல்லாந்து படுத்துத் துயின்றுகொண்டிருந்த சர்வதனை தோளில் தட்டி "இளையோனே இளையோனே" என்றழைத்தான். "சற்று பொறுத்து உண்கிறேன். இப்போது பசியில்லை" என்று அவன் சொன்னான். மேலும் உலுக்கி "எழுக மந்தா, மதுரா வந்துவிட்டது" என்றான் யௌதேயன். சர்வதன் விழித்துக்கொண்டு வாயைத் துடைத்து "ஏன்?" என்றான். சினத்தை அடக்கி "ஏனென்றால் நம் படகு இங்கு வந்துவிட்டது" என்றான். அவன் "நமது படகா?" என்றான். யௌதேயன் அவன் கன்னத்தில் அறைந்து "எழுக, மூடா!" என்றான்.

அதன் பின்னரே சித்தம் தெளிந்து சர்வதன் எழுந்தமர்ந்தான். கைகளை அவன் தூக்கியபோது பெருந்தோள்களில் தசைகள் புடைத்தெழுந்தன. இரு கைகளையும் பின்னால் கொண்டுசென்று சுழற்றி தலைக்குமேல் நீட்டி சோம்பல் முறித்து கோட்டுவாயிட்டபடி "விரைந்து வந்துவிட்டோம்" என்றான். "விரைந்து வரவில்லை. எதிர்ப்பெருக்கிருந்தமையால் மூன்று நாழிகை பிந்தி வந்துள்ளோம்" என்றான் யௌதேயன். "விடிவெள்ளி எழுந்துவிட்டதா?" என்றபடி சர்வதன் எழுந்து தலையைச் சுழற்றி எலும்புகள் சொடுக்கோசை எழுப்ப தன் உடலைச் சீர்படுத்தியபடி வெளியே சென்றான்.

படகுமுற்றத்தில் ஆடையும் குழலும் பறக்க நின்று கைகளை மீண்டும் தூக்கி விரல்களை விரித்து சொடுக்கோசைகளை எழுப்பியபடி "சிறிய நகரம்" என்றான். யௌதேயன் "இந்திரப்பிரஸ்தத்தைப் பார்த்தபின் எந்நகரும் சிறிதே. மதுரா தொல்புகழ் கொண்டது" என்றான். சர்வதன் "ஆம், நெய்வணிகர்களின் நகரம்" என்றான். "இல்லை, யாதவர்களின் நகர்" என்று எரிச்சலுடன் யௌதேயன் சொன்னான்.

முன்னால் நின்றிருந்த நான்கு படகுகளும் பொதித்துறைகளுக்குச் சென்று நிற்க, அவர்களின் படகு பயணிகளுக்கான துறையைச் சென்றடைந்தது. அமர மேடையில் ஏறிய படகோட்டி தன் முழங்கையளவு தடிமனான கயிற்றைத் தூக்கி மும்முறை ஆயம் கூட்டிச் சுழற்றி கரை நோக்கி வீசினான். அங்கு நின்றிருந்த கரையன் அதைப்பற்றி இழுத்து தரையில்

ஆழ அறையப்பட்டிருந்த தடித்த மரக்குற்றிகளில் சுற்றிக் கட்டினான். பின்பக்கம் இன்னொரு வடத்தைப் படகோட்டி வீச, பிறிதொருவன் அதைப்பற்றி அங்குள்ள தரையில் கட்டியபோது நீர் நிறைந்த கலம் எனப் படகு அமைதி கொண்டது.

சகடங்கள் அமைந்த நடைபாலத்தை இருவர் தள்ளிக்கொண்டு வந்து அவர்களின் படகின் விளிம்பை முட்டினர். படகோட்டி அதைப்பற்றி அதன் விளிம்புகளைப் பொருத்தி இறுக்கிக் கட்டினான். சர்வதன் திரும்பி "செல்லவேண்டியதுதானே, மூத்தவரே?" என்றான். "ஆம்" என்றபின் யௌதேயன் படகோட்டியிடம் "எங்கள் பெட்டிகளை எடுத்துவரும்படி அவர்களிடம் சொல்லுங்கள். நாங்கள் அரண்மனைக்குச் செல்கிறோம்" என்றான். சர்வதன் "நம்மை வரவேற்க இங்கு அரண்மனைப் பொறுப்பாளர் எவரேனும் வந்திருப்பார்கள் என்று எண்ணினேன்" என்றான்.

யௌதேயன் "நாம் இங்கு அரசமுறையாக வரவில்லை" என்றான். "ஆயினும் நாம் அரச குடிகள்" என்று சர்வதன் சொன்னான். யௌதேயன் மறுமொழி கூறாது மரப்பாலத்தின் மீதேறி மெல்ல அடிவைத்து கரையிலிறங்கி நின்றான். திரும்பி சர்வதனிடம் "எனது நூல்பேழைகளை மட்டும் கையிலெடுத்துக்கொள், மந்தா" என்றான். சர்வதன் அவன் மூடிவைத்திருந்த மூன்று நூற்பேழைகளைக் கையிலெடுத்துக்கொண்டு படகின் விளிம்பிலிருந்து தாவி கரைக்கு வந்தான். அவனைத் திரும்பிப்பார்த்த யௌதேயன் "ஏடுகள் நீரில் விழுந்திருந்தால் என்ன செய்வாய்?" என்றான்.

"இதுவரை என் கையிலிருந்து எதுவும் விழுந்ததில்லை" என்றபடி சர்வதன் அவனுக்குப் பின்னால் வந்தான். "இந்த நள்ளிரவிலும் இப்படிப் பொதிகளை இறக்கிக்கொண்டிருக்கிறார்கள்" என்றான். "அத்தனை துறைமேடைகளிலும் நள்ளிரவில்தான் பொதிகளை இறக்குவார்கள், மந்தா. பகற்பொழுதின் வெம்மையில் உழைப்பதுதான் கடினம்" என்றான் யௌதேயன். "ஆம், அதைத்தான் நானும் சொல்ல வந்தேன்" என்று சர்வதன் சொன்னான். யௌதேயன் எரிச்சலுடன் அவனைத் திரும்பிப்பார்த்தபின் மறுமொழி சொல்லாமல் நடந்தான்.

சுங்கநிலையை அடைந்த யௌதேயன் அங்கிருந்த காவலனிடம் "நாங்கள் அரண்மனைக்குச் செல்ல வேண்டும். தேர்களோ வண்டிகளோ இருந்தால் ஒருங்கு செய்க!" என்றான். காவலன் "தாங்கள்..." என்று சொல்லி இருவரையும் மாறி மாறிப் பார்த்தபின் சர்வதனை அடையாளம் கண்டுகொண்டு "இளையபாண்டவர் பீமசேனரின் மைந்தர் அல்லவா?" என்றான். "ஆம், இவர் முதற்பாண்டவர் யுதிஷ்டிரரின் மைந்தர்" என்றான் சர்வதன். "தங்கள் உடலே தெரிவிக்கிறது" என்று காவலன் சொன்னான்.

“சற்று பொறுங்கள், இதோ வருகிறேன்” என்று தீர்வை அலுவலகத்துக்குள் சென்று அங்கிருந்த சுங்கநாயகத்துடன் வந்தான்.

முதியவராகிய சுங்கநாயகம் சர்வதனின் அருகே வந்து வணங்கி “உபபாண்டவர்களை மதுராபுரிக்கு வரவேற்கிறேன். தாங்கள் வரும் செய்தி எதுவும் இங்கு அறிவிக்கப்படவில்லை. ஆகவே அரண்மனைத் தேர் எதுவும் இங்கில்லை. என்னுடைய சிறிய ஒற்றைப்புரவித் தேர் உள்ளது. அதில் ஒருவர் மட்டுமே செல்ல இயலும். பிறிதொருவர் புரவியில் செல்வீர் என்றால் அதை ஒருங்கு செய்கிறேன்” என்றார். சர்வதன் “எடைதாங்கும் ஒரு புரவி இருந்தால் போதும். நான் அதில் சென்றுவிடுவேன். மூத்தவருக்கு அந்தத் தேர் உகந்ததென்றால் பழுதில்லை” என்றான்.

“புதிய தேர்தான். அத்துடன் இங்கிருந்து அரண்மனை நெடுந்தொலைவிலும் இல்லை. ஏழு தெருக்களுக்கு அப்பால் உள்ளது மையக்கோட்டை. இரவாதலால் அரைநாழிகைக்குள் சென்று சேர்ந்துவிட முடியும்” என்று சுங்கநாயகம் சொன்னார். “நன்று! தேர் வருக!” என்றான் யௌதேயன். புரவியும் தேரும் வந்து நின்றன. ஏட்டுப் பேழைகளைத் தேருக்குள் வைத்தபின் அருகிலிருந்த மரப்பெட்டி ஒன்றை ஒரு கையால் தூக்கி படியாக வைத்து “ஏறிக்கொள்ளுங்கள், மூத்தவரே” என்றான் சர்வதன்.

யௌதேயன் பெட்டியின் மேலேறி தேரிலேறிக்கொண்டான். பாகன் ஏறிக்கொண்டதும் தேர் கிளம்பியது. சர்வதன் சுங்கநாயகத்திடம் “அரண்மனையில் இவ்வேளையில் அடுமனையில் உணவு சித்தமாக இருக்குமல்லவா?” என்றான். அவர் “மதுராபுரியின் அரண்மனையில் அடுமனை விளக்கும் அடுப்பும் அணைவதேயில்லை. தாங்கள் நிறைவுறும் வரை உண்ணலாம்” என்றார். புன்னகையுடன் “அதையும் பார்ப்போம். நான் உண்டபின் அடுமனைகளில் பெரும்பாலும் உடனே மீண்டும் அடுப்புமூட்டுவது வழக்கம்” என்றபடி சர்வதன் புரவியைச் செலுத்தினான்.

துறைமேடையிலிருந்து கிளம்பிய பொதிவண்டிகள் கோட்டையை இருபுறமும் சுற்றிக்கொண்டு பின்னால் அமைந்த பண்டகசாலை நோக்கிச் சென்றன. பயண வண்டிகள் மட்டுமே கோட்டைக்குள் சென்றன. அவை மிகச் சிலவே. அவற்றில் இருந்த வணிகர்களும் துயிலில் அசைந்தனர். கோட்டைக் காவல்தலைவர் அவர்களின் தேரை நிறுத்தி உள்ளே பார்த்தார். யௌதேயன் தன் கணையாழியைக் காட்டியதும் தலைவணங்கி உள்ளே செல்லும்படி கைகாட்டினார்.

அவர் விழிகளில் தெரிந்த வியப்பைப் பார்த்தபின் சர்வதன் “நம்மை இங்கு எவரும் சற்றும் எதிர்பார்க்கவில்லை என்று தோன்றுகிறது,

மூத்தவரே" என்றான். "ஆம், இந்திரப்பிரஸ்தத்திற்கு எதிராகப் பெரும்படைக்கூட்டொன்று நிகழும் களம் இது என இன்று பாரதவர்ஷமே அறிந்திருக்கிறது. மூத்தயாதவர் யாதவக்குடிகள் அனைத்தையும் திரட்டி துரியோதனருக்குப் பின்னால் நிறுத்த முயன்றுகொண்டிருக்கிறார். மும்முறை யாதவப் பேரவைகள் இங்கு கூடிவிட்டன. இந்திரப்பிரஸ்தத்திலிருந்து பாண்டவர் மைந்தர் இருவர் இந்நகரில் நுழைவதைப்போல வியப்பூட்டும் செய்தி ஒன்றில்லை" என்றான் யௌதேயன்.

சர்வதன் "ஆம், நாளை இந்நகர் முழுக்க இதுவே பேச்சாக இருக்கும்" என்றான். "எப்படியோ நாமும் வரலாற்றுக்குள் நுழைந்துவிட்டோம். சற்று செலவேறியது என்றாலும் தாழ்வில்லை. சூதர்களைக்கொண்டு நமது வீரச் செயல்களைப் பாடச்செய்துவிட வேண்டும்" என்றான். யௌதேயன் புன்னகைத்து "என்ன வீரச் செயல் உன் கணக்கில் உள்ளது?" என்றான். "என்ன அப்படிக் கேட்டுவிட்டீர்கள், மூத்தவரே? ஒவ்வொரு ஊட்டறையிலும் அடுமனையிலும் எனது வீரச் செயல்கள் எனப் பத்துபதினைந்து உள்ளன. அவற்றைச் சூதர்கள் அறியவில்லை. அவர்கள் மிகக் குறைவாகப் பொழுது கழிக்குமிடம் அடுமனையே. ஆகவே நானேதான் அவர்களுக்குச் சொல்ல வேண்டியுள்ளது" என்றான் சர்வதன்.

புலர்காலையில் மதுராபுரியின் அங்காடித்தெரு அன்றி பிற அனைத்துப் பகுதிகளும் துயிலில் இருந்தன. பெருங்கைவீதியும் முதல்மாடவீதியும் அரசநடுவீதியும் தேர்த்தடங்கள் பதிந்த தரையுடன் இருபுறமும் நிரைவகுத்த கற்தூண்களில் எண்ணெய் விளக்குகள் தழலாட, ஓய்ந்தவை எனக் கிடந்தன. அங்காடிவீதிகளில் அத்திரிகளிலிருந்து பொதிகளைச் சுமையர் இறக்கிக்கொண்டிருந்தனர். அவிழ்த்துவிடப்பட்ட கழுதைகள் ஒரு கால் தூக்கி தலைதாழ்த்தி நின்று துயில்கொண்டன.

மணிவண்ணன் கோட்டத்தில் புலரிமணியோசை எழுந்தது. தொடர்ந்து கொற்றவை ஆலயத்திலும் வேல்மயிலோன் ஆலயத்திலும் செம்பொன் மேனியன் ஆலயத்திலும் மணியோசைகள் எழுந்தன. நகரம் நீர்த்துளிக் கிளை உலுக்கப்பட்டு சொட்டுவதுபோல மணியோசைகளால் நிறைந்தது. மரங்களிலிருந்து பறவைகள் சிறகு கொண்டெழுந்தன. சங்கொலி "ஓம்" என வானை அழைத்து அமைந்தது. பிறிதொரு சங்கொலி "ஆம்" என முழங்கி தொடர்ந்து எழுந்தது. யௌதேயன் கைகூப்பி கண்மூடி வணங்கினான். "நற்பொழுது! நாம் எண்ணி வந்தது நிகழவேண்டும்" என்றான்.

தேரின் விளிம்பைப் பற்றியபடி வந்த சர்வதன் நகைத்து "நாம் அங்கிருந்து எண்ணி வந்ததில் பெரும்பகுதி இங்கு நிகழும் அரசியல்

சூழ்ச்சிகளைப்பற்றித்தான். அவை முறைப்படி நிகழுமென்பதில் ஐயமில்லை. அதற்கு நமது தெய்வங்களின் உதவி அவர்களுக்குத் தேவையும் இல்லை" என்றான். "உளறாதே! நாம் தந்தையரின் ஆணை பெற்று வந்துள்ளோம்" என்று யௌதேயன் சொன்னான். "அதற்கு நம்மை ஏன் அனுப்பினார்கள் என்பதுதான் அங்கிருந்தே என்னைத் தொடரும் வினா" என்றான் சர்வதன்.

"நம்முடையது முறையான அழைப்பு மட்டுமே. நாம் அழைக்கவில்லை என்றொரு சொல் எழக்கூடாது. போர்முகம் திரள்வதற்குள் அத்தனை அரசர்களையும் முறையாகத் துணைக்கழைப்பதென்பது ஒரு மரபு. செய்வனவற்றை முறையாகவே செய்யலாம் என்றுதான் நம்மிருவரையும் தந்தை தேர்வு செய்துள்ளார். வசுதேவருடன் பேசுவதற்கு நான், பலராமருடன் பேசுவதற்கு நீ. நான் சொல்லாலும் நீ தசையாலும் அவரிடம் உரையாட வேண்டும் என்று எதிர்பார்க்கிறார் தந்தை" என்றான் யௌதேயன்.

மதுராவின் தெருக்கள் இடுங்கியவையாகவும் இருபுறமும் வந்த மாளிகைகள் இரண்டு அடுக்குக்கு மிகாதவையாகவும் இருந்தன. "தொன்மையான மரக்கட்டடங்கள் இவை. இவற்றில் பெரும்பகுதி முன்பு இளையயாதவராலும் பின்னர் ஏகலவ்யவனாலும் எரியூட்டப்பட்டது. முன்பிருந்த அதே வடிவில் புதிய மரத்தால் மீண்டும் செய்துகொண்டார்கள்" என்று யௌதேயன் சொன்னான். "ஏனெனில் இவற்றின் அடித்தளங்கள் மண்ணாலானவை. எஞ்சிய அடித்தளங்களின்மேல் கட்டும்போது முந்தைய வடிவிலேயே கட்டுவதுதான் இயல்வது."

"ஏன், புதிய வடிவிலேயே கட்டலாமே? அடித்தளத்தை இடித்துவிட்டு அமைப்பதற்கென்ன?" என்று சர்வதன் கேட்டான். "அடித்தளங்களை இடிப்பது அவ்வளவு எளிதல்ல. ஏனென்றால் வீதிகள் அவற்றின் அடிப்படையில் அமைந்தவை" என்றான் யௌதேயன். "ஆம், ஆனால் அடித்தளங்களை இடிக்காமல் எதுவும் மாறுவதில்லை" என்று சர்வதன் சொன்னான். "வீதிகளை மாற்றாமல் நகரம் மாறுவதில்லை. மாறா நகர் அம்மக்களை மாறாமல் வைத்திருக்கிறது."

அவர்களின் தேர் சென்று அரண்மனை உட்கோட்டை வாயிலில் நின்றது. பெரிய தலைப்பாகை அணிந்திருந்த பெருந்தோளரான காவலர்தலைவர் இறங்கி வந்து புரியாத விழிகளுடன் தேரைப் பார்த்தபின் அணுகி "சுங்க நாயகத்தின் தேரல்லவா?" என்றார். சர்வதன் "ஆம், நாங்கள் இந்திரப்பிரஸ்தத்திலிருந்து வருகிறோம். பாண்டவரின் மைந்தர்கள்" என்று தன் கணையாழியைக் காட்டினான். அவர் முகம் மலர்ந்து "உண்மையில் நீங்கள் தொலைவில் வருகையில் இளையபாண்டவர்

பீமசேனர் வருவதுபோல் உணர்ந்தேன். நான் ஏழுமுறை பார்த்திருக்கிறேன். ஒருமுறை அவருடன் தோள்கோத்து களம் நின்றிருக்கிறேன்" என்றார்.

"ஆம், அவருடன் தோள்கோக்கும் தரமுடையவை உங்கள் புயங்கள்" என்றபின் "தந்தையே, தங்கள் பெயரென்ன?" என்றான் சர்வதன். "சவிதன், யாதவ போஜர்குடியினன். நான் இளையபாண்டவர் பீமசேனரின் அதே அகவை கொண்டவன்" என்றார். "நாளை களத்திற்கு வாருங்கள். அவர் மைந்தனுடன் ஒருமுறை தோள்சேர்த்தோமெனும் பெருமை உங்களுக்கு அமையட்டும்" என்று சர்வதன் சொன்னான். "உறுதியாக வருகிறேன்" என்று அவர் மலர்ந்த முகத்துடன் சொன்னார். "பாரதவர்ஷத்தின் மல்லர்களில் மிகச் சிலருக்கே அமையும் வாய்ப்பல்லவா அது?"

திரும்பி இளைய காவலன் ஒருவனிடம் "இளவரசர்களை அரண்மனைக்கு அழைத்துச் செல்க! அவர்கள் சிற்றமைச்சர் சூக்தரைச் சந்திக்கட்டும். அவர்களின் தங்குமிடத்திற்கும் இளைப்பாறலுக்கும் அவர் ஏற்பாடு செய்வார்" என்றார். இளங்காவலன் அருகே வந்து புரவியைப் பிடித்துக்கொண்டு "வருக, இளவரசர்களே! தங்கள் வருகையால் மதுரா நகர் மகிழ்கிறது. என் வாழ்வில் எஞ்சிய நாள் முழுக்க சொல்லி மகிழும் ஒரு தருணமும் வாய்த்தது" என்றான்.

சர்வதன் இறங்கி அணுகிவந்த புரவிக்காவலனிடம் புரவியை ஒப்படைத்தான். யௌதேயன் தேரிலிருந்து இறங்கி "மந்தா, என் சுவடிப்பேழைகளை எடுத்துக்கொள்!" என்றான். சர்வதன் அப்பெட்டிகளைக் கையிலெடுத்துக்கொண்டு "செல்வோம்" என்றான். இளைய காவலன் "என் பெயர் மூர்த்தன். நானும் ஒருமுறை தங்கள் தந்தையைப் பார்த்திருக்கிறேன். அவர் கானேகக் கிளம்புவதற்கு முந்தைய ஆண்டு இந்திரப்பிரஸ்தத்தில். அங்கு ஒரு மற்போர் நிகழ்ந்தது. இங்கிருந்து பதினெட்டு மல்லர்கள் அங்கு வந்திருந்தார்கள். அதில் என் தாய்மாமனும் ஒருவர். அவருடன் நானும் சென்றிருந்தேன்" என்றான்.

"எந்தையுடன் போர் புரிந்தாரா உமது மாமன்?" என்றான் சர்வதன். "அதைப் போரென்று சொல்ல முடியாது. தசை பெருக்கியவண்ணம் சென்று நின்றார். மறுகணமே அவரைத் தூக்கி நிலத்தில் அறைந்தார் இளையபாண்டவர். என்ன ஆயிற்றென்றுகூட பார்க்காமல் பிறிதொரு மல்லரை நோக்கித் திரும்பிவிட்டார். நான்கு ஏவலர்கள் என் தாய்மாமனைக் காலைப்பற்றி இழுத்து களத்திற்கு வெளியே கொண்டுவந்தனர். அவருடைய வலத்தோளில் தசை கிழிந்து விலாவில் குருதி கொட்டியது. புண் ஆறுவதற்கு நெடுநாட்களாயிற்று" என்றான் மூர்த்தன்.

சர்வதன் சிரித்தான். மூர்த்தன் "இப்போதும் இருக்கிறார், வடக்குக்கோட்டைக் காவல் பொறுப்பில். மேலாடையை அவர் இடத்தோளிலேயே போடுவது வழக்கம். வலத்தோளின் பெரிய வடு இளையபாண்டவருடன் அவர் போர்புரிந்து ஈட்டியது என்பதை எவரிடமும் கூறாமலிருக்கமாட்டார். பதினாறாண்டுகளுக்குப்பின் இப்போது அவரது குலத்தின் பெருமையாகவே அது அமைந்துள்ளது" என்றான். "நான் பார்க்க விரும்புகிறேன்" என்று சர்வதன் சொன்னான். "போர்புரிந்து அவர் மேலாடையணியாமல் ஆக்கவேண்டும்."

மதுராவின் அரண்மனை உயரமற்றதாக, இரு கைகளையும் நீட்டிய நண்டு வடிவில் அமைந்திருந்தது. அதன் முற்றத்தில் ஒழுங்கற்று பல்லக்குகளும் புரவிகள் அவிழ்த்திடப்பட்ட தேர்களும் அத்திரிகளும் மஞ்சல்களும் முட்டி நிறைந்திருந்தன. அதனூடாக அவர்களை அழைத்துச்சென்ற இளங்காவலன் "அரண்மனையின் அனைத்து அறைகளிலும் யாதவ குலத்தலைவர்கள் நிரம்பியிருக்கிறார்கள். முப்பொழுதும் அங்கு உணவும் குடியும் நடக்கிறது. நாற்களம் ஆடுவது எவருக்கும் தெரியவில்லை. தாயம்தான் ஆட்டம். எஞ்சிய பொழுதுகளில் கூடி நின்று பேசிக்கொண்டிருக்கிறார்கள். விரைவில் பேச்சை முடித்து அவர்களை விருந்துக்கு அனுப்பாவிடில் இங்கேயே மீண்டுமொரு குல உட்பூசல் தொடங்கிவிடும். நேற்றுகூட போஜர் குடித்தலைவர் சுதீரரை குங்குர குடித்தலைவர்களில் ஒருவரான சம்புகர் அறைந்துவிட்டார் என்றார்கள்" என்றான்.

"நேராக மற்போர்க்களத்திற்குச் சென்று வஞ்சம் தீர்த்துக்கொள்வதுதானே?" என்றான் சர்வதன். "அவர்கள் மற்போர்க்களத்திற்குப் பழகியவர்கள் அல்ல. ஆகவே இருவரும் எழுந்து நின்று கைநீட்டி உரத்த குரலில் சொற்போரிட்டனர். ஒவ்வொருவருக்கும் எத்தனை பசுக்களும் காளைகளும் உள்ளன என்பதன் அடிப்படையில் அது நிகழ்ந்தது. இருவரிடமும் ஏராளமான கால்நடைகள் இருந்தன. என்ன இடர் என்றால் பசுக்களைச் சொல்லும்போது அவை நாளை இடப்போகும் குட்டிகளையும் சேர்த்துச் சொல்லிவிட்டார்கள்" என்றான் மூர்த்தன்.

சர்வதன் உரக்க நகைத்து "நன்று! யாதவர்களின் இயல்பே அதுதான். ஒன்று மூன்றெனப் பெருகும் என்பதில் அவர்கள் உளஉறுதி கொண்டிருக்கிறார்கள். ஆகவே எல்லா ஒன்றுகளையும் மூன்றென எண்ணி கணக்குகளை இடுவார்கள்" என்றான். அரண்மனையின் வலப்பக்க நீட்சியை நோக்கி அவர்களைக் கொண்டுசென்ற இளங்காவலன் எதிரே வந்த முதிய காவலரிடம் "இந்திரப்பிரஸ்தத்திலிருந்து வரும் இளவரசர்கள் இவர்கள். இவர் இளையபாண்டவர் பீமசேனரின் மைந்தர்' என்றான்.

அவர் "கூறவே வேண்டியதில்லை, நீங்கள் பீமசேனரின் மைந்தர் சுதசோமர் அல்லது சர்வதர்" என்றார். "நான் சர்வதன்" என்றான் சர்வதன். "இவர் பிரதிவிந்தியர் அல்லது யௌதேயர்" என்றபின் "நீங்கள் சர்வதர் என்பதனால் இவர் யௌதேயராகத்தான் இருக்கவேண்டும்" என்றார். "ஆம்" என்று யௌதேயன் சொன்னான். "வருக இளவரசர்களே, யாதவர்கள் உங்கள் வருகையால் பெருமைகொள்கிறார்கள். சிற்றமைச்சர் சூக்தர் தங்களை ஆற்றுப்படுத்துவார்" என்று அவர் அவர்களை அழைத்துச் சென்றார்.

இடைநாழிகளினூடாக நடக்கையில் "என் பெயர் சுசக்தன். நான் பலமுறை மூத்தபாண்டவர் யுதிஷ்டிரரைப் பார்த்திருக்கிறேன். ஒருமுறை அவருக்குக் காவலிருக்கையில் என்னிடம் யாதவப்பிரகாசிகை என்ற நூலில் ஒரு பகுதியைப்பற்றிய ஐயத்தைக் கேட்டார். அக்கணமே நான் மறுமொழி சொன்னதும் எழுந்து வந்து என் தோளைத்தட்டி யாதவபுரியில் ஒவ்வொருவரும் நூல் கற்றிருக்கிறீர்கள். இது அறிவுமுளைக்கும் நிலம் என அறிந்தேன் என்றார். யாதவப்பிரகாசிகையைப் பற்றி இந்திரப்பிரஸ்தத்தில் அறிஞர்களுக்குக்கூட தெரியாது என்று மகிழ்ந்தார்" என்றார்.

"நான் யாதவன் என்பதனால் அதைத் தெரிந்து வைத்திருக்கிறேன் என்று எண்ணிக்கொண்டேன்" என்றபின் சுசக்தர் புன்னகைத்து "அதைவிட இன்னுமொன்று உண்டு. அந்நூலை எழுதிய பர்வதர் எங்கள் ஊரைச் சேர்ந்தவர். இளவயதில் அவர் இல்லத்தில்தான் நாங்கள் சென்று விளையாடுவோம். அவர் அந்நூலை இயற்றிக்கொண்டிருக்கையில் பலமுறை ஏடுகளை நான் அடுக்கிவைத்ததும் உண்டு. அதை நான் மூத்தபாண்டவரிடம் சொல்லவில்லை. மதுராவைப்பற்றி அப்படி ஒரு நல்லெண்ணம் தவறுதலாகவேனும் ஒருவருக்கு உருவாகுமென்றால் நாம் ஏன் அதைத் தடுக்க வேண்டும்?" என்றார்.

"எவரிலும் நன்மையை மட்டுமே பார்க்கும் விழிகொண்டவர் எந்தை" என்றான் யௌதேயன். சிற்றமைச்சரின் அறைவாயிலை அடைந்த சுசக்தர் "நான் அறிவிக்கிறேன் தங்களை" என்றபின் உள்ளே சென்றார். பின் வெளியே வந்து "தங்களை அழைக்கிறார் அமைச்சர்" என்றார். யௌதேயன் இளையவனை நோக்கிவிட்டு உள்ளே சென்றான். ஒருகணம் தயங்கி பின் சர்வதனும் தொடர்ந்தான்.

சிற்றமைச்சர் சூக்தர் தன் பீடத்தில் அமர்ந்தவாறே "வருக, இளவரசர்களே!" என்றார். முகமன் என ஏதும் சொல்லவில்லை. யௌதேயன் "நாங்கள் மதுராபுரியின் அரசரையும் மூத்தயாதவரையும் சந்திக்கும்பொருட்டு வந்துள்ளோம்" என்றான். அவர் அவர்களின் விழிகளைச் சந்திக்கவில்லை. பீடத்தின் மேலிருந்த ஏடுகளை எடுத்து அடுக்கியபடி "தங்கள்

வருகை முறைப்படி இங்கு அறிவிக்கப்படவில்லை. ஆகவே அவர்கள் தங்களைச் சந்திக்க சித்தமாக இருக்கிறார்களா என்பதை இப்போது சொல்லமுடியாது. தங்களுக்கு நான் தங்குமிடமும் நீராட்டும் உணவும் ஒருக்குகிறேன். புலர்ந்த பின்னர் அரசருக்கும் மூத்தயாதவருக்கும் முறைப்படிச் செய்திகளைத் தெரிவிக்கிறேன். அவர்கள் விழைவார்கள் என்றால் நீங்கள் சந்திக்கலாம்" என்றார்.

"ஆம், அதுவே முறை. அது போதும்" என்றான் யௌதேயன். அவர் அடுக்கிய சுவடிகளை மீண்டும் அடுக்கியபடி மேலே விழிதூக்காமல் "முறைப்படி அறிவிக்கப்பட்டு அரசப்பணியென தாங்கள் இங்கு வரவில்லை. ஆகவே இங்கு வரும் அயலவருக்கான சிற்றறைகளையே நான் அளிக்கமுடியும். அரச குலத்தோருக்கான அறைகள் அனைத்துமே இப்போது பிறரால் எடுத்துக்கொள்ளப்பட்டிருக்கின்றன. தாங்கள் அறிந்திருப்பீர்கள், யாதவ குடித்தலைவர்கள் அனைவரும் இங்குதான் உள்ளனர்" என்றார்.

"ஆம், அறிவேன்" என்று யௌதேயன் சொன்னான். "வருக! தங்கள் அறைகளைக் காட்டுகிறேன்" என்று சிற்றமைச்சர் எழுந்துகொண்டார். யௌதேயன் சர்வதனின் கையை அவர் அறியாமல் பற்றி, சற்று அழுத்தி அவனை அடக்கிவிட்டு அவரைத் தொடர்ந்தான். சர்வதன் தன் பெரிய உடலை அசைத்து உடன் சென்றான். அவன் காலடிகள் மரத்தரையில் எடையுடன் விழுந்தன. அந்த ஓசைகேட்டு திரும்பி நோக்கிய அமைச்சர் அறியாமல் அவன் விழிகளை ஏறிட்டு நோக்கிவிட்டு திடுக்கிட்டு விலகிக்கொண்டார்.

9

அறைக்குள் சென்றதுமே சர்வதன் "நாம் ஓய்வெடுக்க வேண்டியதில்லை, மூத்தவரே. நீராடிவிட்டு நேராகக் களத்திற்குச் செல்வோம். மூத்தயாதவர் அங்குதான் இருப்பார். அங்கு சந்திப்பதும் எளிது" என்றான். யௌதேயன் "ஆனால் நாம் அங்கு எதையும் பேசமுடியாது" என்றான். "நாம் அரசமுறையாக வரவில்லை. ஆகவே அவையில் எழுந்து முறையாக அறிவிப்பதற்கும் ஏதுமில்லை. அவருடன் தனியறையில் சொல்லவே செய்தி உள்ளது. அதற்கு முன் அவரிடம் சற்றேனும் அணுக முடியுமென்றால் நம் பணி எளிதாகிறது" என்றான் சர்வதன்.

யௌதேயன் மஞ்சத்தில் அமர்ந்து கால்களை நீட்டி உடலை சோம்பல்முறித்தபடி "மெய்யாகவே நமது செய்தியால் எதுவும் நிகழுமென்று நான் எண்ணவில்லை. யாதவர்கள் இறுதி முடிவெடுத்துவிட்டார்கள். மூன்று முறை பேரவை கூடிவிட்டார்கள். கிருதவர்மன் இங்கு வந்து இளையயாதவருக்கெதிராக யாதவக்குடிகளிடமிருந்து சொல்லுறுதியைப் பெற்றுச் சென்றிருக்கிறார். கிருதவர்மன் அஸ்வத்தாமரின் இணைத்தோழர். மூத்தயாதவரோ துரியோதனரின் நல்லாசிரியர்" என்றான்.

"ஆம், சிறிய விரிசல்கூட இப்போது தெரியவில்லை. ஆனால் பயிற்சிக்களம் என்பது பிறிதொரு ஆடல்மேடை. அது ஒரு கலைக்கூடம் போல, அங்கு உடலும் உள்ளமும் மகிழ்கின்றன. மூத்தவரே, எங்கு அவையிரண்டும் நெகிழ்வு கொள்கின்றனவோ அங்கு அரசியல் விலகிவிடுகிறது. உடல் உடலையும் உள்ளம் உள்ளத்தையும் வெறும் மானுடராகவே அறிகிறது. அரசியல் என்பது மானுடரை விலக்குவதனூடாக வெல்வதனூடாக நிகழ்வது" என்றான் சர்வதன்.

யௌதேயன் “நீ களம் புகவிரும்புகிறாய் என்றால் அவ்வாறே ஆகட்டும். நான் வந்து என்ன செய்யப்போகிறேன்? இப்புவியில் நான் வெறுக்கும் ஓர் இடம் இருக்குமென்றால் அது பயிற்சிக்களம்தான். உடல் தன் இயல்பிலிருக்கையிலேயே நலமாக உள்ளது என்று நான் எண்ணுகிறேன். அதை வருத்திப் பயிற்றி மலைபோல் ஆக்க வேண்டுமென்று தெய்வம் எண்ணியிருந்தால் அவ்வாறே அது மானுடரைப் படைத்திருக்குமல்லவா?” என்றான்.

சர்வதன் “ஏன் உள்ளத்தை வருத்திப் பயிற்றுவிக்கிறீர்களே?” என்றான். யௌதேயன் “இது மெய்மை. மானுடனுக்குத் தெய்வங்கள் விடுத்த அறைகூவல் அதை அடைவது” என்றான். “உடலினூடாகவும் மானுடர் தேடிச்செல்வது மெய்மையைத்தான். முழுதுடல் தெய்வங்களுக்கு அணுக்கமான ஒரு மெய்” என்று சர்வதன் சொல்லி “தாங்கள் வருகிறீர்கள், நெடுநாட்களுக்குப்பிறகு வாளை ஏந்துகிறீர்கள்” என்றான்.

யௌதேயன் “கேலிப்பொருள் என்று ஆவேன் என எண்ணுகிறேன்” என்றான். சர்வதன் “கவலைவேண்டாம். வாள் கையிலிருந்து தவறுமென்றால் அவ்வாறு தவறுவது ஒரு நல்லூழென்று ஏதேனும் நூலில் சொல்லப்பட்டிருக்கும் .அதை நினைவுகூர்ந்து சொன்னால் போயிற்று. கிளம்புங்கள்!” என்றான். “விடமாட்டாய்” என்றபடி யௌதேயன் எழுந்துகொண்டான். வாயிலில் வந்து நின்ற ஏவலன் “தாங்கள் ஓய்வெடுத்தபின்…” என்று தொடங்க “இல்லை நாங்கள் விரைவாக நீராடிக் களம் புகவிருக்கிறோம்” என்றான் சர்வதன். தலைவணங்கி “நன்று” என்று அவன் அவர்களைக் காத்து நின்றான்.

பொதியில் இருந்து நீராட்டுக்குரிய ஆடைகளை எடுத்துக்கொண்டு அவர்கள் அவனுடன் சென்றனர். சர்வதன் ஓசையெழ பெரிய கைகளை வீசி ஆட்டி நடந்தபடி “மிகச்சிறிய மாளிகை. என் உடல் அமையும் நீராட்டறை இங்கு இருக்குமெனத் தோன்றவில்லை” என்று சொன்னான். “அனைத்து மாளிகைகளிலும் யாதவர்கள் தங்கியிருக்கிறார்கள் என்றார்கள். துவாரகையிலிருந்து கிளம்பி வந்துகொண்டேயிருக்கிறார்கள்” என்று யௌதேயன் சொன்னான். “அவர்கள் ஒவ்வொருவரும் இங்கே மதிக்கப்பட்டாகவேண்டும். அதைவிட அவர்கள் மதிக்கப்படுவதாக நம்பவைக்கவேண்டும். ஒவ்வொருவரும் பிறரைத்தான் நோக்கிக்கொண்டிருப்பார்கள். அனைவருமே அரசகுடியினரென சொல்லிக்கொள்வார்கள்.”

சர்வதன் ஏவலனிடம் “இளையயாதவரின் மைந்தர் பிரத்யுமன்ர் இங்கு வந்துள்ளார் என்றார்களே?” என்றான். “இல்லையே, இங்கு சாம்பரும் அவர் இளையோரும்தான் நேற்று முன்னாள் வந்தனர்” என்றான்

ஏவலன். "ஆம், அவர் வந்ததாகக் கேள்விப்பட்டேன்" என்ற யௌதேயன் "பிறர் இங்கு வந்துகொண்டிருப்பார்கள். இன்று அவர்களைத்தான் அவையில் சந்திக்கவேண்டுமென்று வந்தோம்" என்றான். சர்வதன் "இவர் அனைத்தும் அறியும் இடத்தில் இருக்கிறார், மூத்தவரே" என்றான்.

"இளவரசே, நான் அறிந்தவரை பிரத்யும்னரும் அவரது உடன்பிறந்தோரும் மதுவனத்திற்குச் சென்றிருக்கிறார்கள். அங்கு சூரசேனரின் வாழ்த்துகளைப் பெற்றபின்னரே இங்கு வருவார்கள். யாதவ அரசியின் மைந்தர் பானுவும் அவர் உடன்பிறந்தாரும் வந்துகொண்டிருக்கிறார்கள். பிற உபயாதவர் அனைவருமே ஓரிருநாட்களுக்குள் இங்கு வந்து சேர்வார்கள் என்று சொன்னார்கள்" என்றான் ஏவலன். யௌதேயன் "கிருதசேனர் ஊர் திரும்பி விட்டாரா?" என்றான். "ஆம், நேற்றுமுன்னாள் அவர் கிளம்பிச்சென்றுவிட்டார்" என்றான் ஏவலன். "இங்கு யாதவ இளையோர் பலர் இருக்கிறார்கள். பெரும்பாலானோருடைய பெயர்களையே நான் அறிந்ததில்லை."

நீராட்டறை அவர்கள் எண்ணியது போலவே மிகச்சிறியதாக இருந்தது. உள்ளே நுழைந்ததுமே அது சுவர்கள் கைகளை முட்டுமளவுக்கு மேலும் சிறிதென மாறியது. "ஒரு பெரிய குளியல் தொட்டிபோல் உள்ளது" என்று சர்வதன் சொன்னான். நீராட்டறையின் அணியர் புன்னகையுடன் வந்து "இளையபாண்டவரின் மைந்தருக்கு வணக்கம். இந்தச் சிறிய நீராட்டறையில் தாங்கள் நீராட வருவீர்கள் என்று எதிர்பார்த்திருக்கவில்லை" என்றார்.

அவர் உதவியாளன் "நீராட்டறை ஏவலர் எவருக்கும் வாழ்நாள் பேறென்பது தங்கள் தந்தையின் உடலைக் கையால் தொடுவதுதான் என்று எந்தை சொல்லியிருக்கிறார். அதற்கு நிகரான பேறுபெற்றேன்" என்றான். "எந்தை வெறுந்தரையில் பதினான்காண்டுகள் துயின்று பழகிவிட்டார். நான் நறுஞ்சுண்ணம் சற்று கடினமானதாக இருந்தாலே உடல்நோவு கொள்பவன்" என்றபடி சர்வதன் ஆடைகளைக் களைந்து உயரமற்ற வெண்கல முக்காலியில் அமர்ந்தான். நறுமணத்தழையிட்டுக் கொதிக்கவைத்த வெந்நீரை அவன் உடலில் ஊற்றி அவர்கள் நீராட்டத்தொடங்கினர்.

"அணியரே, தங்கள் பெயரென்ன?" என்று சர்வதன் கேட்டான். அவர் "கர்த்தப குலத்தவனாகிய என் பெயர் உக்ரன். இவன் துர்வீரன். இன்னமும் நாங்கள் நீராட்டறையில் நெறிகளைப் பயில்பவர்களாகவே இருக்கிறோம். ஒருமுறைகூட பேருடலர்களைத் தொட்டதில்லை. ஒருமுறை மூத்தயாதவரின் தசைகளைத் தொடும் வாய்ப்பு கிடைக்குமென்று எண்ணியிருந்தோம். எங்கள் குல தெய்வங்கள் அணுக்கத்திலுள்ளன"

என்றார். சற்று முதிய அணியர் யௌதேயனை நீராட்டினார். அவன் சிறிய தொட்டிக்குள் தன் உடலை நன்றாக வளைத்துக்கொண்டான்.

சர்வதனின் பெருந்தசைகளைக் கையால் நீவி வெந்நீர் ஊற்றி அழுத்தியபடி உக்ரர் "ஒருமுறை இந்திரப்பிரஸ்தத்தின் இளையபாண்டவரின் உடலை நீராட்டினால் மானுட உடலின் தசைகள் எங்கெங்கு எவ்வாறு முழுமை கொண்டிருக்குமென்று அறிந்துவிடலாம், பிறகு இப்புவியிலுள்ள அனைத்து மானுட உடல்களையும் எளிதில் கையாளலாம் என்பார்கள்" என்றார். "ஒவ்வொரு தசையும் ஒவ்வொரு கோணத்தில் இழுபடுகிறது. பிற தசையுடன் அவை இணையும் ஒரு முடிச்சு ஒவ்வொரு முறை. உடலசைவில் அவை கொள்ளும் திசைமாற்றம் பிறிதொன்று. ஓய்ந்திருக்கையில் கொள்ளும் பதிதல் தனி. அடிபட்டுச் சிதைகையில் அவை உடையும் முறையும் அதற்கென்றே உரியது. ஒருபோதும் கற்றுத் தீராக்கலை இது."

"கற்ற அனைத்தையுமே தங்கள் உடலில் இப்போது காண்கிறோம், இளவரசே" என்றான் துர்வீரன். சர்வதன் கைநீட்டி "என் மூத்தார் சுதசோமர் என்னிலும் பேருடலர்" என்றான். "பிறிதொன்றாக அமைய வாய்ப்பில்லை. இப்புவியில் நீங்கள் நிகழ்ந்துகொண்டே இருப்பீர்கள்" என்றார் உக்ரர். அவர்கள் வேள்விசெய்யும் அந்தணரின் உள ஒருமையுடன் அவனை நீராட்டினர். அவன் குழல்களைப் பிரித்து நீவி அலசினர். நகங்களின் அழுக்கை நீக்கினர். அவர்களின் கைகள் அவன் உடலை, கனிந்த அன்னைப்பசுவின் நாக்கென வருடிக்கொண்டே இருந்தன.

நீராடி எழுந்து ஆடியில் தன்னுடலைப் பார்த்த சர்வதன் "எந்தை என்னைப் பார்த்ததும் முதலில் எங்கு தொட்டார் என்று எண்ணுகிறீர்கள்?" என்றான். உக்ரர் "தோளில்" என்றார். "இல்லை, அணுகியதுமே என் புறங்கழுத்து முடிச்சில் தன் கையை வைத்தார்" என்றான் சர்வதன். துர்வீரன் "மல்லர்களின் புறங்கழுத்தே அவர்களின் உடலில் மிகநொய்மையான பகுதி. அனைத்துடலும் தசைக்கோட்டையால் மூடப்பட, உயிர்முடிச்சு மட்டும் திறந்திடப்பட்டுள்ளது. தேர்ந்த மல்லன் ஒருவனின் அடி அங்கு விழுமெனில் நரம்புகள் அனைத்தும் உடைந்து செயலற்றுவிடும்" என்றான்.

உக்ரர் "தங்களைத் தந்தையென அவர் எதிர்கொள்ளவில்லை. இணை மல்லரென்று பார்த்திருக்கிறார்" என்றார். யௌதேயனை நீராட்டிக் கொண்டிருந்த முதிய நீராட்டறையர் "அல்ல உக்ரரே, அத்தனை தந்தையருக்கும் மைந்தர்கள் ஆற்றலற்றோர், பாதுகாக்கப்பட வேண்டியோர் என்றே தெரிவர். இப்பேருடலரைக் கண்டதுமே தந்தையின் கை அவரைக் காப்பற்ற புறங்கழுத்துக்குச் செல்வதென்றால் அவர் அங்கு மல்லராக

இல்லை. தலைநிலைக்காத குழவியைக் கையிலேந்திய அன்னைபோல் கனிந்திருக்கிறார்” என்றார்.

உடலெங்கும் நறுமணச்சுண்ணமிட்டு தோலாடை அணிந்து கழுத்தில் வெள்ளிச் சரடொன்று மட்டும் அணியென பூண்டு சர்வதன் கிளம்பினான். வெண்ணிறப் பட்டாடை உடுத்தி வெண்மேலாடை அணிந்து பொன்சரப்பொளி பூண்டு அவனுடன் வந்த யௌதேயன் “களத்தில் நம்மை முதலில் பார்க்கையில் மூத்தயாதவர் என்ன செய்வார் என்று எண்ணிப்பார்க்கிறேன். நாம் வருவது அவருக்கு உகந்ததல்ல. நாம் படைத்துணைகோரி வந்துள்ளோம்” என்றான். “இது முறைப்படி எழும் அழைப்புதானே?” என்றான் சர்வதன்.

“ஆம், ஆனால் இவ்வழைப்பிற்கு இன்னமும் இடமுள்ளது என்பதே யாதவர் மேல் பிறரை ஐயம் கொள்ள வைக்கலாம். நாம் எந்த வாக்குறுதியுடன் வந்தோம் என அவர்கள் அறிய விரும்புவார்கள். அந்த வாக்குறுதியைப் பிறரிடம் நாம் சொல்லாது செல்வோமெனில் ஒருதுளி ஐயமென அது எப்போதும் அவர்கள் நடுவே எஞ்சும். என்னதான் தன்னை ஷத்ரிய அணியில் முற்றிலும் நிறுத்திக்கொண்டாலும் பலராமர் யாதவர் என்றே கருதப்படுவார். ஷத்ரியக் குடிகள் முற்றிலும் நம்புவது நடவாது. சொல்லுறுதியுடன் வந்திருக்கும் நாமோ யாதவக்குருதி” என்றான் யௌதேயன்.

மெல்ல நடந்தபடி அவன் “இப்போது எண்ணுகையில் இப்படி ஓர் ஐயத்தை இங்கு எழுப்பிவிட்டுச் செல்வதற்கென்றே நம்மை அனுப்பினார்களோ என்று ஐயுறுகிறேன்” என்றான். சர்வதன் “இந்தக்கணக்குகள் எனக்குப் புரிவதில்லை. நான் கருதுவதெல்லாம் என்னைப் பார்த்ததுமே இணைமல்லரென இரு கைகளையும் விரித்து அவர் களம் அழைப்பார் என்று மட்டும்தான்” என்றான் சர்வதன். “மல்லர்கள் அன்னத்தின் உலகில் வாழ்கிறார்கள். அங்கு பருப்பொருட்களுக்கு மட்டுமே இடம்.”

மதுராவின் அரண்மனை உள்ளடுக்குகள் அனைத்தும் விழிப்பு கொண்டிருந்தன. சிறு கைவிளக்குகளை ஏந்தியபடி சேடியரும் ஏவலரும் அங்குமிங்கும் உலவியதனால் தொலைவிலிருந்து பார்க்கையில் சிற்றகல்கள் மிதந்து சுழிக்கும் ஆற்று வளைவென தோன்றியது அரண்மனை. அகன்று செல்லுந்தோறும் மின்மினிகள் மொய்க்கும் மரத்தடியென மாறியது. வெண்சுண்ணச் சுவர்கள் இளநீல ஒளி கொண்டிருக்கும் முன்புலர்க்காலை. இலைகளின் பசுமையும் மலர்களின் செம்மையும் காற்றுப்பரப்பிலிருந்து புடைத்தவைபோலத் தெரிந்தன. பறவைக்குரல்களால் சூழப்பட்டிருந்த மரங்கள் கன்றுகளின் கொம்புச்செண்டு எனச் சிலம்பிக்கொண்டிருந்தன.

களத்தை அணுகுவதற்கு முன்னரே வாள்களும் வேல்களும் உரசும் ஒலியும் கேடயங்களில் வாள்படும் மணியோசையும் கால்வைப்பும் சுவடுமாற்றலும் கைப்பிடியும் பூட்டும் ஒழியலும் தாவலும் உழியலும் மண்டிலமும் எழுப்பிய வாய்த்தாரிகளுடன் இணைந்து கேட்கத்தொடங்கின. களத்துமுகப்பில் நின்றிருந்த காவலர் அவர்களைக் கண்டதும் வியந்து அருகிருந்த பிறிதொரு காவலனைப் பார்த்தபின் முன்னால் வந்து தலைவணங்கி "இளவரசர்களே, இளையவர் தாங்கள் இங்கு வந்ததை...?" என்று தொடங்கினார்.

"மூத்தயாதவர் இன்னும் அறிந்திருக்க வாய்ப்பில்லை. சற்றுமுன்னர்தான் நகர் நுழைந்தோம்" என்றான் யௌதேயன். "களம் புக விரும்புகிறோம் என்று அவரிடம் சொல்க!" அவர் "ஆணைபெற வேண்டியதில்லை. தாங்களே உள்ளே செல்லலாம். இது அரசவையல்ல" என்று சொல்லிக் கைகாட்டினார். வாயிலினூடாக மறுபுறம் நுழைந்தபோது குளிர்க்காற்று வீசிச்சுழித்த வட்ட உள்முற்றத்தில் நின்றிருந்தவர்களின் ஆடைகள் காலையின் எழா ஒளியில் வெண்சுடர்கள்போல அணுக்கம் கொண்டன. இரு மல்லர்கள் இரு கைகளையும் பற்ற, கால்களை முன்னால் வைத்து நண்டுக் கொடுக்கென கைகளை மேலே தூக்கி அவர்களைச் சுழற்றிவீசி அவர்கள் மண்ணில் உடலறைந்து விழுகையில் அப்பால் சென்று சுழன்று திரும்பி தொடைதட்டி நிமிர்ந்த பலராமர் அவர்களைப் பார்த்தார்.

மறுகணம் "யார்? உபபாண்டவர்கள் அல்லவா?" என்று கூவியபடி கைகளை விரித்தார். சர்வதன் "நான் பைமசேனியாகிய சர்வதன். தங்களைச் சந்திக்கும் பேறு பெற்றேன், அரசே" என்று சொல்லி அருகே சென்று அவர் கால்களைத் தொட்டு சென்னிசூடினான். அவன் தோளை வளைத்து தன்னுடலுடன் இறுக்கி அணைத்து மறுகையால் ஓங்கி புயத்தில் அறைந்து உரக்க நகைத்து "பேருடலன்! இளமையில் தந்தை இருந்ததைப் போலவே இருக்கிறாய். இன்று இக்களத்தில் மற்போர் பொலிகிறது! நன்று! நன்று!" என்றார் பலராமர்.

யௌதேயன் அருகே வந்து அவர் கால்களைத் தொட்டு சென்னிசூடினான். "நீ என்ன உணவுண்பதே இல்லையா?" என்று அவன் தோள்களைத் தன் பெரிய கைகளால் தட்டியபடி அவர் கேட்டார். "நூல்களை உண்கிறார்" என்றான் சர்வதன். உரக்க நகைத்த பலராமர் "ஆம், உன் தந்தையைப் போலவே இருக்கிறாய்" என்றபின் சர்வதனிடம் "ஓர் உடல் எத்தனை சொற்களுக்கு நிகர் என்பதை இவன் தந்தையைப் பார்த்தால் அறியலாம். சொல்லிச் சொல்லி அடையா உடலை அறுபதாண்டுகளாக நிரப்பிக்கொண்டிருக்கிறான்" என்றார்.

சர்வதன் சிரித்தான். அவர் கைகளால் யௌதேயனின் மெல்லிய தோள்களைப் பற்றி உலுக்கி "நீ என்ன படைக்கலப்பயிற்சி செய்கிறாய்?"

என்று கேட்டார். அவன் “வாள்” என்றபின் “பொழுது அமைகையில் மட்டும்” என்றான். “அதாவது எப்பயிற்சியும் இல்லை. நன்று!” என்றபின் “அங்கு சென்று வாட்பயிற்சி செய். நான் இவனுடன் சற்று தோள்கோக்கிறேன்” என்றபின் திரும்பிப்பார்த்து அப்பால் நின்ற சாம்பனைக் கைகாட்டி அழைத்து “இவனை அறிந்திருப்பாய். இளையயாதவன் மகன் சாம்பன். இங்கு வந்திருக்கிறான்” என்றார்.

“தந்தையிடம் பூசலிட்டு வந்தீர்கள் என அறிந்தேன்” என்றான் யௌதேயன். உரத்த குரலில் பலராமர் “அது பூசல் அல்ல. அவன் தந்தை எது குலத்திற்கு உகந்ததோ அதைச் செய்யாதொழிந்தபோது குலத்தின் தலைமைந்தன் என்ற முறையில் அவன் கொண்ட பொறுப்பு அது. தந்தை தன் குலத்து மூதாதையர் பல்லாயிரவரில் ஒருவனே என்றுணர்ந்த மெய்யறிவு” என்றார்.

சாம்பனைப் பார்த்துப் புன்னகைத்த யௌதேயன் “மெய்யறிதல் எந்நிலையிலும் மானுடருக்குத் தேவைதான்” என்றான். அவன் சொற்களிலிருந்த மெல்லிய இளிவரலை சாம்பன் உணர்ந்தான். அவன் விழிகள் மாறின. ஆனால் பலராமர் “அதைத்தான் நானும் சொல்லிக்கொண்டிருந்தேன். தந்தையை மீறிவிட்டான் என்னும் பழி சில தரப்புகளிலிருந்து எழலாம். ஆனால் நெறி நின்றான் எனும் பெயர் காலத்தில் அதைக்கடந்து செல்லும். தந்தையர் எல்லைமீறுகையில் அதைக் கட்டுப்படுத்தும் பொறுப்பு மைந்தருக்குண்டு. அது என் மைந்தரேயானாலும்” என்றார்.

சாம்பன் “நாம் வாள் பயில்வோமே?” என்று யௌதேயனை அழைத்தான். யௌதேயன் “உங்களைப்பற்றிக் கேள்விப்பட்டிருக்கிறேன், சாம்பரே. பிரத்யும்னரும் நீங்களும்தான் இளையயாதவரின் மைந்தரில் பெருவீரர்கள் என்று சூதர்கள் பாடுவதுண்டு. நான் முறைப்படி வாள் பயிலாதவன். ஆசிரியராக நின்று எனக்கு ஏதேனும் கற்பிப்பீர்கள் என்றால் வருகிறேன்” என்றான். “வருக!” என்று சாம்பன் அவன் தோளில் கைவைத்து அழைத்துச் சென்றான்.

பலராமர் இரு கைகளையும் சர்வதனின் தோளில் வைத்து “என்னளவே இருக்கிறாய். கதை பயில்கிறாயா?” என்றார். “ஆம், கதையும் மற்போரும் பயில்கிறேன்” என்றான் சர்வதன். “திரும்பு” என்று சொல்லி அவனைப்பிடித்துத் திருப்பி விலாவுக்கு மேலிருக்கும் இருதசைகளையும் கைகளால் பற்றி “பயிற்சி போதாது. எடைமிக்க கதாயுதம் ஒன்றை எடுத்து தலைக்குமேல் சுழற்றுவாயென்றால் இந்தத் தசை இறுகிச் சுருண்டுகொள்ளும்” என்றார்.

சர்வதன் "நான் பேரெடைகளையும் தூக்குகிறேன்" என்று சொன்னான். "தூக்குவதல்ல. பேரெடைமிக்க கதாயுதத்தைச் சுழற்றவேண்டும். கதை எடை மட்டும் கொண்டதல்ல. அதை நெம்பித் தூக்குவதனால் மும்மடங்கு எடையைக் கைக்கு அளிக்கிறது" என்றார் பலராமர். சர்வதன் "ஆம்" என்றான். பலராமர் சர்வதனிடம் அங்கே கிடந்த பெரிய கதை ஒன்றை எடுத்து "இதைச் சுழற்று" என்றார். சர்வதன் குனிந்து அதை முழுவிசையையும் கூட்டித் தூக்கி ஒருமுறை சுழற்ற, அதன் எடைமிக்க உருளை தரையில் அறைந்தது.

"மூடா! தரையுடனா போர் புரிகிறாய்?" என்றார் பலராமர். "முதல் விசை அனைத்தையும் செலுத்தி, தூக்கிச் சுழற்றி கதையை மேலெடுக்கிறாய். கதை வந்து நிலம் தொட்டதும் அனைத்து விசையையும் மண் வாங்கிக்கொள்கிறது. மீண்டும் புதியவிசை திரட்டி அதைத் தூக்க வேண்டியிருக்கிறது. மூன்று முறைக்குமேல் உன்னால் விசை திரட்ட முடியாது. மண்ணில் அது பாய்ந்து பின் நீ மீண்டும் விசை திரட்டி அதைத் தூக்குவதற்கு முந்தைய சில கணங்களில் எதிரிக்கு முன் படைக்கலக் காப்பு இன்றி நிற்கிறாய். உன் தலையை உடைத்துக் கூழென ஆக்க அவனால் இயலும்."

"நோக்குக! முதல்விசை திரட்டி கதையைத் தூக்கியபின் அவ்விசையைக் கொண்டே பன்னிருமுறைவரை இக்கதையைச் சுழற்ற முடியும். அதற்கு உன் கீழ் விலாத் தசைகள் பெருத்திருக்க வேண்டும். அதன் மேல் கொழுப்பு படிந்திருக்கலாகாது. வெறும் கைகளை வைக்கும்போதே தசைநாரின் முறுக்கம் தென்படவேண்டும்" என்றபின் "நோக்குக!" என்று அந்தக் கதையை அவனிடமிருந்து வாங்கி ஒரே மூச்சில் தூக்கி காற்றில் சுழற்றினார். அவரைச் சுற்றி அதன் எடைமிக்க உருளை விம்மியபடி சுழன்று வந்தது. எட்டு அடி முன்னால் எடுத்து வைத்து, திரும்பி, தரையிலிருந்த பிறிதொரு கதையை ஓங்கி அடித்தார். அதன் இரும்புருளை உடைந்து செதில்களாகத் தெறித்தது.

கதையை தரையில் ஊன்றியபின் "சரியான முறையில் சுழற்றினால் இதைக்கொண்டு தேர்களை உடைத்துத் தள்ள முடியும். யானைகளைக் கொன்று சரிக்கமுடியும்" என்றார் பலராமர். "இன்னும் எத்தனை நாள் இங்கிருப்பாய்?" சர்வதன் "சில நாட்கள். அதன் பிறகு ஊர் திரும்ப வேண்டியிருக்கும். உங்களிடம் எந்தை அனுப்பிய ஒரு செய்தியைச் சொல்லிச் செல்ல வேண்டும்" என்றான். "அரசியல் செய்தியென்றால் அதை அவையில் சொல். நான் களத்தில் அரசியல் பேசுவதில்லை" என்றார் பலராமர்.

"மெதுவாக மெதுவாக" என்று யௌதேயன் கூச்சலிடுவதைக் கேட்டு சர்வதன் திரும்பிப்பார்த்தான். சாம்பன் தன் வாளைச் சுழற்றிக்கொண்டு முன்னால் செல்ல, அவ்வீச்சை அவ்வப்போது தன் வாளால் தடுத்தபடி காலடி வைத்து யௌதேயன் பின்னால் சென்றான். அவன் நெற்றிக்குழலைச் சீவிச் சென்றது சாம்பனின் வாள். காக்கையிறகென முடிக்கீற்று தரையிலுதிர சூழ்ந்திருந்த யாதவர்கள் குரலெழுப்பி நகைத்தனர். மீண்டும் ஒருமுறை வாள் எழுந்து அவன் இடைக்கச்சையை வெட்டிச்செல்ல, இடுப்பிலிருந்து ஆடை நழுவியது. ஒருகையால் அதைப்பற்றியபடி "போதும்! எனக்குப் பயிற்சியில்லை" என்று யௌதேயன் கூவினான். மீண்டுமொருமுறை வாள் மின்னிச் செல்ல அவன் தோளில் நீண்ட சிவந்த கோடு விழுந்து குருதி பீறிட்டது.

பலராமர் "என்ன செய்கிறாய்? மூடா, நிறுத்து!" என்று கூவினார். "கற்றுக்கொடுக்கிறேன்" என்றபடி மீண்டும் வாளைச் சுழற்ற ஓங்கிய சாம்பனின் கையை நோக்கி கீழிருந்து எடுத்த ஒரு கதாயுதத்தை வீசினான் சர்வதன். வாள் தெறித்துச் சுழன்று அப்பால் மண்ணில் விழ, எடையுடன் கதை மண்ணை அறைந்தது. வலக்கையை இடக்கையால் பற்றிக் காலிடுக்கில் வைத்து அழுத்திகொண்டு வலிமுனகலுடன் உடலை ஒடுக்கிக்கொண்டு சுழன்றான் சாம்பன். நான்கு அடிகளில் அவனை அணுகி இடைபற்றி, தலைக்குமேல் தூக்கி ஓங்கி தன் தொடைமேல் அவனை அறையப்போனான் சர்வதன்.

"மைந்தா, நிறுத்து!" என்று பலராமர் கூவ, சர்வதன் தயங்கி பின்பு சாம்பனை நிலத்தில் வீசினான். அவன் மண்ணில் தோள் அறைய விழுந்து புரண்டு கால்களை மடித்து மார்புடன் அணைத்துச் சுருண்டபடி முனக, அவன் தம்பியர் ஓடிவந்து அவன் அருகே குனிந்தனர். சுருதன் "விலகுக! விலகுக!" என்று கூவ விருஷனும் சுமித்ரனும் அவனைத் தூக்கி அமரச்செய்தனர். பலராமர் ஓடிவந்து சாம்பனை ஒருகையால் பற்றித் தூக்கி அவன் முகத்தை நோக்கிப் பற்களைக் கடித்தபடி "என்ன செய்தாய்? மூத்தவனுக்குக் காவலாக இவனை அனுப்பியிருக்கிறார்கள் என்றால் இவன் முன் வைத்து அவனை நீ சிறுமை செய்ய முடியுமா?" என்றார். "அவன் பைமசேனி என்று தெரியாதா உனக்கு? அறிவிலி! ஒருகணத்தில் உன் முதுகெலும்பை முறித்திருப்பான்."

சர்வதன் பற்களைக் கடித்தபடி "களம் நிற்க வேண்டுமென்று விரும்பினால் ஒரு வாய்ப்புத் தருகிறேன், சாம்பரே. இதோ இங்கு நின்றிருக்கும் உங்கள் இளையோர் அனைவரும் ஒரே தருணத்தில் தாங்கள் விரும்பிய படைக்கலங்களுடன் என்னை எதிர்கொள்ளலாம். ஒரு முறைக்குமேல்

எவரையும் அடிக்க மாட்டேன் என்றும் நான் சொல்லிடுகிறேன்" என்றான். பலராமர் "வேண்டியதில்லை. உனது ஓர் அடியைத் தாங்கும் ஆற்றல் கொண்ட யாதவமைந்தர் எவருமில்லை. விடு!" என்றார்.

சாம்பன் எழுந்து தன் உடைந்த கையைத் தூக்கி அசைத்தபடி விழிகள் நீர்கொள்ள பற்கள் கிட்டித்திருக்க "எலும்பு உடைந்துவிட்டது, தந்தையே" என்றான். "தலை உடையவில்லை என்று ஆறுதல் கொள், கீழ்மகனே" என்று பலராமர் சொன்னார். திரும்பி ஏவலனிடம் யௌதேயனைச் சுட்டிக்காட்டி "இந்தக் குருதியை துடைக்கச் சொல்! அறச்செல்வனின் குருதி, யாதவமண்ணில் விழகாலாது அது" என்றபின் சுருதனிடம் "அழைத்துச் செல் இவர்களை! ஆதுரசாலைக்குச் சென்று எலும்புகளைச் சேர்த்துக்கட்டு" என்றார்.

ஏவலன் மரவுரியால் யௌதேயனின் தோளில் இருந்த காயத்தை அழுத்திக்கட்டினான். "எந்தையே, தாங்கள் இப்போது சொன்ன வார்த்தைகளை மீண்டும் சொல்ல விரும்புகிறேன். இவர்கள் அறிவிலிகள், எண்ணாது துணிபவர்கள். இவர்களால் ஒருபோதும் யாதவ குலத்தைக் காத்து நிற்க இயலாது. இன்றல்ல, நாளையும் யாதவ குலத்திற்குக் காவலென நிற்கப்போகிறவர்கள் என் இளையோர் மட்டுமே" என்றான் யௌதேயன்.

"எந்தையர் இப்புவி கண்ட மாவீரர்கள். அவர்களில் இருவரும் ஆளுக்கிருவரென பெருகி இதோ நம் முன் நின்றிருக்கிறார்கள். இரண்டு பீமசேனர்கள் இரண்டு அர்ஜுனர்கள். அவர்களால் காக்கப்படும் உங்கள் குடி எளிய அரசியல் சூழ்தலுக்கு ஆட்பட்டு அவர்களை இழக்க வேண்டியதில்லை" என அவன் தொடர்ந்தான். "உண்மையில் இழக்கப்போவது மட்டுமல்ல, அவர்களை எதிர்த்தரப்பில் நிற்க வைக்கவும் போகிறீர்கள். எந்தையரையும் அவர்களின் நான்கு மைந்தர்களையும் எதிர்கொள்ள யாதவர்களால் இயலுமா என எண்ணிச்சூழ்க! இத்தருணத்தில் நான் உரைக்க வந்த செய்தி இது மட்டுமே. இதை இனி அவையில் நான் கூறவேண்டியதில்லை."

பலராமர் அவர்கள் இருவரையும் பார்த்தபடி சில கணங்கள் நின்றார். பின்னர் "ஆம், இந்த மூடர்களை நம்பி துவாரகையோ யாதவப்பெருங்குடியோ இல்லை" என்றார். "ஆனால் அது வேதத்தை நம்பியிருக்கிறது. எந்த அழியாச்சொல்லால் மழைமுகில்களை இந்திரன் ஆள்கிறானோ, எந்த வானமுதால் புல்வெளிகளை வருணன் ஆள்கிறானோ, அனலோனும் மாருதர்களும் கதிரோனும் எந்த அன்னத்தை உண்கிறார்களோ அந்த வேதத்தால். அதுவே எங்கள் பொறுப்பு. எங்கள் கடன் அதற்கு மட்டுமே" என்றபின் திரும்பி நடந்தார்.

10

யௌதேயன் இடைநாழியில் நடந்தபடி சர்வதனிடம் "மந்தா, நீ அத்தருணத்தில் இயற்றியதைத் தவிர்க்கமுடியாதென்று உணர்கிறேன். என்னைக் களத்தில் ஆடையின்றி நிற்கச்செய்வது அவன் நோக்கம். ஆனால் அச்செயலின் விளைவுகள் உகந்தவையல்ல. நிகழ்ந்தது ஏதென்று எவருக்கும் தெரியவில்லை. ஆனால் நாம் அவர் கையை உடைத்துவிட்டோம் என்ற செய்தி மட்டும் அத்தனை உபயாதவர்களுக்கும் சென்று சேர்ந்திருக்கிறது. இங்குள்ள எந்த யாதவ இளவரசர்களும் முகம்கொடுத்து சொல்லாட மறுக்கிறார்கள். ஒவ்வொருவரிடமும் இன்சொல் உரைத்து அணுகுகிறேன், விழிவிலக்கிச் செல்கிறார்கள். நாம் வந்த பணி நம்மாலேயே இயலாததென மாறிவிட்டது" என்றான்.

சர்வதன் "முடிவெடுப்பது இவர்களல்ல, குடித்தலைவர்கள் மட்டும்தான். அவர்களிடம் பேசுவோமே?" என்றான். "அதை நான் பேசிக்கொள்கிறேன். களத்தில் கதையை விட்டெறிந்ததுபோல இங்கு அவையில் நீ சொல்லை விட்டெறியலாகாது. உன் நாவில் நஞ்சுள்ளது. உன் தந்தையிடமிருந்து பெற்றது அது. அவைக்கூடத்தில் உன் பெருந்தசைகளை மட்டும் நீ காட்சிப்படுத்தினால் போதும்" என்றான் யௌதேயன். "ஆம் மூத்தவரே, நீங்கள் சொல்லும் ஒவ்வொரு சொல்லுக்குப்பின்னாலும் இந்த உடலை எடையாக நிறுத்தி வைக்கிறேன்" என்றான். அவன் தன்னை ஏளனம் செய்கிறானா என்ற ஐயத்துடன் திரும்பிப்பார்த்த யௌதேயன் "நான் புரிந்துகொள்ளுந்தோறும் உனது நஞ்சு வன்மை கொள்கிறது" என்றான். அவன் புன்னகை புரிந்தான்.

அவர்களை இட்டுச்சென்ற காவலன் மதுராவின் அரண்மனையின் நீண்ட சிறு இடைநாழிகள் வழியாகக் கொண்டுசென்று அரசரின்

தனி அவைக்கூடத்தின் வாயிலை அடைந்தான். அவர்கள் வருகை அறிவிக்கப்பட்டபோது உள்ளே நிறையபேர் இருப்பதை சற்றே திறந்த கதவினூடாக வந்த பேச்சொலியிலிருந்து யௌதேயன் அறிந்தான். ஒரு கீற்றென வந்து மறைந்த கலவைக்குரல்களிலிருந்து உள்ளே சற்று சினம்கொண்ட உரையாடல் நடப்பதையும் உணர்ந்தான். காவலன் "தாங்கள் உள்ளே செல்லலாம்" என்றதும் திரும்பி சர்வதனைப் பார்த்துவிட்டு உள்ளே சென்றான்.

நீண்டசதுர வடிவ அறைக்குள் பலராமர் பெரிய பீடத்தில் மார்பில் கைகளைக் கட்டியபடி அமர்ந்திருந்தார். அவருக்கு முன் யாதவர்களின் ஐங்குடிகளையும்சேர்ந்த பதினேழு பேர் அமர்ந்திருந்தனர். யௌதேயன் யாதவக்குடித்தலைவர்களை நோக்கி பொதுவாகத் தலைவணங்கிவிட்டு சென்று பலராமரின் கால்களைத்தொட்டு தலைசூடினான். அவர் அவன் தலைமேல் கைவைத்து வாழ்த்தினார் சர்வதனும் அதேபோல் தலைவணங்கிவிட்டு யௌதேயன் அமர்ந்த பீடத்திற்குப் பின்னால் சென்று பெரிய கைகளை மார்பில் கட்டியபடி, தலை மச்சுப்பலகையை இடிக்கும் வண்ணம் நிமிர்ந்து நின்றான்.

அங்கிருந்த அனைத்து யாதவர்களின் விழிகளும் அவனுடைய விரிந்த தோள்களிலும் இறுகிய கழுத்திலும் அடிமரமென தரையில் ஊன்றியிருந்த கால்களிலுமே பதிந்து மீண்டுகொண்டிருந்தன. அவர்கள் ஒவ்வொருவரும் அதுவரை பேசிக்கொண்டிருந்த அனைத்தும் பொருளிழந்து அவர்களுக்குள்ளேயே கரைந்து மறைந்தன. மெய்யாகவே யௌதேயனின் சொற்களுக்குத் தன் உடல் மேற்பொருள் ஒன்றை அளிப்பதை சர்வதன் உணர்ந்தான். பலராமர் "நம் இளையோன். அவன் தந்தையைப்போலவே பேருடலன். முறையாகப் பயின்றால் கதைப்போரில் நிகரற்றவனாவான்" என்றார். யாதவர் அலையும் விழிகளுடன் தலையசைத்தனர்.

மறுபக்கக் கதவு மெல்லத் திறக்க அனைவரும் திரும்பிப்பார்த்தபின் எழுந்தனர். ஏவலன் வந்து "பேரரசர் வசுதேவர் வருகை" என்றான். வசுதேவர் நன்றாகக் கூன்விழுந்த உடலுடன் தோளிலிட்ட பட்டு மேலாடை தரையில் இழுபட கால்களை நீட்டி நீட்டி வைத்து நடந்து வந்தார். அவருடைய ஒரு கால் சற்றே தளர்ந்திருப்பது அது மிகையாக மரப்பலகையில் உரசுவதில் தெரிந்தது. "மாமன்னர் வாழ்க! யாதவ குலப்பேரரசர் வாழ்க!" என்று யாதவர்கள் வாழ்த்துத் தெரிவித்தனர். அவர் கைகூப்பியபடி வந்து அரியணையில் அமர்ந்து முனகினார்.

ஏவலன் மெல்ல அவர் உடலை நிமிர்த்தி முதுகுக்குப் பின்னால் ஒரு தலையணையை வைத்தான். இரு கைகளாலும் அரியணைக் கைப்பிடியைப் பற்றியபோது அவர் கை மெல்ல நடுங்கியது. ஏவலன் அவருக்குச்

சிறுகிண்ணத்தில் மதுவை அளித்தான். அதை மிடறோசையுடன் அருந்தி மெல்ல ஏப்பம் விட்டபின் "நாம் இங்கு யாதவ இளவரசர்களை வரவேற்கக் கூடியிருக்கிறோமல்லவா?" என்றார். பலராமர் "இல்லை, தந்தையே. அவர்கள் நேற்றே வந்துவிட்டார்கள் உபபாண்டவர்கள் இருவர் இந்திரப்பிரஸ்தத்தின் செய்தியுடன் வந்திருக்கிறார்கள். முறைப்படி அதைத் தங்களுக்குத் தெரிவிக்க விரும்பினார்கள்" என்றார்.

"எங்கே அவர்கள்?" என்று வசுதேவர் திரும்பிப்பார்க்க, யௌதேயன் அருகே சென்று அவர் கால்களைத் தொட்டு வணங்கி "வணங்குகிறேன், பிதாமகரே. தங்கள் வாழ்த்துகள் எனக்கும் என் உடன்பிறந்தோருக்கும் என் குடிக்கும் தந்தையருக்கும் வன்பால் மழை எனப் பொழிவதாக!" என்றான். அவன் தலையில் கைவைத்தபின் சர்வதனை நோக்கி "இவன் பீமனின் மைந்தனா?" என்றார். சர்வதன் வந்து அவர் கால்தொட்டு வணங்கினான். அவன் தோளில் கைவைத்து புயங்களை நீவி மணிக்கட்டுகளைப் பற்றியபின் "அவனைப்போன்றே பிறந்துள்ளான். குந்தி நல்லூழ் செய்தவள். மைந்தனைத் தொட்டு நிறைவுறுவதென்பது பெரும்பேறு" என்றபின் "பலராமா" என்றார்.

"தந்தையே" என்றார் பலராமர். "இவனை இங்கு வைத்து நாம் கதை பயிற்றுவிக்கலாமே?" என்றார். "அவன் தந்தையிடம் ஒப்புதல் பெற்று சிலநாட்கள் தங்கும்படி சொன்னேன். இவ்வரசியல் சூழல் சற்று தெளியட்டும், நம் மைந்தர்தானே" என்றார் பலராமர். "ஆம், இவர்கள் என்றும் நம் மைந்தர்களே" என்றபின் யௌதேயனிடம் "உன் தந்தை சொல்லியனுப்பிய செய்தி என்ன?" என்று கேட்டார் வசுதேவர்.

"பேரரசே, எந்தக் குலத்தின் பேரில் இங்கு யாதவர்கள் ஒருங்கிணைகிறார்களோ அக்குலத்தின் பெயரால் எந்தை மதுராவின் படையுதவி கோருகிறார். அஸ்தினபுரியின் முடியுரிமையில் பாதி எந்தைக்குரியது. அம்முடியுரிமையை பேரரசி குந்திதேவிக்கு அளிப்பார்கள் என்னும் சொல்லுறுதியின் பெயரிலேயே அவர்களைக் குந்திபோஜர் பேரரசர் பாண்டுவுக்கு மணம்புரிந்து கொடுத்தார் என்பதைத் தாங்கள் அறிவீர்கள். அந்த மணத்தன்னேற்பை முன்நின்று நிகழ்த்தியவரே தாங்கள்தான். ஆகவே அதன் கனியை அவரும் அவர் மைந்தரும் பெறுவதற்குத் துணைநிற்கும் பொறுப்பு தங்களுக்குள்ளது" என்றான் யௌதேயன்.

"பேரரசர் பாண்டுவின் கொடையென யாதவப்பேரரசிக்கும் அவர் மைந்தருக்கும் சொல்லளிக்கப்பட்ட முடியுரிமை எந்த நெறியுமின்றி இங்கு மறுக்கப்படுகிறது. இப்பூசலில் மதுரா எந்தையுடன் நிற்க வேண்டும் என்பதுதான் விண்ணிறைந்திருக்கும் மூதாதையரின் விருப்பமாகவும் இருக்கும்" என யௌதேயன் தொடர்ந்தான்.

“அவையோரே, இந்திரப்பிரஸ்தத்தில் யாதவக்குருதியினர் ஆள்வது வரைதான் மதுராவும் துவாரகையும் முடிகொண்டு நிலைநிற்க முடியும். இன்று வேதம் காப்பதென்றும், குலம் பெருகுவதென்றும் நடைமுறை சூழ்ச்சியைச் சொல்லி யாதவர்கள் ஷத்ரியர்களுடன் நிற்பார்கள் என்றால் தங்கள் கொடிவழியினருக்குத் தீரா இடரொன்றை ஈட்டி வைத்துச் சென்றவர்களாவார்கள்.”

அவையை நோக்கிக் கைகூப்பியபடி திரும்பி “ஆகவே யாதவக்குருதியின் பெயரால், மூதாதையரின் பெயரால், அழியாக் குலநெறிகளின் பெயரால், மானுட அறத்தின் பெயரால் மதுராவின் கோலை தன் துணையாக அமையும்படி இந்திரப்பிரஸ்தத்தின் அரசர், பாண்டுவின் மைந்தர் குருகுலத்தோன்றல், யுதிஷ்டிரர் கோருகிறார்” என்று யௌதேயன் சொன்னான்.

யாதவர்களின் விழிகள் மாறிவிட்டிருப்பதை சர்வதன் கண்டான். வசுதேவர் “ஆம், இன்று பூசலிட்டு நின்றிருக்கும் இருசாராரில் குருதிவழியில் பாண்டவர்களே நமக்கு அணுக்கமானவர்கள். அவர்களுடன் நாம் நிற்பதென்பதே குலமுறையாகும்” என்றார். பலராமர் உரத்த குரலில் “குலத்தைவிட முந்தையது நெறி. நெறிகள் முளைத்த நிலம் வேதம். தந்தையே, நாம் நின்றிருப்பது வேதத்தில். உண்பது வேதத்தில் முளைத்தவற்றை. எரிந்தமைவது வேதத்தில். நம் கொடிவழிகளுக்கு விட்டுச் செல்வதும் அதுவே” என்றார்.

“தன் சொல்காக்கும் பொறுப்பை ஷத்ரியர்களிடம் மட்டுமே விட்டிருக்கிறது தொல்வேதம். யாதவர்களின் வேதம் அதன் மெய்ப்பொருளிலிருந்து முளைத்தெழுவது. இளையயாதவர் முன்வைப்பது. யாதவ மூத்தோரே, நம் குடியிலிருந்து பல்லாயிரம் காலம் இந்நிலத்தில் அறமும் முறைமையும் மெய்மையுமென வாழும் நாராயண வேதம் எழுந்ததென்பது நமது பெருமை. நாம் அதைத் துறந்தோமெனில் வேதத்தின் ஒவ்வொரு சொல்லும் வாழும் காலம்வரை நம்குடிக்குச் சிறுமையென அது நம் குடிகள் தலைகுனிய, வாழும் மானுடர் வசைபாட நின்றிருக்கும்” என்றான் யௌதேயன். “நாங்கள் கௌரவப் படைக்கூட்டில் இணைய முன்னரே முடிவெடுத்துவிட்டோம், இளையோனே. யாதவர் நலம்பெறவும், நம் குலம் அரசர்நிரையில் இடம்பெறவும் இதுவே வழி” என்றார் பலராமர். யௌதேயன் “மூத்தவர்களே, நான் உரைப்பதற்கொன்றே உள்ளது. காட்டில் புலி மானுக்கும், நாகம் எலிக்கும் எதிராகவே படைக்கப்பட்டுள்ளது. அந்நெறிகளை அவை மீறுவது அக்காட்டின் இயல்புக்கு மாறானது. ஷத்ரியர் ஒருபோதும் பிறகுடிகளை ஷத்ரியரென ஏற்க முடியாது.

தங்கள் முழுப் படைவல்லமையாலும் அவர்கள் உருவாகி வரும் புதிய அரசகுடியினரை எதிர்த்தாகவேண்டும்” என்றான்.

“என்றோ ஒருநாள் பூசல்முனைகளில் பிறரது படை உதவிகளை அவர்கள் ஏற்கக்கூடும். நிகரென அவையில் அமரச்செய்யவும் கூடும். ஒருவேளை வேறு வழியின்றி சொல்லளிக்கவும் கூடும். ஆனால் அறிக, புலி மானுக்கும் நாகம் எலிக்கும் ஒருபோதும் நிகராவதில்லை! இன்று அஸ்தினபுரியின் ஷத்ரியர்கள் யாதவர்களுக்களிக்கும் எச்சொல்லையும் அரசுசூழ்தல் அறிந்த எவரும் பொருட்படுத்தமாட்டார்கள். ஆம், இப்போது துவாரகை அவர்களின் உறவால் ஆற்றலுறக்கூடும். ஆனால் எத்தனை காலத்திற்கு? இந்தப் போர்ச்சூழல் முடிந்தபின்னர் அஸ்தினபுரியின் வாள் நம்மை நோக்கித் திரும்பாது என ஏதேனும் சொல்லளிக்கப்பட்டுள்ளதா? அப்படி ஏதேனும் சொல்லளிக்கப்பட்டிருந்தால்கூட பிற ஷத்ரியர் அதற்குக் கட்டுப்படுவார்களா?”

பலராமர் “மீண்டும் மீண்டும் நம் குடியவைகளில் எழுப்பப்பட்ட ஐயம். இந்த யாதவ குடித்தலைவர்களிடமே நூறு முறைக்குமேல் இதற்கு நான் மறுமொழி உரைத்துவிட்டேன். மெய், ஷத்ரியர் உருவாகி வரும் அரசகுடிகளை ஏற்கமுடியாது. அது ஒரு முன்மாதிரியாக அமையுமென்றால் அத்தனை குடிகளும் தங்களை ஷத்ரியர்கள் என்று சொல்லி வாளெடுத்து எழுவார்கள். காலப்போக்கில் அத்தனை ஷத்ரிய முடியுரிமைகளும் மறுக்கப்படும். பாரதவர்ஷம் முடிப்பூசல்களால் அழியும். ஆகவேதான் முடியுரிமையை அவர்களின் குடிகளுக்கு வரையறுத்தது தொல்வேதம்.”

“ஆனால் அந்த ஷத்ரியர்கள் அனைவருமே நேற்று வேடர்களோ மச்சர்களோ நாடோடிகளோ ஆக இருந்தவர்கள்தான். வேதம்கொண்டு அவர்கள் ஷத்ரியர்களாக எழுந்தனர். இன்று நம்முன் வேதம் வந்து என்னை ஏற்பீர்களாக என்று ஆணையிடுகிறது. அதை ஏற்பதே நாம் ஷத்ரியர் ஆவதற்கு இருக்கும் ஒரே வழி. அதை விலக்குபவன் அறிவின்மையின் உச்சத்தைத் தொடுகிறான். அதன்பொருட்டு நாளை நம் குடிகள் நம்மைப் பழிக்கும்” என்றார் பலராமர்.

யௌதேயன் “சொல்லாடுவதில் பொருளொன்றுமில்லை. இத்தனை உள்ளங்கள் இத்தனை நாட்கள் அமர்ந்து பேசியிருப்பீர்கள் என்றால் அத்தனை கோணங்களிலும் சொற்கள் எழுந்து வந்திருக்கும். அவையனைத்தும் முழுமையாக மறுக்கப்பட்டுமிருக்கும். ஆனால் சொல்லிச் சொல்லி மழுப்பப்பட முடியாத ஒன்றுண்டு, மூத்தவரே. வாளின் கூர்மையை விழிதொட்டு நீவி இல்லாமலாக்க முடியாதென்ற சொல்லுண்டல்லவா? இதோ அமர்ந்திருக்கிறார்கள், யாதவ

குடித்தலைவர்கள். இவர்கள் அனைவருக்கும் முன் இதைச் சொல்கிறேன். துரியோதனர் வெறும் சொல்லளிப்பாரென்றால் அதற்கு எப்பயனும் இல்லை. அதற்கும் அப்பால் செல்லும் உரிமைச்சொல் தேவை நமக்கு."

அவை விழிக்கூர் கொள்ள யௌதேயன் உரத்த குரலில் "முடிந்தால் குருகுலத்தின் முதன்மை இளவரசியை நமது குடிக்கு அளிக்கட்டும். நமது இளவரசர் சாம்பர் இன்னமும் மணம் கொண்டவரல்ல. பானுவும் ஸ்வரபானுவும்கூட இன்னமும் மணம் புரிந்துகொள்ளவில்லை. கௌரவ இளவரசி கிருஷ்ணையை அவர்கள் நமக்களிக்கட்டும். அதன்பின் நாம் அவர் சொல்லை ஏற்போம்" என்றான்.

அக்கணமே அங்கிருந்த யாதவர்களின் முகங்கள் மாறுபட்டதை யௌதேயன் கண்டான். அவன் உள்ளத்தில் ஒரு புன்னகை விரிந்தது. பலராமர் தத்தளிக்கும் விழிகளுடன் "நாம் பெண்கோரலாம். ஆனால் அது இத்தருணத்தைப் பயன்படுத்திக்கொள்ளல் என்று பொருள்படுமே?" என்றார். "பயன்படுத்திக்கொள்ளுதல் என்றே பொருள்படட்டும். நமது குடியினர், உடன் பிறந்தாரைப் பிரிந்து அஸ்தினபுரிக்குப் படைத்துணையளிக்கிறோம். இதோ பேரரசர் தன் தங்கையைத் துறக்கிறார். நீங்கள் உங்கள் இளையோனைத் துறக்கிறீர்கள். ஒருவேளை படைமுகத்தில் யாதவர் ஒருவரை ஒருவர் எதிர்கொண்டு நிற்கவும் கூடும். அதற்கு ஈடாக அஸ்தினபுரி நமக்கு எதை அளிக்குமென்பதே இப்போதைய கேள்வி."

"நாம் அளிப்பது குருதி. அதற்கீடாக அவர் அளிப்பது குருதியாகவே இருக்கவேண்டும்" என்றான் யௌதேயன். போஜர் குலத்தலைவர் பிரபாகரர் "ஆம், இளையோன் சொல்வது மெய். அவர்கள் இத்தருணத்தில் செய்யவேண்டியது அது ஒன்றே" என்றார். குங்குர குலத்தலைவர் சுதமர் "ஆம், அவ்வண்ணமே நானும் எண்ணுகிறேன்" என்றார். யாதவ குலத்தலைவர்கள் ஒவ்வொருவரும் உரத்த குரலில் அதை எதிரொலித்தனர்.

யாதவர்கள் கலைந்த குரலில் ஒருவரோடொருவர் ஒரே தருணத்தில் பேசத்தொடங்க, அவை பொருளற்ற முழக்கமாக மாறியது. சினத்துடன் பலராமர் எழுந்து இரு கைகளையும் விரித்து "அமைதி! சற்று பொறுங்கள். இப்போது நாம் என்ன செய்ய வேண்டுமென்கிறீர்கள்?" என்றார். அந்தகக் குலத்தலைவர் "நாம் நம் மணத்தூதை அனுப்புவோம். அவர் என்ன சொல்கிறாரென்று பார்ப்போம். அதன்படி முடிவெடுப்போம்" என்றார்.

“உடனடியாக இப்படி ஒரு முடிவை நாம் எடுக்க இயலாது. இதன் அரசியல் சூழல் என்ன என்று நாம் பார்க்க வேண்டும்” என்றார் பலராமர். “பார்ப்பதற்கேதுமில்லை. இன்றே நமது தூதன் கிளம்பட்டும். அவர்கள் என்ன சொல்கிறார்கள் என்று பார்ப்போம். அதை வைத்து அடுத்த முடிவை நாம் எடுப்போம்” என்றார். “ஆம், இன்னும் பொறுப்பதற்கில்லை” என்றார் போஜகுடித்தலைவர் பிரபாகரர். ஹேகய குலத்தலைவர் மூஷிகர் உரத்த குரலில் “யாதவ அவை முடிவெடுத்துவிட்டது. மணத்தூது உடனடியாக அனுப்பப்படவேண்டும்” என்றார்.

பலராமர் தத்தளிப்புடன் யௌதேயனைப் பார்த்துவிட்டு “பொறுங்கள்! இறுதி முடிவை எடுக்க வேண்டியவர் நமது தந்தை. சொல்லுங்கள் தந்தையே, நாம் இப்போது என்ன செய்வது?” என்றார். வசுதேவர் வேறெங்கிருந்தோ மீண்டு வந்தவர் என மெல்ல முனகியபின் “காலந்தோறும் இங்கு நிகழ்வதொன்றே. நமது மகளிரை நாம் ஷத்ரியர்களுக்குக் கொடுக்க முடியும், ஷத்ரிய மகளிரை நாம் முறைப்படி மணக்க முடியாது” என்றார்.

“அப்படியென்றால் இங்கு பேசப்பட்ட அவைநிகர் உரிமை, வேதம் காக்கும் பொறுப்பு, குடிபெருகும் வாய்ப்பு அனைத்திற்கும் என்ன பொருள்? அவை வெறும் அணிச்சொற்கள்தானா?” என்றார் அந்தகக் குடித்தலைவர் சாரசர். எரிச்சலுடன் பலராமர் “நாம் இங்கு பேசிக்கொண்டிருப்பது இன்றைய அரசியல் சூழலைப்பற்றி” என்றார். “இல்லை மூத்தயாதவரே, இன்றைய அரசியல் சூழலை என்றுமுள்ள யாதவர்களின் நலன் கருதி முடிவெடுப்பதாகத்தான் சற்று முன்னர் சொன்னீர்கள். யாதவர்களை அவர்கள் அரசர்களாக மதிப்பார்களா இல்லையா என்று மட்டும்தான் இப்போது நாம் தெரிந்துகொள்ள வேண்டும்” என்றார் போஜர்.

கூட்டத்திலிருந்து ஒரு குரல் “மூத்தவர் அகத்தளம் சென்று தன் அமைச்சரவையிடம் சொல் உசாவி வந்து முடிவுசொல்லலாமே” என்றார். பிறிதொருவர் “சேவல் கோழியிடம் குரல் கற்றுக்கொள்வதும் நடக்கும்” என்றார். ரேவதியின் குக்குடக் குலம் குறித்த இளிவரல் எனச் சற்று பிந்திப் புரிந்துகொண்டு யௌதேயன் திரும்பி அதைச் சொன்னவரைப் பார்த்தான். கண்டுபிடிக்க முடியவில்லை. குலக்கேலி செய்வதில் மட்டும் கூர்மைகொண்டிருக்கிறார்கள் என எண்ணிக்கொண்டான். பலராமர் சினத்துடன் மீசையை முறுக்கியபடி அதைக் கேளாதவர்போல் அமர்ந்திருந்தார்.

வசுதேவர் “யாதவக் குடியினர் ஒருமித்த குரலில் இதைக் கோருகையில் எனக்கு இது சரியென்றே படுகிறது. நாம் நம் மைந்தர்களில் ஒருவருக்கு லக்ஷ்மணையைக் கோருவோம்” என்றார். “ஆம், அவ்வாறு செய்வோம்.

அவர்களுக்குச் சாம்பனைப் பிடிக்கவில்லையென்றால் இங்கு எண்பது இளவரசர்கள் இருக்கிறார்கள். எவரேனும் ஒருவரைத் தேர்வு செய்யட்டும். அடுத்த ஆயிரமாண்டுகள் யாதவக்குடி அஸ்தினபுரியின் வலுவான அடித்தளமென்று அமையும். அரசுசூழ்தலில் அவர்களுக்கு இதைவிடப்பெரிய அறுவடை என்ன உள்ளது?" என்றார் விருஷ்ணி குலத்தலைவர் சசிதரர். "இதுவே தருணம். நாம் இதை எதன்பொருட்டும் தவிர்க்கவேண்டியதில்லை" என்றார் சுஃப்ரர்.

பலராமர் சோர்ந்து "நன்று! தந்தை முடிவெடுக்கட்டும். நான் சொல்வதற்கொன்றுமில்லை" என்று அமர்ந்தார். வசுதேவர் "நமது தூதராக அக்ரூரரை அனுப்புவோம் அவர் அஸ்தினபுரியில் அனைவருக்கும் நன்கு தெரிந்தவர். விதுரருக்கு அணுக்கமானவர். அவர் பேசிப்பார்க்கட்டும்" என்றார். பலராமர் "இன்றுவரை இத்தகைய மணஉறவு நிகழ்ந்ததில்லை. இதை முன்வைத்து படிப்படியாக இதுவரை பேசிய அனைத்தையும் உதறுவது மடமை என்று நான் நினைக்கிறேன்" என்றார். "அல்ல, இது அவர்களுக்கு நாம் வைக்கும் தேர்வு" என்றார் போஜர் குலத்தலைவர் சுஃப்ரர்.

"தேர்வு வைக்குமிடத்தில் நாமில்லை. நலம் நம்முடையதே" என்று பலராமர் சொன்னார். "இல்லை, கொள்பவர்கள் அவர்கள். இழப்பவர்கள் நாம். நாம் இழப்பது நம்குடிப்பிறந்த மாவீரர் இளையயாதவரை. உடனமைந்த சாத்யகியை. படைத்துணைகொண்டு நமக்கென வரும் பீமனையும் அர்ஜுனனையும். வில்திறனும் தோள்திறனும் கொண்ட அவர்களின் மைந்தர்கள் நால்வரை. இத்தனை இழப்புக்கு ஈடாக நாம் கோருவதொன்றே, அஸ்தினபுரியின் இளவரசியை" என்றார் அந்தகக் குடித்தலைவர் சுதீரர்.

வசுதேவர் "இனி சொல்லாடலில்லை. இந்த அவை முடிவெடுக்கிறது, அக்ரூரர் கிளம்பட்டும்" என்றார். அவை கைதூக்கி "ஆம், அவ்வாறே ஆகுக!" என்று முழங்கியது. யௌதேயன் எழுந்து "அவ்வண்ணமெனில் நான் மேலும் சிலநாள் இங்கு தங்கியிருக்கிறேன். மூத்தவர்களே, ஒருபோதும் துரியோதனர் யாதவருக்குப் பெண் கொடையளிக்க முடிவெடுக்க மாட்டாரென்று நம்புகிறேன். ஏனெனில் அது குருதியிழப்பு. இன்று பாரதவர்ஷத்தின் ஷத்ரியர்களின் தலைவராக அவர் எப்படித் தேர்வு செய்யப்பட்டிருக்கிறார்? அவர் குருதியிலோடும் ஷத்ரியத் தொன்மையால்தான். அதை இன்று இழந்தால் நாளை எந்த அவையில் அவருக்கு முதன்மை கிடைக்கும்? ஏன், இன்று அவரைச் சூழ்ந்திருக்கும் ஷத்ரியர்களே அதை ஏற்பார்களா?" என்றான்.

“அவையோரே, அவர் மறுப்பாரேயானால் இந்த அவையில் நான் சொல்லியதனைத்தும் உண்மையென்றாகிறது. குருதி குருதியுடனேயே கூட முடியும். பிற அனைத்தும் நீர்மேல் எழுத்துகளே. யாதவக் குருதியின் பெயரால் இந்த அவையில் எந்தையின் அழைப்பை முன்வைக்கிறேன். ஐங்குலத்து யாதவரும் மதுராவின் அரசரும் அவர் மைந்தரும் இச்சமரில் எங்களுடன் நின்றாக வேண்டும். யாதவ அரசிக்கு அஸ்தினபுரியின் மண்மறைந்த அரசர் பாண்டு அளித்த சொல் பேணப்படவேண்டும்” என்றபின் எழுந்து தலைவணங்கினான்.

யாதவர்கள் ஒருவரோடொருவர் உரத்து, கலைந்த குரலில் பேசிக்கொண்டே அவனுக்கு விடையளித்தனர். ஒருவர் “நாம் இதை முன்னரே ஏன் எண்ணவில்லை? இத்தனை சொல்லாடியும் இது நமக்கு ஏன் தோன்றவில்லை?” என்றார். “அவருக்குத் தோன்றியிருக்கும்” என்றார் இன்னொருவர். “வாயை மூடுக! நாம் நம்மைப்பற்றிப் பேசுவோம்” என்றது இன்னொரு குரல். “நாம் ஒன்றும் மூடர்கள் அல்ல...” அந்தக் குரல்அலை கதவு மூடப்பட்டபோது அறுபட்டு மறைய யௌதேயன் புன்னகைத்தான்.

இடைநாழியினூடாக நடக்கையில் சர்வதன் “உங்களில் எழுந்த மூத்த தந்தையைக் கண்டு வியக்கிறேன். எண்ணி எழுதி உளப்பாடமென்றமைந்த நாடகத்தில் நடிப்பவர் போலிருந்தீர்கள். அத்தருணத்தில் அங்குள்ள அனைவர் உள்ளமும் உங்களுக்குத் தெரிந்திருந்தது” என்றான். யௌதேயன் புன்னகைத்து “அத்தருணத்தில் அது தோன்றியது. நன்றோ தீதோ அறியேன்” என்றான். “ஒருவேளை தன் மகளை அளிப்பதற்கு துரியோதனர் ஒப்புக்கொண்டாரென்றால் நமது திட்டங்களனைத்தும் முழுதாகச் சரிந்துவிடும்” என்றான் சர்வதன்.

“ஒருபோதும் அது நிகழாது. அங்கு முடிவெடுப்பவர் துரியோதனரோ திருதராஷ்டிரரோ அல்ல. சகுனி அங்கிருக்கிறார். அவர் உளத்தில் உறையும் இருளென கணிகர் இருக்கிறார். இறுதிச்சொல் அவர்களுடையதே. அவர்கள் அறிவார்கள் குருதி அடையாளத்தாலேயே அங்கு முதன்மை கொண்டிருக்கிறார் துரியோதனர் என்று. வங்கமும் கலிங்கமும் கூர்ஜரமும் சிந்துவும் மாளவமும் அவந்தியும் அவருக்குக்கீழே அமரவேண்டுமெனில் அக்குருதி தூயதாக இருக்கவேண்டும்” என்று யௌதேயன் சொன்னான்.

“உண்மையில் இது இருமுனை எரியும் தழல். யாதவருக்கு அவர் பெண்கொடை மறுத்தால் சிறுமைகொண்டு சினமடையும் யாதவர்களை நாம் நம்முடன் இழுக்கிறோம். பெண்ணளிப்பாரேயானால் போர் முடிந்துவிட்டது. ஷத்ரியக் குடிகள் அவரைக் கைவிடுவர். அவர் நம்முன்

பணிந்தாகவேண்டும்” என்றான் யௌதேயன். சர்வதன் “ஒவ்வொன்றும் முதலில் பேசப்படும்போது இதுவே முழுமையென்றும் இதற்கப்பால் சொல்லில்லை என்றும் தோன்றுகிறது. ஒவ்வொரு முறையும் மானுடச் சூழ்திறனும் ஊழின் நகையாட்டும் அதைக் கடந்து செல்கிறது” என்றான்.

“நீயும் உன் தந்தையும் எதையுமே நம்பாதவர்கள். ஒவ்வொன்றிலும் கோணலையே பார்ப்பவர்கள். நான் நம்புகிறேன், இது வெல்லும். இவ்வூசல் எங்கு சென்று நின்றாலும்” என்று யௌதேயன் சொன்னான். “காத்திருப்போம்” என்றான் சர்வதன். “எண்ணிச்சூழ்வது உங்களுக்கும் அதன் அடுத்த நிலையை நோக்குவது எனக்கும் வாழ்க்கைப்பயிற்சியாக ஆகிவிட்டிருக்கிறது.”

சற்றுநேரம் மரத்தரையில் அவனுடைய எடைமிக்க காலடியோசை கேட்டுக்கொண்டிருந்தது. பின்னர் அவன் “மூத்தவரே, நாம் இதை ஏன் செய்கிறோம்?” என்றான். “இது நம் கடமை” என்றான் யௌதேயன். “கடமையைச் செய்யவா இத்தனை சூழ்ச்சியும் ஆர்வமும்?” என்றான் சர்வதன். “நீ என்ன சொல்ல வருகிறாய்?” என்றான் யௌதேயன். “இது நம் ஆணவம் அல்லவா? இந்த மாபெரும் ஊழ்ப்பெருக்கை நாம் நம் மதியால் திசைமாற்றிவிட முடியும் என நினைக்கிறோம். நடந்தால் அது நம் வெற்றி என உள்ளூர ஊதிப்பெருப்போம், இல்லையா?”

“உன் கசப்புக்கு அளவே இல்லை” என்றான் யௌதேயன். “ஆனால் நாம் தனியர் அல்ல. இங்குள்ள ஒவ்வொருவரும் எண்ணுவது இதையே. ஊழ் ஆணவங்களினூடாகவே தன் ஆடலை நிகழ்த்துகிறது. ஒவ்வொரு துளி நீரும் பெருக்கின் விசையையே தான் எனக் கொண்டுள்ளது” என்றான் சர்வதன்.

11

மதுராவின் யமுனைக்கரையில் அமைந்த சிறிய மாளிகையின் உப்பரிகையில் அமர்ந்து பிரமோதரின் சப்ததாராவலியை ஆராய்ந்துகொண்டிருந்த யௌதேயன் சர்வதனின் எடைமிக்க காலடிகள் மரப்படிகளில் ஓசையுடன் எழுந்து அணுகுவதைக் கேட்டான். அதிலிருந்த விரைவை உணர்ந்து ஏடுகளை அடுக்கி பட்டு நூலால் கட்டியபடி அவன் வருகைக்காகக் காத்திருந்தான்.

நீர் பிளந்து பெருமீன் எழுவதுபோல படிப்பள்ளத்தில் இருந்து மேலெழுந்த சர்வதன் அங்கிருந்தே உரத்த குரலில் "மூத்தவரே, நான் தங்களிடம் உரைத்ததுபோல நாம் எண்ணாத பிறிதொன்று நிகழ்ந்துள்ளது" என்றான். "கணிகரின் சூழ்திறன் இளையயாதவருக்கு நிகரானது என்பார்கள். இப்போது ஏற்கிறேன்." அவன் அணுகிய ஒலியிலேயே எதிர்பாராத செய்தி இருந்ததை யௌதேயன் உணர்ந்திருந்தான். ஆயினும் அவன் உளச்சோர்வடைந்தான். தாழ்ந்த குரலில் "என்ன நிகழ்ந்தது?" என்றான்.

சர்வதன் "அஸ்தினபுரியில் தந்தை துரியோதனரின் மகள் கிருஷ்ணைக்கு மணத்தன்னேற்பு அறிவிப்பு வெளியாகியுள்ளது. பறவைத்தூது இன்று காலை மதுராவுக்கு வந்தது. போர் அணுகிக்கொண்டிருப்பதனால் கிருஷ்ணையின் மணத்தை விரைந்து நிகழ்த்த வேண்டியிருக்கிறதென்றும் இன்னும் சில நாட்களில் கூடும் ஷத்ரியப் பேரவைக்கு முன்னரே மணநிகழ்வு நிறைவுற வேண்டுமென்பதனால் ஓரிரு நாட்களுக்குள் முடிவெடுக்க எண்ணி நாள்குறிக்கப்பட்டது என்றும் அவர் சொல்கிறார்."

“ஆகவே வரும் தேய்பிறை ஐந்தாம் நாளில் மணத்தன்னேற்பு நிகழ்வு முடிவு செய்யப்பட்டுள்ளதென்று ஓலை சொல்கிறது” என்றபடி சர்வதன் அமர்ந்தான். அவன் அமர்ந்த பீடம் முனகியது. “அரண்மனையே பதறி நாகம் நுழைந்த பறவைமரம்போல ஒலித்துக்கொண்டிருக்கிறது. நான் அடுமனையில் இருக்கையில் அங்கு வந்த சூதர் ஒருவர் இதைச் சொன்னார். பாதியுணவில் எழுந்து சென்று யாதவ அவையில் நுழைந்து அவர்கள் பேசிக்கொண்டிருந்ததைக் கேட்டேன். என்னைக் கண்டதும் அனைவரும் எழுந்து என்னைச் சூழ்ந்துகொண்டனர். அங்கிருந்த அத்தனை பேருக்கும் ஆளுக்கொரு கோணத்தில் அதைக் கூறமுடிந்தது. தங்களிடம் அறிவிப்பதற்கு ஓடிவந்தேன்.”

“அக்ரூரர் இன்னும் அங்கு சென்று சேரவில்லையல்லவா?” என்று யௌதேயன் கேட்டான். “ஆம், இன்று காலைதான் அவர் கிளம்பியிருக்கிறார். இப்போது கங்கைக்குள் நுழைந்திருப்பார்” என்றான் சர்வதன். யௌதேயன் கசப்புடன் புன்னகை புரிந்து “நான் எண்ணியது சரிதான். யாதவ குடித்தலைவர்களில் எவரோ அஸ்தினபுரிக்கும் ஒற்றர்கள்” என்றான்.

“அவ்வாறு குடிநெறி பிறழ்ந்து பிறிதொருவருக்கு ஒற்றர் பணி செய்யுமளவுக்குச் சூழ்திறனும் உளக்கரவும் கொண்டவர்கள் அல்ல குலயாதவர்கள். உண்மையில் அவர்கள் பிறழ்வே நாவில் பூணிலாமைதான். நேற்று அவையிலிருந்து கிளம்புகையிலேயே தங்களுக்குள் பூசலிடத் தொடங்கியிருப்பார்கள். தங்கள் அரண்மனைகளுக்குச் சென்றுகொண்டிருக்கையிலேயே சந்தித்த அனைவரிடமும் அதைச் சொல்லியிருப்பார்கள். வாயிற்காவலன், அடுமனையாளன், அணி ஏவலன் அனைவரிடமும். நாவிதன் அறிந்த சொல் நாடறிந்தது என்பது தொல்மொழி” என்றான் சர்வதன்.

“நேற்றிரவே அவைநிகழ்ந்த அனைத்தையும் மதுராபுரியினர் அனைவரும் அறிந்திருப்பார்கள். இங்கிருந்து பல பறவைகள் அஸ்தினபுரி நோக்கி எழுந்திருக்கும்” என்றான். யௌதேயன் “ஆம், செய்தி கிடைத்ததுமே முடிவெடுத்துவிட்டார்கள். ஓரிரு நாழிகைக்குள்ளேயே அங்கிருந்து புறா கிளம்பியிருந்தால்தான் இப்போது இங்கு வந்து சேர்ந்திருக்க முடியும்” என்று அகம்நோக்கிய குரலில் சொன்னான். “எத்தனை பெரிய உள்ளத்துடன் எதிராடிக்கொண்டிருக்கிறோம் என்னும் எண்ணம் திகைப்பையும் பின்னர் ஊக்கத்தையும் அளிக்கிறது. இதுவரை அன்னை வாலுடன் ஆடிய குருளைகள் நாம். இப்போதே முதுவேங்கையை எதிர்கொள்கிறோம்.”

“எண்ணிப்பார்க்கையில் எத்தனை சிறந்த முடிவென்று வியப்பே தோன்றுகிறது. யாதவர்களுக்கு அஸ்தினபுரி இப்போது பெண்

மறுக்கவில்லை. ஏனெனில் இன்னமும் மணத்தூதை அவர்கள் அறியவில்லை. மணத்தன்னேற்புக்கு முறைப்படி அழைப்பு விடுத்திருப்பதனால் தங்கள் குடிக்கு நிகராக யாதவரை நடத்தவில்லை என்ற குறை நீங்குகிறது. ஷத்ரியர்கள் தங்கள் மணத்தன்னேற்பில் முடிகொண்ட அனைவரையும் அழைக்கலாம் என்பது தொல்நெறி. அசுரரும் நிஷாதரும்கூட மணத்தன்னேற்பில் அவைபுகுந்து அமரலாம் என முன்காட்டு உள்ளது. ஆகவே ஷத்ரியர்கள் உளக்குறை கொள்ள முடியாது" என்று யௌதேயன் சொன்னான்.

"மணத்தன்னேற்பு நிகழுமெனில் யாதவ இளவரசர் எவரும் லக்ஷ்மணையை வென்று கைக்கொள்ள முடியாது. இவர்கள் எவருமே வில்லிலோ கதையிலோ திறன்கொண்டவர்கள் அல்ல" என்று சர்வதன் சொன்னான். "சாம்பர் அவையெழுந்து திறன்காட்ட முற்பட்டார் எனில் லக்ஷ்மணை ஒருபோதும் அவருக்கு மாலை சூட்டமாட்டாள். மிக எளிய படைக்கலப் பயிற்சி வைத்தால்கூட மாளவ அரசரின் மைந்தரோ கலிங்கத்தின் இளவரசரோ காமரூபத்தின் சுப்ரஜரோதான் வெல்வதற்கு வாய்ப்பு."

யௌதேயன் பெருமூச்சுவிட்டு எழுந்து "எத்தனை மதிக்கூர்மை! இத்தனை தேர்ச்சி அறமுசாவுவதில், நெறிநிலைகொள்வதில், மெய்மை தேடிச் செல்வதில் செலவிடப்பட்டிருந்தால் மானுடம் இன்று எங்கே இருந்திருக்கும்? வெல்வதற்கு மட்டுமே மானுடத்தின் உச்சங்கள் ஒவ்வொரு நாளும் செலவிடப்படுகின்றன" என்றான். "முள்முனையில் மூவுலகும் என்று அஸ்வபாலர் அவருடைய கிருஷ்ணதரங்கிணி என்னும் நூலில் சொல்கிறார். நெறி வகுப்பதன் இடர்கள் பற்றிப் பேசுகையில்..." பொறுமையின்மையுடன் அப்பேச்சை மறித்து "என்ன நிகழப்போகிறது?" என்றான் சர்வதன்.

யௌதேயன் "மணத்தூது வந்ததுமே யாதவர்கள் குழம்பியிருப்பார்கள். அவர்களால் தங்கள் கணக்குகள் தோற்றுவிட்டன என உணரமுடியாது. கடந்துசென்று உணர்பவர் மதுராவில் இன்று இருவரே. பேரரசர் வசுதேவர், மூத்தஅரசி ரேவதி. லக்ஷ்மணையை யாதவர் வெல்லப்போவதில்லை என ரேவதி அறிந்திருப்பார் இந்நேரம். ஆனால் மண மறுப்பு நிகழவும் இல்லை என்பதனால் பலராமர் அவையில் சொன்னதே வென்றதாகப் பொருள்கொள்ளமுடியும் என்றும் கணித்திருப்பார். பலராமரிடம் அதைச் சொல்லி யாதவ அவையில் முன்வைத்திருப்பார். இப்போது யாதவர் அவைகூடிப் பேசிக்கொண்டிருப்பார்கள். யாதவர்களும் அஸ்தினபுரியும் கொள்ளும் படைக்கூட்டு உறுதியாகிறது" என்றான்.

சர்வதன் "நாம் வந்த பணியை முடித்துவிட்டோம். விடைபெற்றுத் கிளம்புவோம்" என்றான். யௌதேயன் "அல்ல, யுதிஷ்டிரரின் மைந்தனாக நான் இங்கு வந்தேன். அவர் இங்கு ஆற்றும் பணி எதுவோ அதை முடித்தே நான் கிளம்பவேண்டும்" என்றபின் "எழுக! நாம் சாம்பரைச் சென்று சந்தித்து வருவோம்" என்றான். "சாம்பரையா? எதற்கு?" என்றான் சர்வதன். யௌதேயன் புன்னகைத்து "அவரிடம் நாம் பேசவேண்டியவை சில உள்ளன" என்றான்.

சாம்பன் படுத்திருந்த மருத்துவநிலை நோக்கிச் செல்கையில் யௌதேயன் சர்வதனிடம் "இளையோனே, அவர் உன் மூத்தவர். உன்னை இளமையில் தூக்கியிருக்கிறார். ஆகவே அவரிடம் நீ ஒரு சொல் பொறைகோருவதில் பிழையில்லை" என்றான். சர்வதன் புன்னகைத்து "அதை நான் அரசுமுறையாகவே செய்கிறேன், மூத்தவரே" என்றான். "வெறும் சூழ்ச்சி என நான் இதைச் சொல்லவில்லை. உள்ளுணர்ந்தே நீ இதைச் செய்யலாம். மூத்தவர் முனியாதிருப்பது எவருக்கும் நன்று" என்றான். சர்வதன் புன்னகைத்தான்.

மருத்துவநிலை வாயிலில் நின்ற காவலன் தலைவணங்க, அவனிடம் தங்கள் வருகையை அறிவிக்கும்படி யௌதேயன் சொன்னான். அவன் உள்ளே சென்றதும் "நிஷாத குருதி கொண்டவர் சாம்பர். அவர்கள் மெல்லுணர்வுகளை ஐயப்பட இன்னமும் நூல்களால் கற்பிக்கப்படவில்லை. ஆகவே எளிதில் உளம் நெகிழ்பவர்கள்" என்றான். "ஆம், நாம் அதைப் பயன்படுத்திக்கொள்ளவேண்டும்" என்றான் சர்வதன். சினத்துடன் யௌதேயன் "நான் அப்படிச் சொல்லவில்லை" என்றான். "ஆம், தாங்கள் சொல்லவில்லை" என்றான் சர்வதன்.

சினத்துடன் பற்களைக் கடித்தபடி யௌதேயன் கைகளை வீசி சர்வதனைப் புறக்கணித்தபடி திரும்பிக்கொண்டான். ஏவலன் திரும்பி வந்து "வருக!" என்றான். அவர்களைச் சாம்பன் படுத்திருந்த சிற்றறைக்குள் இடைநாழியினூடாக அழைத்துச் சென்றனர் ஏவலர். மூலிகை எண்ணெய்யும் குங்கிலியப் புகையும் கலந்து மணத்த சிற்றறைக்குள் உயரமற்ற பீடத்தில் சாம்பன் படுத்திருந்தான். அவனுடைய வலக்கை தேன்மெழுகும் களிமண்ணும் கலந்து பூசப்பட்டு மரவுரிக்கட்டுக்குள் ஒரு பொதி எனச் சிறுமெத்தைமேல் வைக்கப்பட்டிருந்தது.

அவர்களைக் கண்டதும் ஐயத்துடன் அவன் விழிகள் உலைந்தன. யௌதேயன் தலைவணங்கி "களத்திலாயினும் மூத்தவர்மேல் படைக்கலம் ஏவியது பெரும்பிழையென்று நான் இவனிடம் சொன்னேன். தங்களிடம் நான் முதலில் தலை கால்தொட்டு பொறுத்தருள்கையைக் கோர விரும்புகிறேன்" என்றான். சாம்பன் விழிமாறுபட்டு "ஆம், நானும் சற்று

எல்லை மீறிவிட்டேன். அத்தருணத்தில் ஏதோ புரியாத எரிச்சலொன்று இருந்தது" என்றான்.

சர்வதன் சாம்பனின் கால்களில் தலைவைத்து "பொறுத்தருள்க, மூத்தவரே! தங்கள் இளையோன் செய்த பிழை" என்றான். சாம்பன் மேலும் நெகிழ்ந்து தன் இடக்கையை அவன் தலைமேல் வைத்து "நன்று! இந்தப் பணிவு உன்னைக் காக்கட்டும்" என்றான். "அத்தனை பெரிய கதையை இவன் சுழற்றி வீசுவான் என்று எண்ணியபோது நடுங்கிவிட்டேன். என் கையில் ஏழு எலும்புகள் முறிந்துவிட்டன. நல்லவேளை அது என் தலையைத் தாக்கவில்லை" என்றான்.

"இல்லை, மூத்தவரே. என் பிழை..." என்று சர்வதன் சொல்லத்தொடங்க, அவன் தோளைத் தன் இடக்கையால் அறைந்து "நன்று! எவ்வாறாயினும் நீ என் இளையோன். அயலான் ஒருவனிடம் நான் அடி வாங்க வில்லையல்லவா?" என்று சாம்பன் சொன்னான். யௌதேயன் "அத்தருணத்தில் அவ்வாறு நிகழ்ந்தது. ஆனால் இன்று அதன் அரசியல் தருணத்தை எண்ணும்போது பெரும் வருத்தம் உருவாகிறது" என்றான்.

சாம்பன் புருவம் சுளித்து யௌதேயனை நோக்க, "தாங்கள் அறிந்திருப்பீர்கள், அஸ்தினபுரியில் துரியோதனரின் மகள் லக்ஷ்மணையைத் தங்களுக்கு மணமகளாகக் கோரி இங்கிருந்து தூதனுப்பப்பட்டது. அக்ரூரர் இன்னும் அஸ்தினபுரிக்குச் சென்று சேரவில்லை. ஆனால் அதற்குள் அஸ்தினபுரியிலிருந்து இங்கு அவளுடைய மணத்தன்னேற்புக்கான அழைப்பு வந்துவிட்டது" என்றான்.

சாம்பன் விழிகள் நிலைபதறிக்கொண்டே இருந்தன. சர்வதன் ஓரவிழியால் யௌதேயனின் முகத்தைப் பார்த்தான். அதிலிருந்த கனிவும் அமைதியும் அவனில் புன்னகையை உருவாக்கின. யௌதேயன் "இந்தச் சூழ்ச்சியை தங்களைப்போன்ற அரசு அறிந்த ஒருவர் புரிந்துகொள்வதொன்றும் கடினமல்ல, மூத்தவரே. இப்போது யாதவக்குடியை அவர்கள் நிகரென நடத்தவில்லையென எவரும் சொல்ல முடியாது. ஆனால் ஒருபோதும் யாதவர் அஸ்தினபுரியின் அரசரின் மகளைக் கொள்ளவும் முடியாது" என்றான்.

"ஏனென்றால் இத்தகைய மணத்தன்னேற்புகளில் எவர் வெல்ல வேண்டுமென்பது பெரும்பாலும் முன்னரே முடிவு செய்யப்பட்டுவிடுகிறது. தன் மகளை மாளவ இளவரசருக்குக் கொடுக்கவே துரியோதனர் முயல்வார். ஏனெனில் சிந்துவுடன் முன்னரே மணஉறவுள்ளது. கூர்ஜரம் சிந்துவுக்கு அணுக்கமானது. சௌவீர நாடுகள் பால்ஹிக இளவரசர் பூரிசிரவஸ் தலைமையில் அவர்களின் படைக்கூட்டுக்குள் வந்துவிட்டன.

தென்னகத்தில் மாளவமும் அவந்தியும் மட்டுமே முரண்பட்டு நிற்கின்றன" என யௌதேயன் சொன்னான். "விராடம் எங்களுடன் நிற்பதனால் விராடத்திற்கு எதிர்நிற்கும் மாளவத்தின் ஆதரவு கௌரவர்களுக்குத் தேவையாகிறது. மாளவ இளவரசர் விற்போரில் வல்லவர் என்கிறார்கள். ஆகவே அரிய வில்நுட்பம் ஒன்றே அங்கு மணப்போட்டியாக அமைக்கப்பட்டிருக்கும்."

"தாங்கள் அறிவீர்கள் யாதவர்களில் தாங்களன்றி எவருமே வில்லில் சிறந்தவர்கள் அல்ல. சென்று திரும்பும் வளைதடியில் போர்க்கலை பழகியவர்கள் நமது மூத்தோர். வளைதடி நம் கைகளில் நுண்ணுருவில் உறைகிறது. ஆகவே படையாழியையும் எறிவாளையுமே நம்மால் கையாள முடியும். அம்புக்கும் படையாழிக்குமான வேறுபாடு மிக அகன்றது. மீளாதது அம்பு, அதனாலேயே நம்மிடமிருந்து முழுவிசையையும் பறித்துக்கொண்டு செல்வது. படையாழியை கையாள்கையில் நம் உள்ளம் இரண்டாகப் பிரிகிறது. நம் முன் இருப்பது இரண்டு இலக்கு. ஆழி சென்று தாக்குவது ஒன்று, மீண்டு வந்தமையும் நமது கை பிறிதொன்று."

"ஆகவே ஒற்றை இலக்குகொண்ட அம்பில் யாதவர்கள் ஒருபோதும் தேர்ச்சிகொள்ள இயலாது" என்றான் யௌதேயன். அவன் அதையெல்லாம் ஏன் சொல்கிறான் என சர்வதன் வியந்தான். சாம்பனின் முகத்தில் அவனுக்கு ஒன்றுமே புரியவில்லை என்பது தெரிந்தது. ஆனால் மதிப்புள்ள சொல்லாடல் ஒன்றில் ஈடுபட்டிருப்பதாக அவன் எண்ணுவது விழிகளில் தோன்றியது. சர்வதன் அகத்தே புன்னகையுடன் முகத்தை இறுக்கிக்கொண்டான்.

"ஆம்" என்றான் சாம்பன். "விதிவிலக்கு தாங்கள். வில்லறிந்தவர். ஆனால் நாணிழுத்து அம்பேற்றும் கை உடைந்துள்ளது. அதை அறிந்தே இந்தப் போட்டியை அவர்கள் ஏற்பாடு செய்திருக்கிறார்கள். ஐயமே இல்லை" என்றான் யௌதேயன். "ஆகவே நமக்கு மகற்கொடை மறுத்துவிட்டார்கள் என்றே பொருள்." சாம்பன் பெருமூச்சுடன் "உண்மை" என்றான். "ஆனால் அச்சூழ்ச்சியை நாம் அவ்வாறே ஏற்று வணங்க வேண்டுமென்றில்லை. நாம் வென்று செல்ல முடியும்" என்று யௌதேயன் சொன்னான். "இன்னும் மணநாளுக்கு ஒன்பது இரவுகள் பொழுதிருக்கிறது."

சாம்பன் குழப்பத்துடன் நோக்க "இங்கிருந்து தாங்கள் கிளம்பி அஸ்தினபுரியை ஒரே இரவில் சென்றடையலாம்" என்றான் யௌதேயன். சாம்பனின் விழிகள் மேலும் அலைவுகொண்டன. "இளவரசியைக் கவர்ந்து வருவதொன்றும் கடினமல்ல. யாதவர்கள் விரைவுப்படகுகளில் தேர்ந்தவர்கள். அஸ்தினபுரியின் பெரும்படகுகள்கூட நம்மைத் துரத்திப் பிடித்துவிட முடியாது" யௌதேயன் சொன்னான். சாம்பனின் விழிகள்

நிலைத்தன. "பெண்ணைக் கவர்ந்து வருவது யாதவர்களுக்கு முன்னரே வகுக்கப்பட்ட நெறிதான், மூத்தவரே" என்றான் யௌதேயன்.

சாம்பன் பேச வாயெடுக்க, அச்சொல் எழ இடைகொடாது யௌதேயன் "உங்கள் தந்தை நான்கு ஷத்ரிய இளவரசிகளைக் கவர்ந்து வந்தவர். அந்தக் குடிமரபு உங்களுக்குள்ளது. அப்பெண்ணை நீங்கள் உளம்கொண்டுவிட்டீர்கள். அவளும் உளமேற்றுவிட்டாள். ஆகவே எல்லை கடந்து கவர்ந்து வந்தீர்கள்" என்றான். சாம்பன் முகம் அப்போதும் குழப்பத்திலேயே இருந்தது. "தயங்கவேண்டாம், மூத்தவரே. என் இளையோன் உங்களைத் துணைப்பான். படகை இவன் செலுத்துவான் என்றால் எவரும் தொடர இயலாது. இளைய தந்தை பீமசேனரே உங்களுக்குத் துணைவந்தாரென்று கொள்ளுங்கள்."

சாம்பன் முகம் சற்று மலர்ந்தது. ஓரவிழியால் சர்வதனை நோக்கிவிட்டு "ஆம், இவன் உடன் வந்தால் என்னால் அதை இயற்ற முடியும்" என்றான். "ஆனால் இவன் உடன் வருவது எவருக்கும் தெரியவேண்டியதில்லை" என்று யௌதேயன் சொன்னான். "ஏனெனில் இது முழுக்க முழுக்க யாதவர்களின் செயலாகவே இருக்கவேண்டும். பாண்டவர்கள் இதில் பங்கெடுத்திருக்கிறார்கள் என்றால் இன்றைய போர்ச்சூழலில் பிறிதொரு பொருள்கொள்வதாக அமையும்." சாம்பன் "ஆம்" என்று சொன்னான். "ஆனால் அவளுக்குச் சற்றேனும் விருப்பமில்லை என்றால்..." என்று தொடங்க "அவளுக்கு விருப்பம் உண்டு" என்றான் யௌதேயன். சாம்பன் "அப்படியா ?" என்றான்.

"அவளை நான் நன்கு அறிவேன். அவள் தங்கள் தந்தையை நினைவிலிருத்தி வாழும் கோபமானசை. அவள் தனியறையில் இளையயாதவர் கோகுலத்து உருவுகொண்டு குழலூதி ஆபுரந்து நின்றிருக்கும் சிலையை நான் கண்டதுண்டு. அவளைக் கைப்பற்றப்போகும் நீங்கள் இளையயாதவரின் மைந்தரென்பதே போதுமான தகுதி" என்று யௌதேயன் சொன்னான். "அவளுடைய ஒப்புதலையே கேட்போம். ஒரு புல்லாங்குழலையும் மயிற்பீலியையும் ஓலையுடன் சேர்த்து அவளுக்கு அனுப்பி வைப்போம். நம்புங்கள், நீங்கள் விரும்பும் இடத்தில் அவள் வந்து நிற்பாள்."

சாம்பன் ஐயம் விலகாமல் நோக்கிக்கொண்டிருந்தான். "அந்த ஓலையை நானே எழுதி அளிக்கிறேன். அதில் இருக்கவேண்டிய முதன்மை வரி ஒன்றுதான். பீலிசூடி வேதம் அளந்த விண்ணவன் வடிவினனின் பெயர்மைந்தனைத் தாங்கும் வயிறென தன்னை அவள் உணர்கிறாளா என்று மட்டும்" என்றான் யௌதேயன். "அவ்வரியை அவள் விழிதொட்டதும் நெஞ்சுலைய விம்முவாள். கண்ணீருடன் அந்த ஓலையை அணைத்துக்கொண்டு ஆம் பிறிதொன்றும் அல்ல நான்

என்று தனக்குள்ளே சொல்லிக்கொள்வாள். கிருஷ்ணனின் அழைப்பை மறுக்கும் வல்லமை ராதைகளுக்கில்லை. இப்புவி இன்று ராதைகளால் நிறைந்துள்ளது."

சாம்பன் முகம் மலர்ந்து "ஆம், அவ்வாறே நானும் உணர்கிறேன். இது நிகழும். நான் அவளை வெல்வேன்" என்றான். "உங்கள் குலத்தின் பொருட்டு நீங்கள் இதைச் செய்தாகவேண்டும். உங்களுக்கு முறைப்படித் தன் மகளை அளிக்க துரியோதனருக்கு உளத்தடைகள் இருக்கலாம். அதைவிடப் பெருந்தடை அவர் குலமும் அவருடன் நிற்கும் ஷத்ரியக் குடிகளும் அளிப்பது. பெண்கவர்ந்து வந்துவிட்டால் எல்லை கடந்து பூசலிடலாகாது என்பது பாரதவர்ஷத்தின் நெறி. அவளை இங்கு கொண்டுவந்த பின்னர் உரிய சீர்வரிசைகளுடன் தங்கள் பெரிய தந்தை பலராமர் அங்கு செல்லட்டும். தன் மாணவனுக்கு அவர் ஆணையிடட்டும். அவரால் மறுக்கமுடியாது."

"குலக்கோப்பு அவ்வாறு முழுமையடையும். அதன் பின்னர் யாதவர்கள் ஷத்ரியக் குருதியற்றவர்கள் என்று எவர் சொல்லமுடியும்? அவர்களை ஒதுக்கவோ படைகொண்டு அவர்கள்மேல் எழவோ எந்த ஷத்ரியர் துணிவார்கள்? படைக்கூட்டுகளும் அரசியலிணைப்புகளும் நீர்மேல் எழுத்துகள். குருதியோ கல்லில் எழுதப்படுவது." சாம்பன் "நான் இன்றே கிளம்புகிறேன்" என்றான். "இப்போது இதை எவரிடமும் பேசிக்கொள்ள வேண்டியதில்லை. தாங்கள் அறிவீர்கள், யாதவர்கள் ஒவ்வொரு சொல்லையும் கூரைமேல் ஏறி உலகுக்குக் கூவி அளிக்கிறார்கள். இங்கு பிறர் ஒருவரிடம் நீங்கள் சொன்னால்கூட ஓரிரு நாழிகைக்குள் அஸ்தினபுரிக்குச் செய்தி சென்று சேர்ந்துவிடும். இது நாம் மூவர் மட்டுமே அறிந்த ஒன்றாக இருக்கட்டும்."

"ஆம்" என்றான் சாம்பன். "அந்தியில் இவன் மதுராவின் படித்துறையில் விரைவுப் படகொன்றில் இருப்பான். பிறர் அறியாமல் சென்று அதற்குள் நீங்கள் ஏறிக்கொண்டால் மட்டும் போதும். அங்கு நீங்கள் செல்வதற்குள் எனது ஓலை அவளை அடைந்திருக்கும். அவளுடைய மறுமொழி உங்களையும் வந்தடைந்திருக்கும்" என்று யௌதேயன் சொன்னான்.

சாம்பன் "நன்று, இளையோனே. இது நீ எனக்கு அளித்த கொடையென்றே கொள்கிறேன்" என்றான். பின்னர் நகைத்து "அவளை நான் கொண்டால் அதன்பின் எவரும் அடுத்த பட்டத்து இளவரசர் எவரென்று கேட்க வாய்ப்பில்லை. அஸ்தினபுரியின் பேரரசரின் மகளை மணந்தவன் யாதவபுரியின் அரியணை அமர்ந்தாலொழிய அதற்குப் படைப்பாதுகாப்பும் குடிச்சிறப்பும் இல்லை" என்றான். "ஆம், அதன் பொருட்டே தங்களிடம் பேச வந்தேன்" என்று யௌதேயன்

சொன்னான். “கிளம்புவோம், வென்று வருவோம்” என்று சர்வதன் சொன்னான். “நீ உடனிருக்கையில் எனக்கு வெற்றியில் ஐயமே இல்லை” என்றான் சாம்பன்.

மருத்துவநிலையிலிருந்து திரும்புகையில் சர்வதன் நகைத்து “ஆக மீண்டுமொரு பெண்கோள்” என்றான். “நாம் இன்னும் பெண்கொள்ளத் தொடங்கவில்லை, இளையோனே” என்றான் யௌதேயன். “நமது தந்தையர் அன்னையரைக் கவர்ந்து வந்த கதைகளைக் கேட்டு வளர்ந்துளோம். நாம் கொள்ளவிருக்கும் பெண்கள் இப்போதுதான் அகவை நிறைந்திருப்பார்கள். இந்தப் போர் குறிக்கப்படுவதற்குள் நம் அனைவருடைய மணநிகழ்வுகளும் முடிந்திருக்கும்.”

“என்ன நிகழுமென்று எண்ணுகிறீர்கள், மூத்தவரே?” என்று சர்வதன் கேட்டான். “நிகழவிருப்பது ஒன்றே. இவர் சென்று துரியோதனரின் மகளைக் கொண்டுவந்தாரென்றால் அதைப்போல ஷத்ரியரை சினம் கொள்ளவைப்பது பிறிதொன்று அல்ல. அவர் வேதத்தை மறுக்கிறார், பெருஞ்செல்வ மாநகர் ஒன்றை அமைத்திருக்கிறார், மும்முடி சூடி அரியணை அமர்கிறார் என்பதெல்லாம் இரண்டாமிடமே. ஷத்ரியர்களின் தன்மண நிகழ்வுகளில் புகுந்து தொல்குலத்து இளவரசிகளைக் கவர்ந்து வந்திருக்கிறார் என்பதே முதன்மையானது. இத்தனை ஆண்டுகளில் அவர்கள் அப்பிழையைப் பொறுத்து மறக்கவே இல்லை. மீண்டும் அவ்வண்ணம் ஒன்று நிகழாதிருக்கவேண்டுமெனில் முதல்வழி காட்டிய இளையயாதவரை முற்றொழித்து வேர் முடிவு வரை அகழ்ந்து அகற்ற வேண்டுமென்று உறுதி கொண்டிருக்கிறார்கள்” என்றான் யௌதேயன்.

“உபயாதவர் இவ்வண்ணம் வெல்வாரெனில் இங்கிருக்கும் அத்தனை தொல்குடிகளிலிருந்தும் திறன்கொண்ட இளையோர் எழுந்து வருவார்கள். மண் கொள்ளவும், அரசர்களுக்கு இணையாக முடிசூடி அமரவும், ஷத்ரியர் குலத்தில் பெண் கொள்ளவும் அவர்கள் கனவு காண்பார்கள். அதைத்தான் ஷத்ரியர் அஞ்சுகிறார்கள்” என்றான் யௌதேயன். “ஆகவே தந்தையின் வழியிலேயே மைந்தர்கள் செல்வதென்பது அவர்களைப் பெருஞ்சினம் கொண்டவர்களாக்கும். இவ்வொரு நிகழ்வாலேயே துரியோதனர் உருவாக்கிக்கொண்டிருக்கும் ஷத்ரியப் படைக்கூட்டு சிதறவும்கூடும். துரியோதனர் யாதவர்கள்மேல் சினம்கொள்ளவும் வாய்ப்புண்டு.”

தனக்குள் ஒரு நாற்களப் பரப்பில் காய்களைப் பரப்பி ஆடி முடித்து மீண்டு வந்து “ஒருவேளை பலராமரே சென்று மாணவனைக் கண்டு நயந்து உரைத்தால் அச்சினம் சற்று குறையலாம். ஆனால் இன்று

இவர்களுக்கு இருக்கும் படையிணைவும் உளச்சேர்க்கையும் மறையும். முதலில் இது நிகழட்டும். இந்த அனலை மேலும் மூட்ட என்ன செய்வது என்று நாம் எண்ணுவோம்" என்றான் யௌதேயன்.

சர்வதன் புன்னகைத்து "நான் எண்ணியது பிறிதொன்று" என்றான். "மூத்த தந்தையின் தன்னுருவே மூத்தவர் பிரதிவிந்தியராகவும் தாங்களாகவும் அன்னையர் கருவிலெழுந்திருக்கிறது என்று சொல்வார்கள்" என்றான். யௌதேயன் "ஆம், அதற்கென்ன ?" என்றான். "இத்திறன்கள் அனைத்தும் அவரிடம் உள்ளவைதான்" என்றபின் "அறச்செல்வரென்னும் முகத்தால் அவற்றை மறைத்து வைத்திருக்கிறார். விதைக்குள் உள்ள பருப்பு முளையில் விதையிலைகளாக வெளிவருவதுபோல தந்தையருள் உறங்கும் மெய்யான உள்ளிருப்பு ஒன்று மைந்தராக எழுகிறதுபோலும்" என்றான்.

அவன் எப்பொருளில் அதைச் சொன்னான் என்பதுபோல அவனை நோக்கிவிட்டு யௌதேயன் சொல்தவிர்த்து, தலைகுனிந்து நடந்தான். அதே புன்னகை முகத்தில் இருக்க சர்வதன் உடன் சென்றான்.

12

சர்வதன் மதுராவின் பெருந்துறை மேடைக்கு அரைக்காதம் அப்பால் யமுனைக்குள் கிளை தாழ்த்தி, படர்ந்து நின்றிருந்த பேராலமரத்தின் அடியில் கிளை வளைவுகளால் உருவான கூரைக்குக் கீழே மென்மரம் குடைந்துருவாக்கப்பட்ட சிறிய படகில் அமர்ந்து இரு விழுதுகளைக் கைகளால் பற்றிக்கொண்டு காத்திருந்தான். வானில் விண்மீன்கள் ஒவ்வொன்றாக எழத் தொடங்கியிருந்தன. யமுனையிலிருந்து பாசிமணம் கொண்ட நீராவிக் காற்று எழுந்தது.

அவன் அமர்ந்திருந்த நீண்ட வாள் போன்ற படகு அலைகளில் எழுந்து அமைந்துகொண்டிருந்தது. சூழ்ந்திருந்த இருளுக்குள் வௌவால்களின் சிறகடிப்பும், மரத்தின் கிளைகளுக்கு மேலே பறவைகள் குழறியும் பூசலிட்டும் எழுந்தமர்ந்து சிறகடிக்கும் ஓசையும், கரை விளிம்புகளை யமுனையின் அலைகள் தொட்டு வளையும் நீரொலியும், காற்றில் எழுந்தமைந்த கிளைகள் நீர்பெருக்கை அளையும் சலசலப்பும், நடுப்பெருக்கில் பாய்விரித்துச் சென்ற பெரும்படகுகளின் கொம்புகள் பிளிறி அடங்கியமையின் கார்வையும், அவை அனைத்தையும் ஒருங்கிணைத்த சீவிடுகளின் ஒலிச்சரடும் சூழ்ந்திருந்தன.

மிகத் தொலைவில் அவன் புரவிக் குளம்படியைக் கேட்டான். பின்னர் இருளுக்குள் கூரிய ஓசையொன்று குறியுணர்த்தியது. அவன் மறு ஓசை எழுப்பியதும் புரவி அவனை நோக்கி அணுகி வந்தது. குளம்படிகள் நிலைக்க அதிலிருந்து இறங்கிய சாம்பன் “இளையோனே” என்றான். “இங்கிருக்கிறேன்” என்றான் சர்வதன். புரவியை அங்குள்ள வேரொன்றில் கட்டியபின் புடைத்து எழுந்து நின்ற வேர்களின்மேல் தாவி அருகணைந்த

சாம்பன் படகை இருளில் கூர்ந்து நோக்கி "இதில் பாய்மரம் இல்லையா?" என்றான்.

"உண்டு. ஆனால் அதை மடித்து உள்ளே வைத்துக்கொள்ள முடியும். பீதர் நாட்டு விரைவுப்படகு இது. மூங்கிலால் ஆனது பாய்மரம்" என்றான் சர்வதன். "ஒரு குழாய்க்குள் பிறிதொரு குழாய் என உள்ளிழுத்துக்கொள்ளும் தன்மை கொண்டது" என்றபின் "வருக!" என்றான். விழுதுகளைப் பற்றிக்கொண்டு வேர்கள்மேல் கால்வைத்துத் தாவி அருகணைந்த சாம்பன் படகின்மேல் ஏறி அதன் ஊசலாட்டத்தில் சற்று தள்ளாடி அமர்ந்துகொண்டு "விற்களும் அம்புகளும் இங்குள்ளனவா?" என்றான். சர்வதன் "போதுமான அளவுக்கு உள்ளன" என்றான். "எப்படியும் இருநூறு பேரையாவது நம்மால் வீழ்த்திவிடமுடியும்."

"இருநூறு வீரர்களையா? நாம் என்ன போர்க்களத்திற்கா செல்கிறோம்?" என்றான் சாம்பன். "பெண்கோளும் ஆகோளும் தொல்குடிப் போர்முறைகள்" என்றபடி சர்வதன் தன் காலடியிலிருந்து துடுப்புகளை எடுத்தான். அகன்ற பகுதியைக் கைப்பிடியின் துளையில் செருகி இறுக்கி இரு துடுப்புகளையும் நீரில் போட்டு பெருந்தோள்களும் தசைத்திரள்களும் இறுகி நெகிழ மும்முறை உந்தி யமுனையின் பெருக்கில் படகைக் கொண்டுசென்றான். ஒழுக்கில் படகு செல்லத்தொடங்கியதும் சீராகத் துடுப்பை இட்டபடி வந்தான்.

"மையக்காற்றுக்குப் போன பின்னர் பாய்களை மேலேற்றுகிறேன்" என்றான் சர்வதன். "இளையோனின் ஓலை சென்றிருக்குமல்லவா?" என்று சாம்பன் கேட்டான். "ஒவ்வொன்றையும் தவறாமல் முறையாகச் செய்யும் வழக்கம் கொண்டவர் அவர்" என்று சர்வதன் சொன்னான். பின்னர் தன் காலடியில் இருந்த பெரிய பாளைப்பொதியை எடுத்து அருகே வைத்துக்கொண்டான். "என்ன அது?" என்று சாம்பன் கேட்டான். "உணவு, வறுத்து சிறுதுண்டுகளாக்கிய ஊன். நாம் சென்று மீள்வது வரை உணவு தேவையல்லவா?" என்றான் சர்வதன்.

"ஒரு சிம்மம் இத்தனை ஊனை ஒரு வாரத்திற்கு ஒருமுறை உண்ணும்" என்றான் சாம்பன். "நான் யானை, ஊன் உண்கிறேன் அவ்வளவுதான் வேறுபாடு" என்றான் சர்வதன். இரு துடுப்புகளையும் ஒன்றுடன் ஒன்று தொடுத்து படகை நிலையழியாமல் ஒழுக்கில் விரைய விட்டுவிட்டு எழுந்து மூங்கிற்கொடிமரத்தை எடுத்து படகின் நடுவிலிருந்த வளையத்தில் இறுக்கிப் பொருத்தினான். அதற்குள் சற்று சிறிய மூங்கிலை வைத்தான். அதற்குள் இன்னொரு மூங்கிலை வைத்தான். மூங்கிலுடன் மூங்கிலைத் தொடுத்து மூன்று ஆள் உயரத்திற்கு மேலேற்றியபின் அதன் முனையிலிருந்த கயிறுகளைப் படகின் இரு முனைகளிலும் இரு

விலாக்களிலும் இழுத்துக் கட்டினான். அதன் உச்சியில் அஸ்தினபுரியின் கொடி ஏறி விரிந்து பறக்கத் தொடங்கியது.

“அமுதகலசக் கொடியா? என்றான் சாம்பன். “நாம் அணுகுகையில் ஓரிரு கலங்களாவது நம்மைப் பார்க்கக்கூடும்” என்றான் சர்வதன். பின்னர் பீதர் நாட்டுப் பட்டுப்பாய்களை ஒன்றன் மேல் ஒன்றாக ஏற்றினான். மூன்று பாய்களும் திடுக்கிட்டவைபோல் காற்றை வாங்கி உப்பி வளைந்து விசைகொண்டன. படகு தூண்டில் முனையால் கவ்வி காற்றில் இழுக்கப்பட்ட மீன்போல அலைகள்மேல் தாவி விரையத் தொடங்கியது. ஒவ்வொரு அலைவளைவையும் தொட்டு இலைகளில் இருந்து இலைக்குத் தாவும் வெட்டுக்கிளிபோல நீர்பெருக்கில் அது விரைந்து சென்றது.

சாம்பன் பதற்றம் கொண்டிருந்தான். அவனால் அமரமுடியவில்லை. எழுந்து பாய்க்கயிற்றைப் பிடித்துக்கொண்டு நின்றான். இருளலைகளாகவும் அவ்வப்போது ஒளித்துளிகளாகவும் ஓடிக்கொண்டிருந்த கரையை நோக்கி “அங்குள்ள எவருக்கேனும் நம்மைத் தெரியுமா?” என்றான். “யமுனையில் இருளுக்குள் சென்றுகொண்டிருக்கிறோம், மூத்தவரே” என்றான் சர்வதன். “ஆம், தெரிய வழியில்லை” என்றான் சாம்பன். மீண்டும் வந்தமர்ந்தான். கைகளை நெரித்தபடி சில கணங்கள் இருந்தபின் மீண்டும் எழுந்து “எங்கு வந்துள்ளோம்?” என்றான். “இன்னமும் மதுராவின் எல்லையைக் கடக்கவில்லை” என்றான் சர்வதன்.

அவன் மீண்டும் வந்து அமர்ந்தான். “யௌதேயனின் ஓலை இன்னும் வரவில்லை அல்லவா?” என்றான். “அஸ்தினபுரியிலிருந்து மறுமொழி வரவேண்டும். அதற்கு இன்னும் பொழுதாகவில்லை” என்றான் சர்வதன். “ஆம், அவளிடமிருந்து மறுமொழி வரவேண்டும்” என்ற சாம்பன் “அவள் ஒருவேளை மறுத்தால் நாம் என்ன செய்வோம்?” என்றான். “மறுக்கமாட்டாள். மூத்தவரின் கணக்குகள் பிழையானதில்லை” என்றான் சர்வதன். “ஒருவேளை மறுக்கவும் கூடும் அல்லவா? பெண் உள்ளம்...” என்றான் சாம்பன். “மறுத்தால் நாம் திரும்பிவிடுவோம்” என்றான் சர்வதன்.

“நம்மை அஸ்தினபுரியினர் பார்த்துவிட்டால்?” என்றான் சாம்பன். “மகள்கோடலுக்கு வந்தோம் என்போம்” என்றான் சர்வதன். “என்ன சொல்கிறாய்?” என்று சாம்பன் சீற்றத்துடன் திரும்பினான். “ஆம், மணத்தன்னேற்புக்கு நமக்கு அழைப்பு உள்ளதல்லவா? ஓரிரு நாட்கள் முன்னரே வந்தோம் என்போம்.” சாம்பன் “ஆம், அப்படிச் சொல்லலாம்” என்றபின் “எனக்கென்னவோ அவள் எளிதில் ஒப்புக்கொள்ளமாட்டாள் என்றே தோன்றிக்கொண்டிருக்கிறது” என்றான். “ஆம், ஒருவேளை

ஒப்புக்கொள்ளாமலும் போகலாம்” என்றான் சர்வதன். சாம்பன் உச்சகட்ட சினத்துடன் “என்னை அவள் மறுத்தாள் என்றால் வெறுமனே திரும்பமாட்டேன். அவள் தலைகொண்டுதான் மீள்வேன்” என்றான். “ஆம், தலை பயனுள்ளது” என்றான் சர்வதன்.

“ஆம், அவளை வெல்லாமல் திரும்பமாட்டேன்” என்ற சாம்பன் சினத்துடன் கைகளை உரசி “இழிமகள். ஷத்ரியர்களுக்கே ஆணவம் மிகுதி” என்றான். “அவள் இன்னமும் உங்களை மறுக்கவில்லை, மூத்தவரே. அதற்கு அவளுக்கு நாம் ஒரு வாய்ப்புக் கொடுப்போம்” என்றான் சர்வதன். “ஆம், அவளே முடிவெடுக்கட்டும்” என்றான் சாம்பன். பெருமூச்சுடன் “இவளை நான் அடைவது யாதவ மணிமுடியை வெல்வதேதான். ஆகவேதான் அஞ்சுகிறேன். நாம் செல்வதை அறிந்தால் என்னைப்பற்றிய பிழைச்செய்திகளைச் சொல்லிவிடுவார்கள் என் உடன்பிறந்தார்” என்றான்.

நிலைகொள்ளாமல் சுற்றி நடந்தான். படகு அலையில் எழுந்தமைய நிலைதடுமாறி பாய்வடத்தைப் பிடித்துக்கொண்டான். மீண்டும் அமர்ந்து நெடுமூச்சுவிட்டு “அவள் எவரிடமேனும் எண்ணம் கேட்கக்கூடுமோ? தோழியர், செவிலியர்?” என்றான். சர்வதன் “கேட்கலாம்” என்றான். “அங்கே நமக்கெனப் பேச எவருள்ளனர்? அவள் அன்னை காசியிலிருந்து வந்தவள்.” சர்வதன் “ஆம், என் அன்னையின் அக்கை” என்றான். சாம்பன் திகைத்து “ஆம், உன் அன்னை காசி இளவரசி பலந்தரை அல்லவா? உன் நேர் மூத்தஅன்னையின் மகள் அவள்” என்றான். “ஆம், மூத்த அன்னை எனக்கு மிக அணுக்கமானவர்” என்றான் சர்வதன்.

“நீ அவளை அறிவாயா?” என்றான் சாம்பன். “ஆம், நன்றாகவே அறிவேன். அஸ்தினபுரியின் அரண்மனையில் கிருஷ்ணையுடன் நான் விளையாடியிருக்கிறேன்.” சில கணங்கள் அவனைக் கூர்ந்து நோக்கியபின் “நீ என்ன நினைக்கிறாய்? அவளுக்கு நான் தகுதியானவன் அல்லவா?” என்றான் சாம்பன். “இல்லை” என்றான் சர்வதன். சாம்பன் ஒருகணம் அயர்ந்து பின்னர் “ஏன்?” என்றான். “நீங்கள் நுண்ணுணர்வற்றவர். ஆகவே உலகியலுக்கு அப்பால் நோக்கற்றவர். பிறப்பின் தாழ்வுணர்ச்சியால் துன்புறுபவர். ஆகவே அனைவரையும் ஐயுறுபவர். தகுதிக்கு மீறி விழைபவர், ஆகவே சூழ்ச்சிகளை நாடுபவர். ஆற்றல் அற்றவர் என்பதனால் நச்சுச்சொற்களை நாவில்கொண்டவர்.”

“என்ன சொல்கிறாய்?” என்று கூவியபடி சாம்பன் எழுந்தான். “எவரிடம் பேசுகிறாய் என அறிவாயா?” சர்வதன் “நீங்கள்தான் எவரிடம் பேசுகிறோம் என அறியவில்லை” என்றான். சாம்பன் மூச்சிரைக்க மீண்டும் அமர்ந்து “இச்சொற்களை நான் மறக்கமாட்டேன். இதற்காக

நீ கண்ணீர்விடுவாய்" என்றான். "நான் என் தந்தையைப்போன்றவன். செய்தவை எதற்கும் வருந்துபவன் அல்ல. செய்யத்தக்கவற்றை எதன்பொருட்டும் தவிர்ப்பவனும் அல்ல" என்றான் சர்வதன்.

படகின் துடுப்பை வலித்து அதை அலைமேல் எழுப்பி பெருகிச்சென்ற கங்கைக்குள் கொண்டுசென்றான். ஒரே வீச்சில் அதைத் திருப்பி ஒழுக்குக்கு எதிராக நிறுத்தினான். ஒற்றைக்கையால் பாய்வடங்களைப் பிடித்துத் திருப்பினான். அவன் தசைகளை நோக்கியபடி விழித்த கண்களுடன் சாம்பன் அமர்ந்திருந்தான். பின்னர் மெல்லிய குரலில் "அப்படியென்றால் ஏன் என்னை இப்போது அழைத்துச் செல்கிறாய்?" என்றான். "என் மூத்தவரின் ஆணை" என்றான் சர்வதன். "நான் அதை மீறி ஏதும் செய்வதில்லை."

கயிற்றைக் கட்டியபின் துடுப்பைப் பிடித்துக்கொண்டு அமர்ந்து "அத்துடன் அரசகுடிப் பெண்கள் எப்போதும் அரசியலில் காய்கள். அவளை மாளவனோ கலிங்கனோ மணந்தாலும் வேறு ஓர் ஊழில்லை அவளுக்கு. இங்கு அவள் விழைந்த குடியில் மங்கலம் கொள்கிறாள். அவள் விழைந்த ஆணை எண்ணி வாழவும் உரிமை பெறுகிறாள்" என்றான். சாம்பன் கண்களைச் சுருக்கி "என்ன சொல்கிறாய்?" என்றான். "உள்ளம் பெருங்காற்றுகளால் படகென ஆளப்படுகிறது. பாய்கள் எனக் கனவுகள். வளைந்தும் பிணைந்தும் வழிதேர்கின்றன."

அது சாம்பனுக்குப் புரியவில்லை. "நான் உன்னை நம்பவில்லை. நீயே என்னைத் தோற்கடிக்கக்கூடும்" என்றான். "அதை நான் முன்னரே உணர்ந்தேன். நீங்கள் எவரையும் நம்பமுடியாது" என்றான் சர்வதன். சாம்பன் "உன் எண்ணம் ஏதென்று என்னால் உணரக்கூடவில்லை. ஆனால் எவ்வகையிலேனும் இம்முயற்சி தோற்றால் அதற்கு நீயே முழுப் பொறுப்பு. உன்னை அழிக்காமல் விடமாட்டேன். வாழ்நாளெல்லாம் உன்னைப் பின்தொடர்வேன். நீ நஞ்சுகொண்ட நாகத்துடன் விளையாடுகிறாய் என எண்ணிக்கொள்" என்றான்.

"என் தந்தை நாக உலகம் சென்று நஞ்சுண்டவர். அந்நஞ்சு என்னிலும் குருதியென ஓடுகிறது" என்றான் சர்வதன். "ஆகவே நான் எந்த நாகத்தையும் அஞ்சவேண்டியதில்லை, மூத்தவரே." சாம்பன் கசப்புடன் நோக்கை விலக்கிக்கொண்டான். பெரிய படகொன்று அலைகளில் ஆடியபடி சாளரங்கள் விழிகளென மின்னக் கடந்துசென்றது. அதன் பாய்கள் வண்டுச்சிறகுகள் எனப் புடைத்து விரிந்திருந்தன.

சாம்பன் துயில்கொண்டுவிட்டிருந்தான். நெடுநேரம் அவன் நிலைகொள்ளாமையின் உச்சம் வரை சென்று ஒரு கட்டத்தில் காலத்தின் எடைதாள முடியாமல் நரம்புகள் புடைக்க கைகளைப்

பிசைந்துகொண்டிருந்தான். காலத்தை விரைவால் வெல்லமுடியும் என உள்ளம் கொள்ளும் வழக்கமான மாயையில் சிக்கி "என்ன செய்கிறாய்? இவ்வளவுதானா விரைவு?" என்றான். "இதற்கு மேலும் விரைவு கொள்ளலாம். ஆனால் முன்னர் சென்றால் நாம் அங்கே எங்காவது காத்திருக்க வேண்டியிருக்கும்" என்றான் சர்வதன். சாம்பன் "விரைந்து... மேலும் விரைந்து" என்றான்.

பின்னர் அமர்ந்துகொண்டு கண்களை மூடினான். சற்றுநேரத்திலேயே தலை ஆடி பலகையில் முட்டியது. அங்கேயே படுத்துத் துயில்கொள்ளத் தொடங்கினான். அவனையே நோக்கியபடி துடுப்பை வலித்து பாய்களை ஒதுக்கி படகை முன் செலுத்திக்கொண்டிருந்தான் சர்வதன். எளிய மானுடர். ஊழ்ப்பெருக்கிலும் இதேபோல பொறுமையின்மை கொள்கிறார்கள். அவர்கள் ஆற்றும் அனைத்துமே ஊழுடன் இணைந்து ஒழுக முடியாத சிறுமையை வெல்ல அவர்கள் கொள்ளும் முந்துதல் மட்டுமே. அவன் புன்னகைத்துக்கொண்டு விண்மீன்களை நோக்கினான். அவற்றின் சிமிட்டல்களும் மின்னல்களும் வடிவற்ற பெருக்கும் மெல்ல அவனை ஆட்கொண்டன.

குளிர்க்காற்றும் கங்கையின் நீர்ப்பெருக்கின் அலைப்பளபளப்பும் தனிமையை மேலும் அழுத்தம் கொண்டதாக ஆக்கின. ஏன் இங்கிருக்கிறேன் என அவன் தன்னைக் கேட்டுக்கொண்டான். பிறந்த நாள் முதல் தனக்கென்று ஏதும் விருப்போ வழியோ கொண்டதில்லை. யௌதேயனின் காவலன், அணுக்கன். உபபாண்டவர்களின் தோள்வலர் இருவரில் இரண்டாமவன். அதற்கப்பால் ஏதுமில்லை. அதுவே பழகிவிட்டது. அதற்கப்பால் செல்வது எப்போதேனும் தனிமையில் அமையும் உள்ளம் மட்டுமே. ஆனால் அது தனிமை என்னும் அரிதான உளநிலையாக மட்டுமே தன்னை அடைகிறது. அப்பால் என்றல்ல, ஆழம் என்றல்ல.

தான் மெய்யாகவே விழைவதென்ன என அவன் கேட்டுக்கொண்டான். இப்புவியில் இன்பமென்றும் நிறைவென்றும் அவன் அகம் கண்டது என்ன? அது தந்தையுடன் இருப்பது மட்டுமே என எப்போதும் போலவே உடனே உள்ளம் சென்றடைந்தது. தந்தை என்னும் எண்ணமன்றி இனியது ஏதுமில்லை. அவருடன் இருக்கையில் உள்ளம் பிறிதிலாத உவகையில் திளைக்கிறது. நீராடுவதுபோல. விழுதுகளில் தொற்றிப் பறப்பதுபோல. உண்பதுபோல. அவையனைத்தும் இணைந்ததுபோல. அத்தனையும் சேர்ந்த பத்து மடங்குபோல. ஆனால் அவன் தந்தையுடன் இருந்த நாட்கள் மிகக் குறைவு. அவர் அவனுக்கும் சுதசோமனுக்கும் தனியாக எந்த நோக்கையும் தொடுகையையும் அளிப்பதுமில்லை. மைந்தர்கள்

ஒன்பதுபேரையும் ஒரே தருணம் அள்ளி அணைத்து தன் உடல்மேல் ஏற்றிக்கொள்வார்.

அவர் மைந்தர்களுடன் யமுனையில் நீராடிவிட்டுச் செல்லும்போது எதிரே மூதன்னை குந்தி ஒருமுறை வந்தார். திகைத்தவர்போல நின்று அருகே நின்ற மரத்தில் சாய்ந்துகொண்டார். 'மூதன்னையே, அஞ்சிவிட்டீர்களா? இது யானை! பெரிய யானை' என்று சுருதகீர்த்தி கூவினான். 'நான் யானையை வென்றேன்' என்று அபிமன்யூ கூச்சலிட்டபடி கைகளைத் தூக்கி வீசி எம்பிக் குதித்தான். 'என்ன நோக்குகிறீர்கள், அன்னையே?' என்றார் தந்தை. 'உன் தந்தை இப்படித்தான் மைந்தர்கள் உடலெங்கும் காய்த்துத் தொங்க கனிநிறை பலா என வருவார்' என்று மூதன்னை சொன்னார்.

அவனிடம் மட்டும் என அவர் பேசியவை குறைவு. அவனை மட்டுமாகத் தொட்டது அதைவிட அரிது. ஆனால் அவன் அறிந்திருந்தான், அவரிடமிருந்து அவனுக்கு மட்டும் என வரும் ஒன்றை. நோக்கை, சொல்லை, தொடுகையை. அதை அரியதோர் முத்து என அவன் தன்னுள் ஆழத்துச் செப்பு ஒன்றில் கரந்து வைத்திருந்தான். அவை மிகக் குறைவென்பதனாலேயே மேலும் அரியவை ஆயின. ஒருபோதும் அவன் அவற்றைப்பற்றி எவரிடமும் பேசப்போவதில்லை. இறுதிவரை.

கானேகி நிறைவுகொண்டு அவர் திரும்பி வந்த செய்தியை அறிந்த நாள்முதல் அவன் பதற்றமும் கிளர்ச்சியும் கொண்டிருந்தான். அவரைச் சந்திக்கும் கணத்தைப் பலநூறுமுறை உள்ளத்தில் நிகழ்த்திக்கொண்டான். சந்திக்கக் கிளம்பிய அன்று அவன் உள எழுச்சி தாளாமல் மிகையெடை கொண்ட பாறாங்கற்களைத் தூக்கி அப்பால் வீசினான். அடிசெறிந்த மரம் ஒன்றை அறைந்து அறைந்து உலுக்கினான். பின்னர் களைத்து அடுமனைக்குச் சென்று உடலே வெடிக்குமளவுக்கு உண்டான். உணவு அவனை மிதப்புக்குள்ளாக்கியது. இனிய நிறைவுடன் அடுமனையை ஒட்டிய கொட்டகையில் படுத்துக்கொண்டு கண்மூடிப் புன்னகையுடன் துயிலில் ஆழ்ந்தான்.

நினைவுகொண்டு அவன் ஊனுணவை எடுத்து மெல்ல உண்ணத் தொடங்கினான். உணவு அவனை முழுமையாக ஆட்கொண்டது. புறாவின் சிறகடிப்பைக் கேட்டதும் அவன் எழுந்தான். ஆனால் அதற்குள் சாம்பன் எழுந்துவிட்டான். "புறா வந்தது... நான் அதைப் பார்த்தேன்" என்றான். "எங்கே புறா? நீ அதைப் பிடித்தாய். என்னிடமிருந்து மறைக்கிறாய்." சர்வதன் "மூத்தவரே, நான் புறாவை இன்னும் கண்களால் பார்க்கவில்லை" என்றான்.

திகைப்புடன் சூழ நோக்கியபடி "ஆம், கனவு. ஆனால் கனவில் நான் அதைப் பார்த்தேன்" என்றான் சாம்பன். "நீ அதை என்னிடமிருந்து மறைத்ததைக் கண்டேன்." புறா மேலிருந்து இறங்கி வந்து பாய்க்கயிற்றில் அமர்ந்து சிறகுகள் காற்றில் பிரிந்து பிசிறிப் பறக்க முன்னும் பின்னும் ஆடி வால்விசிறியால் நிலைகொண்டது. சாம்பன் அதைப் பிடிக்கச்செல்ல, எழுந்து மேலே சென்று அமர்ந்தது. "அது என் மூத்தவர் அனுப்பிய புறா. என்னிடம் மட்டுமே வரும்" என்றான் சர்வதன்.

"அப்படியென்றால் உங்களுக்கு மதுராவில் ஒற்றர்கள் உள்ளனர் அல்லவா?" என்றான் சாம்பன். சர்வதன் புறாவைப் பிடித்து அதன் காலில் இருந்து தோல்சுருளை எடுத்து விரித்துப் படித்தான். "நற்செய்தி மூத்தவரே, கௌரவ இளவரசி உங்கள் மணத்தூதை ஏற்றுக்கொண்டிருக்கிறாள். நாம் கோரியதற்கேற்ப நாளை புலரியில் கங்கைக்கரையோரத்து அணிக்காட்டில் உள்ள கானுறை காளி அன்னையின் ஆலயத்திற்கு செவிலியுடன் வருவாள்..." என்றான்.

சாம்பன் திறந்த வாயுடன் சில கணங்கள் நின்றபின் "அது நம்பக்கூடிய ஓலையா?" என்றான். "மூத்தவர் அனுப்பியிருக்கிறார்" என்றான் சர்வதன். "அவர்கள் நமக்குப் பொறி வைக்கவில்லை அல்லவா?" என்றான் சாம்பன். "இல்லை, மூத்தவர் தெளிவாக அனைத்தையும் எண்ணிச்சூழ்பவர். அவருக்கு அங்கே அகத்தளத்திலேயே உளவுச்செவிலியர் உண்டு. அவர்களே இளவரசியிடம் செய்தியைக் கொண்டுசென்றிருப்பார்கள்."

சாம்பன் சில கணங்கள் எண்ணத்திலாழ்ந்தபின் கால் தளர்ந்தவன்போல படகின் இருக்கையில் அமர்ந்தான். அவன் ஆடை எழுந்து பறக்க எரிச்சலுடன் அதை எடுத்து சுற்றிக்கொண்டான். "அச்செய்தி அவளிடமிருந்தே வந்ததா?" என மீண்டும் கேட்டான். "ஆம், அவளே அனுப்பியதைத்தான் மூத்தவர் ஏற்பார்" என்றான் சர்வதன். "ஒருவேளை அவளே நம்மை ஏமாற்றிப் பொறி வைத்திருந்தால்?" சர்வதன் ஒன்றும் சொல்லவில்லை. சாம்பன் "அவள் துரியோதனரின் மகள். அவர் கலிமைந்தன் என்கிறார்கள்" என்றான். சர்வதன் அதற்கும் மறுமொழி எதையும் சொல்லவில்லை.

விரல்களைப் பின்னி நெரித்தபடி அமர்ந்திருந்தபின் எழுந்து "எதுவானாலும் அவளை நாம் வெல்வோம்" என்றான் சாம்பன். பெருமூச்சுவிட்டபடி "ஆனால் என் உள்ளம் அமைதியிழந்திருக்கிறது. நான் வெல்வது கடினம் என எண்ணியிருந்தேன்" என்றான். அவனை நோக்கியபடி தண்டுவலித்துக்கொண்டிருந்த சர்வதன் புன்னகை புரிந்தான். "ஏன் சிரிக்கிறாய்?" என்று சாம்பன் கேட்டான். சர்வதன் அதே புன்னகையுடன் நோக்கை விலக்க "ஏன் சிரிக்கிறாய்? இப்போதே

சொல்...” என்றான். “யோகி என்றும் ஞானி என்றும் இறைவடிவன் என்றும் மண்ணில் எவருமில்லை” என்றான்.

“இதை ஏன் என்னிடம் சொல்கிறாய்?” என்றான் சாம்பன். “அவ்வாறு எண்ணி நிறைவுகொள்ள பிரம்மவடிவமான ஊழ் விடுவதில்லை” என்றான் சர்வதன். சாம்பன் “என்ன சொல்கிறாய், மூடா?” என்றான். சர்வதன் அதற்கு மறுமொழி சொல்லவில்லை. “நான் இப்போது விழைவதெல்லாம் உன் புன்தலையை என் கைகளால் முட்டையை உடைப்பதுபோல உடைத்து வீசவேண்டும் என்றுதான்” என்றான் சாம்பன். சர்வதன் சிரித்தான். “சிரிக்காதே, என் வாளை உருவி உன் சங்கில் பாய்ச்சிவிடுவேன்.” சர்வதன் அதற்கும் சிரித்தான்.

அவனிடமிருந்து நோக்கை விலக்கிக்கொண்டு சாம்பன் அமர்ந்தான். அவன் தலைமயிர் கரிய அனல்கொழுந்துகள்போலப் பறந்தது. துடுப்பு நீரில் விழும் ஓசை மட்டும் கேட்டுக்கொண்டிருந்தது. சர்வதன் “விடிவெள்ளி தெரிகிறது, மூத்தவரே” என்றான். சாம்பன் திரும்பிப் பார்க்கவில்லை. சர்வதன் “இன்னும் ஒரு நாழிகைக்குள் நாம் அஸ்தினபுரியின் எல்லைக்குள் நுழைவோம்” என்றான். அதற்கு சாம்பனின் உடலில் ஒரு மெல்லிய அசைவு தெரிந்தது.

“கானுறை காளியன்னையின் ஆலயம் அஸ்தினபுரியின் தென்மேற்கு எல்லையில் உள்ளது. அங்கு கங்கையின் ஓட்டம் விசைமிக்கது. மரங்கள் இறங்கி கங்கைக்குள் தாழ்ந்திருப்பதனால் பெரிய படகுகள் அணுகமுடியாது. ஆகவேதான் நாம் சிறுபடகுடன் வந்துள்ளோம்” என்றான் சர்வதன். “நமக்கிருப்பது ஒரு நாழிகைப்பொழுது. அதற்குள் கரையிறங்கி இளவரசியுடன் படகிலேறித் திரும்பவேண்டும். திரும்பும்போது காற்றும் ஒழுக்கும் நமக்கு உகந்தவை. ஆகவே உச்சவிசையில் விரையலாம்.”

சாம்பன் “இதில் மூவர் செல்லமுடியும் அல்லவா?” என்றான். “ஆம், விரைவாகவும் செல்லமுடியும்” என்றான் சர்வதன். “விடிவதற்குள் நாம் அஸ்தினபுரியின் எல்லைக்கு அப்பால் இளவரசியுடன் சென்றுவிட்டிருக்கவேண்டும். காலையொளியில் அஸ்தினபுரியின் காவற்படகுகளுக்கு முன்னால் சென்று நிற்பதென்பது உயிர்க்கொடை மட்டுமே.” சாம்பன் “ஆம், எண்ணிநோக்கினால் எத்தனை பெரிய செயலுக்கு எதையும் எண்ணாமல் வந்திருக்கிறோம் என்று மலைப்பே எழுகிறது” என்றான். “திரும்பிவிடுவோமா? இன்னும் பொழுதிருக்கிறது முடிவெடுக்க” என்றான் சர்வதன்.

சீற்றத்துடன் எழுந்த சாம்பன் “விளையாடுகிறாயா? நான் இலக்குகொண்ட எதையும் எய்தாமல் விட்டதில்லை. அதன்பொருட்டு இறப்பதும் எனக்கு உவப்பே” என்றான். “அதைத்தான் கேட்டேன்” என்றான் சர்வதன்.

சாம்பன் “நான் அவளை வெல்வேன். அன்றி மீளமாட்டேன்” எனத் தலையசைத்தபடி சொன்னான். “அவளை நான் வெல்லும்நாள் ஜாம்பவர் குடிக்கே திருவிழா. அவள் வயிற்றில் என் குடியின் கொடிவழிகள் எழவேண்டும்…” அவன் முகத்தைத் தூக்கியபோது வெண்பற்களும் வெண்ணிற விழிகளும் இருளில் தெரிந்தன. “அது ராகவராமனுக்கு நான் சொல்லும் மறுமொழி.”

“ஏன்?” என்றான் சர்வதன். “என் மூதாதை அவருக்கு அடிமை என்றிருந்தார். அக்குடிக்கு அடிமைசெய்வதே வாழ்வின் முழுமை என்றும் வீடுபேறு என்றும் நம்பினார். அப்படி நம்பச்செய்தன அவர்களின் நூல்கள்” என்றான் சாம்பன். “ஷத்ரியக் குடியில் பெண்கொண்டு நான் நிறைசெய்வது எந்தையர் தலைமுறைகள்தோறும் கொடுத்த கடனை.” சர்வதன் அவனை இமைக்காமல் நோக்கியபின் மீண்டும் புன்னகை புரிந்தான். “ஏன்?” என்றான் சாம்பன். “உன் புன்னகையில் உள்ள நஞ்சு என்னை எரியச் செய்கிறது” என்றான். சர்வதன் “மண்ணில் முளைக்காமல் காத்திருக்கும் விதைகளே மிகுதி என்று ஒரு கூற்று உண்டு” என்றான்.

சாம்பன் அதைப் பொருட்படுத்தாமல் “உன்னிடம் ஒன்று கேட்பேன், இளையோனே” என்றான். “மானுடர் உள்ளறிவதில் நீ கூர்மைகொண்டவன் என நான் அறிவேன். சொல்க, அவள் என்னை விரும்புவாளா?” என்று கேட்டான். சர்வதன் “விரும்புவாள், அவள் மைந்தரின் தந்தையல்லவா நீங்கள்?” என்றான். “அல்ல, நான் கேட்டது அதுவல்ல. அவள் என்மேல் காதல் கொள்வாளா?” சர்வதன் புன்னகை புரிந்தான். “சிரிக்காதே, மூடா! சொல்” என்றான் சாம்பன். “மூத்தவரே, பெண்கள் ஆண்களைப் பெரும்பாலும் பொருட்படுத்துவதில்லை” என்றான் சர்வதன். சாம்பன் சீற்றத்துடன் “உளறாதே” என்றான். சர்வதன் புன்னகையுடன் தண்டுகளைச் சுழலச் செய்தான்.

சாம்பன் பெருமூச்சுடன் “ஆம், நீ சொல்வது மெய்” என்றான். பின்னர் சற்றுநேரம் தன்னுள் ஆழ்ந்திருந்தபின் கலைந்து சிரித்து “அது எவ்வளவு பெரிய விடுதலை அல்லவா? நாம் கவலைப்படவேண்டியதே இல்லை” என்றான். “ஆம்” என்றான் சர்வதன். “கனிதரு மரம் என்ன எண்ணுகிறதென்று எவர் கருதுகிறார்கள்?” சாம்பன் “ஆம்” என்றபின் உரக்கச் சிரித்தான்.

13

அஸ்தினபுரியின் எல்லையை எந்த அடையாளங்களும் இல்லாமல் சர்வதன் தொலைவிலேயே அறிந்துகொண்டான். "அஸ்தினபுரி அணுகுகிறது, மூத்தவரே" என்றான். "எப்படித் தெரியும்?" என்றான் சாம்பன். சர்வதன் மறுமொழி சொல்லவில்லை. ஒரு கையால் சுக்கானைப் பிடித்தபடி எழுந்து நின்று கரையை நோக்கிக்கொண்டு வந்தான். எப்படி அவன் அதை உணர்ந்தான் எனச் சாம்பனுக்குப் புரியவில்லை. நீர்வெளி ஒற்றை ஒளிப்பெருக்காக சிற்றலைகள் சுழிக்கச் சென்றுகொண்டிருந்தது.

சாம்பன் "இன்னும் அஸ்தினபுரி அணுகவில்லை" என்றான். சர்வதன் மறுமொழி சொல்லவில்லை. "என்ன பார்க்கிறாய்?" என்றான் சாம்பன். சர்வதன் "அஸ்தினபுரிக்கு விரைவுக் காவற்படகுகள் உண்டு. அவர்கள் பொதுவாக, புலரியில்தான் மிகுதியாகச் சுற்றிவருவார்கள்" என்றான். சாம்பன் "நம்முடையது மிகச் சிறிய படகு. நம்மை அவர்கள் காணமுடியாது" என்றான். சர்வதன் "அதோ!" என்றான். "எங்கே?" என்றபடி சாம்பன் எழுந்தான். "அதோ... கரையோரமாக..."

"அது வணிகப்படகு" என்றான் சாம்பன். "விரைவுப்படகுகளை அப்படித்தான் உலவவிடுகிறார்கள் அஸ்தினபுரியில். எட்டு பாய்கொண்ட நடுத்தர வணிகப்படகுகளாகப் பாய்விரித்து அவை கரையோரமாகச் சென்றுகொண்டிருக்கும். அவற்றுக்கு அன்னை இறால்கள் எனப் பெயர். உடலெங்கும் அவை சிறிய விரைவுப்படகுகளை ஒட்டிவைத்திருக்கும். ஒற்றைமுடிச்சாக அவை கட்டப்பட்டிருப்பதனால் ஒரே இழுப்பில் அவிழ்த்துக்கொண்டு நீரில் பரவி அம்புக்கூட்டம்போல விசைகொள்ள முடியும்." சாம்பன் பெருமூச்சுவிட்டான்.

சர்வதன் பாய்களை அவிழ்த்துச் சுருட்டினான். கொடிமரத்தை ஒன்றுடனொன்று செருகி சிறுகுழாயாக ஆக்கி உடலுடன் சேர்த்துக்கட்டினான். பாய்களையும் பெரிய மூட்டையாகக் கட்டியபின் அதனுடன் துடுப்பைச் சேர்த்து படகில் சேர்த்துக்கட்டினான். "பாய் இல்லாமல் அவர்கள் நம்மைப் பார்க்கவே முடியாது" என்றான் சாம்பன். "கருக்கிருளில் நோக்கும் பயிற்சியும் அவற்றுக்கு மிகுதி" என்றான் சர்வதன். "நான் செய்வதற்கு ஒத்துழையுங்கள்... நீரில் மெல்ல குதியுங்கள்." சாம்பன் "நானா?" என்றபின் நீரில் அலையிளகாமல் இறங்கி நீந்தினான்.

சர்வதன் நீரில் நழுவியிறங்கியபின் படகைக் கவிழ்த்து மிதக்கச்செய்தான். ஒரு பெரிய மரத்தடிபோல அது தெரிந்தது. "முனையைப் பற்றிக்கொள்க! உங்கள் தலை மட்டுமே வெளியே தெரியவேண்டும். எவரேனும் நோக்கினார்கள் என்றால் தலை நீருக்குள் அமிழட்டும்" என்றான் சர்வதன். "ஆனால் நாம் எப்படிக் கரைவரை செல்வது?" என்றான் சாம்பன். "நான் தள்ளிச்செல்கிறேன்" என்றான் சர்வதன். "கங்கை ஒழுக்கைக் கடந்து செல்வதா?" என்றான் சாம்பன். சர்வதன் மறுமொழி சொல்லவில்லை.

சர்வதன் கைகளை வீசி நீந்தத்தொடங்கியதும் சாம்பன் அவனால் அதைவிடப் பெரிய படகையே தள்ளமுடியும் என உணர்ந்தான். அவன் கைகள் பெரிய துடுப்புகள்போல சுழன்று சுழன்று நீரில் விழுந்தன. நீர் அலையிளகவில்லை. ஓசையும் எழவில்லை. ஆனால் படகு நீர்ப்பரப்பில் கோடிழுத்தபடி முதலைபோல முன்னால் சென்றது. தொலைவில் நோக்குபவர்களுக்கு மரத்தடி என்றோ முதலை என்றோதான் அது தோன்றும் எனச் சாம்பன் எண்ணினான். அக்கணமே முதலையின் நினைப்பெழுந்தது. அவன் கைகால்கள் நீருக்குள்ளேயே வெம்மை கொண்டன.

கரையை நோக்கி மிக மெல்ல அவர்கள் சென்றனர். சாம்பன் கரையோரமாகச் சென்றுகொண்டிருந்த அஸ்தினபுரியின் படகைக் கடந்துசெல்லும் கணத்தை நெஞ்சிடிப்புடன் எதிர்நோக்கினான். அதன் அமரமுனையில் இருவர் அமர்ந்து நீர்ப்பரப்பை நோக்கிக்கொண்டிருப்பதை அவனால் காணமுடிந்தது. பகலொளியில் என அவர்கள் அகநீர் ஒளி மட்டுமே கொண்டிருந்த அலைப்பரப்பை நோக்கிக்கொண்டிருந்தனர். எங்கோ ஒரு குதிரை கனைத்தது. பிறிதொன்று மறுமொழி உரைத்தது. அக்குதிரை கரையில் நின்றிருக்கிறதா? அதன் ஒலி அருகே எப்படிக் கேட்கும்?

அது அந்தப் படகுக்குள் நின்றிருக்கிறது என்பதை சாம்பன் உணர்ந்தான். அப்படியென்றால் அது அவர்களைப் பார்த்துவிட்டது. சாம்பன்

பதற்றத்துடன் “பார்த்துவிட்டது” என்றான். “மூக்குணர்வு” என்றான் சர்வதன். “அவர்களிடம் அது உரைக்குமா?” என்றான் சாம்பன். “அவர்கள் அதனுடன் பேசமுடிந்தால்...” என்றான் சர்வதன். “பொதுவாகச் சூதர்களிடம் மட்டுமே புரவிகள் பேசுகின்றன. ஷத்ரியர்கள் சூதர்களைப் புரவிகளின் அளவுக்குக்கூட மதிப்பதில்லை.” அந்தச் சிறிய உரையாடல் அத்தருணத்தின் பதற்றத்தைக் குறைத்தது.

என்ன விசை! இவன் எத்தனை மானுடருக்கு நிகரான உடல்கொண்டவன் எனச் சாம்பன் எண்ணிக்கொண்டான். இத்தனை பெரிய உடலுக்குள் இவன் உள்ளம் எப்படி இருக்கும்? அரிதானவை எல்லாம் எளிதானவையும் பெரியவை எல்லாம் சிறியவையுமாக இருக்கும். பிறிதொரு உலகில் அவன் வாழ்கிறான். பிறர் கொள்ளும் துயர்களும் அலைக்கழிப்புகளும்கூட இவனுக்குச் சிறிதாகத் தெரியக்கூடுமா? அவனுக்குத் தன்மேல் எந்த மதிப்பும் இருக்க வழியில்லை. அவன் யானை என்றால் நான் எளிய கீரி.

இல்லை, உடலெங்கும் கூர்சிலிர்த்துவைத்திருக்கும் முள்ளம்பன்றி. அஞ்சி அஞ்சி உடல்மெய்ப்புகொண்டுதான் அது முடியெல்லாம் முள்ளென்றானது என்று ஒருமுறை சுருதன் சொன்னான். இளையோனே, என்னை வெறுக்காதே, நான் மிக எளியவன், என் எல்லைகளைக் கடப்பது மிகமிகக் கடினம் என்று அவன் கைகளைப் பற்றிக்கொண்டு சொல்லமுடிந்தால் அனைத்தும் சீராகிவிடும். அவனைப்போன்ற மதகரி துணையிருக்கும் என்றால் வெல்லற்கரிய இலக்குகளே இல்லை. ஆனால் அது தன்னால் முடியாது. முட்களைச் சிலிர்ப்பதொன்றையே போர்முறையென பயின்று வந்திருக்கிறேன்.

ஆனால் அவன் தன்னைக் காப்பான் என்று உள்ளம் மேலும் மேலும் உறுதிகொண்டது. அவன் தன்னுடன் இருப்பான், குறைந்தது இப்பெண்கோள் முடியும் வரையிலாவது. அவன் வெல்வான். பெண்கொள்ளாமல் திரும்பமாட்டான். அவன் எண்ணியதுமே கிருஷ்ணை தனக்குரியவளாக ஆகிவிட்டாள். அவன் முகம் மலர்ந்தான். அரசமகள். அவளை மணந்தபின் அவன் எந்த யாதவர் அவையிலும் தலைநிமிர்ந்து நுழையலாம். நுழைவதற்கு முன் எண்ணம்கூட்டி தன்னைப் பெருக்கிக்கொள்ள வேண்டியதில்லை. ஷத்ரியர்கள் நடுவே தழையா விழிகளுடன் சென்று நிற்கலாம்.

தோள்கள், புயத்தசைகள். இவன் நீரிலிருக்கையில் ஓங்கில்போல் ஆற்றல்கொண்டிருக்கிறான். கொடுபற்களும் எலும்புவாலும் இருப்பினும் ஓங்கிலைக் கண்டால் முதலைகள் அஞ்சி வழிவிட்டுவிடுகின்றன. ஆற்றலை முழுக்க விசையென்று ஆக்கிக்கொண்ட மீன் அது.

நீரில் வாழ்ந்தாலும் ஒருதுளியும் நீர் ஒட்டாதது என அதைப்பற்றிச் சூதர்பாடல்கள் உண்டு. கடலுக்குள் நூறாயிரம் மடங்கு பெரிதான ஓங்கில்கள் உண்டு என்கிறார்கள். பெருநாவாய்களை வாலால் அடித்துத் தெறிக்கவைப்பவை. இவன் அவற்றில் ஒருவன்...

அவ்வெண்ணங்களின் சொற்களே கணங்களாக அவர்கள் அஸ்தினபுரியின் காவற்படகைக் கடந்துசென்றார்கள். சர்வதனின் கைகள் துழாவும் ஓசை மட்டும், புலி நீர் அருந்தும் ஒலியெனக் கேட்டது. அல்லது வேர்க்குவைகளுக்குள் அலைநாவு துழாவும் ஒலி. அந்த ஓசையே அச்சுறுத்தியது. படகின் விலா பெரிதாகி அணுகி வளைந்து பின்னகர்ந்தது. அதிலிருந்தவர்களின் நோக்கை சாம்பனால் தன் தலைமேல் நாகம் ஊர்வதைப்போல உணரமுடிந்தது.

அது சிறிதாகிப் பின்னால் மறைந்ததும் சாம்பன் மெல்ல உடல்மீண்டான். ஒரே படகுதான், இன்னொன்று இல்லை. அவ்வெண்ணமே அவனை எளிதாக்க, திரும்பி சர்வதனிடம் "அஞ்சிவிட்டேன், இளையோனே" என்றான். "அவர்கள் நம்மைக் காணமுடியாது. கங்கைப்பெருக்கில் உலர்மரத்தடிகள் மிதந்துசெல்வது வழக்கம்..." என்றான் சர்வதன். "ஆனால் அவை ஒழுக்குக்கு எதிராகச் செல்வதில்லை."

சாம்பன் சினம்கொண்டு உடல் எரிந்தான். எப்போதும் இவன் குரலில் ஓர் ஏளனம் உள்ளது. நான் சொல்வதை எல்லாம் இவன் ஒரு மெல்லிய புன்னகையால் அல்லது சொல்லில்லாத புறக்கணிப்பால் கேலிக்குரிய அறிவின்மையாக ஆக்கிவிடுகிறான். ஒருநாள் இவன் தலையை அறைந்து உடைப்பேன். ஒருநாள் இவன் உடல் சிதறிக்கிடப்பதை நான் நின்றுநோக்கிச் சிரிப்பேன். ஆம், தெய்வங்களே, குலமூதாதையரே, இத்தருணத்தில் நான் விழைவது பிறிதொன்றுமில்லை.

நீண்ட நேரம் சென்றுகொண்டிருப்பதாகத் தோன்றியது. இத்தனை தொலைவா? அன்றி, இவன்தான் நீந்திக் கைதளர்ந்து விரை விழந்துவிட்டானா? விண்மீன்கள் அவ்வாறே இருந்தன. அவை இடம் மாறும் என்கிறார்களே? விண்மீன்கள் இரவில் கீழே நிகழ்வனவற்றை நோக்கும் மூதாதையரின் விழிகள். அவர்கள் மண்ணில் காண்பது மானுட வாழ்க்கையை அல்ல, அவர்களின் கனவுகளையும் பிறழ்வுகளையும் மட்டுமே.

"அதோ!" என்றான் சர்வதன். சாம்பன் நெஞ்சு அதிர "எங்கே?" என்றான். "அதோ, அந்தச் சோலை... இங்கிருந்து நோக்குகையில் எழுந்த கை என ஒற்றைப்பெருமரம் ஓங்கியிருக்கிறதே... அதுதான் கானுறைக் காளியன்னையின் சிற்றாலயம். அன்னை அடியமர்ந்த முதிய தேவதாரு அது..." சாம்பன் மூச்சுத்திணற "கரையிலிருந்து நெடுந்தொலைவோ?"

என்றான். "அருகேதான்" என்றான் சர்வதன். "அஞ்சவேண்டாம், நான் பின்னால் வருவேன்." சாம்பன் "எனக்கு எதைப்பற்றியும் அச்சமில்லை" என்றான்.

படகு அணுகியபோது நிழல்வேலி எனத் தெரிந்த கரை மரங்களாகவும் கிளைகளாகவும் அடிமரங்களாகவும் உருத்திரளத் தொடங்கியது. அதன் கிளைகளிலிருந்து பறவைகள் அவர்கள் அணுகும் ஓசை கேட்டு எழுந்து சிறகடித்து வானில் சுழன்றன. கரையிலிருந்து இரண்டு முதலைகள் நீரில் சுழன்றிறங்கி மெல்ல அணுகுவதை சாம்பன் கண்டான். "முதலைகள்" என்றான். "ஆம், ஆனால் அவற்றுக்குத் தெரியும்" என்றான் சர்வதன். "என்ன?" என்றான் சாம்பன். "அச்சம்" என்றான் சர்வதன்.

முதலைகள் நீரலைகளாகவே அணுகின. சர்வதன் முதலை ஒன்றை நோக்கி எம்பித் தாவிச்சென்று அதன் வாயைப்பற்றி இடையிலிருந்த கத்தியால் அதன் கண்ணில் குத்தினான். வால்சுழன்று நீரை அறைய அது கொப்பளித்துச் சுற்றியது. அதன்மேல் காலுதைத்து உந்தி விலகிவந்து படகைப் பற்றிக்கொண்டான். "இங்கே நிறைய முதலைகள் உள்ளன" என்றான் சாம்பன். "ஆம், அது நன்று. இங்கே காவல் இருக்காது" என்றான் சர்வதன். "அந்தக் குருதியை பிற முதலைகள் தேடிச்செல்லும். அவற்றுக்குக் குருதி என்பது உணவு மட்டுமே. உறவல்ல."

குருதி வழிந்த முதலையை மூன்று முதலைகள் சூழ்ந்துகொண்டு தாக்கின. அது வால்சுழலத் துள்ளி நீரில் விழுந்து கொந்தளிக்க, அவை வால்சுழல அதைக் கவ்வின. அதன் கால் ஒன்றைப் பிடுங்கியபடி ஒரு முதலை விலகிச்செல்ல இரு முதலைகள் அதைத் தொடர்ந்தன. கரைச்சேற்றிலிருந்து மேலும் மேலும் முதலைகள் நீரிலிறங்கி அந்த நீர்க்கொந்தளிப்பை நோக்கிச் சூழ்ந்து சென்றன. சாம்பன் தன் எண்ணங்கள் முற்றிலும் உறைய சித்தம் ஒரு ரசத்துளி என நடுங்கி நிலைகொண்டிருப்பதை உணர்ந்தான்.

கால் நிலத்தைத் தொட்டதும் சர்வதன் படகைத் தூக்கிக்கொண்டு கரை நோக்கிச் சென்றான். "முதலைகள்... மிதிக்காமல் வருக!" என்றான். "ஆம்" என்றான் திகைக்கும் கால்களுடன் வந்த சாம்பன். கரையில் படகை வைத்தபின் அவன் கைகளைப்பற்றி இழுத்து சேற்றுமேட்டில் நிறுத்திய சர்வதன் "நன்று! இனி அவர்கள் வந்துவிட்டார்களா என்று பார்ப்போம்" என்றான். வாயில் கையை வைத்து நரியின் ஓசையை எழுப்பினான். இருமுறை அவ்வோசை எழுந்தமைந்த பின்னர் தொலைவில் அகல் விளக்கு ஒன்று சுழன்று அணைந்தது தெரிந்தது.

"செல்க!" என்றான் சர்வதன். சாம்பன் வாளை உருவி இடது கையில் எடுத்துக்கொண்டு புதர்களினூடாகக் கால்வைத்தும் புடைத்த வேர்கள்மேல் ஏறித்தாவியும் அந்த ஒளி நோக்கிச் சென்றான்.

அணுகுந்தோறும் விழி தெளிய அவன் அங்கே நின்றிருந்தவனது உருவின் வான்கோட்டு வடிவைக் கண்டான். அருகணையாமல் நின்று "யார்?" என்றான். "படகு எங்குள்ளது?" என்றது அக்குரல். "அங்கே... கங்கையின் கரையில்" என்றான் சாம்பன். அவன் அருகே வந்து "வருக இளவரசே, தங்கள் குரலை நான் நன்கறிவேன்" என்றான். "என் பெயர் காதரன். நான் இந்திரப்பிரஸ்தத்தின் ஒற்றன். யௌதேயரின் ஆணைகொண்டவன்."

"வருக!" என அவன் அழைத்துச்சென்றான். அவர்கள் மரக்கூட்டங் களுக் கிடையே நடந்தனர். "கானுறைக் காளிக்குக் கருக்கிருளில் கரிச்சான்குரல் கேட்கும்போது உயிர்ப்பலி கொடுப்பது இங்குள்ள மரபு. அதற்காகக் காத்திருக்கிறார்கள்" என்றான். "கரிச்சான் அஞ்சிவிடலாகாதென்பதனால் பந்தங்களோ விளக்குகளோ ஏற்றுவதில்லை. ஒலிகளும் எழுப்புவதில்லை. கோயில் நடைதிறந்து நீராட்டும் மலர்செய்கையும் நடந்துவிட்டது. பூசகரும் இசைச்சூதரும் காத்திருக்கிறார்கள்."

"இளவரசி வந்துள்ளார்களா?" என்றான் சாம்பன். ஏன் பன்மையில் கேட்டோம் என எண்ணிக்கொண்டான். "உங்களுக்காகக் காத்திருக்கிறார்கள்" என்றான் காதரன். "உடன் எத்தனை காவலர் இருக்கிறார்கள்?" அதைக் கேட்டிருக்கக்கூடாது என உணர்ந்தான். "பதினெண்மர் அணுக்கக் காவலர். தேர்க்காவலர் எழுவர். எட்டு புரவிகள். அவர்களில் பன்னிருவர் வில்லவர். எஞ்சியவர்கள் வேலேந்தியவர்கள்" என்றான் காதரன்.

சாம்பன் உள்ளத்தின் ஓசையைக் கேட்டபடி உடன் நடந்தான். அவர்களின் ஓசைகேட்டு பறவைகள் எழுந்து சிறகடித்தன. "பறவைகள்" என்றான். "ஆம், ஆனால் அவை தங்களைப் பார்த்து எழுகின்றன என எண்ணுவார்கள்." காதரன் கைகாட்ட, அவன் நின்றான். தொலைவில் ஆளுயரமான கல்லால் ஆன சிற்றாலயம் தெரிந்தது. அதைச் சூழ்ந்து நின்றிருந்தவர்கள் நிழலுருவெனத் தென்பட்டனர். வேல்முனைகள் மான்விழிகள் என மின்னின. வீரர்களின் தலைப்பாகைகளின் வெள்ளிநூல் பின்னல்கள் ஈரமெனத் தெரிந்தன. புரவிகள் சற்று அப்பால் மரத்தடிகளில் கால்தூக்கி அரைத்துயிலில் நின்றிருந்தன. ஒரு சிறிய துணிமஞ்சலை இறக்காமல் சுமந்தபடி தூக்கிகள் நின்றிருந்தனர்.

அவன் இளவரசியைக் கண்டான். இருமருங்கும் சேடியர் நிற்க அவள் கைகூப்பியபடி கோயில்முகப்பில் நின்றாள். முகத்தின் பக்கவாட்டு வெட்டுத்தோற்றத்திலேயே அவளிடமிருந்த துரியோதனனின் சாயல் தெரிந்தது. பின்னர் நெற்றியும் மூக்கு வளைவும் இதழ்களின் மெல்லிய மலர்வும் முகவாயும் கழுத்துச்சரிவும் மார்பெழுச்சியும் தோள்களின் குழைவும் துலங்கின. ஒளியில் என, அருகில் என அவளை அவன்

கண்டான். இளநீல மென்பட்டு அரையிருளில் வெளிறிய வெண்மையென விழிமாயம் காட்டியது. கைவளைகளின் அணிச்செதுக்குகளைக்கூட விழிதொட்டுவிட முடிந்தது.

"காதரரே, நீங்கள் சென்று நான் வந்திருக்கும் செய்தியை இளவரசியிடம் தெரிவியுங்கள். இளவரசி ஏதேனும் ஒன்றைச் சொல்லி இப்பக்கமாக வருவார்கள் என்றால் படைவீரர்களைப் போக்குகாட்டி இங்கிருந்து கங்கைக்குச் சென்றுவிடலாம்" என்றான் சாம்பன். "பீமசேனரின் மைந்தர் சர்வதர் படகுடன் கங்கைக்கரையில் காத்திருப்பதாகச் சொல்லுங்கள்." காதரன் "அது அவர்களுக்கே தெரியும்" என்றபடி முன்னால் சென்றான்.

அவன் சென்று இளவரசியிடம் பேசுவதை சாம்பன் கண்டான். அவள் ஓரிரு சொல்லில் விழிவிலக்காமல் ஏதோ கூற அவன் தலைவணங்கிப் பின்னகர்ந்தான். பின்னர் சேடியரிடமும் காவலரிடமும் ஓரிரு சொற்கள் பேசிவிட்டு இயல்பாகப் பின்னகர்ந்தான். பின்னர் மறுபக்கம் காட்டுக்குள் மறைந்தான். அவனை விழிதொடர முயன்று தவறவிட்ட சாம்பன் காத்திருக்கையில் அவனுக்குப் +பின்னால் தோன்றினான்.

"என்ன சொன்னார்கள்?" என்றான் சாம்பன். "இளவரசே, கவர்ந்து செல்வதற்காகவே இளையயாதவரின் மைந்தர் வந்தார். அதுவே நிகழவேண்டும் என்றார் இளவரசி" என்றான் காதரன். "அப்படியென்றால்?" என்றான் சாம்பன். "நீங்கள் இப்படைவீரர்களை வென்று அவர்களைக் கவர்ந்துசெல்லவேண்டும்" என்றான் காதரன். சாம்பன் "இத்தனை பேரையா?" என்றான். "ஆம், அதுவே இளவரசிக்குப் பெருமை... நாளை இந்நிகழ்வைக் கேட்கும் எவருக்கும் உங்கள்மேல் மதிப்பு எழவேண்டும்."

சாம்பன் "ஆம்" என்றான். பின்னர் பெருமூச்சுவிட்டு "மெய்" என்றான். "இதை நான் மட்டுமே செய்யவேண்டும்..." என்றபின் "செல்க!" என்றான். "இன்னும் சற்றுநேரத்தில் கரிச்சான் குரலெழுப்பும். அக்கணமே பலிவிலங்கு வெட்டப்படும்... உடனே பந்தங்களும் விளக்குகளும் ஒளிரத் தொடங்கும். அதன்பின் ஒன்றும் இயலாது." சாம்பன் "நான் திட்டமிடுகிறேன்... செல்க!" என்றான். அவன் செல்வதை விழிகள் வெறிக்க நோக்கிக்கொண்டிருந்தான். அவன் உள்ளம் ஒன்றுடனொன்று தொடர்பற்ற எண்ணங்களால் ஆனதாக, முற்றிலும் பொருளற்றதாக இருந்தது.

பின்னர் அவன் ஒரு நோக்கை அடைந்தான். மிக அருகே ஒரு குரங்கு அவனை நோக்கிக்கொண்டிருந்தது. அந்த அறியாப் புலன் கண்டபின்னரே அவன் விழிதிருப்பி அதைக் கண்டான். அதன் விழிகளைச் சந்தித்ததுமே

செய்யவேண்டியவை அனைத்தும் முன்னரே நிகழ்ந்து துளித்துளியாக, காட்சியாக நினைவிலெழுபவைபோலத் துலங்கின. அவன் கால்களால் கீழிருந்த கூரிய சப்பைக்கல் ஒன்றை எடுத்தான். கையிலிருந்த வாளை மரத்தில் வெட்டி நிறுத்திவிட்டு அந்தக் கல்லைக் கையால் நெருடியபடி குரங்கை பார்த்தான். பின் அதை ஓங்கி எறிந்தான்.

கீச் என அலறியபடி அது பாய்ந்து மரக்கிளைகளில் தாவி ஓட, பல குரங்குகள் துயிலெழுந்து பெருங்குரல்களில் ஓசையிட்டபடி கிளைகளை உலுக்கத் தொடங்கின. பறவைகள் பதறி வானிலெழ, சில கணங்களுக்குள் இருண்ட காடு ஒலிக் கொந்தளிப்பை அடைந்தது. "யார்? யாரென்று பார்" எனக் காவலன் ஆணையிட்டான். "குரங்குகள்" என்றான் ஒருவன். "மூடா, முதற்குரங்கு ஏன் அலறியது? ஏழுபேர் உள்ளே சென்று பாருங்கள்!" வேலுடன் வீரர்கள் காட்டை நோக்கி வந்து குரங்குக்கூட்டம் ஓலமிட்டுக்கொண்டிருந்த பகுதி நோக்கிச் செல்ல, புதர்களுக்கிடையே குனிந்து பன்றிபோல ஓடிய சாம்பன் சட்டென்று எழுந்து அங்கே நின்ற முதல்வீரனின் கழுத்தை அறுத்தான். அவன் சிறிய குருதிக்கொப்பளிப்போசையும் மூச்சோசையும் எழ கீழே சரிந்தான். உடனே எழுந்து அவனை நோக்கித் திரும்பிய இன்னொருவனை வீழ்த்தினான்.

இருளுக்குள் நிழலுடலசைவுகளாக அங்கே நிலவிய குழப்பத்திலும் குரலோசைகளிலும் அவன் முற்றாக மறைக்கப்பட மூன்றாமவனையும் வீழ்த்திவிட்டு பாய்ந்து இளவரசியை அடைந்தான். "இங்கே! இங்கே! இளவரசி!" எனக் காவலன் கூச்சலிட, அனைவரும் அவனை நோக்கித் திரும்பினர். வேல்முனைகள் அவனைச்சூழ வில்லவர்கள் நாணிழுத்து அம்புபூட்டினர். அவன் கிருஷ்ணையைப் பிடித்துக்கொண்டு அவள் கழுத்தில் வாளை வைத்தான். "விலகுக... வேல்கள் தாழட்டும்... இல்லையேல் இளவரசியைக் கொல்வேன்" என்றான்.

அவன் முன்னால் நகர, அவர்கள் அதற்கேற்ப பின்னால் நகர்ந்தனர். "எதுவும் முயலவேண்டாம். ஒரு சிறிய பிழை நிகழ்ந்தால்கூட கௌரவக்குடிக்குக் கருவன்னை இல்லாமலாவாள்" என்றான் சாம்பன். அவளை உந்தியபடி காட்டைநோக்கி நடந்தான். காவலர்தலைவனின் விழிகள் அவன் அசைவுகளைத் தொட்டு அசைந்தன. அவன் உதடுகளை ஒரு விழியாலும் பிறர் அசைவுகளை மறுவிழியாலும் அவன் நோக்கினான். விழிகள் பெருகின. ஒவ்வொரு கூர்முனைக்கும் ஒவ்வொரு நோக்குக்கும் ஒருவிழி என அவன் கொண்டான். அப்பகுதி எங்கும் அருவுருவாக நிறைந்து பரந்தான்.

அவன் உள்ளம் ஆழ்ந்த அமைதி கொண்டது. அதுவரை இருந்த அத்தனை அலைக்கழிப்பும் நிலைகொள்ளாமையும் கனவென விலக முற்றிலும் அகம் குவிந்து பேருருக்கொண்டு எழுந்துவிட்டிருந்தான். அதற்கிணையான தருணம் வாழ்வில் அரிதெனக்கூட அமைந்ததில்லை என உணர்ந்தான். வெல்லமுடியாதவனாக, அனைத்தையும் அறிந்தவனாக, எதையும் கடக்கக்கூடியவனாகத் தன்னை அறிந்தான். கட்டுபோடப்பட்டிருந்த வலக்கையின் வலி அதுவரை எப்போதும் இருப்புணர்த்திக்கொண்டிருந்தது. அது முற்றிலுமாக மறந்து இடக்கையாலேயே அனைத்தையும் அதுவே பிறப்பியல்பென்பதுபோல செய்யமுடிந்தது.

காலில் ஒரு வாள் தட்டுபட்டது. அவனால் கொல்லப்பட்ட வீரன். அக்கணத்தில் தன் வாளைக் காவலர்தலைவனை நோக்கி வீசிவிட்டு காலால் கீழே கிடந்த வாளை எடுத்து கிருஷ்ணையின் கழுத்தில் வைத்தான். கழுத்தில் வாள்பாய காவலர்தலைவன் குப்புற கீழே விழுந்து உடல்துடித்தான். அனைவரும் திகைத்து அவனை நோக்கிய கணத்தில் மீண்டும் ஒருமுறை வாளை வீசி இரண்டாம்தலைவனை வீழ்த்திவிட்டு காலில் தட்டுபட்ட அடுத்த வாளை எடுத்துக்கொண்டான்.

அவர்கள் கூச்சலிட்டுக்கொண்டு ஒருவரை ஒருவர் எச்சரித்தபடி உடல்முட்டி, கால்பின்னிப் பின்னகர்ந்தனர். அவர்களின் உளவல்லமையை உடைத்துவிட்டோம் என உணர்ந்தான். இனி அவர்களால் ஒருங்கு திரண்டு போரிட முடியாது. அவர்கள் வெறும் திரள். காட்டுக்குள் பாயப்போவதாக ஓர் உடலசைவை எழுப்பியபடி அவன் திரும்ப, அவர்கள் "சுற்றிவளையுங்கள்..." எனக் கூவியபடி காட்டை நோக்கிப் பாய்ந்தனர். அவன் அங்கு நின்ற புரவி ஒன்றை நோக்கி சீழ்க்கை அடித்தான். அது செவிகளைக் கூர்ந்து மூக்குவிடைக்க அவனை நோக்கியது. பின்னர் பாய்ந்து அவனை நோக்கி ஓடிவந்தது.

நடுவே நின்ற ஒருவனை உதைத்துத் தள்ளிவிட்டு அவனருகே அது உடல்வளைய, அவன் அதன் கடிவாளத்தைப் பற்றிக்கொண்டு பாய்ந்தேறினான். அவள் இடையைச் சுழற்றிப்பிடித்து மேலேற்றி தன் முன்னால் அமரச்செய்து அதேகணத்தில் அதன் விலாவை உதைத்து விசைகூட்டி முன்பாயச்செய்து காட்டுக்குள் ஊடுருவிச் சென்றான். அவர்கள் கூச்சலிட்டபடி அவனுக்குப் பின்னால் பாய்ந்துவந்தனர். ஆனால் அம்புகளையோ வேல்களையோ செலுத்தவில்லை. இளவரசி இருட்டில் எங்கே இருக்கிறாள் என அவர்களால் எண்ணமுடியவில்லை.

அவன் புதர்களுக்குமேல் புரவியைப் பாயவிட்டான். ஒவ்வொரு மரத்தையும் வேர்ப்புடைப்பையும் தனித்தனியாகக் கண்டு புரவியை செலுத்தினான். கங்கையின் நீர்ப்பரப்பு இளநீல ஒளியாகத் தெரிய, அதன்

பகைப்புலத்தில் இலைகள் செறிந்த கிளைகள் நிழலுருக்களாக அசைந்தன. புரவிக்குளம்புகளின் ஓசையை காடே எதிரொலித்தது. அவர்கள் புதர்களுக்குள் முட்டிமோதிப் பின்தங்கிவிட்டிருந்தனர். சர்வதன் எழுந்து நின்று கைவீசினான். அவனை நோக்கிச் சென்று புரவியை வளைத்து நிறுத்தி, பாய்ந்திறங்கி அவளை இடைபற்றி இறக்கினான்.

சர்வதன் படகை நீரில் தூக்கிப்போட்டு தானும் இடைவரை நீரில் இறங்கிக் கொண்டான். கிருஷ்ணை நீரில் இறங்கிச்சென்று படகில் ஏறி அமர்ந்தாள். படகு நீரில் நீந்தி அகல, சாம்பன் பாய்ந்து அதன் முனையைப்பற்றி ஏறினான். முன்னரே பொருத்தி வைத்திருந்த துடுப்பை எடுத்து தசைத்திரள் புடைக்க உந்திய சர்வதன் படகை கங்கைப்பெருக்கின்மேல் கொண்டுசென்றான். அஸ்தினபுரியின் வீரர்கள் கரையோரமாக வந்து முட்டிமோதினர். அவர்களால் அம்புதொடுக்கலாமா என முடிவெடுக்க இயலவில்லை. கரையோர முதலைகளை எவனோ மிதிக்க, அது அவனைக் கவ்வியது. அவன் அலறியபடி துடிக்க, பிறர் அவனை அப்படியே விட்டுவிட்டுப் பின்னால் ஓடினர்.

கரையில் நின்றிருந்த ஒருவன் கொம்போசையை எழுப்பினான். சாம்பன் “மூடன், இத்தனை பிந்தி ஊதுகிறான்...” என்றான். அந்த ஓசைகேட்டு அப்பால் கங்கையின் மையப்பெருக்கில் நின்றிருந்த பெரிய படகொன்றிலிருந்து மறுமொழி எழுந்தது. அதிலிருந்து சிறிய படகுகள் இருபுறமும் நீரில் உதிர்ந்தன. சர்வதன் கொடிமரத்தைப் பொருத்தி பாய்களைக் கட்டினான். அதற்குள் அஸ்தினபுரியின் விரைவுப்படகுகள் பாய்களை விரித்துவிட்டிருந்தன. விர்ர் என்னும் ஒலியுடன் அவர்களின் பாய்கள் புடைத்து மேலெழுந்தன. சர்வதன் துடுப்பை இழுத்து படகைக் காற்றுக்குத் திருப்பி பாய்களை இணைந்து விசைகொள்ளச் செய்தான். அவர்களின் படகு நீர்ப்பரப்பைக் கிழித்துக்கொண்டு விரைவுகொண்டது.

விரைவுப்படகுகள் அவர்களை நோக்கி அம்புவடிவில் வந்தன. முதன்மைப்படகில் இருந்தவர்களின் ஆடைகள் படபடப்பதை அவர்களால் பார்க்க முடிந்தது. பின்னர் இருபக்கப் படகுகளும் விசைமிகுந்து இணையாக அமைய, அம்பு பிறையாக மாறியது. “விரைவு... விரைவு!” என்றான் சாம்பன். சர்வதன் பாய்விசையுடன் இணைந்து துடுப்பாலும் உந்தினான். வானில் போரிடும் பறவைகள்போல அவர்கள் நீர்ப்பரப்பில் பறந்து செல்ல, அஸ்தினபுரியின் படகுகள் துரத்தி வந்தன.

கிருஷ்ணை படகின் கயிற்றில் கால்களைப் பிணைத்துக்கொண்டு உடல்குறுக்கி அமர்ந்திருந்தாள். “நான் இன்று ஒன்றை உணர்ந்தேன்”

என்றான் சாம்பன். "அச்சமும் சிறுமதியும் கொண்டிருந்தாலும் நான் இளையயாதவரின் மைந்தன். அவர் என்னில் எழும் தருணங்கள் உண்டு." புடைத்த பாய்கள் அரக்கர்கள்போல அசைந்து நடமிட, சூழ வந்த அஸ்தினபுரியின் விரைவுப்படகுகளை நோக்கியபடி "நான் அஞ்சுவதற்கேதுமில்லை. நான் அறியவேண்டுவனவும் இல்லை..." என்றான். "இளையோனே, அப்புரவியை அழைக்கும் சீழ்க்கையை நான் முன்னர் அறிந்திருக்கவேயில்லை. அது என் நாவிலெழுந்தது."

குனிந்து கீழே கிடந்த வில்லை எடுத்தான். காலால் அதைப் பற்றிக்கொண்டு ஒற்றைக்கையால் நாணிழுத்துப் பூட்டினான். கிருஷ்ணை அம்புகளை எடுத்து அளிக்க அவன் தொடுத்த அம்பு எழுந்து சென்று முதல் விரைவுப்படகின் பாய்மேல் பதிந்து அதைக் கிழித்தது. அதன் விசை தடுமாற இன்னொரு அம்பு அதன் அமரத்தில் இருந்தவனை வீழ்த்தியது. "என் அம்புகள் ஒன்றுகூடக் குறிதவறாதென உணர்கிறேன்" என்றான் சாம்பன். இன்னொரு அம்பு இரண்டாவது படகிலிருந்தவனை நீரில் சரியச்செய்தது. அடுத்த அம்பில் அவன் அருகே இருந்தவன் விழுந்தான். "நான் படையாழியையே ஏந்த முடியும். இப்புவியை வெல்லமுடியும்!" என்றான் சாம்பன்.

14

துயிலறை ஏவலன் தட்டி எழுப்ப, விழித்தெழுந்து ஒருகணம் கழித்தே அவன் சொன்ன செய்தியை யௌதேயன் உளம் வாங்கிக்கொண்டான். "மூத்தயாதவர் தங்களைச் சந்திக்க விழைகிறார், இளவரசே" என்றான் ஏவலன். அவன் இந்திரப்பிரஸ்தத்தின் ஏவலன் எனத் தோன்றினான். வெளியே ஒரு களிறு ஓசையிட்டது. மீண்டும் அவன் அதைச் சொல்ல, யௌதேயன் முழு விழிப்புகொண்டு வாயைத்துடைத்து இடையாடையைக் கட்டியபடி எழுந்து நின்று "உடனே கிளம்புகிறேன். வந்து கொண்டிருக்கிறேன் என்று அவரிடம் சென்று சொல்க!" என்றான்.

வெளியே கொம்போசை எழுந்தது. "இல்லை, இங்கே தங்களுக்காகக் காத்திருக்கிறார்" என்றான் ஏவலன். "இங்கா...?" என்று சொன்னபின் யௌதேயன் சுற்றும் முற்றும் பார்த்தான். "ஆம், தங்களை எழுப்பும்படி ஆணை." யௌதேயன் "நான் வாய் கழுவ வேண்டும்" என்றான். "ஏனத்தில் நீர் கொணர்ந்திருக்கிறேன்" என்றான் ஏவலன். "என்ன கொம்போசை?" என்றான். "படைகளுக்கு விழிப்பு எச்சரிக்கை. அரிதொன்று நிகழ்ந்துள்ளது எனச் செய்தி" என்றான் ஏவலன்.

யௌதேயன் விரைந்து சென்று மர ஏனத்தில் இருந்த நீரை அள்ளி முகத்தைக் கழுவி வாய் கொப்பளித்தான். மரவுரியில் முகத்தையும் கையையும் துடைத்தபடி "எங்கிருக்கிறார்?" என்றான். "அறை வாயிலில்" என்றான் ஏவலன். விரைவுடன் கதவைத் திறந்து வெளியே சென்ற யௌதேயன் அங்கு நின்ற பலராமரைக் கண்டு கால்தொட்டு சென்னிசூடி "தாங்கள் என் அறைக்கு எழுந்தருள வேண்டுமா, மாதுலரே?

நான் அங்கு வந்திருப்பேன் அல்லவா?" என்றான். "உன்னைச் சந்திக்க வேண்டியிருந்தது" என்ற பலராமர் அவன் தோளைத்தொட்டு "நாம் உள்ளே சென்று பேசுவோம்" என்றார். "வருக!" என்று அவன் உள்ளே அழைத்துச் சென்றான்.

மஞ்சத்தின் அருகே பீடத்தில் தன் பெரிய உடலின் எடையுடன் அமர்ந்தபடி "சற்று முன்னர்தான் ஒற்றர்செய்தி வந்தது. சாம்பன் கிருஷ்ணையைக் கவர்ந்து வந்துகொண்டிருக்கிறான்" என்றார். யௌதேயன் "ஆம், எனக்கும் செய்தி வந்தது" என்றான். "உடன் உனது இளையோனும் சென்றிருக்கிறான்" என்றார் பலராமர். யௌதேயன் "ஆம் மாதுலரே, அவனை அனுப்பியது நான்தான்" என்றான். "சாம்பன் கிருஷ்ணையைக் கவர்ந்தது உனது சொல்படிதானா?" என்றார் பலராமர். "ஆம், நான் களவு சொல்வதில்லை" என்று யௌதேயன் சொன்னான்.

சிலகணங்களுக்குப்பின் "அப்படியென்றால் உனது நோக்கம் என்ன?" என்று பலராமர் கேட்டார். அவர் விழிகளை நோக்கி "நான் இங்கு வந்ததே எவ்வகையிலேனும் தங்கள் பெருந்தோள்களை எந்தையுடன் படைத்துணையாக நிற்கவைக்கவேண்டும் என்பதற்காகத்தான். உங்களுக்கும் அஸ்தினபுரிக்கும் பூசல் நிகழுமெனில் அதுவே நான் வந்த இலக்கு வெல்வதற்கான வழி. அதன்பொருட்டே அஸ்தினபுரியின் இளவரசியை யாதவர் கொள்ளலாம் என்று அரசவையில் சொன்னேன்" என்றான் யௌதேயன்.

மேலும் தொடர்ந்தான் "ஆனால் என் திட்டத்தைக் கணிகர் வென்றார். மணத்தன்னேற்பு என்பது அனைத்து வழிகளிலும் நுண்சூழ்கை. இனி சாம்பர் கிருஷ்ணையின் மணத்தன்னேற்பு நிகழ்வில் நூறு அரசர்களில் ஒருவராக அமரக்கூடும். யாதவர்கள் நிறைவுகொள்ளவும்கூடும். ஆனால் அவளை வில்தேர்ந்த ஷத்ரியர்கள் வென்று செல்லவே வாய்ப்பு மிகுதி. அதைக் கடப்பதற்கான வழி ஒன்றே, சாம்பர் அவளைக் கவர்ந்து வருவது. அதனூடாகக் கணிகரின் சூழ்ச்சி முறியடிக்கப்படுகிறது."

பலராமர் பெருமூச்சுவிட்டார். "என்னால் இந்த அரசாடல்களின் நடுவே வாழ முடியவில்லை, மைந்தா" என்றார். "ஒருநாள்கூட நிறைவுடன் துயின்றதில்லை. உளம் மலர்ந்து காலையை எதிர்கொண்டதில்லை. இரவு அணைந்த பின்னர்தான் நிலைகுலைய வைக்கும் உளவுச்செய்திகள். காலையில் அவற்றின் தொடர்செய்திகள். ஓய்வே இல்லாத அமைச்சுகூடல்கள். தூதனுப்பல்கள். மன்றுநிகழ்வுகள். மாலையில் மீண்டும் அரசியிடம் அதைப்பற்றிய சொற்கூட்டு. இந்த உச்சத்தில் உயிர்வாழ்வதற்கு இரும்பாலான நரம்புகள் தேவை."

பெருமூச்சுடன் கைகளை விரித்து “அது உனக்கிருக்கலாம். என் அரசிக்கு இருக்கிறது. நான் பிறிதொருவன். அடுமனையிலும் பயிற்சிக்களத்திலுமாக வாழ்க்கையை நிறைவு செய்தவன்” என்றார் பலராமர். யௌதேயன் “ஏனெனில் நீங்கள் இன்றுவரை அரசுப்பொறுப்பு எதையும் ஆண்டதில்லை. அனைத்தையும் உங்கள் இளையவர் செய்து முடித்திருந்தார்” என்றான். “மாதுலரே, நரம்புகளை இரும்பென ஆக்குவதைவிட யாழ்நாண் என ஆக்குவது அரசுசூழ்தலுக்கு மேலும் உகந்ததெனக் கண்டறிந்தவர் இளையயாதவர். இன்னும் தங்களுக்குப் புரியவில்லையா? வெல்ல முடியாத ஒருவருக்கு எதிராகப் போர் முனைந்திருக்கிறீர்கள். அதுதான் உங்கள் அலைக்கழிப்பு. முழுக்க தோற்பது வரை உங்களுக்கு நிறைவுத்துயில் இல்லை. நற்காலையுமில்லை.”

பலராமர் சற்று சினம்கொண்டு கைவீசி “அது முடிந்த கதை. இனி அதைப்பற்றி நாம் சொல்லாட வேண்டியதில்லை” என்றார். “இச்செய்தி வந்ததும் நான் ரேவதியிடம் அதைப்பற்றிச் சொன்னேன். உடனடியாகக் கிளம்பி அஸ்தினபுரிக்குச் செல்லவேண்டும் என்று என்னிடம் சொன்னாள். நான் துரியோதனனிடம் தூதுசென்று அவன் சினத்தைத் தவிர்க்க வேண்டும் என்றும், மதுராவுக்கும் அஸ்தினபுரிக்குமான படைக்கூட்டு எவ்வகையிலும் இதனால் சிதைவுறாதபடி நோக்க வேண்டுமென்றும் கூறினாள்.”

“ஆனால் நான் அவனுடைய ஆசிரியன். எந்த எதிர்பார்ப்புமின்றி வாங்கும் கலத்தின் வல்லமையை மட்டுமே நோக்கி, படைக்கலக் கல்வியை அளித்தேன். திறன்கொண்ட தோளர் எவருக்கும் அதை அளிக்காமலிருந்ததும் இல்லை” என்றார் பலராமர். “ஆசிரியரென்பது அரிய பொறுப்பு. இத்தகைய செயல் ஒன்றுக்காக அத்தகுதியை நான் பயன்படுத்தலாமா என என் உள்ளம் சுருங்கியது. ஆனால் இத்தருணத்தில் வேறு வழியில்லை என்று அவள் சொன்னாள். இதை எவரிடம் உசாவுவது என்று எனக்குத் தெரியவில்லை. அப்போதுதான் உன் நினைவு வந்தது. இன்று இந்நகரில் நெறிநூல் தேர்ந்தவன் நீதான்.”

“மருகனே, நீ அறிந்த நூல்களின்படி நெறியுசாவிச் சொல்க, இச்செயலின் அறம் என்ன?” என்றார் பலராமர். “இத்தருணத்தில் நான் ஆற்ற வேண்டியதென்ன? ஆசிரியனாக நான் சென்று என் குலத்து இளவரசனுக்கு உன் இளவரசியைக் கொடையளித்தருள்க என்று அஸ்தினபுரியின் அரசனிடம் சொல்வது என் ஆசிரியர் எனக்களித்த கல்வியை அங்காடிப்பொருளென்று ஆக்குவது அல்லவா?” யௌதேயன் “நூல்நெறிகளின்படி அறம் என்பது ஒருவர் கொள்ளும்

உலகியல்பொறுப்புகளைச் சார்ந்தது. ஆசிரியராக உங்கள் அறம் ஒன்று. மதுராவின் அரசராகப் பிறிதொன்று. யாதவக்குடித் தலைவராக மற்றொன்று" என்றான்.

"ஆசிரியராக நீங்கள் துரியோதனரிடம் கல்விக்கொடை கோரலாம். ஆசிரியன் பொன், பெண், நிலம், அடிமைக்கடப்பாடு, நூல் ஆகிய ஐந்தையும் கொடையெனக் கோரலாம். நீங்கள் கோருவது எதுவாயினும் அதை அவர் அளித்தே ஆகவேண்டும். அரசராக உங்கள் குடிக்கு எது நலம்பயக்குமென்று நீங்கள் உண்மையிலேயே எண்ணுகிறீர்களோ அதை இயற்றலாம். அதன்பொருட்டு ஆக்கள், அந்தணர், முனிவர் ஆகியோருக்கு ஊறில்லாமலும் கற்புள பெண்டிருக்கும் பால்மாறா மைந்தருக்கும் முதியோருக்கும் குறைவான துயருடனும் ஊருணி, சாலை, கல்விநிலை, ஆலயம் ஆகியவற்றுக்கு அழிவில்லாமலும் நீங்கள் ஆற்றும் எதுவும் நன்றே" என அவன் தொடர்ந்தான்.

"குடித்தலைவராக உங்கள் மைந்தருக்கு நலம் பயப்பதை இயற்றவேண்டிய கடமை உங்களுக்குள்ளது. பிற குடியினர் சிறுமையோ சீரழிவோ கொள்ளாது அதைச் செய்தால் அறம் பிறழவில்லை என்றே பொருள். இம்மூன்றில் முதல் அறத்துக்கு இரண்டாம் அறம் முரண் கொண்டதென்றால் முதலறத்தைத் தெரிவுசெய்க! மூன்றாம் அறம் முதலிரண்டுக்கும் ஒத்துநிற்கவேண்டும். ஆனால் இங்கு மூன்றும் ஒன்றையொன்று நிரப்புகின்றன. ஆகவே அரசி உரைப்பதை நீங்கள் ஆற்றலாம்" என்றான் யௌதேயன்.

பலராமர் "நன்று... உன் தந்தையும் இதைவிடத் தெளிவாகச் சொல்ல முடியாது" என்றபின் "சொல்க மைந்தா, இத்தருணத்தில் நான் செய்ய வேண்டியது எது?" என்றார். யௌதேயன் "நான் வகுத்த சூழ்ச்சியை எப்படி முறியடிப்பது என்று என்னிடம் கோருகிறீர்கள், மாதுலரே" என்றான். பலராமர் "மருகனே, என் ஆடற்களத்தின் எதிர்முனையில் நீ இன்று அமர்ந்திருக்கலாம். ஆனால் என் மருகன் நீ. நிகர்த்தந்தையென நின்று நான் கோருகையில் நீ உதவி செய்தாக வேண்டும்" என்றார்.

யௌதேயன் "இப்படி ஒரு கோரிக்கையைத் தாங்கள் முன்வைத்தால் நான் மிகுந்த இடருக்குள்ளாவேன், மாதுலரே. எந்தை எனக்கிட்ட ஆணையை நான் கடைப்பிடித்தாக வேண்டும். இத்தருணத்தை முதிர்வித்து உளக்கசப்பைப் பெருக்கி உங்களை அஸ்தினபுரியிலிருந்து பிரித்தெடுக்கவே நான் வந்தேன்" என்றான். "ஆம், அதை நான் அறிவேன். ஆனால் குடிமூத்தானாக நின்று மருகனாகிய உன்னிடம் ஆணையிடுகிறேன்" என்றார் பலராமர்.

யௌதேயன் சிலகணங்கள் எண்ணியபின் "அரசவைக்குச் சென்று அங்கு பீஷ்மரும் துரோணரும் கிருபரும் விதுரரும் அமர்ந்திருக்கையில் உங்கள் கல்விக்கு நிகரான கொடையென அரசமகளைக் கோருங்கள். அவர் மறுக்கமுடியாது" என்றான். "அவர்கள் அமைந்த அவையில் அதைக் கோரிப் பெற்றால் பழியும் இருக்காது. ஏனென்றால் அச்செயலுக்குப் பிதாமகரின் நல்வாழ்த்து இருக்கும்." பலராமர் எழுந்து "ஆம், இதைத்தான் நான் வரும்போது எண்ணிக்கொண்டிருந்தேன். அவனிடமிருந்து எதையும் நான் இதுவரை கோரியதில்லை. அவன் மகளைக் கோருகிறேன்" என்றார்.

எண்ணி எண்ணி கணந்தோறும் உளம் மீண்டு முகம் மலர "இப்போதே கிளம்புகிறேன். அவர்கள் மதுராவுக்கு வந்தணையும்போது நான் இங்கிருக்கலாகாது. அவர்களை முறைப்படி வரவேற்றுவிட்டு நான் இங்கிருந்து கிளம்பினால் அதுவே என்மேல் இவற்றையெல்லாம் இயற்றுவித்தவன் எனும் ஐயம் எழ ஏதுவாகும்" என்றார்.

"அதுவும் முறையே" என்று யௌதேயன் சொன்னான். "நீ என்னுடன் கிளம்பு" என்று பலராமர் அழைத்தார். "நான்..." என்று யௌதேயன் தயங்க "என்னுடன் நீ இருந்தாக வேண்டும். என் சொற்கள்மேல் எப்போதும் எவருக்கும் நம்பிக்கை இருந்ததில்லை. முதன்மையாக எனக்கு அவ்வுறுதி இருந்ததில்லை. நீ அருகிருந்தால் உன் விழிநோக்கி நான் சொல்லெடுப்பேன். பிழையென ஒன்றும் ஆகாது" என்றபின் கைநீட்டி யௌதேயனின் கைகளைப் பற்றிக்கொண்டு "எனக்கு உதவுக! இந்த இக்கட்டிலிருந்து மதுராவை விடுவித்தருள்க!" என்றார்.

"மாதுலரே, எத்தருணத்திலும் என் உளம் நோக்கி நான் கேட்கும் வினா ஒன்றே. நான் எடுக்கும் முடிவை எந்தை ஏற்பாரா என்று. இத்தருணத்தில் நான் உளப்பூர்வமாக உங்களுடன் வந்து உதவ வேண்டுமென்றே எந்தை ஆணையிடுவார்" என்றான் யௌதேயன். "தங்களுடன் வருகிறேன். தாங்கள் செல்வது வெல்ல முற்றிலும் உடனிருந்து உதவுவேன்." பலராமர் "ஆம், இங்கு யுதிஷ்டிரன் இருந்திருந்தால் அவனிடமே சென்றிருப்பேன்" என்றார்.

மதுராவின் அரசப்படகு துறைமேடையிலிருந்து கிளம்பும்பொருட்டு சங்கோசை எழுப்பியது. அதன் படகுக்காரர்கள் தங்களுக்குரிய இடங்களில் சென்று நின்றுகொண்டனர். அமரமுனையில் எழுந்த தலைமைப் படகோட்டி சுக்கானைப் பற்றிக்கொண்டார். கொடிமரத்தின்மேல் பயணத்திற்குரிய கொடி ஏறியது. நடைபாலத்தின் விளிம்பில் நின்ற யௌதேயன் கரையில் நின்றிருந்த பலராமர் விடைபெற்று வருவதற்காகக் காத்திருந்தான்.

பலராமர் தன்னை வழியனுப்ப வந்திருந்த மூன்று குடித்தலைவர்களிடம் மீண்டும் அதுவரை சொன்னவற்றைச் சொல்லி கைகளைப்பற்றி அழுத்தினார். "அவர்கள் இன்னும் சற்று பொழுதில் இங்கு வந்துவிடுவார்கள். அரசமுறைப்படி வரவேற்பு அளிக்கப்பட வேண்டியதில்லை. காவலர்தலைவர்கள் மட்டுமே எதிர்கொள்ளட்டும். நேராக அரண்மனைக்கு அழைத்துச் செல்லட்டும். இளவரசி அங்கே அவளுக்குரிய குடிமுறைமைகளுடன் தனி அரண்மனையில் தங்கட்டும். இக்கடிமணம் நிகழ்ந்தது நகருக்கு முறைப்படி அறிவிக்கப்படக்கூடாது" என்றார்.

"ஆம்" என்றார் விருஷ்ணி குலத்தலைவர் சசிதரர். "நாம் இதை ஒளிக்க முடியாது என்பது உண்மை. ஒளிஎழுகையில் யாதவர் அனைவரும் இதை அறிந்திருப்பார்கள். ஆனால் முறையான கொண்டாட்டங்களோ மகிழ்ச்சி வெளிப்பாடுகளோ இங்கு நிகழக்கூடாது. ஒரு பிழை நிகழ்ந்துவிட்டதென மதுரா உணர்கிறது என்ற தோற்றமே இருக்கவேண்டும். நான் சொல்வது புரிகிறதல்லவா?" என்றார். போஜர் குடித்தலைவர் பிரபாகரர் தலையசைத்து "நான் பொறுப்பேற்றுக்கொள்கிறேன். தங்கள் பயணம் வெல்க!" என்றார்.

பெரிய உடலை அசைத்தபடி நடைபாதைமேல் நடந்து படகின் மேலேறிய பலராமர் கயிற்றைப் பிடித்தபடி நின்று பெருமூச்சுடன் மீண்டும் குடித்தலைவரை நோக்கித் தலையசைத்தார். அவர் அருகே வந்து யௌதேயன் "கிளம்பலாமா, மாதுலரே?" என்றான். "ஆம், கிளம்ப வேண்டியதுதான்" என்றார் அவர். யௌதேயன் கைகாட்ட, நடைபாதை துறைமேடை நோக்கி அகன்றது. படகு சற்று குலுங்கியபின் துடுப்புகளால் உந்தப்பட்டு துறைமேடையிலிருந்து விலகி யமுனையின் சிறுபெருக்கில் தொட்டு ஒழுகியது.

கொம்போசை எழ படகோட்டிகள் கயிறுகளை இழுத்தனர். நீரில் பாறைவிழும் ஓசையுடன் பாய்கள் காற்றை ஏற்றுப் புடைத்து விம்மி கயிறுகளை இழுத்து நெரிபடும் ஓசையெழுப்பி வளைந்து நின்றன. படகு முழுவிசைகொண்டு யமுனையின் பெருக்கில் எழுந்து விரைவுகொண்டது. பலராமர் கயிற்றைப் பிடித்தபடி அகன்று செல்லும் மதுராவை நோக்கி நின்றார். புலரியின் அரையிருளில் அவருடைய வெண்ணிற உடல் பூர்ஜமரத்தின் அடிபோல தெளிந்து தெரிந்தது. யௌதேயன் "தாங்கள் உள்ளே வந்து அமரலாமே?" என்றான்.

அவர் பெருமூச்சுடன் உளம் கலைந்து அவனை நோக்கி "என்ன செய்துகொண்டிருக்கிறேன் என்பதே எனக்குப் புரியவில்லை. என் உளம் சொல்வதைச் செய்கிறேன். ஆனால் ஏதோ ஒரு பிழையையும் எங்கோ

உணர்கிறேன். என் குடித்தலைவர்கள் என்னை இட்டுச் செல்கிறார்களா? என் துணைவி தன் சொற்களால் என்னை ஆட்டுவிக்கிறாளா? நூறுமுறை எனக்கு நானே கேட்டுக்கொண்டேன். இல்லை என்றே என் உளம் சொல்கிறது. ஆனால் ஆட்டுவிக்கப்படுகிறேன் எனும் உணர்வு எப்போதும் இருக்கிறது. பிறிதொன்றால். பேருள்ளம் ஒன்றால்" என்றார்.

பின்னர் மீண்டும் பெருமூச்சுவிட்டு "ஒருவேளை இதுவும் அவன் விளையாட்டுதானோ என்று அவ்வப்போது எண்ணுகிறேன். இளமை முதலே நான் உணர்ந்த ஒன்றுண்டு. நான் அவனுடைய வெண்நிழல். அவன் இயற்றும் அனைத்திற்கும் மறுதிசையில் மறுசெயலை நான் இயற்றிக்கொண்டிருந்தேன். இப்போதும் அதையேதான் செய்கிறேனா?" என்றார். உள்ளே வந்து சிற்றறைக்குள் தாழ்வான பீடத்தில் கால்களை நீட்டியபடி அமர்ந்து அவனை நோக்கினார். அறைக்குள் எரிந்த நெய்விளக்கின் பளிங்குக் குமிழ் அவர் விழிகளுக்குள் அனல்துளிகளாகத் தெரிந்தது.

யௌதேயன் "இத்தகைய ஐயங்களுக்கு என்னால் மறுமொழி சொல்ல இயலாது, மாதுலரே. ஒவ்வொருவருக்கும் தாங்கள் இங்கு எதைச் செய்கிறோம் என்னும் திகைப்பு வாழ்வின் அரிய தருணங்களில் எழுந்தே தீரும். பொருளும் பொருளின்மையும் மாறி மாறித் தெரியவரும். அதில் எதை அவர்கள் தெரிவு செய்கிறார்கள் என்பதையொட்டி அவர்கள் வாழ்க்கை அமைகிறது" என்றான். "பொருளும் பொருளின்மையும் அவரவர் தெரிவுகளா என்ன?" என்றார் பலராமர். "ஆம்" என்று யௌதேயன் சொன்னான். "ஊழ் நம் தெரிவல்ல. அதன் பொருள் நாம் அளிப்பது மட்டுமே."

பலராமர் அவனைச் சிலகணங்கள் கூர்ந்து பார்த்தபின் "இத்தனை இளமையிலேயே அரிய நூல் கற்றுத் தேர்ந்திருக்கிறாய். உன் தந்தையை எனக்கு நன்கு தெரியும். நீ கற்ற நூல்களைவிட பலமடங்கு அவன் கற்றிருக்கிறான். ஆனால் உன்னிடம் இருக்கும் தெளிவை நான் அவனிடம் பார்த்ததேயில்லை" என்றார். "ஏனெனில் அவர் தன் முடிவை இன்னும் தெளிவுறக் காணவில்லை" என்று யௌதேயன் சொன்னான். "நீ கண்டுவிட்டாயா?" என்று பலராமர் கேட்டார். "மிக நன்றாக" என்றான் யௌதேயன்.

பலராமர் விழிசுருங்க அவனைக் கூர்ந்து பார்த்துக்கொண்டு அமர்ந்திருந்தார். பின்னர் மெல்லிய குரலில் "எந்த முடிவை? இவ்வனைத்தும் சென்று சேரும் முடிவையா? அல்லது உன் முடிவையா?" என்று கேட்டார். "இரண்டையும்" என்று அவன் சொன்னான். மேலும் குரல் தழைய, எடைகொண்டதுபோல் தலை தாழ "எப்போது உணர்ந்தாய்?"

என்று அவர் கேட்டார். "தெரியவில்லை. மிக இளமையிலேயே இந்த உள்ளுணர்வு என்னிடம் இருந்தது என்று உணர்கிறேன்."

"ஒருமுறை கனவில் வடபாஞ்சாலத்தின் அரசர் அஸ்வத்தாமரைப் பார்த்தேன். கங்கைநீர் நடுவே ஓர் ஆற்றிடைக்குறை அது. அவர் நீண்ட தாடி கொண்டிருந்தார். முதுமையில் தளர்ந்து தொய்ந்த இமைச் சதைகளும், பழுத்த கண்களும், சோர்ந்து உள்ளடங்கிய வாயும், நடுங்கும் எலும்புக் கைகளும் கொண்டவர். அவர் அருகே நான் அமர்ந்திருந்தேன். இருவரும் ஒன்றும் பேசிக்கொள்ளவில்லை. அவர் தலையில் இருந்த மிகப் பெரிய புண்ணை நான் பார்த்தேன். சிவந்து சீழ்கட்டி அழுகிக்கொண்டிருந்தது அது. ஒவ்வொரு கணமும் மாளா வலி அதிலிருந்தது என்று உணர்ந்தேன். அவர் கண்கள் உதடுகள் கைவிரல்கள் அனைத்தும் வலி என்னும் ஒன்றையே ஊழ்கச் சொல்லென ஒலித்துக்கொண்டிருந்தன."

"பின்னர் விழித்துக்கொண்டபோது நெடுநேரம் எங்கிருக்கிறோம் என்ன எண்ணுகிறோம் என்றே நான் அறியவில்லை. நரம்பு அறுந்து எங்கோ விழுவதுபோல ஓர் அதிர்வு. மீண்டும் உணர்ந்தபோது நான் எழுந்து அறை நடுவே நின்றிருந்தேன். ஆடை நெகிழ்ந்து வெற்றுடலுடன் இருந்தேன். வியர்த்து மெய்ப்புற்று அதிர்ந்துகொண்டிருந்தது என் உடல். இங்கு நிகழப்போகும் அனைத்தையும் அப்போது அறிந்தேன்" என்றான் யௌதேயன்.

"எதை?" என்றார் பலராமர். யௌதேயன் புன்னகைத்து "அதை நான் சொல்ல இயலாது. உணரும்போது இருக்கும் மெய்மை அதைச் சொல்கையில் அமைவதில்லை" என்றான். "மாதுலரே, சொல்லில் ஒரு புனைவு இருந்தே தீரும். ஏனென்றால் சொல் என்பது புறவயமானது. ஆகவே வகுத்துரைக்கப்பட்ட பொருள் அதற்கு இருந்தாகவேண்டும். வகுக்கப்பட்டவை எல்லையும் அளவும் கொண்டவை. உண்மைக்கு அவ்விரண்டும் இருக்க இயலாது. எனவே சொல்லப்பட்ட அனைத்தும் குறையுண்மைகளே."

பலராமர் அவன் விழிகளைக் கூர்ந்து நோக்கிவிட்டு "மைந்தா சொல்க, இவையனைத்தும் எங்கு சென்றுமுடியும்? இங்கு எது எஞ்சும்?" என்றார். "எஞ்சுவதொன்றே. அழியாச் சொல். வேதவிதை பிளந்தெழும் முளை. அதை வேதமுடிவு என்கின்றனர் முனிவர். நாராயண வேதம் என்கின்றனர் நூலோர்" என்றான். "அவன்தான் வெல்வானா?" என்றார் பலராமர். "இல்லை, அவரும் வெல்லப்போவதில்லை" என்றான் யௌதேயன். "சொல்லப்போனால் முழுத்தோல்வி அவருக்குக் காத்திருக்கிறது."

திகைப்புடன் எழுந்து "என்ன சொல்கிறாய்?" என்றபடி பலராமர் அவனருகே வந்தார். "ஆம், மூத்தவரே. முழுத் தோல்வி, மாளாத்

துயர், மாற்றிலா வெறுமை. அவருக்கு எஞ்சுவன அவையே. ஆம், அது அவ்வாறுதான் நிகழவியலும். வில்லை உதைத்துத் தள்ளாமல் அம்பு எழுவதில்லை. கனி மட்காமல் விதை முளைப்பதுமில்லை. அவர் சொல் நின்றுவாழும். அவர் தோற்று தனித்து துயர்கொண்டு அழிவார்" என்றான்.

பெருமூச்சுவிட்டு பலராமர் சொன்னார் "நீ சொல்வது வெறும் உளமயக்காகக் கூட இருக்கலாம். ஆனால் இச்சொற்களுடன் இணைந்து தெய்வக்கூர் கொள்ளும் உன் விழிகள் இது உண்மை என்று ஆணையிடுகின்றன. அது எதன் விழைவு என்று தெரியவில்லை. எதுவாயினும் அவ்வாறே ஆகுக!" பின்னர் மெல்ல நகைத்து "இது இவ்வாறு நிகழ்கிறது என்பதே விந்தையாக உள்ளது. பாண்டவர் ஐவரிலிருந்தும் அவர்களின் கூர்முனைகள் மட்டுமே மைந்தராகப் பிறந்துள்ளன" என்றார்.

அத்தருணத்தின் உலகியல்கடந்த கூர்மையைத் தாளா உளம் கொள்ளும் நடிப்பு அது எனத் தானும் உணர்ந்த யௌதேயன் நகைத்து "கூர்கொண்டவற்றின் முனைகள் நுண்ணுற்றுச் சென்று அடையும் புள்ளிக்கு அப்பால் உள்ளது வெறுமை என்று ஒரு சொல் உள்ளது, மாதுலரே" என்றான். பலராமர் "இனி என்னிடம் நீ சொல்லளாவவேண்டியதில்லை. இதற்குமேல் சொல் எனில் என் அச்சாணி இற்றுவிடக்கூடும்" ஏன்றார். யௌதேயன் நகைத்து "சரி, ஆணை" என்றான்.

படகு முழுப்பாய் விசையில் யமுனைமேல் எழுந்து சென்றது. அது கங்கைமுனையை அடைவதுவரை பலராமர் படகுமுகப்பிலேயே நின்றிருந்தார். கரையென ஒழுகிய சோலைகளையும், எழுந்து மறைந்த சிற்றூர்களின் துறைமேடைகளையும், பிளிறி வழிகேட்டுச் சென்ற பதினெண்பாய்கொண்ட பெருங்கலங்களையும், அவற்றைத் தொடர்ந்து பறந்து பாய்வடங்களில் அமர்ந்தும் கலைந்தெழுந்தும் கூச்சலிட்ட கொக்குகளையும் நீர்க்காக்கைகளையும் இளமைந்தன்போல் நோக்கிக்கொண்டிருந்தார். காட்சிகளினூடாக அவர் அனைத்து அரசியலையும் களைந்து மீண்டு செல்வதை சிற்றறைக்குள் அமர்ந்து யௌதேயன் நோக்கினான்.

பின்னர் தன் சுவடிப்பெட்டியைத் திறந்து ஏட்டுக்கட்டை எடுத்துப் பிரித்தான். கவனகௌதுகி என்னும் சிறுநூல். சில கணங்கள் கழித்து அதை வைத்துவிட்டு அவன் எப்போதும் உடன்கொண்டு செல்வதும் அரிதாகவே கையிலெடுப்பதுமான நூல் ஒன்றை எடுத்தான். 'இந்திரபுரிவிலாசம்.' அவன்

அதன் எழுத்தாணிக் கீறல்களைக் கைகளால் வருடிக்கொண்டிருந்தான். கிருஷ்ணதுவைபாயன வியாசரின் மாணவராகிய பைலர் இயற்றியது. அவன் வாழ்ந்த நாட்கள் ஒவ்வொன்றும் உதிர்ந்து சொற்களென்றாகி அமைந்த காவியம். அதைத் திறந்து படிக்க உளம்கூடவில்லை. அதன் அனைத்து வரிகளும் அவன் அறிந்தவை என்றும் தோன்றியது.

15

அஸ்தினபுரியின் எல்லையை அவர்கள் அணுகுவதை முகப்பில் நின்றிருந்த தலைமைக் குகன் கொம்பூதி அறிவித்தான். யௌதேயன் எழுந்து சென்று வெளியே நோக்கினான். அஸ்தினபுரியின் எல்லை என அமைந்த காவல்மாடத்தின் மரமுகடு சோலைத்தழைப்புக்குமேல் எழுந்து தெரிந்தது. அங்கிருந்தவர்கள் அவர்களைப் பார்த்துவிட்டார்கள் என்பதை மெல்ல எழுந்தடங்கிய கொம்போசையிலிருந்து உணரமுடிந்தது. பலராமர் சலிப்புடன் எழுந்து கைகளை விரித்து சோம்பல்முறித்தபின் "அணுகிவிட்டோம்" என்றார்.

அப்பால் அஸ்தினபுரிக்குரிய நீர்ப்பரப்பில் ஏராளமான காவற்படகுகள் பாய்விரித்து சுற்றிவருவதை யௌதேயன் கண்டான். "நாம் நுழைகையிலேயே நம்மை வளைத்துக்கொள்வார்கள். ஒருவேளை சிறைபிடித்து அஸ்தினபுரிக்கு அழைத்துச் செல்லவும் கூடும்" என்றார் பலராமர். "இல்லை மாதுலரே, அரசமுறைமைகளை அவர்கள் ஒருபோதும் மீறமாட்டார்கள். முறைமைகளின்மேல் முழு நம்பிக்கை கொண்ட இருவரே இன்று பாரதவர்ஷத்தில் உள்ளனர். எந்தைக்குப்பின் அஸ்தினபுரியின் அரசர் துரியோதனர்" என்று யௌதேயன் சொன்னான். பலராமர் அவனை நோக்க, புன்னகையுடன் "நெறிகளில் முழுமையாக நிற்பவர்கள் நிகர்செய்ய ஒரு பிறழ்வை மறுதட்டில் கொண்டிருப்பார்கள்" என்றான் யௌதேயன்.

"உன் தந்தையின் பிறழ்வு என்ன?" என்றார் பலராமர். யௌதேயன் புன்னகைத்தான். "சொல்!" என்றார். "இன்று அது விதைக்குள் மரம். தருணங்களின் அழுத்தமே அதை வெளிநிகழ்வு கொள்ளச்செய்யும்"

என்று யௌதேயன் சொன்னான். ஒருகணம் திகைத்த பின்னர், “உண்மையில் தந்தையர் மைந்தர்முன் ஆடையின்றி நிற்கின்றனர்” என்று பலராமர் சிரித்தார். யௌதேயன் “மைந்தரும் தந்தைமுன் அவ்வாறே நிற்கின்றனர், மாதுலரே” என்றான். “என் மைந்தர்களை நான் மதுராவுக்குக் கொண்டுவந்ததே இல்லை. அவர்கள் முதுதந்தை சூரசேனருடன் மதுவனத்தில் வாழ்கிறார்கள். கன்றோட்டும் ஆயர்களாகவே அவர்கள் வளரவேண்டும் என எண்ணினேன்” என்று பலராமர் சொன்னார். “அவர்கள் என்னைப் பார்ப்பதே அரிது” என்றார்.

யௌதேயன் “சென்று பாருங்கள், உங்களைப்போலவே இலையும் கிளையுமாக எழுந்து வந்திருப்பார்கள்” என்றான். பலராமர் விழிகனிய “ஆம், அவ்வாறே இருப்பார்கள். அதை என்னால் உணரமுடிகிறது” என்றார். “நிஷதனும் உல்முகனும் எங்களுக்குக்கூட வெறும் பெயர்களாகவே இருக்கிறார்கள்” என்றான் யௌதேயன். “அவர்கள் வளைதடி அன்றி எந்தப் படைக்கலமும் பயிலவேண்டியதில்லை, கன்றுதேர்தலன்றி சூழ்கை எதுவும் கற்கவேண்டியதில்லை என இளமையிலேயே முடிவு செய்தேன். மெய்யான மகிழ்வு என்றால் என்ன என்று நான் அறிந்ததை அவர்களுக்கு அளிக்கவேண்டும் என விழைந்தேன்” என்றார் பலராமர். யௌதேயன் புன்னகை புரிந்தான்.

அவர்கள் படகு அணுகியதுமே அஸ்தினபுரியின் காவற்படகுகள் அனைத்திலும் கொம்புகள் முழங்கத் தொடங்கின. விரைவுப்படகுகள் பாய்விரித்து நாரைநிரைகள்போல ஒன்றோடொன்று தொடுத்துக்கொண்டு அவர்களை நோக்கி வந்தன. அஸ்தினபுரியின் எல்லையை அவர்களின் படகு கடந்ததும் அவை அதை முழுமையாக வளைத்துக்கொண்டன.

முதற்படகின் அமரத்தில் எழுந்த வீரன் “படகில் யார் என்று அறிவிக்கும்படி அஸ்தினபுரியின் நீர்க்காவலர் தலைவனின் ஆணை” என்றான். அமரமுனையில் எழுந்த படகின் காவலன் “மதுராவின் அரசர், யதுகுலத் தலைவர் பலராமர் எழுந்தருள்கிறார். அவர் அஸ்தினபுரியின் அரசர் துரியோதனரைக் காணும்பொருட்டு சென்றுகொண்டிருக்கிறார்” என்றான். “படகு அசையாமல் அங்கு நிற்கட்டும். ஆணை பெற்று அறிவிக்கிறோம்” என்றான் அவன். அவர்கள் வந்த விரைவுப்படகுகளுக்கு அப்பால் பெரும்படகுகள் இரண்டு வந்து நிலைகொண்டன.

முதற்படகிலிருந்து எழுந்த கொம்போசை ஒன்றிலிருந்து ஒன்றென படகுகள்தோறும் சென்று தொலைவிலிருந்த அஸ்தினபுரியின் துறைமேடையை அடைந்தது. அங்கிருந்து அது முரசோசைகள் வழியாக அஸ்தினபுரியின் அரண்மனையை அடைவதை உள்ளத்தால் கேட்க முடிந்தது. சற்றுநேரத்தில் தொலைவிலிருந்து கொம்போசையாக

அஸ்தினபுரியின் ஆணை வந்தது. காவற்படகின் வீரன் "தங்களை அழைத்து வரும்படி ஆணை, அரசே" என்றான். படகிலிருந்த பலராமர் கையசைத்து "செல்வோம்" என்றார்.

கரையோரப்படகுகள் சூழ குஞ்சுகள் உடன் செல்லும் அன்னமென மதுராவின் அரசப் படகு அஸ்தினபுரித் துறை நோக்கிச் சென்றது. தொலைவிலிருந்து அலைகள்மேல் விழுந்து எழுந்தேறி வந்த அஸ்தினபுரியின் படகொன்று அமுதகலக்கொடி படபடக்க அருகணைந்தது. அதன் அமர மேடையில் நின்றவனை யௌதேயன் சிறிய உளத்திடுக்கிடலுடன் பார்த்தான். பலராமர் கண்களுக்கு மேல் கைவைத்து உற்று நோக்கி "யாரந்த நெடியோன்? அங்கநாட்டான் வசுஷேணன் போலிருக்கிறான்" என்றபின் முகம் மலர்ந்து உரத்த குரலில் "கர்ணனின் மைந்தன்!" என்றார். "மூத்தவன் விருஷசேனன் என நினைக்கிறேன். சிறுவனாக முன்னெப்போதோ பார்த்திருக்கிறேன். இந்திரப்பிரஸ்தத்தில் நிகழ்ந்த விழாவிலா அல்லது அஸ்தினபுரியின் படைகளியாட்டுகளிலா என நினைவில்லை" என்றார்.

யௌதேயன் "ஆம், விருஷசேனர்தான். அவர் இருந்தார் என்றால் படகில் அவருடைய இளையோர் சித்ரசேனனும் சத்யசேனனும் இருப்பார்கள்" என்றான். "இருமுறை அவர்களை அஸ்தினபுரியின் விழவுகளில் கண்டிருக்கிறேன். பத்தாண்டுகளுக்கு முன்பு." பலராமர் "ஆம், அவர்களையும் பார்த்திருக்கிறேன். அனைவருமே தந்தையைப்போல நெடியவர்கள். அதனாலேயே அத்தனை திரளிலும் தனித்துத் தெரிபவர்கள்" என்றார். "நெடியவர்கள் பெரும்பாலும் மெலிந்து கூன்கொண்டிருப்பார்கள். கர்ணனும் மைந்தரும் பெருந்தோளர்கள், சீருடலர்கள். கலிங்கச் சிற்பிகள் வடித்த கற்சிலைபோலக் கரியவர்கள்."

உவகையுடன் அவர் படகின் விளிம்பில் கால்வைத்து வடத்தைப் பற்றியபடி விழப்போகிறவர்போல ஆடிக்கொண்டு எட்டிப்பார்த்தார். "இனியவர்கள்... நம் மைந்தர்களிலேயே இந்தப் பத்துபேரும்தான் அழகர்கள்" என்றார். திரும்பி "என் இளையோன் அழகன் என நான் எப்போதும் பெருமிதம் கொள்வதுண்டு. ஆனால் அது அவன் இனியோன் என்பதனால் எழும் அழகு. கல்வியால் அவ்வழகை அவன் பெருக்கிக்கொண்டான். மைந்தா, அங்கனின் அழகுதான் மானுடப் பேரழகு. அவன் ஒவ்வொரு அசைவும் அழகியவை. அவைகளில் அவனிடமிருந்து நான் விழிவிலக்குவதேயில்லை" என்றார்.

படகு அணுகிவர விருஷசேனன் கையசைத்து இரு படகுகளையும் ஒன்றையொன்று அணுக வைத்தான். இரு படகுகளிலும் இருந்த படகோட்டிகள் ஒருவரை ஒருவர் நோக்கிக் கைவீசி செய்கை

பரிமாறிக்கொண்டனர். அரசப்படகிலிருந்து படகோட்டிகள் நால்வரால் வீசப்பட்ட வடம் பறந்து வளைந்துசென்று அஸ்தினபுரியின் படகின் முகப்பில் பெரும்பாம்பு என விழுந்தது. அதை அங்கிருந்த படகோட்டி தறியில் சுற்றிக்கட்டியதும் இரு படகுகளும் மெல்ல அணுகி ஒன்றையொன்று நெற்றிமுட்டி முத்தமிட்டுக்கொண்டன.

பலராமர் கைகளை விரித்து உரக்க நகைத்துக் கூச்சலிட்டபடி வடத்தை நோக்கி ஓடினார். அந்த வடத்தைப் பற்றி அதன்மேல் சிலந்திபோல எளிதாகத் தொற்றி ஏறி படகுக்குள் வந்த விருஷசேனன் பலராமரை அணுகி, கால்தொட்டு வணங்கி "அருள்புரிக, அரசே" என்றான். குனிந்தபோதே அவன் தோள் பலராமரின் நெஞ்சளவு இருந்தது. தோள்களின் கரிய தோல் எண்ணெய்ப்பூச்சு பெற்ற கற்சிலைபோல பளபளத்தது. அவன் தோளைத் தொட்டு அணைத்து நெஞ்சோடு இறுக்கிக்கொண்ட பலராமர் "தந்தையைப்போலவே இருக்கிறாய்! பெருந்தோளன்! இத்தனை உயரமான பிறிதொரு இளைஞன் நம் அரசகுடிகள் எதிலும் இல்லை!" என்றார்.

கீழிருந்து சத்யசேனனும் சித்ரசேனனும் மேலேறி வந்தனர். அவர்களை நோக்கிக் கைவிரித்து நகைத்த பலராமர் "கங்கையில் அலைபெருகி வருவதுபோல அல்லவா வருகிறீர்கள்... கரிய பேரலைகள்... ஒளிகொண்டவை..." என்றார். அவர்கள் அவர் கால்தொட்டு வணங்க இரு கைகளாலும் இருவரையும் அணைத்துக்கொண்டு "இனியவர்கள்... வசுஷேணன் நல்லூழ் கொண்டவன். மூதாதையரால் உளம்கனிந்து கொடையளிக்கப் பெற்றவன்..." என்றார். திரும்பி "பேரழகர்கள்... வசுஷேணனின் இளமையழகு முழுக்க இவர்களிடமுள்ளது அல்லவா?" என்று யௌதேயனிடம் கேட்டார்.

யௌதேயன் அருகணைந்து "என்னை வாழ்த்துக, மூத்தவரே" என்று விருஷசேனனின் கால்களைக் குனிந்து தொடப்போனான் அவன் பதறி விலகி "பொறுங்கள் இளவரசே, இது முறைமை அல்ல. தாங்கள் ஷத்ரியக் குடியினர்" என்றான். "நான் இளவரசே என்று அழைக்கவில்லை, மூத்தவரே என்றுதான் அழைத்தேன்" என்றான் யௌதேயன். திகைப்புடன் "ஏன்?" என்று விருஷசேனன் கேட்டான். "அதைத் தாங்கள் உணரும் தருணம் ஒன்று வருக!" என்றபின் யௌதேயன் குனிந்து அவன் கால்களைத் தொட்டு சென்னிசூடி "வாழ்த்துங்கள்" என்றான். குழப்பத்துடன் பலராமரை ஒருதரம் நோக்கிவிட்டு "புகழும் நிறைவும் கொள்க!" என்று அவன் வாழ்த்தினான்.

பலராமர் உரக்க நகைத்து "ஆம், உள்ளங்கள் அறியும் உண்மைகளை நாவு அறிவதில்லை" என்றார். பின்னர் "வருக!" என்று அவர்கள்

தோளை அணைத்து உள்ளே அழைத்துச்சென்று அமரவைத்தார். விருஷசேனன் அமர, இளையோர் இருபக்கமும் நின்றனர். "நான் அங்கே துறைக்காவலில் இருந்தேன். தாங்கள் வரும் செய்தி வந்தது. தங்களை நேரில் கண்டு அழைத்துச் செல்லும் பொறுப்பு எனக்களிக்கப்பட்டது" என்றான் விருஷசேனன். "நீ வந்தது, சூரியமைந்தனாகிய வசுஷேணனே நேரில் வந்ததுபோல" என்றார் பலராமர். "நீங்கள் பதின்மர் அல்லவா?" என்று கேட்டார்.

"ஆம் மூத்தவரே, சுதமன், விருஷகேது, சுஷேணன், சத்ருஞ்ஜயன், திவிபதன், பாணசேனன், பிரசேனன் என்று மேலும் எழுவர்" என்றான் விருஷசேனன். யௌதேயன் "அனைவருமே அங்கநாட்டரசரின் மாற்றுருக்கள் எனத் தோன்றுவார்கள்" என்றான். பலராமர் தொடையில் அடித்துச் சிரித்து "சூரியன் தன்னைச் சூடும் அனைத்தையும் தான் என ஆக்கும் குன்றாஒளி கொண்டவன்" என்றார். மீண்டும் உரக்க நகைத்து "இளைஞன் ஒருவனிடம் அண்ணாந்து பார்த்துப் பேசவேண்டுமென்றிருப்பதே என்னுள் திகைப்பை உருவாக்குகிறது. இதோ மூவர் மலைமுடிகளைப்போல சூழ்ந்து நிற்கிறார்கள்" என்றார். விருஷசேனன் தோளை அறைந்து "இவனை ஒருமுறையாவது களத்தில் தோள் பொருதி தோற்கடித்தாலொழிய என்னுள் வாழும் மல்லன் நிறைவு கொள்ளமுடியாது" என்றார்.

விருஷசேனன் சிரித்து "அதற்கென்ன அரசே, அஸ்தினபுரியிலேயே களிக்களம் காண்போம்" என்றான். "உன் தந்தையுடன் இருமுறை களம் கண்டிருக்கிறேன். மற்போரில் அவன் என்னை ஒவ்வொரு முறையும் எட்டாவது சுற்றில் சுழற்றி அடிப்பான். கதைப்போரில் நான்கு முறை நான் அவனை வென்றுள்ளேன்" என்று பலராமர் சொன்னார். "ஒவ்வொருவரையாகப் பத்து வசுஷேணர்களையும் வெல்வேன். சூரியன் என ஒவ்வொரு நாளும் அவன் நீர்ப்பாவைகளை அள்ளி அல்லவா நாம் நீத்தாருக்கு நீரளிக்கிறோம்?" விருஷசேனன் "இத்தருணத்தில் எந்தையர் மகிழ்கிறார்கள்" என்றான்.

யௌதேயன் "மூத்தவரே, அங்கு நகரில் என்ன நிகழ்கிறது?" என்றான். அக்கேள்வி அதுவரை இருந்த உளநிலையைத் தணியச்செய்ய, பலராமர் சலிப்புடன் தன் பெரிய கைகளை உரசிக்கொண்டார். விருஷசேனன் "அங்கு என்ன நிகழுமென்று நீங்கள் எண்ணுகிறீர்களோ அதுதான். இளவரசி கவர்ந்து செல்லப்பட்டாள் என்ற செய்தியே அஸ்தினபுரியை நிலைகுலையச் செய்துவிட்டது. அஸ்தினபுரியின் ஐநூறாண்டுகால வரலாற்றில் இப்படி ஒன்று நிகழ்ந்ததில்லை. அதிலும் ஷத்ரியக் குடியைச் சாராத யாதவர் ஒருவர் அதைச் செய்தது அங்கே எழுப்பிய சினத்தைச் சொல்ல கிருஷ்ண துவைபாயனரின் நாவுதான் வேண்டும்" என்றான்.

சித்ரசேனன் “இன்று காலை அரண்மனையிலிருந்து துறைமேடைக்குப் புரவியில் வந்துகொண்டிருந்தேன். அத்தனை நாவுகளிலும் உச்சநிலை வசைச்சொற்கள் மட்டுமே ஒலித்துக்கொண்டிருந்தன” என்றான். பலராமர் “ஆம், அதை உணரமுடிகிறது” என்றார். “சகுனி என்ன சொல்கிறார்?” என்று யௌதேயன் கேட்டான். சத்யசேனன் “அவருடைய குருதி அனலாகியிருக்கிறது என்றார்கள். அது எதிர்பார்த்ததுதான். ஆனால் கணிகரும் அதே அளவு சினம் கொண்டிருக்கிறார். முதன்முறையாக அவர் தோற்கடிக்கப்பட்டதாக உணர்ந்தார்” என்றான்.

“நேற்று இச்செய்தியை ஒற்றர்கள் அறிவிக்கும்போது சகுனியின் அறைக்குள் கணிகர் இருந்தார். செய்தியைக் கேட்டதும் சகுனி சினம் கொண்டெழுந்து வாளை எடுத்ததாகவும் கணிகர் பெருமூச்சுடன் கைகளை ஒன்றுடன் ஒன்று பிணைத்து முறுக்கியபடி அமர்ந்திருந்ததாகவும் ஏவலன் சொன்னான். அதை அரசரிடம் அவன் சொல்லும்போது நான் உடன் இருந்தேன். கணிகர் சினம்கொண்டு எவரும் பார்த்ததேயில்லை” என்றான் விருஷசேனன். பலராமர் “நான் இப்புவியில் அஞ்சுவது மட்டுமே” என்றார்.

யௌதேயன் “பிறிதெவரைப்பற்றியும் கேட்க வேண்டியதில்லை. பிதாமகர் பீஷ்மரும் துரோணரும் என்ன எண்ணுவார்களென்பதை எழுத்து எண்ணி என்னால் சொல்லிவிடமுடியும்” என்றான். “ஆகவேதான் உங்கள் வரவு நகரைக் கொந்தளிக்க வைக்குமென்று நான் எதிர்பார்க்கிறேன். ஒருவேளை அஸ்தினபுரியின் படை திரண்டு துறைமுகப்புக்கே வரக்கூடும். உங்களைச் சிறையிடக்கூட ஆணை எழக்கூடும். இங்கு வரும் வழியில் காவலர்கள் அனைவருமே சினங்கொண்டு எரிந்துகொண்டிருப்பதைத்தான் கண்டேன். நானே வந்து தங்களை அழைத்துச் செல்லவேண்டும் என்று விதுரர் எனக்கு ஆணையிட்டது ஏன் என்று புரிந்தது.”

பலராமர் “சாம்பன் செய்தது பிழைதான்... நாங்கள் அறியாதது அது” என்றான். “ஆம், அது இளையோர் விளையாட்டு. கணிகரை அறிந்த எவரும் இரு இளையோரை அதற்கு அனுப்பமாட்டார்கள்.” யௌதேயன் புன்னகைத்து “ஆனால் அவர்கள் வென்றுவிட்டார்கள், மூத்தவரே” என்றான். விருஷசேனன் அவனை நோக்கித் திரும்பி “நீங்கள் இன்னமும் செய்தியை அறியவில்லையா?” என்றான். யௌதேயன் திகைப்புடன் நோக்கினான். “அவர்களைச் சிறைபிடித்துவிட்டோம். சாம்பர் அஸ்தினபுரியின் சிறையில் இருக்கிறார்.”

யௌதேயன் “அவர்கள் அஸ்தினபுரியின் எல்லையைக் கடந்துவிட்டனர்” என்றான். “ஆம், ஆகவே அஸ்தினபுரியினர் அவர்களைத் தொடர முடியா தென்பது பெண்கோள்முறைமை. ஆனால் பிறநாட்டு அரசகுடியினர்

அவர்களைத் தொடரலாம், வெல்லமுடிந்தால் அப்பெண்ணைக் கொள்ளலாம். அவர்களின் மணம்நிகழும் வரை அதற்கு ஒப்புதல் உண்டு” என்றான் விருஷசேனன். “கங்கைக்கரை மாளிகையில் நீர்விளையாட்டில் இருந்தபோது எங்களுக்குக் கணிகரின் ஆணை வந்தது. நாங்கள் விரைவுப்படகில் தொடர்ந்து சென்று அவர்களைச் சூழ்ந்துகொண்டோம்.”

யௌதேயன் பெருமூச்சுடன் “ஆம், சர்வதனால் உங்களை எதிர்கொள்ள முடியாது” என்றான். “உங்களை அனுப்பியதில்தான் கணிகரின் நுண்திறன் உள்ளது.” சித்ரசேனன் “மூத்தவர் நெடுந்தொலைவுக்கு அம்புசெலுத்துவதில் பெருந்திறன்கொண்டவர். தந்தையிடமிருந்து அதைக் கற்றுக்கொண்டார். அதில் இந்திரப்பிரஸ்தத்தின் இளையபாண்டவரும் அபிமன்யூவும் மட்டுமே அவருக்கு நிகர்நிற்க முடியும். தமோதிருஷ்டம் என்னும் கலையைத் தேர்ந்த அவரால் முற்றிருளிலும் பூச்சிகளின் சிறகைக்கூட நோக்கமுடியும். அவர்களைத் தொடர்வது எங்களால் மட்டுமே முடிவது” என்றான்.

சத்யசேனன் “எங்களிடம் தொலையம்பு செலுத்தும் பெருவில் இருந்தது. ஆனால் அன்று மூத்தவர் ஓர் அருந்திறனைக் காட்டினார். எங்கள் விரைவுப்படகின் கொடிக்கம்பத்தை நாங்கள் இருவரும் வடம்பற்றி இழுக்கும்படி சொன்னார். அது வளைந்ததும் அதை வில்லாக்கி முதல் வடத்தை நாணாக்கி எரியுருளை ஏற்றப்பட்ட பேரம்பு ஒன்றை விண்ணில் எழுப்பினார். அது பறந்து விழிமறைந்து வளைந்து இறங்கி சர்வதரின் விரைவுப்படகின் பாய்மீது விழுந்தது. அதன் எரியரக்கு பாயைக் கொளுத்தியது. பட்டு மிக விரைவிலேயே பொசுங்கும் என்பதனால் சிலகணங்களிலேயே அவர்களின் படகு விரைவழிந்தது.”

“ஆயினும் சர்வதர் தன் தோள்வல்லமையால் துடுப்பிட்டு படகைச் செலுத்தினார். நாங்கள் அம்புகளால் படகைச் சூழ்ந்து நிறுத்தினோம். சாம்பரின் இடத்தோளையும் அம்பு எய்து செயலிழக்கச் செய்தோம். சர்வதரிடம் இளவரசியைக் கையளிக்கும்படி கோரினோம். அவர் மறுத்தார். ஆகவே முறைப்படி மற்போருக்கு அழைத்தோம். படகிலேயே அவருடன் மூத்தவர் தோள்கோத்தார். ஒன்றரை நாழிகையில் மூத்தவர் அவரைத் தூக்கி அடித்து வீழ்த்தினார். அவர் தன்னைக் கொல்லும்படி கோரினார். ஆனால் மூத்தவர் அவரைக் குப்புறவீழ்த்தி கைகளைப் பிணைத்துக் கட்டினார்” என்றான்.

யௌதேயன் மீண்டும் பெருமூச்சுவிட்டான். விருஷசேனன் “இருவரையும் சிறைப்படுத்தி காலையிருளிலேயே எவருமறியாமல் அழைத்துச்சென்று அஸ்தினபுரியின் அரசர் முன் நிறுத்தினோம். அவர்களைக் கண்டதுமே

அரியணையிலிருந்து கடுஞ்சினத்துடன் பிளிறலோசை எழுப்பியபடி கைகளை ஓங்கி அறையவந்தார் அரசர். சகுனி, மருகனே நில் என ஆணையிட்டதனால் அமைந்தார். மூச்சிரைக்க என்ன செய்வதென்று அறியாமல் ததும்பினார். அருகே நின்ற வீரனின் வேலைப் பிடுங்கி வளைத்து வீசினார். பின்னர் அவர்களைச் சிறையிலடைத்துவிட்டு மதுராவுக்குச் செய்தி அனுப்ப அவர் ஆணையிட்டார்" என்றான்.

சித்ரசேனன் "அச்செய்தியைக் கேட்டுத்தான் நீங்கள் வருகிறீர்கள் என எண்ணினோம்" என்றான். துடுப்புகள் நீரளாவும் ஒலி மட்டும் கேட்கும் அமைதி நிலவியது. பலராமர் அமைதியிழந்து எழுந்து நின்றார். மீண்டும் அமர்ந்தபின் "சாம்பன் அடைக்கப்பட்ட சிறை எது?" என்றார். "அரசகுடியினருக்குரிய சிறைதான்" என்றான் விருஷசேனன். பலராமர் சற்று அமைதியடைந்து "ஆம், துரியோதனனின் சினத்தைப் புரிந்துகொள்ள முடிகிறது. இது பெண்கவரப்பட்ட தந்தையின் சினம் மட்டும் அல்ல. வெல்லமுடியாத அஸ்தினபுரி யாதவர்முன் தோற்றதாகவே ஷத்ரியர் எண்ணுவார்கள். ஷத்ரிய அவைகளில் இனி அவன் நுழைகையில் மெல்லிய இளிவரல்நகை எழுந்து சூழும்" என்றார்.

யௌதேயன் "இளவரசி என்ன சொன்னாள்?" என்றான். "இளவரசியை அவைக்குக் கொண்டுவந்தபோது அனைவரும் திகைப்புடன் அவளை நோக்கினார்கள். தயக்கமற்ற கண்களுடன் அவள் வந்து அவைநடுவே நின்றாள். நீங்கள் கவர்ந்துசெல்லப்பட்டீர்களா இளவரசி என விதுரர் கேட்டார். அவள் இல்லை என்றாள். துச்சாதனர் உரக்க என்ன சொல்கிறாய் என்று கூவினார். அவள் அவர் விழிகளை நோக்கி நான் விரும்பாமல் என்னை எவரும் கவரமுடியாது என்று அறியமாட்டீர்களா தந்தையே என்றாள். அவர் வாயடைத்து நின்றுவிட்டார். அவள் அவைநோக்கி சாம்பரை உளஏற்பு கொண்டுவிட்டதாவும் பிறிதொருவரை இப்பிறவியில் ஏற்கவியலாதென்றும் சொன்னாள்" என்றான் விருஷசேனன்.

மீண்டும் அமைதி நீள பலராமர் "துரியோதனன் எவ்வாறு இருந்தான்?" என்றார். "அரசர் பெருந்துயருடன் ஏன் இதைச் செய்தாய் கிருஷ்ணை, உன் கைபற்றும் தகுதி கொண்டவன் அவன் என எப்படி எண்ணினாய் என்று கேட்டார். இளவரசி அவர் விழிகளை நோக்கி அவர் என் உள்ளம்கொண்டவரின் உருக்கொண்டவர் என்றாள். அரசர் திடுக்கிட்டு அவளை நோக்கியபின் தலைகவிழ்ந்து உடல் எடைமிகுந்து அரியணையில் அமர்ந்தார். விதுரர் இளவரசியை மீண்டும் கன்னியர்மாளிகைக்கு அனுப்ப ஆணையிட்டார்" என்றான் விருஷசேனன்.

"ஆனால் இளவரசி அவை நீங்கியதும் அரசர் மீண்டும் சினவெறிகொண்டு இரு கைகளாலும் தொடையை ஓங்கியறைந்தபடி எழுந்து கூச்சலிட்டார்.

யாதவகுலத்தையே கருவறுப்பேன், மதுராவை எரியூட்டுவேன், சாம்பனைக் கழுவேற்றுவேன் என்று கூவினார். விதுரர் சொன்ன நற்சொற்கள் அவர் செவிகளை எட்டவில்லை. சகுனி எழுந்து ஏதோ சொல்லெடுக்க நோக்கிச் சீறியபடி கையோங்கிச் சென்றார். மதம்கொண்ட வேழம்போல எதிர்நின்ற அனைத்தையும் முட்டிமோதித் தள்ளினார். அவையினர் அஞ்சி நடுங்கி அமர்ந்திருந்தனர்."

"விதுரர் விழிகாட்ட கனகர் அவை நீங்கி, பேரரசரை அவைக்கு அழைத்துவந்தார். அவர் அவைநுழைந்து என்ன நடக்கிறது இங்கே, அரியணை அமர்ந்தவன் நிலையழியலாமா மூடா என்று கூவினார். உடற்தசைகள் சினத்தால் ததும்ப தந்தையை நோக்கி நின்றபின் அரசர் திரும்பி மறுபக்கம் வழியாக வெளியேறினார். பேரரசரை அரியணை அமர்த்தி அவைநிறைவு செய்தனர். அரசர் சினம் தலைக்கேற பித்தனைப்போல் இருப்பதாக கனகர் சொன்னார். விதுரர் என்னிடம் நீங்கள் இருவரும் அஸ்தினபுரி நோக்கி வருவதாகச் சொல்லி உங்களைக் காத்து அழைத்துவரவேண்டும் என்று ஆணையிட்டபோது அவர் முகத்தில் கவலையைக் கண்டேன்."

அச்சொற்களைக் கேட்டபடி யௌதேயன் இரு கைகளையும் மார்புடன் கட்டியபடி கண்மூடி அமர்ந்திருந்தான். விழிதிறந்து "முற்றாகத் தோற்கடிக்கப்பட்டேன், மூத்தவரே. எந்தையரை வெல்ல உங்கள் தந்தையால் இயலும். எனவே எங்களை வெல்ல உங்களால் மட்டுமே இயலும் என்று உணர்ந்த கணிகர் இளையயாதவரைக்கூட ஒருநாள் வெல்லக்கூடும்" என்றான். பின்னர் "இனி என்ன நிகழும்? நாங்கள் செய்யவேண்டியது என்ன? தாங்கள் கூறுவதைச் செய்கிறோம்" என்றான். பலராமர் "ஆம், இனி நீ கூறுவதையே நாங்கள் கடைப்பிடிக்கவேண்டும்" என்றார்.

விருஷசேனன் "இனி ஆகக்கூடுவது விண்ணப்பித்தல் மட்டுமே" என்றான். "இன்றைய சூழலில் யாதவர் எவ்வகையிலும் அஸ்தினபுரியிடம் பூசலிட இயலாது. அஸ்தினபுரிக்கு யாதவர் தேவை, ஆனால் தவிர்க்கமுடியாதவர்கள் அல்ல. பூசலிட்டுப் பிரிந்து நின்றிருக்கும் யாதவர்கள் இன்று பெருவல்லமையும் அல்ல. அவர்கள்பொருட்டு அரசர் ஷத்ரியர்களின் பகையை ஈட்டிக்கொள்ள மாட்டார்." பலராமர் "ஆம், உண்மையில் அஸ்தினபுரிக்கும் யாதவருக்குமான கூட்டு முறிந்துவிட்டது" என்றபின் திரும்பி யௌதேயனிடம் கசப்புடன் சிரித்தபடி "அவ்வகையில் உன் பணி நிறைவுற்றுவிட்டது, மைந்தா" என்றார்.

யௌதேயன் "மூத்தவரே, உங்களை நான் அணுகியறியேன். ஆனால் உங்கள் தந்தை எவரென்று அறிவேன். அவரிடம் நான் கோருவதை

உங்களிடமும் கோரமுடியும் என்று உணர்கிறேன். உங்கள் உள்ளத்துள் நீங்களும் அவ்வாறு உணர்ந்தால் எனக்கு உதவுங்கள். இது என் திட்டம். இது பிழையாகி மூத்தவரும் இளையோனும் சிறைப்பட்டதற்கு நானே பொறுப்பு. அவர்கள் மீளவும், இவையனைத்தும் எளிதென முடியவும் என்ன வழி உள்ளது?" என்றான். விருஷசேனன் சிலகணங்கள் அவனைக் கூர்ந்து நோக்கினான். விழிநோக்கியிருக்கவே அவன் உருவம் கர்ணனாக மாறுவதை உணர்ந்து யௌதேயன் அகம் திகைத்தான்

பெருமூச்சுடன் கையைக் காற்றில் வீசி எதையோ கலைத்தபின் விருஷசேனன் "நீ கோருவதை நான் மறுக்கமுடியாது, இளையோனே" என்றான். "ஏனென்றால் எந்தை அதைச் செய்யமாட்டார்" என்றபின் எழுந்து கொண்டான். பெரிய கருந்தோள்கள் தசைபுடைத்து நிற்க கைகளைக் கட்டிக்கொண்டு நீரலைகளை நோக்கித் திரும்பி நின்றான். பின்னர் "பதினான்கு ஆண்டுகளுக்கு முன்பு சூதில் வென்று நம் தந்தையர் சென்று நின்றபோது வென்றவற்றை முழுக்க திருப்பி அளித்த பேரரசரை நினைவுறுகிறாய் அல்லவா?" என்றான். "ஆம்" என்றான் யௌதேயன். "மீளமீள சூதர் பாடும் கதை அது."

விருஷசேனன் "எந்தை அறிந்த அரசர் துரியோதனரை நானும் அறிவேன். அவருள் வாழ்பவர் பேரரசர் திருதராஷ்டிரர்தான்" என்றான். "களிற்றின் உடல்கொண்ட முழு வலிமையையும் அதன் மதமூறும் சிறுதுளை ஈடுசெய்கிறது என்று ஒரு சொல் உண்டு. அவர்களுக்கு அது குருதிப்பற்று" என்று விருஷசேனன் சொன்னான். பின்னர் "இதற்குமேல் நான் சொல்லலாகாது, இளையோனே" என்றான். யௌதேயன் முகம் மலர்ந்து "இதுபோதும் மூத்தவரே..." என்றான். பலராமர் "என்ன சொல்கிறான்?" என்றார். "எந்நிலையிலும் தன்குருதியினன் ஆகிய சர்வதனை அரசர் தண்டிக்கப்போவதில்லை. தன் மகள் கிருஷ்ணையின் விருப்பை மீறி எதையும் செய்யவும் அவரால் இயலாது" என்றான் யௌதேயன்.

"ஆனால் அவள்..." என்று பலராமர் சொல்லித் தயங்க, "அவள் அவையிலேயே சொல்லிவிட்டாள். அதை அவரால் மீறமுடியாது. அவர் தன் மகளைச் சாம்பருக்குக் கையளித்தே ஆகவேண்டும்" என்று யௌதேயன் சொன்னான். சித்ரசேனன் "தந்தை உன்னைச் சந்திக்க விரும்புவார், இளையோனே" என்றான். சத்யசேனன் "இந்திரப்பிரஸ்தத்தின் இளையோர் என அவர் நாவில் அடிக்கடி சொல்லெழுவதை நான் கேட்டுள்ளேன். உங்கள் ஒன்பதின்மர் மேலும் அவர் கொண்டுள்ள அன்பு எங்கள் அனைவருக்கும் பொறாமையை உருவாக்குவது" என்றான்.

“எங்களில் அவருக்கு மிக உகந்த மைந்தன் யார்?” என்றான் யௌதேயன். “அதை நீயே அறிவாய்” என விருஷசேனன் சிரித்தான். “அபிமன்யூ... வேறு யார்?” என்றான் யௌதேயன். விருஷசேனன் உரக்கச் சிரித்து “அனைவரையும் தந்தையென்றாக்கும் நடிப்பு ஒன்று அவனிடமுள்ளது. அவனை நேரில் கண்டால் தலையில் ஓங்கி ஒரு குட்டு வைக்கவேண்டும்” என்றான். அவர்கள் சேர்ந்து சிரிக்க, அதில் கலந்துகொள்ளாமல் பலராமர் “நான் அவனை எப்படி முகம்கொண்டு சந்திப்பேன்? எண்ண எண்ணப் பெருகி வருகிறது அந்தத் தயக்கம்” என்றார்.

16

அஸ்தினபுரியின் துறைமேடை தொலைவில் தெரிந்ததுமே பலராமர் பதற்றமடைந்தார். வடங்களை மாறிமாறிப் பற்றியபடி தலைகுனிந்து படகின் சிற்றறைக்குள் நுழைந்து “அணுகிவிட்டது” என்றார். “ஆம், ஒலிகள் கேட்கின்றன” என்று விருஷசேனன் சொன்னான். “அங்கு நம்மை வரவேற்க யார் இருப்பார்கள்?” என்றார் பலராமர். விருஷசேனன் “நான் கிளம்பும்போதே அங்கு தங்களை வரவேற்க அரசரின் இளையவர்கள் துர்மதனும் துச்சலனும் வந்திருந்தார்கள்” என்றான். “அவர்கள் இருவரும் எனது மாணவர்கள்” என்ற பலராமர் போகட்டும் என்பதுபோல கையசைத்து “ஆனால் இருவருமே துரியோதனனின் மாற்றுருக்கள். இத்தருணத்தில் நான் முதன்மையாக எதிர்கொள்ளத் தயங்குவது அவன் விழிகளைத்தான்” என்றபின் சலிப்புடன் “நூற்றுவருக்கும் ஒரே விழி” என்றார்.

“நாங்கள் உடனிருக்கிறோம், அரசே. முறைமையிலோ வரவேற்புகளிலோ எந்தக் குறையும் இருக்காது. தாங்கள் நேராக அரசர் அவைக்குக் கொண்டுசெல்லப்படுவீர்கள். அங்கு பிதாமகர் பீஷ்மரும் ஆசிரியர் துரோணரும் கிருபரும் பேரரசர் திருதராஷ்டிரரும் பீடம் கொண்டிருப்பார்கள். நீங்கள் உங்கள் முறையீட்டை முன்வைக்கப்போவது அவர்களிடம்தான்” என்றான் விருஷசேனன். “நான் என்ன சொல்லவேண்டும்?” என்று பலராமர் தாழ்ந்த குரலில் கேட்டார். “மூடா, விடாய்நீர் கேட்டேனே? எங்கே?” என்று அப்பால் நின்ற ஏவலனிடம் கூச்சலிட்டார். “இதோ” என அவன் விரைந்தோடினான். “மூடர்கள்” என்றபின் விருஷசேனனிடம் “சொல்!” என்றார்.

விருஷசேனன் யௌதேயனை நோக்க அவன் "மிக விரிவாகவே அதைப் பேசிவிட்டோம், மாதுலரே. நீங்கள் வந்திருப்பது மதுராபுரியின் அரசராகவோ துரியோதனரின் படைக்கூட்டாளியாகவோ அல்ல என்று முதலிலேயே கூறிவிடுங்கள். யாதவக் குடித்தலைவராகவும் துரியோதனரின் ஆசிரியராகவுமே அவை புகுந்துள்ளீர்கள் என்று அறிவியுங்கள். அதுவே அவையின் சினச் சூழலைச் சற்று அவியச் செய்யும். குடித்தலைவராக உங்கள் மைந்தர் செய்த பிழைக்கு அவைமுன் தலைகுனிந்து பொறுத்தருளும்படி கோருங்கள். அவையோர் முகங்கள் கனியத் தொடங்கும். விதுரர் உங்களுக்கு உதவும் சொற்களைச் சொல்வார் என்பதில் ஐயமில்லை" என்றான்.

பலராமர் சிறுவன்போலத் தலையசைத்தார். யௌதேயன் "அவை அணுக்கம் கொண்டதுமே மூத்தவராக இளவரசியின் விழைவை அரசர் ஏற்கவேண்டுமென்றும் உளம் இணைந்தவர்களைப் பிரிப்பது சான்றோர் அவைக்கு உகந்ததல்ல என்றும் கூறுங்கள். சிறு இடைவெளியைக்கூட அளிக்காமல் அரசரை விழிநோக்கி ஆசிரியராக அவர் மகளை உங்கள் மைந்தருக்கு மணக்கொடையாகக் கேட்பதாகச் சொல்லுங்கள். அதன்பின்னர் நான் பேசிக்கொள்கிறேன்" என்றான்.

"ஆம், நீ முன்னரும் சொன்னாய். நான்கு படிநிலைகளாக அவைநிகழ்வை முன்னரே உள்ளத்தில் வகுத்துவிட்டேன். உரிய சொற்களை உருவாக்குவதுதான் சிக்கல். எனக்கு எப்போதுமே முன்பு உருவாக்கிக்கொண்ட சொற்கள் நினைவிலெழுவதில்லை" என்று பலராமர் சொன்னார். "நீ ஒன்று செய், என் அருகில் நின்று நான் சொல்லவேண்டிய சொற்களைத் திரும்பத் திரும்ப சொல்லிக்கொண்டேயிரு. அஸ்தினபுரியின் துறைமேடைவரை செல்வதற்குள் மூன்று முறை அதைச் சொல்லிவிடமுடியும். எனக்கு அவை உளப்பாடமாக ஆகிவிடும்."

சத்யசேனன் சிரித்து "அதற்கு அவனே அவையில் கூறிவிடலாமே?" என்றான். "ஆம், அதுகூட நன்று. என்பொருட்டு இவன் பேச முடியுமா?" என்றார் பலராமர். விருஷசேனன் "பேசமுடியும். ஆனால் அது உங்கள் சொற்களின் விளைவை உருவாக்காது" என்று சொன்னான். "ஆமாம், நானே சொல்கிறேன்" என்றார் பலராமர். "சாம்பனின் தந்தை நான். இவன் யாதவனும் அல்ல." பின்னர் பெருமூச்சுடன் "நான் எவரிடமும் இதுவரை பிழைபொறுக்கும்படி கோரியதில்லை" என்றார். "மைந்தர்பொருட்டே பெரும்பாலான தந்தையர் முதன்முறையாகக் கைகூப்பி மன்றாடுகிறார்கள், மாதுலரே" என்றான் யௌதேயன்.

அவர்களின் படகு அஸ்தினபுரியின் துறைமுகப்பை அணுகியபோது அங்குள்ள காவல்மாடங்களிலிருந்த முரசுகள் வஞ்சம்கொண்ட

களிறுகள்போல உறுமின. கொம்புகள் மும்முறை பிளிறி அடங்கின. அவர்களுக்காக, துறைமேடையிலிருந்த படகுகள் இருபுறமும் விலகி முன்னரே வழிவிட்டிருந்தன. அவர்களை எதிர்கொண்டழைத்து துறையணையச் செய்வதற்காக குகர்கள் ஊர்ந்த மூன்று சிறிய படகுகள் கிளம்பிவந்து இருபுறமும் நின்றன. அவற்றிலிருந்த குகர்கள் படகிலிருந்தவர்களிடம் கைகாட்டி படகுத்துறைக்குச் செல்லும்படி வழி கூறினர்.

தொலைவில் படகுத்துறையின் சுங்கநாயகத்தின் மாளிகையின் சிறுமுற்றத்தில் அரச அணித்தேர் ஒன்று நின்றது. அதனருகே புரவிகளும் இரு யானைகளும் நின்றன. யானைகளருகே பாகர்கள் ஏதோ செய்துகொண்டிருந்தனர். அவர்களின் படகு அணைவதைக் கண்டதும் அங்கிருந்து அஸ்தினபுரியின் அமுதகலக்கொடி பறக்கும் கம்பத்துடன் கவச உடையணிந்த முதன்மைவீரன் துறைமேடை நோக்கி இறங்கி வந்தான். அவனைத் தொடர்ந்து துர்மதனும் துச்சலனும் அரசணிக்கோலத்தில் வந்தனர். அவர்களுக்கு இருபுறமும் மங்கலஇசை முழங்கியபடி சூதர்கள் வர, தொடர்ந்து சிற்றமைச்சர்கள் இருவரும் நூற்றுவர் படைத்தலைவர் மூவரும் வந்தனர்.

பலராமர் "துச்சலன் என்னைப் பார்த்துவிட்டான். அவன் உடல் சற்று இறுகுகிறது. என்மேல் கடும்சினம் கொண்டிருக்கிறான்" என்றார். கைகளை இறுக்கியபடி "அவன் என்னிடம் ஒரு சிறு மதிப்பின்மையைக் காட்டினால்கூட அவன் தலையைப் பிளப்பேன்" என்றார். விருஷசேனன் "இது வெறும் அரசமுறைமை மட்டுமே, மூத்தவரே. முறைமைச்சொற்கள் அன்றி எதுவும் பேசப்படாது. தாங்கள் கூற வேண்டியவை அனைத்தையும் அவையிலேயே உரைக்கவிருக்கிறீர்கள்" என்றான். பலராமர் "என்ன உரைக்கவிருக்கிறேன்?" என்றார். யௌதேயன் "நான் அவைநுழைவதுவரை மீண்டும் சொல்கிறேன், மாதுலரே" என்றான்.

பலராமர் வெண்சுண்ணத் தசைகள் புடைக்க இரு கைகளையும் ஒன்றுடன் ஒன்று சேர்த்து அழுத்தி, கழுத்தெலும்புகள் சொடுக்கொலி எழுப்ப பெரிய தலையை உருட்டி "என்ன ஓர் இக்கட்டான நிலை!" என்றபடி யௌதேயனிடம் திரும்பி "அனைத்தும் உன்னால்தான். மூத்தவர் சொல்மீறி நீ செய்த துடுக்கின் விளைவை நான் எதிர்கொள்கிறேன். என் வாழ்வில் இதற்கிணையான சிறுமையை இதற்கு முன் சந்தித்ததில்லை" என்றார். "என்ன சிறுமை?" என்றான் விருஷசேனன். "அவர்கள் கைகூப்பி அணைகிறார்கள், நோக்குக!" பலராமர் "அவன் முகத்திலுள்ள இளிவரல் புன்னகையை நான் வெறுக்கிறேன்" என்றார்.

படகு,துறைமேடையின் மூங்கில் சுருட்களில் சென்று மோதி சற்று அதிர்ந்து நிற்க, வடங்கள் எழுந்து துறைமேடையின் கந்துகளை நோக்கிச்சென்று விழுந்தன. அவற்றை இணைத்துக் கட்டியதும் துறைமேடையிலிருந்து நடைபாலம் சிறு உருளைகளின்மேல் ஓசையின்றி உருண்டு நீண்டு வந்து படகைத் தொட்டது. அதன் கொக்கிகளை இணைத்தபின் படகுத்தலைவன் பலராமரிடம் "தாங்கள் இறங்கலாம், அரசே" என்றான். பலராமர் யௌதேயனிடம் "இதை நான் எண்ணவில்லை. என் அமைச்சனையும் வரவறிவிக்கும் நிமித்திகன் ஒருவனையும் கொம்பூதி முறைமை முழக்கும் சில காவலர்களையும் அழைத்து வந்திருக்கவேண்டும்" என்றார். "எந்நிலையிலும் தாங்கள் அரசரே" என்று யௌதேயன் சொன்னான்.

துறைமேடையில் நடைபாலத்திற்கு மறுபக்கம் துர்மதனும் துச்சலனும் வந்து கைகூப்பியபடி நின்றனர். மங்கலஇசை சூழ்ந்து முழங்கியது. அஸ்தினபுரியின் அமுதகலக்கொடியேந்திய காவலன் முன்னால் வந்து முழந்தாளிட்டு கொடியை ஊன்றினான். பெரிய தலைப்பாகை அணிந்த நிமித்திகன் சிறுகொம்பை ஊதிவிட்டு உரத்த குரலில் "மதுராவின் அரசரை அஸ்தினபுரி பணிந்து வரவேற்கிறது. அவர் வருகையினால் இந்நகர் செழிக்கட்டும். இதன் முடி பொலியட்டும். ஆம், அவ்வண்ணமே ஆகுக!" என்றான்.

பலராமர் கைகூப்பி வணங்கியபடி நடைபாலத்தின் மீது காலெடுத்து வைத்து மெல்ல நடந்து மறுபக்கம் சென்றார். யௌதேயன் அவருடைய இடக்கைப்பக்கம் சென்று நின்றான். தொடர்ந்து விருஷசேனனும் சத்யசேனனும் சித்ரசேனனும் வந்தனர். துச்சலனும் துர்மதனும் மூன்றடி முன்வைத்து கைகூப்பித் தலைவணங்கினர். துச்சலன் "மதுராவின் அரசரை அஸ்தினபுரியின் அரசரும் பேரரசரும் பிதாமகரும் பேரவையினரும் வணங்கி வரவேற்கிறார்கள். அவர்கள்பொருட்டு எங்கள் சொற்களை ஏற்றுக்கொள்ள வேண்டும்" என்றான்.

பலராமர் முகம் மலர்ந்து அவர்களிருவரின் தலையைத் தொட்டு "வெற்றியும் புகழும் சேர்க! அஸ்தினபுரி வெல்க!" என்றபின் திரும்பி யௌதேயனிடம் "நான் கூறினேன் அல்லவா? இருவருமே எனது மாணவர்கள். நான் கற்பித்த எதையும் முறையாகக் கற்றுக்கொள்ளவில்லை என்றாலும் தோள்பெருக்கி கதையில் ஆற்றலைச் செலுத்தும் திறன் கொண்டிருக்கிறார்கள்" என்றார். யௌதேயன் "தெரிகிறது" என்றான்.

பலராமர் துச்சலனின் தோளை ஓங்கி அறைந்து "எப்படி இருக்கிறாய், சோற்றுமல்லா? உன் தோள் மேலும் மும்மடங்கு பெருத்துள்ளதே?" என்றார். துச்சலன் நாணத்துடன் "நான் நன்றாகப் பயிற்சியும்

எடுப்பதுண்டு, ஆசிரியரே" என்றான். அவன் தன் பெரிய தோள்களைச் சிறுவன்போலக் குறுக்கியதைக் கண்டு யௌதேயன் புன்னகைத்தான். பலராமர் "என்ன பயின்றாய்? எங்கே கதைப்போரின் முதல் பாடமென்ன? நான் சொல்லித்தந்ததைச் சொல் பார்ப்போம்" என்றார்.

துச்சலன் துர்மதனைப் பார்த்து தயக்கத்துடன் புன்னகைத்தபின் "நான் சொற்களை நினைவுகொள்வதில்லை, ஆசிரியரே" என்றான். "அனைத்து மெய்மையும் சொற்களே. சொல்லற்றவன் வெறும் விலங்கு" என்றபின் பலராமர் துர்மதனிடம் "சரி, நீ சொல் பார்க்கலாம்" என்றார். துர்மதன் சிரித்து "என்னைவிட அவர் அறிவிற்சிறந்தவர். அவருக்கே தெரியவில்லையென்றால் நான் எப்படிச் சொல்வது?" என்றான். பலராமர் அவன் தோளை ஓங்கி அறைந்து நகைத்தபடி திரும்பி யௌதேயனிடம் "பார்த்தாயா? இப்படித்தான் இருக்கிறார்கள், அடுமனைப் பெருங்கலங்களைப்போல" என்றார்.

விருஷசேனன் "இவர்கள் அனைவரின் அறிவும் அரசரிடம் உறைவதுபோல மைந்தர்களின் நுண்ணுணர்வு மூத்தவரிடம் குடிகொள்கின்றது, அரசே" என்றான். "ஆம், லட்சுமணன் தந்தையைப் போன்றவன். அவனைக் காண்கையில் எல்லாம் நான் இளமைந்தனாக என் முன் துரியன் வந்து நின்றதை நினைவுகூர்வேன்" என்ற பலராமர் "துரியன் நிகரற்றவன். இப்புவியில் அவனுக்கு நிகராக கதைகொண்டு நிற்க எவனுமில்லை. ஆசிரியன் உயிர்துறக்கையில் தன் முதல் மாணவனைதான் எண்ணிக்கொள்வார்கள் என்பார்கள். நான் அவனை எண்ணுவேன்" என்றார்.

அவர் முகம் சிவந்து கண்கள் கனிந்தன. அதை மறைக்கும்பொருட்டு விருஷசேனனிடம் "நீ இவர்களுடன் எப்போதாவது மற்போரிட்டிருக்கிறாயா?" என்றார். "ஆம், அது அடிக்கடி நிகழும்" என்றான் துர்மதன். "அவனது கைகள் மிக நீண்டவை. எங்கள் அடிகள் ஒன்றும் அவன் உடலை எட்டுவதில்லை. நெற்கதிர்களை இலவடிப்பதுபோல அவன் எங்களைத் தூக்கி நிலத்தில் அடிப்பான்" என்றான் துச்சலன்.

பலராமர் மேலும் உரக்க நகைத்து "ஆம், இதே சிக்கல் இவன் தந்தையிடம் போரிடும்போது எனக்கும் உண்டு. இரு கைகளாலும் என் தோளைப் பற்றி ஒரு காதம் அகல நிறுத்திவிடுவான்" என்றார். "மானுடரின் பொதுவான கைகால் நீளம் இவ்வளவுதான் இருக்குமென்று வகுத்து மற்போர் கலை அமைந்துள்ளது. அக்கலை வகுக்காத உயரமும் நீளமும் உடையவர்கள் மண்ணில் பிறக்கையில் இப்படித்தான் ஆகிறது" என்றபின் "செல்வோமா?" என்றார்.

துச்சலன் துர்மதன் இருவரின் தோள்களில் கையை வைத்தபடி "நான் இங்கு வரும்போது உங்கள் இருவரையும் தொலைவிலேயே பார்த்தேன். உங்கள் மூத்தவனே இரு உருக்கொண்டு நின்றதுபோல் உணர்ந்தேன். அவனிடம் எனக்கு ஐயங்களும் தயக்கங்களும் இல்லை. என் மைந்தர் எவரிடமும் அவனுடன் அறிந்த நெருக்கத்தை உணர்ந்ததும் இல்லை" என்றார். துச்சலன் "அதை நாங்கள் அறிவோம்" என்றான். பலராமர் "எங்கிருக்கிறான்?" என்றார். "அவையிலிருக்கிறார்" என்றான் துர்மதன்.

"அவை கூடிவிட்டது அல்லவா? நான் நேரடியாகவே அவைக்கு வந்து பேசுகிறேன். உண்மையில் அதற்கு முன் அவனைத் தனியாகச் சந்தித்தால்கூட நன்று. ஆனால் அவையில் உரைக்கும் சொற்களையே நான் பயின்றிருக்கிறேன்" என்றார் பலராமர். "ஆம், தாங்கள் அரச முறைப்படி வந்திருப்பதால் அவையில்தான் சந்திக்கவேண்டும் என்பது மரபு" என்றான் துர்மதன். "எனக்கும் அவனுக்கும் இடையில் மரபென்ன?" என்றபின் பலராமர் திரும்பி யானைகளைப் பார்த்து "அவை அரச யானைகள் அல்லவா? இங்கு துறைமேடையில் துலா இழுக்க அவை வரும் வழக்கமுண்டா?" என்றார்.

"ஆம், அரச யானைகள். அணிபூண்கின்றன" என்று துர்மதன் சொன்னான். "எதற்கு?" என்றார் பலராமர். "இன்னும் சற்றுநேரத்தில் கலிங்கநாட்டு அரசரும் மூன்று இளவரசர்களும் அரசப்படகில் இத்துறைமேடைக்கு வருகிறார்கள். அதன் பின்னர் மாளவ அரசர் வருகிறார். ஷத்ரிய முடிமன்னரை அரசகளிறுகளுடன் அரசகுடியினர் வாளேந்தி வந்து வரவேற்கவேண்டுமென்பது மரபு என்று கணிகர் சொன்னார்" என்றான் துச்சலன்.

பலராமர் குழப்பத்துடன் யௌதேயனைப் பார்த்துவிட்டு "அவர்கள் இப்போது வருகிறார்களா?" என்றார். "ஆம், அதுதான் எங்களுக்கும் சற்று குழப்பமாக உள்ளது. அவர்கள் இன்னும் அஸ்தினபுரி எல்லையைக் கடக்கவில்லை. ஒழுக்குமுறித்து படகுசெலுத்தி இங்கு வந்து சேர இன்னும் நாலைந்து நாழிகைகள் ஆகும். இப்பொழுதே ஏன் யானைகளை இங்கு கொண்டுவந்து அணிசெய்யத் தொடங்கவேண்டும் என்று தெரியவில்லை" என்றான் துச்சலன். "கணிகரின் ஆணை அது" என்றான் துர்மதன்.

பலராமர் இரு கைகளையும் ஒன்றுடன் ஒன்று சேர்த்துப் பிசைந்தபடி யானைகளையும் அவர்களையும் மாறி மாறி பார்த்தபின் "அவர்கள் எதற்கு வருகிறார்கள்?" என்றார். துர்மதன் "தாங்கள் அறிந்திருப்பீர்கள், இன்று மாலை எங்கள் அரசமகளுக்கு இங்கு மணத்தன்னேற்பு நிகழ்கிறது" என்றான். "யாருக்கு?" என்று பலராமர் கேட்டார். "கிருஷ்ணைக்கு" என்று

துர்மதன் சொன்னான். "அவள் மீட்கப்பட்டுவிட்டதால் மீண்டுமொரு மணத்தன்னேற்பு நிகழ்த்த மரபிருக்கிறது. இன்றைய சூழலில் அதை ஒத்திப்போடுவது சரியல்ல, இங்கு வந்திருக்கும் அரசர்களைக்கொண்டு இன்றே நிகழ்த்திவிடுவோம் என்றார் கணிகர்."

"இன்று அந்தியிலேயே மணத்தன்னேற்பு நிகழவிருக்கிறது. ஒருசில அரசர்கள் நேற்றும் இன்றுமாக இங்கு வந்துவிட்டனர். சிலர் மாலைக்குள் வந்துவிடுவார்கள். பலர் வரமுடியாமல் போகலாம். ஆனால் அதை எண்ணிப் பயனில்லை" என்றான் துச்சலன். துர்மதன் "வந்தாகவேண்டியவர்கள் கலிங்கரும் மாளவரும்தான். இருவரில் ஒருவரே உண்மையில் வெல்லவிருப்பவர்கள். நல்லூழாக அவர்கள் முன்னரே பாதி வழி வந்திருந்தனர்" என்றான்.

பலராமர் நின்றுவிட்டார். அச்சொற்களைத் தன்னுள் மேலும் ஒலிக்கவிட்டு பொருள்கொள்கிறார் என்று தோன்றியது. திரும்பி யௌதேயனிடம் "யாருக்கு மணத்தன்னேற்பு என்றார்கள்?" என்றார். "இங்கு இளவரசி ஒருவரே. கிருஷ்ணை" என்றான் யௌதேயன். அவர் குழப்பத்துடன் "அவள் சாம்பனை ஏற்றுக்கொண்டுவிட்டாளல்லவா?" என்று கேட்டார்.

துர்மதன் "ஆம், இதை அவையில் விதுரர் கேட்டார். அதற்குக் கணிகர், இளவரசியர் தங்களுக்குகந்த ஆண்களைத் தனியறைக்காகத் தேடிக்கொள்வதுண்டு. அதற்கு உடலும் காமமுமே அளவை. மணத்தன்னேற்பு என்பது அரசர் கூடிய அவையில் ஏற்பது. அதற்குக் குடியும் நெறியும் நோக்கியாகவேண்டும் என்றார்" என்றான். "குடிநெறிகளின்படி சாம்பர் இளவரசியின் காதலர் மட்டுமே, கணவர் அல்ல என்றார்."

"என்னடா சொல்கிறாய், அறிவிலி?" என்று பலராமர் அவனை ஓங்கி அறைந்தார். வெடித்தெழுந்த அவ்வோசை அங்கிருந்த அனைவரையும் திடுக்கிட்டுத் திரும்பிப்பார்க்க வைத்தது. துர்மதன் நிலைதடுமாறி மல்லாந்து கீழே விழுந்தான். "ஆசிரியரே..." என்று அவர் கையைப்பற்றிய துச்சலனை தலைக்குமேல் தூக்கி ஓசையுடன் நிலத்தில் அறைந்த பலராமர் பாய்ந்து கையூன்றி எழுந்த துர்மதனை ஓங்கி உதைத்தார். வலிமுனகலுடன் அவன் சுருண்டு நிலத்தில் விழ, எழுந்து அவர் கால்களைப் பற்றிக்கொண்ட துச்சலனை இரு கைகளால் தலைக்குமேல் தூக்கி அப்பால் எறிந்தார்.

யௌதேயன் அவர் கைகளைப்பற்ற, அவனை உதறித் தொலைவில் வீழ்த்தினார். விருஷசேனன் பாய்ந்து அவர் இரு தோள்களையும் பற்றிக்கொண்டான். அவன் தம்பியர் இருவரும் முன்னால் சென்று

அவர் கைகளைப் பிடித்தனர். அவர்கள் மூவரையும் தூக்கிச் சுழற்றியபடி அவர் சுற்றினார். விருஷசேனனைத் தூக்கி தலைக்குமேல் சுழற்றி முன்னால் நிலத்தில் அறைந்தார். சத்யசேனனையும் சித்ரசேனனையும் ஒருவரோடொருவர் சேர்த்து அறைந்து தூக்கி அப்பாலிட்டபின் எழுந்து அமர்ந்த விருஷசேனன்மேல் பாய்ந்தார்.

இருவரும் கணப்பொழுதில் தோள்கோத்தனர். வெண்மையும் கருமையும் எனப் பெருந்தசைகள் முழுவிசையில் புடைத்து இறுகின. துறைமேடையில் இருந்த அனைவரும் அங்கே ஓடிவந்து சுற்றி நின்றனர். "என்ன நிகழ்கிறது?" "யார் அது?" "மதுராவின் அரசர்" "இளவரசர்கள் இறந்துவிட்டார்களா?" "யாரங்கே!" என்று குரல்கள் எழுந்தன. கீழே விழுந்த யௌதேயனால் எழ முடியவில்லை. பலராமரின் கை அவன் நெஞ்சை அறைந்த இடத்தில் ஒவ்வொரு மூச்சுக்கும் உள்ளிருந்து கடும்வலி எழுந்தது. கையூன்றி மெல்ல உடல் தூக்கி அமர்ந்து அந்த மற்போரைப் பார்த்தான். இணை வல்லமையுடன் இருவரும் மாறி மாறி அறைந்துகொண்டனர். ஒவ்வொரு அடியோசையும் அவன் உடலை விதிர்க்கச் செய்தன.

பிடிகள் இளகி மரப்பட்டைகள் உரசும் ஒலியுடன் விலகி மூச்சொலியுடன் முன்னால் சென்று கவ்வி மீண்டும் இறுகின. மண்ணை உதைத்து ஒன்றையொன்று தட்ட முயன்று சுழன்றன. நரம்புகள் இறுகிய வேர்கள்போன்ற கால்கள். பலராமரின் பேருடலை விருஷசேனன் தூக்கி தலைமேல் சுழற்றித் தரையிலறைந்தான். அந்த அதிர்வைத் தன்னுடலால் அறிந்து கண்மூடினான் யௌதேயன். அவன் நரம்புகள் அதிர்ந்தன. ஆடையில் சிறுநீர்த்துளி சொட்டியது. கையூன்றி அக்கணமே எழுந்த பலராமர் விருஷசேனனின் தோளை அறைந்தார். அவன் அவர் தொடைமேல் காலூன்றி காற்றில் மேலெழுந்து அவர் தலையை அறைந்தான். நிலைதடுமாறி மீண்டும் விழுந்த பலராமர்மேல் பாய்ந்து விழுந்து அவர் இரு தோள்களையும் கைகளால் பற்றிக்கொண்டு தலையால் அவர் நெஞ்சில் ஓங்கி முட்டினான்.

பலராமர் அவனைப் பற்றியபடி மண்ணில் புரண்டார். இரு உடல்களும் புரண்டு உருண்டு சென்று படிகளில் இறங்கி அப்பால் விழுந்து அவ்விசையில் சற்றே பிரிய பலராமர் தன் முழங்காலைத் தூக்கி விருஷசேனனின் வயிற்றில் மிதித்து அவனை அப்பால் தூக்கி வீசினார். இடக்கையூன்றி வில்கொண்ட பொறி எனப் பாய்ந்தெழுந்து அவன் தலையை அறைந்தார். அவன் எழுவதற்குள் அவன் இரு கைகளையும் பற்றித்தூக்கி அவன் நெஞ்சைத் தன் முழங்காலால் எற்றினார். அவன் புழுதியில் புரண்டு தப்பி எழுந்தான். அவன் பாய்ந்து அணுக, அவர் நிலத்தில் இருந்து பஞ்செனப் பறந்தெழுந்து வலக்காலால் ஓங்கி அவன் தலையை மிதித்தார்.

விருஷசேனன் நீண்ட பேருடல் மண்ணில் அறைபட மல்லாந்து விழுந்தான். கையூன்றி எழமுயன்று தலைசுழல மயங்கிச் சரிந்தான். அவன் தம்பியர் எழுந்து தள்ளாட, அவர்களை ஓங்கி அறைந்து வீழ்த்திய பலராமர் திரும்பி இரு கைகளையும் தலைக்குமேல் தூக்கி மதயானைபோல் பிளிறியபடி சுற்றிவந்தார். நெஞ்சில் அறைந்து "இந்நகரில் என் குலத்தான் கொண்ட பெண்ணை எண்ணி எவன் கால் வைத்தாலும் அவன் என் எதிரி. அவன் நெஞ்சுபிளந்து குருதி அருந்துவேன்! இது என் குல மூதாதையர் மேல் ஆணை!" என்று கூவினார். காலால் நிலத்தை உதைத்து வெறிகொண்டு கூச்சலிட்டார். "இங்கு எவன் நிகழ்த்துகிறான் என் குலமகளுக்கு மணநிகழ்வை என்று நோக்குகிறேன். எங்குள்ளனர் அவர்கள்? எங்கே?"

மத்தகம் உலைத்தபடி எதிர்ப்படுவனவற்றை முட்டித் தள்ளியபடி துறைமேடையிலிருந்து சுங்கமாளிகை நோக்கிச் சென்றார். அவரைக் கண்டு இருபுறமும் விலகி ஓடிய வீரர்களால் அகன்ற பாதை உருவாயிற்று. சென்ற வழியில் நின்றிருந்த மாட்டுவண்டியொன்றின் நுகத்தைப் பற்றித்தூக்கி நிலத்தில் அறைந்து மரச்சிம்புகளாகத் தெறிக்கச் செய்தார். மரத்தூண் ஒன்றை ஓங்கி அறைந்து விரிசலோசையுடன் முறிந்து சரிய வைத்தார். சுங்க மேடைக்கு அவர் சென்றபோது யானையை அணி செய்துகொண்டிருந்தவர்கள் விலகி ஓடினர்.

முதல் யானையை அணுகி அதன் மத்தகத்தின்மேல் தன் கையால் ஓங்கி அறைந்தார். உறுமியபடி அது பின்னகர்ந்தது. அதன் நெற்றிப்பட்டத்தைப் பிடுங்கி அப்பால் வீசினார். அதன் கொம்புகளில் பதிக்கப்பட்டிருந்த பொற்பூச்சுக்குமிழ்களைக் கிழித்து எறிந்தார். அவர் அணுகியபோது இன்னொரு யானை பின்னால் நகர்ந்து சுங்க மாளிகைமுகப்பில் ஏறிக்கொண்டது. அதன் முகபடாமை இழுத்துப்பறித்துக் கீழே வீசி காலால் மிதித்தார். "எங்கிருக்கிறது அந்த மணப்பந்தல்? கூறுக, எங்கிருக்கிறது அது?" என்று உறுமினார்.

சுங்கநாயகம் தன் அறைக்குள் சென்று உள்ளிருந்து கதவை மூடினர். மாளிகைமுகப்பிலிருந்த மரத்தூணை ஓங்கி உதைத்து உடைத்தபின் சரிந்த பாதையிலேறி மேலே சென்றார். யௌதேயன் கையூன்றி எழுந்து தள்ளாடி நடந்து தூண் ஒன்றைப் பற்றியபடி நின்றான். பலராமர் அங்கு நின்றிருந்த புரவிகளில் ஒன்றின் மேலேறி விசையுடன் உதைத்து அதை அஸ்தினபுரிக்குச் செல்லும் சாலையில் விரையச்செய்தார்.

17

யௌதேயன் நொண்டியபடி ஓடி திகைப்புடன் தன்னை வந்து சூழ்ந்துகொண்ட காவலர்களிடம் "என்னை அஸ்தினபுரிக்குக் கொண்டுசெல்லுங்கள்... ஒரு தேர் கொடுங்கள்!" என்று கூவினான். அங்கிருந்த காவலர்கள் ஓடிச்சென்று விழுந்துகிடந்த துர்மதனையும் துச்சலனையும் விருஷசேனனையும் தூக்கி அமரச்செய்து அருந்த நீரளித்தனர். சத்யசேனனும் சித்ரசேனனும் எழுந்து நின்றனர். சித்ரசேனன் இருமி குருதியைத் துப்பினான்.

"தேர்கள்! தேர்கள் வருக!" என்று குரல்கள் எழுந்தன. "தேர்கள் இல்லை... வண்டிகள்தான் உள்ளன." யௌதேயன் அருகே நின்ற ஒருவரின் தோளைப் பற்றியபடி "அவரிடம் என்னால் மட்டுமே பேசமுடியும்... என்னை அஸ்தினபுரிக்குக் கொண்டுசெல்லுங்கள்" என்றான். "இளவரசே, புண்பட்டவர்களைக் கொண்டுசெல்வதற்கு மட்டுமே வண்டிகள் உள்ளன... தாங்கள் புரவியில்தான் செல்ல வேண்டும்" என்றான் முதன்மைக்காவலன். "நீர் நூற்றுவரா?" என்று யௌதேயன் கேட்டான். "ஆம், என் பெயர் சதயன்" என்றான் காவலர்தலைவன்.

"சதயரே, என்னைப் புரவியிலேற்றிச் செல்லுங்கள், என்னால் புரவி ஓட்டமுடியாது இப்போது" என்றான் யௌதேயன். சதயன் அவன் இடைபற்றித் தூக்கிக்கொண்டு சென்று அங்கு நின்றிருந்த புரவியொன்றின்மேல் ஏற்றி அவன் பின்னால் தான் ஏறிக்கொண்டு கடிவாளத்தைப் பற்றினான். "நெஞ்சைப் புரவியின் முதுகின்மேல் அமர்த்திப் படுத்துக்கொள்ளுங்கள், இளவரசே. அதிராமல் செல்ல முயல்கிறேன்" என்றான். யௌதேயன் "செல்க! செல்க!" என்று

கூவினான். நெஞ்சு வலியில் விம்ம இருமி, குருதி உமிழ்ந்தான். "செல்க... நாம் மறித்தாகவேண்டும்."

புரவி அஸ்தினபுரிக்கான பாதையிலேறி விரையத் தொடங்கியது. யௌதேயன் அதன் ஒவ்வொரு குளம்படியும் தன் உடலில் கூரிய வலியொன்றைச் செலுத்துவதை உணர்ந்தான். பற்களைக் கடித்து உள்ளத்தை இறுக்கி அந்த வலியை உள்ளிருந்து செறுக்க முயன்றான். பலமுறை வலியலையால் அறைபட்டபின், அவ்வலிக்கெதிராகத் தான் அளிக்கும் எதிர்விசையே வலியைப் பெருக்குகிறது என்றுணர்ந்து உள்ளத்தைத் தளரவிட்டான். உடற்தசைகளும் மெல்லத் தளர்ந்தன.

வலி எங்கோ ஒரு சவுக்குச் சொடுக்கல்போல நிகழ்ந்துகொண்டிருந்தது. அவன் அதிலிருந்து பிரிந்தான். தொலைவில் எங்கோ செல்லும் வழியெங்கும் அனைத்தையும் அடித்து நொறுக்கியபடி முன்னேறும் பலராமரை உள்ளத்துள் கண்டான். எங்கோ ஓரிடத்தில் ஆற்றிடைக்குறையில் தன் எதிரே அமர்ந்திருந்த தளர்ந்த முதியவரை மறுமுனை உள்ளத்தால் பார்த்துக்கொண்டிருந்தான்.

மீண்டும் நினைவு வந்தபோது காவல்கோட்டமொன்று சிதைந்து கிடப்பதைக் கண்டான். ஏழு வீரர்கள் வெவ்வேறு வகையில் அடிபட்டு பிறரால் தூக்கி அமரவைக்கப்பட்டிருந்தனர். ஒருவனின் மூக்கிலிருந்தும் வாயிலிருந்தும் குருதி கொட்டி மார்பு நனைந்திருந்தது. அவனைத் தூக்கியவனின் காது கிழிந்து தொங்கியது. இருவர், கைகளைத் தலைப்பாகை துணிகளால் தூளிகளாகக் கட்டித் தொங்கவிட்டிருந்தனர். அவர்களில் ஒருவன் எழுந்து வந்து "மதுராவின் அரசர் வெறிகொண்டவர்போல் செல்கிறார்" என்றான். சதயன் "அரண்மனைக்குச் செய்தி சென்றுவிட்டதா?" என்றான். "செய்திகள் பல முன்னரே சென்றுவிட்டன" என்றான் காவலன்.

அவர்கள் காவல்கோட்டத்தைக் கடந்து முன்னால் சென்றபோது வழியின் இருமருங்கும் காவலர்கள் விழுந்து கிடப்பதைக் கண்டனர். ஒரு களிறு அஞ்சி அலறிக்கொண்டிருந்தது. இரண்டு வேல்கள் வளைத்து வீசப்பட்டிருந்தன. மீண்டும் வலியை மிக அணுக்கமாக யௌதேயன் உணர்ந்தான். வாயில் குருதியின் சுவையை உணர்ந்து துப்பியபோது செங்கோழை காற்றில் சிதறிப் பின்னால் சென்றது. உள்ளிருந்து மீண்டும் மீண்டும் குருதி ஊறி வந்தது. கண்களுக்குள் சிவந்த குமிழிகளாக அது பறந்தது.

மீண்டும் களைத்த முதியவரின் நரைத்தாடி. அவர் தலையின் அந்த ஆறாத புண். அவர் விழிகளை மிக அண்மையில் அவன் நோக்கிக்கொண்டிருந்தான். அருகே முகம் கொண்டுசென்று ஆடிப்பாவையை நோக்குவதைப்போல.

அவர் துயர்கொண்டிருந்தார். ஏதோ சொல்லிக்கொண்டிருந்தார். “அழிவின்மை... அழிவின்மை...” அவன் திகைத்தான். “பேரழிவல்லவா, மூத்தவரே?” என்றான். “பேரழிவில் திரண்டு எஞ்சும் அழிவின்மை...” அவன் அவர் விழிகளை நோக்கி சொல்லின்றிப் பதைத்து மீண்டும் உள்ளத்தை உந்தி “அழிவில் எழுவது எது?” என்றான். “அழியாத வலி... அணையாத துயர். நீங்காப் பெரும்பழி” என்றார் அவர்.

“அஸ்தினபுரி அணுகுகிறது, இளவரசே” என்று சதயன் சொன்னபோது “எங்கே?” என்றான் யௌதேயன். “நாம் நெருங்கிவிட்டோம்” என்றான் சதயன். “வழியெல்லாம் காவல்கோட்டங்களை நொறுக்கியபடி மதுராவின் அரசர் அதோ சென்றுகொண்டிருக்கிறார்.” யௌதேயன் அப்போதும் எதையும் புரிந்துகொள்ளாமல் “எங்கே?” என்றான். சதயன் “அதோ!” என்றான். யௌதேயன் கைகளை ஊன்றி உடலை மெல்லத் தூக்கி புரவியின் பிடரிமயிரைப் பற்றியபடி அப்பால் பார்த்தான்.

சாலையின் மறு எல்லையில் பலராமர் புரவியில் விரைவுநடையில் சென்றுகொண்டிருந்தார். இரு கைகளையும் விரித்து வெறியுடன் ஓலமிட்டபடி எதிர்கொண்ட அனைத்தையும் ஓங்கி உதைத்தபடி முன்னேறினார். “நம்மால் மறிக்கமுடியும், தடுக்கமுடியாது” என்று சதயன் சொன்னான். “ஆனால் கோட்டைவாயிலை மூட முடியும்.”

யௌதேயன் “ஒருபோதும் மூடமாட்டார்கள். தனியொரு மனிதனுக்காக அஸ்தினபுரியின் தொல்பெரும் கோட்டை மூடப்பட்டதென்றால் அது காலந்தோறும் நீளும் இளிவரல். அவரைப் படைத்திரள்கொண்டு எதிர்கொண்டால் அது மேலும் இழிவு. அவருக்கு நிகரான மல்லர் ஒருவர் வந்து எதிர்கொள்ளவேண்டும்” என்றான். “இன்று பிதாமகர் பீஷ்மரோ அங்கநாட்டரசர் கர்ணரோ மட்டுமே அதற்கு ஆற்றலுள்ளவர்கள்.” சதயன் “பிதாமகர் இங்கிருந்து முற்றிலும் உளம் அகன்றிருக்கிறார். அங்கநாட்டரசர் இப்போது சம்பாபுரியில் இருக்கிறார்” என்றான்.

அஸ்தினபுரியின் கோட்டையின் முகமுற்றம் நோக்கி பலராமரின் புரவி சென்றது. முன்னரே அவர் வருகையை அறிந்திருந்த காவல்வீரர்கள் இரு பக்கமும் விலகி வழிவிட்டனர். செல்லும் வழியெங்கும் இருந்த வணிகர்களும் தங்கள் வண்டிகளையும் அத்திரிகளையும் அவ்வாறே விட்டபடி அப்பால் ஓடினர். ஒரு மாட்டுவண்டியை ஓங்கி உதைத்துச் சரித்தபின் “எங்கே அவன்? அஸ்தினபுரியின் அரசன் எங்கே? இப்போது என் முன் வரச்சொல்க!” என்று கூச்சலிட்டபடி பலராமர் கோட்டைவாயில் நோக்கிச் சென்றார். “அவர்கள் அவரைத் தடுத்தால் இம்முற்றம் போர்க்களமாகும், பலர் உயிரிழப்பர்” என்றான் யௌதேயன். “ஆனால் அவர்களின் கடமை அது” என்று சதயன் சொன்னான்.

கோட்டை வாயிற்காவலர்கள் தங்கள் படைக்கலங்களுடன் அசைவில்லாது நிற்பதை யௌதேயன் கண்டான். அவர்களின் அசைவின்மை ஏன் என்று புரிந்ததும் "அரசர்" என்றான். படைவீரர்களின் நடுவே அவையிலிருந்து முடிநீக்கி எழுந்துவந்த கோலத்தில் துரியோதனன் தோன்றினான். சதயன் கடிவாளத்தை இழுத்து "ஆம், அரசர்!" என்றான். அவன் புரவி முன்காலெடுத்து வைத்து தன்னைத் தான் மூன்று முறை சுழன்று நின்றது. கீழே விழாமலிருக்க அதன் பிடரியைப் பற்றியபடி உடல் குறுக்கி அமர்ந்திருந்த யௌதேயன் பெருமூச்சுவிட்டான்.

"அவரே வந்துள்ளார்" என்றான் சதயன். "அவரால் மாதுலரை எதிர்கொள்ள இயலாது" என்றான் யௌதேயன். "என்னை இறக்கிவிடுக! நான் சென்று அவரைப்பற்றி நிறுத்தவேண்டும். அவர்களிடையே போர் நிகழலாகாது." சதயன் "அவர் போருக்கு வருபவர்போல் தோன்றவில்லை" என்றான். யௌதேயன் புரவியிலிருந்து நழுவியதுபோல் இறங்கி அவ்விசையில் நிலத்தில் விழுந்து கையூன்றி எழுந்து வலியுடன் முனகியபடி சதயனின் கைகளைப் பற்றிக்கொண்டு நிமிர்ந்து நின்று கண்மேல் கைவைத்துப் பார்த்தான்.

துரியோதனன் இரு கைகளையும் கூப்பியபடி கோட்டைக்கு வெளியே வந்து அசையாமல் நின்றான். கடிவாளத்தைப் பற்றியிழுத்து புரவியை நிறுத்திய பலராமர் உரத்த குரலில் "மூடா! என் குலத்தான் கொண்ட பெண்ணை பிறிதொருவருக்கு மணம்செய்து கொடுக்கும் துணிவு உனக்கிருக்கிறதா? ஆண்மையும் தோளில் ஆற்றலும் இருந்தால் வந்து இக்களத்தில் என்னிடம் தோள்கோத்து நில்! நீ என்னை வெல்லவேண்டாம். அரைநாழிகைப் பொழுதுக்குமேல் நீ என்னுடன் நின்று போர்புரிந்தால் போதும், இங்கு இம்முற்றத்திலேயே சங்கறுத்து விழுந்து சாகிறேன். உன் விழைவு நிகழட்டும்" என்றார்.

துரியோதனன் "எதன்பொருட்டும் தங்களுடன் எதிர்நிற்க முயலமாட்டேன், ஆசிரியரே. அமைச்சர் கணிகரின் சொற்படியே இந்த மணத்தன்னேற்பு அமைக்கப்பட்டது. என்ன நிகழ்கிறதென்றே அறியாத சினவெறியில் நான் இருந்தேன். என் பிழை இது. தங்கள் ஆணை எதுவோ அதுவே என்னை ஆளும் முற்றிறுதிச் சொல். அது எதுவானாலும் என் தலைசூடும் அணி" என்றான். "அவள் என் குலத்து நிறைமகள். என் குலத்தான் முறைப்படி அவளை மணக்கவேண்டும்" என்றார் பலராமர். "ஆணை" என்றான் துரியோதனன்.

புரவியிலிருந்து தாவி இறங்கிய பலராமர் "இந்த நகரியில் அவர்கள் திருமணம் நிகழவேண்டும். நீ கைபற்றி அவளை அவனுக்கு அளிக்க வேண்டும்" என்றார். துரியோதனன் "ஆம், அதுவும் தங்கள் ஆணை

எனில் என் நகரும் குடியும் அதை ஏற்கும்” என்றான். “என் குலத்து இளையோர் விடுதலை செய்யப்படவேண்டும். அவர்கள் அரசமுறைப்படி அவையமர்த்தப்படவேண்டும்” என்று பலராமர் சொன்னார். “அவ்வண்ணமே, ஆசிரியரே” என்று துரியோதனன் சொன்னான்.

இரு தோள்களும் மெல்லத் தளர அதுவரை உந்திக்கொண்டுவந்த விசையனைத்தும் உடலிலிருந்து விலக பலராமர் “அஸ்தினபுரியின் அரசே, நான் உன் ஆசிரியன். நான் உனக்களித்த கல்விக்கு ஆசிரியக் கொடையென்றே இதைக் கோருகிறேன்” என்றார். “ஆசிரியரே, கொடையென தாங்கள் இந்நகரை, இந்நிலத்தைக் கோரலாம். என் கொடிவழிகள் முழுமையும் தங்களுக்கு அடிமையாக வேண்டுமென்றிருந்தால் அதையும் கோரலாம். எனது இம்மையையும் மறுமையையும்கூட கோரலாம். இதுவரை தாங்கள் சொன்னவை தங்கள் ஆணைகள், அவை முழுமையாக ஏற்கப்பட்டுவிட்டன. ஒரு தருணத்திலும் உங்கள் விழைவுக்கு அப்பால் என் எண்ணம் என்று ஒன்று அமையப்போவதில்லை” என்று துரியோதனன் சொன்னான்.

அவன் சொன்னவை உள்நுழையாதவர்போல பலராமர் தளர்ந்த கைகளுடன் நின்றார். பின்னர் உடல் அம்பு தைத்ததுபோல் அதிர மெல்லிய விம்மலோசை எழ இரு கைகளையும் விரித்தார். துரியோதனன் அணுகி அவர் காலடி தொட்டு தன் சென்னிசூடினான். குனிந்து அவனை அள்ளி தன் தோள்களுடன் அவர் அணைத்துக்கொண்டார். விம்மியழுதபடி “நீ விண்நிறைந்த என் ஆசிரியர்களின் மெய்த்தோற்றம்” என்றார். அவன் முதுகில் அவருடைய விழிநீர் வெம்மணிகள் உதிர்ந்தன.

கமறிவந்த தொண்டையுடன் “நான் எளியவன். உன்னை அறியும் விழியற்றவன்” என்றார். துரியோதனன் விழிநீர் வழிய “உங்கள் பேரன்பை அறிந்தவன் நான், ஆசிரியரே. அன்பின்பொருட்டு மதம்கொண்டு எழுவதனால்தான் நீங்கள் என் நல்லாசிரியர். இன்று பிறவிநிறைவடைந்தேன்” என்றான்.

கோட்டையின் உள்முற்றத்தில் கைவிடுபடைகள் அமைந்த திடல் அருகே துரியோதனனின் அரசத்தேர் நின்றிருந்தது. அதன் அருகே துச்சாதனனும் சுபாகுவும் வணங்கி நின்றனர். துரியோதனன் “ஆசிரியரே, தாங்கள் என் அரண்மனைக்கு எழுந்தருள வேண்டும்” என்றான். சினம் தணியுந்தோறும் தசைகள் தளர்ந்து, உடல் விசையவிந்து, கண்ணிமைகள் சரிய மது உண்டவர்போல பலராமர் தள்ளாடினார். துரியோதனனின் தோள்களைப் பற்றியபடி “ஆம், வருகிறேன்” என்றார்.

அவன் மெல்ல நடத்தித் தேரருகே கொண்டுவந்தான். துச்சாதனனும் சுபாகுவும் வந்து அவர் கால்களைப் பணிய, சொல்லின்றி அவர்களின்

தலைகளைத் தொட்டு வாழ்த்தினார். "ஏறிக்கொள்க, ஆசிரியரே!" என்றான் துரியோதனன். அவர் அதன் பொற்செதுக்குப்பணிகளை அப்போதுதான் விழிகொண்டு "இது உனது பட்டத்துத் தேரல்லவா?" என்றார். "ஆம், தங்கள் ஊர்தி. ஏறுக, நான் தங்கள் அருகே நின்றுகொள்கிறேன்" என்று துரியோதனன் சொன்னான்.

அவர் மேற்கொண்டு சித்தம் ஓடாமல் அதில் ஏறி அரியணையில் அமர்ந்தார். அப்போது அவர் தன் கால்களின் அமரும் விழைவை மட்டுமே அறிந்துகொண்டிருந்தார். அவர் அருகே துரியோதனன் நின்றான். துச்சாதனன் கைகாட்டியதும் புரவிகள் செருக்கடித்து மணிகள் குலுங்கக் கிளம்பின. தேர் வெண்கலக் குடத்திற்குள் அச்சு வெண்ணெய்யில் எனச் சுழல ஓசையில்லாது நீரில் மிதப்பதுபோல மென்புழுதியாலான அரசவீதியினூடாக அரண்மனை நோக்கிச் சென்றது.

அரசவீதியின் இருபுறமும் அஸ்தினபுரியின் வீரர்கள் திரண்டு "மதுராவின் அரசர் வாழ்க! அஸ்தினபுரி வேந்தர் வாழ்க! குருகுலம் வெல்க! யாதவகுலம் வெல்க!" என்று குரலெழுப்பினர். முற்றிலும் உள்ளம் அகன்று இரு கைகளையும் மடியில் வைத்து கண்களை மூடி தலையைப் பின்னுக்குச் சாய்த்து பலராமர் அமர்ந்திருந்தார். அவர் கைவிரல்கள் ஒவ்வொன்றாக விடுபடுவதையும் தாடை கீழிறங்கி வாய் திறப்பதையும் கால்கள் தளர்ந்து அகல்வதையும் துரியோதனன் பார்த்தான். மெல்லிய குறட்டை ஒலி ஒன்று அவரிடமிருந்து எழுந்தது.

வாழ்த்தொலிகள் சூழ தெருக்களினூடாக ஓடி அரண்மனைக் கோட்டையைக் கடந்து புஷ்பகோஷ்டத்தின் வாயிலில் தேர் சென்றுநின்றது. அவ்வோசை கேட்டு விழித்துக்கொண்ட பலராமர் "எங்கு வந்திருக்கிறோம், இளையவனே?" என்றார். "என் அவைக்கு, ஆசிரியரே" என்றான் துரியோதனன். "நீயா?" என வாயைத் துடைத்துக்கொண்ட அவர் "ஆம், நீ... இது அஸ்தினபுரி" என்றார். "தாங்கள் அவை நுழையவேண்டும், ஆசிரியரே" என்றான். "நான் களைத்திருக்கிறேன். என் உடலெங்கும் புழுதியும் மண்ணும் படர்ந்துள்ளது" என்றார். "அவ்வண்ணமே அவைக்கு வருக! அது தாங்கள் யாரென்று என் அவைக்குக் காட்டும்" என்று துரியோதனன் சொன்னான்.

பலராமர் அதன் பின்னரே நிகழ்ந்த அனைத்தையும் உணர்ந்ததுபோல திடுக்கிட்டு எழுந்து "இளையோர் என்ன ஆயினர்? விருஷசேனன் எவ்வாறிருக்கிறான்?" என்றார். தேரிலிருந்து பாய்ந்திறங்க முயன்றவரை துரியோதனன் தோள்பற்றித் தடுத்தான். சுபாகு "அவர்கள் நன்கு தாக்கப்பட்டிருக்கிறார்கள், ஆசிரியரே. ஆனால் அவையனைத்தும்

தந்தையின் அடிகள்தான். பெரிய தீங்கென ஏதுமில்லை என்று மருத்துவர்கள் சொன்னார்கள்" என்றான்.

பிறிதொரு சிறிய தேர் கோட்டைக்குள் நுழைந்து நின்ற ஒலிகேட்டு பலராமர் திரும்பிப்பார்த்தார். "அது என் முறைமைந்தன் யௌதேயன். என்னுடன் தூதனாக வந்தான்" என்றார். துரியோதனன் "ஆம், மூத்த பாண்டவனின் அதே உருக்கொண்டவன். அவனை அவைக்கு அழைத்து வருக!" என்றான். யௌதேயன் தேரில் உடல்சுருண்டு முகம் தாழ்த்தி அமர்ந்திருந்தான். "அவனுக்கு என்ன ஆயிற்று?" என்று பலராமர் கேட்டார். "ஒன்றுமில்லை. களைப்பென எண்ணுகிறேன்" என்றான் துச்சாதனன்.

சுபாகு தேரிலிருந்து இறங்கிச்சென்று யௌதேயனைத் தோள்பற்றிக் கீழிறக்கினான். "அவனுக்கு என்ன ஆயிற்று? நோயுற்றிருக்கிறானா?" என்று பலராமர் கேட்டார். "ஒன்றுமில்லை. தங்கள் கைபட்டுவிட்டது. மற்போர் பயிற்சி இல்லாதவனாதலால் சற்று வலி மிகுந்துள்ளது. மருத்துவநிலை சென்று ஓய்வெடுத்தபின் அவைபுகமுடியும் என்று நினைக்கிறேன்" என்றான் சுபாகு. "மாலைக்குள் சீரடைந்துவிடுவான்" என்று துச்சாதனன் சொன்னான்.

"நன்று. அவைபுகுக, ஆசிரியரே!" என்று சொல்லி துரியோதனன் அவர் கைகளைப்பற்றி "வருக!" என்று அழைத்துச் சென்றான். பலராமர் நிமிர்ந்த தலையுடன் எடைமிக்க பெருந்தோளர்களுக்குரிய முறையில் கைகளை வீசி அவனுடன் தொடர்ந்து சென்றார். அவருக்குப் பின்னால் சுபாகுவும் துச்சாதனனும் சென்றனர். அஸ்தினபுரியின் அவை வாயிலில் நின்ற மங்கலச்சூதர்கள் நல்லிசை முழக்கினர். வீரர்கள் வாழ்த்தொலி கூவினர். "அவை நுழைக, அரசே" என்று சொல்லி துரியோதனன் பலராமரை வணங்கி அவைக்குள் அழைத்துச் சென்றான்.

பலராமர் அவையின் பெருங்கதவு திறந்ததும் மீண்டும் கால்கள் தளர்ந்தார். துரியோதனனின் தோளையும் துச்சாதனனின் தோளையும் பற்றிக்கொண்டு தயங்கி நின்றார். அவர்கள் மெல்ல நடக்க, அவர் கால்கள் மரத்தரையில் உரச உடன் நடந்தார். அஸ்தினபுரியின் அவைக்குள் நுழைந்ததும் அங்கு எழுந்த வாழ்த்தொலிகளால் திடுக்கிட்டு நின்றார். அவையினர் அனைவரும் எழுந்து "மதுராவின் அரசர் வெல்க! யாதவக் குடித்தலைவர் வெல்க!" என வாழ்த்துரைத்தனர். அதன் பின்னரே அவர் நினைவு வந்து அவர்களைக் கைகூப்பி வணங்கினார்.

பலராமரின் தலை ஆடிக்கொண்டிருந்தது. கூப்பிய கைகளுடன் அவர் அவையில் அசையாமல் நின்றார். துச்சாதனன் "அவை முறைமைகள், ஆசிரியரே" என்றான். "என்ன?" என அவர் திடுக்கிட்டுக் கேட்டார்.

“அவை முறைமைகள் நிகழட்டும்” என்றான். “ஆம்” என்றபின் அவர் கூப்பிய கைகளுடன் தளர்நடையில் சென்று அவைமுகப்பில் இருந்த பீஷ்மரை அணுகி கால்தொட்டுச் சென்னிசூடினார்.

நீண்டு மெலிந்த உடலை ஒடித்து பக்கவாட்டில் சற்றே சாய்ந்து அரைத்துயிலில் பீஷ்மர் அமர்ந்திருந்தார். அணுகிவந்த அவருடைய எடைமிக்க காலடியோசையைக் கேட்டு திடுக்கிட்டவர்போல் விழித்து “யார்?” எனக் கிழக்குரலில் கேட்டார். தொய்ந்த கண்வளைய மென்தசைகளுக்குள் சேற்றில் மணியென புதைந்திருந்த விழிகள் சற்று அலைபாய்ந்தன. “ஆ, நீ பீமனல்லவா?” என்றார். “அல்ல, நான் பலராமன். மூத்தயாதவன்” என்றார் பலராமர். “ஆம், நீ பலராமன்” என்ற பீஷ்மர் “பீமன் எங்கே?” என்றார். துச்சாதனன் “பிதாமகரே, மூத்தயாதவர் தங்கள் அருள்கோருகிறார்” என்றான்.

“ஆம்” எனத் தன்னுணர்வுகொண்ட பீஷ்மர் பலராமரின் தோள்கள்மேல் கைவைத்து மெல்லத் தடவி “பேருடல் கொண்டிருக்கிறாய்... மற்போர் பயின்றவனல்லவா?” என்றார். “ஆம், மூத்தவரே. ஒருமுறை தங்களுடனும் போர் புரிந்திருக்கிறேன்” என்றார் பலராமர். பீஷ்மர் மெல்ல புன்னகை விரிந்து முகம் அசைய “மறுமுறையும் நாம் போர் புரிவோம். தகுதியானவரிடம் போரிட்டு நெடுநாட்களாகின்றன” என்றார். “அப்பேறு வாய்க்கட்டும், பிதாமகரே” என்ற பலராமர் துரோணரையும் கிருபரையும் வணங்கிவிட்டு அவை மேடைக்கு வந்தார்.

துரியோதனன் “அமர்க, ஆசிரியரே” என்று தனது அரியணையைக் காட்டினான். பலராமர் “மூடா, இது குருகுலத்து அரியணை” என்றார். “ஆசிரியர் மாணவரின் இருக்கையில் அமரலாம் என நெறியுள்ளது. தாங்கள் இதில் அமர்வதும் நான் அருகே நிற்பதும் என் குடிக்குப் பெருமை. அமர்க!” என்று துரியோதனன் சொன்னான். பலராமர் “ஆனால்...” என்று தயங்கினார். “அமர்ந்து எனக்கு அருள்க, ஆசிரியரே” என்றான் துரியோதனன். பலராமர் திரும்பி விதுரரை நோக்க, விதுரர் “அமர்வதில் வழுவில்லை. தாங்கள் இங்கு ஆசிரியராக அவை புகுந்துள்ளீர்கள்” என்றார்.

“சிற்றரசர்களின் அரியணைகளில் சக்ரவர்த்திகள் அமர்ந்தருள்வதும் வழக்கமே” என்றான் துரியோதனன். “தாங்கள் யாதவ குலத்திற்கு முதல்வர் என்ற வகையிலும் இவ்வரியணையில் தாங்கள் அமர்வது குறித்து அஸ்தினபுரி பெருமிதமே கொள்கிறது.” தலைநடுங்க நெஞ்சுடன் சேர்த்துக் கைகூப்பியபடி பலராமர் அரியணையில் அமர்ந்தார். அவையினர் எழுந்து கைகளைத் தூக்கி வாழ்த்தொலி எழுப்பினர். “குருகுல மணிமுடி வெல்க! யாதவ முதல்வர் வெல்க!”

பலராமரின் இரு கால்களும் நடுங்கிக்கொண்டிருந்தன. அவரால் விழிகொண்டு அவையை நோக்க இயலவில்லை. அவர் அருகே உடைவாளை ஊன்றியபடி துரியோதனன் நின்றான். அவனுக்குப் பின்னால் அவன் தம்பியர் பன்னிருவர் நிரைகொண்டனர். மூன்று அமைச்சர்கள் அஸ்தினபுரியின் செங்கோலைக் கொண்டுவந்து பலராமரின் கையிலளிக்க, அவர் அதை வாங்கி ஊன்றி உடல்நீட்டி தலைநிமிர்ந்து அமர்ந்தார். வாழ்த்தொலிகள் அமைந்ததும் "இந்த அவை தங்களுடையது. தாங்கள் விரும்பும் எந்த ஆணையையும் இங்கு பிறப்பிக்கலாம், ஆசிரியரே" என்றான் துரியோதனன்.

செங்கோலைக் கையிலேந்தி எழுந்த பலராமர் அவையை நோக்கிச் சொல்லில்லாமல் திகைத்து நின்றார். பெருமூச்சுகள் மட்டும் நெஞ்சுலைய அவரிடமிருந்து எழுந்துகொண்டிருந்தன. பின்னர் இருமுறை தொண்டையைக் கனைத்து "இந்த அவைக்கு முன் நான் உரைப்பது ஒன்றே. என் மைந்தனின் துணைவி பிறந்த நகர் இது. என் குடிக்கு அரியணைமுறைமை அளித்த அவை. இதன்பொருட்டு என் குடி என்றென்றும் கடன்பட்டிருக்கும்" என்றார்.

உடல் பதற, நடுங்கும் கைகளால் செங்கோலை மேலே தூக்கி "தெய்வங்கள் அறிக! நீத்தோர் கேட்கட்டும். மூதாதையர் வாழ்த்தட்டும். யாதவக்குடி எந்நிலையிலும் அஸ்தினபுரியின் காவலிலிருந்து மாறாது என நான் இதோ சொல்லளிக்கிறேன். படைகொண்டு களம் நிற்கவும், குருதிசிந்தித் தலைகொடுக்கவும் யாதவர் அஸ்தினபுரியுடன் இருப்பர். அஸ்தினபுரியின் எதிரிகள் எவராயினும் யாதவக்குடிக்கும் எதிரிகளே. இது அழியாச் சொல்லுறுதி. என்னை என் குடியை என் கொடிவழிகளை இது ஆள்க! ஆம், அவ்வாறே ஆகுக!" என்றார்.

அஸ்தினபுரியின் அவை எழுந்து நின்று "ஆம்! ஆம்! ஆம்!" என அதைச் சொல்லேற்பு செய்தது. வாழ்த்தொலிகளும் குரவையொலிகளும் எழுந்தன. அவைமுரசுகள் முழங்க அதைக் கேட்டு வெளியே பெருமுரசங்கள் உறுமத்தொடங்கின. நகரெங்கும் காவல்மாடங்களிலும் கோட்டைமுகப்புகளிலும் பெருமுரசுகள் பேரொலி எழுப்ப அஸ்தினபுரியே பெருமுரசென்றாயிற்று.

18

சுருதசேனன் கங்கைப்பெருக்கின் எதிர்த்திசையில் எட்டு பாய்களை விரித்து அலைகளில் ஏறியமைந்து சென்றுகொண்டிருந்த அரசப்பெரும்படகின் சற்றே தாழ்ந்த முதன்மை அறையை நோக்கி மரப்படிகளில் இறங்கிச்சென்று விரற்கடை அளவுக்குத் திறந்திருந்த கதவருகே நின்றான். உள்ளே பிரதிவிந்தியனும் சௌனகரும் தௌம்யரும் துருபதனின் அமைச்சர் கருணரும் சொல்லாடிக்கொண்டிருந்தனர். அவர்கள் தன் வருகையை உணரும்பொருட்டு அவன் சற்று தயங்கினான்.

நால்வர் உளவிசையுடன் உரையாடும் ஓசையெதுவும் அறைக்குள்ளிருந்து எழவில்லை. தௌம்யர் தான் உரைக்கும் எதையும் நெடுநாள் உசாவிய நூலின் இறுதியை குறைந்த சொற்களில் அருகமர்ந்த மாணவனுக்கு வகுத்துரைக்கும் குரல் கொண்டிருந்தார். சௌனகர் அவையமர்ந்த அரசரின் செவியருகே நுண்சொல்லுரைக்கும் அளவுக்கே குரல் எழுப்புவார். கருணர் தன்னிடம் பேசும் பிறர் சொல்நிறுத்தி செவிகூர்ந்தாலொழிய கேட்காத அளவுக்குக் குரல்தாழ்த்திப் பேசுவதைப் பயின்றிருந்தார். பிரதிவிந்தியன் கற்றவர் பேசும் அவையில் தன் குரல் விஞ்சி எழலாகாது என்று நெறி கொண்டவன். எனவே அறைக்குள்ளிருந்து ஏதோ மந்தணச் சடங்கொன்றின் நுண்சொற்கள் எழுவதாகத் தோன்றியது.

அவன் படியிறங்கி வந்ததை அவர்கள் கேட்கவுமில்லை. போர்க்கலையும் படைக்கலமும் பயின்றவர்களுக்குரிய செவிநுண்மையோ விழிக்கூர்மையோ உடலுணர்வோ அவர்களிடம் இல்லை. அவன் மும்முறை கதவைத் தட்டினான். அதன் பின்னரே பிரதிவிந்தியன் அவ்வோசையைக் கேட்டு “யார்?” என்றான். “நான்தான், மூத்தவரே” என்று

சுருதசேனன் சொன்னான். “வருக!” என்று பிரதிவிந்தியன் சொன்னான். சுருதசேனன் உள்ளே சென்றபோது பிரதிவிந்தியன் அவனைத் திரும்பிப்பார்க்காமல் “…ஆனால் நெறிகளின்படி இறந்த ஒருவனின் உடைமைகள் அவன் தந்தையருக்கே திரும்பச் சென்றுசேர்கின்றன. அவருடைய விருப்பப்படிதான் அவர் அதைப் பிறருக்கு அளிக்கமுடியும். இறந்தவனின் துணைவி அவன் தந்தையின் மகளென்ற இடத்தில் இருப்பதால் அவ்வுரிமை மட்டுமே கோரமுடியும். இறந்தவனின் முழு உடைமையையும் அவன் மைந்தரோ மனையாட்டியோ கோருவதற்கு நூல்கள் இடமளிக்கவில்லை” என்றான்.

“ஆம், தொல்நெறிகளின்படி தன் குலத்துக்கு வந்த பெண்ணைப் பேணுவது அக்குலத்துக்குக் கூட்டாக உள்ள பொறுப்பு” என்றார் கருணர். “பாஞ்சாலத்தின் குலநெறிகளின்படி உடைமைகள் என்பவை ஒருவன் உயிரோடிருக்கும்வரை விண்ணாலும் மண்ணாலும் அவனுக்கு அளிக்கப்படுபவை மட்டுமே. அவன் பிறப்பதற்கு முன்பு அவை ஐம்பருக்களுக்கும் அவற்றைக் கையாளும் குலத்தவருக்கும் உரியவை. அவன் இறந்தபிறகு அவை மீண்டும் அங்கே சென்று சேர்கின்றன” என்றார். பிரதிவிந்தியன் சுருதசேனனைத் திரும்பிப்பார்த்து “என்ன சொல்ல வந்தாய்?” என்றான். “நாம் அஸ்தினபுரியை நெருங்கிவிட்டோம். முதற்காவல் மாடம் தொலைவில் தெரிகிறது” என்று சுருதசேனன் சொன்னான்.

“நன்று” என்றபின் பிரதிவிந்தியன் திரும்பி “ஆனால் அக்குடியோ அல்லது இறந்தவனின் தந்தையரோ அப்பெண்ணைத் துறந்துவிட்டால் என்ன செய்வது? அதுவே இங்கு உசாவப்படுகிறது” என்றான். சௌனகர் “பொருட்கள் அனைத்தும் மண்ணுக்குரியவை என்பதுபோல குடிகள் அனைவரும் அரசருக்கு உறவினர் என்று ஒரு சொல் உண்டு. குடியாலோ குலத்தாலோ உற்றாராலோ கைவிடப்படுபவர்கள் அனைவருக்கும் அரசரிடம் வந்து அடைக்கலம் கொள்ள உரிமையளிக்கின்றன நூல்கள்” என்றார். பிரதிவிந்தியன் “அதைத்தான் நான் கேட்டேன். அவ்வாறு ஒரு பெண் தன் குலத்தாலும் மூத்தாராலும் உறவினராலும் கைவிடப்பட்டு வந்துநின்றால் அரசன் அந்தப் பெண்ணுக்கு அளிக்கவேண்டிய நீதி என்ன? எந்த உடைமைப்பொருளை அவன் எடுத்து அவளுக்கு அளிக்கவேண்டும்?” என்றான்.

சௌனகர் “அரசனின் கருவூலத்திலிருந்து அளிக்கலாமே?” என்றார். கருணர் “குடிகளுக்கு ஒருபோதும் அரசன் கொடையளிக்கலாகாது. அரசனுக்கே குடிகள் நிகுதியளிக்கவேண்டும். குடிகளுக்கு அரசன் கொடுக்கத் தொடங்கினால் ஒவ்வொரு குடியும் அரசனிடமிருந்து செல்வத்தை எதிர்பார்க்கும். அதன்பின் அவர்களால் அளிக்கவியலாது.

அவன் கருவூலம் ஒருபோதும் நிறையாது" என்றார். "குடிகளின் செல்வம் குடிகளுக்குள்ளேயே புழங்க வேண்டும். பிறிதொருவரின் உடைமையை எடுத்து அப்பெண்ணுக்கு அளிக்கவும் அரசனுக்கு உரிமையில்லை. அவள் குடியிலிருந்தே அச்செல்வம் அளிக்கப்பட வேண்டும். மூத்தாரிடமோ உற்றாரிடமோ குலத்தவரிடமோ அவளுக்குத் தேவையானதை அளிக்க அரசன் ஆணையிடலாம்."

சுருதசேனன் "இன்னும் சற்றுநேரத்தில் நாம் அஸ்தினபுரியை அணுகிவிடுவோம்" என்றான். "ஆம், அதை நீ முன்னரே சொல்லிவிட்டாய். அதற்கு நாங்கள் என்ன செய்யவேண்டும்?" என்று பிரதிவிந்தியன் எரிச்சலுடன் கேட்டான். சௌனகர் "அரசமுறைப்படி நாங்கள் அஸ்தினபுரிக்கு வந்துகொண்டிருப்பதை முன்னரே அறிவித்துவிட்டோம். அவ்வாறே அங்கு எங்களுக்கு வரவேற்பும் இருக்கும். நாங்கள் உரைக்கவேண்டியவற்றை முன்னரே வகுத்துவிட்டோம். இனி செய்வதற்கென்ன?" என்றார். கருணர் புன்னகைத்து "வாழ்வில் முதன்முறையாக அரசுசூழ்தல் பொறுப்பொன்றை அடைந்திருக்கிறார் இளையோர். அந்த உள எழுச்சி இல்லாமல் இருக்காது" என்றார்.

பிரதிவிந்தியன் அவரிடம் திரும்பி "நான் கேட்ட வினா இதுவே. அரசன் தன் கருவூலப்பொருளைப் பிறருக்கு அளிக்கும் உரிமைகொண்டவன் அல்ல. ஏனென்றால் அது அவன் குடிகளின் செல்வம். அப்பொருளை அவன் தேவர்களுக்கு அளிக்கலாம். நாடு நலம் சூழும்பொருட்டு வேள்விசெய்யும் அந்தணருக்குக் கொடையளிக்கலாம். முனிவருக்குக் காணிக்கையாகவும் புலவருக்குப் பரிசிலாகவும் அளிக்கலாம். அவையனைத்தும் அருளென்றும் மழையென்றும் மெய்மையென்றும் கல்வி என்றும் அந்நாட்டுக் குடிகளுக்குத் திரும்பிவருகின்றன. தன் ஆணவத்தின் பொருட்டோ விழைவின் பொருட்டோ அவன் செல்வத்தைச் செலவிடலாகாது" என்றான்.

"அரசன் குடிகளின் பொருளைக் கவரலாகாது. தன் குடிகள் ஒருவரிடம் இன்னொருவருக்குப் பொருள் அளிக்கும்படி அவன் ஆணையிட்டால் அது ஒருவகைக் கவர்தலே ஆகும்" என்றார் கருணர். "அப்பெண்ணைக் கைவிட்ட குடியும் உறவினரும் அவளுக்குத் தாங்கள் உடைமைகளை அளிக்க விரும்பவில்லை என்று கூறிவிட்டால் அரசன் தன் தண்டத்தால் அவ்வாணையை நிறைவேற்றலாமா கூடாதா? நாம் நெறியுசாவத் தொடங்கியதே இந்த வினாவில்தான்" என்றான் பிரதிவிந்தியன். கருணர் "அரசன் அவர்களிடம் கோரலாம். அறமுரைக்க அந்தணரிடம் கூறலாம்" என்றார். "நாம் பேசுவது அரசனின் கோல் ஆற்றவேண்டியதென்ன என்று" என்றான் பிரதிவிந்தியன்.

சௌனகர் "ஒவ்வொரு நெறியையும் இவ்வாறு ஆணிவேர் வரை சென்று உசாவினால் விடையிலாத வினாக்களே எழும். மைந்தனை தந்தை தண்டிக்கலாமா என்ற எளிய வினாவில் தொடங்கி மூன்று பகலும் இரவும் நாங்கள் நெறியுசாவிய நிகழ்வொன்று நினைவிலெழுகிறது. நெறியென்பது எப்படியோ ஒருவரின் உளச்சான்றை பிறர் அனைவரும் ஏற்றுக்கொள்வதன் வழியாகவே நடைமுறைக்கு வரமுடியும். அதில் ஐயம் வருமென்றால் ஒருபோதும் பேசித் தீராது. ஏனெனில் ஒவ்வொரு தனி மனிதரும் தங்களுக்கென பிறப்பால் இருப்பையும் குருதியால் உரிமைகளையும் தெய்வங்களால் ஊழையும் கொண்டுள்ளார்கள். ஒருவருக்கு நெறி என்பது பிறருக்கு அவ்வாறு ஆகவேண்டுமென்பதில்லை. நெறிகள் அனைத்தும் மானுட உருவாக்கங்களே. ஆகவே காலமும் இடமும் கொண்டவை" என்று தௌம்யர் சொன்னார்.

அவர் தொடர்ந்தார் "அவை மானுடரால் உருவாக்கப்பட்டு தெய்வங்களுக்கு முன் ஆணையிடப்பட்டு முன்னோரால் மொழியாக்கப்பட்டு நாம் பெற்றுக்கொண்டவை. உங்கள் இடரென்னவென்றால் நீங்கள் ஒவ்வொரு நெறியையும் இத்தருணத்திலிருந்து தொடங்கி மேலே ஆய்ந்து செல்கிறீர்கள். நெறியென இங்குள்ள அனைத்துமே நம் முன்னோர்கள் வகுத்தவை. அறிய முடியாத தொல்காலத்திலிருந்து வந்து நம்மை அடைந்தவை. ஆகவே நெறியுசாவுவதற்கு வழிமுறை ஒன்றே. முன்னர் இங்கு என்ன நிகழ்ந்தது? அதற்கு என்ன செய்யப்பட்டது? அவ்வினா அளிக்கும் விடை மட்டுமே நெறியெனப்படும்."

பிரதிவிந்தியன் மென்மையாகக் கையசைத்து மறுத்து "தொன்மையான நெறிகளை அவ்வண்ணமே மீண்டும் ஆணையிடுவதிலோ கடைபிடிப்பதிலோ தடையில்லை, அந்தணரே. ஆனால் ஒவ்வொருமுறையும் அரசனின் அவை வரைக்கும் வரும் அத்தனை வழக்குகளும் அந்தத் தொல்நெறிப்படித் தீர்த்துக்கொள்ள முடியாத புதிய சிக்கலொன்றையே கொண்டிருக்கும். தொல்நெறிகளின்படி முடிவெடுக்கப்படுவன அனைத்தும் கீழ்நிலையிலேயே இயல்பாக ஏற்றுக்கொள்ளப்பட்டிருக்கும். மானுட வாழ்க்கை ஒவ்வொரு கணமும் விரிந்துகொண்டிருக்கிறது. புதிய தருணங்கள், புதிய உணர்வுகள், முன்பிலாத எண்ணங்கள்... அவை புதிய நெறிகளைத் தேடுகின்றன" என்றான்.

தௌம்யர் "புதியநெறி என ஒன்றிருக்கமுடியாது. முன்பிருந்த நெறி வளர்ந்துவரமுடியுமே ஒழிய புதிய நெறியென ஒன்றெழுமென்றால் அந்நெறி செல்லுபடியாகும் புதிய உலகொன்றும் அமைந்தாகவேண்டும்" என்றார். சௌனகர் "ஆம், ஒவ்வொரு நெறியும் தனக்கான உலகைப் படைத்தாகவேண்டும்" என்றார். பிரதிவிந்தியன் அவர்களை மாறி மாறிப்

பார்த்தபின் "அப்படியென்றால் முற்றிலும் புதிய பெருநெறியொன்றை வகுப்பவன் முன்னர் இருக்கும் உலகத்தை அழித்து பிறிதொன்றை ஆக்க வேண்டுமா?" என்றான். சௌனகர் "ஆம், அவ்வாறு செய்தாக வேண்டும்" என்றார்.

சுருதசேனன் "மூத்தவர்களே, நான் சொல்ல வந்ததைச் சொல்ல சற்று பொழுதிடை எனக்கு அளிக்கவேண்டும்" என்றான். பிரதிவிந்தியன் சினத்துடன் "மூடா... நாங்கள் பேசிக்கொண்டிருப்பது எத்தனை முதன்மையானது என்பதை உணராத அளவுக்கா உனக்கு அறிவில்லை?" என்றான். "ஆம், அது முதன்மையானதே. ஆனால் இங்கிருந்து மீண்டுசென்று இந்திரப்பிரஸ்தத்திலோ உபப்பிலாவ்யத்திலோ அமர்ந்துகூட அதைப் பேசிக்கொள்ள முடியும். இன்னும் ஒரு நாழிகைக்குள் நாம் அஸ்தினபுரியின் துறைமேடையை அடைவோம்" என்றான்.

"அதைப் பலமுறை சொல்லிவிட்டாய்" என்று சொல்லி பிரதிவிந்தியன் திரும்பி சௌனகரிடம் "ஒரு நெறி எவ்வாறு மானுடரால் ஏற்கப்படுகிறது?" என்றான். சௌனகர் "அவர்கள் அந்த நெறிக்குள் பிறந்து வளர்ந்திருக்கவேண்டும். மொழியை அறிகையில் அதன் உள்ளடக்கமாகவே நெறியையும் அறிந்திருக்கவேண்டும். அதுவே உலகென்று அவர்கள் உளம் சமைத்துக்கொண்டிருக்கவேண்டும். உளம் அமைந்த பிறகு அவர்களுக்குக் கற்பிக்கப்படும் எந்நெறியையும் ஆழம் ஏற்றுக்கொள்வதில்லை. இளவரசே, நெறிகளுக்குப் பணிதல் வேறு, நெறியிலாதல் வேறு. பணியப்படும் நெறி எவரும் அறியாமல் மீறப்படும் என்பதில் ஐயமில்லை. ஆகும் நெறியே என்றும் திகழ்வது" என்றார்.

"அப்படியானால் அரசனின் கோல் எதற்கு?" என்றார் கருணர். "அனைவரும் நெறியை ஏற்றுக்கொள்ள வேண்டுமென்பதில்லை. மானுட இயல்பில் நெறியை மீறும் ஒரு பகுதி என்றுமுண்டு. அதுவே எல்லைகளைக் கடந்து மெய்மையையும் தேடுகிறது. எந்நெறியையும் ஏற்றுக்கொள்ளாதவர்கள் எப்போதும் இருப்பார்கள். அவர்கள் மிகச் சிலரே. ஆனால் நெறியை ஏற்றுக்கொண்டவர்களை அவர்கள் துன்புறுத்துவதோ வென்றடக்குவதோ கூடாது. அரசனின் கோல் நெறிக்குக் காப்பு, நெறி சமைப்பதல்ல" என்று சௌனகர் சொன்னார். "அரசன் என்பவன் யார்? நெறியை ஏற்றுக்கொண்டவர்கள் அந்நெறியை நிலைநாட்டும்பொருட்டு உருவாக்கிக்கொண்ட மானுடப் படைக்கலம் மட்டும்தானே?" தௌம்யர் "ஆம், அதைத் தெய்வங்களின் கையில் கொடுத்து மறுக்கமுடியாததாக ஆக்குகிறார்கள்" என்றார்.

சுருதசேனன் "நான் என் செய்தியைச் சொல்லவில்லை" என்றான். பிரதிவிந்தியன் சினத்துடன் எழுந்து "சரி, சொல்! விரைந்து சொல்லிவிட்டு

வெளியேறு" என்றான். "மூத்தவரே, நேற்று அஸ்தினபுரியின் துறைமேடையில் மூத்தயாதவராகிய பலராமர் வந்து இறங்கியிருக்கிறார்" என்றான் சுருதசேனன். "பலராமரா?" என்று கேட்டபடி சௌனகர் எழுந்தார். "ஆம், அதற்கு முந்தைய நாள் நமது இளையோன் சர்வதன் இளையயாதவரின் மைந்தர் சாம்பரை அழைத்துக்கொண்டு விரைவுப்படகில் வந்து அஸ்தினபுரியின் இளவரசி கிருஷ்ணையைக் கவர்ந்துசெல்ல முயன்றிருக்கிறான். அங்க நாட்டரசர் கர்ணரின் மைந்தர் விருஷசேனரும் தம்பியரும் சேர்ந்து அவர்களை வென்று சிறைபிடித்தனர். சிறை மீட்டுச் செல்லும்பொருட்டு மூத்தயாதவர் அஸ்தினபுரிக்கு வந்தார்" என்றான்.

சௌனகர் ஆர்வத்துடன் "விந்தை! அப்படியென்றால் அஸ்தினபுரிக்கும் யாதவர்களுக்குமான படைக்கூட்டு முறிந்துவிட்டதா?" என்றார். "முறிந்திருக்கும். ஆனால் தூது வந்த பலராமரின் காலில் துரியோதனர் பணிந்து வணங்கி தன் மகளை அவர் மைந்தனுக்கு அளிக்க ஒப்புக்கொண்டார். ஒரு சொல் கோரினால் தன் முடியையும் குடியையும் கொடிவழிகளையும்கூட ஆசிரியக்கொடையாக அளிப்பதாகக் கூறினார் என்கிறார்கள்." தௌம்யர் "ஆம், அவர் அப்படித்தான் கூறமுடியும். அவர் திருதராஷ்டிரரின் மைந்தர்" என்றார். பிரதிவிந்தியன் அவரைத் திரும்பி நோக்கிவிட்டு "இப்போது அங்கு என்ன நிகழ்கிறது?" என்றான்.

"இன்றோ நாளையோ அஸ்தினபுரியில் மணநிகழ்வு கூடுகிறது. கிருஷ்ணையை முறைப்படி சாம்பருக்கு மணம்புரிந்து கொடுக்கப் போகிறார்கள். நாள் குறிப்பதைப் பற்றிய பேச்சுத்தான் இன்று பகல் முழுக்க அஸ்தினபுரியில் நிகழ்ந்திருக்கிறது" என்றான் சுருதசேனன். "விதுரர் அரசவையில் எழுந்து முறைப்படி அவள் இந்திரப்பிரஸ்தத்தின் யுதிஷ்டிரருக்கும் திரௌபதிக்கும் மகள், பாண்டவர் ஐவருக்கும் அவள்மேல் தந்தையுரிமை உண்டு, அவர்கள் வந்துநின்று கைபற்றிக் கொடுக்காமல் குடிமுறைப்படித் திருமணம் நிறைவுறாது என்றார். அவர்கள் அஸ்தினபுரிக்குள் நுழையமாட்டோம் என்று வஞ்சினம் உரைத்துள்ளார்கள் என்று சகுனி சொன்னார்."

"ஆம், அவர்கள் அஸ்தினபுரிக்குள் நுழையவேண்டுமென்றால் இந்திரப்பிரஸ்தம் திருப்பி அளிக்கப்படவேண்டும், துரியோதனர் தன் சொல்லைக் கடைபிடிக்கவேண்டும்" என்றார் சௌனகர். சுருதசேனன் "அந்தப் பேச்சு இரவு வரை நீடித்தது. இன்று காலையும் தொடர்ந்தது. அப்போதுதான் நாம் வந்துகொண்டிருக்கும் செய்தி அஸ்தினபுரியின் அவைக்குச் சென்றது. அதை விதுரர் அவையில் சொன்னதுமே கணிகர் பிறகென்ன இந்திரப்பிரஸ்தத்தின் தலைமை அமைச்சரும்

பாண்டவர்களின் வைதிகரும் பட்டத்து இளவரசரும் இங்கு வருகிறார்கள். அவர்கள் நின்று நடத்தட்டும் இந்தத் திருமணத்தை. பிரதிவிந்தியர் வருவது யுதிஷ்டிரர் வருவதற்கு நிகர்தான் என்றார்."

பிரதிவிந்தியன் "அதெப்படி?" என்று சொல்ல சுருதசேனன் "விதுரர் அவர்கள் வரமறுத்தால் மட்டுமே அதற்கு நெறியுள்ளது என்றார். கணிகர் இன்னமும் அவர்கள் கானேகுதலிலிருந்து மீளவில்லை என்பதே நூல்முறை. இந்திரப்பிரஸ்தத்திலோ அல்லது தங்களுக்கு முடியுரிமை உள்ள பிற நிலத்திலோ அவர்கள் கோல்கொண்டு அமைந்தாலொழிய நாம் அவர்களை அரசராகக் கருதவேண்டியதில்லை, அரசு துறந்து காட்டிலிருக்கையில் மைந்தர்களை மணச்சடங்குக்கு அனுப்பும் முறைமை உள்ளது என்றார்" என்றான்.

"ஆனால் அவர்கள் உபப்பிலாவ்யத்தில் முடிசூட்டிக்கொண்டு விட்டார்களே?" என்று கருணர் சொன்னார். "அதை அங்கு எவரும் சொல்லவில்லையா?" சுருதசேனன் "விதுரர் அனைத்து வழிகளிலும் சொல்லிப் பார்ப்பவர். ஆனால் கணிகர் மிக எளிதாக அதைக் கைவீசி விலக்கிவிட்டார். உபப்பிலாவ்யத்தில் மூத்த தந்தை முடிசூட்டிக் கொண்டதை அரசுஅமர்தலென்று ஏற்கவேண்டியதில்லை, அது ஒரு நகர்கோள் மட்டுமே என்றார். அவர் முடிசூட்டிக்கொண்டபோது அவை அமர்ந்து அரிமலரிட்டு வாழ்த்திய ஷத்ரியர்கள் எவரெவர், அஸ்தினபுரியிலிருந்து அரசமுறைப்படி எவர் சென்றனர் என்று அவர் கேட்டார். நாம் இங்கிருந்து செல்லாதபோது அது முடிசூட்டல் என்று ஆகுமா என்றார். நம்மைப் பொருத்தவரை அவர்கள் இன்னும் காட்டிலேயே இருக்கிறார்கள், ஆகவே பிரதிவிந்தியர் வருகையே போதுமானது என்றார் கணிகர். அதை அவை ஏற்றுக்கொண்டது" என்றான்.

பிரதிவிந்தியன் சலிப்புடன் "என்ன செய்வது? நாமே அவர்கள் சந்தித்த இக்கட்டு ஒன்றிலிருந்து வலிந்து சென்று அவர்களை மீட்கிறோம் என்று தோன்றுகிறது" என்றான். கருணர் "இக்கணமே நாம் திரும்பிச்செல்ல வேண்டுமென்றுதான் எனக்குத் தோன்றுகிறது. நாம் வந்தது நம் இறுதி எச்சரிக்கைச் செய்தியை அரசருக்குச் சொல்லி அவர் மறுப்பாரென்றால் அதைப் போர் அறைகூவலாக மாற்றி அஸ்தினபுரியின் பேரவையில் அறிவிக்கும்பொருட்டு. இந்திரப்பிரஸ்தம் அஸ்தினபுரிக்கு இறுதிச்சொல் அளித்துள்ளது, போரென அது எழவும் கூடுமென்று பாரதவர்ஷத்தின் அரசர்கள் அனைவரும் அறியவேண்டுமென்பதற்காகவே பேரமைச்சரும் அந்தணரும் இளவரசருமாக இந்தத் தூதுக்குழு அமைக்கப்பட்டது" என்றார்.

“ஆனால் நாம் சென்று இறங்குகையில் இந்திரப்பிரஸ்தத்திலிருந்து இளவரசிக்கு சீர்வரிசையுடன் வந்த மணமங்கலக் குழு என்றே கருதப்படுவோம். நமக்களிக்கும் வரவேற்பும் நகருலாவும் அவ்வாறே காட்டப்படும்” என்றார் கருணர். சௌனகர் “ஆம், கருணர் கூறுவதும் சரியென்றே தோன்றுகிறது. நம்மை இந்தத் திருமணத்தில் பங்கேற்பதற்காக அரசர் அனுப்பவில்லை. அங்கு சென்று இறங்கினால் அத்திருமணத்தை நாம் தவிர்க்க முடியாது” என்றார். தௌம்யர் “நானும் அவ்வாறே எண்ணுகிறேன். நாம் திரும்பிச் செல்வதே முறை. மாமன்னரின் ஆணை நமக்கில்லை. நாளை அவர் எந்தப் பொறுப்பில் இதைச் செய்தீர்கள் என்று கேட்டால் மறுமொழியில்லை நம்மிடம்” என்றார்.

பிரதிவிந்தியன் சுருதசேனனை நோக்கித் திரும்ப, சுருதசேனன் “என் சொற்களைக் கேட்கிறீர்களா, மூத்தவரே?” என்றான். “மூடா, உன்னிடம் கேட்காமல் நான் எப்போதாவது முடிவெடுத்திருக்கிறேனா? அறிவிலிபோலத்தான் ஒவ்வொரு முறையும் பேசுகிறாய்” என்று பிரதிவிந்தியன் சொன்னான். “மூத்தவரே, இத்தருணத்தில் நம் தங்கையின் திருமணத்தை நம் தந்தையின் உருவாக நின்று நிகழ்த்திவைப்பது உங்கள் பொறுப்பு. எவ்வகையில் நிகழ்ந்தாலும் அவள் விரும்பிய வண்ணம் ஓர் ஆண்மகனைக் கைபிடிக்கிறாள். அது நமக்கு உவப்பூட்டுவதே” என்றான் சுருதசேனன்.

“திருமணங்களை அரசுசூழ்தலின் காய்நகர்வுகளென்று எண்ண ஷத்ரியர்கள் பயிற்றுவிக்கப்படுகிறார்கள். ஆனால் மங்கை தன் கொழுநரைக் கைப்பிடிக்கும் அத்தருணத்தில் சூழ்ந்து நின்றிருக்கும் கந்தர்வர்களுக்கோ தேவர்களுக்கோ அவ்வரசியல் சற்றும் தெரியாது. இங்கிருந்து நீங்கள் திரும்பிச்செல்வதென்பது இத்திருமணத்தை நம் குடி புறக்கணித்துச் செல்வது. கிருஷ்ணை நம் குடியால் தவிர்க்கப்படும் பிழையென்ன செய்தாள்? நமக்கும் அவளுக்குமான உறவென்பது இந்த மண்ணாலோ இதை ஆளும் செல்வத்தாலோ ஆனதல்ல, குருதியால் ஆனது. நூறாயிரம்முறை வாளால் வெட்டினாலும் நதியைத் துண்டுகளாக்க முடியாது என்பார்கள்” என்று சுருதசேனன் சொன்னான்.

“ஆம், நன்று சொன்னாய்! நான் எண்ணியதும் அதுவேதான். நீ பிறிதொன்று சொல்லமாட்டாய் என்று எனக்குத் தெரியும்” என்றபின் பிரதிவிந்தியன் சௌனகரிடம் “எந்தை சிறிய தந்தை சகதேவரின் சொல்லுக்கு அப்பால் ஒரு தருணத்திலும் எண்ணியவரல்ல. நானும் அவ்வாறே. இவன் கூறாத ஒரு முடிவை நான் எடுப்பதில்லை. இவன் கூறியவற்றுக்கு அப்பால் செல்வதுமில்லை” என்றான். சுருதசேனனிடம் “நமது படகு மணமங்கல அணிகொள்ளட்டும். படகைச் சற்று முன்னரே நிறுத்தி கரையோரத்துச் சிற்றூர்களிலிருந்து மலர்மாலைகளையும் தோரணங்களையும்

வாங்கிக்கொள்வோம். கரையிலிருந்து இசைச்சூதர்களின் ஒரு குழு வரட்டும். நம்மிடம் இருக்கும் செல்வம் அரசகுடியின் சீர்வரிசையாகப் போதுமானதல்ல, இதை வெறும் கையுறையாகவே கொண்டுவந்தோம். ஆயினும் இதையே மூத்தார் பரிசிலாக அவளுக்கு அளிப்போம்” என்றான்.

இந்திரப்பிரஸ்தத்தின் மின்கதிர்க்கொடி எழுந்து படபடக்க, மலர்மாலைகளாலும் மாந்தளிர்த் தோரணங்களாலும் அணிசெய்யப்பட்ட அரசப்பெரும்படகு மெல்ல அலைகளிலெழுந்து அஸ்தினபுரியின் துறைமேடையை அணுகியது. அதன் அகல்முகப்பில் நின்றிருந்த இசைச்சூதர்கள் கொம்புகளையும் முழவுகளையும் சங்குகளையும் மணிகளையும் முழக்கி மங்கலஇசை எழுப்பினர். படகின் கூர்முனை வந்து துறைத்தட்டில் தொட்டு நின்றது. வடங்கள் எழுந்து துறைமேடைமேல் விழுந்தன. அவற்றைப் பற்றித் தறிகளில் இழுத்துக்கட்டிய குகர்கள் ஆணைகளை உரக்கக் கூவினர். படகில் நின்றிருந்த வீரர்கள் “மணமங்கலம் நிறைவு கொள்க! மைந்தர் பொலிக! கொடிவழிகள் நீடுழி வாழ்க!” என்று வாழ்த்துக்குரல் எழுப்பினர்.

சூதர்கள் இசைமுழக்க பிரதிவிந்தியன் அரச அணிக்கோலம் பூண்டு கையில் இந்திரப்பிரஸ்தத்தின் மின்கதிர் பொறிக்கப்பட்ட கோல் ஏந்தி படகின் முகப்பில் தோன்றினான். அவனருகே அணிக்கோலம் பூண்ட சுருதசேனன் நின்றான். அவனுக்குப் பின்னால் தௌம்யரும் கருணரும் சௌனகரும் வந்தனர். படகுமேடையில் யுயுத்ஸு தலைமையில் அஸ்தினபுரியின் வீரர்கள் அணிகொண்டு நின்றனர். அஸ்தினபுரியின் அமுதகலக் கொடியை ஏந்திய கவசவீரன் இரும்புப்பரப்பின்மேல் கங்கையின் நீரொளி அலையடிக்க நடந்து வந்து முழங்காலிட்டு அமர்ந்து கொடிக்கம்பத்தைத் தரையில் ஊன்றிப் பற்றிக்கொண்டான்.

நூற்றெட்டு அணிப்பரத்தையர் ஐந்து மங்கலங்கள் கொண்ட பொற்தாலங்களுடன் ஏழு நிரைகளாக முன்னால் வந்தனர். மங்கலச் சேடியர் இருபுறமும் பிரிந்து நின்று வழிவிட, இசைச்சூதர் முழங்கியபடி வந்தனர். அரசணிக்கோலத்தில் யுயுத்ஸு கையில் அஸ்தினபுரியின் அமுதகலக்குறி பொறிக்கப்பட்ட வெள்ளிக்கோலுடன் வந்தான். யுயுத்ஸுவின் வலப்பக்கம் உபகௌரவனாகிய லட்சுமணன் அரசணிக் கோலத்தில் நடந்து வந்தான். அவனுடன் எட்டு உபகௌரவர்கள் தொடர்ந்து வந்தார்கள்.

பிரதிவிந்தியன் சுருதசேனனிடம் “அவர் யுயுத்ஸு அல்லவா?” என்றான். சுருதசேனன் “ஆம், மூத்தவரே” என்றான். “ஒருகணத்தில் வருபவர் விதுரர் என்றே எண்ணினேன்” என்று பிரதிவிந்தியன் சொன்னான்.

“அகவை ஏற ஏற மேலும் தோற்ற ஒப்புமை தெளிந்து வருகிறது. அதையே உபகௌரவர்களுக்கும் சொல்லலாம். தந்தையைப்போலவே தோள்திரண்டு உடல்பெருக்கி எழுந்திருக்கிறார்கள்.” லட்சுமணனை நோக்கி “லட்சுமணனை பார். தந்தையைப்போலவே நன்கு வடித்த தேர்போல முற்றிலும் நிகர்நிலை கொண்ட உடல். இளையவனே, இப்புவியில் நான் மிக விரும்பும் உடன்பிறந்தாரில் ஒருவன் இவன்” என்றான்.

“ஆம், அது அவ்வாறே இருக்கும்” என்று சுருதசேனன் புன்னகையுடன் சொன்னான். “ஏன்?” என்று பிரதிவிந்தியன் புருவம் சுருங்கக் கேட்டான். “நமது தந்தையின் நெஞ்சில் ஒருகணமும் நீங்காது நிலைகொள்பவரல்லவா அஸ்தினபுரியின் அரசர்?” என்றான் சுருதசேனன். பிரதிவிந்தியன் நகைத்து “உண்மை” என்றான்.

நடைமேடை நீண்டு வந்து படகைத் தொட்டது. அதைப் பொருத்திக்கட்டிய குகர்கள் இருவர் இருபுறமும் விலகி வணங்கினர். தௌம்யர் பொற்கலத்தில் கங்கை நீர் ஏந்தியபடி வலக்கால் எடுத்து வைத்து முன்னால் சென்றார். அவருடைய மூன்று மாணவர்கள் கங்கை நீரேந்திய பொற்கலங்களுடன் அவரைத் தொடர்ந்து சென்றனர். அஸ்தினபுரியின் அணிநிரையிலிருந்து ஏழு வைதிகர்கள் பொற்கலங்களில் கங்கை நீருடன் முன்னால் வந்து தௌம்யரை வரவேற்றனர். தௌம்யர் வேதம் ஓதி கங்கை நீரை யுயுத்ஸுவின் மீது தெளித்து வாழ்த்தினார். அந்தணர் குழு வலப்பக்கமாக விலகி நின்று வேதம் ஓதிக்கொண்டிருக்க, கைகூப்பியபடி பிரதிவிந்தியன் நடைபாலத்தின் மேலேறி அஸ்தினபுரியின் மண்ணில் வலக்காலெடுத்து வைத்தான்.

மலர்ந்த முகத்துடன் கைகூப்பியபடி வந்த யுயுத்ஸு “அஸ்தினபுரிக்கு குருவின் கொடிவழி வந்த இளவரசர் பிரதிவிந்தியரை வரவேற்கிறோம். அஸ்தினபுரியின் அரசர் துரியோதனர் கொடியும் கோலும் தங்கள்முன் வாழ்த்தி நிற்கிறது” என்றான். “வாழ்த்துங்கள், தந்தையே!” என்று பிரதிவிந்தியன் யுயுத்ஸுவின் கால்களைத்தொட்டு வணங்க, அவன் தலைமேல் கைவைத்து “பொன்றாப் புகழ் தொடர்க! கொடிவழிகள் வெல்க!” என்று வாழ்த்திய யுயுத்ஸு பிரதிவிந்தியனின் இரு தோள்களையும் தொட்டு அணைத்து தன் நெஞ்சோடு சேர்த்துக்கொண்டான்.

லட்சுமணன் “வணங்குகிறேன், மூத்தவரே” என்று பிரதிவிந்தியனின் கால்தொட்டு வணங்க அவன் தலையைத் தொட்டு “புகழ் சிறக்கட்டும்! அனைத்து நலன்களும் அருகணையட்டும்!” என்று வாழ்த்திய பிரதிவிந்தியன் அவனைத் தன் நெஞ்சுடன் அணைத்தான். பின்னர் இரு தோள்களிலும் கைவைத்து “அண்ணாந்து நோக்கியே உன்னிடம்

சொல்லெடுக்க வேண்டியிருக்கிறது, இளையோனே. சுதசோமனும் சர்வதனும் நீயும் நிகரான உடல் கொண்டவர்களாக இருக்கிறீர்கள்” என்றபின் பின்னால் நின்றிருந்த உபகௌரவர்களைப் பார்த்து “அத்தனை பேரும் பேருடல் கொண்டிருக்கிறீர்கள். அஸ்தினபுரியில் எந்நேரமும் அடுமனை எரிந்துகொண்டிருக்கிறதுபோலும்” என்றான். அவர்கள் நாணத்துடன் நகைத்து ஒவ்வொருவராக வந்து பிரதிவிந்தியன் கால்களைத் தொட்டு வணங்கி வாழ்த்துப் பெற்றனர். சுருதசேனன் யுயுத்ஸுவை வணங்க, தலைதொட்டு வாழ்த்தி “தந்தை தவம் செய்து ஈட்டிய அழகும் இனிமையும் தனயனாக இருப்பதனால் மட்டும் இவனுக்கு வந்துவிட்டது” என்றான்.

சௌனகரும் கருணரும் முன்னால் வர, லட்சுமணனும் இளையோரும் அவர்களை அணுகி தாள்பணிந்து வணங்கி வாழ்த்துகொண்டார்கள். “நகருலாவாக நாம் அரண்மனைக்குச் செல்கிறோம். அணித்தேர்களும் பட்டத்து யானையும் கோட்டைமுகப்பில் ஒருங்கி நிற்கின்றன. இங்கிருந்து விரைவுத்தேரில் சென்று அஸ்தினபுரிக்குள் நுழைகிறோம்” என்றான் யுயுத்ஸு. “தாங்கள் நுழைவது மூத்தவர் யுதிஷ்டிரர் நகர் நுழைவதுபோல. அஸ்தினபுரியின் குடிகள் அனைவரும் தெருக்களில் திரண்டுள்ளார்கள். இந்நாளில் முதல் மங்கலமென்பது அதுதான்.” பிரதிவிந்தியன் “ஆம், இப்போது எந்தையும் எங்கோ இருந்து இந்நகருக்குள் நுழைகிறார். என் சொற்களில் எழுந்து தன் மகளை வாழ்த்துகிறார்” என்றான்.

19

அஸ்தினபுரியின் கோட்டை கரிய கடலலை உறைந்ததுபோலத் தெரியத் தொடங்கியது. அதன் உச்சிமாடங்களில் அமைந்திருந்த முரசுகளில் ஒன்றின் தோல்வட்டத்தில் பட்ட காலையொளி அவர்கள் கண்களை வெட்டிச்சென்றது. முற்றமுகப்பில் முகபடாம் அணிந்து நின்றிருந்த பட்டத்து யானையின் உயர்ந்த மருப்பைத் தொலைவிலேயே பிரதிவிந்தியன் கண்டான். "அதன் பெயர் அங்காரகன் அல்லவா, இளையோனே?" என்று திரும்பி சுருதசேனனிடம் கேட்டான். "ஆம், ஒவ்வொரு நாளும் வளர்ந்துகொண்டிருக்கிறது" என்றான் சுருதசேனன். "நம்மை வரவேற்க அஸ்தினபுரியின் அரசர் துரியோதனரே நேரில் வந்ததற்கு இணை அது" என்று பிரதிவிந்தியன் சொன்னான். முகம் மலர்ந்து நோக்கி "மாமன்னர் ஹஸ்தியும் குருவும் நம்மை வாழ்த்துவதுபோல" என்றான்.

கங்கைக்கரையிலிருந்து அணியூர்வலமாகக் கிளம்பியபோதே பிரதிவிந்தியன் முகம் மலர்ந்து உடல் உவகையால் நிலையழிய தேர்த்தட்டில் ததும்பியவாறு நின்றான். இருபுறமும் கடந்துசென்ற காடுகளைத் திரும்பிப்பார்த்து "இனிய காடுகள்! நம் தந்தையர் சிறுவர்களாக இங்கு விளையாடியிருப்பார்கள்" என்றான். பறவைகளின் குரல்களை நோக்கி "பறவைகள் பிறந்து வளர்ந்து இறந்துகொண்டே இருக்கின்றன. அவற்றின் குரல்கள் மாறுவதே இல்லை. அவை ஒருவகை வேதங்கள் என்று நூல்கள் சொல்கின்றன. இளையோனே, நம் மூதாதையர் மைந்தர்களாகி கங்கை நீராடிக் களித்த அக்காலத்திலும் இதே பறவை ஒலிகள் மாறாது எழுந்திருக்குமல்லவா?" என்றான்.

அவனுடைய உவகைத் ததும்பலை புன்னகையுடன் பார்த்தபடி சுருதசேனன் தேர்த்தட்டில் நின்றுகொண்டிருந்தான். அவ்வாறு நிலைமீறும்போதுகூட

கற்ற நூல்களின் வரிகளே அவன் நினைவில் எழுகின்றன என்று எண்ணிக்கொண்டான். “தாங்கள் அமர்ந்துகொள்ளலாம், மூத்தவரே. அஸ்தினபுரிக்கு இன்னும் நெடுந்தொலைவு இருக்கிறது” என்றான். “என்னால் அமரமுடியவில்லை. சிறகிருந்தால் இங்கிருந்து பறந்து சென்று நகருக்குள் இறங்குவேன். இளையோனே, இந்திரப்பிரஸ்தம் எனக்கெனக் கட்டப்பட்ட நகர் என்று அன்னை என்னிடம் இளமையிலேயே சொல்லியிருக்கிறார். நானும் அவ்வாறே எண்ணி பல நூறு முறை அந்நகரைச் சுற்றி வந்திருக்கிறேன். ஆனால் அஸ்தினபுரி எனக்களிக்கும் உவகையையும் உரிமையுணர்வையும் இந்திரப்பிரஸ்தம் அளித்ததில்லை” என்றான்.

அவன் அஸ்தினபுரியை அகத்தில் கண்டுகொண்டிருக்கிறான் என முகம் காட்டியது. “இங்கு நான் ஐந்து முறையே வந்துள்ளேன். ஒவ்வொரு முறையும் அன்னைமடி நோக்கிச்செல்லும் குழவி என்றே உணர்கிறேன்” என்றான். சுருதசேனன் “ஆம், அஸ்தினபுரியே நம் அனைவருக்கும் தொட்டில்” என்றான். “எதன்பொருட்டு இந்தப் பூசல்? இந்நகரை வென்றடையத்தான் வேண்டுமா? இதில் இப்படி முறைமைப்படி நுழையும் உரிமைக்கு அப்பால் என்ன வேண்டும்?” என்றான் பிரதிவிந்தியன். “நுழைய ஒப்புதல் இல்லையென்றாலும்தான் என்ன? என்னுள் வாழும் இத்தொல்நகர் எப்போதேனும் அழியுமா என்ன?” சுருதசேனன் புன்னகைத்தான்.

யுயுத்ஸுவும் லட்சுமணனும் உபகௌரவர்களும் புரவிகளில் முன்னால் சென்றனர். அவர்களின் தேர் தொடர்ந்தது. அதற்குப் பின்னால் சேடியரும் சூதர்களும் இருந்த தேர்கள் வந்தன. சௌனகரும் தௌம்யரும் கருணரும் தனித்தனி மூடுதிரைத் தேர்களில் தொடர்ந்து வந்தனர். பிரதிவிந்தியன் “இந்த மணநிகழ்வு என்பது மேலும் உவகையூட்டுகிறது. நான் நகர் நுழைந்ததுமே மணநிகழ்வை முறைப்படி அறிவித்துவிடுவார்கள் என்று எண்ணுகிறேன்” என்றான். “கிருஷ்ணையைச் சிறுமியாகப் பார்த்திருக்கிறேன். கருமுத்து போன்றிருப்பாள். அவள் நம் அன்னையின் சிற்றுரு என்று சூதர்கள் பாடியிருக்கிறார்கள். அன்னையின் பெயரே அவளுக்கும். அன்னையைப்போலவே கனவு நிறைந்த நீண்ட விழிகள் கொண்டவள். சென்றமுறை பார்த்தபோது அவள் குழல் இடைவரை வளர்ந்திருந்து. சிறுமியாக இருப்பினும் நாணத்துடன் புன்னகைக்கவும் தலைகவிழவும் கற்றிருந்தாள். அவள் கைகளைப் பற்றிக்கொண்டு விரைந்து பேரழகியாகிக்கொண்டிருக்கிறாய் கிருஷ்ணை என்று சொன்னேன். புன்னகைத்து உடல் வளைத்தாள்.”

உரக்க நகைத்து “கௌரவர் குடியில் பெண்ணெனப் பிறப்பது நல்லூழா தீயூழா என்று தெரியவில்லை. அவள் அத்தை நூற்றுஅறுவருக்கு ஒரு தங்கை. இவள் ஆயிரத்துஒன்பதின்மரின் ஒரே இளையோள்” என்றான்.

சுருதசேனன் "அத்தனை தந்தையரும் உடன்பிறந்தாரும் கொண்டவள் ஆண் என முற்றுருக்கொண்டு அறிபவர் அவள் ஒருமுறைகூட அணுகியறியாத ஒருவர்" என்றான். பிரதிவிந்தியன் திரும்பி நோக்கி "ஆம், அது அவ்வாறே. பெண் செல்நிலத்துச் செடி" என்றபின் "அவள் பார்த்ததே இல்லையா?" என்றான். "இல்லை என்று சொன்னார்கள்" என்றான் சுருதசேனன்.

பட்டத்து யானைக்கு அருகே முத்துத்தொங்கல்கள் காற்றில் ஆட வெண்பட்டுத் திரைச்சீலைகள் நெளிய அரசத்தேர் ஏழு வெண்புரவிகள் பூட்டப்பட்டு ஒருங்கி நின்றிருந்தது. கவச உடையணிந்திருந்த நூற்றெட்டு காவலர்கள் இருபுறமும் நிரைவகுத்திருந்தனர். இசைச்சூதரும் மங்கலப்பரத்தையரும் அமர்ந்த தேர்கள் முன்னரே ஒருங்கியிருந்தன. தொலைவில் அவர்களின் அணி நெருங்குவதைக் கண்டதுமே கோட்டைமேல் முரசுகள் ஓசையிட்டன. கீழே மங்கலச் சூதர்கள் தேர்களில் எழுந்து நின்று இசை பெருக்க, அது ஒன்றுக்குள் ஒன்றென இதழ்களாக விரிந்து முகமுற்றத்தை நிரப்பியது. அங்கு கூடியிருந்த படைவீரர்கள் உரத்த குரலில் "மாமன்னர் யுதிஷ்டிரர் வாழ்க! பேரறச்செல்வர் வாழ்க! குருகுடி மூத்தோன் வாழ்க! இளவரசர் பிரதிவிந்தியன் வாழ்க! பொன்றாப்புகழ் பாண்டவமைந்தர் வாழ்க! மின்கொடி வாழ்க!" என்று குரலெழுப்பினர்.

பிரதிவிந்தியன் தேர்த்தட்டில் கைகூப்பி நிற்க, முகமுற்றத்தை அடைந்து சற்றே வளைந்து தேர் நின்றது. அங்கு காத்து நின்றிருந்த கனகர் இரு சிற்றமைச்சர்கள் சூழ கைகூப்பியபடி அணுகி வந்து "வருக இளவரசே, பேரரசர் யுதிஷ்டிரரின் சிற்றுருவென தாங்கள் இந்நகர் நுழையவேண்டுமென்று அஸ்தினபுரி கோருகிறது" என்றார். "ஆம், நான் எந்தையால் அனுப்பப்பட்ட தூதுப்பறவை. அவர் சொல் என்னிடம் உள்ளதனால் நான் அவரும் ஆவேன்" என்றான் பிரதிவிந்தியன்.

மரப்பீடம் கொண்டுவைக்கப்பட, பிரதிவிந்தியன் இறங்கி அஸ்தினபுரியின் மண்ணைத் தொட்டு சென்னிசூடியபின் இருபுறமும் நின்றிருந்த வீரர்களை நோக்கிப் புன்னகைத்து அணித்தேர் நோக்கி நடந்தான். யுயுத்ஸுவும் லட்சுமணனும் தங்கள் புரவிகளிலிருந்து இறங்கிவந்து அவன் இருபுறமும் நின்று அணித்தேரில் ஏறும்படி பணிந்து கைகாட்டினர். தேர்முகப்பில் அவன் ஏறியபின் சுருதசேனனிடம் "ஏறிக்கொள், இளையோனே" என்றான். "இல்லை மூத்தவரே, அத்தேரில் தாங்கள் மட்டும் நின்றிருப்பதே முறை" என்றான் சுருதசேனன். யுயுத்ஸு நகைத்து "நீயும் ஏறிக்கொள், மைந்தா. அருணனின்றி கதிரவன் விண்ணில் தோன்றுவதில்லை என்பார்கள்" என்றான். "ஆம், ஒருபோதும் தம்பியரின்றி மூத்த தந்தையை எவரும் பார்த்ததில்லை என்று கேட்டிருக்கிறேன். தேர்த்தட்டில் அவர் மட்டும்

நின்றால் அப்பெருங்குறையை நகர் மக்கள் உணரக்கூடும்" என்றான் லட்சுமணன்.

சுருதசேனன் சிரித்தபடி ஏறி பிரதிவிந்தியனின் வலப்பக்கம் பின்னால் நின்றுகொண்டான். கனகர் கைகாட்ட, அஸ்தினபுரியின் அமுதகலசக் கொடியுடன் கவச வீரன் கரிய புரவியிலேறி முதலில் சென்றான். இந்திரப்பிரஸ்தத்தின் மின்கதிர்க் கொடியுடன் பிறிதொரு வீரன் குதிரையில் அவனைத் தொடர்ந்தான். மங்கலப்பரத்தையர் ஏறிய தேர் மலர்களை வீசியபடி செல்ல, அதைத் தொடர்ந்து இசைச்சூதர்களின் தேர்கள் சென்றன. கவச உடையணிந்த வீரர்களின் நிரை உருகிய வெள்ளிப்பெருக்கென செல்ல, தொடர்ந்து மாலையின் பதக்கம் எனப் பட்டத்து யானை மருப்பசைத்து உடல் ஊசலாட்டிச் சென்றது. அதன் மேல் அமர்ந்திருந்த வீரர்கள் மங்கலமுரசை ஒலித்து கொம்பூதியபடி சென்றனர்.

நான்கு நிரைகளாக அணியுடை அணிந்த காவலர் மின்னும் படைக்கலம் ஏந்திச்செல்ல அதன்பின் பிரதிவிந்தியனின் தேர் சென்றது. தொடர்ந்து யுயுத்ஸுவும் லட்சுமணனும் புரவிகளில் சென்றனர். தௌம்யரும் கருணரும் சௌனகரும் சென்ற தேர்களுக்குப்பின் மேலும் அஸ்தினபுரியின் படைநிரை தொடர்ந்தது. அணிநிரை சற்று வளைந்தபோது சுருதசேனன் அதன் நீண்ட வளைவின் மறுமுனையில் வந்துகொண்டிருந்த சீர்வரிசை கொண்ட ஏழு வண்டிகளைப் பார்த்தான். பொன் இருந்த வண்டியில் குபேரனின் கொடியும் மங்கலப்பொருட்கள் இருந்த வண்டிகளில் கங்கையின் கொடியும் பறந்தன.

அவர்களின் அணிவரிசை நகருக்குள் நுழைந்ததும் உள்முற்றத்தில் தலைகளும் உடல்களுமெனச் செறிந்திருந்த அஸ்தினபுரியின் நகர்மக்களிடமிருந்து வாழ்த்தொலி எழுந்து கோட்டைச்சுவர்கள் நடுக்குற்றன. "அறம் மீள்க! பேரறத்தான் நகர் மீள்க! என்றுமுள குருவழி வெல்க! மின்கதிர்க்கொடி எழுக! ஐவருக்கும் முதல்வன் நகரை அணி செய்க! யுதிஷ்டிரர் வெல்க! பிரதிவிந்தியன் வெல்க!" என்று வாழ்த்திக் கூச்சலிட்டனர். களிவெறிகொண்ட மக்கள் இருபுறமும் தங்கள் மேலாடைகளையும் தலைப்பாகைகளையும் தூக்கிக் காற்றில் வீசி ,கைவிரித்துக் குதித்து, பித்துகொண்டாடினர். புடைத்த நரம்புகளுடன் தொண்டைகள் அதிர்ந்தன. பிதுங்கிய விழிகளும் விரிந்த பற்களுமாக முகங்கள் ஒவ்வொன்றும் தெய்வம் கொண்டிருந்தன.

தேர்த்தட்டில் நின்ற பிரதிவிந்தியன் முதலில் பேருவகையுடன் கொந்தளித்த முகங்களைப் பார்த்தான். பின்னர் அவன் கைகால்கள் நடுங்கத் தொடங்கின. "இளையோனே, ஒவ்வொருவரும் வெறி கொண்டிருக்கிறார்கள்" என்றான். "ஆம் மூத்தவரே, அவர்கள்

நம் தந்தையைப் பார்க்கிறார்கள்" என்றான் சுருதசேனன். "இந்த உணர்வெழுச்சியை என்னால் தாள இயலவில்லை. இதற்கு இலக்காகும் அளவுக்கு நான் பெரியவனல்ல" என்றான். "இது நாம் கொள்ளும் ஓர் அவைநடிப்பு. இங்கு நீங்கள் பிறிதொருவரென தோன்றுகிறீர்கள். அவ்வாறே நின்றிருங்கள்" என்றான் சுருதசேனன். "என்னால் இயலவில்லை. தன் ஆத்மாவில் ஒரு துளியையாவது அளிக்காமல் எவரும் நடிக்க இயலாது. இத்தனை உள்ளங்கள் எண்ணும் அப்பேரறத்தானாக என்னை எண்ணுவதே பதறவைக்கிறது. நான் எளியவன். சிறுமைகளும் ஐயங்களும் விழைவுகளும் கொண்டவன்" என்றான் பிரதிவிந்தியன்.

"மூத்தவரே, தங்கள் முகம் துயர்கொண்டிருக்கிறது. அது மலர்ந்திருக்கட்டும்" என்று சுருதசேனன் சொன்னான். பிரதிவிந்தியன் "அத்தனை பேராலும் வணங்கப்படும் தெய்வமென நின்றிருத்தல் மானுடருக்கு இயல்வதல்ல. ஆகவேதான் கருவறைகளில் கல்லை வைக்கிறார்கள்" என்றான். தேர்த்தட்டைப் பற்றிய கைகள் நடுங்க "இளையவனே, நான் விழுந்துவிடுவேன்" என்றான். அவன் உடல் வியர்வையில் பளபளத்தது. "அமருங்கள்" என்றான் சுருதசேனன். பிரதிவிந்தியன் தலைசுழன்ற தடுமாற்றத்துடன் பீடத்தில் அமர்ந்தான்.

தெருக்களெங்கும் சூழ்ந்துநின்ற பெண்கள் கைநீட்டிக் கதறி அழுதனர். நெஞ்சில் அறைந்து கூச்சலிட்டனர். நிலத்தில் அமர்ந்து மண்ணை அறைந்தும் அம்மண்ணை அள்ளித் தங்கள் நெற்றியில் அணிந்தும் விழிபெருக்கினர். உப்பரிகைகளில் திண்ணைகளில் காவல்மாடங்களின் விளிம்புகளில் எங்கும் தங்களை மறந்து கதறி கூவி கலுழ்ந்து கொப்பளிக்கும் மானுடர். அவர்களின் அழுகையால் இருபுறமும் எழுந்த மாளிகை நிரைகள் அனைத்தும் மெழுகென உருகி வழிவதுபோலத் தோன்றியது. மரங்களின் இலைகள் ஒவ்வொன்றும் துடிதுடித்து அவ்வழுகையைத் தாங்களும் எழுப்பின.

பிரதிவிந்தியன் மெல்ல நிமிர்ந்தான். பின்னர் எழுந்து இரு கைகளையும் கூப்பியபடி சிலைபோல் நின்றிருந்தான். அஸ்தினபுரியின் உள்கோட்டை முகப்பில் அவர்கள் அணிநிரையைக் கண்டதும் முரசொலிகள் எழுந்தன. "அணுகிவிட்டோம்" என்றான் சுருதசேனன். மெல்ல உடல் தளர்ந்து பிரதிவிந்தியன் திரும்பி "இளையோனே, இப்போது அறிந்தேன். இங்கு நின்றிருத்தல் மிக எளிது" என்றான். சுருதசேனன் அவனை நோக்க "அவர்களால் வணங்கப்படுபவன் என்று எண்ணுகையில் நம் கால் தளர்கிறது. ஆனால் இங்கு சூழ்ந்து கைகூப்பிக் கண்ணீர்விடும் இம்மானுடப் பெருக்கு ஒரு பெருந்தெய்வம் என்றும், அதன் முன் கைகூப்பி நின்றிருக்கும் எளிய அடியவன் மட்டுமே நான் என்றும் எண்ணும்போது நம் அகம் நிறைவுகொள்கிறது. நம்மைக் காக்கவும்

வழிநடத்தவும் தெய்வம் ஒன்று இதோ ஓங்கி நிற்கிறது என்று உணர்கையில் எழும் நம்பிக்கையும் நிறைவும் நம்மை ஆற்றல் கொண்டவர்களாக்குகிறது” என்று பிரதிவிந்தியன் சொன்னான்.

“இவர்கள் உருகி அழுவது என்னையோ எந்தையையோ எண்ணி அல்ல” என்று அவன் தொடர்ந்தான். “அறமென இவர்கள் நம்பும் ஒன்றை மானுட உருவென ஆக்கி எங்களுக்கு அளிக்கிறார்கள். அது இத்தருணத்தில் நான். நேற்று என் தந்தை. முன்நாளில் யயாதி, பரதன், ஜனகன், ராகவ ராமன். இளையோனே, நாளை பிறிதொருவர். என்றும் இம்மண்ணில் எவரோ அவ்வுருக் கொண்டிருப்பர். தான் கொண்டிருக்கும் அவ்வுரு உருவற்று இங்கு நின்று ஆளும் மாறா நெறியொன்றின் மாற்றுருவே என்று அவன் உணர்ந்தான் என்றால் அடியவனாவான். அப்பணிவால் நிகரற்ற ஆற்றல் பெற்றவனாவான்.”

அவர்களின் தேர் அஸ்தினபுரியின் அரண்மனைக்குள் சென்று முகப்பு முற்றத்தில் நின்றது. அங்கு விதுரர் அவர்களுக்காகக் காத்திருந்தார். அஸ்தினபுரியின் மங்கல இசைச்சூதரும் தாலமேந்திய சேடியரும் சூழ நின்றனர். தேரிலிருந்து இறங்கிய பிரதிவிந்தியன் சென்று அவர் காலடியை வணங்கினான். வாழ்த்துச் சொற்களை ஓசையின்றி முணுமுணுத்தபடி கண்களில் நீர் வழிய அவனை அள்ளித் தன் நெஞ்சோடு அணைத்துக்கொண்டார் விதுரர். தன்னை வணங்கிய சுருதசேனனைப் பிறிதொரு கையால் தோளோடு அணைத்துக்கொண்டார். மங்கல இசையும் குரவையொலியும் எழ ஏழு வைதிகர்கள் முன்னால் வந்து நீர்தெளித்து அவர்களை வாழ்த்தி வரவேற்றனர்.

சௌனகரை நோக்கி விதுரர் இரு கைகளையும் நீட்ட, சௌனகர் கண்ணீருடன் பாய்ந்து சென்று அணைத்துக்கொண்டார். அவர்கள் மேலும் மேலும் தழுவி இறுக்கிக்கொண்டனர். பெருமூச்சுகளும் கண்ணீருமாக மெல்லத் தளர்ந்ததும் தௌம்யரை நோக்கிக் கைகூப்பி “மீண்டும் இந்நகரில் நாங்கள் ஆற்றிய வேள்விப்பயன் அனைத்தும் நகர் புகுந்திருக்கிறது, தௌம்யரே” என்றார் விதுரர். தௌம்யர் புன்னகையுடன் “இந்நகரிலிருந்து என்றும் நான் விலகியதே இல்லை என்று உணர்கிறேன், அமைச்சரே” என்றார்.

சௌனகர் “ஆம், நுழைந்த முதற்கணம் நான் அதையே உணர்ந்தேன். இந்நகரையே செல்லுமிடங்களிலெல்லாம் நடித்துக் கொண்டிருந்திருக்கிறேன். இங்குதான் வாழ்கிறேன்” என்றார். “உங்கள் சொற்கள் இங்கு எப்போதும் ஒலித்துக்கொண்டிருக்கின்றன, அமைச்சரே” என்றார் விதுரர். “ஒவ்வொரு முறையும் அரசுசூழ்கையில் கேளா ஒலியாக உங்கள் எண்ணத்தையும் நான் உணர்வதுண்டு. உங்கள்

சொல்லில் முளைத்த ஒரு சிற்றமைச்சர் நீங்கள் சொல்லக்கூடிய ஒன்றை அவையுரைப்பதும் வழக்கம். உங்கள் மூதாதையரால் வழிநடத்தப்பட்டது இவ்வரண்மனை. இக்கொடிவழி இருக்கும் வரை உங்கள் குடிகளும் குடித்தொடரும் உடனிருக்கும்" என்றார்.

சௌனகர் "அந்தணர் தெருவுக்குச் சென்று அங்குள்ள என் சிற்றில்லத்தின் மண்திண்ணையில் அமரவேண்டும். உண்மையில் அஸ்தினபுரிக்குத் தூது செல்லவேண்டும் என்று அரசர் சொன்னபோது என் உள்ளத்தில் எழுந்ததே எனது அச்சிற்றில்லம்தான்" என்றார். தௌம்யர் "எனக்கென்று அமைக்கப்பட்ட தவக்குடில் இந்நகரின் மேற்கு எல்லையில் உள்ளது. அங்கு என் மாணவர் எழுவர் இப்போதும் உள்ளனர். இன்றிரவு நான் அவர்களுடன் அமரவேண்டும்" என்றார்.

"அரண்மனைக்கு வருக, சான்றோரே!" என்று அவர்களை விதுரர் அழைத்துச்சென்றார். விதுரர் "நேராகவே நாம் அவைக்குச் செல்கிறோம், இளவரசே" என்றார். "அங்கு தங்களுக்காக அரசரும் பேரரசரும் பிதாமகரும் ஆசிரியர்களும் காத்திருக்கிறார்கள். வருக!" எனத் தோள்பற்றி அழைத்துச் சென்றார். யுயுத்ஸுவும் லட்சுமணனும் அவர்களைத் தொடர்ந்தனர்.

அஸ்தினபுரியின் அவைக்கூடத்தை அவர்கள் நெருங்குகையில் அங்கு நின்றிருந்த இசைச்சூதர் இசையெழுப்பினர். வீரர்கள் சேர்ந்த முழக்கமாக வாழ்த்தொலி எழுப்பினர். பிரதிவிந்தியனை அணைத்து அழைத்துச் சென்ற விதுரர் "வருக இளவரசே, இது தங்கள் அவைக்கூடம்" என்று உள்ளே செல்லக் கைகாட்டினார். பிரதிவிந்தியன் திரும்பி சுருதசேனனைப் பார்த்தபின் கண்மூடி ஒருகணம் வேண்டிக்கொண்டு உணர்வெழுச்சியால் அழுவதுபோல மாறிவிட்ட முகத்துடன் கைகூப்பியபடி அவைக்குள் நுழைந்தான்.

அவனுக்கு வலப்பக்கம் சுருதசேனனும் இடப்பக்கம் லட்சுமணனும் நடந்தனர். அவர்களுக்குப் பின்னால் விதுரரும் யுயுத்ஸுவும் செல்ல, தொடர்ந்து தௌம்யரும் கருணரும் சௌனகரும் சென்றனர். பிரதிவிந்தியன் அவை நுழைந்ததும் பீடங்களில் அமர்ந்திருந்த குடிகளும் படையினரும் வணிகரும் ஒற்றை அலையென எழுந்து அவனை வணங்கினர். "அறச்செல்வர் அவைபுகுக! யுதிஷ்டிரர் வாழ்க! குருகுலத்து மைந்தர் பிரதிவிந்தியன் வாழ்க!" என்று வாழ்த்தொலிகள் எழுந்தன. அவையிலும் பலர் விழிநீர் வழிய விம்மிக்கொண்டிருந்தனர்.

கைகூப்பியபடி அவை நடுவே வந்து மும்முறை தலைவணங்கிய பிரதிவிந்தியன் பீஷ்மரை அணுகி எட்டுறுப்புகளும் நிலம்தொட விழுந்து வணங்கினான். அவர் குனிந்து அவன் தலையை மெல்லத் தொட்டார்.

பிரதிவிந்தியன் எழுந்து "தங்களைப் பணியும் பேறுபெற்றேன், பிதாமகரே" என்றான். அவருடைய ஒரு கண் சற்று கீழிறங்கி அதில் மட்டும் நீர் நிறைந்திருந்தது. மேலும் மெலிந்து மேலும் உயரம் கொண்டதுபோல் தோன்றினார். முகத்தில் மாறாத துயர் ஒன்று தங்கியிருப்பது போலிருந்தது. தாடியிலும் குழலிலும் மயிர் பெருமளவு உதிர்ந்து, கண்கள் பழுத்து, கீழிமைத் தசைகள் வளையங்களாகத் தொய்ந்து, வாய் முழுமையாக உள்ளடங்கி, கழுத்தும் தோள்களும் வற்றி தொன்மையான ஓவியங்களில் தெரியும் அருந்தவத்தில் உடலுருகிய முனிவர் போலிருந்தார்.

சுருதசேனன் வணங்கியபோதும் அவர் விழிகள் எவ்வுணர்ச்சியும் காட்டவில்லை. வாழ்த்தியபோது முகம் கனிவுகொள்ளவும் இல்லை. ஒவ்வாமையுடன் விலகி நிற்பவர்போல பிறிதெங்கிருந்தோ வந்து அனைத்தையும் திகைப்புடன் நோக்குபவர்போலத் தோன்றினார். துரோணர் அவர்கள் வணங்கியபோது "வெற்றியும் சிறப்பும் கொள்க!" என்று வாழ்த்தினார். கிருபரை வணங்கியபிறகு பிரதிவிந்தியன் அவையில் அமர்ந்திருந்த சகுனியை அணுகிக் கால்தொட்டு சென்னிசூடினான். "வெல்க! நிறைக!" என அவர் வாழ்த்தினார். கணிகரை வணங்கிவிட்டு அவைமேடை நோக்கிச் சென்றான்.

மேடையில் அவன் ஏறுவதற்கு முன்னரே துரியோதனன் எழுந்து நின்றுவிட்டிருந்தான். அவன் துரியோதனனை அணுகி கால்களைத் தொட்டுத் தலைகொண்டான். துரியோதனன் அவன் தோள்களைப்பற்றி எழுப்பி "வெற்றியும் சிறப்பும் கொள்க! குடிவழிகள் பொலிக!" என்று வாழ்த்தியபின் தன் பெரிய கைகளால் அவன் தோள்களை வளைத்து இறுக்கிக்கொண்டான். சுருதசேனன் வந்து கால்தொட்டு வணங்க, அவனை வாழ்த்திப் பிறிதொரு கையால் உடல் சேர்த்துக்கொண்டான்.

அவை தொடர்ந்து வாழ்த்தொலி எழுப்பியபடியே இருந்தது. துரியோதனன் அமர்ந்ததும் வாழ்த்தொலிகள் மெல்ல அமைந்தன. இருவரையும் இரு பக்கமும் நிறுத்தியபடி "மீண்டும் ஓர் இனிய நாள். இந்த அவை என் இரு மைந்தரால் புத்தழகு கொள்கிறது" என்று துரியோதனன் சொன்னான். விதுரர் "இன்றே அவையில் இளவரசி கிருஷ்ணையின் மணநிகழ்வை முறைப்படி அறிவித்துவிடலாம் என்று எண்ணுகிறேன். கன்னிக்கு மூத்த உடன்பிறந்தானாக நின்று இளவரசர் பிரதிவிந்தியன் மண ஓலையை இந்த அவையில் அறிவிக்கவேண்டும்" என்றார்.

பிரதிவிந்தியன் அவையை நோக்கிக் கைகூப்பி "ஆம், அதன்பொருட்டே இந்நகர் நுழைந்திருக்கிறோம். என் மூதாதை தெய்வங்கள் இத்தருணத்தை எனக்கு அச்செயலுக்காகவே அளித்தன" என்றான். அவையிலிருந்த அஸ்தினபுரியினர் கைகளைத் தூக்கி அவனை வாழ்த்தினர்.

20

அணியறைக்குள் ஓசையற்ற காலடிகளுடன் நுழைந்த சுருதசேனன் மெல்ல அருகணைந்து “அனைவரும் சித்தமாகிவிட்டனர், மூத்தவரே” என்றான். தாழ்ந்த பீடத்தில் தலை அண்ணாந்து கால்நீட்டி அமர்ந்திருந்த பிரதிவிந்தியனின் குழற்கற்றைகளை மென்மெழுகும் நெய்யும் சேர்த்து சிறு தூரிகையால் நீவி வேய்ங்குழல்களில் சுற்றிச் சுருள்களென ஆக்கிக்கொண்டிருந்த ஆணிலிச் சமையர்களில் ஒருவர் “இன்னும் சற்று பொழுது...” என்றார். “நெடுநேரமாயிற்று” என்று விழிகளில் மட்டும் சினத்துடன் சுருதசேனன் சொன்னான். “குழற்கற்றைகளைச் சுருட்டுவது எளிதல்ல. அவைநிகழ்வு முடிவதற்குள் அவை தங்கள் உருமீண்டுவிட்டால் அழகற்றவையாகிவிடும். சற்று பொறுங்கள்” என்று முதுசமையர் சொன்னார்.

இரண்டு ஆணிலிகள் பிரதிவிந்தியனின் காலணியைத் தூய்மை செய்துகொண்டிருந்தார்கள். சுருதசேனன் பின்னகர்ந்து அங்கிருந்த சிறிய பீடத்தில் அமர்ந்தபடி பிரதிவிந்தியனை நோக்கிக்கொண்டிருந்தான். முதுசமையர் விழிகளில் சிரிப்புடன் “சமையம் படிப்படியாகவே நிகழமுடியும். எங்களைவிட எத்தனை சோம்பல்கொண்ட சமையர் காலதேவன்!” என்றார். அவருடைய உதவியாளர்கள் இருவர் அவனை நோக்கிப் புன்னகை செய்தனர். “அதிலும் நாங்கள் அழகூட்டுகிறோம். அவர் அழகை அழிக்கிறார்” என்றார் ஆணிலி. சுருதசேனன் விருப்பமில்லாமல் புன்னகை செய்தான்.

பிரதிவிந்தியன் விழிகளைத் திறக்காமலேயே “இளையோர் அனைவரும் வந்துவிட்டார்களா?” என்று கேட்டான். “ஆம் மூத்தவரே, முற்கூடத்தில் உங்களுக்காகக் காத்திருக்கிறாகள்” என்று சுருதசேனன் சொன்னான்.

“யௌதேயன் நலமடைந்துவிட்டானா?” என்றான் பிரதிவிந்தியன். சுருதசேனன் “ஆம், அவர் அணிக்கோலத்தில் வந்திருக்கிறார்” என்றான். சுருதசேனனை நோக்கி சற்றே முகம் திருப்பி “அவன் நடக்கையில் முகத்தில் வலிச் சுளிப்புகள் ஏதேனும் ஏற்படுகின்றனவா? அமர்கையில் புன்னகை மாறாதிருக்கிறதா?’ என்றான் பிரதிவிந்தியன்.

சுருதசேனன் ஒருகணம் கழித்து “அவர் படியிறங்குகையில் வலி தெரிந்தது” என்றான். “ஆம், மூத்தயாதவரின் கை அத்தனை பெரியது, களிற்றுத் துதிக்கைபோல” என்றபின் “அவன் நெடுநேரம் அவையில் நிற்க வேண்டியதில்லை. இங்குள்ள சிற்றமைச்சர் எவரிடமேனும் முன்னரே சொல்லி வை. அரைநாழிகைப் பொழுதுக்குப்பின் இயல்பாக அவர் வந்து அவனை அழைத்துச்சென்று தனி இருக்கையில் அமரச்செய்யட்டும்” என்றான் பிரதிவிந்தியன். சுருதசேனன் “சரி” என்றான். “ஆனால் அவன் உடல்நலம் குன்றியிருக்கிறான் என்று தெரியும்படி அது அமையக்கூடாது” என்றான் பிரதிவிந்தியன். “ஆணை” என்று சுருதசேனன் சொன்னான்.

“மூத்தவர் எப்படி இருக்கிறார்?” என்று பிரதிவிந்தியன் மீண்டும் கேட்டான். புரிந்துகொண்டு “விருஷசேனர் நன்கு தேறிவிட்டார், அவரிடம் எந்த வலிச்சுளிப்பும் தெரியவில்லை” என்றான் சுருதசேனன். “வலி இருந்தாலும் அதை உடல் வெல்ல களத்தில் பயிற்றுவித்திருப்பார்கள். மல்லர்கள் உடலை விலங்குக்கு நிகரானதாக ஆக்கிக்கொண்டிருக்கிறார்கள்” என்று பிரதிவிந்தியன் சொன்னான். “அவர்களின் உடலில் உள்ளமில்லை. அதை அகற்றுவதே பயிற்சி. ஆகவே வலி தசைகளில் மட்டும்தான்.” அவன் கைகளைச் சமையர் மெல்லத் தூக்க அதற்குத் தன் தோள்களை ஒப்புக்கொடுத்தபடி பிரதிவிந்தியன் விழிமூடினான்.

சுருதசேனன் “நாம் அவைநுழையும் பொழுது அணுகிவருகிறது, மூத்தவரே” என்றான். “இப்போது முடித்துவிடுவார்கள்” என்றான் பிரதிவிந்தியன். “முதல் நாழிகையிலேயே அணிசெய்கை முடிந்துவிட்டது. மூன்று நாழிகையாக அதைச் செப்பம் செய்கிறார்கள்” என்று சுருதசேனன் சொன்னான். “ஆம், உருமாற்றிக்கொள்வது எளிது. அவ்வுரு இவர்கள் கையில் இருந்து எழுவது. அவ்வுருவுடன் ஒவ்வொரு உடலும் ஒவ்வொரு வகையில் முரண்படுகிறது. அம்மீறல்களைத் தொட்டு எடுத்து இவ்வுருவுக்குள் அடக்குவதுதான் சமையக்கலை. அத்தனை கலைகளும் இயற்கை கொள்ளும் வடிவின்மையுடன் கலைஞன் நிகழ்த்தும் போர்கள்தான்...” முதுசமையர் “முடிவிலாதவை, முடிவில் தோற்பவை” என்றார். துணைச்சமையர்கள் புன்னகைத்தனர்.

பிரதிவிந்தியன் கைகாட்டி “இப்போது முடித்துவிடுவார்கள்” என்றான். சுருதசேனன் ஒருகணம் சொல்லெடுக்க நினைத்து, அதைத் தன்னுள்

அடக்கி, எழுந்து தலைவணங்கி “நான் இதோ வருகிறேன், மூத்தவரே” என்று சொல்லி “விரைக!” என முதுசமையரிடமும் கூறிவிட்டு வெளியே சென்றான். இடைநாழியினூடாகச் சென்று மாடிப்படிகளில் இறங்கி கூடத்தை அடைந்தபோது அவனுடைய காலடி ஓசைகளைக் கேட்டு அங்கிருந்த அனைவரும் திரும்பி நோக்கினார்கள்.

சத்யசேனனும் சித்ரசேனனும் இயல்பாகவே எழுந்து நிற்க, யௌதேயன் பீடத்தின் கைப்பிடியைப் பற்றியபடி எழமுயன்று வருவது அவன்தான் என்று தெரிந்ததும் சாய்ந்து அமர்ந்தான். விருஷசேனன் “என்ன செய்கிறார் இளவரசர்?” என்றான். “அவை நுழைவுக்குரிய அணிகொள்ளல். இன்னமும் பட்டத்து இளவரசர் அவர் உடலிலிருந்து முழுமையாக வெளிவரவில்லை” என்று சுருதசேனன் சொல்ல விருஷசேனன் புன்னகைத்து “அவர் தந்தையும் அவ்வாறே அணிகொள்வதில் விருப்பம் மிகுந்தவர் என்று கேட்டிருக்கிறேன்” என்றான். “இங்கே பேரரசர் அணிகொள்வதன்பொருட்டு எத்துயரையும் கொள்வார், எத்தனை காலச்சுமையையும் தாங்குவார்.”

யௌதேயன் “அரசத்தோற்றம் என்பது பல்லாயிரம் விழிகளுக்கு முன் நம் உடலைக் கொண்டுவைப்பது. முறையாக அணி செய்வது தேவைதான். நோக்கும் குடிகள் உள்ளத்தில் குறை தோன்றக்கூடாது” என்றான். விருஷசேனன் “தோற்றப்பொலிவால் எவரும் அரசாவதில்லை” என்றான். சர்வதன் “ஆம், ஆனால் அரசர் என்பது ஒரு தோற்றமே” என்றான். விருஷசேனன் அவன் என்ன சொல்கிறான் என்பதைத் திகைப்புடன் நோக்கிவிட்டு பின்பு புன்னகைத்தான். சத்யசேனன் “நமக்கு இன்னும் பொழுதில்லை. ஏற்கெனவே இருமுறை கனகர் வந்து நாம் சித்தமாகிவிட்டோமா என்று கேட்டிருக்கிறார்” என்றான்.

மீண்டும் மேலேறி அணியறைக்குச் சென்று பிரதிவிந்தியனை விரைவுபடுத்தலாமா என்று எண்ணிய சுருதசேனன் அது உடனே திரும்பிச்செல்வதாக ஆகிவிடும் என்று தயங்கினான். பொழுதை நீட்டும்பொருட்டு “இதோ வருகிறேன்” என்றபடி கூடத்தைக் கடந்து முற்றத்தில் இறங்கினான்.

அஸ்தினபுரியின் விருந்தினர்களுக்கு ஒதுக்கப்பட்டிருந்த பதினெட்டு மாளிகைகளின் முற்றங்களில் படாம் அணிந்த யானைகளும் திரைகள் நெளிந்த தேர்களும் அணிசூடிய புரவிகளும் பட்டு மஞ்சல்களும் வெள்ளிப் பல்லக்குகளும் புத்தாடை அணிந்த பணியாளர்களும் கவச உடையணிந்த வீரர்களுமென ஒளியும் வண்ணங்களும் நெரிபட்டன. கூட்டத்தால் முன்னும் பின்னும் அலைக்கழிக்கப்பட்ட யானை ஒன்று துதிக்கையைச் சற்றே தூக்கிப் பிளிறியது. முற்றத்தில் நின்றிருந்த புரவி

காணா சரடால் ஆட்டுவிக்கப்படுவதுபோல் உடலை ஊசலாட்டியபின் செருக்கடித்தது.

அப்பால் புஷ்பகோஷ்டத்திற்குச் செல்லும் இணைப்புமுற்றத்தில் சூதர்களின் பெருநிரை ஒன்று இசைக்கலங்களுடனும் பித்தளையாலான அவைக்கோல்களுடனும் சென்றுகொண்டிருந்தது. அவர்கள் அனைவரும் வண்ண உடையணிந்து பெரிய தலைப்பாகைகளை அணிந்திருந்தார்கள். விழி தொடும் தொலைவில் தெரிந்த அத்தனை பேருமே புத்தாடையும் புதியவையென துலக்கப்பட்ட படைக்கலங்களும் கொண்டிருந்தனர்.

தொலைவில் மாளிகையொன்றின் படிகளில் வண்ண வழிவென இறங்கிவந்த அணிச்சேடியரின் திரளொன்று முற்றத்தில் நின்றிருந்த கூட்டத்தின் நடுவே நீருள் வண்ணப்பெருக்கென கலந்து இழைபிரிந்தது. அவர்களின் சிரிப்பொலிகளையும் அணியோசைகளையும் அங்கிருந்தே கேட்க முடிந்தது. மிகத் தொலைவில் காவல்மாடத்தில் எரியம்பொன்று எழுந்து வானில் வெடித்து ஒளி மலரென விரிந்து அணைந்தது. தொடர்ந்து கீழிருந்து பிறிதொரு வண்ணத்தில் ஒரு மலர் வெடித்து மறைந்தது. கொம்புகள் ஒன்றையொன்று தொடுத்துக்கொண்டு நீளொலியாகக் கூவி அடங்க, தொடர்ந்து இடியோசையென தெற்குக் கோட்டைமுகப்பில் பெருமுரசம் முழங்கியது.

அங்கிருந்த கொற்றவை ஆலயத்தில் இருந்து தூநீரும் அடிமலரும் அந்தணர்களாலும் ஆலயக் காப்பாளர்களாலும் ஊர்வலமாகக் கொண்டுவரப்படுகின்றன என்று சுருதசேனன் எண்ணினான். முதற்புலரியிலிருந்தே அஸ்தினபுரியின் அனைத்து ஆலயங்களிலிருந்தும் நீர்மலர் கொண்டுவரும் அணிநிரைகள் அரண்மனை நோக்கி வந்துகொண்டிருந்தன. பேரவையின் முகப்பிலிருந்த பெருமுற்றத்தில் ஒவ்வொரு ஆலய நிரைக்கும் அவர்களுக்கான இடம் ஒதுக்கப்பட்டிருந்தது. ஆலயப் பல்லக்குகள் வந்து வரிசையாக நின்றிருக்க, அரண்மனை நோக்கி அத்தனை தெய்வங்களும் விழிநட்டுக் காத்திருந்தனர்.

கனகர் மூச்சிரைக்க இடைநாழியினூடாக ஓடிவந்து அவனைப் பார்த்து "கிளம்பிவிட்டீர்களா? விதுரர் மூன்றுமுறை கேட்டுவிட்டார்" என்றார். "வந்துகொண்டிருக்கிறார்கள் என்று சொன்னேன். சினம்கொண்டு நானே செல்கிறேன் என்றார். நான் அழைத்துவருகிறேன் என ஓடிவந்தேன்." "இதோ முடிந்திருக்கும், அழைத்து வருகிறேன்" என்றபின் சுருதசேனன் கூடத்திற்கு வந்து எவரையும் நோக்காமல் படிகளில் ஏறி மேலே சென்றான். விருஷசேனன் "நம் உடலை நாம் விரும்புவதற்கு அளவில்லை. அது நம்முள் இருக்கும் வடிவை ஒருபோதும் அடைவதில்லை" என்றான்.

சர்வதன் "நானும் வருகிறேன்" என்றபடி எழுந்து ஓசைமிக்க காலடிகளுடன் படிகளிலேறி அவன் பின்னால் வந்தான். "மூத்தவரே,

நீங்கள் களியாட்டாக ஏதேனும் சொல்லிவிடுவீர்கள். மூத்தவரின் இயல்பை அறிவீர்கள் அல்லவா? அவருக்கு நகையாட்டுகள் நேரடியான உளச்சீண்டல்களாகவே தோன்றும்" என்றான் சுருதசேனன். "ஆம், தந்தையும் மைந்தரும் நகைக்கத் தெரிந்தவர்கள். ஆனால் அந்நகைப்பு நூல்களில் இருந்தாகவேண்டும் அவர்களுக்கு" என்று சர்வதன் சொன்னான். "தொடங்கிவிட்டீர்கள், அருள்கூர்ந்து தாங்கள் உடன் வந்து பேசாமல் நின்றால் போதும். நானே சொல்லிக்கொள்கிறேன்" என்று சுருதசேனன் சொன்னான்.

"நான் எப்போதுமே உண்மையை மட்டும் சொல்பவன், எவரையும் இளிவரலுக்குள்ளாக்குவதில்லை" என்றபடி சர்வதன் உடன் வந்தான். "உங்கள் தந்தை உங்களை சார்வாகன் என்று அழைக்கிறார்" என்றான் சுருதசேனன். "அது என் ஆசிரியரால் இடப்பட்டது. என்னிடம் அவர் தெய்வம் எங்குள்ளது எனக் கேட்டார். நான் ஐயமின்றி அறிந்ததை அஞ்சாமல் சொன்னேன், அன்னத்தில் மட்டுமே என்று. அதை எப்படி வழிபடுவாய் என்றார். சமைப்பதே வழிபாடு, உண்பதே ஊழ்கம் என்றேன். சார்வாகர் என அழைக்கத் தொடங்கிவிட்டார்." சுருதசேனன் "அப்பெயரே மேலும் பொருத்தம்" என்றான்.

அவர்கள் மீண்டும் அணியறைக்குள் நுழைந்தபோது அங்கு ஒருக்கங்கள் முடிவடைந்திருக்கவில்லை. சுருதசேனன் எரிச்சலுடன் எடுத்த சொல்லை வென்று குரல்பணிந்து "மூத்தவரே, இனியும் பொழுதில்லை. பிந்தினால் ஒருவேளை விதுரரே இங்கு வந்துவிடக்கூடும்" என்றான். முதுசமையர் "இன்னும் சில கூந்தலிழைகள்தான்" என்றார். "இவர் பேருருவர்... இவரை அணிசெய்ய வாய்ப்புண்டா?" என்று சர்வதனை நோக்கிக் கேட்டார். "அணியினூடாகச் சிற்றுருவர் ஆக விழையவில்லை" என்றான் சர்வதன். சமையர் நகைத்தார்.

அணிப்பெண்டு பிரதிவிந்தியனின் கால்களில் இருந்த ஆழிகளைக் கழற்றி வேறு வண்ண அருமணிகள் கொண்ட ஆழிகளை அணிவித்தபடி "ஒத்திசைவில் சிறு குறை உள்ளது. மிகச்சிறு குறைதான், ஆனால் அதுவன்றி பிறிதேதும் விழிக்குத் தெரியவில்லை. இதோ சீரமைத்துவிடுகிறோம்" என்றாள். "ஒரு குறையை இன்னொரு குறை மறைத்து நின்றிருக்கும்" என்றான் சர்வதன். சுருதசேனன் "முடிவின்றி இது சென்றுகொண்டே இருக்கும், சமையர்களே. கீழே மூத்தவர் சற்று பொறுமையிழந்துவிட்டார். அவர் மேலே வந்து ஏதேனும் சொன்னாரென்றால் அனைவருக்குமே உளச்சுணக்கம் ஏற்படும்" என்றான்.

சர்வதன் "அவருக்கென்ன, அணிசெய்யாமலேயே அவை நிறைக்கும் தோற்றம் கொண்டவர்" என்றான். பிரதிவிந்தியன் தன் குழலைச்

சுருட்டிக்கொண்டிருந்த சமையரின் கைகளைத் தட்டி அகற்றிவிட்டு திரும்பி சர்வதனை நோக்கி "என்ன சொன்னாய்?" என்றான். "அவர் மிக விரைவிலேயே அணிமுடித்து வந்துவிட்டார். பொதுவாகவே மூத்த தந்தை அளவுக்கு, பிறர் அணி செய்துகொள்வதில்லை. அங்க நாட்டரசர் அரிய நகைகளைப் போட்டுக்கொண்டு நான் பார்த்ததே இல்லை. அதைச் சொன்னேன்" என்றான் சர்வதன். "நீ சொன்னதற்குப் பொருள் வேறு" என்று பிரதிவிந்தியன் சொன்னான். சர்வதன் புன்னகைத்து "ஆம், பொருள் வேறு" என்றான்.

சில கணங்கள் அவன் விழிகளை நோக்கிவிட்டு "நான் இத்தனை அணி செய்துகொள்வது விருஷசேனரைவிட முந்தித் தெரிவதற்காகத்தான் என்று எண்ணுகிறாயா?" என்றான் பிரதிவிந்தியன். "அவ்வாறு எண்ணுகிறீர்களா என்ன?" என்றான் சர்வதன். "நீ அவ்வாறு எண்ணுகிறாயா?" என்று உரத்த குரலில் பிரதிவிந்தியன் கேட்டான். "அவ்வாறு நாம் எண்ணக்கூடுமோ என்ற ஐயம் இப்போது தாங்கள் கூறிய பிறகு எழுகிறது" என்றான் சர்வதன். அவன் கண்களைச் சற்றுநேரம் நோக்கியபின் பிரதிவிந்தியன் மெல்லத் தளர்ந்தான். தன்னைத் திரட்டிக்கொண்டான்.

தன்னை நோக்கிக் கைநீட்டிய அணி ஏவலனின் கைகளைத் தட்டி விலக்கியபடி எழுந்து ஆடியை நோக்கி மேலாடையை இழுத்து சீரமைத்தபின் "என்னுடைய தகுதி எனது தோற்றத்தினால் அல்ல. நான் பேரறச்செல்வனாகிய யுதிஷ்டிரரின் மைந்தன். எந்த அவையிலும் அவருடைய சிற்றுருவாகவே நான் சென்று நிற்கிறேன். அவ்வுருவில் குறை வைக்க எனக்கு உரிமையில்லை" என்றான். "என் அகவையில் எந்தை எந்த நிமிர்வும் அழகும் கொண்டிருந்தாரோ அதை அனைவர் விழிகளுக்கு முன்னும் வைக்கவேண்டிய பொறுப்பு எனக்குள்ளது. பிற எவரும் எனக்கொரு பொருட்டல்ல."

சர்வதன் "ஆம், இது பொருத்தமாக உள்ளது. இதை நாம் சொல்லிக் கொள்வோம்" என்றான். சுருதசேனன் திரும்பி கெஞ்சும் குரலில் "மூத்தவரே..." என்றான். பிரதிவிந்தியன் "உன் நாவின் நச்சு இளமை முதலே நான் அறிந்ததுதான். அது உன் தந்தையிடமிருந்து வந்தது" என்றான். "உங்களுக்கு அதிலிருந்து விடுதலையில்லை. அந்நஞ்சினாலேயே நீங்கள் உண்பதும் முகர்வதும் நோக்குவதும் நஞ்சாகிவிடும்." சர்வதன் "உண்மைதான்" என்றான்.

"ஏன் நீ அணி செய்துகொள்ளவில்லை?" என்றான் பிரதிவிந்தியன். சர்வதன் தன் கைகளையும் இடையையும் பார்த்து "இந்த அளவிற்கு நான் எப்போதும் அணி செய்துகொண்டதில்லை, மூத்தவரே" என்றான்.

“இடைக்கச்சை பொன்னாலானது. மணிகள் பதித்த கங்கணங்கள். கழுத்தில் சரப்பொளி மாலை. அணிச்செதுக்குக் கால்குறடுகள். பிறிதொரு உடலுக்குள் நான் நுழைந்துகொண்டதுபோல் உள்ளது. இவ்வுருவை எடையுடன் தூக்கிச் செல்கிறேன்” என்றான்.

“இல்லை, நீ தோள்வளைகள் அணியவில்லை. மெல்லிய பருத்திமேலாடை அணிந்திருக்கிறாய். உனது மார்பையும் தோளையும் அவையினர் முன் கொண்டுசென்று வைக்க விரும்புகிறாய். ஏனெனில் உன் தந்தையின் தோள்களுக்கு நிகரானவை அவை என்று உனக்குத் தெரியும். அவற்றைப் பார்ப்பவர்கள் விழிகளால் லட்சுமணனின் தோள்களோடு ஒப்பிட்டுப் பார்ப்பார்கள் என்று அறிந்திருக்கிறாய். அவையில் லட்சுமணன் அருகேதான் நீயும் சென்று நிற்பாய்.” சர்வதன் விழிகளில் ஒருகணம் சினம் தோன்றி பின்னர் புன்னகை மலர்ந்தது. “நஞ்சு உங்களிடமும் உள்ளது” என்றான்.

பிரதிவிந்தியன் புன்னகைக்க, சர்வதன் “என்னை நன்குணர்ந்திருக்கிறீர்கள், மூத்தவரே. நான் செய்யவேண்டியதென்ன என்பதையும் சொல்லி விட்டீர்கள். செல்வோமா?” என்றான். “உன்னைச் சீண்டும்பொருட்டு சொல்லவில்லை. இதுவே உண்மை. நீ கொண்டுசென்று வைப்பது ஒரு தசைத்திரளை. நான் வைக்க விரும்புவது நெடுநாள் நூல்கற்று அறத்தில் அமைந்து உளக்கூர்கொண்ட ஒருவரின் தோற்றக் கனிவை. அத்தவப்பயனைத்தான் நான் இந்த அருமணிகளினூடாக அடைய முயல்கிறேன். அது வீணென்றும் நகைப்புக்குரியதென்றும் அறிந்திருந்தாலும் அதை என்னால் செய்யாமல் இருக்க முடியாது” என்றான் பிரதிவிந்தியன்.

“இதை நாம் சென்றுகொண்டே பேசலாமே” என்று சுருதசேனன் சொன்னான். “ஆம், பொழுதாகிவிட்டது” என்றபடி பிரதிவிந்தியன் நடக்க, சுருதசேனன் அவனுக்குப் பின்னால் நடந்தான். அவர்கள் இடைநாழியில் நடந்து படிகளில் இறங்கினர். பிரதிவிந்தியன் “விருஷசேனர் ஏன் அணி செய்துகொள்ளவில்லை என்று சொல்லவா? அவர் தந்தை ஏன் அணியிலாத தோற்றத்தில் அவையில் நின்றிருக்கிறார்? முழுதணிக்கோலத்தில் அவர் அவை நின்ற தருணம் ஒன்றுண்டு, அறிவாயா நீ?” என்றான்.

சுருதசேனன் ஒன்றும் சொல்லாமல் நடக்க “அன்னை திரௌபதியின் மணத்தன்னேற்பில். அன்று அவ்வவையிலேயே முழுதணிகொண்டு பொலிந்தவர் அவர்தான் என்பார்கள். நம் அன்னையால் அவ்வணிக்கோலம் விழிமுனையால் புறக்கணிக்கப்பட்டது. அதன்

பின்னர் எந்த அவையிலும் அங்கநாட்டரசர் முழுதணிக்கோலத்தில் தோன்றியதில்லை. ஏனெனில் தனக்குக் குறைவுபடும் குலப்பெருமையை பொன்னாலும் மணியாலும் அடைய முயல்கிறவர் அவர் என்ற சொல் எழக்கூடும் என்று அவர் ஐயுறுகிறார்" என்றான் பிரதிவிந்தியன்.

சுருதசேனன் "கொள்வதைவிட கொடுப்பதனூடாக செல்வத்தையும் பெருமையையும் அடைய முடியுமென்பதைக் கற்றுக்கொண்டிருக்கிறார்" என்றான். பிரதிவிந்தியன் திரும்பி அவனை நோக்கியபின் "ஆம், அது உண்மை. நம் தந்தையர் எவரும் உளம் கனிந்து அச்சிறப்பை அடையவில்லை. வெல்வதனாலும் கொள்வதனாலும் செல்வத்துடன் பிரிக்கமுடியாதபடி கட்டுண்டவர்கள் அவர்கள். என் தந்தையும்கூட அவ்வாறே. அவர்கள் செல்வத்தால் ஆளப்படுகிறவர்கள். செல்வத்தை ஆள்பவர் அங்கநாட்டார் மட்டுமே" என்றான்.

"ஆகவே அவர் மேலும் அழகும் நிமிர்வும் கொண்டிருக்கிறார்" என்றபின் பிரதிவிந்தியன் புன்னகைத்து "அந்த ஓர் உளவிரிவால் பிற அனைவரையும்விட அனைத்து அவைகளிலும் தலைஎழுந்தவர் ஆகிறார். ஆகவே அனைத்து அவைகளிலும் சிறுமைச்சொல் கேட்கிறார்" என்றான். சர்வதன் "அடுமனையாளன் உண்ணமுடியாது" என்றான். "மெய்தான் இளையவனே, கொடுக்கத் தொடங்கிய பின்னர் கொள்ளத் தோன்றாது" என்றான் பிரதிவிந்தியன்.

படிகளின்மேல் பிரதிவிந்தியன் தோன்றியதும் கீழிருந்த சத்யசேனனும், சித்ரசேனனும் யௌதேயனும் எழுந்து கைகூப்பினர். அவன் இறங்கி வந்து விருஷசேனனை அணுகிக் கைகூப்பி வணங்கினான். விருஷசேனன் "அரசணிக்கோலத்தில் தங்களைச் சந்திப்பது உவகையளிக்கிறது, இளவரசே. இந்நாளில் இப்பெருநகரியில் மூவர் இளங்கதிரவனைப்போல் எழுந்திருக்கிறீர்கள். அரசு அமரும் தந்தை துரியோதனர், தாங்கள், பின் இந்நகரின் பட்டத்து இளவரசர் லட்சுமணர்" என்றான்.

விருஷசேனனின் தம்பியர் சுதமனும் விருஷகேதுவும் சுஷேணனும் சத்ருஞ் சயனும் பிரசேனனும் வந்து வணங்கி முகமன் உரைத்தனர். பிரதிவிந்தியன் யௌதேயனின் தோளில் கைவைத்து "செல்வோமா, இளையோனே?" என்றான். யௌதேயன் "எழுசுடர் என்று பொருத்தமாகவே அங்கநாட்டு இளவரசர் உரைத்திருக்கிறார், மூத்தவரே. படிகளின்மேல் தாங்கள் எழுந்தபோது இவ்வறையே ஒளிகொண்டதைக் கண்டேன்" என்றான். பிரதிவிந்தியன் முகம் மலர்ந்து "வருக!" என்று அனைவரிடமும் சொல்லிவிட்டு நடந்தான்.

பிரதிவிந்தியனுக்கு இணையாக விருஷசேனன் நடந்தான். அவர்களுக்குப் பின்னால் சர்வதனும் யௌதேயனும் செல்ல பிரதிவிந்தியனின் இடக்கைப்பக்கம் அணுக்கனாக சுருதசேனன் நடந்தான். தொடர்ந்து கர்ணனின் மைந்தர்கள் சென்றனர். செல்லும் வழியில் நின்றிருந்த வீரர்கள் படைக்கலம் தாழ்த்தி வாழ்த்துக் கூவினர். அவர்கள் முற்றத்தை அடைவதற்குள் கனகர் மூச்சிரைக்க ஓடிவந்து நின்று ஆறுதலுடன் "கிளம்பிவிட்டீர்களா? விதுரர் தானே வருவதாகச் சொல்லிக் கிளம்பினார். இறுதியாக ஒருமுறை பார்த்துவிட்டு வருகிறேன் என்று நான் வந்தேன்" என்றார்.

"செல்வோம். இன்னும் பொழுதிருக்கிறது அல்லவா?" என்று பிரதிவிந்தியன் சொன்னான். "நற்பொழுது அணுகிக்கொண்டிருக்கிறது. அவைமேடையில் அனைவரும் வந்து அமைந்துவிட்டார்கள்" என்று கனகர் சொன்னார். இளவரசர்கள் செல்வதற்கு உரிய அரச அணித்தேர்கள் துணைக்கோட்டை வாயிலினூடாக நிரையாக வந்து நின்றன. ஏழு வெண்புரவிகள் பூட்டப்பட்ட பொற்பூச்சுள்ள தேர் இந்திரப்பிரஸ்தத்தின் மின்கதிர்க் கொடியுடன் வந்து நிற்க, பிரதிவிந்தியன் கனகரால் ஆற்றுப்படுத்தப்பட்டு அதில் ஏறி அமர்ந்தான். அவனருகே சுருதசேனன் நின்றான்.

அடுத்த தேரில் அங்க நாட்டின் கொடி பறந்தது. விருஷசேனனும் மூன்று தம்பியரும் ஏறினர். தொடர்ந்த தேர்களில் யௌதேயனும் சர்வதனும் அங்க நாட்டு இளவரசர்களும் ஏறினார்கள். தேர்நிரையின் முன்னால் நின்ற புரவிவீரன் சங்கொலி எழுப்பி அவர்கள் கிளம்புவதை அறிவித்தான். கோட்டைமுகப்பிலிருந்த முரசு மெல்ல உறுமி இளவரசர்கள் எழுவதை அறிவிக்க, தொலைவில் அவைமுற்றத்தில் அமைந்திருந்த அறிவிப்பு முரசு "ஆம்! ஆம்! வருக! வருக!" என வரவேற்றது. தேர்கள் மணியோசை எழ, சகடங்கள் கற்தரையில் ஒலியெழுப்ப, உருண்டு செல்லத்தொடங்கின.

விழிகளால் நோக்கும் அளவுக்கே அண்மையிலிருந்தது அவைப்பெருமுற்றம். ஆனால் முற்றத்திலிருந்து அரசப்பெருஞ்சாலைக்குச் சென்று இருமுறை வளைந்து அவைமுற்றத்தை நோக்கிச் செல்வதற்குப் பொழுதாகியது. அவைமுற்றமெங்கும் பல்லக்குகளும் தேர்களும் காவல்புரவிகளும் ஒன்றோடொன்று முட்டி, ஒழுக்கு தடைபட்டு எதிர்த்திசையில் சுழன்று கரைகளில் அலையெழுந்து ததும்பிக்கொண்டிருந்தன. ஆணையோசைகளும் புரவிகளின் கனைப்பொலிகளும் உலோகங்கள் முட்டிக்கொள்ளும் ஓசையும் குளம்பொலிகளுமாக அப்பகுதி

கொப்பளித்தது. அரசப் பாகர்கள் சொல்லெடுக்கக் கூடாதென்பதை மறந்து பாகர்கள் கூச்சலிட்டனர்.

நேர்முன்னால் யானை ஒன்று தடுமாறி நின்று பிளிற, சுருதசேனன் "என்ன செய்கிறார்கள்?" என்றான். பிரதிவிந்தியன் "யானை அரசுபோல. பாகன் அதை ஆளலாம், முழுதாள முடியாது" என்றான். "வழிச்சிடுக்கில் அரசுசூழ்தல் தேவையா, மூத்தவரே?" என்றான் சுருதசேனன். சர்வதன் இறங்கிச் சென்று யானையின் மருப்பில் ஓங்கி ஓர் அறைவிட்டான். வெடிப்போசை எழ அது உடல்குறுக்கிப் பின்னகர்ந்தது. அவன் அதன் காதில் ஆணைகளைச் சொல்ல, அது மெல்லக் காலெடுத்து வைத்து வழிவிட்டது. பிரதிவிந்தியன் நகைத்து "பேருடல்கள் தனியுலகில் வாழ்கின்றன" என்றான்.

21

தேர்நிரைப் பேரவை முற்றத்தை அடைந்ததும் அங்கு நின்றிருந்த சிற்றமைச்சர் அவர்களை நோக்கி ஓடிவந்து புரவிகள் குளம்பூன்றி நிற்கவேண்டிய இடத்தைக் கைவீசிக் காட்டினார். தேர்கள் நின்றதும் கொம்புகள் பிளிறி வரவறிவித்தன. முதல் புரவித்தேரிலிருந்து கைகூப்பியபடி பிரதிவிந்தியன் இறங்க, அவன் இடக்கைப்பக்கம் சுருதசேனன் இறங்கி நின்றான். முறைமைமுரசு ஏழுமுறை ஒலியெழுப்பி அடங்க, பன்னிரு கொம்புகள் ஒலித்தன. குருதியுறவுகொண்ட அரசர்களுக்குரிய வரிசைகளுடன் எதிரேற்பு நிரை அவர்களை நோக்கி வந்தது. அஸ்தினபுரியின் அமுதகலக் கொடியேந்திய கவசவீரன் ஒருவன் வந்து கொடியைப் பிரதிவிந்தியனின் காலடியில் தாழ்த்தினான். பிரதிவிந்தியன் முகம்மலர்ந்து இளையோனின் தோளைத் தொட்டான்.

மங்கலத்தாலங்களுடன் அணிச்சேடியர் எதிர்வந்தனர். இசை முழக்கியபடி ஏழு சூதர்நிரை அவர்களைத் தொடர்ந்து வந்தது. நிமித்திகன் தன் கையிலிருந்த வலம்புரிச் சங்கை முழக்கி “அஸ்தினபுரியின் இளவரசியின் மணநிகழ்வு மங்கலம்பொலிய வந்த இளவரசர் பிரதிவிந்தியரை அரசகுடியும் பிதாமகரும் ஆசிரியர்களும் விண்ணிறைந்த மூதாதையரும் குலமாளும் தெய்வங்களும் வரவேற்கின்றனர். அணி பொலிக! மங்கலம் நிறைக! அழியாச் சொல்லென இத்தருணம் நம் கொடிவழிகளின் நினைவில் அமைக!” என்று உரத்த குரலில் கூவி வரவேற்றான். பிரதிவிந்தியன் கைகளைக் கூப்பியபடி அவைமுகப்பை நோக்கிச் சென்றான்.

அவைக்கூடத்தை ஒட்டிய அரசஅறையிலிருந்து லட்சுமணன் அருமணிகள் பதித்த அணிகள் பூண்டு பட்டத்து இளவரசனுக்குரிய

முடிசூடி கன்மதனும் சர்வதனும் காளிகனும் சுபத்ரனும் சுஜயனும் சுப்ரஜனும் துஷ்பராஜயனும் துணைவர, கைகூப்பியபடி வெளிவந்து பிரதிவிந்தியனை வரவேற்றான். இட்டுச்சென்ற நிமித்திகனும் அமைச்சரும் இருபுறமும் விலக, பிரதிவிந்தியன் கைகளை விரித்தபடி அணுகி லட்சுமணனின் இரு கைகளையும் பற்றி ஆடையும் அணியும் குலையாது மெல்லத் தழுவிக்கொண்டான். லட்சுமணனின் பின்னால் நின்ற உபகௌரவர்கள் மகிழ்ச்சிக்குரலெழுப்பினர். "என் இளையோர்" என அவர்களை லட்சுமணன் அறிமுகம் செய்தான். "தேவையே இல்லை. உன் ஆடிப்பாவைகள்" என்றான் பிரதிவிந்தியன்.

அவர்கள் பிரதிவிந்தியனின் கால்களைத் தொட்டு வணங்க, அவன் அவர்களின் தோளைத் தொட்டு வாழ்த்தினான். "எழுவர் மட்டுமே இங்குள்ளனர். பிறர் அங்கே அவைக்குள் சென்றுவிட்டார்கள்" என்றான் லட்சுமணன். "ஆம், ஆயிரவரை வாழ்த்தினால் நான் மருத்துவநிலைக்கும் இவன் அடுமனைக்கும் செல்லவேண்டியதுதான்" என்றான் பிரதிவிந்தியன். சர்வதன் "வணங்குகிறேன், மூத்தவரே" என்றான். லட்சுமணன் தன் கால்தொட்டு வணங்கிய சர்வதனைத் தோள்சேர அணைத்து "இணைத்தோளன்" என்றான். "நோக்குவோம்" என்றான் சர்வதன். தன்னை வணங்கிய சுருதசேனனையும் யௌதேயனையும் லட்சுமணன் வாழ்த்தினான். அறைக்குள் வலதுமூலையில் கூடி நின்றிருந்த அணிப்பரத்தையர் குரவையிட்டு அத்தருணத்தைத் தேவர்கள் நோக்கும்படி அழைத்தனர்.

லட்சுமணன் பிரதிவிந்தியனின் கைகளைப் பற்றியபடி உள்ளறைக்குள் கொண்டுசென்று அங்கிருந்த பீடத்தில் அமர்த்தினான். அவனைத் தொடர்ந்து வந்த விருஷசேனனை நோக்கி "மூத்தவரே, இத்தருணம் என் வாழ்நாளில் நான் அடைந்த உச்சம். உறவினர் சூழ அமர்ந்திருப்பதைப்போல பிறிதொரு உவகை இப்புவியிலில்லை என்று தோன்றுகிறது" என்றான். விருஷசேனன் அவன் தோளைத் தட்டியபின் "நீ உன் முதுதந்தையின் வடிவம் என்கிறார்கள். அவர் சுற்றமும் குலமும் மைந்தரும் சூழ அமர்ந்திருப்பதையே வாழ்வின் முதன்மைக் களியாட்டெனக் கொண்டவர்" என்றபடி அங்கிருந்த பெரிய பீடமொன்றில் அமர்ந்தான்.

லட்சுமணன் சர்வதனை நோக்கி "இளைய தந்தை பீமனை ஓவியங்களில் கண்டதுபோலிருக்கிறான். இவன் உடன்பிறந்தான் சுதசோமனும் அவ்வாறே என்றனர். இவர்கள் இங்கேயே இருந்திருக்கலாம்..." என்றான். சர்வதன் பீடத்தில் அமர்ந்தபடி லட்சுமணனிடம் "பேரழகுடன் எழுந்துள்ளீர்கள், மூத்தவரே..." என்றான். "தங்கள் தந்தையின் முழுநிகர் உடல் கொண்டுள்ளீர்கள்." விருஷசேனன் "மாற்றுருக்கொண்டு வந்து

தந்தையர்தான் இங்கே உளமாடி மகிழ்கிறார்களோ என மயங்குகிறேன்” என்றான்.

லட்சுமணன் எழுந்து சர்வதன் அருகே சென்று ஒரு கையால் அவன் தோளை வளைத்தபின் விருஷசேனனிடம் “இரு தோள்களில் எது ஆற்றல் கொண்டது?” என்றான். “இணைத்தோள்கள்... ஆனால் நிகர்நிலையால் நீ ஒருபடி மேல்” என்றான் விருஷசேனன். “ஆனால் கோணலும் ஓர் ஆற்றல். அதைக் கலையென ஆக்கிக்கொண்டவர் இளையபாண்டவர்.” யௌதேயன் “நீங்கள் களம் நின்று மற்போரிடுவதைக் காணவிழைகிறேன்” என்றான். “இன்றே நிகழ்த்திவிடுவோம். இந்த மணக்கூடலுக்குப் பின்னர் களியாட்டரங்கு உள்ளது” என்று லட்சுமணன் சொன்னான்.

சர்வதன் “எனக்கிணையான தோள்கள் கொண்ட அனைவரிடமும் ஒருமுறை களம் பொருத வேண்டுமென்றால் மூன்றாண்டுகளுக்குமேல் இங்கு நான் தங்க வேண்டும். ஆயிரம் பேரை வெல்ல வேண்டும்” என்றான். லட்சுமணன் “ஆம், நாங்கள் ஆயிரவரும் ஒரே அச்சில் ஊற்றி எடுக்கப்பட்டவர்கள் என்கிறார்கள்...” என்று சொல்லி தொடையில் அறைந்து உரக்க நகைத்து “ஆனால் ஒவ்வொருவரும் ஒவ்வொரு வகையில் குறையுடையவர்கள். அத்தனை குறைகளும் இணைகையில் அதுவே நாங்கள் என்றாகி இந்நகர் மக்களுக்குத் தோன்றுகிறோம்” என்றான்.

அவன் இளையோர் நகைக்க “நகைப்புக்காக மட்டும் சொல்லவில்லை, பெருந்திரளெனக் கூடுகையில் பிழைகளே ஒருங்கு குவிகின்றன” என்று லட்சுமணன் சொன்னான். விருஷசேனன் “இன்று மாலை களியாட்டரங்கு உண்டென்று எவர் சொன்னது?” என்றான். “நான் விழைகிறேன். விதுரரிடம் அதைக் கூறலாம் என்று எண்ணுகிறேன்” என்றான். “பொதுவாக மணநிகழ்வுக்கு முந்தைய நாள்தான் களியாட்டரங்கு வழக்கம். மண நிகழ்வன்று உண்டாட்டும் கலையரங்கங்களுமே ஒருக்கப்படும். இம்முறை மணநிகழ்வு விரைந்து நிகழ்வதனால் இவ்வாறு அமைக்கலாம் என்று தோன்றுகிறது” என்றான் சத்யசேனன்.

விதுரர் மூச்சிரைக்க வந்து “வந்துவிட்டீர்களா? அறை நுரைத்த கலம்போல் நிறைந்து வழிகிறதே!” என்றபின் முகம் மலர்ந்து “அவைக்கு எழுக! பேரவை நிறையத்தொடங்கிவிட்டது” என்றார். “ஆம்” என்றபடி லட்சுமணன் எழுந்து பிரதிவிந்தியனை நோக்கி “அவைக்கு எழுக, மூத்தவரே” என்றான். அவர்கள் எழுந்து நின்றதும் அணிச்சேவகர்கள் அவர்களின் உடைகளின் மடிப்புகளையும் நகைகளின் அமைப்புகளையும் விரைந்த கைகளால் சீரமைக்கத் தொடங்கினர். வெளியே நிமித்திகன் கொம்பூதி லட்சுமணனின் அவைநுழைவை அறிவித்தான். தொலைவில் வாழ்த்தொலிகள் எழுந்தன.

லட்சுமணன் தன் தம்பியரை நோக்கிவிட்டு கூப்பிய கைகளுடன் இடைநாழியினூடாகச் சென்றான். அவனைத் தொடர்ந்து அவன் இளையோரும் படைநிரையினரும் செல்ல முன்னால் அஸ்தினபுரியின் அமுதகலக் கொடியும் அணிச்சேடியரும் இசைச்சூதரும் சென்றனர். பிரதிவிந்தியன் இறுதியாகச் சென்ற கன்மதனிடம் “ஆயிரத்தவரும் இன்று அவை நுழைவார்களல்லவா?” என்றான். “ஆம் மூத்தவரே, வெவ்வேறு குழுக்களாக அவர்கள் அவைக்குள் சென்றுகொண்டிருக்கிறார்கள்” என்றான் கன்மதன். “நான் ஆயிரத்தவரையும் ஒன்றாகப் பார்த்ததே இல்லை” என்றான் பிரதிவிந்தியன்.

“இன்று அவையில் பாதி அவர்களாகத்தான் இருக்கும் போலும்” என்று சுருதசேனன் சொன்னான். சர்வதன் விருஷசேனனிடம் “அவர்கள் எவருக்கேனும் தாங்கள் மற்போர் கற்றுக்கொடுத்ததுண்டா?” என்றான். “இல்லை. அவர்களுக்கு எவரும் எதுவும் கற்றுக்கொடுக்க முடியாது. அவர்கள் ஒற்றை உளமென்றான பெருந்திரள். ஒருவருக்கொருவர் நோக்கித் தங்களை நிறைத்துக்கொண்டவர்கள். அத்தனைபேர் ஒன்றாகப் பிறந்து வளர்ந்தமையால் பிற மானுடரை நோக்க அவர்களுக்கு உளம் அமையவில்லை” என்றான்.

“அவர்களுக்கு கதைப்போர் தெரியும்” என்றான் சித்ரசேனன். “அவர்களுக்கு மற்போரும் வாட்போரும் கற்றுக்கொடுக்க பல்வேறு ஆசிரியர்கள் முயன்றிருக்கிறார்கள். துரோணரின் மாணவர்கள் அவர்களுடன் சென்று தங்கி கற்பிக்க முயன்றிருக்கிறார்கள். அவர்கள் பிற மானுடரை உண்மையில் அறிவதே இல்லை. கற்றுக்கொண்டவர் அவர்களின் மூத்தவர் மட்டுமே. ஏனென்றால் அவர் பிறக்கும்போது இளையோர் இல்லை. அவர் கற்றுக்கொண்டதை மட்டுமே பிறர் அறிந்திருக்கிறார்கள் என்று தோன்றுகிறது” என்றான் சத்யசேனன்.

கனகர் வந்து “தாங்கள் கிளம்பலாம், இளவரசே” என்றார். பிரதிவிந்தியன் அவையெழுவதை அறிவிக்கும் கொம்போசை வெளியே எழுந்தது. பிரதிவிந்தியன் முன்னே செல்ல, சுருதசேனனும் சர்வதனும் யௌதேயனும் அவனைத் தொடர்ந்து நடந்தனர். இடைநாழிகளில் அவர்கள் நிற்க, வாழ்த்தொலிகளும் மங்கலஇசையும் இணைந்து அலையடிக்கும் நீர்ப்பெருக்கென அவை நோக்கிக் கொண்டுசென்றது. அதன் பின்னர் அங்கநாட்டு இளவரசர்கள் அவைபுகுவதை அறிவிக்கும் கொம்போசை பின்னால் எழுந்தது. விருஷசேனனும் அவன் தம்பியரும் நிரையாக அவை நோக்கிச் சென்றனர்.

லட்சுமணன் அவை புகுந்தபோது அஸ்தினபுரியின் பேரவைக்கூடம் உரக்க வாழ்த்தொலி எழுப்பி வரவேற்றது. பிரதிவிந்தியன் நுழைந்தபோது

அதைவிட இருமடங்கு வாழ்த்தொலி அவையிலெழுந்தது. “பேரறத்தான் வாழ்க! குருகுல முதல்வன் வாழ்க! அவை நிறைக்கும் அருள் மைந்தன் வாழ்க!” என்று அஸ்தினபுரியின் மூத்த குடித்தலைவர்கள் கைகளை வீசிக் களிவெறிகொண்டு வாழ்த்தொலி கூவினர். இருபுறமும் மங்கலச் சூதர்கள் தெய்வம் இறங்கியவர்கள்போல உடல் வியர்த்துவழிய தலைசுழற்றி உடல்கள் துள்ள இசை முழக்கினர்.

பிரதிவிந்தியன் கைகூப்பியபடி சென்று தன் பீடத்தில் அமர்ந்தான். விருஷசேனனும் தம்பியரும் அவர்களின் இருக்கைகளில் வந்தமர்ந்தனர். உத்தரபாஞ்சாலத்தின் அரசன் அஸ்வத்தாமனும் சிந்துவின் அரசன் ஜயத்ரதனும் விதர்ப்பத்தை ஆளும் ருக்மியும் வந்து அவையமர்ந்தனர். மத்ரநாட்டு அரசர் சல்யரும் சேதிநாட்டு தமகோஷரும் கொடியும் குடையும் கொண்டு அவை புகுந்தனர். விசாலநாட்டு அரசர் சமுத்ரசேனரும் கௌசிகி நாட்டு மஹௌஜசனும் காசிநாட்டு சுபாகுவும் கோசலத்தின் பிரகத்பலனுடன் அவை வந்து அமர்ந்தனர். பால்ஹிகனாகிய பூரிசிரவஸ் அவை புகுந்தபோது வாழ்த்தொலிகள் மேலும் ஓங்க, பிரதிவிந்தியன் திரும்பி சுருதசேனனை நோக்கி “பால்ஹிகநாட்டு இளவசர் பூரிசிரவஸ் தன் மூத்தவரும் அரசருமாகிய சலனுடன் அவைபுகுகிறார்” என்றான்.

உலூகநாட்டு அரசன் பிரஹந்தன், காஷ்மீரநாட்டு லோகிதன், கோசிருங்கத்தின் சிரேணிமான் ஆகியோர் வந்தனர். அவந்தியின் அரசர்களான விந்தனும் அனுவிந்தனும் அவையில் வந்தபோது பின்பக்கம் வாழ்த்தொலிகள் எழுந்தன. சுருதசேனன் “காந்தாரர் சகுனி” என்றான். காந்தார அரசர் சுபலர் கொடியும் குடையுமாக உள்ளே நுழைந்து முதன்மை நிரையில் அமர்ந்தார். பின்னால் வந்த சகுனி அவருக்கு அருகே அமர்ந்தார். “கணிகர் வரவில்லையா?” என்றான் பிரதிவிந்தியன். “அவர் அந்தணர் நிரையில் அமர்வார்” என்றான் சுருதசேனன்.

“அரசர் பலர் வரவில்லை” என்று சுற்றிலும் நோக்கிப் பிரதிவிந்தியன் சொன்னான். “விரைந்து எழுந்த விழா. இத்தனைபேர் வந்ததே அரிது. இவர்கள் விரைவுப்படகுகளிலும் தேர்களிலும் வந்திருக்கவேண்டும்” என்றான் சுருதசேனன். இரு மாணவர்கள் தோளில் கைவைத்து பீஷ்மர் நடந்து வந்து தலைக்குமேல் கையெடுத்து அவையை வணங்கியபோது வாழ்த்தொலிகள் உரக்க எழுந்தன. அவர் மரவுரியிட்ட இருக்கையில் சென்று அமர்ந்து வலக்காலைத் தூக்கி மடித்து உடலை ஒசித்துக்கொண்டார். விழிகள் இமைசரிய தோள்கள் மெல்லத் தளர துயில்கொள்பவரைப்போல அமைதியடைந்தார். இடது கை மார்பில் விழுந்திருந்த தாடியை மெல்ல நீவிக்கொண்டிருந்தது.

மாணவர்கள் சூழ துரோணர் அவை புகுந்தார். அவருடன் கிருபரும் இருந்தார். திருதராஷ்டிரர் சஞ்சயனின் தோள்பற்றி அவைக்குள் நுழைந்தபோது உரத்த குரலில் வாழ்த்தியபடி குலமூத்தார் எழுந்து நின்றனர். ஓசை நோக்கி முகம் திருப்பி, கைகூப்பி வணங்கியபின் அவருக்கான பெரிய பீடத்தில் அமர்ந்து இரு கால்களையும் நீட்டி பெரிய கைகளைக் கைப்பிடிமேல் வைத்து நீள்மூச்சுவிட்டார். அவர் தலை மெல்லச் சுழலத் தொடங்கியது. எதையோ வாயிலிட்டு மெல்பவர்போல தாடை இறுகி அசைந்தது.

பிரதிவிந்தியன் கணிகர் வந்து அவையமர்வதைப் பார்த்தான். சுருதசேனனை நோக்கியபின் சற்று விழிதிருப்பி மீண்டும் நோக்கியபோது அவரைக் கண்டுபிடிக்கமுடியவில்லை. விழிகளால் துழாவி அதன் பின்னரே எவரும் நோக்கவியலாத வளைவு ஒன்றில் தரையிலிடப்பட்ட மெத்தையில் அவர் உடைந்த உடலை ஒடுக்கி, படுத்திருப்பதுபோல அமர்ந்திருப்பதைக் கண்டான். அவருக்கான பீடத்தின்மேல் அவருடைய மரவுரி மேலாடை மட்டும் போடப்பட்டிருந்தது.

அவை முழுமையாக நிரம்பியதும் நிமித்திகன் அறிவிப்பு மேடையிலேறி, கையிலிருந்த சிறுகொம்பை முழக்கினான். ஓசையடங்கி அவை அமைதி கொண்டது. வெளியே அவைமுரசுகள் முழங்க நிமித்திகன் "யயாதியின் குடித்தோன்றல், சந்திரகுலத்து முடிமன்னர், குருகுலத்தலைவர், ஹஸ்தியின் தன்னுரு கொண்டவர், மாமன்னர்கள் பிரதீபனின் விசித்திரவீரியனின் கொடிவழியினர், தார்த்தராஷ்டிரர், அஸ்தினபுரியை ஆளும் துரியோதன மாமன்னர் அவை நுழைகிறார்!" என்று அறிவித்தான்.

மங்கல இசைகளும் வாழ்த்தொலிகளும் எழுந்து குவைமாடங்களில் மோதி ஓசையருவியென தலைக்குமேல் கொட்டின. தன் ஆடைகளும் வயிறும் செவிமடல்களும் அவ்வோசையில் அதிர்ந்துகொண்டிருப்பதாகப் பிரதிவிந்தியன் உணர்ந்தான். முதன்முறையாக அரசவை அவனுக்குச் சலிப்பையும் ஒவ்வாமையையும் உருவாக்கியது. எவருக்கு எதிராக இந்த ஓசை? எவரிடம் அறிவிக்கிறார்கள்? தெய்வங்களுக்கா? மூதாதையருக்கா? குடிகளுக்கா? இல்லை காலத்திடம், ஊழிடம். ஒளிந்திருக்கும் நுணல் எழுப்பும் அழைப்புக்குரல் இது.

அஸ்தினபுரியின் அமுதகலக் கொடியுடன் வந்த பொற்கவசமணிந்த வீரன் அவை நுழைந்து அதை நிலைபொருத்தினான். தொடர்ந்து மங்கலச்சேடியர் நிரை ஐந்து மங்கலங்களேந்திய தாலங்களுடன் வந்து அவையை வணங்கி இரு பிரிவுகளாகப் பிரிந்தகன்றது. மூச்சுவாங்க உடல் வியர்த்துவழிய இசை முழக்கி வந்த சூதர்கள் மூன்று பிரிவுகளாகப் பிரிந்து அவையில் முன்னரே நின்ற இசைச்சூதர்களுடன்

இணைந்துகொண்டனர். வெப்பமேறும் கலத்து நீர் என அவை மெல்லத் தன்னுள் சுழன்றுகொண்டிருந்தது.

கைகூப்பியபடி அரசணிக்கோலத்தில் வந்த துரியோதனன் அரசமேடைமேல் ஏறி வணங்கி நின்றான். ஏழு வைதிகர்கள் கங்கைநீர் கொண்ட பொற்கலங்களுடன் அவனை எதிர்கொண்டு நீர் தெளித்து மலரளித்து வாழ்த்தி இரு கைகளையும் பற்றிக் கொண்டுசென்று அரியணையில் அமர்த்தினர். மூன்று குலமூதாதையர் கொண்டுவந்த தாலத்திலிருந்து மணிமுடியை எடுத்து மூத்த குலத்தலைவர் ஒருவர் அவன் தலையில் சூட்ட, அவையிலிருந்தவர்கள் அரிமலர் வீசி அவனை வாழ்த்தினர். செங்கோலும் உடைவாளும் அவனுக்கு அளிக்கப்பட்டன.

இடப்பக்கம் மங்கல இசை எழ பேரரசி பானுமதி துச்சாதனனின் துணைவி அசலையுடன் அவை நுழைந்தாள். ஏழு மூதன்னையரால் அவள் அரியணைக்குக் கொண்டுவரப்பட்டாள். துரியோதனனுக்கு இடப்புறம் அவள் அமர, ஏழு மூதன்னையர் தாலங்களில் கொண்டுவந்த மணிமுடியை அவளுக்குச் சூட்டினர். அசலை அவளுக்கு வலப்பக்கமாக வாளுடன் நின்றாள். இடப்பக்கத்தில் வெண்பட்டு மூடிய அவையில் அரசியர் நூற்றுவர் வந்து அமரும் வாழ்த்தொலிகள் கேட்டன. பானுமதியிடம் பொற்தாமரை ஒன்றை அளித்தனர்.

மணிமுடி சூடி செங்கோலேந்தி அரசன் தோற்றமளித்ததும் கங்கைநீர் தெளித்து அவனை வாழ்த்தி மங்கலம் உரைத்து வைதிகர் அவைமேடை நீங்கினர். அரசப்பேரவைக்கு வெளியே எழுந்த முரசொலிகள் களிறுகள் என்றும் உடனிணைந்த கூரிய கொம்போசைகள் அவற்றின் வெண்தந்தங்கள் என்றும் பிரதிவிந்தியன் எண்ணினான். வாழ்த்தொலிகளும் மங்கலஇசையும் அதைச் சூழ்ந்து அலையடிக்கும் இளஞ்சோலை. அவ்வெண்ணங்களின் சலிப்பு அவனை அசைய வைத்தது. அவன் மெல்லச் சரிந்து “அரசப்பேரவையில் மணமங்கலம் நிகழும் வழக்கமுண்டா, இளையோனே?” என்றான்.

சுருதசேனன் “இது யாதவபுரியின் சாம்பர் கொண்ட மகட்கோளை அஸ்தினபுரியின் அவை முறைப்படி ஏற்றுக்கொள்ளும் சடங்கு மட்டும்தான், மூத்தவரே. வேதமுறைப்படி நிகழும் மணங்களிலோ ஷத்ரிய மணத்தன்னேற்புகளிலோ மேலும் பல சடங்குகள் உண்டு” என்றான். பிரதிவிந்தியன் “ஆம், ஆண் பெண்ணைக் கவருவதற்கு உடன்நிற்கும் தெய்வங்கள் வேறு. குடியும் மூத்தவரும் சூழ்ந்து வேதம் ஓதிக் கைபிடித்தளிக்கையில் நிரந்து நின்று வாழ்த்தும் தெய்வங்கள் வேறு” என்றான். சுருதசேனன் புன்னகைத்து “முந்தைய தெய்வங்கள்

தொல்காடுகளில் பிறந்தவை. ஒருகையில் மதுக்குடமும் மறுகையில் காட்டுமலர்களும் கொண்டவை" என்றான். பிரதிவிந்தியன் அவனைத் திரும்பிப் பார்த்துப் புன்னகைத்தான்.

மங்கல இசையும் வாழ்த்தொலிகளும் அலைகளென வந்து அனைத்து சாளரங்களினூடாகவும் நின்று அவைக்கூடத்தை நிரப்பின. மூன்று நிமித்திகர்கள் உள்ளே வந்து ஒன்றுடன் ஒன்று தொடுத்துக்கொண்டு வண்ண ஒளிச் சுழற்சியென தெரிந்து மறைந்த கொம்போசையை எழுப்பி மணநிறைவு அணுகுவதை அறிவித்தனர். தொடர்ந்து மதுராவின் கொடியேந்திய கவசவீரன் உள்ளே வந்து அவைக்குமுன் கொடியைக்காட்டி அதை நிறுத்தினான். பட்டாடைகளும் பொன்னணிகளும் மின்ன அணிச்சேடியரின் நீண்ட நிரை மங்கலத்தாலங்களில் எரிந்த சுடர்கள் மலரிதழ்களென அசைய, அவைக்குள் புகுந்து வண்ணத்திரிகளென பிரிந்து அவையின் விளிம்புகளில் பரவி நிறைந்தது. அதைத் தொடர்ந்து ஏழு நிரைகளாக வந்த இசைச்சூதர்கள் மங்கல இசையெழுப்பியபடி அவைக்குள் நுழைந்து முன்னரே நின்றிருந்தவர்களுடன் இணைந்து கொண்டனர்.

பலராமர் வெண்குடைக்குக் கீழே மதுராபுரியின் மணிமுடி சூடி கைகூப்பி நடந்து வந்தார். விரிந்த பெருந்தோள்களில் வெண்பட்டாடை அணிந்திருந்தார். தோள்வளைகளும் கங்கணங்களும் கணையாழிகளும் மின்னிய பெரிய கைகள் ஒன்றுடன் ஒன்று தொட்டுக்கொண்ட இரு யானைத் தந்தங்களைப்போலத் தோன்றின. கழுத்தில் மார்பு மறைய மருப்பில் வழிந்திறங்கும் முகபடாமென சரப்பொளி மாலைகள், ஆரங்கள். இடையில் பொற்கட்டுக் கச்சை. அணிச்செதுக்குகளில் மணிகள் மின்னிய குத்துவாள். வெண்பட்டாடைமேல் அலையலையென இறங்கி நெளிந்த குறங்குசெறி. பித்தளையாலான கால்குறடுகள்.

அவைக்குள் அவர் நுழைந்ததும் "மதுராபுரியாளும் யாதவ மன்னர் வாழ்க! பலராமர் வாழ்க! யது குலத்தின் மூத்தோர் வாழ்க!" என்று வாழ்த்தொலிகள் எழுப்பியபடி அவை எழுந்து நின்றது. அவையிலிருந்து விதுரரும் துச்சாதனனும் சுபாகுவும் கைகூப்பியபடி சென்று வரவேற்று அவருக்கிடப்பட்ட அரியணையில் கொண்டுசென்று அமரச்செய்தனர். வாழ்த்தொலிகள் பின்னரும் தொடர்ந்துகொண்டிருக்க யாதவக் குடியின் பன்னிரண்டு தலைவர்கள் கைகளைக் கூப்பியபடி அவை புகுந்தனர்.

அக்ரூரர் அவையை வணங்கி, விதுரரிடம் சென்று தலைதாழ்த்தி ஏதோ கூற, விதுரர் ஒருமுறை பதற்றத்துடன் அவையைப் பார்த்துவிட்டு அக்ரூரரைத் தோளில் தட்டி அழைத்துக்கொண்டு வெளியே சென்றார்.

பிரதிவிந்தியன் சுருதசேனனிடம் “யார் வருகிறார்கள்?” என்றான். சுருதசேனன் “அவையில் இன்மையை உணர்த்துபவர் அங்கநாட்டு அரசர்” என்றான். “ஆம், நான் முன்னரே எதிர்பார்த்தேன்” என்றான் பிரதிவிந்தியன். “அவர் தோளிலிட்டு வளர்த்த மகள் அல்லவா கிருஷ்ணை?” சுருதசேனன் “அவருக்கு உடல்நலமில்லை. அங்கநாட்டிலிருந்து பயணம் செய்யும் நிலையில் இல்லை என்றார்கள்” என்றான்.

புருவம் சுருங்க “அவர் உடலுக்கு என்ன?” என்றான் பிரதிவிந்தியன். “கடந்த பதினான்காண்டுகளாகவே அவர் தன்னிலையில் இல்லை. மது அருந்துவது நாளுக்குநாள் கூடி வருகிறது. இரண்டாண்டுகளாக அரண்மனையைவிட்டு வெளியே செல்லவே இல்லை. சென்ற ஆண்டுக்கு முந்தைய ஆண்டு பொற்கதிரோன் பெருவிழாவில் அவையமர்ந்து தோன்றியதற்குப் பின் அங்கநாட்டுக் குடிகளே அவரைப் பார்த்ததில்லை. அஸ்தினபுரிக்கு அவர் வந்து ஐந்தாண்டுகளுக்கு மேலாகிறது என்கிறார்கள்” என்று சுருதசேனன் சொன்னான்.

பிரதிவிந்தியன் அவனை அழுத்தமாக நோக்கிவிட்டு “ஒருவேளை அவர்தான் வருகிறாரா?” என்றான். “அவர் வருவதென்றால் எதற்காக இந்தப் பதற்றம்?” என்றான் சுருதசேனன். “ஒருவேளை சூரசேனர் வரக்கூடும். இது அவருடைய பெயர்மைந்தனின் மகன் மங்கலம் கொள்வது அல்லவா?” என்றான் பிரதிவிந்தியன். “அவரும் மதுவனத்திலிருந்து நீண்ட பயணம் மேற்கொள்ளும் நிலையில் இல்லை” என்றான் சுருதசேனன்.

மீண்டும் நிமித்திகன் உள்ளே வந்து கொம்பொலி எழுப்ப, அணிப்பரத்தையர் மூவரும் தொடர்ந்து ஏழு மங்கலச்சூதர்களும் உள்ளே வர, கிருதவர்மன் கைகூப்பியபடி அவை நுழைந்தான். அஸ்வத்தாமனைத் திரும்பிப் பார்த்தபின் பிரதிவிந்தியன் “ஆம், அவரையும் நாம் எதிர்பார்த்திருக்க வேண்டும்” என்றான். “அவர் இங்குதான் இருக்கிறார். இப்போது யாதவக் குடியின் தரப்பாக பெண்ணின் தாய்மாமனாக அவை புகுகிறார்.” சுருதசேனன் “அவர் ஏன் பிந்தினார்? எவருக்காகக் காத்திருந்தார்?” என்றான். துர்விநீதனும் துச்சகனும் கிருதவர்மனை இரு பக்கமும் நின்று அழைத்துச்சென்று அமரச்செய்தனர்.

“மணமங்கலம் தொடங்கப்போகிறது என்று எண்ணுகிறேன்” என்று சுருதசேனன் சொன்னான். “அவை கொள்ளும் உடல் மாற்றத்தினூடாகவே நிகழவிருப்பது என்னவென்பதை நம் உளம் உணர்ந்துகொண்டிருக்கிறது. நம் உடலிலும் அம்மாற்றம் அறியாது நிகழ்கிறது. அதைச் சித்தத்தால் விரட்டிச்சென்று தொடுவதென்பது நல்ல விளையாட்டு.” பிரதிவிந்தியன் “இத்தனை உள்விளையாட்டுகளுடன்தான் ஓர் அவை அளிக்கும் நெடுஞ் சலிப்பைக் கடந்துசெல்ல வேண்டியுள்ளது” என்றான்.

சுருதசேனன் “சடங்குகள் என்பவையே ஒருவகை சலிப்பை அளைந்து கொண்டிருப்பவைதான், மூத்தவரே” என்றான். “ஏன்?” என்று பிரதிவிந்தியன் கேட்டான். “சலிப்புகொள்கையில் நமது உள்ளம் அலையற்றதாகிறது, ஆழம் தெளிகிறது. எண்ணி நோக்குகையில் நெடுங்காலம் கழித்து நாம் நினைவுகூரும் அனைத்தும் நாம் மிகச் சலித்திருக்கும் தருணங்களில் நம்முள் புகுந்த நிகழ்வுகளும் காட்சிகளுமேயாகும்” என்றான் சுருதசேனன். பிரதிவிந்தியன் “ஆம், உண்மை” என்றான்.

நிமித்திகர் கைகளை அசைத்துக் கனகரிடம் ஏதோ கேட்க, கனகர் “சற்று பொறுங்கள்” என்று சொன்னபின் வெளியே ஓடியதை பிரதிவிந்தியன் கண்டான். கூர்ந்து நோக்குவதனாலேயே மிக அண்மையிலென அவை நிகழ்ந்தன. “எவரோ வந்திருக்கிறார்கள்” என்று சுருதசேனன் சொன்னான். சௌனகரின் விழிகள் வந்து தொட்டுச்சென்றன. “சௌனகர் உணர்ந்துவிட்டார், யார் வந்திருப்பதென்று” என்றான் பிரதிவிந்தியன். “நானும் உணர்ந்துவிட்டேன், மூத்தவரே” என்றான் சுருதசேனன். திகைப்புடன் திரும்பி “யார்?” என்று பிரதிவிந்தியன் கேட்டான். சுருதசேனன் புன்னகைத்து “சற்று பொறுங்கள்” என்றான்.

சில கணங்களுக்குப்பின் தொலைவில் முரசுகள் முழங்கத் தொடங்கின. அதன் தாளத்தைக் கேட்டதுமே “அவரா?” என்று பிரதிவிந்தியன் கேட்க “ஆம்” என்று சுருதசேனன் புன்னகைத்தான். தாளம் மேலும் எழுந்ததுமே அவை முழுக்க வருபவர் எவர் என்பதை உணர்ந்துகொண்டது. திகைப்பும் ஆழ்ந்த அமைதியும் உருவாகி அவையெங்கும் படர்ந்தது. பிரதிவிந்தியன் “ஆம், அவள் திருமணத்திற்கு அவர் வரமாட்டார் என்று எப்படி எண்ணினேன்!” என்றான். சுருதசேனன் “மாற்றுருவில் மணங்கொள்வது அவரே அல்லவா?” என்றான். பிரதிவிந்தியன் திரும்பி “சாம்பனா?” என்றான். “அவள்” என்றான் சுருதசேனன்.

முரசுகளின் ஒலி வலுத்து கொம்புகளும் வாழ்த்தொலிகளும் இணைந்து கொண்டன. “இளையயாதவர் வெல்க! துவாரகையின் தலைவர் வெல்க! யதுகுலத்தோன் வாழ்க! ஆழியும் சங்கும் அமைந்த கரத்தோன் பொலிக!” என வாழ்த்தொலிகள் பெருகிச்சூழ்ந்தன. பிரதிவிந்தியன் கைகளைக் கூப்பியபடி எழுந்தான். அவனைத் தொடர்ந்து சுருதசேனனும் எழுந்தான். அவ்வசைவு உறைந்து அமர்ந்திருந்த அவையில் நீர்ப்பரப்பில் கல் என அலைகுலைவை உருவாக்கியது. குடித்தலைவர்களும் வணிகர்களும் அமைச்சர்களும் அந்தணர்களுமென ஆங்காங்கே ஒவ்வொருவராக எழத்தொடங்கினர்.

கூப்பிய கைகளுடன் வாயிலில் இளையயாதவர் தோன்றியபோது அவை முழுக்க எழுந்து நின்றது. துரியோதனன் அரியணையிலிருந்து எழுந்து

கைகளைக் கூப்பியபடி நடந்து சென்று எதிர்கொண்டு "அஸ்தினபுரியின் அவைக்கு நல்வரவு, யாதவரே. இந்த மணநிகழ்வு தங்களால் முழுமை கொள்கிறது. இத்தருணம் வரை தங்களையே எண்ணிக்கொண்டிருந்தேன் என அறிவீர்கள்" என்றான். இளையயாதவர் புன்னகைத்து "எனக்கு இனியவள் அவள்" என்றார். "ஆம், உங்களுக்குரியவள்" என்றான் துரியோதனன்.

இளையயாதவர் அவையை வணங்கியபடி நடந்து உள்ளே வர, அவருக்கான பீடமெதுவும் போடப்படவில்லை என்பதை பிரதிவிந்தியன் கண்டான். அமைச்சர்கள் அங்குமிங்கும் முட்டி மோதுவதைக் கண்டு துரியோதனன் சினத்துடன் கைநீட்டிக் கனகரிடம் ஏதோ சொல்ல, விதுரர் பதறி அணுகுவதற்குள் இளையயாதவர் சென்று அவை மூலையில் அமர்ந்திருந்த கணிகரின் அருகே ஒழிந்துகிடந்த அவருடைய பீடத்தில் அமர்ந்தார். கணிகர் புன்னகையுடன் இளையயாதவரிடம் ஏதோ சொல்ல, முகம் மலர்ந்து விழிகனிந்து குனிந்து அவர் மறுமொழி உரைத்தார்.

இளையயாதவரை நோக்கி வந்த விதுரரும் கனகரும் தயங்கி பின் குனிந்து ஏதோ சொல்ல, அவர் மறுத்துக் கையசைத்தார். துரியோதனன் பொறுமையிழந்து விதுரரை நோக்கி இளையயாதவருக்கான பீடத்தைப் பற்றிச் சொல்வதை பிரதிவிந்தியனால் உதடு அசைவிலிருந்து உய்த்துணர முடிந்தது. விதுரர் அவர் அங்கு அமரட்டும், அதுவே முறை என்பதுபோலக் கை காட்டினார். பின்னர் நிமித்திகரை நோக்கி அவர் கையசைக்க, நிமித்திகர் இரு கைகளையும் வீசி அவை மங்கலம் தொடங்கும்படி ஆணையிட்டார்.

பெண்கள் குரவையிட மங்கல இசை பெருகி அறையை நிரப்பியது. தன் சிறு கொம்பை எடுத்துக்கொண்டு அவை மேடையில் ஏறிய நிமித்திகன் "அவையீரே, சான்றோரே, மூதாதையரே, தெய்வங்களே, இதை அறிக! ஐம்பருக்களே, இந்த சைத்ரமாதம் ஏழாம்தேய்நிலவு துவாரகையின் இளவரசர் யதுகுலத்தோன்றல் சாம்பர் தந்தையரும் சான்றோரும் அமர்ந்துள்ள இந்த அவையில் அஸ்தினபுரியின் குடித்தோன்றல் மாமன்னர் துரியோதனரின் புதல்வி கிருஷ்ணையைக் கை பற்ற உள்ளார். இந்நாளில் மணநிகழ்வின் தெய்வங்கள் சூழ்க! வசந்தத்தின், இன்மதுவின், நன்மலர்களின் கந்தர்வர்கள் இங்கெழுந்தருளி வாழ்த்துக! உடலிலியும் காதலியும் அருகணைக! மூன்று முதற்தெய்வங்களும் தேவியருடன் நின்று அருள்க!" என்றான்.

"அவிகொள்ளும் தேவர்களும் நீர்கொள்ளும் மூதாதையரும் மகிழ்க! ஐம்பெரும்பருக்களும் மங்கலம் கொள்க! இனி நிகழும் சேர்க்கையில்

நம் குலத்துக் கொடிவழிகள் விண்ணிலிருந்து ஊறி மண்ணில் எழுக! ஓம்! அவ்வாறே ஆகுக!" என அவன் உரைத்தபோது அவை கைதூக்கி "ஆம்! ஆம்! ஆம்!" என வாழ்த்தியது. கொம்போசைகள் எழ, வலது பெருவாயிலினூடாக யாதவக் குடியின் இளவரசர்கள் இருபுறமும் தொடர சாம்பன் கைகளைக் கூப்பியபடி அவைக்குள் நுழைந்தான். மறுபக்கம் சேடியர் தொடர, கிருஷ்ணை மலர்மாலையணிந்து தலைகுனிந்து சிற்றடி எடுத்துவைத்து அவை மேடைக்கு வந்தாள்.

22

புலரியில் அஸ்தினபுரியின் கோட்டைமுகப்பிலிருந்த பெரிய கண்டாமணியாகிய சுருதகர்ணம் முழங்கியது. அதை ஏற்று அரண்மனைக் கோட்டையில் காஞ்சனம் ஒலிக்கத் தொடங்கியபோது மக்கள் பேரொலியுடன் முற்றங்களுக்கு இறங்கினார்கள். முன்னரே அவர்கள் அணிகொண்டு திரண்டு காத்திருந்தனர். வண்ண உடைகள் புலரா இருளின் பந்தவெளிச்சத்தில் அலையடிக்க, கிழக்குக் கோட்டையின் உள்முற்றத்தை அடைந்து தெற்காகத் திரும்பி அங்கே செம்மண்பரப்பென விரிந்திருந்த இந்திரமுற்றத்தை அடைந்தனர்.

அங்கே அதற்கு முன்னரே மக்கள் கூடியிருந்தனர். இரவெல்லாம் நகரத்தின் ஷத்ரிய இளைஞர்களின் போர்க்களியாட்டுகளும் சூத இளைஞர்களின் புரவித்திறனாடலும் நிகழ்ந்துகொண்டிருந்தன. ஆயர்களுக்கான கன்றோட்டுதல் மிக அருகே பிறிதொரு முற்றத்தில் நடந்தது. முதல்நாள் முதல் வாள்வீச்சில் சிந்திய முதற்குருதியின் மணம் எழுந்ததும் எழுந்த களிவெறி இரவு முழுதும் நீடித்தது.

முதிய போர்வீரரான சபூர்ணர் மட்டும் "வேண்டாம்! வேண்டாம்! விலகுக! அகல்க! குருதிமணம்! குருதிமணம் எழுகிறது. அனல் வீச்சம்... நம் குடியெரிப்பது அது" என்று கூவினார். அவரைச் சூழ்ந்திருந்த அவர் குடியின் இளையோர் அவர்மேல் கள் கலங்களைக் கவிழ்த்தனர். "குளிரச்செய்!" என்றான் ஒருவன். "இது அனலில் நெய் அல்லவா?" என்றான் இன்னொருவன். பேசுவதேதும் அவர்களைச் சிரிக்க வைத்தது. சொல்லெல்லாம் கூச்சலாகவே வெளிவந்தன.

சோர்ந்தவர்கள் சென்று ஃபாங்கமும் கள்ளும் அருந்தி வெறிமீண்டு திரும்பி வந்தனர். விழுந்து பனியில் நனைந்து துயின்றவர்கள் கனவுகளுக்குள் அந்த

வெறியோசை ஒலிக்க அதற்குள் மீண்டும் மீண்டும் வாழ்ந்தனர். அந்த ஓசையால் எழுந்து அதற்குள் பிறந்து வந்தனர். குதிரைகளும் காளைகளும் யானைகளும்கூட அந்தக் களியாட்டில் உளம்கலந்துகொண்டன.

நெடுநேரம் களமிறங்காமல் கட்டப்பட்டிருந்த யானை உரத்த குரலில் பிளிறி, கந்தை பிழுதுகொண்டு களம்புகுந்து அங்கு நின்றிருந்த புரவிகளைத் தட்டி அகற்றி இருவரைத் துதிக்கையால் சுழற்றி வீசிவிட்டு தன்னைத்தான் சுழன்றது. அதன் மத்தகம் மீது தொற்றி ஏறி ஆணையிட்டு அதை அடக்கிய வீரனைச் சூழ்ந்திருந்தவர்கள் அவன் குலத்தின் பெயர் சொல்லி வாழ்த்தினார்கள்.

முந்தையநாள் இளவரசி கிருஷ்ணையின் மணநிகழ்வு நகரெங்கும் ஒவ்வொரு இல்லத்திலும் கொண்டாடப்பட்டது. அத்தனை முச்சந்திகளிலும் சூதர்கள் பாடினர். விறலியர் ஆடினர். முற்றங்கள் அனைத்திலும் நாடகங்களும் நடனங்களும் நிகழ்ந்தன. அரண்மனையை ஒட்டிய அடுமனையின் பன்னிரு கொட்டகைகளில் நூறு பந்திகளிலாக உணவு பரிமாறப்பட்டது.

நகரின் அத்தனை சந்திகளிலும் வணிகர்களின் கொடையாக விலையில்லாது கள்ளும் ஊனுணவும் வழங்கப்பட்டமையால் உண்பதும் குடிப்பதுமாக இளைஞர்கள் மதம் கொண்டலைந்தனர். இளைய பெண்கள் அவர்களுடன் சேர்ந்து அனல்கொண்ட விழிகளும் வாய்மணத்தால் சிவந்த வாய்களும் களிப்பால் குழைந்த நாவுகளுமாக சிரித்தும் கூவியும் உடன் மயங்கினர். “இது ஒரு போர்க்களம்” என்று முதுவீரர் ஒருவர் சொன்னார். “ஆம், இரண்டும் ஒன்றே. கட்டின்மை” என்றார் அருகே நின்றிருந்த முதுசூதர்.

முற்றத்தின் கிழக்கே அமைந்திருந்த இந்திரனின் செந்நிறக் கல்லாலயத்தின் முகப்பில் எழுப்பப்பட்டிருந்த முரசுமேடையில் களிமுரசு குதிரைநடைத் தாளத்தில் ஒலிக்கத் தொடங்கியதும் அதன் மூன்று புறங்களிலும் முகங்களின் பெருக்காக எல்லை கட்டி இருந்த குடிகள் கைகளைத் தூக்கிப் பேரொலி எழுப்பினர். களிமுரசின் ஒலியை நகரின் காவல்மாடங்களிலிருந்த அனைத்து முரசுகளும் ஏற்று அதே நடையில் திருப்பி ஒலிக்கத் தொடங்கின. நகரம் முழுக்க உவகைக் குரல்கள் எழுந்தன.

இந்திரவெளி நோக்கித் திறந்த பன்னிரண்டு சாலைமுகப்புகளிலிருந்தும் மேலும் மேலும் மக்கள் உள்ளே வந்துகொண்டிருந்தனர். சூழ்ந்திருந்த மாளிகைகளில் உப்பரிகைகளிலும் கூரைகளிலும் அவர்கள் செறிந்து

தேனீக்கூடென்று ஆக்கினர். மரங்களில் இலை தெரியாதபடி முகங்கள் அடர்ந்தன. மேலும் வந்தவர்கள் முன்பு இருந்தவர்களை அழுத்தி, செறியவைத்து, தங்கள் இடத்தைக் கண்டுகொண்டனர்.

இந்திரனின் ஆலயத்தின் முகப்பில் கனகரும் விதுரரும் முன்னரே காத்திருந்தனர். முந்தையநாளே தொடங்கிய இந்திரனுக்குரிய பூசனைகள் இடைவிடாது நடந்துகொண்டிருந்தன. செயலமைச்சரும் மறைந்த லிகிதரின் மைந்தருமான மனோதரர் பணிகளுக்குத் தலைமைகொண்டு ஆணைகளைப் பிறப்பித்தார். துரியோதனனும் தம்பியரும் முதலில் தேர்களில் வந்தனர். பலராமரும் யாதவக் குடித்தலைவர்களும் தொடர்ந்து வந்தனர். இளையயாதவர் சாத்யகி தொடர தனித்தேரில் வந்து களம் அமர்ந்தார். அஸ்வத்தாமனும் கிருதவர்மனும் சகுனியும் ஜயத்ரதனும் ருக்மியும் தங்கள் அரசக்கொடிகளுடன் வந்தனர். பீஷ்மருடன் சல்யர் வந்தார். கிருபரும் துரோணரும் சேர்ந்து வந்தனர். திருதராஷ்டிரர் சஞ்சயன் தோள்பற்றி நடந்துவர, யுயுத்ஸு அவருடன் வந்தான்.

மணநிகழ்வுக்கு வருகை தந்திருந்த அரசர்கள் அனைவருக்கும் கிழக்குத் திசையில் இந்திரன் ஆலயத்தின் இடப்பகுதியில் அமைந்த நீள்மேடையில் இருக்கைகள் போடப்பட்டிருந்தன. வலப்பக்கம் அஸ்தினபுரியின் குருதிவழி கொண்ட அரசகுடியினருக்கான மேடையில் இருக்கைவரிசை இருந்தது. ஒவ்வொருவராக வந்து இந்திரனை வணங்கி மலர்கொண்டு தங்கள் இருக்கைக்குச் சிற்றமைச்சர்களால் அழைத்துச்செல்லப்பட்டனர். கூட்டத்திலிருந்து அவர்களுக்கான வாழ்த்துரைகள் எழுந்தன. அதை முதலில் அரசவீரர்களும் சிற்றமைச்சர்களும் கட்டுப்படுத்தினர். பின்னர் கூட்டம் தன் உள்ளத்தைத் தானே வெளிப்படுத்தலாயிற்று. பின்னர் அஸ்தினபுரியின் எண்ணமே அசைவென அங்கே விழிப்புலனாயிற்று.

களம் நுழைந்தபோது துரியோதனனுக்கும் பலராமருக்கும் வாழ்த்துக்கூறி கூட்டம் அலையடித்தது. கைகூப்பியபடி இளையயாதவர் தனக்கென அமைக்கப்பட்டிருந்த மேடையில் ஏறியபோது நெடுநேரம் கூட்டம் வாழ்த்திக் கொந்தளித்தது. அவர் கைவீசி அவர்களை அடங்க வைத்தபின் அமர்ந்தபோது மீண்டும் தொடங்கியது. அரியணையில் அமர்ந்து கைகூப்பிப் புன்னகைத்து இயல்படைந்தபோது மெல்ல அவிந்து எங்கிருந்தோ தொடங்கி மீண்டும் கொப்பளிப்பெழுந்தது. மீண்டும் மீண்டும் வாழ்த்தொலி எழ, அவர் புன்னகைத்தார். அவருக்கும் கூட்டத்திற்குமான ஒரு தனியுரையாடலாக அது மாறியது. அங்கிருந்த ஒவ்வொருவரும் அவருடன் தனித்திருந்தனர்.

ஜயத்ரதனும் கிருதவர்மனும் தங்கள் அரசமேடையில் அமர்ந்த போதுகூட இளையயாதவரை வாழ்த்திய குரல்களே தொடர்ந்து

ஒலித்துக்கொண்டிருந்தன. இருவரும் முகம் புன்னகையிழக்க அதை எதையும் உணராத இறுக்கமாக மாற்றிக்கொண்டு தங்கள் அரியணையில் நிமிர்ந்தமர்ந்தனர். பலராமர் தன் அருகே நின்றிருந்த அக்ரூரரிடம் இடைவெளியில்லாமல் கையசைத்து எதையோ பேசிக்கொண்டிருந்தார். துரியோதனன் துச்சாதனனிடமும் சுபாகுவிடமும் மாறி மாறி ஆணைகளைப் பிறப்பித்துக்கொண்டிருந்தான். அவன் கிளர்ச்சியடைந்திருப்பதை உடலசைவுகளே காட்டின.

தம்பியரால் வழிநடத்தப்பட்டு வந்த சாம்பன் அவனுக்கு மட்டுமென அமைக்கப்பட்டிருந்த பந்தலில் போடப்பட்ட மஞ்சள் பட்டு போர்த்திய இருக்கையில் அமர, தம்பியர் சூழ்ந்து அமர்ந்தனர். முந்தையநாளின் மணநிகழ்வில் கட்டப்பட்ட மஞ்சள் காப்பு அவன் மணிக்கட்டில் இருந்தது. துயில்நீப்பின் களைப்பு விழிகளில் தெரிந்தது. அவன் அமர்ந்ததும் குடிகள் “மணம்கொண்ட இளவரசர் வாழ்க! யாதவ குலத்தோன்றல் வாழ்க!” என வாழ்த்தினர். பூசகர் இருவர் மேடையேறி அவனுக்கு எள்ளும் உப்பும் அனலில் இட்டு தலைசுழற்றிக் கண்ணேறு கழித்தனர். அவன் காலடியில் அவனுக்கும் மக்கள் திரளுக்கும் நடுவிலென ஒரு நீண்ட வேல் காப்பாக வைக்கப்பட்டது.

மேடை ஏறி அரசர் அருகே வந்து குனிந்து பேசி மீண்டும் இறங்கிச் சென்று கனகரிடமும் கைடபரிடமும் மனோதரரிடமும் துணையமைச்சர்களிடமும் ஆணைகளை இட்டுவிட்டு மீண்டும் மேடைக்கு வந்து உரையாடிக்கொண்டிருந்தார் விதுரர். கௌரவர் அதுவரை இருந்த பிற எதிலோ ஒன்றிலிருந்து விடுதலை கொண்டவர்கள்போலத் தோன்றினார்கள். அங்கு வந்து அமர்ந்திருக்கையில் அவர்கள் தங்கள் இளமை நோக்கிச் சென்றுகொண்டிருந்தார்கள். கிருதவர்மனும் அஸ்வத்தாமனும் மெல்லச் சிரித்துப் பேசத்தொடங்கினர். ஜயத்ரதன் திரும்பி மாளவ அரசரிடம் சொல்லாடலானான்.

இந்திரனுக்குரிய இடிமுழக்கப் பெருமுரசு ஒலியலைகளை எழுப்பிக் கொண்டே இருந்தது. ஆலயமுகப்பில் இருந்த பிரபாகரம் என்னும் கண்டாமணியின் ஓசை ஊடே மின்னல்கள்போல அதிர்ந்து சுழன்றது. சிற்றமைச்சர்களும் பணியாட்களும் ஆணைகளால் சொடுக்கப்பட்டு அங்குமிங்கும் தெறித்து அலைந்தனர். தலைமைக் காவலரும் மறைந்த அமைச்சர் விப்ரரின் மைந்தருமான கைடபர் அவர்களை ஒருங்கிணைத்துக்கொண்டிருந்தார்.

இந்திரனின் ஆலயத்தின் முன் அமைந்த வேள்விமுற்றத்தில் ஏழு நாட்களுக்கு முன் நடப்பட்ட இந்திரத்துவஜம் பசுந்தளிராக எழுந்திருந்தது.

அதன் வலப்பக்கம் ஏழு மாந்தளிர்நிறக் குதிரைகள் கட்டப்பட்டிருந்தன. விழியுருட்டி தாடையில் வாய்நீர்க்குழாய் தொங்க அவை உடல்சிலிர்த்தன. அவற்றுக்கு இடப்பக்கம் ஏழு வெள்ளைக் காளைகள் மார்புக்கு அடியில் வெண்பளிங்கு அலைகள் எனக் கழுத்துத் தசை தொங்கி அசைய எடை ஏறிய குளம்புகள் மண்ணில் பதிய நின்றிருந்தன.

தென்கிழக்கு மூலையில் இருந்து வேதமோதியபடி நிரையென வந்த நூற்றெட்டு வைதிகர்கள் பொற்குடங்களில் கொண்டுவந்த கங்கை நீரைக்கொண்டு இந்திரனை நீராட்டினர். இந்திரனுக்கும் உடன் அமைந்த தேவிக்கும் அவர்களருகே நின்றிருந்த வெண்புரவிக்கும் முகிற்களிற்றுக்கும் மலரும் சுடரும் காட்டினர். மங்கல இசை எழுந்ததும் குடிகளின் குரல்பெருக்கு எழுந்து இந்திரனை வாழ்த்தியது. "விண்ணோன் வாழ்க! இடியன் வாழ்க! மின்னோன் வாழ்க! மழையன் வாழ்க! வளத்தான் வாழ்க! ஆற்றல்கொண்டவன் வெல்க!"

இந்திரன் முன் நூற்றெட்டு குடங்களில் கலந்துவைக்கப்பட்டிருந்த மஞ்சள்நீரில் செம்மலர்களின் மகரந்தப்பொடியையும் குங்கிலியத்தையும் பசுங்கற்பூரத்தையும் போட்டு வணங்கி அதை இந்திரவீரியமாக ஆக்கினார் வைதிகர். மங்கல இசை சூழ வைதிகர் அந்தப் பொற்குடங்களைக் கொண்டுசென்று இந்திரக்கொடியின் அருகே வைத்து சூழ்ந்து அமர்ந்துகொண்டனர். கைகளில் புல்லாழி கட்டப்பட்டது. அவர்கள் இணைந்து ஒற்றைப்பெருங்குரலில் வேதம் முழக்கினர்.

வலது கையில் மின்னல்படை கொண்டவனை
செம்பழுப்புநிறப் புரவிகளை விரையச்செய்து
வினைகளை முடிப்பவனை
இந்திரனைப் போற்றுகிறோம்!
பொன்னிறத் தாடி அலைபாய
அவன் மேலெழுகிறான்
தன் படைக்கலங்களால் வெல்கிறான்
வழிபடுவோருக்குச் செல்வங்களை அருள்கிறான்!

அவர்கள் வேதமோதி எழுந்து இந்திரவீரியத்தை மாவிலையால் தொட்டு அரசன்மீதும் விருந்தினர் மீதும் தெளித்தனர். களத்தில் அதை ஏழுமுறை சுழற்றி வீசி நனைத்தபோது கூடியிருந்தவர்கள் இந்திரவாழ்த்தைக் கூவினர்.

"குருதி! அவர்கள் குருதியை வீசுகிறார்கள். கொழுங்குருதி! மானுடக்குருதி. கைக்குழவிகளின் குருதி அது!" என முதியவரின் குரல் எழ, அக்குரல் அமங்கலமென எழாதபடி வாய்பொத்தி, தூக்கி அப்பால் கொண்டுசென்றனர். அவர் எழுப்பிய ஓலம் மங்கலவாழ்த்தோசையில்

மூழ்கி ஒரு சிறுகுமிழி என வெடித்தழிந்தது. அவர் திமிற கீழே போட்டு கால்களால் பற்றிக்கொண்டனர்.

அரசர்கள் அனைவரும் அமர்ந்ததும் விதுரர் கீழிறங்கிச் சென்று அமைச்சர்களின் நிரையில் அமர்ந்திருந்த சௌனகரிடம் ஏதோ பேசிவிட்டு மீண்டும் மேடையேறி அரசரிடம் பேசிவிட்டுக் கீழிறங்கினார். நிமித்திகர்கள் அனைவரும் அவருடைய உடலசைவை நோக்கிக்கொண்டிருந்தனர். அவர் திரும்பி கைகாட்டியதும் முதல் நிமித்திகன் அறிவிப்பு மேடையை நோக்கிச் சென்றான். அவனுடைய குரல் கேட்கும் தொலைவில் அமைந்திருந்த பன்னிரண்டு அறிவிப்பு மேடைகளில் இருந்த மறுசொல்லாளர்கள் எழுந்து செவிகூர்ந்தனர். நிமித்திகன் மேடையிலேறிக் கொம்பை வாயில் வைத்ததும் இயல்பாகவே கூட்டமும் ஓசையடங்கலாயிற்று. மயிலோசையுடன் கொம்பு மும்முறை ஒலித்தடங்கியதும் அவன் குரல் கேட்பதற்காக பல்லாயிரம் செவிகள் கூர்ந்தன.

பயின்றுதீட்டிய மணிக்குரலில் "தொல்புகழ் கொண்ட அஸ்தினபுரியின் குடிகளுக்கு வணக்கம். நுண்வடிவில் இங்கு எழுந்தருளியிருக்கும் பிரஜாபதிகளுக்கு வணக்கம். பிரம்மன், அத்ரி, சந்திரன், புதன், புரூரவஸ், ஆயுஸ், நகுஷன், யயாதி, புரு, ஜனமேஜயன், பிராசீனவான், பிரவீரன், நமஸ்யு, வீதபயன், சுண்டு, பஹுவிதன், ஸம்யாதி, ரஹோவாதி, ரௌத்ராஸ்வன், மதிநாரன், சந்துரோதன், துஷ்யந்தன், பரதன், சுஹோத்ரன், சுஹோதா, கலன், கர்த்தன், சுகேது, பிருஹத்க்ஷத்ரன், ஹஸ்தி என்னும் அஸ்தினபுரியின் பேரரசரின் புகழ்கொண்ட நிரைக்கு வணக்கம்" என்றான்.

"அஜமீடனின் வழிவந்த ருக்ஷன், சம்வரணன், குரு, ஜஹ்னு, சுரதன், விடூரதன், சார்வபௌமன், ஜயத்சேனன், ரவ்யயன், பாவுகன், சக்ரோத்ததன், தேவாதிதி, ருக்ஷன், பீமன், பிரதீபன், சந்தனு, விசித்திரவீரியன், திருதராஷ்டிரன் என எழுந்த குருதிச்சரடுக்கு வணக்கம். அழியா மரபின் இக்கணமென அமைந்திருக்கும் துரியோதன மாமன்னருக்கு வணக்கம்" என அவன் தொடர்ந்தான். "இந்திரனின் களத்தில் ஆடல் காண வந்தமைந்த தேவர்களுக்கும் கந்தர்வர்களுக்கும் கின்னரர்களுக்கும் கிம்புருடர்களுக்கும் வணக்கம். ஆடலுக்கு அமைந்த வீரர்களுக்கும் அவர்களை வாழ்த்த அமர்ந்திருக்கும் அரசர்களுக்கும் வணக்கம்."

"இங்கு இளவரசி கிருஷ்ணையின் மணநிகழ்வை ஒட்டி, பெருங்களியாடலொன்று ஒருங்கமைக்கப்பட்டுள்ளது. அரசகுடியினர் மட்டும் இதில் கலந்து கொள்வார்கள். நம் குடியின் வீரமும் இளமையும்

இங்கு வெளிப்படுவதாக! இங்கு நாம் களியாடுகையில் அன்னை மடியிலமர்ந்து துள்ளும் சிறு குழவியென அஸ்தினபுரியை மகிழ்விக்கிறோம். மேலிருந்து அவள் கனிந்த விழிகளுடன் குனிந்து நம்மைப் பார்க்கிறாள். எழுகையில் அவள் முத்தங்களைப் பெறுகிறோம். விழுகையில் மீண்டும் அவள் மடிக்கே வருகிறோம். எழுவதும் விழுவதும் இனிமையென்றே ஆகுக! ஆம், அவ்வாறே ஆகுக!" என்றான்.

அவன் குரல் மறுசொற்களினூடாக, சூழ்ந்திருந்த அனைவரையும் சென்றடைந்தது. மீண்டும் கொம்பு முழங்கியபோது குடிப்பெருக்கு வாழ்த்தொலியாக வெடித்தெழுந்தது. பல்லாயிரம் பேர் தலையணிகளையும் மேலாடைகளையும் எடுத்து வீசி களியாட்டெழுந்து துள்ள, வண்ணப் பறவைகூட்டம் எழுந்தாடுவதுபோல, வண்ண நீரலைகள் நெளிவதுபோலத் தெரிந்தது. குரல்கள் கூடி எழுந்த கார்வை உடலை நிறைத்து மூச்சென்று ஆனதுபோல் தோன்றியது.

அசிவ குலத்தவரான முதியவர் சபூர்ணர் பதினெட்டு போர்முனைகளைக் கண்டவர். நூற்றெட்டு விழுப்புண்களைப் பெற்றவர். ஆகவே அவரது குடியினரால் போர்கடந்தவர் என வணங்கப்படுபவர். அக்குடியின் மைந்தர்கள் முதற்படைக்கலம் எடுக்கும் அனைத்து விழவுகளிலும் தொட்டளிப்பவர் அவர். போரிலிறக்காத போர்வீரனின் உடலின் வெறுமையை அவர் அடைந்துகொண்டிருந்தார். முதுமையின் தனிமை அவரைக் குடிக்கச் செய்தது. பகலும் இரவும் கள்ளின்றி இருக்கமுடியாதவராக இருந்தார்.

பனிபெய்யும் இரவில் கள்ளுண்டு திசைமயங்கி அவர் கிழக்குநோக்கிச் சென்றார். பின்னர் வழிமயங்கியதை உணர்ந்து திரும்பி மீண்டும் குழம்பி ஒளியில்லாத ஒரு மூலையில் அமர்ந்து கோப்பையில் எஞ்சிய மதுவைக் குடித்தார். கள் அமைதிப்படுத்தி, சென்ற களங்களை நினைவிலெழுப்பியது. அப்போது அவர் உடல்மேல் ஒரு துளி சொட்டியது. இலைப்பனித் துளி என எண்ணி அவர் அதைத் துடைத்தபோது பிசுபிசுப்பாக இருந்தது. பறவை எச்சமா என அண்ணாந்து நோக்கினார். அங்கே தலைக்குமேல் கைவிடுபடைகளின் பல்லாயிரம் அம்புமுனைகள் திசைநோக்கிக் கூர்கொண்டு நிற்பதைக் கண்டார்.

அவற்றின் உலோகமுனைகள் இரவின் வானொளியில் மின்கொண்டிருந்தன. நோக்கிய அவர் முகத்தின்மேல் பிறிதொரு துளி விழுந்தது. அவர் துடைத்தபடி கூர்ந்தபோது அத்தனை கூர்மைகளும் குருதிவழிய நீட்டி நின்றிருப்பதைக் கண்டார். அலறியபடி பாய்ந்தோடி நின்று நோக்கினார். புழுதியும் எண்ணெய்யும் பனியில் கரைந்து வழிந்ததா

என்ன? தொட்டு முகர்ந்தபோது குருதிமணம். அவர் நன்கறிந்தது. கனவுகளில் மீண்டும் மீண்டும் எழுவது.

கூவிப் பதறி அழுதபடி அவர் ஓடி இந்திரமுற்றத்தை அடைந்தார். “வேண்டாம்! நிறுத்துங்கள்! கொலைத்தெய்வங்கள்!” என்று கூவினார். “வந்துவிட்டார் கள்ளுடையார்!” என்று அவர் குடியின் இளையோன் ஒருவன் சிரித்தான். “கள்ளெழுக! கள்திகழ்க! கள்ளே வெல்க! ஆம், அவ்வாறே ஆகுக!” என ஒருவன் சொல்ல, இன்னொருவன் சிரித்தான். “என் மைந்தரே, வேண்டாம்... இது கள் விழவல்ல. இது குருதியின் நாள்!” என அவர் கூவி அழுதார். அப்போது முதல் இளமறவனின் வீச்சில் முதல் குருதித்துளி மண்ணில் தெறித்தது.

அஸ்தினபுரியின் மூத்த குடிப்பூசகரான காளிகர் தென்மேற்கு மூலையில் கொற்றவை ஆலயத்திலிருந்து எரிகலத்தில் கொண்டுவந்த அனலைத் துணைப்பூசகர்களிடமிருந்து பெற்றுக்கொண்டு தலைக்குமேல் மும்முறை சுழற்றி குடிகளுக்குக் காட்டியபின் இந்திரவெளியின் தென்மேற்கு மூலையில் அமைந்திருந்த படைகாளியின் சிற்றாலயம் நோக்கிச் சென்றார். குடிகள் கைகூப்பி அமைதிகொண்டு அதை நோக்கினர். பல்லாயிரம் பேர் முற்றமைதி கொள்கையில் எழும் மெல்லிய ரீங்காரம் அங்கு செவிகளாலும் விழிகளாலும் உணரக்கூடிய அலையாக நிறைந்திருந்தது.

ஆளுயரமே இருந்த படைகாளியின் ஆலயத்திற்குள் நடுகல் வடிவில் எழுந்தருளியிருந்த அன்னையின் முன்னால் அஸ்தினபுரியின் படைக்கல அறையிலிருந்து கொண்டுவரப்பட்ட தொன்மையான வாள்களும் கதைகளும் விற்களும் அம்புகளும் பரப்பப்பட்டிருந்தன. பட்டு விரிக்கப்பட்ட தாழ்ந்த பீடங்களில் இருந்தவை ஹஸ்தியும் பிரவீரனும் குருவும் பிரதீபனும் விசித்திரவீரியனும் கொண்டிருந்த படைக்கலங்கள் எனக் குடிகள் அறிந்திருந்தனர். ஒன்பதன்னை விழாவின் இறுதிநாளில் வெற்றிகொள் கொற்றவையின் பூசனையின்போது அவை அரண்மனையை ஒட்டிய பூசனை மண்டபத்தில் குடிகளின் பார்வைக்கென வைக்கப்பட்டிருக்கும். இளமைந்தருடன் சென்று அவற்றைத் தொழுது, பலிக்குருதியை ஒரு சொட்டு எடுத்து அவர்களின் நெற்றியில் இட்டு சொல்லுறுதிகொண்டு மீள்வதென்பது அஸ்தினபுரியின் வழக்கங்களில் ஒன்றாக இருந்தது.

ஆயிரமாண்டுகளாக அஸ்தினபுரியைக் காத்து, கோட்டையென்றும் படைக்கலமென்றும் விழிகளில் ஒளியென்றும் நெஞ்சில் உறுதியென்றும் சொல்லில் அனலென்றும் உறையும் தெய்வங்கள் அவற்றில் அப்போது எழுந்தருளுகின்றன என்பது மூத்தார் சொல். தொலைவிலிருந்து

எவரும் அப்படைக்கலங்களை நோக்க முடியவில்லையென்றாலும் அனைவரும் அதை மிக அருகிலெனக் கண்டனர். செம்பட்டில் பதிந்து அமைந்திருந்த அவை நின்றுபொருதிய களங்களை அவர்கள் கதைகளில் கண்டிருந்தனர். அவற்றை ஏந்தியவர்களை ஒவ்வொருநாளும் தொழுதே நாள்தொடங்கினர்.

ஆலயத்தின் முன்னால் இருந்த சிறிய எரிகலத்தில் காளிகர் அனலைக் கொட்டியதும் அதில் குவிக்கப்பட்டிருந்த குங்கிலியம் கலந்த நெய்கொண்ட விறகு பற்றிக்கொண்டு எழுந்து தழலாடத்தொடங்கியது. பலிவிலங்கென நோற்றுக் கொண்டுவந்து தறியில் கட்டப்பட்டிருந்த கரிய ஆடு, அனற்புகை எழுந்து அதைத் தொட்டதும் இருமுறை சுற்றி வந்து ஒலியெழுப்பியது. பூசகர் கருவறைக்குள் சென்று அங்கு செம்மலர்களால் அணிசெய்யப்பட்டிருந்த படைகாளியின் உருவிற்குச் சுடராட்டு காட்டினார். முரசுகளும் முழவுகளும் மணிகளும் முழக்கமிட்டன. அரசர்கள் அனைவரும் தங்கள் பீடங்களில் எழுந்து கைகூப்பி நின்றிருந்தனர்.

துணைப்பூசகர் ஆட்டை இழுத்து வந்து பலிமேடைக்கு அருகே நிறுத்தி அதன் நெற்றியை மெல்லத் தடவினார். பலிபீடத்திற்குக் குறுக்காக அது தன் கழுத்தை நீட்டியதும் பிறிதொரு பூசகர் பள்ளிவாளால் ஒரே வெட்டில் அதன் கழுத்தைத் துண்டித்தார். தலை உருண்டு மறுபக்கம் சென்று படைகாளியின் ஆலயமுகப்பில் விழுந்து வாய் திறந்து ஒரு சொல் உரைத்தது. நாக்கு வெளியே தொங்கி மடிந்து குருதியுடன் துடித்தது. வெட்டுண்ட உடலின் கால்கள் காற்றில் தாவ விழைந்தவைபோல் அசைந்து வலப்பக்கமாகச் சரிந்து விழுந்து அதிரத்தொடங்கின.

அனைத்துக் குறிகளும் மங்கலம் கொண்டன என்று அறிவிக்கும்பொருட்டு துணைப்பூசகர் தன் இடையிலிருந்த சங்கை எடுத்து மும்முறை ஒலித்தார். அதைக் கேட்டதும் களிமுரசு யானைநடையில் ஒலிக்கத் தொடங்கியது. நகரெங்கிலும் இருந்த முரசுகள் அவ்வொலியை மீண்டும் எழுப்பின. இல்லங்களில் முதுபெண்டிர் “அன்னையே, காத்தருள்க!” என்று கைகூப்பி வேண்டிக்கொண்டனர். அகத்தளங்களில் புழக்கடைகளில் எங்கும் எழுந்து கைகூப்பி நின்றிருந்த பெண்கள் புன்னகையுடன் வணங்கிவிட்டு மீண்டும் அமர்ந்தனர்.

அரண்மனைகளில் ஏழு இடங்களில் விறலியர் நடனமும் பாணினியர் கதைகளும் நடந்து கொண்டிருந்தன. அகத்தளத்தில் விறலியொருத்தி விஸ்வாமித்திரரின் கதையைப் பாடிக்கொண்டிருந்தாள். முரசொலி கேட்டதும் காந்தாரி இரு கைகளையும் கூப்பி “நலம் திகழ்க!” என வேண்டிக்கொண்டாள். அவளைச் சூழ்ந்து நின்றிருந்த ஒன்பது தங்கையரும்

“அவ்வாறே ஆகுக!” என வேண்டிக்கொண்டனர். அவை நிறைத்து அமர்ந்திருந்த அவள் மருகியர் அதைத் தொடர்ந்து குலமூதாதையரையும் தெய்வங்களையும் வணங்கினர். அருகே பொற்பீடத்தில் கரிய கன்னங்களில் சாளர ஒளி மின்ன நெற்றியின் குறுமயிர்கள் கலைந்து காற்றிலாட கிருஷ்ணை தலைகுனிந்து அமர்ந்திருந்தாள். நீள்விழிகள் சற்றே இமைசரிய கனவிலென மயங்கியிருந்தன.

மீண்டும் நிகழ்ச்சி தொடங்கும்பொருட்டு காந்தாரி கையசைத்ததும் பெண்கள் கலைந்த குரலில் பேசத்தொடங்கிய முழக்கம், விறலி தண்ணுமையில் விரல் தொட்டு மீட்டியதும் அவிந்தது. அவள் மீண்டும் பாடத்தொடங்கினாள். கோட்டைமுகப்பிலும் காவல்மாடங்களிலும் நின்றிருந்த காவலர்கள் இயல்பு நிலையடைந்து தங்கள் இடங்களில் அமர்ந்தனர். முரசொலிகளினூடாகவே அவர்கள் உள நிகழ்வுகளில் இந்திரவெளியில் நிகழ்வதை நோக்கிக்கொண்டிருந்தனர்.

பலிவிலங்கின் குருதியை ஏழு சிறு தொன்னைகளில் பிடித்துக்கொண்டு சென்று அன்னை முன் படைத்தார் பூசகர். அவற்றில் மூன்று தொன்னைகளில் இருந்த குருதியை அன்னைக்குக் குருதியாட்டென ஊற்றினார். மூன்று தொன்னைகளில் இருந்த குருதியை அள்ளி மும்முறை படைக்கலங்களின் மீது தெளித்தார். நீட்டிய நாவுகளெனத் தெரிந்த வாள்களும் வஞ்சம் கொண்ட விழிகளெனத் தெரிந்த அம்புமுனைகளும் குருதி விழுந்ததும் மெல்லச் சிலிர்த்துக்கொண்டவைபோல் தோன்றின. வாள் பரப்பில் தயங்கி வழிந்து நுனி நோக்கிச் சென்று உருண்டு சொட்டி நின்றது கொழுங்குருதி.

மேடைக்குச் சென்று ஒவ்வொரு அரசரிடமாகக் குருதிக்கலத்தைக் காட்டினார்கள். அவர்கள் அதைத் தொட்டு நெற்றியில் அணிந்து கொண்டனர். அனைத்து அரசரும் குருதி சூடியதும் பூசகன் மேடைமேல் ஏறி, எஞ்சிய குருதியை கையால் அள்ளி மும்முறை அக்கூட்டத்தை நோக்கி வீசினான். குடியினர் கைகூப்பி “மூதாதையரே, பலிகொள்தெய்வங்களே, வீழ்ந்தவர்களே, வென்றவர்களே, அருள்க!” என்று கூவினர்.

வீசப்பட்ட குருதியை, களத்தின் செம்மண்பரப்பில் நூற்றுக்கணக்கான சின்னஞ்சிறு வாய்கள் தோன்றி உறிஞ்சி அருந்துவதை அவர்கள் கண்டனர். “குருதியுண்ணும் தெய்வங்கள்!” என்று முதியவர் சபூர்ணர் அஞ்சியபடி சொன்னார். “ஆம், எழுந்துவிட்டனர் நம் குடிகாக்கும் கொலைத்தேவர்கள். குருதியன்றி எவற்றால் அவர்கள் நிறைவுற முடியும்?” என்றான் அருகே நின்றிருந்த ஒருவன். “குருதியே களிப்பேறிய மது” என்றான் ஒருவன். “குருதி மானுடனில் எரியும் அனலின் நீர்மை” என்றான் கள்மிதப்பில் கால்நிலைக்காத சூதன் ஒருவன்.

சபூர்ணர் "குருதியை எழுப்பலாகாது. குருதி மானுடனைச் சுழற்றிக் கொண்டுசெல்லும் நதி. அறியா உச்சியில் இருந்து இறங்கி அறியா விரிவுக்குச் சென்றுகொண்டிருக்கும் பெருக்கு அது" என்றார். "விலகு... டேய், இந்தக் கிழவனைத் தூக்கி அப்பால் வீசு!" என்றான் ஒருவன். "அவரைப் புரவிக்காலடிகளில் வீசுகிறேன். அவருக்குள் இருந்து குருதி வெளிவரத் துடிக்கிறது" என்றான் இன்னொருவன். "முதலில் ஒரு கலம் குருதியை இவருக்கு ஊட்டிவிடவேண்டும். அப்போது இவருக்குள் இருந்து விடாய்கொண்ட தெய்வம் எழுந்து வெறிக்கூச்சலிடும்" என்றான் இன்னொருவன்.

அவர்கள் இருவர் அவரைக் கால்களையும் கைகளையும் பற்றித் தூக்கினர். அவர் "விடுங்கள்... மூடர்களே" என்று கூவினார். "மூடர்களே, அறிவிலிகளே, கள்வெறியர்களே!" என ஓலமிட்டார். கள் மூக்கில் வழிய அவரைத் தூக்கிச் சென்றார்கள். ஒரு பெருங்களிற்றின் கால்களுக்கு அடியிலூடாக இழுத்துச்சென்றனர். கூட்டத்திற்கு அப்பால் காலடிகள் படிந்த புழுதி பரவிய முற்றத்தை நோக்கி வீசினர். அவர் உருண்டு எழுந்து "வெறும் குருதிக்குமிழிகள் நீங்கள்... குருதியாக வழிந்தோடும்பொருட்டு பிறந்தவர்கள்... குருதி புழுத்து எழுந்த நெளிவுகள்..." என்றார்.

"போடா" என ஒருவன் கையை ஓங்க, அவர் மண்ணை அளைந்தபடி "என் மக்களே, என் குழந்தைகளே, செல்வங்களே" என்று அழுதார். அருகே நடந்தவர்கள் அவர் கள்மூத்து நிலையழிந்திருப்பதாக எண்ணி நகைத்தனர். ஒருவன் மேலுமொரு மொந்தையை நீட்டி "கள்ளின் துயர் கள்ளால் அழியும், பெரியவரே" என்றான்.

செம்மலர் சூடிக் காத்திருந்த படைக்கலங்களை ஒவ்வொன்றாகத் தொட்டு வணங்கியபின் குலப்பூசகர் இரு கைகளையும் விரித்து கண்களை மூடி அசைவற்று நின்றார். நோக்கியபடி அரசவையின் குடிகளும் காத்திருந்தனர். முற்றிலும் அசைவிழந்த அவர் உடலில் வலக்காலின் கட்டைவிரல் மட்டும் தனி உயிரென துடிக்கத்தொடங்கியது. பின்னர் அந்நடுக்கம் அவர் கால்களில் ஏறி உடலில் பரவியது. எண்ணியிராக்கணத்தில் கைகள் சுழன்று மேலேற தரையிலிருந்து அருகே நின்ற பூசகனின் தோளளவுக்குத் துள்ளி மேலெழுந்து பெரும்குரலுடன் பேரோசையுடன் அமறியபடி இரு கால்கட்டைவிரல்களில் ஊன்றி நின்றார்.

விரிந்த குழற்கற்றைகள் சுழன்று பறக்க, தலையை உருட்டியபடி தொண்டை நரம்புகள் புடைக்க, சினம் கொண்ட எருதெனக் குரலெழுப்பி "அன்னை எழுந்தருளியுள்ளேன்! மைந்தர் களிப்புறுக! அவர்களின் தோள்களில் காற்று திகழ்க! அவர்களின் அம்புகளில் அனலும் வாள்களில் மின்னலும் எழுக! அவர்களின் குருதி தன் வெம்மையை இழக்காமலிருக்கட்டும்! என்

மைந்தர்களே, குருதி என்றும் புதியதாக இருக்கட்டும்! என் மைந்தர்களே, குருதி ஒருபோதும் எதையும் மறக்காமலிருக்கட்டும்! என் மைந்தர்களே கேளுங்கள், குருதி உங்கள் சொற்களை ஏந்திச் செல்லட்டும்! என் மைந்தர்களே கேளுங்கள், குருதியே காலமெனப்படுகிறது. காலமாகி வருபவள் நான்! ஆம்! ஆம்! ஆம்!" என்றார்.

உதைத்துத் தள்ளப்பட்டவர்போல மல்லாந்து தரையில் விழுந்து இரு கால்களும் இழுத்துக்கொள்ள, கைகள் இழுபட்டு அதிரத் துடித்து வாயோரம் நுரை வழிய அதிர்ந்து மெல்ல அடங்கினார். துணைப்பூசகர் அவரைத் தூக்கி மஞ்சள் பொடியை அவர் முகத்தில் வீசி நீர்தெளித்து எழுப்பினர். எழுந்து அமர்ந்து தலைகுனிந்து மூச்சுவிட்டார். தோள்கள் தொய்ந்திருந்தன. கண்களிலிருந்து நீர் வழிந்துகொண்டிருந்தது. குழற்கற்றைகள் அவர் முகத்தை மறைத்தாடின. அவர் நலமாக இருக்கிறார் என்பதைக் கையசைவில் பூசகன் அறிவிக்க, மீண்டும் களிமுரசுகள் ஒலிக்கத் தொடங்கின.

23

இந்திரகோட்டத்தின் மணியாகிய பிரபாகரம் முழங்கியதும் நிமித்திகன் மேடையேறி உரத்த குரலில் "அனைத்து வெற்றிகளும் சூழ்க! அஸ்தினபுரியை ஆளும் மாமன்னர் துரியோதனரின் ஆணையின்படி இங்கு இதோ போர்க்களியாட்டு தொடங்கவிருக்கிறது. இளையோர் மகிழ்க! தேவர்கள் நிறைவுகொள்க!" என்றான். அதுவரை இருந்த உறைந்த உளநிலை மீண்டு களிவெறி கொள்ளத்தொடங்கியது. மேலும் மேலுமென கூச்சலிட்டுத் துள்ளி ஆர்ப்பரித்து தங்கள் உவகையை அவர்கள் பெருக்கிக்கொண்டனர்.

தங்கள் வெறியை ஒருவரிலிருந்து ஒருவர் பெற்றுக்கொண்டு வானில் வீசினர். அவர்கள் உடலிலிருந்தும் குரல்களிலிருந்தும் எழுந்து காற்றில் நிறைந்த அவ்வெறி, அவர்கள் இன்றியே தான் நிற்பதுபோல, தனியொரு பெருக்கென மாறியது. விழிதொட்டு, கையள்ளி எடுத்துவிட முடியுமென்பதுபோல உருஎடுத்து, பெருகிப் பேருருக் கொண்டது. பின்னர் அவர்கள் ஒவ்வொருவரையும் அது ஆழிப்பேரலையென அள்ளிச்சென்றது. கட்டற்ற காட்டுப்புரவியென எழுந்து அவர்களை வீசிப்பற்றி விளையாடியது. சுழிக்காற்றில் துகள்களென ஒவ்வொருவரும் அலைகொந்தளித்தனர்.

களிமுரசுகள் நடைமாற்றி எருதுநடைத் தாளம் கொண்டன. கொம்புகள் மும்முறை அதிர்ந்து அடங்கின. ஓசைகளே விழிமறைக்கமுடியுமென அனைவரும் உணர்ந்தார்கள். இந்திரவெளியின் வடக்கு எல்லையில் மூடப்பட்டிருந்த பெரிய கதவு இருபுறமும் இழுபட்டு வாய் திறந்தது. உள்ளிருந்து பளபளக்கும் கரிய பெரும்புரவியில் பட்டத்து இளவரசனாகிய

லட்சுமணன் விரைந்த குளம்போசையுடன், புழுதிப்பாய் சுருண்டு பின்னால் எழ, பாய்ந்து முற்றமுகப்புக்கு வந்தான். அவனுடன் அவன் இளையோர் ஐவர் இருபுறமும் புரவிகளில் வந்தனர்.

“அஸ்தினபுரியின் இளவரசர் வாழ்க! கௌரவ குல முதல்வன் வாழ்க! பெருந்தோள் ஹஸ்திவடிவன் வாழ்க! நெடும்புயத்து திருதராஷ்டிரன் உருவன் வாழ்க!” என்று சூழ்ந்திருந்த குடிகள் வாழ்த்துரை கூவினர். விரைந்த சுழற்சியாக மும்முறை செண்டுவெளியைச் சுற்றி வந்த லட்சுமணன் தன் கதையை சுழற்றி மேலே எறிந்தான். அது வளைந்து கீழிறங்குகையில் விரைந்து பாய்ந்துசென்று அதைப் பற்றினான். அக்கணமே மீண்டும் சென்று மேலெறிந்து அது விழும்போது அங்கு சென்று கைநீட்டி எடுத்தான்.

சில கணங்களிலேயே கதை ஒரு பறவையென வானில் எழுந்து எழுந்து அவன் கைகளில் வந்தமர்ந்து விளையாடுவது போலாயிற்று. அவன் கைகளை அது முத்தமிட்டு முத்தமிட்டு எழுந்தது. அவன் இளையோர் கதைகளை வீசி எறிந்தனர். ஐந்து கதைகளையும் புரவியில் சுழன்று சென்று பற்றி மேலெறிந்தான். கதைகள் கழுகுகள் என அவன் கையைக் கொத்திக் கொத்தி சிறகுகொண்டு எழுந்தமைந்தன. பின்னர் மேலெழுந்த கதைக்குக் கீழே தன் தலையைக் கொண்டுசென்று வெறும் தலையால் அதன் இரும்புக்குவையைத் தட்டி அப்பால் தள்ளினான். பிற நான்கு கதைகளுக்குத் தோள்களையும் தொடைகளையும் நெஞ்சையும் காட்டினான். அவை பாறையில் என அறைபட்டுத் தெறித்து விழுந்தன. கைகளை விரித்துப் புன்னகைத்தபடி அவன் சுழன்றுவந்தான்.

அதை எதிர்பாராத அஸ்தினபுரியின் குடிகள் திகைத்து ஓசையழிந்தனர். பின்னர் வாழ்த்தொலிகள் வெடித்தெழுந்தன. பலராமர் தன் இருக்கையில் இருந்து எழுந்துநின்று பெரிய வெண்கைகளை விரித்துக் கூச்சலிட்டு ஆர்ப்பரித்து அவனை வாழ்த்தினார். அவன் சென்று பலராமரையும் துரியோதனனையும் வணங்கி ஒதுங்கி நின்றான். முரசு நடைமாற்றி முயல்துள்ளலென மாற, உபகௌரவர்கள் கரிய நீர்ப்பெருக்கு அணை மீறி வருவதுபோல இந்திரவெளிக்குள் நுழைந்தனர். அனைவரும் கதைகளை ஏந்தி சுழற்றிக்கொண்டிருந்தனர். கிருபரின் மாணவர் சுந்தரர் கொம்பூதி ஆணையிட, அவர்கள் இரு நிரைகளாக மாறி ஒருவரை ஒருவர் எதிர்கொண்டனர்.

ஐநூறு இணைகளாக மாறி அவர்கள் இந்திரவெளியெங்கும் பரவினர். ஒருவரோடொருவர் கதைகளைச் சுழற்றிப் போரிட்டனர். அவர்களின் போர்முறை எந்த ஒழுங்கும் அற்றதாக, வெறியாலும் விசையாலும் மட்டுமே நிகழ்வதாக இருந்தது. கதைகளின் ஓசை இடித்தொடரென ஒலித்தது.

முதலில் கைவீசிக் கூச்சலிட்டு ஊக்கிய அஸ்தினபுரி மக்கள் மெல்லத் திகைத்து அமைதியாகி செயலற்ற கைகளுடன் அதை நோக்கிநின்றனர். அடிபட்டு விழுந்தவர்களின் குருதி செந்நிற மண்ணில் வழிந்தது. எவரும் தோற்றேன் என விலகவில்லை. விழுந்து இறுதிக்கணம் வரை எழவே முயன்றனர். அவர்கள் நினைவழிந்தபோது ஏவலர் வந்து கால்களைப் பற்றி இழுத்து அகற்றி வெற்றியில் வெறிகொண்டு நின்றவர்களிடமிருந்து அவர்களை மீட்டனர்.

வென்றவர்கள் மீண்டும் இணைகளாயினர். அலறல்களும் உறுமல்களும் மூச்சொலிகளுமாக அங்கே நிகழ்ந்துகொண்டிருந்தது பன்றிகளும் எருதுகளும் களிறுகளும் கொள்ளும் போர் என்றே தோன்றியது. வீழ்ந்தவர் விலக்கப்பட சற்றுநேரத்தில் நால்வர் மட்டும் செண்டுவெளியில் எஞ்சினர். சதமனும் காராக்ரனும் சம்பிரதனும் குசனும் கதைகளை வீசியபடி தொடைகளில் ஓங்கி அறைந்து வெறிக்குரல் எழுப்பி ஒருவரை ஒருவர் தாக்க முயன்றனர். நடுவே சென்று விலக்க முயன்ற சுந்தரரை காராக்ரன் கதையால் அறைய, அவர் விலகிக்கொண்டு அவன் செவிபொத்தி வெறும்கையால் அறைந்தார். அவன் தள்ளாடி விழ, எட்டி நெஞ்சக்குழியில் மிதித்து வீழ்த்தினார். பின்னர் கைநீட்டி அவனைப் பற்றி எழுப்பி கீழே கிடந்த கதையை அவன் கையில் எடுத்துக் கொடுத்தார்.

சுந்தரர் ஆணையிட நால்வர் இருவர்களாகப் போரிடத் தொடங்கினர். ஒவ்வொருவரும் பிறிதொருவரை ஒத்திருந்ததனால் ஆடிப்பாவைகளின் போர் போலிருந்தது. ஒருகணமும் ஓர் அணுவும் அவர்களிடையே வேறுபாடில்லை என்பதுபோல. முடிவின்றி அப்போர் தொடரும் என்பதுபோல. கதைகள் சுழன்று சுழன்று முட்டி அனல்சிதற விலகின. தசைகள் இழுபட்டு அதிர்ந்தன. ஒவ்வொருவரும் கணந்தோறும் பிறரைக் கொன்றுக் குருதியிலாடினர். அது முடியாதென்று தோன்றிய கணத்தில் விழியறியாமல் சித்தம் அறிந்த ஒன்று நிகழ்ந்தது. ஒரு சிறிய அசைவினூடாக கதை மறுகதையைத் தவிர்த்து எதிரோன் தலையை அறைய, சதமன் சம்பிரதனை வென்றான். அந்த வீழ்ச்சியில் நோக்கு விலகிய கணத்தில் காராக்ரன் குசனை வீழ்த்தினான்.

வென்ற இருவரும் பிறனுடன் கதைபொருதினர். போர் தொடங்கியபோதே இருவரும் களைத்திருந்தனர். ஆகவே உள்ளத்தை எரியச்செய்து வெறி எழுப்பித் தாக்கினர். மிகுதியாக வெறிகொண்ட காராக்ரனை சதமன் அடித்து வீழ்த்தினான். அவன் வீழ்ந்ததைக் கண்டபின்னர்தான் தான் வென்றதையே சதமன் உணர்ந்தான். கதையைத் தூக்கியபடி அவன் உரக்க பிளிறிக்கொண்டு களத்தைச் சுற்றி வந்தான். நோக்கி நின்றவர்களில் சிலரே வாழ்த்தொலி எழுப்பினர். அச்சம்கொண்டவர்களைப்போல அஸ்தினபுரியின் மக்கள் நோக்கி நின்றிருந்தனர்.

விழுந்து கிடந்த காராக்ரனை ஏவலர் மெல்ல உருட்டி, பட்டுத்துணியிலிட்டுத் தூக்கிச் சென்றனர். சதமன் தன் பெரிய கதாயுதத்தைச் சுழற்றித் தரையிலறைந்தபடி நின்று வெண்பற்களைக் காட்டிச் சிரித்தான். களிமுரசு நடைமாறி மான்துள்ளல் ஆகியது. உள்ளிருந்து கதையுடன் சர்வதன் வெளிவந்தான். தலைக்குமேல் கைகளைக் கூப்பியபடி அவன் களம் நுழைந்தபோது அஸ்தினபுரியின் குடிகள் ஆழ்ந்த அமைதியில் திகைத்து நோக்கியிருந்தனர். பின்னர் எங்கிருந்தோ எவரோ வாழ்த்தொலி எழுப்ப, அங்கிருந்த ஒவ்வொரு பொருளையும் அதிரச்செய்தபடி வாழ்த்து எழுந்து மேலும் பெருகியது.

சர்வதன் சூழ்ந்திருந்த அனைவரையும் வணங்கிவிட்டு சதமனைப் போர்புரிய அழைத்தான். சதமன் தன் பெரிய கதையை நீட்டியபடி கால்களை அகற்றி நின்றான். அவனைப் பார்த்தபடி இயல்பான உடலுடன் சர்வதன் நின்றான். மெல்லச் சுற்றிவந்து நிலைகொண்டு இமைநிலைக்க நோக்கி இடம் தெரிவுசெய்து அலறலுடன் மண்ணிலிருந்து எழுந்து காற்றில் தாவி கைகளின் முழு விசையையும் கூட்டி கதாயுதத்தால் ஓங்கி சர்வதனை அடித்தான் சதமன். மிக இயல்பாக வளைந்து அந்த வீச்சைத் தவிர்த்து அடிவிசையில் சற்று திரும்பிய சதமனின் பின்னால் சென்று அவன் கைகளையும் தோள்களையும் பிடித்து கதையுடன் தூக்கி தலைக்குமேல் சுழற்றி நிலத்தில் அறைந்தான் சர்வதன்.

அந்த ஓசை நிலம் வழியாக அதிர்வென அனைவரையும் அடைந்தது. மல்லாந்து விழுந்து எழ முயன்ற சதமனின் நெஞ்சில் கால்வைத்து தரையோடு அழுத்திக்கொண்டான் சர்வதன். தெறித்த கதாயுதம் அப்பால் உருண்டு சென்றது. ஆர்ப்பரித்த குடிகளை நோக்கி இரு கைகளையும் அசைத்தபடி குனிந்து சதமனைக் கைதூக்கி மேலெழுப்பி நெஞ்சுடன் தழுவிக்கொண்டு அவன் தோள்களைத் தட்டினான் சர்வதன். அவன் குனிந்து சர்வதனின் கால்களைத் தொட்டு வணங்கியபின் சூழ்ந்திருந்தவர்களை நோக்கித் தலைவணங்கி அப்பால் நகர்ந்தான்.

புன்னகையுடன் கதாயுதத்தை எடுத்துக்கொண்டு லட்சுமணன் சர்வதனை நோக்கி வந்தான். என்ன நிகழவிருக்கிறதென உணர்ந்து பற்றிக்கொண்டு “போர்! போர்! போர்!” என்று ஆர்ப்பரித்தது அஸ்தினபுரியின் குடிப்பெருக்கு. பின்னர் மெல்ல அமைதி உருவாகியது. லட்சுமணனும் சர்வதனும் கதைகளை நீட்டியபடி மெல்லச் சுழன்று வந்தனர். சீர் காலடிகளை எடுத்துவைத்து வான்பருந்துகள் என வட்டமிட்டு பின்னர் விழிகள் ஒன்றுடன் ஒன்று தொட்டுக்கொள்ள உடல்கள் அசைவிழக்க நின்றனர். அரைமண்டிலத்தில் ஊன்றிய கால்களில் தசைகள் புடைத்தெழ

தோள்தசைகள் அசைய லட்சுமணன் கதையை நீட்டியபடி மறுகையை விரித்து நின்றான். சர்வதனின் பெருந்தோள்களில் இறுகிய தசைகள் நீரலைகள்போல அசைந்தன.

முற்றிலும் சீர்நிலையிலிருந்த மரச்சிற்பம் போலிருந்த லட்சுமணன் வலக்கையில் நீட்டிய கதாயுதத்துடன் அசைவற்று நின்றான். இமைகளில்கூட உயிர் இல்லையென்பதுபோல். எண்ணங்கள் அக்கணத்தை விரித்து விரித்துக் காலமென்றாக்கின. அவ்வாறு அவர்களை நோக்கியபடி தாங்களும் காலப்பெருக்கைக் கடந்துகொண்டிருப்பதாக ஒவ்வொருவரும் உணர்ந்தனர். அது கலைந்ததை பின்னர் நிகழ்ந்தவற்றினூடாகவே அவர்கள் அறிந்தார்கள். அவர்கள் சித்தமறிந்தபோது இருவரும் கதைகளால் மோதி, துள்ளி விலகி காற்றிலெழுந்து விழுந்து வீசிச்சுழன்றுகொண்டிருந்தனர்.

சர்வதன் தன் கதாயுதத்தால் ஓங்கி லட்சுமணனை அடிக்க, தன் கதையைத் தூக்கி அதைத் தடுத்தான். இரும்புருளைகள் மோதிக்கொண்ட ஒலி ஒவ்வொருவரின் வயிற்றையும் அறைந்தது. பின்னர் அந்த ஓசை பெரிய கல் உருளைகள்போல் அவர்கள்மேல் விழுந்து தடுமாற வைத்தது. கூடியிருந்த பல்லாயிரம் பேரும் அக்கதைப் போரில் தாங்களும் ஈடுபட்டிருந்தனர். அனைவரும் பற்கள் இறுக, விரல்கள் சுருண்டு உள்ளங்கையில் நகங்கள் புதைய, விழிகளில் குருதியெரிய, நெஞ்சு மூச்சில் உலைய அதிர்ந்துகொண்டிருந்தனர்.

மீண்டும் மீண்டும் கதைகள் முட்டி அதிர்ந்து வளைந்து பின் சுழன்று வந்தறைந்தன. இரும்பு உருளைகள் மோதிக்கொண்டபோது எழுந்த பொறி மிகத் தொலைவிலேயே தெரிந்தது. ஒருமுறை சர்வதனின் அடி நிலத்தில் விழுந்தபோது கதை மண்ணில் புதைந்து சிறு சுனை போன்ற பள்ளத்தை எழுப்பி மேலெழுந்தது. எண்ணியிராக் கணம் ஒன்றில் லட்சுமணனிடம் அறைபட்டு சர்வதன் தெறித்து நிலத்தில் விழுந்தான். லட்சுமணன் மேலும் அடித்த ஏழு அடிகளை ஒழிந்து, உருண்டு, துள்ளி எழுந்து அவன் வலத்தோளில் சர்வதன் அறைந்தான். மூன்று அடிவைப்புகள் தள்ளாடி நிலைகொண்ட லட்சுமணன் அதே விசையில் திரும்பி சர்வதனின் முழங்காலை அடித்தான்.

மீண்டும் விலகி கதைகளை நீட்டி நின்றபோது இருவருமே மூச்சிரைத்தனர். சர்வதன் பற்களை இறுகக் கடித்து தன் உடலை இறுக்கி நின்றான். அவன் ஆற்றலைத் திரட்டியபோது அவன் உடலில் இருந்த கோணல் ஒன்று இயல்பாக எழுந்து வந்தது. இடக்கால் சற்றே திரும்பி தரையில் பதிய, இடத்தோள் தாழ்ந்திருந்தது. ஆனால் முள்அசையாத துலா போலிருந்தது லட்சுமணனின் உடல். ஒருகணத்தில் வெடித்தெழுந்து அவர்கள் மீண்டும் அறைந்துகொண்டார்கள். ஏழுமுறை விசைகொண்டு சுழன்று எழுந்து

அமைந்து சர்வதன் அறைந்த அறையை தன் கதாயுதத்தால் தடுத்து விலக்கி அவன் இடையைக் கதாயுதத்தால் அடித்தான் லட்சுமணன்.

தெறித்து விழுந்து எழுந்து கையூன்ற முயன்ற சர்வதனின் தலைக்குமேல் கதாயுதத்தை ஓங்கி விசையுடன் கொண்டுவந்து மெல்லத் தட்டி நிறுத்தினான். பின்னர் கதாயுதத்தை வீசிவிட்டு குனிந்து அவனைத் தூக்கிச்சுழற்றி தன் தோள்மேல் ஏற்றிக்கொண்டான். சர்வதன் அவன் தலையைப்பற்றிக்கொண்டு நகைக்க, அவன் பேருடலைத் தோளில் ஏற்றி லட்சுமணன் மெல்ல நடனமிட்டான். அஸ்தினபுரியின் குடிமக்கள் அதுவரை இருந்த பேரழுத்தம்மிக்க உலகிலிருந்து உலுக்கி உதிர்க்கப்பட்டவர்கள்போல் விழுந்து எழுந்து கலைந்து சிரிக்கத் தொடங்கினர். சிரிப்பும் கூச்சலுமாகக் களம் கொந்தளித்தது. செண்டுவெளியில் புரவிப்போர் தொடங்கப்போவதாக முரசுகள் அறிவித்தன.

முதலில் விரைவுகொண்ட புரவிகளில் யௌதேயனும் பிரதிவிந்தியனும் இணையாகக் களம்புகுந்தனர். அவர்களில் எவர் பிரதிவிந்தியன் என அஸ்தினபுரியின் மக்களுக்குத் தெரியவில்லை. பின்னர் எவரோ தலையணியில் மின்கதிர் அணி சூடியவன் பிரதிவிந்தியன் எனச் சுட்டிக்காட்ட, அவனை நோக்கிக் கைவீசி ஆர்ப்பரித்தனர். புரவியில் விரைந்தபடியே அம்புகளைத் தொடுத்து தொலைவில் ஆடிய இலக்குகளை இருவரும் சிதறடித்தனர். அம்பு சென்று தைத்த புள்ளியிலேயே மீண்டும் மீண்டும் அம்புகளைச் செலுத்தி முந்தைய அம்பை உதிரச்செய்தனர்.

சுருதசேனன் அவர்களைத் தொடர்ந்து களம்புகுந்து அம்புகளை வானிலேயே ஒன்றுடன் ஒன்று கோக்கச்செய்தான். அந்தத் திறன் அஸ்தினபுரியின் இளையோர் பெரும்பாலானவர்களிடம் இருந்தது. இருந்தாலும் அவர்கள் கைவீசியும் வாழ்த்தொலி எழுப்பியும் அவர்களை ஊக்கினர். பிரதிவிந்தியன் என்ன செய்தாலும் மக்கள் ஆர்ப்பரித்து, உவகைகொண்டு, கூவிச் சிரித்து மகிழ்ந்தனர்.

அவர்கள் தலைவணங்கிப் பின்னகர்ந்ததும் கர்ணனின் மைந்தர்களான சுதமனும் விருஷகேதுவும் சத்ருஞ்சயனும் ஓர் அணியாகக் களம்புகுந்தனர். அவர்களைக் கண்டதும் அஸ்தினபுரியினர் “அங்கர் வாழ்க! கதிரோன் மைந்தர் வாழ்க!” என்று குரல் பெருக்கினர். அம்புகளை வானில் செலுத்தி அவற்றின் பின்னால் மேலும் மேலும் அம்புகளைத் தொடுத்து குடை ஒன்றை அமைத்தனர். அதை வானிலேயே சுழன்று அங்கிருந்த அனைவர் மேலும் பறக்கும்படி செய்தனர்.

மேடையில் இருந்த திருதராஷ்டிரர் அருகே குனிந்து அவர் செவிகளில் நிகழ்வதை சொல்லிக்கொண்டேயிருந்தான் சஞ்சயன். அவர் அவன்

சொற்களுக்காகத் திருப்பிய தலையுடன் விழிக்கோள்கள் உருள முகம் மலர்ந்திருக்கக் கேட்டுக்கொண்டிருந்தார். சிரிப்பும் ஆவலும் எழுச்சியுமாக அவர் முகம் மாறிக்கொண்டிருந்தது. அவர் பிறர் காணாத வேறொரு போரை வேறொரு திசையில் நோக்கிக்கொண்டிருப்பதாகத் தோன்றியது.

பலராமர் ஒவ்வொரு போர்ச்செயலுக்கும் தன் உடலால் எதிர்வினை ஆற்றிக்கொண்டிருந்தார். கைவீசி எழுந்து கூச்சலிட்டார். இரு கைகளையும் ஓங்கி முட்டினார். நெஞ்சிலும் தொடைகளிலும் அறைந்துகொண்டார். சிரித்தும் வெறிகூவியும் கொந்தளித்தார். சிலமுறை மேடையிலிருந்து பாய்ந்து இறங்க முயன்றார். அவர் அருகே அமர்ந்திருந்த கிருதவர்மனும் பிறரும் அதையே ஒரு விளையாட்டு எனக் கொண்டனர்.

சாம்பன் இருபுறமும் தம்பியர் அமர்ந்திருக்க, மடிமேல் கைகளைக் கோத்தபடி போரை நோக்கிக்கொண்டிருந்தான். அவன் உள்ளம் வேறு எங்கோ இருந்தது. சலிப்புற்றவனாக அவ்வப்போது அசைந்து தம்பியரிடம் ஏதோ உசாவினான். முகவாயைத் தடவினான். பணியாட்களை அழைத்து வாய்மணமோ நறுநீரோ கொண்டுவரச் சொன்னான். அவனை ஜயத்ரதன் ஏளனம் செய்ய, அஸ்வத்தாமன் திரும்பிநோக்கிப் புன்னகை செய்தான்.

துரியோதனன் அங்கு நிகழ்வன எதையும் அறியாதவன்போல சிலைத்து அமர்ந்திருந்தான். அவன் கைகள் இரு கைப்பிடிகளிலும் அமைந்திருக்க உடல் நிலைகொண்டிருந்தது. அவனருகே நின்றிருந்த துச்சாதனனும் சுபாகுவும் குனிந்து ஓரிரு சொற்கள் உரையாடினர். நடுவே இளையோன் சுஜாதன் மேடையேறி வந்து பின்னால் நின்று ஒரு சொல் உசாவித் திரும்பிச்சென்றான். விழிநிலைக்க, சொல்லுறைந்த உதடுகள் செதுக்கப்பட்டவை எனத் தெரிய கருவறைத்தெய்வம் என துரியோதனன் தோன்றினான்.

முரசுகள் நடைமாற உள்ளிருந்து பாணசேனனும் பிரசேனனும் புரவிகளில் களம்நுழைந்தனர். அவர்களின் அம்புகள் எழுந்துசென்று வானில் சுழன்ற அம்புக்குடையைத் தாக்கிச் சிதறடித்தன. ஆனால் அம்புகளில் ஒன்றுகூட உதிராமல் வானிலேயே நிறுத்தின. ஒன்றோடொன்று தைத்த அம்புகள் கீழிருந்து வந்த அம்புகளால் திடுக்கிட்டுத் திடுக்கிட்டு எழுந்து காற்றில் நடனமிட்டன. அம்புகளினாலான ஒரு திரை வானில் நின்று அறியாக் காற்று ஒன்றுக்கு நெளிந்தது.

மேலும் எழுந்த முரசொலியில் சத்யசேனனும் சுஷேணனும் சித்ரசேனனும் தொடர விருஷசேனன் களத்தில் தோன்றினான். மக்கள் எழுந்து கைவீசி “கர்ணர்! கர்ணர்! கர்ணர்!” என்று கூச்சலிட்டார்கள். அவர்களின்

அம்புகள் மேலே சுழன்ற அம்புத்திரையைச் சிதறடித்து தனித்தனி அம்புகளாக்கின. விருஷசேனன் மேலே நோக்காமல் கீழே விழுந்த நிழல்களைக்கொண்டே அம்புகளைக் கணித்து அம்பெய்தான். நூறு அம்புகள் சேர்ந்து எழும் சதாஸ்திர முறைப்படி அவன் அம்புகளைச் செலுத்த, அவை உலுக்கப்பட்ட கிளையிலிருந்து சிட்டுகளென மேலெழுந்தன. ஒவ்வொரு அம்பையாகத் தன் அம்புகளால் அடித்துக் கீழிறக்கினான். அவை ஆணைகொண்ட உயிர்கள் என இறங்கி இந்திரனின் ஆலயத்தின் முன்னாலிருந்த முற்றத்தில் குவிந்தன.

ஒவ்வொரு அரசரும் அந்தப் போட்டியில் உளத்தால் பங்குகொண்டனர். விருஷசேனனின் அம்புகள் எழும்போது ஜயத்ரதனும் ருக்மியும் திகைப்பும் வியப்பும் கொள்ள அஸ்வத்தாமன் மட்டும் ஆர்வமில்லாமல் இளம்புன்னகையுடன் நோக்கி அமர்ந்திருந்தான். துரோணர் கிருபரிடம் நிலைக்காமல் ஏதோ பேசிக்கொண்டிருந்தார். கிருதவர்மன் திரும்பி அக்ரூரரிடம் ஏதோ ஐயம் கேட்டான்.

ஆனால் ஒரே சமயம் நூறு அம்புகளைச் செலுத்தி நூறும் இலக்கடைய அத்தனை அம்புகளையும் சரியாக அவன் நிலத்தில் இறக்கியபோது அனைவரும் திகைப்புடன், திறந்த வாயுடன் நோக்கினர். துரோணர் கிருபரை நோக்கி ஏதோ சொல்ல வாயெடுத்தபின் அப்படியே உறைந்தார். முதன்முறையாக துரியோதனன் முகத்தில் புன்னகை எழுந்தது. அவன் மெல்ல அசைந்து துச்சாதனனிடம் உவகைச்சொல் ஒன்றை உரைத்தான்.

அத்தனை அம்புகளும் கீழிறங்கிக் குவிந்ததும் விருஷசேனன் வில்தாழ்த்தி வணங்கினான். "கதிர் மைந்தர்! காலையின் தலைவர்! நாளவன் புதல்வர்! அங்கர்! அருங்கொடை முதல்வர்!" எனக் கர்ணனை வாழ்த்திய குரல்கள் எழுந்தன. விருஷசேனன் கூடியிருந்த குடிகளை வணங்கியபடி சுற்றிவந்தான். எங்கிருந்தோ "இந்திரன் மைந்தர் அர்ஜுனர் வாழ்க! வெற்றிகொள் பார்த்தர் வாழ்க!" எனப் பெருங்குரல் ஒன்று எழுந்தது. கூட்டத்தின் ஒலிப்பெருக்கினூடாக அது மெல்லியதென்றாலும் தனித்தொலித்தது. சிலர் அத்திசை நோக்கித் திரும்பினர். பின்னர் பலர் "பார்த்தர் வெல்க! வில்விஜயர் வெல்க! அர்ஜுனர் வெல்க! பாரதர் வெல்க!" என்று குரலெழுப்பத் தொடங்கினர்.

மெல்ல அங்கிருந்த குரல்கள் உருமாறத் தொடங்கின. "அர்ஜுனர் வெல்க! இளையபாண்டவர் வெல்க! கிரீடி வெல்க!" எனக் குரல்கள் ஓங்கின. "ஜிஷ்ணு வாழ்க! சவ்யசாசி வாழ்க! விபத்சு வாழ்க! தனஞ்சயன் வாழ்க!"

தொலைவிலிருந்த காவல்மாடங்களில் செவிகூர்ந்து நின்றிருந்த காவலர்கள் அதைக் கேட்டனர். முதலில் திகைத்தாலும் அறியாமல் அவர்களும் அர்ஜுனன் பெயரைக் கூவத்தொடங்கினர். மெல்ல நகரமே அப்பெயரை முழங்கலாயிற்று. போர்முரசென ஒலித்த நகரின் ஓசை, குடிகள் இணைந்துகொண்டதும் மன்றாட்டென ஆகியது. கைவிடப்பட்ட குழவியின் அழுகை என வானைத் தொட்டது.

கர்ணனின் மைந்தர் திகைப்புடன் விருஷசேனனைப் பார்த்தனர். அவன் முகமலர்வு அழியாமல் அதே விரைவில் களத்தைப் புரவியில் சுற்றிக்கொண்டே தன் வில்லால் வானில் அம்புகளைத் தொடுத்தான். அங்கே அர்ஜுனனின் மின்கதிர் படைக்கலத்தின் வடிவம் எழுந்தது. “மின்கதிர் மைந்தன் வாழ்க! அர்ஜுனன் வாழ்க” எனக் கூட்டம் ஆர்ப்பரித்தது.

விருஷசேனன் அந்த மின்கதிர்ப் படையைத் தன் ஏழு அம்புகளால் சூழ்ந்து மெல்லக் கீழிறங்கச் செய்தான். கூட்டம் மெல்ல அமைதியடைந்து அவன் செய்யப்போவதென்ன என்று நோக்கியது. மின்கதிர்ப் படைக்கலம் மெல்ல இறங்கி களத்தில் படிய, அதனருகே சென்று புரவியிலிருந்து இறங்கி குனிந்துத் தொட்டு வணங்கியபின் கூட்டத்தினரை நோக்கி வணங்கினான். அவன் தம்பியரும் அதை வணங்கினர். கூட்டத்தினர் மீண்டும் உவகைகொண்டு பெருங்குரலெழுப்பினர்.

அரசமேடையிலிருந்து எழுந்த இளையயாதவர் படிகளில் இறங்கி களத்தை அடைந்து கைகளை விரித்தபடி அணுகி விருஷசேனனைத் தழுவிக்கொண்டார். வாழ்த்தொலிகளை மீறியபடி முரசு முழங்கியது. விருஷசேனன் குனிந்து அவர் கால்களைத் தொட்டு தலையணிந்தான். அவன் இளையோரும் வணங்கினர். அவர் அவர்கள் அனைவரையும் கைவிரித்துத் தழுவிக்கொண்டு விருஷசேனனின் தலையை முத்தமிட்டார்.

லட்சுமணனும் பிரதிவிந்தியனும் யௌதேயனும் சுருதசேனனும் சர்வதனும் சென்று இளையயாதவரை வணங்கினர். அவர் நகைத்துக்கொண்டு சர்வதனின் தோளை அறைந்தார். அவன் மல்லர்களுக்குரிய பயிற்சியால் சற்று உடல் ஒழிய, அவனை அப்படியே தூக்கித் தலைமேல் சுழற்றி முன்பு நின்றிருந்த வண்ணமே நிற்கச்செய்தார். அரசர்களும் குடிகளும் சிரித்துக் கைவீசிக் கூச்சலிட்டனர்.

மையொழுக்கு என வந்த இளையோர் ஆயிரவரும் இளையயாதவரைச் சூழ்ந்துகொண்டனர். “இங்கே பாருங்கள்... நான் எகிறி அடித்தபோது...” என்றும் “நான் கதையை ஒற்றைக்கையால் சுழற்றி...” என்றும்

அவரைத் தொட்டுத் தொட்டு அழைத்து தங்கள் திறன்களைக் கூவினர். அவர் சிரிப்புடன் ஒவ்வொருவரையும் நோக்கியும் கைநீட்டி தோளையும் தலையையும் தொட்டும் பேசினார். சிலரை இழுத்து அணைத்துக்கொண்டார்.

மைந்தர்களை அணைத்து மாறி மாறி தோள்களிலும் நெற்றியிலும் குழலிலும் முத்தமிட்டார். வாழ்த்திக் கூச்சலிட்டுக்கொண்டிருந்த அஸ்தினபுரியின் மக்கள் மெல்லக் குரலிழந்து அமைதிகொண்டனர். அறியாத் துயர் ஒன்று வந்து சூழ்ந்துகொண்டதுபோல. குளிர்க்காற்றால் உடல் நடுக்குற்றதுபோல.

பூசகர் கொம்பூதி எழுந்தார். இந்திரனின் கம்பத்தில் கட்டப்பட்டிருந்த ஏழு செம்புரவிகளும் ஏழு வெண்காளைகளும் முறைப்படிக் கட்டவிழ்க்கப்பட்டன. மஞ்சள்நீர் தெளிக்கப்பட்டு அவை கூட்டத்திற்குள் துரத்தப்பட்டன. உளநெகிழ்வுடன் நின்றிருந்த கூட்டம் ஒரே கணத்தில் களிவெறி கொண்டது. அவற்றை வாலைப்பிடித்து முறுக்கியும் பின்பக்கம் அறைந்தும் துரத்தினர். காளைகளால் தூக்கி வீசப்பட்டவர்கள் காற்றிலெழுந்து அமைந்தனர். புரவிகள் கனைத்தபடி சாலைகளில் வால்சுழற்றி ஓடின.

அவை நகரிலிறங்கியதும் காவல்மாடங்களிலிருந்த அத்தனை முரசுகளும் “எழுக! எழுக! எழுக!” என ஓசையிடத் தொடங்கின. இல்லங்களுக்குள் இருந்து பெண்கள் கூவி ஆர்த்தபடி தெருக்களுக்கு இறங்கிவந்தனர். அவர்களை எதிர்நோக்கி இருந்த இளையோர் பாய்ந்துசென்று பற்றிக்கொண்டனர். அவர்களைப் பிடித்துத் தள்ளிவிட்டு ஓடியவர்களை இளைஞர்கள் துரத்திப்பிடித்தனர். நகரம் இந்திரபுரியென்றாகியது.

இளையயாதவர் மைந்தர்களைத் தோளணைத்து “செல்க, இந்திரன் நகரில் எழுந்துவிட்டான்” என்றார். லட்சுமணன் நாணத்துடன் “அல்ல, நாங்கள்...” என்று சொல்ல அவன் இளையவனாகிய பிருகதன் “நாங்கள் கிளம்பிவிட்டோம்” என்று கூவினான். ஆயிரம் இளையோரும் கைவீசிக் கூச்சலிட்டு நடனமாடியபடி நகருக்குள் நுழைந்தனர். விருஷசேனன் பிரதிவிந்தியனைக் கை பற்றி இழுத்து “வருக!” என இட்டுச்சென்றான். இந்திரனுக்கு நீராட்டு தொடங்குவதை அறிவிக்க கொம்பூதி எழுந்தார் பூசகர்.

பகுதி 4

குருதிவிதை

1

உபப்பிலாவ்யத்தின் கோட்டைமுகப்பின் பெருமுரசு மும்முறை ஒலித்து அடங்கியதும் அரண்மனைமுகப்பிலிருந்த முரசு அதை ஏற்று ஒலித்து அடங்கியது. தொடர்ந்து நகரின் வெவ்வேறு இடங்களில் இருந்த ஆலயங்களில் புலரிப் பூசனைகளுக்கான மணியோசைகள் எழத்தொடங்கின. சதானீகன் தன் சிற்றறையின் மஞ்சத்திலேயே விழிப்புகொண்டு கைகளை நெஞ்சோடு கோத்து சொல்லற்ற வேண்டுதல் ஒன்றை நிகழ்த்தினான்.

ஒவ்வொரு நாளும் விழிப்பின் முதற்கணத்தில் அவன் இயற்றுவது அது. இளங்காற்றுக்குத் தழையும் கிளைபோல, அல்லது முதல் ஒளி கொள்ளும் பனித்துளிபோல இயல்பாக அது நிகழ்ந்தது. அவனுக்கு அவ்வேண்டுதல்முறையைக் கற்றுத்தந்த கார்க்கியாயன முனிவர் “வேதங்கள் தொன்மையான வேண்டுதல்கள், இளவரசே. துயரும் விழைவும் தனிமையும் எழுச்சியும் கொண்ட சொற்கள் அவை. ஒவ்வொரு நாளும் மானுடன் ஐம்பருக்களிடம், அவற்றை ஆளும் தெய்வங்களிடம், தன் உடலில் உள்ளுறையும் ஆத்மாவிடம் வேண்டிக்கொண்டிருக்கிறான். அவற்றின் மொழிவடிவம் அவை” என்றார்.

அவர்கள் யமுனைக்கரையின் சித்ரவனம் என்னும் சிறு தோட்டத்தில் இருந்தனர். காலையின் எழாஒளி நீரை மிளிர்வு கொள்ளச்செய்யும் பொழுது. அவருக்கு அவன் இனிய மாணவன். உடன் பிறர் இல்லாமல் நதிக்கரைக்கு அவர் வருவதுண்டு. “வேண்டுதலே மானுடனை விலங்குகளிலிருந்து வேறுபடுத்துகிறது. வேண்டுதலினூடாக மானுடம் வளர்ந்து இங்கு வந்து சேர்ந்திருக்கிறது. ஒவ்வொரு சொல்லும் பல்லாயிரம்

தலைமுறைத் துயர்களால், விழைவுகளால், தனிமையால் களிம்பு கொண்டிருக்கிறது. இளவரசே, வேதச்சொல்கூட மானுடக்களிம்பு கொண்டதே. சொல்லற்ற வேண்டுதல் ஒன்றால் மட்டுமே நம்மால் அத்தனை அருகில் செல்லமுடியும்."

"அதை நீங்கள் உணர்ந்தால் இங்குள்ள ஒவ்வொரு உயிரும் தங்கள் இருப்பால் வேண்டிக்கொண்டிருப்பதைக் காண்பீர்கள். காலையொளியில் மரச்சில்லையில் அமர்ந்திருக்கும் குருவி, புல்நுனியில் ஆடும் விட்டில், முள்முனையில் திரண்டு வரும் பனித்துளி அனைத்தும் ஒற்றைப்பெரும் வேண்டுதல் ஒன்றை தாங்களும் கொண்டுள்ளன. அவ்வேண்டுதலின் ஒரு பகுதியென ஆவதே நாம் இயற்றவேண்டிய தவம். நமக்கென, குடிக்கென, குலத்திற்கென வேண்டுவது இழிவு. மானுடத்திற்கென, அறத்திற்கென வேண்டிக்கொள்வதும் இழிவே. வேண்டுதல் எதற்காகவும் நிகழலாகாது. அது ஒரு நிலையென நம்மில் கைகூடிவிடவேண்டும்" என்றார் கார்க்கியாயனர்.

"அரிதுதான். ஆனால் அதைப் பயில்வது எளிது. வேண்டிக்கொள்க! ஒவ்வொரு முறை வேண்டுகையிலும் உங்களில் எழும் சொற்களை உள்ளிருந்து விலக்குக! அச்சொற்கள் ஏந்திய விழைவும் துயரும் உடன்விலகுவதைக் காண்பீர்கள். ஒவ்வொன்றாக விலக்கிச் செல்கையில் எஞ்சிடும் வெறுமையே பரம்." அவன் நெடுநாட்களுக்குப்பின் அருகிலென உணர்ந்து அம்முகமலர்வுடன் எழுந்தான். ஆடைகளைச் சீரமைத்தபின் கதவைத் திறந்து வெளியே வந்தான். அங்கு நின்றிருந்த வீரன் தலைவணங்கி "ஏவலர் நீராட்டறை ஒருங்கியிருப்பதை அறிவித்தார், இளவரசே" என்றான்.

சதானீகன் மறுமொழி சொல்லாது தலையை அசைத்துவிட்டு நடந்தான். நீராடி ஆடையும் அணியும் கொண்டு இடைநாழியினூடாகப் படிகளில் இறங்கி கூடத்திற்கு வருவது வரை அவன் ஒரு சொல்லும் உரைக்கவில்லை. காலையில் எப்போதுமே நெடுநேரம் கழித்து புற அலுவல்கள் ஒன்றிலிருந்து அவன் தன் முதற்சொல்லைப் பெறுவது வழக்கம். அதுவரை செவியில் விழும் அத்தனை சொற்களும் ஆடிப்பரப்பில் ஒளியெனப் பட்டு முழுமையாகவே திரும்பிச் சென்றுவிடும். முற்றத்தில் நின்றிருந்த சிற்றமைச்சர் சம்புகர் "புரவி ஒருங்கியிருக்கிறது, இளவரசே" என்றார்.

அவன் முற்றத்தின் பனி பரவிய தரையில் நடந்து புரவியை அணுகினான். பனியின் ஈரம் பரவிய மென்மையான தோற்பரப்புடன் மெல்லச் சிலிர்த்தபடி நின்றிருந்த கரிய புரவி சிற்றலை எழும் ஒரு சிறிய சுனையென அவனுக்குத் தோன்றியது. அவன் அணுகுவதை உணர்ந்ததுமே அது திரும்பி செவிகோட்டி பெரிய மூக்குகளை விடைத்து கனைத்தது. அவன்

அதன் ஈரமான மென்முடிப்பரப்பை மெல்ல வருடி பின் முதுகில் தட்டினான். ஏவலன் கால்வளையத்தை எடுத்து வைக்க, அதில் மிதித்து ஏறி கால் சுழற்றி அமர்ந்தான். புரவி முதுகுவளைத்து அவன் உடல் எடையை வாங்கிக்கொண்டது.

கடிவாளத்தை வலக்கையால் பற்றி இடக்கையால் கழுத்தை மெல்லத் தடவினான். அவன் எண்ணங்கள் அனைத்தையும் முற்றிலும் பெற்றுக்கொண்டு புரவி அமைதி அடைந்தது. கிளம்பலாம் என்று அவன் எண்ணியதுமே சீராகக் காலெடுத்து வைத்து முற்றத்தைக் கடந்து செல்லத்தொடங்கியது. அதன் குளம்படிகளின் தாளம் சீராக எழுந்தது. சுவர்களில் பட்டு எதிரொலித்து அவனைச் சூழ்ந்தது. உடன் கடிவாளமணிகளின் கிலுக்கம். ஒரு மொழி. ஒலிகளெல்லாம் எவருக்கோ எதற்கோ மொழியே.

உபப்பிலாவ்யம் புலரியில் விழித்தெழும் வழக்கமே இல்லாத சிறுநகர். அங்காடித் தெருவில் மட்டுமே விளக்கொளி இருந்தது. காவல்மாடங்களின்மீது மீனெண்ணெய் விளக்குகள் கொத்துகளாகக் கரிப்புகையுடன் எரிந்தன. வறுபடும் நெய்மணம் அவற்றின் கீழே நிறைந்திருக்க அதை விழைந்துவந்து பொசுங்கிய சிற்றுயிர்கள் கீழே பொழிந்து பரவியிருந்தன. வேறெங்கும் ஓசைகளும் அசைவுகளும் இருக்கவில்லை. பறவைகள் கலைந்தெழுந்து இருள் வடிந்துகொண்டிருந்த வானில் கரிய சருகுத் துகள்களாகச் சுழன்று பறந்து மீண்டும் மரங்களில் அமைந்தன.

வானில் விண்மீன்கள் செறிந்திருந்தன. அவன் விழிதுழாவி தொலைவில் துருவனைப் பார்த்தான். பார்க்கும் கணத்திற்குமுன் அது பல்லாயிரம் கோடி விண்மீன்களாக இருப்பதும் பார்த்ததுமே தனித்து சற்று அண்மையில் வந்து எதையோ உணர்த்த விரும்புவதுபோல அதிரத்தொடங்குவதும் ஒவ்வொரு முறையும் அவன் எண்ணி வியப்பது. மேலும் அருகிலமைந்து கைநீட்டி முழு உள்ளத்துடன் கோரினால் வந்து விழுந்துவிடும் என்பதுபோல். வெறும் அலைச்சுழற்சியென்று அமைந்த இப்புவியை, அதைச் சூழ்ந்திருக்கும் புடவிப்பெருக்கை ஆட்டிவைக்கும் நிலைபெயராமை. இப்பெருந்தேரின் அச்சு.

அவன் அதில் விழிநிலைத்து மெல்லச் சென்றுகொண்டிருந்தான். நோக்க நோக்க விண்மீன் கொள்ளும் ஒளி வியப்பை எழுப்புவது. அரைநாழிகை நோக்கினால் விண்மீன் ஒளியில் கண்கள் கூசுவதைக்கூட உணரமுடியும். நீலம், அனல்செம்மை, அல்லது மென்பச்சையா? வெண்சுடரா? துருவன் எண்களில் சுழி. சொற்களில் அகரம். ஒலிகளில் ஓங்காரம். எண்ணங்களில்

தன்னுணர்வு. அவன் பெருமூச்சுவிட்டான். எங்கோ ஒரு பறவை காவ் என அவன் வரவை தெரிவித்தது. இரு பறவைகள் ஆம் என்றன.

அவன் உபப்பிலாவ்யத்தின் கோட்டைமுகப்பைச் சென்று அடைந்தான். அப்போது அங்கு காவல் மாறிக்கொண்டிருந்தது. தொலைவிலேயே அவன் புரவியின் காலடியோசையைக் கேட்டுக் காவலர்கள் வாள்பிடி தொட்டுக் காத்து நின்றிருந்தனர். புரவியிலிருந்தபடியே முதற்காவலனிடம் “குளிர்ந்த இரவு” என்று அவன் சொன்னான். “ஆம் இளவரசே, இனிதாகப் புலர்ந்துள்ளது” என்று அவன் மறுமொழி உரைத்தான். பந்த வெளிச்சத்தில் அவன் முகம் புன்னகையுடன் தெரிந்தது. சதானீகன் புன்னகைத்தபடி புரவியை நிறுத்தி கோட்டையின் முகப்பிலிருந்த சிறுபடிகளிலேறி மேலே சென்றான்.

மரத்தாலான காவல்மாடத்திலிருந்த வீரர்கள் தலைவணங்கி “இக்காலை அழகு கொள்கிறது, இளவரசே” என்றனர். காவல்மாடத்தில் அவர்கள் இரவு போர்த்திக்கொண்டிருந்த மரவுரிகளும் தோலாடைகளும் மடித்து வைக்கப்பட்டிருந்தன. புதிதாகக் காவல் ஏற்றுக்கொண்ட வீரர்கள் படைக்கலங்களை ஏந்தியபடி நிமிர்ந்து நின்றனர். கொசுக்கள் வராமலிருப்பதற்காக இரவெல்லாம் புகைந்துகொண்டிருந்த தூபக்கலங்கள் அனலவிந்து வெண்சாம்பலுடன் இருந்தன. குடிநீர்க் கலங்களை இரு ஏவலர்கள் நிறைத்துக்கொண்டிருந்தனர். அவர்களுடன் இரவெல்லாம் தங்கியிருந்த இரு பூனைகள் வால்களைச் செங்குத்தாகத் தூக்கி உடலைக் குறுக்கியபடி செந்நிற வாய் திறந்து ‘மாவ்’ என ஒலியெழுப்பி சதானீகனை நோக்கின. ஒரு பூனை கொட்டாவி விட்டு திரும்பிக்கொண்டு எளிதாகப் பாய்ந்து மேலேறி தூணின் பொருத்தில் கால்வைத்துக் கற்சுவரை அடைந்தது.

சதானீகன் காவல்மாடத்தின் முகப்பிற்கு வந்து தொலை கிழக்கைப் பார்த்தான். நான்கு திசைகளும் ஒன்று போலவே உள்ளொளி மட்டுமே இருக்க இளஞ்சாம்பல் நிறம் கொண்டிருக்க மரங்களும் மாளிகை முகடுகளும் கரிய உருவங்களாக, புடைப்பின்றி அதில் படிந்திருந்தன. வானில் பறந்த பறவைச் சிதறல்களைப் பார்த்தான். காவலர்தலைவன் அவனிடம் “சற்று முன்னர்தான் இளையபாண்டவர் பார்த்துச் சென்றார், இளவரசே” என்றான். அவன் தலையசைத்தான். ஒவ்வொரு முறையும் அவன் உணரும் விந்தை அது. புலரியில் கோட்டையின் நான்கு முனைகளையும் சென்று பார்ப்பது அவன் வழக்கம். ஆனால் பெரும்பாலான தருணங்களில் அவனுக்கு முன்னரே அர்ஜுனன் அங்கு வந்து சென்றிருப்பதுண்டு. இரவில் அவர் வருவதில்லை, புலர்ந்து வருவதுமில்லை. புலரிக்குச் சற்று முன்பு வந்து, பார்வையிடுபவர் போலல்லாமல் தனித்துலவுபவர்போல கோட்டைக்காவலனிடம்

ஓரிரு சொற்கள் பேசிக் கடந்து செல்வார். எவரையும் பார்த்ததுபோல் தெரியாதென்றும் ஒவ்வொருவரையும் தனித்துப் பார்த்திருப்பாரென்றும் காவலன் சொல்லக் கேட்டிருக்கிறான். துயிலில்லாதவர் என்று அவரைக் காவலர் உரைப்பதுண்டு.

புரவிகள் துயில்வதில்லை என்று தந்தை ஒருமுறை அவனிடம் சொன்னார். ‘அவை துயில்வதுபோல் தோன்றும். அவற்றின் உடல் துயில்கையில் உள்ளம் முழுவிழிப்பு கொண்டிருக்கும். உடல் முழுவிசையில் சென்றுகொண்டிருக்கையில் உள்ளத்தைத் துயிலுக்குக் கொண்டுசெல்ல அவற்றால் இயலும். உடலும் உள்ளமும் துயில்வதென்பது அவற்றுக்கு அளிக்கப்படவில்லை. ஆகவேதான் விலங்குகளில் அனல் என்று அவை வேதங்களால் துதிக்கப்படுகின்றன. படைக்கலங்களில் அவை அம்பு. மலர்களில் அவை காந்தள். தெய்வங்களில் அவை இந்திரன்.’

அவருடன் குதிரைக்கொட்டிலில் இருப்பதைப்போல அவன் உவகை கொள்ளும் தருணம் பிறிதில்லை. ஆனால் இளமையில் குறைவாகவே அது அவனுக்கு வாய்த்தது. புரவிகள் ஒவ்வொன்றும் தந்தையை அறிவதை, அவர் அவற்றுடன் மெல்லிய உடலசைவாலேயே பேசிக்கொள்வதை ஒவ்வொரு காட்சியனுவாகவே அவன் நினைவில்கொண்டிருந்தான். ‘மைந்தா, புலரியை மகிழ்ந்துநோக்காத விலங்குகள் புவியிலில்லை. ஆனால் பொற்கதிரின் முதற்துளி வந்து தொடும் விலங்கு புரவிதான். அதன் பிடரி கதிரவனால், வால் அனலவனால், கால்கள் காற்றிறைவனால் ஆளப்படுகின்றன. அதன் விழிகள் இந்திரனுக்குரியவை’ என்று தந்தை சொன்னார்.

தந்தையின் அருகே அவனும் நிர்மித்ரனும் நின்றிருந்தனர். நாய்த்தோலால் அவர் சுபத்ரன் என்னும் பெரிய கரும்புரவியை உடலுருவிக் கொண்டிருந்தார். வழிபடப்படும் தெய்வத்தின் அமைதி அதன் உடலிலும் விழிகளிலும் கூடியிருந்தது. ‘அனைத்தையும் பற்றும் ஆற்றல் கொண்டவனல்ல மனிதன். ஆகவே ஒன்றைப் பற்றுக! அது அருகிருக்கும் மரக்கிளைகூட ஆகலாம். காலிடறும் கூழாங்கல்லாகலாம். ஒன்றை பற்றுக! அதைத் தெய்வமெனக் கொள்க! மானுடன் கற்க வேண்டிய அனைத்தையும் அது அளிக்கும்’ என்றார் தந்தை. ‘இளமையில் நான் பற்றியது புரவி. எனைத் தெய்வமென அது வந்து பற்றிக்கொண்டது. என் முன் பேருருக்கொண்டு எழுந்தது. மைந்தரே, நான் கற்றுக்கொண்ட அனைத்தும் அது அளித்ததே.’

‘என்றேனும் ஒருநாள் பிரம்மம் எனக்கு அருள்புரிய உருசூடி எழுமெனில் மாந்தளிர் நிற உடலும் பறக்கும் தழல்பிடரியும் முரசுக்கோலென முழங்கும் குளம்புக்கால்களும் இமைநீண்ட அழகிய விழிகளும் மூச்சுக்குத் திறந்த

மூக்கு வளையங்களும் தொங்கும் தாடையும் நீள்கழுத்தும் ஒடுங்கிய உடலும் சுழலும் சாமர வாலும் கொண்டு பேரருள் தோற்றம் கொள்ளும். புரவியைப் பணிக! எண்ணியிராப் பெருங்கனிவொன்று மானுடன்மேல் விழுந்தமையால்தான் புரவி அவனை அடையாளம் கண்டது.' அவர் குரல் தனக்குத்தானே என ஒலித்தது. கனிந்து தாழ்ந்திறங்கியது.

'நீ என்னவன் என்று முதல் புரவி முதல் மானுடனிடம் சொன்ன தருணத்திற்குப் பின்னரே இங்கு அரசுகள் தோன்றலாயின. மணிமுடிகள் ஒளிகொண்டன. செங்கோல்கள் எழுந்தன. சொற்கள் நூல்களாயின. நெறிகள் மானுடரை ஒன்றிணைத்தன. அறமென்று அறியப்பட்ட அனைத்தும் திரண்டன. மானுடம் என்று நாம் இன்று சொல்லும் அனைத்தும் புரவி அளித்த கொடையென்றே நான் எண்ணுகிறேன். புரவியை வணங்குக! இப்புவியில் நோக்கி, தொட்டு, கேட்டு அறியும் தெய்வமெனப் பிறிதொன்றில்லை.'

சதானீகன் கிழக்கே நெடுந்தொலைவில் செம்புரவியொன்று பிடரி மெல்லப் பறக்க தோன்றுவதைக் கண்டான். அதன் சிறிய காதுகளும் குஞ்சி மயிரும் விழித்துளிகளும்கூட தெரியலாயின. அதற்கப்பால் எழுந்தது ஓர் இணைப்புரவி. மீண்டுமொரு புரவி. புரவி நிரைகள். அசைவும் அசைவின்மையுமென ஆகி நிரையா அலையமைவா என்றறியாத புரவிப்படலம். மேலும் மேலும் செம்மை கொண்டெழுந்தன புரவிகள். விழி தளர்ந்து உள்ளம் உவகை நிறைய கைகூப்பி "எந்தையே, அருள்க!" என்று அவன் சொன்னான்.

சதானீகன் அரண்மனைமுகப்பை அடைந்தபோது சுரேசர் அவனுக்காகக் காத்து நின்றிருந்தார். அவன் புரவியிலிருந்து இறங்கியதுமே படியிறங்கி அவனை நோக்கிவந்து "அரசர் அவையமர்ந்துவிட்டார், காத்திருக்கிறார்" என்றார். சதானீகன் "புலரியிலேயே அவர் தன் ஆலய வழிபாடுகளை முடித்துவிட்டாரா?" என்றான். "இல்லை, மூதாதையர் ஆலயத்திற்கும் தென்திசை தேவனின் ஆலயத்திற்கும் மட்டும் சென்றுவிட்டு நேராக அவைக்கூடத்திற்கு வந்துவிட்டார். அரசியும் அவையில் அமர்ந்திருக்கிறார். இளையபாண்டவர் சற்று முன்னர்தான் உள்ளே சென்றார். தங்கள் தந்தையையும் இளைய அரசரையும் அழைப்பதற்குச் சம்பவர் சென்றிருக்கிறார்" என்றார்.

கடிவாளத்தை ஏவலனிடம் அளித்து புரவியின் கழுத்தைத் தட்டி விடைபெற்று இடைநாழியில் ஏறி "பெருந்தந்தை எங்குள்ளார்?" என்று சதானீகன் கேட்டான். அவனுடன் நடந்தபடி "நேற்று இரவு அவர் நகரில் இல்லை. அருகிலிருக்கும் காடுகளில் எங்காவது இரவு தங்கியிருக்கக்கூடும். அவரிடம் நாம் தொடர்பு கொள்வதற்கு வழியேதும் இல்லை. காட்டில்

ஒலிக்கும்படி முரசுச்செய்தி அனுப்பப்பட்டுள்ளது. அவர் அதைக் கேட்டிருந்தாரென்றால் அவை நிகழ்ந்துகொண்டிருக்கும்போதே வந்துவிடுவார்” என்றார் சுரேசர். “என்ன, புதிய செய்தி ஏதேனும் வந்துள்ளதா?” என்று சதானீகன் கேட்டான். “ஒவ்வொரு நாளும் நாழிகைக்கு ஒருமுறை புதிய செய்திகள் வந்துகொண்டிருக்கின்றன” என்றார் சிற்றமைச்சர்.

சதானீகன் சிரித்து “ஆம், செய்திகள் அனைத்துமே புதியவைதான்” என்றான். “அவ்வாறல்ல, நாம் எண்ணுவது நிகழாதபோதுதான் அது புதிய செய்தி. பெரும்பாலான செய்திகள் நாம் எண்ணியவாறே நிகழ்கின்றன. அரசுசூழ்தலில் மட்டும் அவ்வாறு நிகழ்வதில்லை” என்றார் சுரேசர். “ஏன்?” என்று சதானீகன் கேட்டான். “அரசுசூழ்தலில் முந்துறுவது ஆணவம். நமது ஆணவம் நமது கணிப்புகள் அனைத்தும் சரியே என்று நம்பச்செய்கிறது. ஆம் சரியே என்று செய்திகளும் சொல்ல வேண்டுமென்று நாம் எண்ணுகின்றோம். நமக்கிணையான ஆணவம் கொண்டவர்களால் மறுமுனைகள் இயக்கப்படுகின்றன என்பதை மறந்துவிடுகிறோம்.”

உரக்க நகைத்து “அதாவது கணிகரிடமிருந்து வலுவான அடிகள் வந்து விழுந்திருக்கின்றன இல்லையா?” என்றான் சதானீகன். சுரேசர் நகைத்து “மெய்தான்” என்றார். அவைக்கூடத்தின் சிறிய வாசலில் நிர்மித்ரன் நின்றிருந்தான். அவனைக் கண்டதும் தலைவணங்கி “தங்களுக்காகத்தான் காத்திருந்தேன், மூத்தவரே. காலையில் வந்த செய்தி ஒன்று மூத்த தந்தையை நிலைகுலைய வைத்துள்ளது” என்றான். சதானீகன் தலையசைக்க “அஸ்தினபுரிக்கு இளையயாதவர் தானே நேரில் சென்று மணநிகழ்வில் கலந்துகொண்டிருக்கிறார். அங்கு நிகழ்ந்த பெருங்களியாட்டில் அவையமர்ந்திருக்கிறார். உபகௌரவரைத் தழுவித் தலைமுகர்ந்திருக்கிறார்” என்றான்.

“முன்னரே மூத்தயாதவர் யாதவக் குடியின் முற்றாதரவு அஸ்தின புரிக்கே என்று அவையில் அறிவித்துவிட்டார். இளையயாதவரும் அங்கு சென்றதென்பது யாதவப் பெருநிலமே நமக்கெதிராகத் திரும்பியது போலத்தான் என்று பேசிக்கொள்கிறார்கள்” என்றான் நிர்மித்ரன். சதானீகன் “இளையயாதவர் நம்முடன் இருக்கவேண்டியதில்லை, நாம் அவருடன் இருப்பவர்கள்” என்றான். “ஆம், அது மெய்தான். ஆனால் இத்தருணம் வரை நம்மை ஆதரித்து நின்றிருக்கும் ஷத்ரியச் சிறுகுடிமன்னர்களுக்கும் நிஷாதர்களுக்கும் இருந்த நம்பிக்கை என்பது வெல்ல முடியாதவரான இளையயாதவர் நம்முடன் இருக்கிறார் என்பது. அவரும் அஸ்தினபுரிக்கு ஆதரவானவராக மாறிவிட்டிருந்தால் இந்தப் போர் இப்போதே தோற்றுவிட்டது என்று அவர்கள் எண்ணக்கூடும்.

அதைத்தான் மூத்த தந்தை அஞ்சுகிறார் என்று எண்ணுகிறேன்” என்றான்.

வாயிற்காவலரிடம் சுரேசர் “மைந்தர்கள் வந்திருக்கிறார்கள் என அறிவியும்” என்றார். அவர் உள்ளே செல்ல சுரேசர் “இளையயாதவரின் வழிகளை நமது எண்ணங்களால் தொடரக்கூடாதென்பது ஒவ்வொரு முறையும் அறியப்படுகிறது, ஒருமுறையும் நினைவில் நிலைகொள்வதிலை” என்றார். காவலர் வெளியே வந்து உள்ளே செல்லலாம் என்று கைகாட்ட சதானீகனும் நிர்மித்ரனும் அறைக்குள் சென்றனர்.

தாழ்ந்த கூரையுடைய சிறிய அறையில் சாளரத்தருகே போடப்பட்ட பீடத்தில் யுதிஷ்டிரர் அமர்ந்திருக்க, அவருக்குப் பின்னால் சிறிய பீடத்தில் முழங்கால்மேல் கைகளை ஊன்றி தலையை அதில் தாங்கி திரௌபதி அமர்ந்திருந்தாள். சற்று அப்பால் ஒரு பீடத்தில் மார்பில் கைகளைக் கட்டியபடி அர்ஜுனன் இருந்தான். நிர்மித்ரனும் சதானீகனும் அறைக்குள் சென்று யுதிஷ்டிரரையும் திரௌபதியையும் அர்ஜுனனையும் வணங்கி சுவர் ஓரமாகச் சென்று நின்றனர். அவர்களை இடக்கை தூக்கி வாழ்த்தியபின் உரத்த குரலில் யுதிஷ்டிரர் பேச்சைத் தொடர்ந்தார். “நமது மைந்தர்கள் வெல்வார்கள் என்று நாம் எண்ணியிருந்திருக்கலாகாது. அவர்கள் அரசுசூழ்தல் கற்றவர்கள் அல்ல. அவர்கள் அறிந்ததெல்லாம் நூல்களையே. நூல்களை எவரும் மீண்டும் நடிக்க முடியாது” என்றார்.

அர்ஜுனன் “மூத்தவரே, நமது மைந்தர்கள் ஆற்றிய பணி என்ன என்று ஒவ்வொரு நாளும் பார்த்துக்கொண்டிருந்தோம். நம்மில் எவர் சென்றிருந்தாலும் இத்தனை கூர்மையாகவும் முழுமையாகவும் அப்பணிகளைச் செய்திருக்க முடியாது. அவர்கள் வடிவில் எழுந்தது நம்முள் நாம் சேர்த்துக்கொண்டிருந்த ஆற்றல்களும் அறங்களும் மட்டுமே. நாம் கொண்டுள்ள சிறுமைகளின் தடையற்றவர்கள் அவர்கள்” என்றான். “ஆம், அது உண்மை” என்று திரௌபதி சொன்னாள். “அவர்கள் கணிகரை வெல்வார்களென்று நாம் எண்ணியிருக்கலாகாது.” யுதிஷ்டிரர் “கணிகரை எவரேனும் வெல்ல முடியுமா என்ற ஐயத்தை இப்போது அடைகிறேன். இளையயாதவரின் வாழ்க்கைகூட கணிகரால்தான் ஆட்டுவிக்கப்படுகிறதோ என்று தோன்றுகிறது” என்றார்.

“வென்றுவருவதற்காக அல்ல, ஒவ்வொரு தருணத்திலும் நம்மால் இயற்றப்படக்கூடிய உச்சம் என்பது எழுந்திருக்க வேண்டும் என்பதற்காகவே மைந்தர்கள் சென்றனர். அது நம் மைந்தர்களால் இயன்றதென்றால் அதுவே போதுமானதாகும்” என்றான் அர்ஜுனன். நகுலனும் சகதேவனும் வந்திருப்பதை ஏவலன் அறிவிக்க யுதிஷ்டிரர் சற்று திகைத்து சதானீகனையும் நிர்மித்ரனையும் பார்த்தபின் அதுவரை

இருந்த முகஇறுக்கம் தளர நகைத்து அர்ஜுனனிடம் "இளையோனே, இவர்கள் இருவரும் நகுலனும் சகதேவனும் என்றுதான் இதுவரை எண்ணியிருந்தேன். இத்தனை இளமையாக அவர்கள் இருப்பதுகூட என்னுள் உறைக்கவில்லை" என்றார்.

அர்ஜுனன் புன்னகைத்து "தாங்கள் தங்கள் உள்ளூர இளையவராக இருக்கிறீர்கள், மூத்தவரே" என்றான். நகுலனும் சகதேவனும் உள்ளே வந்து தலைவணங்கி தங்கள் பீடங்களில் அமர்ந்தனர். நகுலன் சதானீகனிடம் விழிகளால் என்ன என்றான். சதானீகன் புன்னகைத்து அவர்களைப் பற்றிய வேடிக்கை என்று நோக்கால் தெரிவித்தான். யுதிஷ்டிரர் நகுலனிடம் "நீங்கள் இருவரும் இளமையில் இருந்ததுபோலவே இருக்கிறார்கள், ஆடிப்பாவைகள். ஆடிப்பாவைகளில் ஒருவராக முழு வாழ்வையும் கடந்துவருவது எத்தகையதென்பதை என்னால் எண்ணிப்பார்க்கவே இயலவில்லை" என்றார். நகுலன் "பிறிதொன்றை எங்களாலும் எண்ணிப்பார்க்க இயலவில்லை, மூத்தவரே" என்றான். சகதேவன் "எந்த இடத்திலிருந்தும் என்னால் முழுமையாக விலகிச்சென்றுவிட முடியாது. அங்கு என்னுடைய ஒரு பகுதியென இவன் இருப்பான்" என்றான்.

யுதிஷ்டிரர் திரும்பி சதானீகனிடம் "நீ எவ்வாறு உணர்கிறாய், மைந்தா ?" என்றார். "நாங்கள் மூவர் ஒரே முகம் கொண்டவர்கள்" என்று சதானீகன் சொன்னான். யுதிஷ்டிரர் நகைத்து "ஆம், அது மெய்தான். இரண்டு மூன்றெனப் பெருகியிருக்கிறது" என்றார். சதானீகன் "நாங்கள் வெவ்வேறு இடங்களில் இப்போது இருக்கிறோம். இங்கிருந்தபடி அவர்களாகவும் இருந்துகொண்டிருக்கிறோம். ஒன்று பலவாகி காலத்தையும் இடத்தையும் பகிர்ந்துகொள்வதென்பது இனிது" என்றான்.

யுதிஷ்டிரர் முகம் மாறுபட்டு சகதேவனை நோக்கி "இளையோனே, செய்திகளை அறிந்திருப்பாய். அஸ்தினபுரிக்கு இளையயாதவர் சென்றிருக்கிறார்" என்றார். நகுலன் "அவர் செல்லாமல் இருந்தால்தான் அது வியப்பு. சென்று கிருஷ்ணையை நெற்றிதொட்டு அவர் வாழ்த்தியாக வேண்டும். நாம் நமது மகளுக்காக அஸ்தினபுரிக்குச் சென்றிருந்தால்கூட அது பிழையல்ல. நமக்கு மகளென்று பிறிதொருத்தி புவியில் இல்லை" என்றான். திரௌபதி மெல்ல அசைந்த அணியோசையைக் கேட்டு யுதிஷ்டிரர் திரும்பிப் பார்த்தார். அவள் இரு கைகளையும் கோத்து விரல்களை ஒன்றுடன் ஒன்று அழுத்திக்கொண்டிருந்தாள். இமைகள் சரிந்து தலை கவிழ்ந்திருந்தது.

யுதிஷ்டிரர் "ஆம், ஆனால் நமது வஞ்சினம்..." என்று உரைக்க, சகதேவன் கையசைத்து "அது அரசியல். அதைக் கடந்துசெல்ல அவரால் இயல்கிறது, நம்மால் இயலவில்லை. இதுவே உண்மை" என்றான். யுதிஷ்டிரர்

“ஆனால் எப்படி?” என்றார். “அவ்வினாவே எழுந்திருக்கலாகாது. சென்றிறங்கியிருக்க வேண்டும். துரியோதனனுக்கு அவள்மேல் எத்தனை உரிமையும் பொறுப்பும் உள்ளதோ அது சற்றும் குறையாமல் நமக்கும் உண்டு” என்றான் சகதேவன். “நீ அதை முன்னரே சொல்லியிருக்க வேண்டும்” என்று சினத்துடன் யுதிஷ்டிரர் சொன்னார். “அது சொல்லித் தோன்றக்கூடாது என்று எண்ணினேன்” என்றான் சகதேவன். “சொல்லி அதைச் செய்கையில் அது அரசியல் என்றாகிவிடுகிறது. அதன் பின் செல்வதும் பேசுவதும் எண்ணியெடுத்தவை என்றாகும். செய்யப்படுந்தோறும் பொய் என மாறும்.”

யுதிஷ்டிரர் தளர்ந்து “மெய்தான்” என்றார். “எனக்குத் தோன்றியிருக்க வேண்டும். நூற்றைந்து தந்தையரும் ஆயிரத்தொன்பது உடன்பிறந்தாரும் கொண்ட நமது குடியின் ஒரே மகள் அவள். மங்கலநாண் பூட்டும் போது நான் அங்கிருந்திருக்க வேண்டும். ஏதோ மூதன்னையர் பழிச்சொல்லால்தான் எனக்கு அது தோன்றாமல் போயிற்று” என்றார். தலையைக் கையால் வருடி “மூதாதையர் முன் சிறுமைகொண்டு இன்று நின்றிருக்கிறேன்” என்றார். சதானீகன், சகதேவன் அதை மறுத்துரைப்பான் என்று எண்ணினான். ஆனால் இறுகிய முகத்துடன் விழிகளைச் சாளரத்தை நோக்கித் திருப்பி அவன் அமர்ந்திருந்தான். அர்ஜுனன் தலைகுனிந்து அசையாமல் இருந்தான்.

யுதிஷ்டிரர் “மகள் என்பது பிறிதொரு பெருங்கொடை. அரண்மனை நிறைய மைந்தரைப் பெற்றாலும் ஒரு மகள் இல்லையேல் அது பெருங்குறைதான். இந்திரப்பிரஸ்தம் அக்குறையைக் கடந்து போகப்போவதே இல்லை” என்றார். மேலும் மேலும் துயர்கொண்டு இருண்டபடியே சென்றார். “மேலும் அவள் கிருஷ்ணை அல்லவா? நெடுங்காலத்திற்கு முன் துருபதனின் தன்னேற்பு மேடையில் எழுந்து வந்த அவ்வினிய முகத்தின் இளவடிவம். தந்தையென்று நான் பெருமிதம் கொள்ளவேண்டிய கணம் அவளைப் பார்ப்பது மட்டுமே. எவ்வாறு அதை எண்ணாமல் ஒழிந்தேன்?”

சகதேவன் “ஒவ்வொன்றாக இழந்துகொண்டிருக்கிறோம், மூத்தவரே. பெருவிழைவு கொண்ட ஒன்றை எய்துவது தெய்வங்களுக்கு முன் இம்மானுடனின் அறைகூவல். நன்றோ தீதோ எதுவானாலும். தெய்வங்கள் கேட்கின்றன, எதுவரை விழைகிறாய்? அதன்பொருட்டு எதை இழப்பாய்? இதை இதை என நாம் சுட்டிக்காட்டுகிறோம். மேலும் மேலும் என்கின்றன தெய்வங்கள். இறுதியில் அவை கோரும் விலை ஒன்று உண்டு. அது குருதி வழிய அறுத்து வைப்பதாக இருக்கலாம். தலையாக இருக்கலாம். எஞ்சும் இறுதிச் சொல்லாக இருக்கலாம். அதன் பின்னரே அவை அளிக்கின்றன” என்றான்.

யுதிஷ்டிரர் பெருமூச்சுடன் "ஆம்" என்றபடி கண்மூடி அமர்ந்தார். அவர் கண்கள் கலங்கியிருந்தன. மீண்டும் மீண்டும் பெருமூச்சுகள்விட்டபின் திரும்பி திரௌபதியிடம் "உனக்குத் தோன்றவில்லையா?" என்றார். திரௌபதி நோக்காமல் "அவளுக்கு நான் என் வாழ்த்துகளை அனுப்பினேன்" என்றாள். யுதிஷ்டிரர் சிறு துணுக்குறலுடன் "வாழ்த்துகளையா? எவரிடம்?" என்றார். "எனது முதன்மைச் சேடியை அனுப்பினேன். அரசியாகவோ, துருபதன் மகளாகவோ அல்ல. அவளுடைய அன்னையாகக்கூட அல்ல. பெண்ணாக" என்றாள்.

தணிந்த விழிகளுடன் "நான் அவளுக்கு ஒரு பட்டாடையைக் கொடுத்தனுப்பினேன். அது அவள் எனக்கு அளித்தது என்று சொல்லச் சொன்னேன். ஒவ்வொரு நாளும் நான் அணிவது அவள் அளித்த ஆடையைத்தான். அதன்பொருட்டு அவளை நான் வாழ்த்துகிறேன் என்று சொல்லச் சொன்னேன்" என்றாள். யுதிஷ்டிரர் மேலும் தளர்ந்து கைகள் மடியில் சரிய, தலை பீடத்தில் ஒட்ட, அசையாது அமர்ந்திருந்தார்.

அர்ஜுனன் "அவர் அங்கு செல்வார் என்று நானும் எண்ணினேன்" என்றான். "உனக்குத் தெரியுமா? அவர் கிளம்பியது தெரியுமா?" என்றார் யுதிஷ்டிரர். "அவர் கிளம்புவாரென்று தெரியும்" என்று அர்ஜுனன் சொன்னான். "எவ்வாறு?" என்று யுதிஷ்டிரர் கேட்டார். "காதலெனும் மயிரிழையால் கட்டி இழுக்கப்படும் பெருங்களிறு என்று அவரைப்பற்றிச் சூதர் பாடலொன்று உள்ளது. கொட்டிலில் கட்டி வைக்கமுடியும். மத்தகத்தின் மேலேறி நகர்வலம் வரவும் முடியும்" என்றான் அர்ஜுனன்.

2

ஓசையின்றி கதவைத் திறந்து உள்ளே வந்த ஏவலன் பீமன் வந்திருப்பதை தாழ்ந்த குரலில் அறிவிக்க, வரச்சொல்லி யுதிஷ்டிரர் கையசைத்தார். அவன் வருவதற்காக அவர்கள் பேச்சை நிறுத்திவிட்டுக் காத்திருந்தனர். சதானீகன் பீமன் என்னும் சொல்லாலேயே முகம் மலர்ந்து வாசலை நோக்கினான். உபப்பிலாவ்யத்தின் உயரம் குறைந்த வாயிலினூடாக மிகவும் குனிந்து உடலைச் சரித்து உள்ளே வந்து நிமிர்ந்த பீமன் அவையை ஒருகணம் விழியோட்டி "என்ன, ஒவ்வாச்செய்தி ஏதோ வந்துள்ளது போலிருக்கிறதே?" என்றபின் யுதிஷ்டிரரை அணுகி தலைவணங்கி அருகிருந்த பீடத்தில் அமர்ந்தான். சதானீகனும் நிர்மித்ரனும் அணுகி அவன் கால்தொட்டு வணங்கி விலகி நின்றனர்.

யுதிஷ்டிரர் "நீ அறிந்திருப்பாய் மந்தா, இளையயாதவன் அஸ்தினபுரிக்குச் சென்றதைப் பற்றித்தான் பேசிக்கொண்டிருந்தோம். அதன் அரசியலை எண்ணினோம், அறத்தை மறந்துவிட்டோம். தந்தையாக நான் சென்றுநின்று நடத்தியிருக்கவேண்டிய திருமணம் அது. கிருஷ்ணையின்றி நம் குலம் வாழ்ந்திருக்குமா என்ன? அன்று அந்த அவையில் இளையயாதவனின் பெண்வடிவென எழுந்து அருள் புரிந்தவள் அவளல்லவா?" என்றார். பீமன் முகம் இறுகியது. "ஆம், ஆனால் நாம் உரைத்த வஞ்சம் அவ்வண்ணமே நின்றிருக்கிறது" என்றான்.

"அது அரசியல்..." என்று யுதிஷ்டிரர் சொல்ல, கையசைத்துத் தடுத்து "கிருஷ்ணையின் திருமணமும் அரசியலே. அரசியலுக்கு அப்பால் அவள் உள்ளத்தில் கனிந்த காதல் கொண்டிருக்கலாம். அக்காதலை நாம் வாழ்த்தலாம். ஆனால் அந்த மணம் நிகழ்வது என்பது அரசியல்

மட்டுமே” என்றான் பீமன். “அங்கு நாம் சென்றிருந்தால் நமது அறத்தை வெளிக்காட்டியிருப்போம். ஆனால் நம்மை நம்பி இங்கு அணி சேர்ந்துகொண்டிருக்கும் நிஷாதர்களுக்கும் அசுரர்களுக்கும் கிராதர்களுக்கும் என்ன செய்தியை அது அளித்திருக்கும்? நாம் அனைவரும் ஷத்ரியர், ஒரு மணஉறவின் பொருட்டு அல்லது ஓர் இறப்பின் பொருட்டு எவ்வாறாயினும் ஒருங்கிணையக்கூடும், அன்று கீழ்க்குடிகள் அனைத்தும் நம்மால் இடக்கையால் வெளித்தள்ளப்படுவார்கள் என்று அவர்கள் எண்ணுவார்கள்.”

“எத்தனை தோள்தழுவினும் இன்சொல் பேசினும் இந்த ஐயம் அவர்கள் உள்ளத்தில் இருந்துகொண்டுதானிருக்கும். மூத்தவரே, குலம் என்பது இம்மண் உருவான காலத்திலிருந்து எழுந்து நம்மை வந்தடைந்திருப்பது. எளிதில் மறைவதோ திரிவதோ அல்ல. மலைகளைப்போல மாறா உண்மை அது. நாம் திரட்டியிருக்கும் படையினரின் நடுவே நம்மைக் குறித்த ஐயத்தை நாமே பரப்பி அடைவதென்ன? அங்கு அஸ்தினபுரிக்குச் சென்று நீங்கள் நின்றிருந்தால் வஞ்சத்தை மறந்திருப்பீர்கள். வஞ் சமும் நன்றியும் காற்றுபடக் கரையும் கற்பூரம் போன்றவை. ஆகவே அவற்றை இருண்ட ஆழத்தில் மூடி வைக்கவேண்டும். அடிக்கடி திறந்து நோக்குவதுகூட அவற்றைக் குறைக்கும்..”

“மூத்தவரே, பேணப்படாத வஞ்சம் மெல்ல மறையும். ஏனென்றால் அது மானுட இயல்பல்ல. மானுடர் பொழுதாலும் சூழலாலும் மட்டுமே ஆக்கப்படுபவர்கள். நேற்றும் நாளையும் அவர்களால் எண்ணி அறியப்படுபவை மட்டுமே. நேற்றென்ற வஞ்சமும் நாளையென்ற விழைவும் மானுடரை ஆளும் தெய்வங்களுக்குரியவை. அவியிட்டு நெய்யூற்றி ஓம்பப்படாத தெய்வங்கள் பகைகொள்ளும் என்பது மரபு” என்று பீமன் சொன்னான். யுதிஷ்டிரர் “வஞ்சம் உள்ளூறை நஞ்சு என்கின்றன நூல்கள்” என்றார். “உழுதுண்பவருக்கும் தொழுதுண்பவருக்குமான நெறிகளை இங்கு சொல்லவேண்டியதில்லை. நஞ்சில்லாத நாகம் வெறும் புழு” என்றான் பீமன். “வஞ்சத்தாலும் விழைவாலும்தான் ஷத்ரியர் உருவாகி வருகிறார்கள்.”

யுதிஷ்டிரர் “ஆனால் அவள் நம் மகள்...” என்று சொல்ல பீமன் “கிருஷ்ணைக்காக நீங்கள் அவள் தந்தையின் பிழையைப் பொறுத்தருளப் போகிறீர்களா?” என்றான். யுதிஷ்டிரர் “அது எப்படி?” என்றார். “சரி, அவள் தந்தைக்காக உங்கள் நிலத்தை விட்டுக்கொடுப்பீர்களா? அவர் பேசும் தொல்வேத நெறியை ஏற்று உங்கள் தன்னறத்தைக் கைவிடுவீர்களா?” யுதிஷ்டிரர் பேசாமல் இருக்க “பிறகெதற்கு இந்த அவைநடிப்பு? நாம் எவரோ அதை நாமெனக் காட்டுவோம்” என்றான் பீமன். அர்ஜுனன் பெருமூச்சுவிட்டான். “நீ என்ன எண்ணுகிறாய், இளையோனே?”

என்றான் பீமன். "நான் எதுவுமே எண்ணவில்லை, மூத்தவரே" என்றான் அர்ஜுனன்.

யுதிஷ்டிரர் "நான் முதலில் அவ்வாறே எண்ணினேன். ஆனால் சென்றிருக்க வேண்டுமென்ற எண்ணம்தான் இப்போது என் உள்ளத்தில் உள்ளது" என்றார். நகுலன் "இளையயாதவர் சென்றிருக்கிறார்..." என்றான். பீமன் "அவர் செல்லலாம். ஏனெனில், அவர் ஷத்ரியக் குடியினர் அல்ல. அவருக்குத் துரியோதனனிடம் வஞ்சமென்றும் ஏதுமில்லை. அவன் அவையில் நின்று சிறுமைகொண்டது நமது குலமகள். அவ்வஞ்சத்தில் ஒரு துளி நீர்கூடக் கலக்க நாம் ஒப்புக்கொள்ளலாகாது, மூத்தவரே. நமது தேரை இழுக்கும் புரவி அப்பகையே ஆகுக! அன்று அவைநின்று நாம் சொன்ன சொற்களே நம்மை ஆளவேண்டிய தெய்வங்கள்" என்றான்.

யுதிஷ்டிரர் தலையை அசைத்து "எனக்குப் புரியவில்லை. இத்தருணத்தில் என்ன முடிவெடுப்பது என்று தெரியவில்லை" என்றார். "எம்முடிவாயினும் அந்நிகழ்வு கடந்துவிட்டது. இனி அதை எண்ணி உருகுவதில் பொருளில்லை" என்று பீமன் சொன்னான். "ஆம், கிருஷ்ணையின்றி நம் குடியின் தன்மதிப்பு காக்கப்பட்டிருக்காது. ஆகவேதான் இன்று அவளை நம் குடிக்கு மகளெனக் கொள்கிறோம். இங்கிருந்து பொன்னும் மணியுமென பரிசில்கள் ஏந்தி துவாரகைக்குச் செல்வோம். அங்கு நம் குடிக்கு வந்த குலமகளைக் கண்டு வாழ்த்துவோம். நம் குலத்து மூதன்னையருக்கு நிகராக வைத்து வணங்குவோம். அதுவே நாம் செய்யக்கூடியது."

யுதிஷ்டிரர் முகம் மலர்ந்து "ஆம், நாம் துவாரகைக்குப் பரிசில்களுடன் செல்லவேண்டும். இங்கு விட்டதை அங்கு இயற்றவேண்டும்" என்றார். சகதேவன் "அஸ்தினபுரியிலிருந்து அவர்கள் மதுராபுரிக்குச் செல்வதாகத்தான் பேசப்பட்டது. துவாரகைக்கு அல்ல" என்றான். யுதிஷ்டிரர் "ஏன்? சாம்பன் துவாரகையின் இளவரசனல்லவா?" என்றார். "ஆனால் அவனைத் தன் மைந்தனென உடன் வைத்திருப்பவர் பலராமர். துவாரகையின் இளவரசர்கள் அனைவருமே இன்று தங்கள் மூத்த தந்தையின் அணுக்கர்கள். யாதவக் குடித்தலைவர்கள் அனைவருமே மதுராவில்தான் உள்ளனர். இன்று முதல் ஏழு நாட்கள் மதுராவில் அவர்களின் மணநிகழ்வு பெருவிழாவாகக் கொண்டாடப்படுகிறது என்றனர்" என்றான் நகுலன்.

"அப்படியென்றால் மதுராவுக்குச் செல்வோம். அங்கு நம் குலமுறைப்படி சீர்வரிசைகளை அளிப்போம்" என்று யுதிஷ்டிரர் சொன்னார். "எப்படியும் நாம் சென்றாகவேண்டியுள்ளது" என்று பீமன் சொன்னான். "யாதவர்களிடம் சென்று நம்முடைய ஆதரவாளர்களை வென்றெடுக்கவேண்டும்." நகுலன்

குழப்பத்துடன் “மூத்தவரே, பலராமரும் கிருதவர்மனும் யாதவகுல மூத்தார் அனைவரும் துரியோதனரின் ஆதரவாளர்களாகத் தங்களை அவையிலேயே அறிவித்துக்கொண்டுவிட்டனர். எஞ்சியவர்கள் யார்?” என்றான். “எஞ்சியவர்கள் இருப்பார்கள்” என்று பீமன் சொன்னான். “அதை நாம் அங்கு நேரில் செல்லாமல் அறியமுடியாது.”

“ஆம், நேருண்மை எப்போதுமே பருவடிவு கொண்டது என்பார்கள்” என்றார் யுதிஷ்டிரர். “இளையோனே, இளையயாதவர் அங்கு இருக்கிறார். இத்தனை காலம் அவர் ஈட்டிய புகழும் உடனுள்ளது. அவர் தோழர்கள் அவருடன்தான் இருப்பார்கள். அவருக்காக தொழும்பக்குறி சூடிய சாத்யகி உடனிருக்கிறார். பிறர் எவர் என்று பார்ப்போம். உளம்சூடியவர்கள் அத்தனை எளிதாக மறந்துவிடமாட்டார்கள். அவர்களின் மொழி மறக்கலாம், கனவில் அவர் இருப்பார். அவர்களிடம் நாம் பேச முடியும்” என்றான் பீமன். “அவனை அவர்கள் முற்றிழக்கக்கூடும் என உணர்ந்தால் சிலர் உளம் மாறலாம்” என்றார் யுதிஷ்டிரர்.

“அவருடைய மைந்தர்களில் எவர் இன்று அவருடன் இருக்கிறார்கள் என்பதும் முதன்மையான வினாவே. இன்று அவருடன் இருப்பவர்களே நாளை துவாரகையின் முடி சூட்டப்படுவார்கள் என்றால், அவரைத் துறந்து மூத்தவருடன் இருக்கும் மைந்தர்கள் எவரும் ஒற்றை முடிவெடுக்க முடியாது. அவர்களில் எவர் அவருடன் நின்றாலும் நம் தரப்புக்கு ஒரு யாதவப் பெருவீரன் வருகிறான் என்பதுதான் பொருள்” என்றான் பீமன். “பிரத்யும்னனை நாம் வென்றெடுக்க முடியுமென்றே நான் எண்ணுகிறேன்” என்று யுதிஷ்டிரர் சொன்னார். “இன்றுவரை அவன் தந்தையை மீறி ஒன்றையும் உரைத்ததில்லை. இப்போதும் காத்திருக்கிறான், தயங்கிக்கொண்டிருக்கிறான். குடிப்பிறந்தமைக்குரிய நிகர்நிலையை என்றும் கொண்டவன் அவன்.”

“சாம்பன் நம்முடன் இருப்பான் என்றே எண்ணினேன். துரியோதனனின் மகளை மணம்புரிந்த பின்னர் அவனால் அது இயலாது. பிரத்யும்னன் பெருவீரன். துவாரகையின் பல போர்களில் படை முன் நின்றவன். சாம்பனா பிரத்யும்னனா என்றால் பிரத்யும்னனையே நான் தேர்வு செய்வேன்” என்று நகுலன் சொன்னான். பீமன் “ஆனால் நம்முடன் இருப்பவர்கள் நிஷாதர்கள், அசுரர்கள். அவர்களை வழிநடத்த சாம்பன் வருவானென்றால் நமக்கொரு பெரும்படைத்தளபதி அமைகிறான்” என்றான். “சாம்பன் எப்படி வரமுடியும்?” என்று நகுலன் கேட்டான். “அவன் மணந்திருப்பது துரியோதனனின் மகளை அல்ல, இளையயாதவரின் பீலியை உளம் சூடிய ஒரு பெண்ணை. அவருக்கெதிராகத் தன் கொழுநன் படைகொண்டெழுவதை அவள் ஒருபோதும் ஒப்பமாட்டாள்” என்றான் பீமன்.

நீள்மூச்சுடன் "யாதவர்கள் எவரை நாம் வென்றெடுத்தாலும் அது நலம் பயப்பதே" என்றார் யுதிஷ்டிரர். "இன்று நாம் ஆற்றவேண்டிய அரசுசூழ்தல் இதுவே. இளையயாதவனுடன் நமது படைக்கூட்டு உறுதி கொண்டிருக்கிறது என்றும் அவனை முன்னிறுத்தியே நாம் களம் காணப்போகிறோம் என்றும் நம்மை ஏற்றுக்கொண்டிருக்கும் நிஷாதரும் அசுரரும் பிறரும் ஐயமற உறுதி கொள்ளவேண்டும். இளையயாதவனுடன் களம் நிற்கும் யாதவப் பெருவீரர்கள் எவரெவர் என்பதை அவர்கள் உணரும்படி செய்யவேண்டும். யாதவ குலத்தலைவர்களில் ஒருசிலரையேனும் நாம் நம் பக்கம் திருப்ப வேண்டும். அத்துடன் நம் குலத்திற்கு வந்துள்ள இளவரசியைக் கண்டு சீர் அளித்து வாழ்த்துரைக்க வேண்டும். உடனடியாக மதுராவுக்கு நான் கிளம்புகிறேன்."

பீமன் புன்னகைத்து "இப்போதுதான் மீண்டும் இயல்பு திரும்பியிருக்கிறீர்கள், மூத்தவரே. நல்லுணர்வையும் அரசுசூழ்தலையும் இரண்டில்லை எனக் கலந்துவிட்டீர்கள்" என்றான். அவன் சொன்னது புரியாமல் திரும்பி நோக்கி ஏதோ சொல்ல வாயெடுத்தபின் எண்ணம் விலக யுதிஷ்டிரர் திரௌபதியிடம் "மதுராவுக்கு நீயும் வருகிறாயல்லவா?" என்றார். "இல்லை, நான் வரவேண்டியதில்லை என்று எண்ணுகிறேன்" என்றாள் திரௌபதி. "நீ அவள் அன்னை" என்றார் யுதிஷ்டிரர் குரல் மேலெழ. "நான் அவளிடமிருந்து எப்போதும் பிரிந்ததில்லை. அவள் அதை அறிவாள்" என்றாள் திரௌபதி. "ஆகவே இப்போது அணுகி இத்தருணத்திற்குரிய நற்சொல் உரைக்கவேண்டிய தேவையுமில்லை. எப்போதாவது அவளைக் கண்டால்கூட நாங்கள் உரைத்துக்கொள்ள ஒரு சொல்லும் இல்லை."

சகதேவன் "மூத்தவரே, தாங்கள் மதுராவுக்குச் செல்வது உகந்ததல்ல" என்றான். "ஏன்?" என்று யுதிஷ்டிரர் திகைப்புடன் கேட்டார். "இப்போது விரும்பியோ விரும்பாமலோ தாங்கள் ஓர் அரசமையம் என்றாகிவிட்டீர்கள். விரும்பாவிடினும் போருக்குப் படைதிரட்டிக்கொண்டிருக்கிறீர்கள். இத்தருணத்தில் நட்பு கோரி யாதவத் தலைநகருக்கு நீங்கள் நேரில் செல்வது அரசநிலைக்கு உகந்ததல்ல. அரசன் துணை கோரவேண்டுமேயொழிய துணைக்காக இரக்கலாகாது. அது அவனது ஆற்றல்குறைவையே வெளிக்காட்டும். அந்த ஆதரவை நாம் பெற்றால் நாளை அவர்கள் நம்மை ஆள நினைப்பார்கள்" என்றான் சகதேவன்.

"இளையயாதவனிடம் என்ன அரச முறைமை நமக்கு?" என்றார் யுதிஷ்டிரர். "தாங்கள் செல்லவிருப்பது மதுராவுக்கு. துவாரகைக்கு அல்ல. ஆழியர் அமைந்த துவாரகைக்குத் தாங்கள் எப்போது

வேண்டுமானாலும் செல்லலாம். அங்கொரு அவைக்காவலனாக வேல்கொண்டு நின்றிருந்தாலும் தங்கள் மாண்பு குறைவதில்லை. மதுராவில் வசுதேவருக்கும் பலராமருக்கும் முன்னால் தங்கள் முடி அணுவிடைகூட தாழலாகாது" என்றான் சகதேவன். யுதிஷ்டிரர் அசைவற்ற இமைகளுடன் அப்படியே உறைந்தார். அறைக்குள் வந்த காற்றை அப்போதுதான் உணரமுடிந்தது. எவருமறியாமல் அது அங்கே சுழன்றுகொண்டிருந்தது என சதானீகன் எண்ணிக்கொண்டான்.

பின்னர் யுதிஷ்டிரர் எண்ணம் கலைந்து தாடியை நீவிவிட்டுகொண்டு பெருமூச்சுவிட்டார். திரும்பி பீமனை நோக்கி "அவ்வண்ணமென்றால் இளையோன் செல்லட்டும். இவனுடைய தோள்விரிவை பலராமர் விரும்புவார்" என்றார். "ஆம், மல்லர்களுக்கு அவர்களுக்கேயுரிய மொழி உண்டு" என்று சகதேவன் சொன்னான். "ஆனால் வெளித்தெரிவதுபோல் பலராமர் அல்ல அங்குள்ள அரசுமையம். அவர் துணைவி ரேவதி ஆட்டுவிக்கிறார். எவ்வகையிலும் அவருடன் சொல்நிற்கவோ அரசுசூழவோ மூத்தவரால் இயலாது. நமது ஆடலும் அரசியுடன் அல்ல."

"பிறகு யார் செல்வது?" என்று யுதிஷ்டிரர் கேட்டார். "மூத்தவர் அர்ஜுனர் செல்லட்டும். அவர் இளையயாதவரின் தோழர். இது அரசுமுறைப் பயணமல்ல, தன் தோழரைச் சந்திக்கச் சென்றதென்றே அது தோன்றட்டும். அங்கு சென்று யாதவர்களிடம் குடியவைகளில் அமர்ந்து பேச அவரால் இயலும். ஏனென்றால் அவர் யாதவ குலத்து அரசியை மணந்தவர்" என்று சகதேவன் சொன்னான். யுதிஷ்டிரர் "ஆம், எண்ணுகையில் அதுவே உகந்ததென்று தோன்றுகிறது" என்றார். "அவர் பெண்களுடன் உரையாட முடியும்" என்றான் சகதேவன். யுதிஷ்டிரர் திரும்பி நோக்க "அவரைப் போன்றவர்களை அன்னையர் விரும்புவார்கள்" என்று சகதேவன் சொன்னான். அவன் சொன்னதென்ன என அனைவருக்கும் புரிய, பீமன் புன்னகை செய்தான்.

யுதிஷ்டிரர் "இளையோனே, நீ என் பொருட்டு நம் கொடியுடன் மதுராவுக்கு செல். இளையயாதவரையும் மூத்தயாதவரையும் யாதவப் பேரரசரையும் சந்தித்து நமது தரப்பைச் சொல். நன்று நடக்குமென்று எண்ணுவோம்" என்றார். நகுலன் "இன்னும் சில நாட்களில் துரியோதனரே மதுராவுக்குக் கிளம்பக்கூடும் என்று செய்தி வந்துள்ளது" என்றான். "ஏன்?" என்று ஐயத்துடன் யுதிஷ்டிரர் கேட்டார். "இளையயாதவர் அஸ்தினபுரிக்கு வந்தது அக்குடிமக்களுக்கிடையே எழுப்பிய எழுச்சியை துரியோதனர் பார்த்திருப்பார். ஆதரிக்கும்

சிறுகுடி அரசர்களிடமும் அது பெருவரவேற்பைப் பெற்றிருக்கும். இத்தருணத்தைப் பயன்படுத்திக்கொண்டு இளையயாதவரையும் தன் பொருட்டு பேசும்படி முறையாக அவர் அழைக்க வாய்ப்புள்ளது.”

யுதிஷ்டிரர் தலையசைத்தார். நகுலன் “மணநிகழ்வுக்கு வந்துள்ள அரசரிடம் அரசுசூழ்தல் பேசுவது மரபல்ல என்பதனால் அதைப் பேசியிருக்க மாட்டார். மதுராவுக்குச் சென்று அவ்வாறு படைத்துணை கோரினால் அதை அரசமுறைப்படியே இளையயாதவர் மறுக்கமுடியும்” என்றான். “அவர் மறுப்பாரென்பதில் என்ன ஐயம்? துரியோதனனைச் சூழ்ந்திருக்கும் அரசர்கள் அல்லவா அவருடைய முதல் எதிரிகள்?” என்றார் யுதிஷ்டிரர். “ருக்மியும் ஜயத்ரதனும் அங்கிருக்கிறார்கள். சிசுபாலனின் வஞ்சமும் ஜராசந்தனின் வஞ்சமும்கூட துரியோதனன் உள்ளத்தின் ஆழத்தில் இருந்துகொண்டுதான் இருக்கும்.”

“ஆம், ஆனால் அவ்வாறு படைக்கூட்டு கோரி அவர் இளையயாதவரைச் சந்தித்து மீள்வதென்பதே நமது தரப்பிலிருக்கும் சிறுகுடி மன்னர்களையும் நிஷாதர்களையும் கிராதர்களையும் ஐயம் கொள்ள வைக்கும். அத்துடன் தனக்குப் படைத்துணையுடன் வந்திருக்கும் தொல்குடி ஷத்ரியர்களுக்கு ஒரு செய்தியை அளிக்க துரியோதனர் விரும்பலாம். அவர்கள் ஆதரிப்பதனாலேயே அவர் அவர்களுக்குக் கட்டுப்பட்டவர் அல்ல. இளையயாதவருடன் முற்றிலும் ஒத்திசைந்து செல்வதனூடாகக்கூட அவர் தன் நிலத்தைத் தக்கவைத்துக்கொள்ள முடியும்” என்றான் சகதேவன்.

“தலை சுழல்கிறது... இந்த அரசுசூழ்தல் முறைமைகள்” என்றார் யுதிஷ்டிரர். “இளையோனே, நாம் செய்யவேண்டியதென்ன என்று மட்டும் சொல்!” சகதேவன் “மூத்தவர் சென்று தன் தோழரிடம் படைத்துணை கோரட்டும். தந்தையென்று சென்று யாதவ இளவரசனையும் இளவரசியையும் வாழ்த்தட்டும்” என்றான். பீமன் “முதன்மை இலக்காகக் கொள்ளவேண்டியது ஒன்றே. பலராமர் நமக்கெதிராக அஸ்தினபுரியுடன் இணைந்து படைமுன் நிற்கக்கூடாது. சாம்பனும் பிரத்யும்னனும் அங்கு நிற்காமலிருந்தால் அது மேலும் வெற்றி” என்றான். யுதிஷ்டிரர் “நாம் மீண்டும் மீண்டும் போர் பற்றியே பேசுகிறோம். என்னை அது உளம்கலங்கச் செய்கிறது” என்றார்.

“பிரத்யும்னன் மட்டுமாவது நமது தரப்புக்கு வருவானென்றால் நாம் முழுமையாக வென்றுவிட்டோம் என்றே பொருள். அதன் பொருட்டு இளையவன் செல்லட்டும்” என்றான் பீமன். “நீ என்ன சொல்கிறாய், இளையோனே?” என்றார் யுதிஷ்டிரர். “எனக்கு ஆணையிடப்பட்டதை

நான் செய்கிறேன். அரசுசூழ்தலின் நெறிகள் அனைத்தையும் நான் முற்றாக மறந்து நெடுநாட்களாயிற்று. இன்று என் மொழி வேறு. நான் என்னை ஆட்கொண்டவரின் அடியவன் மட்டுமே, பிறிதொன்றும் அல்ல" என்று அர்ஜுனன் சொன்னான்.

யுதிஷ்டிரர் அர்ஜுனனின் முகத்தைப் பார்த்தபடி சற்றுநேரம் உறைந்து அமர்ந்தபின்னர் மெல்லக் கலைந்து தாடியை நீவியபடி சகதேவனைப் பார்த்தார். சகதேவன் புன்னகைத்து "இளையோர் இருவரும் அவருடன் செல்லட்டும். சதானீகன் அவன் மூத்தோருக்கு நிகரான அரசுசூழ் நெறியறிந்தவன். அவனுக்கு ஒரு வாய்ப்பளிப்போம்" என்றான். சதானீகன் தலைவணங்கினான்.

அவையைவிட்டு வெளியே நடந்த நகுலனையும் சகதேவனையும் தொடர்ந்து சதானீகனும் நிர்மித்ரனும் சென்றனர். அர்ஜுனனும் பீமனும் உரையாடியபடி அவர்களைத் தொடர்ந்து வர, பீமனின் காலடிகளை உணர்ந்து நால்வரும் ஒதுங்கி வழிவிட்டனர். பீமன் சகதேவனின் தோளில் கைவைத்து "மைந்தருக்குப் பணிகளை, சொற்களைப் பயிற்றுவித்து அனுப்பலாகாது, இளையோனே. அவர்கள் ஆற்றவேண்டியதை அவர்களே அறிவார்கள். மன்றுசூழ்கையில் ஒழிய வேண்டியதென்ன என்பதை மட்டும் சொல்க!" என்றபின் அர்ஜுனனிடம் "இவர்களில் அரசுசூழ்தல் திறன் சற்றுமில்லாதவன் என்று நான் எண்ணியது அபிமன்யூவை. அவனைப் பற்றிக் கேட்ட ஒவ்வொரு செய்தியுமே வியப்பூட்டுகின்றது" என்றான்.

அர்ஜுனன் "அனைத்திலிருந்தும் விலகி நிற்க அவனால் இயல்கிறது. ஆகவே நிகர்நிலை குலையாமல் செயலாற்றவும் அவன் திறன் கொண்டிருக்கிறான்" என்றான். "ஆம், விலகி நிற்பது அவன் இங்குள்ள அனைத்தையும்விட பெரியதொன்றைப் பற்றி நிற்பதனால்" என்றான் சகதேவன். "இளையோர் அரசுசூழ்வதைக் காண்பது இனிது. அது அவர்கள் ஈட்டிய பொருளால் நாம் உண்பதற்கு நிகர்" என்றான் பீமன். "நாளையே கிளம்புக! புதிய ஊர் ஒன்றில் நுழைகையில் ஒருவரோடொருவர் பேசிக்கொள்ளலாகாது என்பதை மட்டுமே சொல்வேன். பேச்சைப்போல விழிமறைக்கும் திரை பிறிதில்லை" என்றபின் சதானீகனின் தோளைத் தட்டிவிட்டுச் சென்றான்.

அவர்கள் இருவரும் இடைநாழியில் நடந்து அப்பால் மறைய நகுலன் சதானீகனிடம் "மூத்தவர் மிகவும் உளம் விலகியிருக்கிறார். காண்டீபம் நாணிழந்ததுபோல் தோன்றுகிறார் என்று நேற்றுகூட ஒரு சூதன் சொன்னான். இந்தப் போரிலும் முடிப்பூசலிலும் அவர்

அகம் எவ்வகையிலும் ஈடுபடவில்லை. எனவே மதுராவில் அவர் உரிய முடிவெடுத்து, திறனுடன் சொல்கோத்து அனைத்தையும் இயற்றுவாரென்று எதிர்பார்க்க வேண்டியதில்லை. அப்பணியை நீங்கள்தான் இயற்ற வேண்டும்" என்றான். "ஆகவே, இல்லாததுபோல் அங்கிருங்கள். உணர்வுகள் அனைத்தையும் கூர்ந்து நோக்குங்கள். ஒவ்வொரு சொல்லையும் அதனுடன் இணையும் விழியால் பொருள்கொள்ளுங்கள்."

சகதேவன் "மைந்தா, அஸ்தினபுரிக்கு யாதவர்களின் ஆதரவு இயல்பானதாக இருக்குமென்றால் நாம் இயற்றுவதற்கொன்றுமில்லை. அது மிகையான உணர்வுக்கொந்தளிப்பு கொண்டிருக்குமென்றால், அங்காடியிலும் அவையிலும் அதையே மக்கள் பேசிக்கொண்டிருக்கிறார்கள் என்றால் உள்ளே ஐயமும் சிறு விரிசலும் இருக்கிறது என்றுதான் பொருள். அது எத்தரப்பென்று கண்டுபிடியுங்கள். விருஷ்ணிகளும் போஜர்களும் ஹேகயர்களும் இளையயாதவரிடமிருந்து பிரிந்து வந்துவிட்டார்கள். ஆனால் எவ்வகையிலும் பொருட்படுத்தாத குக்குடநாட்டினர் இன்று மேலெழுந்து வருகிறார்கள். அதை எண்ணி எரிச்சல் கொள்ளும் எவரேனும் யாதவபுரியில் இருக்கக்கூடும். அவர்களிடமிருந்து நாம் தொடங்கவேண்டும்" என்றான்.

சதானீகன் "முயல்கிறேன், தந்தையே" என்று தலைவணங்கினான். சகதேவன் "கணிகரை நீங்கள் அரசுசூழ்தலில் வெல்ல முடியாது. ஆனால் அவர் ஆற்றமுடியாதது ஒன்றே, அறத்தொடு நிற்றல். ஆகவே உங்கள் படைக்கலமாக அறத்தைக் கைக்கொள்ளுங்கள்" என்றான். சதானீகன் "ஆணை" என்றான். "இன்றே கிளம்புங்கள். அஸ்தினபுரியிலிருந்து மூத்தவர் துரியோதனர் எப்போது கிளம்புவார் என்று தெரியவில்லை. ஓரிரு நாளேனும் அவருக்கு முன்னால் நீங்கள் மதுராவுக்குச் சென்றிருப்பது நன்று. கணிகரின் சொற்களுடன் அவர் வந்து இளையயாதவரைப் பார்ப்பதற்கு முன்னர் நீங்கள் பார்த்தாக வேண்டும்" என்றான் சகதேவன்.

"இப்போதே பயணத்துக்கான ஏற்பாடுகளைச் செய்கிறேன், தந்தையே" என்றான் சதானீகன். "சென்றுவருக!" என்று சகதேவன் சொல்ல, சதானீகன் அவர்கள் இருவரின் கால்களைத் தொட்டுத் தலைசூடினான். நிர்மித்ரனும் வணங்க, இருவரையும் வாழ்த்தி "வெற்றி கொள்க!" என்று தந்தையர் சொன்னார்கள். அவர்கள் இடைநாழியைக் கடந்து படியிறங்குகையில் நிர்மித்ரன் "களிக்களத்திலிருந்து போர்க்களத்திற்குச் செல்பவனாக உணர்கிறேன், மூத்தவரே" என்றான். சதானீகன் புன்னகைத்து "அனைத்தும் நிகழ்ந்து முன்னரே முடிந்துவிட்டன, இளையோனே. நாம் அதை மீண்டும் நடிக்கிறோம்" என்றான்.

“என்ன சொல்கிறீர்கள்?” என்று கேட்டபடி நிர்மித்ரன் அவனுடன் ஓடிவந்தான். “நான் புரவிநிலைக்குச் செல்லவிருக்கிறேன். பெரிய சாமரனுக்கு இடக்காலில் சிறிய புண். காலையில் மருந்திடச் சொல்லியிருந்தேன். சென்று பார்த்துவிட்டுச் செல்லவேண்டும்.” நிர்மித்ரன் முகம் மலர்ந்து “ஆம், இங்கிருந்து நேராகப் படுக்கைக்குச் சென்றால் என்னாலும் துயில்கொள்ள முடியாது. புரவிச்சாலையிலிருந்து துயிலறைக்குச் சென்றால் இனிய கனவுகள் உடன்வருகின்றன” என்றான்.

3

உபப்பிலாவ்யத்தின் முகமுற்றத்தில் ஒருங்கி நின்றிருந்த பயணநிரையின் முன்னால் முகப்புத்தேரின் அருகே நின்றிருந்த சதானீகனை அணுகிய நிர்மித்ரன் குரல்தாழ்த்தி "கிளம்புவதற்கான நற்பொழுது முடியப்போகிறது, மூத்தவரே. சிற்றமைச்சர் தருணர் இதைத் தங்களிடம் கூறும்படி சொன்னார்" என்றான். சதானீகன் வெறுமனே தலையை மட்டும் அசைத்தான். "இத்தனை பொழுது அங்கு என்ன செய்கிறார்கள்?" என்று நிர்மித்ரன் சொல்ல, சதானீகன் அது தன்னுள் ஓடிய சொல்தான் என உணர்ந்து எரிச்சல் கொண்டு, அதை வென்றான்.

"இது முற்றுறுதியுடன் கிளம்பும் பயணம் அல்ல, இளையோனே. முதலில் இப்பயணம் தேவையா என்பதே மூத்த தந்தைக்கு ஐயமாக உள்ளது. நேற்று அவைநீங்கித் தன்னறைக்குச் சென்றதுமே அவர் குழப்பம்கொள்ளத் தொடங்கிவிட்டார். அஸ்தினபுரியின் குடிப்பேரவையில் மதுராவின் அரசர் முறையாக அறிவித்த பின்னர் நாம் படைத்துணை கோரித் தூது செல்வதில் ஓர் இழிவு உள்ளது. மட்டுமல்ல, நமது ஆற்றல் குறைவை அது அறிவிப்பதும் கூட. யாதவர்களைச் சென்று பணிந்து உதவி கோருகிறோம் என்ற செய்தியையே நம்மைச் சார்ந்திருக்கும் அரசர்கள் விரும்பமாட்டார்கள். ஆனால் நமக்கு வேறு வழியுமில்லை" என்றான் சதானீகன்.

உள்ளிருந்து நிமித்திகனின் சங்கொலி கேட்டது. சதானீகன் நிர்மித்ரனிடம் "தேர்நிரை ஒருங்கட்டும்" என்றான். நிர்மித்ரன் தலைவணங்கி விலகிச்சென்று இரு கைகளையும் ஆட்ட அவனை நோக்கி நின்றிருந்த காவலர்தலைவர்கள் மூவர் தங்கள் கைகளை ஆட்டி ஆணையிட்டனர். தேர்ப்பீடங்களில் தேரோட்டிகள் ஏறி அமர்ந்தனர். கடிவாளம்

இழுக்கப்பட்ட புரவிகள் முன்னும் பின்னும் காலெடுத்து வைத்து அசைய, தேர்கள் குலுங்கி குடத்தில் அச்சு மோதும் ஒலியும் மணியோசைகளும் எழுந்தன. உள்ளிருந்து நிமித்திகன் வெளிவந்து "இந்திரப்பிரஸ்தத்தின் அரசர் யுதிஷ்டிரர் வருகை" என அறிவித்தான். முற்றத்தில் நின்றவர்கள் முறைமைப்படி நிமிர்ந்து நேர்நோக்கி நின்றனர்.

நிமித்திகன் விலகி நிற்க, அர்ஜுனனின் தோளில் கைவைத்து, தலைகுனிந்து யுதிஷ்டிரர் நடந்து வந்தார். அவருடைய குழற்கற்றைகள் பிரிந்து நெற்றியிலும் தோளிலுமாகப் பரவியிருந்தன. நீண்ட தாடி வலப்பக்கம் இருந்து வீசிய காற்றில் மெல்ல உலைந்து எழுந்து பறந்தது. அர்ஜுனன் தலைகுனிந்து விழிகள் தாழ்த்தி அவர் சொல்வதைக் கேட்டுக்கொண்டு வந்தான். அவர்களுக்குப் பின்னால் நகுல சகதேவர்கள் வர, தொடர்ந்து முழு வாயிலையும் தன்னுருவத்தால் மூடியபடி பீமன் வெளிவந்தான். சதானீகன் முன்னால் சென்று தலைவணங்கி "புரவிகளும் தேர்களும் நெடுநேரமாக சித்தமாக உள்ளன, அரசே" என்றான்.

யுதிஷ்டிரர் அவனை நோக்கின்றி விழிதொட்டுத் தலையசைத்துவிட்டு அர்ஜுனனிடம் "சொன்னவற்றை நினைவில் கொள். எங்கோ ஒரு புள்ளியில் இணைத்தோழன் என்ற நிலையிலிருந்து இறங்கிவிட்டாய். நிகர்நின்று பேசுவதும் கோருவதும் அடியவன் என்ற நிலையில் ஆகாமல் போகலாம். நமக்கு இன்று தேவை உன் தோளுடன் நின்று போரிடும் ஒருவர்" என்றார். அர்ஜுனன் தலையசைத்தான். "எண்ணி எண்ணித் தயங்க ஏராளமாக உள்ளன என்பதை நானும் அறிவேன். அவன் நம்முடன் வந்தால் தன் குடியினரையே கொன்று குவிக்க படைக்கலன் ஏந்தவேண்டியிருக்கும். நீ அவனிடம் கோரப்போவது அதுதான். ஆயினும் இந்த மாபெரும் களமாடலில் எவருக்கும் வேறு வழியில்லை. ஒவ்வொருவரும் தங்கள் தெரிவின் உச்சப்புள்ளியில்தான் நின்றிருக்கிறார்கள்" என்றபின் "நமக்கு மட்டுமல்ல, அவனுக்கும் இது குருதிப்போர்" என்றார்.

பீமன் "பலமுறை இதையெல்லாம் கூறிவிட்டீர்கள், மூத்தவரே. திரும்பத் திரும்ப அதைப் பேசிக்கொண்டிருப்பதில் பொருளில்லை. கிளம்பும் பொழுது அணைந்துவிட்டது அவர்களுக்கு. விடை கொடுங்கள்" என்றான். யுதிஷ்டிரர் "ஆம், சென்று வருக!" என்றார். அர்ஜுனன் குனிந்து அவர் கால்களைத் தொட்டு வணங்க, தலையில் கைவைத்து "வெற்றியுடன் மீள்க! ஒவ்வொரு நாளும் அங்கு நிகழ்வனவற்றை எனக்குச் செய்தியாக அனுப்புக! இங்கு ஒவ்வொரு நாழிகையுமென நான் காத்திருப்பேன்" என்றார். அர்ஜுனன் பீமனிடம் "சென்று வருகிறேன், மூத்தவரே" என்றான். பீமன் கைநீட்டி மெல்ல அவன் தோளை அடித்துப் புன்னகைத்தான்.

இரு கைகளாலும் நகுல சகதேவன் தோள்களைத் தொட்டபின் அர்ஜுனன் நடந்து வந்து செல்கையிலேயே சதானீகனிடம் தலையசைத்துவிட்டு தேருக்குள் ஏறி அமர்ந்தான். சதானீகன் சென்று அரசரையும் பீமனையும் தந்தையரையும் வணங்கி வாழ்த்து பெற்றுச் சென்று தனது தேரில் ஏறிக்கொண்டான். நிர்மித்ரன் சற்று அப்பால் சிற்றமைச்சர்களுக்கு ஆணைகளைப் பிறப்பித்துக்கொண்டிருந்தான். சதானீகன் தேரில் ஏறுவதைக் கண்ட பின்னர்தான் தன்னிலை உணர்ந்து அங்கிருந்து ஓடி வந்து மூச்சிரைக்க யுதிஷ்டிரரையும் பீமனையும் நகுலசகதேவர்களையும் வணங்கி வாழ்த்து பெற்று சதானீகனுடன் ஏறிக்கொண்டான். எவர் மேலாவது எரிச்சல் கொள்ளவேண்டியிருந்தது சதானீகனுக்கு. “இறுதிக்கணம் வரை இடவேண்டிய ஆணைகள் இங்குள்ளனவா?” என்று கேட்டான். “நாம் நெடுந்தொலைவு போகிறோம். இது அரசமுறைத் தூது. ஆகவே பரிசில்களும் பொருட்களும் கொண்டுசெல்கிறோம்” என்றான் நிர்மித்ரன். “செல்லும் பாதையில் உள்ள அரசர்கள் அனைவருக்கும் நம் பயண வழியையும் நாட்களையும் முன்னரே அறிவித்துவிட்டோம். இது உடனடியாக எடுத்த முடிவு என்பதனால் அங்கிருந்து ஒப்புதல் ஓலைகள் முழுமையாக இன்னும் வரவில்லை.” சதானீகன் எரிச்சல் மேலும் மிக “மாளவத்திலிருந்து மட்டும் நமக்கு ஓலை வந்தால் போதும். பிற ஓலைகளைச் செல்லும் வழியிலேயே பெற்றுக்கொள்ளலாம்” என்றான்.

அதை உணராமல் “ஆம். மாளவத்திலிருந்து ஓலை வந்துவிட்டது” என்று சொல்லி நிர்மித்ரன் கால்களை நீட்டி உடலைத் தளர்த்தியபின் “ஒரு சிறு பணி. ஆனால் எத்தனை ஓலைகள்! எத்தனை சொற்கள்! அரசுசூழ்தல் என்பதே பொருளற்ற சொற்களை அளாவிக்கொண்டிருத்தல்தான் போலும்” என்றான். அவன் மேற்கொள்ளும் முதற்பயணம் என்பதனால் மிகையூக்கம்கொண்டு தேவையின்றியே செயலாற்றி விரைவிலேயே களைப்படைந்துவிட்டிருந்தான். திரும்பி அவனைப் பார்த்தபின் சதானீகன் உள்ளத்தை இறுக்கமவிழ்த்து எளிதாக்கிக்கொண்டான்.

தேர்நிரைக்கு முகப்பில் தலைவீரன் இந்திரப்பிரஸ்தத்தின் மின்கொடியுடன் கொம்பு முழக்கியபடி கிளம்ப, அவனைத் தொடர்ந்து கவசமணிந்த சிறிய அணிப்படை கிளம்பியது. அவர்களின் தலைக்கு மேல் எழுந்து நின்ற வேல்முனைகள் முன்புலரியின் அரையிருளில் நீரலைகள்போல் ஒளிவிட்டன. வில்லவர் பன்னிருவர் இரு நிரைகளாகத் தொடர்ந்து சென்றனர். முதல் நிரை அரண்மனை முற்றத்திலிருந்து மையச்சாலைக்கு ஏறியதும் தேர்கள் அசைவுகொண்டன. அர்ஜுனனின் தேரைத்தொடர்ந்து அவர்களின் தேர் சென்றது. அதைத் தொடர்ந்து சிற்றமைச்சர் தருணரும் அவருடைய அலுவல்துணைவரும் ஏறிய தேர்கள் வந்தன.

நிரையின் பின்பக்கம் வரிசைப்பொருட்களை ஏந்திய மூன்று பொதிவண்டிகள் அத்திரிகளால் இழுக்கப்பட்டு மணியோசையுடன் தொடர்ந்தன. அதற்குப்பின்னர் வழிச்செலவுக்கான உணவுப்பொருட்களை ஏந்திய வண்டிகளும் யானைத்தோல் கூடாரங்கள் சுருட்டி அடுக்கி வைக்கப்பட்ட மூன்று வண்டிகளும் அவற்றுக்குப் பின்னால் ஏவலர்களும் வந்தனர். இறுதியாக மீண்டும் நாணிழுத்த விற்களுடன் காவலர் படை. உபப்பிலாவ்யத்தின் தெருக்களினூடாக அந்தச் சிறிய படைநிரை சென்றபோது மாளிகைமுகப்புகளிலும் தெருமுனைகளிலும் அங்காடி முற்றங்களிலும் சிறு குழுக்களாகக் கூடிய மக்கள் சொற்கள் இன்றி வெறும் விழிகளுடன் அவர்களை நோக்கினர். படைவீரர்களின் காவல் ஒலிகளன்றி குடிகளின் வாழ்த்தொலிகள் ஏதும் எழவில்லை.

அவர்கள் எங்கு செல்கிறார்கள் என்பதை முந்தைய நாளே நகரம் அறிந்திருந்தது. அவர்களின் முகங்களை மாறி மாறி நோக்கிவந்த சதானீகன் உள்ளில் எண்ணமென எழுந்ததை நிர்மித்ரன் கூறினான் "அவர்கள் எவருக்கும் நமது தூது வெல்லும் எனும் எண்ணமில்லை போலும்." தன் எண்ணம் அவனில் சொல்லாவதை முன்பும் உணர்ந்திருந்தமையால் சதானீகன் சிறு சலிப்புடன் "நம்முடைய நம்பிக்கையின்மை அவர்களுக்குத் தொற்றுகிறது. நம்பிக்கையின்மையும் அச்சமும் எளிதில் பரவும் தன்மை கொண்டவை" என்றான்.

அவர்களின் படைநிரை உபப்பிலாவ்யத்தின் சிறிய வாயிலினூடாக வெளியேறியபோது கோட்டைக்கு மேல் பறந்த அர்ஜுனனின் குரங்குக்கொடி முறைப்படிக் கொம்புகள் முழங்க மெல்லக் கீழிறக்கப்பட்டது. தேரிலிருந்து திரும்பி பின்சாளரம் வழியாக அதை நோக்கிய நிர்மித்ரன் "கோட்டை விடைகொடுக்கிறது" என்றான். சதானீகன் பேசாமல் பக்கவாட்டில் கடந்துசென்ற மரங்களைப் பார்த்துக்கொண்டிருந்தான். மேலும் நன்றாகத் திரும்பி கோட்டையைப் பார்த்த நிர்மித்ரன் "பாம்புக் குஞ்சொன்று முட்டையுடைத்து வெளிவருகிறது போலுள்ளது, மூத்தவரே" என்றான்.

கட்டுப்படுத்திய எரிச்சல் மேலெழ அவனை நோக்கித் திரும்பாமலேயே சதானீகன் "இளமையில் சூதர்களைப்போலப் பேசுவது ஒரு பெருமை. ஓர் ஒப்புமை நாவிலமையுமென்றால் உயரிய எண்ணமொன்றை அடைந்ததுபோல் தன்மயக்கம். உள்ளவெழுச்சியை சீரிய எண்ணம் என்று கொள்வதின் பொய்மை கலையாமல் இளமையைக் கடக்கமுடியாது" என்றான். நிர்மித்ரன் திரும்பி "ஓர் ஒப்புமை எந்நிலையிலும் பொருட்படுத்தத் தக்கதே. ஏனெனில் அது தன் வல்லமையால் தனித்து நிற்கும் ஒரு கருத்து. புதிய ஒப்புமை புதிய கருத்தேயாகும். நூல் கற்றவர்,

எண்ணம் சூழ்பவர் ஒருபோதும் ஒப்புமைகளைப் புறந்தள்ளுவதில்லை" என்றான்.

அவனும் எரிச்சலைப் பெற்றுக்கொண்டதை உணர்ந்தபோது சதானீகன் தணிந்து இயல்பானான். ஆகவே அந்தக் கருத்தில் அவன் உள்ளம் சென்றது. அதை மிக இளையவனாகிய அவன் சொன்னது வியப்பும் அளித்தது. "ஆம், ஒப்புமை புறஉலகையும் அகஉலகையும் இணைக்கிறது. புறத்தை அகத்தாலும் அகத்தைப் புறத்தாலும் அறிவதற்கான வழி அது. நேர்க்காட்சி, உய்த்தல், முன்கூற்று என்னும் மூவகை அறிவடிப்படைகளில் சிக்காது எஞ்சுவதை அறிவதற்கானது அது என்று நுண்சிறப்புத் தத்துவத்தோர் கூறுவார்கள்" என்றான். "ஆனால் மிகவும் ஏமாற்றக்கூடியது அது. நமது உள்ளம் நமக்கு எதிராக நாற்களத்தில் அமர்ந்து கருக்கள் பரப்பி விளையாடுவது ஒப்புமையின் வழியாகத்தான்."

நிர்மித்ரனும் அவ்வெண்ணத்தின் புதுமையால் எரிச்சலைக் கடந்து இயல்பானான். "ஏன்?" என்றான். "ஏனெனில் மிக அரிதாகவே புதிய ஒப்புமைகள் மானுட உள்ளத்தில் எழுகின்றன. நாம் அடையும் பெரும்பாலான ஒப்புமைகள் முன்னரே இருந்த முதன்மையான ஓர் ஒப்புமையின் அச்சுவடிவங்களாகவே நம்மில் தோன்றுகின்றன" என்றான் சதானீகன். "முட்டை உடைத்து எழும் அரவுக்குழவி என்றாய். சரி, ஏன் சரிந்த கலத்திலிருந்து வழியும் நீரென்று சொல்லலாம் அல்லவா?" நிர்மித்ரன் "ஆம்" என்று சொன்னான். "புற உலகை அகம் சந்திக்கும்போது முற்றறியாத ஒன்றை அங்கு எதிர்கொள்ளுமென்றால் உள்ளூர ஒரு திடுக்கிடல் நிகழவேண்டும். ஆழத்து இருளொன்று அதிர்வொளி கொள்ளவேண்டும். சொல்லின்மையின் தருணம் அது."

"அச்சொல்லின்மை அளிக்கும் அச்சத்தை வெல்லும் பொருட்டு தவித்தலையும் சித்தம், மூழ்குபவன் கண்டடைந்த கொடியென ஓர் ஒப்புமையைப் பற்றிக்கொள்ளுமென்றால் மட்டுமே அது புதியது. அதற்கு மட்டுமே கருத்து என்னும் தகுதி உண்டு. அது அழியாது, ஒரு நாவிலிருந்து எழுந்து மொழியில் விழுந்து என்றும் அங்கிருக்கும். ஆயிரம் பல்லாயிரம் ஆண்டுகளாக மானுடம் ஒப்புமைகளைத்தான் பொறுக்கிச் சேர்த்துக்கொண்டிருக்கிறது என்றால் அது பிழையல்ல. நூல்களும் கலைகளும் வெறும் ஒப்புமைகளின் திரள்களே என்றாலும் பொருத்தமே" என்று சதானீகன் தொடர்ந்தான்.

"ஆனால் ஒருபோதும் ஒப்புமைகளைத் தானே உருவாக்கும் கைவிடுபொறியொன்று நம் உள்ளத்தில் உருவாகிவிடக்கூடாது. பின்னர் நம்மை மீறி அதுவே ஒப்புமைகளைப் பிறப்பித்துக்கொண்டிருக்கும். அதில் ஆயிரத்தில் பல்லாயிரத்தில் ஓர் ஒப்புமை சிறப்பாக இருக்கவும் கூடும்.

ஏனென்றால் சித்தம் சென்றுமுட்டும் ஆழத்துப் பாறைகளை அலைபுரளும் மேற்பரப்பில் நாம் அறியவே முடியாது. எண்ணம்சூழும் அறிஞன் தவளை முட்டைகளை அல்ல, களிற்றுக் குழவியையே ஈன வேண்டும். நெடுங்கரு, பிறிதொன்றிலாத பிறப்பு, நின்று மெல்ல வளரும் உறுதி, அடிமரக் காலூன்றி இங்கு நிலமளக்கும் ஆற்றல், மலைப்பாறையென நின்றிருக்கும் பீடு, நீடுவாழும் பெருநிலை" என்றான் சதானீகன். நிர்மித்ரன் சிலகணங்களுக்குப்பின் "உண்மைதான், மூத்தவரே" என்றான்.

இருபுறமும் சென்ற காட்டைப் பார்த்தபடி நெடுநேரம் இருவரும் சொல்லற்று அமர்ந்திருந்தனர். பின்னர் நிர்மித்ரன் "ஆனால் நாம் கற்பதனைத்தும் நம்முள் அலையடித்துக்கொண்டே இருக்கின்றன அல்லவா? இவற்றை அள்ளிக்குவித்து, கலைத்து, மீண்டும் இணைத்து சலிக்கச் சலிக்க விளையாடிக்கொண்டேதானே இருக்கிறோம்?" என்றான். "அது ஒரு பருவம், இளையோனே. எங்கோ ஒரு கட்டத்தில் கற்றவற்றின் மீது ஆர்வம் குறையத்தொடங்குகிறது. நூல்களைக் குறிப்பிடுவதில் சலிப்பு தோன்றுகிறது. அங்குதான் உண்மையான எண்ணம்சூழ்தல் எழுகிறது" என்றான் சதானீகன்.

"நேற்று வரையிலான பேரறிஞர்களின் கருத்துகள் அனைத்தையும் அவ்வாறு புறந்தள்ளி நாம் நம்மிலிருந்து எழமுடியுமா என்ன?" என்று நிர்மித்ரன் கேட்டான். "அது வீணனின் ஆணவம். ஆனால் அது நிகழாமல் நமக்கென்று இருக்கும் அறிதல் நிகழ்வதில்லை. நாம் இந்த உடல் கொண்டிருப்பதனாலேயே, இந்தக் கால இடத்தில் உளம்திகழ்வதனாலேயே, பிறிதொன்றிலாத ஒன்றை அறியவும் சொல்லவும் வாய்ப்புள்ளவர்களாகிறோம். தன் சொந்த வாழ்வறிதலைக்கொண்டு அதுவரை கற்றவற்றைப் பொருள்நிறையுடன் ஒருவன் மறுதலிப்பானேயானால் அங்கிருந்தே அவன் தொடங்குகிறான்."

நிர்மித்ரன் சற்று அயர்ந்துவிட்டான் என்பது அவனுடைய திகைத்த விழிகளிலிருந்து தெரிந்தது. "ஆனால் கிளையிலிருந்து எழும் பறவையைப் போல அவன் மீண்டும் அங்கு வந்துகொண்டுதான் இருப்பான். அங்குதான் தன் கூட்டை அவன் கட்டுவான். ஆயினும் வானம் எப்போதும் அவனை இழுத்தபடி இருக்கும்" என்றான் சதானீகன். "அறிவுச்செயல்பாடு என்பது வானும் கிளையுமென நம்மை வீசிப் பந்தாடும் பிறிதொன்றின் களியாட்டு." அந்த எண்ணங்களை அதற்குமுன் தான் அடைந்ததே இல்லை என அவன் உணர்ந்தான். சொல்லப்பட்டதுமே பருவடிவுகொண்டு முன்னெழுந்து நின்றிருந்தன. மீண்டும் அதே வல்லமையுடன் எழும் சொற்களால் மட்டுமே மறுக்கப்படமுடியும் என்பதுபோல.

நிர்மித்ரன் பெருமூச்சுவிட்டு "மெய்தான், மூத்தவரே. அதை என்னால் இப்போதும் வகுத்துக்கொள்ள முடியவில்லை. நான் கற்ற அனைத்துக்கும் முன் எளியவனாக நின்றிருக்கிறேன். கற்றவற்றின் மீதான வழிபாட்டுணர்வால்தான் பெருமிதம் கொண்டிருக்கிறேன். கற்றவன் என்றேதான் பேசவும் எண்ணவும் பழகியிருக்கிறேன். கடந்து உதறி திரும்பி நோக்கினேன் என்றால் என்னில் என்ன எஞ்சுமென்று இப்போது தெரியவில்லை. ஆனால் ஒருதுளியேனும் எஞ்சுமென்று என் உள்ளுணர்வு சொல்கிறது" என்றான். சதானீகன் "அந்தத் துளி முளைக்கட்டும்" என்றான்.

நிர்மித்ரன் "மாளவத்தின் அரசர் மூத்த தந்தை துரியோதனருக்கு அணுக்கமானவர் என்கிறார்கள். விராடத்துடன் அவருக்கு நெடுங்காலப் பூசல் உள்ளது. நமது தூதுப்பயணத்தை அவருடைய ஒற்றர்கள் கூர்ந்து நோக்குவார்கள். நாம் இந்நாட்டின் எல்லை கடப்பதற்குள் அஸ்தினபுரிக்குச் செய்தி சென்றுவிடும்" என்றான். அவன் விலக விழைகிறான் என உணர்ந்த சதானீகன் "நேற்று மூத்தவர் அவையில் முடிவெடுக்கையிலேயே செய்தி சென்றிருக்கும்" என்றான். "எப்படி?" எனத் திகைப்புடன் நிர்மித்ரன் கேட்டான். "அதை மட்டும் எத்தனை நுணுகி அறிந்தாலும் அரசர்களால் உணரமுடிவதில்லை. அரசுசூழ்தலில் எப்படி மேலும் மேலுமென நாம் கூர்மை கொண்டபடி செல்கிறோமோ அதேபோல ஒற்றர்கள் தங்கள் தொழிலில் கூர்மை கொண்டபடி செல்கிறார்க்ள்" என்றான் சதானீகன்.

"அப்படியென்றால் பாரதவர்ஷத்தில் மந்தணமென ஏதுமில்லையா?" என்றான் நிர்மித்ரன். "இருக்கலாம். கணிகரிடம், இளையயாதவரிடம், சகுனியிடம், மூத்த பேரரசி குந்தியிடம், நம் அன்னையிடம். அவர்கள் ஒருபோதும் சொல்லென எடுக்காதவை அவை. உணர்வென்றுகூட வெளிவராதவை. அவர்கள்கூட முழுதறியாதவை. சொல்லப்பட்டவை அறியவும்படும். ஒருவர் அறிந்தவை பிற அனைவருக்கும் எப்படியேனும் சென்று சேரும். உண்மையில் இத்தனை அரசுசூழ்ச்சிகள் நாற்களக் கணக்குகள் அனைத்திற்கும் அப்பால் இன்று பாரதவர்ஷத்தை இயற்றுவிப்பது வெளிப்படாதமைந்த அவர்களின் உள்ளங்கள்தான்."

நிர்மித்ரன் "ஆம், மூத்த அன்னையிடமிருக்கும் அந்த ஆழ்ந்த அமைதியை எப்போதும் நான் பார்த்திருக்கிறேன். ஆலயத்தில் அமர்ந்த கரிய கொற்றவைச் சிலைகளில் கூடுவது அது. புலரியில் வெற்றுக் கல்லுருவாகத் தெரிகையில் வெளிப்படும் அந்த அமைதி பொன்னும் மணிகளும் பட்டுமணிந்து, மலர் சூடி, பந்தங்களும் விளக்குகளும் பொலிய, இசையும் குரவையும் சூழ அமைந்திருக்கும்போதும் துளிகூடக் கலையாமல்

அப்படியே எஞ்சுகிறது" என்றான். "மீண்டும் சூதர் மொழி" என்று சதானீகன் சிரித்தான்.

மதுராவுக்கு ஒருநாள் தொலைவு எஞ்சியிருக்கையிலேயே அந்நகரில் இளையயாதவர் இல்லை என்ற செய்தி அவர்களுக்கு வந்து சேர்ந்தது. அப்போது யமுனையின் கரையில் கோதவனம் என்னும் சிற்றூரில் படகுகள் வருவதற்காகக் காத்து அவர்கள் தங்கியிருந்தனர். ஊருக்கு வெளியே இருந்த பொதுச்சோலையில் ஊர்த்தலைவரால் அவர்களுக்குத் தங்குமிடம் ஒதுக்கப்பட்டிருந்தது. விராடபுரியில் இருந்து விந்தியமலை மடிப்புகளினூடாகச் சிற்றோடைகளையும் ஆறுகளையும் கடந்துசென்ற மாளவத்தின் வணிகச்சாலை வழியாக சேதிநாட்டுக்குள் நுழைந்து கடந்து மச்சநாட்டுக்குள் புகுந்து யமுனைக்கரையை அடைய முப்பத்தெட்டு நாட்களாயின. வழியிலெங்கும் குடிகள் அவர்களுடன் உரையாடுவது தடைசெய்யப்பட்டிருந்தது. அந்தந்த நாடுகளின் காவற்படைகள் அவர்களைக் காத்து எல்லை கடத்தின.

யானைத்தோல் கூடாரங்கள் நீர்ப்பரப்பிலிருந்து எழுந்துவந்த காற்றில் மூச்சுவிடும் எருமைகள்போல் எழுந்தமைந்துகொண்டிருந்தன. கூடாரக் கழிகளின்மேல் கட்டப்பட்டிருந்த கொடிகள் சிறகோசையுடன் பறந்துகொண்டிருந்தன. யமுனைக்கரையின் நாணல்பரப்புகளில் புரவிகளை நீராட்டிக் கொண்டுவந்து இலைகளைக்கொண்டு உடல் உருவிக்கொண்டிருந்தனர் சூதர்கள். சற்று அப்பால் அடுமனையாளர்கள் பெருங்கலம் ஏற்றி உணவு சமைத்துக்கொண்டிருந்தனர். அங்கிருந்த அத்தனை மரத்தடிகளிலும் காவல் வீரர்கள் அமர்ந்தும் படுத்தும் மெல்லிய குரலில் உரையாடிக்கொண்டிருந்தனர். உயர்ந்த மரங்களின் மீது முழவுடனும் கொம்புடனும் ஏறி அமர்ந்திருந்த காவலர்கள் நெடுந்தொலைவைக் காவல்நோக்கினர்.

சதானீகன் பறவைச்செய்தியை இருமுறை வாசித்தபின் புறாவைத் திரும்ப ஏவலனிடம் ஒப்படைத்துவிட்டு ஓலைச்சுருளுடன் சென்று தன் கூடாரத்திற்கு முன்னால் சால மரத்தடியில் இலைத் தழைப்பின் மீது படுத்து கண்களை மூடியிருந்த அர்ஜுனனை அணுகினான். தொலைவிலேயே அவன் காலடிகளைக்கேட்டுப் புரிந்துகொண்டிருந்த அர்ஜுனன் விழி திறக்காமலேயே "கூறுக!" என்றான். "இளையயாதவர் மதுராவில் இல்லை. இன்னமும் அங்கே சென்று சேரவில்லை" என்று சதானீகன் சொன்னான். "ஆம், அறிவேன்" என்றான் அர்ஜுனன். பிறிதொரு பறவைச்செய்தி அமைப்பு அர்ஜுனனுக்கு மட்டுமாக இருப்பதை முன்னரே சதானீகன் உணர்ந்திருந்தான்.

“அஸ்தினபுரியிலிருந்து மூத்த தந்தை துரியோதனர் நாளை காலை கிளம்புகிறார். அவருக்கு மதுராவில் இளையயாதவர் இல்லை என்று தெரிந்திருக்குமா என்று தெரியவில்லை. நாம் மதுராவுக்குப் போவதனால்தான் அவரும் மதுராவுக்கு வருகிறார் என எண்ணுகிறேன்” என்றான் சதானீகன். “இளையயாதவர் எங்கு சென்றார் என்பது எவருக்கும் தெரியவில்லை. சாத்யகியுடனும் அறுபது படைவீரர்களுடனும் தனியாக துவாரகையிலிருந்து படகு வழியாக வந்திருக்கிறார். அதே படகில் திரும்பிச் சென்று வாரணவதம் அருகே கரையிறங்கியிருக்கிறார். படகு சிந்து வழியாக துவாரகைக்குத் திரும்பியிருக்கிறது. அவரும் சாத்யகியும் மட்டும் காட்டுக்குள் மறைந்துவிட்டார்கள்.”

அர்ஜுனன் “பார்ப்போம்” என்றான். “தந்தையே, அஸ்தினபுரியின் அரசரின் திட்டம் என்னவாக இருக்கும்?” என்றான் சதானீகன். அர்ஜுனன் “நாம் பலராமரிடம் பேசும்போது அவரும் அங்கிருக்க எண்ணுகிறார்” என்றான். “நம்முடனா?” என்றான் சதானீகன். “இல்லை, நாம் எத்தனை மந்தணமாக அங்கு சொல்லாடினாலும் அந்நகரில் அவரும் இருக்கிறார் என்பதே மிகப் பெரிய மாற்றத்தை உருவாக்கும்” என்றான் அர்ஜுனன். சதானீகன் “பலராமரிடம் நாம் இனி என்ன பேசுவதற்குள்ளது?” என்றான். “எப்போதும் எங்கும் ஒரு சொல் பேசுமளவுக்கு இடைவெளி இருக்குமென்பது அரசுசூழ்தல் நெறிகளில் ஒன்று, மைந்தா” என்ற அர்ஜுனன் கையூன்றி எழுந்து அமர்ந்து புன்னகைத்தான்.

“அங்கு அவர் மட்டுமல்ல, யாதவ மூத்தவராகிய வசுதேவர் இருக்கிறார். அவருடைய இரு அரசிகள் அங்குதான் இருக்கிறார்கள். ஏன், பலராமரின் அரசி ரேவதி அங்குதான் இருக்கிறார்” என்றான் அர்ஜுன்ன். சதானீகன் சினத்துடன் “இவையனைத்துக்கும் குக்குட குலத்து அரசிதான் தொடக்கம் என்கிறார்கள்” என்றான். அர்ஜுனன் “ஆம், துவாரகையில் அவர் புறக்கணிக்கப்பட்டிருக்கலாம். இப்போது தன் உருவை விரித்துக்காட்ட விரும்பலாம்” என்றான். “ஆனால் நாம் எவரும் நேரில் சந்திக்கவில்லை. எப்போதுமே நம்முடைய உளஉருவகங்கள் நேர்சந்திப்பில் திகைப்பூட்டும்படி பிறிதொன்றாக இருப்பதைத்தான் உணர்கிறோம்.”

“எப்படியாயினும் குக்குட குலத்து அரசியின் உள்ளத்தை மாற்றும் வாய்ப்பு நமக்கு அமையப்போவதில்லை” என்று சதானீகன் சொன்னான். “இப்போதே அதை நான் முடிவு செய்யவில்லை. எப்போதும் ஒரு தருணத்துக்கு முன்னால் வெவ்வேறு கோணங்களில் அதை எண்ணிப்பார்க்கும் வழக்கம் எனக்கில்லை. அதனூடாக எதையும் நான் புதிதாக அறிந்துகொள்ள முடிவதில்லை. நாம் அறிய முடிவதனைத்தும்

மதுராவில்தான் உள்ளன. மதுராவில் நம் கால் சென்று படுவது வரை நம்முடன் இருப்பவை நம்முடைய ஐயங்கள், அச்சங்கள், குழப்பங்கள். அவற்றை எண்ணி எண்ணிப் பெருக்கிக்கொள்வதில் என்ன பயன்? எது செயல்களமோ அங்கு சென்று இறங்குவதுவரை நாம் எண்ணுவது செயலைப்பற்றி அல்ல, நம்மைப்பற்றித்தான்."

சதானீகன் தலைவணங்கி "அவ்வாறே ஆகுக, தந்தையே" என்றான். "நாளை காலை மதுராவை நாம் சென்றடைவோம். உச்சிப்பொழுதில் அரசர் வசுதேவர் நமக்குச் சந்திப்பு அருளியிருக்கிறார். மாலையில் குடியவை கூடுகிறது. அதில் முறைப்படி நம்முடைய செய்தியை நாம் யாதவ குலத்தலைவர்களுக்கு அறிவிக்கிறோம். மாலை விருந்தில் இரு அரசியரைச் சந்திக்கமுடியும். அப்போது குக்குட குலத்து அரசியையும் சந்திக்கவேண்டியிருக்கும்." அர்ஜுனன் "ஆம், நலமே நிகழ்க!" என்றான்.

சதானீகன் "நீங்கள் என்ன எண்ணுகிறீர்கள், தந்தையே? மதுராவுக்கு இளையயாதவர் வராமல் ஒழிவாரா?" என்றான். "அதற்கும் வாய்ப்பிருக்கிறது. மதுரா அவருக்கு என்றுமே ஒவ்வாத நகராகவே இருந்துள்ளது. அதை அவர் வென்றாலும்கூட நெடிதுநாள் ஆளவில்லை. அங்குள்ள நினைவுகள் இடர்ப்படுத்துவதைப் பார்த்திருக்கிறேன். இறந்த குழந்தைகளின் எழாச் சொற்களால் அங்குள்ள இலைகள் அதிர்கின்றன என்று ஒரு சூதர் பாடலுண்டு. ஒருமுறை அதை ஒரு சூதன் பாடி அவர் கேட்கையில் அவர் அணிகள் ஓசையிடக்கேட்டு நான் திரும்பிப்பார்த்தேன். மடியிலிருந்த கையை எடுத்து பீடத்தின் கைப்பிடிமேல் வைத்தார். அச்சிறிய அசைவிலேயே அவர் உள்ளம் நலுங்குவதை நான் உணர்ந்துகொண்டேன்."

"அவரில் அலைகள் எழுவது மிக அரிது. உறைந்த பெருங்கடல். மிகச் சிறிய அலையென்றாலும் மலைகளைப் புரட்டிப்போடும் பெருங்காற்றால் மட்டுமே அதை உருவாக்க இயலும்" என்று அர்ஜுனன் சொன்னான். "மைந்தா, காலம் இத்தனை கடந்துவிட்டது. இன்னமும் இளையயாதவர் மதுராவையும் மக்களையும் முற்றிலும் பொறுத்தருளவில்லை. அந்த மண்ணை அவர் முழுமையாக ஏற்றுக்கொள்ளவும் இல்லை. அவரால் ஒருபோதும் அது இயலாது."

சதானீகன் சிலகணங்கள் அவனை நோக்கி நின்றபின் புன்னகைத்து "உங்களால் எந்த அளவு அணுகமுடியும் என்று எண்ணுகிறீர்கள்?" என்றான். அர்ஜுனன் நகைத்து "நான் என்ன சொல்வேன் என்று நீ எண்ணுகிறாய்?" என்றான். சதானீகன் "அணுகவே இயலாது" என்றான். "அருகிருப்பதும் அணுகமுடியாததுமான ஒன்றே வானம் என்கிறது

கவிக்கூற்று.” அர்ஜுனன் கண்களில் புன்னகையுடன் “ஆம், ஆனால் அணுகவேண்டிய தேவையில்லை. பருவுருக்கொண்ட அனைத்தும் வானத்திலேயே அமைந்துள்ளன. வானமின்றி ஒன்றும் இங்கில்லை” என்றான். “அணுகவேண்டுமென்று நான் தவித்தலைந்த இளமையை இன்று எண்ணும்போது நகைப்பூட்டுகிறது. இன்று அறிகிறேன், நான் அகன்றதே இல்லை. அகல்வது இயல்வதும் அல்ல.”

சதானீகன் புன்னகையுடன் “இதை என்றேனும் நானும் என் சொல்லென உணரவேண்டும், தந்தையே” என்றான். நிர்மித்ரன் சற்று அப்பால் வந்து நின்றான். “என்ன?” என்று சதானீகன் கேட்டான். “படகுகள் அணுகிவிட்டன. கிளம்பவேண்டிய பொழுதணைகிறது. இப்போது யமுனையில் பாய்கள் விரிக்கப்படுமென்றால் நள்ளிரவுக்குள் மதுராவின் துறைமேடையை அணுகுவோம்” என்றான். “கிளம்புக!” என்றபடி அர்ஜுனன் சுருள்வில் என எழுந்தான். தானும் எழுந்த சதானீகன் அவன் கால்களைத் தொட்டு வணங்கினான். அர்ஜுனன் தனக்குப் பின்னால் இருந்த யானைத்தோல் கூடாரத்திற்குள் நுழைய, நிர்மித்ரன் “நானும் அதையேதான் எண்ணினேன், மூத்தவரே. சிறுவன் போலிருக்கிறார்” என்றான். சதானீகன் “அவர் விழிகளுக்கு அகவையே இல்லை. முதுமை நுழையும் வாயில்கள் விழிகளே” என்றான்.

“அவர் துயில்வதேயில்லை” என்றான் நிர்மித்ரன். “நான் அதைப் பலமுறை நோக்கினேன். எப்போதும் விழித்தே இருக்கிறார்...” சதானீகன் “ஆம், அவர் விழிகள் ஒளிகொண்ட முதல் நாளில் காலமில்லாது அமைந்துவிட்டவை. முதுமையன்னை ஜரை தன் தங்கை நித்ரையைத்தான் முதலில் அனுப்புகிறாள். அவள் அவரிடம் அணுகியதேயில்லை” என்றான். நிர்மித்ரன் உள எழுச்சியால் முகம் சிவக்க உதடுகளைக் கடித்தபடி கண்களைத் திருப்பிக்கொண்டான். அவனுடைய இளைய தோள்கள் எழுந்தமைந்தன. குரல்வளை அசைந்தது. சதானீகன் அவனை நோக்கிப் புன்னகைத்தபின் முன்னால் நடந்தான்.

யமுனையில் அவர்கள் அமர்த்தியிருந்த படகுகள் ஒன்றின்மேல் ஒன்றெனப் பாய்விரித்து, கரைநோக்கி வந்தன. அவற்றின் முகப்பில் நின்றிருந்த அமரக்காரன் இடையிலிருந்த கொம்பை எடுத்து ஊத, கரையிலிருந்து அவர்களின் படைத்தலைவன் மறுகொம்போசை எழுப்பினான். படகுகள் பாய்களைச் சுருக்கி விரைவழிந்து மெல்ல நீர்கிழித்து வந்து கரை தேர்ந்தன. அவற்றின் அடிக்குவை ஆழ்ந்திருந்தமையால் சேறுபடிந்த கரையை அணுகாமல் மையப்பெருக்கிலேயே நின்று நங்கூரமிட்டன. அங்கிருந்து சிறிய தக்கைப் படகுகள் நீரில் இறக்கப்பட்டன. அவை ஒன்றுக்கு அப்பால் ஒன்று என நீரில் இறக்கப்பட்டு மேலே மூங்கில்

கழிகள் பொருத்தப்பட்டு இணைக்கப்பட்டன. அக்கழிகளின்மேல் பலகைகள் விரிக்கப்பட்டு பாதை போடப்பட்டது. நீரில் நெளிந்தாடும் நடைபாலம் ஒன்று உருவாகி யமுனையின் கரைச்சேறு வரை வந்தது. கரையில் அறையப்பட்ட இரண்டு தறிகளில் அப்பாலத்தை இழுத்துக் கட்டி நிறுத்தினர். பின்னர் வண்டிகளை அதில் ஏற்றி மெல்லத் தள்ளிக்கொண்டு சென்று படகை அடைந்தனர்.

அத்திரிகள் படகில் மெல்லக் காலெடுத்து வைத்து, தயங்கி மூச்சுவிட்டு பிடரி குலைத்து வண்டிகளை இழுத்து படகுக்குக் கொண்டுசென்றன. புரவிகள் நின்ற இடத்திலேயே நடனமென வால்குலைத்து நடந்து பாகன்கள் தட்டி ஊக்க மெல்ல நடந்து தாவி படகுக்குள் சென்றன. கூடாரங்கள் அவிழ்த்துச் சுருட்டப்பட்டு படகுகளில் ஏற்றப்பட்டன. அர்ஜுனன் அரசப்படகில் ஏறிக்கொண்டதும் அமரக்காரன் முகப்பில் ஏறி நின்று கொம்பொலி எழுப்பினான். படகு பிளிறலோசை எழுப்பி பாய்களை ஒன்றன்பின் ஒன்றாக விரிக்கத் தொடங்கியது.

4

அர்ஜுனனையும் வரிசைக்குழுவையும் வரவேற்க மதுராவின் படித்துறைக்கு பலராமரே நேரில் வந்திருந்தார். படகின் முகப்பில் கரைநோக்கி நின்றிருந்த சதானீகன் ஓரிரு கணங்களுக்குப் பின்னரே காத்து நின்றிருப்பது பலராமர் என்பதை உணர்ந்தான். திகைப்புடன் அவன் விழிகூர்வதற்குள் அருகே நின்றிருந்த நிர்மித்ரன் "மூத்தயாதவர்! மதுராவின் அரசர்!" என்றான். அவன் திரும்பிப் பார்க்காமல் "ஆம்" என்றான். "அரசமுறைமை கடந்து வந்திருக்கிறார்" என்றான் நிர்மித்ரன். சதானீகன் மறுமொழி கூறவில்லை. நிர்மித்ரன் மீண்டும் "முறைப்படி முடிசூடிய பேரரசர்களுக்கு மட்டுமே அரசர்கள் படித்துறைக்கு வந்து வரவேற்கும் வழக்கம் உண்டு" என்றான்.

தன் எண்ணங்களை அவன் அருகில் நின்று சொல்லிக்கொண்டிருப்பது வழக்கம் என்றாலும் அப்போது அது சிறு எரிச்சலைக் கிளப்பியது. திரும்பி "தந்தையிடம் சென்று சொல், அரசரே துறைமேடைக்கு வந்திருக்கிறாரென்று" என்றான். நிர்மித்ரன் "இதற்குள் அவரே பார்த்திருப்பார், பருந்தின் பார்வையிலிருந்து தப்பி மண்ணில் எந்த அசைவும் நிகழமுடியாது" என்றான். அதற்குள் படகிலிருந்த இரு ஏவலர்கள் சிற்றறைக்குள் ஓடுவதைத் திரும்பி நோக்கிய சதானீகன் "மெய்தான்" என்றான்.

மதுராவின் துறைமேடை நெய்விளக்குகள் சுடர அணுகி வந்தது. நிர்மித்ரன் "அணிகொள்கிறார். மிக விரைவில் அணி செய்து பிறிதொருவராக எழுவதில் அவருக்கு நிகராக எவரையும் கண்டதில்லை" என்றான். சதானீகன் "பாரதவர்ஷத்தின் முதன்மையான ஒப்பனைக்கலைஞர்களில்

ஒருவர் அவர். மாற்றுருக் கொள்வதில் அவருக்கு நிகரான எவரும் ஆட்டச்சூதர்களில்கூட இல்லை என்கிறார்கள்" என்றான்.

நிர்மித்ரன் "ஆம், ஒருமுறை அவர் இளவணிகரைப்போல் உடையணிந்து உபப்பிலாவ்யத்திலிருந்து கிளம்பிச் செல்வதைப் பார்த்தேன். அவர் என்னைக் கடந்து சென்றபின்னர் அமைச்சர் சுரேசர்தான் அவர் சிறிய தந்தை என்றார். அதன் பின்னரே அவரது விழிகளும் முகமும் என் நினைவிலெழுந்து அவரெனக் காட்டின. அப்போது எண்ணினேன், மாற்றுருக் கொள்வதில் அத்தகைய திறனை அவர் ஏன் அடைந்தார் என. பெருவிழைவு கொண்ட ஒன்றையே நாம் முற்றாகப் பயிலமுடியும். தன் உருவைத் துறந்து பிறிதொன்றை அணிவதற்கான அப்பெருவிழைவு அவருக்கு எவ்வாறு ஏற்பட்டது? இவ்வுருவும் இப்பெயரும் இங்கு அவர் சூடும் அனைத்தும் மிக இளமையிலேயே அவருக்குச் சலித்துவிட்டிருக்கிறது போலும்" என்றான்.

சதானீகன் புன்னகைத்து "தன்னில் சலிப்பு கொண்டவர்கள் மட்டுமே எதையேனும் தேடிச் செல்கிறார்கள், கண்டடைகிறார்கள்" என்றான். படகு மதுராவின் துறை நோக்கிச் சென்றபோது முகப்பிலிருந்த குகன் அமரமுனையில் எழுந்து நின்று கொம்பொலி எழுப்பினான். துறைமேடையிலிருந்து மறுமொழி எழுந்தது. தொடர்ந்து அங்கு காவல்மாடங்கள் அனைத்திலிருந்தும் முறைமுரசுகள் அர்ஜுனனை வரவேற்கும் பொருட்டு ஓசையிடத் தொடங்கின.

இருளில் மதுராவின் துறைமேடையில் நின்றிருந்த படகுகள் அனைத்தும் விளக்குகளின் கொத்துகளெனத் தோன்றின. அக்கணமே அதை நிர்மித்ரன் "செம்மலர்ச் செண்டுகள்போல" என்றான். துறைமேடையிலிருந்து பதினெட்டு பாய்களை விரித்துக்கொண்டு அகன்ற கலிங்கப்படகு பிளிறலோசை எழுப்பி அலைகளில் ஏறி அமைந்து மையப் பேரொழுக்கை அடைந்தது. சில சிறிய படகுகள் விலகி அவர்களுக்காக வழிவிட்டன. துறைமேடையில் எழுந்த கொம்போசைகளும் ஆணைக்குரல்களும் யமுனைக்காற்றில் சிதறல்களாக வந்தடைந்தன.

இந்திரப்பிரஸ்தத்தின் மின்கதிர்க்கொடி பறந்த படகுமுகம் அன்னையின் மடி நோக்கி நீளும் கன்றின் மூக்குபோல நீண்டு துறைமேடையை அடைந்தது. காவலர்கள் ஏறிவந்த இரு துணைப்படகுகளும் இருபக்கங்களிலாக வந்து அருகிலிருந்த துறைமேடைகளில் சென்று மூங்கிற்சுருள்வில்கள் மேல் மெல்ல முட்டின. பறக்கும் நாகம் என வடங்கள் வந்து படகில் ஓசையுடன் விழுந்தன. அவற்றை இழுத்தபின் படகிலிருந்து வடங்களை எடுத்து துறைமேடை நோக்கி வீசினார்கள். வடங்கள் பிணைக்கப்பட, படித்துறை இரு கைகளையும் நீட்டி படகைத்

தன்னுடன் சேர்த்து அணைத்துக்கொண்டது. கனிந்த பசுவின் நாவென நடைமேடை நீண்டு வந்து படகைத் தொட்டது.

சதானீகன் நிர்மித்ரனிடம் "நாம் அரசணிக்கோலம் கொண்டிருக்க வேண்டும். இரவென்பதனால் நான் அதை எண்ணியிருக்கவில்லை" என்றான். "ஆனால் இப்போது அதற்குப் பொழுதில்லை. தலைப்பாகைகளை மட்டும் இந்திரப்பிரஸ்தத்தின் பொன்முத்திரைகளுடன் அணிந்துகொள்வோம்." நிர்மித்ரன் "ஆம், அதையேதான் நானும் எண்ணினேன். இங்கு சமையர் ஒருவரே இருக்கிறார். அவர் தந்தையை அணிகொள்ளச்செய்வதே முறை" என்றான். அவர்களே சிற்றறைக்குள் சென்று ஆடைகளை அணிந்துகொண்டனர். பட்டுத் தலைப்பாகை அணிந்து அதில் முத்திரைகளைப் பொருத்தியபின் பொற்பின்னல் கொண்ட சால்வைகளைத் தோளில் சுற்றினர்.

சதானீகன் ஒருகணம் எண்ணியபின் மரப்பெட்டி ஒன்றைத் திறந்து அதிலிருந்து கங்கணங்களையும் கழுத்தணிகளையும் எடுத்து "அணிந்து கொள்" என்றான். "ஒன்றுடன் ஒன்று இயல்புகொள்ள அணி சூடுவது நம்மால் இயலாது, மூத்தவரே. சமையர்கள் உதவி தேவை" என்றான் நிர்மித்ரன். "ஆம், ஆனால் அணிகொள்ளாது அரசர்முன் போவதென்பது எவ்வகையிலோ புறக்கணிப்பாக ஆகலாம். நூல்நெறிகளின்படி அரசர் எங்கிருந்தாலும் அது அவையே ஆகும்" என்றான் சதானீகன். "சரப்பொளியும், வட்டமாலையும் மட்டும் அணிந்துகொள்கிறேன், மூத்தவரே" என்றான் நிர்மித்ரன். "வைரம், பவளம், முத்து. அருமணிகளில் எவையேனும் மூன்றை அணிந்தால் போதும். அவைக்கு எழும் தகுதி பெற்றுவிடுகிறோம்" என்று அவற்றை அணிந்தபடியே சதானீகன் சொன்னான்.

ஏவலன் வந்து வாயிலில் நின்று "இளைய அரசர் நகர் நுழையப்போகிறார் என அறிவிப்பு" என்றான். "இதோ வந்துவிட்டோம்" என்று சதானீகன் முன்னால் செல்ல, நிர்மித்ரன் ஒருகணம் தயங்கி பிறிதொரு கங்கணத்தை எடுத்து அணிந்துகொண்டு ஏவலனிடம் "பேழைகளை மூடி வை" என்றபின் அவனைத் தொடர்ந்து சென்றான்.

படகின் முகப்பில் கூப்பிய கைகளுடன் அர்ஜுனன் நின்றிருந்தான். இருவரும் சென்று அவனுக்கு இருபுறமும் நின்றனர். ஏவலன் அவர்களுக்குப் பின்னால் வந்து தாழ்ந்த குரலில் "இடையில் படைக்கலங்களை மறந்துவிட்டீர்கள், இளவரசே" என்றபடி குத்துவாள்களை அளித்தான். "ஆம்" என்றபடி அவற்றை வாங்கி ஒன்றை தன் இடையில் அணிந்தபின் இன்னொன்றை நிர்மித்ரனிடம் அளித்தான் சதானீகன். அவர்கள் அசைவுகளையும் பேச்சையும் அர்ஜுனன் கேட்டதாகத் தெரியவில்லை.

எதையும் நோக்காததுபோல் வடத்தின்மேல் அமர்ந்திருக்கும் நீர்ப்பறவை போலிருந்தான்.

துறைமேடையில் மதுராவின் கொடியேந்திய வீரன் சீர்நடையில் வந்து முகப்பில் நிற்க, அணித்தாலங்கள் ஏந்திய ஏழு சேடியர் தொடர்ந்து வந்தனர். மங்கல இசை முழக்கிய சூதர்கள் வந்து இருநிரைகளாகப் பிரிந்து விலகினர். நடுவே பலராமர் கூப்பிய கையுடன் நடந்து வந்தார். நீட்டி வைத்த சீர்நடையில் நடைபாலத்தின் மீதேறி மதுராவின் நிலத்தை நோக்கி அர்ஜுனன் சென்றான். அவனுக்கு இருபுறமும் அதே நடையில் நிர்மித்ரனும் சதானீகனும் சென்றனர். மங்கலத்தாலங்களை அவர்கள் முன் மும்முறை உழிந்து குலவையிட்டு சேடியர் இரு பட்டுத்திரைகள்போல இரு திசைகளிலும் விலகி அமைந்தனர்.

இரு கைகளையும் நீட்டியபடி அருகே வந்த பலராமர் உரக்க நகைத்து "வருக! வருக! இளையோனே, இது உன் நிலம்!" என்றார். அரசர்களுக்குரிய அனைத்து முறைமைச் சொற்களையும் அவர் மறந்துவிட்டதை உணர்ந்து புன்னகைத்த சதானீகன் "அவற்றை அவர் சொல்லியிருந்தால்தான் வியப்பு" என்று நிர்மித்ரன் மெல்ல முணுமுணுப்பதைக் கேட்டான். அர்ஜுனன் கைகளைக் கூப்பியபடி அருகே சென்று "மதுராவின் அரசர் என் தலைவருக்குத் தந்தையைப் போன்றவர். எனக்கு விண் திகழும் மூதாதையரின் வடிவம். தாங்கள் நேரில் வந்து என்னை வரவேற்றதன் வழியாக எனது குடி மாண்பு கொள்கிறது. எனது கொடிவழிகள் பெருமை கொள்ளட்டும்" என்றபின் குனிந்து அவர் கால்களைத் தொட்டு தலைசூடினான்.

அவன் தோள்களைப் பற்றித் தூக்கி தன் நெஞ்சோடு அணைத்து பெரிய வெண்ணிறக் கைகளால் அவன் தோள்களை அடித்து உரக்க நகைத்த பலராமர் எண்ணியிராத கணத்தில் அவனை இரு கைகளாலும் தூக்கித் தலைக்கு மேல் காற்றில் வீசி எறிந்து பிடித்தார். மும்முறை அவ்வாறு பிடித்தபின் அவனைத் தரையில் நிறுத்தி "முதலில் உன்னைப் பார்த்தபோது இதைத்தான் செய்தேன். அப்போது இளையவன் என்னுடன் இருந்தான். மூத்தவரே மூத்தவரே என்று நீ அலறினாய். நினைவிருக்கிறதா?" என்றார். "ஆம், அரசே" என்றான் அர்ஜுனன்.

"என்னை நீ மூத்தவர் என்றே அழைக்கலாம். இந்த அரியணையில் ஒருபோதும் நான் நிறைவுற்று அமர்ந்ததில்லை. இது என் நகருமல்ல" என்று பலராமர் சொன்னார். பின்னர் திரும்பி சதானீகனையும் நிர்மித்ரனையும் நோக்கி "நகுலனின் மாற்றுருக்கள்... வருக, குழந்தைகளே!" என்றார். சதானீகனும் நிர்மித்ரனும் அவர் கால்களைத் தொட்டு வணங்க, இருவரின் தோள்களையும் அணைத்து நெஞ்சோடு இறுக்கிக்கொண்டு

“இனிய நறுமணம் கொண்டிருக்கிறார்கள் இளைஞர்கள்” என்றார். அவர்களின் தலையை முகர்ந்து “விளையாட்டுச் சிறுவர்களின் மணம். எந்த நாட்டில் இருந்தாலும் காலையில் நான் அவைக்களத்திற்குச் செல்ல மறப்பதே இல்லை. அங்கு பயில வரும் மைந்தரின் நறுமணமே அந்த நாள் முழுக்க என் மூக்கில் திகழவேண்டுமென்று விரும்புவேன்” என்றார். அர்ஜுனன் புன்னகைத்தான்.

“வருக, மைந்தரே” என்று அவர்களைத் தழுவியபடியே அழைத்துச் சென்றார். அவருடைய கைகள் எடைமிகுந்து அவர்களைத் தள்ளாடச் செய்தன. வியர்வையில் மெல்லிய கந்தகநெடி இருந்தது. அவருக்குப்பின் இருநிரைகளாக வந்த சிற்றமைச்சர்கள் தலைவணங்கி முகமன்களை முணுமுணுத்தனர். “நீங்கள் இங்கு வருவீர்கள் என்று எனக்கு எந்த எண்ணமும் இல்லை. ஆகவே கிளம்பிவிட்டீர்கள் என்ற செய்தி எனக்குத் திகைப்பை அளித்தது. ஆனால் அரசி சொன்னாள், நீங்கள் இங்கு வந்துதான் ஆகவேண்டுமென்று. நீங்கள் இங்கு வருவதில் அவளுக்கு மகிழ்ச்சியும்கூட. உங்கள் மூத்தவன் வருவான் என்றுதான் அவள் எதிர்பார்த்தாள். பின்னர் இங்கு என் இளையவன் வரக்கூடும் என்று எதிர்பார்த்துதான் உன்னை அனுப்பியிருக்கிறார்கள் என்று அவள் சொன்னாள்” என்று பலராமர் பேசிக்கொண்டே சென்றார்.

அரசத்தேர் சுங்கமாளிகையின் முகப்பில் புரவிகள் ஒருங்க நின்றிருந்தது. அதன் பின்னால் மேலும் நான்கு தேர்கள் புரவிபூட்டப்பட்டு நின்றன. இரண்டாவது தேர் அருகே நின்றிருந்த அமைச்சர் “இந்திரப்பிரஸ்த இளவரசருக்கு நல்வருகை வாழ்த்து” என்றார். பலராமர் அதனருகே சென்று “ஏறிக்கொள்க!” என்று அர்ஜுனனிடம் உரைத்தார். அர்ஜுனன் ஏறியதும் அவரும் ஏறப்போனார். அமைச்சர் பின்னால் வந்து “அரசே, அது அவருக்கான தேர்” என்றார். “ஏன், இதில் நான் வந்தாலென்ன?” என்று பலராமர் சொன்னார். “அது மரபல்ல. மதுராவின் வெண்கொற்றக்குடை அத்தேரில்தான் உள்ளது” என்றார் அமைச்சர்.

பலராமர் ஒருகணம் குழம்பியபின் அர்ஜுனனிடம் திரும்பி “இவர்களின் மரபுகளைக் கடைபிடிப்பதைப்போல எரிச்சலூட்டுவது வேறில்லை” என்றார். அர்ஜுனன் “பட்டத்து யானைதான் மிகுதியாகச் சங்கிலிகளையும் அணிந்திருக்கிறது, அரசே” என்றான். அவன் சொன்னது தெளிவாகப் புரியாமலேயே உரக்க நகைத்தபடி “நன்று, நாம் அரண்மனைக்குச் சென்றபின் பேசுவோம்” என்று தன்னுடைய தேர் நோக்கி அவர் சென்றார்.

நிர்மித்ரன் அமைச்சர்களிடம் வரிசைப்பொருட்களை முறைப்படி வண்டிகளில் ஏற்றி அரண்மனைக்குக் கொண்டுவரும்படி

ஆணையிட்டான். அர்ஜுனன் ஏறிக்கொண்ட தேர் பாகன் ஏறியமர்ந்ததும் அசைவு கொண்டது. சிற்றமைச்சர் சதானீகனிடம் "தங்களுக்கான தேர் இதோ" என்றார். சதானீகன் அதில் ஏறி அமர்ந்ததும் அவனருகே நின்ற நிர்மித்ரன் "மதுராவுக்கு நான் இதுவரையில் வந்ததில்லை, மூத்தவரே" என்றான். சதானீகன் "ஆம், நெய்யின் நகர். பன்னிரு ஆக்னேயபதங்களால் இணைக்கப்பட்டது. யமுனைக்கன்னி ஏந்திய அகல்விளக்கு என்று கவிஞர்கூற்று" என்றான்.

நிர்மித்ரன் "கம்சரால் ஆளப்பட்டது, முதிரா மைந்தர் குருதியால் ஏழுமுறை கழுவப்பட்டது" என்றான். உண்மையில் அச்சொற்களையே சதானீகன் உள்ளூர எண்ணினான். அந்த மங்கல நாளில் அதைச் சொல்லவேண்டாமென்றுதான் தாவிக்கடந்து அடுத்த சொற்றொடரை எடுத்திருந்தான். ஆனால் அதை ஒலியெனக் கேட்டதும் உடல்நடுக்கு கொண்டான்.

தேர் கிளம்பியதும் சதானீகன் "இரவில் நகரங்கள் வேறு தோற்றம் கொள்கின்றன. காலையில் வந்து பார்த்தால் முந்தைய நாள் கண்ட நகர் இதுதானா என்றே ஐயம் கொள்வேன்" என்றான். நிர்மித்ரன் "அரசர் என்றிருந்தாலும் எந்த முறைமையும் அவருக்குத் தெரியவில்லை. அதாவது தாழ்வில்லை எனலாம், மந்தண அறைசூழ்தலில் நிகழ்ந்த அனைத்தையுமே வாய்மிகையாகச் சொல்லிக்கொண்டிருக்கிறார். அவருடன் தேரில் அரண்மனை வரை செல்ல முடிந்தால் இங்கு மதுராவில் நிகழும் அரசுசூழ்தல் அனைத்தையும் அவரே சொல்லிவிடுவார்" என்றான். சதானீகன் நகைத்து "ஆம், அவருக்குத் தெரிந்ததைச் சொல்லக்கூடும். ஆனால் அது மிகக்குறைவாகவே இருக்கும்" என்றான்.

மதுராவின் தெருக்கள் ஆளொழிந்து வானிலிருந்து உதிர்ந்து பரவியவை போலிருந்தன. உறங்கும் இல்லங்கள் முச்சந்திகளில் கற்றூண்களின் மேல் எரிந்த நெய்ப்பந்தங்களின் செவ்வொளியில் நனைந்தவையாகத் தெரிந்தன. அங்காடித் தெருக்களில் மட்டுமே வணிகர்களின் கூச்சல்களும் பொதிவண்டிகளிலிருந்து மூட்டைகளை இறக்கும் ஊழியர்களின் குரல்களும் வண்டிகளின் சகடஓசைகளும் கேட்டன. அவர்களின் தேர்கள் கடந்து சென்றபோது அங்கு நின்றிருந்த அத்திரிகள் சில குரலெழுப்பின.

நகரெங்கும் நெய்யால் பந்தங்கள் ஏற்றப்பட்டிருந்தன. "மதுரா ஒரு மாபெரும் அடுமனைபோல நெய்மணம் எழுப்புவது என்று சூதர் பாடல் உள்ளது" என்றான் நிர்மித்ரன். அச்சொல் சதானீகனின் நெஞ்சை அறைய, அப்போது தான் எண்ணிக்கொண்டிருந்ததை அவன் சொல்வானா என எண்ணி, சொல்லக்கூடாதென்று விழைந்தான். அப்போதே

அதை நிர்மித்ரன் சொன்னான் "இந்நகரை இளையயாதவர் நெய்யூற்றி எரித்தாரென்று சிறுவயதில் கதை கேட்டிருக்கிறேன், மூத்தவரே."

பிந்தி வந்து துயிலத் தொடங்கியிருந்தாலும் மிக முன்னதாகவே சதானீகன் விழிப்பு கொண்டான். அது அவன் வழக்கமாக எழும் பொழுதைவிடவும் ஒரு நாழிகை முன்பு என்பதை படுக்கையில் அமர்ந்து கைகளை விரித்து நோக்கியபோதே சூழ ஒலித்த ரீங்காரத்திலிருந்து உணர்ந்தான். பறவைக்குரல்கள் எழத் தொடங்கியிருக்கவில்லை என்பதே அவ்வோசை மாறுபாட்டிற்கு அடிப்படை என்பதை அதன் பின்னரே அவன் சித்தம் வகுத்தறிந்தது. ஒளியால் அல்ல ஒலிகளாலானவை பொழுதுகள்.

எழுந்து குறடுகளைத் தேடி அணிந்துகொண்டபோது அவ்வோசை கேட்டு கதவை மெல்லத் திறந்து மஞ்சத்தறைக் காவலன் தலைவணங்கினான். "நீராட்டறை ஒருங்கட்டும்" என்று சதானீகன் சொன்னான். சற்று திகைப்புடன் "பிரம்மபொழுதிற்கு இன்னும் நெடுநேரம் உள்ளது, இளவரசே" என்றான் ஏவலன். "தாழ்வில்லை, நான் முன்னரே அணிசெய்துகொள்ள அமரவேண்டும்" என்றான் சதானீகன்.

தலைவணங்கி அவன் சென்றபிறகு மெல்ல வெளியே நடந்து மாளிகையின் உப்பரிகைக்குச் சென்று நின்று கைப்பிடியைப் பற்றி, சற்று குனிந்து நகரைப் பார்த்தான். நகர்நுழைந்தபோதிருந்த அதே கணம் அப்படியே நீள்வதுபோல் தெரிந்தது. நெய்ப்பந்தங்கள் யமுனையின் காற்றில் குழைந்தாடிக்கொண்டிருக்க செவ்வொளியின் அலையில் தெருக்கள் ஓவியத் திரைச்சீலைபோல் ஆடின. ஒளியை ஒருபுறம் பெற்று மறுபுறம் நிழல் சூடி நின்றிருந்தன மரங்கள். தழலுருக்கொண்ட இலைகள்.

புலரிக்கு முன் உருவாகும் அந்த விந்தையான அமைதியை அவன் பலமுறை உணர்ந்திருந்தான். இந்திரப்பிரஸ்தத்திலும் உபப்பிலாவ்யத்திலும் அந்த அமைதி புலரிக்கான தவம் என்று தோன்றும். இலைகள் அனைத்தும் ஓய்ந்து சொல்லின்றி மலர்ந்து நின்றிருக்கும். வாகையும் நெல்லியும் தொழுது கூம்பியிருக்கும். புவியிலுள்ள அனைத்தும் ஊழ்கம்கொண்டு விழி மூடியது போலிருக்கும். முதல் ஒலி என்பது ஏதோ அறியாப்பறவையின் "எந்தாய்!" பின் மிகமெல்ல "என்னிறையே!"

அவ்வொலி கேட்டு எங்கோ ஏழு கடல்களுக்கு மறுபக்கம் சூரியன் தன் பாகன் அருணனிடம் "கிளம்புக!" என்பான். "ஆணை" என்று சொல்லி இரு கைகளையும் அருணன் விரிக்கையில் ஏழு புரவிகள் அவன் இரு உள்ளங்கைகளிலிருந்து பிடரி கிளர்ந்தெழும். கன்னங்கரிய புரவிகள். அவற்றின் விழிகள் மட்டுமே ஒளித்துகள்கள். அவை கனலென்றாகி சுடர்கொண்டு பற்றியெழ, அவற்றின் பிடரி மயிர்கள் தழல் வடிவாகும். பின்னர் அவை செந்தழல் அலைகளென்றாகி குளம்புகள் பறக்க

வானில் எழும். அனல்முடி சூடி அருணன் அமர, ஆயிரங்கோடிக் கைகள் ஒவ்வொன்றாக விரிந்து சூழ, நாளவன் தன் பீடத்தில் ஏறி அமர்வான்.

புலரி நிகழ்வதை அத்தனை பறவைகளும் தங்கள் உள்ளத்தால் உணர்கின்றன. “எழுகாலை!” என்று கரிச்சான் கூவும். “ஒளியே!” எனக் காகம். பலநூறுமுறை மண்ணிலுள்ள ஒவ்வொரு உள்ளத்திலும் நிகழ்ந்த பின்னரே அது வானில் நிகழ்கிறது. புலரி எனும் சொல். புலர்க! புலர்க! ஊழ்க நுண்சொல்லில் முதன்மை அதுவே. தெய்வங்களின் புன்னகையே சாவித்ரி. அவள் ஒலிவடிவத் தோழியே காயத்ரி. ஒவ்வொரு நுண்ணுயிரும் பறவைகளும் விலங்குகளும் பாறைகளும் மலைமுடிகளும் பெருங்கடல்களும் கொள்ளும் இறையறிதல். ஒவ்வொரு நாளும் இங்குள்ள ஒவ்வொன்றுக்கும் பிரம்மம் அளிக்கும் ஒரு சொல்லுறுதி. புலரிக்கு முந்தைய இருளில் சதானீகன் அறிந்த பேரமைதியை வேறெங்கும் அறிந்ததில்லை. இருள் ஒளியின் பீடமென்றாகும் நிலை. சொல்லில் பொருளென இருளுக்குள் ஒளி எழுவதை உணரும் தருணம்.

ஆனால் அப்போது மதுராவின் கருக்கிருள் அமைதியின்மையை உருவாக்கியது. அரக்குப் போன்ற கரிய கொழுஞ்சாந்து என அது நகரை மூடியிருப்பது போல. அவன் இடைநாழியில் நடந்தபோது ஒட்டடைபோல இருள் அவன் முகத்திலும் கைகளிலும் படிந்தது. விரலால் அதைக் கிழித்து விலக்கி முன்னகர வேண்டியிருந்தது. படிகளில் கொழுவிய இருளில் கால் வழுக்குமென்று தோன்றியது. இருள்விழுதில் சிவந்த புழுக்கள்போல நின்று நெளிந்தன கூடத்தின் நெய்விளக்குச் சுடர்கள். முற்றத்தில் வானிலிருந்து பிசின் என இறங்கி அலைகளாக நெளிந்து நெளிந்து குவிந்து கிடந்தது. வாய் திறந்தால் உள் நுழையும், உடல் நிறைக்கும். அதன் சுவை கசப்பு. அதற்கு முடிகருகும் வீச்சம்.

அவன் முற்றத்திலிறங்கி நடந்தான். சால்வையை நன்கு போர்த்தி தலைக்குமேல் எடுத்து சுற்றிக்கொண்டான். சாலையில் மென்புழுதி மீது ஓரிரு வண்டித்தடங்களும் குளம்புச்சுவடுகளும் மட்டுமே இருந்தன. இரவில் வீசிய காற்று புழுதியை அள்ளி சுவரோரங்களில் மென்மையாகப் படியவைத்திருந்தது. சாலையோரங்களில் நிறுத்தப்பட்டிருந்த மூன்று அத்திரிகள் கால்களில் ஒன்றைச் சற்றே தூக்கி அரைத்துயிலில் இருந்தன. அவன் காலடியோசை அவற்றின் உடலில் மெல்லிய அசைவென வெளிப்பட்டது. அவன் மணம் அவற்றின் கனவுக்குள் செல்ல, செவிகள் சற்றே திரும்பின. அத்திரிகளில் ஒன்று நீள்மூச்சுவிட்டது.

அவன் மீண்டும் அரண்மனைக்குத் திரும்பிச் செல்லவேண்டுமென்று விரும்பினான். ஆனால் நூறுமுறை அவ்வாறு உள்ளூர திரும்பிச்

சென்றபின்னும்கூட அவன் கால்கள் முன் சென்றுகொண்டிருந்தன. பின்னி விரிந்த தெருக்களினூடாக நெடுந்தொலைவு வந்திருப்பதுபோல் தோன்றியது. கிளம்பி சற்றுநேரமே ஆயிற்று என்றும். அவன் திரும்பிச் சென்ற பின்னரும்கூட அவன் கால்கள் முன்னேதான் சென்றுகொண்டிருந்தன. நகரெங்கும் மக்கள் ஆழ்ந்து துயின்றுகொண்டிருந்தனர். எந்த ஓசையுமில்லை. அத்தகைய ஆழ்ந்த துயிலை மனித உடல் உள்ளத்திற்கு அளிக்கமுடியாது. உடலுக்கு அப்பால் உள்ளத்தை வந்து பற்றும் பிறிதேதோ அளிக்கும் துயில் அது.

பிரம்ம முகூர்த்தத்திற்கு முந்தைய பொழுதுகள் வானோர்க்கும் கீழோர்க்கும் உரியவை. முதற்பொழுது கந்தர்வர்களுக்கு, இரண்டாம் பொழுது தேவர்களுக்கு, மூன்றாம் பொழுது நாகர்களுக்கு, நான்காம் பொழுது பாதாள மூர்த்திகளுக்கு, ஐந்தாம் பொழுது மூதாதையருக்கு. அம்மூதாதையரில் ஒருவர் மூச்சுவடிவாக அருகணைந்து குனிந்து துயில்பவர்களின் இமைமீது தன் நெஞ்சின் வெம்மைக்காற்று படிய முகர்ந்து செல்கையில் முதல் விழிப்பு நிகழ்கிறது. முதல் பறவையின் குரல். முதல் எண்ணம். இது நாகர்களின் பொழுது முடிந்து பாதாள தெய்வங்கள் எழும் பொழுது.

நாகங்கள் நிழல்நெளிவுகளென இழுபட்டு வளைகளுக்குள் மறைகின்றன. இருள்களுக்குள் பாதாளவடிவர்கள் நின்றிருக்கின்றனர். மனிதர்களின் அனைத்துத் தீமைகளையும் அறிந்தவை. மனிதர்களை ஒவ்வொரு கணமும் அருகே நின்று நோக்கிக்கொண்டிருப்பவை. வாய்க்குள் மூக்குக்குள் செவிக்குள் குடிகொள்ளும் இருளில் வாழ்பவை. மச்சம் என வடு என உடலில் ஒட்டியிருப்பவை. நிழல்களில் பின்தொடர்பவை. கனவுகளில் தோன்றுபவை. சொல்லிடைவெளிகளில் வாழ்பவை.

இந்த இருள் இத்தனை செறிவு கொள்வது அவற்றால்தான். இந்நகரில் துயிலும் அனைவர் மேலும் ஈர மரவுரி என மூடி மண்ணோடு மண்ணாகப் பதித்து வைத்திருப்பவை அவைதான். இதோ என்னை நோக்கிக்கொண்டிருக்கின்றன அவை. நான் அவற்றை நோக்கிக் கொண்டிருக்கிறேன். இந்தச் சுவருக்கு அப்பால் நூறு விழிகள். அந்தக் கட்டட மடிப்புக்குள் மேலும் நூறு விழிகள். அந்த மரநிழலில், அந்தச் சிறுபொந்துக்குள் பல்லாயிரம் விழிகள்.

அண்ணாந்து அவன் வானைப் பார்த்தான். விண்மீன்கள் இல்லாது முற்றிலும் இருள் மூடியிருந்தது. மதுராவுக்கு அது மழை மாதமல்ல. ஆயினும் வானம் முகில்திரை கொண்டிருந்தது. முகிலென எழுந்து வானத்தை மூடிய ஆழத்து தெய்வங்களே போலும். எங்கோ ஓரிடத்தில் தான் வழிதவறிப் போயிருக்கிறோமோ என்ற உணர்வு அவனை நிறுத்தியது.

அஞ்சியவன்போல உடல் திகைத்து நின்றபின் அவன் திரும்பி நடந்தான். உளம் கலைந்த அப்போதே வழி துலங்கத் தொடங்கியது. மதுராவின் தெருக்கள் மிகச் சிறியவை என்றும் அரண்மனையிலிருந்து அவன் வந்த தொலைவு மிக குறுகியதே என்றும் அவன் உள்ளம் கண்டடைந்தது.

மீண்டும் அரண்மனைக்கோட்டையின் முகப்பை அடைந்தான். வந்து விட்டேன் என்ற உணர்வு அனைத்துப் புலன்களையும் எச்சரிக்கையிழக்கச் செய்தது. உடல்தசைகள் தொய்வடைய நீள்மூச்சுடன் சால்வையை எடுத்து மீண்டும் போர்த்தியபோது கோட்டைமுகப்பின் குற்றாலமரத்தினடியில் நின்றிருந்த மூன்று குழந்தைகளைப் பார்த்தான். இருமுறை விழிகூர்ந்த பின்னரே அவை குழந்தைகள் என்றுணர்ந்தான். மெல்ல அருகணைந்து மேலும் விழிசெலுத்தினான். எண்ணியதுபோல அருகே சென்று நோக்குந்தோறும் அவர்கள் உரு கலையவில்லை. மேலும் வடிவக்கூர் கொண்டன. விழியொளியும் முகஉணர்வும் துலங்கலாயின.

ஓராண்டு அகவை கொண்டவை. குழவித்தசைக் கொழுமை மறையாதவை. எவையுமே ஆடை அணிந்திருக்கவில்லை. அவற்றின் அன்னையர் கைவிட்டிருப்பார்களோ? அருகே எங்கோ அவர்கள் நின்றுகொண்டிருக்கிறார்களா? அவ்வெண்ணங்களின் பொருளின்மையை அவன் உணர்ந்தும்கூட தான் அறிந்து புழங்கும் மெய்மைக்குள் அவற்றைக் கொண்டுவந்து நிறுத்தவே அவன் அகம் மீண்டும் மீண்டும் முயன்றது. குற்றாலமரத்தின் அடியில் சென்று நின்றபோது அதன் கிளைகள் அனைத்திலும் குழந்தைகளைப் பார்த்தான். அண்ணாந்து பார்த்தபோது அனைத்துக் கிளைகளிலும் செறிந்து பல நூறு குழந்தைகள் கீழே நோக்கிக்கொண்டிருப்பதைக் கண்டான்.

கால் தடுமாறி விழுந்துவிடுவோம் என்று தோன்றியது. விழுந்தால் மண்ணில் உடல் அறையும் வலி எழுமென்றும் மதுராவின் மஞ்சத்தில் விழித்தெழக்கூடுமென்றும் தோன்றியது. கனவல்ல, நேர்நனவு. பருவடிவு கொண்ட புறநிகழ்வு. அவர்கள் எவரென்று அறிந்திருந்தான். அவர்களிடம் கேட்க ஒரு வினா அவனுள் எழுந்தது. மிக அருகே நின்று எவரோ அதைச் சொல்லென்றாக்கிக் கேட்பதுபோல. நிர்மித்ரனின் அருகமைவை உணர்ந்து திரும்பிப்பார்க்கையில் அவன் அங்கு இல்லையென்று அறிந்தான். ஆனால் அவன் கேட்ட சொற்கள் தெளிவாக ஒலித்தன. "நீங்கள் யார்? மூதாதையரா? இருளுலத்து தெய்வங்களா?"

இது எந்தப் பொழுது? இப்போது மண்ணிலெழுபவர் எவர்? ஒரு குழந்தை இரண்டடி எடுத்து அவனருகே வந்தது. முதிய குரலில் "இது பொழுது மயங்கும் வேளை, மைந்தா" என்றது. நடுங்கிக் கால்மடிந்து சதானீகன் தரையில் விழுந்தான். இரு கைகளையும் தரையில் ஊன்றி

குழற்கற்றைகள் தொங்கி ஆட கண்மூடி அமர்ந்தான். அவன் உடல் விதிர்த்துக்கொண்டிருந்தது, அருவி பொழியும் மரக்கிளை போல. பின்னர் எழுந்து ஓடி முற்றத்தை அடைந்தான். இரு காவலர் அவனைத் திரும்பிப் பார்த்தபின் அருகே வந்தனர். அவன் நின்று மூச்சிரைக்க அவர்களை விலக்கிவிட்டு மேலே நடந்தான்.

அரண்மனைமுகப்பை அடைந்து படிகளிலேறிக் கூடத்தைக் கடந்தான். மாடிப்படிகளில் ஏறுகையில் தன் உள்ளத்தின் எடையைத் தசைகளில் உணர்ந்தான். ஒவ்வொரு படியிலும் கால்வைத்து நின்று கைப்பிடியைப் பற்றியபடி முழு விசையாலும் உடலை உந்தி மேலே கொண்டுசென்றான். இருமுறை விழுந்து உருண்டு கீழே சென்று விடுவோம் என்று அஞ்சி இரு கைகளாலும் கைப்பிடியைப் பற்றிக்கொண்டு கால்பதித்து நின்றான். மீண்டும் மேலேறி இடைநாழியை அடைந்து தூணைப் பற்றியபடி நின்றபோது கண்களில் நீராவி அலையடிக்க, செவிகளில் தொலைதூர ரீங்காரம் ஒன்று ஒலிக்க, நெஞ்சை நிறைத்துத் தொண்டையைக் கனல வைத்த பெருவிடாயை உணர்ந்தான்.

மறு எல்லையிலிருந்து அவனை நோக்கி வந்த நிர்மித்ரன் மூச்சிரைக்க பதைக்கும் குரலில் “மூத்தவரே, எங்கு சென்றீர்கள்? தங்களைத் தங்கள் அறையிலும் கீழேயும் தேடினேன்” என்றான். அருகே வந்து அவன் கைகளைப் பற்றிக்கொண்டு “ஒரு கொடுங்கனவு, மூத்தவரே” என்றான்.

5

அவைமுறைமைகள் தொடர்ந்து நிகழ்ந்துகொண்டிருக்க சதானீகன் உடலில் எழுந்த சலிப்பசைவை உடனே எழுந்த எச்சரிக்கை உணர்வால் கட்டுப்படுத்தி மிக மெல்லிய கால்நகர்வாக அதை மாற்றிக்கொண்டான். ஆனால் அதைத் தன்னியல்பாகவே உணர்ந்த நிர்மித்ரன் அவ்வுணர்வை அறியாமல் பெருக்கிக்கொண்டு இரு கைகளையும் விரித்து, உடலை நெளித்து, சோம்பல் முறித்தான். சதானீகன் திரும்பிப்பார்க்க "இங்கு அவைநிகழ்வுகள் நெடுநேரம் நிகழும் போலும்" என்றான். சதானீகன் "கைகளைத் தாழ்த்து" என்று மெல்லிய குரலில் சொன்னான். அவன் கைகளைத் தாழ்த்தி "பொறுத்தருள்க!" என்றான்.

சதானீகன் "நாம் நினைவறிந்தபின் பெரிய அரசவைகள் எதையும் பார்த்ததில்லை, இளையோனே. அஸ்தினபுரியிலும் மகதத்திலும் கலிங்கத்திலும் குடியவைகள் இவ்வாறுதான் நிகழும். இங்கு யாதவகுலங்களின் தலைவர்கள் அனைவரும் அமர்ந்திருக்கிறார்கள். அனைவருக்கும் உரிய சடங்குகளை முழுமையாகவே செய்துமுடிக்க வேண்டும். உரிய முறைமைச்சொற்கள் அவையில் உரைக்கப்பட்டாக வேண்டும்" என்றான். நிர்மித்ரன் உடலை வளைத்துத் திரும்பி அவையைப் பார்த்தபின் "ஆனால் இந்தக் குடித்தலைவர்கள்..." என்று உரக்க சொல்லத் தொடங்க "மெல்ல" என்றான் சதானீகன். குரலை மிகத் தாழ்த்தி "ஆனால் இந்தக் குடித்தலைவர்களும் இதே அவையில்தானே எப்போதும் இருந்துகொண்டிருக்கிறார்கள்?" என்றான்.

"இல்லை, அவர்களில் பலர் இப்போதுதான் துவாரகையிலும் மதுவனத்திலும் இருந்து இங்கு வந்திருக்கிறார்கள். அவர்கள் இங்கேயே இருப்பவர்கள் என்றாலும்கூட அரசமுறைமைகள் இதைவிடக் குறைய

வாய்ப்பில்லை" என்றான் சதானீகன். "எதற்கு இந்த நீண்ட சடங்குகள்?" என்றான் நிர்மித்ரன். "அரசு என்பதே ஒரு சடங்குதான்" என்று சொல்லி சதானீகன் புன்னகைத்தான். அவன் புன்னகையைத் திரும்பி நோக்கிய நிர்மித்ரன் "ஆம், பல தருணங்களில் எனக்குத் தோன்றியதுண்டு, குடிகள், குலங்கள் அனைத்துமே ஒருவகை சடங்குகள்தான்" என்றான். சதானீகன் "அத்தனை சடங்குகளும் எப்போதோ உளப்பூர்வமாக நிகழ்ந்தவை, பின்னர் உட்குறிச்செயல்பாடுகளாக மாறியவை" என்றான்.

நிமித்திகன் வெள்ளிக்கோலுடன் அவை மேடையிலேற, சதானீகன் முகத்தைத் திருப்பாமல் "எந்த உணர்வையும் காட்டாமல் அவையில் அமர்ந்திருக்கக் கற்றுக்கொள்" என்றான். "அவ்வாறுதான் நான் எண்ணினேன். ஆனால் சற்றுநேரத்திலேயே என் உடலையும் முகத்தையும் மறந்துவிடுகிறேன்" என்றான் நிர்மித்ரன். "உடலையும் முகத்தையும் மறந்தாலும்கூட அவை நாம் விரும்பிய வண்ணம் இருப்பதற்குப் பயிற்றுவிக்கப்பட்டிருக்க வேண்டும். அரசுசூழ்தலின் முதல்நெறி அது. அதோ அக்ரூரர் அமர்ந்திருக்கிறார் பார். இந்த அவையில் நிகழ்வன எதற்கும் அவரிடம் எதிர்வினையில்லை. ஆனால் இங்கு நிகழும் பெரும்பாலானவற்றை அவர்தான் நிகழ்த்துகிறார் என்பதை நாமனைவரும் அறிவோம்" என்று சதானீகன் சொன்னான்.

நிர்மித்ரன் "ஆம்" என்றபின் பெருமூச்சுவிட்டு "இன்று கனவில் நான் அவரைக் கண்டேன்" என்றான். "அவரையா?" என்று சதானீகன் கேட்டான். "ஆம், இப்போது அவரைப் பார்க்கையில்தான் கனவில் வந்தவர் அவரென்று தெரிந்தது. நூற்றுக்கணக்கான குழந்தைகள் நுரைக்குமிழிகளாக ஒன்றோடொன்று ஒட்டி கொப்பளித்துக்கொண்டிருந்தன. அவர் உள்ளே நுழைந்ததும் குழந்தைகள் அவரைச் சுற்றிச் சூழ்ந்துகொண்டன. கைகளையும் ஆடைகளையும் பற்றி இழுத்தன. அவர் கண்களில் நீர்வழிய விம்மி அழுதபடி அவர்கள் நடுவே நின்றார்" என்றான்.

நிமித்திகன் மதுராவின் அரசர்களின் குடிநிரையைச் சொல்லி வாழ்த்தி முடித்து தன் கொம்பை மும்முறை ஊதியதும் அவையெங்கும் ஓர் அசைவு அலையெனச் சென்று மறைந்தது. "பிறகு பேசுவோம்" என்றான் சதானீகன். நிமித்திகன் வெள்ளிக்கோலைத் தூக்கி மும்முறை ஆட்டி "அவையீரே, அறிக! தொல்புகழ் கொண்ட மதுராபுரியின் யாதவகுடித் தலைவர் வசுதேவர் புகழ் வாழ்க! அரியணை அமர்ந்த பலராமர் வாழ்க! என்றுமழியா யாதவக் குடியின் தலைவர்கள் அமர்ந்திருக்கும் இந்த அவை வாழ்க!" என்றான். "வாழ்க! வாழ்க!" என அவை முழக்கமிட்டது.

அவன் வெள்ளிக்கோலைத் தூக்கி "இவ்வவையில் இன்று உபப்பிலாவ்யத்தின் அரசரும் குருகுலத் தோன்றலும் பாண்டவர்களில்

முதல்வருமாகிய யுதிஷ்டிரரின் செய்தியுடன் அவரது இளையோன் அர்ஜுனன் அவை புகுந்திருக்கிறார். அவரைப் பேரரசரின் சொல்லும் அரசரின் செங்கோலும் வாழ்த்தி வரவேற்கின்றன. இத்தருணம் நிறைவுறுக! நம் குடிகள் இதை என்றும் நினைவில் கொள்க! இரு குடிக்கும் நன்மை பயப்பதே இங்கு எழும் சொற்களில் விளைக! ஆம், அவ்வாறே ஆகுக!" என்று கூறி வெள்ளிக்கோலைச் சுழற்றித் தலைவணங்கினான். அவையினர் கைதூக்கி "ஆம், அவ்வாறே ஆகுக!" என்று வாழ்த்தினர்.

வசுதேவர் அர்ஜுனனிடம் "பாண்டவரே, தங்களுடைய தூதுச் சொல் என்னவென்பதை இவ்வவையில் உரைக்கலாம்" என்றார். நிர்மித்ரன் யாதவஅரசியரைப் பார்த்தான். வசுதேவருக்கு இடப்பக்கம் தேவகியும் அவள் அருகே ரோகிணியும் அமர்ந்திருந்தனர். பலராமரின் அருகே அரசி ரேவதி அமர்ந்திருந்தாள். திரும்பி சதானீகனிடம் "இங்கு பேரவையில் அரசியர் அமரும் வழக்கமுண்டா?" என்றான். சதானீகன் "எங்கும் அரசியர் அமர்வதுண்டு. சில தொன்மையான ஷத்ரியக்குடிகளில் வெண்பட்டுத் திரைக்கு அப்பால் அவர்களை அமர்த்துவது வழக்கம்" என்றான். "யாதவர் பெண்வழிக் குடிமரபு கொண்டவர்கள். அரசியரின் சொல் அவைகளை ஆள்வது."

அர்ஜுனன் கைகூப்பி அஸ்தினபுரியின் கொடிவழியைச் சொல்லி யுதிஷ்டிரரை வாழ்த்தினான். "தந்தையின் தூதை அறிய அவர்கள் ஆர்வம்கொண்டிருக்கிறார்கள்" என்று நிர்மித்ரன் சொல்லி "ஆனால் என்ன நிகழ்கிறது என்பதை அரசர் அறிவதுபோல் தெரியவில்லை" என்றான். சதானீகன் பலராமரைப் பார்த்தான். தோள்கள் தசைபுடைத்து விரிந்திருக்க கைகளை மார்பில் கட்டியபடி காலால் அரியணையின் கீழிருந்த பட்டுவிரிப்பின் நூலொன்றை நெருடியபடி அவர் அமர்ந்திருந்தார். எதையோ ஆழ்ந்து எண்ணுபவர்போலத் தோன்றினாலும் அந்த நூலைத் தன் கட்டை விரலால் பற்றி இழுத்து எடுப்பதை மட்டுமே அவர் உள்ளம்கொண்டிருக்கிறார் என்பதை உணர்ந்த சதானீகன் புன்னகைத்தான்.

அர்ஜுனன் யாதவஅவையை நோக்கித் தலைவணங்கி "இந்த அவையில் எனது மைந்தன் உரைத்ததற்கு அப்பால் நான் உரைப்பதற்கு எதுவுமில்லை. யாதவர்களின் படைத்துணையைக் கோரி நான் இங்கு வரவில்லை. யாதவ இளவரசியை மணந்தவன், யாதவக் குருதியோடும் மைந்தனுக்குத் தந்தை, அனைத்திற்கும் மேலாக யாதவர் ஒருவரின் கால்களைத் தலைசூடும் பெருமை கொண்டவன். ஆகவே இங்கிருக்கும் எவருக்கும் நிகராக யாதவக்குடியின் பெருமைக்கும் வாழ்வுக்கும் பொறுப்பேற்றுக்கொள்பவன். அந்நிலையிலேயே இங்கு சிலவற்றை

உரைக்க வந்துள்ளேன்” என்றான். அந்த நேரடியான சொற்கள் அவையைத் திகைக்கச் செய்தன. அவை ரீங்காரமிட்டது.

நிர்மித்ரன் திகைப்புடன் “இவை அவர் உரைக்க வேண்டிய சொற்களல்ல” என்றான். சதானீகன் திரும்பாமலிருக்க, அவன் கையைப் பிடித்து மெல்ல உலுக்கி “மூத்தவரே, தந்தையர் அவையில் சொல்லவேண்டியதென்ன என்பதை பலமுறை எண்ணி சொல்வகுத்து எழுதி அவருக்கு அளித்தார்கள். பலமுறை அவரிடம் அச்சொற்கள் சொல்லப்பட்டதையும் நான் கேட்டேன். அவை இவையல்ல” என்றான். “ஆம், நானும் கேட்டேன். அவை முறைப்படி வகுக்கப்பட்ட அரசியல்சொற்கள். இவை அவர் மட்டுமே சொல்லக்கூடியவை” என்றான் சதானீகன். நிர்மித்ரன் “அவர் சினம் கொண்டிருக்கிறாரா?” என்றான். சதானீகன் “அவர் சொற்களைக் கேள்” என்றான்.

அர்ஜுனன் “நாங்கள் எங்கள் நிலத்தின் பொருட்டு படைகொண்டு எழுந்திருக்கிறோம் என்பது உண்மை. ஆனால் உலகறிந்த அவ்வுண்மைக்கு அடியில் எங்கள் உளமறிந்த உண்மை ஒன்றுண்டு. இங்குள்ள எதற்காகவும் அல்ல, விண்ணுள சொல் ஒன்றுக்காகவே நாங்கள் படைமுகம் நின்றிருக்கிறோம். அச்சொல்லை உளம் தொட்டறிந்து எங்களுக்கு உரைத்தவர் இளையயாதவர். தோழரும் தலைவரும் நல்லாசிரியரும் இறைவனுமாகியவர். இப்போர் மானுடத்தின் முன் அவர் ஏந்தி நின்றிருக்கும் நாராயணவேதத்தின் பொருட்டே என்றுணர்க! பிறிது எதற்காகவும் அல்ல” என்றான்.

“இங்கு போர் எழும். அதை எவரும் கடக்கவியலாது” என அர்ஜுனன் எழாத குரலில், எவரையும் நோக்கா விழிகளுடன், அவனிலூடாக ஒலிக்கும் பிறிதொன்றின் மொழி எனச் சொன்னான். “இங்கு வீழும் ஒவ்வொரு துளிக் குருதியும் அந்த அழியாச் சொல் கொள்ளும் பலியே ஆகும். தனக்குரிய புத்துலகைப் படைக்க அது மேழிப்படைக்கலம் ஏந்தி மண்ணைப் புரட்டவிருக்கிறதென்றால் அதுவும் நல்லூழே. அறிக, வெல்வது அதுவே! இப்புவியில் படைக்கலம்கொண்டு எழுந்து நிற்கும் ஆற்றல்கொண்ட அனைவரும் எதிர்த்து நின்றாலும்கூட அது வெல்லும். மாமலைகளும் பெருங்கடல்களும் வழிமறித்தாலும் பிளந்து வழிகண்டு செல்லும். ஐயமின்றி உணர்க! மானுடம் உள்ளவரை அது வாழும்.”

“எளியவர்களே, அதன்பொருட்டு இன்றிருந்து நாளை மாய்ந்து மறுநாள் மறக்கப்படவிருக்கும் எளிய மானுடரிடம் படைத்துணை கோரி வந்திருக்கிறேன் என்று எவரும் எண்ணவேண்டியதில்லை. சுழிப்பெரும்புயலில் எழுந்து பறக்கும் சிறுசருகு என்றே என்னையும் உணர்கிறேன். ஆயினும் மலைகளை அறைந்து உடைத்து சிதறடிக்கும்

வல்லமையைக் கொண்டுள்ளேன்... இப்போர் முடிக்க நான் ஒருவனே போதும். துணை நிற்க மானுடர் வெல்லமுடியாத தொல்குரங்கின் கதைப்படைக்கலமும் உள்ளது. நானறியாதனவும் அறிந்து என்னை ஏந்தி மண்நிகழ்ந்துள்ள காண்டீபம் தன் வினைமுடிக்கும் என்று அறிக!" என்றான் அர்ஜுனன்.

"நான் வந்திருப்பது என் பொருட்டோ என் குலத்தின் பொருட்டோ அல்ல. எனையாளும் தெய்வத்தின் பொருட்டும் அல்ல. உங்கள் பொருட்டே. நலம் நாடும் குரல் இது. யாதவரே, உங்கள் குடிகளுக்கு வேறு வழி என ஒன்றும் இல்லை. அடிபணியுங்கள். உடன் சென்று நில்லுங்கள். உங்கள் குடி காத்துக்கொள்ளுங்கள். அவருக்கு எதிர்நிற்பீர்களேயானால் உங்களை முற்றழிக்க படையாழி வேண்டியதில்லை. விழியோர நோக்கொன்றே போதும் என்று உணர்க!" கை தூக்கி விழி அவையில் ஒவ்வொருவரையும் கூர்ந்து நோக்க, அர்ஜுனன் உரத்த குரலில் சொன்னான் "வேண்டுதல் அல்ல இது, எச்சரிக்கை. வாழவேண்டுமெனில் பிறிதொரு வழியில்லை. தெய்வப்பகை கொள்ளவேண்டியதில்லை."

"கேளுங்கள் யாதவர்களே, இந்நகரில் மதுராவின் பைங்குழவியரின் குருதி விழுந்த வரலாறொன்று உண்டு. உங்கள் குடியில் தெய்வமெழுந்தது என்றாலும் அப்பழி மறைவதில்லை. மானுடர் நாவில் சொல் உள்ளவரை அப்பழியும் தொடரும் என்று உணர்க! இன்று சொல்முதல்வனைத் துறந்து மறுபக்கம் செல்ல உங்களுக்குத் தோன்றியதேகூட அப்பழியின் பொருட்டு வஞ்சம்கொண்டு வான்நிறைந்துள்ள உங்கள் மூதாதையரின் விழைவுப்படியே. ஆம், உங்கள் குலதெய்வங்கள் நிறைந்துள்ளன இந்நகரில். கண்ணீர் வற்றாத அன்னையரின் குரல்களும் ஊடுகலந்துள்ளன."

நிர்மித்ரன் அரசி தேவகி நடுங்கிக்கொண்டிருப்பதைக் கண்டான். "விழப்போகிறார்கள்" என்று மெல்லச் சொன்னான். அவன் கையைத் தொட்டு பேசாதே என உணர்த்தினான் சதானீகன். "பிழையீடு செய்ய ஒரு வாய்ப்பு இது. அவர் சொல்லுக்கென நின்று களம்பட்டீர்கள் என்றால் சென்று உங்கள் மூதாதையர் முன் நிற்கையில் சிறுமை கொள்ளமாட்டீர்கள். இதற்கப்பால் இந்த அவையில் நான் சொல்வதற்கொன்றுமில்லை" என்று சொல்லித் தலைவணங்கி அர்ஜுனன் தன் பீடத்தில் அமர்ந்தான்.

அவை நெடுநேரம் அசைவற்று ஒலியற்று அமர்ந்திருந்தது. பலராமர் திரும்பி ரேவதியை பார்ப்பதைக் கண்டு நிர்மித்ரன் சதானீகனிடம் "என்ன செய்யவேண்டுமென்று கேட்கிறாரா?" என்றான். கைகளைத் தொட்டு, பேசாதே என்று சதானீகன் அறிவுறுத்தினான். ரேவதி விழிகளால் அக்ரூரரைச் சுட்டிக்காட்டினாள். பலராமர் அக்ரூரரைத்

திரும்பி நோக்க அவர் கையைத் தொட்டு அவள் அசையாமலிருக்கும்படி சொல்வதை உதடசைவாகவே காணமுடிந்தது.

அக்ரூரர் அவள் நோக்கைச் சந்தித்தவுடன் எடைமிக்க உடலை உந்தி எழுந்து இரு கைகளையும் கூப்பி "அவையீரே, அடியவன் என்று இந்த மேடையில் நின்று தன் தலைவருக்கு உகந்த சொற்களை இளையபாண்டவர் சொன்னார். அது நன்று. அவ்வடைக்கலம் சிறப்புறுக!" என்றார். குரலைச் சீராக ஆனால் அனைவரும் கேட்கும்படி ஒலிக்கவிட்டார். "இங்கு குடியவையில் நாம் எடுக்கவேண்டிய முடிவு எவ்வுணர்வுக்கும் பாற்பட்டதல்ல. நம் குடிக்கென நாம் கொள்வதும், நம் அரசரைச் சிறப்புறச் செய்வதும், நம் கொடிவழிகள் எண்ணி நிறைவுறுவதுமான ஒன்றே நம் முடிவென்றிருக்கவேண்டும்." அவை "ஆம், மெய்தான்" எனக் கார்வையோசை எழுப்பியது.

"ஆம், இந்நகரில் இளம்குழவியர் குருதித் துளி விழுந்துள்ளது. அக்குருதியைக் கண்டு உளம் கொதித்தவர்களில் முதல்வன் நானே. நிமித்திகர் குறிதேர்ந்து கோகுலத்திற்குச் சென்று இளையயாதவரையும் மூத்தவரையும் இங்கு இட்டு வந்தவன் நான். கொடியவனை அழித்து குலப்பழியை அவர்களைக்கொண்டு நிகர் செய்தேன். அந்நாள் முதல் இந்நாள்வரை நம் குடியினர் அனைவரும் அந்நீத்தோர் அனைவருக்கும் எள்ளும் நீரும் இறைத்து விழிநீருடன் சொல்லளித்து வருகிறோம்" என்றார் அக்ரூரர். "ஆம்" என்று அவை முழங்கியது.

"அவர்களின் பொருட்டு விழிநீர் சிந்தாத ஒருவர்கூட இங்கில்லை. நாளை நம் கொடிவழியினரும் அவர்களுக்காக எள்ளும் நீரும் இறைக்கவேண்டும். நாம் அரசுசூழ்வது அதன்பொருட்டே. ஆம், நீத்தோர் நமக்கு முதன்மையானவர்களே. ஆனால் நிகராகவே வரவிருப்போரிடமும் நமக்குக் கடன் உண்டு. நமது குடி நம்பிக்கையின்படி அன்று நிறையாமல் நீத்தோரே மீண்டும் மீண்டும் காலமடிப்புகளில் நம் பெண்டிர் கருவில் எழவிருக்கிறார்கள். நீத்தோருக்கான கடனையே நாம் வாழ்வதினூடாக வரவிருப்போருக்கு அளிக்கிறோம்."

அக்ரூரர் குரலெழுப்பினார் "நாம் அவர்களுக்கு அளிக்க வேண்டியது தொல்புகழ் மதுராவின் பெருமையை. நம் குடியினரின் நல்வாழ்வை. நுரையெனப் பெருகிப்பரவும் ஆநிரைக் கூட்டத்தை. ஏதென்று அறியாத மாயச் சொல்லொன்றின் பொருட்டு களம் நின்று குருதிகொடுத்து நாம் முற்றழிந்தோமெனில் வாழ்ந்து நிறையாது வான்சென்று மீண்டும் பிறக்க எண்ணி அவ்வெளியில் காத்து நின்றிருக்கும் நமது குடிமைந்தருக்கு என்ன மறுமொழி சொன்னவர்களாவோம்? அரசிழந்து மீண்டும் கானகங்களில் கன்றோட்டும் குடிகளானோம் என்றால், வற்கடமும்

காட்டெரியும் நம் குழவியரைப் பலிகொள்ளும் என்றால் நம்மைவிடக் கீழோர் உண்டா?"

"யாதவரே, நம் இல்லங்கள் செழிப்பதும் அன்னையர் கரு நிறைவதுமே வீணுக்கு இறந்து விண்சென்ற அவர்களுக்கு நாம் இன்று அளிக்கும் கொடை. அதன்பொருட்டே இங்கு அம்முடிவு எடுக்கப்பட்டது. நாம் அஸ்தினபுரியுடன் உறுதிகொண்டு நிற்பதாகச் சொல்லளித்திருக்கிறோம். எண்ணிச் சூழ்ந்து எண்திசையும் தெளிந்த பின்னர் எடுக்கப்பட்ட முடிவு அது. ஏனெனில் நம்மை நிகர்அரசென அவையமர்த்தும் ஷத்ரிய அவை அது ஒன்றே. நாளை நம் குடிகள் மணிமுடி சூடிச் சென்று அமர்வார்கள். நம் மைந்தர் மணம்கொண்ட அரசு அஸ்தினபுரி என்பதை மறக்கவேண்டாம்."

அக்ரூரர் அவர்களை மாறிமாறி நோக்கி கூர்கொண்ட குரலில் தொடர்ந்தார். "இன்றுவரை நிலம்வென்று முடிசூடி அமர்ந்த நான்காம் வருணத்தவர் என்றே யாதவர் அறியப்பட்டிருக்கிறார்கள். இப்போருக்குப் பின் நாம் ஷத்ரியர் என்று ஆவோம். மாறாக இளையபாண்டவர் கூற்றை ஏற்று நாம் இளையவரின் பின் நின்றால் என்ன ஆவோம்? பாரதவர்ஷத்தின் ஷத்ரியர்கள் அனைவராலும் எதிர்கொள்ளப்படுவோம். ஐயம் வேண்டாம், தோற்றழிவோம். கார்த்தவீரியனை முன்னிறுத்தி ஒருமுறை எழுந்தோம். அவர் கொண்ட ஆணவத்தால் வீழ்ந்தோம். மீண்டு எழ ஆயிரமாண்டுகளாயின. இம்முறை விழுந்தால் எழுவதற்கு நம் குடியும் எஞ்சாதென்றறிக!"

"ஆம், இளையவர் நமக்கு எதிராகப் படையாழிகொண்டு நிற்கக்கூடும். தன் குடியைத் தானே கொன்றழிக்கவும்கூடும். அவர் அவ்வாறெனில் அவருக்கும் கம்சருக்கும் என்ன வேறுபாடு? தன் மைந்தரைத் தான் கொன்ற தந்தை என்று வரலாறு பழிக்கட்டும். அப்பழியை விழைவாரென்றால் படையாழியைக் கையில் எடுக்கட்டும். படைமுகத்தில் நான் நிற்கிறேன். தந்தை வசுதேவர் நிற்பார். மூத்தவர் பலராமர் நிற்பார். ஈன்ற மைந்தர்கள் நிற்பார்கள். குலத்தலைவர்கள் நிற்பார்கள். அனைவரையும் கொன்று தன் சொல்லை அவர் நிலைநாட்டட்டும். தன்னைத் தெய்வமென்று நிறுத்தும் பொருட்டே கம்சர் குடிக்கொலை புரிந்தார். இவர் விழைவதும் அதுவென்றால் அவ்வாறே ஆகட்டும்."

அர்ஜுனனிடம் திரும்பி "பாண்டவரே, நீங்கள் பேசவேண்டியது எம்மிடம் அல்ல. சென்று உம் தோழரிடம் சொல்க, இளையவர் நீடுபழியைத் தேடுகிறாரா, அன்றி குலத்தோடொத்து புகழ்கொள்கிறாரா என்று" என்றபின் கைகூப்பி அக்ரூரர் அமர்ந்தார். அவை ஓசையின்றி அமர்ந்திருந்தது. பின்னர் ஒருவர் உரத்த குரலில் "ஆம், சென்று அவரிடம்

கேட்கட்டும் பாண்டவர். எங்களைக் கொல்வாரென்றால் அதுவே நிகழ்க!" என்று கூவினார். அவை கலைந்து முழங்கத் தொடங்கியது. நிர்மித்ரன் "மூதரசி விழுந்துவிட்டார்" என்றான். கலைந்து கூச்சலிட்ட அவை அதை அறியவில்லை. பீடத்தில் தளர்ந்து சரிந்த தேவகியை மெல்லத் தூக்கிக்கொண்டு சென்றனர் சேடியர்.

அதைப் பிந்தி உணர்ந்த அவை ஓசையடங்கியது. கிருதவர்மன் கைகளைத் தூக்கியபடி எழுந்து "இந்த அவையில் மூத்தவரின் தாள்பணியும் யாதவ அரசனென்று நின்று ஒன்றைச் சொல்ல விரும்புகிறேன். வெல்ல முடியாதவர் அல்ல இளையயாதவர். எதிர்த்து எனக்கென்று ஒரு நாடும் முடியும் கொண்டு நான் நின்றிருக்கிறேன் என்பதை எவரும் அறிவர். என்னை வென்று அழிக்க அவர் எத்தனை விழைகிறார் என்று அறியாத எவருண்டு இங்கே? ஏன் இயலவில்லை? தோள்வலியும் துணைவலியும் கொண்டவனை அவர் அணுகமுடியாது" என்றான். அவை கிருதவர்மனை வாழ்த்திக் கூச்சலிட்டது.

"என்றேனும் களம்நின்றால் முதலில் எனக்காக அப்படையாழி எழும் என்று அறிவேன். அவ்வஞ்சினத்தை நானும் கொண்டுள்ளேன். ஒருநாள் நானும் எதிர்கொள்வேன். யாதவரே, வீரம் எவருக்கும் தனிச்சொத்து அல்ல. படையாழி ஏந்தவும் படைமுகம் நின்று போரிடவும் நானும் அறிவேன், அதையே இளையபாண்டவரிடமும் சொல்ல விரும்புகிறேன்" என்றான். ரேவதி புன்னகைத்து, அதை மறைப்பதற்காகத் தலையாடையை இழுத்து முகத்தின் மேலிட்டு சரித்துக்கொள்வதை சதானீகன் கண்டான். நிர்மித்ரன் "புன்னகைக்கிறார்" என்றான். சதானீகன் "தன் சொற்களைப் பிறர் சொல்லவைப்பவர் அரசுசூழ்தலில் எப்போதும் வெல்கிறார்கள்" என்றான்.

வசுதேவர் எழுந்து கைகூப்பி "இவ்வவையில் பிறிதொரு சொல்லாடலை நான் விரும்பவில்லை. இளையபாண்டவர் உபப்பிலாவ்யத்தின் அரசர் யுதிஷ்டிரரின் செய்தியுடன் இங்கு வந்ததாக சொன்னார். அதை உரைக்க ஒரு வாய்ப்பளிப்பது நம் கடமை. இங்கு அவர் உரைத்தது நாடிழந்து பெண்கொடையாகப் பெற்ற சிற்றூரில் தங்கியிருக்கும் பாண்டவர்களின் சொல்மட்டுமே என்று கொள்வோம். அதை உரிய முறையில் அமைச்சர் எதிர்கொண்டார். அவர் சொற்களையே நானும் சொல்கிறேன். யாதவர்கள் அஸ்தினபுரிக்கு அளித்த சொல்லுறுதி தொடரும். எங்கள் செய்தியாக இதை இளையபாண்டவர் சென்று தமையனுக்கு உரைக்கட்டும். தன் தோழருக்கும் அறிவுறுத்தட்டும்" என்றார்.

பலராமர் எழுந்து "போர் நிகழப்போவதில்லை என்று நான் நினைக்கிறேன். ஏனெனில் அஸ்தினபுரியை எதிர்கொள்ளும் அளவுக்குப்

பாண்டவர் தரப்புக்கு ஆற்றல் இல்லை. அதைப் பிற எவரையும்விட யுதிஷ்டிரர் அறிந்திருப்பார். அஸ்தினபுரி நட்பு சேர்த்து ஆற்றல் பெருக்கிவிட்டதனாலேயே இப்போர் முற்றிலும் தவிர்க்கப்பட்டுள்ளது. போர் தவிர்க்கப்படவேண்டும் என்பதனாலேயே அஸ்தினபுரியை ஆதரிக்கவேண்டும் என்று நான் முதலில் முடிவு செய்தேன்" என்றார்.

அர்ஜுனனை நோக்கித் திரும்பி "இளையபாண்டவர் இந்தச் செய்தியை சென்று யுதிஷ்டிரரிடம் சொல்லட்டும். இன்னமும்கூட பொழுதுள்ளது. யுதிஷ்டிரருக்கு உரிமையுள்ள நிலம் எதுவோ அதைத் துரியோதனன் அளிக்கும்படி நான் கோருகிறேன். என் ஆணையை அவன் மீறமாட்டான். தன் நிலத்தைப் பெற்று தனக்கென்று ஓர் அரசை அமைத்துக்கொண்டு அவர் ஆளலாம். அவர் அறம் திகழவேண்டும் என்றும் குடி பெருக வேண்டும் என்றும் நான் விழைகிறேன். என் வாழ்த்துகளை இளையபாண்டவர் அவருக்குத் தெரிவிக்கட்டும்" என்றார் பலராமர்.

அர்ஜுனன் எழுந்து தலைவணங்கி "அவ்வாறே, அரசே" என்றான். அக்ரூரர் நிமித்திகனை நோக்கிக் கைகாட்ட அவன் மேடையேறி தன் கொம்பை மும்முறை முழக்கி "சொல் நிறைக! அறம் திகழ்க! இனியவை எஞ்சுக! இவ்வவை நிறைவுறுகிறது. அரசர்கள் அவைநீங்குகிறார்கள்" என்றான். மங்கல இசையும் முரசொலியும் எழுந்தன. வசுதேவர் எழுந்து அவையை வணங்கி அவையிலிருந்து வெளியே நடந்தார். பலராமர் அக்ரூரரை நோக்கிக் கையசைத்து ஏதோ சொல்லிவிட்டு அவையை வணங்கி தானும் தொடர்ந்து சென்றார்.

குடித்தலைவர்கள் எழுந்து கிருதவர்மனைச் சூழ்ந்துகொண்டனர். ஒரே குரலில் அனைவரும் பேசிய ஒலி அவ்வவையை நிரப்பியது. அர்ஜுனன் தலைகுனிந்து அவையிலிருந்து தனித்து வெளியே செல்ல, சதானீகன் விரைந்து உடன்செல்ல, கூடவே வந்த நிர்மித்ரன் "தேவையற்றவற்றைப் பெரும்பாலான நேரங்களில் பேசினார்கள். இத்தனை பெரிய முடிவை மிக விரைவில் எடுத்துவிட்டார்கள்" என்றான். "எப்போதும் அவையில் நிகழ்வது அதுதான்" என்றான் சதானீகன்.

அவையைவிட்டு வெளியே நடந்த அர்ஜுனனைத் தொடர்ந்து சென்று இடைநாழியில் இணையாக நடந்தபடி சதானீகன் "இந்தத் தூது இவ்வாறாக முடியுமென்று முன்னரே எண்ணியிருந்தீர்களா, தந்தையே?" என்றான். அர்ஜுனன் அரைத்துயிலிலென விழிகள் பாதி மூடியிருக்க தலைகுனிந்து ஒரு கையால் தாடியைப் பற்றிச் சுழற்றியபடி நடந்துகொண்டிருந்தான். சதானீகனின் கேள்வியை ஒருகணம் கழித்தே உள்வாங்கி நிமிர்ந்து நோக்கிப் புன்னகையுடன் "ஏன்?" என்றான்.

“அங்கிருந்து பயின்று வந்ததைத் தாங்கள் கூறவில்லை. சினம்கொண்டு எச்சரிக்கை விடுத்தீர்கள். தங்களைச் சினமூட்டிய ஒன்று அவையில் நிகழ்ந்தது. அது என்னவென்று நானறியேன்” என்றான்.

நிர்மித்ரன் “நான் அறிவேன். அவை முழுக்க அருவருப்பூட்டும் ஆணவம் ஒன்று நிறைந்திருந்தது. தாங்கள் வென்றுவிட்டதாகவே இந்த மூடர்கள் எண்ணியிருக்கிறார்கள். தந்தை அவைபுகுந்ததும் யாதவகுல மூத்தாரில் எழுந்த மெல்லிய நகைப்பை நான் கேட்டேன்” என்றான். “அவர்கள் உங்களை மதிக்கவில்லை என்று சினம் கொண்டிருக்கமாட்டீர்கள் என்று எண்ணுகின்றேன்” என்றான் சதானீகன். அர்ஜுனன் “என்னை அவர்கள் மதிப்பார்கள் என்று நான் எப்படி எதிர்பார்க்க முடியும்? அவர்கள் மதிக்கவில்லை. மதிக்காத ஓர் அவையில் எழுந்து நின்று நான் பிறிதொன்றைக் கூற இயலுமா என்ன?” என்றான்.

“தாங்கள் இச்சொற்களுடன் அங்கிருந்து வந்தீர்களா?” என்றான் சதானீகன். “இல்லை, உண்மையில் அங்கிருந்து கிளம்பும்போது ஒரு சொல்லையும் என் உளம் வாங்கிக்கொள்ளவில்லை. எதன்பொருட்டு வந்திருக்கிறேன் என்பதையோ இந்த அவைக்குள் நுழைவதையோகூட நான் உள்ளூர வகுத்துக்கொண்டிருக்கவும் இல்லை. அவையில் வந்தமர்ந்தபோது என்மேல் நோக்குகளை உணர்ந்தேன். இந்த அவை முழுவதும் என்னை நோக்கிக்கொண்டிருந்தது. மானுட நோக்குகள் மட்டும் அல்ல.” சதானீகன் மெய்ப்புகொண்டு மூச்சிறுகத் தலையசைத்தான்.

“இந்த அவையெங்கும் நிறைந்திருந்தவை அவர்களின் இருப்புகளே. நான் சொல்ல வேண்டியதென்ன என்பதை அப்போதுதான் உணர்ந்தேன். அவர்களின் குரலாகவே நான் இங்கு பேசவேண்டும்” என்றான் அர்ஜுனன். சதானீகன் “ஆனால் அக்ரூரர் அவை நின்று பேசிய ஒன்று பொருள் உள்ளது என்று எனக்குத் தோன்றியது. மிகச் சரியாக அதை அவையிலெடுப்பதன் வழியாக அவர் முதிர்ந்த அரசியலர் என்பதையும் காட்டிவிட்டார்” என்றான். “படையாழிகொண்டு யாதவப்படைக்கு எதிராக நிற்பார் என்றால் இளையயாதவருக்கும் கம்சருக்கும் என்ன வேறுபாடென்று கேட்டாரல்லவா? அதை இனி அத்தனை யாதவர்களும் கேட்பார்கள். இன்று வரை இவர்கள் அஸ்தினபுரியுடன் இணையும்போது இருந்த உளத்தடை என்பது இளையயாதவருக்கு எதிராகப் படை நின்றிருக்கவேண்டுமே என்பதுதான். இப்போது அவ்வெண்ணமே இளையயாதவர்மேல் சினமும் காழ்ப்பும் கொள்வதாக வளர்ந்துவிடும்.”

அர்ஜுனன் "ஆம், வேறுபாடென ஒன்றுமில்லை என்பதும் உண்மை" என்றான். தனக்குத் தானே எனக் கையசைத்து எதையோ அகற்றுபவன்போலக் காட்டி "மெய்யாகவே வேறுபாடெதுவும் இல்லை. முற்றழிவை உருவாக்கும் அரக்கர்களும் புத்துலகு படைக்க எண்ணும் ஞானியரும் நிகழ்த்துவது ஒன்றே, பேரழிவு. வேர்வரை கெல்லி எடுத்து மண்புரட்டும் மேழியைவிட அழிக்கும் படைக்கலம் எது? முளைப்பதென்ன என்பதுதான் வேறுபாடு" என்றான். அவர்கள் இருப்பதை அப்போதுதான் உணர்ந்ததுபோல "என்ன சொல்லிக்கொண்டிருந்தேன்?" என்றான்.

சதானீகன் ஒன்றும் சொல்லவில்லை. நிர்மித்ரன் அர்ஜுனனின் கையைப் பற்றி "நான் சொல்கிறேன், தந்தையே. ஆக்கமும் வன்பாதையே" என்றான். அர்ஜுனன் புன்னகையுடன் அவன் தோளைத்தட்டி "ஆம், பிறவியும் குருதிப்பெருக்கே" என்றபின் சதானீகனிடம் "உரிய ஒப்புமை ஒன்றைச் சென்றடைந்துவிட்டால் ஊக்கம் கொள்ளும் அகவை" என்றான். சதானீகன் "அதைப்பற்றி நேற்றுதான் பேசிக்கொண்டிருந்தேன்" என்றான்.

அர்ஜுனன் நிர்மித்ரனிடம் "ஆனால் அத்தனை எளிதாக என்னால் சொல்லிவிட முடியவில்லை. ஒவ்வொரு காலடியிலும் நின்று தயங்குகிறேன். உண்மையில் நீ அதைச் சொன்னபோது ஆமென்று என்னுள் ஓர் ஒலி எழுந்தது. உன்னை ஆசிரியனாகக்கொண்டு நீ சொன்ன அவ்வரியை நம்பி ஆறுதல்கொள்ள என் உள்ளம் விழைகிறது" என்றான். நிர்மித்ரன் அவன் விழிகளிலிருந்த துயரைக் கண்டு, புரியாமல் மூத்தவனை நோக்கிவிட்டு "நீங்கள் சொன்னதுதான், தந்தையே" என்றான். "ஆம், ஆனால் நான் அத்தனை ஆழ்ந்து அதைச் சொல்லவில்லை" என்றான் அர்ஜுனன்.

சதானீகன் "நமது வருகை தோற்றுவிட்டது என்றுதானே பொருள்? நாம் என்ன செய்யப்போகிறோம்? கிளம்புகிறோமா?" என்றான். அர்ஜுனன் "நாம் இளையயாதவரைப் பார்க்க வந்தோம். அவர் எங்கிருக்கிறார் என்று அறிவதுவரை இங்கிருப்பது நன்று" என்றான். "அவர் இங்கு வரக்கூடும் என்றுதான் எனக்குத் தோன்றுகிறது" என்றான் சதானீகன். அர்ஜுனன் "அவர் இங்கு வரமாட்டார். நாம் இந்த நகரத்தில் காணும் அனைத்தையும் அவர் ஒவ்வொரு முறையும் கண்டிருப்பார்" என்றான்.

"அவர் எங்கிருக்கிறார் என்று தங்களுக்குத் தெரியுமா?" என்றான் சதானீகன். "தெரியாது. ஆனால் ஓரிருநாட்களில் அவரைச் சந்திப்பேன் என்பது மட்டும் உறுதி. அவரே அழைப்பார்" என்றான் அர்ஜுனன். "நான் வந்த தூது வென்றுவிட்டதென்றே சொல்வேன்" என்றான்.

சதானீகன் “எவ்வாறு?” என்றான். “நான் சொன்னவை அனைத்தும் ஒருவர் செவிக்காக மட்டுமே.” சதானீகன் “ஆம்” என்றான்.

நிர்மித்ரன் மீண்டும் அர்ஜுனன் கையைப் பிடித்து உலுக்கி “நான் சொல்கிறேன், தந்தையே. மூதரசி தேவகி அவையிலிருந்தார். தங்கள் சொல் கேட்டு அவர் அதிர்வதை நான் பார்த்தேன். தலையிலிருந்து குழலாடை நழுவித் தோளில் விழ, அதை எடுத்துத் திரும்ப அமைத்தபோது அவர் விரல்கள் அதிர்ந்துகொண்டிருந்தன. அவர் மயங்கிவிழுந்தார்” என்றான். அர்ஜுனன் “ஆம்” என்றான். “இன்று மாலை விருந்து நிகழ்கிறது. அது நாம் இங்கு வந்த தூதுப்பணியின் நிறைவு நிகழ்வு” என்றபின் “வருக, சற்று ஓய்வெடுத்து மீண்டும் அரண்மனைக்கே வரவேண்டியிருக்கும்” என்றான்.

6

மதுராவின் தொன்மையான அரண்மனையில் அரசியருக்கான அகத்தளத்தை ஒட்டி அமைந்த உள்கூடத்தில் அரசகுடியினருக்கான விருந்து ஒருக்கப்பட்டிருந்தது. விருந்துக்குரிய வெண்பட்டாடை அணிந்து வெண்ணிறத் தலைப்பாகை சூடி அர்ஜுனன் முன்னால் நடக்க, நிர்மித்ரனும் சதானீகனும் இருபுறமும் சற்று பின்னால் எனத் தொடர்ந்து சென்றனர். அவர்களை எதிர்கொண்ட சிற்றமைச்சர் தலைவணங்கி "விருந்துக்கூடம் ஒருங்கிவிட்டது. தங்களுக்காகக் காத்திருக்கிறார்கள், அரசே. வருக!" என்றார். அவரைத் தொடர்ந்து நடந்தபடி அர்ஜுனன் "மதுராபுரியில் இளையயாதவருடன் இருமுறை விருந்தாடியிருக்கிறேன். நீண்ட இடைவெளிக்குப் பிறகு இப்போது பிறிதொரு விருந்து" என்றான்.

சிற்றமைச்சர் "ஆம், முன்பு தாங்கள் இங்கு வந்தபோது என் தந்தை உடனிருந்தார்" என்றார். நிர்மித்ரன் "இது முறைமை சார்ந்த விருந்து அல்ல என்றார்கள். ஆகவேதான் நான் எளிய உடை அணிந்தேன். மூத்தவர் இது போதுமென்று சொன்னார்" என்றான். சதானீகன் "மாற்றரசர்களும் அயல்நாட்டுத் தூதர்களும் இருந்தால் மட்டுமே அது அரசமுறைமை விருந்து. இது மதுராவின் அரசியுடனும் அரசருடனும் நாம் அமர்ந்து விருந்துண்ணும் நிகழ்வு மட்டும்தான்" என்றான்.

அர்ஜுனன் "யாதவக் குடித்தலைவர்களையும் அழைத்திருக்கிறார்களா?" என்றான். சிற்றமைச்சர் திரும்பி "இல்லை. உபயாதவர்கள் மட்டுமே உள்ளனர்" என்றார். சதானீகன் "அப்படியென்றால் இங்கும் அரசியலே பேசப்படுமா?" என்றான். அர்ஜுனன் புன்னகைத்து "அரண்மனைகளில் பேசப்படுவது எதுவும் அரசியலே" என்றான். "உபயாதவர்களே ஒரு

பெருவிருந்துக்குப் போதுமானவர்கள்” என்றான் நிர்மித்ரன். “இங்கே துவாரகையின் நான்கு அரசியரின் மைந்தர்களே வந்துள்ளனர்” என்று சிற்றமைச்சர் சொன்னார்.

இடைநாழியினூடாக உள்கூடத்தின் வாசலை அடைந்து அவர்கள் வரவை அறிவிக்கும்படி ஏவலனிடம் சிற்றமைச்சர் சொன்னார். ஏவலன் உள்ளே சென்று அறிவித்து அவர்களை உள்ளே செல்லலாம் என்று கைகாட்டினான். எடைமிக்க கதவு விலகி உள்ளே இருந்தவர்கள் பேசிக்கொண்ட ஓசையை வெட்டி அவர்கள்மேல் வீசியதுபோல் தோற்றம் அளித்தது. அவர்கள் உள்ளே நுழைந்ததும் பின்னால் கதவு ஓசையின்றி மூடிக்கொண்டது. பலராமர் முன்னரே உண்ணத்தொடங்கிவிட்டிருந்தார். கையிலிருந்த பெரிய ஊன்துண்டுடன் எழுந்து பிறிதொரு கையை நீட்டி “வருக, இளையோனே. உனக்காகவே காத்திருந்தோம். மைந்தரே, வருக! உணவருந்துங்கள். மதுராவின் அடுமனைத்தொழில் தனித்துவம் கொண்டதென்று உங்கள் மூத்தவன் பீமனே கூறியிருக்கிறான்” என்றார்.

அக்ரூரர் எழுந்து அர்ஜுனனை நோக்கி “வருக, இளையபாண்டவரே! நல்லுணவின் முன்பு இனிய சொற்களுடன் இவ்விரவை நிறைவு செய்வோம். அவையில் நான் கடுஞ்சொற்கள் ஏதேனும் சொல்லியிருந்தால் அதன்பொருட்டு தலைவணங்கிப் பொறுத்தருளக் கோருகிறேன்” என்றார். அர்ஜுனன் “இதென்ன சொற்கள்? தாங்கள் என் தந்தையைப் போன்றவர்” என்றான். பலராமர் அர்ஜுனனின் கையைப் பற்றிக்கொண்டு “உண்ணுக, ஏழுவகை ஊனுணவு உள்ளது இங்கு” என்றார். அர்ஜுனன் “நான் உண்ணும் உணவைக் குறைத்துக்கொண்டே வருகிறேன்” என்றான். “ஏன்?” என்று பலராமர் கேட்டார். “எதற்காகக் குறைக்க வேண்டும் உணவை?” அர்ஜுனன் சிரித்து “உணவு மிக அரிதாகக் கிடைக்கும் நிலங்களில் பயணம் செய்திருக்கிறேன். ஆகவே தேவைக்குமேல் உண்பது அதை வீணடிப்பதே என்ற எண்ணம் உருவாகிவிட்டது” என்றான். “நன்று! நன்று!” என்று நகைத்த பலராமர் ஊன்துண்டைக் கடித்து மென்றபடி “ஆனால் நான் ஒவ்வொரு முறையும் முந்தைய முறையைவிடக் கூடுதலாக உண்கிறேன்” என்றார்.

சதானீகனையும் நிர்மித்ரனையும் சாம்பனும் சுமித்ரனும் அழைத்து அமரச்செய்தனர். ஒரே தோற்றத்தில் இருந்தவர்கள் தம்பியர் புருஜித், சதாஜித், சகஸ்ரஜித், விஜயன், சித்ரகேது, வசுமான், திராவிடன், கிராது ஆகியோர் என சதானீகன் புரிந்துகொண்டான். சாம்பன் “இவன் சுருதன். இளைய அன்னை காளிந்தியின் மைந்தன்… அவர்கள் தம்பியர்” என்றான். சதானீகன் “கவி, விருஷன், களிந்தவீரன், சுபாகு, பத்ரன், சாந்தன், தர்ஷன், பூர்ணநமாம்ஷு, சோமகன். நான் சரியாகச்

சொல்லிவிட்டேனா?” என்றான். சாம்பன் சிரித்து “ஆம், அவர்கள் அன்னை லக்ஷ்மணையின் மைந்தர்கள். பிரகோஷன், காத்ரவான், சிம்மன், பலன், பிரபலன், ஊர்த்துவாகன், மகாசக்தன், சகன், ஓஜஸ், அபரஜித். அப்பாலிருப்பவர்கள் அன்னை மித்ரவிந்தையின் மைந்தர்கள். விருகன், கர்ஹன், அனிலன், கிருதரன், வர்தனன், ஆனந்தன், மகாம்சன், பவனன், வஹ்னி, க்ஷூதி” என்றான்.

நிர்மித்ரன் “இவர்களே இப்படி எண்ணற்றவர்களாகத் தோன்றுகின்றனர். அஸ்தினபுரியில் உபகௌரவர் நிரை ஒரு படையென்றே தோன்றும்போல” என்றான். சுமித்ரன் “ஆம், ஆலயச்சுற்றுமண்டபத்தில் நின்றிருக்கும் சிலைகள்போல ஒன்றென்றே தெரிவார்கள்” என்றான். சாம்பன் நிர்மித்ரனிடம் “உன்னை நான் கைக்குழந்தையாகப் பார்த்திருக்கிறேன்” என்றான். நிர்மித்ரன் “எப்போது?” என்றான். “இந்திரப்பிரஸ்த நகர்நிலை விழவின்போது. உன் அன்னை இடுப்பிலிருந்தாய். அரையாடை உனக்கு ஒவ்வாததால் அதைப் பிடித்து இழுத்துக் கழற்ற முயன்றபடியே இருந்தாய்” என்றான். அவன் தம்பியர் நகைத்தனர்.

“உண்மையைச் சொல்லப்போனால் இப்போதுகூட அரையாடை சுமையாகவே உள்ளது” என்றான் நிர்மித்ரன். “நான் விழைவது யமுனையில் ஆடையின்றி நீராடுவதை மட்டுமே.” சதானீகன் “மூத்தவர் பிரத்யும்னர் இப்போது எங்குள்ளார்?” என்றான். சாம்பன் “அவர் தந்தையைக் காண விழையாது தசபுஜங்கத்தின் சிறிய கோட்டையிலேயே தங்கியிருக்கிறார். பத்ரையன்னையின் மைந்தர் உடனிருக்கிறார்கள். இங்கு வரும்படி முதுதந்தை தூதனுப்பியும்கூட கிளம்பவில்லை. அவரால் எந்த முடிவையும் எடுக்க முடியவில்லை” என்றான். “சத்யபாமை அன்னையின் மைந்தர்கள் பானுவின் தலைமையில் மதுவனத்திற்குச் சென்றனர். நக்னஜித்தியன்னையின் மைந்தரும் உடன்சென்றனர். அனைவரும் இன்னும் சில நாட்களில் மதுராவுக்கு வந்துவிடுவார்கள்” என்றான்.

சதானீகன் “உபயாதவர்கள் பூசலின்றி ஓரிடத்தில் கூடுவது ஒருவேளை அதன்பின் நிகழக்கூடும்” என்றான். அதிலிருந்த ஏளனத்தை உணர்ந்த சாம்பன் ஒருகணம் விழிசுருங்கி, பின் தலையைப் பின்சரித்து நகைத்து “மெய்தான். இப்போது அனைவருக்குமே தந்தை பொதுஎதிரியாகிவிட்டார்” என்றான். “பிரத்யும்னரை நான் சந்திக்கவேண்டும்” என்று சதானீகன் சொன்னான். “நீயா? இங்கு தூது வந்திருப்பது உன் தந்தை. நீ வெறுமனே அவருடன் வந்திருக்கிறாய்” என்றான் சுருதன்.

அவன் விழிகளை நேருக்குநேர் சந்தித்து “தந்தை தன் தூதைச் சொல்லிவிட்டார். பிரத்யும்னரிடம் சொல்ல எனக்குச் சில சொற்கள், வாக்குகள் உள்ளன” என்றான் சதானீகன். “ஏன், என்னிடம் சொல்ல

சொற்கள் இல்லையா?" என்று சாம்பன் கேட்டான். "உள்ளன, அவற்றை உரிய முறையில் சொல்ல வேண்டும்" என்றான் சதானீகன். "இப்போது சொல்லலாமே? அன்னத்தைச் சான்றாக்கிச் சொல்வது சிறந்த வழியல்லவா?" என்று சாம்பன் கேட்டான். "ஆனால் இதுவே ஒரு பெரிய அவை போலிருக்கிறது" என்றான் சதானீகன். "தம்பியர் என்னிடமிருந்து வேறுபட்டவர்களல்ல" என்று சாம்பன் சொன்னான். "அவன் நானிருப்பதனால் தயங்கலாம்" என்றான் சுருதன்.

சதானீகன் அவனை நோக்கிப் புன்னகைத்துபின் "சாம்பரே, நான் நகுலனின் மைந்தன் என்பதை அறிந்திருப்பீர்கள். புரவி தேர்வதினூடாக எந்தையர் அறிந்த ஒரு கலையுண்டு. ஐம்புலன்களுக்கும் அப்பால் உள்ள ஒன்றை தன் உள்ளுணர்வால் அறியும் திறன்கொண்டது குதிரை. அவ்வாறு அறிந்த ஒன்றை உங்களிடம் சொல்ல விரும்புகிறேன். துவாரகையை நீங்கள் ஆள்வீர்கள். ஆனால் அது உங்களுக்கோ உங்கள் குலத்திற்கோ நன்று பயக்காது. உங்களால் துவாரகை அழியவும் கூடும்" என்றான்.

ஒருகணம் முகம் மங்கலடைந்து பின் சிரிப்பில் மீண்டு "இதென்ன தீச்சொல்லா?" என்று சாம்பன் நகைத்தான். "அல்ல, விழைவு" என்றான் சுருதன். "சாம்பரே, தங்கள் தந்தையின் தோற்றத்திற்கும் தங்களுக்கும் எந்த ஒற்றுமையும் இல்லை. ஆனால் முதற்கணம் தங்களைக் கண்டபோது தங்கள் தந்தையைக் கண்டது போலவே தோன்றியது. தாங்கள் தங்கள் தந்தையைப் போன்றவர் எனப் பலரும் சொல்லியும் கேட்டிருக்கிறேன். அது ஏன் என்பதைத்தான் என்னுள்ளே அலசிக்கொண்டிருந்தேன். நீங்கள் சிரித்தபோது அது மின் எனத் தெரியவந்தது. அனைத்துக்கும் அப்பால் செல்லும் ஒரு சிரிப்பை அவரிடமிருந்து நீங்கள் பெற்றுக்கொண்டிருக்கிறீர்கள்" என்றான் சதானீகன்.

"ஆனால் தங்களை அவராக்குவது பிறிதொன்று. தங்களிடம் இருக்கும் தங்கள் தந்தையின் விழைவு" என சதானீகன் தொடர்ந்தான். "துவாரகையெனும் பெருநகரை உருவாக்கியது அவர் கொண்ட பெருவிழைவு. அதை அழிக்கவேண்டும் எனும் ஆழ்விழைவும் அவருக்குள் இருக்கும். அத்தனை நதிகளுக்கு அடியிலும் எதிர்நீரோட்டம் உள்ளது என்பதுபோல. அவருடைய எதிர்வு நீங்கள். அவரது ஆழம் விழைவதை நிகழ்த்தப்போகிறவர்."

சாம்பன் கூர்ந்து நோக்கி "அவருடைய ஆழம் ஏன் அவரால் ஆக்கப்பட்ட அந்நகரை அழிக்க விரும்பவேண்டும்?" என்றான். "அவருக்குள் எழுந்த அனல் ஒன்றுண்டு. அது அடங்கவில்லை. காட்டுத் தெய்வங்களுக்கு முன் குலப்பழி நீங்க கூந்தல் அரிந்து வைப்பது உண்டு. குருதி சொட்ட உடலுறுப்புகளை அரிந்து வைப்பதும் உண்டு. தலையரிந்து

வைக்கக்கோரும் கொடுந்தெய்வம் ஒன்று அவர்முன் நின்றுள்ளது. தன் குடிமேல் இளையயாதவர் கொண்ட பழி அழியாதது." சுருதன் "என்ன பழி?" என்று கேட்க, சாம்பன் அவனை நோக்கினான். அவன் கைகள் நடுங்கிக்கொண்டிருந்தன. சதானீகன் "எவருமறிந்ததே" என்றான்.

"அனைவரும் மீளமீளச் சொல்கிறீர்கள், இந்நகர் மீது கொல்லப்பட்ட குழவியரின் பழி உள்ளதென்று. அதைத்தான் எண்ணுகிறாய் என நினைக்கிறேன்" என்றான் சுருதன். "நுண்ணுணர்வின் அறிதல். நல்ல கள் உண்டால் அது பெருகவும் கூடும்." சதானீகன் "ஆம், உளமயக்காகவேகூட இருக்கலாம். அவ்வண்ணமே விழைகிறேன். ஆனால் அதை என் இரு ஊன்விழிகளால் நேற்று பார்த்தேன்" என்றான். சாம்பன் உதடுகளைக் கடித்துக்கொண்டான்.

சுருதன் ஏளனத்தில் உதடுகள் சற்று வளைய "உபபாண்டவர்கள் நிமித்திகர்களுக்கு இணையாகவே வருவதுரைப்பவர்கள் என்பதை உணர்ந்துகொண்டேன்" என்றான். அவன் விழிகளை ஏறிட்டு நோக்கிப் புன்னகைத்த சதானீகன் "எந்தையர் ஐவரில் இளையவர் நிமித்த நூல் தேர்ந்தவர், ஆவதை முற்றுணர்ந்தவர் என்று அறிந்திருப்பீர். நாங்கள் ஒன்பதின்மர் அந்த ஐவரின் நல்லியல்புகள் அனைத்தையும் பெற்றவர்கள் என்பார்கள்" என்றான். "சுருதரே, வருவதை உள்ளறியாத எவரும் மண்ணில் இல்லை. ஏனென்றால் நிகழ்வதறிந்த பார்த்திவப் பரமாணுவே உள்ளமென விரிந்தெழுகிறது. அறிந்ததை விழைவாலும் ஆணவத்தாலும் மறைத்துக்கொள்கிறோம்."

வெளியே வாழ்த்தொலியும் சங்கோசையும் எழுந்தன. அவைக்குள் நுழைந்த நிமித்திகன் உரத்த குரலில் "மதுராவின் அரசர் அவைபுகுகிறார்" என்றான். உண்டுகொண்டிருந்த ஊன்துண்டை தட்டில் வைத்துவிட்டு எழுந்து நின்ற பலராமர் "தந்தை நெடுநேரம் உணவு உண்ண முடியாது. அவர் அவை அமர்ந்து சற்றே உண்டு ஓரிரு சொற்கள் பேசியதுமே கிளம்பிவிடுவார். அதன் பின்பு நாம் நமது விருப்பப்படிப் பேசலாம்" என்றார். இரு காவலர்கள் தொடர வளைந்த கூனுடலுடன் நடுங்கும் கால்களால் உள்ளே வந்த வசுதேவர் அனைவரையும் வணங்கி அவருக்கிடப்பட்ட பெரிய பீடத்தில் சென்று அமர்ந்தார்.

அவர் மிக முதிர்ந்திருந்தார். கழுத்துக்குக் கீழ் தசைகள் தொய்ந்து மடிந்து கிடந்தன. கைகளும் வாயும் நடுங்கி ஆடிக்கொண்டிருந்தன. தசைவளையங்கள் பழுத்து தொய்ந்த கண்கள் ஒளியிழந்து கூழாங்கற்கள் போலிருந்தன. "அரசியர் வந்துகொண்டிருக்கிறார்களல்லவா?" என்று நிமித்திகனிடம் கேட்டார். நிமித்திகன் "வந்துகொண்டிருக்கிறார்கள், அரசே" என்றான். பலராமரைப் பார்த்து "முன்னரே தொடங்கிவிட்டாயா?"

என்றபின் அர்ஜுனனிடம் "முறைப்படி உண்பதற்காக நீ காத்திருந்தது மகிழ்வளிக்கிறது. சோற்றுவெறிகொண்ட மல்லர்களை நான் அஞ்சுகிறேன்" என்றார். பலராமர் "முறைமைப்படி உண்ணும்பொருட்டு நெடுநேரம் காத்திருப்பது எனக்கு வழக்கமில்லை" என்றார். "அமர்க!" என வசுதேவர் கைகாட்ட, அனைவரும் அமர்ந்தனர்.

வசுதேவர் உபயாதவர்களைப் பார்த்து "பிரத்யும்னன் வரவில்லையா?" என்றார். சுருதன் "வந்துகொண்டிருக்கிறான்" என்றான். அவர் பெருமூச்சுவிட்டு "பானுவை நேராக இங்கே வரச்சொன்னேன்" என்றார். சங்கொலி எழ அரசியின் ஏவற்பெண்டு உள்ளே வந்து "பேரரசி தேவகி, பேரரசி ரோகிணியுடன் அவைநுழைகிறார். உடன் அரசி ரேவதியும் எழுந்தருள்கிறார்" என்றாள். பேரரசி தேவகி இரு சேடியர் தொடர அவைக்குள் நுழைந்தாள். வசுதேவர் தவிர அனைவரும் எழுந்து தலைவணங்கினர். தேவகியை சேடிப்பெண் அவளுக்கான பீடத்தில் அமரவைக்க, அவள் அருகே ரோகிணி அமர்ந்தாள். தனியாக வந்த ரேவதி தன் பீடத்தில் அமர்ந்தபின் ஏவல்பெண்டிடம் விழிகளால் ஏதோ ஆணையிட்டாள்.

அரசியர் அமர்ந்ததும் பிறர் அமர்ந்தனர். அக்ரூரர் கைகாட்ட, விளம்பர் உணவைப் பரிமாறத் தொடங்கினர். தட்டுகளின் ஓசையும் கரண்டிகள் முட்டும் ஒலியும் மெல்லிய குரலில் விளம்பர் பேசிக்கொண்ட ஒலியும் மட்டுமே எழுந்தன. விளம்பப்பட்ட உணவின் கலவைமணம் கூடத்தை நிறைத்தது. அவர்கள் முடித்ததும் நிமித்திகன் எழுந்து உரத்த குரலில் "விண்புரக்கும் இந்திரனை, மழையாளும் வருணனை, கனியவைக்கும் அனலோனை, பசுமையூட்டும் கதிரோனை, பசும்புல்களின் தெய்வமாகிய குசையை, பசுக்களின் அன்னையாகிய காமதேனுவை, பாற்கடலில் பள்ளிகொண்டருளிய பெருமாளை, அவன் பாதத்தில் அமர்ந்த திருமகளை வணங்குக! அவர்கள் அனைவருக்கும் இனியவர்களான எங்கள் மூதாதையரை வணங்குக! இந்த உணவு எங்கள் பசியினூடாக எங்கள் குடியாளும் தெய்வங்களுக்கு அவியாகுக! எங்கள் மூதாதையரை நிறைவுறச் செய்க! ஓம்! அவ்வாறே ஆகுக!" என்றான். "ஆம்! அவ்வாறே ஆகுக!" என்று அனைவரும் உரைத்தனர்.

தாலத்தில் நீட்டப்பட்ட ஓர் அப்பத்தை எடுத்து இரண்டாகக் கிழித்து அதை அர்ஜுனனிடம் நீட்டினார் வசுதேவர். அவன் அதை வாங்கிக்கொண்டபின் மீண்டும் இரண்டாகக் கிழித்து ஒன்றை பலராமருக்கு அளித்தார். அவர் முதல் வாய் அன்னத்தை உண்டதும் அனைவரும் உண்ணத்தொடங்கினர். நிர்மித்ரன் சதானீகனிடம்

“மிக மெதுவாகத்தானே உண்ணவேண்டும்?” என்றான். சதானீகன் “அப்படித்தான் வழக்கம் என்று கற்றிருக்கிறேன். ஆனால் இவர்கள் உண்பதைப் பார்த்தால் எப்படி வேண்டுமானாலும் உண்ணலாம் என்று தோன்றுகிறது” என்றான்.

அர்ஜுனன் விழிகள் தாழ்த்தி அங்கில்லாதவன்போல் இருந்தான். கைகள் தானாக இயங்க, சிறு துண்டுகளாக அப்பத்தை எடுத்துக் கறியுடன் தொட்டு உண்டான். தேவகி “நீ இளையவனை எப்போது பார்த்தாய்?” என்று அர்ஜுனனைக் கேட்டாள். அர்ஜுனன் திகைப்புடன் அவள் குரலைக் கேட்டு பின்னர் “உபப்பிலாவ்யத்திற்கு அபிமன்யூவின் மணநிகழ்வுக்கு வந்திருந்தார். அப்போது முழுமையாக உடனிருந்தேன்” என்றான்.

அவள் சிலகணங்கள் விழிசரித்து அமர்ந்திருந்தபின் அர்ஜுனனை நோக்காமல் “அவன் எண்ணுவதுதான் என்ன?” என்றாள். “அன்னையே, பிற எவரையும்விட அதைத் தாங்கள் உணரமுடியும்... வெறுமனே மண்நிகழ்ந்து உலகுழன்று மறையும்பொருட்டு அவர் இங்கு எழுந்தருளவில்லை” என்றான். “ஆம், அதை நான் இளமையிலேயே அறிந்திருந்தேன்” என்று தேவகி சொன்னாள். “அவனைப் பிறப்பிக்கும்பொருட்டே நான் இம்மண்ணில் நிகழ்ந்திருக்கிறேன் என்று எனக்குத் தோன்றியது.”

ரேவதி “அன்னையர் அனைவருக்கும் தோன்றுவதுதான் அது. என்னுடைய முதல் மைந்தன் பிறந்தபோது அவன் பாரதவர்ஷத்தை முழுதாளும் சக்ரவர்த்தியாவான் என்று நான் எண்ணினேன். ஒரு மாதம் அதை எண்ணி எண்ணி சிரித்துகொண்டும் அழுதுகொண்டும் இருந்தேன். அன்று என்னைச் சுற்றி சில சூதர்கள் இருந்திருந்தார்கள் என்றால் அதையே பாடலாகப் பாடி என்னை நம்ப வைத்திருப்பார்கள்” என்றாள். ஊனுணவுக்காகக் கையால் ஆணையிட்டபின் “இன்று அவர்கள் மதுவனத்தில் கன்றோட்டுகிறார்கள்” என்றாள். அக்ரூரர் “மதுரா அவர்களுக்காகக் காத்திருக்கிறது, அரசி” என்றார்.

தேவகி பொறுமையின்மை தோன்ற அவளைப் பார்த்துவிட்டு திரும்பி அர்ஜுனனிடம் “இங்கு என்ன நிகழப்போகிறது என்று நீ எண்ணுகிறாய்?” என்றாள். “அவர் எதன்பொருட்டு வந்தாரோ அதை நிகழ்த்திவிட்டே மீள்வார். அது நிகழவேண்டுமென்றால் இங்குள்ள ஷத்ரியக் குலங்கள் அனைத்தும் அழியவேண்டும். ஆயிரமாண்டுகளாகக் கட்டி எழுப்பப்பட்ட அனைத்தும் இடிந்து சரியவேண்டும். அவற்றைக் காத்து நின்றிருக்கும் சொற்கள் மறையவேண்டும்” என்றான் அர்ஜுனன். “குருதியின்றி அது நிகழாது. அக்குருதி எவர் குருதியாயினும் படையாழிக்கு வேறுபாடில்லை.”

அவள் கண்கள் சுருங்க "ஆனால் இவர்கள் அனைவரும் அஸ்தினபுரியுடன் நிற்பதாக அல்லவா முடிவெடுத்திருக்கிறார்கள்?" என்றாள். "ஆம் அன்னையே, படையாழியின் முன் தலைவைக்கப் போகிறார்கள்" என்றான் அர்ஜுனன். "நாம் இதை இங்கு பேசவேண்டியதில்லை. இது ஊண்மேடை" என்று வசுதேவர் சொன்னார். பலராமர் "பேசத்தொடங்கிவிட்டபின் நிறுத்த முடியாது, தந்தையே" என்றபின் அர்ஜுனனிடம் "மீண்டும் மீண்டும் இதைச் சொல்கிறாய். இப்புவியில் பிற எவருமே ஆண்மகன்கள் அல்ல என்கிறாய்" என்றார். அர்ஜுனன் "இப்புவியே ஒரு பெண், பிரம்மம் அதன் தலைவன்" என்றான்.

"புரியும்படி எதையாவது சொல்" என்றார் பலராமர். ரேவதி "சூதர்கள் சொல்லும் அத்தனை பொய்க்கதைகளையும் அவரே நம்பத்தொடங்கிவிட்டார். அவர் அணுக்கர்களும் அதையே நம்புகிறார்கள். சூதர் கதைகளை நம்பும் அரசர்களே வீண்முடிவுற்று வேருடன் அழிகிறார்கள்" என்றாள். தேவகி ரேவதியிடம் "நீ சற்று சொல்லடங்கி இரு. நான் இவனிடம் கேட்பதற்குச் சில உள்ளன" என்றபின் "நீ சொல்க மைந்தா, எவ்வகையிலேனும் இளையவனைப் போரிலிருந்து பின்திருப்ப முடியுமா?" என்றாள். "இல்லை, அன்னையே. இப்போர் நெடுங்காலம் முன்னரே அவரால் முடிவெடுக்கப்பட்டுவிட்டது. இதில் எவர் அழியவேண்டும் என்பதை மட்டுமே அவர் முடிவெடுப்பதில்லை. அதை அவரவரே முடிவெடுக்கிறார்கள்."

தேவகி கையிலிருந்த உணவைத் தட்டில் போட்டுவிட்டு மெல்லப் பின்னால் சாய்ந்தாள். அவள் அருகே நின்றிருந்த சேடி அவள் கையை மரவுரியால் அழுத்தித் துடைத்தாள். "போர் நிகழுமென்றுதான் சொல்கிறாயா?" என்றாள். "ஆம், அவர் வெல்வார். எதிரிகள் முற்றழிவார்கள்" என்றான் அர்ஜுனன். தேவகி சிலகணங்களுக்குப்பின் "மூத்தவனே, நீ அஸ்தினபுரிக்கு அளித்த சொல் என்ன?" என்றாள். "இன்று அவையிலும் அதைச் சொன்னேன், அன்னையே. யாதவர் அஸ்தினபுரியுடன் நிற்பார்கள் என்று சொல்லளித்தேன்" என்றார் பலராமர்.

"நீ அவர்களுக்காகப் படைமுகம் நிற்பாயென்று சொல்லளித்தாயா?" என்று தேவகி கேட்டாள். எரிச்சலுடன் "யாதவர் என்றால் என்னையும் சேர்த்துதானே?" என்றார் பலராமர். "நீ உனக்காகச் சொல்லளித்தாயா?" என்று மீண்டும் கேட்டாள். "அவ்வாறு நான் சொல்லளிக்கவில்லை" என்றதும் ரேவதி "யாதவர்களின் தலைவரன்றி யாதவர் எப்படிப் படைதிரளமுடியும்?" என்றாள். தேவகி அவளைப் புறக்கணித்து "நீ

படைமுகம் நிற்பாயென்று சொல்லளிக்கவில்லை அல்லவா?” என்றாள். “ஆம், நான் சொல்லளிக்கவில்லை” என்றார் பலராமர்.

“யாதவ மைந்தர்கள் அப்படையிலிருப்பார்கள் என்று தனியாக ஏதேனும் சொல்லளிக்கப்பட்டதா? சாம்பா, உன் துணைவியின் தந்தைபொருட்டு நீ போர்க்களம் புகுவாய் என்று சொல்லளித்தாயா?” என்றாள் தேவகி. “இல்லை, ஆனால் யாதவர்கள் என்னும்போது எங்கள் அனைவரையும் சேர்த்துதான் பொருள் கொள்ளப்படுகிறது” என்று சாம்பன் சொன்னான். “பொருள் கொள்வது இயல்பு. ஆனால் தனித்தனியாகச் சொல்லளிக்கப்படவில்லையென்றால் அன்னையாக என் ஆணை இது. என் இளைய மைந்தனுக்கு எதிராக அவன் தந்தையோ உடன்பிறந்தாரோ மைந்தர்களோ களம் நிற்கலாகாது” என்று தேவகி சொன்னாள். அவள் குரல் நடுங்கித் தளர்ந்திருந்தாலும் உறுதிகொண்டிருந்தது.

பலராமர் சினத்துடன் “என்ன சொல்கிறீர்கள், அன்னையே? இது அரசுசூழ்தல்” என்றார். “இல்லை, இவை என் குடிநிகழ்வுகள்” என்று உரத்த குரலில் தேவகி சொன்னாள். தன் முன்னால் இருந்த தட்டிலிருந்த அப்பத்தின்மீது வலக்கையை வைத்து “அன்னத்தின் மீது ஆணை! என் இளைய மைந்தனுக்கு எதிராக அவன் குருதிகொண்ட எவரும் படைநிற்கலாகாது! இப்போதே இங்கே அதற்கான சொல்லுறுதி எனக்களிக்கப்பட வேண்டும். இல்லையேல் இந்த அன்னத்தின் முன்பிருந்து நான் உயிருடன் எழமாட்டேன்” என்றாள்.

பலராமர் எழுந்த விசையில் எடைமிக்க பீடம் சரிந்து பின்னால் பேரோசையுடன் விழுந்தது. அன்னையின் தோள்களைப்பற்றி “என்ன சொல்கிறீர்கள்? யாதவ குலத்திற்கே பெரும்பழி சேரும். நம்மைக் கோழையென்றும் சொல்லுக்கு மதிப்பில்லாதவர்கள் என்றும் ஷத்ரியர் எள்ளி நகையாடுவார்கள். அஸ்தினபுரியுடன் நாம் எதன்பொருட்டு படைக்கூட்டு கொண்டோமோ அதன் நலன்கள் எதுவும் நமக்கு வந்துசேரப் போவதில்லை. நமது குடிகள் அனைவரையும் நாம் கைவிட்டதற்கு நிகர் அது” என்றார். தேவகி “ஒரு சொல்லையும் நான் கேட்க விரும்பவில்லை. இளையவனுக்கு எதிராக அவன் குடியினர் எவரும் படைநிற்கலாகாது. அவ்வுறுதி இப்போதே எனக்கு அளிக்கப்படவேண்டும்” என்றாள்.

ரேவதி “பெண்டிர் அரசுசூழ்தலில் ஈடுபடலாகாதென்று ஏன் சொல்கிறார்கள் என்று புரிகிறது. இத்தனை எளிய உணர்வுகளுடன் ஆடவேண்டியதல்ல அரசியல்” என்றாள். தேவகி அதற்கு மறுமொழி கூறாமல் அமர்ந்திருந்தாள். வசுதேவர் “தேவகி, உன்னுடைய பிடிவாதத்தால் நீ மைந்தருக்கிடையே இருக்கும் கசப்பை மேலும் வளர்க்கிறாய். யாதவ

குலமே அழிய வழிகோலுகிறாய்" என்றார். தேவகி கண்மூடி அசையாது அமர்ந்திருந்தாள். ரேவதி முகம் சினத்தில் கோணலாக, கண்கள் நீர் கொள்ள, உடைந்த குரலில் "இதென்ன நாடகம்? இது கீழ்மையன்றி வேறென்ன? அகத்தளம் விட்டு வெளிக்காற்று படாத பெண்டிரா அரசமுடிவெடுப்பது? இதோ பாருங்கள், இதை ஒருபோதும் நீங்கள் ஏற்றுக்கொள்ளக்கூடாது, நான் சொல்கிறேன்" என்றாள்.

பலராமர் அவளை நோக்காமல் தாழ்ந்த குரலில் "அமர்க!" என்றார். "நான் அமரமுடியாது. இவ்வளவு தொலைவுக்கு இவையனைத்தையும் உருவாக்கிக்கொண்டு வந்தபின் இறுதியில்..." என்று அவள் தொடங்க, அவள் விழிகளை நோக்கி "அமர்க!" என்று மிகத் தாழ்ந்த குரலில் பலராமர் சொன்னார். அவள் நடுங்கிப் பின்னடைந்து "நான் சொல்வதைக் கேளுங்கள்..." என்றாள். "இனி ஒரு சொல்லும் நீ உரைக்கலாகாது. மறுசொல் உரைக்க நீயோ உன் குடியோ இருக்கமாட்டீர்கள்" என்று பலராமர் அவளிடம் சொன்னார். அவள் இரு கைகளையும் கூப்பி அதன்மேல் தன் நெற்றியை வைத்து ஓசையின்றி தோள் குலுங்க அழுதாள். இரு சேடியர் வந்து அவள் தோள்களைப்பற்ற, கால்தளர்ந்து அவர்கள்மேல் சாய்ந்துகொண்டாள். அவர்கள் அவளை மெல்ல அழைத்துச் செல்ல, கால்கள் தரையில் இழுபட விசும்பலோசையுடன் சென்றாள்.

பலராமர் "அன்னையே, உங்களை நான் அறிவேன். இது மாற்ற முடியாத முடிவென்று தெரியும். என்னவாயினும் இது எனக்குத் தெய்வ ஆணையேதான். நான் இளையவனுடன் போர்முனையில் நிற்கப்போவதில்லை. இன்றே இங்கிருந்தே நாடு துறந்து இமயமலை செல்கிறேன். இப்பூசல் முற்றிலும் முடிவடைந்ததென்று அறிந்த பின்னரே இங்கு திரும்பி வருவேன்" என்றார். வசுதேவர் "மூடா, என்ன சொல்கிறாய்? அதற்கும் இதற்கும் என்ன தொடர்பு? நீ ஏன் இமயமலைக்குச் செல்லவேண்டும்?" என்றார். "இங்கிருந்து எழும் வினாக்களுக்கெல்லாம் மறுமொழி சொல்ல என்னால் இயலாது. நாளை புலரும்போது நான் இங்கிருக்க மாட்டேன். விடைகொடுங்கள்" என்று பலராமர் சொன்னார்.

தேவகி அசையாமல் அமர்ந்திருக்க, அவர் அன்னையையும் தேவகியையும் கால்தொட்டு வணங்கிவிட்டு வசுதேவரின் அருகே சென்றார். அவர் நடுங்கும் கைகளை அவர் தலைமேல் வைத்து "இங்கே எவர்...?" என்றார். "இந்நகரை அநிருத்தன் ஆளட்டும்" என்றபின் பலராமர் அர்ஜுனனை நோக்காமல் வெளியே சென்றார்.

தேவகி அவர் செல்லும் காலடியின் ஓசைக்கு உடல்விதிர்க்க இறுகிய தசைகளுடன் அமர்ந்திருக்க, சாம்பன் "அன்னையே, தாங்கள் கோரும்

சொல்லை நானும் அளித்தாகவேண்டும். நானோ என் உடன்பிறந்தாரோ கௌரவப் படைகளுடன் நிற்கப்போவதில்லை. எந்தைக்கு எதிராகப் படைக்கலம் எடுக்கவும் மாட்டோம்” என்றான். திரும்பி தம்பியரை நோக்கியபின் அவன் வெளியே சென்றான். அவர்கள் எழுந்து தேவகிக்கும் ரோகிணிக்கும் வசுதேவருக்கும் தலைதாழ்த்திவிட்டு அவனைத் தொடர்ந்தனர். சுருதனும் இரு தம்பியரும் எஞ்ச, உணவறை முற்றொழிந்தது.

வசுதேவர் எழுந்து வந்து தேவகியின் தோளைத் தொட்டு “அனைத்தும் நீ விரும்பிய வண்ணமே, எழுக!” என்றார். அவள் மெல்ல எழுந்து நின்று பெருமூச்சுவிட்டாள். சேடியர் தோளைத்தொட, அவர்களில் ஒருத்தியின் தோளைப் பற்றியபடி தலைகுனிந்து நடந்து அங்கிருந்து அகன்று சென்றாள். ரோகிணி ஒரு சொல்லும் உரைக்காமல் அவளைத் தொடர்ந்தாள்.

அங்கு நடந்த அனைத்தையும் பற்றிலா விழிகளுடன் நோக்கியபடி அர்ஜுனன் அமர்ந்திருந்தான். பரிமாறப்பட்ட உணவு பெரும்பாலும் தொடப்படாமல் அப்படியே குளிர்ந்து தட்டுகளில் இருந்தது. வசுதேவர் பெருமூச்சுடன் கைநீட்ட, ஏவலர் வந்து அவர் கையைப்பற்றித் தூக்கினார். அவர் எழுந்து நடுங்கும் கால்களுடன் நின்று பெருமூச்செறிந்தபின் வெளியே சென்றார்.

சுருதனும் அவன் தம்பியர் கவியும் விருஷனும் மட்டும் இருந்தனர். சுருதன் இதழ்கோணலாகச் சிரித்தபடி “பாண்டவரே, உண்மையில் நாங்கள் எண்ணியிருந்ததேதான் இது. தந்தைக்கு எதிராகப் போர்முகம் நின்றால் என்றிருந்தாலும் அப்பழியுடன் சாம்பர் அரியணை அமரவேண்டியிருக்கும். எங்களைக் கிராதரென்றும் நிஷாதரென்றும் பழிப்பவர்களுக்கு ஒரு வாய்ப்பு கிடைத்ததாகவே ஆகும் அது. பின்னடைந்தால் ஷத்ரிய அவையில் கோழைகள் என இளிவரலுக்கு இடமாகும். இன்று அன்னையின் இந்த ஆணையையே சுட்டிக்காட்டி அதைத் தவிர்க்கமுடியும்” என்றான்.

விருஷன் சிரித்து “ஆம், அன்னை ஆணை கூறியதும் என் உள்ளம் துள்ளத்தொடங்கியது” என்றான். “நன்று செய்தீர்கள், பாண்டவரே” என்ற சுருதன் தம்பியரிடம் “வருக!” என்றபடி வெளியேறினான். உணவுத்தாலத்தின் முன் அர்ஜுனன் அசையாது அமர்ந்திருந்தான். சதானீகன் “நாம் கிளம்பவேண்டியதுதானே, தந்தையே?” என்றான். அர்ஜுனன் “ஆம்” என்றபடி எழுந்தான். வெளியே நடந்த அவனுக்கிணையாகச் சென்றபடி சதானீகன் “இதைவிட பெரிய வெற்றி

எதையும் நாம் எதிர்பார்க்க முடியாது. தங்கள் அம்புகள் கூர் தவறுவதே இல்லை, தந்தையே" என்றான்.

அர்ஜுனன் "நாளை புலரியில் நாமும் கிளம்புகிறோம்" என்றான். "எங்கே?" என்றான் சதானீகன். அர்ஜுனன் "இளையயாதவரைப் பார்க்க" என்றான். "எங்கிருக்கிறார்?" என்று நிர்மித்ரன் கேட்டான். "அது இன்னும் நமக்குத் தெரியாது. ஆனால் இன்றிரவே அவர் எங்கிருக்கிறார் என்ற செய்தி நமக்கு வந்துவிடும்" என்று அர்ஜுனன் சொன்னான்.

7

முதற்காலையிலேயே அர்ஜுனனிடமிருந்து செய்தி வந்தது. சதானீகன் உப்பரிகையில் நின்று மதுராவை நோக்கிக்கொண்டிருந்தான். இந்திரப்பிரஸ்தத்தில் அவன் ஆலயங்களுக்கோ கோட்டைமுகப்புக்கோ செல்லும் வழக்கமிருந்தது. ஆனால் மதுரா இருளில் அச்சமூட்டியது. படி ஏறி வரும் ஏவலனின் காலடியோசைகளைக் கேட்டு அவன் திரும்பி நோக்க, அவன் வந்து தலைவணங்கி "ஒளியெழுந்ததும் கிளம்பவேண்டும் என்று இளைய அரசரின் ஆணை" என்றான். தலையசைத்த பின்னர்தான் அவன் உள்ளம் பதற்றம் கொண்டது. செய்தி வந்திருக்கிறது என்று அதற்குப் பொருளா?

"இளையவனை எழுப்புக!" என்றபின் அவன் நீராட்டறைக்குச் சென்றான். நீராடி எழுந்து அணிசெய்துகொண்டிருக்கையில்தான் நிர்மித்ரன் ஏவலன் துணையுடன் துயில்விழிக்காத கால்களில் நடந்துவந்தான். துயில் நனைந்த குரலில் "செய்தி வந்துவிட்டதா, மூத்தவரே?" என்றான். "தந்தையின் ஆணை. நீ விரைவில் ஒருங்கி எழு!" என்றான் சதானீகன். அவன் ஒருங்கி வந்து முற்றத்தில் காத்து நின்றபோது ஈரமுலராத குழலுடன் நிர்மித்ரன் மூச்சிரைக்கக் கீழிறங்கி வந்தான். "நான் இன்று கிளம்பவேண்டியிருக்குமென எண்ணவேயில்லை, மூத்தவரே. நேற்று இரவு பிந்துவதுவரை செய்தி ஏதுமில்லை" என்றான்.

தேர்ப்பாகன் "தங்களை அகத்தளத்திற்கு அழைத்துச்செல்லும்படி ஆணை, இளவரசே" என்றான். "அகத்தளத்திற்கா? அன்னையரசியரையா சந்திக்கவிருக்கிறோம்?" என்றான் நிர்மித்ரன். சதானீகன் ஒன்றும் சொல்லாமல் தேரிலேறிக்கொள்ள நிர்மித்ரன் "நாம் அரசியரிடம்

விடைபெறப் போகிறோம், அவ்வளவுதானே ?" என்றான். சதானீகன் அதற்கும் மறுமொழி சொல்லவில்லை. "அதன் பின்னர் பேரரசரிடமும் அரசரிடமும் விடைபெறவேண்டும்" என்றான். சதானீகன் "அரசர் நகரில் இல்லை, இன்று முற்புலரியிலேயே கிளம்பியிருப்பார்" என்றான். "ஆம், அவர் அவ்வாறு சொன்னார். ஆனால் முறைப்படி வாழ்த்துப் பெறாமல் செல்வாரா என்ன ?"

"அவர் செல்வது கானேகல். அது ஒரு சிறுதுறவு. சொல்லாமல் செல் என்பதே அதன் வழி" என்றான் சதானீகன். நிர்மித்ரன் நீள்மூச்சுடன் "ஆம், நம் தந்தையரும் அவ்வாறே செல்கிறார்கள்" என்றான். "ஒருநாள் அவ்வாறு கிளம்பவேண்டும் என்பது என் விழைவு. நெடுந்தொலைவுகளுக்கு... காஞ்சனர் இயற்றிய அஷ்டதிக்விஜயம் சொல்கிறதே, நம் தந்தை மேற்கே கல்மிதக்கும் கடல்வரை சென்றிருக்கிறார் என்று. மெய்யாகவே அத்தகைய கடல்களும் மழையறியா மணல்நாடுகளும் உள்ளனவா ? அங்கெல்லாம் அவர் சென்றாரா ?" என்றான். சதானீகன் "சென்றிருப்பார்" என்றான். "கதைகளாகக்கூட இருக்கலாம். எவரும் தெளிவாகச் சொல்வதில்லை. ஆனால் நானும் ஒருநாள் செல்லவேண்டும் என எண்ணிக்கொண்டேன்" என்ற நிர்மித்ரன் சிரித்து "நான் செல்லப்போகுமிடங்களை கவிஞர்கள் இன்னமும் உருவாக்கவில்லை போலும்" என்றான்.

அரண்மனைக் கோட்டைக்குள் நுழைந்து இடப்பக்கம் திரும்பி வளைந்துசென்று அகத்தள வாயிலில் தேர் நின்றது. அவர்கள் இறங்கி நின்றனர். அப்போது மறுபக்கம் ஓசை கேட்க நிர்மித்ரன் திரும்பிநோக்கி "மிகச் சரியாக வருகிறார். பொழுதும் தொலைவும் அவர் கணக்கிலிருந்து வழுவுவதே இல்லை" என்றான். அர்ஜுனன் சிறிய தேரிலிருந்து இறங்கி நேராக வந்து சதானீகனிடம் "செல்வோம்" என்று சொல்லி படிகளில் ஏறினான். கூடத்தில் நின்றிருந்த சேடி "இவ்வழி, அரசே" என அவர்களை வழிகாட்டி அழைத்துச்சென்றாள்.

அவர்களை இடைநாழியினூடாகக் கூட்டிச்சென்று சிற்றறை ஒன்றில் அமரவைத்தாள். தலைவணங்கி அவள் வெளியேற, சதானீகன் எழுந்து நின்றான். அவனருகே வந்து நின்ற நிர்மித்ரன் "மிகச் சிறிய அறை" என்றான். "தொன்மையான அரண்மனைகள் இப்படித்தான் இருக்கும்" என்றான் சதானீகன். "ஏன், அன்றிருந்தவர்கள் பெரிய உடல்கொண்டவர்கள் என்றல்லவா நூல்கள் சொல்கின்றன ?" என்றான் நிர்மித்ரன். "ஆம், ஆனால் அவர்கள் காற்றிலும் ஒளியிலும் வாழ்ந்தனர். ஐம்பெரும்பருக்களைச் சான்றாக்கி உரையாடினர்." நிர்மித்ரன் அறையை நோக்கிவிட்டு "ஆம், ஐந்து பருக்களையும் அகற்றுவதே அறை" என்றான்.

முதுசெவிலி அறைக்குள் நுழைந்து “அரசியரும் அரசரும் தங்களை வரவேற்கிறார்கள்” என்றாள். அவர்கள் எழுந்து அவளுடன் சென்று இன்னொரு அறையின் கதவை அடைந்தனர். அவள் அதன் துளையில் வாய் வைத்து குறிச்சொல்லை உரைக்க, உள்ளிருந்து அது திறக்கப்பட்டது. அர்ஜுனன் கைகூப்பியபடி உள்ளே சென்றான். சதானீகனும் நிர்மித்ரனும் தொடர்ந்தனர். அவ்வறையும் சிறிதாகவே இருந்தது. யமுனைநோக்கித் திறந்த சாளரம் இல்லையேல் அதைத் திணறவைக்கும் சிறை என்றே சொல்லவேண்டியிருக்கும் எனத் தோன்றியது. உள்ளே வசுதேவர் பீடத்தில் அமர்ந்திருக்க இரு பக்கமும் ரோகிணியும் தேவகியும் இருந்தார்கள்.

வசுதேவர் முந்தைய இரவைவிட மிகவும் களைத்திருந்தார். வாயும் விழிகளும் சுருங்க தாடை அதிர்ந்துகொண்டிருந்தது. ஆனால் தேவியர் இருவரும் உள்ளம் எளிதானவர்களாகத் தோன்றினர். அர்ஜுனன் சென்று அவர்களைத் தாள்வணங்கி வாழ்த்துகொண்டு அமர்ந்தான். வணங்கி சொல்கொண்டபின் சதானீகனும் நிர்மித்ரனும் சற்று அப்பால் நின்றனர். “பலராமன் கிளம்பிவிட்டான்” என்று வசுதேவர் சொன்னார். “அவன் நேற்று சொன்னபோது அதை என் உள்ளம் மறுத்தது. ஆகவே அதை வெறும் சொல் என்றே கொண்டேன். இரவு மதுவருந்திவிட்டுத் துயின்றேன். முதற்புலரியில் விழிப்புவந்ததும் தோன்றிய முதல் எண்ணம் அவன் சென்றுவிட்டான் என்பது. ஏவலனை அனுப்பி நோக்கிவரச் சொன்னேன். அவன் அறையில் இல்லை என்று ஏவலன் வந்து சொன்னான். அறையில் மஞ்சத்தின்மேல் அவனுடைய அரசக்கணையாழி இருந்தது.”

அர்ஜுனன் “ஆம், அதுவே மரபு” என்றான். “ஏவலனை அனுப்பி ரேவதியிடம் செய்தியைச் சொல்லச் சொன்னேன். அவள் அச்செய்தியைக் கேட்டு நிலையழிந்தாள். நாங்கள்தான் அவனைத் துரத்திவிட்டோம் என்று என்னையும் என் அரசியரையும் வசைபாடினாள். அணிகலன்களையும் குழல்மலரையும் பிடுங்கி வீசினாள். கலங்களைத் தூக்கி சேடியர்மேல் எறிந்தாள். பின்னர் கதறியழுதபடி அறையை மூடிக்கொண்டாள். இப்போதுதான் அவள் சேடி வந்து சொன்னாள், அவள் குக்குடநாட்டுக்கே செல்லப்போவதாக. அவள் கொழுநன் மதுராவுக்கு மீண்ட பின்னரே இங்கு வருவாள் என்று.”

அர்ஜுனன் “அவர் மைந்தர் மதுவனத்தில் அல்லவா இருக்கிறார்கள்?” என்றான். “ஆம், அவர்களைத் தவிர்ப்பதற்காகவே நாங்கள் இயற்றிய நாடகம் இது என்கிறாள். அநிருத்தன் மதுராவை ஆளவேண்டும் என பலராமன் சொன்னது நாங்கள் அவன் தலைக்குள் புகுத்தியது என்கிறாள்... ஐயம்கொண்ட உள்ளம் அதைப் பெருக்கிக்கொள்ள எடுக்கும் முயற்சிகள்

அச்சமூட்டுபவை. அத்தனை கற்பனையும் அறிவுத்திறனும் அதற்கே செலவழிக்கப்படுகிறது" என்றார் வசுதேவர்.

அர்ஜுனன் புன்னகைத்தான். பின்னர் "ஓரிரு மாதங்களில் திரும்பி வருவார். அவரால் அங்கே இருக்கமுடியாது. அவர் நாடும் அடையாளங்கள் எவையும் அங்கே அவருக்கு அளிக்கப்படாது. இங்கு வந்து பலராமரின் அரசியாக மதுராவைத் தானே ஆட்சிசெய்ய முயல்வார்" என்றான். "ஆம், அதையே இவளும் சொன்னாள்" என்றார் வசுதேவர். "நான் இன்று கிளம்புகிறேன், பேரரசே. யாதவநிலத்தின் எல்லையில் இருக்கும் முக்தஜலம் என்னும் சிறுகோட்டையில் இளையயாதவர் தங்கியிருப்பதாக பின்னிரவில் செய்தி வந்தது. நேற்று முன்னிரவில்தான் அவர் சாத்யகியுடன் அந்நகருக்குள் நுழைந்திருக்கிறார்."

வசுதேவர் "எங்கள் ஒற்றர்களும் சொன்னார்கள்" என்றார். அர்ஜுனன் "நான் அவரைச் சந்தித்தபின் உபப்பிலாவ்யம் செல்லவிருக்கிறேன். என் பணி அத்துடன் முடிகிறது" என்றான். வசுதேவர் "நன்று, யுதிஷ்டிரனுக்கு என் வாழ்த்துகளைத் தெரிவி..." என்றார். அர்ஜுனன் "தங்கள் வாழ்த்துகளால் நாங்கள் செழிப்புறுகிறோம்" என்றான். அதன்பின் தேவகியை நோக்கிக்கொண்டிருந்தான், அவள் சொல்லவருவதை எதிர்நோக்குபவன்போல. தேவகி தன் முற்றமைதியில் அசைவிலாதிருந்தாள். ரோகிணி பிறிதொரு அமைதியில் இருந்தாள். முதியவர்களுக்கே உரிய அமைதி அது என சதானீகன் எண்ணினான். அவர்களின் உடல் அகவையில் நெகிழ்ந்து சேறுபோலாகிறது. அதில் அவர்களின் உள்ளம் சிக்கி மூழ்கிக்கொண்டிருக்கிறது.

அர்ஜுனன் எழுவதைப்போல் ஓர் அசைவை உருவாக்க, தேவகி விழிப்புகொண்டு அவனை நோக்கினாள். "நீ அவனைப் பார்க்கையில் என் ஆணையைச் சொல்" என்றாள். "ஆணையிடுங்கள், அன்னையே" என்றான் அர்ஜுனன். "அவன் தன் குலத்தவருக்கு எதிராகப் படைக்கலம் எடுக்கக்கூடாது. இனி அவன் கையால் ஒரு யாதவன்கூட கொல்லப்படலாகாது." அர்ஜுனன் சில கணங்களுக்குப்பின் "ஆணை" என்றான். வசுதேவர் முகம் மலர்ந்து "ஆம், அதைத்தான் மிகச் சரியாக நானும் விரும்பினேன். அவனால் நம்மவர் இனி கொல்லப்படலாகாது..." என்றார். "அவன்பொருட்டே ஒருங்கிணைந்தோம், அவன்பொருட்டே பிளவுற்று மடியலாகாது."

தேவகி நோக்கி "நாம் பிளவுற்று மடிவது ஊழ் எனில் அவனும் அதைத் தடுக்கமுடியாது. என் மைந்தன் அப்பழி கொள்ளவேண்டாம் என்று மட்டுமே சொல்லவந்தேன்" என்றாள். அர்ஜுனன் "ஆம் அன்னையே, நீங்கள் சொல்வது முறையே" என்றான். எழுந்து அவள் காலடியைத்

தொட்டு வணங்க, அவள் அவன் தலையைத் தொட்டு வாழ்த்தினாள். அர்ஜுனன் வசுதேவரையும் ரோகிணியையும் வணங்கி சதானீகனையும் நிர்மித்ரனையும் நோக்கிவிட்டு வெளியேறினான். அவர்களை முறைப்படி வணங்கிவிட்டு அவர்களும் தொடர்ந்துசென்றார்கள்.

படகிலேறிக்கொள்வதுவரை அர்ஜுனன் எதுவும் சொல்லவில்லை. தலைகுனிந்து தன்னிலாழ்ந்து நடந்தான். மதுராவுக்கு வந்த படகுநிரைகளில் வரிசைப்படகுகள் மட்டும் திரும்பிச்சென்றன. எஞ்சியவை அவர்களுடன் முக்தஜலத்திற்கு வந்தன. "அக்கோட்டை இங்கிருந்து எத்தனை தொலைவிலுள்ளது, மூத்தவரே?" என்றான் நிர்மித்ரன். "ஒரு பகல் பயணம் என்றார்கள். ஆனால் யமுனையின் ஒழுக்குக்கு எதிராகச் செல்லவேண்டும். பூர்வசிலா என்னும் ஊருடன் படகுகள் நின்றுவிடும். பின்னர் இறங்கி வண்டிப்பாதையில் செல்லவேண்டியிருக்கும்" என்றான் சதானீகன். "அவர் காட்டுவழியாக அங்கே வந்திருக்கிறார்" என்றான் நிர்மித்ரன்.

படகுகள் பாய்விரித்து நீரலைகள்மேல் ஏறிக்கொண்டதும் நிர்மித்ரன் அர்ஜுனன் அருகே சென்று "தந்தையே, நாம் இன்றே அவரைப் பார்ப்போமா?" என்றான். "இன்றா?" என்ற அர்ஜுனன் "பெரும்பாலும். இரவணைவதற்குள் அங்கே சென்றுவிடுவோம் என எண்ணுகிறேன்" என்றான். அருகே வந்த சதானீகன் "அஸ்தினபுரியிலிருந்து பறவைச்செய்தி. நம் ஒற்றர் சந்திரர் அனுப்பியிருக்கிறார். அஸ்தினபுரியின் அரசரும் முக்தஜலத்திற்குச் சென்றுகொண்டிருக்கிறார்" என்றான். அர்ஜுனன் தலையசைத்தான்.

"இளையயாதவர் மதுராவுக்கு வரவில்லை என அறிந்ததும் தன் பயணத்தை அஸ்தினபுரியின் எல்லைப்புறக் காவல் கோட்டைகளை நோக்குவதாக ஆக்கிக்கொண்டார். சீர்ஷசிலையில் இருந்து இன்று காலைதான் அவரும் கிளம்பியிருக்கிறார். பெரும்பாலும் நாம் ஒரே தருணத்தில் அங்கே சென்றுசேர்வோம். வழியில் சந்தித்துக்கொண்டாலும் ஆகும்" என்றான். அர்ஜுனன் புன்னகையுடன் "சந்திக்க மாட்டோம்" என்றான். "ஏன்?" என்றான் நிர்மித்ரன். "அதற்கு நாம் விழையவில்லை" என்றான் அர்ஜுனன். நிர்மித்ரன் "ஆம்" என்று சிரித்தான்.

வெயில் பழுக்கத் தொடங்கியதும் வியர்வை வழியலாயிற்று. "நீர்மேல் எப்போதுமே புழுக்கமிருக்கும். இன்று சற்று மிகை" என்ற சதானீகன் குகனிடம் "மிகைவெயில் அல்லவா?" என்றான். முதிய குகன் "ஆம், இளவரசே. இங்கு மிகைவெயில் என்றால் அங்கு மழையுண்டு" என்றான். "மழையா?" என்றான் சதானீகன். "கோடைமழை. இங்கிருந்து செல்லும் முகில்கள் வடக்கே மலைகளில் முட்டிக் குளிர்கின்றன. மழை அங்கே

கிளம்பிவிட்டது" என அவன் வடமேற்கே சுட்டிக்காட்டினான். "அங்கே வானம் நிழல்கொண்டிருக்கிறது."

சதானீகன் மழைக்கான தடயங்களை நோக்கிக்கொண்டிருந்தான். மேற்குவானிலிருந்து பறவைகள் அகன்றதை முதிய குகன் சுட்டிக்காட்டினான். அங்கிருந்து வந்த காற்றில் முதலில் நீராவி மிகுந்திருந்தது. பின்னர் மெல்லிய குளிர் காதுகளைத் தொட்டது. மூச்சில் மழைமணம் வரத்தொடங்கியது. குகன் "நீரைத் தொட்டுப்பாருங்கள்" என்றான். சதானீகன் குனிந்து நீரைத் தொட்டான். "வெம்மை கூடியிருக்கிறதா?" என்றான். "ஆம், பனியுருகிய நீர்தான் யமுனையின் ஒழுக்கு. வெந்த நிலத்து நீர் வந்து சேரத் தொடங்கியிருக்கிறது." நிர்மித்ரன் அவனருகே வந்து நின்று "மழையா, மூத்தவரே? நான் படகிலிருந்து மழையைப் பார்த்ததே இல்லை" என்றான்.

மழை ஒரே வீச்சில் வந்து படகை அறைந்து முழுமையாக மூடிக் கடந்துசென்றது. "வானிலிருந்து அவிழ்ந்து சரிந்த திரைபோல" என்றான் நிர்மித்ரன். மழையின் ஓசை பெருகிச்சூழ்ந்திருந்தது. அருகே யமுனையின் நீர் கொதிப்பதுபோலக் கொப்பளித்தது. மழையலை வீசி அகன்ற இடைவெளியில் தொலைவில் கரைமரங்கள் பசுங்கொந்தளிப்பாகத் தெரிந்தன. படகுகளின் பாய்களை முழுமையாக இறக்கி சுருட்டிக் கட்டினர் குகர்கள். கட்டப்பட்ட பாய்கள் திமிறி எழத்துடித்தன. நுனிகளில் ஈரம் தெறிக்கப் படபடத்தன.

மின்னல் எழுந்து நீர்த்தாரைகளை ஒளிரச்செய்தது. மிகத் தொலைவிலென ஓர் இடியோசை மழைத்திரையால் மூடப்பட்டுக் கேட்டது. அடுத்த மின்னலில் யமுனையின் நீர் ஆடியென ஒளிகொள்ள, இடியோசை அவர்கள் தலைக்குமேல் முழங்கியது. நிர்மித்ரன் பாய்ந்து சதானீகனைப் பற்றிக்கொண்டான். "இந்திரன் பெயர்களைச் சொல்லிக்கொள்" என்றான் சதானீகன். நிர்மித்ரன் அச்சத்துடன் "அகாரி, அந்தரன், அமரர்கோன், அயிராணி கேள்வன், ஐராவதன், ஆகண்டலன், ஆகாயபதி, ஆயிரவிழியன், ஆனையூர்வன், இந்திரன், இடிக்கொடியன், உடலக்கண்ணன், உம்பர்கோன்..." எனக் கண்மூடி சொன்னான். அடுத்த இடியில் கண்விழித்து, கயிற்றைப் பற்றிக்கொண்டான்.

"சென்று அறைக்குள் அமர்ந்துகொள்" என்றான் சதானீகன். நிர்மித்ரன் கயிற்றையும் சுவரையும் பற்றிக்கொண்டு உள்ளே சென்றான். சதானீகன் மழையை நோக்கிக்கொண்டு நின்றான். வான் விரிசலாகத் தோன்றி விழுதுகளாக இறங்கி துடித்து அணைந்த மின்னலில் தொலைவில் ஒரு செந்தழல் எழுந்தது. "பனை" என்றான் குகன். ஒருகணம் ஓய்ந்ததென மாயம் காட்டி மீண்டும் வீசியறைந்தது மழை. படகுக்குள் சேர்ந்த நீரை குகர்கள்

மரக்குடுக்கைகளால் அள்ளி வெளியே ஊற்றிக்கொண்டிருந்தார்கள். அவர்களின் கரிய உடல்கள்மேல் நீர்த்துளிகள் அறைந்து உடைந்து சிதறிக்கொண்டிருந்தன. மழைக்குள் விழிகளும் பற்களும் அவ்வப்போது மின்னிமறைந்தன.

மிக மெல்ல படகு நகர்ந்தது. பாய்கள் இல்லாமல் அது ஒழுக்கிலேயே சென்றுவிடாமலிருக்க பன்னிருவர் துடுப்புகளால் உந்தித் துழாவிக் கொண்டிருந்தார்கள். ஒழுக்கை மறுத்து, பக்கவாட்டில் கரைநோக்கிச் சென்றது. பின்னர் திரும்பி மறுகோணத்தில் சாய்வாக மறுகரை நோக்கிச் சென்றது. "நல்லவேளை நம்மிடம் பெரும்பொதிகள் ஏதுமில்லை... இல்லையென்றால் கரையணைந்து நிறுத்திவிட்டுக் காத்திருக்கவேண்டியிருக்கும்" என்றான் முதிய குகன்.

மழையின் ஓலம் செவிக்குப் பழகிய பின்னர் சிறிய ஒலிகளைக்கூட கேட்கமுடிந்தது. இரும்பாலான பாய்மரக்கண்ணிகள் அசையும் ஒலி. கயிறுகளின் முனகல். அலைகள் படகின் வயிற்றை நக்கும் ஓசை. அப்பால் ஏதோ பாறையை யமுனை வளைந்துசெல்வதன் முழக்கம். கைகளைக் கட்டி சுவர் சாய்ந்து நின்று அவன் மழையை நோக்கிக்கொண்டிருந்தான். பின்னர் உணர்வுகொண்டு "தந்தை எங்கே?" என்றான். குகன் சுட்டிக்காட்டினான். அமரமுனையில் கைகளை மார்பில் கட்டியபடி வானில் எழுந்த மின்னல்களை நோக்கி அசையாமல் அர்ஜுனன் நின்றிருந்தான்.

எவரோ இழுத்து அகற்றியதுபோல மழை ஓய்ந்தது. நோக்கியிருக்கவே வானில் முகில்பெருக்கு பிளந்து துண்டுகளாக மாறி சிதறி கிழக்கு நோக்கிச் சென்றது. நீர்ப்பரப்பு மழையை முழுமையாக மறந்து உள்ளொளி கொள்ளலாயிற்று. நூற்றுக்கணக்கான சிறிய மீன்கள் அலைவெளியில் எழுந்து துள்ளி அமிழ்வதை சதானீகன் கண்டான். கூர்ந்தபோது அவற்றைப் பிடிக்கவந்த பெரிய மீன்களை நீருக்குள் காணமுடிந்தது. "புதுமழையில் வரும் உணவை அவை கொண்டாடுகின்றன" என்று குகன் சொன்னான்.

கரையிலிருந்து வெண்கொக்குகளின் கூட்டம் எவரோ வீசியெறிந்த மென்துகில் என எழுந்து அலையடித்தபடி பறந்து வானில் சுழன்றது. ஒரு நீர்க்காகம் வந்து பாய்க்கயிற்றின் மேல் அமர்ந்து ர்ர்ரா என்றது. மேலும் மேலும் பறவைகள் நீர்ப்பரப்பின்மேல் எழுந்தன. பாய்ந்து நீர்சிதற மீன்கவ்வி மேலெழுந்து பாய்வடங்கள்மேல் அமர்ந்தன. குகர்கள் கயிறுகளை அவிழ்க்க, திமிறும் புரவிகள் எனப் பாய்கள் ஓசையுடன் விரிந்து உப்பி மேலெழுந்து சென்றன. ஒன்றன்மேல் ஒன்றாக வெள்ளை

யானைகள் ஏறி அமர்ந்ததுபோல அவை பாய்மரத்தின்மேல் அமைய படகு விரைவு கொண்டது.

புதுக்காற்றில் விம்மி ஆடித்துள்ளின பாய்கள். அவற்றில் இருந்து உதறப்பட்ட நீர்த்துளிகள் அவன்மேல் தெறித்தன. சில கணங்களுக்குள்ளாகவே காற்றில் ஈரத்தலைமுடியும் ஆடைகளும் காய்ந்தன. தோல் மென்மெருகு கொண்டது. நிர்மித்ரன் உள்ளிருந்து வந்து அவனருகே நின்றான். "வளத்தான், வண்மையன், வண்ணன், வஜ்ரதரன், வைரவன், வரக்கிருது, வரைச்சிறையரிந்தோன், வரைப்பகைவன், வலாரி, வாசவன், வானவர்கோன், வாழ்வருளி..." என அவன் சொல்லிக்கொண்டிருந்தான். "முடிக்கவில்லையா? இடி நின்றுவிட்டது" என்றான் சதானீகன். "ஆம்" என்று புன்னகைத்த நிர்மித்ரன் "மூத்தவரே, நான் அஞ்சியது வேறு எவருக்கும் தெரியவேண்டியதில்லை" என்றான். சதானீகன் சிரித்தபடி அவன் முதுகைத் தொட்டான்.

"நாம் சென்றுசேர்கையில் இருட்டிவிடும்... இப்போதே உச்சிப்பொழுதாகி விட்டது" என்றான் நிர்மித்ரன். "ஆம், நள்ளிரவிலேயே சென்றுசேரமுடியு மென்று தோன்றுகிறது" என்றான் சதானீகன். "நற்செய்தி என்னவென்றால் நமக்கு முன் அஸ்தினபுரியின் அரசரும் செல்லமுடியாது" என்றான் நிர்மித்ரன். சதானீகன் புன்னகைத்தான். "அந்திக்குள் கரையில் இறங்கி விட்டால் நன்று, இளவரசே. இருட்டிய பின்னர் துறைமேடையில் இறங்கினால் அறியாத வழியில் செல்லவேண்டியிருக்கும். மழையிருந்தால் பந்தங்களையும் ஏற்றிக்கொள்ளமுடியாது" என்றான் காவலன்.

முதிய குகன் "இனி மழை இருக்காது" என்றான். "இது எடைகொண்டுவிட்ட ஒரு முகில் கிழிபட்டுப் பெய்த மழை. பிற முகில்கள் சிதறிவிட்டன." நிர்மித்ரன் "இன்னொரு மழை பெய்தால்கூட நன்றாகவே இருக்கும்" என்றான். சதானீகன் அவனைத் திரும்பிப்பார்க்க, "நான் இனிமேல் அஞ்சமாட்டேன்" என்றான். "ஏன், இந்திரன்பெயர்களை முழுமையாகச் சொல்லிவிட்டாயா?" என்றான் சதானீகன். "ஆம், ஏழுமுறை..." என்றான் நிர்மித்ரன். "நீர்ப்பரப்பில் இடியை அஞ்சத்தான் வேண்டும், இளவரசே. ஆண்டுக்கு நூறு படகுகளாவது இடிதாக்கி அழிகின்றன யமுனையில்" என்றான் முதிய குகன்.

மீனுணவின் மணம் எழுந்தது. மழையில் நீரள்ள வந்துவிட்டிருந்த அடுமனையாளர்கள் கலம் ஏற்றிச் சமைக்கத் தொடங்கியிருந்தனர். "இனிய மணம்... உணவு இத்தனை இனிதென இதற்கு முன் அறிந்ததே இல்லை" என்றான் நிர்மித்ரன். குரல் தாழ்த்தி "தந்தை உள்ளே சென்று அமர்ந்துவிட்டார்" என்றான். இளவெயில் எழத் தொடங்கியது. யமுனையின் அலைகள் ஒளிகொண்டன. தொலைவுகள் தெளிந்து

அணுகின. பறவைகளின் சிறகுகளின் பிசிறுகளைக்கூட காணமுடிந்தது. கரையோர மரங்கள் வெண்பற்களின் நகை எனக் கடந்துசென்றன. மீன்கள் வெள்ளிக்காசுகள் என ஒளியுடன் நீருக்குள் திரும்பின. சற்றுநேரத்திலேயே கண்கூசி நீர்வழியலாயிற்று.

அடுமனையர் வந்து உணவுண்ண அழைத்தனர். “சொற்களில் இதுவே இனியது” என்றபடி நிர்மித்ரன் பாய்ந்து உள்ளே சென்றான். சிறுபீடத்தில் மீனுணவும் ஆவியெழும் அப்பங்களும் வைக்கப்பட்டிருந்தன. அவர்கள் கைகழுவி அமர்ந்தனர். “யமுனையின் மீன்!” என்றான் நிர்மித்ரன். “யமுனையின் மீன் சற்று அழுத்தம்கொண்டது. கொழுப்பும் மிகுதி” என்றான் சதானீகன். அர்ஜுனன் வந்து அமர்ந்தான். அவன் அப்பத்தை எடுத்து அளிக்க, அதை நிர்மித்ரன் பெற்றுக்கொண்டதும் அவர்கள் உண்ணத் தொடங்கினர்.

சதானீகன் “நாம் நாளை புலரியில்தான் இளையயாதவரைச் சந்திக்க முடியுமெனத் தோன்றுகிறது, தந்தையே” என்றான். ஆம் என அர்ஜுனன் தலையசைத்தான். “அதற்குமுன் அஸ்தினபுரியின் அரசரும் சந்திக்க முடியாது” என்றான் சதானீகன். “ஆம், அவரும் நமக்கு முன்னால்தான் செல்கிறார்” என்றான் அர்ஜுனன். “அமரமுனையில் நின்றிருக்கையில் அவர்களின் படகின் கொடியைக் கண்டேன்.” சதானீகன் “இருவரும் சேர்ந்தே அவரைக் காண்போம் போலும்” என்றான். அர்ஜுனன் புன்னகைத்தான்.

நிர்மித்ரன் விரைந்து உண்டபடி “இன்னுணவு” என்றான். அர்ஜுனன் “பிரத்யும்னனும் அங்கே வந்திருக்கிறான்” என்றான். “எப்போது அறிந்தீர்கள்?” என்றான் சதானீகன். “சற்றுமுன்” என்றான் அர்ஜுனன். “புறா வந்ததா? நான் பார்க்கவில்லையே” என்றான் நிர்மித்ரன். அர்ஜுனன் “அவன் இன்று இரவுக்குள் தந்தையைச் சந்திக்க வாய்ப்புள்ளது” என்றான். சதானீகன் “எதற்காக வந்திருக்கிறார்?” என்றான். அர்ஜுனன் “நீ என்ன நினைக்கிறாய்?” என்றான். “சாம்பர் அஸ்தினபுரியில் மணம்கொண்டிருக்கிறார். ஆகவே இளையயாதவர் துவாரகையின் நாளையரசராக ஆக்க வாய்ப்பில்லை. யாதவக்குடியினருடன் இணைந்து பானுவும் துவாரகையை உதறிவிட்டார். ஆகவே எஞ்சியிருப்பது பிரத்யும்னர் மட்டுமே. இளையயாதவர் அவரைப் பட்டத்து இளவரசராக ஆக்கலாம்” என்றான் சதானீகன்.

“ஆம், நானும் அதையே எண்ணுகிறேன். தன்னைப் பட்டத்து இளவரசாக அறிவிப்பாரென்றால் படைமுகம் நிற்பதாக அவர் சொல்லளிக்கக்கூடும்” என்ற நிர்மித்ரன் “அத்துடன் தந்தை படைக்கலமேந்தப்போவதில்லை என்பதையும் அவர் அறிந்திருப்பார். தந்தையின்பொருட்டு அவர்

போரிட்டால் நன்றல்லவா?” என்றான். அர்ஜுனன் “இப்போது நாம் அதை எண்ணிச்சூழ்வதில் எப்பொருளும் இல்லை. நாளை புலரிக்குள் அனைத்தும் தெளிவாகிவிடும்” என்றான்.

உண்டு எழுந்தபோது சதானீகன் இனிய சோர்வொன்றை உணர்ந்தான். நிறைவும், நிறைவளிக்கும் தனிமையும். துயிலில் உள்ளம் அமிழ்ந்து ஒவ்வொரு சொல்லாக மறைந்துகொண்டிருந்தது. அவனருகே வந்த நிர்மித்ரன் “இது நம் வாழ்வில் ஒரு நன்னாள், மூத்தவரே” என்றான். “ஏன்?” என்றான் சதானீகன். “தெரியவில்லை. நமக்கு நலமென்று ஏதும் நிகழவுமில்லை. ஆனால் பிறிதொரு நன்னாள் நமக்கு இனி இல்லை என்று தோன்றுகிறது” என்றான் நிர்மித்ரன். சதானீகன் ஒன்றும் கூறாமல் ஏவலன் நீட்டிய மரவுரியில் கையைத் துடைத்தபின் மீண்டும் படகின் அகல்மேடைக்குச் சென்றான்.

8

யமுனைக்கரையில் இருந்த பூர்வசிலை கரையோரமாக இருந்த ஒரு பாறையைச்சுற்றி அமைந்திருந்த நூறு செம்படவ இல்லங்களால் ஆன சிற்றூர். அதன் நடுவே ஊர்த்தலைவரின் மரத்தாலான இரண்டடுக்கு மாளிகை அமைந்திருந்தது. ஊரைச் சூழ்ந்து முள்மரங்களாலான கோட்டைவேலி. பாறையருகே பிறிதொரு பாறை யமுனைக்குள் நீட்டி நின்றிருக்க, அதன் முனையில் படகுத்துறையை அமைத்திருந்தனர். அங்கிருந்து சேற்றுத்தடமாகக் கிளம்பிச்சென்ற பாதை காட்டுக்குள் புதைந்தது.

படகுகள் ஒவ்வொன்றாகவே கரையணுக முடிந்தது. அர்ஜுனனும் நிர்மித்ரனும் சதானீகனும் இறங்கி அங்கிருந்த சிறிய காவல்மாடத்தின் முன் போடப்பட்ட மூங்கில் மஞ்சத்தில் அமர்ந்து இளைப்பாறினர். அப்போது அந்தியாகிவிட்டிருந்தது. காட்டுக்குள் இருட்டு தேங்கத்தொடங்கியிருந்தது. யமுனையின் நீர் நன்றாகக் கருமைகொண்டு இரும்பலைகளெனத் தெரிந்தது. புரவிகளும் வண்டிகளும் தேர்களும் இறங்கியதும் "நாம் கிளம்புவோம்" என்று அர்ஜுனன் எழுந்தான். காவலர்தலைவன் "வந்திருப்பது தாங்கள் என ஊர்த்தலைவருக்குச் செய்தி அனுப்பினேன். வந்துகொண்டிருக்கிறார்" என்றான். "தேவையில்லை. நான் உடனே கிளம்பவேண்டும்..." என்றான் அர்ஜுனன்.

அவர்கள் காட்டுக்குள் புகுந்த சற்றுநேரத்திலேயே மீன்நெய்ப்பந்தங்களை ஏற்றவேண்டியிருந்தது. அந்த ஒளி காட்டை நிழலுருக்களாக ஆக்கி சூழப்பரப்பியது. ஒளியை நோக்கியபின் வேறெங்கும் நோக்க இயலவில்லை. அதற்கப்பால் நோக்கும் விழிகள் அர்ஜுனனிடம் மட்டுமே இருந்தன. அவன் ஊர்ந்த புரவியின் காலடிகளை மட்டுமே

நம்பி அவர்கள் தொடர்ந்தனர். தேர்களின் சகடங்கள் சேற்றுப்பாதையில் புதைந்து அசைவிழக்க, ஏவலர் உந்தி மேலேற்றினர். உருளைக்கற்கள்மேல் அத்திரிகளின் குளம்புகள் பட்டு ஒலியெழுந்தது. குளம்போசையையும் சகட ஒலியையும் காடு எதிரொலித்துச் சூழ்ந்தது.

இளைப்பாற எங்கும் நில்லாமல் நடந்து முக்தஜலத்தை அடைந்தபோது நள்ளிரவு கடந்திருந்தது. முக்தஜலத்தின் சிறிய கோட்டை மண்ணாலானது. இரண்டு ஆள் உயரமே இருந்தது. அதன் மீது சுடுமண் ஓடுகள் பரப்பிக் கூரையிடப்பட்டிருந்தது. கோட்டைமுகப்பில் காவல்மாடம் மட்டும் ஏழு ஆள் உயரத்தில் மரத்தூண்களின்மேல் அமைந்திருந்தது. அங்கே வெளிச்சமிருக்கவில்லை என்றாலும் படைக்கலங்களின் மின் தெரிந்தது. கோட்டைவாயிலில் கல்தூண்மேல் மீன்நெய்ப்பந்தங்கள் எரிந்துகொண்டிருந்தன.

அவர்கள் அணுகுவதை தொலைவிலேயே தெரிந்துகொண்டு முழவொலி எழுப்பினர். மறுமுழவொலியால் வருகையாளரை ஏவலர் தெரிவித்தனர். அங்கிருந்து இரு புரவிகளில் வந்த வீரர்கள் அவர்களை அணுகி வந்திருப்பது அர்ஜுனன் என்பதை உறுதிசெய்துகொண்டனர். “சற்று முன்னர்தான் அஸ்தினபுரியின் அரசர் நகர்நுழைந்தார், பாண்டவரே” என்றான் காவலர்தலைவன். “இது மிகச் சிறிய ஊர். இங்கே பெரிய இல்லங்கள் இரண்டுதான். தங்களுக்கு ஓர் இல்லத்தில் தங்க இடமொருக்க இயலும். அங்கேயே இளவரசர்களும் தங்கவேண்டும்.”

அர்ஜுனன் “தாழ்வில்லை” என்றான். காவலர்தலைவன் “ஊர்த்தலைவர் மாளிகையில் அரசர் வந்து தங்கியிருக்கிறார். அவருடன் துணைவர் சாத்யகியும் வந்தார். அவர்கள் வந்து ஓரிரவு மட்டுமே ஆகிறது” என்றான். “அருகே வலப்பக்க மாளிகையில் அஸ்தினபுரியின் அரசர். நேற்று இளையவரின் மைந்தர் பிரத்யும்னர் இங்கே வந்தார். அரசரின் மாளிகையிலேயே தங்கச்செய்தோம். அதில் மூன்றே மஞ்சத்தறைகள்தான். மூன்றும் மூவருக்கும் அளிக்கப்பட்டன. மரவுரிகள் மாற்றாடைகள் என எல்லாமே குறைவாகவே உள்ளன. ஆனால் இவ்வூரின் ஊனுணவு சுவையானது. அதை அவர்கள் விரும்பினார்கள்.”

அவன் வாழ்க்கையில் அத்தனை நிகழ்ச்சிகள் முன்பு நடந்ததில்லை என்று தெரிந்தது. அவன் அதைப்பற்றிப் பேச விரும்பினான். “இங்கே மக்கள் எவரும் இளையவரைப் பார்த்ததில்லை. இது நம் நாட்டின் எல்லை. ஆனால் நெடுங்காலமாக ஜலந்தரர்களும் கால்சிகளும் இதை ஆண்டனர். இங்கே யாதவர்கள்தான் மிகுதி. ஆனால் யாதவர்கள் எப்போதும் அடிமைகளே. முன்பு கார்த்தவீரியர் காலத்தில் இந்நாடு யாதவர்களால் ஆளப்பட்டது என்கிறார்கள். அதன்பின் இப்போதுதான். அது இயன்றது

இளையவரால். இன்று நம்மை அணுக்கநாடுகள் அஞ்சுகின்றன. யானை வால் சிறிதாக இருந்தாலும் அது யானைக்குரியதல்லவா?”

அவர்களை அவனே ஊரின் மையத்திலிருந்த மாளிகைக்கு முன் கொண்டுசென்றான். இரண்டடுக்கு மரமாளிகைக்கு இரு கைகளைப் போல சற்று சிறிய மாளிகைகள் இருந்தன. பிற ஊர்களில் அவற்றை, சற்றே பெரிய வீடுகள் என்றே சொல்வார்கள். மையமாளிகை முன் இரு புரவிகள் நின்றன. வலப்பக்க மாளிகையின் முன் எட்டு புரவிகளும் ஒரு விரைவுத்தேரும் நின்றன. அஸ்தினபுரியின் அமுதகலக் கொடி அதன்முன் பறக்க வேலும் வில்லுமேந்திய ஏழு காவலர் முகப்பில் நின்றனர்.

“அஸ்தினபுரியின் அரசர் அங்கேதான் தங்கியிருக்கிறார். அவருடன் வந்த பிற வண்டிகளும் தேர்களும் புரவிகளும் அத்திரிகளும் ஊருக்குப் பின்புறம் காலிகளுக்குரிய பட்டியில் நிறுத்தப்பட்டுள்ளன. பட்டியைச்சுற்றி ஆயர் தங்கும் மரக்குடில்கள் உள்ளன. உங்கள் வீரரும் ஏவலரும் அங்கே தங்கலாம்” என்ற காவலர்தலைவன் “தங்கள் வருகையை ஊர்த்தலைவருக்கு அறிவித்திருந்தேன். அதோ வருபவர்தான். வழக்கமாக அவர் தலைப்பாகை அணிவதில்லை. இன்று மும்மடங்கு பெரிதாகச் சூடியிருக்கிறார்” என்றான்.

ஊர்த்தலைவர் புலத்தியின் துணிப்பொதி போன்ற பெரிய வெண்ணிறத் தலைப்பாகையுடன் அணுகிவந்து வணங்கி “இந்திரப்பிரஸ்தத்தின் இளைய அரசரை வணங்கி வரவேற்கிறேன். தங்கள் வருகையால் முக்தஜலம் பெருமைகொள்கிறது” என்றார். “இனிய ஊர்” என்றபடி அர்ஜுனன் புரவியிலிருந்து இறங்கினான். “இல்லங்கள் சிறியவை. ஓய்வுகொள்க! இளையயாதவரும் துணைவரும் துயிலறைக்குச் சென்றுவிட்டனர். இளவரசர் இப்பொழுதுவரை தந்தையுடன் சொல்லாடிக்கொண்டிருந்தார். இப்போதுதான் அவர் தன் அறைக்குச் சென்றார்” என்றார்.

“ஆம், நன்று. நாங்கள் வந்த செய்தி அடைக!” என்றான் அர்ஜுனன். “ஆணை. நாளை புலரியில் அரசரைத் தாங்கள் சந்திக்கலாம்” என்றார் ஊர்த்தலைவர். அவன் உள்ளத்திலெழுந்த வினாவைப் புரிந்துகொண்டு “அஸ்தினபுரியின் அரசரும் இன்னமும் அவரைச் சந்திக்கவில்லை” என்றார். அர்ஜுனன் புன்னகைத்தான். அவர் திரும்பி அருகே நின்ற ஏவலனிடம் அவர்களை மாளிகைக்குள் அழைத்துச்செல்லும்படி ஆணையிட்டார்.

சிறிய இடைநாழிக்கு இருபக்கமும் மிகச்சிறிய அறைகள். “இங்கே இரு மஞ்சத்தறைகள். ஒன்றில் இளைய அரசர் துயிலட்டும். பிறிதில் இரு இளவரசர்களும் துயில்கொள்ளவேண்டும்” என்றான் ஏவலன்.

மறுமொழி சொல்லாமல் அர்ஜுனன் தன் மஞ்சத்தறைக்குள் நுழைந்தான். அவனுடைய பொதிகளுடன் உள்ளே வந்த ஏவலன் தொடர்ந்து சென்றான். “வருக!” என அவர்களை அழைத்துச்சென்ற ஏவலன் அறையைக் காட்ட “இதற்குள்ளா? பொந்து போலுள்ளதே” என்றான் நிர்மித்ரன்.

“நீ கானேகுவதைப்பற்றிச் சொல்லிக்கொண்டிருந்தாய்...” என்றான் சதானீகன். “ஆம், ஆனால் காட்டில் பெரிய குகைகள் உண்டு” என்ற நிர்மித்ரன் பொதியை அவிழ்த்து தன் ஆடைகளை எடுக்கத் தொடங்கினான். சதானீகன் “நான் இப்போதே பிரத்யும்னரைச் சந்திக்கவேண்டும்” என்றான். “ஏன்?” என்றான் நிர்மித்ரன். “நாளை சந்திக்கமுடியாமலாகலாம்.” நிர்மித்ரன் “எப்படிச் சொல்கிறீர்கள்?” என்றான். “தோன்றுகிறது” என்ற சதானீகன் “நீ துயில்கொள்க! நான் இதோ வந்துவிடுகிறேன்” என எழுந்தான். தயங்கியபின் நிர்மித்ரன் “நானும் வரவே விழைகிறேன். ஆனால் துயிலை வெல்லமுடியவில்லை” என்றான்.

சதானீகன் வெளியே சென்று ஏவலனிடம் “என்னைப் பிரத்யும்னரிடம் அழைத்துச்செல்” என்றான். “அவர் இந்நேரம் துயில்கொண்டிருப்பாரே?” என்றான் ஏவலன். “இல்லை, விழித்திருப்பார்” என்று சதானீகன் சொன்னான். ஏவலன் அவனை மாளிகைக்குள் அழைத்துச்சென்றான். சிறிய இடைநாழியின் வலப்பக்கம் குனிந்துசெல்லும்படியான அறைமுன் நின்று மும்முறை தட்டினான். பிரத்யும்னனே கதவைத் திறந்தான். சதானீகனைக் கண்டதும் விழிகள் சற்று விரிந்தன. “தாங்கள் துயில்கொண்டிருக்கமாட்டீர்கள் என நினைத்தேன்” என்றான் சதானீகன். “ஆம், உள்ளே வருக!” என்றான் பிரத்யும்னன்.

உள்ளே மஞ்சத்தில் பிரத்யும்னனின் பயணப்பொதி கட்டி வைக்கப் பட்டிருப்பதை சதானீகன் கண்டான். அவன் அதை நோக்கியதை பிரத்யும்னனும் கண்டான். “ஆம், நான் கிளம்பிக்கொண்டிருக்கிறேன். இன்னும் சற்றுநேரத்தில் ஊர் அடங்கும்” என்றான். சதானீகன் அமர்ந்தபடி “சொல்லாமல் செல்வதென்றால்...” என்றான். “மூத்த தந்தையைப்போல” என்றான் பிரத்யும்னன். சதானீகன் புன்னகைத்து “நான் என்றும் கனவுகாண்பது அப்படி ஒரு பயணம்” என்றான். “எங்கிருக்கிறோமோ அங்கிருந்து கிளம்பிச்செல்லுதல். எங்கேனும் சென்று எவ்வகையிலேனும் வாழ்ந்து இதன் நெறியென்ன என்று அறிதல்.”

“நான் ஒருபோதும் விழைந்ததில்லை. சொல்லப்போனால் துவாரகை எனக்குச் சலித்ததே இல்லை. அது உலகை நோக்கித் திறக்கும் சாளரம். ஒவ்வொருநாளும் வெவ்வேறு தன்மைகொண்ட மானுடர்

வந்திறங்குகிறார்கள். அறியா நிலங்கள், திகைப்பூட்டும் பண்பாடுகள், எண்ணித்தீரா மானுட வடிவுகள். நான் எங்கும் செல்லமுடியாது. எங்கு அமர்ந்தாலும் துவாரகையை என்னைச் சூழப் பரப்பிக்கொள்வேன்" என்றான் பிரத்யும்னன். "ஆயினும் போக வேண்டியிருக்கிறது. இத்தருணத்தில் வேறுவழியில்லை."

சதானீகன் "அரசரைச் சந்தித்தீர்கள் என்று அறிந்தேன்" என்றான். பிரத்யும்னன் "ஆம், அவரிடம் பேசலாகாதென்றிருந்தேன். ஆனால் சாம்பனின் மணச்செய்தியைக் கேட்டபின்னர் பேசிவிடலாமென முடிவெடுத்துக் கிளம்பினேன். இங்கு வந்துசேர்வதற்குள் பேரன்னையின் ஆணையையும் மூத்த தந்தை கிளம்பிய செய்தியையும் அறிந்தேன்" என்றான்.

சதானீகன் அவன் மேலே சொல்லும்படி காத்து அமர்ந்திருந்தான். "தந்தையிடம் சென்று நானும் வரவிருக்கும் போரில் கலந்துகொள்ளப் போவதில்லை என்றேன்" என்றான் பிரத்யும்னன். "எப்பக்கம் நான் நின்றாலும் நான் எதிர்கொள்வது என் முகத்தை. இங்கு நின்று யாதவர்களை எதிர்கொள்ளலாம். எதிர்நின்று தந்தையை எதிர்கொள்ளலாம். இரண்டுமே என் வில்லுக்கு இழுக்கு. எண்ணித் தயங்கியவனுக்கு அன்னையின் ஆணையும் மூத்த தந்தையின் முடிவும் நல்வழி காட்டின. ஆகவே அரசுதுறந்து வடதிசைக்குச் செல்ல முடிவெடுத்துள்ளேன் என்றேன். அவர் ஒன்றும் சொல்லவில்லை."

சதானீகன் "பிற உபயாதவர்?" என்றான். "அவர் மைந்தர் எவரும் களம் நிற்கப்போவதில்லை, அது மூதன்னையின் ஆணை" என்றான் பிரத்யும்னன். பெருமூச்சுவிட்டு "அது வியப்பூட்டவில்லை, அவர் எவ்வாறு எதிர்கொண்டார் என்பதையே அறியவிரும்புகிறேன்" என்றான் சதானீகன். "எப்போது திரும்பிவருவாய் என அவர் கேட்பார் என்று நான் எதிர்பார்த்தேன். அதற்குச் சொல்லவேண்டிய மறுமொழியாகவே என் தரப்பை உருவாக்கியிருந்தேன். அவர் அதைக் கேட்கவில்லை. கால்தொட்டு வணங்கி விடைகொள்வதுவரை என் உள்ளம் செவியாக இருந்தது. அவர் அச்சொற்களை எண்ணவேயில்லை என வெளியே வந்ததும் அறிந்தேன்" என்றான் பிரத்யும்னன்.

சதானீகன் "அவர் இவையெதிலும் இல்லை" என்றான். பிரத்யும்னன் "இல்லை, நாவின்மேலும் முகத்தின்மீதும் இறுதி ஆணைகொண்டவர்கள் உண்டு. அவர்கள் மாபெரும் அரசியலாளர்கள். அவர் உணர்வுகள்மேலும் எண்ணத்தின்மீதும் ஆணை கொண்டவர். யோகியாக அமரவேண்டியவர், இங்கமர்ந்து அரசுசூழ்கிறார்" என்றான். "நான் அவரிடம் சொல்லவிரும்பியது இதுவே. சிற்றெறும்புகளின் களிக்களத்தில்

பெருங்களிறு நுழையலாகாது. அவர் இங்கே என்ன செய்கிறார்? எதை அடைகிறார்? தன் மாபெரும் ஆற்றல்களைக்கொண்டு இவ்வெளிய மனிதர்களைக் கலைத்துச் சிதறடித்துச் சிற்றுவகை கொள்வதற்கா அவர் இங்கு வந்தார்? அவருள் அமைந்துள்ள அந்த மாபெரும் கருவி எளிய படைக்கலம் அல்ல, அது வானைச் செதுக்குவதற்குரியது."

"தந்தையே, உற்றோ உவந்தோ ஊழாலோ நீங்கள் பற்றியிருப்பனவற்றை முற்றாகக் கைவிடுக எனச் சொல்லவிரும்பினேன். எனக்குப்பின் என்னவாகும் என அஞ்சுவது எளிய மானுடரின் முதற்பெரும் மாயை. இப்புவிமேல் கொண்ட காதலையே அவர்கள் குடிமேலும் மைந்தர்மேலும் குமுகம்மேலும் கொண்ட பற்றென்று எண்ணிக்கொள்கிறார்கள். மேலெழுந்தவரும் மிகுதியாக அடைந்தவரும் மேலும் அவ்வாறு அஞ்சுகிறார்கள். அந்த மாயையிலா யோகத்தை அறிந்த எந்தையும் உழல்வது?

"நான் சொல்லவிரும்பியது இதுதான். நீங்கள் சென்றபின் என்னவானால் உங்களுக்கென்ன? உங்கள் பணி முடிந்தது என்றால் விலகிக்கொள்ளுங்கள். கனிந்தபின் கிளைவிடா கனி அழுகியுதிரும். எது எவ்வாறானால் உங்களுக்கென்ன? இவை உங்களால் நிகழ்ந்தவை என எண்ணும் அறிவின்மையை நீங்களுமா சூடிக்கொள்கிறீர்கள்? எந்த விசை யாதவரைத் தொகுத்ததோ, துவாரகையை அமைத்ததோ அது அதைக் கையாளட்டும். ஊழை ஆள மானுடரால் இயலாது. மாமனிதர்களோ ஆணவத்தால் ஊழை நோக்கும் பார்வையையே இழந்துவிடுகிறார்கள்.

"கானேகுங்கள் என்று அவரிடம் சொல்ல விரும்பினேன். இன்று யாதவருக்கும் பாண்டவர்களுக்கும் மட்டுமல்ல, பாரதவர்ஷத்தின் அரசர்களுக்கும் பலகோடி மாந்தருக்கும் அவர் செய்யக்கூடிய மிகச் சிறந்த நற்செயல் விட்டுவிலகுவதே. அணுகி வந்துகொண்டிருக்கிறது பெரும்போர். ஆயிரங்கள் இலக்கங்கள் அழியக்கூடும். குருதிப் பெருக்கும் விழிநீர் பெருக்கும் எஞ்சக்கூடும். அதை நிகழ்த்துவது அஸ்தினபுரியின் நிலவுரிமைப் பூசல் அல்ல. அவர்களிட்ட வஞ்சினமும் அல்ல. மெய்யான ஏது இவர்தான். இவர் மட்டும் இல்லையேல் அப்பூசல் அஸ்தினபுரியின் அவைப்பேச்சிலேயே முடியும். மிஞ்சினால் அவர்களின் எல்லையில் ஒரு சிறுபோரில் தெளியும். இப்போர் நிகழ்வது இவர்பொருட்டே.

"இன்று பாரதவர்ஷமே திரிந்துள்ளது. பாற்கலத்தில் பிடியுப்பு என அதைத் திரித்தது இவருடைய இருப்பு. இவர்மேல் அச்சம்கொண்டவர்களே இங்குள்ள அரசர்களனைவரும். அதற்கேற்ப இவர் ஷத்ரியர்களைக் கைத்தூசு என ஊதி அழித்துள்ளார். பௌண்டரிக வாசுதேவரையும் சிசுபாலனையும் ஜராசந்தனையும் தந்தை கொன்றது அத்தனை

தரப்பையும் அவருக்கு எதிரியாக்கியது. மெய், நாலாம்குடிகள் கோல்கொண்டமைவதை அரசகுடியினர் விரும்புவதில்லை. அது அவர்களின் அறமும் கடமையும்கூட. கோல்கொண்டு எழும் எவரும் அரசனால் கொல்லப்பட வேண்டியவர்களே. இல்லையேல் நாடென்றும் அரசென்றும் ஏதுமில்லை. அதுவே ஸ்மிருதிகளின் அறிவுறுத்தல்.

"ஆனால் ஆற்றல்கொண்டு வென்று நின்று தன் கோலைநாட்டிய அனைவரையும் ஷத்ரியர்கள் ஏற்றுக்கொண்டு அரசனென்றே அவையமர்த்தியும் உள்ளனர். நிஷாதராகிய நளனும் அசுர அன்னையின் மைந்தராகிய ஜராசந்தரும் ஷத்ரியர்களுக்கே தலைவர்களாக ஆனார்கள். அவர்கள் அஞ்சுவது அவர்களையும் கடந்துசெல்லும் பெருங்கனவுகள் கொண்ட நாலாம்வருணத்தவரை மட்டுமே. அவ்வாறு தன்னைக் காட்டிக்கொண்டவர் தந்தை. துவாரகை அதன் கண்கூடான சான்று.

"அதுவும்கூட ஷத்ரியர்களால் பொறுத்துக்கொள்ளப்பட்டது. அத்தனையையும் மீறி ஷத்ரியர்களிலேயே பலர் ஆற்றலை வழிபடுபவர்கள் என்றும் நாம் கண்டோம். அவர்களை அச்சுறுத்துவது இவர் சொல்லும் புதிய அரசியலொழுங்கு. அதன் மையமென முன்வைக்கும் புதிய வேதக்கொள்கை. வேதத்தைக் கடந்து கண்டடைந்த மெய்மை என இவர் அதை முன்வைக்கும் தயங்காப் பெருவிசை. நாளை இங்கு ஷத்ரியர்களே இல்லாமலாகிவிடக்கூடும் என்றும் குடித்தலைவர்களெல்லாம் அரசர்களென்றமையக்கூடும் என்றும் அதற்கு வேத ஒப்புதலை அளிக்க அந்தணரும் அமையக்கூடும் என்றும் அவர்கள் எண்ணுகிறார்கள். இவையனைத்தும் திரண்டே பேரழிவின் விளிம்பில் நம்மை நிறுத்தியிருக்கிறது.

"இவர் மட்டும் சற்றே அகன்றால் அத்தனை முடிச்சுகளும் அவிழ்ந்துவிடும். ஒவ்வொருவரும் அச்சங்களும் ஐயங்களும் ஒழிந்து மண்ணில் அமைந்து எண்ணத் தலைப்படுவர். யோகியர் வாழவேண்டிய இடம் காடே என வகுத்தவர் மூடர்கள் அல்ல. யோகியர் குடியும் உடைமையும் கொள்வது இழுக்கு என நூல்கள் சொல்வதும் வெறுமனே அல்ல. யோகியர் கோரினால் இவ்வுலகு போதாது. அவர்கள் பெருகினால் இங்கு பிறருக்கு இடமில்லை. ஆகவே விலகுக, அகல்க. இவ்வெளிய மக்களை வாழவிடுக. இதையே அவரிடம் கோர எண்ணினேன்."

ஓங்கிய தன் குரலைத் தானே கேட்டவன் என அவன் இடைநின்றான். பின்னர் இயல்பான குரலில் "அவர் கானேகுவாரென்றால் துவாரகையை எவர் ஆட்சி செய்தாலும் எனக்கு மாற்றுக் கருத்தில்லை என்று சொல்லவே நான் வந்தேன். ஆம், அந்நகரை நான் விரும்புகிறேன். அது என் அன்னைநிலம். ஆனால் நானும் அவர் குருதியே. தென்னகத்தில்

விரிந்துள்ளது கைதொடாப் பெருநிலம். அங்கு சென்று எனக்கென ஒரு நகரை நானே அமைத்துக்கொள்கிறேன். கிருஷ்ணப்பிரஸ்தம் என அதற்குப் பெயரிடுகிறேன். அவர் ஈட்டிய எதுவும் எனக்குத் தேவையில்லை, அவர் மைந்தன் என நான் என்னை உணர்வதும் பிறர் என்னை அவ்வாறு நோக்குவதுமே போதும். நான் மீண்டுவரவேண்டுமென்றால் அவர் துவாரகையில் இருக்கக் கூடாது. நான் சொல்ல விரும்பியது அதை மட்டுமே" என்றான்.

பெருமூச்சுடன் அவன் தளர்ந்தான். தன் கைநகங்களை நோக்கியபடி மஞ்சத்தில் அமர்ந்திருந்தான். "இது பெருங்காடு, இதன் வளர்ச்சியும் இயக்கமும் அழிவும் அதனுள் செடியென்றும் மரமென்றும் நீரென்றும் ஒளியென்றும் திகழும் அதை ஆக்கிய விழைவுகளின் ஆணைப்படியே. இதற்குத் தோட்டக்காரர் தேவையில்லை. இதைக் கேட்கும் அளவுக்கு அவருடைய பெருமை குனிந்து செவிகொடுக்குமா? மாமலைகளால் தங்கள் காலடிகளை நோக்கமுடியாது எனக் கேட்டிருக்கிறேன். மெய்தான் அது."

"அதை நான் சென்று அவரிடம் சொல்லவேண்டுமென எண்ணுகிறீர்களா?" என்றான் சதானீகன். "என்னால் அதை அவரிடம் சொல்லமுடியுமா?" "ஆம், நீ சொல்லமுடியாது. ஆனால் உன்னால் சொல்லாமலும் இருக்கமுடியாது, ஏனென்றால் இதை நீ அறிந்துவிட்டாய். உன்னிலிருந்து அவர் அறிவார்" என்ற பிரத்யும்னன் முதன்முறையாகப் புன்னகைத்தான். "நீ வந்தது நன்று. இல்லையேல் இச்சொற்கள் எனக்குள் இருந்து புளித்து நஞ்சாகிவிட்டிருக்கும்."

"மீண்டும் அவரைச் சந்திக்கலாமே?" என்றான் சதானீகன். "இல்லை, நான் செல்லவேண்டுமென்ற உந்துதலை இச்சொற்களை வாயுமிழ்ந்ததுமே உணர்கிறேன். என் நோய் இனி அகலும்" என்றான் பிரத்யும்னன். சதானீகன் "மூத்தவரே, நான் தங்களைச் சந்திக்க வந்தது ஒன்றை அறியும்பொருட்டே. உங்கள் தந்தையின் பெருமையை நீங்கள் உணர்ந்திருக்கிறீர்களா என்று. அணுக்கம்போல் மறைக்கும் திரை பிறிதில்லை என்பதனால் அந்த ஐயத்தைக் அடைந்தேன்" என்றான். பிரத்யும்னன் விழிகள் சுருங்க அவனை நோக்கினான்.

"பிற உபயாதவர் அனைவருமே தந்தையைச் சற்றும் அறிந்தவர்களல்ல என்றுதான் நினைக்கிறேன். அவர் ஈட்டிய பேரரசு என்பது அவருடைய ஆற்றலின் முன் சிறு கூழாங்கல். ஆனால் அவர்களோ நல்லூழால் தந்தை கண்டெடுத்த புதையல் அது என எண்ணுகிறார்கள். மூத்தயாதவரோ, பேரரசர் வசுதேவரோகூட இளையவரை உணர்ந்தவர்கள் அல்ல" என்று சதானீகன் சொன்னான்.

“நானும் உணர்ந்திருக்கிறேன் என்று சொல்லமாட்டேன். உணர்வது எளிதும் அல்ல. ஏனென்றால் தந்தையர் தங்கள் மைந்தருக்கு முன் பிற தோற்றங்களைக் களைந்து வெறும் தந்தை மட்டுமே என நின்றிருக்க விரும்புகிறார்கள். அது அவர்களுக்கும் தங்களிலிருந்து தாங்கள் கொள்ளும் இடைவிடுதலை. ஒரு நீராட்டு. ஓர் ஊழ்கம். அதிலிருந்து அவர்களால் வெளிவரவே முடிவதில்லை. முதிரா இளமையில் மைந்தருக்குக் காட்டிய அம்முகம் அவர்களுக்குப் பழகிவிடுகிறது. மைந்தருக்கும் அந்த முகம் பழகிவிடுகிறது. பிறிதொரு முகத்தைக் காட்டினால் மைந்தர் தந்தையை இழந்துவிடுவதாக உணர்கிறார்கள். அந்த அதிர்ச்சியிலிருந்து எளிதில் மீள இயலாது. தந்தையரும் மைந்தரை இழக்கக்கூடும், அவர்களும் அதை விரும்புவதில்லை.

“எந்தையை நான் ஒரு விளையாட்டுத் தோழனாக மட்டுமே அறிந்திருக்கிறேன். அவரைப்பற்றிய கதைகள் சூழவே நான் வளர்ந்தேன். அதையெல்லாம் பிறிதொருவர் என்று எண்ண என் உள்ளம் பழகிக்கொண்டது. அதன் ஆழ்விழைவு அது. எந்தை எளியவராகும்போது எனக்குரியவராகிறார். நான் கையாளத் தக்கவராக இருக்கிறார். ஆகவே அந்தப் பேருருவை நான் விலக்கினேன். அதை வேடிக்கையாக மாற்றிக்கொண்டேன். அதனூடாக அப்புகழ் தொடாத சிறுவனாக ஆக்கிக்கொண்டேன். கூடவே அவருடைய அப்பேருருவை கேலிக்குரியதாக சமைத்தேன். அவர் அதை ஏற்றுக்கொண்டே என்னிடம் விளையாடினார்.

“உண்மை, நான் அறிந்ததே இல்லை. சபராசுரருடன் எதிர்நின்று போரிட்ட களத்திலேயே அவர் எவரென்று என் அகம் உணர்ந்தது. அன்றுவரை இருந்த நான் முற்றிலும் நொறுங்கினேன். மீண்டெழவே இயலாது அயலான் என்றானேன். பின்னர் நான் அணுகியது பாணருடன் போரிட்ட அக்களத்தில். இன்றும் அவர் எனக்கு அயலவரே. தந்தையைத் துறந்து இளையயாதவர் என்னும் யோகியை என்னால் சென்றடைய இயலுமா என்று இந்தக் கானேகலில் முயலவிருக்கிறேன். அகன்று அகன்று அணுகும் ஒரு பயணம் இது” என்றான் பிரத்யும்னன்.

“நன்று சூழ்க!” என்றான் சதானீகன். “எந்தையரும்கூட பதினான்காண்டு காலக் கானேகலில்தான் அவருடன் முற்றிணைய முடிந்தது. அது நிகழ்க!” பிரத்யும்னன் புன்னகைத்து “பெருந்தந்தைக்கு மைந்தனாகப் பிறப்பதுபோல் தீயூழ் ஏதுமில்லை. கனவில் கடுகி நடந்து மூச்சிரைக்கத் தளர்ந்தாலும் நின்ற இடத்திலேயே நின்றிருப்போமே, அதைப்போன்றது அது” என்று சொல்லித் தன் மூட்டையை எடுத்துக்கொண்டான். விடைபெறாமல் கதவைத் திறந்து வெளியேறினான்.

9

சதானீகன் அன்றிரவு முழுமையாகவே துயில்நீத்தான். அவன் பிரத்யும்னனின் அறையிலிருந்து வரும்போதே இரவொலிகள் மாறுபட்டிருந்தன. மெல்லிய மழைத்தூறல் ஊரை மூடியிருந்தது. அவ்வப்போது மின்னல் வெட்டி வானம் சற்று உறுமியது. இலைகள் பளபளப்புடன் தெரிந்தணைந்தன. அவன் அந்தச் சிறிய மாளிகையின் மிகச் சிறிய சாளரத்தருகே நின்று மழையை நோக்கிக்கொண்டிருந்தான். மழை நின்று குளிர்க்காற்று சுழன்றது. பறவைகள் குரலெழுப்பின. மீண்டும் வானம் உறுமத்தொடங்கியது.

ஓர் எண்ணம் எழுந்தது, அர்ஜுனன் அவனை அழைக்காமலேயே இளையயாதவரைப் பார்க்கச் சென்றுவிடக்கூடும் என்று. அடுத்த கணமே அதுவே நிகழுமென உள்ளம் உறுதிகொண்டது. விடியலுக்கு அப்போதும் பொழுதிருக்கிறது என்று தோன்றியது. ஆனாலும் ஏவலனை அழைத்து நீராட்டறை ஒருக்கச் சொன்னான். நீராட்டறைக்குள் இருக்கையில் கூரைமேல் மழையின் ஓசை கேட்டது. வெளியே மழை பெய்யும்போது வெந்நீருக்குள் அமர்ந்திருப்பதன் மெய்ப்பு எழுகை எப்போதும் அவன் விரும்புவது. அங்கேயே அமைந்திருக்கவேண்டுமென விழைந்தான். கருவறையில் குழவி என.

அந்த நாள் இனியது என்று ஏனோ தோன்றியது. இத்தகைய நாட்கள் இனி வரப்போவதில்லை என்ற சொல் உள்ளூர எழுந்துகொண்டே இருந்தது. அது ஏன் என எண்ணி அவ்வாறு எண்ணவேண்டியதேயில்லை என அமைந்தான். எழுந்து ஆடையணிந்து அணிபூண்டு வெளியே வந்தபோது மேலும் பொழுதிருப்பது தெரிந்தது. சிறிய உப்பரிகையில் நின்று இருளில்

பொழியும் மெல்லிய மழையைப் பார்த்துக்கொண்டிருந்தான். அந்த மழையை வேறு எவர் பார்க்கிறார்கள்? கீழே காவலர்கள் கையில் வேலுடன் சுவருடன் சாய்ந்து நின்றிருந்தார்கள். அவர்கள் மழையை வெறித்துக்கொண்டிருந்தார்கள். என்ன எண்ணிக்கொண்டிருப்பார்கள்? மழை அவர்களின் பணியைக் கடுமையாக்குகிறது. பிறர் வெறுக்கும் கோடைகாலம்தான் அவர்களுக்கு இனியது.

புரவி மழையில் நனைந்து தலைகுனிந்து நின்றது. அப்பால் எங்கோ எவரோ பேசிக்கொண்டு புரவியில் செல்லும் ஓசை. மெல்லிய மின்னதிர்வில் தேர்க்கூரை பளபளத்து அணைந்தது. இடியோசை தலைக்குமேல் ஒரு பீடத்தை நகர்த்திவைத்ததுபோல் ஒலித்தது. எங்கோ ஒரு கலம் உருண்டது. அடுமனைப் பணிகள் தொடங்கிவிட்டன. இன்னும் சற்றுநேரத்தில் ஆலயப் பூசகர்கள் எழுவார்கள். அதன்பின் வணிகர்கள். அதன்பின் காவலர்களுக்கு மாறுசெல்பவர்கள் சாலைகளில் செல்வார்கள். எல்லா ஊர்களும் ஒன்றே. எல்லா விடியல்களும் ஒன்றே. அவை ஒன்றென்றே இருப்பதே இனியது. ஏனென்றால் அறிந்த முகத்தின் அன்பு அதிலுள்ளது.

என்ன எண்ணிக்கொண்டிருக்கிறோம்? அவன் புன்னகைத்தான். மழை ஓய்ந்து துளிவிட்டது. காற்றில் துளிகள் பிசிறுகளாகச் சிதறி மறைந்தன. இலைகள் ஈரம் விடுபட்டு எழுந்து பறக்கத் தொடங்கின. வானில் ஒளி எழுகிறதா என்ற ஐயம் எழுந்தது. கீழே மண்ணில் தேங்கிய நீரில் எல்லாம் மெல்லிய ஒளி பளபளத்தது. இளநீலமான காற்று எங்கும் நிறைந்திருந்தது. அது விழிக்குள் இருந்து எழும் நிறமா? காற்றில் ஒளியசைவு எழுவதை உணர்ந்தான். அது தேங்கிய நீர்ப்பரப்பில் எழும் அலைகளால்தான் எனத் தெரிந்தது.

புலரி புலரி என அவன் உள்ளம் கூச்சலிட்டது. நிற்க முடியவில்லை. எங்காவது செல்லவேண்டும், எதையாவது செய்யவேண்டும் போலிருந்தது. மேலாடையை எடுக்க திரும்பி அறைக்குச் செல்லலாமா என எண்ணியபோது கோட்டைமுகப்பின் முரசு விடியலை அறிவித்து முழங்கியமைந்தது. ஆலயத்தின் சங்கும் மணியும் உடன் இணைந்து ஒலித்தன. கோயில்களின் மணியோசைகள் பெருகின. ஊர் விழித்துக்கொண்ட ஒலி எங்கிருந்தோ எனக் கிளம்பி அணுகிவந்தது.

மானுடக் குரல்கள், பசுக்களின் கூவல்கள், கழுத்துமணிகள், நீர்சேந்தும் சகடங்களின் ஓசைகள். பெண்கள் வீட்டுமுற்றங்களைத் துடைப்பம் வீசிக் கூட்டிப்பெருக்கத் தொடங்கிவிட்டனர். ஒவ்வொரு நாளையும் முந்தைய நாளை விலக்கி அந்நாளின் மலர் ஒன்றைச் சூட்டி எதிர்கொள்கிறார்கள். ஒவ்வொரு நாளிலும் புதியதாக ஒன்றை எதிர்பார்க்கும் மாயையில்

இருந்து மானுடம் விடுபடுவதேயில்லை. ஒரு பெருநாடகம் கையசைவில் தொடங்கியதுபோல. பறவைகள் வானிலெழுந்து சுழன்று கூவின. அவன் நோக்கியிருக்கவே சேற்றுமுற்றத்தில் சிறிய குருவிகள் வந்தமர்ந்தன. அவை பந்த ஒளிக்குப் பழகியவையாக இருக்கக்கூடும். மைய மாளிகையிலிருந்து கொம்போசை எழுந்தது. அங்கே காவலர் பணிமாற்றம் கொள்ளும் ஆணைகள் ஒலித்தன.

அவன் உள்ளம் உவகைகொண்டு படபடக்கத் தொடங்கியது. உள்ளே சென்று நிர்மித்ரனை எழுப்பலாமா என எண்ணி, அதைத் தவிர்த்தான். அவன் மரவுரி மஞ்சத்தை அணைத்துக்கொண்டு குப்புறத் துயின்றுகொண்டிருந்தான். கால்கள் சிறுவர்களுக்குரிய முறையில் சுருங்கியிருந்தன. வாயில் மேலுதடு வளைந்தெழுந்து அவனை மேலும் குழந்தை எனக் காட்டியது. சதானீகன் கீழே இறங்கிச்சென்று கூடத்தில் நின்றபோது காவலன் எழுந்து அருகே வந்தான். “தந்தை எழுந்துவிட்டாரா?” என்றான் சதானீகன். “அவர் நீராடி ஆடைமாற்றிவிட்டுக் கீழே சென்றார்” என்றான் காவலன். அவன் திடுக்கிட்டு “எப்போது?” என்றான். “சற்றுமுன்பு” என்றான்.

சதானீகன் மழையில் ஊறிய முற்றத்தை நோக்கி ஒருகணம் தயங்கியபின் புரவியை நோக்கிச் சென்றான். மிக அருகில்தான் இருந்தது மைய மாளிகை. ஆனால் செல்லும் வழி சேறாக இருந்தது. புரவியில் ஏறிக்கொண்டு அதைச் செலுத்தி சிறிய சாலையில் ஏறி ஓரிரு அடிவைத்து மைய மாளிகை முற்றத்தை அடைந்தான். முன்பெப்போதோ மரப்பலகையிடப்பட்ட முற்றம். சேற்றில் பெரும்பாலும் புதைந்து குதிரைக்குளம்புக்கு மட்டுமே ஓசையென இருப்புணர்த்தியது. கூரையிடப்பட்ட சிறிய தூண்களின்மேல் மீன்நெய்ப்பந்தங்கள் எரிந்தன. ஈரநிலத்தில் செம்மலர்கள் என ஒளி சிந்திக்கிடந்தது.

அவன் இறங்கி புரவியை ஏவலனிடம் அளித்துவிட்டு படிகளை நோக்கி நடந்தான். எதிர்கொண்ட ஊர்த்தலைவரிடம் “தந்தை வந்துவிட்டாரா?” என்றான். “மேலே சென்றார்...” என்ற ஊர்த்தலைவர் விந்தையானதோர் உணர்வு தெரிந்த விழிகளுடன் “அவருக்கு முன்னரே அஸ்தினபுரியின் அரசர் அங்கே சென்றுவிட்டார்” என்றார். சதானீகன் நெஞ்சின் படபடப்பை மறைக்க, சிரித்துக்கொண்டு “நன்று, நானும் மேலே செல்கிறேன்” என்றான். அவர் ஏவலனிடம் கைகாட்டினார்.

ஏவலனுடன் மேலேறிச் செல்கையில் சதானீகன் மேலும் செல்லவேண்டாம் என்னும் உணர்வை அடைந்தான். கால் தயங்கினாலும் படிகளில் ஏறினான். பழைய படிகள் அவன் காலடியைப் பெருக்கி ஒலித்தன. அவன் எதையும் எதிர்மறையாக எதிர்பார்க்கவில்லை. ஆனால் அந்த

விசைமிக்க தருணம் முடியப்போகிறது என்னும் உணர்வை அடைந்தான். மிக விரைவாக, மிக எளிதாக, எண்ணி வியக்க ஏதுமற்றதாக, எப்போதும் எண்ணத்தில் நின்றிருப்பதாக அது நிகழும். ஏனென்றால் மிகப் பெரியவை அனைத்தும் அவ்வாறே நிகழ்கின்றன. தெய்வங்கள் பொறுமையற்றவை. வேறொரு விரைவான காலத்தில் வாழ்பவை.

மஞ்சத்தறை வாயிலில் நின்றிருந்த காவலன் அவனைப் பார்த்ததும் குழப்பமாகத் தலைவணங்கினான். சதானீகன் "இளையபாண்டவர் உள்ளே இருக்கிறார் அல்லவா?" என்றான். "ஆம்" என்றான். "நான் உள்ளே செல்லவேண்டும்" என்றான். அவன் தயங்கி "தங்களை உள்ளே அனுப்பலாமா என்று தெரியவில்லை, இளவரசே" என்றான். "தந்தையுடன் வந்தேன்" என்றான் சதானீகன். "இளையவர் இன்னும் துயில்கொண்டிருக்கிறார். அஸ்தினபுரியின் அரசர் வந்ததும் என்னிடம் கேளாமலேயே உள்ளே சென்றார். நான் அவரைத் தடுக்கும் சொல் இல்லாமல் நின்றேன். ஆகவே தொடர்ந்து இளையபாண்டவர் வந்ததும் என்னால் ஒன்றும் சொல்லமுடியவில்லை" என்றான் காவலன்.

அவன் உடல் பதறியது. தாழ்ந்து தாழ்ந்து சென்ற குரலில் "நான் அரச காவலன் அல்ல. இந்த மாளிகையில் காவலே உண்மையில் கிடையாது. இங்கு அரசகுலத்தார் வந்ததும் இல்லை. இதற்கான தண்டனையை..." என்றவனைக் கைகாட்டி நிறுத்தி "அவர் நாங்கள் உள்ளே வருவதை விரும்பாமல் இல்லை. விரும்பவில்லை என்றால் நீ இங்கே நின்றிருக்கமாட்டாய்" என்றபின் அவன் தோளைத்தட்டிப் புன்னகைத்துவிட்டு கதவைத் திறந்து உள்ளே சென்றான்.

சிறிய மஞ்சத்தறையை மிகப் பெரும்பாலும் நிரப்பியபடி தாழ்வான மஞ்சம் இருந்தது. அதில் மரவுரிப் படுக்கையில் மரவுரியணையில் தலைவைத்து இளையயாதவர் மல்லாந்து துயின்றுகொண்டிருந்தார். அவர் தலைமாட்டில் இருந்த சிறிய பீடத்தில் அஸ்தினபுரியின் அரசன் துரியோதனன் அமர்ந்திருந்தான். வேறு பீடங்கள் ஏதும் இல்லை என்பதனால் காலடியில் மஞ்சத்தின் விளிம்பிலேயே அர்ஜுனன் அமர்ந்திருந்தான். இருவர் விழிகளும் அவனை நோக்கின. அவன் தலைவணங்கியபின் விலகி சுவரில் சாய்ந்து நின்றான்.

அவன் நோக்கிக்கொண்டு நின்றான். இடக்கையைத் தூக்கித் தலைக்குமேல் வைத்திருந்தார். வலக்கை தொடைமேல் படிந்திருந்தது. வலது தோளருகே படுக்கையிலேயே படையாழி இருந்தது. இடது தோளருகே இரவில் அறைக்கு நறுமணம்சேர்க்க வைக்கப்பட்டிருந்த செந்தாமரை மலர். வெண்ணிற ஆடையின் சீரான சுருக்கங்களும்

மார்பில் அப்போது அணிவித்தவை எனப் படிந்திருந்த ஆரங்களும் அவர் துயிலில் அசைவதில்லை என எண்ணச் செய்தன.

இளைஞனுடையது போன்று சிறிய உறுதியான உடல். தோள்கள், கைகள், மார்பு, வயிறு என அவன் நோக்கிக்கொண்டிருந்தான். ஒவ்வொன்றும் முழுமை கொண்டிருந்தன. ஆனால் மானுடமல்லாத ஏதோ ஒன்றிருந்தது. அது ஒரு கரிய சலவைக்கல் சிலை என்று எண்ணச் செய்தது. நீள்வட்டமான முகம். புன்னகை விலகமுடியாதவை போன்ற சிறிய உதடுகள். கூரிய சிறுமூக்கு. கொழுங்கன்னங்கள். அவன் ஒரு திடுக்கிடலை அடைந்தான். அவருக்கு இளைய தந்தையின் அகவை. மைந்தருக்கு மைந்தர் மணம்புரிந்துகொண்டுவிட்டார். ஆனால் அங்கு படுத்திருந்த உடலில் இளமை மாறாமலிருந்தது. அவன் இன்னொரு அதிர்வோடு அவ்வுடலின் சிறப்பு என்ன என உணர்ந்தான். கழுத்திலோ கைகளிலோ புறங்கையிலோ எங்கும் நரம்புகளே தெரியவில்லை.

மிக அண்மையில் பெரிய கண்டாமணி ஒன்று அதிர்ந்தடங்கியது. அவருடைய விழியிமைகள் அதிர்ந்தன. கைகள் எழுந்து கூப்பிக்கொள்ள, உதடுகள் "ஓம்" என ஓசையிலாது குவிந்துரைத்தன. கைகளை ஊன்றாமல் இயல்பாக மடிந்து எழுந்து அமர்ந்து அர்ஜுனனை நோக்கி "எப்போது வந்தாய்? அழைத்திருக்கலாமே?" என்றார். துரியோதனன் அசைய, அவனை நோக்கி "கௌரவரே, தாங்கள் எப்போது வந்தீர்கள்?" என்றார். "என்ன இது? மஞ்சத்தறை நிறைந்துள்ளது?" என்றபின் சதானீகனை நோக்கிப் புன்னகை புரிந்தார்.

அவர் விழிகள் அந்த முகத்திற்கு மிகப் பெரியவை. இளமைந்தர் விழிகள்போல அவற்றில் கருவிழியே நிறைந்திருந்தது. நோக்குவதன் கூர்மையும் நோக்காமையின் கனவும் கொண்டிருந்தன அவை. அவர் புன்னகைத்தபோது சதானீகன் தன்னுள் உணர்வு ஏதோ கொப்பளிப்பதை அறிந்தான். கைகால்கள் நடுங்க, விழுந்துவிடக்கூடாது என்பதையே தன் உறுதிப்பாடாகக் கொண்டு நின்றான். அவ்வுணர்வை அழுகையென்று மட்டுமே வெளிக்காட்டமுடியும். ஓசையற்ற விம்மலாக, வெறும் விழிநீராக.

துரியோதனன் "நான் அரசமுறைத் தூதாக வந்தேன்" என்றான். "என் கோரிக்கையை முதலில் தங்களிடம் வைக்கவேண்டுமென விழைந்தேன். அதன்பொருட்டே காலையில் தங்கள் மஞ்சத்தறைக்குள் புகுந்தேன். பொறுத்தருள்க!" அவர் "இங்கு எவருக்கும் தடையென ஏதுமில்லை, அரசே" என்றபின் அர்ஜுனனிடம் "நீ இங்கு வருவாய் எனச் சொல்லவில்லையே?" என்றார். "நானும் அரசமுறையாகத் தங்களிடம் கோரிக்கையை முன்வைக்கவே வந்தேன்" என்றான் அர்ஜுனன்.

“முதலில் நான் பார்த்தது இளையபாண்டவனை. அவனிடம் கோரிக்கையைக் கேட்பதே முறை” என்றார் இளையயாதவர். துரியோதனன் “அதென்ன? நான் முன்னரே வந்து இங்கே காத்திருந்தேன்” என்று சொன்னான். “ஆம், ஆனால் காலடியில் அமர்ந்திருந்தமையால் அவனையே முதலில் கண்டேன். அது தன்னியல்பாக நிகழ்ந்திருக்கலாம். ஆனால் முறை அதுவே” என்றார் இளையயாதவர். “சொல்க, பார்த்தா.! துரியோதனன் தவிப்புடன் “நான் முன்னரே வந்தேன். தங்களை அழைக்கத் தயங்கினேன்” என்றான்.

அர்ஜுனன் “இளையயாதவரே, தங்கள் துணை பாண்டவர்களுக்குத் தேவை. நான் என் மூத்தவரின் முறையான அழைப்பை முன்வைக்கும் பொருட்டு வந்துள்ளேன்” என்றான். அவர் “அளித்தேன்” என்றபின் புன்னகையுடன் திரும்பி “கௌரவரே, தங்கள் கோரிக்கையைச் சொல்லலாம்” என்றார். துரியோதனன் முகம் மலர்ந்திருந்தது. “யாதவரே, அவர் தங்கள் படைத்துணையைக் கோரவில்லை. துணை என்றே சொன்னார். நான் படைத்துணை கோர வந்துள்ளேன்” என்றான். “அளித்தேன்” என்றார் இளையயாதவர்.

துரியோதனன் சிரிப்பு முகமெங்கும் பரவ “முன்னரே யாதவக்குடிகளின் முற்றாதரவு எங்களுக்கே என அறிவிக்கப்பட்டது. ஆனால் அச்சொல்லை எங்களுக்கு அளித்த தங்கள் மூத்தவர் நேற்று கானேகிவிட்டார். தங்கள் தந்தைக்குப் படைகள்மேல் மேலாணை இல்லை. தாங்கள் படைகளுக்கு ஆணையிட்டால் யாதவப் படைகள் அதை மீறுமா என ஐயுற்றேன். ஏனென்றால் இன்னமும்கூட எளிய படைவீரர்களில் பலருக்கு நீங்கள் இறைவடிவம். இப்போது யாதவப் படைகள் எங்களுக்குத் துணைநிற்பதை நீங்களே ஒப்புக்கொண்டு சொல்லளித்துள்ளீர்கள்” என்றான்.

“ஆம், விருஷ்ணிகள் உள்ளிட்ட யாதவப் படைகளில் எவருக்கு கௌரவப் படையுடன் சேர விருப்பிருக்கிறதோ அவர்களுக்கு என் ஒப்புதல் அளிக்கப்படுகிறது. இதை அரசாணையாகவே அறிவிக்கிறேன். போதுமல்லவா?” என்றார் இளையயாதவர். “நன்று” என்று துரியோதனன் சொன்னான். “அத்துடன் தாங்கள் யாதவருக்கு எதிராகப் படைக்கலம் கொள்ளலாகாதென்று தங்கள் அன்னையின் ஆணையெழுந்திருப்பதாகவும் நேற்று அறிந்தேன். தங்கள் தந்தையும் அக்ரூரரும் தனித்தனியாக அதை அறிவித்திருந்தார்கள்.”

“ஆம்” என்றார் இளையயாதவர். “அன்னையின் ஆணைப்படி என் மூத்தவரோ மைந்தரோ எனக்கெதிராகக் களம்நிற்கமாட்டார்கள்.” துரியோதனன் “அறிந்தேன். ஆனால் அந்த ஆணை கிருதவர்மனையோ அக்ரூரரையோ அவருடைய மைந்தர்களையோ பிற யாதவப்

பெருவீரர்களையோ கட்டுப்படுத்தாது. அவர்கள் உங்களுக்கெதிராகவே களம்நிற்பார்கள்" என்றான். அவன் சொல்லவருவதைப் புரிந்துகொண்டு "ஆம், கௌரவரே. அவர்கள் எனக்கெதிராகக் களம்நிற்கக்கூடும். ஆகவே நான் வரும் போரில் என் கையால் படைக்கலம் தொடமாட்டேன்" என்றார்.

"இதையும் சொல்லுறுதியாகவே கொள்கிறேன்" என்றான் துரியோதனன். "கொள்க, இதையும் நானே அரசமுறையாகவே அறிவிக்கிறேன்" என்றார் இளையயாதவர். துரியோதனன் புன்னகையுடன் அர்ஜுனனை நோக்கிவிட்டு "இது போதும்... நான் வந்தது இதற்காகவே. நீங்கள் எவ்வகையிலும் பாண்டவர்களை விட்டு வரமாட்டீர்கள் என அறிவேன்" என்றான்.

இளையயாதவர் நகைத்து "என் அன்னையின் ஆணை எனக்கும் பெரும்விடுதலையை அளித்தது, கௌரவரே. நான் போருக்கெழுந்தால் எதிர்நிற்கும் என் மூத்தவரையும் மைந்தரையும் என் குடியினரையும் கொல்லவேண்டியிருக்குமே என அஞ்சினேன். கொல்லவில்லை என்றால் கோழையென்று அறியப்படுவேன். கொடுத்த சொல்லுக்கு உறுதியற்றவனும் ஆவேன். இப்போது நிறைவுகொள்கிறேன், அன்னைசொல் மீற எவருக்கும் உரிமையில்லை. அதை ஷத்ரியரும் மறுக்கமாட்டார்கள். நாளை பாடவிருக்கும் சூதர்களும் மறக்க மாட்டார்கள்" என்றார்.

அர்ஜுனன் புன்னகையுடன் அமர்ந்திருப்பதை ஐயத்துடன் நோக்கியபின் துரியோதனன் விழிவிலக்கிக்கொண்டான். "போர் நிகழுமென்றால் நான் வெறுங்கையுடன் மட்டுமே களம்புக முடியும், பார்த்தா" என்றார் இளையயாதவர். "தாங்கள் களம்புகவேண்டுமென்பதுகூட இல்லை. துவாரகையிலேயே இருப்பீர்கள் என்றால்கூட எனக்கு மாற்று எண்ணமில்லை. தங்கள் அடியவனாக நான் களமெழ முடிந்தால் அது போதும்."

இளையயாதவர் நகைத்து "நன்று... நான் களம்புக விழைகிறேன். உங்களைக் கைவிட்டேன் என்று ஆகவேண்டாம்" என்றார். "படைக்கலமேந்தாமல் போர்க்களம் புகும் உரிமை கொண்டவர்கள் இருவர். பறையும் கொம்பும் முழக்கும் சூதர், தேரோட்டிகள். நான் உனக்குத் தேரோட்டுகிறேன்." அர்ஜுனன் முகம் மலர்ந்து "என் புரவிகள் உங்கள் ஆணைப்படியே அடிவைக்கும்" என்றான்.

இளையயாதவர் துரியோதனனிடம் "தேரோட்டியைத் தாக்க நெறியொப்புதல் இல்லை, கௌரவரே. எனவே என்னைக் கொன்ற பழியிலிருந்து தப்ப யாதவருக்கும் வழியமைகிறது. கிருதவர்மனிடம் சொல்லுங்கள்" என்றார். துரியோதனன் "ஆம், அது நன்று. என்னையும்

உளக்குழப்பத்திலிருந்து விடுவிக்கிறது இது. நீங்கள் படைக்கலம் ஏந்தாதிருக்கையில் நானோ அங்கனோ உங்களைத் தாக்குவது தகுமா என்றே உள்ளூர எண்ணிக்கொண்டிருந்தேன்" என்றான்.

அங்கே நிகழ்வதென்ன என்று சதானீகன் வியந்தான். விளையாட்டு ஒன்றில் களம் பகிர்ந்துகொள்பவர்கள்போல அவர்கள் பேசிக்கொண்டிருந்தனர். அவர் இருவரையும் வைத்து விளையாடிக்கொண்டிருந்தார். அவன் எண்ணியதைக் கேட்டதுபோல் அவர் அவனிடம் "அனைத்தும் இனிதே முடிந்தது அல்லவா? அவரவர் விழைந்ததுபோலவே" என்றார். அவன் தலையசைத்தான். "நன்று, நான் நீராடி ஒருங்கி வருகிறேன். இன்று நாம் ஒரு நல்லுணவில் ஒருங்கமர்வோம்" என்றார் இளையயாதவர்.

படகுகள் யமுனையின் அலைவெளிமேல் எழுந்ததும் சதானீகன் நீள்மூச்சுடன் திரும்பி அருகே நின்றிருந்த நிர்மித்ரனிடம் "இன்னும் ஒருநாளில் இந்திரப்பிரஸ்தத்திற்கு மீள்வோம், இளையோனே" என்றான். "அங்கிருந்து கிளம்பும்போது ஒரு பெரிய விடுதலை என உணர்ந்தேன். இப்போது அங்கு திரும்புவது நெஞ்சை இனிக்க வைக்கிறது." நிர்மித்ரன் "இப்போது அங்கே நாம் பேசிக்கொள்ள நிறைய செய்திகள் உள்ளன. நான் சென்றதுமே ஏதேனும் சூதனை வரவழைத்து இவற்றை எல்லாம் பாடலாகப் பாடும்படி கோரவிருக்கிறேன்" என்றான்.

"ஏன்? நீ என்ன வீரச்செயல் புரிந்தாய்?" என்றான் சதானீகன். "நான் புரிந்தவை வீரச்செயல்களா என்பதை அவர்கள் முடிவெடுப்பார்கள். இளவரசர்கள் ஆற்றுவதனைத்தும் வீரச்செயல்களே" என்றான் நிர்மித்ரன். "ஆனால் எண்ணிப்பார்க்கையில் நான் இழந்தது மிகுதி என எண்ணுகிறேன். சற்றே துயில்நீத்து நான் இளையயாதவருடன் தந்தை பேசிய இடத்துக்கு வந்திருக்கலாம்." சதானீகன் சிரித்தான். "ஆனால் வராததுகூட நன்றே. நான் கதைகளைச் சொல்லி என்னை நிறைத்துக்கொள்ளலாம். அதற்கு மெய்நிகழ்வின் தடை இல்லை" என்றான் நிர்மித்ரன்.

"மூத்தவர் அனைவரும் இந்திரப்பிரஸ்தத்திற்கே மீண்டுவிட்டனர்" என்று சதானீகன் சொன்னான். "அபிமன்யூ மட்டும் துவாரகையிலேயே தங்கியிருக்கிறான். அவன் உபப்பிலாவ்யத்திற்கு மீள விழையவில்லை." நிர்மித்ரன் ஏன் என்று கேட்காமல் அலைகளை நோக்கிக்கொண்டிருந்தான். பின்னர் "போர் நிகழுமா, மூத்தவரே?" என்றான். "பெரும்பாலும் நிகழும்" என்றான் சதானீகன். "நாம் அதைக் கடந்து வாழ்வோமா?" என்றான் நிர்மித்ரன். அவனைத் திரும்பி நோக்காமல் "பெரும்பாலும் வாய்ப்பில்லை, இளையோனே" என்றான் சதானீகன்.

சற்றுநேரம் கழித்து திரும்பி நோக்கியபோது நிர்மித்ரன் நீரை நோக்கிக்கொண்டிருப்பதை சதானீகன் கண்டான். "அஞ்சுகிறாயா?" என்றான். அவன் திரும்பி நோக்கவில்லை. அவன் தோளில் கைவைத்து "இங்கே பார், அஞ்சுகிறாயா?" என்றான். அவன் கண்கள் கலங்கியிருந்தன. சிரிப்பை வரவழைத்தபோது முகம் கோணலாகியது. "இல்லை என்றால் அது பொய்" என்றான். சதானீகன் நகைத்து "முன்னரே அறிந்திருந்தால் அச்சத்தைக் கடக்கமுடியும்" என்றான்.

"ஆக, இதற்காகத்தான் நம் தந்தையர் முழுமூச்சாக முனைகிறார்கள் அல்லவா?" என்றான் நிர்மித்ரன். "அன்றுகாலை புலி வாயில் மடியவிருக்கும் மான் விரைந்தோடுகிறது, அந்தக் கணத்தை நோக்கி" என்றான் சதானீகன். "கவனரின் சப்ததளமண்டலியின் வரி" என்றான் நிர்மித்ரன். "எல்லாவற்றுக்கும் ஒரு வரி முன்னரே இருக்கிறது." சதானீகன் "ஆம், நூல்களுக்கு வேறென்ன வேலை?" என்றான். "மூத்தவரே, நம் தந்தையருக்கு உள்ளுணர்வு இருக்குமா?" என்றான் நிர்மித்ரன். "நமக்கே இருக்கிறது, அவருக்கு இருக்காதா என்ன? இளைய தந்தை சகதேவர் ஒவ்வொன்றையும் முற்றுண்மையென்றே அறிந்திருப்பார்."

நிர்மித்ரன் "விந்தைதான்" என்றான். "எவரும் எதுவும் செய்யமுடியாது. நேராக அதை நோக்கிச் செல்வதைத் தவிர. மீறவும் விலகவும் முயல்வதுகூட அதை நோக்கிச் செல்லும் பயணத்தின் அசைவுகளே" என்றான் சதானீகன். நெடுநேரம் அலைகளை நோக்கிநின்றபின் நிர்மித்ரன் "ஒருகணத்தில் திரும்பி பொருளற்ற கேலிக்கூத்தாக மாறிவிட்டன அனைத்தும்" என்றான். "இன்னும் சற்றுநேரம் இங்கே நில். மெல்ல மெல்லப் பொருளேற்றம் செய்துகொண்டு உணர்வெழுச்சிகளும் சொற்பெருக்கும் கொள்வாய். மானுடன் சிக்கியிருக்கும் மாயைக்கு எல்லையே இல்லை. அது பிரம்மத்தின் தோற்றம் என்கின்றனர் முந்தையோர்" என்றான் சதானீகன்.

10

சகுனி கிழக்குக் கோட்டையை அடைந்தபோது அங்கே பல்லக்கு நிற்பதைக் கண்டார். புரவியை இழுத்து விரைவழிந்து பல்லக்கை நோக்கியபடி சென்றார். அது விதுரரின் பல்லக்கு என்று அணுகிய பின்னர்தான் தெரிந்தது. குதிரையை நிறுத்திவிட்டு இறங்கி அணுகிவந்த ஏவலனிடம் கடிவாளத்தை அளித்தார். “அமைச்சரா?” என்றார். “ஆம், மேலே காவல்மாடத்தில் நின்றிருக்கிறார்” என்றான் ஏவலன்.

சகுனி குறுகிய படிகளில் ஏறி கோட்டைக்கு மேலே சென்றார். சுவரோடு ஒட்டியபடி நின்றிருந்த வீரர்கள் தலைவணங்கினர். அவர் காவல்மாடத்தை அணுகியபோது அங்கே ஆடை பறக்க நின்றிருந்த விதுரரைக் கண்டார். அருகே சென்று நின்றார். அவர் வருவதை விதுரர் முன்னரே உணர்ந்திருந்தார். திரும்பாமலேயே “துயில்கொள்ள முடியவில்லை...” என்றார். “இந்த இடம்தான் கனவில் வருகிறது. இங்கேயே வந்து சற்றுநேரம் நின்றால் துயில்கொள்ளமுடியும் எனத் தோன்றியது.”

சகுனி “எனக்கு மேற்குவாயில் கனவில் வருகிறது. அங்கு செல்ல அஞ்சி இங்கு வந்தேன்” என்றார். மெல்லச் சிரித்தபடி “ஒருவேளை தெற்குவாயிலில் மருகன் இருக்கக்கூடும்” என்றார். விதுரர் நகைத்து “வடக்குவாயிலில் மூத்தவர்” என்றபின் “அரண்மனையில் இன்று நன்கு துயில்பவர் கணிகராக மட்டும்தான் இருக்கமுடியும்” என்றார். சகுனி ஒன்றும் சொல்லவில்லை.

விதுரர் பேச்சை மாற்ற விரும்பி “துவாரகையிலிருந்து என் மைந்தனின் செய்தி வந்தது. இளையயாதவர் நேராக உபப்பிலாவ்யத்திற்குச் செல்கிறார்.

அவர் மைந்தன் சாம்பன் துவாரகையின் நகர்ப்பொறுப்பை எடுக்கிறான்" என்றார். சகுனி தலையசைத்தார். "அது அவனுக்கொரு நல்வாய்ப்பு. ஆனால் அதை அவனால் பயன்படுத்திக்கொள்ள முடியாது. அவனுடன் காளிந்தியின் மைந்தன் சுருதன் இருக்கிறான். அவன் நன்னெஞ்சு கொண்டவன் அல்ல." சகுனி அதற்கும் தலையசைத்தார்.

"நான் சற்றுமுன்புவரை சுருதையை எண்ணிக்கொண்டிருந்தேன்" என்றார். "அவள் என்னிடம் எதிலும் ஈடுபடாமல் செயலாற்றும்படி சொன்னாள். இந்நகரோ குடியோ என்னால் தாங்கப்படவில்லை, இதன் ஒரு பகுதியே நான் என்றாள். அதுவே மெய். ஆனால் மெய்யை ஏற்றொழுகுவது மிகக் கடினம். அவளைப்போன்ற பெண்களால் மட்டுமே அது இயலும்" என்றார். சகுனி "ஆம், விழைவற்றவர்கள்" என்றார். "அல்ல, விழைவை ஆணவமாகப் பெருக்கிக்கொள்ளாதவர்கள்" என்றார்.

"அவளை எண்ணும்போதெல்லாம் என் அன்னையின் நினைப்பும் வரும்" என்று விதுரர் தொடர்ந்தார். "அன்னையும் அவளும் இரண்டாகப் பகுக்கப்பட்ட ஒன்று எனச் சற்றுமுன் எண்ணினேன். ஏனென்று தெரியவில்லை. என் அன்னை சிவையைப் பற்றி அறிந்திருப்பீர்கள்." சகுனி "ஆம், என் தங்கைவடிவாக" என்றார். விதுரர் சற்று கலைந்து பின்பு "ஆம்" என்றார். "அன்னையை என்னால் அறியமுடியவில்லை என்று தோன்றிக்கொண்டே இருக்கிறது. அவர் மறைந்து இத்தனை ஆண்டுகளாகின்றன. சுருதையும் நெடுநாட்களுக்குமுன் மறைந்துவிட்டாள். இருவரும் கணமொழியாமல் என்னுடன் இருந்துகொண்டிருக்கிறார்கள்" என்றார்.

"இங்கு நின்றால் எழுவதெல்லாம் பெண்டிரின் நினைவுகளே" என விதுரர் தொடர்ந்தார். "சத்யவதி அன்னை. சில தருணங்களில் மிக அண்மையில் என அவருடைய சிரிப்பை என்னால் காணமுடியும். அன்னையர் அம்பிகையும் அம்பாலிகையும். அவர்களெல்லாம் வெறும் நினைவுகளும் கதைகளுமாக மாறிவிட்டிருக்கின்றனர் இங்கே. ஆனால் அவர்கள் இங்கே கொண்டுவந்து நாட்டியவை கண்ணுக்குத் தெரியாமல் வேரும் கிளையும் விழுதுமாகச் செறிந்து படர்ந்து நிறைந்துள்ளன."

விதுரர் தொடர்ந்து பேச விழைந்தார். பேச்சின் சொற்களுக்குள் ஒளிகிறார் எனச் சகுனி எண்ணிக்கொண்டார். "அம்பை அன்னை. அவர் விழிகளைக்கூட நான் நினைவுகூர்கிறேன். ஆனால் அவர்களை நான் பார்த்ததே இல்லை. படித்துறையில் அழியா வஞ்சமென அவர்கள் குடிகொள்கிறார்கள்." விதுரர் சிரித்து "இங்கே இப்படி அவர்களின் நினைவுகள் சூழ நின்றிருக்கையில் நான் மிக எளியவனாக, ஏதும் செய்ய இயலாதவனாக உணர்கிறேன். அந்நினைப்புபோல என்னை

ஆறுதல்படுத்துவது ஏதுமில்லை. நான் தனியன், என்னால் அறியமுடியாத பெருக்குகளால் அள்ளிச்செல்லப்படுபவன். அச்சொற்களை, முன்னேகிய அன்னையரிடம் நான் சொன்னால் போதுமானது. அவர்களுக்குப் புரியும். அவர்களும் அத்தகைய சொற்களையே வைத்திருப்பார்கள்" என்றார்.

பின்னர் இருவரும் சொல்லின்றி நின்றிருந்தனர். சூழ இரவு மெல்ல விண்மீன்களை மாற்றியமைத்துக்கொண்டிருந்தது. சிறகோசையுடன் ஒரு காகம் அவர்களைக் கடந்து சென்றது. "நகரில் காகங்கள் பெருகிவிட்டன. இரவில்கூட அவை சிறகோய்வதில்லை" என்றார் விதுரர். சகுனி அதற்கு ஒன்றும் சொல்லவில்லை. மீண்டும் ஒரு நீளமைதி. மேற்குவாயிலுக்கு அப்பால் ஓநாயின் ஊளை. சகுனி அசைவதை உணர்ந்து திரும்பி நோக்கிய விதுரர் அவருடைய விழிகள் வானொளியில் மின்னுவதைக் கண்டபின் விழிவிலக்கிக்கொண்டார்.

"செல்வோம்... இங்கு நின்று விடியச்செய்வதனால் பொருளில்லை" என்றார் விதுரர். "நாம் சென்று தங்கள் அரண்மனையில் அமர்ந்து சற்று சூதாடலாம்." சகுனி "நான் சூதாடுவதில்லை இப்போது" என்றார். விதுரர் "மெய்யாகவா?" என்றார். "ஆம்" என்றார் சகுனி. "எப்போதிலிருந்து?" சகுனி "சில நாட்களாக... இனி ஆடுவேன் என்றும் தோன்றவில்லை" என்றார். விதுரர் "மாறாக சில மாதங்களாக நான் ஒவ்வொரு நாளும் சூதாடுகிறேன். தனியாக அமர்ந்து. அல்லது யாரேனும் சூதனை அமரச்செய்து" என்றார்.

"மூத்தவர்கூட சஞ்சயன் உதவியுடன் சூதாடுகிறார். அவருடைய இசையவையில் பாணர் அமர்ந்து பல மாதங்களாகின்றன" என்றார் விதுரர். "மிகச் சில நாட்களிலேயே சிறப்பாக ஆடத் தொடங்கிவிட்டார். காலையில் விழித்ததுமே முதல் ஆணை களம்பரப்புவதற்காகத்தான்..." அவர்கள் படிகளில் இறங்கினர். விதுரர் இரவின் கரிய ஒளியில் கூர்மின்னி நின்றிருந்த கைவிடுபடைகளின் நிரையைப் பார்த்தார். அவர் நோக்கிய கணமே சகுனியும் அதைப் பார்த்தார். இருவரும் ஒரு சொல்லும் உரைக்காமல் படியிறங்கினர்.

இந்திரப்பிரஸ்தத்தின் படகுத்துறை தொலைவில் அணைவதை நோக்கியபடி குந்தி படகின் அகல்விளிம்பில் நின்றிருந்தாள், ஒரு கையால் பாய்க்கயிற்றைப் பிடித்துக்கொண்டு சற்றே கால் அகற்றி ஊன்றி படகின் அலைவுக்கேற்ப உடல் அசைய இளங்காற்றில் தலையை மூடிய வெண்ணிற ஆடை எழுந்து படபடக்க. பார்க்கவி அவளை அணுகி "பேரரசி" என்றாள். அவள் "ம்?" எனத் திரும்ப "பாய்கள் இறக்கப்படுகின்றன என்று குகர்கள் சொல்கிறார்கள்" என்றாள்.

குந்தி அச்சொற்களை உள்வாங்கிக்கொள்ளவில்லை. "ம்" என்றாள். "பாய்வடம் தொய்வடையும்" என்றாள் பார்க்கவி. அவள் சொல் இல்லாத நோக்கால் விலக்கியபின் கைகளை எடுத்துக்கொண்டாள். பார்க்கவி தலைவணங்கி, பின்னகர்ந்து குகர்களிடம் கைகாட்டிவிட்டுச் சிற்றறைக்குச் சென்றாள். அத்தனை பெட்டிகளையும் மூடி மீண்டுமொருமுறை உறுதிப்படுத்திவிட்டு படகின் முகப்புக்கு வந்து குந்திக்குப் பின்னால் அவள் விழிதிருப்பினால்மட்டும் நோக்கும் இடத்தில் நின்றாள்.

புலரிக்கு முந்தைய கருக்கிருளால் வானும் மண்ணும் மூடியிருந்தன. யமுனைநீர்ப்பரப்பு மீது கருமையின் ஒளி இருந்தது. கடந்துசென்ற விரைவுப்படகுகளின் கீறலில் நீரலைகள் எழுந்து ஒளியை அலைவுகொள்ளச் செய்தன. எடைமிக்க பெரும்படகுகள் கருவுற்ற விலங்கின் சோர்வுடன் மிகச் சீரான விரைவில் காற்றில் உப்பி எழுந்த பாய்களுடன் சென்றுகொண்டிருந்தன. ஒரு படகு பிளிறியது. ஒன்றின் மீதிருந்து வெளவால்கள் சிறகடித்தெழுந்து வானில் கலைந்தன.

அவள் இந்திரனின் சிலை நிழலுருவாக எழுந்த மரக்கூட்டங்களுக்குமேல் எழுந்து தெரிவதைக் கண்டாள். கீழிருந்து நெய்விளக்குகளின் ஒளி அதன் முகத்தின்மேல் படுவதுபோல பெரிய சூழியாடிகள் அமைக்கப்பட்டிருந்தன. முதல் நோக்கில் செந்நிறமான முகில்தீற்றுபோலத் தெரிந்தது. பின்னர்தான் அது மாபெரும் முகம் என்று தோன்றியது. பகலொளியில் ஊழ்கநோக்குக் கொண்டிருக்கும் சிலை, கீழிருந்து வந்த ஒளியில் விரிந்த புன்னகை புரிவதுபோலத் தோன்றியது.

பார்க்கவி அந்தப் பெருமுகத்தையே நோக்கிக்கொண்டிருந்தாள். சிலை மெல்லத் திரும்பிக்கொண்டிருந்தது. இன்னொரு படகின் கொம்பொலியால் விழிப்புகொண்டு திரும்பி நோக்கியபோது இந்திரப்பிரஸ்தத்தின் படகுத்துறைகளின் நெய்விளக்குகள் எரிந்த தூண்களின் நிரை தெரிந்தது. அந்த எரிதூண்கள் இந்திரப்பிரஸ்தத்தில் மட்டுமே உள்ளவை. புகழ்பெற்ற கலிங்கச் சிற்பி மகாருத்ரரால் அமைக்கப்பட்டவை. ஒவ்வொரு தூணிலும் புரிவட்டமாக பெரிய திரியிடப்பட்ட இருபத்துநான்கு அகல்விளக்குகள் செதுக்கப்பட்டிருந்தன. தூணின்மேல் இருந்த கல்லாலான குடத்தில் மீன்நெய் நிரப்பப்படும். அது நுண்துளைகள் வழியாக வந்து அத்தனை அகல்களிலும் சொட்டி திரியை ஊறச்செய்துகொண்டிருக்கும். மலர்க்கொத்து செறிந்த கிளைகள் போன்ற அந்தத் தூண்களைப் புஷ்பவல்லரி என்றனர்.

அவர்கள் வந்த படகு பாய்களைத் தாழ்த்திக்கொண்டு மெல்லக் கரைநோக்கிச் சென்றது. அதற்காக உருவாக்கப்பட்டிருந்த இடைவெளியில் வந்துசேர்ந்த ஏவலர்களின் ஆணையோசைகளும் கூச்சல்களும் மெல்லக்

கேட்டன. புஷ்பவல்லரிகளில் சுடர்கள் மெல்லிய அசைவுடன் எரிந்துகொண்டிருந்தன. அவை நிறுத்தப்பட்டிருந்த இடத்திற்குச் சுற்றும் அமைக்கப்பட்டிருந்த கற்பலகைகளால் அவற்றின்மீது பெரும்புயலால் அன்றி நேர்க்காற்று படுவதில்லை. மிக அருகே ஆடைகள் பறந்துகொண்டிருக்கும்போதும் சுடர்கள் மிக மெல்ல நெளிந்தாடிக்கொண்டுதான் இருக்கும்.

பற்றி எரியும் கல் என பார்க்கவி எண்ணிக்கொண்டாள். தலையில் சூடி நிற்பது எரிநெய். படகுத்துறையிலிருந்து ஒரு பெரும்படகு பிளிறியபடி மெல்ல விலகியது. அதில் எழுந்த முதல் பாய் அதைப் பின்னால் தள்ளி பக்கவாட்டில் சரியச்செய்தது. பின்னர் தழலில் இருந்து தழல் பற்றிக்கொள்வதுபோல பாய்கள் அதில் எழுந்தன. மீண்டும் ஒரு பிளிறலுடன் அது விரைவுகொண்டு நீர்ப்பெருக்கை நோக்கிச் சென்றது. மீண்டும் ஓர் உறுமல் எழுந்தது. அவளுடைய படகை ஒட்டியிருந்த படகிலிருந்து இரு துலாக்கள் இருபக்கமாக பொதிகளைத் தூக்கிக் காற்றில் சுழற்றிக் கொண்டுசெல்லத் தொடங்கின.

அத்தனை படகுமேடைகளிலும் துலாக்கள் யானைகள் இழுத்த வடங்களாலும் சகடங்களாலும் சுழற்றப்பட, பொதிகள் பறந்துசென்று அமைந்தன. படகுகள் அவற்றைக் கரைநோக்கி எறிவதாக விழிகளுக்குத் தோன்றியது. வண்டிநிரைகள் கிளம்பி துறைமுகப்பிலிருந்து இரு வளைந்த பாதைகளினூடாக நகரை வளைத்து பண்டசாலைகளுக்குச் சென்றுகொண்டிருந்தன. அவற்றின் விளக்குகள் செவ்வெறும்பு நிரை எனத் தெரிந்தன. துறைமேடைகளுக்குமேல் வானில் என இந்திரப்பிரஸ்தத்தின் கோட்டைமுகப்பு. அதன்மேல் மின்கொடி பறந்தது. இருபுறமும் பந்தங்களின் ஒளியை ஆடிகளால் குவித்து ஏவி அதன்மேல் விழச்செய்திருந்தமையால் அது தழல் எனப் படபடத்தது.

அவர்களுடைய படகு மேடையை முட்டி அசைந்து மெல்ல ஆடி நின்றது. தறிகளில் வடங்கள் சுற்றிக்கொண்டன. பாலம் நீண்டு வந்து படகின்மேல் படிந்தது. பார்க்கவி குந்தியின் அருகே சென்று “பாலம் அணைகிறது, பேரரசி” என்றாள். அவள் கையிலிருந்த வெண்பட்டு மேலாடையை வாங்கி உடலைப் போர்த்திக்கொண்டு குந்தி பாலத்தருகே சென்றாள். பார்க்கவி கையில் சாமரத்துடன் பாலத்தில் ஏறி நகரில் முதலில் இறங்க, அவள் தொடர்ந்து சென்று இறங்கினாள்.

துறைமேடைக் காவலன் இரு ஏவலருடன் நின்றான். சொல்லின்றித் தலைவணங்கினான். அவள் அவனை நோக்கித் தலையசைத்தபின் செல்வோம் என பார்க்கவிக்குக் கைகாட்டினாள். சுங்கநாயகத்தின் மாளிகைமுகப்பில் அவள் செல்லவேண்டிய தேர் காத்து நின்றிருந்தது.

அதனருகே தனிப்புரவியில் அணுக்கக் காவலன் நின்றிருந்தான். பார்க்கவி கைகாட்ட, அவன் தன் கையிலிருந்த சிறிய கொம்பை முழக்கினான். தேரோட்டி தேரில் ஏறிக்கொண்டான். அவர்கள் சிறிய படிகளில் ஏறி மாளிகைமுகப்பை அடைந்தனர். காவலன் தலைவணங்கிக் கைகாட்ட, குந்தி தேரிலேறி அமர்ந்தாள். பார்க்கவி அவளருகே நின்றாள்.

அணுக்கவீரன் அவர்களை ஒருமுறை நோக்கிவிட்டு கையைக் காட்டினான். தேர் விசைகொண்டு உலுக்கி முன்னகரத் தொடங்கியது. குந்தி இறுக்கமான உடலுடன் எதையோ எதிர்பார்ப்பவள்போல் அமர்ந்திருந்தாள். குளிர்க்காற்று முகத்தில் படத்தொடங்கியதும் அவள் மெல்ல எளிதானாள். பெருமூச்சுடன் இருக்கையில் சாய்ந்துகொண்டாள். "இன்னும் ஒரு நாழிகையில் பிரம்மமுகூர்த்தம், பேரரசி" என்றாள் பார்க்கவி. குந்தி வெறுமனே தலையசைத்தாள். பார்க்கவி அத்தருணத்தை மேலும் எளிதாக்கும்பொருட்டு எதையேனும் பேச எண்ணினாள். ஆயினும் எதைப் பேசினாலும் அரசியலிலேயே சென்றடையும் என எண்ணி சொல் தவிர்த்தாள்.

ஆனால் குந்தியால் அதைக் கடக்கமுடியவில்லை. "இளையவர்கள் அனைவரும் வந்துவிட்டார்கள் அல்லவா?" என்றாள். "ஆம், பேரரசி. அபிமன்யூவைத் தவிர எண்மரும் நகரில்தான் இருக்கிறார்கள்." குந்தி "அவன் எப்போது வருகிறான்?" என்றாள். "அவர் இங்கு வரமுடியாது என்றார்கள்" என்றாள் பார்க்கவி. "ஆம், நெறிப்படி இது அயல்நாடுதான் அவனுக்கு. உபப்பிலாவ்யத்திற்குச் செல்லலாமே?" பார்க்கவி அதற்கு மறுமொழி சொல்லவில்லை. "மைந்தருடன் சில நாட்கள் அனைத்தையும் மறந்து இங்கே திளைக்கவேண்டும்" என்றாள் குந்தி.

ஒருகணம் கழித்து "அனைத்தும் அவர்களுக்காகத்தான்" என்றாள். மேலும் ஒருகணம் கழித்து "நிலம்வென்று கொடியும் முடியுமாக வாழ்வதே ஷத்ரிய வாழ்க்கை. அன்றி அது வாழ்வே அல்ல, அதைவிட இறப்பே பெருமை" என்றாள். அவள் உள்ளத்திலோடியதென்ன என்று எண்ணிய பார்க்கவி அகம் திடுக்கிட்டாள். அது ஒரு சிறிய உடலசைவென வெளிப்பட, அவளைத் திரும்பிநோக்கிய குந்தி பொருளில்லா விழிகளைத் திருப்பி நகரை நோக்கியபடி "நன்கு பேணப்படுகிறது. அதில் எக்குறையும் வைக்கவில்லை சுயோதனன்" என்றாள்.

"இந்நகரின் வருவாயில் ஒரு பகுதியை நகருக்கே அளித்துவிடுகிறான். ஆனாலும் பாழடைந்து கிடக்கிறது. ஏனென்றால் இதன் உட்பொருள் இன்று அழிந்துவிட்டது. இந்திரன் மண்ணில் இறங்கும் இடமல்ல இது." கோட்டைமுகப்பு அணுகி வந்தது. கல் பதிக்கப்பட்ட அகன்ற சாலையில் வழுக்கிச்செல்வதுபோல தேர் உருண்டோடியது. குளம்புத்தாளம்

கூர்மையாகவும் சீராகவும் ஒலித்தது. இருபுறமும் இருந்த மாளிகைகளின் முன்னால் அமுதகலக் கொடி பறந்துகொண்டிருந்தது. குந்தி அவற்றை ஒவ்வொன்றாக நோக்கியபின் நீள்மூச்சுவிட்டாள். “மைந்தருடன் ஆடுவதா? அயல்கொடி பறக்கும் இந்நகரிலா? நான் சதசிருங்கத்தின் காட்டிலேயே மைந்தருடன் ஆடியவள் அல்ல.”

அவள் எண்ணங்கள் அங்கு செல்வதை உணரமுடிந்தது. “சதசிருங்கத்தில்தான் இருப்பார். இன்றிருந்தால் மைந்தர் நாடுதுறந்து அங்கே சென்றுவிடவேண்டுமென்றே சொல்வார். தேடிவந்த மணிமுடியைச் சூடியமராதவர்” என்றாள். பார்க்கவி விழிதிருப்பி நகரை நோக்கிக்கொண்டிருந்தாள். அவள் உடல் விழிகொண்டு குந்தியை நோக்கிக்கொண்டிருந்தது. “வஞ்சங்கள் பொருளற்றவை. ஆனால் மறுக்கப்பட்டோரின் வஞ்சங்களினூடாகவே அவர்களுக்கான உரிமைகள் ஈட்டப்படுகின்றன.”

சிறிய உடுக்கோசை ஒன்று அப்பால் எழக்கண்டு பார்க்கவி திரும்பி நோக்கினாள். குந்தி “என்ன?” என்றாள். பார்க்கவி ஒன்றும் சொல்லவில்லை. குந்தி கைகாட்ட, பார்க்கவி தேரை நிறுத்துவதற்கான மணியை அடித்தாள். தேர் சகடத்தில் அச்சாணி தேயும் ஒலியுடன் நின்றது. குதிரைகள் மூச்சு சீறி கால்களைத் தட்டிக்கொண்டன. தேர்மணிகள் குலுங்கின. அவர்களுக்கு முன்னால் இந்திரப்பிரஸ்தத்தின் பெரிய கோட்டை இருள் என எழுந்து நின்றிருந்தது. அதன் காவல்மாடங்களில் மட்டும் மீன்நெய் விளக்குகள் எரிந்தன. வானில் நின்றிருக்கும் விமானநிரை எனத் தோன்றின அவை.

கோட்டைக்கும் அகழிக்கும் இடையே இருந்த சிறிய பாதையினூடாக ஒரு பந்தம் வந்துகொண்டிருந்தது. அதன் பின்னால் உடுக்கோசை எழுப்பிவரும் பூசகரைப் பின்னர் காணமுடிந்தது. அவர்களை நோக்கி வந்துகொண்டே இருந்த பந்தத்தின் ஒளி விரிவடைய அதில் பூசகர் தன் சடைக்கற்றைகள் தோளில் விரிந்து கிடக்க துள்ளியாடியபடி வருவது தெரிந்தது. அவருக்குப் பின்னால் பள்ளிவாள் ஏந்தியபடி துணைப்பூசகன் வந்தான். தொடர்ந்து மாயை கனவிலென நடந்து வந்தாள். அவளுக்குப் பின்னால் கூனுடலுடன் அவள் முதிய சேடி கர்த்தமை கையில் கூடையுடன் வந்தாள்.

“இவளை நான் பார்த்தே பதினான்காண்டுகள் ஆகின்றன” என்றாள் குந்தி. மாயையை இந்திரப்பிரஸ்தத்திலேயே எவரும் பார்த்ததில்லை. நகரின் தென்மேற்கு மூலையில் அமைந்த சிறிய சோலைக்குள் தன் குடிலில் முற்றிலும் தனித்து அவள் வாழ்ந்தாள். செவியும் வாயும் அற்ற சேடியான கர்த்தமை மட்டுமே அவளுடன் இருந்தாள். நள்ளிரவில் கொற்றவை

பூசனைக்காக மட்டும் அவர்கள் அங்கிருந்து கிளம்பி முதற்பொழுதுக்குள் திரும்பிவருவார்கள் என்று பார்க்கவி கேட்டிருந்தாள்.

பந்தமேந்திய ஏவலனும் உடுக்கோசையுடன் பூசகரும் அவர்களுக்குச் சற்றுமுன்னால் வளைந்து கோட்டைக்குள் சென்றனர். கோட்டைக்காவலர் அனைவரும் அவளை நேர்நோக்காமல் சுவர்நோக்கித் திரும்பிக்கொண்டனர். கோட்டைமுகப்பின் பந்த வெளிச்சத்தில் செந்நிறமாகத் தோன்றி மறுபக்கமிருந்த இருளில் மாயை அமிழ்ந்தாள். அவள் தோளில் இருந்து இறங்கி தொடைவரை நீண்டிருந்த குழல் ஐந்து புரிகளாகப் பகுக்கப்பட்டு திரிகளாகத் தெரிந்தது.

"அவள் குழல் ஈரமாக உள்ளது" என்றாள் குந்தி. "ஆம்" என்றாள் பார்க்கவி. ஒவ்வொரு நாளும் கொற்றவை ஆலயத்தில் பலிவிலங்கின் குருதியால் தன் குழலை நனைத்து ஐந்து புரிகளாக அவள் பகுத்துக்கொள்கிறாள் என பார்க்கவி கேட்டிருந்தாள். அவை பெண்டிரின் கற்பனை என்றே எண்ணியிருந்தாள். குந்தி மீண்டும் நீள்மூச்சுவிட்டு கண்களை மூடிக்கொண்டாள். "பேரரசி" என்றாள் பார்க்கவி. குந்தியின் நெற்றிநரம்புகள் புடைத்திருந்தன. "பேரரசி!" பார்க்கவி அவளை மெல்லத் தொட்டாள். தேர் செல்லட்டும் எனக் குந்தி கைகாட்டினாள்.

பார்க்கவி மணியோசை எழுப்ப, தேரோட்டி குதிரைகளைச் சவுக்கால் தொட்டான். அவை கிளம்பி ஓசையுடன் அகழிப்பாலத்தைக் கடந்து கோட்டைமுகப்பை அடைந்தன. காவலர் அவள் வருகையை முன்னரே அறிந்துவிட்டிருந்தனர். முகமனோ வாழ்த்தோ இன்றித் தலைவணங்கினர். குந்தி துயில்கொண்டவள்போலிருந்தாள். ஆனால் அழுந்திய உதடுகளின் மெல்லிய அசைவு அவள் துயிலவில்லை என்று காட்டியது.

நகருக்குள் நுழைந்தபோது குளிர்ந்த நீருள் மூழ்குவதுபோல பார்க்கவிக்கு மூச்சடைத்தது. தரையில் சொட்டிய குருதியிலிருந்து எழுந்த மணத்தை அவள் உணர்ந்தாள். அது உளமயக்கா என எண்ணினாள். இல்லை, அது பசுங்குருதி மணமேதான். அதை நோக்கியமையால்தான் உணரமுடிகிறது. அவள் தூணை இறுகப் பற்றிக்கொண்டு நகரை வெறித்துநோக்கி நின்றாள். அன்று கருநிலவு. மானுடப்பலியே கொடுக்கப்பட்டிருக்கலாம் என எண்ணிக்கொண்டாள்.

•••

சொல் விளக்கம்

அக்கை	–	அக்காள்
அகம்படி	–	அரசனின் பரிவாரங்கள்
அகலே	–	தொலைவில்
அகிபீனா	–	அபின்
அடுமனை	–	சமையலறை
அணங்கு	–	பேய், வெறியாட்டு, அச்சம். அணங்குகூடுதல்.
அண்மை	–	சமீபம், அருகில், பக்கம்
அணுக்கர், அணுக்கன்	–	சிநேகர்
அத்திரி	–	கோவேறுக் கழுதை
அந்தராளம்	–	இடையிடம், கோயில் கருவறையை அடுத்த மண்டபம், கருவறைக்கும் மகா மண்டபத்திற்கும் இடையே அமைந்த முன்கூடம்.
அமரமுனை	–	படகின் குவிந்த முன்முனை
அமறுதல்	–	மெல்ல உறுமுவதுபோல ஒலியெழுப்புதல். எருமையின் ஒலி உதாரணம்.
அரசுசூழ்தல்	–	ராஜதந்திர ஆலோசனை
அரவு	–	பாம்பு
அரிமலர்	–	அட்சதையும் மலரும்
அலர்	–	வம்பு, பழிச்சொல், தூற்றல்
அலைநிகுதி	–	நீர்ப்பயணத்திற்கான வரி
அவி, அவிப்பொருள்	–	வேள்வியில் அர்ப்பிக்கப்படும் உணவு, ஹவிஸ்

அவை	– சபை
அளி	– கருணை
அளைதல்	– துழாவுதல், தழுவுதல், அனுபவித்தல்
ஆகுதி	– வேள்வியில் தீயிலிடும் செயல்
ஆடி	– கண்ணாடி
ஆடிப்பாவை	– கண்ணாடியில் தெரியும் உருவம்
ஆதுரசாலை	– மருத்துவமனை
ஆயம்	– விசை
ஆயர்குடி	– யாதவ குலம்
ஆரம்	– மாலை
ஆழி	– சக்கரம், வட்டம், கடல், கட்டளை.
ஆற்றிடைக்குறை	– ஆற்றுநடுவே உள்ள மணல்திட்டு
இசைச்சூதர்	– பாணர்
இடைநாழி	– திண்ணை
இழி	– கீழான, கீழ்மை, இறங்குதல், குறைதல்.
இழிந்தல்	– இறங்கிவருதல், குறைதல், கீழ்மையாதல்.
இழிவு	– கீழ்மை, குறைவு
இளிவரல்	– ஏளனம், அங்கதம்.
இன்கடுநீர்	– கசப்பும் இனிப்பும் கலந்த பானம்
இன்நீர்	– இனியநீர்
ஈச்சை	– பேரீச்ச மரம். ஈச்சவோலை, ஈச்சம்பாய்
உசாவுதல்	– தகவலறிதல், விசாரணை.
உடலிலி	– உடலில்லாதவன், உருவமில்லாதவன்.
உண்டாட்டு	– உணவுண்டு மகிழும் விழா, போருக்குப்பின் நிகழும் பெரு விருந்து
உந்தி	– முன்தள்ளி, தொப்புள், நாபி, கொப்பூழ், உயர்த்தி, நீர்ச்சுழி, நதி, ஆற்றிடைக்குறை, நீர், நடு, கடல், தேரின் உருளை, தேர்த்தட்டு.
உம்பர்கோன்	– உம்பர் என்றால் விண்ணவர், தேவர்கள், வானோர், உயர்ச்சி, வானம், சொர்க்கம். அவற்றின் தலைவன்
உலைதல்	– மெல்ல அசைதல், அலைதல், நிலைகுலைதல்

உழலைத்தடி	–	முனை உருண்ட தடி. தெய்வங்களின் ஆயுதங்களில் ஒன்று.
உழிந்தல்	–	மெல்லச் சுழற்றுவது
உளமயக்கு	–	பிரமை
ஊர்மன்று	–	ஊரிலேயுள்ள மன்றம், ஊர்ப்பொதுவிடம், ஊர்ச் சாவடி.
ஊழ்கம்	–	தியானம்
எந்தை	–	என் தந்தை
எரிவிண்மீன்	–	எரிநட்சத்திரம்
எழினி	–	திரை, இடுதிரை, திரைச்சீலை
ஏறுதழுவுதல்	–	ஜல்லிக்கட்டு
ஐம்பத்தாறு நாடுகள்	–	ஆரியவர்த்தம் எனப்பட்ட நாடு ஐம்பத்தாறு நாடுகளாகப் பிரிக்கப்பட்டிருந்தது.
ஒட்டகை	–	ஒட்டகம், ஒட்டை; அசைபோடும் இனத்தைச் சார்ந்த விலங்கு
ஓங்கில்	–	டால்பின்
ஃபாங்கம்	–	அபின் இலைகளை அரைத்து எடுக்கப்படும் ஒருவகை மது
ககனவெளி	–	வானம், வளிமண்டலம், பிரபஞ்சம், பிரபஞ்சவெளி
கங்கணம்	–	கைவளை, காப்பு நாண், ஒருவகை நீர்வாழ் பறவை, உறுதி, சபதம்
கடிமணம்	–	முறையான திருமணம்
கணையாழி	–	முத்திரை மோதிரம்
கந்தர்வர்கள்	–	இந்துத் தொன்மவியலின் அடிப்படையில் 14 கணங்களில் ஆடல் பாடலில் வல்ல ஒரு இனக்குழுவினர். கந்தர்வ லோகத்தில் வசிப்பவர்.
கந்தை	–	கந்தலாடை
கரந்தல்	–	மறைத்தல், மறைதல்
கரவறை	–	ரகசிய அறை
கலநிகுதி	–	மரக்கலத்திற்கான வரி
கலுழ்ந்து, கலுழுதல்	–	அழுதல், கலங்குதல், கண்ணீர் சிந்துதல்
கவர்	–	இரு கிளை பிரியும் முனை

கழல்	–	காலில் அணியும் சிலம்பு
கழைப்பு	–	களைப்பு
களிப்பாவை	–	விளையாட்டு பொம்மை
களிறு	–	ஆண்யானை
காஞ்சனம்	–	பொன். இங்கே ஒரு மணியின் பெயர்.
காப்பிரியர்	–	ஆப்பிரிக்கர், கறுப்பர்
கார்வை	–	ஒலியின் முழக்கம்
காளிந்தி	–	யமுனை நதி
கிணை	–	உடுக்கை
கிணைப்பறை	–	கையால் வாசிக்கப்படும் சிறிய பறை
கிரௌஞ்சப்பறவை	–	அன்றில் பறவை
குதிமுள்	–	குதிரைவிலாவில் குத்தி ஊக்கும் தூண்டுகோல்
குந்திரிக்கம்	–	சாம்பிராணி, வெள்ளைக்குங்கிலியம். புகைபோடப் பயன்படுவது.
குமுகம்	–	பொது இயல்புகளைக் கொண்டிருக்கும் பல மனிதர்களின் குழு
குரவை	–	மகளிர் விசேஷகாலங்களில் நாவாற் குழறி இடும் மகிழ்ச்சியொலி
குருளை	–	குஞ்சு, குட்டி, கன்று, குழந்தை. புலி, சிங்கம் போன்றவற்றின் குட்டி.
குவை	–	குவியல்
குழவி	–	குழந்தை
குளம்பு	–	குதிரை, மாடு போன்ற விலங்குகளின் பாதம்
குறங்குசெறி	–	துடையாபரணம், தொடையில் அணியும் ஓர் ஆபரணம்
கூடம்	–	அனைவரும் ஒன்றுகூடும் இடம், இரும்புச்சுத்தியல், வீட்டின் மையப் பகுதி.
கூலவகைகள்	–	தானிய வகைகள்
கூற்று	–	பேச்சு, எமன்
கையுறை	–	காணிக்கை
கைவிடுபடை	–	மனித உதவியின்றி இயங்கும் தானியங்கி ஆயுதங்கள்

கொம்பரக்கு – பெண் பூச்சிகளின் உடலிலிருந்து பிசின் போன்ற திரவம் சுரந்து மரக் கிளைகளில் படிகிறது. இது ஒரு செ.மீ. கனத்துக்குப் படியும். இக்கிளையை வெட்டியெடுத்து அவற்றில் உள்ள அரக்கைச் சுரண்டி எடுப்பார்கள். இதுவே ‘கொம்பரக்கு’ எனப்படும். பின் அதனை கொதிக்கும் நீரில் போட்டு அதிலுள்ள அசுத்தங்களை அகற்றுவார்கள். இவ்வாறு சுத்தம் செய்த அரக்கு ‘மணியரக்கு’ எனப் படுகிறது. மணியரக்கை மேலும் தூய்மைப்படுத்தி தகடு வடிவில் தயாரிப்பார்கள். இது ‘தகடரக்கு’ என்று அழைக்கப்படுகிறது.

கோக்கொள்ளாத – இணைக்கமுடியாத, சேராத

கோட்டல் – கொள்ளுதல், வளைத்துக்கொள்ளுதல். தோள்கோட்டி, இதழ்கோட்டி, செவிகோட்டி.

கோத்து, கோத்தல் – கோர்த்து, கோர்த்தல்

கோதை – இருபக்கமும் முடிந்த மாலை, ஒரு ஆறு

கோபமானசை – கோகுலத்திலுள்ள கோபியரின் பிரேமை மனநிலை

கோரோசனை – மானிலிருந்து எடுக்கப்படும் நறுமணப்பொருள்

சகடம் – சக்கரம்

சத்ராஜித் – சத்ரம் என்றால் வெண்கொற்றக்குடை. அனைத்து அரசர்களையும் வென்று வெண்கொற்றக்குடையின்கீழ் ஆளும் பேரரசர்.

சமையம் – ஒப்பனை

சமையர், சமையன் – ஒப்பனைக்காரர்கள்

சரப்பொளி – சிறிய பதக்கங்களை அடுக்கிச் செய்த மாலை. காசுமாலை போன்றது.

சல்லரி – கைத்தாளம், பம்பை மேளம், திமிலைப் பறை

சாளரம் – வெளிச்சமும் காற்றும் உட்புக அமைக்கப்படும் ஜன்னல்

சித்தம் – பிரக்ஞை

சிதல் – கரையான்

சிபிநாடு – பாகிஸ்தானில் உள்ள சிபி மாவட்டம்

சிலைத்தல் – சிலைத்தன்மையை அடைதல்

சிவமூலி – கஞ்சா

சிற்றில்லம் – சிறு குடில்

சீராடுதல் – குலவுதல், மகிழ்தல், மகிழ்வித்தல்

சீவிடு – சில்வண்டு

சுக்கான் – கப்பல், படகு போன்றவற்றை தேவையான திசையில் திருப்புவதற்கு உதவும் கருவி.

சுடராட்டு – தீபாராதனை

சுண்டுதல் – கயிறு போன்றவற்றை ஒரு கணம் தொய்வாக விட்டுப் பின்னர் விசையுடன் இழுத்தல், நீர் கொதித்து வற்றுதல், சொடுக்குவதன் மூலம் ஒலி எழுப்புதல்

சுரிகுழல் – சுருண்ட மயிர்

சுளுந்து – தீப்பந்தம் செய்யப் பயன்படும் ஒருவித மரம், சுள்ளி

சுனை – இயற்கை நீர்நிலை

சூத்ராகி – கட்டடத்துக்குரிய வரைபடம் எழுதும் சிற்பி

செண்டு – கொத்து; பூச்செண்டு, நூற்செண்டு, விளக்குச் செண்டு.

செண்டுவெளி – வேல்விளையாடும் வெளி, அரண்மனையைச் சார்ந்துள்ள வையாளி வீதி

செருக்கடித்தல் – எருது, குதிரை போன்றவை சிலிர்த்துக்கொண்டு தரையைப் பிறாண்டுதல்

செலவு – செல்லுதல், பயணம், பணத்தைச் செலவழித்தல்.

செவிமயக்கு – ஒலிப் பிரமை

சென்னி – தலை

சேக்கேறுதல் – பறவைகள் கூடணைதல்

சேக்கை – மெத்தை, படுக்கை. இறகுச்சேக்கை.

சேடன் – ஆதிசேடன். நாகம்.

சேடி – வேலைக்காரப்பெண், ஏவல்செய்வோள்

சேய்மை	–	தூரம், நீளம், தொலைவு
சோரி	–	ரத்தம்
சோனக நாடு	–	அரபு நாடு
சோனகர்	–	அரேபியர்
தண்டம்	–	நுனியில் பருத்து உருண்டையாக இருக்கும் பழைய போர்க் கருவி, பாரம் தாங்கும் தண்டு.
தண்ணுமை	–	சிறிய முழவு. சட்டிபோன்றது.
தருக்கு	–	ஆணவம்
தருக்குதல்	–	ஆணவம்கொள்ளல்
தலைக்கோல்	–	கலைக்குழுவில் முதலில் வருபவர் ஏந்தியிருக்கும் கோல். சூதரின் முதல்வன் வைத்திருக்கும் கோல்.
தலைக்கோலர்	–	கலைக்குழுவில் முதன்மையானவர். சூதரில் முதன்மையானவர்
தழல்	–	நெருப்பு, சங்ககாலக் காதலன் தன் காதலிக்குத் தரும் விளையாட்டுக் கருவி
தனயன்	–	மகன், புத்திரன், ஒருவரின் ஆண் குழந்தை.
தாட்டான் குரங்கு	–	ஆண் குரங்கு. தாட்டான் என்பது கணவன், தலைவன்.
தாதை	–	தந்தை, பாட்டன், மூதாதை, படைப்புக் கடவுள் ப்ரஹ்மா.
தாலம்	–	தாம்பாளம்
திகிரி	–	குயவன் சக்கரம், வட்டம், உருளை, தேர், சக்கராயுதம், சூரியன்
திகைதல்	–	சரியாகப் பொருந்துதல், நிறைவுறுதல்.
திருமுகம்	–	கடவுள் சன்னிதானம், பெரியோர் வரைந்து அனுப்பும் ஓலை, அரசனது சாசனம்.
தீயூழ்	–	தீவினைப் பயன், துரதிருஷ்டம்
துணித்தல்	–	வெட்டுதல்
துயில்	–	தூக்கம்
துலா	–	தராசு, கிணற்றிலிருந்து நீரை அல்லது ஒரு இடத்திலிருந்து பெரிய பொருள்களை எடுப்பதற்குப் பயன்படும் நெம்புகோல் வகையைச் சார்ந்த ஒரு பொறி.

துளித்து	–	துளியிட்டு
தெள்ளிதின்	–	தெளிவாக
தொழும்பக்குறி	–	அடிமை அடையாளம்
நடுகல்	–	இறந்தவரின் நினைவாக எடுக்கப்படும் நினைவுக்கல்
நாகணவாய்	–	மைனாப் பறவை
நாண்	–	வில்லின் கயிறு, நாணம், வெட்கம், கூச்சம், பழிக்கு அஞ்சுதல், கயிறு, வட்டத்தின் பரிதியில் இருக்கும் எந்த இரு புள்ளியையும் இணைக்கும் நேர்க்கோடு, மாங்கல்யம் கோத்த சரடு.
நாரை	–	ஒருவகை நீர்ப்பறவை, கொக்கு வகை
நாவாய்	–	பெரிய மரக்கப்பல்
நாழிகை	–	24 நிமிடங்கள்
நாளவன்	–	சூரியன்
நாற்களம், நாற்களமாடல்	–	சதுரங்கம், சதுரங்க விளையாட்டு.
நிகுதி	–	வரி, நியதி
நிமித்தம்	–	காரணம், சகுனம், அடையாளம், பொருட்டு.
நிமித்திகன், நிமித்திகர்	–	புறக்குறிகளைக்கொண்டு வருவது உரைப்பவர்கள்.
நீணாள்	–	நீண்டநாள்
நீர்ப்பாவை	–	நீரில் தெரியும் உருவம்
நுகம்	–	மாடுகள், குதிரைகளை வண்டியில் அல்லது கலப்பையில் கட்டப்படும் முகப்புத்தடி
நுணா மரம்	–	மஞ்சணத்தி, மஞ்சள்நாறி, தணக்க மரம்
நூற்றுவர்தலைவர்	–	நூறு படைவீரர்களின் தலைவர்
நொய்மை	–	மென்மை, மெதுமெதுப்பு, மெலிவு, தளர்ச்சி, மிருதுத்துவம், பலமின்மை, நுண்மை, வறுமை, மனத்திடமின்மை.
பகைப்புலம்	–	பின்புலம்
பசப்புதல்	–	தந்திரமாய் ஏமாற்றுதல்.
பரத்தை	–	பொதுமகள், விபசாரி, தீயநடத்தை, ஒருசெடிவகை, அயல்தன்மை.

பள்ளை	–	விலா (புரவிப்பள்ளை)
பாங்கர்	–	அணுக்கத்தோழர்
பாடிவீடு	–	பாசறை
பாவட்டா	–	பட்டம் போல் மூங்கிலில் கட்டித் தொங்கவிடப்படும் அலங்காரத் திரை.
பிச்சி	–	பித்துப் பிடித்தவள்
பிடியானை	–	பெண்யானை
பிரஜாபதி	–	தன்னிலிருந்து படைப்பை உருவாக்கும் ஓர் ஆதி விசை அல்லது ஆதி இருப்பு
பிலம்	–	தானாக மண்ணுக்கு அடியில் உருவாகும் குகை
பிழுது	–	பிடுங்கி
பிறவிநூல்	–	ஜாதகம்
பீடு	–	பெருமை, வலிமை, செருக்கு
பீதர் நாடு	–	சீனா
பீதர், பீதன், பீதர்நாட்டான்	–	மஞ்சள்நிறமானவர். சீனன், திபெத் லடாக் பகுதியினர்.
பீரிடுதல்	–	விரைந்துபாய்தல், அலறிச் சத்தமிடுதல்.
புடவி	–	பிரபஞ்சம்
புடைவை	–	சேலை
புணை	–	படகு, தெப்பம்
புரத்தல்	–	பாதுகாத்தல், மிகுதியாகக் கொடுத்தல், ஆதரவளித்தல்
புலரி	–	விடியல்
புள்	–	பறவை
புனல்	–	நீர், ஆறு, குளிர்ச்சி
பூசெய்கை	–	பூசை
பூழி	–	குழைசேறு, புழுதி, தூள்
பெயர்மைந்தன்	–	பெயரன்
பெற்றி	–	இயல்பு, தன்மை, பெருமை
பேரிளம் பெண்	–	32 முதல் 40 வயது வரையான பெண்ணின் பருவம்
பேருரு	–	விஸ்வரூபம், பிரம்மாண்டமான உருவம்
பைமசேனி	–	பீமனின் மகன்

பொலனணி	–	பொன் ஆபரணம்
பொளி, பொளிகள்	–	சிறியபட்டைகள் அல்லது காசுகள்.
பொறை	–	பிழையை மன்னித்தல், பொறுத்தல், பொறுமை.
போழ்ந்து	–	பிளந்து
மகாமரியாதம்	–	பெரிய கோட்டை
மங்கை	–	பெண், 12 முதல் 13 வயது வரையான பெண்ணின் பருவம்
மஞ்சல்	–	துணியால் ஆன பல்லக்கு. தூளிப்பல்லக்கு
மண்டுதல்	–	அதிகமாதல், திரளுதல், நெருங்கித்தாக்குதல், அதிகம் உண்ணுதல்
மதகரி	–	மதம் பிடித்த ஆண்யானை
மதிசூழ்தல்	–	அரசியல் தந்திரச்செயல்பாடு
மதுரை	–	மதுரா
மந்தணம்	–	ரகசியம், அந்தரங்கம்.
மரக்குற்றி	–	மரச்சில்லுகள், மரத்துண்டுகள்.
மரச்சிம்பு	–	மரச்சீவல், பொறிப்பகுதிகளைப் பொருத்துவதற்குப் பயன்படும் மெல்லிய துணுக்கு.
மரச்சில்லை	–	கடைசியாக வந்துள்ள சிறிய கிளை
மருகன்	–	மருமகன்
மருகி	–	மருமகள்
மருப்பு	–	யானைக் கொம்பு, விலங்கின் கொம்பு, மரக்கொம்பு, யாழின் உறுப்புவகை
மருவுநிலம்	–	பாலை. நால்வகை நிலமும் மருவி பாலையாகும்
மறலி	–	எமன்
மன்று	–	மன்றம், அவை, சபை
மாமங்கலை	–	மங்கலமான பெண்
மாமயிடன்	–	மகிஷன்
முகபடாம்	–	முகத்திரை, யானையின் நெற்றிப்பட்டம்.
முதற்றாதை	–	முதல்தாதை
முந்துசினம்	–	முன்கோபம்
முப்புடை	–	முப்பரிமாணம்

முழவு	– கையால் மீட்டும் சிறிய பறை
முழுது	– முழுவதும்
முழை	– குகை, துடுப்பு, துளை, நுழை. மண்முழை, தொண்டைமுழை, மத்தகமுழை, தோள்முழை...
முனம்பு	– இயற்கையாக உருக்கொண்ட நிலத்தின் முனை, (நிலம் குவிந்து உருவாகும் முனை)
முனிதல்	– வெறுத்தல், சினங்கொள்ளுதல்
மெட்டு	– பாட்டின் ராகப்போக்கு
மேல்கோன்மை, கோன்மை	– ஆளுமை, வலிமை, அரசாட்சி
மேழி	– கலப்பை
யவனம், யவனநாடு	– கிரேக்கம், கிரேக்க நாடு
யவனர்	– கிரேக்கர், ரோமானியர்
யானம்	– வாயகன்ற பாத்திரம், ஊர்தி
லேபனம்	– களிம்புப் பூச்சு, பூசும் பொருள்
வழிவு	– பொங்கி வழிதல்
வழுத்துதல்	– வாழ்த்துதல், துதித்தல்
வன்பால்	– பாலைநிலம், குறிஞ்சிநிலம், மேடு.
வாய்த்தாரி	– வாயால் எழுப்பபடும் ஒலிகள். மங்களச்செயலுக்கும் அடிமுறைச்செயல்களுக்கும் சொல்லப்படும்.
வாளி	– அம்பு
விசும்புதல்	– வெறுப்புடன் விலக்குதல், கயிறு முதலியவற்றைச் சுண்டியிழுத்தல்.
விடை	– பதில், காளை
விண்ணவர்	– தேவர்
விதிர்த்தல்	– நடுங்குதல்
விதிர்ப்பு	– நடுக்கம்
விதும்புதல்	– நடுங்குதல், விரைதல், விரும்புதல்.
வியாழவட்டம்	– 12 ஆண்டுகள். வியாழன் கிரகம் சுற்றிவரும் காலம்.
விரகோத் கண்டிதை	– காத்திருப்பவள், ஏங்குபவள், எண்ணியிருப்பவள்.
விராடவடிவம்	– பிரம்மாண்ட வடிவம்

விழவு	–	விழா
விழிமயக்கு	–	தோற்றமயக்கம், பிரமை.
விழைவு	–	விருப்பம்
விளம்பர்	–	உணவு பரிமாறுபவர்கள்
விளம்புதல்	–	உணவு பரிமாறுதல்
வீணன்	–	தீயநெறி நடப்போன், சோம்பேறி, பயனற்றவன்.
வெள்விடை	–	வெள்ளை ரிஷபம்
வெறியாட்டு	–	தன்னுடலில் இறை புகுந்ததாக ஆவேசம்கொண்டு கோயிற் பூசாரி ஆடும் வெறியாட்டம், மதுவருந்தி தன்னிலையிழந்து ஆடும் களியாட்டு.
வேட்கை	–	விரும்புதல், வேண்டுதல்.
வேளக்காரர்கள்	–	சிறப்பு மெய்க்காப்பாளர்கள். தங்கள் உயிரைக்கொடுத்தாவது அரசனைக் காப்பதாகச் சபதம் பூண்டவர்கள்.
வேளிர்	–	வேளாளர்
ஜனபதம்	–	மக்கள்வாழும் நிலப்பகுதி. சிறிய சமூகக்கட்டமைப்பு. ஆரியவர்த்தம் 16 ஜனபதங்களாக வேதகாலத்தில் பிரிக்கப்பட்டிருந்தது.
ஸ்மிருதி	–	ஒழுக்கச்சட்டங்களைச் சொல்லக்கூடியது. மாறக்கூடிய நூல்.

www.ingramcontent.com/pod-product-compliance
Lightning Source LLC
LaVergne TN
LVHW062349051026
849518LV00016B/1
* 9 7 8 8 1 8 4 9 3 9 8 4 2 *